ந. பிச்சமூர்த்தி சிறுகதைகள்

ந. பிச்சமூர்த்தி சிறுகதைகள்

எழுத்து
பிரசுரம்

Title : Na. Pichamoorthy Sirukathaigal
Author's Name : Na. Pichamoorthy

Published by Ezutthu Prachuram

Ezutthu Prachuram
(An imprint of Zero Degree Publishing)
No.55(7), RBlock,
6th Avenue, Anna Nagar
Chennai - 600040

Website: www.zerodegreepublishing.com
E Mail id: zerodegreepublishing@gmail.com
Phone : 98400 65000

Ezutthu Prachuram First Edition: February 2021
ISBN : 978-93-90053-27-8
TITLE NO EP : 279

Cover Design & Layout : Vijayan, Creative Studio
Printed at Manipal Technologies, India.

ந. பிச்சமூர்த்தி
(1900-1976)

சாரு நிவேதிதா

கும்பகோணம் நடேச தீட்சிதர், காமாட்சியம்மாள் தம்பதியருக்கு நான்காவது குழந்தையாகப் பிறந்த ந. பிச்சமூர்த்தியின் இயற்பெயர் வேங்கட மகாலிங்கம். அவருக்கு முன் பிறந்த குழந்தைகளில் இரண்டு இறந்துவிட்டதால் அந்தக் காலத்து வழக்கப்படி அவரை பிச்சை என்று அழைத்தனர். அதுவே பின்னர் பிச்சமூர்த்தி ஆனது. தந்தை நடேசய்யர் தமிழ், தெலுங்கு, மராட்டி, சம்ஸ்கிருதம் ஆகிய மொழிகளில் சாகித்யங்கள் இயற்றி ஹரிகதா காலட்சேபங்களும் புராணப் பிரசங்கங்களும் செய்தவர். தாந்த்ரீக உபாசனை, ஆயுர்வேதம் ஆகியவற்றிலும் தேர்ச்சி பெற்றவர். ஆனால் பிச்சமூர்த்திக்கு ஏழு வயது இருக்கும்போது தந்தை காலமாகி விட்டார். தாயாரின் பராமரிப்பில் வளர்ந்த பிச்சமூர்த்தி கும்பகோணம் நேடிவ் கலாசாலையில் தத்துவம் படித்துவிட்டு, சென்னை வந்து சட்டம் படித்தார். 1925-ம் ஆண்டு சாரதா என்ற பெண்மணியோடு திருமணம். 1924 முதல் கும்பகோணத்திலேயே வக்கீல் தொழில் செய்து வந்தவர், அந்த வேலை தனக்கு ஒத்துவரவில்லை என்று 1938-ல் விட்டுவிட்டார்.

திருமணம் ஆனாலும் துறவு வாழ்வையே விரும்பிய பிச்சமூர்த்தி, ஒரு ஆண்டுகாலம் குடும்பத்திலேயே சேராமல் துறவியாகவே சுற்றி யிருக்கிறார். அவருடைய குடும்பத்தில் தலைமுறைக்கு ஒருவர் துறவியாக இருந்திருக்கிறார்கள். நடேசய்யர்தான் அந்த சந்நியாசப் பாரம்பரியத் திலிருந்து விலகியவர். பின்னர் 1935-ம் ஆண்டு திருவண்ணாமலை சென்று ரமண மகரிஷியையும் சித்தர் குழந்தைசாமியையும் சந்தித்து துறவு வாழ்வைத் தரும்படி வேண்டியிருக்கிறார். ஆனால் அவர்கள் இருவரும் அவருக்கு மண வாழ்வே ஏற்றது எனக் கூறித் திருப்பி அனுப்பிவிட்டனர்.

ந. பிச்சமூர்த்தியின் முதல் தமிழ்க் கதை ‘சயன்ஸுக்கு பலி’, கலைமகளில் பிரசுரமாகியது. அதற்கு முன்பே அவர் ஆங்கிலத்திலும் சிறுகதைகள் எழுதியிருக்கிறார். பின்னர் 1933–ல் கலைமகள் நடத்திய சிறுகதைப் போட்டியில் பிச்சமூர்த்தி எழுதிய ‘முள்ளும் ரோஜாவும்’ ரூ. 15 பரிசு பெற்றது. 1938–ன் பிற்பகுதியில் ஹனுமான் பத்திரிகையில் உதவி ஆசிரியர் பணி. ஏழு மாதத்துக்குப் பிறகு அங்கிருந்து விலகி அறநிலையத் துறையில் நிர்வாக அதிகாரியாகச் சேர்ந்து பல கோவில்களில் பணியாற்றி 1956–ல் ஓய்வு பெற்று நவ இந்தியா தினசரியில் உதவி ஆசிரியராகச் சேர்கிறார். இந்தக் கோவில் பணி காரணமாகப் பதினெட்டு ஆண்டுகள் எதுவுமே எழுதாமல் இருந்திருக்கிறார். இடையில் 1938–ம் ஆண்டு என். ராமரத்னத்தின் இயக்கத்தில் சங்கு சுப்ரமணியம், சீதாலட்சுமி ஆகியோர் நடித்து வெளிவந்த ஸ்ரீராமானுஜர் என்ற திரைப்படத்தில் ஆளவந்தார் வேடத்தில் நடித்திருக்கிறார்.

* * *

40 ஆண்டுகளுக்கு முன்பு சமகாலத் தமிழ் இலக்கியத்தைப் பயில ஆரம்பித்த காலத்தில், ந. பிச்சமூர்த்தி, கு.ப.ரா., மௌனி, புதுமைப்பித்தன் ஆகிய நால்வரையும் சிறுகதை இலக்கியத்தின் மூலவர்களாக மூத்த விமர்சகர்கள் சொல்லக் கேட்டு மிகுந்த ஆர்வத்துடன் படித்தேன். புதுமைப்பித்தன் என்னை அறவே ஈர்க்கவில்லை. காதல் தோல்வி என்ற ஒரே விஷயத்தையே திரும்பத் திரும்ப முப்பது கதைகளாக எழுதிய மௌனியும் ஈர்க்கவில்லை; எனினும் அவரது மொழியின் கவித்துவம் என்னை அவரிடம் திரும்பத் திரும்பச் செல்ல வைத்தது.

கு.ப.ரா.வைப் பயின்றபோது என் ஆசானே என வியந்து அவர் பாதம் பணிந்தேன். அடுத்து ந. பிச்சமூர்த்தி. அவரை என்னால் ஞானி என வணங்கத் தோன்றியதே தவிர எழுத்தாளுமை என வாசிக்கத் தோன்றவில்லை; விளக்குகிறேன். இருள், ஒளி என்ற இரண்டு விஷயங்கள் இருக்கின்றன. பின்நவீனத்துவச் சிந்தனை இப்படியான binary opposition-ஐ மறுக்கிறது. ஒரு விஷயத்தை கண்ணாடிச் சிதறல்களில் தெரியும் பலவித பிம்பங்களைப் போல் பார்க்கக் கோருகிறது பின்நவீனத்துவம். ஆனால் நாம் நவீனத்துவ காலகட்டத்தைப் பற்றிப் பேசுவதால் இங்கே இந்த இருமையை எடுத்துக் கொள்வோம்.

இருள் பற்றி எழுதிய மகத்தான இலக்கிய ஆளுமைகள் என ஃப்ரெஞ்ச் எழுத்தாளர் Louis Ferdinand Celine (1894 – 1964), சாதத் ஹாசன் மாண்ட்டோ போன்றவர்களைச் சொல்லலாம். இந்த வரிசையில் வைக்கக் கூடிய ஆல்பெர் கம்யு, காஃப்கா போன்றவர்கள் என் உலகத்தில் இல்லை. காரணம், அவர்களின் எழுத்தில் நம்பிக்கையின்

ஒளிக்கீற்றோ, மனிதார்த்த அமிர்தத்தின் துளிச் சிதறலையோ காண முடியவில்லை. ஒளி பற்றி எழுதியவர்களில் தல்ஸ்தோய், கஸான்ஸாகிஸ் போன்றவர்களைச் சொல்லலாம்.

இவர்களில் ஒருவராக பிச்சமூர்த்தியை என்னால் எடுத்துக்கொள்ள முடியவில்லை. காஃப்காவிடமும், கம்யுவிடமும் நம்பிக்கையின் ஒளிக்கீற்றைக் காண முடியாதது போல் பிச்சமூர்த்தியிடம் என்னால் துயரத்தின் ரேகையைக் காண முடியவில்லை. அவரிடம் ஒரு ஞானியின் வெளிச்சத்தையே கண்டேன். பதற்றம், நம்பிக்கையின்மை, வன்மம், வன்முறை, அவலம், விரக்தி, கொடூரம் என்ற எதார்த்தங்களின் விம்மலை அவரிடம் என்னால் கேட்க முடியவில்லை. ஒரு குழந்தையைப் போலவோ அல்லது ஒரு ஞானியைப் போலவோ பிச்சமூர்த்தி இவ்வாழ்வின் ஒளியை மட்டுமே பார்த்தார்.

நாற்பது – ஐம்பதுகளில் 18 ஆண்டுகள் கோவில்களில் அதிகாரியாக இருந்த பிச்சமூர்த்திக்கு அந்தக் கோவில்களில் நுழைந்து வழிபட உரிமையில்லாதவர்களாக இருந்த தலித்துகளைப் பற்றி எந்தத் துயரமும் பதற்றமும் ஏற்படவில்லையா என என் இளம் வயதில் கேட்டபடி அவரிடமிருந்து ஒதுங்கினேன். ஞானிகளால் எழுத்தாளனாக முடியாது. ஏனென்றால், ஞானி மிகத்தெளிவான பதில்களோடு இருக்கிறான். அங்கே குழப்பமோ, பதற்றமோ, துயரமோ எதுவுமே இல்லை. இலக்கியம், ஆன்மீகம் பற்றிய ந. பிச்சமூர்த்தியின் விளக்கம் இது:

'இளம் வயதிலிருந்தே துறவிகள், பைத்தியம், குழந்தைகள் என்றால் எனக்கு மிக விருப்பம். சொல்லப்போனால் என்னையும் மீறியே அவர்களுடன் கலந்து விடுவேன்.'

'சொல் ஓய்ந்து மௌனம் வருமானால் மகிழ்ச்சியுடன் ஏற்பேன். உருவத்தில் நின்று உருவமற்றதைக் காண்பதே இன்பம்.'

'சொல்லை மந்திரம் என்பார்கள். சொல்லைக் கொண்டே சொல்லற்ற நிலையைக் காட்ட முயலுவதுதான் இலக்கியம். அந்த இடத்தில் உலகின் சிகரமும் ஆன்ம உலகின் சிகரமும் இணைகின்றன.'

ஒருமுறை ஷீர்டி பாபாவின் நெருங்கிய சீடர் ஒருவரின் எட்டு வயதுப் பாலகன் ஒருவன் இறந்து போனான். மிகவும் துயரத்தில் இருந்த அவரிடம் பாபா சொன்னார்: 'வருந்தாதே. அவன் உன்னிடம் இருப்பதை விட வேறொரு பணக்கார இடத்தில் பிறந்து சீரோடும் சிறப்போடும் வாழப் போகிறான்.' இப்படிப்பட்ட தெளிவு இருந்தால் அங்கே எப்படி இலக்கியம் பிறக்கும்? தில்லியில் ஒரு பெண்ணை ஐந்து பேர் வன்கலவி செய்து கொன்று சாலையில் விட்டெறிந்தார்கள். இருள். நம்பிக்கையின்மை. பதற்றம். கொடூரம். வன்முறை. அந்தகாரம். ம்ஹும்.

இதெல்லாம் எதுவுமே இல்லை. அந்தப் பெண்ணின் பூர்வ ஜென்மப் பலன்; முடிந்தது கதை! ஞானி மிகத் தெளிவாக இருக்கிறான். இதே தெளிவுதான் பிச்சமூர்த்தியிடமும் இருந்தது என்று நினைத்தேன். இந்தத் தெளிவு இல்லாத ஒருவர் பிச்சமூர்த்தியின் அடுத்த வீட்டுக்காரராக, நண்பராக இருந்திருக்கிறார். அவர் கு.ப.ராஜகோபாலன். அது பற்றி பிச்சமூர்த்தி சி.சு. செல்லப்பாவுக்கு அளித்த பேட்டி ஒன்றில் இவ்வாறு கூறுகிறார்:

'கும்பகோணத்தில் 3, பிள்ளையார் கோயில் தெரு. எங்கள் வீட்டுக்கு அடுத்த வீட்டுக்காரன் ராஜகோபாலன். நான் காற்றாடி கட்டிவிட்ட நாள் முதல், அவன் தவளைக் குஞ்சுகளை நெருப்புப் பெட்டியில் போட்டு விளையாடின நாட்கள் முதல் இணைபிரியாத தோழர்கள்.'

இந்தப் பேட்டி எழுத்து பத்திரிகையில் 1960–ல் வெளிவந்தது. அதன் இணைப்பு இக்கட்டுரையின் இறுதியில் தரப்பட்டுள்ளது. பிச்சமூர்த்தியை விட செல்லப்பா 12 வயது இளையவர். பிச்சமூர்த்தியின் அப்போதைய வயது 60. பேட்டியின் ஆரம்பத்தில் பிச்சமூர்த்தியின் தோற்றம் பற்றி செல்லப்பா விவரிப்பதை கவனிக்கவும். பிச்சமூர்த்தி கு.ப.ரா. பற்றிச் சொன்னதும் செல்லப்பா கு.ப.ரா. பற்றிக் கேட்கிறார். பேட்டியில் அந்தப் பகுதி:

சி.சு. செல்லப்பா: கு.ப.ரா வைப் பற்றி ஒரு கேள்வி. அவர் ஒரு மாதிரியான 'செக்ஸ்' கதைகள் மாப்பஸன் மாதிரி எழுதினதாக அபிப்பிராயம் கூறப்படுகிறதே... இந்த 'செக்ஸ்' விஷயத்தை ஒரு இலக்கியப் பிரச்னையாக அவர் கையாண்டிருப்பது பற்றி என்ன நினைக்கிறீர்கள்?

ந.பிச்சமூர்த்தி : எனக்குத் தெரிந்தவரையில் ராஜகோபாலன் மாப்பஸன் அதிகம் படித்திருந்தான் என்று சொல்வதற்கில்லை. அவன் கதைகள் பச்சையாக இருக்கின்றன என்று கூறுவதுபற்றி நான் ஒன்று சொல்வேன். வாழ்வு பச்சையாக இருந்தால் இலக்கிய ஆசிரியன் என்ன செய்வான்? அவைகளை ஒதுக்கிவிட்டு வேறு விஷயங்களைக் கையாளக் கூடாதா என்று கேட்டால் அது அந்தந்த ஆசிரியரைப் பொறுத்த விஷயம். வேதனையைத் தாங்கும் சக்தி ராஜகோபாலனுக்குக் கிடையாது. அவன் உடம்பு மிகவும் நோஞ்சல். பெண்கள் படும் வேதனை அவனால் தாங்க முடியாது. ஆகவே பெண்ணின் வேதனையே அவனுடைய இலக்கிய விஷயமாயிற்று.

நான் சொல்ல நினைத்ததை பிச்சமூர்த்தியே இன்னும் தெளிவாகச் சொல்லி விட்டார். வேதனை. Angst. இந்த வேதனை இல்லாதவர்கள் எழுத்தாளனாவது சிரமம். இந்த வேதனை பிச்சமூர்த்தியிடம் இல்லை.

அவர் ஓர் ஞானி. சுமார் 30 ஆண்டுகளாக பிச்சமூர்த்தியை நான் அணுகாமல் இருந்ததற்கு இதுதான் காரணம். ஆனாலும் இந்தத் தொடருக்காக தமிழில் எழுதியுள்ள அத்தனை முன்னோடிகளையும் படித்து விட வேண்டும் என்று பிச்சமூர்த்தியைத் தொட்ட போது கிடைத்தது வேறோர் அனுபவம். ஞானத்தின் ஒளி மட்டும் அல்ல; அவரிடம் துயரத்தின் இருள் ரேகையும் படிந்திருந்தது என்பதை இவ்வளவு காலம் சென்று அறிந்துகொண்டேன். வானம்பாடி, காபூலிக் குழந்தைகள் போன்ற கதைகள் அதற்கு சாட்சி. அடகு என்ற கதை பன்றி மேய்க்கும் மக்களைப் பற்றித் தமிழில் எழுதப்பட்ட முதல் தலித் கதையாக இருக்கலாம். குடியும் வறுமையும் சுரண்டலும் எப்படி ஒரு சாதியை அடிமைப்படுத்தி வைத்திருக்கிறது என்பது பற்றிய கதை.

'பதினெட்டாம் பெருக்கு' முறை மீறிய காமத்தைப் பேசுகிறது. தாய் என்ற கதை மனைவி இல்லாமல் மூன்று குழந்தைகளை வளர்க்கும் ஓர் ஆடவன் கக்குவான் பிடித்து இருமும் குழந்தைகளுக்கு பிராந்தி கொடுத்து உறங்கச் செய்யும் அவலத்தைச் சொல்கிறது. அரைப் பைத்தியம் என்ற கதையில் ஒரு குடிகாரக் கணவன், அவன் மனைவி, ஒரு பையன். மனைவி இன்னொருவனோடு உறவு வைத்திருக்கிறாள். இது தெரிந்து கணவன் அவளைக் கொன்றுவிடுகிறான். மருத்துவமனையில் சாகும் தறுவாயில் அவள் சொல்கிறாள்:

'இத்தனை நாளா என் மவனையும் கூட்டிக்கிட்டு அவனோட ஓடாம ஒனக்கு சோறு சமைச்சுப் போட்டேனே, அது ஒண்ணு போதாதா ஒன் கொணத்துக்கு... நான் இல்லாட்டி நீ அப்போவே செத்து மண்ணாப் போயிருப்பே.' இப்படிச் சொன்னதோடு மட்டுமல்லாமல், தன்னுடைய பதினைந்து வயதுப் பையன் அவனுக்குப் பிறந்ததல்ல என்றும் சொல்லிவிட்டுச் சாகிறாள். பதினைந்து ஆண்டுகளாகத் தன் மகன் என நினைத்துக் கொண்டிருந்த பிள்ளை இன்னொருவனுக்குப் பிறந்தவன் என்ற திடீர்த் தாக்குதலால் நிலைகுலைந்து போகும் கணவன் அந்தமானுக்கு அனுப்பப்படுகிறான். பிள்ளை அரைப் பைத்தியமாய் தெருத் தெருவாய் அலைந்து கொண்டிருக்கிறான். தன்னைக் கொன்று விட்ட அந்தக் குடிகாரனைப் பழிவாங்குவதற்காகவே அவள் அப்படிச் சொல்லியிருக்கலாம் என்ற சமிக்ஞை கதையில் இருக்கிறது.

முதல் பிடில் என்ற கதையில் இரவு நேரத்தில் தன் ஜோடியோடு சத்தம் போட்டுக் குலவிக் கொண்டிருந்த ஒரு பூனை, மனிதர் ஒருவரால் அடித்துக் கொல்லப்படுகிறது. பந்தயப் பித்து கொண்ட ஒருவன் பந்தயத்தில் தோற்றுவிட்ட தன் குதிரையைச் சுட்டு விடுகிறான். இறந்த பூனையும் இறந்த குதிரையும் அருகருகே கிடக்கின்றன. கதை இப்படி முடிகிறது:

குதிரையின் சிதைந்த உடல் கண்ணில் தட்டுப்பட்டது. அதன் அடர்ந்த வெள்ளை வால் மயிர் அவன் கவனத்தை இழுத்தது. ஒரு பிடி மயிரை உருவி எடுத்துக் கொண்டு ஓடினான் பூனையண்டை. கம்பிகள் போல் இறைந்து கிடந்த நரம்புகள் தடுக்கிவிட்டன. அவற்றில் நாலைந்தைப் பொறுக்கி எடுத்துக் கொண்டான். நடு வழியிலே, பொன்வர்ணத்தில் ஒரு பிரம்பு கிடைத்தது. அதை எடுத்து குதிரை வால் மயிரால் நடுவில் கட்டினான். நான்கு கஜத்திற்கப்பால் ஒரு காய்ந்த மரமொன்றிருந்தது. அதனடிப்பாகத்தில் ஒரு பொந்து. அங்கு போய் உட்கார்ந்தான். கை விஷமம் செய்ய ஆரம்பித்தது. கையிலிருந்த நரம்பை எடுத்துப் பொந்தின் வாயில் நெடுக்காகக் கட்டினான். வில்லை எடுத்துக் குறுக்காக இரண்டு தரம் இழுத்தான். சுத்தமான ஸ்வரங்கள் எழுந்தன. அனாயாசமாகப் பிறந்தது ஒரு புதிய சங்கீத வாத்யம். அதுதான் முதல் பிடில்!

மேல்நாட்டு இலக்கிய வடிவமான சிறுகதைக்கு இந்திய உருவம் கொடுத்தவர் ந. பிச்சமூர்த்தி என்ற க.நா.சு.வின் கூற்று முற்றிலும் உண்மை என்பது அவரது சிறுகதைகளை மீள்வாசிப்புக்கு உட்படுத்தியபோது உறுதியாகிறது. அதேபோல் தமிழில் புதுக்கவிதையின் தந்தை என்று கருதப்படுபவரும் ந. பிச்சமூர்த்தியே ஆவார். சி.சு. செல்லப்பாவின் எழுத்து பத்திரிகை 1959 ஜனவரியில் தொடங்கி 1970 ஜனவரியில் முடிவுக்கு வந்தது. மொத்தம் 119 இதழ்கள். முதலில் மாதப் பத்திரிகை; பிறகு காலாண்டு. முதல் இதழில் வெளிவந்த பிச்சமூர்த்தியின் பெட்டிக்கடை நாரணன்தான் தமிழில் வெளிவந்த முதல் புதுக் கவிதை. இன்றைய தினம் புதுக்கவிதை எழுதுகின்ற அத்தனை பேரும் நன்றி கூற வேண்டியது ந. பிச்சமூர்த்திக்கு. இவ்வளவுக்கும் அவர் தன்னை ஒரு எழுத்தாளன் என்றே சொல்லிக்கொள்ளத் தயங்குகிறார். பிச்சமூர்த்தியை முழுதாகப் படித்தபோது இன்னொரு முக்கியமான விஷயத்தை அவதானித்தேன். அவருடைய கவிதை, சிறுகதை அனைத்தும் இன்று எழுதியது போல் அவ்வளவு சமகாலத் தன்மை கொண்டதாக இருக்கிறது. சுதந்திர தின ஆர்ப்பாட்டங்களைக் கிண்டலடித்து எழுதிய வெள்ளி விழா என்ற கவிதை ஓர் உதாரணம்.

ந. பிச்சமூர்த்தியின் எழுத்தை எப்படி நாம் விளங்கிக் கொள்ள வேண்டும்? ஆ. மாதவன் கதைகளுக்கான முன்னுரையில் சுந்தர ராமசாமி இவ்வாறு கூறுகிறார்: ‘உயிர்க் கூட்டத்தை – இயற்கை ஜீவராசிகள் உட்பட – கொழுந்து விட்டெரியும் ஒரே ஜுவாலையாகக் கண்டது பிச்சமூர்த்தியின் தரிசனம்.’ எல்லா உயிர்களும் என்னுடைய ‘நான்’–இன் தெறிப்புகளே என்று உணரும் இந்தியத் தத்துவ மரபின் இலக்கிய சாட்சியே ந. பிச்சமூர்த்தி. இந்த தரிசனத்தை

மேற்கத்திய இலக்கியப் பரிச்சயத்தின் மூலமாக சிறுகதையாகவும் புதுக்கவிதையாகவும் அவர் சாதித்தார்.

இப்போது நாம் செய்ய வேண்டுவது என்னவென்றால், நம் முன்னோடிகளின் படைப்புகள் மீண்டும் பிரசுரம் பெற வேண்டும். இணையத்திலும் கிடைக்கச் செய்ய வேண்டும். பிச்சமூர்த்தியின் எழுத்து அரசுடைமை ஆக்கப்பட்டு விட்டதால் யார் வேண்டுமானாலும் யாருடைய அனுமதியும் இல்லாமல் பிரசுரிக்கலாம். உடனடியாகச் செய்ய வேண்டிய பணி இது.

பழுப்பு நிறப் பக்கங்கள்,
தினமணி – 30 மே, 2015

ந. பிச்சமூர்த்தி

நேர்காணல்
சி சு செல்லப்பா - சு சங்கரசுப்ரமண்யன்

ந. பிச்சமூர்த்தி 1900 ஆகஸ்ட் பதினைந்து அன்று தஞ்சை ஜில்லா கும்பகோணத்தில் பிறந்தவர். ஹரி கதை காலட்சேபம், நாடகத்துறை, ஆயுர்வேத வைத்யம், தாந்திரீக உபாசனையில் ஈடுபாடு, நான்கு மொழிகளில் சாகித்யம் இயற்றல் இவைகளில் வல்லுநரும், சகலகலா வல்லவருமான அவரது தந்தை நடேச தீட்சிதர் காலம்சென்றபோது அவருக்கு வயது ஏழு.

தாயின் பராமரிப்பில் வளர்ந்த பிச்சமூர்த்தி கும்பகோணம் டவுன் உயர்தரப் பாடசாலையில் படித்து, கும்பகோணம் நேடிவ் கலாசாலையில் படித்து பிலாசபி எடுத்துக்கொண்டு பி.ஏ பட்டம் பெற்று பின் சட்டப்படிப்பு படித்து, பிளீடரானார். 1924 முதல் 1938 வரையில் கும்பகோணத்தில் வக்கீல் தொழிலில் ஈடுபட்டிருந்தவர். வக்கீல் தொழில் தனக்கு பொருந்தவில்லை என்று கருதி அதை விட்டுவிட்டார்.

வக்கீல் தொழில் செய்யும்போதே அரசியலில் காங்கிரஸ் சார்பான ஈடுபாடு உண்டு. கலாசாலையில் இன்டர்மீடியட் படிக்கும்போதே கலாசாலைப் பத்திரிகையில் கவிதைகள், வர்ணனைக் கட்டுரைகள், சிந்தனைக் கட்டுரைகள் எழுதினார்.

1933–ல் 'கலைமகள்' நடத்திய சிறுகதைப் போட்டியில் பதினைந்து ரூபாய் பரிசுபெற்ற 'முள்ளும் ரோஜாவும்' என்ற சிறுகதை மூலம் எழுத்துலகத்துக்கு அறிமுகமான ந.பி., அதற்கு முன் 'சயன்ஸுக்கு பலி' என்ற கதையை 'கலைமக'ளிலேயே எழுதி இருக்கிறார். அதுதான் அவர் எழுதிய முதல் கதையாகும். 1923–லேயே இங்கிலீஷில் 'மோ ஹினி' யையும் 'ஆராய்ச்சி'யையும் எழுதியிருக்கிறார். 1938 பிற்பகுதியில் ஹனுமான் பத்திரிகையில் உதவியாசிரியராகச் சேர்ந்து சுமார் ஏழுமாத

காலத்திற்குப் பின் அதனின்று விலகி, அறநிலையப் பாதுகாப்பு இலாகா நிர்வாக அதிகாரியாக உத்யோகம் பெற்று பல கோயில்களில் 1956 வரை வேலை பார்த்து ரிட்டயராகி சில வருடங்களாக சென்னையில் 'நவ இந்தியா' தினசரிப் பத்திரிகையில் உதவியாசிரியராக வேலை பார்த்து வருகிறார்.

'கலைமக'ளில் பரிசு பெற்றாலும் பிச்சமூர்த்தி மணிக்கொடி எழுத்தாளர் ஆனார். குபராவுடன் சேர்ந்து இரட்டையராக, 'கலைமக'ளுக்கும் இன்றுவரை அபிமானத் தொடர்பு இருந்து வருகிறது. பிச்சமூர்த்தி புதுக் கவிதைகள், சிறுகதைகள், ஓரங்க நாடகங்கள் எழுதியிருக்கிறார். கோர்டில் பலர் முன்னிலையில் வாதாடி பழக்கம் உள்ள பிச்சமூர்த்திக்கு மேடை ஏறிப் பிரசங்கம் செய்வது அவ்வளவாகப் பிடிப்பதில்லை. குறிப்பிட்ட கூட்டங்களில் தவிர அவர் அதிகமாகக் கலந்துகொள்வதும் இல்லை; பேசுவதும் இல்லை. பேசினாலும் ரத்னச் சுருக்கமாகத்தான். பிச்சமூர்த்தி நடுத்தர உயரமும் பாங்கான உடல் அமைப்பும் வாய்ந்தவர். நல்ல சிவப்பு நிறம். நரைத்த தலைமயிரும், தலைமயிரை விட வெளுப்பான தாடியும் உள்ளவர். கண்களுக்கு மேல் சற்று அதிகமாகத் தொங்குவது போன்ற புருவங்கள். சற்று சிவப்பேறிய ஓர் உக்ரத்தோற்றக் கண்கள். ஆளைச் சுடுவதுபோன்ற தீர்க்கமான பார்வை. கணீரென்ற குரல். பேச்சில் கொச்சையின் செல்வாக்கு.

அவரை நாங்கள் பேட்டி காணச் சென்றபோது, அவர் வெளியே போயிருந்தார். அவரது அறையைச் சுற்றி நோட்டம் விட்டோம். சுற்றி புஸ்தகம். காகித மயம். ஒழுங்கில்லாமல் அடுக்கப்பட்டவை. அங்கங்கே தெரியும் காகிதங்கள் அவர் எழுதி வைத்திருக்கும், எழுதிக் கொண்டிருக்கும் படைப்புகளைக் காட்டின. பல மேல்நாட்டு பிரபல எழுத்தாளர்களைப் பற்றி நாங்கள் அறிந்திருப்பதைக் கொண்டு ஒப்பிட்டுப் பார்த்தபோது, பிச்சமூர்த்தி இந்த இடத்திலிருந்து கதை எழுதுகிறார், கவிதையும் எழுதுகிறார் என்று பட்டது.

முன்கூட்டியே பேட்டி ஏற்பாடு செய்யப்பட்டிருந்ததால் பிச்சமூர்த்தி வெளியே இருந்து வந்ததும் வராததுமாக காரியத்தில் முனைந்துவிட்டோம். இந்த மாதிரி பேட்டி எங்களுக்குப் புதிது. தமிழில் முதல் வரிசையைச் சேர்ந்த முதிர்ந்த எழுத்தாளரைப் பேட்டி காண்கிறோம். இலக்கியத் தரமாக பேட்டி இருக்க வேண்டும் என்ற ஆசை, கவலை, எப்படி அது உருவாகும் என்ற எதிர்பார்ப்பு எங்களுக்கு இருந்தது. ஆனால் பேட்டி ஆரம்பித்ததுமே ஒரு சில கேள்விகளுக்குப் பிறகு எங்களுக்கு ஒரு தன்னம்பிக்கை ஏறிவிட்டது. அதற்குக் காரணம் பிச்சமூர்த்தியேதான்.

எங்கள் கேள்விகளுக்கு அவர் பதில் சுருக்கமாக, அழுத்தமாக, விவகாரமாகச் சொல்லி வந்தது மட்டுமல்ல, அடுத்த கேள்வி நாங்கள் கேட்பதற்குத் தூண்டக்கூடிய வகையில், நாங்கள் என்னெல்லாம் உத்தேசித்திருந்தோமோ, அதைப் பொருத்தமான இடத்தில் கேட்கச் செய்ய ஏதுவாக எங்களுக்கு வழிகாட்டி இழுத்த மாதிரி இருந்தது அவரது பதில்கள். அவர் அதிகம் பொதுப்படையாக இலக்கிய விஷயங்களை விவாதிப்பதில் கவனமாக இருந்தார். குறித்த ஒன்றிரு விஷயங்களுக்கு அவர் பதிலைப் பெற முடியவில்லை. பேட்டி சுமார் மூன்று மணிநேரம் நடைபெற்றது. பிச்சமூர்த்தியின் பதில்கள் திட்டவட்டமாக முன்கூட்டியே ஆலோசித்து வைக்கப்பட்டு இருந்ததுபோல் தக்க வார்த்தைகளில் வந்துகொண்டிருந்ததால் அவற்றைத் தொடர்ந்து குறித்துக் கொள்வதும் எளிதாக இருந்தது. அவருக்கு நன்றி செலுத்திவிட்டு, நாங்கள் எதிர்பார்த்ததற்கு மேலாக பிச்சமூர்த்தியிடமிருந்து பெற்றுக்கொண்டு போகிற உணர்ச்சியுடன் திரும்பினோம்.

(வாழ்க்கைக் குறிப்புகள் சம்பந்தமான விசாரணைக்குப் பிறகு பேட்டி ஆரம்பமாகியது.)

நீங்கள் பி.ஏ.யில் பிலாசபி எடுத்துக்கொண்டதாகச் சொன்னீர்களே, அதனால்தான் உங்கள் எழுத்திலும் அதன் சாயை அதிகம் காணப்படுகிறதோ?

அது காரணமில்லை. எங்கள் குடும்பத்தில் பரம்பரையாகவே இந்தப் போக்கு இருந்து வந்திருக்கிறது. தலைமுறைக்கு ஒருவர் சந்நியாசியாக இருந்திருக்கிறார்.

நீங்கள் தாடி வைத்துக் கொண்டதற்கு இதுதான் காரணமா?

(கொஞ்சம் நீண்ட மௌனம்) 1933ல் உள்நெறியை மேற்கொண்டேன். அதன் சின்னமாக ஏற்பட்டதுதான் தாடி. உள்நெறிதான் எந்த மனிதர்க்கும் இயற்கையான வாழ்வு என்றே நினைக்கிறேன்.

ஆமாம், வக்கீல் தொழில் பொருந்தாததால் தொழிலை மாற்றிக் கொண்டேன் என்றீர்களே. அப்படியானால் எழுத்தாளராக ஆனது இந்த மாற்றத்துக்குத் தூண்டுதலாக இருந்ததா?

எழுத்தினால் அதை விட்டுவிட்டேன் என்பது காரணமல்ல. எழுத்து நினைப்பு என்னைப் பற்றிய மட்டில் பால்ய முதலே இருந்தது. காலேஜில் இருக்கும்போதே எழுத ஆரம்பித்துவிட்டேன். எழுத்து ஆர்வம் என்னிடம் இருந்ததுக்கு என் பரம்பரை காரணமாக இருக்கலாம். பரம்பரை என்ற உயிரியல் தத்துவம் நாம் விரும்பினாலும்

விரும்பாவிட்டாலும் நம்மை ஆட்கொண்டு தீரும். இந்த நியதியைத் தப்பமுடியாது.

என் தந்தை சகலகலா வல்லவர். ஒரு மேதை. அவருக்குள்ள மற்ற திறமைகளுடன் சமஸ்கிருதம், தமிழ், தெலுங்கு, மகாராஷ்டிரம் ஆகிய பாஷைகளில் சாகித்யம் இயற்ற வல்லவர். எனக்கு ஏழு வயதிலேயே இறந்துவிட்டார். எனக்கு அவரை நன்றாகத் தெரியாது. துரதிருஷ்டவசமாக அவர் வித்தை எதுவும் எனக்கு வரவில்லை.

ஞானிகளுடன் உங்களுக்கு ஏதேனும் பரிச்சயம் ஏற்பட்டதா?

இன்றும் கோவிலுக்குப் போவதைவிட பெரியோர்களை அண்டுவதே மேல் என்று நான் நினைக்கிறேன். இளம் வயதிலிருந்தே துறவிகள், பைத்தியம், குழந்தைகள் என்றால் எனக்கு மிக விருப்பம். சொல்லப்போனால் என்னையும் மீறியே அவர்களுடன் கலந்து விடுவேன்.

இதனால்தான் அவர்கள் சம்பந்தப்பட்டதாக உங்கள் கதைகள் அதிகம் இருக்கின்றனவோ?

இருக்கலாம். அதுவே காரணமாக இருக்கலாம். இத் தொடர்புகளால் உள்ளொளியையும் நல்ல பயனையும் அடைந்திருக்கிறேன் என்று உறுதியாகச் சொல்லுவேன். அவர்கள் தொடர்பு இல்லாமல் இருந்திருந்தால் ஆற்றில் செல்லும் கிளை போல குறிப்பின்றிப் புரண்டு போய்க்கொண்டே இருந்திருப்பேன்.

இந்தக் குறிப்பு வாழ்க்கையில் ஏற்பட்டதுபோலவேதான் உங்கள் இலக்கியப் படைப்புகளிலும் பிரதிபலிக்கிறதா?

இலக்கியம் வாழ்வின் ஒரு துறையிலான இயக்கம் ஆனபடியால் இலக்கியம் பாதிக்கப்பட்டேதான் தீர வேண்டும். வாழ்வுக்கும் இலக்கியத்துக்கும் சம்பந்தம் இல்லாததுபோல் பேசுவதை நான் ஏற்கமாட்டேன். வாழும் வகை காணும் முயற்சியைவிட இலக்கிய முயற்சி சிறந்தது என்று ஒப்ப மாட்டேன். சொல் ஓய்ந்து மௌனம் வருமானால் மகிழ்ச்சியுடன் ஏற்பேன். உருவத்தில் நின்று உருவமற்றதைக் காண்பதே இன்பம். மேதையாக இருந்து அந்த இன்பத்தை உலகுடன் பகிர்ந்து கொள்ளமுடியுமானால் அதுவும் நல்லதுதான், முடியாவிட்டாலும் அதற்காக வருந்த வேண்டியதில்லை.

நீங்கள் சொல்கிறதைப் பார்த்தால் கலை இன்பம் என்று தனியாகப் பிரிப்பதாகத் தெரிகிறது. வாழ்க்கை இன்பம் வேறு...

இந்து நாகரிகம் இலக்கியத்துக்கு இரண்டாவது ஸ்தானம்தான்

கொடுத்திருக்கிறது. முதல் ஸ்தானம் ஆன்ம வேட்கைக்கு. நான் ஒரு இந்து. இந்த அடிப்படை நோக்கில் ஏற்படுகிற விளைவுகள் எல்லாம் ஏற்படத்தான் செய்யும்.

ஆனாலும் தங்கள் படைப்புகளில் 'கலை இன்பம்' எடுப்பாகக் கிடைக்கிறதே...

உள்ளபடியே நான் கருதும் கலை இன்பத்திற்கும் ஆன்ம இன்பத்திற்கும் தரத்தில் வித்தியாசம் இராது.

(குறுக்கிட்டு) நானும் புலனின்பத்தைப் பற்றிச் சொல்லவில்லை.

அது சரி... சொல்லை மந்திரம் என்பார்கள். சொல்லைக் கொண்டே சொல்லற்ற நிலையைக் காட்ட முயலுவதுதான் இலக்கியம். அந்த இடத்தில் உலகின் சிகரமும் ஆன்ம உலகின் சிகரமும் இணைகின்றன.

அப்படியானால் மேல்நாட்டு இலக்கியங்கள் சம்பந்தப்பட்ட மட்டில் இந்த இணைப்பு இல்லையா?

மேல்நாட்டு இலக்கியத்தில் இந்த நோக்கு இல்லை என்று சொல்லமாட்டேன்.

அறிவு நிலை அளவுக்குத்தான் உண்டு... ஆன்மிக நிலையளவுக்குக் கிடையாது என்று கூறப்படுகிறதே...?

மேல் நாட்டில் ஒரு பகுதி இலக்கியம்தான் உலகியல் இன்ப துன்பங்களே முடிவானது என்று கருதி இயங்குகிறது. டால்ஸ்டாய், மாரிஸ் மெடர்லிங், பிளேக், ஷெல்லி, யீட்ஸ், ஏ.ஈ.இ எமர்ஸன், விட்மன், எட்வர்ட் கார்ப்பெண்டர் ஆகியோர் போல், சொல்லப்போனால், காஃப்கா தாமஸ் மான் போன்றவர்கள்கூட இதே ஆன்ம வேட்கையைத்தான் இலக்கிய முறையில் அமைத்திருக்கிறார்கள்.

'அன்னா கரீனினா' எழுதிய டால்ஸ்டாயையும் சேர்த்தா சொல்லுகிறீர்கள்...? முழுக்க முழுக்க நடப்பியல் சம்பந்தப்பட்டதல்லவா அன்னா கரீனினா?

ஒரு ஆசிரியரின் ஒரு படைப்பில் இந்த தொனி இல்லாமல் போனதைக் கொண்டு அடிப்படைத் தன்மையே தகர்ந்துவிட்டது என்று கருதக்கூடாது. டால்ஸ்டாயைப் பற்றிய வரையில் மேல்நாட்டு முறையில் இலக்கியத்தை அணுகுவது தவறு என்று அவர் மனமாற்றம் பெற்ற பிறகு உணர்ந்தார் என்பது தெரிந்த விஷயம்.

ஆகவே மேல்நாட்டு முறையில் இலக்கியம் படைப்பது சம்பந்தமாக நாமும் அதேமாதிரி முடிவுக்குத்தான் வரவேண்டுமா?

இலக்கியம் சம்பந்தப்பட்ட மட்டில் தர்க்கபூர்வமான விவாதங்கள் செய்வதால் புத்தகங்கள் பெருகலாமே தவிர அதிக உண்மைகள்

தெரிந்து விடுவதில்லை. ஏனென்றால் இலக்கியமும் வாழ்வைப்போல நம்மையறியாமலே, ஒருவேளை – நம்மையும் மீறி உந்தித் தள்ளும் ஒரு சக்தி... அல்லது எதுவோ...

இதுவரை பொதுப்படையாகப் பேசிவிட்டோம். தமிழ் இலக்கியத்துக்கு வருமுன் ஒரு கேள்வி. தாகூருக்கும், உங்களுக்கும் ஒப்பிடுதல் செய்கிறார்களே... நீங்கள் என்ன நினைக்கிறீர்கள்?

தாகூருக்கும் எனக்கும் எந்தவிதத்தில் சம்பந்தம் இருக்கிறது என்று தெரியவில்லை; தாடியைத் தவிர. எல்லோரும் படித்த அளவுக்கோ படிக்காத அளவுக்கோதான் நானும் தாகூரைப் படித்திருக்கிறேன்; ஆங்கிலத்தில்தான். ஆனால் காளிதாசனுக்குப் பிறகு நம் நாட்டில் தோன்றிய மகாகவி தாகூர் ஒருவரே என்று சொல்வேன்.

தாகூர் சிறுகதைக்கு இந்திய உருவம் கொடுத்திருப்பது போல் நீங்களும் கொடுத்திருப்பதாக விமர்சகர் க.நா. சுப்ரமணியம் கூறியிருக்கிறார். இந்திய உருவம் என்று தனியாகக் கூறுவதற்கு இருக்கிறதா? நமது உருவ முயற்சி பற்றியும் கொஞ்சம் விளக்கம் கொடுத்தால்....

நாமரூபங்களுக்கு இந்துக்கள் பெருமை தரக்கூடாது. உடம்பைப் போற்றுதல் உயர்ந்த பண்பாகாது. 'ஊனுடம்பு ஆலயம். உள்ளம் திருக்கோவில்' என்றார் திருமூலர். உருவத்திற்கு உள்ள பெருமை எல்லாம் உயிருக்குள்ள சக்திதான். உருவத்திற்கு அழகு ஏற்படுவதே உயிரின் இயக்கத்தினால்தான். நோய்ப்பட்ட உயிரில் உருவ அழகைக் காண முயல்வது குதிரைக் கொம்புக்காகப் புறப்படும் வேட்டையாகும். ஆகவே உருவம் என்று இலக்கியத்தில் எந்தத் துறையில் விவாதத்தை எழுப்பினாலும் பேசினாலும் அதை நான் பெரிதாகக் கருதுவதில்லை. இந்திய நோக்கு என்று ஒன்று இருப்பது உண்மையானால், அதற்குத் தகுந்த இலக்கிய அமைப்புதான் ஏற்படும். தமிழ் இலக்கியத்துக்கும் இந்தக் கருத்து பொருந்தும்.

இன்றைய தமிழ் இலக்கியத்தில் உள்ள உருவங்கள் மேல்நாட்டு முறையைப் பின்பற்றியதா? நம் மரபு உருவங்கள் எந்த அளவுக்கு இருந்திருக்கின்றன? சோதனை என்று பேசப்படுவது எந்த அளவுக்குச் சரி?

உயிரானது தன்னைத்தானே தின்று வாழ முடியாது. தனக்குப் புறம்பாக உள்ள பொருள்களைத் தனதாக்கிக் கொள்வதன் மூலம்தான் அது வளர முடியும். அதாவது பழையதில் புதுமை கலப்பதுதான் உயிரியக்கம். பழந்தமிழ் மரபுகள் வளரும்போது அல்லது வளர விரும்பும்போது இந்த இயற்கை நியதிகளுக்கு ஒப்ப பிறநாட்டு இலக்கிய மரபுகளையும் ஜீரணம் செய்துகொள்ளப் பார்க்கிறது. தமிழ்நாட்டுச் சிறுகதை உருவம் என்று சொல்ல எதுவும் இல்லை. அமெரிக்க

உருவம், இங்கிலிஷ் உருவம் என்றெல்லாம் சொல்வது பயனில்லாத பாகுபாடுகள். தெளிந்த ரசனையைக் காட்டினால் உருவம் நன்றாக இருக்கிறது என்று நினைக்க வேண்டும். குழம்பிய ஜலத்தில் முகம் தெரியாது. அப்போது இலக்கியம் கண்ணாடி ஆகாது.

இலக்கியம் வாழ்க்கையைப் பிரதிபலிக்கிற கண்ணாடி என்று கூறுவது பற்றி என்ன நினைக்கிறீர்கள்?

உங்கள் கேள்வியிலேயே தவறு இருக்கிறது. நீங்கள் சொல்லுவதிலே ஒரு முக்கிய விஷயம் இருப்பதை உணர்ந்தீர்களோ...? கண்ணாடி மனிதனை அப்படியே காட்டக் காணோம். இடதுபுறமாக இருப்பது கண்ணாடியில் வலதுபுறமாகவும், வலதுபுறமாக இருப்பது இடதுபுறமாகவும் தெரியும். ஆகவே கண்ணாடிகூட மாற்றத்தான் செய்கிறது. இலக்கியம் கண்ணாடியை விட அதிக மாற்றத்தைத் தருகிறது. இன்னொரு விஷயத்தைக்கூட இந்தச் சந்தர்ப்பத்தில் நினைத்துக்கொள்ளலாம். கருப்பையிலிருந்து பிறக்கும் குழந்தை தலைகீழாகத்தான் பிறக்கிறது. பூமியில் வந்தவுடன் நிமிர்கிறது. இலக்கியத்தில் ஆசிரியன் கருப்போல குறுகி அணுவாகி வியாபித்து விடுகிறான். ஆசிரியன் அகண்டாகாரம் அடையும் சாதனையில் எந்த இலக்கியமும் ஒரு அறிகுறி அல்லது ஒரு மைல்கல்.

சமீபத்தில் உங்கள் மணிவிழா பாராட்டுக் கூட்டம் ஒன்றில் பேசியபோது, பாம்பு அடிக்கடி சட்டை உரித்துக் கொள்வதுபோல் எழுத்தாளன் தன்னை புதுசுபடுத்திக் கொள்ள வேண்டும் என்றீர்களே... தமிழ் எழுத்து உலகில் அந்தச் சட்டை உரிப்பு எந்த அளவுக்கு இன்று நடைபெறுகிறது? பாரதி, ராமையா, மணிக்கொடி காலத்தில் நடந்த சட்டை உரிப்பு மாதிரி, இன்று பொதுவாக இன்றைய தமிழ் இலக்கியத்தில்...

தமிழ்நாட்டில் இலக்கிய முயற்சிகள் எல்லாவற்றையுமே நான் வரவேற்கிறேன். சைக்கிள் சவாரி செய்பவன் பயிற்சிக் காலத்தில் தவறி விழுந்தால் அவனை ஏளனம் செய்வது தவறு. அவனுக்கு ஊக்கம் ஊட்டத்தான் வேண்டும். அவன் சொல்லும்வழி தவறாக இருந்தால், அதை எடுத்துக்காட்ட வேண்டியது நமது கடமை. எத்தனையோ லட்சக் கணக்கான முயற்சிக்குப் பிறகுதான் இயற்கை, மனிதன் என்ற ஒன்றைச் சாதித்தது. புதிய தமிழ் இலக்கியத்தில் ஒரு நூற்றாண்டு ஆகட்டுமே. எல்லோரும் சரியான நோக்கோடு முயலட்டுமே... அவற்றின் தரத்தைப் பற்றி முன்கூட்டி முடிவுகட்டும் வேலை யாருடையதும் அல்ல. அதை அனுபவிக்கும் சந்ததியார் அந்த விஷயத்தைக் கவனித்துக் கொள்வார்கள். எப்பேர்ப்பட்ட விமர்சனமும் ஒருவருடைய அபிப்பிராயம்தான் – அதாவது அடிப்படையான

கொள்கையுடன் பிணைக்கப்படாத வரையில். உங்கள் கேள்விக்கு பதில் சொல்லிவிட்டேனா?

நாங்கள் பின்னர் கேட்க இருந்த கேள்விக்கு பதில் இப்போதே கிடைத்து விட்டது. அதாவது விமர்சனம் பற்றி. தமிழ் எழுத்துலகில் படைப்பாளி சம்பந்தப்பட்ட மட்டில் சட்டை உரிப்பு...

என்னைப் பற்றியே பேசலாம் என்று நினைக்கிறேன். காத்தாலும் அழித்தாலும் இலக்கியமே சரணம் என்ற நினைப்பு இருக்க வேண்டும். பல காரணங்களால் நான் இக் காரியத்தைச் செய்யாமல் இருந்து விட்டேன். இலக்கிய ஆசிரியன் எவனும் தன்னை இலக்கியத்துக்கு என்று ஒதுக்கி வைப்பானானால் அவ்வப்போது தன்னைப் புதுப்பித்துக் கொள்ள வேண்டிய வழியை அவன் காண்பான். சட்டை அப்போது தானாகவே உரியும். இந்தச் சமர்ப்பணம் என்பது ஆன்மத்துறையில் எவ்வளவு அவசியமோ அதைவிட இன்னும் அத்யாவச்யம் இலக்கியத்திலும். எழுதிப் பிழைப்பது என்பதைப் பற்றி நான் பேசவே இல்லை. மதத்திற்கு என்ன பெருமை கொடுப்பார்களோ அதற்குக் குறையாத பெருமை உண்மையான இலக்கியத்துக்கும் உண்டு.

மணிக்கொடி கோஷ்டியினர் இந்த சட்டை உரிப்பு செய்து வந்திருக்கிறார்களா?

கோஷ்டிகளைப் பற்றிப் பேசுவது என் உடன்பாடு அல்ல. சட்டை உரிப்பது என்றால் புதிய முயற்சிகள் என்றுதான் பொருள். லட்சியத்தைக் குறைத்துக் கொண்டால் பிழைப்பு நிலைக்கு இறங்கிவிடுகிறோம். பிழைப்பு நிலைக்கான சாதனம் இலக்கியம் என்ற நினைப்பு ஓரளவு தமிழ்நாட்டில் இன்று பரவி இருக்கிறது. எதை நம்பி வாழ்கிறோமோ அது சோறு போட வேண்டும் என்பது நியாயம்தான். சோறு போடவில்லை என்பதற்காக விட்டுச் செல்ல முடியாது. அதற்காகத் தரத்தையும் இறக்கிவிடக் கூடாது.

குழுக்களாக இருந்து இலக்கியம் சாதிக்க முடியுமா? வட்டத்தொட்டி, வெள்ளி வட்டம்....

நான் அதை நம்பவில்லை. உலகத்தைப் பார்ப்பது என்றால் என் சொந்தக் கண் பார்த்தாலொழிய எனக்குத் தெரிவதில்லை. நான் உண்ட உணவை பிறர் ஜீரணம் செய்ய முடியாது. இலக்கியம், கலை உருவம் பெறும் வரையில் அது தனி மனிதனின் வேதனையோ ஆவேசமோ அல்லது இன்பமோ ஆகும். அதற்குப் பிறகு இலக்கியாசிரியனுக்கும் அந்தப் படைப்புக்கும் சம்பந்தம் இல்லை.

மணிக்கொடி கோஷ்டி என்று ஒன்று...

கிடையாது.

பின் ஏன் அப் பெயரை அடிக்கடி பிரஸ்தாபிக்கிறார்கள்?

பொதுவான போக்கு இருந்ததைக் கொண்டு ஏதோ கோஷ்டியாக இருந்தது போல தவறுதலாய்ப் பேசி வருகிறார்கள். புதுமைப்பித்தனுக்கும், கு.ப.ரா.வுக்கும், எனக்கும் எந்தவிதத்தில் ஒற்றுமை இருக்கிறது...

கு.ப.ரா. பெயரை பிரஸ்தாபித்தீர்கள். உங்களை 'இரட்டையர்' என்கிறார்களே... எப்படி?

கும்பகோணத்தில் 3, பிள்ளையார் கோயில் தெரு, எங்கள் வீட்டுக்கு அடுத்த வீட்டுக்காரன் ராஜகோபாலன். நான் காற்றாடி கட்டிவிட்ட நாள் முதல், அவன் தவளைக் குஞ்சுகளை நெருப்புப் பெட்டியில் போட்டு விளையாடின நாட்கள் முதல் இணைபிரியாத தோழர்கள்.

(குறுக்கிட்டு) அதுதான் கு.ப.ராவின் 'பாட்டியின் ஆதங்கம்' என்ற கதையில் அந்தக் குழந்தைகள் தவளை விளையாட்டு பிரஸ்தாபம் இருக்கிறதோ?

(சிரித்து) அப்படியா? இருக்கா? அதற்குப்பின் படிப்புக்காக வெளியூர் போனபோதிலும் திரும்ப விடுமுறைக்கு வரும் நாட்களில் என்னுடனேயேதான் காணப்படுவான். அவன் உத்யோகம் பார்த்த காலத்திலும்கூட கும்பகோணம் வரும்போது எப்போதும் எங்கள் இருவரையும் சேர்ந்துதான் பார்க்க முடியும். இருவரும் சேர்ந்து ஏறக்குறைய ஒரே சமயத்தில் எழுத ஆரம்பித்தோம். வ.ரா.தான் எங்களை இரட்டையர் என்றார்.

பாரதிக்குப் பின் வ.ரா. ஒரு இலக்கிய சக்தியாக விளங்கினாரே... அதைப்பற்றி அதிகம் இப்போது பிரஸ்தாபிக்கப்படுவதில்லையே... வ. ராவின் இலக்கிய சாதனை பற்றி உங்கள் கருத்து?

வ.ரா. சில புதிய துறைகளைக் கையாண்டார். வாழ்வில் பாமர மக்கள் என்று கூறப்படுபவர்களுக்கு தமிழ் இலக்கியத்தில் இடம் சம்பாதித்துத் தர முயன்றவர்களில் முதல்வர் என்றே அவரைப் பற்றிச் சொல்லலாம். அவருடைய நடைச் சித்திரத் தொகுப்பு இதற்குச் சிறந்த சான்று. இங்கிலிஷ் ஆசிரியர் ஏ. ஜி. ஜி செய்த காரியத்தை வ.ரா. தமிழ் இலக்கியத்திற்குச் செய்திருக்கிறார். ஒருவிதத்தில் அவர் ஜான்சனைப் போன்றவர். அவருடைய எழுத்து எவ்வளவு முக்கியமோ அந்த அளவுக்கு மேற்பட்ட சக்தி வாய்ந்தது வ.ரா. என்னும் ஜீவன். அந்தச் சக்தியின் கவர்ச்சி முழுவதும் அவருடைய இலக்கியத்தில் காணப்படுவதாகச் சொல்லமுடியாது. ஒருவிதத்தில் வசனத்திற்கு புதிய நியதிகளை உண்டாக்க வேண்டும் என்று விரும்பியவர் என்றே சொல்லலாம். தனித்துச் சுருங்குவதைவிட விரிந்து பரவுவதே அவரது எல்லாவிதத்திற்குமான கொள்கை.

பாரதி, வ.ரா.வுக்குப் பிறகு அத்தகைய சக்தி இன்று தமிழ்நாட்டில் இல்லாதது இன்றைய மந்தத்திற்குக் காரணமா? சாதனைக் குறைவுக்குக் காரணமா?

தனி ஜீவன் அரசியலில் எதையும் சாதிக்கலாம். ஆனால் இலக்கியத்தில் எந்த ஜீவனின் புது முயற்சியைப் பார்த்தாலும் அந்த முயற்சிக்கு இட்டுச் செல்லும் பாதை அதற்கு முந்திய இலக்கியத்தில் இருப்பது காணப்படும். ஏற்கனவே இலக்கியம் தனி ஜீவனின் முயற்சி என்று சொல்லி இருக்கிறேன். பாரதி புதிய தமிழ் இலக்கியத்தை உண்டாக்கினார் என்று சொல்வதைவிட புத்துயிர் பெற்ற தமிழ் நெஞ்சம் பாரதியாகக் குரல் கொடுத்தது என்று கூற வேண்டும். அதேபோலத்தான் வ.ராவும்.

இப்போது அந்த மாதிரி தொனிக்கும் குரல்?

இல்லை என்று சொல்லமுடியாது. தமிழ்நாட்டுக் கருத்துக் குழப்பங்கள் காரணமாக விரிந்து உயர்ந்து தலைமை தாங்க வேண்டியவர்கள் சுருங்கி நின்றுவிடுகிறார்கள்.

இதனால் இலக்கிய வளர்ச்சி பாதிக்கப்படுகிறது என்பதை...?

அதை நான் ஒப்புக்கொள்ளவில்லை. தமிழன்னை ஓயாத இளமை பெற்றவள். அவள் பொலிவை பல விதத்தில் காண்கிறோம். எல்லாவிதப் பொலிவையும் ஒருவர் அனுபவித்துத்தான் ஆகவேண்டும் என்று சொல்ல இயலாது. அவரவர் போக்குப்படி தமிழன்னையை வணங்குவதை யாராலும் தடுக்க முடியாது.

கு.ப.ரா. வைப்பற்றி ஒரு கேள்வி. அவர் ஒரு மாதிரியான 'செக்ஸ்' கதைகள் மாப்பஸன் மாதிரி எழுதினதாக அபிப்பிராயம் கூறப்படுகிறதே... இந்த 'செக்ஸ்' விஷயத்தை ஒரு இலக்கியப் பிரச்னையாக அவர் கையாண்டிருப்பது பற்றி என்ன நினைக்கிறீர்கள்?

எனக்குத் தெரிந்தவரையில் ராஜகோபாலன் மாப்பஸன் அதிகம் படித்திருந்தான் என்று சொல்வதற்கில்லை. அவன் கதைகள் பச்சையாக இருக்கின்றன என்று கூறுவதுபற்றி நான் ஒன்று சொல்வேன். வாழ்வு பச்சையாக இருந்தால் இலக்கிய ஆசிரியன் என்ன செய்வான்? அவற்றை ஒதுக்கிவிட்டு வேறு விஷயங்களைக் கையாளக் கூடாதா என்று கேட்டால், அது அந்தந்த ஆசிரியரைப் பொறுத்த விஷயம். வேதனையைத் தாங்கும் சக்தி ராஜகோபாலனுக்குக் கிடையாது. அவன் உடம்பு மிகவும் நோஞ்சல். பெண்கள் படும் வேதனை அவனால் தாங்க முடியாது. ஆகவே பெண்ணின் வேதனையே அவனுடைய இலக்கிய விஷயமாயிற்று.

உங்கள் கதைகளுக்கு எல்லாம் வாழ்க்கையில் நடக்கும் சம்பவங்கள்தான் ஆதாரமா?

எல்லாக் கதைகளுக்கும் சொல்லமுடியாது. சில கதைகளுக்கு இருக்கலாம். ஆனால் வாழ்வு இலக்கியத்தில் வரும்பொழுது திரிந்து வேறு உருக் கொண்டுவிடுகிறது.

ஏதாவது உதாரணங்கள்?

கும்பகோணம் கடைத்தெருவில் கையில் பச்சைகுத்திக்கொண்டிருந்த ஒரு பையன் இருந்தான். அவனைப் பார்த்தால் அரைப் பைத்தியம் போலதான் இருக்கும். அவன் அனாதை. அவன் என் மனதில் விட்ட வடுதான் 'அரைப் பைத்தியம்' என்ற கதையாக உருவெடுத்தது. 'மோஹினி' என்ற என் கதைக்கு ரவிவர்மாவின் படம் தூண்டுகோல்.

கேட்கப்போகிற கேள்வி பற்றி வித்தியாசமாக நினைத்துவிடாதீர்கள். 'பதினெட்டாம் பெருக்கு'க்கு ஏதாவது அம்மாதிரி அனுபவம்..?

கிடையவே கிடையாது.

நீங்கள் கதை எப்படி எழுதுகிறீர்கள்?

எனக்கே தெரியாத விஷயம். ஒரு காரணம் சொல்கிறேன். சாலிவாஹனன் 'கலாமோஹினி' பத்திரிகை நடத்தியபோது நெருக்கி கதை கேட்டார். முடியாது என்று சொல்லிவிட்டு திருச்சி சிந்தாமணி பஸ் ஸ்டாண்டுக்குச் சென்றுவிட்டேன். பஸ்ஸுக்காக ஒரு திண்ணையில் உட்கார்ந்து இருந்தேன். ஏதோ ஒரு லயிப்பில் ஒரு புதுக்கவிதை எழுதினேன். முடித்துவிட்டுப் பார்க்கும்போது பஸ் போய்விட்டது. சாலிவாஹனன் வீட்டுக்குத் திரும்பி கவிதையைக் கொடுத்தேன். அதற்குப் பெயர் 'காட்டு ராஜா'. அடுத்த இரண்டொரு தினங்களில் 'கவி' என்ற கதை எழுதினேன். அதை 'கலைமகள்' பத்திரிகைக்கு அனுப்பினேன். ஆகையால் எப்படி எழுதுகிறேன், எப்பொழுது எழுதுகிறேன் என்று எனக்கே தெரியவில்லை.

புதுக்கவிதை முயற்சி நீங்களும், கு.ப.ரா.வும் ஆரம்பித்தீர்களே, இன்று அதற்குள்ள இடம் என்ன என்று நிதானிக்க முடிகிறதா?

புதுக்கவிதை முயற்சி பற்றியவரை அதற்கு இன்று போதிய வரவேற்பு இருக்கிறதென்று சொல்லமாட்டேன். இந்தப் புதுக்கவிதை முயற்சி வலுத்தால் யாப்புக்கு இணங்கிய கவிதை முயற்சியிலே புதிய வலிமையும் ரசனையும் தோன்றும் என்று நினைக்கிறேன்.

புதுக்கவிதை, வசன கவிதை என்ற பெயர்கள் பற்றி உங்கள் கருத்து?

பெயரைப்பற்றி எனக்கு ஆட்சேபணை கிடையாது. ஒரு குழந்தைக்கு இரண்டு மூன்று பெயர்கள் இருப்பதை உலக அனுபவத்தில் பார்க்கிறீர்களே...

உங்கள் கவிதைகளில் கலீல் கிப்ரான் பாதிப்பு (இன்ஃப்ளுயன்ஸ்) இருப்பதாகச் சொல்லலாமா?

கலீல் கிப்ரான் என்ற ஒருவர் இருந்ததே எனக்கு இரண்டு வருஷங்களாகத்தான் தெரியும். தவிரவும் கிப்ரான் புதுக்கவிதைப் பேர்வழியும் அல்லவே... அராபியில் அவர் எழுதியுள்ளது எல்லாம் யாப்புக்கு இணங்கியவையே.

நாவல் எழுதும் முயற்சி நீங்கள் செய்யவில்லையா?

இப்போதுதான் ஆரம்பித்திருக்கிறேன்.

சிறுகதைகள் எழுதிப் பழகிய கைக்கு நாவல் எழுதுவது எப்படிப் படுகிறது?

நாவல் எழுதுவது சிறுகதை எழுதுவதைப்போல் அல்ல என்று தோன்றுகிறது.

உங்கள் எழுத்தில் ஆரம்ப காலத்தில் ரொமான்டிக், பிற்காலத்தில் 'பிலாசபிக்' என்று காலகட்டம் பிரித்துச் சொல்வது பற்றி என்ன சொல்கிறீர்கள்?

அப்படிச் சொல்வது தவறு என்று நினைக்கிறேன். என் கதைகளை ஒரு லேபிளுக்குள் வகைப்படுத்த விரும்புகிறவர்கள் தோல்விதான் அடைவார்கள். இந்தச் சொற்றொடர்களுக்கே பொருள் கிடையாது என்னைப் பொறுத்தவரை.

'காஷுவல் மானர்'ல பல நல்ல கதைகள் எழுதி இருப்பதாக க.நா. சுப்பிரமண்யம் உங்கள் சமீபத்திய கதைத் தொகுதி மதிப்புரையில் கூறி இருக்கிறாரே... அப்படி என்றால் என்ன?

விமர்சகர் என்ன கருத்தில் சொல்லி இருக்கிறார் என்பது எனக்குத் தெரியவில்லை. பார்க்கப்போனால் 'பதினெட்டாம் பெருக்கு' கதைகளில் காணும் சிந்தனை வேகத்தைவிட கடுமையாகவே அதில் காணப்படுகிறது என்றே நான் நினைக்கிறேன்.

உங்கள் எழுத்து சம்பந்தமாக இடையில் ஏற்பட்ட பதினெட்டு ஆண்டு இடைநிறுத்தம் இதைப் பாதிக்கிறதா?

ஒருவேளை என்னுடைய வளர்ச்சியை இது காட்டுவதாக இருக்கலாம்.

தற்போதைய பத்திரிகை உத்தியோகம் உங்கள் படைப்புச் செயலை பாதிக்கிறதா?

ஒன்றும் பாதிக்கப்படவேயில்லை.

இப்போதெல்லாம் நீங்கள் ஓரங்க நாடகம் எழுதுகிறதே இல்லையே?

இப்போதுகூட ஒன்று எழுத முயன்றுகொண்டிருக்கிறேன். எழுதாததற்கு காரணம் எதுவும் இல்லை. நடுவில் பதினெட்டு வருஷ காலம் நான் எதுவுமே எழுதவே இல்லையே... எழுதுவதை மறந்தே விட்டேனே...

வேண்டுமென்றேவா?

இல்லை. கவனம் எல்லாம் உத்தியோக விஷயத்தில் சென்றதால் படைப்புக்கான மனநிலை ஏற்பட்டதே கிடையாது.

அதேபோல பத்திரிகை வேலையும் மனநிலையை பாதிக்காதா?

பாதிக்காது. அன்று வேலை அன்றோடு நின்றுவிடுகிறது. சட்டையைக் கழற்றி வைப்பதைப் போல. மறுநாள் காலை வரையில் மனத்திற்கு சுதந்திரம்தானே?

கோயிலைவிட பெரியோர்களை அண்டுவதையே விரும்பிய நீங்கள் பதினெட்டு வருஷம் கோயிலுக்குள்ளேயே இருக்க ஏற்பட்டதே?

அதுதான் அதில் உள்ள விசேஷம். கோயிலில் கூட அதனுடைய நிர்வாகத்தைக் கவனிப்பதுதான் என் கடமையாக இருந்திருக்கிறது. கோயிலில் எனக்கு வெறுப்பு என்று எண்ணிவிட வேண்டாம். தமிழ்நாட்டுக் கலாசாரம் முழுவதும் இன்றும் கோயிலில்தான் காணப்படுகிறது. கடவுளை விட குருவையே மேலானவர்களாக பாவிப்பது நம்முடைய வழக்கம்.

கவியாகவும் இருந்து, பதினெட்டு வருஷம் கோயிலுக்குள்ளேயே இருந்த நீங்கள் மாணிக்கவாசகர், தாயுமானவர் போல் ஆகிவிடாமல் தப்பிப் பிழைத்து இலக்கியத்துக்குத் திரும்பினீர்களே... நல்லவேளை... (பிச்சமூர்த்தி வாய்விட்டுச் சிரித்துவிட்டார்)

உங்கள் 'முள்ளும் ரோஜாவும்' போட்டியில் பரிசு பெற்றதே... போட்டி பற்றி உங்கள் அபிப்பிராயம் என்ன?

போட்டிகள் தவறு என்று நான் சொல்லமாட்டேன்.

பிரதேச இலக்கியம் மேல்நாட்டில் வளர்ந்திருக்கிறதே. அம்மாதிரி தமிழ் நாட்டில்?

ஏன், புதுமைப்பித்தன் தமிழ் வசனத்தில் திருநெல்வேலி வாசனையும்,

ஆர். ஷண்முகசுந்தரம் நாவல்களில் கோவை மண் மணமும் வீசுகிறதே...

அம்மாதிரி இலக்கிய வளர்ச்சி அதிகம் இருப்பது விரும்பத்தக்கது இல்லையா?

நவநாகரிகச் சூழ்நிலையில் தமிழ் வசனம் இன்ன உருவத்தை அடையும் என்று கூறமுடியாது. சம்பாஷணை என்று இலக்கியத்தில் வரும்போதெல்லாம் பிரதேச வாசனை வீசாவிட்டால் அதில் இலக்கிய ரசனை, உண்மை இருக்காது.

'பிக்ஷு' என்ற புனைபெயரை வைத்துக்கொள்ள காரணம்?

கவிதைகள் அந்தப் பெயரில் ஆரம்பத்தில் எழுதினேன்.

மனநிழல் கூட எழுதி இருக்கிறீர்களே...

ஆமாம். ஒரு காலத்தில் துறவில் எனக்கு மோகம் இருந்தது உண்மை. அந்த மோகம் விடுபட்ட பிறகு அந்த மாதிரியான தொனியுள்ள பெயரையாவது வைத்துக்கொள்ளலாம் என்று வைத்துக்கொண்டேன். என் பெயரின் சரியான உருவம் பிக்ஷாடனமூர்த்திதானே...!

முடிவாக ஒரு வேண்டுகோள். அறுபது ஆண்டுகள் நிறைந்த முதிர்ச்சியில், முதிர்ந்த எழுத்தாளர் என்ற நிலையில் இன்றைய இளம் எழுத்தாளர்களுக்கும் வாசகர்களுக்கும் பயன்படுகிற வகையில் நீங்கள் அளிக்கும் செய்தி?

சொந்த வாழ்வை ஒரு குறிப்பிட்ட காரியத்திற்கு என்று சமர்ப்பணம் செய்து வாழவேண்டியதுதான் எந்தத் தமிழனுடைய கடமையும் ஆகும் என்று நினைக்கிறேன். எதற்கேனும் சமர்ப்பணம் செய்யப்படாத வாழ்வு உப்பில்லாத ஊறுகாய். குறிப்பாக இன்றைய இலக்கிய ஆசிரியர்களுக்கு சமர்ப்பணம் இன்றியமையாதது.

21 – செப்டம்பர் 1960

உள்ளே

1. வண்டிக்காரர்கள்

இப்பொழுது உலகத்திலே பொய், ஏமாற்றம் இவைகள் அதிகமென்று சொல்கிறார்கள். இது உண்மையானால் ஏமாற்றம் என்ற அத்வைத தரிசனத்தைப்பற்றி சந்தேகிக்க இனி இடமே இல்லை. ஆனால் உலகில் நிறைந்திருப்பது ஆச்சர்யம், வினோதம் என்று நான் நினைக்கிறேன்.

மளிகைக் கடையில் ஐந்து பலம் மிளகு கேட்டால் நான்கு பலத்தை மாயாவித்தனமாக ஐந்து பலமாய் நிறுத்துப் பொட்டலம் கட்டிக் கொடுக்கிறாரே அந்தச் செட்டியார்... அவர் மார்க்கெட்டுக்குப் போன கதை தெரியுமா? பத்து பலம் வெண்டைக்காய் வேணுமென்று வெள்ளை ரவிக்கைக்காரி வேணுவைக் கேட்டார். கட்டியிருந்த தலை மயிரை ஒரு தரம் அவிழ்த்துக் கட்டிக்கொண்டு நெகிழ்ந்திருந்த மேல் சேலையை இறுக்கிக் கொண்டு அவள் வெண்டைக்காய் நிறுத்துக் கொடுத்தாள். செட்டியார் கைகள் அங்கு வஸ்திரத்தை நீட்டி வெண்டைக்காயை வாங்கினவே ஒழிய அவர் கண்கள் சில நிமிஷங்களாகவே சிட்டுக் குருவி போல் கொண்டையிலும் சேலையிலும் மாறி மாறி தத்தித் திரிந்துகொண்டிருந்தது. நான் மட்டும் நிறுப்பதைப் பார்த்துக் கொண்டிருந்தேன். படிக்கல்லு போட்ட தட்டை இடது முழங்கால் சில்லு தாங்கிக்கொண்டிருந்தது. பின் ஏன் எட்டு பலம் வெண்டைக்காயைப் பத்து பலமாகவோ இருபது பலமாகவோ நிறுக்க முடியாது? அதாவது ஒருவனை ஒருவன் ஏமாற்றினால் அவனை ஒருத்தியோ (ஒருவனோ) நிச்சயம் ஏமாற்றிவிடுவார்கள்.

செட்டியார் சமாச்சாரம் எதற்காகச் சொன்னேனென்றால் ஒரு பாலத்தைத் தாண்டும்பொழுது இக்கரைக்குப்போய் அக்கரை போகிறோமல்லவா, அது மாதிரி அதிலிருந்து என் சமாசாரத்திற்கு

வர வேண்டும் என்பதற்காகத்தான். கூர்ந்து படித்திருந்தால் நான் ரகசிய போலீஸ் இலாகாவைச் சேர்ந்தவன் என்று ஊகித்திருக்கலாம். ஊகிக்காவிட்டாலும் தெரியும்படி இப்பொழுது சொல்லிவிட்டேன். திருடனை ஏமாற்றுகிறவனை வண்டிக்காரன் ஏமாற்றிவிட்டான் என்றால், உலகத்தில் நிறைந்திருப்பது என்ன என்று பாருங்களேன்.

நான் திருச்சிக்குச் சென்றிருந்தேன். தெப்பக்குளத்தில் இருந்து மார்க்கெட்டுக்குப் போகவேண்டியவன். ஜட்காவைக் கூப்பிட்டேன். மறு நிமிஷம் ஏன் கூப்பிட்டோமென்றாகிவிட்டது. இரண்டு ஜட்காக்கள் என்னை நோக்கிப் பாய்ந்தன. வண்டி வாடகை சம்பாதிக்கும் ஆத்திரத்தில் இரண்டு வண்டிச் சக்கரங்களும் சிக்கிக்கொண்டன. அதுவரையில் நடந்ததை நான் கவனிக்கவே இல்லை. சூரிய கிரணத்தின் ஒற்றை ஈட்டி மாதா கோவில் சிகரத்தின் சிலுவையின் நெஞ்சில் பாய்வதைப் பார்த்துக்கொண்டே இருந்துவிட்டேன். சக்கரம் ஒன்றுக்கொன்று மோதிய பிறகுதான் பார்த்தேன்.

வண்டிக்காரர்கள் ஒருவருக்கொருவர் என் பக்கம் கைநீட்டி சாக்கடை பாஷையை அளவிட்டு வைது கொண்டிருந்தார்கள். பக்கத்தில் இருந்த வண்டிக்காரர்கள் சிரித்து ரஸித்துக் கொண்டே இருந்தார்கள்! நல்லவேளை / கை கலக்கவில்லை. இவ்வளவுக்கும் இடையிலே ஒரு வண்டிக்காரன் மட்டும் காரியத்தில் கண்ணாக இருந்து சிக்கலி லிருந்து வண்டியை விடுவித்து என் பக்கம் வேகமாய் ஓட்டி வந்தான்.

“மார்க்கெட்டு என்ன வாடகை?”

அவன் பதில் சொல்லவில்லை. திரும்பி அந்த வண்டியைப் பார்த்துக் கொண்டிருந்தான். அவன் செவுடு என்று நினைத்துக்கொண்டு உரத்த குரலில் மறுபடியும் ‘வாடகை என்ன?’ என்றேன்.

அவன் அந்த வண்டியின் திக்கை நோக்கிக்கொண்டே பதில் கேள்வி போட்டான்.

“நமக்கு எந்த ஊருங்க?”

“தஞ்சாவூர்..!”

“அப்படிங்களா, நம்ப மாப்பிள்ளை மகர் நோம்புச்சாவடி வீதியிலேதான் இருக்கான். ஒங்களுக்கு மகர் நோம்புச்சாவடிங்களா?”

நான் பதில் சொல்வதற்குள் அந்த வண்டி எங்கள் வண்டிக்கு ஐந்து கஜ தூரத்தில் வந்து விட்டது.

என் பதிலை அவன் எதிர்பார்க்காமலே அப்பொழுது பேசினான்.

“மார்க்கெட்டுக்குங்களா? போகவரவா?”

“ஆமாம்.”

“ஒரு ரூபாய் கொடுங்கோ.”

அதற்குள்ளே அந்த வண்டி பக்கத்தில் வந்து விட்டது. தண்ணீர்ப் பாம்பு மாதிரி கழுத்தை நீட்டி அந்த வண்டிக்காரன், “எங்கே போகணும்?” என்றான்.

“மார்க்கெட்டுக்கு.”

“டே பேமானி! நான் வாடகை பேசறேன். நா மாதிரி நடுவிலே வந்து ஏண்டா உளர்றே?” என்றான் முதல் வண்டிக்காரன்.

“கேட்டா என்னடா, ஓங்க அப்பன் ஊட்டு காணியாச்சியா? பேசி னியோ பல்லை பல் டாக்டருக்கு அனுப்பிச்சுப் போடுவேன்.”

“சண்டை போடாதிங்கோ. நீ போ அப்பா. முதல்லே வந்த வண்டி யிலேயே போறேன். ஒன்னோடே பேரம் பேசறது நியாயமில்லை.”

“நாயம் கீயங்கறேளே” என்றான் இரண்டாவது வண்டிக்காரன். “சண்டை வந்தாலும் வந்துச்சு, ஒரு ரூபாய் அரிசியை இரண்டு ரூபாய்க்கு வாங் கறேன். காலணா வெண்டைக்காய் அரைப்பணத்துக்கு வாங்கறேன். சண்டைக்குப் போவுதாம் இதுங்களெல்லாம்... அவன் ஒரு ரூபாய் கேட்டானா? பதினாலு அணாக்கு வாரிங்களா?”

“ஒன் வண்டிலே வல்லேடா.”

“பன்னெண்டு அணா.”

“இனாமா ஏத்திக்கொண்டாலும் வரல்லே.”

“அந்த வண்டியிலேயே போங்க தர்மபுத்திரரே” என்று சொல்லி கண்ணைச் சிமிட்டிவிட்டு குதிரையைத் தட்டி விட்டான்.

“வாடகை சொல்லு” என்று முதல் வண்டிக்காரனை நோக்கித் திரும்பினேன்.

“என்னா சொல்றதுங்க. அவன் பேமானிப் பயலுங்க. போட்டிக்காக பன்னெண்டணாங்கறான். பன்னெண்டணாவுக்கு அஞ்சு புல்லு வாங்கலாம். அஞ்சு ஊருலே கொட்டைபோட்டவன். என்கிட்டே அவனாலே முடியுமா? நான் அடிக்கமாட்டேன். வண்டிக்கு வண்டி மோதவிட்டு ‘டணார்’ ‘டணார்.’ என் வண்டி வர்ணங் கூட பேராது. அவன் வண்டி அச்சு வளஞ்சு போகும் சாமி, அவ்வளவு வேலைக்காரப்பிள்ளை.”

“அது கிடக்கட்டும், வாடகை?”

“கஷ்டத்தைப் பார்த்து நீங்க சொல்லுங்கோ...”

“பன்னிரண்டு அணாவுக்கு மேலே நாகூர் சல்லி கூட தரமாட்டேன்.”

“கட்டாதுங்க. முதுகிலே அடியுங்க, வவுத்திலே அடிக்காதீங்க.”

“அதெல்லாம் இல்லே...”

“சரி, ஏறு சாமி, நீங்க கூப்பிட்டப்போ அவசரமா வந்ததிலே கூண்டு பிஞ்சு போச்சே... அதான் லாவம். ஏறுங்க, ஏறுங்க.”

போட்டி இல்லாவிட்டாலே உலகம் குட்டிச் சுவராகிவிடும். ருஜூ வேண்டுமா? அமெரிக்காவைப் பாருங்கள். மண்ணெண்ணெய் ராஜா, மோட்டார் ராஜா, அவர்கள் வைத்த விலைதான் சட்டம். போட்டியிருந்தால் இரண்டாவது வண்டிக்காரன் குறுக்கே ஓட்டியதன் லாபம் என்று வண்டியில் ஏறினேன். புது ஊரில் வண்டி வாடகையில் ஏமாறவில்லை என்ற எண்ணம் மனதில் அமைதியை நிரப்பிற்று.

மார்க்கெட்டுக்குப் போய் சாமான்கள் வாங்கிக்கொண்டு வந்து ஒரு கடையில் வைத்துவிட்டு காபிக் கிளப்பில் நுழைந்து காபி சாப்பிட்டுவிட்டு வெற்றிலை பாக்குக் கடையில் உல்லாசமாய் வெற்றிலை போட்டுக்கொண்டிருந்தேன்.

ஐந்து நிமிஷத்திற்குப்பிறகு பின்புறமிருந்த டீக்கடையில் ‘நான்தான் கொடுப்பேன், நான்தான் கொடுப்பேன்’ என்று வற்புறுத்தும் குரல் கேட்டது. குரல் பழகியதைப் போலிருந்தது. திரும்பிப் பார்த்தேன். நம்ப குதிரை வண்டிக்காரன்! ஒரு கையில் டீ கோப்பை. எதிர்த்தாப் போல் இரண்டாம் வண்டிக்காரன்! அவன் கையிலும் ஒரு டீ கோப்பை!

எனக்கு தூக்கிவாரிப்போட்டது. மார்க்கெட்டுக்கு தெப்பக்குளத்திலிருந்து போகவர வண்டிச் சத்தம் எவ்வளவு கொடுக்கிற வழக்கம் என்று கேட்டேன் வெற்றிலை பாக்குக் கடைக்காரரை.

“ஆறணா” என்றார்.

திருடனைக் கண்டுபிடிக்கும் திருடனை ஏமாற்ற வண்டி மோதல், போட்டி வாடகை இப்படி எவ்வளவு நாடகம் நடந்துவிட்டது!

நாடகத்தின் வெற்றிகரமான வசூலைக் கொண்டாட தேக்கச்சேரி!

பின் ஏன் ஹாஸ்யம் நிறைந்தது உலகு என்று சொல்லக்கூடாது?

2. வித்யாசம்

“மனுஷாளெல்லாம் குரங்கின் வம்சம் என்று மேல்நாட்டுப் புஸ்தகங்களில் படிக்கிறோமே, அது பொய் என்று சில சமயம் தோணுகிறது. நிஜமாக இருந்தால் நல்லதென்று சில சமயம் தோணுகிறது.”

“குரங்கு என்று என்னை இப்பொழுது வைவதற்காகவா?”

“அடி அசடு. அதெல்லாம் இல்லை. அந்த மாதிரி இருந்தால் சிவனே என்று ஏதாவது ஒரு புளியமரத்தையோ ஆலமரத்தையோ பிடித்துக் கொண்டு விடலாம். வாடகையும் கிடையாது. மரங்களுக்கும் பஞ்சமில்லை.”

“மனுஷாளாகிவிட்ட பிறகு அந்தப் பேச்சேது? இனிமேல் ஆகவும் முடியாது.”

“இல்லாவிட்டால் நரிக்குறவனாயிருந்தால் கூட போதும். சம்மந்தட்டி கூடாரத்தை எங்கேயாவது ஒரு பொட்டலில் போட்டுவிட்டு ஹாய்யாகப் பொழுதை ஓட்டலாம்.”

“முடவன் கொம்புத்தேனுக்கு ஆசைப்பட்ட கதைதான். அதிலேயும் புருஷர்களே இப்படித்தான். முடவச்சி என்று சொன்னார்களா, பாருங்களேன்... இந்த யோசனை எல்லாம் ஜாகை கிடைக்காததினால் தானே?”

“ஆமாம். வந்து பதினைந்து நாள் ஆகிவிட எங்கள் ஆபீஸ் சினேகிதனிடம் சொன்னேன். அவன் சலித்துச் சலித்துப் பார்த்துவிட்டு ஜாகை கிடைக்கவில்லை என்று சொல்லிவிட்டான்.”

“ஒன்றுமே கிடைக்கவில்லையா?”

“இந்தக் காலத்திலே ஊசி குத்துகிற இடத்திலே ஒன்பது பேர் குடியேறி விடுகிறார்கள்.”

“ஒரு ரூம், தாழ்வாரம் இருந்தால் கூட போதுமே.” “முப்பத்தி எட்டுக் கோடியாக இருந்த ஜனத்தொகை இன்றைக்கு நாற்பத்தி மூன்று கோடியாகிவிட்டது. அதுக்குத் தகுந்தாற்போல் வீடுகள் அதிகமா யிருந்தால் கஷ்டமிருக்காது. வீடுகள் அதிகமும் ஆகவில்லை. ராஜாங்கமும் இந்த முக்கிய விஷயத்தைக் கவனிக்கவில்லை.”

“இதுதான் உங்களிடத்திலே உள்ள பிசகு. சின்ன விஷயத்தைப் பத்திப் பேசினால் பெரிய பேச்செல்லாம் ஆரம்பிப்பீர்கள். நம் வீட்டுத் திட் டத்தை விட்டுவிட்டு தேசீய திட்டத்துக்குப் போய் விடுவீர்கள். இதே புருஷர்கள் வழக்கம். ஒரு ரூம் தாழ்வாரம் கூடக் கிடைக்கவில்லையா என்றால்?”

“பங்களாக்கள் வேணுமானால் கிடைக்கும். ஒரு மாதச் சம்பளம் எண்பது ரூபாயைக் கொடுத்தால் ஒண்ணரை மைலில் உள்ள ஒரு பங்களா கிடைக்குமாம்.”

“ஜாகை போகவேண்டியதுதானே?”

“சர்க்காரில் செலவுக்குப் பணம் போதவில்லையென்றால் புது வரி போட்டு வரவைச் சரிக்கட்டுவார்கள். நாம் யார் தலையிலே கை வைக்கலாம்?”

“விக்ரமாதித்தன் வேதாளம் மாதிரி முருங்கை மரத்துக்குப் போறேளே. ராஜாங்க சமாச்சாரமே வேண்டாம், சொல்லுங்கோ. இந்திர சபை கொலு பொம்மைகளுக்குத் தகும். ஏனென்றால் அவைகளுக்குப் பசிக்காது. நாம் என்ன கொலு பொம்மையா சம்பளத்தை வாங்கி பங்களாக்காரனுக்குக் கொடுத்துவிட்டு சாப்பிடாமல் இருக்க. உங்கள் ஆபீஸ்காரர்களுக்கு என்ன தெரியும்? அடுத்த வீட்டு வாத்தியாரைக் கேளுங்களேன்.”

மனைவி கடைசியாகச் சொன்னதில் ஓரளவு உண்மை இருக்கத்தான் இருந்தது. ஆபீஸ்காரர்களுக்கு உள்ளூர் விஷயங்களில் அவ்வளவு தேர்ச்சியும், அனுபவமும் ஏற்படுவதில்லை. உத்தியோக உறவு நாய்க் குடை மாதிரி. அழகாக, கும்பலாக உண்டாகுமே ஒழிய, வேர் விடுவதில்லை. உள்ளூர்க்காரர்கள் மரஞ்செடியைப் போல. அல்லது அருகம்புல்லைப் போல; வாசஸ்தலத்தில் ஆழ்ந்த பற்று இருக்கும்.

மரஞ்செடியைப் போன்ற அடுத்த வீட்டு வாத்தியாருடன் இது விஷயமாகப் பேசுவதெப்படி? அவரை நெருங்குவதெப்படி? அதுதான் புரியவில்லை.

அந்த ஊருக்கு வந்து ஒரு வாரமாயிற்று. தினம் காலையில் அவர் வீட்டைக் கடந்துதான் ஆபீசுக்குப் போக வேண்டும். அவரும் அந்தச்

சமயத்தில் திண்ணையில்தான் உட்கார்ந்திருப்பார். தினசரி பேப்பரைப் பிரித்து வைத்தபடி கிடக்கும். தெருவில் போவோர் வருவோரைக் கவனித்துக் கொண்டிருப்பார். அல்லது நாலு பையன்களை மறித்துப் போட்டு, கை நகத்தைக் கத்தரித்துக்கொண்டோ அல்லது காதைக் குடைந்துகொண்டோதான் உட்கார்ந்திருப்பார். அறிமுகமாகி இருந்தாலல்லவா அவருடன் மேலே பேசலாம்? நானாக திடீரென்று போய் பேச முடியாது. பக்கத்து வீட்டுக்காரர்தானே என்று அவரும் தன் கௌரவத்தை மறந்து விட்டுப் பேசுவதாகக் காணோம். பின் மரஞ் செடியுடன் எப்படிப் பேசுவது? அதுதான் எனக்குப் புரியவில்லை. வழக்கம்போல் ஆபீசுக்குப் போய்த் திரும்பினேன். வீட்டிற்குள் நுழையக்கூட இல்லை.

"கேட்டீர்களா?" என்றாள் மனைவி.

"திண்ணையில் இன்று காணோம்" என்று பொய் சொன்னேன்.

மறுநாளும் கேட்டாள்,

"ஊரில் இல்லை போலிருக்கிறதே... காணவில்லை" என்று பொய்யை அலங்கரித்துச் சொன்னேன். "பள்ளிக்கூடத்திற்கு இன்று விடுமுறையா என்ன?" என்று கேட்டதும் விழித்தேன்,

மூன்றாவது நாளும் ஒரே பாடத்தைப் படிக்கலாமா?

"இன்றைக்குப் பார்த்தேன். கேட்க முடியவில்லை, பையன்களுக்கு ஏதோ கவனமாகச் சொல்லிக்கொண்டிருந்தார்" என்று முந்திக்கொண்டேன்.

இப்படியே ஏழு நாட்கள் ஓடிவிட்டன.

எட்டாவது நாள் காலை. ஆபீசுக்குக் கிளம்பும் சமயம்.

"இன்னும் எத்தனை நாள் இந்த மாதிரி ஒருத்தர் தயவிலே வீட்டிலிருக்க உத்தேசம். இன்றைக்கேனும்..."

பேச்சை முடிக்கும்படி மனைவியை விடவில்லை. "கட்டாயமாக அடுத்த வீட்டுக்காரரை விசாரித்து முடித்துவிடுகிறேன்."

வழக்கம்போல் ஆபீசுக்குக் கிளம்பினேன். அவரும் திண்ணையில்தான் உட்கார்ந்துகொண்டிருந்தார். காது குரும்பியும் அவர் கையில் இருந்தது. அவரைக் கண்டதும் என் கால்கள் தயங்கினவே ஒழிய மனது மட்டும் இச்சாணிக் கிளையிலிருந்து இறங்க மறுத்தது. இந்தச் சின்ன விஷயத்துக்காக வலியச் சென்று தன் மதிப்பை இழப்பதா? என்னைத் தெரியும் என்பதற்கறிகுறியான அரை புன்சிரிப்பேனும் அவர் முகத்தில் கண்டிருந்தால் இவ்வளவு சங்கடம் இருந்திருக்காது. இந்த நிலையில் நான் வேறு என்ன செய்யமுடியும்?

ஆபீசுக்குப் போய்விட்டு வீடு திரும்பினேன். "கேட்டீர்களா?" என்ற கேள்வியுடன் என் மனைவி வரவேற்றாள்.

"அவர் முகத்தை மறைத்துக்கொண்டு பத்திரிகை படித்துக்கொண்டிருந்தார். பிறகு கேட்கலாம் என்று போய்விட்டேன்."

மனைவி இடி இடி என்று சிரித்தாள்.

"புருஷாளுக்கெல்லாம் கூடப்பிறந்தது வறட்டு ஜம்பம். அதுக்குப் பழுது வரக் கூடாதென்று அவர்கள் படும்பாடும், சொல்லுகிற பொய்யும் செய்கிற தந்திரங்களும்..."

நான் வாய்திறக்கவில்லை.

"உங்கள் சுபாவம் எனக்குத் தெரியாதா? புருஷாளை நம்பியா நாங்கள் குடும்ப காரியத்தைக் கவனித்து வருகிறோம்? இங்கே வந்த மறுநாளே ஜாகை அமர்த்திவிட்டேன்."

"அமர்த்திவிட்டாயா? என்னிடம் சொல்லவில்லையே... போதாக் குறைக்கு அலைய வேறு வைத்து விட்டாயே? நான் என்ன பள்ளிக்கூடத்துப் பிள்ளையா-- பரீக்ஷை செய்வதற்கு? போகட்டும். யார் அமர்த்திக் கொடுத்தது?"

"அடுத்த வீட்டு வாத்தியார் சம்சாரம்தான்."

"அந்த அம்மாவை முந்தியே தெரியுமா என்ன?"

"தெரியாது. தெரிந்துகொள்வது என்று இருக்கிறதா என்ன? இங்கு வந்த மறுநாள் மத்தியானம் நானும் சாப்பிட்டுவிட்டு சீவலை வாயில் போட்டுக்கொண்டு வெற்றிலை சுண்ணாம்புடன் திண்ணைக்கு வந்தேன். அடுத்த வீட்டுத் திண்ணையில் வாத்தியார் வீட்டு அம்மாள் உட்கார்ந்திருந்தாள். அந்தத் திண்ணைக்குப் போய் பேசிக்கொண்டிருந்தேன். சௌகரியமாக ஒரு இடத்தைச் சொன்னாள். ஒப்புக்கொண்டுவிட்டேன்."

புருஷர்களைப் பழித்துக்காட்டுவதற்காக என் மனைவி செய்த கற்பனை என்றும் நான் முதலில் நினைத்தேன்.

"அப்படி என்றால் மறுநாளே குடிபோயிருக்கலாமே?"

"புருஷர்களைப் போல சில்லறைப் பொய் சொல்லுகிறேன் என்று நினைக்கிறீர்களா? இது மார்கழி மாதம். தை மாதத்தில்தான் குடி போகலாம். அந்தச் சம்பிரதாயங்கள் எல்லாம் எங்கே ஞாபகம் இருக்கப் போகிறது?"

எனக்குப் பேச வாயில்லை அவள். என் மனப்போக்கை ஊகித்து

அதன் ஓட்டத்திற்கு விலங்கிட்ட என் பதிலுக்கு வணங்காமல் இருக்கமுடியுமா?

புருஷர்கள் தன்மை... ஆம்! அதுதான் அகங்காரமென்னும் கோபுரத்தின் உச்சியில் உட்கார்ந்திருக்கும் தன்மதிப்பென்னும் மயில்! உலகத்துடன் கலக்கவேண்டுமென்றால் கோபுரத்தை விட்டு இறங்கிப் பறக்க வேண்டி யிருக்கிறது! ஆனால் அப்படிச் செய்யத்தான் அதிகமாக விரும்புவ தில்லையே! இருந்தாலும் அந்த மயில் கூட இரை தேடுவதென்றால் இறகை விரிக்கவில்லையா?

இந்தமாதிரி சிந்தனையில் அன்றைய பொழுது ஓடிவிட்டது.

மறுநாள் ஞாயிற்றுக்கிழமை ஆபீஸ் இல்லை. இருந்தாலும் கிளம்பினேன். உத்யோகஸ்தனுக்கு மோக்ஷலோகம் ஆபீஸ்தானே!

அடுத்த வீட்டுத் திண்ணையில் வாத்தியார் உள்பட யார் யாரோ உட்கார்ந்திருந்தார்கள். நடுவிலே ஓர் ஆங்கில தினசரி விரித்துக் கிடந்தது. ஆளுக்கொரு புறமாகப் பேசிக்கொண்டிருந்தார்கள். அணுவைப் பற்றிய சர்ச்சை!

நான் தெருவில் போன நேரத்தில் வாத்தியார், “உலகத்துக்கே ஆயுள் நெருங்கிவிட்டதென்று எச்.ஜி. வெல்ஸ் சொல்லுகிறாரே... என்ன சொல்லுகிறீர்?” என்று கேட்டுக்கொண்டிருந்தார்.

என் கால்கள் தாமாகத் தயங்கின. நான் யோசித்து முடிவு செய்வதற்குள் கால்கள் என்னை அந்தத் திண்ணைக்கு இழுத்துச் சென்றுவிட்டன.

“உலகத்தின் முடிவைப்பற்றிப் பல ஜோஸ்யங்கள் வெளிவந்து விட்டன. உலகம் இதற்கு முந்தி பத்தாயிரம் தரம் செத்திருக்கிறது. வெல்ஸ் சொன்னது பத்தாயிரத்தி ஒன்றாம் தடவை... அவ்வளவுதான். உயிருக்கு சாவேது?” என்று சொல்லிக்கொண்டு உட்கார்ந்தேன்.

“இவர்களுக்குப் புரியவில்லை. உலகம் சாகும், உயிர் சாகாது என்ற தத்துவத்தை வற்புறுத்துகிறேன்” என்று மூலையிலிருந்தவர் சொல்லி முடிப்பதற்குள் ஒரு சிறு பையன் வந்து, “அம்மா உங்களைக் கூப்பிடறாங்க” என்றான். எழுந்து, வீட்டு வாசலுக்கு வந்தேன். மனைவி திண்ணையில் நின்றுகொண்டிருந்தாள்.

“அணுகுண்டைப் பற்றியும் அண்டத்தைப் பற்றியும் பேசப்போய் விட்டீர்களே... அறிமுகம் ஆகிவிட்டதோ?” என்றாள்.

பேச்சு சுருக்கென்று தைத்தது.

“இதற்குப் பெயர்தான் புருஷர்கள் தன்மை” என்றாள்.

உண்மைதானே!

3. ஜம்பரும் வேஷ்டியும்

மாலை வேளையில் தையற் கடையில் பொழுதை ஓட்டுவது என் வழக்கமென்று தெரிந்திருக்கலாம். அன்றைத் தினமும் அப்படித்தான் செய்தேன். ஆனால் ஒரு வித்தியாசம். கச்சேரிகளுக்குப் போகும் நேரத்திலேயே கடைக்குப் போய்விட்டேன். வழக்கம்போல் தெருவிலே சட்டைகளும் முண்டாசுகளும் சேலைகளும் குடங்களும், சாமான்களும் மூட்டைகளும் சாரி வைத்தாற்போல் நகர்ந்துகொண்டிருந்தன, தையற்காரன் கடை சாய்வு நாற்காலியில் உட்கார்ந்து காலை நீட்டினேன். மனசு மனிதப் பிரவாகத்தையும் அதனுடைய கதியையும் பற்றி – இரண்டு விதமான கதியையும் பற்றித்தான் – அசை போட்டுக்கொண்டிருந்தது.

அதுவும் கொஞ்ச நேரந்தான். பிறகு எதிர்ப்புறத்து மாடியில் நடந்த நாடகத்தைக் காணச் சென்றுவிட்டது.

தையற்கடை கிழக்கு பார்த்தது; மாடிவீடு மேற்கு பார்த்தது. ஓட்டுக்கட்டடம் என்று சொன்னேன். கொஞ்சம் நவீன மோஸ்தர்தான். மாடியில் வடபுறத்துக் கோடியில் ஓர் அறை; தென்புறத்துக் கோடியில் ஓர் அறை. இரண்டுக்கும் தாழ்வாரம் உண்டு. தாழ்வாரத்திற்குத் தாழ்வாரம் ஒரு வரிசை கயிறு கட்டியிருந்தது. அதிலே இந்த வரிசைக் கிரமத்தில் துணிகள் காய்ந்துக்கொண்டிருந்தன; ட்ரௌஸர், பட்டுப் புடைவை, பட்டு பாடி, பட்டு ஜம்பர். ஜம்பருக்கு அடுத்த தென்னண்டை முதற்கொண்டு இந்த வரிசைக் கிரமத்தில் காய்ந்துகொண்டிருந்தன: நாலு முழக் கதர், கதர்ப் புடைவை, கதர் ரவிக்கை, கதர் பாடி.

இரண்டு அறையிலும் இரண்டு பெண்கள் உட்கார்ந்து ஜன்னலண்டை நூல் பின்னிக்கொண்டிருந்தார்கள். கதர்ப் புடைவைக்குச் சொந்தக் காரி பின்னிக்கொண்டிருந்த நூல்கூட, கதரா என்று சொல்ல முடியாது. ஒருத்தி இரண்டு வரிசை பின்னிவிட்டு ஜன்னல் கம்பிகளின் இடுக்கில் மூக்கு தெரியும்படி வடவண்டை அறையைப் பார்ப்பாள். பிறகு பின்னத்தொடங்குவாள். உடனே சொல்லிவைத்தாற் போல் வடவண்டை அறையிலிருக்கும் பெண் ஜன்னல் கம்பிகளின் இடுக்கில் மூக்கு தெரியும்படி தென்புறம் பார்ப்பாள். பிறகு அவள் பின்னத் தொடங்குவாள். இப்படியே சிறிது நேரத்திற்கு ஒரு தரம் நடந்தது. இரு பெண்களும் ஒருவருக்கொருவரைப் பார்த்துக் கொண்ட மாதிரி, அவர்களிடையே நேசம் இருக்க முடியுமென்று காட்டவில்லை.

தென்றல் ஒன்று லேசாக அடித்தது. கொடியில் துணிகள் மெதுவாக ஊஞ்சலாடின. பட்டுப் புடைவைக்காரி பின்னல் வேலையை வைத்துவிட்டுக் கொடிக் கயிற்றைப் பார்த்தாள். மறுகணத்தில் காற்று வலுத்தது. சர்க்கஸில் டிரெபீஸியம் ஆடுவது போல் துணிகள் கிழக்கும் மேற்கும் ஏறின. இரண்டு உருப்படிகளுக்கு மட்டும் ஏனோ வெறி யாட்டம். பட்டு ஜம்பர் வெறி முதிர்ந்து ஆடி ஓய்ந்தது போலக் கொடியிலிருந்து கீழே விழுந்தது. அடுத்த விநாடியில் கதர் வேஷ்டியும் ஆடிய பம்பரம் போல் ஓய்ந்து கீழே விழுந்தது. விழுந்த விதத்திலே பட்டு ஜம்பரில் பாதியும், சிமெண்டுத் தரையில் பாதியுமாகப் பரவி விழுந்தது.

பட்டுப் புடைவைக்காரி எழுந்துவந்தாள். கொடியண்டை வந்து இடுப்பில் இரண்டு கையையும் வைத்துக்கொண்டு துணிகளையெல்லாம் வெறிக்க வெறிக்கப் பார்த்தாள். எதிர் அறையை முறைத்துப் பார்த்தாள். கடைசியாக, கீழே விழுந்திருந்த ஜம்பர், கதர் வேஷ்டிமேல் கண்ணை நட்டாள். ஐந்து நிமிஷம் வைத்த கண்ணை எடுக்கவில்லை. பிறகு எழுந்து சுவரோரம் போய் ஒரு நாற்காலியில் உட்கார்ந்து, தலையைக் கைகளில் சாய்த்துக் கொண்டாள். வெளிச்சமில்லாமல் இருட்டாக இருந்திருந்தால் திருவிடைமருதூர் சோழப் பிரம்மஹத்திதான் அங்கே உட்கார்ந்திருக்கிறதோ என்ற தட்டுக்கெடல் இயற்கையாய் உண்டாகிவிடும்.

பட்டுப் புடைவைக்காரியை ஜன்னலண்டை காணாமையால், கதர்ப் புடைவைக்காரி நூலை வைத்துவிட்டு அறைக்கு வெளியே வந்து பார்த்தாள். அவள் ஒரு நாற்காலியில் உட்கார்ந்திருப்பதையும், தரையில் ஜம்பரும் கதர் வேஷ்டியும் விழுந்திருப்பதையும் கண்டாள். உடனே தன் அறைக்குள் திரும்பிப் போய்விட்டாள்.

இப்படியே நேரம் சென்றது. மணி நாலரை ஆயிற்று. ட்ரௌஸரும்

கோட்டும் போட்டுக் கொண்ட ஓர் இளைஞர், வரும்பொழுதே கழுத்துப் பட்டியை அவிழ்த்துக்கொண்டு மாடிக்குள் நுழைந்தார். சுவரருகில் உட்கார்ந்திருந்த பதுமை எழுந்திருக்கவில்லை. முகமும் உம்மென்றே இருந்தது.

“என்ன, இங்கே உட்கார்ந்திருக்கிறாய்?” கேள்விக்குப் பதில் வரவில்லை. ஆனால் வந்தது வேறு கேள்வி.

“என்னை என்னவென்று நினைத்துக்கொண்டிருக்கிறீர்கள்?”

எதிர்ப்புறத்து அறையிலிருந்த ஸ்திரீ தன் கையில் இருந்த தையல் வேலையை ஜன்னலிலேயே வைத்துவிட்டு அறைக்கு உட்புறம் நகர்ந்தாள். அறைக்கு வெளியேயும் வரவில்லை. இது என்ன செப்பிடு வித்தைக்காரன் பிரம்புப் பெட்டியில் மறைந்துபோகும் பெண்ணைப் போல் காணோமே என்று நினைத்துக்கொண்டிருக்கும்பொழுதே, கதவுக்குப் பின்னாலே புடைவைத் தலைப்பு ஆடிற்று. சரிதான்; கதர்ப் புடைவைக்காரி சுவர்க்கோழி ஆகிவிட்டாள். சுவர்க்கோழி ஆகி இருக்கவேண்டியதில்லை என்று பிறகுதானே தெரிந்தது.

“என்னை என்னவென்று நினைத்துக் கொண்டிருக்கிறீர்கள்?”

“சந்தேகம் என்ன? அன்பார்ந்த பத்தினி என்றுதான் நினைத்துக் கொண்டிருக்கிறேன்.”

“ரொம்ப நல்ல காரியம். இந்த வீட்டைவிட்டு இப்பொழுதே ஜாகை மாற்றுகிறீர்களா? இல்லாவிட்டால் நான் போய்விடட்டுமா?”

மின்சாரம் தாக்கினாற் போல் அவர் அதிர்ச்சி அடைந்தார். அந்த அதிர்ச்சியைச் சமாளிப்பதற்காகக் கைகள் கழுத்துப் பட்டியை ஒழுங்காக மடிக்கத் தொடங்கின.

“என்ன? நான் போகட்டுமா?”

“இதென்ன, திடீரென்று தலையும் காலும் இல்லாமல் பேசினால் நான் புரிந்துகொள்வது எப்படி? எனக்கு ஜோஸியம் தெரியுமென்று நினைக்கிறாயா?”

“அந்த மழுப்பல் எல்லாம் இப்பொழுது ஒன்றும் செல்லாது. கொண்டுவந்து குடிவைத்தீர்களே, அவர் யார்?”

“ஏன், என் சிநேகிதன்தான். காலேஜில் சேர்ந்து படித்தோம். அவன் ஸம்ஸ்கிருதப் பகுதி; நான் வேதாந்தப் பகுதி.”

“ரொம்ப அழகு... படிப்பு நன்றாக வந்திருக்கிறது! ஸம்ஸ்கிருதமும் வேதாந்தமும் சேர்ந்தால் கிடைக்கிறது இதுதானாக்கும்..?”

“இப்பொழுது என்ன கெட்டுவிட்டது?”

“உங்கள் சிநேகிதர் ரொம்ப நல்லவராக இருக்கிறார்; ஜபம், தபம், விபூதி.”

“ஆமாம், இருக்கவேண்டியதுதானே?”

“இருக்கட்டும், ஜபத்துக்கு ஊதுபத்தி வேண்டுமா என்ன?”

“சில பேர் வைத்துக் கொள்வார்கள்.”

“இந்தமாதிரி ஜபம், ஆபீஸுக்கு லீவ் எழுதிப் போட்டுவிட்டு, வேறு புருஷர்கள் வீட்டில் இல்லாதபொழுதுதான் செய்யவேண்டுமென்று சாஸ்திர விதியோ?”

சுகமாக ரயிலில் பிரயாணம் செய்துகொண்டிருக்கும்பொழுது, ரயில் தண்டவாளத்தை விட்டு நிச்சயமாய் இறங்கிவிட்டதென்ற உணர்ச்சி ஏற்பட்டால் ரயில் பிரயாணிக்கு எப்படி இருக்கும்? அதைப் போன்ற தவிப்பு அவருக்கு ஏற்பட்டது.

“நீ கேட்பது புரியவே இல்லை. சிநேகிதனைப் பற்றிக் கோணலாய் – ஆனால் எனக்குத் தெரிந்தவரையில் அவனைப்பற்றி அப்பழுக்குச் சொல்ல முடியாது. லக்ஷ்மணர் என்றே சொல்லிவிடலாம். பெண்களென்றால் கால்களைத் தவிர அவன் கண்ணில் படவேபடாதே?”

“லக்ஷ்மணரா? அப்படியேதான். சீதையை வைத்திருந்த பர்ணசாலையை லக்ஷ்மணர் சுற்றிச் சுற்றி வந்தார் என்று கேட்டிருக்கிறோமே, அதே மாதிரி சுற்றிச் சுற்றி வருகிறார், நம் அறையை.”

“அறை என்றால் சுற்ற முடியாதே?”

“முடியும். ஒருவரும் இல்லை என்று நினைத்துக்கொண்டு மூடியிருந்த கதவை மெதுவாகத் தள்ளி ஒட்டகை மாதிரி கழுத்தை உள்ளே நீட்டிக் கண்களைச் சுற்ற விடுவது பிரதக்ஷிணத்திற்கு அதிகந்தானே.”

“நான் உள்ளே இருக்கிறேனா என்று பார்த்திருப்பான்.”

“கதவு மூடியிருந்தால் ஆள் உள்ளே இருக்க மாட்டார்கள் என்று கூடத் தெரியாத குழந்தை! அது போகட்டும். இதற்கு என்ன சொல்லுகிறீர்கள்?”

“எதற்கு?”

“நான் இரண்டாங்கட்டில் வெந்நீர் அறையில் குளித்துக் கொண்டிருந்தேன். இவர் குறுக்கும் நெடுக்குமாக ரேழியில் போனார். கடைசியில் கதவைத் திறந்துகொண்டு உள்ளே எட்டிப்பார்த்தார். நான் துண்டு கட்டிக் கொண்டிருந்தேன்...”

"குளித்தால் உள்ளே தாழ்ப்பாள் போட்டுக்கொள்ள வேண்டும் என்று எத்தனை தரம் சொல்லியிருக்கிறேன்?"

"உங்கள் சிநேகிதர்தானே வீட்டில் இருக்கிறார், ஒன்றும் பிசகாய் இருக்காது என்ற நினைப்பிலே மனசு முன்ஜாக்கிரதையாக இருக்க மறந்து விடுகிறது. இவர் என் நிலைமையைப் பார்த்துவிட்டுத் திரும்பிப் போயிருக்க வேண்டியதுதானே? அப்படிச் செய்யவில்லை. திறந்த வாசலண்டையே இரண்டு நிமிஷம் தயங்கித் தயங்கி நின்றார். அப்புறம் உள்ளே வந்து அவர் வீட்டு வெந்நீர்ப் பானையிலிருந்து ஒரு சொம்பு வெந்நீர் எடுத்துக்கொண்டு போனார். அது ஒரு பாசாங்கு, திருடன் போக்குக் காட்டுகிறாப்போல."

"தண்ணீருக்காக வந்திருப்பான். உன்னையும் பார்த்திருக்காமல் இருந்திருக்க முடியாது. வெந்நீர் எடுக்கலாமா கூடாதா என்று யோசித்திருப்பான். எடுத்துக் கொள்ளாமல் போனால் விபரீதமான அர்த்தம் உண்டாகிவிடுமே என்று பயந்து தண்ணீர் எடுத்துக்கொண்டு போயிருக்கிறான். அவ்வளவுதான். இது தெரியாமல் காகூ என்று இட்டுக்கட்டுகிறாயே?"

"இன்னும் நம்பிக்கை வரவில்லையா? இங்கே வாருங்கள்."

அவர் கூடவே சென்றார். கயிற்றுக் கொடியண்டை அழைத்துப் போய்க் கீழே சுட்டிக் காட்டிவிட்டு, "இது என்ன?" என்றாள்.

"நீ என்ன கண் டாக்டரா? எனக்கு ஒன்றும் கண் இன்னும் கெடவில்லை. இது உன் ஜம்பர்."

"..........."

"கதர் வேஷ்டி."

"யாருடையது?"

"சிநேகிதனுடையதுதான்..."

"இவ்வளவு பெரிய கொடியிலே அவருக்கு வேஷ்டி காயப்போட என் ஜம்பருக்கு அடுத்தாற் போலத்தான் இடம் கிடைக்கிறது. வேறு எங்கேயும் கொடியில் இடம் அகப்படவில்லை. அப்படித்தானே?"

"அதனாலே குடிமுழுகிப் போனதென்ன, தெரியவில்லையே."

"சரிதான். இயற்பகை நாயனார் மாதிரி உங்கள் சிநேகிதரிடம் என்னை ஒப்படைக்கக் கூட நீங்கள் தயங்க மாட்டீர்கள் போல் இருக்கிறது. உங்களுக்கெல்லாம் சூக்ஷ்மம் தெரியாது."

டிரெளஸர் போட்டிருந்தவருக்கு மேலே பேச முடியவில்லை. இளமையின் மின்சாரத்தை விழித்தெழச் செய்வதுதான் இதற்கு மாற்று என்று நினைத்து, கடகம் பூண்ட மனைவியின் கையைத் தட்டிக் கொடுத்துக்கொண்டே சொன்னார்.

“அதெல்லாம் தெரியாமல் போகவில்லை. நாளைக்கே ஜாகை மாற்றி விடுவோம். நொந்து கொள்ளாமல் சமத்தாய்ப் போய்க் காபி கொண்டு வா. நீ இன்னும் சாப்பிட்டிருக்க மாட்டாயே. இரண்டு பேரும் சாப்பிடலாம்.”

விவரிக்க முடியாத ஆழ்ந்த இன்ப உணர்ச்சியை உண்டாக்குவதில் ஸ்பரிசத்தைப் போன்ற புலன் வேறொன்றும் இல்லை. பெரியா நங்கையைக் கண்டு படம் ஒடுக்கும் நல்லபாம்பு போல் அவள் சினம் தணிந்தது. வேகமாக, தடதடவென்று மாடிப்படிகள் வழியே இறங்கினாள்.

மாடிப்படி கொஞ்சம் அகலக்குறைவு. தாராளமாக இருவர் போக முடியாது. மாடிப்படியில் பாதி தூரத்துக்குமேல் வழக்கம்போல் தலையைத் தொங்கப் போட்டுக்கொண்டு, கதர் வேஷ்டிக்காரர் ஏறிவந்து கொண்டிருந்தார். தடதடவென்ற கால் சப்தம் கேட்டுத் தலைநிமிர்வதற்கும் பட்டுப் புடைவைக்காரி அவர் மீது ஓரளவு மோதிக்கொண்டு கடப்பதற்கும் சரியாக இருந்தது. அவரைக் கடந்த பிறகு பட்டுப் புடைவைக்காரி திரும்பிப் பார்த்துவிட்டுக் கீழே இறங்கிப் போனாள். கதர் வேஷ்டிக்காரர் தலையைத் திருப்பவில்லை.

பழையபடி தலையைத் தொங்கப் போட்டுக்கொண்டு பாக்கிப்படிகளில் ஏறினார். படிகளுக்கு முடிவிலுள்ள சதுரத்தில் கால் வைத்தபொழுது தான் தம் மனைவி அங்கே நின்றுகொண்டிருந்ததைப் பார்த்தார். அவளுடைய கண்களில் சந்தேகம் குடிகொண்டிருந்தது. கணவனைப் பார்த்ததும் கூட உள்ளம் மலர்ந்ததாக முகத்தில் தெரியவில்லை. கதர் வேஷ்டிக்காரர் ஆச்சர்யப்பட்டுக்கொண்டே மாடியில் தம் அறைக்குள் நுழைந்தார். கூடவே அவருடைய மற்றொரு நிழலைப் போல் அவள் பின்தொடர்ந்தாள். அறைக்குள் நுழைந்ததுதான் தாமதம்.

“ஆமாம். நீங்கள் என்ன நினைத்துக்கொண்டிருக்கிறீர்கள்?”

“ஆபீஸில் ஒரு தகராறு; அதைப்பற்றித்தான்.”

“அந்தக் கதையைக் கேட்கவில்லை. இந்த வீட்டில் எதற்காகக் குடி வந்தீர்கள்?”

“குடி இருப்பதற்காகத்தான்.”

"யாரோ சிநேகிதர் இங்கே இருக்கிறார் என்றீர்களே, அவர் யார்?"

"ஏன்... அவன்தான்."

"அவனா, அவளா?"

கதர் வேஷ்டிக்காரர் திணறிப் போய்விட்டார். மிகவும் கோணலான கேள்வி! இருந்தாலும் எதிர்பாராத தாக்குதலை அமைதியாகச் சமாளிக்கா விட்டால் வேறு வழி ஏது?

"இதென்ன அசட்டுக் கேள்வி? அவனும் நானும் காலேஜில் சேர்ந்தே வாசித்தோம். சேர்ந்தே பரீக்ஷை தேறினோம். எங்களை இரட்டையர்கள் என்று கூடச் சொல்லுவார்கள்."

"அவராக இருக்க முடியாது. நேற்று நடந்தது என்ன தெரியுமா? மாடியில் நம்முடைய அறை வாசலில் ஒரு பொட்டலம் கதம்பம் வைத்திருந்தது. அதை யார் வைத்திருப்பார்கள்?"

"உன் சிநேகிதி."

"அவள் வைக்கமாட்டாள். அவள் ரொம்ப ராங்கிக்காரி. ஒரு சின்னக் காரியம் செய்தால் கூட உலகறியத் தமுக்கடிக்கும் சுபாவம். புஷ்பம் கொடுக்க வந்தால் ரொம்பப் பெருமையாக அவளே கொண்டு வந்து கொடுத்திருப்பாள்..."

"பின்?"

"உங்கள் சினேகிதராய்த்தான் இருக்கும்."

"இருந்தாலும் என்ன?"

"என்னவா? அது கதம்பம் அல்ல. கெட்ட எண்ணத்தின் பொட்டலம். ஒருவர் வீட்டுப் பெண் பிள்ளைக்கு மற்றொருவர் புஷ்பம் வாங்கிக் கொடுக்கலாமா?"

"சேச்சே! அப்படி அவனை நினைக்கக்கூடாது."

"பின் ஏன், நீங்கள் இங்கே இல்லை, நான் இருக்கிறேன் என்று தெரிந்தபோதிலும் தன் அறையிலிருந்து சீட்டி அடிக்கிறார்? அதனால்தான் அவனா அவளா என்றேன். இந்த மாதிரி ஆள் உங்கள் சினேகிதராக இருக்க முடியாது. அவள் வந்து... என்கூட வாருங்கள் காட்டுகிறேன்."

மனைவி அறையைவிட்டு வெளியே வந்தாள். இப்பொழுது தூக்குமேடைக்குச் செல்லும் கைதி போல் கணவன் சென்றான். கொடியண்டைவந்து நின்றுகொண்டு, "இதைப் பார்த்தீர்களா?" என்றாள்.

“எதை?”

“கண்ணை வைத்து இங்கே பாருங்கள்.”

குறிப்பிட்ட இடத்தைப் பார்த்தார். பட்டு ஜம்பரும் கதர் வேஷ்டியும் தரையில் கலந்து விழுந்திருந்தன.

“காற்றில் விழுந்திருக்கும் இதில் என்ன அதிசயம்?”

“கதர் வேஷ்டி யாருடையது?”

“என்னுடையது.”

“ஜம்பர்?”

“அந்தப் பெண்ணுடையது.”

“உங்கள் வேஷ்டிக்கு அருகில் அந்த ஜம்பரை ஏன் காயப்போடவேண்டும்?”

மாடிப்படி சதுரத்தில் அவள் பார்த்த பார்வையின் பொருள் அப்பொழுதுதான் தெரிந்தது.

“நீ விபரீதமாக நினைத்துக்கொண்டிருக்கிறாய்.”

“நானா? விபரீதமாகவா? உங்களுக்கு ஆபீஸிலிருந்து வந்த களைப்பு. ஆபீஸ் சண்டை வேறு ஞாபகம். தர்மாஸ் பிளாஸ்கில் காபி வைத்திருக்கிறேன். சாப்பிட்டு விட்டு சாவதானமாய் யோசித்துச் சொல்லுங்கள்.”

இருவரும் தங்கள் அறைக்குள் சென்றார்கள். கதர் வேஷ்டிக்காரர் தர்மாஸ் பிளாஸ்கிலிருந்த காபியை சாய்வு நாற்காலியில் உட்கார்ந்து சாவதானமாகக் குடிக்க ஆரம்பித்தார். இரண்டு தம்ளர் ஆயின.

“உங்களை இடித்துத் தள்ளிக்கொண்டு கீழே இறங்கினால் என்ன அர்த்தம்?” என்றாள் விட்ட இடத்தில் ஆரம்பித்து.

பதில் சொல்லாமல் மற்றொரு கிண்ணத்தை வாய்க்கருகில் எடுத்துச் சென்றார்.

அப்பொழுதுதான் பட்டுப் புடைவைக்காரி புகைகிற காபியுடன் தன் அறைக்குள் நுழைந்தாள். ட்ரௌஸர் போட்டவர் காபியை ஆற்றிச் சாப்பிட்டார்.

“உங்கள் சினேகிதருக்காகச் சப்பைக்கட்டு கட்டிப் பேசினீர்களே, இப்பொழுது என்ன நடந்தது தெரியுமா?”

“எனக்கு எப்படித் தெரியும்? நான் இங்கே இருக்கிறேன்.”

"நான் மாடிப்படியில் இறங்கிப் போனேனா? அவர் மேலே வந்தார். என்மேல் இடித்துக்கொண்டே போனார். எப்படி இருக்கிறது சிநேகிதம்?"

"நீ வருவதைப் பார்த்திருக்கமாட்டான்."

"சரி, கிட்ட வந்த பிறகு?"

"வழிதான் அவ்வளவு குறுகலாச்சே, கீழே இறங்கக் கூடாதோ?"

"இறங்கியிருக்கலாம். நீயாவது அவர் போகட்டும் என்று மேலே வந்திருக்கலாமே."

"எனக்குத் தோன்றவில்லை."

"அவனுக்கும் தோன்றி இருக்காது."

"இதோ... எவ்வளவு ருஜுக் கொடுத்தும் உங்களுக்குப் புரியவில்லை. ஜாகை மாற்றுகிறீர்களா...? நான் அம்மா வீட்டுக்குப் போகட்டுமா?"

இந்தப் பேச்சு நடந்துகொண்டிருந்த பொழுதுதான் கதர் வேஷ்டிக்காரர் மூன்றாவது கிண்ணத்தைக் குடித்துவிட்டுக் கீழே வைத்தார். மற்ற அறையில் நடந்த பேச்சு இவர்கள் காதில் விழாமலில்லை.

"பார்த்தீர்களா பேச்சை?"

"அந்தப் பெண் சொல்வது நியாயந்தானே? நான் கொஞ்சம் கீழே இறங்கி வழிவிட்டிருக்கலாம், தோன்றவில்லை."

"தோன்றுமா? தோன்றாமல் ஏதோ ஒன்று மனசை மறைத்துவிட்டது, அதுவேதான் வேஷ்டிகிட்ட ஜம்பரைக் காயப்போடும்படி சொல்லி யிருக்கிறது. இதோ எனக்கு ஏற்கனவே காது குத்தியாகி விட்டது. மறுபடியும் தேவையில்லை. இவ்வளவு காட்சிகளை நான் கண்ட பிறகு உங்களால் குத்தவும் முடியாது. ஜாகை மாற்றுகிறீர்களா நான் அம்மா வீட்டுக்குப் போகட்டுமா?"

"இது என்ன ரஸாபாஸம்! உன் இஷ்டப்படியே ஜாகை மாற்றி விடுவோம்" என்று இரு கணவர்களும் அவரவர் மனைவிகளிடம் சொல்லிக்கொண்டே அறைகளை விட்டு வெளியேறினார்கள்.

இருவரும் ஒருவர்பின் ஒருவராக இறங்கித் தெருத் திண்ணைக்கு வந்தார்கள். ஒரு நிமிஷம் ஒருவர் முகத்தை ஒருவர் பார்த்துக்கொண்டனர். இருவர் முகத்திலும் களங்கம் இல்லை.

"என் மனைவி சொன்னது காதில் விழுந்ததா?" என்றார் ட்ரௌஸர்காரர்.

"விழுந்தது."

“என் மனைவி சொன்னது காதில் விழுந்ததா?” என்றார் கதர் வேஷ்டிக்காரர்.

“விழுந்தது” என்றார் மற்றவர்.

“என்ன செய்வோம்?”

“ஜாகை மாற்றிவிடவேண்டியதுதான்.”

“காரணம்?”

“அவர்கள் சொல்வதற்காக அல்ல. காரணம் வேறு; நாம் சிநேகிதர்கள் என்றால் நம் மனைவிகளும் சிநேகிதமாயிருந்தால்தானே?”

“நானும் அதுதான் நினைத்தேன்.”

அதற்குள் கதர் வேஷ்டிக்காரருக்கு ஒரு நினைவு வந்தது. மாடிக்குப் போய்த் திரும்பினார்.

“எங்கே போய் வந்தாய்?”

“கலகத்துக்குக் காரணத்தை உள்ளே எடுத்து வைத்தேன்.”

“நானுந்தான் மறந்துவிட்டேன்” என்று ட்ரௌஸர்காரர் மாடிக்குப் போய், பட்டு ஜம்பரை மனைவியிடம் எடுத்துக் கொடுத்துவிட்டுத் திரும்பக் கீழே வந்தார்.

நண்பர்கள் சேர்ந்து கிளம்பினார்கள் – அவரவர்களுக்கு வீடு பார்க்க.

அப்பொழுது அடித்த அலைகாற்றில் வெறும் கொடி ஊசலாடிற்று. இரண்டு பெண்களும் பழையபடி பின்னத் தொடங்கினார்கள்.

“நல்ல வேஷ்டி! நல்ல ஜம்பர்” என்று முணுமுணுத்தேன்.

“பன்னிரண்டு மணிக்குப் படுத்த ஆளு... மணி அஞ்சாச்சு. எழுந்திரு” என்று புரட்டினான் தையற்காரன்.

4. கலையும் பெண்ணும்

வழக்கமான கோடை காலத்து நாட்களைப் போன்றதொரு நாள்தான் அன்றும்... வேறு புதுமை ஒன்றும் இல்லை.

குமரன் தன் அறையில் உட்கார்ந்திருந்தான், அறை நடுவில், ஒரு கையில்லா நாற்காலியின் மீது முக்கால் நிர்வாணமாய், தலைமயிர் இடுப்பு வரையில் மயில் தோகையைப் போல் புரள ஒரு பெண் உட்கார்ந்திருந்தாள். விரிந்த வாதாங்கொட்டை போன்ற கண்கள்; மதுரையான் கோவில் அரிவாள் போன்ற புருவங்கள்; கிளிபோன்ற அழகு; ராணிபோன்ற கம்பீரம்; அபினிப்பூவைப் போன்ற லாகிரி உண்டாக்கும் தோற்றம்; வாழை போன்ற உடல்; மினுக்கும் உருவம்– இவைதான் சுசீலா, குமரன் மனைவி.

முக்கால் நிர்வாணம் என்றால் நம்பத்தகாததாயிருக்கலாம்; ஆனால் அது முற்றிலும் உண்மை. அவளை அவன் மணந்ததே நம்பத்தகாதது தான். மணமானபிறகு கூட அவளுடைய பெற்றோர்களே நம்பாமல் பிரமையடைந்தார்கள் என்றால் சொல்வானேன்? மல்லிகை மொட்டில் சிறைபட்டுக் கிடக்கும் மணத்தை சூரிய கிரணமும் சந்திரனின் தீண்டலும் வலுவில் வந்து விடுவிப்பதுபோல குமரன் அவளை மணக்க ஏன் முன்வந்தான்? அவள் அழகா அழைத்தது, ஒரு ஊர்த் தேனீயை மற்றொரு ஊர் புஷ்பக் கடை வரையில் இழுத்துச் செல்லும் ரோஜாவின் மணம் போல்? அதுவாக இருக்க முடியாது. அவளைப் பொறுக்கி எடுக்க வந்தவன் அவளுடைய நிறைந்த அழகைப்பற்றிக் கேள்விப்பட்டிருந்தால், குறையைப்பற்றி அறியாமலா இருப்பான்? இவ்விடுகதைக்கு விடையை, பெற்றோர்கள் கூட காணக்கூடவில்லை.

சுசீலாவின் தகப்பனார் ஒரு சித்த வைத்தியர். பாம்புப் பிடாரன் விஷத்துடன் விளையாடுவது போல, லிங்கம், பூரம், பாஷாணம் இவைகளுடனேயே தன் காலத்தைக் கழித்துவந்தவர். சித்த வைத்தி யத்தின் படிக்கட்டுகள் ஏறி பொன்மாடியில் நுழைய முயன்றவர்.

அவள் குழந்தையாயிருந்தபொழுது ஒருநாள் கல்வத்தில் பாஷாண மொன்றை அரைத்துக்கொண்டிருந்தார். பாஷாணத்தை ஏழாவது தடவையாக, பசு நெய்யில் பக்குவம் செய்ய வேண்டிய கட்டம். இடது கையால் நெய்யைக் கல்வத்தில் விட்டுவிட்டு, வலது கையால் பிடி குழவியை எடுத்து ஒருதரம் அரைத்தார். ரொம்பக் கெட்டியாக இருந்தது. இன்னும் கொஞ்சம் நெய் விட்டார். திட்டத்திற்கு மேல் விழுந்து விட்டது. வலது கையால் பிடி குழவியைத் தூக்கி எடுத்து அரைக்க முயன்றதில் குழவி நழுவி 'தொப்'பென்று கல்வத்திலே விழுந்தது. பாஷாணம் சிதறி எங்கிலும் வாரி அடித்தது.

பக்கத்திலிருந்த குழந்தை சுசீலா கண்ணைத் துடைத்துக்கொண்டாள். ஒரு தடவை, இரண்டு தடவை, மூன்று தடவை.

வைத்தியர் திகிலுடன் அவளை நோக்கித் திரும்பினார். ஆனால் வாய்திறக்கவில்லை.

“அப்பா! நீ எங்கே இருக்கிறாய்? எரிபூச்சி விழுந்ததுபோல் கண் எரிகிறதே...” என்றாள் குழந்தை.

பதில் சொல்ல தகப்பனார் உதட்டை அசைத்தும் வார்த்தை வரவில்லை.

“அப்பா, ஏன் பேசமாட்டேன் என்கிறாய்?” என்று கையை நீட்டித் துழாவினாள்.

“இதோ” என்று கிட்ட நகர்ந்தார்.

“எட்ட உட்காரு என்று அடித்துக் கொண்டேனே கேட்டியா. மருந்து கண்ணில் பட்டுவிட்டாற்போல் இருக்கிறது.”

அதிலிருந்து போன பார்வைதான். அவள் தகப்பனாருக்கு பாஷாணத்திற்கு மாற்று தெரியுமே ஒழிய கண்ணில் விழுந்த பாஷாணத்திற்கு மாற்று தெரியாது. நாளாவட்டத்தில் பார்வை திரும்பிவரக் கூடும் என்று ‘குருட்டாம் போக்கில்’ நம்பியிருந்தார். குழந்தைக்கு ஏழு வயதில் ஏற்பட்ட ஈனம் பதினெட்டு வயதுவரையில் மாறவில்லை. குழந்தைப் பருவம் மாறி இளங்கொடியாகிப் பொன்போல மின்னிய பிறகும் கூட, கணவன் கிடைக்கவில்லை. கண்ணற்றவளை மணப்பவன் யார்?

ஆனால் ஒருவன் முன்வந்தான் – தானாகவே. அந்த ரகசியத்தைத்

தெரிந்துகொள்ள பெற்றோர்கள் ஆவல் கொள்ளவில்லை. மணச் சடங்கு முடிந்து பெண் குமரனுடன் வாழத்தொடங்கிய பிறகுதான் அதைப் பற்றி அடிக்கடி நினைத்தார்கள். சுசீலாவும் அதைப் பற்றியே நினைத்தாள். எவ்வித ஈனமும் அற்ற கணவர் தன்னை – ஒரு கபோதியை – மணந்தது, ஒருபுறம் அதிசயமாயும், முதலில் பயமாயும் இருந்தது. ஆனால் வெகு சீக்கிரத்தில் பயம் நீங்கிவிட்டது. கார்காலத்து மழையைப் போன்ற அன்பு வெள்ளம் பயத்தின் சுவட்டைக்கூட அடித்துக் கொண்டுபோய்விட்டது. கோவில் கோபுரத்தில் கும்மாளித்துக் கொஞ்சி விளையாடி ஒன்றின் தலையை மற்றொன்று கொத்தி ஆடி விளையாடிப் புணர்ந்து, பின்னர் இன்ப வெறியில் இறகுகளைத் தட்டிப் பறந்து செல்லும் காட்டுப் புறாக்களின் வாழ்க்கையே தன்னுடையதாக இருக்கக் கண்டு இன்புற்றிருந்தாள். இருந்தபோதிலும் தன் மண விஷயம் மட்டும் புரியாமலேயே இருந்தது.

குமரன் ஒரு மிராசுதார் என்று மட்டுமே அவளுக்குத் தெரியும். வீட்டிற்குப் பண்ணை ஆட்கள் வருவதும் போவதும், எரு, தழை, மாடு, மகசூல் என்ற பேச்சுக்களுமே, அவள் காதில் விழுந்தன. கணவருக்கு வேறு தொழிலோ உத்தியோகமோ உண்டென்று அவள் நினைக்கவில்லை.

ஆனால் குமரன் ஒரு ஓவியன். ஓவியம் அவனுடைய உயிரின் வேட்கை; பிழைப்பன்று. சிறுவனாக இருந்ததிலிருந்தே – இயற்கை யிலேயே – அவன் ஓவியன். நேரான கோடு என்பதே சிருஷ்டியில் ஏன் காணோம்? கண்ணில் படுவதெல்லாம் வளைவும் சாய்வுமாய் இருப்பானேன்? சிறுவயதில் என்று இந்த எண்ணங்கள் முளைத்தனவோ அன்று முதலே அவன் ஓவியன். பின்னும் கொஞ்சம் வயதடைந்ததும், இரண்டொரு ஓவிய மாணவர்களின் தோழமை பூண்டு, ஓவியக் கலாசாலையில் படிக்காமலேயே அக்கலையில் மூழ்கிவிட்டான். அவன் மேதைமையையும் கைத்திறத்தையும் கண்டு தோழர்கள் பிரமித்தனர்.

குமரன் மணத்திற்குப் பிறகு அவன் ஓவியக் கலை கலா நிபுணர்களின் கவனத்தைக் கவர்ந்தது. சென்னையில் நடந்த ஓவியக் கண்காட்சியில் குமரன் தீட்டிய ‘குத்துவிளக்கு’ என்னும் ஓவியத்தைப் பற்றிப் புகழாத ரசிகனோ பாமரனோ ஓவியனோ இல்லை.

ஒரு துளசி மாடம். துளசி கதிர்விட்டுப் பூத்திருந்தது. எதிரே ஒரு பெண் இரண்டு கையையும் சேர்த்துக் கிண்ணிபோல் வைத்திருந்தாள். அதுதான் தாழி, அதில் ஒரு பொற்சுடர் எரிந்துகொண்டிருந்தது. இதுதான் ‘குத்துவிளக்கு’ என்னும் ஓவியம். துளசியின் பச்சை வர்ணமும், கதிரின் கொத்தமல்லி வர்ணமும், பெண்ணின் சிவப்பு வர்ணமும், சுடரின் செஞ்ஜோதியும் உயிருடன் திகழ்ந்தன.

ரஸிகர்கள் ஓவியத்தைக் கண்டு பிரமித்தார்கள். நிபுணர்கள் அதில் தனிச்சிறப்பைக் கண்டு இன்னும் அதிகமாகப் பிரமித்தார்கள். விளக்கின் சுடர் சுடராகத் திகழ்ந்தபோதிலும் அதில் கண்ணில்லாதது போன்ற ஒரு சூன்யத்தை உணர்ந்தார்கள். ஒரு சாரார் சுடரில் காணும் இவ்வெறுமை ஒரு குறை என்றார்கள்; மற்றொரு சாரார் அதுவே அதன் தனிச் சிறப்பும் அழகும் என்று சாதித்தார்கள். மழை நின்றும் தூவானம் விடாததுபோல, கண்காட்சி முடிந்த பிறகும் பத்திரிகைகளில் இந்த ஓவியத்தைப்பற்றிய விவாதம் தொடர்ந்து நடந்தது.

மறுவருஷத்துக் கண்காட்சிக்கு குமரன் மற்றொரு ஓவியத்தை அனுப்பினான். 'கபோதி' என்று மகுடமிடப்பட்டிருந்தது. ஒரு பெண் கண்ணை அகல விரித்து சந்திரனைப் பார்த்துக்கொண்டு உட்கார்ந்திருந்தாள். ஓவியத்தின் உயிராக விளங்கியது அதன் கண். ஆனால் ஓர் அதிசயம். அகல விரித்த கண்ணில் பார்வை இல்லை. ஊன்றிப் பார்க்காதவர்களுக்குக் கூட இது எளிதில் புலனாயிற்று. ஆனாலும் ஓவியத்தின் ஒளியும் நிழலும் கலவையும், பெண்ணின் தாங்கொணாத் துயரமும், பார்வையின் சூன்யமும் அற்புதமாய் படத்தில் தளும்பிக்கொண்டிருந்தன.

“இந்த ஓவியரின் கண்ணில் ஏதோ குறை இருக்கிறது. இல்லாவிட்டால் ஏன் அடுத்தடுத்து சுடரில் சூன்யத்தை ஒரு வருஷமும் கண்ணில் பார்வை இன்மையை மற்றொரு வருஷமும் சித்திரிக்க வேண்டும்?” என்றார் ஓர் ஓவிய நிபுணர்.

“கண்ணில் குறையுள்ளவன் இம்மாதிரியான வர்ணக் கலவையைக் கற்பனை செய்ய முடியாது. சிலர் பேசும்பொழுது, பொருத்தமில்லாமல் அடிக்கடி 'நான் சொல்வது தெரிகிறதா' என்றோ, அல்லது 'வந்து, வந்து... என்றோ சொல்வார்களே... அதைப் போன்றதொரு இயல்பு– ஒட்டகத்தின் கூனல் போன்ற ஒரு பிறவிலக்ஷணம் – அவ்வளவுதான்.” என்று மறுத்துப் பேசினார் மற்றொரு நிபுணர்,

அந்த வருஷமும் கண்காட்சியில் முதல் பரிசு குமரனுக்கே கிடைத்தது. ஆனால் பத்திரிகைகளில் மட்டும் இவன் ஓவியத்திறமையைப் பற்றிய கருத்துக்கள் இரண்டு கட்சியாகவே வலுவடைந்து ரணகளப்பட்டது.

பரிசு தகாது என்று ஒரு சாரார். வேறு எதற்கும் தகாது என்று மற்றொரு சாரார். சூன்யமான பார்வையால் படத்திற்கு இழுக்கு என்று ஒரு கட்சி; அதுவே சிறப்பு என்று எதிர்க்கட்சி; ஓவியத்தில் புது வழி என்ற ஆரவாரம்.

இப்பொழுது மூன்றாவது வருஷ ஓவியக் கண்காட்சி. அதற்கு ஓவியம் அனுப்பும் வேலையில்தான் தற்பொழுது குமரன் ஈடுபட்டிருந்தான்.

தன் அறை நடுவில் ஒரு கையில்லா நாற்காலியின் மீது முக்கால் நிர்வாணமாய் அவன் மனைவி சுசீலா, தலைமயிர் மயில் தோகையைப் போல் புரள உட்கார்ந்திருந்தாள். அவளைப் போன்ற ஓவியம் குமரன் ரெட்டில் தீட்டிக் கொண்டிருந்தான். ஒரு வாரமாய் அதே வேலை. அதே மோஸ்தரில் அவள் தினம் வந்து உட்காருவாள். முதலில் குமரன் அவள் பக்கத்தில் உட்கார்ந்து கொஞ்சிக் குலவுவான். பிறகு ஓவியத்தைத் தீட்ட ஆரம்பிப்பான். தீட்டும்பொழுது தென்றலைப் பற்றியோ, வெப்பத்தின் கொடுமையைப் பற்றியோ அல்லது வேறு எதையாவது பற்றியோ நடுவில் பேசுவான்– திருடன் போக்குக்காட்டுவதுபோல.

ஓவியம் வரைய ஆரம்பித்த நான்காம் நாளில் குமரன் திடுக்கிடும்படி அவள் ஒரு சமயம் பேசினாள். "துணியாலா ஜன்னலுக்குத் திரை போட்டிருக்கிறீர்கள்? வெய்யில் தாங்குமா?"

ஒருவேளை சுசீலாவுக்குப் பார்வை வந்துவிட்டதா என்ற எண்ணம் திடீரெனக் குமரன் மனதில் முளைத்தது. இருக்காது; வரமுடியாது– இத்தனை வருஷங்களுக்குப் பின்னா திரும்பும்? ஒருகால் தொட்டுப் பார்த்திருக்கலாம் என்று மனதைத் தேற்றிக்கொண்டான்.

இருந்தாலும் மறுநாள் சுசீலா வேறொரு கேள்வி கேட்டாள், "இத்தனை நாளாக இங்கு வருகிறேன். ஒன்றும் தெரியவில்லை. இப்பொழுது பார்த்தால்... இது என்ன? சித்திரம் போடுகிற அறை மாதிரி இருக்கிறதே... நீங்கள் படம் எழுதுகிறீர்களா?" என்றாள்.

"அதெல்லாம் இல்லையே" என்று கலப்பற்ற பொய் சொன்னான் குமரன்! ஆனால் மனதிற்குள்ளே இருந்த வேர்ப்புழு முண்டி அரிக்கத் தொடங்கிற்று. 'பார்வை வந்துவிட்டது போல் இருக்கிறதே. இன்னும் ஒரு நாள் போதும், படம் முடிந்துவிடும். இந்த வருஷத்துக் கண்காட்சிக்கு மட்டும் அனுப்பிவிட்டால் பிறகு பார்த்துக்கொள்ளலாம்... ஆனால் அவள் பார்வை பெற்று இதை அனுப்பக்கூடாதென்று விட்டால்?' பதில் ஒன்றும் தோன்றவில்லை. 'ஆனால் நாளைக்கு நடக்கக்கூடியதென்று கருதி ஆகாயத் தாமரையைப் போன்ற கற்பனைக்காகத் தன்னை அலட்டிக் கொள்வதா? எதிர்காலத்தை நிகழ்காலமென்னும் தீயில் சுட்டெரிக்கத் தெரியாதவன் கலைஞன் ஆவானா?' என்று கேள்விகள் உள்ளத்தில் எழவும் மூடியைக் கண்ட நாகம்போல் மனது படத்தைச் சுருக்கிப் படுத்துவிட்டது; நல்லவேளை!

மறுநாள் படம் முடிவடையும் தருணம். அசையாமல் நாற்காலியில் உட்கார்ந்திருக்கும் சுசீலா யானையைப்போல் உடம்பை ஆட்டினாள்.

"நீங்கள் பொய் சொல்வதுண்டா?" என்று கோடைகாலத்து இடியைப்போல் எதிர்பாராமல் குமுறினாள்.

போன பார்வை மீண்டுவிட்ட நிச்சயம் அக்கேள்வியில் புதைந்திருந்தது. பொய் சொல்லக்கூடிய நிலைமை தாண்டிவிட்டது.

“உலகத்திலே எப்பொழுதாவது சொல்லும்படி நேரத்தான் செய்கிறது?”

“உலகத்தில் சரி. என்னிடத்தில்?”

குமரன் பதில் சொல்லவில்லை. படத்தில் ஒரே அடியாக லயித்துக் கண்ணைத் திறந்தான். ஏழடி பின்வாங்கி மனைவி அண்டை வந்து நின்று படத்தையும் அவளையும் மாறிமாறிப் பார்த்தான்.

“நீங்கள் மிராசுதார் என்றீர்களே... படம் எழுதத் தெரியுமா என்ன?”

“எழுதுவேன்.”

“அப்படியானால் பெண்பிள்ளையைத்தான் எழுத வேண்டுமா – அதுவும் இந்தமாதிரி?”

“ஆண்பிள்ளை ஓவியக்காரனாயிருந்தால் இப்படித்தான் இருக்கும். வாமகாந்தம் தக்ஷிணகாந்தம் என்று இரண்டு உண்டு. ஒன்று மற்றொன்றைத்தான் தேடும்; தன்னைப் போன்றதுடன் குலவாது. செப்புக் கம்பியும் நாகக் கம்பியும் சேர்ந்தே மின்சாரம் உண்டாக்கும். ஒரே இனம் மின்சாரத்தை உண்டாக்காது. ஆண் பெண்ணைப்பற்றிப் பேசாவிட்டால், சித்திரிக்காவிட்டால் மின்சாரம் போன்ற இன்பம் உண்டாகாது...”

குமரன் ஓவியத்தின் தத்துவத்தைப்பற்றி இன்னும் விரிவாகப் பேசியிருப்பான். பார்வையற்ற பெண் என்னும் காரணத்தினால் ஆளாகத் தகுந்த புள்ளி வேண்டும் என்ற கோணல் கருத்துடனேயே மணந்துவிட்டான். பார்வையோ வந்துவிட்டது. தன் எண்ணம் அம்பலமாகிவிட்டது. அந்தக் குற்றத்தை மறைப்பதற்காக ஓவியத்தின் தத்துவத்தைப்பற்றி நீளமாகப் பேசிக்கொண்டே போனால் முக்கிய விஷயம் மறந்துபோய்விடக்கூடுமல்லவா? ஆனால் சுசீலாவின் கண் மட்டுமின்றி மனமும் விழிப்புடனேயே இருந்ததினால் அதற்கு சந்தர்ப்பம் சிக்கவில்லை. விறுக்கென்று எழுந்து நிலைக்கண்ணாடியின் முன் போய் நின்று பார்த்துவிட்டு படத்தை உற்றுப் பார்த்தாள்.

“ஆஹா... படம் ரொம்ப நன்றாயிருக்கிறது!”

மனைவி கிண்டலாகப் பேசினதாகத் தோன்றியபோதிலும் ஒரு பாவமும் அறியாதவனைப்போல் “நான் கொஞ்சம் நன்றாகவே எழுதுவேன் என்று பெயர் வாங்கியிருக்கிறேன். கண்காட்சிகளில் பரிசு அளித்திருக்கிறார்கள்” என்றான் குமரன்.

மறு நிமிஷத்தில் நீலநிற ஆகாயத்தில் கருமேகம் செல்லும்பொழுது பூமியில் படரும் நிழல்போன்ற ஒரு சாயல் அவள் முகத்தில் தோன்றி மறைந்தது.

"பெண்ணை நன்றாக எழுதுவீர்களென்று பரிசாக்கும்! அதற்கு நான் ஆள்... அதற்குத்தான் இந்தக் கல்யாணம்! சபாஷ்!" என்று அடுக்கினாள்.

உண்மையை ஒப்புக்கொள்ள குமரன் என்ன ஹரிச்சந்திரனா?

"அப்படியெல்லாம் நினைக்கும் மூடன் நான் அன்று. கலை சொத்துரிமை பாராட்டுவதில்லை, கலைக்கும் துறவுக்கும் உறவு உண்டே அன்றி பொருளாதாரத்துடன் இல்லை. இந்தத் தத்துவம் தெரிந்தால்..."

குமரன் தன் சமாதானத்தை முடிக்கமுடியவில்லை.

"நான் ஒருவிதமான தேவடியாள். அதுதானே உங்கள் கலியாணத்தின் ரகஸியம்."

"அப்படியெல்லாம் இல்லை. வீணாக பழியைச் சுமத்தாதே" என்றான் குமரன்.

புளியங்கொம்பைப்போல் அந்த பதிலைப் பற்றிக்கொண்டாள்.

"அப்படியானால் என் மீது கோபம் வர நியாயமில்லை" என்று சொல்லிக்கொண்டே பெண்புலி பாய்வது போல் எழுந்து படத்தைப் பிய்த்து சுக்குநூறாகக் கிழித்தெறிந்தாள். பங்குனி மாதத்து இளங் காற்றில் பறந்து விழும் வாதாம் பழுப்பைப் போல ஓவியத் துணுக்குகள் சிதறி விழுந்தன.

குமரன் வாயைத் திறக்கவில்லை, எரிமலை வாயைத் திறந்து கக்கியது போன்ற நிலையில், கலையும் கலைஞனும் கண்காட்சியும் எதிரே நிற்குமா...?

5. முத்தம்மன்

சில உத்தியோகங்கள் பார்ப்பது அதிருஷ்டவசம் என்பதில் சந்தேகம் இல்லை. தாலுக்கா ஆபீஸ் குமாஸ்தாவுக்கு கலை வளர்ச்சியிலோ சரித்திர ஆராய்ச்சியிலோ இறங்க நேரம் கிடைக்கும் என்று எதிர்பார்க்க முடியாது. என்னைப் போல பள்ளிக்கூடங்களின் இன்ஸ்பெக்டரா யிருந்தால் அப்படி அன்று. கலை முதலிய விஷயங்களில் ஈடுபட வேண்டுமான அவகாசம் கிடைக்கும்,

முத்தாபுரம் பள்ளிக்கூட பரிசோதனைக்குப் போயிருந்தபொழுது ஒருநாள் பிற்பகலில் வேண்டிய நேரம் கிடந்தது. எனக்கு வேலை ஒன்றுமில்லை. சும்மா உலாவலாம் என்று கிளம்பினேன். கிராமத்துக்கு ஒரு மைல் வடக்கே போயிருப்பேன். வேலி போட்டு அடைத்த அழகிய புளியந்தோப்பொன்று தென்பட்டது. அதைக் கண்டபிறகு அப்பால் செல்ல மனம் வரவில்லை. ஒருதரம் வேலிக்கு வெளிப்புறமாகத் தோப்பைச் சுற்றி வந்தேன். மேலண்டைப்புறம் தோப்புக்குள் போக ஒரு வழி இருந்தது. சாதாரண வழி அல்ல. இடுப்பு வேஷ்டி சட்டை இவைகளை வழித்துச் சுருட்டி ஊர்த்துவ தாண்டவத்தைப்போல் ஒரு காலை உயர நீட்டி கவட்டைக் கழியைத் தாண்டாவிட்டால் சட்டையும் சதையும் கருவமுள்ளில் மாட்டி பாவட்டாவாகி விடும். சட்டைக்கு ஒரே கிழிசலும் சதைக்கு ஒரு பழுதுமின்றி நான் உள்ளே சென்றேன்.

தோப்பு நடுவில் ஒரு சிறிய கோவில் இருந்தது. வாசலில் ஒரு கிழவன் குந்திக்கொண்டு பீடி பிடித்துக்கொண்டிருந்தான். நான் நெருங்கியவுடன்

பீடியை எடுத்து பின்புறமாக ஒளித்துக்கொண்டு "என்னா பாக்கிறீங்க?" என்றான்.

"ஒன்றுமில்லை கோவிலைத்தான்."

அவன் பின்புறமாக பீடியை எறிந்துவிட்டு "நான்தான் பூசாரி" என்றான்.

கோவிலுக்குள் நுழைந்தேன். அவனும் கோவிலுக்குள் நுழைந்து அழுக்கு பிடித்த ஒரு தாம்பாளத்தில் சூடம் வைத்துக் கொளுத்தி விக்ரஹத்தின் முகத்திற்கெதிரில் பிடித்தான். அழகு கொஞ்சும் அம்மன் சிலை. சிலை அழகென்றாலும். தலை இடதுபுறம் சாய்ந்து துயரத்தின் களை வீசிக்கொண்டிருந்தது. துயரம் சந்தோஷம் இரண்டுக்கும் அப்பாற்பட்ட சாந்தமல்லவா சிற்பம் தெய்வங்களுக்கு விதித்திருக்கிறது? இந்த விக்ரஹம் வேறுகளையுடன் இருந்ததால் இது தேவதையா என்ற ஐயம் எனக்கு எழுந்தது.

பூசாரி கொடுத்த சாம்பலை நெற்றியிலிட்டுக் கொண்டே, "அம்மனுக்குப் பெயரென்ன?" என்றேன்

"முத்தம்மன்."

"இதுக்கு ஸ்தல புராணம் உண்டா?"

"அதென்னமோ தெரியாது. ஆனா செப்புத் தகட்டிலே பாட்டு எழுதியிருக்கு."

"அம்மனைப் பார்த்தால் ஆள் மாதிரி இருக்கே – அதுதான் கேக்கறேன்."

"அதென்னங்க சாமி அப்படிச் சொல்றீங்க...? அவ மகிமை இந்த ஊர் பிழைக்குது."

எனக்கு மட்டும் சந்தேகம் நீங்கவில்லை. "அந்தச் செப்பேடு எங்கே?"

"இப்பொ சொன்னீங்களே... அது சரி. அதுலெ அம்மன் வரலாறெல்லாம் எழுதி இருக்குன்னு எங்க பாட்டன் நான் புள்ளையாயிருக்கிறப்போ சொல்லி இருக்காரு. வேணாப் பாருங்க" என்று விக்ரஹத்துக்குப் பின்னாலிருந்த இருபத்தியொரு செப்பேடுகளைக் கொண்டுவந்து கொடுத்தான்.

அவ்வளவும் பாட்டு.

ஆதாரம் மலர்ந்திலங்க பிரும்மதண்டம் அரசின்கீழ்
வேதார்த்தம் விளக்கவந்த எங்கள் தொந்தி பாதாரவிந்தங்கள்
போதார்த்தம் விள்ளவே பாவியோம் தலையில் நாட்டிச்
சாகாத எழுத்தெழுதக் காப்பு

என்பது கணபதி காப்பென்று கண்டுபிடிக்க ரொம்பக் கஷ்டமாகிவிட்டது. அவ்வளவு எண்ணெய் பிசுக்கு! அவ்வளவு பாட்டுகளையும் தட்டுத் தடவிப் படித்துப் பொருள் கண்டுபிடித்த சிரமத்தையெல்லாம் உங்களுக்குக் கொடுக்க இஷ்டமில்லை. வரலாற்றை மட்டும் வசனத்தில் சொல்லலாம்.

ராஜாதி ராஜன் ராஜமார்த்தாண்டன் சோழ பூபதி (பெயர் ஏட்டில் சரியாகத் தெரியவில்லை.) சிங்காதனமேறிய காலத்தில் எழுந்த தாயாதி விவகாரம் ஒருவாறு முடிந்திருக்கிறதே அன்றி முற்றிலும் மறையவில்லை. சோழனுக்கு வெகுநாள் வரையில் மகனில்லாதிருந்தது தாயாதிகளுக்கு மனப்பால் குடிக்க இடமளித்துக்கொண்டிருந்தது. ஆனால் வயது முதிர்ந்த காலத்தில் சோழனுக்கு ஒரு ஆண் மகவு பிறந்ததும் அரசனுக்குப் பேரானந்தத்தையும் தாயாதிகளுக்கு எரிச்சலையும் தந்தது. மகனைப் பத்திரமாகப் பாதுகாக்க வேண்டுமே என்ற கவலை. அந்தக் கவலை கூட அரசனுக்கு ரொம்பநாள் நீடிக்கவில்லை. ஏனெனில் அரசனே மகன் பிறந்த பதினேழாவது நாளில் திடீரென்று மாரடைப்பால் காலமாகிவிட்டான். ராணிதான் திசையறியா மரக்கலத்தைப் போல் கலங்கினாள், மகனை தாயாதிகளினின்று இனி காப்பதெப்படி என்பதே கவலையாகிவிட்டது.

அரண்மனை தாதி முத்தாம்பா, ராணியிடம் குழந்தையைத் தான் இரவில் எடுத்துப் போய் காப்பாற்றிவிடுவதாக யோசனை கூறினாள். தண்ணீரில் முழுகுகிறவனுக்கு, துரும்பும் தெப்பக்கட்டையாய்த் தோன்றுமாமே... ராணி சம்மதித்தாள். அன்றிரவே குழந்தை, தாதி முத்தாம்பா வீட்டுக்கு எடுத்துச் செல்லப்பட்டது. தாதிக்கும் ஒரு ஆண் மகன் உண்டு; அதற்கு வயது 19 நாள்.

எடுத்துச் சென்ற நாற்பத்தி ஐந்து நாள் வரையில் ராஜ்யத்தில் எவ்விதத் தகராறும் இல்லை. ஏனென்றால் தாயாதிகளுக்கு குழந்தை அரண்மனையில் இருப்பதாகவே நினைப்பு. வாடியிருக்கும் கொக்கைப்போல குழந்தையை ஒழித்துவிட சந்தர்ப்பத்திற்காகக் காத்துக் கொண்டிருந்தார்கள்.

தாதி முத்தாம்பா தினம் இரு குழந்தைகளையும் இரண்டு மார்பில் விட்டு பாலூட்டி வளர்த்து வந்தாள். ஒரு குழந்தையின் தலையில் மட்டும் ஒரு பொன் குல்லாயும் மார்பில் முத்தாரமும் இடைவிடாது போட்டிருக்கும் – அதுதான் அரச குழந்தை. குழந்தையின் மீது காற்றுக் கூட படாதபடி அவள் வளர்த்தது கடவுளுக்குக் கூடத் தெரியாது. ஆனால் தாயாதிகளுக்கு விஷயம் எப்படியோ தெரிந்து விட்டது என்ற தகவல் நாற்பத்து ஆறாவது நாள் காலை பத்து நாழிகைக்கு தாதிக்குத் தெரியவந்தது. என்ன செய்வதென்று அவளுக்குப்

புரியவில்லை. அதற்காக யோசனை செய்யக்கூடிய அவகாசம் கூட கிட்டவில்லை, ஏனெனில் குதிரை மேல் ஏறிக்கொண்டு உருவிய கத்தியுடன் ஐம்பது பேர் தெருக்கோடியில் வருகிறார்கள் என்ற செய்தியை வீடுகூட்டி பதைபதைத்து தாதியிடம் வந்து சொன்னாள். முத்தாம்பா ஒரு வினாடி யோசித்தாள். மறு வினாடிக்குள் அரசனுடைய குழந்தையின் தலையிலிருந்த பொன் தொப்பியையும் கழுத்திலிருந்த முத்தாரத்தையும் கழட்டி தன் குழந்தைக்குப் போட்டாள். பிறகு இரண்டு குழந்தைகளையும் எடுத்து மார்புடன் அணைத்து பால் கொடுத்தாள்.

குதிரைகள் குளம்போசை வாசல் கதவண்டை நின்றது. சூறைக்காற்றைப் போன்ற வேகத்தோடு வீட்டிற்குள் இருபது வீரர்கள் உருவிய கத்தியுடன் புகுந்து அரசன் மகனைத் தேடிக்கொண்டு வடவண்டை அறைக்கு வந்தார்கள். சுவற்றோரத்தில் இரு குழந்தைகளுக்கும் தாதி பால் கொடுத்துக்கொண்டிருந்ததுதான் தாமதம், ஒரே பாய்ச்சலாகத் தாதியிடம் பாய்ந்தார்கள். முத்தாரத்து மோகராவை ஒரு கையால் இழுத்து விளையாடிக்கொண்டே குழந்தை பால் சாப்பிட்டுக்கொண்டிருந்தது. ஒருவன் முத்தாரம் போட்டிருந்த குழந்தையைப் பிடித்திழுத்தான். ஒருவன் வாள் மின்னிற்று. அத்துடன் குழந்தை இரண்டாயிற்று.

'ஐயோ' என்றலறினாள் தாதி. மறு நிமிஷத்தில் நூற்றுக்கணக்கான ஜனங்கள் கூக்குரலிட்டுக்கொண்டு அறைக்குள் புகுந்தனர். இவர்கள் யார் என்று தாதிக்கு விளங்கவில்லை. ஆனால் முதலில் வந்த கூட்டத்தினர்மேல் இவர்கள் ஆரவாரமிட்டுப் பாய்ந்து சின்னா பின்னப்படுத்தியபொழுதுதான் அரசனிடம் அன்பு கொண்ட கோஷ்டியார் இவர்கள் என்று விளங்கிற்று. தன் குழந்தை உயிர் போனது பெரிதாகத் தோன்றவில்லை. ஆனால் சூது வெளிப்பட்டு அவர்கள் திரும்பவும் மறு குழந்தையிடம் வந்துவிட்டால் மோசமல்லவா என்று தத்தளித்துக்கொண்டிருக்கும்பொழுது நல்லவேளையாக இவர்கள் வந்தார்கள்.

இரண்டு நாழிகை நேரம் வரையில் சந்தடி, சண்டை, கத்திவீச்சு, பிணங்கள். பிறகு கலகம் ஓய்ந்து அமைதி நிலவிற்று. அப்பொழுதுதான் அரசன் குழந்தை எங்கே என்று விசாரிக்க வந்தவர்களுக்குத் தோன்றிற்று. தாதி திரும்பவும் பழைய முத்தாரத்தைக் கழுவி அதையும் பொன் குல்லாவையும் அரசன் குழந்தைக்கு மாட்டி வந்தவர்களிடம் காட்டினபொழுது செவிடுபட கோஷமெழுந்தது. ஓசை அடங்கவும் – 'வெட்டுண்டு கிடக்கும் அந்தக் குழந்தை யார்?' என்று ஒருவன் கேட்டபொழுதுதான் தாதி தன் தந்திரத்தை வெளியிட்டாள். 'ஆஹா ஹா' என்று சந்தோஷமும் துயரமும் கலக்க கூச்சலிட்டு தாதியின்

காலில் விழுந்தெழுந்தார்கள். அடுத்த நிமிஷம் அவ்வளவு கூட்டமும் அரண்மனையை நோக்கி ஓடி ராணியிடம் அவ்வளவு தகவலையும் உளறிக்கொட்டினார்கள்.

ராணிக்கு மகிழ்ச்சி உண்டாகவில்லை. துயரம் கரைபுரண்டோடிற்று. ஒன்றை பலியிட்டு ஒன்றைக் காப்பாற்றவேண்டுவதா? கடவுள் திருவுளம் என்று கதறினாள்.

இந்தக் கலகத்தின் நினைப்பு தேய ஒரு வாரமாயிற்று. ராணிக்கு அப்பொழுதுதான் ஒரு யோசனை உண்டாயிற்று. தாயாதிக் காய்ச்சலில் இனி போட்டியிட யாரும் மிச்சமில்லை. – நடந்த கலகத்துடன் பூண்டற்றுப் போயிற்று. ஆகையினால் தெளிவுடன், இளவரசனுக்குப் பிரதிநிதியாக, சோழபுரம் என்று பெயரிட்டிருந்த ஒரு முழு கிராமத்தையே முத்தம்மாபுரம் என மாற்றி இருபத்தியொரு செப்பேடுகளில் இவ்வரலாற்றையும் இந்த இனாம் சாஸனத்தையும் செய்யுளில் எழுதச் செய்து தன் முத்திரையையும் இட்டாள். அச்செப் பேடுகள்தாம் இந்த இருபத்தி ஒன்றும்.

செப்பேடுகளைப் படித்து முடித்துவிட்டு பூசாரியை நோக்கி "நான் சொன்னது போலத்தான் இருக்கிறது. இந்த விக்ரஹம்தான் தாதி முத்தம்மா" என்றேன்.

பூசாரி தலையை ஒரே ஆட்டாக ஆட்டி, "அதெல்லாம் இல்லிங்க. பாட்டு நெறடுன்னூட்டு எங்க பாட்டன் சொல்லுவாரு, ரொம்ப ரொம்ப தமிழ் படிச்சபேருக்குத்தான் புரியுமாம். அவர் இதெல்லாம் சொல்லலல்லியே... நீங்க என்னா படிச்சிருக்கீங்க" என்றான்.

பள்ளிக்கூட இன்ஸ்பெக்டரை பூசாரி பரிசோதிக்க ஆரம்பித்தால் இன்ஸ்பெக்டர் என்ன சொல்லமுடியும்?

கம்மென்று வாயை வைத்துக்கொண்டேன். மகாபலிபுரத்தில் மலையில் அடித்திருக்கும் ஒரு சிற்பத்தைப்பற்றி சரித்திர ஆராய்ச்சியாளர்கள் 'அர்ஜுனன் தபஸா, பகீரதன் தபஸா' என்று விவாதம் செய்து கொண்டிருக்கிறார்கள் அல்லவா? அத்துடன் இதையும் சேர்த்துக் கொள்ளட்டும் – முத்தம்மா தாதியா? தெய்வமா? ஆனால் முத்தம்மா புரம் எங்கே இருக்கிறதென்றால், அதையும் ஆராய்ந்து பார்க்கட்டும்.

6. நல்ல வீடு

அது ஒரு நல்ல கிராமம். வீடுகளெல்லாமே வரகு தட்டை போட்டு வேயப்பட்டிருந்தன. ஒரு வீடு மட்டும் விதிவிலக்கு. செமென்டால் தரை மெழுகி, மரம் போட்டு, மங்களூர் ஓடு மாற்றியிருந்தார்கள்; பளிச்சென்று சுண்ணாம்பு அடித்திருந்தார்கள். வாசலிலே, தேனீ வீடு கட்டுவதைப்போல ஆறு பட்டையாகக் கலியாணப் பந்தல் போட்டிருந்தார்கள். கிராமமாயிருந்த போதிலும் இங்கிலீஷ்காரரது ஆட்சியின் பழுத்த கனிகளாகிய போலீஸ் ஸ்டேஷன், தபாலாபீஸ், தாலுக்கா கச்சேரி– இவ்வளவும் இருந்தன.

அந்த ஊருக்கு மாற்றி வந்த புதுசில், உத்தியோகஸ்தர்களின் மனைவிகள் குடியிருக்க நல்ல வீடு கிடைக்காமையால், முதலில் ரொம்பத் தவிப்பார்கள். டவுன்களில் மின்சார விளக்கும் விசிறியும் கண்டு சுகம் அனுபவித்தவர்கள், கூரை வீட்டில் வசிக்க வேண்டுமென்றால், சூரியன், சாக்கடை ஜலத்தில் குளிப்பதைப்போல் – ஆகாதா? ஆனால், ஆகாச மட்டும் இவர்கள் துள்ளிக் குதித்தாலும் கடைசியில் மண்ணின் மடிமீது வந்து விழும் கல்லைப் போல, கூரை வீட்டு வாசத்திலேயே கதியின்றிச் சமாதானம் அடைவார்கள். விதிவிலக்கென்றோமே அந்த வீடு முதலில் ஒவ்வொரு உத்தியோகஸ்தர் மனைவியையும் கவரும். ஆனால், அந்த உற்சாகம் வெகுநாள் நீடிப்பதில்லை. காரணம் காட்டாமல், ஒரு வாரத்திற்கெல்லாம் அந்த வீட்டைக் காலி செய்துவிடுவார்கள்.

ஹெட் கான்ஸ்டேபிள் மருதநாயகம் பிள்ளை அன்றுதான் மாற்றலாகி அங்கே வந்தார். வரும்பொழுதே ஒரு பெரிய அசட்டுத்தனத்தைச் செய்துவிட்டார்.

கற்பகவல்லி வண்டியை விட்டு இறங்கியதுதான் தாமதம்; பலாப்பழத்தை ஈ மொய்ப்பது போல ஒரு பெரிய கூட்டம் சேர்ந்து விட்டது – கிராமத்து ஆண், பெண், 'அரை டிக்கட்' அடங்கலும். கூட்டத்துக்குப் பின்புறத்திலிருந்தவர்கள் கற்பகவல்லியைப் பார்த்துக் கிசுகிசுத்துக் கொண்டிருந்தார்கள்.

பெண் பிள்ளை: "ஆமாம், ஹேட் பெண்ஜாதியா இவங்க?"

ஆண் பிள்ளை: "இருக்கும்."

பெண் பிள்ளை: "பார்த்தா, ஹேட் பொம்பிள்ளையாத் தெரியல்லே. அதிலேயும் குடுத்தனக்காரியாத் தோணல்லே..."

ஆண் பிள்ளை: "ரொம்பக் கண்டூட்டே! இந்த நாளிலேதான் குடுத்தனக்காரிக்கும் மைத்தவாளுக்கும் வித்தியாசமே தெரியறதில்லையே."

உண்மையில், பெண் பிள்ளை சொன்னதில் ஓரளவு மெய் இல்லாம லில்லை. இன்றைக்கெல்லாம் ஹேட்டுக்குச் சம்பளம் முப்பதுக்கு மேல் இருக்க முடியாது. ஆனால், அவர் மனைவியைப் பார்த்தால் நாசூக்கான நகரத்து தாசி, கிராமம் பார்க்க குறைந்த சுருதியில் ஆடை ஆபரணம் அணிந்து வந்திருந்தது போலிருந்தது. காலிலே பாதசரம். இடுப்பிலே ஒட்டியாணம். கழுத்திலே காசுமாலை. மூக்கிலே, காதிலே, வெள்ளை. நெற்றியிலே விபூதி. புருவ நடுவே குங்குமம். அள்ளிச் செருகிய தலைமயிர், வயதுக்கேற்ப, கொய்யாக் கொம்பு போன்ற வழவழப்பான உடல்; அதை எடுத்துக்காட்டும், பாடி–ஜாக்கெட். கராச்சிப் புடவை. பின்னே அப்படிப் பேசமாட்டார்களா?

ஹேட் மனைவி கும்பலைத் திரும்பிக் கூடப் பார்க்கவில்லை. வண்டியை விட்டு இறங்கியதும் இறங்காததுமாக 'நல்ல வீடு பாருங்க; எல்லாம் கூரையாக் கிடக்குதே' என்று உத்தரவிட்டாள்.

ஊருக்கு வந்த பதினைந்து நிமிஷத்துக்குள் எட்டுத் தெருவையும் சுற்றியாகி விட்டது. சுமார் என்று நினைக்கக்கூடிய வீடுகளில் ஒரு வீடு சாணி வாசனையாய்ப் போய்விட்டது. ஒன்று நெல் குதிரும் அந்துப்பூச்சியுமாகிவிட்டது. மற்றொன்று வீடா முள்ளுப் படுக்கையா என்ற சந்தேகத்தைக் கிளப்பிற்று. வேறொன்று நடவுக்கு லாயக்கா யிருந்தது. சை! ஒன்றும் உபயோகமில்லை! மிஞ்சி நின்றது விதிவிலக்கு என்றோமே அந்த வீடுதான். அதைப் பார்த்ததும், 'ஆலையில்லா ஊருக்கு இலுப்பைப்பூச் சர்க்கரை' என்றாள் கற்பகவல்லி,

அடுத்த அரை மணிக்குள் அந்த வீட்டுக்குக் குடியேறிவிட்டார்கள் ஹேட்டும் மனைவியும்.

அன்றிரவு அடுத்த வீட்டு மாட்டுத் தரகனின் பெண்ஜாதியுடன் ஊர்ச் சங்கதிகளை விசாரித்துக்கொண்டிருந்தாள் கற்பகவல்லி.

“இந்த வீடுகூட இல்லாத போனா வந்த வண்டியிலேயே திரும்பிப் போயிருப்பேன்! நல்லவேளை! இதுவாவது கிடைத்தது” என்று இவள் கூறினாள்.

“ஆமாம், ஆமாம்” என்று ஊக்கக் குறைவோடு பதில் சொன்னாள் தரகனின் மனைவி.

“அதேன் அரை மனசாச் சொல்றீங்க?”

“அரை மனசெல்லாம் இல்லே” என்று மழுப்பினாள் அடுத்த வீட்டுக்காரி.

மறுநாள் வாரச் சந்தை. காலை மணி எட்டு இருக்கும். ஹேட், ஆபீஸுக்குப் போயிருந்தார். கற்பகவல்லி உள்ளே ஏதோ பாத்திரம் கழுவிக் கொண்டிருந்தாள்.

“அம்மா!” என்று ஒரு குரல் கேட்டது.

“யாரது?” என்று வெளியே வந்தாள் கற்பகம்.

ஒரு கிராமத்தான். காலிலே கனத்த செருப்பு. தலை முதல் முழங்கால் வரையில் மறைக்கும் அழுக்குப் படிந்த பெரிய துப்பட்டி போர்த்தியிருந்தான்.

“என்ன?”

“ரெண்டு இட்லி குடுங்க...”

ஹேட் மனைவிக்குத் தூக்கிவாரிப் போட்டது. பொறுக்கி எடுத்த வீடு கூட உதவாமல், ஆப்பக்காரியாகும் கதி வந்து விட்டதே! ரௌத்திரம் பொங்க “இல்லை” என்று வெட்டினாற்போல் பதில் சொன்னாள்,

கோபத்தின் கருத்து கிராமத்தானுக்குப் புரியவில்லை.

“பின்னே, உப்புமா இருக்குதா?” என்றான் பொறுமையாக.

“இது கிளப்பில்லே” என்று முகத்திலடித்தாள் கற்பகம்மாள்.

“இருந்துச்சே. எங்கே போயிடுச்சு?”

“எமலோகம்” என்று கதவைப் படாரென்று சாத்திக்கொண்டு உள்ளே போய்விட்டாள்.

கிராமத்துக் கிளப் இருந்த இடமே தாங்கள் வசிக்கும் வீடு என்று தெரிந்தது முதல் கற்பகவல்லியின் மனசு அலைபுரண்டது. தன்

நாசூக்குக்கும் ஹேட் மனைவியின் அந்தஸ்துக்கும் அதனால் எவ்வளவு இழிவு ஏற்பட்டுவிட்டது! சந்தைக்குச் சந்தை இதே தொல்லையாகவல்லவா போய்விடும்! பதில் சொல்லியே வாய் நோகுமே! ஆதியில் பக்கத்து வீட்டுக்காரி ஊக்கக் குறைவுடன் பேசினாளே; இதனால்தானோ?...

பகல் ஒரு மணிக்கு ஹேட் வீடு திரும்பினார்.

“நம்ப வேறே ஊடு பாக்கணும்.”

அவளைத் தொட்டுத் தாலி கட்டினது முதல் ஹேட்டுக்கு ஏற்பட்ட அனுபவமல்லவா இது? அமைதியை இழக்காமல் “ஏன்? வந்து முழுசாக ஒரு நாள்கூட ஆகவில்லையே” என்றார்.

“அதெல்லாம் முடியாது. காலையிலே வந்து இட்லி, காபி கேக்கறானுங்க. இது எப்பவோ காபிக் கடையாய் இருந்துச்சாம்.”

ஹேட்டுக்கு மனைவியை மீறிப் பேசும் வழக்கமே கிடையாது. இருந்தாலும் முதலில் இருவருமாக ஊரைச் சுற்றிப் பார்த்த தைரியத்தில் “இங்கேதான் நல்ல வீடு ஒண்ணுமே காணலியே” என்றார் மெதுவாக.

“என்னை ஆப்பக்காரின்னு பார்த்தீங்களா?”

ஹேட் என்ன பதில் சொல்வார்? “கோவிச்சுக்காதே” என்று தாழ்ந்துபோனார்.

இரண்டு பேருமாக மறுநாள் வீடு பார்க்கப் புறப்படும் நேரம். மேகத்தில் காணும் மின்னல் போல் 182–ஆம் நம்பர் கான்ஸ்டேபிள் திடீரென்று எதிரே முளைத்து, கைகாட்டி மரம் ஏறுவது போல சலாம் வைத்தான்.

“டி.எஸ்.பி. வந்திருக்காங்க. எங்கேயோ காம்ப் போகணுமாம். கூட்டிவரச் சொன்னாங்க.”

எனவே, வீடு பார்க்கும் வேலை அப்பொழுது தடங்கல் பட்டுவிட்டது.

ஹேட் ஊருக்குப் போன அடுத்த நாள் காலை மணி ஏழு இருக்கும். கற்பகவல்லி தெருவைப் பார்த்து, தலைவாரிக்கொண்டிருந்தாள். எதிர்ச் சாரியிலிருந்த வேப்பமர நிழல், வெயிலை வெட்டும் அரிவாளைப் போலக் குறுக்கே விழுந்து கிடந்தது. அவள் மனம் எந்த உலகில் மூழ்கிக் கிடந்ததோ! சாம்பல் வர்ணத் துப்பட்டி போர்த்தியிருந்த ஆள் ஒருவன் 'தோசை இருக்கா' என்றான். அயர்ந்திருக்கும் சமயத்தில் அடிவயிற்றில் அடித்தது போல் திடுக்கிட்டுத் தெருப் பக்கமாய்ப் போனாள் – அந்த ஆளுடன் சண்டை போட. ஆனால் தெருவில் ஒரு ஆளைக்கூடக் காணோம். லேசான காற்றில் வேப்ப மர நிழல்

மட்டும் அசைந்துகொண்டிருந்தது. வீட்டைப் பற்றிய நினைப்பு எவ்வளவு தடித்திருந்தது என்பதற்கு இது ஓர் அத்தாட்சி!

புருஷன் திரும்பி வந்ததும் வேறு வீடு பார்த்துவிட்டுத்தான் மறு காரியம்!

அடுத்த வாரச் சந்தை. இரவு எட்டுமணி வரையில் போன ஹேட் திரும்பி வரவில்லை. சாப்பாட்டுக்குப் பிறகு ரேழியில் உட்கார்ந்து கற்பகவல்லி வெற்றிலை போட்டுக்கொண்டிருந்தாள்.

யார் யாரோ தெருவில் கும்பலாகப் போய்க்கொண்டிருந்தார்கள். ஒருவன் மட்டும் வீட்டு ஓரமாகத் தயங்கித் தயங்கிச் சென்றான். கிராப்புத் தலை, வெள்ளைச் சட்டை, சிவப்பு உருமாலை – இவ்வளவும் தென்பட்டன. வீட்டுக்கு அப்பால் அந்த ஆள் எட்டிப்போன பிறகும் ஸெண்ட்டு வாசனை மரத்தைவிட்டுப் போக மனமில்லாத பிசாசைப் போல் அங்கே சுற்றிக்கொண்டிருந்தது. அந்த ஆள் யார்? வீட்டைக் குறிப்பாய்ப் பார்ப்பானேன்? கிளப்புக்கு வரும் ஆசாமியோ? ஆனால் நல்ல வேளை! டீ இருக்கா என்று கேட்கவில்லையல்லவா? அதுவே கற்பகவல்லிக்கு ஆறுதலாயிருந்தது.

அரை மணி ஆயிற்று. கை விளக்கைக் குறைத்துச் சுவரருகே வைத்துக் கதவைத் தாழிட்டு விட்டுப் பாயில் படுத்தாள் : "மண்ணாய்ப் போன டி.எஸ்.பி. காம்ப் என்றால் இவர்களுக்கெல்லாம் மாமியார் வீடு மாதிரி 'ஓசி' அல்லவா? ஒரே கொண்டாட்டம். வீடு பார்க்கத் தடங்கலாய்... பூனையாய் முளைத்தானே... படுபாவி."

இப்படி வைதுகொண்டே பெருமூச்செறிந்தாள்.

"அம்மா" என்று லேசாகக் கூவிற்று ஒரு குரல்.

வாசல் கதவைத் திறப்பதற்கு யோசனை. "அரைச் சாப்பாடு போடுங்க" என்று யாராவது வந்து விட்டால்–? அப்படிக்கின்றி ஹேட்டினிடமிருந்து சமாசாரமாயிருந்தால்–? எப்படி வேண்டுமானாலும் இருக்கட்டும் என்று நினைத்து, உள்ளே இருந்தபடியே "யாரது?" என்றாள்.

"ஐயா சாவடியிலே இருக்காக."

கற்பகவல்லிக்கு ஒரே ஞாபகம். வீடு மாற்றுவது. அதற்காக ஹேட் ஞாபகம். ஆகையால் கதவைக் கூடத் திறக்கத் தோணவில்லை.

"வந்துட்டாங்களா?"

"ஹும்."

"அங்கே ரொம்ப ஜோலி இருக்குதா?"

"இல்லை. இதோ வருவாரு."

அப்புறம் தெருவில் குரல் கேட்கவில்லை. கற்பகவல்லி எழுந்து படுக்கையில் உட்கார்ந்தாள். பதினைந்து நிமிஷம் ஆகியிருக்கும். வாசல் கதவிலே லேசான தட்டு விழுந்தது.

அவசரமாக எழுந்து போய், கதவைப் பாதி கூடத் திறக்கவில்லை. கதவைத் தட்டினவர் ஓசைப்படாமல் விறுக்கென்று உள்ளே நுழைந்தார். கம்மென்ற வாசனையும் கூட நுழைந்தது. கற்பகவல்லி பதறிப்போனாள். வீட்டு ஓரமாகப் போனானே... அதே பேர்வழி.

அவளுக்குண்டான திகிலைவிட வந்த ஆளின் திகில் பலமடங்கு அதிகமாயிருந்தது. மெதுவாக, ஒன்றும் பேசாமல், வாயை மூடிக் காட்டி விட்டு, பின்னால் நகர்ந்து, தெருவை எட்டி, வேகமாக கடையைக் கட்டினான் கிராம மைனர்.

"இது கிளப்பாக இருந்ததா அல்லது--"

இந்த யோசனைக்கு முடிவு காணும் முன்பே அடுத்த வீட்டுக்காரி வாசல் கதவண்டை வந்து விட்டாள்.

"யாரது? உங்கள் ஊட்டுலே திருடன் மாதிரி நுழைஞ்சுட்டு ஓடறது? புருசன் வந்துட்டாரா?"

அளவுகடந்த அவமானத்தால் கற்பகவல்லி வாயைத் திறக்கக் கூடவில்லை.

"ஒங்களுக்குத் தெரியாதாங் காட்டியும்! இந்த ஊட்டுலே முன்னே ஒருமாதிரி பொம்பிள்ளை இருந்துச்சு. பேருக்குக் காபிக் கடை" என்று இழுத்தாற்போல் விளக்கினாள்.

கற்பகவல்லி மௌனமாகத் தலையில் அடித்துக் கொண்டாள்.

"அந்துப்பூச்சி வீடானாலும் சரி. ஆலமரத்தடியானாலும் சரி, இனிமே இது இல்லே" என்று சொல்லிக்கொண்டே வீட்டுக் கதவைப் பூட்டுகிற சமயம், பூட்ஸும் காக்கிச் சட்டையுமாக ஹேட் குறடு ஏறினார்.

"தூக்குங்க சட்டி பானையை" என்றாள் கற்பகவல்லி.

7. நேஹால்

“உங்களைப் பைத்தியமென்றேதான் நினைத்தேன்.”

“இப்பொழுது?”

“அப்படியில்லையோ என்ற சந்தேகம் வந்திருக்கிறது. குடியானவனுக்கு – அதிலும் குடியானப் பெண்ணுக்கு படிப்பெங்கே வரப்போகிறதென்று நினைத்தேன். நேஹால் சகலகலாவல்லி ஆகிவிட்டாள் – தங்கள் கருணையால். எரு வாருகிற பெண்ணுக்கு ராணி பதவி கிட்டுமா என்று திகைத்தேன். அந்த அதிசயம் நடந்துகூடவிடுமோ என்று இப்பொழுது தோன்றுகிறது.”

“உனக்குச் சம்மதமா?”

“யானையை எனக்கு இனாமாகத் தருகிறேன் என்கிறீர்களே, என்னால் தாங்கமுடியுமா?”

“ராஜா உன்னை சீர்கேட்டு விடுவார் என்று நினைக்கிறாயா?”

“இல்லை, சூரியன் எட்டத்திலிருக்கும் வரையில் வயலுக்கு நல்லதுதான். வயலிலேயே வந்து கூடாரம் அடிக்கிறேனென்று சொன்னால் எப்படியிருக்கும்?”

“சம்மதம் இல்லை என்றாவது சொல்லிவிடேன்.”

“எனக்குச் சொல்லத் தெரியவில்லை. குழந்தையையே கேட்டுவிடுகிறேன்.”

“இரு. அவசரப்படாதே. கடைசியாகச் சொல்லவேண்டியவளிடம் இப்பொழுதே சொல்லக்கூடாது, உன் அபிப்பிராயத்தைச் சொல்லு.”

"நீங்களே சொல்லுங்களேன் – நான் சம்மதப்படலாமா?"

"அட அசடே... தெரியாமலா உன் குழந்தைக்குப் படிப்பு சொல்லிக்கொடுக்க வந்தேன் என்று நினைக்கிறாய்? எட்டு வருஷத்திற்கு முன்பு ஒரு நாள் உங்கள் தெரு வழியாகச் சென்றேன். உன் வீட்டு வாசலில் ஒரு எருமை மாடு நின்று கொண்டிருந்தது. பின்னால் ஒரு ஒன்பது வயதுச் சிறுமி சாணி நிரம்பிய தட்டுக்கூடை ஒன்றை தலையில் வைத்துக் கொண்டிருந்தாள். இடுப்பிலே ஒரு கந்தல்; கருப்பு சுங்கடி. தோள் மீது ஒரு பச்சைப் புடவையின் துண்டை மேலாக்காகப் போட்டிருந்தாள். அச்சிறுமியைப் போன்ற அழகியை நான் அதுவரையில் எங்கும் பார்த்ததில்லை. அப்படியே மரமாகிவிட்டேன். மறு நிமிஷம் எருமை சாணம் போடும் சமயம். தலையில் தட்டை வைத்தபடியே சிறுமி கைகளை ஏந்தினாள். என்னை அறியாமலே நான் கொஞ்சம் சிறுமியண்டை நகர்ந்துவிட்டேன். விரிந்த தாமரை போன்ற கைகளிலே பளிச்சென்று என் கண்ணில்பட்டன சில ரேகைகள். என் ஆச்சர்யம் அளவு கடந்துவிட்டது. அழகின் ராணி என்று நான் கருதிய பெண் உண்மையிலேயே ராணியாவாள் என்று ரேகை சொல்லிற்று. அந்த நிச்சயத்தில்தான் நானே உன் பெண்ணுக்குப் படிப்பு சொல்லித்தர முன்வந்தேன் – என்னைப் பைத்தியமென்று சொன்னபோதிலும். ரேகை சாஸ்திரம் பொய்யல்லவென்று இப்பொழுது தெரிகிறதா? இவ்வளவும் எதற்காகச் சொல்ல வந்தேனென்றால் இதையெல்லாம் உன்னிடம் முன்பு சொன்னதில்லை. இரண்டாவதாக, என்னை அபிப்பிராயம் சொல்லச் சொல்லுகிறாய் அல்லவா, அதற்காகத்தான். நீ சந்தோஷமாகச் சம்மதிக்கலாம். இந்த மாதிரி நடப்பதை எதிர்பார்த்துத்தானே நான் ராஜகுமாரிக்கு வேண்டிய பயிற்சியை உன் பெண்ணுக்கு அளித்து வந்திருக்கிறேன். இன்னுமொன்று. நாமெல்லாம் சம்மதிக்காவிட்டால் கூட – நேஹாலே சம்மதிக்காவிட்டால் கூட – நேஹால் நிச்சயம் ராணியாவாள்."

"சுவாமி... சரி. உங்கள் ஆசீர்வாதம் இருக்கும்வரை எனக்குத் தைரியம்தான்."

பேசிக்கொண்டிருந்தவர்கள் முத்கல் நகரத்துக் குடியானவன் ஒருவனும், அதே நகரத்துக் கிழபிராமணர் ஒருவரும். பிராமணர் மேலே சொன்னார்.

"இனி நான் தாராளமாக விஜயநகரம் சென்று அரசனைக் கண்டு வரலாம். போய்வரட்டுமா?"

"நீங்கள் வர எவ்வளவு காலம் ஆகும்?"

"இந்த வளர்பிறைக்குள் வருவேன். பௌர்ணிமையன்று பொன்னான

செய்தியுடன் வருவேன், பூவை ராஜ வண்டுக்கு அளித்திடுவேன்."

"எனக்காக இவ்வளவு கஷ்டப்படுகிறீர்களே... உங்களுக்கு நான் என்ன பதில் செய்யப்போகிறேன்?"

"உன்னிடத்தில் உபகாரத்தை எதிர்பார்க்கவில்லை. எனக்கென்னவோ அன்றாட ஜீவனத்திற்குக் கஷ்டம்தான். என் குடும்பம் பெரிது. ஆனால், எனக்கொரு பித்து உண்டு – ரேகை சாஸ்திரம். தினம் இரண்டு கையைப் பார்த்தால் போதும். பணமோ உணவோ தேவை இல்லை. நான் நினைத்தபடி நடந்தால் அதுவே எனக்குப் பணமும், உணவும் சொர்க்கமுமாகும். அந்தப் பித்துதான் உங்கள் குடும்பத்தில் என்னைப் புகவிட்டிருக்கிறது. யானை வரும் பின்னே, மணி ஓசை வரும் முன்னே, காலம் வரும் பின்னே, கை ரேகை வரும் முன்னே, ஞாபகமிருக்கட்டும், பௌர்ணிமையன்று திரும்புவேன்."

2

ரேகை சாஸ்திரி விஜயநகரை அடைந்து அரசனைக் காண வேண்டியதற்கு ஏற்பட்ட வெற்றிலை, பாக்கு, தேங்காய், புஷ்பம், எலுமிச்சம்பழம் முதலியவைகளை வாங்கிக்கொண்டார். வழக்கத்தில் இல்லாத ஒரு பொருளையும் வாங்கினார் – அதாவது விரலி மஞ்சள்.

இவைகளை எல்லாம் முறைப்படி வைத்து எடுத்துக் கொண்டு அரண்மனைக்கு இடதுபுறமிருந்த திவான் கச்சேரிக்குச் சென்றார். கச்சேரி பெரிய நாற்பதுகால் மண்டபம். நடுவில் பெரிய பளிங்குமேடை. அதில் வெல்வெட் மெத்தை, திண்டு, திவாசுகள் போடப்பட்டிருந்தன. மையத்தில் திவான் உட்கார்ந்திருந்தார். கச்சேரி நேரம். ஜனங்கள் கும்பல் கும்பலாகத் தங்கள் வழக்குகளையும் மனுக்களையும் திவானிடம் சமர்ப்பிப்பதும், அவர் தீர்ப்பு கூறுவதுமாக இருந்தது.

இந்த அமளி ஓயும் வரையில் சாஸ்திரி பொறுமையாக இருந்தார். பிறகு திவானுக்கு முன்சென்று வணங்கிவிட்டு தனிமையில் தான் பேச விரும்புவதாகத் தெரிவித்தார். முன்பின் அறியாத ஒருவர் தனிமையில் பேச விரும்புவதற்கு இணங்கலாமா என்று திவான் ஒரு நொடி நேரம் யோசித்தார். சாஸ்திரியின் பக்கத்திலிருந்த சிறப்பு தென்பட்டது. ஒருவாறு சமாதானமடைந்து மண்டபத்தில் இருப்பவர்களை வெளியேறும்படி திவான் உத்தரவிட்டார். மண்டபம் காலியாகிவிடவே, தான் வந்த காரியத்தையும் காரணங்களையும் விளக்கிவிட்டு அரசனை பேட்டி காண விரும்பினார்.

வெறும் அரசியலாகவோ, குறைபாடாகவோ இருந்திருந்தால் சாஸ்திரியார் சொல்லி முடிப்பதற்குள் திவான் தீர்ப்பு சொல்லியிருப்பார். ஆனால் இது அரசியல் விஷயமன்று. அரசனுடைய அந்தரங்க வாழ்க்கையைச் சார்ந்ததாக இருந்தது. இருந்தாலும் அரசர்கள் அந்தரங்க வாழ்க்கை அரசியல் விளைவுகளை உண்டாக்கலாம். அரசனையும் குடியான பெண்ணையும் கற்பனையில் கூட திவானால் சேர்த்துப் பார்க்கமுடியவில்லை. ஆனாலும் தன் எண்ணங்களைத் தனக்குள் அடக்கிக்கொண்டு அரசருக்குச் செய்தி அனுப்பிவிட்டு, சாஸ்திரியுடன் அரண்மனை சென்றார்.

விஜயநகர அரசர் முதலாவது தேவராயர் தன் ஏகாந்த அறையிலிருந்தார். அறை முழுவதும் உயர்ந்த மணம் பரவியிருந்தது. அதற்கு முக்கிய காரணம் பொன்னால் செய்யப்பட்ட பாம்பின் படத்தில் சொருகப்பட்டு எரிந்துகொண்டிருந்த அம்பர் ஊதுபத்திக் கட்டுதான். பகல் பத்து நாழிகையாக இருந்தபோதிலும் அரசனுக்குப் பின்னால் கஞ்சுகம் அணிந்த பெண்ணொருத்தி மயில் தோகை விசிறியை அசைத்துக்கொண்டிருந்தாள்.

திவானும் ரேகை சாஸ்திரியும் அறைக்குள் நுழைந்தனர். சாஸ்திரி அரசரை மாமூல்படி வணங்கிவிட்டு, சிறப்பை மரியாதையுடன் நீட்டினார். திண்டின் மேல் சோர்ந்துகிடந்த வலக்கையை எடுத்து நீட்டி தட்டை வாங்குவதற்கு அரசருக்கு இரண்டொரு வினாடி ஆயிற்று. தட்டிலிருந்த சாமான்கள் ஒவ்வொன்றும் தெளிவாய்க் கண்ணில் பட்டன. ஆனால் ஒரு இடத்தில் காலியிருந்தது. மறுகணமே என்ன காணோம் என்பது சாஸ்திரிக்கு விளங்கிவிட்டது. விரலி மஞ்சள் இருந்த இடம் காலி, சாஸ்திரிக்குப் பிராணனே போய்விட்டது. அதற்குள் அரசன் கையை நீட்டி எலுமிச்சம்பழத்தைக் கையில் எடுத்துக்கொண்டு, தட்டை வாங்கி ஊதுபத்தி மேஜைமேல் வைத்துவிட்டார். அதற்குப் பிறகு சாஸ்திரி பத்து அடி பின்னால் நகர்ந்து நின்றார். மனம் விரலி மஞ்சள் காணாமற்போனதிலேயே லயித்திருந்தது.

அப்பொழுது திவான் அரசனிடம் நெருங்கி சாஸ்திரி வந்த விஷயத்தைச் சொன்னார்.

நந்தவனமென்றால் எல்லாவிதமான புஷ்பச்செடிகளும் இருக்கவேண்டும் அல்லவா? தேவராயருடைய ஜனானா ஒரு நந்தவனத்தைப் போல. ஆகவே அவருடைய முகம் மலர்ந்ததில் வியப்பொன்றுமில்லை.

“திவான்பாய், நானே இவருடன் பேசிக்கொள்கிறேன். நீங்கள் கச்சேரிக்குப் போகலாம். தேவையானால் கூப்பிட்டனுப்புகிறேன்” என்றார் அரசர்.

திவான் மறுமொழி கூறாது தயங்கி வணங்கிவிட்டு அறையை விட்டகன்றார்.

அரசருடைய பேச்சு சாஸ்திரியின் காதில் விழாமலில்லை.

திவான் வெளியில் சென்றதும், அரசர் முத்திரை மோதிரம் அணிந்த ஆள்காட்டி விரலை அசைத்தார், சாஸ்திரி குறிப்பை உணர்ந்து முன்னே நகர்ந்து அரசனுக்கு மறுபடியும் விநயத்துடன் வணக்கம் செலுத்தினார்.

“பண்டிதரே... நீர் ரேகை சாஸ்திரியா?”

“ஆமாம்.”

“அதை நம்பித்தான் இங்கே வந்தீரா?”

“மலரம்பு தழுவாத ஒரு ரதியை நம்பி வந்தேன். என் சாஸ்திரம் உதய வெள்ளியைப் போல.”

“சில நஞ்சைகளில் தழைகொழுத்திருக்கும், அதிலிருந்தே கதிர் ராசி குறைவு என்று நிச்சயம் செய்யலாம்.”

“சமூகத்தில், சாஸ்திரி சொல்லும் பேச்சில் கடுகளவு மிகை இருந்தாலும் விதிக்கிற நிபந்தனைக்குட்படுகிறேன். ரதி என்றால் புகழ்ச்சி என்று கருதுகிறீர்கள். அவள் வாணியும் கூட.”

“உங்கள் பேச்சு இனிப்பையும் மயக்கத்தையும் தருகிறது – கறுப்பஞ் சாறுபோல.”

மயில் விசிறி அசைத்துக்கொண்டு நின்றிருந்த பெண் சற்று வேகமாய் விசிறினாள்.

“பாட அனுமதி கொடுத்தால் நானே தெளிய வைத்து விடுகிறேன்.”

“ஹ்ம்.”

“என் குரலைப்பற்றி உயர்வாய் சொல்லிக்கொள்வதற்கில்லை. ஆகையால் சாகித்யத்தையும் பாவத்தையும் சமூகத்தில் கவனித்தால் போதுமானது.” வழியோரம் வனமல்லிகை

தேன்கோப்பை திறந்து வைத்து
அழகு பட்டுப்பூச்சி வரும்
அமுதளிப்போம் என்றிருக்க,
கார்முகிலாம் கருவண்டு
கள் வெறியில் குறிப்பின்றி
பாரிலெங்கும் பறந்துவந்து

கள் கிண்ணியைக் கண்ணுற்று.
காதல் நயம் காணாமல்
பாய்ந்ததந்த மலர்க்கிண்ணியில்!
காதலுக்கு ஏங்கும் மலர்
சாய்ந்ததையோ வேதனையில்!

"சபாஷ் சபாஷ் – இது யாருடைய பாட்டு?"

கேள்வி காதில் விழாதது போல பண்டிதர் பதிலளித்தார்.

"இதை ரதி பாடிக் கேட்க வேண்டும்!"

"பெயரே ரதிதானா?"

"நேஹால்."

"அழகிய பெயர். நான் கேட்டது வேறொன்று. பாட்டு யாருடையது?"

"அப்பெண்ணின் கற்பனை..."

"பெண்ணுடையதா... சிறிது தெளிவேற்படுகிறது."

"முற்றிலும் ஏற்பட்டு விடும். ரேகை சாஸ்திரம், ஜோதிஷம் இவைகளை எல்லாம் உலகத்தில் வயிற்றுடன் பிணைத்திருக்கிறார்கள். ஆகையால் எங்கள் பேச்சுக்கு மதிப்பு இல்லை. ஆனால் சமூகத்தின் அந்தரங்கமான ஆளை முத்கல் நகரத்துக் குடியான தெருவில் ஒன்பதாவது வீட்டைப் போய்ப் பார்த்து வரச்சொல்லுங்கள். போனவர் திரும்பும் வரையில் இங்கேயே இருக்கிறேன். பிறகு சமூகத்தைப் பார்க்கிறேன்."

"பண்டிதரே! உங்கள் பேச்சே போதுமென்று தோன்றுகிறது. ஆகாய மண்டலத்தில் எத்தனையோ நக்ஷத்திரங்கள் மினுக்குகின்றன. இன்னும் ஒன்று கூடுவதற்கு இவ்வளவு வடிகட்டிப் பார்க்க வேண்டியதில்லை. ஆனால், உண்மையில் பாட்டு வண்டைப் போல் தலையில் ரீங்காரம் இடுகிறது. வண்டைக் கொண்டு வாரும்."

"பூவைத் தேனீ கருதுவது போல் தாங்கள் கருதலாகாது."

"பண்டிதரே! ரஸமாகவும் பேசுகிறீர். ராணியே ஆக்கிவிடுவோம். பாட்டொன்றே எனக்குத் தெளிவு தந்து விட்டது. அதிருக்கட்டும், குடியான தெரு என்று பெண் இருப்பிடத்தைச் சுட்டிக் காட்டினீரே."

"ஆம். பெண் குடியான பெண்தான். விஜய நகரத்துப் பிரதாப தேவரைத் தவிர வேறு யாருக்கும் நேஹால் தகுதியாக மாட்டாள் என்பது என் நம்பிக்கை. வர்ண தர்மம் தங்களை பாதிக்காது."

"புஷ்பங்களுக்குள் இரண்டே ஜாதிதான் – மணம் உள்ளது, அற்றது. நீர்

இனிச் செய்ய வேண்டிய காரியம் இதுதான். அரண்மனையிலிருந்து சிறப்பெடுத்துச் சென்று பெற்றோர்களையும் நேஹாலையும் அழைத்து வாருங்கள். இங்கே மணம் முடித்து விடுவோம். அவற்றுடன் இதையும் எடுத்துப்போம். கோல்கொண்டா சுரங்கத்திலிருந்து சமீபத்தில் வந்த வைரம். நேற்றுதான் மோதிரம் கட்டி வந்தது. நேஹாலிடம் கொடுங்கள். உங்களையும் மறக்கமாட்டேன், தெரிந்ததா?"

பேச்சு முடிந்ததும் தேவராயர் திவானைக் கூப்பிட்டனுப்புவித்து தன் முடிவையும் உத்தரவையும் தெரிவித்தார். திவான் பதில் பேசவில்லை. ஆனால் முகத்தில் மலர்ச்சி இல்லை.

"திவான் பாய், ஞாபகமிருக்கட்டும். பொற்தகடொன்றில் அரசி நேஹாலுக்கு என்று பொறித்து நமது முத்திரையுடன் அனுப்பிவிடும்." – மறுநாள் அரண்மனைச் சேவகன் ஒருவன் பின்தொடர பண்டிதர் விஜயநகரத்தை விட்டு முத்கலுக்குக் கிளம்பினார்.

3

பௌர்ணிமை இரவு, நிலவு காய்ந்துகொண்டிருந்தது.

முத்கல் நகரத்தில், குடியானத் தெருவில் வீட்டு முற்றத்தில் தகப்பனும், தாயும் நேஹாலும் உட்கார்ந்திருந்தார்கள். தாயும் தகப்பனும் வெறும் குடியானவர்களல்லவா? சாப்பிட்டுவிட்டு தரையில் பக்கத்துக்கு ஒருவராகப் படுத்திருந்தார்கள். சகலகலாவல்லியான நேஹாலும் எவ்விதக் கலைச் செருக்குமின்றி வெறும் கிராமத்துப் பெண்ணைப் போல விவசாய விஷயமாக அவர்களுடன் பேசிக்கொண்டிருந்தாள்.

தகப்பனார் பேச்சில் கலந்தது போல தோன்றினாலும், அவர் மனது பௌர்ணிமையையும் ரேகை சாஸ்திரியையும் பற்றியே நினைத்துக் கொண்டிருந்தது. சிறிது நேரம் ஆவதற்குள் ரேகை சாஸ்திரியும் அரண்மனைச் சேவகனும் உள்ளே நுழைந்தார்கள்.

"இன்றுதானே பௌர்ணிமை" என்று சொல்லிவிட்டு ரேகை சாஸ்திரி சேவகனிடமிருந்த தட்டை வாங்கி தகப்பனண்டை வைத்தார்.

மணம் சொரியும் மலர் மாலைகள், ஒளி சொரியும் ரத்ன ஆபரணங்கள், வேலைப்பாடு மிகுந்த பொன் அணிகள், கோல்கொண்டா வைர மோதிரம், ஒரு பொற்தகடு, வெற்றிலை, பாக்கு, பழம், தேங்காய், மஞ்சள்– அவ்வளவும் இருந்தன.

பெற்றோர்கள் இருவரும் இன்பத்தில் மெய்மறந்தார்கள்.

"தட்டைவிட அதிலிருக்கும் பொற்தகட்டில் அதிக சிறப்பு இருக்கிறது, பார்" என்று சொல்லிக்கொண்டு அதை எடுத்து தகப்பனார் கையில் கொடுத்தார். 'ராணி நேஹாலுக்கு' என்று பொறித்து அரச முத்திரை இடப்பட்டிருந்தது.

உட்கார்ந்து பேசிக்கொண்டிருந்த நேஹால் எழுந்திருந்தாள். கண்ணைக் கட்டிக் கொண்டு விளையாடுகிறவர்களைப்போல் ஒரு வினாடி திசை தெரியாமல் கலவரமடைந்தாள். மறு நிமிஷம் விஷயங்களை ஊகித்துக் கொண்டுவிட்டாள். ஆனால் வாய்திறக்கவில்லை.

பெற்றோர்களும் வாய்திறக்கவில்லை.

"பௌர்ணிமையில் நாளைக்கும் கொஞ்சம் இருக்கிறது. காலையில் எல்லோரும் புறப்படவேண்டியதுதான். தட்டிலிருக்கும் ரத்ன மாலையை நிலவுப் பந்தலின் கீழ் நேஹால் கழுத்தில் அணிவியுங்கள்" என்றார் சாஸ்திரி.

இனி நேஹாலுக்கு விஷயத்தைத் தெரிவிக்காமல் முடியாதல்லவா? தகப்பனாரும், தாயாரும், சாஸ்திரியும் மாறி மாறி நேஹாலுக்குக் கிட்டிய அதிருஷ்டத்தைப் பற்றி விவரமாய்த் தெரிவித்தார்கள்.

நேஹால் அப்பொழுதும் சும்மாவே இருந்தாள். தட்டிலிருந்த ரத்ன மாலையைக் கையிலெடுத்து மகளுக்கு அணியப் போனார்.

"ஐயா, ஒரு வார்த்தை. இதை அணிந்துகொண்டால் என்ன பொருள்?" என்று ஒன்றுமறியாதவளைப் போலக் கேட்டாள்.

"இதை அணிந்துகொண்டால் நீ விஜயநகர ராணியாகிவிட்டாய் என்று பொருள். நாம் சம்மதித்து விட்டோம் என்று பொருள். இதற்குப் பிறகு நாம் பிறழமுடியாது."

நேஹால் பதில் சொல்ல ஐந்து நிமிஷத்திற்கு மேலாயிற்று. பூர்ணிமையின் பல்லாக்கு வான வீதியில் வந்து கொண்டிருந்தது. பல்லாக்குத் தூக்கும் போகிகளின் குரலைப்போல் காற்று விட்டுவிட்டு ஒலித்தது. ரேகை சாஸ்திரிக்கு இந்தத் தாமதம் தைரியமூட்டவில்லை. தன் கண் பொய்யா, கை பொய்யா, சாஸ்திரம் பொய்யா என்று கூட நினைக்கத் தொடங்கிவிட்டார். நேஹால் வாய்திறந்ததும் சாஸ்திரி பரபரப்படைந்தார்.

வாய்திறந்தாளே ஒழிய, பேசவில்லை; பாடினாள்.

மீனுக்கு முடி சூட்டி
மோனமாய் அரியணையில்
வீற்றரசு செலுத் தென்றால்,

"தண்ணீரும் தானும்
தவிர்க்க ஒண்ணாத் தோழர்கள்,
கூற்றுருவே அரசெ"ன்று
கும்பிட்டே சொல்லும்.

பண்டிதர் உலுக்கி விழுந்தார். தகப்பனாருக்குப் பொருள் புரியாவிட்டாலும், அவள் மனப்போக்கு விசதமாகிவிட்டது. சம்மதிப்பவளானால் வாய்திறவாது, தலையைத் தொங்கப் போட்டுக்கொள்ள வேண்டியதுதானே!

நேஹாலுக்கு இஷ்டமில்லையா? இந்தப் பெருமை முயன்றாலும் கிடைக்கக்கூடியதா? வலுவில் வந்திருக்கும்பொழுது சீதேவியை உதறி எறியலாமா?

"ஐயா, இவ்வளவு பெரிய பாக்யத்தை என்னால் தாங்க முடியாது. அந்தப்புரத்தில் ஐக்யமாகிவிட்டால் அப்பா ஏது, அம்மா ஏது? முத்கல் நகரத்துக் குடிசை ஏது? அரண்மனைக்கு நீங்கள் வரமுடியாது. நானும் அந்தப்புரத்திலிருந்து குடிசைக்கு வரமுடியாது. உங்களைப் பிறகு பார்ப்பதெப்படி? ராஜபோகத்திற்கு என்னை விற்க நீங்கள் துணிந்தாலும் உயிருடன் இருக்கையிலேயே உங்களைச் செத்தவர்கள் போல் கருதும் பாவி நெஞ்சம் எனக்கு இல்லை." நேஹால் கை விம்மித்தழையும் மார்பின் மீதிருந்தது. கண்களினின்று நீர் தாரையாய் வழிந்தது. மறுவினாடி, "அம்மா முடியாது, வேண்டாம்" என்று தேம்பிக்கொண்டு போய் கட்டிக்கொண்டாள்.

"அந்தப்புரத்து விதிகளைப் பற்றி பெண் சொல்வது சரிதானா?" என்று தகப்பனார் பண்டிதரைக் கேட்டார்.

"அது சரிதான். ஆனால் கொஞ்சம் நாள் கழிந்த பிறகு அதையெல்லாம் சாமர்த்தியமாக மாற்றிக்கொண்டு விடலாம்."

"சுவாமி... அதெல்லாம் நடக்காது. ஆற்றில் சுழல் மிதப்பது அமுக்குவதற்காகத்தான்; மீளமுடியாது, உங்கள் எல்லோருக்கும் நான் சொல்வது வருத்தமாய் இருக்கும். வேண்டாம், மன்னித்து விடுங்கள்."

"உன் கை பொய்யா, சாஸ்திரம் பொய்யா?"

"சுவாமி! எனக்கென்ன தெரியும்? வெறும் குடியான பெண்ணை வித்தையின் சிகரத்தில் ஏற்றினீர்கள். கோமகளின் சிம்மாதனத்தையும் அளித்தீர்கள். எனக்குப் பொசிப்பு வேண்டாமா? மன்னிக்க வேண்டும்."

பண்டிதர் பாதத்தில் நேஹால் விழுந்து வணங்கினாள். இரண்டு சொட்டு சூடான கண்ணீர் அவர் பாதத்தில் விழுந்தது.

அதற்குப் பிறகு சிறிது நேரம் சென்றது. நிலைமையில் எவ்வித மாறுதலையும் காணோம். பண்டிதர் ஒன்றும் பேசாமல், சேவகன் சிறப்பைப் பின்னால் எடுத்து வர, குடிசையை விட்டு விஜயநகரம் கிளம்பினார். மெய்யா, பொய்யா என்று தனக்குத்தானே அவர் சொல்லிக்கொண்டு போனதின் பொருளை சேவகன் எப்படி அறிவான்?

இவர்கள் வீட்டை விட்டு வெளியேறிய பிறகு நேஹாலின் தகப்பனாருக்குப் பெரிய கிலி பிறந்து விட்டது. பெரிய இடத்துப் பகைமையல்லவா?

4

விஜயநகரம் வந்து, தேவராயரின் முன் பண்டிதரும், சேவகனும் நின்றார்கள்.

அவர்களுடைய முகமே எல்லாவற்றையும் ஒப்புவித்துவிட்டது. அரசன் மனம் தீப்பிடித்தது. கடுமையான குரலில், "போன காரியம்?" என்றார்.

பண்டிதர் உடல் வெதற, "அந்தப் பெண்ணுக்குச் சம்மதமில்லை என்கிறாள்" என்றார்.

"அவள் சம்மதம் தெரிந்துகொள்ளாமலா இங்கே வந்தீர்?"

"அதில் எனக்குச் சந்தேகம் உண்டாகவில்லை."

"அரண்மனையில் எது எட்டிப் பழமாம்?"

"அந்த அசட்டுப்பெண் அந்தப்புரத்தில் சேர்ந்து போனால் பிறகு தாய், தகப்பனையே பார்க்கமுடியாதே என்ற ஒரே எண்ணத்தால்தான் சம்மதி மறுக்கிறாள்."

"பண்டிதரே! இனி அவள் சம்மதி தேவையில்லை. அவள் என்ன காரணத்திற்காக மறுத்தாலும், அழகில்லாமலே இருந்துவிட்டாலும், அவளைக் கைப்பற்றியே தீர்வேன்."

தன் விருப்பத்தைப் பூர்த்தி செய்துகொள்ள ஏதோ திட்டமான யோசனை தேவராயர் செய்துவிட்டார் என்று தெளிவாயிற்று. ஐந்து நிமிஷம் சென்றது. தேவராயருடைய கண் சேவகன் பக்கம் சுழன்று வந்தபொழுது, அவன் வணங்கி ஒரு வார்த்தை சொல்ல அனுமதி கேட்டான்.

"சொல்லு."

"அந்தப் பெண் குடியானவன் வீட்டில் பிறந்தே இருக்கக்கூடாது. குடியானவனுக்கு வாழ்க்கைப்படவும் முடியாது. ஹுஸுர்... அந்தப்புரத்தைத் தவிர அந்த அழகுக்கு இருப்பிடம் இருக்கமுடியாது."

"அவ்வளவுதானே, சரி, நீங்கள் போகலாம்."

சேவகன் ஸ்தானத்திற்குப் போய்விட்டான். சாஸ்திரிக்கோ தன் சாஸ்திரம் பொய்யாகிவிட்டதென்று கருதமுடியவில்லை; மெய்யாகி விட்டதென்றும் கருத முடியவில்லை. அரண்மனையைவிட்டு வெளியே வந்த சாஸ்திரி அன்று விஜயநகரத்தின் எல்லையில் ஒரு சத்திரத்தில் பொழுதை ஓட்டினார்.

நள்ளிரவில் விஜயநகரத்தைவிட்டு காலாட்படையும், குதிரைப்படையும் வெளியே சென்றன. இந்த ஓசையைக் கேட்டு எழுந்து பார்த்தார், படைகளுக்கு மத்தியில் மூடு பல்லாக்கொன்று சென்றது. அந்தப் பல்லாக்கையும் அதைச்சுற்றி எரிந்துகொண்டிருந்த தீவட்டிகளையும் கவனித்ததில் அதில் போவது அரசன்தான் என்று பண்டிதருக்குத் தெரிந்துவிட்டது.

அன்றைய தினம் பிற்பகலில் அரசர் திடீரென்று பிரயாணத் திட்டமொன்றை வகுத்து இரவே கிளம்பிவிட வேண்டுமென உத்தரவிட்டிருந்தார். பெரிய படையுடன் அரசன் விஜயநகரை விட்டுக் கிளம்பி அன்றிரவே துங்கபத்திரா நதிக்கரையைச் சேர்ந்தார்.

அரசன் பிரயாணங்களில் தன்னுடைய பஞ்ச கல்யாணிக் குதிரையைத்தான் கூடக் கொண்டு போவது வழக்கம். ஆனால், இப்பொழுது கூடக் கொண்டு வரும்படி உத்தரவிட்டிருந்த குதிரை வேறு; போர்க் குதிரை, நெற்றியில் வெள்ளைச்சுட்டி உள்ள இரும்பு வர்ணக் குதிரை; ரொம்பப் பொல்லாதது. நள்ளிரவில் அந்தக் குதிரையின் மீது தேவராயர் ஏறிக்கொண்டு குதிரைப்படைத் தலைவன் பின்தொடர, துங்கபத்திரா நதிக்கரையோரமாய்ப் பத்து மைல் நெருப்பைப் போன்ற கடுமையுடன் சவாரி செய்தார். பிறகு கீழே இறங்கி குதிரைப்படைத் தலைவனிடம் தன் யோசனையைத் தெரிவித்தார்.

"நம்முடன் வந்திருக்கும் குதிரைப் படையில் கருங்குதிரைப்படை வீரர்கள் ஐந்தாயிரத்தைக் கூட்டிக்கொண்டு இரவு பகலாக முத்கல் நகரத்துக்குச் சென்று குடியான தெரு ஒன்பதாவது வீட்டிலிருக்கும் நேஹாலை அப்படியே தூக்கிக்கொண்டு வந்துவிடவேண்டும். பெண்ணை அடையாளம் காட்ட ஒரு சேவகனை அனுப்புகிறேன், நான் கிளம்பிய நோக்கம் இதுதான். ராஜ்யத்தைப் பார்த்துவர என்று சொல்லிக் கிளம்பினேனே... அது ஒரு புரட்டு."

"ஹுஸூர், ரொம்ப அபாயகரமான யோசனையாய் இருக்கிறதே."

"ஏன்?"

"முத்கல் சுல்தான் பிரோஸ்ஷாவின் எல்லைக்குட்பட்டதென்று பாத்யம் கொண்டாடி வருகிறான் .தவிர, அவனுக்கும் நமக்கும் எப்பொழுதும் புகைச்சல்; எது சாக்கென்று காத்துக்கொண்டிருக்கிறான். இதைப் பிடித்துக்கொண்டு விஜயநகரத்தின் மீது போர் தொடுத்துவிடுவான். இதற்கு நாம் தயாரா? சமாளிப்போமா?"

"சமாளிக்க முடியுமா என்ற கேள்வியே எழவில்லை. முஸ்லீம்களின் ஆதிக்கம் தக்காணத்திற்குத் தெற்கே பரவாமல் தடுப்பதற்காகவே விஜயநகர சாம்ராஜ்யம் தோன்றிற்று. இதுவரை அந்த நோக்கத்தில் வெற்றியே பெற்று வந்திருக்கிறோம். பிரோஸ்ஷாவின் சலசலப்புக்கு நாம் அஞ்சக்கூடாது. வருவது வரட்டும். கருங்குதிரைப் படையுடன் கிளம்பும். நேஹால் என்னும் அப்பஞ்சவர்ணக் கிளியைப் பிடித்து வாரும். வலுவில் பாலும், பழமும் நீட்டி அன்புடன் அழைத்தோம், அது மறுத்ததாம். இப்பொழுது பிடித்துவந்து அந்தப்புரத்தில் அடைப்போம்."

அரசருடைய உத்தரவில் உறுதி தொனித்தது.

"சரி" என்றார் குதிரைப்படை வீரர்.

துங்கபத்திரா நதிக்கரையிலிருந்த கூடாரத்தை நோக்கி அரசனும், குதிரைப்படை வீரனும் குதிரைகளைத் திருப்பினர். அரசனுடைய குதிரை போன வேகம் சொல்லத்தரமன்று. குதிரையின் லகான் அரசன் கையிலிருந்ததாகவே தெரியவில்லை; காதலின் கையில் குதிரையின் லகான் இருந்தது. மலர்க் கணையின் அம்பு குதிரையின் விலாவில் பாயும் முள்ளாயிற்று. பின் வேகத்திற்குக் கேட்பானேன்? குதிரை வீரன் அரசன் கூடாரம் சேர்ந்த பதினைந்து நிமிஷத்திற்குப் பிறகுதான் வந்தான்.

மறுநாள் காலை கருங்குதிரைப்படையில் ஐந்தாயிரம் முத்கல் நகரத்தை நோக்கிக் கிளம்பிற்று. அந்த இடத்திலிருந்து முத்கல் நாற்பது மைல் வடக்கே இருந்தது. பகல் பதினொரு மணி சுமாருக்கு குதிரைப் படை முத்கல் நகரத்தை வளைத்துக்கொண்டது. படையில் ஐம்பது பேர் அடங்கிய ஒரு பகுதி குடியான தெருவுக்குள் நுழைந்தது. குறிப்பிட்ட வீட்டைப் போய்ப் பார்த்தார்கள்.

வீடு திறந்திருந்தது. ஒருவரையும் காணோம். ஊருக்குள் இச்சிறு படை நுழையும்பொழுதே ஒரு சந்தேகம் முளைத்தது. ஊரில் ஜன நடமாட்டம் ரொம்ப குறைவாக இருந்தது. அங்கங்கே வீடுகள் திறந்து கிடத்தன. தெருக்களிலெல்லாம் சாமான்களை அப்புறப்படுத்திய அடையாளம்

தெரிந்தது. இவர்கள் வருவதை அறிந்த ஜனங்களில் பலர் ஊரை விட்டு வெளியேறிவிட்டார்கள். சிலர் மட்டும் இருந்தனர்.

குடியான தெருவில் வெய்யிலில் உணக்கையாகப் படுத்துக் கொண்டிருந்தாள் ஒரு கிழவி. அவளைத் தவிர அந்தத் தெருவில் வேறு ஒருவரையும் காணோம். ஈட்டியின் அடிக்கட்டையால் ஒரு வீரன் கிழவியைக் குத்தி எழுப்பினான். அலறிப்புடைத்துக் கொண்டு எழுந்திருந்தாள்.

“எங்கே அந்த நடு வீட்டுப்பெண்?”

“யாரு?”

“அழகா இந்தத் தெருவிலே ஒரு பெண் இருக்கிறாளே அவள்?”

“யாரு – நேஹாலா? அவங்களெல்லாம் எதோ பட்டாளம் வருதுன்னு செப்பலோடெ ஊரைவுட்டுப் போய்விட்டாங்களே, அவங்க மாத்திரமில்லே. ஊரிலே ரொம்பப் பேரு ஓடிப்போயிட்டாங்க... நீங்கதான் பட்டாளமா?"

“எந்த ஊருக்குப் போனாங்க?”

“அது என்கிட்டே சொல்லல்லே. எனக்குத் தெரியாது.”

குருவி தப்பிவிட்டது. குதிரைப்படை என்ன செய்யும்? ஏமாந்து போன கோபத்தில் குதிரைப்படையினர் முத்கல்நகரத்தைச் சூறையாடிவிட்டு விஜயநகரத்தை நோக்கித் திரும்பினர்.

இதற்குள் இப்படையெடுப்பை அறிந்த பிரோஸ்ஷாவின் குதிரைப்படை ஒன்று கடுமையாய் அவர்களைத் தாக்கி இருநூறு வீரர்களை மாய்த்தனர்.

தேவராயருடைய பாக்கிக் குதிரைப்படை தப்பி விஜயநகரம் வந்து சேர்ந்தது. குதிரைப் படைத்தலைவன் அரசனிடம் சென்று குருவி பறந்து சென்று விட்டதல்லாமல், பிரோஸ்ஷாவினுடைய நகரத்தின் மீது இப்படையெடுப்பின் காரணமாக யுத்தம் தொடங்கக்கூடுமென்ற செய்தியையும் தெரிவித்தான்.

தேவராயரின் முகத்தில் ஈ ஆடவில்லை. ஒரு வாரம் வரையில் ஒரே ஏக்கத்தில் ஆழ்ந்து கிடந்தார். ஒரு வாரத்திற்குப் பிறகுதான் ராஜ்யத்தின் நினைவு வந்தது. நேஹால் போய்விட்டாள்! அதற்காக விஜயநகரத்தையும் இழந்து விடுவதா என்ற நினைப்பு வந்தவுடன் பெரிய முற்றுகை நேரிட்டால் சமாளிக்கக் கூடிய முன் ஏற்பாடுகளை எல்லாம் செய்யும்படி தன்னுடைய போக்குவரத்து இலாகா, உணவு

இலாகா, ராணுவ இலாகா இவைகளுக்கு உத்திரவு அனுப்பிவிட்டு யுத்தத்தை எதிர்பார்த்திருந்தார்.

5

எதிர்பார்த்தது வீணாகவில்லை. 1406ஆம் வருஷம் மழைக்காலத்தில் சுல்தான் பிரோஸ்ஷா பெரிய சேனையுடன் விஜயநகரத்தை முற்றுகை யிட்டான். முற்றுகையின் முதல் தாக்குதலில் சில தெருக்கள் சுல்தான் வசமாயின. ஆனால், ஒருநாள்தான் அவர் வசமிருந்தது. மறுதினம் தேவராயருடைய கர்னாடகப் படை கடுமையாகச் சுல்தானின் படைகளைத் தாக்கி, இழந்த தெருக்களை மீட்டுக்கொண்டன.

இவ்வெற்றியால் தைரியம் கொண்ட தேவராயர் அரண்மனையைவிட்டு மதிலோரம் கூடாரமடித்துக் கொண்டு, பிரோஸ்ஷா கூடாரமடித்துக் கொண்டிருந்த இடத்தில் தொந்தரவு செய்ய ஆரம்பித்தார். எதிர்பாராத வேளைகளில் அம்புகளை சுல்தானின் கூடாரம் நோக்கிச் சரமாரியாக விடுதல், காலாட் படை வீரரை அனுப்பிக் கலவரம் உண்டாக்குதல் இப்படித் தொந்தரவு செய்த பொழுது சுல்தான் படை பலத்தைச் சரியாக உபயோகிக்கக் கூடவில்லை. விஜயநகரத்தைச் சுற்றி பூமியானது பாறாங்கல்லாகவும், மேடுபள்ளமாகவும் இருந்ததால் சுல்தானின் குதிரைப்படை போர் செய்ய வசதியின்றித் தவித்தது. இதனால் சுல்தான் தரப்பில் எல்லோரும் சோர்வடைந்தனர். போதாக்குறைக்கு எதிரியின் ஓர் அம்பு சுல்தான் கையில் பாய்ந்துவிட்டது. அப்படியும் சுல்தான் இடத்தை விட்டுப் பெயரவில்லை. அப்பொழுது சுல்தான் கட்சியைச் சேர்ந்த அகமது கான், கான்கானான் என்பவர்களுடைய தலைமையின் கீழ் வந்த படைகள் தேவராயரின் படைகளைத் தாக்கி, சின்னாபின்னப் படுத்தவே தேவராயர் தன் நகரத்திற்குள் வாபீஸானார். அதற்குப் பிறகு சுல்தான் அவ்விடத்தை விட்டுப் பெயர்ந்து ஹாஸ்பெட் நகரத் திற்குத் தெற்கே உள்ள பரந்த சமவெளிக்குத் திரும்பினார்.

இங்கே சுல்தான் கூடாரமடித்துக் கொண்டு தன் படைகளுடன் நான்கு மாதம் தங்கினார். தேவராயரின் நகர எல்லையை விட்டு சுல்தான் விலகிவிட்ட போதிலும் அவர் படையை முறியடித்துப் பணிய வைத்ததாக ஏற்படவில்லை. ஆகையினால் சுல்தான் சமவெளி யிலிருக்கும் வரையில் தேவராயர் தன் நகரத்தில் கைதியானவரைப் போலவே வாழவேண்டியிருந்தது. ஏனெனில் அவ்வப்பொழுது சுல்தானின் குதிரைப்படை விஜயநகரத்தின் தெற்கு பாகத்தைத் தாக்கி பொருள் சேதமும், உயிர்ச்சேதமும், தொந்தரவும் உண்டாக்கிற்று.

இக்குதிரைப்படை பங்காப்பூர் கோட்டையைக் கடுமையாகத் தாக்கி கோட்டையையும், அறுபதினாயிரம் ஹிந்துக்களையும் கைப்பற்றியது. பிறகு சுல்தான் விஜயநகர முற்றுகையைத் தொடர்ந்து நடத்தும்படி தன் தலைவன் கான்கானானுக்கு உத்தரவிட்டுவிட்டு, எதிரியின் அடோனிக் கோட்டையைத் தான் கைப்பற்றுவதாகக் கிளம்பினார்.

கான்கானானுடைய விடாமுற்றுகையால் தேவராயர் ஆயாசமடைந்து, சுல்தானிடம் சமாதானம் கோரினார். சுல்தான் சமாதானத்திற்குப் போட்ட நிபந்தனைகள் ரொம்ப கடுமையாகவும், அவமானகரமாகவும் இருந்தன. தேவராயர் தன்னுடைய பெண்ணை சுல்தானுக்கு மணம் செய்து கொடுத்து விடவேண்டியது, பங்காப்பூரை நிரந்தரமாக சுல்தானுக்கு விட்டுக்கொடுத்து விடவேண்டியது – இவைதான் முக்கிய நிபந்தனைகள்.

தேவராயர் வம்சத்து ஸ்திரீகள் பிற ஜாதியினரை மணம் செய்து கொள்வது வழக்கமில்லை. ஆனால் இப்பொழுது அவ்வழக்கத்தை கௌரவிக்க முடியாத நிலை ஏற்பட்டுவிட்டது. தான் தோல்வி அடைந்ததின் காரணமாக இந்த நிபந்தனையை தேவராயர் ஒப்புக்கொண்டு பெண்ணை சுல்தானுக்கு மணம் செய்வித்தார். மணத்தின் காரணமாகவேனும் அரசியல் சிக்கல் தீரக்கூடும் என்பது அவருடைய கனவு. ஆனால், அது நடக்கவில்லை.

சுல்தான் தன் புது மனைவியுடன் விஜயநகரத்தை விட்டு பல்லாக்கில் சென்ற பொழுது தேவராயர் நான்கு மைல் தூரம் வரையில் பல்லாக்கில் வந்து வழி அனுப்பிவிட்டுத் திரும்பினார். தன்னுடைய கூடாரம் வரை தேவராயர் வராமல் நான்கு மைலிலேயே திரும்பிப் போனதைப் பெரிய மரியாதைக் குறைவாக சுல்தான் கருதி, தேவராயரைத் தாறுமாறாக வைதான். இதைக் கேள்வியுற்ற தேவராயர் சினங் கொண்டு சுல்தானைத் தாறுமாறாக வைதார். மணத்தின் மூலம் சுல்தானுக்கும், விஜயநகரத்திற்குமுள்ள அரசியல் உறவு உறுதிப்படும் என்று நினைத்ததற்கு மாறாக இருவருக்குள்ளும் வைரம் வளர்ந்தது.

6

அதற்குப்பிறகு சுல்தான் தன் தலைநகரத்திற்குத் திரும்பினார். அப்பொழுது ஒரு எண்ணமுண்டாயிற்று; இவ்வளவு சண்டைக்கும் மூலகாரணம் ஒரு பெண் அல்லவா? அவளைப் பார்க்க வேண்டும் என்று தோன்றிற்று. நேஹாலை அரண்மனைக்கு அழைத்துவரும்படி கட்டளை பிறப்பித்தார்.

தேவராயர் மீது சுல்தான் படை எடுத்துவிட்ட செய்தியைக் கேட்ட முத்கல் நகரத்து ஜனங்கள் எல்லோரும் தாங்கள் வெளியேறிச் சென்றிருந்த இடங்களை விட்டுவிட்டு முத்கல்லுக்கே திரும்பிவிட்டார்கள். நேஹால் குடும்பத்தினரும் எல்லோரையும் போல் திரும்பிவிட்டார்கள்.

ஒரு நாள் பகல் மூன்று மணிக்கு சுல்தானின் காரியதரிசி ஒருவன் முத்கல் நகரத்துக்கு வந்து நேஹாலை சுல்தான் பார்க்க விரும்புவதாக நேஹாலின் தகப்பனாரிடம் தெரிவித்தான், நேஹாலின் தகப்பனாரும், நேஹாலும் திடுக்கிட்டார்கள். நேஹாலைப் பார்க்க விரும்புகிறார் என்று சொன்னதின் குறிப்பை நேஹால் உணர்ந்தாள். ஹிந்து அரசனின் அந்தப்புரத்தை உதறித் தள்ளினோமே... அதற்குத் தண்டனையாக முஸ்லீம் ஜனானாவென்னும் சிறையல்லவா வரும் போல் இருக்கிறது என்று நினைந்து உருகினாள். ஆனால், சுல்தான் உத்தரவை மீறக்கூட தைரியம் ஏது? தலைசாய்த்துக்கொண்டு நேஹாலும், அவள் தகப்பனும் அரமணைக்குச் சென்றனர்.

நேஹாலைப் பார்த்த சுல்தான் அவள் அழகில் பிரமித்துவிட்டார். தேவராயரைத் தூண்டி எழுப்பிய அழகைக் கண்டு மோகித்தார். நேஹாலை இனி குடியான தெருவுக்கு அனுப்புவதில்லை என்று தீர்மானித்து பெண்ணின் தந்தையுடன் பேசினார்.

“உம்முடைய பெண் இனி உம்வீடு திரும்ப மாட்டாள்.”

தகப்பனார் இப்பேச்சைக் கேட்டு நடுங்கிக்கொண்டே, “சுல்தான் சாகிப் நான் ஏழை. தங்கள் உத்தரவை எப்படி மீறுவேன்?” என்றார் .

“வேண்டுமானால் மீறிப் பார்க்கலாம்.”

“தங்கள் சித்தப்படி செய்யக் காத்திருக்கிறேன். ஏழைக்கு சுதந்திரமோ, வலுவோ ஏது – மீற?”

“நேஹாலை என் மகன் ஹஸன் கானுக்கு நீர் மணம் செய்துதரவேண்டும்...”

“பெண்ணின் சம்மதத்தைப் பெறவேண்டாமா?”

“பெறுவோம். நேஹால்! என்ன சொல்கிறாய்? என் சாம்ராஜ்யத்தின் வார்சுக்குப் பட்டமகிஷியாவதில் உனக்கு விருப்பம் உண்டா, இல்லையா?”

தேவராயர் சொல்லி அனுப்பியபொழுது நேஹாலுக்கு இருந்த மனோநிலை இப்பொழுது இல்லை. ஹிந்து ராஜா தர்மத்திற்குப் பயந்தவன் என்ற உணர்ச்சியில் துணிவுடன் மறுத்து விட்டாள். முஸ்லீம் அரசன் தர்மத்தை மதிக்கமாட்டான். அவள் மறுத்துவிட்டால் அதை முஸ்லீம் அரசன் கௌரவிக்கப்போவதில்லை. சம்மதிக்காவிட்டால்

கட்டாயமாகவேனும் மணம் செய்துகொண்டு விடுவான். அவமானமடைந்ததுதான் மிஞ்சும். இவற்றையெல்லாம் நினைத்து வேம்பை விழுங்குவதுபோல் தனக்குச் சம்மதம் என்றாள்.

மறுநாள் ஹஸன் கானுக்கும், நேஹாலுக்கும் அரசாங்க ஆடம்பரத்துடன் மணம் நடந்தேறிற்று.

சுல்தான் குடும்பத்தினருக்குச் சந்தோஷம் கரைபுரண்டோடியது நேஹால் குடும்பத்தினர் மனம் மட்டும் இடிந்திருந்தது. நேஹாலைப் பற்றிக் கேட்பானேன்?

மறுநாள் போக மறுநாள் ஏகாந்த அறையில் இருக்கும்பொழுது ஏழைப் பிராமணன் ஒருவன் அரசகுமாரனையும், நேஹாலையும் பார்க்க விரும்புவதாகச் சொல்லி அனுப்பினான்.

"இப்பொழுது பார்க்க முடியாது. பிறகு வரட்டும்" என்றார் ஹஸன்கான்.

"பிரபு! அப்படி அன்று, வந்திருக்கும் ஆளின் பேரைத் தெரிந்து வரச்சொல்லுங்கள்."

சேவகன் போய்த் திரும்பி வந்து 'ரேகை சாஸ்திரி' என்றான்.

"வரச்சொல். நான் உங்களுக்கு வாய்த்தது அவருடைய வாக்கின் மகிமை. அவர் வரட்டும்" என்றாள் நேஹால்.

ரேகை சாஸ்திரி இரண்டு எலுமிச்சம் பழத்தைக் கொண்டு வந்து இளவரசனுக்கொன்றும், நேஹாலுக்கு ஒன்றுமாகக் கொடுத்துவிட்டு ஒரு நிமிஷம் மௌனமாயிருந்தார். பிறகு நேஹாலைப் பார்த்துச்சொன்னார்,

"நேஹால் சூரியன் பொய்யானாலும் ரேகை பொய்யாகாது. காசுக்காக நான் ரேகை பார்ப்பதில்லை. உன் ரேகையைப் பார்த்தே, உன் அதிருஷ்டத்தை எதிர்பார்த்தே வலுவில் வந்து உனக்குக் கலைப்பயிற்சி அளித்தேன். நீ ராணி ஆகிவிட்டாய். என் ஏமாற்றமும், ஏக்கமும் தொலைந்தன. மனம் குளிர்ந்தது. உன்னைப் பார்க்க வந்தேன். போய்வருகிறேன்" என்று சொல்லித் திரும்பினார்.

"கொஞ்சம் இருங்கள்" என்று நேஹால் கூறிவிட்டு இளவரசனிடம் தன் வரலாறு முழுவதையும் சொன்னாள். இளவரசன் ஆச்சர்யமடைந்து, தன் கூடவே ரேகை சாஸ்திரியை அழைத்துப்போய் கோல்கொண்டா வைரமாலை ஒன்றைப் பரிசாகக் கொடுத்தனுப்பினார்.

ரேகை சாஸ்திரி அரண்மனை வாயிலைக் கடந்து வெளியே செல்லும் சமயம் நேஹால் தன் அறையில் துயர் தேங்கும் குரலில் பாடிக்கொண்டிருந்தாள்.

வழியோரம் வனமல்லிகை
தேன்கோப்பை திறந்து வைத்து
அழகு பட்டுப்பூச்சி வரும்
இனிதளிப்போம் என்றிருக்க,
கார் முகிலாம் கருவண்டொன்று
கள்வெறியில் குறிப்பில்லாமல்
பாரிலெங்கும் பறந்துவந்து,
கள்கிண்ணியைக் கண்ணுறவே...
காதல்நயம் கண்டிடாமல்
பாய்ந்ததுபார் மலர்க்கிண்ணியில்!
காதலுக்கு ஏங்கும் மலர்
சாய்ந்ததய்யோ வேதனையில்!

8. விஞ்ஞானத்துக்குப் பலி

"நான் போனதரம் டில்லி சட்டசபையில் மெம்பராக இருந்தபோதே இந்த யோசனை செய்தேன். சிநேகிதர்கள் முட்டுக்கட்டை போட்டார்கள். இப்போதாவது அந்த யோசனையைப் பூர்த்தி செய்யாவிட்டால் அனுப்பிய தொகுதிக்குத் துரோகம் செய்ததாக முடியும். இனிப் பொறுக்க முடியாது."

இப்படிப் பேசியவர் விசுவநாத அடவியார், எம்.எல்.ஏ. எதிரில் இருந்தவர் டாக்டர் சேதுராவ். சீமையிலும் ஜெர்மனியிலும், ஸயன்ஸில் டாக்டர் என்னும் பட்டத்தைப் பெற்றவர். சேதுராவ் கேட்டார்.

"அடவியார்வாள், முகம் சிவந்துவிட்டதே உங்களுக்கு! பேசின விஷயம் என் காதுக்கென்று சொல்லியிருந்தால், கொஞ்சம் வெளிப்படையாகச் சொன்னால் என்னால் ஆன உதவி புரிகிறேன்."

"உண்மையில், ராயர்வாள், யுத்தத்துக்காகக் கொலைக் காற்று, ஆகாய விமானம், விஷவாசனை, டார்ப்பிடோ– இவைகளை ஸயன்ஸ் பண்டிதர்கள் கண்டுபிடித்ததிலிருந்து எனக்குக் கோபம். வரவர ஹிம்சை செய்வதற்கும் கொல்வதற்கும் பொழுதுபோக்குக்கும் ஈசுவரன் கொடுத்த உயர்ந்த மூளையை மேல்நாட்டுப் பண்டிதர்கள் செலவழிப்பதைப் பார்த்தால், அடுத்த யுத்தத்தில் மனிதன் பூண்டற்றுப்போவான் என்றே தோன்றுகிறது. இதைத்தான் புத்தியின் விபசாரமென்று நான் சொல்லுவேன். இந்த விஷ புத்தி, நமது இந்தியருக்குள்ளும் பரவிவருவது, எனக்குச் சகிக்கவில்லை. எதற்காக நமது ஜனங்கள் வெடிகுண்டும் துப்பாக்கியும் பழகிக்கொள்ள வேண்டும்? இதெல்லாம்

நமக்கு வேண்டாம். இவைகளைத் தடுப்பதுதான் சுத்த சைவனாகிய என் நோக்கம் சரிதானா?"

"அடவியார்வாள், நான் இது விஷயத்தில் முந்திக்கொண்டு விட்டேன். பொதுஜனங்களுக்கு எந்த விதத்திலும் ஹிம்சை செய்யக்கூடிய கருவிகளையோ சக்திகளையோ நமது தேசத்தில் கண்டுபிடிப்பதோ பரவச் செய்வதோ தண்டனைக்குரிய செய்கை என்று ஒரு சட்டம் தயாரித்திருக்கிறேன். அதற்கு உட்பிரிவுகள், அமலுக்குக் கொண்டுவரும் வழிகள், இவைகளைக் கொஞ்சம் கண்டு தயாரித்திருக்கிறேன். இதுதான் அந்த மசோதாவின் நகல்."

"அடே, ஆச்சரியமாயிருக்கிறதே, டாக்டர்வாள் சொல்வது! சீமையிலும், ஜெர்மனியிலும் ஸயன்ஸில் நிபுணரென்று மெடல்களும் பவுனும் பரிசு பெற்ற நீர் புகையை எதிர்த்துப் பாயும் புலிபோல் நான் சொல்லுவதை எதிர்ப்பீரென்றல்லவா பார்த்தேன். ஊசி வெடிக்கட்டுப்போல் 'புஸ்ஸென்று' விட்டீரே... காரணம்?"

"அப்படிக் கேளும். காரணம், இந்த மசோதாவைப் பார்த்தாகட்டுமே."

"இந்த அவசரத்தில் முடியாது. காரணத்தை முதலில் சொல்லும்."

"அப்படியென்றால் இதைக் கேளும்" என்று ராயர் ஆரம்பித்தார்.

"வெகு நாளாக ஸயன்ஸ் பேர்வழிகள், கடவுளைப் போல் சுயமாகச் சிருஷ்டி செய்யத் தலைகீழாக நின்று வருகிறார்களே... தெரியுமா? சிலர் இரண்டொரு ரசாயன வஸ்துக்களைச் சேர்த்து உயிருண்டாக்க முயன்று வருகிறார்கள். சிலர் மனிதனைப்போல இரும்பு அல்லது இதர உலோகங்களில் யந்திரங்கள் செய்து, மின்சார விசைகளை அதற்குள் வைத்துப் பார்த்தார்கள். இதுவரையில் அவர்கள் எண்ணம் முழுதும் கைகூடியதாகச் சொல்லக்கூடாது. ஆனால் சமீபத்தில் கடவுளுக்கே ஆபத்து வந்துவிட்டதெனச் சொல்லலாம். எச்.மே என்பவர் ஓர் ஆளைத் தயார் செய்திருக்கிறார். கடவுள் இப்போது என்ன யோசிக்கிறார் என்று தெரியவில்லை. அந்தப் புது சிருஷ்டிக்கு ஆல்பாவென்று நாமகரணம் செய்யப்பட்டிருக்கிறது. உடலெல்லாம் இரும்புக் கூடு. கண், வாய், மூக்கு, செவி அவ்வளவும் உண்டு. மின்சாரத்தால் அவ்வளவு உறுப்புக்களும் வேலை செய்கின்றன. ஆல்பா சாதாரணக் கேள்விகளுக்கெல்லாம் பதில் அளிக்கிறதாம்; உலாவுமாம். நம் தேசத்து வெற்றிலைப் பெட்டி மிராசுதார் மாதிரி என்று வைத்துக்கொள்ளலாம். பகுத்தறிவு இருப்பதாகத் தெரியவில்லை; தானாகவும் ஒன்றும் செய்யாது. ஆகவே ஆல்பாவிடம் கொஞ்சம் உஷாராகப் பழக வேண்டுமாம். ஆல்பா ஒருவேளை இரைந்து கத்தினால் அவ்வூரில் இருக்கும் அவ்வளவு கண்ணாடிகளும் நொறுங்கிப் போகின்றனவாம். இன்னும் அதன்

பிரதாபங்கள் பலவாம். அவைகளெல்லாம் இந்தச் சந்தர்ப்பத்துக்கு வேண்டியதில்லை.

"முக்கியமாக, ஆல்பாவைச் சிருஷ்டி செய்தாரே அவர் அந்தச் சிருஷ்டியை முடித்த தினத்திலிருந்து வெளியே செல்லுவதை நிறுத்திவிட்டார். தம் பிள்ளையின் பேரில் – அதாவது ஆல்பாவின் மீது – அவருக்குக் கங்கு கரையில்லாத மோகம். மற்றொரு பக்கத்தில் பெரிய திகில். 'தட்டுக்கெட்டு நான் வெளியே போகும் வேளையில் வீடு கூட்டியோ வேறு யாராவதோ வந்து எக்கச்சக்கமாக வாய் திறந்து பேசிவிட்டால் ஆல்பாவின் இரும்புக் கைகளுக்கு இரையாவார்களே. அதைத் தடுப்பதற்கு நான் இனி வெளியே போவதில்லை' என்று உறுதிகொண்டாராம். ஆல்பாவின் சிருஷ்டிகர்த்தர் ஆல்பாவின் அடிமையானார். இவ்வெண்ணங்களை அனுசரித்துத்தான் சாப்பாடு, தூக்கம். இச்சமயங்களைத் தவிர, பாக்கி நேரங்களில் ஆல்பாவை மே என்பவர் பிரியாமல் இருந்தார். இதைப் பாராவென்றும் சொல்லலாம்; கடுங்காவல் தண்டனையென்றும் சொல்லலாம்.

"அடவியார்வாள், இதெல்லாம் இரண்டு மாதத்துக்கு முந்திய சமாசாரம். அப்போது பேப்பர்களிலெல்லாம் ஆல்பாவின் பேச்சுத்தான். மே என்பவரைப் பற்றிய முழக்கந்தான். ஆல்பாவின் படமும் வந்திருந்தது.

"பிறகு கொஞ்ச நாள் வரையில் இவர்களைப்பற்றி ஒரு பிரஸ்தாபமும் காணோம். எனக்கு மாத்திரம் இது விஷயம் படித்தது முதல் கொண்டு மனத்தில் அகாரணமான பயம். நான் என்ன மெடல் வாங்கியிருந்தால் என்ன ஐயா? பயம் பயந்தான். நீங்கள் கேட்பீர்கள்: ஆல்பா சீமையிலிருந்தால் இந்தியாவில் உனக்கு என்னவென்று. அதுதான் எனக்கும் புரியவில்லை. பொறுங்கள், இப்போது ஒன்று தோன்றுகிறது. சீமை, இந்தியா, ஆல்பா இவ்வளவும் என் மூளைக்குள் பதிந்து கிடக்கும் எண்ணங்கள் தாமே, உருவுகள்தாமே. அதனால் சீமை ஆல்பாவைப் பற்றி– அது போகட்டும். பிறகு விசாரிப்போம் அந்தத் தத்துவத்தை.

"போன மாதத்தில் பேப்பர்களில் பார்த்திருப்பீர்களே, ஆல்பாவின் கோபமென்று கொட்டை எழுத்துக்களில் எழுதியிருந்ததை; இல்லையா? சரி. நான் அதைப் பார்த்தவுடன் என் ரக்தாசயம் சட்டென்று ஒரு நொடி நின்று விட்டது. மெய்பதற வாசித்துப் பார்த்தேன். எச்.மே என்ற விநோத ஸயன்ஸ் நிபுணர் ஆல்பாவிடம் ஏதோ பொழுது போக்குக்காக வார்த்தையாடிக்கொண்டிருந்த காலத்தில், திடீரென்று தம் குரல் கரகரப்படைந்ததன் பயனாக ஸ்தாயி வித்தியாசம் ஏற்பட்டு, அந்த வித்தியாசத்தை ஆல்பா உணரும் முன்னமேயே எட்டி ஓட முயற்சி செய்தும், அது பயன்படாமல், தென்னைமரம் சாய்வதைப் போல், ஆல்பாவின் வலதுகை முதலாளியின் முன்கையில்

விழுந்து, எலும்புகளை ஒடித்துவிட்டதென்றும், மே ஆஸ்பத்திரியில் இருப்பதாகவும் படித்தேன். அடவியார்வாள், பயத்தின் காரணம் அப்போதுதான் தெரிந்தது. உயிருக்கு ஒரு சூக்ஷ்ம உணர்ச்சி உண்டு. அதைத் தர்க்கத்தினாலாவது புத்தியினாலாவது சட்டங்களினாலாவது ஆராய்ச்சியினாலாவது நிச்சயிக்க முடியாது. எறும்புகள் மழை வருவதற்கு முதல் நாளிலேயே முட்டைகளை எடுத்துக்கொண்டு நல்ல இடங்களைத் தேடிப் போவதைப் பார்த்திருக்கிறீரா? இந்த உணர்ச்சியின் காரியந்தான் அது.

"பேப்பரைப் படித்தேனென்று சொன்னேன். கணக்காய்ச் சொன்னால் அந்தப் பக்கத்தை – இல்லை, அந்த இடத்தை மட்டும் படித்தேன் என்று சொல்லவேண்டும். பாக்கியைப் படிக்க மனம் இடம் கொடுக்கவில்லை; ஒரே குழப்பம் உண்டாயிற்று; இருப்புக்கொள்ளவில்லை. மேல் நாட்டு நிபுணர்கள், கொலைக்கருவிகள், விஷக் காற்றுகள், பொழுதுபோக்கு விமானங்கள், ஆல்பாக்கள் இவைகளைச் செய்வதன் தாத்பர்யத்தைப்பற்றி யோசித்தேன். எனக்கு அவைகளில் வெறுப்பு அதிகப்பட்டது. ஜனங்களுக்கு அவைகளினால் என்ன சௌகரியம்? கடவுளுடன் மேற்படி நிபுணர்கள் போட்டி போடுகிறார்களாம்; வென்று விடுவதாகக் கங்கணம் கட்டிக்கொண்டிருக்கிறார்களாம். செய்யட்டும், அந்தக் கட்சியைப்பற்றிப் பேசினால் வளரும்."

"அது மற்றொரு நாள் ஆகட்டுமே" என்றார் அடவியார்.

"ஆகட்டுமே" என்று சொல்லிவிட்டு ராயர் மேலே சொன்னார்: "நான் சொன்னது போல, அடவியார்வாள், அன்று முழுவதும் ஒரே கலக்கம். பிராமணர்கள் பயந்தவர்கள், சோதாக்கள் என்று ஓர் அபிப்பிராயம் உண்டு. நான் குழம்பியதற்கு அது காரணமல்ல. ஆல்பாவின் குணத்தைப்பற்றி எண்ணினபோதெல்லாம் பல பல எண்ணங்கள் உதித்தன. மே என்பவர்மேல் அடங்காத அநுதாபம். கடாவை வளர்ப்பானேன்; அது மார்பில் பாயும்படி விடுவானேன்? இதெல்லாம் சனியனை வலுவில் கல்யாணம் பண்ணிக்கொண்டது போலத்தானே? இப்படி நினைத்துக்கொண்டு அன்று மத்தியானம் நாற்காலியில் சாய்ந்திருந்தேன். வழக்கமில்லாத வழக்கம் செய்தால் இப்படித்தான். ஏதாவது பத்து நிமிஷம் இருந்திருக்கும். பிறகு கண்ணுக்கு முன்னே ஒரு தினசரியில் பெரிய எழுத்துக்களில் எழுதியிருந்தது.

ஆச்சரியமான கொலை

நுங்கம்பாக்கத்தில் டாக்டர் சேதுராவ் என்பவர் வீட்டில் வீடு கூட்டும் பாப்பாயி கோரமாகக் கொலை செய்யப்பட்டாள். ஏதோ இரும்பு சம்பந்தமான கருவிகளால் தாக்கப்பட்டதாக ஊகிக்கப்படுகிறது.

கொலையின் காரணம் தெரியவில்லை.

"இந்தச் சமாசாரத்தைப் பார்த்த வியப்பு முடிவதற்குள் – கேளுங்கள்! – ஒரு ஜெயில் தென்பட்டது. கீழெல்லாம் ஈச்சம்பாய் விரித்திருந்தது. சுவரெல்லாம் மூட்டைப்பூச்சி. நான் உள்ளிருந்தபடியே வெளியே உலாத்திய பாராக்காரரை, 'எதற்காக ஐயா என்னை அக்கிரமமாக ஜெயிலில் அடைத்திருக்கிறீர்கள்?' என்று கேட்டேன். பாராக்காரர் சொன்னார்: 'உங்கள் வீடுகூட்டி கொலையுண்ட சம்பந்தமாக நீர் கைது செய்யப்பட்டிருக்கிறீர்.' 'ஆமாம், எனக்கு என்ன சம்பந்தம் அதில்?' என்று வேகத்துடன் கேட்டதற்குப் பாராக்காரர், 'ஸெஷன்ஸ் கோர்ட்டில் ருஜுப்படுத்தும் ஐயா; இங்கே விடைக்காதே' என்று நாசூக்காகப் பதில் கொடுத்தார். பாராக்காரருடன் கடந்த இந்தச் சல்லாபத்துக்குப் பிறகு தலையெழுத்தை நினைத்துக்கொண்டேன். அட பாவமே!

"அடுத்த பகுதி; தஞ்சாவூர் ஸெஷன்ஸ் கோர்ட்டு."

"குறுக்கிடுவதை மன்னிக்க வேண்டும், டாக்டர்வாள்! நுங்கம்பாக்கத்தில் கொலை என்று சொல்லித் தஞ்சாவூர் செஷன்ஸ் கோர்ட்டென்றால் கொஞ்சம் நாகப்பட்டணம் சம்பந்தம் இருப்பதுபோல் இருக்கிறதே" என்றார் அடவியார்.

"கொஞ்சம் பொறுக்கவேணும், எல்லாம் விளங்கும்" என்று சேதுராவ் மறுபடியும் சொன்னார்.

"தஞ்சாவூர் செஷன்ஸ் கோர்ட் என்றேன் அல்லவா? கூட்டம் தாங்கவில்லை. குற்றவாளிக் கூட்டில் நான் நின்றுகொண்டிருந்தேன். அடவியார்வாள், ஆச்சரியப்படக் கூடாது, நான் சொல்வதைக் கேட்டு. எனக்கு வக்கீல் இல்லை. ஜட்ஜ் என்னைக் கேட்டார்: "டாக்டர்வாள், வாதி தரப்புச் சாட்சிகள் சொல்லியதைக் கேட்டீர்களா? கொலைக் குற்றத்துக்குப் பதில் என்ன? குற்றவாளியா, அல்லவா?"

நான், 'குற்றவாளியல்ல' என்று சொல்லிவிட்டு எழுத்து மூலமாக ஒரு ஸ்டேட்மென்டை நீட்டினேன். அதில் சொல்லியிருந்த விஷயம்:

வீடு கூட்டி பாப்பாயி கொலையுண்டதில் எனக்கு யாதொரு வித சம்பந்தமும் இல்லை. நான் ஒரு மாதத்துக்கு முந்தி ஐரோப்பிய ஸயன்ஸ் காங்கிரசுக்குப் போய்ச் சில வைதிக ஸயன்ஸ் கொள்கைகளை – ஸயன்ஸிலும் வைதிகம் உண்டு – பலமாகக் கண்டித்தும், அஹிம்ஸா தர்மத்தை அநுசரித்து ஸயன்ஸை விளக்கியும் மூன்று லெக்சர்கள் செய்ததில் கொஞ்சம் கட்சியும் அபிப்பிராய பேதமும் ஏற்பட்டதில், உடனே பம்பாய் திரும்பி வந்துவிட்டேன். பம்பாயிலிருந்து திரும்பிச்

சென்னப்பட்டினம் வந்த அரை மணி நேரத்துக்குள் நான் கைது செய்யப்பட்டேன். ஸயன்ஸ் காங்கிரஸில், ஆல்பாவின் சிருஷ்டி மிகவும் விநோதமானதென்று ஸ்தோத்திரம் செய்துவிட்டு, பிறகு அதே மூச்சில் மிகுந்த வணக்கத்துடனும் முழு உணர்வுடனும் ஆல்பா மாதிரி விஞ் ஞானிகள் சிருஷ்டி செய்வது அர்த்தமில்லாததென்றும், அபாயகரமான தென்றும், அதைச் செய்தவரைக் கொண்டே ஆல்பாவை அழிக்கும் படி உத்தரவிட வேண்டுமென்றும், அந்த யுக்தியை இதரர்களுக்குத் தெரிவிக்காமல் இருக்கும்படி மேற்படியாரிடம் கடவுள் சாட்சியாக வாக்குறுதியும் வாங்க வேண்டுமென்றும் பேசினேன். இந்த அபிப்பிராயம் மேல்நாட்டுக்குப் பிடிக்கவில்லை; ஆல்பாவை ஆக்கியவருக்கு வேப்பெண்ணெயாக இருந்தது. கூட்டத்தில் குழப்பம் ஏற்பட்டது. சற்று அமைதி ஏற்பட்ட பிறகு மேற்படி மே என்பவர் எழுந்திருந்து என்னைப்போல் பேசுகிறவர்கள் இயற்கையால் அருளப்பட்ட சிருஷ்டி சக்தியை – கற்பனாயுக்தியை – உபயோகித்து மாசுபடியாமல் வைத்திருக்கச் சக்தியற்ற பேடிகளென்றும், ஸயன்ஸின் வெற்றிகளைப் பழிப்பவர் மானிட வகுப்பின் எமன்களென்றும், அவர்களை ஒழிப்பதும் இகழ்வதும் விஞ்ஞானிகளின் முதல் வேலையாக வைத்துக்கொள்ள வேண்டுமென்றும் ஆரவாரத்துடன் பேசிச் சண்டை இட்டார்.

அவர் பேச்சு பெருத்த கரகோஷத்தை எழுப்பிற்று. எனக்கு மனம் உடைந்துவிட்டது. அடுத்த நாளே நான் இந்தியாவுக்குத் திருப்பிப் பிரயாணமானேன். இந்தக் கொலைக்கும் ஸயன்ஸ் காங்கிரஸில் ஏற்பட்ட பேச்சுக்கும் சம்பந்தம் இருக்கிறதென ஊகிக்கிறேன். வீடு கூட்டி பாப்பாயி நுங்கம்பாக்கத்தில் என் பங்களாவில் ஆல்பாவினால் அடிபட்டுக் கொலையுண்டாள் என்பது என்னுடைய நிச்சயமான கொள்கை. கேவலம் வீடு கூட்டியை – கிழவியை – கொல்வதில் எனக்கென்ன பயன்? யோசித்துப் பாருங்கள். தவிர, போலீசாரால் என்னிடமிருந்து வாங்கி இப்போது தாக்கல் செய்யப்பட்டிருக்கும் பட்டங்களும் மெடல்களும் என் கல்வித் திறமையைக் காட்டும். இத்துடன் என்னால் தாக்கல் செய்யப்படும் அத்தாட்சிகள் – இங்கிலாந்து, ஜர்மனி, வங்காளம், இவ்விடங்களிலிருந்து – என் உயர் குணத்தையும் உயர் நோக்கத்தையும் காண்பிக்கும்.

இன்னொரு விஷயம் முக்கியமானது. கோர்ட்டார் அவர்கள், பப்ளிக் பிராஸிகியூட்டர், போலீசார் ஆகிய எல்லோரும் என்னுடன் நுங்கம்பாக்கத்துக்குக் கிளம்பி வந்து ஸ்தலத்தைப் பார்வையிட்டால் சந்தேகம் தெளிந்துவிடும். எனக்கு வேறு சாட்சிகள் இல்லை. அப்படிச் செய்ய முடியாவிட்டால் எனக்கு மரண தண்டனை நிச்சயம். இவ்வளவுதான்.

“அடவியார்வாள்! என் ஸ்டேட்மெண்டு முடிந்தது. ஊசி விழுந்தால் கேட்கக்கூடிய அந்த நிசப்தம் உடனே கலைந்தது. மறுபடி, 'உஸ் பேசாதே' என்றான் கோர்ட்டு டபேதார். பப்ளிக் பிராஸிகியூட்டர் எழுந்திருந்து, தம் தவன்களில் உள்ள வாலைப் பிடித்துக்கொண்டு வெண்ணெய் போன்ற குரலில் சொன்னார்.

குற்றவாளியின் கடைசி விண்ணப்பம் நிறைவேற்றக்கூடியதல்ல. எந்தத் தேசத்துச் சட்டமும் அதற்கு இடம் தரவில்லை. அது நாவல்களில் பொருத்தமாக இருக்கலாம். இந்தியன் பீனல் கோடிலாவது கிரிமினல் சட்டத்திலாவது அதற்கு இடமில்லை. அந்தக் கோரிக்கை கோர்ட்டை அவமதிப்பாக இருக்கிறதேயன்றி வேறல்ல. ஆகவே கோர்ட்டார் அவர்கள் ஜட்ஜ்மெண்டுக்கு முந்தி ஜூரர்களுக்குச் சொல்ல வேண்டியதைத் தயவுசெய்து சொல்லும்படி பிரார்த்திக்கிறேன்."

"கோர்ட்டார் அவர்களுக்கு ஒன்றும் புரியவில்லை. நான் மறுபடியும் சொன்னேன். 10,000 குற்றவாளி தப்புவதாயிருந்தால் கூட நிரபராதியான ஒருவன் நோகக்கூடாதென்பது கிரிமினல் சட்டத்தின் அஸ்திவாரமென்று கோர்ட்டார் அவர்களுக்கு நான் ஞாபகப்படுத்த வேண்டியதில்லை. பிராஸிகியூட்டர்வாள் சொல்வதில் பொருளில்லை.

"ஜட்ஜுக்கு என்ன தோன்றிற்றோ என்னவோ? இரவே யாவரும் சென்னைக்குப் புறப்படுவோம் என்று உத்தரவு போட்டார்.

“அடுத்த நாள் காலை எழும்பூர் ஸ்டேஷனை அடைந்தோம். பிளாட்பாரத்திலெல்லாம், வண்டிகளின் மேல் எல்லாம், நுங்கம்பாக்கத்துக்கு ஜனங்கள் எக்காரணத்தைக் கொண்டும் போகக்கூடாதென்று எச்சரிக்கை செய்யப்பட்டிருக்கிறார்கள். போனால் அபாயம் – போலீஸ் கமிஷனர் என்று பெரிய பெரிய தாள்களில் அச்சடித்து ஒட்டப்பட்டிருந்தது.

என்னைத் தவிர மற்ற எல்லோருக்கும் திகில். அவ்வளவு பேருக்கும், முகம் புதுக் கடுதாசுபோல் ஆய்விட்டது. நான் பக்கத்திலிருந்தவனை, “என்ன விசேஷம் நுங்கம்பாக்கத்தில்?” என்று வினவியதற்கு அவன், “அங்கே ஏதோ ஜடாமுனிபோல் – மன்னார்சாமிபோல் – தெருவில் ஒன்று நின்றுகொண்டிருக்கிறதாம்; ஜனங்கள் பயந்து ஜார்ஜ் டவுனுக்குச் சென்று விட்டார்களாம்; பட்டணத்தையே அழிக்க வந்த புது எமன்!” என்று சொல்லி முடித்தான்.

பப்ளிக் பிராஸிகியூட்டர் ஜட்ஜினிடத்தில், “எனக்கு வேலை போனாலும் போகட்டும், ஊருக்குத் திரும்பிப் போகப் போகிறேன்” என்று சொன்னது என் காதில் விழுந்தது. மற்றவர்களும் அப்படியே சொன்னார்கள். நான் அமைதியுடன், “கோர்ட்டார் அவர்களே!

நண்பர்களே! நான் ஊகித்த விஷயம் சரியாகப் போய்விட்டதென்பது இங்கேயே உங்களுக்குத் தெரிந்திருக்கலாம். அப்படிக்கில்லாவிட்டால் நுங்கம்பாக்கத்துக்கே போவோம். உங்களுக்கு யாதொரு தீங்கும் வராமல் பார்த்துக் கொள்ளுகிறேன்" என்று தைரியமூட்டினேன்.

பிறகு நுங்கம்பாக்கத்துக்குச் சென்றோம். தெருக்களெல்லாம் வெறிச்சென்றிருந்தன. அப்போதுதான் பிளேக் வந்தால் தெருக்கள் எந்த நிலைமையில் இருக்குமெனத் தெரிந்தது. சுடுகாட்டில் கூடக் கொஞ்சம் கலகலப்பு உண்டு. நுங்கம்பாக்கத்திலோ அன்று நடுக்குறும் தனிமை. என் பங்களாவுக்குப் போய்ச் சேரும் குறுக்குச் சந்து வந்ததும் ஜட்ஜ் கொஞ்சம் தயங்கினார். "பரவாயில்லை, வாருங்கள், நான் இருக்கிறேன். ஒரு வார்த்தை மாத்திரம் ஞாபகம் இருக்கட்டும். ஆல்பா இருக்கும் இடத்தில் தயவு செய்து மௌனம் சாதியுங்கள், ஜாக்கிரதை" என்றேன்.

சந்து திரும்பினோம். அந்த இடத்திலிருந்து பங்களா நாற்பது அடி இருக்கும். பங்களாவின் வாசலுக்கு எதிர்த்தாற்போல் தெருவில் ஆல்பா கைகாட்டி மரம்போல் ஒரு கையையும் இடுப்பில் மற்றொரு கையையும் வைத்துக் கொண்டு நின்றது. எனக்குப் பின்னால் வந்த பிராஸிகியூட்டர் ஆல்பாவைக் கண்ணுற்றதுதான் தாமதம், "ஐயையோ!" என்று கத்திக்கொண்டு கீழே விழுந்து மூர்ச்சையானார். சப்தத்தைக் கேட்டு ஆல்பா எங்களை நோக்கி வந்தது, வெகு வேகமாகவும் பயங்கரமாகவும். ஜட்ஜ் ஓட்டம் பிடித்தார். எனக்கு ஆல்பாவின் பாஷையும் சூட்சுமமும் தெரியுமென்று ஏற்கனவே சொல்லியிருக்கிறேன்.

"அன்பார்ந்த ஆல்பா! காலைவந்தனம்" என்று குளிரச் சொன்னேன். ஆல்பா சிரித்துக்கொண்டே , "சௌக்கியமா?" என்று குசலப்பிரச்னம் பண்ணியது.

"உட்காரு" என்றேன்.

"நான் இல்லாவிட்டால் பிராஸிகியூட்டரும் பாப்பாயி கோஷ்டியைச் சேர்ந்திருப்பார்."

இதற்குள் ஓடிப்போன ஜட்ஜ் வகையறாக்கள் புதுக் குரலைக் கேட்டதும் மெதுவாகத் திரும்பி வந்தார்கள். எதிரும் புதிருமாக நானும் ஆல்பாவும் சம்பாஷிப்பதைப் பார்த்து எல்லோரும் மூக்கில் விரலை வைத்தார்கள். எல்லாருக்கும் பயம் தெளிந்துவிட்டது. பிறகு எனக்கும் ஆல்பாவுக்கும் நடந்த பேச்சை ஒரு குறுக்கெழுத்துப் பேர்வழி – ஷார்ட்ஹாண்டு ரைட்டர் – எழுதிக்கொண்டார். அதாவது:

நான்: ஆல்பா! நீ எனக்குத் தெரியாமலும் என் உத்தரவில்லாமலும்

என் பங்களாவில் புகுந்ததைப்பற்றி மிகவும் வருத்தமாக இருக்கிறது.

ஆல்பா: டாக்டரே! என் சிருஷ்டிகர்த்தரை ஸயன்ஸ் காங்கிரஸில் பொதுமக்களுக்கு முன்பு நீர் ஏசியதை அவர் மறக்கவில்லை. உமக்குத் தகுந்த சிக்ஷை விதிக்கும்படி என்னைத் தூண்டி அனுப்பினார். அவ்வுத்தரவைச் சிரமேற்கொண்டு உம்முடைய பங்களாவை அடைந்து ஹாலில் அமர்ந்திருந்தேன்.

நான்: சும்மா இருந்திருக்கக்கூடாதா? பாப்பாயி – கேவலம் வீடு கூட்டி – அவளை ஹிம்ஸை செய்வானேன்? என்னை சிக்ஷை செய்தால் அர்த்தம் உண்டு. ஆல்பா, உனக்குப் புத்தி இல்லையா?

ஆல்பா: ஆம், எனக்குப் புத்தி இல்லைதான். ஆனால் நான் செய்யக்கூடியது அப்போது வேறு ஒன்றுமே இல்லாமல் போய்விட்டது. எனக்கும் இது விஷயத்தில் மனத்தில் புண்தான். வீடு கூட்டி ஹாலில் வந்து என்னைப் பார்த்ததும், 'ஐயோ! பூதம்' என்றாள். அந்தச் சப்தத்தின் அலை என்னை எவ்விடத்தில் தாக்குமென்று உமக்குத் தெரியும். சப்தம் என் பேரில் பட்டால் ஸ்வாதீனமற்றவன் ஆவேன் என்றும் உமக்குத் தெரியும். அந்தச் சப்தம் கேட்டதுதான் தாமதம். என் கால் ஓர் அடி எடுத்து வைத்தது. என் கை பாப்பாயிக்கு இரண்டு அடி கொடுத்தது. அவள், 'ஹோ, கொலை' என்று அலறி விழுந்தாள். இதுதான் கதை.

நான்: ஆல்பா! ரொம்ப நன்றாயிருக்கிறது, உன் காரியமும் யோக்கியதையும். திரும்பிப்போ பங்களாவுக்கு என்று சொல்லிப் பிடரியிலிருந்த ஒரு திருகாணியைத் திருப்பிவிட்டேன். சாயங்காலத்தில் மேயச்சலிலிருந்து திரும்பி மாடு நமது வீட்டுக்குள் நுழைவதுபோல் ஆல்பா என் பங்களாவுக்குள் நுழைந்தது. ஒருவரும் வாய் திறக்கவில்லை.

'கோர்ட்டார் அவர்களே! இனி என்னை விடுவிக்க வேண்டியதுதானே' என்றேன். அப்போது ஜட்ஜின் முகம் மிகவும் குரூரம் கொண்டிருந்தது. பதிலாக, 'டாக்டர்வாள்! நடுத்தெருவில் நீர் குற்றவாளி அல்லவென்று இட்லியில் உத்தரவு எழுதிக் கொடுக்க முடியாது. தஞ்சாவூருக்குப் போய்ப் பாக்கி விசாரணைக்குப் பிறகுதான் தெரியும்' என்று எரிந்து விழுந்தார்.

“அடவியார்வாள், சுவாரஸ்யப்படவில்லையா? என்ன கொட்டாவி விடுகிறீர்கள்?"

"இல்லை ராயர்வாள். பாக்கி நடக்கட்டும்."

"மறுபடி தஞ்சாவூருக்கு வந்தோம். மறுபடியும் 'ஸெஷன்ஸ் கோர்ட்டில் விசாரணை. விடுதலை என்று ஒரே வார்த்தைதானே; விசாரணைக்கு

என்ன இருக்கிறதென்று கேட்பீர்கள். அதுதான் வேடிக்கை! என்னை மறுபடியும் ஸ்டேட்மென்டு கொடுக்கும்படி ஜட்ஜ் உத்தரவிட்டார். நுங்கம்பாக்கத்தில் நடந்ததையெல்லாம் எழுதிக்கொடுத்தேன். விசாரணை முடிந்தது. ஜட்ஜ் ஜூரர்களுக்குச் சொல்லவேண்டியதை நீட்டி முழக்கிச் சொல்லாமல் சுருக்கமாக முடித்தார்.

"நீங்கள் சாட்சியத்தையெல்லாம் கேட்டீர்கள். நுங்கம்பாக்கத்தில் நடந்ததையும் பார்த்தீர்கள். இனிச் சந்தேகத்துக்கு இடமென்ன? டாக்டர் என்று மலைக்காதீர்கள். இவர் பெரிய பேர்வழி, நுங்கம்பாக்கத்தில் நாம் பார்த்ததெல்லாம் ஹிப்னாடிஸம்; தெருவில் மாஞ்செடி முளைக்கச் செய்வதைப் போன்ற கட்டுக்கதை. ஆகவே டாக்டர் சேதுராவைப் போன்ற மந்திரவாதிகளையும் யந்திரவாதிகளையும் விஞ்ஞானிகளையும் உலகில் சுயேச்சையாக விட்டிருப்பது, பாம்பை இடுப்பில் கட்டிக்கொண்டது போலாகும். ஸயன்ஸுக்குப் பாப்பாயி பலியிடப்பட்டிருக்கிறாள். இனி ஆலோசியுங்கள்."

அதுவரையில் நான் குற்றவாளிக் கூட்டில் எனக்கு என்ன பயமென்று அலட்சியமாக நின்று கொண்டிருந்தேன். இந்த வார்த்தைகளைக் கேட்டதும் வெடிகுண்டு விழுந்ததுபோல் திடுக்கிட்டேன். இருந்தாலும் விசை ஜூரர்களிடமல்லவா இருக்கிறதென்று கொஞ்சம் மனத்தைத் தட்டிக்கொடுத்துப் பார்த்தேன். தேறுதலடையும் வழியைக் காணவில்லை. அதற்குள் ஜூரர்கள் உள்ளேயிருந்து வந்து நாற்காலிகளில் அமர்ந்தார்கள். கோர்ட்டார் அவர்கள், "ஜூரர்களே! குற்றவாளியா அல்லவா?" என்று கேட்டார்.

"குற்றவாளிதான்" என்று பதில் வந்தது.

"ஏகோபித்த அபிப்பிராயமா அல்லது..."

"ஏகோபித்த அபிப்பிராயந்தான்."

என் காதில் விழுந்த வார்த்தைகளை நம்பக்கூடவில்லை. கழுத்தை நீட்டிக் காதை வளைத்துப் பார்த்தேன். "நீர் பாப்பாயியைக் கொலை செய்ததாகக் கண்டுபிடிக்கப்பட்டிருக்கிறது. ஆனால் ஸயன்ஸின் மீதுள்ள மோகத்தால், மூட மோகத்தால் – அன்புக் கண்ணை இழந்து, ஒரே எண்ணத்தின் வலைக்குள் சிக்கித் தடுமாற்றமடைந்த காலத்தில், ஆல்பாவின் மூலமாய் – வேண்டுமென்றல்ல, ஆராய்ச்சித் தோரணையில் – இக்கொலை செய்திருப்பதால் உமக்குத் தீவாந்தர தண்டனை என்ற சிறிய சிக்ஷை விதிக்கப்பட்டிருக்கிறது. அந்தமான் தீவுக்கு மாற்றல்" என்று ஜட்ஜ் முடித்தார். எனக்கு அப்பொழுது மூச்சில்லை; மார்பு அடிக்கக் காணவில்லை. கால் மரத்திருந்தது...

“மறுபடி அந்தமான், அந்தமான் என்ற கூக்குரல். அந்தமானா என்று கண்விழித்துப் பார்த்தேன். அடவியார்வாள்! ஆல்பா, ஸெஷன்ஸ் கோர்ட்டு, குற்றவாளி ஒன்றையும் காணவில்லை. நான் எனது பழைய நாற்காலியிலேயேதான் சாய்ந்தவண்ணம் இருந்தேன். காலின் மீது சாயங்காலத்துத் தங்க வெயில் அடித்துக்கொண்டிருந்தது. வாசலில் என் சம்சாரம் நவராத்திரிக் கொலுச் சாமான் வாங்கிக்கொண்டிருந்தாள். என் பேரன் கிட்டு அந்த மான் அந்த மானென்று ஒரு பொம்மைக்குப் பிடிவாதம் செய்து கொண்டிருந்தான். அப்போதுதான் இவ்வளவும். இது பற்றித்தான் பெரியவர்கள் மத்தியான்னத்தில் தூங்காதே என்று சொல்லுகிறார்கள் போலும்!”

“அடவியார்வாள், இதுதான் மசோதா பிறந்ததற்குக் காரணம்” என்று நிறுத்தினார் சேதுராவ்.

“அதெல்லாம் சரிதான் டாக்டர்வாள். கயிறு திரிப்பது உங்கள் தொழில் அல்லவே; இதையெல்லாம் கவனித்தால் கொஞ்சம் அசம்பாவிதமாக...”

“அப்படித்தான் ஐயா இருக்கும். பகல் கனவு கால வரம்பு, நடைவரம்பு, இடவரம்பு இவைகளுக்கு உட்படவில்லை என்பது உங்களுக்குத் தெரியாதா? தள்ளும் கதையை. மசோதாவை எடும்; பரிசீலனை செய்வோம்” என்றார் டாக்டர் சேதுராவ்.

9. நூற்றெட்டுத் தேங்காய்

அண்டா நீரில் விழுந்த எலியைப்போல் தத்தளித்துக் கொண்டிருந்தது கிருஷ்ணன் மனசு. வயசோ இருபது. மூன்றாவது பாரத்தில் வருஷாந்தப் பரீக்ஷைக்கு மூன்றாவது தடவையாக உட்கார்ந்து எழுதியாகிவிட்டது. அந்தக் கணக்குத் தாளே அப்படித்தான்!

ஒவ்வொரு வருஷமும் இந்தத் திண்டாட்டந்தான். அப்படியேனும் படிப்பானேன் என்றால் அவன் விருப்பப்படி நடந்தால்தானே? அவன் படிக்காமல் நின்று விடுவதில் பெற்றோருக்கு இஷ்டமே இல்லை. பரீக்ஷையில் எத்தனை தரம் தேறாவிட்டாலும் முழுகிப்போவதென்ன? பணக்கார வீட்டுப் பிள்ளைக்குப் படிப்பு வராது என்ற வாதத்தை – அபவாதத்தைப் – பொய்யாக்கிவிட வேண்டுமென்ற ஒரே பிடிவாதம்.

கிருஷ்ணன் முதல் பாரத்தில் சேர்ந்தபோது வயசு பதினான்கு. அவன் பேரில் வஞ்சனை இல்லை. தாயின் சொல்லுக்கு அடங்கி மிகவும் ஒழுங்காகப் பாடம் படிப்பான். படுக்கைத் தலைமாட்டில் புஸ்தகம், ஹரிக்கேன் விளக்கு, நெருப்புப் பெட்டி– இவை இல்லாமல் தூங்கவேமாட்டான். அதிகாலையில் எழுந்து பக்கத்துத் தெருக்கள் கிடுகிடுத்துப் போகும்படி இரைந்து படிப்பான். காலை ஏழு மணிக்குப் பிறகு பட்டை பட்டையாக விபூதியை அணிந்துகொண்டு வாசிப்பான். நிமிஷம் பிசகாமல் பள்ளிக்கூடம் போவான். இருந்தாலும் வாத்தியார் கேள்வி கேட்டால் மட்டும் சரியாகப் பதில் சொல்லத் தெரிவதில்லை.

கிருஷ்ணன் ஒற்றைநாடியாக உயரமாக வளர்ந்தவன். சதைப்பற்றற்ற உடம்பில் எலும்புகள் முண்டும் முடிச்சுமாக அங்கங்கே தெரியும். எழுந்து

நின்றால் லேசான கூனல் வேறு. இப்படி வயசும் உருவமும் வளர்ந்த ஒருவன் வகுப்பில் எழுந்து கேட்ட கேள்விக்குப் பதில் சொல்லத் தெரியாமல் விழித்தால், 'நெட்டைப் பனை மரம் நிற்குமாம் போலே போலே' என்று வாத்தியார் கேலி செய்யாமல் என்ன செய்வார்? வாத்தியாரே வழி காட்டினால் மற்றச் சிறு பையன்கள் சும்மா இருப்பார்களா? அழகு, ஏணி, ஒட்டைச் சிவிங்கி, இடையன் பூச்சி என்று பல பெயரிட்டுப் பேசிக்கொண்டார்கள். நாளடைவில் அவன் காதில் விழும்படியே கூப்பிட்டார்கள். அவனுக்குக் கோபமே வருவதில்லை. தனக்குப் படிப்பு வராது என்று அவனுக்கே தெரியும்போது பிறர் அதைச் சொல்லுவதற்காக ஏன் வருந்தவேண்டும்? கொஞ்ச நாள் வரையில் ஓயாமல் புரளி செய்து அலுத்துப்போன பிறகு பையன்களுக்கு ஞானோதயம் ஆகிவிட்டது. இவ்வளவு நல்லவனிடத்தில் விஷமம் செய்யக்கூடாதென்று தங்கள் முறையை மாற்றிக்கொண்டு விட்டார்கள். அப்பால் அவனை ஒரு பையன்கூடப் புரளி செய்ததில்லை. முந்திச் செய்த புரளிக்கு நஷ்ட ஈடு செய்வதுபோலவோ என்னவோ அவனிடம் அபாரமான பரிவை வாரிச் சொரிய ஆரம்பித்தனர்.

முதல் பாரத்தில் நாட்கள் கழிந்தன. பரீக்ஷை வந்தது; பிறகு போயிற்று. ஆனால் அவனை மட்டும் இரண்டாவது பாரத்துக்கு அனுப்ப மறுத்துவிட்டது. இனிமேல் தான் படிக்கப் போவதில்லை என்று தகப்பனாரிடம் சொன்னான்.

"போடா முட்டாள்! ஒரு தடவை தேறாவிட்டால் என்ன? இந்தத் தடவை வாத்தியாரை 'டியூஷன்' வச்சுக்கோ; தேறிவிடலாம்" என்று ஆறுதல் சொன்னார்.

'டியூஷன்' வாத்தியாருக்கு நல்ல சம்பளம் கிடைத்தது. தீபாவளிக்கு இனாம் கிடைத்தது. எனவே பரீக்ஷைக் கேள்விகள் கூடக் கிருஷ்ணனுக்குத் தெரிந்துவிட்டன. பிறகு அதில் என்ன கஷ்டம்? அந்த வருஷம் அவனுக்குப் பரீக்ஷை தேறிவிட்டது. அவன் தாய் தெருக்கோடிப் பிள்ளையாருக்குப் பத்துத் தேங்காய் உடைத்தாள்.

மூன்றாவது பாரத்துக்கு வந்த பிறகு சிக்கல் திரும்பவும் ஏற்பட்டது. அந்த வகுப்பு வாத்தியார் 'டியூஷன்' சொல்லிக்கொடுக்கும் வழக்கம் இல்லை. வேறு யாரையோ வைத்துக்கொண்டு படித்தான். முதல் வருஷம் தேறவில்லை. தாயும் பிள்ளையாருக்குத் தேங்காய் உடைக்க மறுத்துவிட்டாள். இரண்டாவது வருஷம் படித்தான். அப்போதும் தேறவில்லை.

கடைசித் தடவையாக மூன்றாவது வருஷம் படித்தான். பரீக்ஷை நெருங்கிவிட்டது. 'டியூஷன்' வாத்தியாரால் ஒன்றும் கையால்

ஆகவில்லை. வகுப்பு வாத்தியாரோ உச்சாணிக்கிளையில் ஒளிந்திருக்கும் செங்கனியைப்போல் அவன் இலக்கிலேயே படவில்லை. இப்படியே போய்விட்டால் மூன்றாவது வருஷமும் தேறாது. நாக்கைப் பிடுங்கிக் கொண்டு செத்துப்போக வேண்டியதுதான். ஆனால் அந்த எல்லைக்குப் போக வேண்டிய வைராக்கியம் அவனுக்கு இல்லை. யோசித்து யோசித்து ஒரு முடிவு கட்டினான். அவன் தாயும் பரீக்ஷை தேறினால் நூற்றெட்டுத் தேங்காய் உடைப்பதாக வேண்டிக்கொண்டாள்.

அவன் முக்கியமாகப் பூஜ்யம் வாங்குவதெல்லாம் இங்கிலீஷிலும் கணக்கிலுந்தான். இந்த இரண்டிலும் தேறிவிட்டால் கவலை இல்லை. அதற்கு வழி கண்டுபிடித்தான்.

இங்கிலீஷ் கேள்வித்தாள் தயார் செய்யும் வாத்தியார் மேல்வகுப்பில் இருந்தார். அவருடைய தமக்கை பிள்ளை ஒரு வாண்டுப் பயல் இவன் வகுப்பில் படித்துக்கொண்டிருந்தான். அவனுக்குக் கொடுக்காப்புளிக்காய் என்றால் பைத்தியம். நாள் தவறாமல் அவனுக்குக் கொடுக்காப்புளிக் காய் வாங்கிக் கொடுத்தான். பணக்கார வீட்டுப் பிள்ளைகள் என்றாலே சாதாரணமாகப் பையன்கள் காரணம் இல்லாமலேயே அவர்களைச் சுற்றிச் சுற்றி வருவார்கள்; கிணற்றில் வளையமிடும் ஆறுகால் பூச்சியைப்போல. தின்பண்டம் வேறு வாங்கிக் கொடுத்தால் கேட்பானேன்? இந்தப் புது உறவின் காரணமாக அந்தப் பையன் தினம் கிருஷ்ணன் வீட்டுக்கு வந்து போய்க்கொண்டிருந்தான். கிருஷ்ணன் தாய் வேறு அந்தப் பையனுக்குப் பக்ஷணங்கள் கொடுப்பாள்.

ஒரு நாள் அணில்போல் கொடுக்காப்புளிக்காயைக் கொறித்துக் கொண்டிருந்தான் பையன்.

"ஏண்டா! உங்கள் அப்பா இங்கிலீஷ் பேப்பர் தயார் செய்துவிட்டாரா?" என்று கேட்டான் கிருஷ்ணன்.

"எனக்குத் தெரியாதே."

"எனக்கு வயசென்ன தெரியுமா?"

"தெரியாதே."

"இருபது வயசு. இந்த வருஷமும் எனக்குப் பரீக்ஷை தேறப்போறதில்லை, தெரியுமா?"

"தெரியாது. இருக்கட்டும். ஏன் தேறாது?"

"நான் மக்கு. நீ மனசு வச்சால் தேறுவேன்."

விஷயம் விளங்காமல் பையன் விழித்தான்.

“நீ ஒரு காரியம் செய்யணும்; அப்பாவுக்குப் பொட்டி இருக்கா?”

“இருக்கு.”

“அதிலே அவர் இங்கிலீஷ் கேள்வித்தாள் எழுதி வைத்திருப்பார். நான் நாளைக்குச் சாயங்காலம் உங்கள் வீட்டுக்கு வருகிறேன். அதை எடுத்துக் காண்பி; போதும். நாளைக்கு ஓர் அணாவுக்குக் கொடுக்காப்புளிக்காய் வாங்கித் தருகிறேன்.”

ஓர் அணாக் கொடுக்காப்புளிக்காய்க்கு எதிராக இது ஒரு குற்றமாகுமா?

மாலை இருட்டுவேளையில், வாத்தியார் வீட்டுக்குப் போய்த் திருட்டுத் தனமாகக் கேள்வித்தாளைப் பார்த்துவிட்டு வந்தான் கிருஷ்ணன். பரீக்ஷையில் ஒரு பாதிக்கு மேல் வெற்றி அடைய ஏற்பாடாகிவிட்டது.

மற்றொரு பாதி கணக்குப் பரீக்ஷை. கேள்வித்தாளைப் பார்க்கலாமென்று அந்த வாத்தியாருடைய பிள்ளையை, காபியும் ஹல்வாத்துண்டும் வாங்கிக்கொடுத்து நைச்சியம் பண்ணினான். துரதிருஷ்டவசமாகக் கேள்வித்தாள் அச்சாபீசுக்குப் போய்விட்டது. வேறு வழி? கணக்குப் பரீக்ஷையில் ‘கோழிமுட்டை’ வாங்கிவிட்டுப் பள்ளிக்கூடத்துக்கு ஒரு முழுக்குப் போட்டுவிட வேண்டியதுதானா? கிருஷ்ணன் நம்பிக்கையை இழக்கவில்லை.

பரீக்ஷைகள் வந்தன – கணக்கு உள்பட. எதிர்பார்த்தபடியே கணக்குப் பரீக்ஷை சங்கு ஊதிவிட்டது. முடிவாக ஒரு யோசனை தோன்றிற்று. விடை திருத்தும் வாத்தியாரின் பையனை நாடினான். முதலில் எழுதிவைத்த விடைத்தாளுக்குப் பதிலாகச் சரியான விடைத்தாள் எழுதிக் கட்டுடன் சேர்த்துவிட்டால் – ஹும்! ஜயந்தான்!

பையன்களுக்குப் பரீக்ஷை தேறவேண்டியது லக்ஷ்யமே ஒழிய அதில் வெற்றி பெறும் முறை அவ்வளவு பெரிதாகப்படுவதில்லை. அந்த விஷயத்தில் வேண்டிய ஒத்தாசை ஒருவருக்கொருவர் செய்யவேண்டுமென்பது பையன்களுடைய எழுதாக் கொள்கை. தவிர, குறிப்பிட்ட பையனுக்கோ காசில் ஆசை. ஒரு ரூபாய் லாபம் என்றால் பிறகு கேட்பானேன்?

வாத்தியார் ‘டென்னிஸ்’ ஆடப் போன சமயம்: அவர் வீட்டுக் காம்ரா அறையிலிருந்து வெளியே ஒரு சின்னக் கை நீண்டு வந்தது. வெளியே வந்து நின்ற கிருஷ்ணன் ஒரு தாள் கத்தையை அதில் வைத்துவிட்டான். அவ்வளவுதான்!

அதற்குப் பிறகு கிருஷ்ணன் மனசு அலையவில்லை.

ஆனால், பொதுவாக, அமைதியோ ஆத்திரமோ நீடித்திருப்பதில்லை.

கோடை விடுமுறைக்குப் பள்ளிக்கூடம் சாத்த ஒரு வாரம் இருந்தது. பள்ளிக்கூட நேரத்தில் வராந்தா வழியாகக் கிருஷ்ணன் சுற்றிவந்தபோது திடுக்கிடத் தக்க இரண்டு காட்சிகளைக் கண்டான். தனக்கு உதவி செய்த இரண்டு பையன்களும் வகுப்புக்கு வெளியே ஸ்டூலின் மேல் ஏறி நின்று கொண்டிருந்தார்கள்.

'ஏன்? நமக்கு உதவி செய்ததன் விளைவா?' என்ற நினைப்பு அவன் நெஞ்சை அறுத்தது.

பள்ளிக்கூடம் விடுவதற்கு ஐந்து நிமிஷம் முன்னதாகவே வகுப்பை விட்டு நழுவிக் காம்பவுண்டுக்கு வெளியே வந்து நின்றுகொண்டான் கிருஷ்ணன்,

பையன்கள் இருவரும் வந்ததும், "ஏண்டா?" என்றான் கிருஷ்ணன்.

"உன்னாலேதான்டா; எங்க அப்பாவுக்குத் தெரிஞ்சு போச்சு. வீட்டிலே எந்தச் சனியனோ சொல்லித் தொலைச்சுட்டுது. நல்ல வேளையா ஹெட்மாஸ்டரண்டை சொல்லாமே வாத்தியாரண்டை மட்டும் சொன்னா" என்று இரட்டை நாயனம்போல் அழுதார்கள்.

கிருஷ்ணன் மனசு துடித்தது. சமாதானம் சொல்வதற்கும் வழி தெரியவில்லை. பேசாமல் வீடு போய்ச் சேர்ந்தான்.

கோடை விடுமுறைக்குப் பிறகு பள்ளிக்கூடம் திறந்தார்கள். கிருஷ்ணன் பரீக்ஷையில் தேறிவிட்டான். மத்தியான்னச் சாப்பாட்டுக்கு வீட்டுக்கு வந்ததும் தாய் அதிகப் பரபரப்புடன், "என்ன ஆயிற்று?" என்றாள்.

"மோகினி மேல் வகுப்புக்கு மாற்றிவிட்டார்கள்" என்றான். ஆனால் அவன் சொன்ன மாதிரி அவனுக்கு இருந்த ஆற்ற மாட்டாத் துயரத்தை வெளிப்படுத்திற்று.

ரகசியமாக நடந்த விஷயங்களையெல்லாம் தாய் கண்டாளா? "ஏன்டா! பரீக்ஷை தேறாமல் இருந்தால்தான் உனக்குச் சந்தோஷமா? நம்ம தெருப் பிள்ளையாருக்கு நூற்றெட்டுத் தேங்காய் உடைக்கிறேன் என்று வேண்டிக்கொண்டேன். இல்லாத போனால் தேறுமா? இதிலே வருத்தமா இருக்கு? சாயங்காலமாகத் தேங்காய் உடைக்கணும். அந்த வாத்தியார் வீட்டுப் பையன்களையும் வரச்சொல்லு" என்றாள்.

"ஆகட்டும்" என்று ஆகாயத்தைப் பார்த்துக்கொண்டு அவன் சொன்னான்.

சாயங்காலம் பிள்ளையார் கோயில் சரவிளக்குகள் பளிச்சென்று எரிந்து கொண்டிருந்தன. தாய் ஒவ்வொரு தேங்காயாக உடைத்துக்கொண் டிருந்தாள். கிருஷ்ணன் பக்கத்தில் கையைக் கட்டிக்கொண்டு நின்றாலும்

அவன் மனம் பையன்களை நாடிப் போயிருந்தது. அதனால்தானோ என்னவோ எதிரே தெருவில் போன அந்த இரண்டு பையன்கள் கூட அவன் கண்ணில்படவில்லை. பையன்கள் அவனைப் பார்த்தும் பாராதது போல் போனார்கள். கொடுக்காப்புளிக்காயையும் காசையும் காட்டி அவர்களை மயக்காதிருந்தால், பள்ளிக்கூட மத்தியில், அவர்கள் எட்டு மணி நேரம் ஸ்டூலின்மேல் ஏறி நிற்கவேண்டிய அவசியம் ஏற்பட்டிராதல்லவா? வயசான பையன் இப்படி வஞ்சிக்கலாமா? அவன் முகத்தில் விழிக்கலாமா? இந்த மாதிரி நினைப்புடன் அவனைப் பார்த்தும் பாராமல் போனார்கள்.

சிதறிய தேங்காய் மூடியைப் பொறுக்கப் போன கிருஷ்ணனுடைய தாய் அவர்களைப் பார்த்துவிட்டாள்.

"ஏன்டா! அந்தப் பையன்களைக் கூப்பிடவில்லையோ? அதோ போறான்களே."

"கூப்பிட்டேன்" என்று பொய் சொன்னான் கிருஷ்ணன்.

"பின்னே, ஏன் வரவில்லை?"

"ஏனோ தெரியவில்லை."

இரவு ஏழு மணிக்கு, தாயும் பிள்ளையும் வீடு திரும்பினார்கள். விபூதிப் பிரசாதத்தைத் தகப்பனாரிடம் கொடுத்தபோதே அவர் விஷயத்தைப் புரிந்துகொண்டு விட்டார்.

"நல்ல காலம்! இனிமேல் நாலாவது பாரமா? ஸபாஷ்! ஸைகிள் வாங்கித் தருகிறேன். நல்லாப் படி" என்று அடங்காத சந்தோஷத்தைத் தெரிவித்தார்.

கிருஷ்ணன் ஒரு நிமிஷம் ஆழ்ந்து யோசித்தான். பிறகு அழுத்தந் திருத்தமாக, "நான் வாசிக்கப் போவதில்லை" என்றான்.

"ஏன்?"

"நான் வாசிக்கமாட்டேன். படிப்பு வேண்டாம்."

பெற்றோர்களுக்கு அவனுடைய பிடிவாதம் புரியவில்லை; எப்படிப் புரியும்? ஆனால் இந்தத் தீர்மானத்தைக் கேள்விப்பட்ட பையன்களுக்கு மட்டும் அது புரிந்துவிட்டது.

10. மந்திர மை

கோடி வீட்டு மாணவன் குமாரகிருஷ்ணன் இறந்துபோன விதம் பெரிய புதிராக இருந்தது. இரவு படுக்கையில் படுத்தவன் காலை வெகு நேரமாகியும் மாடியிலிருந்து இறங்கிக் கீழே வரவில்லை. தாயார் மாடி அறைக்குப் போய்ப் பார்த்தாள். கதவு சாத்தியபடியே இருந்தது. லொட்லொட்டென்று இரண்டு மூன்று தடவை தட்டினாள். பதில் இல்லை. பெயர் சொல்லி இரண்டு மூன்று முறை கூப்பிட்டாள். அப்போதும் பதில் இல்லை. தாயாருக்கு பயம் வந்துவிட்டது. கீழே போய் கணவரை அழைத்து வந்தாள். அவர் ஆண்பிள்ளை அல்லவா?

"சினிமாவுக்குப் போகாதே என்றால் போகிறது. பிறகு வந்து மூதேவி மாதிரி தூங்குகிறது" என்று இரைந்துகொண்டே கதவை ஓங்கிக் குத்தினார் அவர். ஊஹூம்! அப்போதும் பதில் இல்லை. தகப்பனாருடைய அதிகாரத் தோரணை இருந்த இடம் தெரியவில்லை. கால் கையெல்லாம் நடுக்கம் எடுத்தது. மெதுவாகக் கீழே போய் கடப்பாரை ஒன்றைக் கொணர்ந்து கதவை நெம்பி எடுத்தார்.

குமாரகிருஷ்ணன் குப்புற மெத்தையில் படுத்திருந்தான்! குனிந்து பார்த்தார். மூக்கில் ரத்தம்! தொட்டுப் பார்த்தார். வாழைத் தண்டு போல் உடம்பு ஜில்லிட்டிருந்தது. வாய் பேசாது மனைவியின் முகத்தைப் பார்த்தார். தாயார் விஷயத்தை உணர்ந்துவிட்டாள்! கண்ணிலிருந்து நீரை ஆறாகப் பெருக்கினாள். அலற ஆரம்பித்தாள். தகப்பனாருக்கு இப்போது வேறுவிதமான திகில் பிறந்தது.

உரக்க அலறிவிட்டால் தெருவாசிகள் வந்து கூடிவிடப் போகிறார்களே! துர்மரணம் – அது, இது – என்று பரதேசித் தபால் கிளம்பி, போலீஸ், கீலீஸ் வந்துவிடப் போகிறதே... மானம் போய்விடுமே என்ற நடுக்கம். கத்தாதே என்று மனைவிக்கு எச்சரிக்கை செய்தார். தாயார் முன்றானையால் வாயை மூடிக்கொண்டு மழைக் காலத்து

மேகம்போல் முகம் கனத்துக் கண்ணீர் பொழிந்தாள்.

அதற்குப் பிறகு வெகு சொற்ப நேரத்துக்குள் சவத்தைச் சாதாரணமான சடங்குகளோடு அப்புறப்படுத்திவிட்டனர்.

இது நடந்து கொஞ்ச நாட்கள் ஆனபோதிலும் தெருவில் உள்ளவர்களும், ஊரில் உள்ளவர்களும் இதையே பற்றிப் பேசிக்கொண்டிருந்தார்கள்.

"அந்தப் பையனுக்குப் போன வருஷமே பிடிச்சு மாரடைப்பு வியாதி என்று கேள்வி. அதுதான் திடீரென்று அடிச்சூட்டுது" என்றார் ஒருவர்.

"அதெல்லாம் இல்லை. இவனுக்கும் இவன் தகப்பனாருக்கும் பிடிக்காது. அவன் சின்னப் பையனாக இருக்கிற காலத்திலேயே அவனைப் படாத பாடு படுத்துவார். தகப்பனார் வெறும் பாஷாண்டி. பையன் விபூதி, அது இது பூசிக்கொண்டு கர்நாடகமாக இருப்பான். தினம் நூறு ஸ்ரீராமஜயமாவது எழுதாமல் இருக்க மாட்டான் என்றால் பார்த்துக்கொள்ளேன். என்ன மனஸ்தாபமோ என்னவோ? பையன் பாஷாணத்தைத் தின்றுதான் 'சவாரி'யாகி விட்டான்! இல்லாவிட்டால் பிணத்தை இவர்கள் அவ்வளவு அவசர அவசரமாகக் கொண்டுபோக ஏற்பாடு செய்திருக்க வேண்டிய அவசியமே இல்லையே" என்று மறுத்துப் பேசினார் மற்றொருவர்.

அவனுடைய நண்பன் என்ற ஹோதாவில் சில விஷயங்கள் எனக்கு நேரில் தெரியும். அதை வேறு யாருக்கும் இதுவரைக்கும் நான் சொன்னதில்லை.

எத்தனை நாள் தெருவிலே ஜால வித்தைகளைப் பார்த்துக்கொண்டே அவன் காலேஜுக்கு நேரம் கழித்துச் சென்றிருக்கிறான் தெரியுமா? எத்தனை நாள் என்னையும் போகவொட்டாமல் தடுத்திருக்கிறான் தெரியுமா?

"கால் மந்திரம், அரை மந்திரம், முக்கால் மந்திரம், முழு மந்திரம் தெரிஞ்சா உடாதிங்கோ. வித்தை பலிக்காது. வவுத்திலே மண் விழுந்து போகும்... அடி ஜக்கம்மா, பொம்மக்கா, மலையாள பகவதி... வாடீ அரசமரத்து நுனிக் கிளை வழியா" என்று செப்பிடுவித்தைக்காரன் சொல்லி, சிறிய டப்பாவிலிருந்து மையெடுத்துக் கண்ணுக்கு இட்டுக்கொள்ளும்போதெல்லாம் குமாரகிருஷ்ணனுக்கு மையைப் பெறும் தந்திரத்தை அறியவேண்டுமென்ற ஆசை எழும்.

சில மாதங்களுக்கு முந்தி ஒரு மாறுதல் அவனிடம் ஏற்பட்டது. தெருவில் நடப்பது எதைக் கண்டாலும் நின்று பாராமல் தன் வழியே போக ஆரம்பித்தான். எனக்கு இது பெரும் வியப்பாக இருந்தது. அவனை நெருக்கிக் கேட்டதும் விஷயம் விளங்கிற்று. ஒரு ஜால

வித்தைக்காரனுக்கு நிறைய ரூபாய் கொடுத்து இந்த மை சம்பாதிக்கும் தந்திரத்தை அறிந்துகொண்டு விட்டானாம். அந்த முறையை என்னிடம் காதோடு காதாக அவன் சொன்னதும் நான் சிரித்தேன்.

"இதெல்லாம் பொய்போலத்தான் இப்போது தோணும். மாட்டுப் பொங்கலுக்கு அடுத்த நாள் காலை ஏழு மணிக்கு உண்மை தெரியும்" என்று உண்மையை அறிந்தவன் போல வெகு அடக்கத்தோடு எனக்குப் பதிலுரைத்தான்.

மாட்டுப் பொங்கலன்று அந்திப் பொழுது. தெருவெங்கும் கூட்டம். மூலைக்கு மூலை சாமந்திப் பூவை விற்றுக்கொண்டு சிறு குட்டிகள் நின்றுகொண்டிருந்தனர். பக்கத்தில் நெட்டி மாலைகளைச் சிறுவர்கள் விற்றுக்கொண்டிருந்தனர். தெருவெங்கும் மஞ்சள் இலையும் இஞ்சி இலையும் கருப்பங் கொழுத்தாடையும் இறைந்து கிடந்தன.

* * *

அன்று குமாரகிருஷ்ணன் ஆற்றங்கரைக்கு வெளியே உள்ள அரசமரத்து மேடையில் உட்கார்ந்திருந்தான். எனக்கு இந்த மாட்டுப்பொங்கல் ஞாபகமே இல்லை. ஆனால் இவனை அரசமரத்து மேடையில் கண்டவுடன் முன்னால் சொன்ன விஷயம் ஞாபகம் வந்தது.

"இதெல்லாம் பைத்தியக்காரத்தனம்டா. நீ போக வேண்டாம்" என்றேன்.

அவன் கேட்டால்தானே! சரி, என்ன தான் ஆகிறது பார்க்கலாம் என்று நானும் உட்கார்ந்துவிட்டேன்.

"மாட்டுப்பொங்கலுக்கு ஆற்றுக்கு மாடுகள் வர இன்னும் நேரம் ஆகவில்லையா?" என்று நிமிஷத்துக்கு ஒருதரம் என்னைக் கேட்டான். இதோ வந்துவிடும் என்று பதில் சொன்னேன்.

* * *

கடைசியாக மணிச் சத்தம் கேட்டது. அதுதான் ஆற்றங்கரைக்கு வரும் முதல் மாடு. காளி அம்மன் கோயில் மாடு. நல்ல காராம் பசு. சிவப்பு வெல்வெட்டிலே சதுரமாகத் தைத்து முதுகின் மேல் போடப்பட்டிருந்தது. கழுத்திலே பெரிய வேப்பிலைக் கொத்தில் மறைந்து ஒலிய பார்க்கும் மணி. கொம்பெல்லாம் சீவி அழகாகப் பொன் வர்ணம் பூசப்பட்டிருந்தது. எல்லாவற்றுக்கும் மகுடம் இட்டதுபோல் மாட்டின் நெற்றியில் திலகம்போல் குங்குமம் இடப்பட்டிருந்தது. மாட்டுக் கழுத்தின் கீழுள்ள சதை இங்கும் அங்கும் அலைய, காதுகள் தழையத் தழையக் காளியம்மன் கோயில் பசு அழகாக வந்து கொண்டிருந்தது.

அருகில் வந்ததும் குமாரகிருஷ்ணன் மாட்டின் பக்கம் பாய்ந்து ஓடினான். அப்போதுதான் அவன் கையில் பச்சை ஓந்தி ஒன்று இருப்பதை நான் பார்த்தேன். இவன் பாய்ந்தவுடன் ஓந்தி சிவப்பாக மாறிவிட்டது. மாட்டின் கொம்பில் ஓந்தியை அடித்ததும் அது நீலமாக மாறிய விந்தையில் நான் லயித்துப் போய்விட்டேன். அதற்குள் குமாரகிருஷ்ணன் ஆற்றின் பக்கமாக ஓடிப்போய்விட்டான். நானும் பின்தொடர்ந்தேன்.

குமாரகிருஷ்ணன் முழங்கால் மட்டு ஜலத்தில் நின்று வாதாடிக் கொண்டிருந்தான்.

"அது முடியாது. என்னை அழைத்துக்கொண்டு போகாவிட்டால் உன் குச்சியைத் தரமாட்டேன்" என்று பிடிவாதமாகச் சொல்லிக் கொண்டிருந்தான்.

விவரம் எனக்குத் தெரியுமல்லவா? 'மாட்டுப் பொங்கலன்று பவனிவரும் முதல் மாட்டின் கொம்பின் மீது ஒரு பச்சை ஓந்தியை அடித்தால், ஒரு கிழவன் கையில் ஊன்றுகோலுடன் உடனே தோன்றுவான். அவன் ஆற்றங்கரைப் பக்கம் ஓடுவான். நீயும் கூடவே ஓடு. கிழவன் ஜலத்தில் இறங்கியதும் அவன் கையிலிருக்கும் குச்சியைப் பிடுங்கிக்கொண்டு, மந்திர மை வேண்டும். சம்பாதித்துத் தா. இல்லாவிட்டால் குச்சியைத் தரமாட்டேன் என்று சொல்லு' என்று ஜால வித்தைக்காரன் குமாரகிருஷ்ணனுக்குச் சொல்லியதாக எனக்குத் தெரியுமல்லவா?

* * *

ஒரு மணி வரையில் ஜலத்திலேயே குமாரகிருஷ்ணன் நின்று அந்தக் கிழவனோடு வாதாடிக்கொண்டிருந்திருக்க வேண்டும். எனென்றால் பிறகுதான் கரைக்கு வந்தான். நான் மணலிலே உட்கார்ந்துகொண்டு ஆகாயத்தையும் மனிதனை மயக்கி இழுக்கும் மந்திர மையையும் பற்றி யோசித்துக்கொண்டிருந்தேன்.

அவன் மணலேறி வந்தான்.

"ஏய்! இதோ கிழவனாரோடு சுடுகாட்டுக்குப் போகிறேன். கிழப் பிசாசு என்னை அழைத்துக்கொண்டு போகிறது. இதோ பார் அதனுடைய கழி. நாளைக் காலம்பர வீட்டுக்கு வா. மந்திர மையைப் பார்க்கலாம். பிறகு சிரிக்கலாம். இல்லாவிட்டால் தப்பு தப்பு என்று கன்னத்தில் போட்டுக்கொள்ளலாம்" என்றான்.

அப்போதுதான் நான் உண்மையாகவே அவனுடைய நிலைமையைப்பற்றிக் காபுரா அடைந்தேன். மாட்டுப் பொங்கலன்று கிழவனும் தோன்ற மாட்டான், மண்ணாங்கட்டியும் தோன்றாது! என்னவோ பிடிவாத

வெறியில் பேசுகிறான். பிறகு எல்லாம் தெளிந்துபோகுமென்று நான் முதலில் நினைத்திருந்தேன். நண்பன் வந்து, "கிழவனுடன் சுடுகாட்டுக்குப் போகப் போகிறேன்" என்று சொல்லவும் என் மனம் திடுக்கிட்டது.

"இதெல்லாம் கண் மயக்கமடா... வீட்டுக்குப் போவோம்" என்றேன். அவன் இசையவில்லை.

"நீ வீட்டுக்குப் போ, வருகிறேன் மையுடன்" என்று சொல்லிவிட்டு ஆற்றின் வழியாக மேற்கே நடந்து செல்ல ஆரம்பித்தான்.

நான் வீட்டுக்குத் திரும்பிப் போய்விடலாமா என்று கூட எண்ணினேன். மனம் வரவில்லை. குமாரகிருஷ்ணனுக்குத் தெரியாமல் பின்னாலேயே சென்றேன்.

* * *

ஆற்றின் கரையோரத்திலேயே சுடுகாடு. ஜலம் அரித்து ஓடிக்கொண்டிருந்தது ஓர் ஓரத்தில். நான் நெளிவாக ஓடிப்போய் ஒரு குட்டிச்சுவரின் ஓரத்தில் ஒண்டிக்கொண்டேன்.

சிதையில் ஏதோ ஒரு பிணம் எரிந்துகொண்டிருந்தது. பக்கத்திலிருந்த ஆலமரத்தின் நிழலும் விழுதுகளும் பாம்புகள் போல் பின்னிக்கொண்டு கிடந்தன. ஆந்தைகள் மரத்தின் மேலே காதற்கதை பேசிக்கொண்டிருந்தன. சந்திரன் விரிந்த வெண்குடைபோல் வானில் திறந்து கிடந்தது. பழந்தின்னி வௌவால்கள் குறுக்கே பறந்தன. நிச்சப்தம்.

குமாரகிருஷ்ணன் சுடுகாட்டுக்குள்ளே வந்தான். கையில் விடாப் பிடியாகக் குச்சியை வைத்திருப்பதுபோல் வலக்கையைக் கெட்டியாக மூடிக்கொண்டிருந்தான். மெதுவாகக் காற்றொன்று அடித்தது. நிச்சப்தம் கலைந்தது. ஆலமரத்து நிழல்கள் ஊர்ந்தன. விழுதுகள் ஊசலாடின. நிழல்களெல்லாம் சேர்ந்து பிணம் எரிந்த மேடையைச் சுற்றி, காற்றில் வட்டமாக ஆடின. நிழல்களைப் பார்க்கப் பார்க்க எனக்குக்கூடப் பிரமை உண்டாய்விட்டது. எவ்வளவு பிசாசுகள்! எவ்வளவு பிசாசுகள்! இதில் பெண் பிசாசுகள் வேறு! காற்று பலத்தது. பனை மரங்களின் மட்டைகள் சடசடவென்றன. நிழல்கள் வேகமாக ஒன்றை ஒன்று துரத்தின. ஒரு நரி எங்கோ ஒரு புதரிலிருந்து சந்திரனைப் பார்த்து ஒப்பாரி வைத்தது. பின்னும் ஒரு நிமிஷம். பேய்க்காற்று மரங்களிடையில் பாடிற்று. சந்திரன் தப்புக் கொட்டினான். பிசாசுகள் நடனமாடின.

ஐந்தாறு நிமிஷத்துக்குள் குமாரகிருஷ்ணன் திரும்பிப் பாராமல் ஆற்றின் பக்கமாக ஓட்டமெடுத்தான். அப்போது அவனது வலதுகை முன்போல் இல்லை. கட்டைவிரலும் ஆள்காட்டி விரலும் ஏதோ ஒரு

சிறு வஸ்துவைப் பிடித்துக்கொண்டிருப்பதுபோல் சேர்ந்திருந்தன.

ஜாலவித்தைக்காரன் அவனுக்கு உபதேசம் பண்ணியதில் இரண்டாவது பாகம் என் நினைவுக்கு வந்தது.

'சுடுகாட்டுக்குப் போனதும் நடனம் செய்யும் பிசாசுகளுக்குள் பெண் பிசாசாகப் பார்த்து அதன் தலைமயிர் ஒன்றைப் பிடுங்கி எடுத்துக் கொண்டு ஆற்றை நோக்கி ஓட வேண்டியது. ஆற்று நீரில் அந்த மயிரை நனைத்து எடுக்குமட்டும் பிசாசுகள் நாட்டியமாடும் பக்கம் திரும்பிப் பார்க்கவே கூடாது. பார்த்தால் போச்சு! திரும்பிப் பார்க்காமல் நனைத்து எடுத்துக்கொண்டு வந்து, அதைக் கருக்கிக் கண்ணுக்கு இட்டுக்கொள்ளும் மையுடன் சேர்த்து விட்டால் அதுதான் ஜால மை.' இப்படிச் சொல்லியிருந்தான் அல்லவா? அந்தக் கட்டம் இப்போது நடப்பதைக் கண்டேன்.

குமாரகிருஷ்ணன் திரும்பிப் பார்க்காமல் விழுந்தடித்து ஓடினான். திரும்பிப் பார்க்காமல் இருக்க வேண்டுமே என்று நான் பிரார்த்தனை கூடச் செய்தேன். இன்னும் ஒரு விநாடி! நீரில் நனைத்து எடுத்திருப்பான். ஆனால் அவனை அறிந்தோ அறியாமலோ தலை சுடுகாட்டுப் பக்கம் திரும்பிவிட்டது. அவ்வளவுதான்! திடீரென்று சாய்ந்தான். நான் ஓடினேன். ஜலத்தை வாரி முகத்தில் அடித்தேன். அவன் மூர்ச்சை தெளிந்து கண்திறந்தான். கையைப் பார்த்துக்கொண்டான்.

“மயிர் எங்கே?” என்றான்.

நான் பதில் சொல்லவில்லை. அவன் வெறிக்கப் பார்த்தான்.

“சரி, வா போவோம்” என்றேன்.

பதில் சொல்லாமல் வந்தான். அவனுக்கிருந்த சோர்வு, அது, இது ஒன்றுமே அப்போது காணவில்லை. மெதுவாக அவனுடைய வீட்டு வரையில் அழைத்துக்கொண்டு வந்தேன். அவன் பெற்றோர்களிடம் நடந்ததையெல்லாம் சொல்லுவோமா என்றுகூட ஒரு கணம் யோசித்தேன். தைரியம் வரவில்லை. சிவனே என்று வீட்டுக்குப் போய்விட்டேன். மறுநாள் காலையில் இந்தச் சமாசாரம்!

11. லீலா

சந்திரசேகரன் சப்கலெக்டர் பதவியை ஏற்று ஒரு வாரங்கூட ஆகவில்லை. அதற்குள்ளாகவே தினசரி வேலையின்மீது அவனுக்கு அலுப்புத் தோன்ற ஆரம்பித்தது.

அலுப்பு மேலிட்டு ஒரு நாள் பங்களாவில் சும்மா உட்கார்ந்திருந்தான். டலாயத் உடலை நெளித்தபடியே உள்ளே நுழைந்து ஒரு சிறு கடுதாசை நீட்டினான். அதை வாங்கி, "ஜோஸப் பால், ஹெட்மாஸ்டர், மிஷன் ஸ்கூல்" என்று தனக்குள்ளேயே படித்துவிட்டு, உள்ளே அழைத்து வரச் சொல்லி டலாயத்துக்கு உத்தரவிட்டான்.

'ஹெட்மாஸ்டர்' உள்ளே நுழைந்தார். சப்கலெக்டருடன் உடல் நலம், அகவிலை, வெயில் கடுமை முதலிய பல விஷயங்களைப்பற்றிச் சிறிதுநேரம் பேசிக்கொண்டிருந்து விட்டு, தாம் வந்த காரியத்தைத் தெரிவித்தார்: "ஒரு சிறிய வேண்டுகோள்; அடுத்த ஞாயிற்றுக்கிழமை எங்கள் பள்ளிக்கூடத்து வருஷாந்தர விளையாட்டு விழா. அம்மாளுக்குப் பள்ளிக்கூட மாணவர்கள் முன்னேற்றத்திலும் அவர்கள் விளையாட்டிலும் அதிக ஊக்கம் உண்டு என்று கேள்விப்பட்டேன். எங்கள் விழாவுக்குத் தலைமை வகித்துப் பரிசுகள் வழங்க வேண்டுமென்று அம்மாளைக் கேட்க வந்தேன்" என்றார்.

"மெத்த வந்தனம், ஒரு நொடியில் கேட்டுச் சொல்லுகிறேன்" என்று மாடிப்புறம் போனான் சந்திரசேகரன்.

உள்ளபடி அவன் மாடி ஏறிப் போகவில்லை. நடுவழியிலேயே திரும்பி, அபஜயமடைந்தவனைப்போல் முகத்தை வைத்துக்கொண்டு வந்தான்.

“தங்கள் விருப்பத்தை நிறைவேற்ற முடியாமல் இருப்பதற்காக மன்னிப்புக் கோரச் சொன்னாள். உடல் நலமாக இல்லையாம்.”

“அப்படியா?” என்று ஹெட்மாஸ்டர் மீசையைத் திருகிக்கொண்டு யோசனையில் ஆழ்ந்தார்.

“சரி! அப்போது நீங்கள்தான் தலைமை வகிக்க வேண்டும்” என்றார்.

தன் மனைவியைத் தலைமை வகிக்கச் சொன்னது சந்திரசேகரன் உள்ளத்தில் பல பழைய புண்களைக் கிளறிவிட்டது. எப்படியேனும் ஹெட்மாஸ்டருடன் சந்திப்பு முடிந்தால் போதுமென்ற நிலைமையில் அவன் இருந்ததால், அடுத்தபடியாக அவனையே தலைமை வகிக்கும்படி கேட்டதற்கு உடனே சம்மதி தந்துவிட்டான்.

என்றைக்கு அந்த விளையாட்டு விழாவுக்குத் தலைமை வகிப்பதாக ஒப்புக்கொண்டானோ அன்று முதல் இதர பள்ளிக்கூடங்களிலிருந்தும் பொதுஸ்தாபனங்களிலிருந்தும் அதைப்போன்ற வேண்டுகோள்கள் வந்தன. ஒவ்வோர் அழைப்பு சம்பந்தமாகவும் தன் மனைவியைப் பற்றியவரையில் மறுக்கவேண்டிய கசப்பான பொறுப்பு அவனுக்கு ஏற்பட்டது.

இதன் பலனாக ஊருக்கு வந்த ஒரு மாதத்துக்குள்ளாகவே ஊரார் வம்பு பேசத் தொடங்கினார்கள். சப்கலெக்டர் மனைவி அவலக்ஷணமா, அங்கஹீனமா? அசடா? கர்வம் பிடித்தவளா? ஒருவேளை மனைவியேயன்றிச் சேர்க்கையா என்று பலவாறு சந்தேகப்பட்டார்கள். சந்திரசேகரனுடைய நுண்ணறிவுக்கு இவ்விஷயங்கள் தெரியாமல் இல்லை. தான் தலைமை வகிக்கும் ஒவ்வொரு கூட்டத்திலும் தன் முதுகுப்புறத்தைச் சுட்டிச் சுட்டிக் காட்டிப் பிறர் பேசுவதுபோன்ற காட்சிகள் அவன் அகக்கண்ணில் தோன்றித் தன் மனைவியைப் பற்றிக் குசுகுசுவென்று பேசுவது கணீர் என்று தன் காதில் விழுவதுபோன்ற பிரமை உண்டாயிற்று.

சந்திரசேகரன் மனத்தில் ஓயாத அதிருப்தி. சப்கலெக்டராக இருந்தால் என்ன? ஓர் அற்ப விஷயத்தை மாற்ற முடியாத இயற்கையின் கோணலை – அறுபது நாழிகையும் ஜனங்களிடமிருந்து மறைப்பதே முக்கிய வேலையாகி விட்டால் சுகம் என்பதை எப்படிக் காண முடியும்? வேம்பான பொய்வாழ்க்கை! இதைவிட குற்றவாளிகளுக்கு விதிக்கும் தனிச் சிறைத்தண்டனை கூட மேல்.

மாமனாராக வாய்த்தாரே ஒருவர் – எவ்வளவு குரூர ஸ்வபாவமுள்ளவர்! எவ்வளவு சமத்காரமாகத் தன்னை வலைபோட்டுப் பிடித்துவிட்டார்! ஆனால் அவர்மீது குற்றம் சாட்டுவது நியாயமா? பாங்கு முறிந்துபோய்

அளவற்ற பணநஷ்டம் ஏற்பட்டதைப் பற்றி இந்தியாவிலிருந்து தன் தகப்பனார் இங்கிலாந்துக்கு எழுதியபோது ஐ.சி.எஸ். படிப்பை அத்துடன் விடாதது யார் குற்றம்? ஐ.சி.எஸ். என்ற பட்டமும் வரப்போகும் பதவியும் அவன் ஆசையைத் தூண்டின. உணர்ச்சி மழுங்கிப் போய் விட்டது. பெண்ணின் குறைவு பெரிதாகப்படவில்லை. தகப்பனார் குறிப்பிட்டிருந்த பெண்ணை மணப்பதாக ஒப்புக்கொண்டான். கண்ணைத் திறந்துகொண்டு குளத்தில் இறங்கிய குற்றம் யாருடையது? முன்பணம் வாங்கிப் படித்துப் பரீக்ஷையில் தேறினபின் ஏற்பாட்டுப்படி மணம் செய்துகொண்டது தர்ம நியாயந்தானே?

இப்போதோ மாமனார் தம் கணக்கற்ற ஐவேஜியைக் காட்டி ஏமாற்றி விட்டதுபோல் கருதினான். தன் பேராசையைத் தவிர – தன் விதியைத் தவிர – மற்ற எல்லோரையும் நொந்துகொண்டிருந்தான். இவ்வளவு எண்ணங்களுக்கு இடையில் ஓயாத அதிருப்தி உண்டாவது வியப்பா?

இப்படியே நாட்கள் சென்றன. ஒரு நாள் ஓர் எண்ணம் தோன்றிற்று. அதுவரையில் ஏன் தோன்றவில்லை என்பதே ஆச்சரியமாக இருந்தது. 'விழாக்களுக்குத் தலைமை வகிப்பதை நிறுத்திவிட்டால் ஒருவேளை வேதனை குறையாதா?' என்று நினைத்தான். அது முதல் ஆபீஸ் வேலையைத் தவிர வேறு ஒன்றையும் சந்திரசேகரன் பார்ப்பதில்லை. பொதுஜனங்களிடையில் அதிகமாகக் கலப்பதில்லை. இருந்தாலும் தான் எதிர்பார்த்த அமைதி உள்ளத்தில் தோன்றவில்லை. தன் வேதனையின் வேர் பின்னும் ஆழமாக ஓடியிருப்பதை அவன் உணரவில்லை.

2

அவன் மனைவி லீலாவை உயர்ந்த பெண்மையின் அவதாரமென்றே கருதவேண்டும். ஜலத்துளி நீர்ப்பெருக்கில் கலந்திருத்தல்போல் தான் என்னும் தன்மை அற்றவள். அவளுடைய அமைதி ஆழ்ந்த குளத்தினுடையது. தானாகக் கிளம்பிப் பிதுங்கி முன்னிற்கும் முந்திரிக்கொட்டை அல்ல. கணவனை நேருக்கு நேர் பார்ப்பது அருமை. ஏனென்றால், அப்படிப் பார்க்கும் வேளையில், தன்னையும் அறியாமல், தன் கண்கள், கணவன் தன்னை நேசிக்கவில்லையே என்று குற்றம் சாட்டிவிடலாமல்லவா என்ற பயம்.

வீட்டுக் காரியங்களிலும் வெகு சமர்த்து. சப்கலெக்டர் மனைவியாக இருந்தும், தன் தகப்பனாரின் அளவற்ற ஐவேஜிக்கு ஒரே வாரிசாக இருந்துங்கூட, சமையல் முதற்கொண்டு செய்யும்படி ஏற்பட்டுவிட்டதே என்று அவள் அலட்டிக்கொண்டதில்லை. உள்ளூரக்கூட நொந்து கொண்டதில்லை. தன் மாமியார், மாமனார் இருவரும் காரியக்

காரியை அமர்த்து என்று எவ்வளவோ வற்புறுத்தியுங்கூட கணவர் மறுத்துவிட்டதன் நுட்பமான காரணத்தை அவள் நன்றாக அறிந்திருந்தாள். அவ்வளவு பெரிய உத்தியோகஸ்தன் மனைவி ஊமையென்று விளம்பரம் ஆகாமல் இருப்பதற்கு காரியக்காரி இல்லாததும் ஒரு வழியல்லவா? வீட்டுக்காரியங்கள் இல்லாதபோது அவளை மாடியில் பார்க்கலாம். தனிமையும் மேகங்களும் நக்ஷத்திரங்களும் அமாவாசை இருளும் பௌர்ணமியின் கேடயமும் பரிதியின் தங்கமும் மரங்களின் ஒலியும் அவளுக்கு ஆத்ம நேசம் ஆயின.

மாதங்கள் சென்றன. கந்தர்வனைப் போன்ற வெகு அழகிய சந்திரசேகரன் சோர்வுற்று, சோபாவின்மீது கன்னத்தில் கைவைத்தவாறு உட்கார்ந்திருந்தான். வழக்கத்துக்கு விரோதமாக அன்று லீலா அவன் முன்பு தரையில் உட்கார்ந்திருந்தாள். ஏதோ அவள் உள்ளத்தில் தோன்றியது; முகம் நிழலடைந்தது. திடீரென்று எழுந்திருந்தாள். நெருப்பின் நாக்குகள் நடனம் செய்வதுபோல் விரல்களால் ஜாடை செய்தாள். ஜாடைகளை விட அவளுடைய கண்களின் பேச்சு இன்னும் தெளிவாக இருந்தது.

அவள் சமிக்ஞைகளின் பொருளைச் சந்திரசேகரன் உணர்ந்தான். அதாவது அவன் உடம்பு தாள்போல வெளுத்துக் கிடக்கிறது என்பதுதான். ஒருவேளை அவளுடைய கவலை பெண் சாகசத்தின் ஒரு பகுதியோ என்றுகூடத் தோன்றிற்று. அடுத்த கணம் அவளுடைய திகிலடைந்த தோற்றம், தன் சந்தேகத்துக்கு ஆதாரமே இல்லை என்பதை விளக்கிக் காட்டிற்று. அதற்கு மாறாக அவளுடைய அன்பின் மிகையாகப்பட்டது.

3

ஒரு மாதம் ஆயிற்று, சந்திரசேகரனுடைய நோய் வெளிப்பட. வீட்டு மாடிப்படி ஏறும்போதும் ஆபீஸ் மாடிப்படி ஏறும்போதும் அவன் முழங்கால்கள் கெஞ்சின. அவனுடைய பசி மந்தமடைந்து விட்டது. அத்துடன் தூக்கமும் குறைவுபட்டது. வாழ்வே பாரமாக ருசியற்றுப் போயிற்று. எனவே வைத்தியரைப் பார்க்கவேண்டிய அவசியம் ஏற்பட்டது.

சோகைநிபுணர் சந்திரசேகரனைப் பார்த்து, "என்ன சார்!" என்றார். "ரத்தம் அதிக மோசமாயிருக்கிறதே. காரணம் ஏதேனும் சொல்லத் தெரியுமா?"

“ஒன்றும் தெரியவில்லையே!”

“நல்லது; நான் சொல்லி வருகிறேன், பிறகு சொல்லுங்கள். மனவேதனை. எதிர்பாராத சம்பவம் அல்லது...”

“அதெல்லாம் ஒன்றுமில்லை” என்று வெகு அவசரத்துடன் குறுக்கிட்டான் சந்திரசேகரன்.

“சரி போகட்டும். எது காரணமாக இருந்தாலும் ஒரு காரியம் சீக்கிரம் செய்யவேண்டியிருக்கிறது. அதாவது நல்ல ரத்தமாக உங்கள் உடலில் பாய்ச்ச வேண்டியது முக்கியம். யார் பேர்வழி?”

சந்திரசேகரனுடைய முகம் வாடிற்று.

“ஆனால் அவ்வளவு மோசமாய்விட்டதா உடம்பு?”

“அப்படிச் சொல்வதற்கில்லை. இனி அதிகமாகத் தாமதிக்கக்கூடாது.”

“ஆனால் சரி; நாளைக்கு இங்கே வந்தால் பாக்கியைப் பேசுவோம்” என்று சந்திரசேகரன் சொல்லவே நிபுணர் வீட்டுக்குக் கிளம்பிவிட்டார்.

அன்று மாலை தனியாக உட்கார்ந்திருந்த சந்திரசேகரன் சிந்தனையில் ஆழ்ந்திருந்தான். நிபுணர் குறிப்பிட்ட விஷயம் அவன் மனத்தில் கலவரத்தை உண்டாக்கியது. யாரைப் போய் யாசகம் கேட்பது ரத்தத்துக்கு என்பது பெரிய பிரச்னையாகிவிட்டது.

அந்திப்பொழுது முற்றி நக்ஷத்திரங்களாக மலர்ந்துங்கூட அவன் அப்படியே உட்கார்ந்திருந்தான். சற்று நேரத்துக்கெல்லாம் காலடிச்சத்தம் கேட்டது. அவன் திரும்பினான். லீலா அதுவரையில் தன்னிடத்திலிருந்த படியே கணவனைக் கவனித்துவந்தாள். அவளால் அதற்கு மேல் உட்கார்ந்திருக்க முடியவில்லை. எழுந்து வந்து கணவனுக்கெதிரில் மௌனமாக புத்த விக்கிரகம்போல் அசைவற்று உட்கார்ந்தாள்.

அவளுடைய மௌனம் அவனைக் குறைகூறிற்று. இன்பத்தில் இல்லாவிட்டாலும் துன்பத்திலேனும் மனைவி மனைவிதானே! அவள் தூய உணர்ச்சி அப்போதே நோயைக் குறிப்பிடவில்லையா? டாக்டர் சொன்னதை மறைப்பானேன் என்பது போலத் தோன்றிற்று.

சந்திரசேகரனின் உள்ளம் நெகிழ்ந்தது; கணவன் சொன்ன விவரத்தைக் கேட்ட லீலா தான் தயார் என்று சமிக்ஞை மூலமாகத் தெரிவித்தாள். தன்னையும் மீறி, சந்திரசேகரனின் அன்புணர்ச்சி பொங்கி எழுந்தது. லீலாவை அணைத்துக்கொண்டான். “நீ கூடாது” என்றான்.

அவ்வார்த்தைகளைக் கேட்ட லீலா வருத்தமடைந்தாள். குளத்தில் கல்லெறிந்தால் தோன்றும் அலைகள் போல் அவள் கண்களில் துயர்

மிகுந்தது. சந்திரசேகரனுக்கே ஏன் சொன்னோமென்று ஆகிவிட்டது. தான் அன்புடன் சொன்ன பேச்சு அவளுடைய ஸ்திரீ தர்மத்தை மறைமுகமாகத் தாக்கக் கூடும் என்ற எண்ணமே அவனுக்கு வரவில்லை. அவள் முகத்தோற்றம் அவன் எண்ணங்களைச் சிதற அடித்தன. அவளைச் சமாதானப்படுத்த முயன்றதெல்லாம் பயனற்றுப் போகவே அவள் இஷ்டப்படி இணங்கச் சம்மதித்தான்.

மறுநாள் காலையில் நிபுணர் வந்தார்.

"என்ன ஏற்பாடு?"

பதில் சொல்ல சந்திரசேகரனுக்கு இரண்டு நிமிஷம் பிடித்தது.

"நான் ஒருவரை அமர்த்தியிருக்கிறேன்."

"நல்லது, அவரை நான் பார்க்க வேண்டுமே."

சந்திரசேகரன் சற்றுத் தயங்கினான். பிறகு நிபுணர் காதில் பட்டதோ படவில்லையோ என்று சந்தேகிக்கக்கூடிய அவ்வளவு தாழ்ந்த குரலில், "அவர் அல்ல, அவள்" என்று பதில் சொன்னான்.

"யாராயிருந்தாலும் பரிசோதித்துத்தான் ஆக வேண்டும்."

நிபுணர் லீலாவைப் பரிசோதித்துவிட்டு, அவள் உடலிலிருந்து மூன்று நான்கு துளி ரத்தம் ஒரு கண்ணாடியில் எடுத்துக்கொண்டு புறப்பட்டு விட்டார். மூன்று நாட்கள் கழித்து ரத்தம் பாய்ச்சுவதென்று தீர்மானமா யிற்று.

4

குறிப்பிட்ட தினத்தில் லீலாவின் ரத்தத்தை எடுத்து சந்திரசேகரன் உடலில் டாக்டர் ஏற்றினார். சிகிச்சை நல்லபடியாக முடிந்தது. ஆனால் சந்திரசேகரன் குணமடைய கொஞ்ச நாள் பிடித்தது. நோயாளி மாடியைவிட்டுக் கீழே இறங்கக் கூடாது, நடமாடக் கூடாது, அதிகமாகப் பேசக்கூடாது என்று நிபுணர் பல தடை உத்தரவுகள் பிறப்பித்திருந்தார். சந்திரசேகரனுக்கோ லீலாவோடு பேச வேண்டுமென்ற பேரவா. அதில் வியப்பு என்னவென்றால் லீலா அவன் இருக்கும் இடத்துக்கே வராததுதான். அதற்குக் காரணம் லீலாவையும் அமைதியாக இருக்கும்படி டாக்டர் தடை உத்தரவிட்டிருப்பதாகத் தாயார் சொன்னாள்.

பத்துத் தினங்களுக்குப் பின் பேசும் சந்தர்ப்பம் வாய்த்தது. அன்று அஷ்டமி. சந்திரனுடைய அழகு வானத்தில் தேங்கிக் கிடந்தது. சவுக்குத்

தோப்பினூடே நல்ல பாம்பு போல் காற்று மூச்சுவிட்டுக்கொண்டிருந்தது. அண்டை வீடு ஒன்றிலிருந்து வந்த வீணையின் ஒலி துயரத்தைத் தழுவி மிதந்தது.

சந்திரசேகரன் மாடிப்படியில் யாரோ ஏறி வருவதைக் கேட்டுப் பெருமகிழ்ச்சி கொண்டான். அது ஏமாற்றமாக முடிந்தது. மேலே வந்த நிபுணர் லீலாவின் தேகஸ்திதி இரண்டு மூன்று நாட்களாக நன்றாயில்லை என்பதை வருத்தத்துடன் தெரிவித்தார்.

மறுகணம் சந்திரசேகரன் அங்கே தரிக்கவில்லை. கீழே போனான். காம்ரா உள்ளில் ஒரு கட்டிலின்மீது அவள் படுத்திருந்தாள். ஒரு விளக்கு, தாழ்ந்து எரிந்துகொண்டிருந்தது. தாயார் தரையில் உட்கார்ந்திருந்தாள்.

"இப்படி ஏமாற்றலாமா என்னை?" என்றான்.

தாயார் கண்ணீர் விட்டாள். "ஒன்றும் பிரமாதமில்லை என்று நினைத்தோம். டாக்டரும் உனக்கு அநாவசியமான அதிர்ச்சி உண்டாக்கக் கூடாது என்றிருந்தார். வேண்டுமென்று நான் செய்வேனா?" என்றாள்.

சந்திரசேகரனுக்குத் தாங்கவில்லை. தான் எதிர்பார்த்த சந்தர்ப்பத்தில் இவ்வளவு துன்பம் கலந்திருக்குமா என்று நினைக்க நினைக்க அவன் துயரம் கரை கடந்தோடியது. லீலாவின் முகத்தைப் பார்த்து அவன் கலக்கமடைந்தான்.

ஒரு வாரம் வரையில் அக்கரையில் ஒரு காலும் இக்கரையில் ஒரு காலுமாகத் தவித்தாள் லீலா. வாரக் கோடியில் ஏதேனும் நெருக்கடி ஏற்படுமோ என்று நிபுணர் பயந்தார். அப்போதெல்லாம் சந்திரசேகரனின் மனசாட்சி அவனை வருத்தியது. லீலாவை அலட்சியம் செய்த குற்றவாளி என்ற எண்ணம் அவனை ஒப்பற்ற தாதி ஆக்கிவிட்டது.

நிபுணர் பயந்த நெருக்கடி வேளை. அதிலும் இரவு. ஜன நடமாட்டமும் வண்டிகளின் ஓசையும் தேய்ந்துகொண்டிருந்தன. அறையில் விளக்கு மங்கலாக எரிந்துகொண்டிருந்தது. சந்திரசேகரன் சந்தடி செய்யாமல் கட்டிலின் பக்கத்தில் வந்து உட்கார்ந்தான்.

சில நிமிஷங்கள் சென்றன. சென்ற ஒரு வாரமாக ஏற்பட்ட கவலையாலும், தூக்கமின்மையாலும் அவன் உடலில் அயர்வு நிறைந்திருந்தது. அவனை அறியாமலே கண்கள் மூடிப்போயின. பின்னும் கொஞ்ச நேரம் சென்றது. அவனை யாரோ திடீரென்று தீண்டினாற்போல் இருந்தது. காலனுடைய ஜில்லிட்ட கையோ என்று திகிலடைந்து லீலாவைப் பார்த்தான். அவள் கட்டிலில் உட்கார்ந்திருந்தாள். முகத்தில் ஒரு கருணை ததும்பிற்று; "போதும்;

இனி நீங்கள் தூங்கப் போகலாம். கவலைக்கு இடமில்லை” என்று சொல்லுவதுபோல் ஜாடை காட்டினாள். அது வரையில் லீலாவுக்கு அவன் இழைத்திருந்த தீங்கைப் பற்றி எண்ணி ஏங்கிய குற்றமுள்ள நெஞ்சம் அந்த நிமிஷத்தில் தெளிவடைந்தது. லீலாவை மார்புறத் தழுவினான்.

அடுத்த பதினைந்தாம் நாள் ஊரில் நடந்த தேக்கச்சேரிக்கு அதிசயமாக வந்த சந்திரசேகரனைப் பார்த்து ஜனங்கள் வியப்படைந்தனர். அதைவிட அவனுடன் வந்திருந்த அழகியை – ஊமையைப் – பார்த்து பிரமித்தனர்.

12. கரும்பாயிரத்தின் கதை

"அப்பா கரும்பாயிரம்! இந்த வாட்டியோடே ஆறு மாமாங்கம் பாத்தாயிடுச்சு. ஒங்க ஆத்தா போய் ஒரு வருசம் ஆவப்போவது. அதுவே பிடிச்சு ஒரு நாளைக்குநாச்சும் என்கூட நீ சாப்பிட்டயா, சொல்லு?"

"என்ன மோசம் அம்மாயி?"

"கிழக் கோட்டானாயிட்டேனல்ல. பஞ்சாங்க ஐயரு பொறக்கற மாசத்துலெ ஒன் பேரனுக்குக் கருமம் செய்ய நேரம் வருதூன்னு நேத்துச் சொன்னாரு... வந்தா வரட்டும். பயமில்லெ எனக்கு. இருந்தாலும் ஒன்னோடே ரெண்டு நாளாச்சும் சோறு தின்னாத்தான் நெஞ்சு வேவும். பல பல இங்கறத்துக்குள்ளார ஒங்க ஆலையிலே சங்கு ஊதிப் பிடுறாக! நீ ஓடிப் பூடறே... அப்பறம் மூணு மணிக்கு இம்மாஞ்சோறு தின்னறது நீ இல்லாமெ சொகப்பட மாட்டேங்குது. ரெண்டு வேளை நாச்சும் சேந்தாப்போல உட்கார்ந்து சோறு திம்போம். அப்புறம் எது வேணா வரட்டும். சந்தோசமாய்ப் போயிடறேன். என்ன சொல்றே?"

இந்தப் பேச்சைக் கேட்ட கரும்பாயிரத்துக்கு மில்லுக்குப் போக மனம் வரவில்லை. வருஷம் முழுவதுந்தான் உழைத்தாகிறது. இரண்டு நாள்தான் ரஜா வாங்கிக் கொள்வோமே என்று நினைத்துக்கொண்டு ஒரு மனு எழுதி பக்கத்து வீட்டுச் சோமுப்பிள்ளையினிடம் கொடுத்தனுப்பிவிட்டான்.

"அம்மாயி, ரெண்டு நாள் ஒன் கூடவே இருக்கேன்; சாப்பிடறேன்.

சந்தோசமா இரு; இருக்கிறாயா?"

கிழவியின் மகிழ்ச்சிக்கு அளவில்லை. என் ராஜா என்று அவனைத் தட்டிக்கொடுத்தாள்.

"அம்மாயி! இன்னிக்கு என்ன சமைக்கச் சொல்ல? ஒனக்கு என்னா வேணும்?"

"இன்னிக்கு முள்ளங்கி, வெங்காயம், அப்புறம், ஹூம், அப்புறம்..."

"எறைச்சி."

"செ! சாவப்போற காலத்துலெ அது ஏன்டா எனக்கு? நான் சொன்னேனே அதுவும் பெருங்காயமும் கொத்தமல்லியும் பருப்பும் வாங்கிக்கிட்டு வா. நல்ல சாம்பாரா வச்சிக்கிட்டு ஊத்திக்கிடுவோம்."

ஆனால் சரியென்று கரும்பாயிரம் மார்க்கெட்டுக்குக் கிளம்பினான். அவன் வாசல் வரையில் கூடப் போகவில்லை.

"ஏ கரும்பாயிரம்! போறப்பே கூப்பிடறேன்னு நெனைக்காதே. நானும் சும்மா கூட வாரேன்" என்றாள் கிழவி.

அதன் பேரில் இருவருமாக மார்க்கெட்டுக்குக் கிளம்பினார்கள். மருமகள் குளத்துக்கு முழுகப் போய்விட்டாள்.

மார்க்கெட் அண்டை வந்ததும் கிழவியை முள்ளங்கியும் கொத்தமல்லியும் பருப்பும் வாங்கச் சொல்லிவிட்டு, தான் வெங்காயம் கொண்டு வருவதாகப் போய்விட்டான். சிறிது நேரம் சென்று இரண்டு சுமாரான மூட்டைகளைத் தூக்கிக்கொண்டு திரும்பி வந்தான்.

மார்க்கெட் வாசலில் கிழவி உட்கார்ந்திருந்தாள்.

"ஏதப்பா கரும்பாயிரம்! இம்மாம் பெரிய மூட்டை? அடெ! இதென்ன? இம்மாம் பெரிய வெங்காயம்?" என்று கிழவி வியப்புற்றாள்.

"மேஸ்திரி நாயக்கருக்கு வந்துச்சாம். நேத்து என்னை எடுத்துக்கிட்டுப் போகச் சொன்னாரு. மறந்துபூட்டேன். நீ சொல்லாங்காட்டியும் ஞாபகம் வந்துடுச்சு. அதான் போய் எடுத்துக்கிட்டு வந்தேன்... சாமியல்ல குடுக்குது... சாவப்போற கிழவியாச்சே இன்னூட்டு... ஒசத்தி வெங்காயம்!"

"அந்த மூட்டை?"

"மள்ளாக் கொட்டை; நாயக்கரு கொடுத்தாரு."

"இம்புட்டுத்தானே, தம்பி, கிளம்பு" என்று எழுந்தாள் கிழவி. அதற்கு

ஐந்து நிமிஷம் பிடித்தது.

"வா அம்மாயி! மெதுவா நட. தள்ளாத வயசு. ஊட்டுலே இருன்னா கேக்கறயா...? இந்தா கையைப் பிடிச்சுக்கிட்டு வா – அனாவஷியமா சங்கட்டப்படறே!"

"என்ன சங்கட்டம்டா? நாளைத் தரிச்சு ஓங்கூட இப்படி வர முடியுமா...? சும்மா நடந்து போ."

வெங்காய மூட்டையையும் கடலையையும் சேர்த்துக் கட்டித் தலையில் தூக்கிக்கொண்டு கரும்பாயிரம் கைவீசி நடந்தான். கிழவி மெதுவாகப் பின்னால் வந்து கொண்டிருந்தாள்.

பேரனுக்குப் பால்யமும், கடு நடையும், தலையில் பாரமும் இருந்தபடியால் கிழவிக்கும் அவனுக்கும் நடுவே அரை பர்லாங்குக்குமேல் தூரம் ஏற்பட்டுவிட்டது. பின்னும் இரண்டொரு நிமிஷம் நடந்து செல்லுமுன் கரும்பாயிரத்துக்கே திகில் உண்டாகும்படியான காட்சி தென்பட்டது. தெரு முழுதும் ஜே ஜே என்று கூட்டம்; ஓரே இரைச்சல்! அதிலும், அவ்வளவு பேரும் தன்னுடன் மில்லில் வேலை செய்யும் பெண்களும் ஆண்பிள்ளைகளும் வாலிபர்களும். ரோட்டுக்கு வலதுபுறம் இருந்த போலீஸ் ஸ்டேஷனை அவ்வளவு பேரும் பார்த்துக்கொண்டிருந்தனர். பலர் முகத்தில் திகைப்பும், முன்னணியில் நின்றவர் முகத்தில் கோபமும் ஆவேசமும் குடிகொண்டிருந்தன. ஸ்டேஷன் கேட் சாத்தப்பட்டிருந்தது. ஸ்டேஷன் ரூம் ஜன்னலில் போலீஸ் இன்ஸ்பெக்டர் தலை தெரிந்தது. ஜனங்கள், "அவனை விடறயா இல்லையா?" என்று அடிக்கடி கத்திக் கொண்டிருந்தார்கள். இன்ஸ்பெக்டர் என்ன சொன்னார் என்பது யார் காதிலும் படவில்லை. இன்ஸ்பெக்டர் கையை விரித்து சமிக்ஞை செய்தார்.

"ஏங்கறேன், இது என்னா இது?" என்று கரும்பாயிரம் பக்கத்திலி ருந்தவனைக் கேட்டான்.

அவன் யாரோ வழிப்போக்கன். "பல பேர் பல தினுசாச் சொல்றாங்க. யாரோ மில்லிலெ வேலைக்காரப் பொம்பளை கொஞ்சம் அளகா யிருப்பாளாமே?"

"ஆமா."

"அவமேலெ மானேஜர் ஒரசிக்கிட்டுப் போயிட்டாருன்னு கூப்பாடு போட்டாளாம். அவ புருசன்காரன் கீழே கிடந்த இரும்புக் குச்சியை எடுத்துக்கிட்டு மானேஜரைத் துரத்தினானாம். அவரு பயந்துகிட்டு ஓடியாந்து இந்தப் போலீஸ் ஸ்டேசனுக்குள்ளாரப் பூந்துக்கிட்டாரு. இந்தப் பாக்கி ஆளுங்க இருக்கிறான்களே, அவங்களும், 'இன்னிக்கு

அவன் பெண்சாதிக்கு வரது நாளைக்கு நமக்கும்' இன்னுட்டுக் கூடச் சேர்ந்துகிட்டாங்களாம். மானேஜரை வெளியே வரச்சொல்லுன்னு கத்தறாங்க."

"மானேஜர் புதுசு. கொஞ்சம் கடுமைக்காரரு. ஆனால் இந்த வளியெல்லாம் போவமாட்டாரே?"

"அதான் ஒருத்தன் சொன்னான். எப்போதும் போலக் குடிச்சுட்டு அவ புருசன் வந்தானாம். இல்லாத லூட்டியெல்லாம் அடிச்சானாம். அதுக்காக மானேஜர் அவனை வேலைக்கு வேண்டாம்னூட்டராம். அதுலெ பொம்பளைக்கு வவுத்தெரிச்சல். மானேஜரை வாயா வார்த்தையாக் கேக்கக்கூடாது? புள்ளை, குட்டி இன்னு பேசினாளாம், 'மரியாதையாப் போறியா இல்லாட்டி...' இன்னாராம். அப்படியா சமாச்சாரம்னூட்டு இப்படிக் கத்தினாளாம். மானேஜர் பயந்து பூடுவாரு இன்னு ரோசனை. அது ஒரு கலாட்டாவாய்ப் போய்க் கலகத்திலெ முடிஞ்சுட்டுதாம்.

"அப்புடியும் இருக்கும்" என்றான் கரும்பாயிரம். மேலே பேச முடியவில்லை. காரணம்: "மானேஜரை வெளீலே தள்றீங்களா? இல்லாட்டி..." என்று பல ஸ்தாயியில் பல குரல்கள் ஏக காலத்தில் கிளம்பினதுதான்.

கரும்பாயிரம் பரம சாது. நமக்கேன் வம்பு என்று நடந்து செல்லப் பிரயத்தனப்பட்டான். அவனுக்கு முந்தியும் பிந்தியும் இருந்த ஜனங்கள் ஒருவர்மேல் ஒருவர் விழுந்து இடித்துக்கொண்டிருந்தார்கள். முன்னே போக முடியவில்லை.

"கதவைத் தொறக்குறீங்களா இல்லையா?" என்ற கூக்குரல்.

ஸ்டேஷனுக்குள்ளிருந்த இன்ஸ்பெக்டருக்கு இன்னது செய்வதென்று தெரியவில்லை. மானேஜரை வெளியேயும் விட முடியவில்லை. உள்ளே வைத்துக்கொள்வதென்றால் ஆபத்தாயிருந்தது. ஓட்டின் மீது கற்கள் வந்து விழுந்ததும் அவருக்குத் தைரியம் பிறந்தது.

"போறேளா... இல்லியா?" என்றார் இன்ஸ்பெக்டர்.

"இதோ போறோம்ங்க!" என்று பரிகாசமாக ஆட்கள் பதில் சொன்னார்கள். ஒருவன் மட்டும் வெறிகொண்ட முகத்தோடு ஸ்டேஷன் சுவரின் வெளி விளிம்பைப் பிடித்துக்கொண்டு அதன் பேரில் ஏறி ஓட்டின் வழியே உள்ளே செல்லப் பிரயத்தனம் செய்தான்.

"அவன் யார்?" என்றான் வழிப்போக்கன்.

"அவள் புருஷன்!" என்றான் கரும்பாயிரம்.

அதுவரையில் பொறுத்துப் பார்த்த இன்ஸ்பெக்டருக்குத் தாங்கவில்லை. ஆத்திரம் பொங்கிற்று. பட்டப்பகலில் கொள்ளைக்காரர் மாதிரி ஒரு கூட்டத்தார் நடப்பதென்றால்? நடக்கும்படி ஒரு போலீஸ் அதிகாரி விடுவதென்றால்? கலகம் முற்றி உள்ளே இருப்பவர்கள் உயிருக்கும் ஸ்டேஷன் சொத்துக்களுக்கும் ஆபத்து நேரிட்டுவிட்டால்?

"போறேளா இல்லையா – ஒரு தரம்" என்று கூவினார்.

சுவரில் ஏறியவன் பின்னும் ஏறிக்கொண்டிருந்தான்.

"போக மாட்டீர்களா? இரண்டாம் தரம். மூன்றாம் முறை சுட்டு விடுவேன். ஐந்து நிமிஷம் கொடுக்கிறேன். போங்கள்."

இன்ஸ்பெக்டர் மிரட்டுகிறார் என்று நினைத்து ஜனங்கள் கெக்கலித்தார்கள். ஏளனச் சிரிப்பு அடங்கியதும் நிச்சப்தம். எல்லோரும் ஓட்டின்மீது பார்த்தார்கள். இன்ஸ்பெக்டர் காதில் ஓடு நொறுங்கும் சப்தம் விழுந்தது. 'நல்ல மனிதனுக்கும் கருணை உள்ளவனுக்கும் காலமில்லை' என்று நினைத்தார்.

"விடாதே! உள்ளே குதி" என்று குரல்கள் உற்சாகப்படுத்தின.

கரும்பாயிரத்துக்குத் திகில். எப்படியாவது கூட்டத்தைவிட்டு வெளியேறினால் போதுமென்று ஆகிவிட்டது. தெய்வமே என்று அடுத்த தெரு வழியாகப் போயிருக்கலாம். ஆனால் அவனுக்கு ஜோஸ்யம் தெரியுமா? இப்போது பின்னும் போக முடியவில்லை; முன்னும் போக முடியவில்லை. கூட்டமோ அலைபுரளுவதைப் போல் அசைந்துகொண்டிருந்தது. என்ன செய்வான் கரும்பாயிரம்?

"மூன்றாம் தரம் – சுடு" என்ற வார்த்தைகள் உரக்கக் கேட்டன. ஸ்டேஷன் ஜன்னலிலிருந்து துப்பாக்கிகள் தோட்டாவைக் கக்கின.

கூட்டம் நெல்லிக்காய் மூட்டையைப்போல் சிதறி ஓடிற்று. எங்கும் உயிருக்கு மன்றாடி ஓடும் ஓலங்கள்! ஓடும் முயற்சியில் கால் மிதிபட்டு ஜனங்கள் விழும் காட்சி! ஒரு குண்டுபோய்த் திகைத்து நின்ற கரும்பாயிரத்தின் விலாவில் பாய்ந்தது. "ஐயோ, அம்மாயி!" என்று அலறிக்கொண்டு கீழே விழுந்தான்.

கூட்டம் உடனே மறைந்து போயிற்று. போலீஸ்காரர் சுடுவதை நிறுத்தினார்கள். ஓட்டின் மேல் நின்றவன் 'அலங்க மலங்க' விழித்துக் கொண்டிருந்தான்.

போலீஸ் ஸ்டேஷன் கதவு திறக்கப்பட்டது. இன்ஸ்பெக்டர் வெளியே வந்து கரும்பாயிரத்தைப் பார்த்தார். வலது விலாவிலிருந்து ரத்தம் கொட்டிக்கொண்டிருந்தது; அப்படியே இடது விலாவினின்றும்.

மெதுவாக ஒரு மோட்டாரில் ஏற்றி ஆஸ்பத்திரிக்கு எடுத்துச் சென்றார்கள். ஓட்டின் மேல் இருந்த ஆளை இறக்கிக் கைக்கு விலங்கிட்டார்கள். வெங்காய மூட்டையும் கடலை மூட்டையும் கவனிப்பாரற்று மண்ணில் கிடந்தன.

ஓடிப்போன ஜனங்களில் சிலர் கரும்பாயிரம் அடிபட்டதைக் கண்டார்கள். “ஐயோ பாவம்!” என்று சொல்லிக்கொண்டே பின்னும் ஓடினர்.

இவ்வளவு சம்பிரமங்களும் நடந்தது, ஒரு பத்துப் பன்னிரண்டு நிமிஷங்களுக்குள். மேற்குத் திக்கிலிருந்து தளர்நடையுடன் கிழவி வந்து கொண்டிருந்தாள். அவளைப் பார்த்துவிட்டுச் சோமுப்பிள்ளை, "ஐயோ பாட்டி கரும்பாயிரத்து வவுத்துலே குண்டு பாஞ்சுட்டுது. ரத்தம் ஊத்துது" என்று பதறிப்போய்ச் சொன்னான்.

கிழவிக்குச் செய்தி திடீரென்று கிடைத்ததால் பிரமையைத் தவிர அழுகை வரவில்லை. சற்று வேகமாக நடந்தாள். சோமுப்பிள்ளையும் பின்தொடர்ந்தான். ரோட்டில் கிடந்த மூட்டைகளையும் ரத்தக் களரியையும் பார்த்ததும் "அட தம்பி! என் ஆசையா உனக்கு நமனா வந்துச்சு?" என்று வாயிலும் வயிற்றிலும் அடித்துக்கொண்டாள். அதற்குள் சோமுப்பிள்ளை ஸ்டேஷனுக்குள் போய் விசாரித்ததில் ஆஸ்பத்திரிக்கு எடுத்துக் கொண்டு போகப்பட்ட விவரம் கிடைத்தது. இருவரும் ஒரு வண்டியில் ஆஸ்பத்திரிக்குக் கிளம்பினார்கள்.

ஆஸ்பத்திரியில் ஒரே கூட்டம். சஸ்திர சாலைக்கு வெளியே இருந்த பெரிய ரூமில் ஆறு டாக்டர்கள் நின்றுகொண்டிருந்தனர். தாழ்வாரத்தில் அறைக்குள் எட்டி எட்டிப் பார்க்கும் ஆள் கூட்டம். டாக்டர் முகத்தில் நிமிஷங்களைக் கணக்கிடுவது போன்ற தோற்றம்.

படுக்கையில் பெரிய கட்டுகளுடன் கிடந்த கரும்பாயிரம் வெகு பிரயாசையுடன் ஒருதரம் கண் விழித்துப் பார்ப்பான்; மறுபடியும் கண்ணை மூடுவான். “அம்மாயி” என்று மூச்செறிந்துகொண்டே திரும்பவும் கண்ணைத் திறப்பான்.

கிழவி வந்து சேர்ந்தாள். ஹோவென்று வரும் பெரும் மழையைப்போல், நோயாளியின் அறைக்கு வந்தாள். டாக்டர்களுக்காவது இதரர்களுக் காவது அவளைத் தடுக்கத் தோன்றவில்லை.

“அட பாவிப்பையா! சேந்து சாப்பிடுவோமின்னு சொன்னதுக்கா இப்பிடி மோசஞ் செஞ்சுபூட்டே! கண்ணே கரும்பாயிரம்” என்று அலறினாள்; விம்மினாள். அவனைத் தொட்டுத் தொட்டுப் பார்த்தாள். கரும்பாயிரம் கண்திறக்கவில்லை. ஐந்து நிமிஷங்கள் சென்றன.

“அம்மாயி அம்மாயி!” என்ற கொஞ்சும் குரல் பேரன் வாயிலிருந்து வந்தது. பாட்டியின் முகத்தைப் பார்த்தான். ஆள் குறிப்பு உணர்ந்தானோ என்னவோ! அவ்வளவுதான்... கிழவியின் துன்பம் கரைபுரண்டு ஓடியது.

வெளியே தாழ்வாரத்தில் கரும்பாயிரத்தின் கதையைக் கேட்டவர்களில் சிலர், “கடவுளின் திருவுளம்” என்று பேசிக்கொண்டிருந்தார்கள்.

13. திருகுவில்லை

1–4–'35

நாலு நாளைக்கு முன்னால் ஒண்ணு நடந்து போச்சு; திருடனைத் தேள் கொட்டினாப்போல் தவிக்கிறேன். மனுஷாளுக்கு மறதி, புத்திஹீனம் இதுகளெல்லாம் சகஜந்தானே என்று சக்கரவட்டமாகப் பேசுவா. கத்தை கத்தையாகக் கருணை ததும்பும்படி கதை திரிப்பா. காரியத்தில்? அவா வீட்டில் படுக்கை அறை ஓரணாச் சிம்மனி மட்டும் ஒண்ணு உடைஞ்சுபோகணும் – நடக்கிற ரகளையைப் பார்க்கணும்! 'அழும்பு, போக்கிரித்தனம், தடித்தனம், அஜாக்கிரதை' இந்த மாதிரி ஒரு அத்தியாயம் வசவு புறப்படும். இதான் லோகத்தில் இருக்கிற தமாஷ்!

போன வெள்ளிக்கிழமை எண்ணெய் முறையோன்னோ? மூக்கிலே காதிலே இருக்கிறதையெல்லாம் ஞாபகமாகக் கழட்டி, வெள்ளி சோடா டம்ளரிலே போட்டு, சமைக்கற உள்ளே வச்சுட்டு, வெந்நீர் உள்ளே போய் ஒரு கை எண்ணெய் வச்சுக்கிண்டப்பத்தான் தலைப் பின்னலை அவுக்கவில்லை என்ற ஞாபகம் வந்தது. பின்னலை அவுத்து ஜடை பில்லையைப் பெறையிலே வச்சுட்டு எண்ணெய் தேச்சுக்கொண்டு ஸ்நானம் பண்ணினேன். அப்பறம் அந்த எழவை உள்ளே எடுத்துக்கொண்டு போகமறந்துவிட்டேன் போல் இருக்கு. சாயங்காலமாகத் தலை பின்னிக்கிறப்போத்தான் ஞாபகம் வந்தது. ஓடினேன் வெந்நீர் உள்ளுக்கு. பெறையைப் பார்த்ததும் வயத்துலே பகீர் என்றது. சொல்லவும் படல்லெ, மெல்லவும் படல்லெ. இல்லாத சந்தேகமெல்லாம் வந்து விட்டது. ஒருவேளை உள்ளேயே தான் வச்சுட்டேனோ என்றுகூட அஞ்சறைப் பெட்டி முதல்கொண்டு அரைக்கால்படி குண்டான் வரையில் தேடிப் பார்த்துட்டேன்; காணோம்.

ஒருவேளை நாட்டுப்பெண்ணுக்குப் பாடம் படிச்சுத் தரணும்னு மாமியார் எடுத்து ஒளிச்சிவச்சிருப்பாள் என்று நெனைச்சேன். ஆனால் கேக்கப்படுமா? ஒரு நாளாச்சு, ரெண்டு நாளாச்சு, இன்னியொடெ நாலு நாள் ஆயிடுத்து. எனக்கு பயமாய் இருக்கு. திருகுவில்லை எங்கே என்று மாமியார் கேட்டால் என்ன பதில் சொல்றது? கெட்டுப்போச்சுன்னு சொன்னால் முழியைப் பிடுங்கிவிடுவாள்; என்ன செய்யறது?

இப்பொத்தான் தோணறது, நமக்கெல்லாம் நகை வேண்டாம்னூட்டு. அதுவும் இந்தப் புக்ககத்துக்காரர்கள் நகை இருக்கோ இல்லையோ, மடியிலே தேளைக் கட்டிக் கொண்டாப்பிலேதான்... போறும், போறும் இந்த நகை எழவு...

2–4–'35.

நல்லவேளை! இன்னிக்கு வரைக்கும் அந்தப் பேச்சே ஒத்தரும் எடுக்கல்லே. ரொம்ப யோசிச்சு யோசிச்சு ஒரு காரியம் இன்னிக்குப் பண்ணியிருக்கேன். என்னைப் போல அப்பாவுக்கு பாக்கி ரெண்டு பெண்களும் தபால் எழுதிப்போட்டா ரொம்ப நன்னாயிருக்கும். என் தபாலைப் பார்த்து அப்பா என்ன பாடு படுவாரோ பணத்துக்கு? ஆனால் ஒண்ணு, தலையை அடகு வச்சானும் வாங்கி அனுப்பிவிடுவார். இந்த வீட்டு யோக்கியதை அவருக்குத் தெரியாதா? தவிர என் மேலே கடுகளவு பிரியங்கூட இல்லாமலா போகும்? மொதல் குழந்தையோ இல்லையோ!

இப்போ ஒரு யோசனை வந்திருக்கு. அப்பா அதைத் தபாலில் அனுப்பிச்சுவிட்டால்...? ஆனால் அவருக்கு இல்லாத மூளையா எனக்கு? பார்ப்போம்.

5–4–'35.

என்னைப் பிடிச்ச அதிருஷ்டம், மாமியார் ஊரிலே இல்லை. அவாள் மட்டும் வீட்டிலே இருந்தார். "அம்மா" என்று தபால்காரன் கூப்பிட்டதும் எனக்குக் கொஞ்சம் திக் என்றது. நான், அவர் ரெண்டுபேருமாகத் தெரு ரேழிக்குப் போனோம். மார் படபடவென்று எனக்கு அடிச்சுக்கிண்டது. "இந்தாங்கோ" என்று ஒரு ரிஜிஸ்தர் பாக்கெட்டை என்கிட்டெக் குடுத்துக் கையெழுத்து வாங்கிக்கிண்டு தபால்காரன் போயிட்டான். என்ன ஆம்படையான் பெண்டாட்டி என்றாலும் சில சமயம் பயமாகத்தான் இருக்கு. ஐயோ ஈசுவரா! உள்ளே இருக்கிறது அவருக்குத் தெரியாமெ இருக்கணுமேன்னு பிரார்த்திச்சேன். இப்பிடி நெனைச்சுக்கிண்டிருக்கறப்பவே அவர், "அது என்ன? இங்கே குடு பார்ப்போம்" என்றார். பளிச்சுனு ஒரு யோசனை தோணித்து. "இந்தாங்கோ" என்னு பார்சலை அவர்கிட்டெ

குடுத்துவிட்டு, "என்னவோ வெத்தலை மாத்தரையாம்; ரொம்ப ஓசந்ததூன்னு அப்பா அனுப்பி இருக்கிறார்" என்று ஒரு போடு போட்டேன். இதுக்குப் பேர் பொய்யில்லை! அடுத்தாத்து ராயர் சொல்றாப்போலெ, மானத்தைக் காப்பாத்திக்கிறது.

பார்செல் கயத்தை அறுத்து, மேல் துணியைக் கிழிச்சவர், "அரண்மனை பாய்சாப்" என்று சொல்லி என் முதுகிலெ ஒரு தட்டுத் தட்டிவிட்டு, பாக்கெட்டை அப்படியே என்கிட்டெக் குடுத்துட்டார். அப்பாடா! நெஞ்சிலே வச்சிருந்த பாறாங்கல்லைப் புரட்டினாப்போலே இருந்தது. உள்ளே போய்ப் பிரிச்சுப் பார்த்தேன். அப்பிடியே அஞ்சு அச்சும் உறிச்சு வச்சாப்பிலே இருந்தது. இதுக்குப் பணம் எங்கேதான் ஆகப் பண்ணினாரோ, அப்பா? இப்போத்தான் தெரியறது, 'பெண்ணோ புண்ணோ!' என்கிற வசனத்தின் பொருத்தம். போன உசுர் இன்னிக்கித்தான் எனக்குத் திரும்பி வந்திருக்கு.

8–4–'35.

தமாஷாம் தமாஷ்! என்ன வேண்டியிருக்கு? விளையாட்டு வினையாகப் போகிற கதை எத்தனை கேட்டிருக்கிறோம்! போன மாசம் அடுத்த தெரு அம்மாளு தீர்த்தம் குடிக்கிறப்போ அவள் அத்தான் என்னவோ வேடிக்கையாகச் சொன்னானாம். உடனே அம்மாளுவுக்குப் பொறை போய் ரெண்டு நிமிஷம் பிரக்ஞையே இல்லாமல் போயிடுத்தாம். அதுமாதிரிதான் இருக்கு, இங்கேயும்.

முந்தாநாள் சாயங்காலம் மோட்டுத்தெருவுக்குக் கிளம்பறதுன்னு நிச்சயம் ஆகி இருந்துதா; நான் தலை பின்னிக்கொண்டு நிலைக்கண்ணாடிக்கு முன்னே நாக ஒத்தைப் போட்டுக் கொண்டிருந்தேன். எனக்கு எதிர்த் தாப்போலெ மேஜை மேலே புதுத் திருகுவில்லையும் தங்க மல்லிகைப் பூவும் இருந்தது.

நமக்குள்ளேதான் ஒரு வழக்கம் உண்டா? அந்த மாதிரித் தலைப் பின்னலுக்குப் பின்னாலே சின்னக் கண்ணாடி ஒண்ணைக் காண்பிச்சுப் பெரிய கண்ணாடியிலெ பின்னல் சரியாக அமைஞ்சிருக்கா என்னு அம்பத்தி அஞ்சாந் தடவை பாத்துக்கிண்டிருந்தேன் போல் இருக்கு. அறைக்குள்ளே இவர் நுழைஞ்சு வந்தது எனக்குத் தெரியாது. "கிளாவர் பின்னலோ ஆடுதன் பின்னலோ போட்டுக் கிண்டிருக்கயே; பின்னல் கமானுக்கு நடுவிலே திருகு வில்லையை வச்சுக்கிண்டாத்தானே நன்னாயிருக்கும். அதுக்கு என்னைப்போல ஒரு ஆள் போட்ட இடத்திலெ இருந்து சாமானை எடுத்துக்கிண்டு வந்து பத்திரப்படுத்தி வச்சு, எஜமானியம்மா கேட்டப்போ கொண்டுவந்து கொடுத்தா தாராளமா இரண்டு

கையாலும்...” என்று வாக்கியத்தை முடிக்காமல் எனக்குப் பின்னாடியிருந்தே ஒரு திருகுவில்லையை மேஜைமேலே வச்சார், ரொம்ப நைச்சியமாய். எனக்குக் கோபம் வராமே கோவிச்சுக்கற வார்த்தை! அந்தத் திருகுவில்லையைப் பார்த்ததும் என் மூஞ்சி கடுவன் பூனை மாதிரி ஆயிடுத்து. மேஜைமேலே இருந்த திருகுவில்லையைப் பார்த்ததும் அவர் மூஞ்சியும் சுண்டிப்போயிடுத்து. ஓர் அசட்டுச் சிரிப்புச் சிரித்தார். “ஏண்டி! அது ஏது?” என்றார்.

எனக்கு ஓரே கோபம். “நீங்க கெட்டிக்காரர்தான்; ஒடைமையிலே கண்ணுங் கருத்துமா இருக்கேள்; ஒப்புக்கறேன். ஒரு வாரத்துக்குமேல் ஆகப்போறதே. அப்பவே சொல்லப்படாதோ?”

“என்ன அவசரம்? ஒனக்கா ஞாபகம் வந்து கேக்கறப்போ குடுக்கலாம்னு இருந்தேன்.”

“நல்ல காரியம்! திருகுவில்லை தொலைஞ்சு போயிட்டுது என்னு நினைச்சுக்கொண்டு அப்பாவுக்கு எழுதி வேறெ ஒண்ணு வரவழைச்சேன். கெட்டுப்போச்சுன்னு ஓங்க அம்மாவுக்குத் தெரிஞ்சா என்னைக் கிழிச்சு மாலை போட்டுக்கொண்டு விட மாட்டாளா?”

“ஓங்கப்பா லக்ஷாதிகாரி... அடுத்த வீட்டுக்காரி நகையை இரவல் வாங்கிக்கொண்டு வந்துவிட்டு அப்பா அனுப்பிச்சார் இன்னு விடாதே.”

“போருமே ஓங்க பேச்சு; நீங்களே குபேரனா இருங்கோ... அன்னிக்கு அப்பா எனக்கு ஒரு ரிஜிஸ்டர் பார்சலை அனுப்பிக்கவில்லையா?”

“வெத்திலை மாத்திரை என்று சொன்ன ஞாபகமாய் இருக்கே.”

“கெட்டுப்போனது தெரியப்படாதுன்னுதான் அப்பிடிச் சொன்னேன்.”

“அதுதான், ஒரு பிசகை மறைக்க ஒன்பது பொய் சொல்லவேண்டி வந்துவிட்டது. ஒரு வார்த்தை என்னைக் கேட்டிருந்தால் இவ்வளவு வம்பே வந்திருக்காது.”

“ரொம்ப நிஜம், இப்பவே இந்தப் பாடு படறது, அப்போ ஓங்களைக் கேட்டிருந்தால், ஏ! அப்பா?”

அப்பாவுக்கு என்னாலே எவ்வளவு வீண் உபத்திரவம்! இத்தனைக்கும் இவர்தானே காரணம். இந்த வேதனையே மனசை அறக்கறது. இப்போ இரண்டு நாளாக நான் அவரோடெ பேசல்லே. விளையாட்டுக்குக்கூட ஓர் எல்லையுண்டோ இல்லையோ?

14. விட்டுப்போன கதை

சுள்ளென்று என் உடலில் வெயில் உறைத்தது. ஜில்லென்று பச்சை ஜலம் காதிற்குள் இறங்கிற்று. கண்விழித்தேன்.

"காலையிலே ஒன்பது மணி வரையில் என்னடா தூக்கம்?" என்று தகப்பனார் டம்ளரும் கையுமாக நின்று மிரட்டினார்.

சூரியன் டம்ளர் தண்ணீரிலும் வானத்திலும் எரிந்துகொண்டிருந்தான். இரவு வைத்த லாந்தல் விளக்கு புகைசூழ்ந்து கிழப் பிராணன் போல் எதிரே துடித்தது.

"எழுந்திரு, எழுந்திரு" என்று அதட்டவே எழுந்திருந்தேன். மார்பின் மீதிருந்த பெரிய விக்கிரமாதித்தன் சரித்திரம் கீழே விழுந்தது. முப்பத்து மூன்றாவது படிக்குக் காவலாகிய பெயரில்லாப் பதுமை சொல்லாத கதை என்று ஆரம்பித்தேன். தகப்பனார் டம்ளரைக் கைநழுவ விட்டுத் திகைப்புடன் நின்றுவிட்டார். நான் அவருக்குச் சொன்ன கதைதான் இது:

1

தோசையைப் போல் சூரியன் உதயமான ஏழாவது நிமிஷத்தில், நானும் நீதி வாக்கிய மந்திரியாகிய நண்பனும் எழுந்து, தந்த சுத்தி, ஸ்நானம் முதலியன செய்து, வழிபடு கடவுளைத் தொழுது, காபி கிளப், வெற்றிலை பாக்குக் கடை இவைகளுக்கெனச் சாஸ்திரங்கள் விதித்திருக்கும் தான தருமங்கள் செய்து, முதலாம் நம்பர் வீட்டுக்

காம்பவுண்டை அடைந்து, கேட்டுக்குள் நுழையும் தருணத்தில் கைகொட்டிக் கலீரென்று சிரித்த சத்தம் கேட்டு, கண்ணை விரித்துப் பார்த்தோம். கேட்டிலிருந்த பதுமை தலையை அசைத்து, கையைக் குறுக்கே நீட்டி, "எங்கே போகிறீர்?" என்றது.

"வீடு பார்க்க."

"விலைக்கா?"

"வாடகைக்கு."

காம்பவுண்டுப் பதுமை கையைக் கொட்டிக் கன்னத்தில் வைத்துக் கொண்டு, "நில்லும், நில்லும். வீட்டுச் சொந்தக்காரருடைய முப்பத்திரண்டு குணாதிசயங்களில் பத்துக்கும் பழுதில்லாதவர்தான் இங்கே இருக்கத் தகுதி உடையவர். நீர் எப்படித் தகுதி உடையவராவீர்?" என்று வினவிற்று.

"வாராய் காம்பவுண்டுப் பதுமையே! உங்கள் எஜமானருடைய குண வல்லபங்கள்தான் என்ன?" என்றேன்.

"அப்படியானால் கேளும். அவர் இன்ன ஜாதியென்று யாருக்கும் தெரியாது. ஆனால் அவருடைய நீண்ட கூர்மையான மூக்கு உண்டான முகூர்த்தத்திலேயே பிசுனாரித்தன்மையும் பிறந்திருந்தது. குடியானவர்களும் தனதானிய லக்ஷ்மியைப் பூஜிப்பவர்களும் கீழே சிந்திக் கிடக்கும் நெல்லையும் அரிசியையும் ஒவ்வொன்றாகப் பொறுக்குவதைப் பார்த்திருக்கிறோம். ஆனால் இவர் அதற்கு மேல் பத்து மடங்கு. பிள்ளையார் எறும்பு மொய்க்கக் கூடாதென்று வேண்டிக்கொண்டு நொய் போடுவார்களே அவற்றை எல்லாம் நாள் முழுவதும் சலித்து, ஒண்ணரைச் சிராங்காய் நொய்யாவது இல்லாமல் வீடு வந்து சேரமாட்டார்."

இப்படி இருந்து வரும் நாளிலே, ஒரு நாள் ஊரெங்கும் அலைந்து திரிந்து, ஓர் எறும்புப் புற்றில் கூட நொய் காணாமல் சலித்து விசனத்தோடு வீடு வந்து சேர்ந்தபோது நான் காவல் புரியும் இந்த கேட்டண்டை ஒரு புற்று தென்பட்டது. எறும்புகள் சாரிசாரியாக, வெள்ளையாக வாயில் எதையோ கவ்விக்கொண்டு மேட்டை நோக்கிச் சென்றுகொண்டிருந்தன. தான் வருந்தி வணங்கும் ஸ்ரீதேவியின் மாபெருங் கருணையை வியந்து கொண்டு எறும்புகளின் வாயிலிருந்த பொருளை செட்டியார் பிடுங்கப் போனார்.

"செட்டுக்கும் எட்டாத செட்டியாரே, பராக்!" என்றேன்.

"நீ யார்?" என்றார்.

“நான்தான் இந்தக் காம்பவுண்டு மூங்கில் கதவைக் காத்து வரும் பதுமை. பொருள் விஷயத்தில் உங்களுக்கு இருக்கும் ஈடில்லாப் பற்றைக் கண்டு மோகித்து, சம்பளம் இல்லாமல் உங்கள் வீட்டைப் பாதுகாக்கும் சேவகத்தை வலுவிலேயே மேற்கொண்டுள்ளேன். என் வார்த்தைக்குத் தயைகூர்ந்து, செவிசாய்க்க வேண்டும்” என்றது பதுமை.

அவர் தலை அசைத்தார்.

“எறும்புகள் கொண்டுபோவது நொய்யல்ல. பாட்டி பழமொழிப் பிரசித்தமான எறும்பு முட்டை. ‘எறும்பு முட்டை கொண்டு திட்டை ஏறினால் மழை உண்டு.’ மழையை எதிர்பார்த்து, நனையாத இடத்தில் முட்டைகளைப் பத்திரப்படுத்துவதற்காக எறும்புகள் எடுத்துப் போகின்றன என்பதை அறியீரா?”

பதுமை சொன்னதை நம்பாவிட்டாலும் அதன் ஊழியத்தை மெச்சியோ என்னவோ எறும்புகள் வாயிலிருக்கும் முட்டைகளை விட்டுவிட்டு, கொழுமுனைக் கம்பி கொணர்ந்து எறும்புப் புற்றை நொய்யரிசிச் சேமிப்புக்காகத் தோண்டினார். “அவருடைய புத்தி நுட்பத்தைப் பாருங்கள்! அரைச் சிராங்காய் குருணை புற்றின் அடியில் கிடைத்தது. அப்பேர்ப்பட்ட புத்தியும் யூகமும் இருந்தால் இங்கே நுழையலாம். இல்லாவிட்டால் இங்கே நுழையக் கூடாது” என்று பதுமை சொல்லி நிறுத்திற்று.

அதற்கு நான், “என் குணத்தில் பத்தில் ஒரு பங்குதான் உங்கள் முதலாளிக்கு இருப்பதாகத் தெரிகிறது. அவர் நெல், அரிசி நொய்யோடு சரி. நானோ தெருவிலே கிடக்கும் ஒரு மிளகாய் விதைகூட விடாமல் பொறுக்கிப் பொடி செய்து, சூடு தணிய கபாலத்தைலம் செய்து விற்பவனாயிற்றே, என்னிடம் அவர் ஜம்பம் சாயுமா?” என்றதும், காம்பவுண்டுப் பதுமை இருந்த இடம் தெரியாமல் ஒடுங்கிப் போயிற்று.

இருந்தபோதிலும், பதுமையைக் கண்டு, கேட்ட திகைப்பைச் சமாளிக்க ஒரு சிமிட்டா பொடி நீதி வாக்கிய மந்திரியாகிய கெப்பனிடமிருந்து இரவல் வாங்கிப் போட்டுக்கொண்டு, வீட்டு வாசல் கதவண்டை போனேன். நீதி வாக்கிய மந்திரி, தோட்டம் என்று மங்கல வழக்காக அழைக்கப்பட்ட கட்டாந்தரையைச் சுற்றிப் பார்த்து வருகிறேன் என்று போய்விட்டார்.

2

வீட்டு வாசல் நிலையில் வலது காலை எடுத்து வைக்கப் போனபோது, “எங்கே போகிறீர்? நில்லும்” என்ற சத்தம் கலீரென்ற சிரிப்பின்

ஒலியுடன் எழுந்தது. நான் திடுக்கிடாமல் மரம்போல் நின்றேன்.

“அகோ வாரும் பிள்ளாய், வீடு பார்ப்பவரே! வீட்டின் தெய்வ வஜீகரம் மிகுந்த எஜமானரின் எண்திசை விரிந்த பிரதாபத்தை, காம்பவுண்டுப் பதுமை சொல்லக் கேட்டும் நீர் இங்கே வந்து நுழைய முயலுவதன் துணிவை என்னென்று சொல்வது? அதை யோசித்தால் காட்டில் எரித்த நிலவுபோலும், கடலில் பெய்த மழைபோலும் இருக்கிறது” என்று அதட்டிற்று.

நெஞ்சின் ஒடுக்கத்திலிருந்த வார்த்தையைத் தேர் வடம் போட்டிழுத்து வெளியே கொணர்ந்து, “நீ யார்?” என்று கேட்டேன்.

“நான்தான் நிலைவாசல் பதுமை. எங்கள் எஜமானருடைய திவ்விய மனோபாவத்தில் லக்ஷத்தில் ஒரு பங்கேனும் இருந்தாலன்றி இந்த வாசலுக்குள் நுழையக் கூடாது. இந்திரலோகத்திலிருந்த நானே இவருடைய குணாரவிந்தத்தால் இழுக்கப்பட்டு, பரவசமாகி, இவருடைய வாசலைப் பாதுகாத்து வருகிறேன் என்றால் நீர் எம்மாத்திரம்? நில்லும் நில்லும்” என்று கீச்சுக் குரலில் கர்ஜித்தது.

“வாராய், நிலைவாசல் பதுமையே! அவருடைய குணாரவிந்தத்தை விவரிக்க இயலுமா?” என்றேன்.

“ஆயிரம் நாப் படைத்த ஆதிசேஷனே தவிக்கும் போது பதுமையான நான் விவரிப்பது குலாப்ஜான் ருசியை வயிற்று வலிக்காரனும், குயிலின் குரலைச் செவிடனும் வர்ணிப்பது போலாகும். இருந்தாலும் சொல்லுகிறேன். ஒருமையுள்ள மனத்தோடு கவனியும்” என்றது.

எங்கள் எஜமானர் ஸ்ரீதேவியின் பேரில் அபார மோகம் கொண்டிருந்தார் என்று காம்பவுண்டுப் பதுமை சொல்லிக் கேட்டிருப்பீர். அதன் காரணமாக அவர் வீட்டிலிருந்த இரும்பு, பித்தளையைக்கூடத் தங்கமாக்கிவிட வேண்டுமென்று தவித்துக் கொண்டிருந்தார். அப்போது உலக யுத்தம் ஏற்படவில்லை. ஆனால் தங்கம் செய்யும் சாமியார் ஒருவர் வந்து சேர்ந்தார். எங்கள் முதலாளிக்குச் சமமானவராகச் சாமியார் இருந்திருப்பாரோ என்னவோ? வீட்டில் நசுங்கிய பித்தளைத் தாம்பாளங்களும், துருப்பிடித்த ஆணிகளும் தவிர வேறொன்றும் இல்லை என்று தெரிந்துகொண்டவுடனே பசையில்லாத வீடென்று மனத்தில் தீர்மானம் செய்துவிட்டார். ஆனால் வெளிப்படையாக, வேறு போக்குக் காட்டுவதற்காக, “வீட்டில் விளக்கு இல்லையே, என்ன செய்ய முடியும்?” என்று வருந்தினார்.

“தினம் மூன்று இலுப்பெண்ணெய் அகல்கள் எரிகின்றனவே” என்று திகைத்துப் பேசினார் ஸ்ரீதேவி வங்கிஷத்தில் மோகங்கொண்ட முதலாளி.

“விளக்கென்றால், குலவிளக்கு, அதாவது குழந்தை. குழந்தைதான் ரசவாதத்தின் ரகசியம்” என்று பிரும்ம ரகசியத்தை அம்பலமாக்குவது போன்ற குரலில் சாமியார் சொன்னார்.

அப்போதுதான் தனக்குக் குழந்தையில்லையே என்ற துயரம் ஸோப் நுரை போல் வீட்டுக்காரருக்கு எழுந்தது. பெண்ஜாதியுடன் ஒரு மகாமகம் குடித்தனம் செய்தும், புத்திரப்பேறு கிடைக்கவில்லையே என்ற ஏக்கம் உண்டாயிற்று.

“அப்படியானால் என்ன செய்யலாம்” என்று கேட்க, “உம்முடைய மைத்துனனையேனும் வரவழைத்து வைத்துக் கொள்ளும், நான் பிறகு வருகிறேன்” என்று சொல்லிவிட்டு வந்த வழியே போய்விட்டார் சாமியார்.

அதன் பேரில் வீட்டுக்காரர் முகவஜீகரமுள்ள மனைவியுடன் மந்திராலோசனை செய்து மைத்துனனைக் கூட்டிவர வேண்டுமென்று முடிவு செய்தார்.

மைத்துனன் வந்தான். அவன் எழு வயதுப் பயல். கருங்குரங்கைக் கற்பித்த வேளையில் அவனையும் கடவுள் சிருஷ்டித்திருந்தார். இருந்த போதிலும் எஜமானனுக்கு அவன்மீது கட்டுக்கொள்ளாத அன்பிருந்தது. ஏனென்றால் காலையில் எழுந்திருந்து கருங்குரங்கைப் பார்த்தால் கனகம் வந்தடையும் என்று சகுன சாஸ்திரங்கள் முறையிடுவதாகக் கேள்விப்பட்டிருந்தார். கருங்குரங்கானால் என்ன, அதற்கு ஒப்பான மைத்துனனாக இருந்தால் என்ன?

ஏழு வயதுப் பையன் என்றால் சும்மா இருப்பானா? வீட்டிலே வைக்கும் சாமான் ஒன்றாவது வைத்த இடத்தில் இருப்பதில்லை. சொம்பு தவலையண்டையிருந்தால் பிறகு கேணிக்குள்தான் கிடக்கும். சாக்கில் நொய் இருந்தால் பிறகு வீடெங்கிலும் தோன்றும். இப்படிப்பட்ட அட்டகாசம் செய்து வந்தான். தவிர, பையன் புது யந்திரமானபடி யினாலே அகோரமான பசி. எதுவாயிருந்தாலும் சரி, மிஷின் அரைத்து விடும். அரிசி, வெல்லம், பயத்தங்காய், ஆணி முதலிய எதுவும் மிச்சம் இருப்பதில்லை. தமக்கை சம்மதியுடன் கால் பங்கு, சம்மதி இல்லாமல் அரைப் பங்கு, திருட்டுத்தனமாக ஒன்றரைப் பங்கு – இப்படி எல்லாப் பொருள்களையும் ஸ்வீகாரம் செய்துகொண்டான். முதலாளிக்கும் அவர் மனைவிக்கும் வருத்தம் என்ற நிலைதாண்டித் தொந்தரவு என்ற நிலை ஏற்பட்டது.

இப்படி இருக்கும்போது ஒருநாள் எஜமானன் மனைவியைப் பார்த்து, “முறுக்கு செய்து வை. தின்று ரொம்ப வருஷமாயிற்று” என்றார். காலையிலும் இரவிலும் கம்பஞ் சாதத்துக்குப் பிறகு அவருக்கு

ஏதேனும் தீனி வேண்டும். தீனி என்று சொல்வது வறுத்த பயறு, மொச்சை, வேர்க்கடலை முதலியன. கடலை எண்ணெய்ப் பக்ஷணம் தின்று உண்மையிலே மூன்று வருஷமாவது இருக்கும். முறுக்கு செய் என்று சொன்னதில் மனைவிக்குக்கூட வியப்பாயிருந்தது. "ரொம்ப அடாபிடியாகச் செய்துவிடாதே!" என்று கணவர் செய்த எச்சரிக்கையை அநுசரித்து, செட்டாக இருபத்தைந்து முறுக்கு செய்து வைத்தாள்.

முதல் நாள் இவர் ஒரு முறுக்கு தின்றார். மறுபடியும் முறுக்கைப்பற்றிய நினைப்பு மூன்றாம் நாள் இரவு கம்பஞ்சாப்பாட்டுக்குப் பிறகுதான் உண்டாயிற்று.

"பெண்ணே! இரண்டு முறுக்கு கொடு" என்றார்.

மனைவி உள்ளே போய்ச் சட்டியைத் திறந்து பார்த்தாள். காலணாவுக்குக் கிடைக்கும் நெய்ப் பொடி அளவு முறுக்குப் பொடி பாத்திரத்தின் அடியில் தூங்கிக்கொண்டிருந்தது. பனை ஓலை வீட்டில் நெருப்பு பிடித்தாற்போல் அவளுக்குத் திகீரென்றது. முறுக்கு தீர்ந்துபோன வயிற்றெரிச்சலைக் கணவனிடம் கொட்டினாள்.

"அவ்வளவு முறுக்கும் என்னவாயிற்று?" என்று கேட்டார்.

"நீங்கள் தின்றது ஒரு முறுக்கு, நான் தின்றது இரண்டு, தம்பி தின்றிருக்க வேண்டியது இருபத்து மூன்று."

"குருணி கறக்கற மாடானாலும் கூரையைப் பிடுங்கற மாடு உதவாது. பையனும் வேண்டாம், இரும்பு தங்கமாகவும் வேண்டாம். நாளைக்கே அவனை அனுப்பிவிட வேண்டும்" என்று சத்தமிட்டார்.

"ஏதோ குழந்தை என்றால் அப்படித்தான் இருக்கும்."

"நமக்கு அப்படி வேண்டாம்."

"அதனால்தான் கடவுள் நம்மை இப்படி வைத்திருக்கிறார்."

"ஒன்றும் குடி முழுகிப் போகவில்லை. விதைக் கோட்டையில் எலியை வைத்ததுபோலும், புதுத் தாளில் ஊதுபத்தியைக் கொளுத்தி வைத்தது போலும், கீரைப் பாத்தியில் பூச்சியை விட்டது போலும்... போதும் போதும்" என்றார்.

மறுநாள் பையனை ஊருக்கு அனுப்பிவிட்டார்.

"இந்த மாதிரியான குணமிருந்தால் இந்த வாசற்படியில் நுழையலாம், இல்லாவிட்டால் கூடாது" என்று நிலைவாசல் பதுமை சொல்லி நிறுத்திற்று.

“பூ! இவ்வளவுதானே? அவராவது தீனிக்கு ஆசைப்படுகிறார். நான் சாப்பிடுவதே வாரத்துக்கு ஒரு தடவைதான்” என்று சொல்லிக்கொண்டே உள்ளே நுழைந்துவிட்டேன்.

3

வீட்டுக்குள்ளே பார்ப்பதற்கு ஒன்றும் இல்லை. அறையா அடுப்பங்கரையா, ஒன்றையும் காணவில்லை. வெறும் கூடம், அங்குமிங்கும் தோண்டிக் கிடந்த கூடம். நான் பாட்டுக்குக் கூடத்தைக் கடந்து கொல்லை வாசலுக்கு வந்தேன்.

“இரண்டு பதுமைகளும் சொன்ன குணப் பிரதாபங்களைக் கேட்டிருந்தும், இங்கே வந்ததன் வயணமென்ன? நில்லும் நில்லும்...” என்றது கொல்லை வாசல் பதுமை.

“வீடு பார்க்க வந்தேன்” என்றதும் குப்பைத் தொட்டியைக் குச்சியால் தட்டினதுபோல் ஒலிக்கச் சிரித்து, “எங்கள் எஜமானரைப்போல் பணம் சம்பாதிப்பதில் கருத்துடையவரானால் இங்கிருக்கத் தகுதியுண்டு, இல்லாவிட்டால் நடையைக் கட்டும்!” என்றது.

“இருக்கட்டும், வாடகை என்ன?” என்றேன்.

“இருபத்தைந்து சொல்லி உங்களுக்காகப் பதினைந்து.”

நான் நசுங்கின ஈயச் செம்பைப்போல் இளித்துக் கொண்டே, “இந்த வீட்டில் குடியிருக்க வேண்டுமென்றால், வீட்டுக்காரர், மாதம் அரை ரூபாயும் வெற்றிலை பாக்கும் கொடுத்து விளக்கேற்றிக்கொண்டிரும் என்று சொல்ல வேண்டியிருக்க, பதினைந்தா வேண்டும்?” என்று கேட்டுவிட்டுக் கொல்லைவாசல் வழியாகக் கம்பிநீட்டினேன். நீட்டும் பொழுது சூரியன் மேற்கே அஸ்தமனமாகி விட்டதால், சாயம் சந்திகூடச் செய்யாமல் விதிப்படி போஜனம் முடித்துத் தாம்பூலம் தரித்து எங்கள் வீட்டு அவரைப்பந்தலின் கீழ் மூட்டைப் பூச்சிக் கட்டிலில் கண்ணயர்ந்தேன்.

“கதை வெகு நன்றாயிருக்கிறது, பல்லைத் தேய்த்து வா” என்றார் தகப்பனார்.

15. சிங்கக் குட்டி

வேதாரண்யம் கடற்கரைக்குப் போகும் உப்புச் சத்தியாகிரகிகள் எங்கள் ஊருக்குள் அடுத்த நான்காம் நாள் நுழையப் போகிறார்கள். எங்கள் ஜில்லாவுக்குள் நுழையும் முன்பே, "தொண்டர்களுக்குத் தங்க இடமும், நிற்க நிழலும், குடிக்க நீரும் கொடுத்து உதவுபவர்கள் குற்றவாளிகளாவார்கள்" என்று கலெக்டர் ஒரு சுற்றறிக்கையை அனுப்பிவிட்டார். அவ்வவ்விடத்தில் குற்றம் செய்தவர்களைக் கண்டுபிடிக்கத் தகுந்த ஏற்பாடுகள் செய்யப்பட்டிருந்தன.

தாசில்தார் ஈசுவர ராவுக்கு அந்தச் சுற்றறிக்கை கொஞ்சம் சங்கடம் செய்தது. அதற்குக் காரணம் ஜகதீசராவ் என்ற தம்பியும், ஜஸ்வந்தராவ் என்ற பதினைந்து வயதுள்ள தம் பிள்ளையும். பிள்ளைக்குச் சிற்றப்பாவின் மீது அபாரப் பிரேமை. அவன் சுதந்தரம், விடுதலை என்று கெடுபிடியாக யாருடனும் தேசீய விஷயமாக வாதாடுவது அவருக்குப் பரம ஆச்சரியமாக இருந்தது. எனவே கதர்க் குல்லாயும், காந்தி சவுக்கமும், வேஷ்டியும் அணியாமல் ஜஸ்வந்தராவைப் பார்ப்பது அரிதாகி விட்டது.

இந்தப் பிரேமையின் பலனாக ஜஸ்வந்துக்கு, "குட்டி காந்தி" என்ற பெயர் வந்துவிட்டது. 'குட்டி காந்தி'க்கு ஒரு தொண்டர் படை உண்டு. தொண்டர்களுக்கும் தலைவருக்கும் வேலை வேண்டாமா? ஒவ்வொரு நாள் மாலை நேரத்திலும் தாசில்தார் வீட்டுத் தோட்டத்தில் பையன்கள் எல்லோரும் கூடுவார்கள். தொண்டர் படை இரு வகுப்பாகப் பிரியும். ஒரு வரிசையின் முதலில் குட்டி காந்தி நிற்பான். எதிர்ப்புறத்து

வரிசையில் போலீஸ்காரன்போல் சட்டை அணிந்தவர்களும், வெள்ளைக்காரரைப்போல் அட்டையால் ஹாட் செய்து போட்டுக் கொண்டவர்களும், மூங்கில் கழியைத் துப்பாக்கிபோல் தோளில் சாத்திக்கொண்டு சிப்பாய்களாக விளங்குபவர்களும், காதில் பேனாவைச் செருகிக்கொண்டு நிற்கும் குமாஸ்தாக்களும், பட்லர்கள் போல் வேஷம் தரித்தவர்களும் நிற்பார்கள். குட்டி காந்தி, "மகாத்மா காந்திக்கு ஜே" என்று கத்தினவுடன் இருவரிசையும் சண்டை போடுவதுபோல் கலக்கும். கடைசியில் குட்டி காந்தியின் கட்சி எப்படியோ ஜயித்துவிடும். இந்த விநோதமான சுதந்தரப் போரைக் கண்டு களிப்பவர் ஒருவர் உண்டு – ஜஸ்வந்தின் சிற்றப்பா! இவ்வளவுக்கும் தாம் மூலகாரணம் என்ற பெருமை!

உப்புச் சத்தியாக்கிரகிகள் எங்கள் ஊருக்கு வருவதற்கு முதல் நாள் சிற்றப்பாவினிடம் குட்டி காந்தி ஓடிவந்தான்.

"ஏன் சித்தப்பா, உனக்குத் தைரியம் உண்டா இல்லையா?"

சிற்றப்பாவுக்குப் பதில் சொல்லத் தெரியவில்லை. இருந்தாலும், "ஏன்டா?" என்றார்.

"நீதான் சி. ராஜகோபாலாச்சாரியார் எல்லாம் வரார் இன்னியே. அதுக்காக இன்னிக்கு மொதல் தோட்டத்திலே சத்தியாக்கிரகச் சண்டை இல்லை."

"சரி, வேண்டாம்."

"கவர்மென்டிலே அவாளுக்கெல்லாம் ஜலம், சாதம் ஒண்ணும் கொடுக்கப்படாதுன்னு சொல்லிவிட்டாளாமே."

"ஆமாம்."

"நம்ப ஊரிலே யாரு குடுத்தாலும் சரி, குடுக்காட்டாலும் சரி. நம்ப சத்தரத்திலே சொல்லி அவாளுக்குச் சாதம், ஜலம் எல்லாம் சப்ளை செய்யணும்."

இதைக் கேட்டதும் காலண்டை வெடிகுண்டு வெடித்ததைப் போன்ற பயம் சிற்றப்பாவுக்கு உண்டாயிற்று. ஆனால் சிறு வாண்டுக்கு முன் அதைக் காட்டலாமா?

"போடலாம். அங்கே தள வரிசையெல்லாம் பெயர்ந்து கிடக்கேடா? எடமில்லையே. அதற்காக யோசிக்கிறேன்."

"சத்தரத்துத் தோட்டத்திலே போட்டாப் போச்சு. ஷோக்கா இருக்குமே."

இந்த இடத்தைக் குறிப்பிட்டவுடன் எலிப்பொறியில் அகப்பட்டுக்

கொண்டது போல விழித்தார் சிற்றப்பா.

"அப்பா கவர்மென்டு உத்தியோகஸ்தர். அவருக்கு பிளாக் மார்க் விழுமே; யோசிக்க வேண்டாமா?"

"அதுக்குத்தான் மொதல்லியே கேட்டேன் – உனக்குத் தைரியம் உண்டா இல்லையா என்று. கோடியாத்துச் சங்கரன் சித்தப்பாகூட ஒரு தொண்டராம். அவர் ஒன்னை விடச் சின்னவர். நீ என்னவோ சாதம் போடப் பயப்படறே" என்று சொல்லிவிட்டு குட்டி காந்தி மோவாய்க்கட்டையை முன்புறம் தள்ளினான். அவனுடைய சிஷ்யன்கள், "மகாத்மா காந்திக்கு ஜே" போட்டார்கள். "பாருடோய்–ஜஸ்வந்த் சித்தப்பாவை" என்று ஒருவரை ஒருவர் முழங்கையால் இடித்தார்கள். கண்களை ஹாஸ்யமாகச் சிமிட்டினார்கள்.

"பாருடோய்" என்று பையன்கள் சொல்லியது சிற்றப்பாவின் காதைவிட்டு அகலவில்லை. எது வந்தாலும் சரி; சத்திரத்தில் ஏற்பாடு செய்துவிடுகிறது என்று தீர்மானம் செய்துகொண்டார் சிற்றப்பா.

2

தொண்டர்கள் வந்துவிட்டுப் போன மூன்றாவது நாள்.

"ஏனப்பா ஜகதீசா! இந்தச் சங்கடத்தில் கொணாந்து விட்டுட்டியே?" என்றார் தாசில்தார்.

"நீ நம்ப சத்திரத்திலே அந்த உப்புச் சண்டைக்காரர்களுக்குச் சாப்பாடு செய்து வைத்தாயாமே?"

"என்ன குத்தம்? காக்காய்க்கும் சோம்பேறிகளுக்கும் தேசாந்தரிகளுக்கும் போடலாம்; இவாளுக்குப் போடப்படாதா?"

"இப்படி அசட்டுப் பொஸ்தகமும் தத்துவமும் படிச்சு என் வேலைக்கு ஆபத்து கொணாந்துட்டே."

"பெசகுதான், அண்ணா. இதை அமிக்கிப்பிடேன்... போலீஸிலே சொல்லி."

"அது முடியாதப்பா... போலீஸ் உன் புத்தக அலமாரியைச் சோதிச்சுப் புஸ்தகங்கூட எடுத்துக்கிண்டு போயிட்டா." புஸ்தகங்களை போலீஸார் எடுத்துக் கொண்டு போய்விட்டார்கள் என்று கேள்விப்பட்டதும் சிற்றப்பாவின் நாடி தளர்ந்து போய்விட்டது.

"வாஸ்தவமா எனக்கு இதிலெல்லாம் சம்பந்தமில்லை; ஜஸ்வந்தைக் கேக்கணும்."

“உன் சிஷ்யன்தானே அவன்?”

“இப்போ இல்லை. இப்பொ அவன்தான் குரு. இந்தத் தெரு அத்தனை பசங்களும் சிஷ்யன்கள்.”

“அதிகப் பிரசங்கிகள்!” என்று பொதுப்படையாகச் சொல்லிவிட்டு, தின்னும் உப்புக்குத் துரோகம் செய்வதில்லையென்று முடிவு செய்து கொண்டார் தாசில்தார்.

3

ஃபரங்கி தினம். சப் மாஜிஸ்திரேட் கோர்ட்டில் எள்ளு போட்டால் எள்ளு விழாது. லொடலொட என்ற வாய்வீரமும், கெக்கெக்கே என்ற பொழுதுபோக்குச் சிரிப்பும்.

தாசில்தாரின் உள்ளம் தூண்டிற் புழுவைப் போல் துடித்துக் கொண்டிருந்தது. சாட்சி சொல்லிவிட்டு ஓடிப் போய்விட்டால் போதும் என்று ஆகிவிட்டது. கவர்மென்ட் தரப்பில் தாசில்தார்! குற்றவாளிக் கூண்டில் அவர் தம்பியும் குட்டி காந்தியும்!

வாதி தரப்பு சாட்சியம் முடிந்துவிட்டது – தாசில்தார் வாக்குமூலம் உள்ளது உள்ளபடியே இருந்தது. மாஜிஸ்திரேட் மூக்குக் கண்ணாடியை நெற்றிக்கு ஏற்றினார்.

“வாதி சாட்சியம் கேட்டீர்களே – என்ன சொல்லுகிறீர்கள்?” என்றார்.

ஜகதீச ராவ்: “ஏதோ தெரியாமல் செய்துவிட்டேன். மன்னிப்பு கோருகிறேன்.”

மாஜிஸ்திரேட் குட்டி காந்தியைப் பார்த்து, “நீ என்ன சொல்லுகிறாய்?” என்றார்.

ஜஸ்வந்த் ராவ்: “இந்தக் கச்சேரியின் அதிகாரத்தை நான் ஒப்புக் கொள்ளவில்லை. சத்திரம் கட்டிவைத்தால், தண்ணீர்ப் பந்தல் வைத்தால் புண்ணியம் என்கிறார்கள். நேற்றைத் தினம் உங்கள் வீட்டார் கோவிலில் அன்னப் பாவாடை போட்டார்களாம். நான் செய்ததில் என்ன குற்றம்?”

மாஜிஸ்திரேட்டின் கண்கள் சிவந்தன. ஆதி முதற்கொண்டு மாஜிஸ் திரேட்டுக்குத் தர்மசங்கடமாயிருந்தது. மன்னிப்பைக் கேட்டதும் அது மாறிப்போய் விட்டது. ஆனால் அடுத்தாற்போல் குட்டி காந்தியின் பேச்சு அவரை வேர்க்கச் செய்தது. “சரி, சாட்சி உண்டா?” என்று சீறினார்.

"கடவுள் சாட்சி. வேறு இல்லை" என்றான் குட்டி காந்தி.

மாஜிஸ்திரேட் தீர்ப்பு கூறி முதல் குற்றவாளிக்கு 10 ரூபாய் அபராதம் விதித்தார். அது கொடுக்கப்பட்டது. ஜஸ்வந்துக்கு 100 ரூபாய் அபராதம் அல்லது மூன்று பிரம்படி. யாரோ கூட்டத்திலிருந்து கோர்ட் குமாஸ்தா விடம் 100 ரூபாயை நீட்டினார்.

"அதை வாங்க உமக்கு அதிகாரம் இல்லை. நான் அபராதம் செலுத்தவில்லை" என்றான் ஜஸ்வந்த்.

மாஜிஸ்திரேட் முதலில் திகைப்படைந்தார்.

4

வீட்டின் வாசல் ரூமில் தாசில்தார் தனிமையில் கலங்கிய முகத்துடன் உட்கார்ந்திருந்தார். நிமிஷத்துக்கு ஒரு தரம் தலையை எடுத்துப் பார்த்தார், தெருப்புறம்.

சில நிமிஷங்கள் சென்றன; "அச்சமில்லை, அச்சமில்லை" என்று பாடிக்கொண்டே வீட்டுக்குள் நுழைந்தான் ஜஸ்வந்த். பிள்ளையை நேரே தலையெடுத்துப் பார்க்க முடியவில்லை. பையன் வீட்டுக்குள் சென்றபோது அவனுடைய முதுகில் பரமசிவனார் சூலம் போல் தழும்புகள் தென்பட்டன.

அன்றைத் தினத்து அந்தித் தபால், தாசில்தாரின் ராஜிநாமாவைத் தாங்கிச் சென்றது.

16. மாப்பிள்ளை சமர்த்து

அட்வகேட் முத்துவையர் வெளியூருக்குப் போய்விட்டு இரவு ஏழு மணிக்கு வீடு வந்து சேர்ந்தார். வீட்டில் யாரோ ஒருவர் புதிதாக வந்திருந்தார். அவருடைய பக்கத்தில் ஒரு வெற்றிலைப் பெட்டி இருந்தது. இரவில், வெள்ளியால் செய்ததுபோல் தோன்றிற்று. அதைப் பார்த்ததும், 'சுக்ர தசை ஆரம்பத்தில் தொழில் வலுக்கும்' என்று ஜோசியர் சொன்னது ஞாபகத்துக்கு வந்தது. மகிழ்ச்சியால் உள்ளம் தஞ்சாவூர்க்கோவில் நந்தி அவ்வளவு பெரியதாகி விட்டது. ஆனால் பாவம்! அடுத்த கணம் நந்தி மறைந்து போய்விட்டது. காரணம்?

"என்ன மாப்பிள்ளை, சௌக்கியமா?" என்று வந்தவர் கேட்டதுதான்.

முத்துவையர்: சௌக்கியந்தான்.

வந்தவர்: என்னை உங்களுக்குத் தெரிய நியாயமில்லை. நான் கண்டமங்கலம். உங்கள் மாமனாருக்குப் பத்து நாள் ஞாதி. கண்டமங்கலத்தில் தர்ம பாடசாலை வைத்து நடத்துகிறாரே பெரிய வீட்டு விசுவநாதையர்? அது நான்தான்.

வாஸ்தவத்தில் முத்துவையருக்கு மாமனார் வழி உறவினர் ஒருவரையுமே சரியாகத் தெரியாது. இருந்தாலும் கௌரவத்தை விட்டுக்கொடுக்காமல், "ரொம்ப சந்தோஷம்" என்று அரை டஜன் தடவை சொன்னார். பிறகு சட்டையைக் கழற்றிவிட்டு, கொல்லைக் கிணற்றுக்குப் போய்விட்டார். அங்கே மனைவியைக் கூப்பிட்டுக் காதோடு காதாய், "இவர் எப்படி ஞாதி?" என்று கேட்டார்.

“எனக்குத்தான் இவரைத் தெரியவில்லை. ஆனால் பெரிய வீட்டு விசுவநாதையர் ஒருவர் உண்டு. பணக்காரர்” என்றாள் மனைவி.

சம்பந்தி இனத்தவரல்லவா? இராச் சாப்பாடு தடபுடல் – உருளைக் கிழங்குப் பொடிமாஸ், வெங்காய சாம்பார், காராக்கருணை வறுவல் முதலியன.

சாப்பாடு முடிந்த பிறகு முற்றத்தின் ஓரத்தில் இருவரும் உட்கார்ந்து வெற்றிலை பாக்கு மென்றுகொண்டிருந்தார்கள்.

மாப்பிள்ளை பேச்சைத் துவக்கினார்.

“இங்கே விஜயம் செய்தது வெகுஅபூர்வம்.”

“அபூர்வம் என்ன, மாப்பிள்ளை! இரண்டாவது அப்பீல் விஷயமாகப் பட்டணம் போனேன். அட்வகேட் ஜெனரலுக்கு வக்காலத்துக் கொடுத்தேன். சின்ன அப்பீலாக இருந்தாலும் பீஸ் ஐந்நூறு வேணும் என்றார். பாதி கொடுத்தாகிவிட்டது. திரும்பி வரும் வழியல்லவா? குழந்தையை (தங்கள் மனைவியைத்தான்; புரிகிறதா?) பார்த்துவிட்டு, காலை போட்மெயிலில் போகலாமென்ற உத்தேசம்.”

பிறகு ஐந்தாறு நிமிஷம் ‘அக்கப்போர்’ பேசிக்கொண்டிருந்தார்கள். நெல் மூட்டைகளிலிருந்து அந்துப்பூச்சிகள் பறந்து வந்து இவர்கள் மேல் விழுந்தன. “வேண்டுமென்றால் தெருப்புறம் போவோம்” என்று மாப்பிள்ளை சொல்லவே, இருவரும் கிளம்பினார்கள்.

திண்ணையில் ஒரு பத்து நிமிஷம் கழிந்தது. பெரிய வீட்டு விசுவநாதையர், “எனக்குச் சகிக்கவில்லையே – கொசுக்களின் ஸாமகானம். குழந்தையைத்தான் பார்த்தாகிவிட்டது. ஒரு ஜட்கா வரவழையுங்கள். ரெயில்வே ஸ்டேஷனுக்குப் போய்த் தூங்கிவிட்டு, அப்படியே ரெயிலேறிப் போகிறேன்” என்றார்.

உபசாரத்தில் விட்டுக் கொடுக்கவில்லை மாப்பிள்ளை. இருந்தாலும் வந்தவர், “இங்கே இருப்பதைப்பற்றி ஆக்ஷேபம் இல்லை. நாளைப் போக மறுநாள் ஊரில் சிவன் கோவில் கும்பாபிஷேகம். என் கைங்கர்யம். இங்கே தங்கிவிட்டால் அந்தக் காரியம் தவக்கப்படும்” என்று சொன்னதைக் கேட்டு, மாப்பிள்ளை ஒருவாறு சமாதானமடைந்தார்.

“ஆனால் சரி, ஜட்கா வரவழைக்கிறேன்” என்று, “சாமி ஐயர்! சாமி ஐயர்!” என்று தம் குமாஸ்தாவைக் கூப்பிட்டார். உடனே, “ஓகோ! அவர் வீட்டுக்குப் போய் விட்டாரோ?” என்று ஞாபகப்படுத்திக்கொண்டு தாமே கிளம்பினார்.

ஜட்கா வந்ததும், பெரிய வீட்டு விசுவநாதையர் வெற்றிலைப் பெட்டியை

வண்டியில் வைத்தார்.

“வந்தால் போனால் இறங்கிவிட்டுப் போங்கள்” என்றார் மாப்பிள்ளை.

“ஓ, பேஷாக!” என்று வண்டிப்படியில் விசுவநாதையர் காலெடுத்து வைத்தார்.

“உங்களுக்கல்லவா! பையில் ஏதோ மணிபர்ஸ் தெரிகிறதே. கொஞ்சம் ஸ்டேஷனில் சாவதானமாக இருக்கட்டும்” என்று மாப்பிள்ளை எச்சரிக்கை செய்தார்.

“பார்த்துக்கொள்ளுகிறேன்” என்று வண்டியில் ஏறிப் போய்விட்டார் விசுவநாத ஐயர்.

முத்து ஐயர் வழக்கம்போல் திண்ணையில் படுக்கையைப் போட்டுக் கொண்டு சொஸ்தமாகத் தூங்கினார்.

மறுநாள் பலபலவென்று விடியும்பொழுது, அதாவது பிரம்ம முகூர்த்தத்தில், பிரம்மபத்திர சகிதமாகப் பிரம்மஸ்ரீ முத்துவையர் சந்தியாவந்தனம் செய்து கொண்டிருந்தார். (இவ்விடத்தில் ‘சந்தியாவந்தன’மென்பதற்கு அதிகாலையில் வெற்றிலை போடுவது என்று விஷயம் தெரிந்தவர்கள் வியாக்கியானம் செய்வார்கள்.)

அப்போது தெருவில் கலீர் கலீர் என்று சலங்கை ஓசை கேட்டது. அடுத்தாற்போல், பெரிய வீட்டு விசுவநாதையர் ஜட்கா வண்டியிலிருந்து இறங்கினார். கேட்டுக்கு ஒன்றும் புரியவில்லை.

“தூங்கிக் கீங்கிப் போய்விட்டீர்களா? ரெயில் போய்விட்டதா?” என்றார்.

“இல்லை, மாப்பிள்ளை! ஏமாந்து போய்விட்டேன்.”

“என்? எப்படி?”

“நீங்கள் பர்ஸ் ஜாக்கிரதை என்று எச்சரிக்கை செய்தீர்களல்லவா?”

“ஹூம்.”

அதன் பேரில் இரண்டாவது கிளாஸ் பிரயாணிகள் தங்கும் இடத்துக்குள் போய்த் தாழிட்டுக்கொண்டு சாய்மான நாற்காலியில் படுத்துத் தூங்கிவிட்டேன். இரவு இரண்டு மணி இருக்கலாம். அதட்டிய குரல் ஒன்று, “யாரையா அது, தாழிட்டுத் தூங்குவது? பிரபுக்கள் பலருக்காக ஏற்பட்ட இடமல்லவா? தாழைத் தள்ளும்” என்றது.

நான் கதவைத் திறந்ததும் என் கண்முன் யாரோ ஜமீன்தார்போல் ஒருவர் காணப்பட்டார். அவரைச் சுற்றிலும் நான்கு அல்லது ஐந்து ஆட்கள் கைகட்டி வாய் புதைத்து நின்றார்கள். நான் எவ்வளவு

அந்தஸ்துள்ளவனாக இருந்தபோதிலும், அவரையும் அவருடைய ஆட்களையும் பார்த்தவுடன் கடுகானது போன்ற உணர்ச்சி ஏற்பட்டது.

“டேய்! மெத்தையைப் போடு. போகி ஆட்களை ஊருக்குப் போகச் சொல்லு!” என்று ஜமீன்தார் உத்தரவிட்டார்.

யாரோ ஒருவன் ஓர் உயர்ந்த வெல்வெட் மெத்தையைக் கீழே விரித்தான். அதற்குப் பிறகு எனக்குச் சாய்மான நாற்காலியில் படுத்துத் தூங்கத் துணிச்சல் வரவில்லை. சுவர் ஓரத்தில், ஜரிகை அங்கவஸ்திரத்தை விரித்துப் போட்டுக்கொண்டு தூங்கினேன். போட் மெயில் வருவதற்குச் சற்று முன்னோடு யாரோ என் ஜேபியில் கைபோடுவதுபோல் இருந்தது. “திருடன்! திருடன்!!” என்று கத்திக்கொண்டே எழுந்திருந்தேன். ஆச்சரியத்திலும் ஆச்சரியம்! என் பணப்பையைக் கூசாமல் எடுத்துக் கொண்டு சென்ற ஜமீன்தார் தாமும், ‘திருடன்!’ என்று கூச்சலிட்டார்.

அதற்குள் இரண்டு மூன்று போலீஸ்காரர்கள் வந்தார்கள். அவர்களிடம் விஷயத்தைச் சொல்லவேண்டி, “இதோ பாருங்கள்...” என்று நான் ஆரம்பிப்பதற்குள், ஜமீன்தார் பிறவிப் பிரபுவைப்போல் மெதுவான குரலில் இடைமறித்து, “கிராமாந்தரங்களில் அடிதடி ஏற்பட்டால், அடிபட்டவன் கிரிமினல் கேஸ் கொடுப்பதற்கு முந்தி, அடித்தவன் ஒரு கேஸ் கொடுத்துவிடுவது வழக்கம். அதைப்போல அந்தச் சுவரண்டை நிற்கும் பார்ப்பான் என் பணப்பையைத் திருடிவிட்டு, ‘திருடன்’ என்று கூக்குரலிடுகிறான். அவனிடத்திலிருந்து பணப்பையைப் பிடுங்கப்பட்ட பாடு தெய்வம் அறிந்துவிட்டது” என்றார். இதைக் கேட்டதும் எனக்குத் தூக்கிவாரிப் போட்டது. ஜமீன்தாருடைய குரலையும், வெல்வெட் மெத்தையையும், செழும் மீசையையும், மணிபர்ஸையும் பார்த்த போலீஸ்காரர்கள் நான் சொல்லுவதையா நம்பப்போகிறார்கள் என்ற பயம் ஏற்பட்டது. பேசிப் பார்க்கலாமென்றால் நாக்கு எழவில்லை. “வா ஐயா ஸ்டேஷனுக்கு” என்ற சப்தத்தைக் கேட்டதும் சோகம் போட்டுவிட்டது. தப்பினால் போதும் என்ற ஸ்திதியை அடைந்தேன். ஒரு யுக்தி செய்தேன். “ஜமீன்தார்வாள்! தெரியாமல் செய்துவிட்டேன். மன்னிக்க வேண்டும்” என்று கைகுவித்தேன். ஜமீன்தார் கம்பீரமாக, “பிழைத்துப் போகிறான் ஐயன், விட்டு விடுங்கள்” என்று உத்தரவிட்டார்.

“அப்பா! தப்பிப் பிழைத்தேன். தலைக்கு வந்தது முந்நூற்று ஐம்பது ரூபாயுடன் போயிற்றே! அது என் மனைவியின் மாங்கல்ய பலம் என்று நினைத்துக்கொண்டு வெளிப்பட்டேன். ஒரு போலீஸ்காரன் குறுக்கிட்டுக் கண் சிமிட்டினான். வெற்றிலைப் பெட்டியை வாய்க்கரிசி போட்டேன் அவனுக்கு. அவ்வளவுதான். இதோ வந்து நிற்கிறேன். எனக்குப் போனதிலெல்லாம் வருத்தமில்லை. கும்பாபிஷேகம் தடைப்படுகிறதே

என்ற வருத்தந்தான். ரெயில் செலவுக்குக் காலணா இல்லை.”

“அதென்ன பிரமாதம்? நீங்கள் சொல்வதைப் பார்த்தால், ஜமீன்தார் என்று வேஷம் போட்டுக்கொண்டு நாகரிகக் கொள்ளை யாரோ அடித்திருப்பதுபோல் இருக்கிறது. ஆளை அடையாளம் தெரியுமா?” என்றார் அட்வகேட் முத்துவையர்.

“அது என்ன எழவோ! பிடித்த சனியன் இத்தோடு போகட்டும். போலீஸில் பதிய வைக்கிறது முதலிய புதுச் சனியன் வேண்டாம். கும்பாபிஷேகம் கெட்டுவிடும்.”

“பணம் நான் தருகிறேன். அதற்காக வருத்தப்பட வேண்டாம். எவ்வளவு வேண்டும்?”

“இரண்டாவது கிளாஸ் பதினைந்து ரூபாய் ஐந்தே காலணா.”

சரியென்று சொல்லிவிட்டு முத்துவையர் உள்ளே பணப் பெட்டியண்டை சென்றதும் பெட்டியில் பணம் அதிகமாக இல்லாதது ஞாபகம் வந்தது. உடனே கொல்லை வழியாகச் சென்று பக்கத்து வீட்டிலிருந்து பதினாறு ரூபாய் கைமாற்று வாங்கிக்கொண்டு வந்து அலமாரியில் வைத்துவிட்டுத் தெருப்புறத்திற்கு வந்தார்.

“உள்ளே வாருங்கள். காபி சாப்பிட்டுவிட்டுப் போகலாம்” என்றார் மாப்பிள்ளை.

காபி ஆனபிறகு அலமாரியிலிருந்த பணத்தை எடுத்துக் கொடுத்தார்.

“இந்தக் கை பிறரிடம் பணம் கடன் வாங்கினதே இல்லை. இப்போது பாருங்கள்” என்று விசுவநாதையர் வருந்தினார்.

“இதெல்லாம் நாம் செய்துகொள்ளுகிறதா?”

“ஹூம்..! இருக்கட்டும். ஊருக்குப் போனதும் தந்தி மணியார்டர் அனுப்பிவிடுகிறேன்.”

“என்ன அவசரம்? சாதாரணமாக அனுப்பலாம்.”

“அப்படியல்ல மாப்பிள்ளை. இது ஜலதோஷத்தைப் போல எனக்குத் தலையில் பாரமாக இருக்கும். தந்தி மணியார்டர் செய்தால்தான் சொஸ்தமாக இருக்கும்.”

“எனக்கு ஒரு அவசரமும் இல்லை. அவ்வளவுதான் நான் சொல்லக் கூடியது. பிறகு உங்கள் இஷ்டம்.”

“ரொம்ப சந்தோஷம்; சமயத்தில் உதவி செய்ததற்கு கும்பாபிஷேகத்தின் பலன் உங்களுக்குத்தான். இப்படிப் போய் வரட்டுமா?” என்று விடை

பெற்றுக்கொண்டு கிளம்பிவிட்டார் பெரிய விசுவநாதையர்.

அடுத்த நாள் காலையிலிருந்து மாலை முழுவதும் தந்தி மணியார்டர் வரவில்லை. இப்படியே மூன்று நாள் ஆகிவிட்டது. கும்பாபிஷேகத் தடபுடலில் இதை மறந்திருக்கலாம் என்று முத்துவையர் தைரியமாக இருந்து விட்டார்.

மூன்று நாளுக்குப் பிறகு இன்னும் மூன்று நாள் ஆயிற்று. பிறகு அது ஒரு பக்ஷமாக நீண்டது. ஒருவிதத் தகவலும் இல்லை. முத்துவையர் மொணமொணக்கத் துவங்கினார். இது விஷயம் மனைவியுடன் கொஞ்சம் பேசிப் பார்த்தார். "பாழாய்ப் போன கௌரவம்! என்னைக் கேட்டா கடன் வாங்கிக் கொடுத்தீர்கள்?" என்று ஓர் அலசு அலசினாள் அவர் மனைவி.

அடுத்த க்ஷணத்தில் அட்வகேட்டின் மனத்தில் ஒரு தத்துவம் உதயமா யிற்று. "எதை எதிர்பார்க்கிறோமோ அது நம்மை ஏமாற்றும். எதை அலக்ஷ்யம் செய்கிறோமோ அது ராம்ராம் சலாம் போட்டுக்கொண்டு நம்மைத் தேடி வரும். எனவே, இந்தப் பதினாறு ரூபாயை அலக்ஷ்யம் செய்து மறந்துவிடு" என்று மனத்துக்குக் கட்டளை இட்டார்.

ஒரு மண்டலம் ஆயிற்று. அடுத்த நாள் முத்துவையருக்கு ஒரு தபால் கிடைத்தது:

மெய்யூர்.

> க்ஷேமம்: அநேக கோடி நமஸ்காரம். இடது கை வழங்குவதை அறியாத வலது கை உடைய தங்கள் பெருந்தன்மை மேன்மேலும் வளர்க. சமயத்தில் தாங்கள் எனக்கு மூக்குக் கொடுத்ததைப்பற்றி எப்படிப் புகழ்ந்தால்தான் தகாது! ஆனால் நான் முகஸ்துதி செய்யும் வழக்கம் இல்லை.
>
> எனக்கு மூன்று பெண் குழந்தைகளும் கையில் ஓர் ஆண் குழந்தையும் மற்றொரு குழந்தையின் ஆரம்பமும், இன்னும் அநேகம் ஏற்படக்கூடிய நிச்சயமும் இருந்துவருகின்றன. சிக்கன ஏற்பாட்டின் கீழ் வீட்டுக்கு அனுப்பப்பட்ட துர்ப்பாக்கிய குமாஸ்தாக்களுள் நானும் ஒருவன். அப்போது முதல் எனக்கு வேலை கிடைக்கவில்லை. வேலையை உத்தேசித்து நடந்தலைந்த தூரத்தை மைல் கணக்கில் நீட்டிச் சொன்னால், இங்கிருந்து ஸான்ப்ரான்ஸிஸ்கோ எவ்வளவு மைல் தூரம் இருக்குமோ அவ்வளவு இருக்கும். இன்ஷ்யூரன்ஸ் ஏஜன்ஸி கூடக் கிடைக்கவில்லை. எல்லாம் எனையாளும் ஈசன் செயல்! ஈசனைக் கூப்பிடக் கூடிய பாத்யம் எனக்குண்டா

என்பது ஒரு கேள்விதான். கொஞ்சம் மன்னிக்க வேண்டும். பெண்சாதி பிள்ளைகளைக் காப்பாற்றும்படி தலையில் கூழைக் கரைத்துக் கொட்டியிருக்கிறதென்று அநாதியான சாஸ்திரங்கள் சொல்லி வரும் ஸ்திதியில், என்னைப் படைத்த கடவுள் இவ்வளவு பொறுப்பற்றவராக இருப்பாரென்று நான் எதிர்பார்க்கவே இல்லை. குழந்தைக்குத் துரோகம் செய்யும் தாயார் உண்டு – அது கடவுள். இல்லாவிட்டால், என் குழந்தைகளுக்கு வெறும் கஞ்சி வார்க்க வேண்டிய கடனுக்காக (நீங்கள் குசாலாக அதையே கடமை என்று சொல்லலாம்) தங்களிடம் நாசூக்காகப் பணம் யாசிக்க வேண்டிய அவசியமே இருந்திராது. ஆறு மாத காலமாக வேலையில்லை. வயிற்றுக்குச் சரிவரச் சோறில்லை. தங்கள் புண்ணியத்தால் அன்று முதல் இன்று வரை ஒரு மாதிரி காலம் தள்ளிவிட்டேன்! இனி என்ன கதியோ! ஆகையால், என்னை மன்னித்து ஏழைகளைக் காப்பாற்றிய புண்ணியத்தை ஏற்றுக்கொள்ளுங்கள். அத்துடன் என் மனைவியின் வாழ்த்துக்களையும் இதன் மூலமாகப் பெற்றுக்கொள் ளுங்கள். குழந்தைகளுக்குச் சோறிட்ட மகாராஜன் என்று தினமும் வாழ்த்துகிறாள். அவளிடத்தில் எனக்குத் தாங்கள் சிறிய வேலை கொடுத்ததாகவும், அதற்காகச் சம்பளம் ரூபாய் பதினாறு தாங்கள் கொடுத்ததாகவும் சொல்லி யிருக்கிறேன். வேறு எப்படிச் சொல்லுகிறது? ஸ்கூல் பைனல் வரையில் வாசித்தும், சில வருஷங்கள் உத்தியோகம் பார்த் திருந்துங்கூட என் புத்தி வேறு வழியில் செலவாகாம லிருக்கும் சங்கடத்துக்கு நான் ஜவாப் அல்ல. உண்மையில் நான் பொய்யனல்ல. தங்கள் உறவினன்தான். இவ்வளவும் வயிற்றுக் கொடுமை! எனக்கு ஒருவேளை எப்போதாவது வேலை கிடைத்துப் பணம் வந்தால், தங்கள் பணத்தைக் கொடுத்துவிடுகிறேன். என்னைத் தயை செய்து மன்னிக்க வேண்டும்.

இப்படிக்கு,

பொறுப்பற்ற கடவுளால் பிறப்பிக்கப்பட்டவனும் சாது ஜனங்களால் ரக்ஷிக்கப்பட்டு வருபவனுமான

தொழிலில்லாத அபாக்கியன், சேஷு.

முற்றும்

17. காணிக்கை

சதங்கை ஓசையுடன் வண்டி வாசலில் நின்றதுதான் தாமதம், உள்ளேயிருந்து குழந்தைகள் திண்ணைக்கு வந்து வெறிபிடித்தவர்கள் போல் குதித்துக் கூச்சலிட்டார்கள்.

தகப்பனார் டவுனுக்குப் போய்த் திரும்பினார் என்றால், ஏழைக் குழந்தைகளுக்கு பட்டாணிக் கடலை, வாழைப்பழம் என்று பொருள். பணக்காரக் குழந்தைகளுக்குப் பீஸ் பீஸாகச் சட்டைத் துணி, டஜன் கணக்கில் பட்டுப் பாவாடை என்று பொருள். இந்தக் குழந்தை களுக்குத் தின்பண்டம், தையல் நூல் என்ற பொருள்.

வண்டியிலிருந்து ராமேசம் இறங்கித் திண்ணை ஏறியதும், குழந்தைகள் ஆளுக்கு ஒரு பக்கமாகப் பிடித்துக்கொண்டார்கள். தகப்பனாருக்கு இந்த அதிசயச் சுங்கச்சாவடியின் கெடுபிடி நன்றாகத் தெரியும். எனவே சுங்க வரியைச் செலுத்தும் அடக்கத்துடன் சிறுபையன்களுக்குத் தின்பண்டமும், பெண் குழந்தைகளுக்குத் தையல் நூலும் நீட்டிவிட்டு உள்ளே நுழைந்தார்.

கூடத்தில் யாரும் இல்லை. பெரிய கடிகாரம் மட்டும் தகரக் கடைக் காரன் தட்டுவதுபோல ஒழுங்காகச் சத்தம் செய்து கொண்டிருந்தது.

வண்டிச் சத்தமும், குழந்தைகள் கொம்மாளமும் தெருக்கோடி வரையில் எட்டக்கூடியதானபோதிலும் அவை கூடத்தைத் தாண்டிச் சமையலறைப் பக்கம் போனதாகவே தெரியவில்லை. ஏனென்றால், குழந்தைகள் வெளியே வந்தார்களே, அவருடைய மனைவி சமையல் அறையிலிருந்து தலையையாவது நீட்ட வேண்டாமா? நீட்டவில்லை. ஆனால், இதில் வியப்பொன்றும் இல்லை. தலையை நீட்டியிருந்தால் தான் வியப்பு. கணவரே இதை எதிர்பார்க்கவில்லை. நிதானமாகக் கூடத்தைக் கடந்து சமையலறை வாசலண்டை போனார். நேரம்

தாண்டி மனிதன் தூங்கினாலும், கடமையில் தவறாது செம்மேனியாகக் கிழக்கில் மலரும் வானத்துத் தாமரைபோல் மனைவி அடுப்பண்டை ஊதுகுழாயை வைத்து ஊதிக்கொண்டிருந்தாள். அவர் பேசவில்லை. மனைவி ஊதிக்கொண்டே இருந்தாள். ஈர விறகு. மஞ்சளாகப் புகை கிளம்பி, ஊதுகுழாயின் வழியாக ஏறிக் கொஞ்சம் வாய்க்குள்ளும் கண்ணுக்குள்ளும் போய்விட்டது. கண்களைக் கசக்கிக்கொண்டு மெதுவாக இருமிவிட்டுத் திரும்பாமலே, "பாப்பா! போன வண்டி இன்னும் வரவில்லையா?" என்றாள்.

"வந்துவிட்டதே" என்றார் ராமேசம். மனைவி கொஞ்சம் திடுக்கிட்டுத் திரும்பிப் பார்த்தாள்.

"சமையல் ஞாபகம். நீங்கள் வந்தது எனக்குத் தெரியவில்லை."

அதனால் பரவாயில்லை என்று சொல்ல அவருக்கு விருப்பம். ஆனால் வார்த்தை நெஞ்சத்தின் சிறையிலிருந்து விடுதலைப்பட்டால்தானே! அப்போதைபோல் அவர் நெஞ்சம் என்றும் குழம்பியதில்லை.

மௌனமாக தாமரை இலையில் சுற்றிய ஒரு பொட்டலத்தையும் ஒரு மடித்த கடிதத்தையும் நீட்டினார்.

"இதென்ன பூவா?"

"ஆமாம், வாங்கிக்கொண்டு வந்தேன்."

பொட்டலத்தை அவிழ்த்துப் பார்த்தாள். மருதாணிப் பூவும், வெட்டிவேரும், மல்லிகையும், நில சம்பங்கியும் சேர்ந்த கதம்பம். தவிர, முழு ரோஜாக்கள் தொடுத்த சரம் வேறு இருந்தது. பொட்டலம் கட்டியிருந்த பொழுதைவிட இப்போது அதிக வாசனை வீசிற்று.

"ரொம்ப நன்றாய் இருக்கிறதே" என்று சொல்லிக்கொண்டே ஓர் உதிரி ரோஜாப் புஷ்பத்தை எடுத்து மோந்து பார்த்தாள்.

"இதென்ன, பன்னீர் தெளித்தாற்போல் இருக்கிறதே?"

"ஆமாம், இது பன்னீர்க் கதம்பம்."

"அப்போது விலை ஜாஸ்தியாக இருக்குமே?"

"என்ன ஜாஸ்தி. கொஞ்சந்தான் கூட விலை."

"அப்படி கூடக் காசு போட்டு எதற்காக?"

"சும்மாத்தான்."

மனைவிக்கு இது கொஞ்சம் ஆச்சரியமாகத்தான் இருந்தது. இருந்தாலும் அதைப் பொருட்படுத்தாமல், "இதென்ன கடுதாசு?" என்றாள்.

"பாரேன்" என்று தமக்குச் சம்பந்தமற்றவரைப் போல் பேசினார்.

மனைவி கடிதத்தைப் பிரித்தாள். ஊர், தேதி ஒன்றும் காணவில்லை. 'ருக்மிணிக்கு' என்று ஆரம்பித்திருந்தது. அவள் மேலே படிக்கவில்லை. "ஆமாம், இதை யார் எழுதி இருக்கிறார்?"

"அடியில் பார்த்தால் தெரிகிறது."

"சொல்லப்படாதா?"

"நீ பாரேன். அப்புறம் சொல்கிறேன்."

ருக்மிணி கடிதத்தின் அடிப்பாகத்தைப் பார்த்தாள். 'ராமேசம்' என்று கையெழுத்திட்டிருந்தது. அவளுக்கு ஒன்றும் புரியவில்லை.

"இது யார் ராமேசம்..? ருக்மிணிக்கு என்று ஆரம்பித்திருக்கிறது. யாருக்கு யார் எழுதினது என்று புரியவில்லை. என்னிடத்தில் கொடுப்பானேன்?"

"புரியவில்லையா? ருக்மிணி என்றால் நீதான்."

"அப்போது அது?"

"நான்தான்."

"நீங்களா? எனக்கா?" என்று திகைத்து ஒரு நிமிஷம் நின்றாள்.

ஒரு விநாடி கழிந்தது. "நான் இருப்பதும் இங்கேதான். நீங்கள் இருப்பதும் இங்கேதான். எனக்கு நீங்கள் தபால் எழுதுவானேன்? புரியவே இல்லையே" என்றாள்.

"படித்தால் தெரிகிறது."

மனைவி கடிதத்தை ஊன்றிப் படித்தாள். படித்து முடிந்ததும் கணவனை ஏறிட்டுப் பார்த்துவிட்டு மறுபடியும் கடிதத்தைப் படித்தாள். பிறகு நிதானமாகக் கடிதத்தை மடித்துக் கையில் வைத்துக்கொண்டு கணவனை நோக்கினாள்.

"கடுதாசி புரியவில்லையே."

"நீதான் இரண்டு தரம் படித்தாயே."

"படித்தேன். என்னவோ புதிதாக என்னிடம் கண்டுபிடித்திருக்கிறீர்களே, அதற்காகத்தான் கேட்கிறேன். இது ரொம்பப் பழசு; புதுசே அல்ல. இந்த வீட்டில் அடி எடுத்து வைத்தது முதல் பெரியவர்கள் உபதேசம் செய்தது போல் நடந்து வந்திருக்கிறேன். பத்து வருஷமாக நடக்கிற பழசில் புதுசைக் கண்டீர்களே... அதுதான் ஆச்சரியமாக இருக்கிறது."

“கண்ணை மறைத்த திரை இப்போதுதான் கழன்றது.”

“தபால், திரை, பன்னீர்க் கதம்பம்... எல்லாம் கதை மாதிரி இருக்கு.”

“நிஜக் கதை சுவாரஸ்யமாகத்தான் இருக்கும். பார்க்க மட்டும் நமக்குக் கண் இருப்பதில்லை. இப்போது எனக்குக் கண்திறந்து போச்சு.”

“கண்ணைத் திறந்த டாக்டர் யார் என்று தெரிந்தால் நல்லது.”

“அதெல்லாம் இல்லை. நானும் தாலுக்கா ஆபீஸ் குமாஸ்தா மாத்யூசும் ஊருக்குப் போய் வருகிறோம் என்று சொல்லிக்கொண்டு கிளம்பினேன் அல்லவா?”

“ஆமாம். பின்மாலை அந்த நேரத்திலே காபி போட்டுத் தந்தது எனக்கே பிடிக்கவில்லை. ராத்திரிப் பால். அதுவும் ஒரே தண்ணி. காபி எப்படித்தான் இருந்ததோ?”

“மாத்யூஸ் வீட்டுக்குப் போனேன். வீடு சாத்தி இருந்தது. அரவத்தையே காணவில்லை.”

“ராத்திரி மூன்று மணிக்கு அரவம் கேட்குமாக்கும்!”

“உள்ளே விளக்கு மாத்திரம் எரிந்துகொண்டிருந்தது. மறந்துவிட்டேன். நீ போட்ட காபி அப்படி ஒன்றும் மோசமாக இல்லையே.”

“நல்ல வேளை”

“மாத்யூஸ்! என்று இரண்டு தரம் கூப்பிட்டேன்.”

“உங்களுக்கு ஒன்றுமே தெரியவில்லை. நமக்குக் கல்யாணம் எல்லாம் பழசாகப் போச்சு. அவர்களுக்கும் அப்படித்தான் என்று நினைக்கலாமா? போன வருஷந்தானே கல்யாணமாச்சு. அந்தப் பெண் குடித்தனம் நடத்த வந்து ஆறு மாதங்கூட ஆகவில்லை. சிறிசுகள் குடித்தனம் பண்ணுகிறார்கள். பாதி ராத்திரியில் கதவைத் தட்டிக் கூப்பிட்டால் எப்படி இருக்கும்!”

“திருடன், தேள் என்றால்தான் சிறிசுகள் எழுந்திருக்க வேண்டுமாக்கும்? கேள்.” மாத்யூஸ் கதவைத் திறந்தான்.

“இப்போது கிளம்பி ரஸ்தாவுக்குப் போனால்தான் மோட்டார் பஸ் வருவதற்குச் சரியாக இருக்கும். கிளம்பு” என்றேன்.

“போவோம் இரு, ஒரு நிமிஷம்” என்று சொல்லி ஒரு பிரம்பு நாற் காலியை இழுத்துப் போட்டுவிட்டுக் கிணற்றங்கரைப் பக்கம் போனான்.

நான் உட்கார்ந்திருந்த இடத்தில் விளக்கு இல்லை. அதற்குப் பக்கத்தில்

இருந்த அறையில் பள்ளியறை விளக்கு சிறிதாக எரிந்து கொண் டிருந்தது. சுடர் அடங்கியிருந்தபோதிலும் அந்த அறையிலுள்ள பொருள்கள் அவ்வளவும் தெரிந்தன. ஓர் ஓரத்திலே மேஜை நாற்காலிகள். மேஜைமேல் எரிந்து தீர்ந்துபோன ஊதுபத்திக் கட்டைகள் நிறைந்த ஊதுபத்தி தாங்கி, வெற்றிலைத் தட்டு, சிதறிக்கிடந்த சில ரோஜா இதழ்கள். அறை நடுவில் கொசுவலையிடப்பட்ட ஒரே கட்டில். அவன் மனைவி உள்ளே தூங்கிக்கொண்டிருந்தாள். கொஞ்ச நேரம் ஆனதும் அவன் திரும்பி வந்து கொசுவலையைத் தள்ளினான்.

"அற்புதம்!" என்று முதலில் மெதுவாகக் கூப்பிட்டுக்கொண்டே தொட்டு எழுப்பினான்.

குளிர்காலத்தில் மூலையில் சுருண்டு கிடக்கும் நாயை எழுப்பி விட்டதுபோல் புரண்டு படுத்துக்கொண்டாள்.

"அற்புதம்!" என்று மறுபடியும் கொஞ்சம் அழுத்தமான குரலில் கூப்பிட்டான்.

அவள் எழுந்து உட்கார்ந்து கண்களைக் கசக்கிக் கொண்டாள்.

"ஏன்?"

"ஊருக்குப் போய் வாரேன். இப்போது போனால்தான் பஸ் கிடைக்கும்."

"எந்த ஊருக்கு?"

"ராத்திரி உன்னிடம் சொன்னேனே."

"ஆனால் இப்போது ராத்திரி இல்லையா?"

"மாசத்தில் ஒரு தரம் இரண்டு தரம் அந்தச் சிநேகிதனைப் பார்த்துவிட்டு வந்தால்தான் நல்லது. சிநேகிதத்துக்கும் சரி, உத்தியோகத்துக்கும் சரி."

உட்கார்ந்திருந்தவள், வேர்க்கறையான் வெட்டிய மலர்ச்செடிபோல், துவண்டு மெத்தையிலே சாய்ந்தாள்.

"தனியே என்னை விட்டுப் போவது இன்னும் நல்லது."

இதைக் கேட்ட மாத்யூஸ் என் பக்கமாக முகத்தைத் திருப்பினான்.

"உஸ்! கத்தாதே. அவர் காதில் விழப்போகிறது."

"யார் காதில் விழுந்தால் எனக்கென்ன? மாதாகோவிலில், பொன்மலர்க் கொத்துப்போல் எரியும் மெழுகுவர்த்திகளின் முன்பு பாதிரியார் சொன்னதென்ன? இருவரையும் சாவு பிரிக்கும் வரையில் ஒன்று என்று சொல்லவில்லையா? நீங்களும் உறுதி கூறியதென்ன? கோட்டான்

குமுறும் வேளையில் நான் ஒண்டியாக இருக்கிறேன்.'

"பாதிரி இதையா சொன்னார். ஜலதரங்கக்கிண்ணியில் வீறல் இருக்கக்கூடாது என்றார். கிண்ணியை நகர்த்தக் கூடாது என்று சொல்லவில்லையே. நாளைச் சாயங்காலத்துக்குள் வந்துவிடுவேன். இதுகூட..."

"ஆகட்டும்" என்று கையைத் தலைக்கு மேலாகத் தலையணையில் எறிந்தாள்; உடம்பைத் திருப்பிக்கொண்டாள்.

"எங்க ஐயாவைக் கண்டால் பிடிக்கவில்லை. காலையில் வருவதாக எழுதியிருக்கவில்லையா? அவர் வருகிறபோது நீங்கள் இருக்க வேண்டாமா?"

"அவர் ஒரு மாச லீவில் வருகிறாரே; நாளைச் சாயங்காலம் பார்த்தால் கோபித்துக்கொள்ள மாட்டார்; முழுகிப் போகிறது போல உனக்குத்தான் கோபம் வருகிறது."

"முழுகிப்போகிறதா? இஷ்டப்படி செய்யுங்கள்" என்று போர்வையை இழுத்துப் போர்த்துக்கொண்டாள். உள்ளிருந்து விம்மும் ஓசை கேட்டது.

மாத்யூஸ் என்ன நினைத்துக்கொண்டானோ, என்னிடம் வந்தான்.

"நீங்க வேணுமானால் இருங்கள். நான் மட்டும் போய் வாரேன்" என்று முந்திக்கொண்டேன்.

மாத்யூஸின் முகம் அவிந்த நெருப்பைப்போல் ஆகிவிட்டது. அவ்வளவுதான்...

மேலே ஒன்றும் சொல்லாமல் ராமேசம் மௌனமானான்.

"அதனால் இந்த மாதிரி எழுதுவானேன்?" என்றாள் ருக்மிணி.

"இதையெல்லாம் பார்த்த பிறகுதான் ஓர் உண்மையைக் கண்டுபிடித்தேன். தினம் தினம் பத்து வருஷமாக நீ வீட்டில் இருக்கிறாயே, ஒரு நாளாவது உன் இஷ்டப்படி நடந்தேனா என்ற நினைப்பு வந்தது. யோசித்துப் பார்த்தேன். புயல் காற்று தன் போக்கிலேயே அட்டகாசத்துடன் போகிறதல்லவா? ஒடிந்து விழுந்த மரங்களைத் திரும்பியேனும் பார்க்கிறதா? அதே மாதிரி இருந்திருக்கிறேன் என்று விளங்கிற்று. நான் வீட்டில் பழகும் மாதிரி உன்னை ஒடிந்த மரம் மாதிரி எவ்வளவு தடவை செய்திருக்கும்?"

"இப்பொழுதென்ன அதைப்பற்றி?"

"இல்லை. சும்மாச் சொல்லு."

“ஆரம்பத்தில் இரண்டொரு சமயம் அப்படி நினைத்திருப்பேன்.”

“அவ்வளவு பெரிய புண்ணை வைத்துக்கொண்டு ஊமையாக இருந்திருக்கிறாயே. இந்தப் பெண்ணைப் பார்த்ததும் மனிதன் புயலைப்போல் நடக்கக்கூடாது” என்று தீர்மானித்தேன்.

“ஆனால் இப்போது அந்த மாதிரி நினைப்பே வருகிறதில்லை.”

“அது இன்னும் மோசமல்லவா? உன்னையே அழித்து விட்டேன். அம்மி மிதிக்கிறதென்றால் இதுவா அர்த்தம்? அம்மியில் பொளிவு தேய்ந்து போனால் அரைப்பதில் என்ன லாபம்? அதனாலேதான் வீட்டுக்கு வந்தால் ஏதோ மில்லில் வேலை செய்வது போல் ரஸப்படாமல் இருக்கிறது. பட்டுப்போன அந்தச் செடியைத் துளிர்க்க வைத்தால் தான் இனி நல்லது.”

“துளிர்க்க வைக்கவா கடுதாசு?”

“அப்படி நினைத்துத்தான் எழுதியிருக்கிறேன்.”

“அதெல்லாம் இருக்கட்டும். பூமி மேலே கோடி கோடி வருஷமாக நடந்து போனாலும், பூமி ஏன் என்று கேட்கிறதா? செடி ஒன்றும் பட்டுப்போகவில்லை. பசுமையாகப் பூத்துக்குலுங்கிக்கொண்டுதான் இருக்கிறது. இதோ...”

சின்னக் குழந்தை வாழைக்காய்ப் பஜ்ஜியைக் கவ்விக்கொண்டு சமையல் அறையில் நுழைந்தது.

“உங்களுக்கு ஏனோ புத்தி மயங்கி இருக்கிறது. இந்தாருங்கள் கடுதாசு, இந்தாருங்கள்.”

தயங்கும் கைகளுடன் கடிதத்தை வாங்கிக்கொண்டு அவள் முகத்தைப் பார்த்தான்; தேய்த்து ஏற்றி வைக்கப்பட்ட குத்துவிளக்கு எழிலுடன் சுடர்விட்டு எரிவதுபோல் அவள் முகம் ஒளிவீசிக்கொண்டிருந்தது.

“பூவையும் கொடுத்து விடுவாயோ?”

“பூவென்ன, இந்தக் கடுதாசி மாதிரியா? ஆனால் ஏதுக்கு?”

“அதுவா? பூமாதேவியைப் பூஜை செய்ய.”

ருக்மிணி வெட்கிப் புன்சிரிப்புகொண்டாள்.

“உங்களுக்குக் கதை எழுதுகிற பைத்தியம் வலுத்து விட்டது. எனக்கு விளையாட இப்போது போது இல்லை” என்று அடுப்பண்டை சென்று ஊதுகுழலை எடுத்துக் கொண்டாள்.

18. காட்டுச் சங்கிலி

சின்னச் சிவராமபிள்ளையின் கையில் தினசரி பிரித்தபடியே இருந்தது. குதிரைப் பந்தயப் பக்கத்தைப் பார்த்துப் பெருமூச்செறிந்தார்.

"என்ன ஸார்! ஆள் கிட்ட வருவதுகூடத் தெரியாமல் அவ்வளவு பலத்த யோசனை?" என்ற சப்தம் அவரைத் தாக்கிற்று. நிமிர்ந்து பார்த்ததில் அடுத்த வீட்டு நாயுடுகாரு.

"என்ன ஸார் விசேஷம் பேப்பரில்?" என்றார் நாயுடுகாரு.

சிவராமபிள்ளைக்குப் பதில் சொல்லச் சலிப்பாக இருந்தது. "மண்ணாங்கட்டி" என்றார்.

"அவ்வளவு அலுப்பென்ன ஸார்?"

"இப்படித்தான் என் காரியங்களே ஆகின்றன. நல்ல குதிரை! அப்போதே நினைத்தேன்."

"ஏதாவது குதிரைப் பந்தயத்தில் எதிர்பார்த்த குதிரை தோற்றுவிட்டதா?"

"என்னுடைய காட்டுச் சங்கிலி இருந்ததல்லவா?"

"காட்டுச் சங்கிலியா?"

"ஆமாம், என் குதிரை."

"ஓகோ, ஞாபகம் வந்துவிட்டது."

"அந்தக் குதிரையால் எனக்குக் கொஞ்சம் சொத்து சேர்ந்தது தெரியுமா? நல்ல குதிரை."

“எனக்குத் தெரியாது. நீங்கள் சொல்லத்தான் கேள்வி” என்று நாயுடுகாரு சொன்னது ஏதோ லயத்திலிருந்த சிவராமபிள்ளையின் மனத்தில் படவில்லை. சிவராம பிள்ளை பாட்டுக்கு மேலே சொல்லிக்கொண்டே போனார்.

ஒரு சமயம் என்னுடைய மனைவியின் அத்தை நீடாமங்கலத்தில் அத்தியாவஸ்தையாக இருந்தாள். என் மனைவியின் தமக்கையும் அவள் புருஷனும் இவளைப் பற்றி அத்தையிடம் ஏதோ வத்தி வைத்திருந்ததாகக் கேள்விப்பட்டிருந்தோம். அத்தைக்கோ கையில் கொஞ்சம் காசு உண்டு. வேறு வார்சு இல்லை. உயில் பண்ணுவதாக வதந்தி. உயில் ஏற்பட்டால் இவளுக்கும் ஏதாவது கிடைக்கக்கூடாதா என்ற ஆசை எனக்கு.

நீடாமங்கலத்துக்குக் கிளம்பினோம். பஸ் நிற்கும் இடத்துக்குப் போன போது பத்து நிமிஷங்களுக்கு முந்தித்தான் வண்டி கிளம்பிப் போய்விட்டதென்று தெரிந்தது. அடுத்த பஸ் கிளம்ப ஒரு மணி பிடிக்கும். என்ன செய்வதென்று தோன்றாமல் அலங்கமலங்க விழித்தேன்.

எதிரில் ஒரு பெரிய குதிரையும் வண்டியும் தென்பட்டன. குதிரை வெகு அழகு. நாலு குளம்பும் வெள்ளை; நெற்றியில் வெள்ளைச் சுட்டி; வாலும் வெளுப்பு; பாக்கி உடலெங்கும் இரும்பு போன்ற வர்ணம். ஒருவேளை தேசிங்குராஜனுடைய பாராசாரிக் குதிரை இப்படித்தான் இருந்திருக்குமோ என்று நினைத்துக்கொண்டே, ‘ஏன் அப்பா வண்டிக்காரா, நீடாமங்கலம் வருகிறாயா?’ என்றேன்.

“ஹூம்.”

“சத்தம்?”

“இரண்டு ரூபாய்.”

“அதென்னப்பா அவ்வளவு கேட்கிறாயே?”

“மகாராஜாகிட்டெ இருக்க வேண்டிய குதிரைங்க.”

“இருக்கட்டும், சத்தம் சொல்லு.”

“இந்தக் குதிரையை நான் ரொம்ப இமிசை பண்றதில்லெ. ஒரு நாளைக்கு ரெண்டு நடைகூடச் சில சமயம் உடமாட்டேன். முந்திப் போன பஸ் போறத்துக்கு முன்னாலேயே கொண்டுபோய் விடறேனா இல்லியா பாருங்க” என்றான்.

நானும் என் மனைவியும் அதில் ஏறிக்கொண்டு நீடாமங்கலம் போய்ச்

சேர்ந்தோம். நல்ல வேளை! உயில் நகல் எழுதிக்கொண்டிருந்தார்கள். எங்களைப் பார்த்ததும் அத்தையம்மாவின் முகம் திகைப்படைந்தது.

"ராவைக்கோ – நாளைக்கோ – தெரியல்லே. என்னைப் பத்தி அவதூறு பேசினீங்க இன்னு கேள்விப்பட்டேன். நிஜமா?" என்றாள்.

"சுவாமியிடம் சொல்லுகிறாப்போல் சொல்லுகிறேன். அது முழுப் பொய், பித்தலாட்டக்காரர்கள் புனைசுருட்டு" என்றேன்.

அவ்வளவுதான். "அப்பிடி நீங்க சொல்லியிருக்க மாட்டீங்க இன்னுட்டுத்தான் அப்பவே நெனச்சேன்" என்று சொல்லிவிட்டு அந்த உயில் நகலைக் கிழித்தெறியச் சொல்லிவிட்டு வேறு உயில் தயார் செய்தாள். என் மனைவிக்கு ஆயிரம் ரூபாய் ரொக்கமும் ஆறு மா நிலமும் கிடைத்தன. மறுநாள் காலையில் அத்தையம்மாள் நெடும் பயணம் கிளம்பிவிட்டாள்.

சடங்கெல்லாம் முடிந்த பிறகு ஊருக்குத் திரும்பினோம். பஸ் ஒன்று புறப்படத் தயாராக இருந்தது. அதில் ஏறும் சமயத்தில் அந்தக் குதிரைவண்டி தென்பட்டது. எனக்கு ஓர் எண்ணம் தோன்றியது. அதே சமயத்தில் என் மனைவியும் "சொத்து சம்பாதிச்சுக் கொடுத்த குதிரை வண்டியிலேயே ஏறுவோம்" என்றாள். உடனே பஸ்ஸை விட்டுக் குதிரை வண்டியில் ஏறினோம்.

வண்டி போய்க்கொண்டிருந்தபோதே வண்டிக்காரனைக் குதிரையை விற்கும் எண்ணம் இருந்தால் சொல்லு என்றேன். அவன் முதலில் இல்லையென்று விட்டுப் பிறகு அரைமனதாகப் பேசிவிட்டுக் கடைசியில் சம்மதித்தான்.

ஊரை அடைந்த மூன்றாம் நாள் குதிரையையும் வண்டியையும் வாங்கிவிட்டேன். அது முதல் ஒரு வாரம் வரையில் குதிரை லாயத்தில் தான் என்னைக் காணலாம். குதிரைக்கு ஹல்வா முதற்கொண்டு வாங்கிக் கொடுத்தேன் என்றால் என் மனநிலைமையைத் தெரிந்து கொள்ளுங்களேன்! அறுபது நாழிகையும் என் மனத்தில் குதிரை வண்டி நீடாமங்கலத்துக்குப் போன காட்சிதான். என்ன வேகம்! என்ன வேகம்! சாரைப் பாம்பும், காட்டுச் சங்கிலியும், காற்றும் அந்த வேகத்தை எட்டமாட்டா.

ஒரு பதினைந்து நாள் ஆன பிறகு குதிரைக்கு எவ்விதமான வேலை கொடுக்கிறதென்ற யோசனை பிறந்தது. ஒன்றும் தோன்றவில்லை. முன் மாதிரியே நீடாமங்கலத்துக்குப் போய்வரும் ஜட்காவாகவே இருந்துவிட்டுப் போகிறதென்று தீர்மானித்தேன். அது முதல் ஓர் ஆள் வைத்து வண்டியை ஓட்டச் சொன்னேன். "ஆள் யார் தெரியுமா?"

தன்னை ஏதோ கேள்வி கேட்டதாக நினைத்துக் கொண்டு, “எனக்கு எப்படித் தெரியும்?” என்றார் நாயுடுகாரு.

“சொல்வதைக் கேளும். பழைய வண்டிக்காரனையே வைத்து ஓட்டினேன். இப்படிச் சில நாட்கள் சென்றன. ஒரு சமயம் எனக்கு அடுத்த ஊருக்குப் போகவேண்டி இருந்தது. வண்டிக்காரனுக்கோ வைசூரி. வண்டியைக் கட்டி நானே ஏறி உட்கார்ந்தேன். குதிரை முன்னோட்டம் பின்னோட்டம் ஓடிற்று. குதிரை மக்கார் செய்ததைப் பார்த்துவிட்டு ஒரு ஹல்வா வாங்கிக் கொடுத்து தாஜா செய்து பார்த்தேன். ஹல்வாவை விழுங்கிவிட்டு என்னை மோந்து பார்த்தது. வாலை இருபக்கத்திலும் கோபமாக வீசிவிட்டு முன்னங்கால்களை அழுத்தமாக ஊன்றிக் கொண்டது. எனக்குக் கோபம் மூண்டது. வண்டிப் பெட்டியில் ஏறி உட்கார்ந்து சவுக்கால் ஓர் அடி கொடுத்தேன். முன்னங்கால்களைத் தூக்கிக்கொண்டு குதிரை சீராகப் பாம்பு படம் எடுப்பதுபோல் வண்டியுடன் கிளம்பிற்று.

என்னிடம் செல்லுமா? இன்னொன்று கொடுத்தேன். பின்னங்கால்களால் பெட்டியை உதைத்தது.

இன்னும் கோபம் வந்தது. மறுபடியும் சுளீரென்று குதிரையின் மர்மத்தில் அடித்தேன். அவ்வளவுதான். குதிரை பிய்த்துக்கொண்டு கிளம்பிவிட்டது. ஜனங்கள் முகமா, ரோடா ஒன்றும் தெரியவில்லை. மரங்களெல்லாம் வாள் வீச்சைப்போல் தோன்றி மறைந்தன. குதிரையின் லாடம் தெருவில் அடிபட்டு நெருப்புத் தூள் பறந்தது மட்டும் தெரிந்தது. எனக்கே ஏண்டா அடித்தோம் என்று திகில் உண்டாகிவிட்டது. இப்படி நினைத்துக் கொண்டிருந்தபோதே ஏதோ ஸர் என்ற சப்தம் கேட்டது. மறுகணம் வண்டிக் கூண்டு மரத்தில் மோதி நொறுங்கிப் போனதும் நான் சாகாமல் தப்பியது மனைவியின் மாங்கல்ய பலம் என்று அறிந்தேன். குதிரை மட்டும் ஒன்றும் தெரியாதது போல் வடக்கு நோக்கி நின்று கொண்டிருந்தது. இதோ இடதுகைக் கட்டைவிரலைப் பார்த்தீரா? என்று நிறுத்தினார் சின்னச் சிவராம பிள்ளை.

“உமக்குக் கட்டைவிரல்தான் இல்லையே. உம்மைத் தெரிந்துகொண்டது முதல் கேட்கவேண்டும் என்ற எண்ணம். சந்தர்ப்பம் வாய்க்கவில்லை” என்றார் நாயுடுகாரு.

“அப்போது நசுங்கின விரல்தான். ஆஸ்பத்திரியில் அது பிரயோஜனப் படாது என்று எடுத்து எறிந்துவிட்டார்கள். மறுநாளே குதிரையைத் தொலைத்துவிட்டு மறுகாரியம் பார்ப்பதென்று தீர்மானித்தேன். மூன்றாம் மாதம் சிவகங்கை ஜமீன்தாருடைய ஆள் அதை வாங்கிப் போனான். சனி ஒழிந்தது என்று நினைத்தேன். இப்போது நினைத்துக்

கொண்டால் கூட, காட்டுச் சங்கிலி நீடாமங்கலத்துக்குப் போவதுபோல் தோன்றுகிறது. அடாடா! குதிரை என்றால் குதிரை! ஏன் விற்றோம் என்று ஏங்குகிறேன்."

"ஏன்?" என்றார். நாயுடுகாரு.

"இதைப் பாருங்கள்" என்று சிவராமபிள்ளை தினசரியில் ஓர் இடத்தைக் குறிப்பிட்டார்.

"கவர்னர் ப்ளேட் சிவகங்கை ஜமீன்தாரால் எதேச்சையாக வாங்கப்பட்ட குதிரை காட்டுச்சங்கிலி முதல் பரிசு பெற்றது வியக்கத்தக்கது" என்று படித்தார் நாயுடுகாரு.

"இப்போது என் குதிரையாயிருந்தால்..." என்றார் சிவராமபிள்ளை.

"பந்தயத்துக்கா போகும். ஜட்காவண்டிக் குதிரையாக இருக்கும். இருந்தாலும் குதிரையை நீங்கள் ஓட்டி இருக்கக் கூடாது. வழக்கமாக ஓட்டும் ஆள் இல்லாவிட்டால் அப்படித்தான் இடக்குச் செய்யும் என்று நினைக்கிறேன்" என்றார் நாயுடுகாரு.

"அதுகூடக் காரணமாக இருக்காது. அந்தக் குதிரை ரொம்ப அறிவுள்ளது. உயர்ந்த ஜாதி. அதைக் கொண்டு போய் நான் மறுபடியும் ஜட்காவண்டிக் குதிரைமாதிரி நடத்தி இருக்கப்படாது. அதனால்தான் என்னைப் பார்த்ததும் கோபம் வந்துவிட்டது."

"இருக்கலாம், இருக்கலாம்... பீமஸேனனிடம் ஒரு கலம் உளுந்தைக் கொடுத்துப் பருப்பாக உடைக்கச் சொன்னால் அவனுக்கு எப்படி இருக்கும்? அந்த ஆக்ஞை பிறப்பித்தவன் கதி என்னவாகும்? அது போலத்தான் இருக்கு காட்டுச் சங்கிலி விஷயம்" என்று சிரித்தார் நாயுடுகாரு.

சின்னச் சிவராமபிள்ளையும் கூடச் சேர்ந்து சிரித்தார்.

19. விஜயதசமி

ஏழை எச்சுமு (லஷ்மி) என்ன செய்வாள்! அவள் தாயார் சின்னம்மா தான் என்ன செய்வாள்! கணவன் கிளப் வைத்துக் கடனாளியாகி இருந்த இடம் தெரியாமல் ஓடிப்போனதிலிருந்து அவல் இடித்து விற்பதும், மாவு அரைப்பதும், காலைக் காரியம், சமையல் முதலியவை செய்வதும் சின்னம்மாளுக்கு ஜீவனோபாயமாகிவிட்டன. பிரஸ்தாபிக்கும் காலத்தில், வக்கீல் வேதாந்தமையர் வீட்டில் சொல்ப சம்பளத்துக்குச் சின்னம்மா சமையல் செய்து வந்தாள். மாதச் சம்பளம் ஐந்து ரூபாய் சாப்பாட்டுக்கே போதாது. அதில் வீட்டு வாடகை ஒன்றரை ரூபாய் கொடுத்தாக வேண்டும்.

இப்படிப்பட்ட நிலைமையில் நவராத்திரி வராவிட்டால் நல்லது என்று சின்னம்மா எண்ணியதில் பிசகென்ன? ஆனால் அதற்காக நவராத்திரி வராமல் நின்றுவிடுமா?

நவராத்திரி பொம்மைக் கடைகளைப் பார்த்துவிட்டுத் திரும்பி வந்த எச்சுமு தாயாரைக் கேட்டாள்: "ஏம்மா, இந்த விசை நான் கொலு வெக்கப்போறேனே... வீட்டிலே நெறைய ஆறு தட்டு வெக்கப்போறேன். சுண்டல் பண்ணித் தரயா நேவேத்தியத்துக்கு?"

"பொம்மை ஏதுடி உனக்கு? உங்கப்பனுக்கு வீடு வேறே கட்டிவச்சு வாழறதோ? அதிலெ வேறெ ஆறு தட்டு வெக்கப் போறாளாம். பேச்சைப் பாரு; டில்லிபாச்சா பொண்ணாட்டமா!" என்று சீறினாள் தாயார் மனமுடைந்து.

பாவம் எச்சுமுவுக்கு இந்த இழவு வித்தியாசங்களெல்லாம் எப்படித் தெரியும்!

“ஆனால் பொம்மை நேக்கு ஏன் இல்லே? அப்போன்னா நீ வாங்கிக் குடு” என்று எச்சுமு தாயின் முழங்காலைக் கட்டிக்கொண்டு கெஞ்சினாள்.

சின்னம்மா திரும்பத் தாயாகிவிட்டாள்; “அடி அசடு! அதுக்குப் பணம் வேண்டாமா? தாலிதானே இருக்கு; என்ன பண்ணச் சொல்றே?”

“ஒன்கிட்டெ ஏன் பணமில்லே? எல்லார்கிட்டெயும் ரொம்ப ரொம்ப இருக்கே. வக்கீல் வீட்டு அம்மாமிகிட்டே நோட்டு நோட்டா, பணம் பணமா இருக்கே. நீ கொஞ்சம் கேட்டு வாங்கேன்.”

தாயாருக்குப் பதில் சொல்லத் தெரியவில்லை. கண்களைக் கசக்கிக் கொண்டாள். “பாப்போண்டி” என்று தட்டிக் கழிக்கும் பல்லவியைக் கையாண்டு விட்டு வெளியே போய்விட்டாள்.

தாய் வெளியே போன அடியோடு எச்சுமு வீட்டை விட்டுக் கிளம்பினாள். குதித்துக் குதித்துத் தன் சிநேகிதி வீடு ஒவ்வொன்றுக்குள்ளும் நுழைந்து மார்பைத் தட்டிக் கொண்டு குதூகலமாய்த் தான் அந்தத் தடவை நவராத்திரிக்கு ஆறு தட்டுப் பொம்மை வைக்கப் போவதாகப் பீற்றிக் கொண்டாள்.

நவராத்திரி முதல் நாள் அந்திப்பொழுதாகியும் வீட்டில் கொலு வைத்தபாடில்லை. எச்சுமுவுக்குத் துக்கம் குமுறிக்கொண்டிருந்தது. தாயுடன் சண்டை பிடித்தாள்; அழுதாள்; பிடிவாதம் செய்தாள். பெண்ணை உடலுடன் சேர்த்து அணைத்துக்கொண்டு, தலை மயிரைத் தடவிக் கொடுப்பதைத் தவிரத் தாயினால் வேறு ஒன்றும் செய்ய முடியவில்லை. அன்றைத் தினம் இரவு சாப்பிடாமல் வெறுந்தரையில் அழுதபடியே எச்சுமு தூங்கிவிட்டாள்.

சின்னம்மா வெகு நேரம் வரையில் கிணற்றங்கரையில் சோர்வடைந்து உட்கார்ந்திருந்தாள். ‘வக்கீல் வீட்டில் ஏதாவது பணம் கேட்டு வாங்குவோமென்றால், நவராத்திரியும் அதுவுமாகக் கொடுக்க மறுத்துவிடலாம். அல்லது 'வேலைக்கு வந்து அரை மாதங்கூட ஆகவில்லை. இப்போது முதல் பணத்துக்குப் பிடுங்கித் தின்கிறாள்' என்று அவர்கள் நினைத்துவிடலாம். ஒருவேளை சொல்லியும் விடலாம். அப்போது இந்த அரை வயிற்றுக் கஞ்சிக்குக்கூடத் திண்டாட்டம் வந்துவிட்டால்?’ இப்படிப் பலவாறு எண்ணி முடிவு காணாமல் தூங்கிப் போய்விட்டாள்.

மறுநாள் காலை வழக்கம்போல் வானில் பொற்கோழி கூவவே உலகம்

விழித்தெழுந்தது. எச்சுமுவும் சின்னம்மாவும் எழுந்தார்கள். ஆனால் தாயினிடம் பொம்மைகளைப் பற்றிக் குழந்தை மூச்சே விடவில்லை; பகல் முழுவதும் முகத்தை 'உம்' என்று தூக்கி வைத்துக்கொண் டிருந்தாள்.

மாலைப் பொழுதில் பெண்ணும் தாயுமாக வக்கீல் வீட்டுக்கு மஞ்சள் குங்குமத்துக்குச் சென்றார்கள். கண்ணிமை கொட்டாமல் ஒவ்வொரு பொம்மையையும் விழுங்கி விடுபவள் போல் எச்சுமு உற்று உற்று நோக்கினாள். பொம்மைகளைப் பார்க்கப் பார்க்க ஒரு புறம் துக்கம்; மற்றொரு புறம் தாயாரிடம் கொலு வைக்கப் பணமில்லையே என்ற ஏக்கம்...

இரவு, தாயும் பெண்ணும் இன்னும் சிலரும் கோவிலுக்குக் கிளம்பினார்கள். போகும் வழியெல்லாம் கடை மயம். கடையெல்லாம் பொம்மை மயம். கோவில்! அங்கேயும் அப்படித்தான். தேவேந்திர சபை, துரோபதை துகிலுரிதல், செட்டிப் பொம்மை, நரித்தொம்பச்சி, கல்லடிமங்கன் இன்னும் எவ்வளவோ பொம்மைகள்.

எச்சுமுவின் கண்கள் சுழன்றன. ஒரு விநாடி பொம்மைகளையெல்லாம் ஆவலுடன் பார்த்தாள். அடுத்த க்ஷணம் சீயென்று அவைகளை முற்றும் வெறுத்துக் கண்களை மூடிக்கொண்டு, கண்ணில்லாக் கபோதி, பிறர் கையைப் பிடித்துச் செல்வதுபோல் தாயின் கையைப் பிடித்துச் சென்றாள்.

கடைசியாகச் சுவாமி சந்நிதிக்கு வந்து சேர்ந்தார்கள். எச்சுமு கண்ணைத் திறந்தாள். யாரோ ஒரு பாட்டி, சுவாமிக்கு அர்ச்சனை செய்து விட்டுக் குருக்கள் கொடுத்த விபூதி முதலிய பிரசாதங்களை வாங்கிக்கொண் டிருந்தாள். தட்டிலிருந்த பாதித் தேங்காய் மூடியை மட்டும் சிவன் சொத்தென்று சொல்லியபடியே யாரோ ஒரு பிராமணனுக்குக் கொடுத்துவிட்டாள். எச்சுமு இதையெல்லாம் கவனித்து வந்தாள்.

பிறகு எல்லோருமாக அம்மன் சந்நிதிக்குச் சென்றார்கள். சுவாமி சந்நிதியில் அர்ச்சனை நடத்திய கிழவி, அம்மன் சந்நிதியிலும் ஒன்று நடத்தினாள். ஆனால் குருக்கள் கொடுத்த பிரசாதத்தை அப்படியே தேங்காய் மூடி உள்படக் கிழவி எடுத்துக்கொண்டது எச்சுமுவுக்குச் சற்று ஆச்சரியமாக இருந்தது. தாயைப் பார்த்து, "சுவாமி சந்நி தியிலே வாண்டாம்ன்னுட்டு இங்கே அம்மன் சந்நிதியிலே மாத்திரம் தேங்காமூடி வாங்கிக்கலாமா அந்தப் பாட்டி?" என்று கேட்டாள்.

"அம்மன் தான் வரப்பிரசாதி. லோகமெல்லாம் அவளுதுதான். சிவனுக்கு விபூதிதான் சொந்தம். நமக்கு அஷ்ட ஐச்வரியமும் அவள் தான் குடுக்கணும். அதனாலேதான் பாட்டி இங்கே தேங்காமூடி

வாங்கிக்கிண்டா” என்று ஏதோ சமாதானம் சொன்னாள்.

எச்சுமுவுக்கு விஷயம் விளங்கிவிட்டதுபோல் தலையை ஆட்டினாள். அப்படியே அம்மன் சந்நிதியில் உட்கார்ந்து கண்களை மூடிக்கொண்டு பிரார்த்தனை செய்தாள்.

நவராத்திரி மூன்றாவது நாள் மாலை வக்கீல் வேதாந்தமையர் மனைவி ராஜாமணி அம்மாள் வீட்டுக்கு வருவோர்களையெல்லாம் வரவேற்றுக் கொண்டிருந்தாள். எச்சுமு வந்து ஓர் ஓரமாக உட்கார்ந்து கொண்டாள்.

சிறிது நேரம் சென்றது. ராஜாமணி அம்மாளைப் பார்த்து, “ஏன் அம்மாமி; என்னத்துக்காகக் கொலு வெக்கறது?” என்றாள்.

ராஜாமணியம்மாள் ஸ்ரீவித்யோபாசனை செய்வதாக ஊர் முழுவதும் பேச்சாக இருந்தது. “நல்ல கேள்வி கேக்கறயே, எச்சுமு! அந்த நாளிலே ஒரு போக்கிரி அசுரன் இருந்தான். ஜகத்தெல்லாம் அவனைப் பார்த்து நடுங்கிற்று. எல்லாருமாய்ப் போய் அம்பாளிடத்திலே குறை சொல்லிக்கொண்டா. அம்பாள் மொதல்லே தன் சைனியத்தை அனுப்பி அந்த அசுரன், அவன் சைனியம் எல்லாத்தோடேயும் சண்டை செய்யச் சொன்னா. தான் மாத்திரம் ஒம்பது நாளும் அப்படியே உக்காந்திருந்தா. கடைசியாகத் தெசமி அன்னிக்கு அம்பாளே நேரே போய் மகிஷாசுரனைக் கொன்னுட்டா. அதுக்காகத்தான் கொலு வெக்கறோம். ஜெயிச்சதுக்காகத்தான் விஜயதெசமி அன்னிக்குச் சுவாமிகளெல்லாம் அம்பு போடப் போறது; தெரிஞ்சுதா?”

“கொலு வீட்டுலே வெக்காட்டா என்ன, அம்மாமி?”

“கொலு வெக்காட்டா வீட்டிலே தரித்திரம் பிடுங்கித் திங்கும். காரியமெல்லாம் தோத்துப் போகும். அபசகுனமாயிருக்கும்.”

“அப்படீன்னா எங்காத்துலே கொலு வெக்கல்லியே. என்ன பண்றது?”

அதற்கு ராஜாமணி அம்மாளுக்குப் பதில் சொல்லத் தெரியவில்லை; “உம்” என்றாள். எச்சுமு விட்டபாடில்லை.

“அப்பொன்னாக்கே எனக்குக் கொஞ்சம் பொம்மை குடுங்கோ; நான் கொலு வெக்கறேன்.”

“ஆகட்டும்” என்று பட்டுக்கொள்ளாமல் சொன்னாள் வக்கீலின் மனைவி.

அதற்குள் யாரோ பணக்கார ஸ்திரீகள் ஐந்தாறு பேர் வந்தார்கள். ஏதேதோ பேசிக்கொண்டிருந்துவிட்டு ராஜாமணி அம்மாளைத் தங்கள் வீட்டுக்கு அழைத்துக் கொண்டு போய்விட்டார்கள் மஞ்சள் குங்குமத்திற்கு.

ராஜாமணி அம்மாள் போன பிறகு எச்சுமு கொலுவுக்கு முன் வெகு நேரம் வரையில் கைகட்டிக்கொண்டு உட்கார்ந்திருந்தாள். வக்கீலின் மனைவி திரும்பி வருவதாகத் தெரியவில்லை. கூடத்தில் ஒருவரையும் காணவில்லை. அம்பாள் பிரசாதம் கிடைத்தது! எச்சுமு எழுந்திருந்து பொம்மைகளில் ஐந்தாறை எடுத்து மடியில் கட்டிக் கொண்டாள். குனிந்து பொம்மைகளை எடுத்ததில் தலைப்பின்னல் சரிந்து விழுந்து சில பொம்மைகளைத் தள்ளிவிட்டது. அந்தச் சப்தத்தைக் கேட்டுப் பயந்துபோய் எச்சுமு வீட்டுக்குக் கிளம்பிவிட்டாள்.

நவராத்திரி நான்காம் நாள் காலை. ராஜாமணி அம்மாள் கொலு வைத்திருக்கும் அங்கணத்துக்கு எதிரே வழக்கம் போல் தன் கையால் மெழுகிக் கோலமிட்டுக் கொண்டிருந்தாள். கோலம் முடிந்ததும் மெதுவாக நிமிர்ந்தாள். நடுத்தட்டிலிருந்த துர்க்கை, லக்ஷ்மி, ஸரஸ்வதி முதலிய விக்கிரகங்கள் உருண்டு கிடந்தது கண்ணில் பட்டது. சமீபத்தில் போய்க் கவனித்தாள். சில பீங்கான் பொம்மைகளைக் காணவில்லை. பின்னும் சோதித்தாள். நெஞ்சு பக்கென்று தீப்பிடித்துக்கொண்டது. லக்ஷ்மி விக்கிரகத்தின் கழுத்தில் போட்டிருந்த தங்கச் சங்கிலியும் பதக்கமும் காணவில்லை! ராஜாமணி அம்மாளின் உள்ளம் பதறிற்று. நவராத்திரியில் நகை கெட்டுப்போவதென்றால் தன் கணவருக்கு – ஏன் தன் குடும்பத்துக்கே – ஏதாவது மகத்தான ஆபத்து வருவதன் அறிகுறியோ என்ற பீதி உண்டாயிற்று.

சற்று நேரம் சென்றதும் மனக்குழப்பம் தணிந்தது. முதல்நாள் எச்சுமு வந்திருந்ததும் அவளுடைய கேள்விகளும் ஞாபகத்துக்கு வந்தன. அவள் மீது இயல்பாகவே சந்தேகம் பிறந்தது. அன்று காலைக் காரியம் செய்யச் சின்னம்மா வராததால் சந்தேகம் நிச்சயமாகிவிட்டது.

சின்னம்மா வீட்டுக்கு ராஜாமணி அம்மாள் போனபோது சின்னம்மா உடலெங்கும் போர்த்துக்கொண்டு ஒரு கிழிந்த கித்தான் மீது படுத்துக் கொண்டிருந்தாள். எஜமானி வரப் பார்த்ததும் எழுந்து உட்கார்ந்தாள்.

“என்ன உடம்பு திடீரென்று?”

“அதான் எனக்கும் தெரியல்லே. ராத்திரிப் படுத்துக்கிண்டதே புடுச்சுத் தலை கனத்துக்கிண்டு பொணமாட்டமா இருக்கு. அதோடு ஜொரம் வேறெ ஒடம்பை அனத்தறது. அதான் காலம்பரக் காரியங்கூடச் செய்ய வரல்லே.”

“சரிதான்.”

“ஏதாவது விசேஷமுண்டா, காலெ வேளையிலே வந்திருக்கேளே?”

“விசேஷம் ஒண்ணும் இல்லே. ஒன் பொண் சாயங்காலமா வீட்டுக்கு

வந்திருந்தா. நான் அப்பறம் வெளியே போயிட்டேன். காலம்பரப் பாக்கறப்போ பொம்மையிலே கொஞ்சம் கொறையறது."

"ஹூம். அப்புறம்?"

"வேறு ஒத்தரும் வல்லே. லக்ஷ்மி விக்கிரகத்தின் கழுத்திலே இருந்த செயினும் பதக்கமும் காணவில்லை. வேணா ஒரு வார்த்தை எச்சுமுவைக் கேட்டுப்பார்க்கலாம்ன்னு வந்தேன்."

"அந்தச் சனியனைக் காணமே இங்கே. மூதேவி எங்கே தொலைஞ்சுதோ? இருந்தாலும் அவளுக்குக் கை நீளம்னு சொல்றதுக்கில்லே. என்னமோ?"

சின்னம்மாவின் வார்த்தை எஜமானிக்குச் சமாதானம் அளிக்கவில்லை. பேச்சுப் பராக்கில் அங்கும் இங்கும் சலித்துக்கொண்டிருந்த எஜமானி அம்மாளின் கண் துளசி மாடத்துக்குப் பின்னால் போயிற்று. "அதென்னவோ மின்னறதே" என்று இரண்டடி எடுத்து வைத்தாள். துளசி மாடத்துக்குப் பின்னால் ஒரு செங்கல்லுக்கு ஒரு பொம்மையாக ஆறு அடுக்குக் கொலு வைக்கப்பட்டிருந்தது. "சின்னம்மா! எச்சுமு கொலு வெச்சிருக்கற அழகைப் பாரேன்!" என்றாள். சின்னம்மாவின் முகம் அவமானத்தால் பட்டுப்போய்விட்டது. ராஜாமணி அம்மாளோ கல்களையெல்லாம் புரட்டி நகையைத் தேடினாள். காணவில்லை.

"சமையலறை மாடத்தில் கீடத்தில் அவள் நகையை வச்சிருக்கப் போறாளே, பாரேன்" என்று சொல்லிவிட்டு எஜமானியும் காரியக் காரியும் அங்கும் இங்கும் தேடினார்கள். பயன்படவில்லை. எஜமானி வீட்டுக்குக் கிளம்பினாள்.

வாசற்படிக்கு வந்த சமயம் எச்சுமு தெருவிலிருந்து வீட்டுக்குள் நுழைந்தாள். அதன் மேல் ராஜாமணி அம்மாள் எச்சுமுவின் பின்னோடு மறுபடி வீட்டுக்குள் சென்றாள். எச்சுமுவைக் கண்டதும் சின்னம்மாவுக்குத் தலைகால் தெரியவில்லை. குழந்தையைப் பிசாசுபோல் அறைந்தாள். குழந்தை அலறிற்று. எஜமானிக்குக்கூட ஏன் சொன்னோம் என்று ஆகிவிட்டது. சற்றுநேரம் அப்படியே நின்று கொண்டிருந்தாள். போகட்டுமென்றால் மனது கேட்கிறதா? "துளசி மாடத்துக்குப் பின்னாலே இருக்கிற பொம்மையை நீயே எடுத்துக்கோ. செயினையும் பதக்கத்தையும் குடுத்துடு" என்றாள் எஜமானி. எச்சுமு பதில் சொல்லாமல், கதவிடுக்கில் போய்த் தேம்பித் தேம்பி அழுதாள். பின்னொரு சமயம் ஆகட்டும் என்று எஜமானி போய்விட்டாள்.

மறுநாள் மத்தியான்னம் வந்தாள்; "எச்சுமு! பொம்மையை வச்சுக்கோ; நகையைக் குடுத்துடு" என்றாள்.

"நகையை எடுக்கலே, அம்மாமி. கொலு வக்காட்டா அஷ்ட தரித்திரம் வரும்னேளே. ஒங்களைப் பொம்மை கேட்டேன், ஆகட்டும் இன்னேள். அப்பறம் வெளியே போயிட்டேன். நான் ஒங்களுக்காகக் காத்துண் டிருந்தேன். நீங்க வரல்லெ. நானாப் பொம்மை கொஞ்சம் எடுத்துக் கிண்டேன். நகை எனக்கென்னத்துக்கு? கொலு வெச்சால் அம்பாள் தானே கொடுக்கிறாள்" என்று எச்சுமு சொன்னதோடு, "இந்தாங்கோ பொம்மை" என்று பொம்மைகளைக் காலடியில் கொண்டுவந்து வைத்தாள்.

“ரெண்டுங் கெட்டான்!" என்று சொல்லிக்கொண்டே எஜமானி அம்மாள் திரும்பினாள்.

“அம்மாமி! எனக்கு ஒடம்பு சரியாயிடுத்து; ஆனால் இனிமேல் ஓங்காத் திலே வேலை செய்ய யோக்கியதை இல்லை. இந்தப் பொண்ணைப் பெத்ததற்கு நாக்கைப் பிடுங்கிக்கிண்டு சாகலாம்" என்றாள் சின்னம்மா.

"அழகாயிருக்கு உன் பேச்சு" என்று சொல்லிக்கொண்டே ராஜா மணியம்மாள் வீட்டுக்குக் கிளம்பினாள். அத்துடன் சங்கிலி விஷயத்தை விட்டுவிட்டாள்.

விஜய தசமி தினம். வக்கீல் வேதாந்தமையர் வீட்டில் திமிலோகப்பட்டது. விஷயம் என்னவென்றால்; அம்பாளுக்குப் பிரீதியாக ஐந்து ஸ்திரீ களுக்குப் புடைவையும், ஐந்து கன்னிகளுக்குப் பாவாடையும் பூஜை செய்து கொடுக்கும் மும்முரம். அன்று முழுதும் ஊரெங்கிலும் ராஜாமணியம்மாளின் பேச்சுத்தான்.

இரவு வந்தது. கொலுவைக் கலைத்து, பொம்மைகளைப் பெட்டியில் அடுக்கும் நேரம். வக்கீலும் அவர் மனைவியும் பொம்மைகளை எடுத்தும் துணிகளை மடித்தும் சுருட்டியும் பலகைகளை அடுக்கிக்கொண்டும் இருந்தார்கள். கீல்போட்ட இரட்டைப் பலகை இடுக்கில் ஏதோ பளிச்சென்று மின்னிற்று. இருவரும் பார்த்தார்கள்; செயினும் பதக்கமும்!

ராஜாமணி அம்மாளின் தலை சுழன்றது. அவள் செவியில் சிம்மத்தின் வெறிகொண்ட கர்ஜனை கேட்டது. காளியின் வாள் வீச்சு விர்விர்ரென்று விழுந்தது. அகக் கண்முன் மகிஷாசுரனுடைய தலை பனங்காய்போல் உருண்டு விழும் காட்சி எழுந்தது. உள்ளத்தில் பீதி உண்டாயிற்று. மயிர்க்கூச்செறிந்தது. உடல் முழுதும் நனைந்து போயிற்று. அப்படியே கீழே விழுந்து நமஸ்காரம் செய்தாள். மனது அமைதியுறவில்லை. நேரே சின்னம்மா வீட்டுக்குச் சென்றாள்.

அந்த நேரத்தில் எஜமானியைப் பார்த்ததும் சின்னம்மாவுக்கு வயிற்றில் புளியைக் கரைத்தது. எச்சுமு இடுப்பில் கைவைத்துக் கொண்டு,

“இன்னும் ஏதாவது அடி வாங்கி வெக்கப்போறேளா என்ன? ஒங்க பொம்மையைத்தான் அன்னிக்கி நீங்க எடுத்துக்கிண்டு போகல்லேன்னுட்டு ஒடனே கொண்டுவந்து நானே வெச்சுட்டேனே!” என்றாள்.

ராஜாமணி அம்மாளின் கண்களில் நீர் கரகரவென்று கிளம்பிற்று. "என் அல்பபுத்தியை என்னன்னு சொல்றது சின்னம்மா! படாப் பழியைக் குழந்தை மேலே சுமத்தினேன். பலகை இடுக்கிலே இருந்து அந்த நகை இப்பொ அம்புட்டுது. என்னை மகிஷாசுரமர்த்தனிதான் காப்பாத்தணும்” என்று சொல்லிக் கைகுவித்தாள்.

சின்னம்மாவுக்கு நா எழவில்லை. குழந்தை எச்சுமுவைக் கட்டி அணைத்துக்கொண்டு மௌனமாகக் கண்ணீர் விட்டாள்.

20. “பரீட்சை தாண்டி”

பரீட்சை சமயம். ஊரில் பையன்கள் குடுமியை உத்திரத்தில் கட்டித் தொங்கவிட்டுக்கொண்டு மும்முரமாகப் படித்து வருகிறார்கள். என்னைப் போலொத்தவர்கள் சாய்மான நாற்காலியின் மீது சாய்ந்துகொண்டு சிரமமின்றிப் படிப்பதாகச் சங்கற்பம் செய்து கொண்டிருக்கிறோம். நாமொன்று நினைக்க தெய்வமொன்று நினைக்கிறதென்பது மறுக்க முடியாத உண்மை. (இங்கே தெய்வமென்பது நித்திராதேவி). எங்கள் கையிலிருந்து தரையில் புஸ்தகம் தொப்பென்று விழும் ஓசையைக் கேட்டு, ஒரு தரம் எழுந்து, கண்களை ஜலத்தால் துடைத்துக்கொண்டு மறுபடி உட்காருவோம். எங்கள் பிரயத்தனம் திரும்பத் தூக்கத்தில் முடியும். அதன் பேரில் கொஞ்சம் கெட்டியான தேத்தண்ணீர் தயார் செய்து சாப்பிட்டுவிட்டுப் படிப்பதாக அடுத்த யோசனை. என்னைப்பற்றிய வரையில் இந்த யுக்தி கொஞ்சம் பலிக்கும். அதாவது தூக்கம் வர அரைமணியாவது செல்லும். ஆனால் என்னுடைய நண்பர்கள் பலருக்கு மட்டும் தேத்தண்ணீர் தூக்கத்தை வரவழைக்கும் கம்பியில்லாத் தந்தி என்ற அபிப்பிராயம்.

இந்தப் புதுத் தெய்வத்தின் உதவிகொண்டு தூக்கத்தை எவ்வளவு தூரம் விரட்டி அடிக்க முடியுமோ அவ்வளவு அடித்தும், என் பாடங்கள் பூராவும் படித்தானபாடில்லை. ஷேக்ஸ்பியர் அவ்வளவும் பாக்கி. 'மன இயலில்' முக்கால் பங்கு பாக்கி. பாக்கிப் பாடங்களில் கொஞ்சம் கொஞ்சம் சந்தேகம். என் பிதிரார்ஜித சொத்திலும் கால் பங்குதான் பாக்கி. பாக்கிப் பாடங்களைப் படித்துப் பரீட்சையில் தேறாவிட்டால் பாக்கிக் கால்பங்கு பிதிரார்ஜித சொத்தும் போய்விடுமே என்ற பயம். பரீட்சை நெருங்க நெருங்க நான் படிக்காத குன்று போலிருந்த

பாகங்கள் மலைபோல் ஆகிவிட்டன. நான் செய்யக்கூடியதென்ன? தேயிலையைக் கொஞ்சம் அதிகமாகப் போடலாம். டிகாக்ஷனைச் சர்க்கரை போடாமல் சுயமாகச் சாப்பிடலாம். பானத்தின் அளவையும் இருமடங்காக்கலாம். என்ன செய்தாலும் இரண்டு வருஷப் பாடங்களை ஒன்றரை மாதத்தில் படிப்பதென்றால் நாய் வாலை நேர் செய்யும் முயற்சிதானே!

இப்படியிருக்கும்பொழுது வெகு கவலையுடன் காவிரியில் ஒரு நாள் மாலை உட்கார்ந்திருந்தேன். படிப்பு ஓடினால்தானே? என்னண்டை யாரோ ஒருவர் வந்து யாதொன்றும் பேசாமல் நின்றார். அவருடைய முகம் எனக்குத் தெரிந்தது போல் இருந்தது. ஆனால் குறிப்பிட்டு உணரக்கூடவில்லை. அப்படியே பேச்சின்றி ஒரு நிமிஷம் சென்றது. பிறகு வந்தவர் ஒரு தரம் சிரித்தார். எக்காரணத்தாலோ அவர் சிரிப்பு என்னைப் புரளிபண்ணுவது போல் இருந்தது. மறுபடியும் சிரித்துக் கொண்டு என்னைக் கேட்டார்.

"என்ன ஸார், என்னைத் தெரியவில்லையா?"

"எங்கேயோ பார்த்ததுபோல் இருக்கிறது. ஞாபகப்படவில்லை" என்றேன்.

"போகட்டும்; உமது நண்பர் ஸ்ரீதரன் பட்டணத்தில் வாசித்தது ஞாபகம் இருக்கிறதா?"

"ஆமாம்."

"அவர் வசித்து வந்த வீட்டின் சொந்தக்காரர் ஒருவர் உண்டல்லவா!"

"ஓகோ! தெரிகிறது, தெரிகிறது. வாருங்கள்; உட்காருங்கள்; எப்போது வந்தீர்கள்? செளக்கியந்தானே..? வாஸ்தவமாகத் தங்களை ஸ்ரீதரன் அறையில் ஒரு தடவைதானே பார்த்தது? அதுதான் நிகா புரிய வில்லை. இந்த ஊரில் ஏதாவது விசேஷ அலுவலா?"

"விசேஷமானதல்ல. சாதாரணந்தான்."

"நல்லது. ஸ்ரீதரன் பட்டணத்தில்தானே இருக்கிறான்? எனக்குக் கடிதமே போடவில்லை."

"ஆமாம். அங்கேதான் இருக்கிறான்."

"ஏதாவது வேலையில் அமர்ந்திருக்கிறானா?"

"உமக்குத் தெரியாதா அந்த விஷயம்..? போன வருஷம் பரீட்சையில் அவன் தேறிய பாடே பெரும் பாடாகிவிட்டது."

"ஏனோ?"

"அவன் சமாசாரந்தான் பொதுவாக உமக்குத் தெரியுமே. போன வருஷம் நடந்ததைக் குறிப்பிட்டுச் சொல்லுகிறேன். பி.ஏ. ஸீனியர் வகுப்புக்கு வந்தது முதல் படிப்பைத் தவிர இதர விஷயங்களிலெல்லாம் தலை யிட்டுக்கொண்டான். சில பொதுச்சங்கங்களுக்குக் காரியதரிசியானான். அத்துடன் ஊக்கமும் உற்சாகமும் அன்பும் உள்ளவனாதலால் சமூக ஸேவையில் ஈடுபட்டுப் படிப்பை அநேகமாக மறந்துவிட்டான். எப்போதாவது படித்தால் பொது அறிவை வளர்க்கும் நூல்களையும் காவியங்களையும் படிப்பானே ஒழிய, பாடபுஸ்தகங்களைத் தொடுவதில்லை. கலாசாலைகளில் உபாத்தியாயர்களால் எவ்வளவு தூரம் படிப்புச் சொல்லிக்கொடுக்கப்படுகிறதென்று – அப்படிச் சொல்லக் கூடாதோ என்னவோ! – எவ்வளவு தூரம் பையன்களால் கிரகிக்கப்படுகிறதென்றுதான் உமக்குத் தெரியுமே!

இப்படியே நாட்கள் கழிந்தன. எப்போதாவது பரீக்ஷை ஞாபகம் வந்தால், 'என்ன பிரமாதம்! ஜனவரி மாதம் முதல் கடுமையாக உழைத்தால் பரீக்ஷைப் பழத்தைத் தட்டிவிடலாம்' என்று தைரியம் கொள்வான்.

ஜனவரி மாதம் வந்தது. ஸ்ரீதரன் படிப்பு மெதுவாக ஆரம்பித்தது – ஸ்டேஷனை விட்டுக் கிளம்பும் ஷட்டில் ரெயிலைப் போல. பிப்ரவரி மாதம் பதினைந்தாம் தேதிக்கு ஷேக்ஸ்பியர் பாக்கி. சரித்திரம், பொருளா தாரம் முதலியன முக்கால் பங்கு பாக்கி. எனவே பிப்ரவரி மாதம் முதல் தேதி லிப்டன்ஸ் டீ டப்பா – யானைத்தலை அவ்வளவு பெரிது ஒன்று – வீடு வந்து சேர்ந்தது.

"என்னைப்போலவேதான் இருக்கு" என்றேன். நான்.

"ஆமாம். உம்முடைய சிநேகிதன்தானே?" என்று அவர் மேலே சொன்னார்.

லிப்டன்ஸ் டீயின் உதவிகொண்டு, படிப்பு ரெயில் மார்ச்சு மாதம் ஒண்ணாந் தேதிவரையில் ஓடிற்று. அப்புறம் ஸ்ரீதரனால் படிக்கக்கூட முடியவில்லை போல் இருக்கிறது. படிக்காத பாடங்களை எண்ணும்போதே, தன் குடும்பப் பொருளாதாரமென்னும் விதைக் கோட்டையில் தானே எலியாய் அமைந்த துக்கம் நெஞ்சைப் பிளக்கும். மனம் காவிரியின் புது ஜலம்போல் குழம்பிக் கிடக்கும். ஒரு நாள் ஒரு யோசனை தோன்றிற்றாம். "என்ன முட்டாள்தனம்! ஓரே நொடியில் துன்பக்கடலினின்று கரையேற மார்க்கம் இருக்கும்போது வீணில் வாதைப்படுவானேன்? விடுதலைச் சஞ்சீவி இல்லையா?" என்று எண்ணிக்கொண்டே உலகத்தாருக்கு ஒரு நிருபம் எழுதிவைக்கப் பேனாவும் தாளும் எடுத்துக்கொண்டு உடகார்ந்தான்.

"ஆனால் அப்போதே இந்த முட்டாள் செய்கையைத் தடுக்க ஏற்பாடு செய்துவிட்டீர்கள் போலும்" என்று குறுக்கிட்டேன் நான்.

"இல்லை. இவ்வளவும் அப்பால் ஸ்ரீதரன் சொல்லத்தான் தெரிந்தது."

"சரிதான், மேலே சொல்லும்."

"அந்தக் கடுதாசியில் எழுதியிருந்ததை ஸ்ரீதரன் திருப்பிப் படித்தபொழுது ஆச்சரியமாக இருந்ததாம்."

"ஏன்"

"ஏனா? அதில் உலகத்தாருக்கு நிருபம் எழுதப்படவில்லை. அதற்குப் பதிலாக ஒரு பாட்டு வந்திருந்ததாம்! அதைப் படித்ததும் தற்கொலை ஞாபகம் மாயமாக மறைந்துவிட்டதாம்."

"அதற்குப்பிறகு வெகு தைரியத்துடன் பிடிவாதமாகப் பாடம் படித்தான். தேத்தண்ணீர்த் தெய்வம் அப்போதெல்லாம் பெரிய கூஜாவிலிருந்தது எனக்குத் தெரியும்."

கடைசியாகப் பரீட்சைத் தினத்தன்று பார்த்தபோது ஷேக்ஸ்பியர் நாடகம் ஒன்றும் பொருளாதாரத்தில் பாதியும் பாக்கி. என்ன செய்யலாம்? அன்று காலை 10–30–க்கு வீட்டைவிட்டுக் கிளம்பினான் ஸ்ரீதரன். அவன் சகுனம் பார்ப்பதில்லை. இருந்தாலும் கிளம்பினபோது எதிரில் நிறைகுடம் வாணியச்சி வந்தது கொஞ்சம் மனத்தில் உறுத்தத்தான் உறுத்தியது.

பரீட்சை ஹாலில் அமர்ந்தபோது மணி 11. ஷேக்ஸ்பியர் பேப்பர் கொடுக்கப்பட்டது. ஸ்ரீதரன் படித்துப் பார்த்தான். முதல் கேள்வி ஒன்றுதான் அவனுக்குத் தெரிந்ததாக இருந்தது. பாக்கிக் கேள்விகள் அவ்வளவும் இங்கிலீஷ் பாஷையில் இருந்ததாகவே நம்ப முடியவில்லை. இரண்டாவது தடவை பேப்பரைப் படித்தான். ஏதோ விசித்திரமான உணர்ச்சி அவனுக்கு உண்டாயிற்று. அவன் உட்கார்ந்திருந்த ஸ்டூல் கட்டைக்கு இரண்டு இறகு முளைத்துப் பறந்து போய்விட்டதுபோல் தோன்றிற்று. இது என்ன கஷ்டம் என்று நினைத்துக்கொண்டே ஷேக்ஸ்பியரின் ஹாஸ்ய சிருஷ்டியாகிய பால்ஸ்டாவைப்பற்றிய ஒரு கேள்விக்கு விடை எழுதினான். எழுத எழுத அவன் தலை கழுத்தை விட்டுக் கிளம்பிவிட்டது. விடை எழுதி முடிந்தபோது தலை கழுத்துக்கு இரண்டடி தள்ளி அலாதியாக நின்றது. ரொம்ப ஆச்சரியம்! அதற்குமேல் அவனால் ஓர் எழுத்துக்கூட எழுத முடியவில்லை. தவிர ஒன்றும் புரியவும் இல்லை. பரீட்சை ஹாலைவிட்டு வெளியே வந்தான்.

ஸ்ரீதரன் வெளியே போனதை ஓர் உபாத்தியாயர் பார்த்துக்கொண்டிருந்தார். இங்கிலீஷ் உபாத்தியாயரைக் கூப்பிட்டு, "ஓய்! உங்கள் பிரதம சிஷ்யர் பிருஹஸ்பதியாகிவிட்டார். அதோ பாரும்; பந்தடி மேடையைச் சுற்றிப் போவதை" என்று சொன்னார்.

ஸ்ரீதரனுக்கு இங்கிலீஷ் வாத்தியார் தன்னைப் பார்த்தது தெரியாது. அவன் பாட்டுக்குப் பந்தடி மேடையைச் சுற்றிப் போய்க் குளத்தங் கரையருகில் புல்தரையின் மீது படுத்துக்கொண்டான். குளத்தில் வாத்துக் குட்டிகள் கரணம் போட்டுக்கொண்டிருந்தன. தென்ன மட்டையிலிருந்து மணிப்புறா ஒன்று உருகி உருகிக் கூவிக்கொண்டிருந்தது. குளத்தின்மீது ஒளியும் நிழலும் ஓடியாடின. தென்றல் வீசிற்று. அவன் தூங்கிவிட்டான்.

விழித்து எழுந்தபோது ஸ்ரீதரன் தலை பழையபடி கழுத்துக்கே திரும்பி வந்துவிட்டது. ஆனால் ஒருவித 'கேரி' மட்டும் மிஞ்சி இருந்தது. காபி கிளப்பில் காபி மட்டும் சாப்பிட்டுவிட்டுத் திரும்பி வருகையில், ஒரு பெரிய பிரச்னை கிளம்பிற்று. பாக்கிப் பரீக்ஷையைக் கொடுப்பதா அல்லது அப்படியே விட்டுவிடுவதா? ஸ்ரீதரனுக்கு முடிவு தோன்றவில்லை. அவனை அறியாமலே அவன் கால்கள் பரீட்சை ஹால் பக்கம் அவனை இழுத்து வந்துவிட்டன.

வெளியே வராண்டாவில் இங்கிலீஷ் வாத்தியார் முன்னடியான் மாதிரி நின்று கொண்டிருந்தார். அவரைப் பார்த்ததும் ஸ்ரீதரனுக்குத் தூக்கி வாரிப்போட்டது.

"ஏனப்பா காலையில் சீக்கிரமாக எழுந்திருந்து போய் விட்டாய்?" என்று கேட்டார் வாத்தியார்.

"ஓரே மயக்கம். ஒன்றும் புரியவில்லை" என்றான் ஸ்ரீதரன்.

"போனது போகட்டும். அதைரியப்படாதே. பாக்கிப் பேப்பர்களை எழுது, காலைப் பேப்பர் மார்க்கையும் சேர்த்து வாங்கிவிடலாம். எழுது போ" என்று முதுகில் ஷொட்டுக்கொடுத்து அனுப்பினார் வாத்தியார்.

உபாத்தியாயர் சொல்படி மத்தியான பேப்பரை எழுதிவிட்டுச் சாயங்காலமாக வீட்டுக்கு வந்தான்.

"பரீக்ஷைப் பேப்பர் எப்படி எழுதியிருக்கிறாய்?" என்று கேட்டேன். அப்போதுதான் அவனுடைய படிப்பு முறையை விஸ்தாரமாக என்னிடம் சொன்னான். படிப்பில் அவ்வளவு ஊழலாயிருப்பானென்று நான் எதிர்பார்க்கவே இல்லை. பரீட்சையில் காலைப் பேப்பருக்கு விடை எழுதிய மாதிரியைக் கேட்டபோது எனக்கு வருத்தமாகப்

போய்விட்டது.

“தேத்தண்ணீர்த் தெய்வத்தைக் கொண்டாடிய பலன் தெரிந்ததா?” என்றேன்.

“ஆனால் அதனுடைய கோளாறுதானா நான் ‘சின்ன மஸ்தா*’ அவஸ்தை அடைந்தது?” என்று வியப்புற்றான் ஸ்ரீதரன்.

“சந்தேகமென்ன?” என்று மேலே சொன்னேன்.

“நான் ஒரு தூள் தருகிறேன். அதைக் கஷாயம் போட்டுப் பாலுடன் சேர்த்துச் சாப்பிட்டால், காபி, டீ இதுகளின் சுறுசுறுப்பும் உத்சாகமும் உண்டாகும். இரவில் எவ்வளவு நேரமானாலும் விழித்துக்கொண்டு படிக்கலாம். ஆனால் டீ, காபி இதுகளிலுள்ள விஷ அம்சம் இதில் கொஞ்சங்கூட இல்லை. உனக்கு ஏற்பட்டிருக்கும் மயக்கத்தையும் கண்டிக்கும்” என்று சொல்லி அந்தத் தூள் செய்து கொடுத்தேன்.

“அன்று முதற்கொண்டு அந்தத் தூளையே போட்டுச் சாப்பிட்டு வந்தான்; எல்லாவிதக் கோளாறும் மறைந்துவிட்டது. அப்பால் ஒன்றரை மாதம் கழித்துப் பரீட்சையின் முடிவுகள் வெளியிடப்பட்ட காலையில் என்னை ஸ்ரீதரன் பார்த்துச் சாஷ்டாங்கமாக நமஸ்கரித்தான். ‘என்னடா?’ என்று பிரமித்தேன். “உங்கள் பரீட்சை தாண்டித் தூள் இல்லாவிட்டால் என்ன ஆகியிருக்குமோ பரீட்சை?” என்று தழுதழுத்த குரலில் சொன்னான்...

“அது முதல் அந்தத் தூளையே ஏராளமாகத் தயாரித்து வியாபாரமாகவே வைத்துவிட்டேன். இந்த ஊரில் ஒரு கிளைக்கடை வைக்கலாமா என்று பார்க்கத்தான் வந்தேன்.”

“இப்போது ஸ்ரீதரன் எங்கே இருக்கிறான்?” என்றேன்.

“ஓ, சொல்ல மறந்தேவிட்டேன். ஸ்ரீதரன் என்னுடைய பட்டணத்துக் கடை மானேஜர்.”

“சரிதான்... இப்போது பரீட்சைக்கு முந்தி டீ போட்டுக் குடித்துவிட்டுப் படிக்கக் கூடாதென்கிறீர்களா?” என்றேன் திகிலடைந்து.

“என் பரீட்சை தாண்டித் தூளைத் தவிர எது போட்டுச் சாப்பிட்டு விட்டுப் படித்தாலும் ஸ்ரீதரன் கதிதான். பத்து நாளைக்கு வரக்கூடிய ஸாம்பிள் டப்பா எட்டு அணாதான்” என்று ஒரு பச்சைத்தாள் சுற்றிய டப்பாவை நீட்டினார்.

21. கிட்டாத ஜெயில்

பி.ஏ. பரீக்ஷை தேறியாகி விட்டது. காலேஜில் வாசிக்கும் நாட்களில் ரொம்ப கெட்டிக்காரன் என்று பெயர். பரீட்சைக்குப் போன வருஷமெல்லாம் ராஜதானியிலேயே முதலாவதாகத் தேறினான் என்பது வாஸ்தவம். ஆனால் இப்போது அந்தப் பெருமைகளால் என்ன பிரயோஜனம்?

பரீட்சை தேறிய பிறகு எப்படி உத்தியோகத்தைச் சம்பாதிக்கிறது, எந்த உத்தியோகத்தைப் பொறுக்கி எடுக்கிறது? இந்த விஷயங்களைப்பற்றி யெல்லாம் ஒரு புஸ்தகத்திலும் ஒன்றும் எழுதப்பட்டிருக்கவில்லை. காலேஜ் ஆசிரியர்களும் ஒன்றும் சொல்லிக்கொடுக்கவில்லை. இந்த நிலையில் என்ன செய்வது என்பது சோமுவுக்குப் பெரிய பிரச்னையாகிவிட்டது. அன்றிரவே சென்னைக்கு டிக்கெட் வாங்கிக் கொண்டு ரெயிலேறினான்.

மறுநாள் காலை சென்னை ஹோட்டல் ஒன்றில் ஓர் அறை அமர்த்திக் கொண்டான். அன்று முதல் ஒவ்வோர் ஆபீசாக நுழைந்து திரும்பினான். சில ஆபீசுகளிலே இவன் நுழையும்படியான சிரமங்கூட வைக்கவில்லை. வாசலிலேயே, 'வேலை காலியில்லை' என்று எழுதி ஒட்டியிருந்தது. சோமுவின் மனத்திலே சோர்வு ஏற்படத் தொடங் கினாலும் நம்பிக்கை போய்விடவில்லை.

இதற்கிடையிலே ஓட்டலிலே தங்கியிருந்த ஒரு 'தோழரி'ன் நட்பு சோமுவுக்கு ஏற்பட்டது. தோழர் ரொம்பத் தீவிரவாதி. ஒவ்வொரு நாள் இரவும் சோமு தோழரைச் சந்திப்பான். தோழர் ரொம்பப் பெரிய விஷயங்களைப் பற்றியெல்லாம் உபதேசம் செய்து காட்டுவார். அபேதவாத தத்துவத்தை அலக்கலக்காகப் பிரித்துக் காட்டுவார். சோமு காலேஜில் வெகுகெட்டிக்கார மாணவன் என்று பெயர்பெற்றிருந்தும், இந்த நவீன யுகத்தின் வேதங்களைப் பற்றியோ புது யுகத்தின் ரிஷிகளான மார்க்ஸ், லெனின் இவர்களைப் பற்றியோ ஏதும் படித்ததில்லை.

தோழர் பேச்சிலே ஒரு புதுமையும் தன்னம்பிக்கையும் தொனிக்கும். பிரசங்கம் முடிந்த பிறகு, "இன்னிக்குச் சமாசாரம் என்ன?" என்று கேட்பார் தோழர்.

ஆரம்பத்தில் கொஞ்ச நாள் வரையில் தான் போய் வந்த இடங்கள், அங்கே நடந்த விவரங்கள் இவற்றைப் பற்றியெல்லாம் சோமு சொல்லி வந்தான். இப்போது அதெல்லாம் சொல்வதில்லை. கேள்வி கேட்டவுடனே உதட்டைப் பிதுக்கிவிடுவான்.

இந்தச் சிநேகிதம் ஏற்பட்ட பிறகு சோமு பல அபேதவாதப் புஸ்தகங்களையெல்லாம் படிக்க ஆரம்பித்தான். அதன் காரணமாக அவன் மனத்தில் புதுப் புது எண்ணங்களெல்லாம் உண்டாகிவிட்டன. இருந்தாலும் வேலை தேடும் காரியத்தை மட்டும் மறந்துவிடவில்லை.

இப்படியே பின்னும் ஒரு மாதம் ஆயிற்று. வேலை கிடைக்காது என்று நிச்சயமாகத் தெரிந்து போய்விட்டது. தன் தோழருடைய பிரசங்கமோ அபேதவாதத்தின் இன்பகரமான கனவுகளோ யாதொன்றும் கவைக்கு உதவவில்லை. அடுத்த நாள் இரவோடு சாப்பாட்டு டிக்கெட் ஆகி விடும். அதற்கப்புறம்? பணம் கேட்டு வாங்கக்கூடிய நண்பர்களை யெல்லாம் கேட்டு வாங்கியாகி விட்டது. தோழரிடம் எதிர்பார்ப்பதில் பயன் ஏற்படாது. பின்னே போகிற வழி? இந்த யோசனைகளில் மனசு செல்லச் செல்லச் சோமுவுக்கு ஒரு திகைப்பு ஏற்பட்டது. இந்தத் திகைப்புக்கிடையில் தன் துயரம் தீர வழி தென்பட்டது. கெட்ட வழி! ஆனால் வாழ்க்கை மட்டும் கெட்டதாக இல்லாமல், இனிப்பாகவா இருக்கிறது? தவிர இந்த வழியைக் கடைப்பிடித்தால் அரசாங்கத்தார்கூட வேலையில்லாப் பிரச்னையைப்பற்றி உடனே கவனிக்க வேண்டி நேரிட்டு விடும். அப்போது தன்னைப்போன்ற நிலையிலுள்ள இதர வேலையில்லாதவர்களுக்கும் விமோசனம் ஏற்படும். அபேதவாதமும் ஓரளவுக்கு வெற்றி பெறும் என்றெல்லாம் அவனுக்குத் தோன்றிற்று. இந்த வழி மூளையில் உதயமானவுடன் மனத்திலிருந்த திகைப்பெல்லாம் கரைந்து போய்விட்டது. மறு விநாடி மிக அமைதியான மனத்தோடு ஹோட்டலுக்கு வரும் ஹிந்துப் பத்திரிகையை எடுத்துப் பிரித்தான்.

ஒரு ரஸமான செய்தி கண்ணில் தட்டுப்பட்டது. வேலூர் ஜெயி லிலே ஒரு விளையாட்டு மைதானம் அமைத்திருக்கிறார்கள் என்று கண்டிருந்தது. இந்தச் செய்தி கூடத் தன்னுடைய தீர்மானத்துக்கு அநுசரணையாக இருந்ததைப் பார்த்ததும் அவனுடைய தீர்மானம் உறுதிப்பட்டதுமல்லாமல் தன்னையும் மீறிய மகிழ்ச்சி ஒன்று மனத்தில் தோன்றிற்று.

மூன்றாவது நாள் காலை பத்தரை மணி இருக்கும். குல்லாய், நெக்டை,

கோட் சகிதம் சோமு சைனா பஜார் தெருவில் ஒரு கடையில் நுழைந்து சோப்புப் பெட்டியும் கழுத்துப் பட்டை ஒரு பெட்டியும் எடுத்துச் சோதித்துக் கொண்டிருந்தான். கிருஸ்துமஸ் காலமானதால் கடையில் கூட்டம் அதிகம். இவர் ஏதோ கழுத்துப்பட்டைகளைப் பார்த்துக்கொண் டிருக்கிறாரே என்று கடை ஆள் வேறு வாடிக்கைக்காரர்களைக் கவனிக்கப் போய்விட்டான். சோமு பாட்டுக்குச் சாமான்களை எடுத்துக்கொண்டு கம்பீரமாகக் கம்பி நீட்டினான்.

ஒரு நிமிஷம் ஆயிற்று. கடைச் செட்டியாரும் கடை ஆளும் பார்த்தார்கள். கழுத்துப் பட்டை ஆசாமியைக் காணவில்லை. செட்டிக் கடை ஆள் வெளியே வந்து அங்குமிங்கும் பார்த்தான். சோமு யானை மாதிரி கம்பீரமாக அசைந்தாடிக்கொண்டு போனான். ஒரே தாவாகத் தாவி, சோமுவைப் பிடித்துப் போலீஸ்காரனிடம் இழுத் துக்கொண்டு போனான். கோட்டு, கழுத்துப் பட்டை சகிதமுள்ள ஓர் இளைஞனை ஓர் ஆள் இழுத்துக்கொண்டு போவதென்றால் சென்னையில் கூட்டம் சேர்வதற்குக் கேட்கவேண்டுமா? கூட்டம் சேர்ந்துவிட்டது. ஆளுக்கு ஒருவிதமாகப் பேசினார்கள். "சட்டை கிட்டை போட்டுக்கினு திருடற பசங்களே ஜாஸ்தியாப்பூட்டானுக" என்பது பலருடைய அபிப்பிராயம். போலீஸ்காரன் கைக்கு வந்தவுடனே அவன் சோமுவையும் கடை ஆசாமியையும் அழைத்துக்கொண்டு ஹைகோர்ட்டுப் போலீஸ் ஸ்டேஷனுக்குப் போய்விட்டான்.

அன்று மாலை சென்னை தினசரிப் பத்திரிகைகளெல்லாம் இந்தச் செய்தியைக் கொட்டை எழுத்தில் பிரசுரித்தன. பட்டப்பகலிலே பஜாரிலே பசுபோன்ற கனவான் ஒருவரால் அல்லவா அந்தக் காரியம் செய்யப்பட்டது!

பதினைந்து நாள் கழித்து ஜார்ஜ் டவுன் போலீஸ் கோர்ட்டில் கேஸ் விசாரணைக்கு வந்தது. வாதி தரப்புச் சாட்சிகளை எல்லாம் விசாரணை செய்தாகிவிட்டது. கோர்ட்டார் குற்றவாளியைப் பார்த்து, "சாட்சிகள் சொல்வதைக் கேட்டீரே. என்ன சொல்கிறீர்?" என்ற வழக்கமான கேள்வியைக் கேட்டார்.

"ஒரு சுருக்கமான வாக்குமூலம் எழுதி வைத்திருக்கிறேன். அதைப் படித்துவிட்டு, தாக்கல் செய்துவிடுகிறேன்; அநுமதி தரவேண்டும்" என்றான் சோமு.

"சரி" என்றார் மாஜிஸ்திரேட்.

"என்னைப்போன்ற வேலையில்லாத் திண்டாட்டக்காரர்களைப் பற்றி அரசாங்கத்தார் உடனே கவனம் செலுத்தாவிட்டால், என்ன நிலைமை ஏற்படக் கூடும் என்பதைக் காட்டுவதன் மூலம் அரசாங்கத்தார்

கவனத்தை இழுப்பதற்காகவே இந்த மாதிரி செய்தேன். குற்றம் என்பது வாஸ்தவம். ஆனால் வேறு வழி இல்லை. எந்தத் தண்டனை விதித்தாலும் சரி. ஒரு வேண்டுகோள்! வேலூர் ஜெயிலுக்கு அனுப்பும் படி சிபார்சு செய்யவேண்டுமென்று கேட்டுக்கொள்கிறேன்" என்று படித்து முடித்தான்.

"வேலூர் ஜெயிலிலே என்ன அவ்வளவு விசேஷம்?" என்றார் மாஜிஸ் திரேட்.

"அங்கே பல வசதிகள் இருக்கின்றன. சாப்பாடு, ரேடியோ, விளையாட்டு மைதானம் இவ்வளவும் இருக்கின்றன. வெளியிலே வெகு பாடுபட்டு அநுபவிக்கக் கூடிய சுகத்தையெல்லாம் சுலபமாக உழைப்பில்லாமல் உள்ளேயிருந்து அநுபவிக்கலாம்."

"ஆனால் விளையாட்டு மைதானமெல்லாம் கூடாது என்கிறீரா?"

"அவசியம் இருக்கவேண்டும். காங்கிரஸ் கவர்ன்மெண்டிலே கைதிகளுக்கு நடக்கும் உபசாரத்தைக் கண்டுதான் நான்கூட இந்தக் காரியம் செய்யத் துணிந்தேன்."

மாஜிஸ்திரேட்டுக்குச் சிரிப்புத் தாங்கவில்லை. சோமு ஒரு மாதிரிப் பேர்வழி. புஸ்தகத்தைப் படித்து மூளையைக் குழப்பிக்கொண்ட ஆசாமி என்ற எண்ணமிட்டுக் கொண்டே, ஜட்ஜ்மெண்ட்டு எழுதப் பேனாவைக் கையில் எடுத்துக் கிருகிருவென்று தீர்ப்பு எழுதினார்.

சோமு குற்றவாளிக் கூண்டில் இருந்தபடியே வேலூர் ஜெயிலைப்பற்றிக் கனவு கண்டுகொண்டிருந்தான். ஜெயிலுக்குப் போன ஒரு வாரத்துக்குள் விளையாட்டுக் கோஷ்டிக்குக் காப்டனாய்ப் போகவேண்டும்; அப்படி விளையாட வேண்டும், இப்படி விளையாட வேண்டும் என்றெல்லாம் மனத்துக்குள் திட்டம் வகுத்துக்கொண்டிருந்தான்.

முதலிலே யாரோ கனைத்த சத்தம் காதில் விழுந்தது. அடுத்த நிமிஷம் மாஜிஸ்திரேட் இவனைப் பார்த்து, "ஓய்" என்றார்.

சோமு கனவு கலைந்தபோதிலும் இன்பகரமான தீர்ப்பை எதிர்பார்த்து நின்றான்.

"திருடவேண்டுமென்ற எண்ணத்தோடு செய்யப்படாத காரியம் திருட்டாகாது. கடைக்காரனை ஏமாற்ற வேண்டும் என்ற நோக்கம் உமக்கில்லையென்பது நீர் காரியம் செய்த முறையிலிருந்தே வெளிப்படையாகிறது. அரசாங்கத்தார் கவனத்தை இழுப்பதற்காக இக்காரியம் செய்ததாகத் தெரிவித்திருக்கிறீர். அதை நான் ஏற்றுக்கொள் கிறேன். அதனால் நீர் செய்தது திருடவேண்டுமென்ற நோக்கத்துடன்

செய்யப்பட்டதல்ல என்று விசதமாகி விட்டது. ஆகையால் உமக்கு லேசான தண்டனை. கோர்ட்டு கலையும் வரையில் இங்கேயே இரும்" என்று தீர்ப்பைப் படித்தார்.

சோமுவின் திகைப்புக்கும் துயரத்துக்கும் எல்லையே இல்லை. கீழே விழுந்துவிடுவானோ என்று கூடத் தோன்றிற்று. அப்போது மணி *4–3/4*.

"போகலாம்" என்று மாஜிஸ்திரேட் சாயங்காலமாக ஞாபகமூட்டிய பிறகுதான் சோமு மெதுவாகக் கோர்ட்டை விட்டு வெளியே போனான்.

கோர்ட்டுக்கு வெளியே பத்தடி கூட நடந்து போயிருக்க மாட்டான்.

"எஜமான் கூப்பிடறாரு" என்று ஒரு கான்ஸ்டேபிள் வந்து சொன்னான்.

திரும்பவும் ஏதோ நம்பிக்கை எழுந்தது. கான்ஸ்டேபிளுடன் மாஜிஸ் திரேட் அறைக்குப் போனான். கான்ஸ்டேபிள் மாஜிஸ்திரேட்டுக்குச் சலாம் வைத்துவிட்டு வெளியே போனான்.

"நீர் பி.ஏ.யா?" என்று கேட்டார் மாஜிஸ்திரேட்.

"ஆமாம்."

"இந்தமாதிரி முட்டாள்தனமான காரியமெல்லாம் ஏன் செய்தீர்? அபேதவாத நூல்களாமே, அவைகளுள் எதையேனும் படித்தீரா?"

"அதெல்லாம் இல்லை. மூன்று மாதமாக அலைந்து பார்த்தேன், வேலை கிடைக்கவில்லை. சிவனே என்று வேலூர் ஜெயிலுக்குப் போய்விட்டால், இந்த வயிற்றுப் பிரச்னையை ஒத்திப்போட்டாய் விடுமே என்ற யோசனை."

மாஜிஸ்திரேட் முதலில் சிரித்தார். மறுநிமிஷம், "இந்த மாதிரியெல்லாம் முட்டாள்தனமான காரியம் செய்யக்கூடாது. ஆனால் எச்சரிக்கை செய்வதற்காக உம்மைக் கூப்பிடவில்லை. யாராவது இரண்டு பேருக்கு டியூஷன் சொல்லித் தருவீரா என்று கேட்கத்தான் கூப்பிட்டேன்" என்றார்.

இந்தக் கேள்வி காதில் பட்டதும் படாததுமாக, "ஓ!" என்றான் சோமு. கடைசியாகச் சோற்றுக்கு வழி பிறந்து விட்டதே என்ற குதூகலம்!

"சாயங்காலம் முதற்கொண்டு எங்கள் வீட்டுக்கு வந்து பையன்களுக்குச் சொல்லிக்கொடும். இனி அரசாங்கத்தின் கவனத்தைத் திருப்புவதைப்பற்றி யோசிக்க மாட்டீரே?" என்றார் மாஜிஸ்திரேட்.

சோமு சந்தோஷம் தாங்காமல் பல்லை இளித்தான்.

22. கபோதி

உணர்ச்சியைக் குதிரையாகக் கொண்டு நாட்களை ஓட்டுவோருக்குப் பல விபத்துக்களும் துன்பங்களும் எதிர்ப்படும். அறிவும் சிறு நலமும் சாலை மரத்து நிழல்கள் போல் அடுத்தடுத்துக் குறுக்கிட்டுத் திகைப்பை விளைவிக்கும்.

சிவநாத சர்மா அந்த நிலையில் இருந்தார். மனசிலே பெருத்த குழப்பம். இரண்டாம் கட்டை நோக்கிக்கொண்டு முற்றத்தின் ஓரத்தில் உட்கார்ந்திருந்தார். அவர்தாம் அந்த வீட்டுச் சொந்தக்காரர்.

இரண்டாம் கட்டிலிருந்து சேதுஸ்வாமி பிடரியைத் தடவிக்கொண்டே முன்கட்டுக்கு வந்தான். அவன் அந்த வீட்டில் குடியிருப்பவன். சர்மாவண்டை வந்ததும் ஓர் உள்ளங்கையை மற்றோர் உள்ளங்கையோடு தேய்த்துக் கொண்டே தன் சங்கற்பத்தைத் தெரிவித்துவிடுவதென்று பேச ஆரம்பித்தான்.

“நாளைப்போக மறுநாள் ஜாகை மாத்தலாம்னு இருக்கேன்.”

சிவநாத சர்மாவின் காதில் அந்தப் பேச்சு விழாமல் இருந்திருக்க முடியாது. ஆனால் மனசு அதை வாங்காததால் அது வெறும் ஓசையாகவே நின்று விட்டது. இருந்தாலும் மனிதர்களுக்குள் ஒரு மரியாதை இருக்கிறதல்லவா? – பேசுபவர் என்ன சொல்லுகிறார் என்று புரியாவிட்டாலும் ஏதோ ஒரு பதில் சொல்ல வேண்டுமென்று சிவநாத சர்மா பதில் சொன்னார்.

“இனிமேல் என்ன பண்றதுன்னு தெரியல்லே.”

சேதுஸ்வாமி ஒன்றும் புரியாமல், "எதுக்கு?" என்றான்.

"இந்தக் குட்டி இருக்கிறாளோ இல்லியோ? அவளுக்காகத்தான்."

"அவளுக்கா? வாஸ்தவமா இவ்வளவு பணக்காரர்களும் ஆஸ்திகர்களும் நிறைஞ்ச ஊரிலே இந்தப் பொட்டைப் பொண்ணை வச்சுக்கிண்டு நீங்க தவிக்கிற தவிப்பைப் பார்த்தா ரொம்பப் பரிதாபமாக இருக்கு."

"என்ன பண்றது? பெண்ணோ ரெண்டு கண்ணும் பொட்டை. அப்பா அம்மா இல்லை. இவ பாட்டி ஒத்தி இருந்தா. அவளும் இந்த வீட்டுக்குக் குடிவந்த ரெண்டு மாசத்துக்கெல்லாம் போயிட்டா. இவாளைக் குடிவச்சிக்கிண்டதற்குப் பலன் இவ பாட்டி போனப்பறம் இந்தப் பொட்டையைக் காப்பாத்தற பாரம் என் தலையிலே விழுந்திருக்கு. நல்ல மனசு படைச்சிருந்தா அதுக்குத் தண்டனை உண்டு போல் இருக்கு."

தான் ஆரம்பித்த பேச்சைத் துவக்க இடைவெளி ஏற்பட்டதாக நினைத்துக்கொண்டு மறுபடியும் ஆரம்பித்தான் சேதுஸ்வாமி.

"நல்ல மனசு படைச்சிருந்தால் நல்ல தண்டனை உண்டு. நான் கூட நாளைப்போக மறுநாள்..."

"ஏன்? ஊரிலேயும் அதான் சொல்றா. ஒரு நாளா ரெண்டு நாளா, ஒரு வருஷமா இரண்டு வருஷமா! ஜன்மம் பூராவும் இந்தப் பொண்ணுக்குச் சாப்பாட்டுக்கு வழிசெய்யறதுன்னா யாராலே முடியுங்கறா."

"ஆனால் எனக்கொண்ணு தெரியறது: ஓங்களைப் போல ஈரம் இருக்கிறவாளைப் பாக்கறப்போத்தான் சுவாமி ஒத்தர் இருக்கலாம்னு தோண்றது."

"இதிலே இன்னொரு தமாஷ் என்ன தெரியுமா? அந்தப் பொண்ணுக்குச் சாப்பாட்டுக்குக்கூட ஏற்பாடு பண்ணிடுவாளாம். ஆனால் அவளுக்கு இப்பவே பனிரெண்டு வயசாச்சே, கல்யாணத்துக்கு என்ன பண்றதுன்னு யோசிக்கிறப்போதான் ஒண்ணுமே தோணாமே போறது."

"ஒரு சத்திரம் சாவடிக்கு எழுதிவைக்கறது, ஒரு அம்மனுக்கு வைர அட்டிகை இழைச்சுப் போடறது, இந்தத் தர்மத்தையெல்லாம் விட இந்தப் பொட்டை அநாதையைக் காப்பாத்த ஒரு ஏற்பாடு பண்ணினால் அவாளுக்குக் கோடிப் புண்ணியம் உண்டு. இதையெல்லாம் விட்டுட்டு வெறுமனே கூச்சல் போடறான்களே."

"நீங்க சொல்றது ரொம்ப நியாயம். ஆனால் நம்ப தேசத்து ஜனங்களுக்குத்தான் நெஞ்சு காஞ்சு தீஞ்சு சரகாப் போயிட்டுதே. இல்லாத போனால் இந்தத் தேசம் இப்படிப் படுகிடையாய்க்

கிடக்குமா? ஒரு பணக்கார ஆஸ்திகன் ஒண்டியாய் இந்தப் பொண்ணை ஸம்ரக்ஷிக்கப் படாதா? இன்னிக்கி ஒரு பணக்கார ஸநாதனி பொறுப்பைத் தட்டிக் கழிக்கிறதற்காக ஒரு போக்குக் காட்டினார். அப்படியே செஞ்சால் என்னன்னு பார்க்கிறேன். கிறிஸ்தவப் பாதிரிகிட்டே சேர்த்துடலாம்னார். நல்ல யோசனைதான். பொண் பொழைச்சுப்போயிடும். எனக்கும் இந்த ஊரெல்லாம் சுத்தி இந்தப் பொண்ணின் சாப்பாட்டுக்காக மூணு நாலு வசூல் பண்ற தொல்லையும் விட்டுப் போகும்."

"ஒரு வார்த்தை சொல்றேன். என்ன கஷ்டம் இருந்தாலும் கிறிஸ்தவ மதத்திலே சேர விட்டுடாதிங்கோ. என்ன அந்தரங்க சுத்தியா காரியம் செஞ்சாலும் நாலு பேர் நாலு தினுசாச் சொல்லத்தான் சொல்லுவான்கள். அதுக்காகப் பின்வாங்கப்படாது. உலகம் பலவிதமோ இல்லியோ?... நான் வந்து நாளைப்போக மறுநாள்..."

சிவநாத சர்மா மனசிலே அந்தக் கடைசி வார்த்தைகள் விழவே மறுத்தன. மனத்தின் குழப்பம் நிலைகொள்ள, அலையும் ஸ்திதியில் தம் எண்ணங்களையெல்லாம் வாரி மேலே கொட்டிக்கொண்டே போனார்.

"அதுக்காக எல்லாம் நான் பயப்படல்லே. இப்பொ எல்லாம் வரவர ஒவ்வொரு மாசமும் அந்தப் பெண்ணின் சாப்பாட்டுச் செலவுக்குக்கூட வசூல் ஆகறதில்லே. நானோ வெறும் தரித்திரன். நீங்க குடுக்கறேளே மாசம் மூணு ரூபாய் வாடகை; அதையும் என் கடைச்சம்பளம் பத்து ரூபாயையும் வச்சுக்கிண்டு காலத்தைக் கடத்தறேன். ஓடம் பாலே நானும் என் ஆம்படையாளும் இந்தப் பொண்ணுக்காக ஒழைக்கலாம். மேலே என்ன பண்ண முடியும்?"

"அப்போ என்ன முடிவு?"

"எங்கேயோ ஒரு அநாதாச்ரமம் மாளவியாஜி ஏற்படுத்தி இருக்கிறாராம். அவாளுக்கு எழுதிப்போட்டிருக்கேன். இந்த ராஜதானியிலே, இனாமா ஒரு பொட்டையை வச்சு ரட்சிக்கறதற்கு ஒரு ஸ்தாபனமும் இல்லே பாருங்கோ? அது பலிச்சால் உண்டு; இல்லாதபோனாச் சிவனேன்னு கிறிஸ்தவப் பாதிரி கிட்டே ஒப்படைச்சூடப் போறேன்."

தன் தீர்மானத்தைத் திரும்ப வெளியிடக்கூடிய சந்தர்ப்பம் அதுவே என்று நினைத்தான் சேதுஸ்வாமி.

"ஆமாம், ஆமாம். இவ்வளவு கஷ்டப்பட்டுக்கொண்டு ஒரு நல்ல காரியத்தைக்கூட எத்தனை நாள்தான் செய்யமுடியும்? நான் கூட நாளைப்போக மறுநாள் ஜாகை மாத்தலாம்னு இருக்கேன்."

பேச்சின் கடைசிப் பாகத்தைக் கேட்டுக்கொண்டே பொட்டைப்பெண் நண்டைப் போன்று நகர்ந்து வந்ததை அவர்கள் இருவரும் பார்க்கவில்லை. அவர்கள் கிட்டத்தில் வந்ததும், "மாமா, தப்பு செஞ் சிருக்கேன். ஆனா வேணும்னு செய்யல்லே, மாமா" என்று அவள் ஆரம்பித்ததும் சேதுஸ்வாமி கொஞ்சம் திடுக்கிட்டுப் போனான். சிவநாத சர்மா கண்ணை அகல விரித்தார்.

"மாமா, ரெண்டு மூணு நாளா ராத்திரி எழுந்து கொல்லைப்பக்கம் போனேன். அத்தையை எழுப்பாமெ நான் மாத்திரம் போனேன். கொல்லைத் தாப்பாளெத் திறக்க முடியல்லே. யாரைக் கூப்பிடறது என்னுட்டு இருந்துட்டேன். அப்புறம் முந்தா நாள் மத்யான்னம் வேறே ஒரு பிசகு செஞ்சுப்பிட்டேன். இரண்டாம் கட்டு முத்தத்திலே வழியிலே ஒரு பொம்மை கிடந்திருக்காப்போல இருக்கு: அவா குழந்தை யினுடையது. நடந்து போறப்போ தெரியாமே மிதுச்சுப்பிட்டேன். அது பொதக்கின்னு நசுங்கிப்போச்சு. அதுக்குப் பேர் செல்லுலாயிட் பொம்மைங்கறா."

சேதுஸ்வாமி திருடனைப்போல் விழித்தான். கண் இல்லாத குழந்தை அவன் கள்ளத்தனத்தை உடைத்துக் காட்டிவிட்டாள் அல்லவா?

"அசடு ஔர்றது; அதெல்லாம் ஒண்ணும் காரணமில்லே. எங்களுக்கு இடம் கொஞ்சம் கீகடமா இருக்கு; அதான்."

அதற்குச் சிவநாத சர்மா பதில் சொல்ல ஆரம்பிப்பதற்குள் வீட்டுக்குள் பெருங்காயக் கடைச் சேட்டும் வேறு ஒரு வடக்கத்தியாரும் வந்து சேர்ந்தார்கள். இருவருக்கும் கைகூப்பி நமஸ்கரித்துவிட்டு சேட்டை எதிர்நோக்கி நின்றார் சர்மா.

"இவருதான்; அந்த அநாதாச்ரமத்திலேயிருந்து இன்கி வந்திருக்கிறாங்க. உங்க கடுதாசெல்லாம் காம்பிச்சாரு. நான் அல்லாம் அவருக்குச் சொல்லிப்போட்டேன். பொண்ணை அழச்சுக்கினு போய்ப் பந்தோபஸ்தாப் பாத்துக்குவாரு" என்றார் சேட்.

சிவநாத சர்மாவுக்கு ஓர் ஆறுதல். கிறிஸ்தவப் பாதிரியிடம் இனிப் போக வேண்டாமல்லவா?

"என்ன குழந்தே, அவர் கூடப் போறயா?" என்றார்.

பெண் சேட் பேசிய ஓசையின் மூலம் அந்தத் திக்கை நிதானம் செய்து கொண்டு அவர்களைப் பார்த்துத் திரும்பினாள். பாப்பா தெரியாத, கறுப்பே இல்லாத இருவிழிகள்! ஒரு நிமிஷம் ஏதோ யோசனை. பிறகு, "போறேன் மாமா" என்றாள்.

மரத்தின் ஆணிவேரை அறுத்தது போன்ற ஓர் உணர்ச்சி பிறந்தது அந்த வார்த்தையின் விளைவாய். சர்மா தம் மனநெகிழ்ச்சியை மறைக்க முயன்றார்.

சேட் எல்லோருக்கும் தைரியம் சொன்னார். "ரொம்ப ரொம்ப நல்லா அங்கே பாத்துக்குவாங்க. இதிலே அவங்களுக்கெல்லாம் இருக்கிற சிரத்தா பக்தி நமக்கு ஸ்வாமி கிட்டேகூட இருக்காது. இதைத்தான் அவங்க அகண்ட பூஜை என்றாங்கோ."

"நான் இனிமே என்ன பண்ணணும்?" என்றார் சர்மா.

"பொண்ணெ அனுப்பிக்கச் சம்மதம்னு நீங்க அவர்கிட்டெ ஒரு கடுதாசி எழுதிக் குடுங்கோ. அவர் கொளந்தையை அழச்சிக்கிண்டு போறேன் இன்னு உங்களுக்கு ஒரு கடுதாசு தருவார். அவ்வளவுதான்."

"என்ன குழந்தே, போறயா?" என்று இரண்டாந் தரம் கேட்டார் சர்மா.

"எவ்வளவு நாள்தான் ஓங்களையெல்லாம் கஷ்டப்படுத்திக்கிண்டு இருக்கிறது..? போறேன் மாமா."

அரை மனசோடு சர்மா கடிதத்தை எழுதிப் பூர்த்தி செய்தார். வந்தவரும் எதிர் நடையை எழுதி முடித்தார். சர்மாவுக்குத் திடீரென்று இரண்டு கடுதாசியிலும் சாட்சி வாங்கவேண்டுமென்று தோன்றிற்று. சேட் சாட்சி போட்டார்.

"சேதுஸ்வாமி, நீயும் சாட்சி போடேன்" என்றார் சர்மா.

சர்மா எவ்வித மறைமுகமான எண்ணமும் இல்லாமல் சாட்சி போடச் சொன்னார். ஆனால் ஏனோ சேதுஸ்வாமியின் நெஞ்சிலே அது ஒரு முள்ளாய்த் தைத்தது. அதற்காக அவர் தயங்கவும் இல்லை. இரண்டு கடிதத்திலும் சாட்சி போட்டார். பிறகு சர்மாவும் வந்தவரும் ஆளுக்கு ஒரு கடிதத்தை எடுத்துக்கொண்டார்கள்.

"அவ்வளவுதானே? எப்போ அழைச்சுக்கிண்டு போகணும், சேட்ஜீ?"

"இப்பவே. அவரு ராத்திரி ஊருக்குப் போறாரு."

மனது அலைபடாதவரைப் போல் சர்மா உள்ளே போய் இரண்டு பாவாடைகளையும் கிழிந்த சட்டை ஒன்றையும் சுருட்டிக் கொண்டுவந்து பெண் அருகில் வைத்தார்.

"ஏன் மாமா, அந்தக் கிழிஞ்ச சட்டையைக்கூட வச்சிருக்கேளா?"

"ஆகா."

"ஏன் மாமா... என்னை அழைச்சிண்டு போறவருக்குத் தமிழ்

தெரியுமோ?"

"அவருக்குத் தெரிஞ்சிருக்காது."

இதற்குள் சேட்டும் மற்றவரும் எழுந்துவிட்டார்கள். அந்த விஷயத்தை அந்தப் பெண் ஊகித்தறிந்துவிட்டபோதிலும் இடத்தைவிட்டு அவளால் எழுந்திருக்க முடியவில்லை. நெஞ்சிலே அவ்வளவு பெரிய சுமை! ஆனால் சர்மா அதை ஊகிக்கவில்லை.

"என்ன குழந்தே! அவாள் எழுந்திருந்துட்டாளே போக. நீ போறயோ?"

"போறேன் மாமா" என்று எழுந்திருந்தாள். திரும்பக் குனிந்து பாவாடையை எடுத்தாள். இரண்டு துளி கண்ணீர் தரையில் விழுந்தது.

அதை நான்கு பேரும் பார்த்துவிட்டார்கள்.

"சேட்ஜீ! அந்தக் கடுதாசைக் கிழிச்சுடச் சொல்லுங்கோ; நான் அனுப்பல்லே."

"நான் கிளம்பிட்டேன், மாமா" என்றாள் குழந்தை, கண்ணைத் துடைத்துப் பாவாடையைச் சீர்செய்து கொண்டு.

"குழந்தே! உன் வாய் போறேன்னு சொல்றது; மனசு சொல்லல்லே" என்று சொல்லிக்கொண்டே கடுதாசைக் கிழித்தெறிந்தார் சர்மா.

சேட் விடை பெற்றுக்கொண்டு, "என்னா குழந்தே! நாங்க போகட்டுமா?" என்றார். குழந்தை ஒலி வந்த திக்கை நோக்கினாளே ஒழிய பதில் சொல்லவில்லை.

இருவரும் போய்விடவே சர்மாவின் மனத்திலே ஏதோ பொங்கிற்று. பெண்ணை அணைத்து அவள் தலை மயிரைத் தடவினார். அவ்வுணர்ச்சி தணிந்தது.

"ஜாகை மாத்தறதுன்னு சொன்னேன் பாருங்கோ. அதை அப்புறம் பார்த்துக்கலாம்னு விட்டுட்டேன்" என்றார் சேதுஸ்வாமி காதைத் தடவிக்கொண்டே.

"செய்யுங்கோ."

23. கவலை மாடு

கூரை வீட்டுத் திண்ணையில் கிழவனார் இரும்புக் கையுரலில் வெற்றிலை பாக்கைப் போட்டு லொட் லொட்டென்று இடித்துக்கொண்டிருந்தார். பிந்திக் கிடைக்கப்போகும் வெற்றிலை இன்பத்தை முன்கூட்டி ரஸிப்பதுபோல் அவர் பொக்கை வாய் அசைந்து கொண்டிருந்தது.

மாட்டு மணிச் சத்தம் ஒன்று பக்கத்தில் கேட்டதும் இடிக்கும் வேலையை நிறுத்தி, இருப்பு உலக்கையை மெதுவாகத் தடவித் துடைத்துக் கீழே வைத்துவிட்டு, இடது கையால் சாய்வாய்க் கண்ணை மறைத்துக்கொண்டு தெருவைப் பார்த்தார்.

பத்தடி தூரத்தில் இரண்டு எருதுகள் நின்று கொண்டிருந்தன. சந்தனப்பில்லை வர்ணம்; ஒவ்வொன்றுக்கும் பிடிப்பிடிக் கொம்பு; நுனியில் பித்தளைக் கொப்பி மாட்டியிருந்தது. கிழவனாருக்கு அபிமான புத்திரரான சேர்வைக்காரர் பக்கத்தில் தலைக்கயிற்றைப் பிடித்துக் கொண்டிருந்தார்.

கண்ணை மறைத்திருந்த இடது கையை எடுத்து, இரண்டு தரம் மீசையைக் கிழவனார் தடவினார். வலது கையால் திரும்பக் கண்ணை மறைத்துக்கொண்டு, கிழக் குரலை உயர்த்திச் சத்தம் போட்டார்.

"ஏலே! கவலைக்கு மாடு கண்டுபிடிச்சுட்டியாங்?"

'ஏலே' என்று குறிப்பிடப்பட்ட சேர்வைக்காரருக்கு வயது முப்பத்தொன்பது. அவர் பிடித்துவந்த மாடு கிழவனாருக்கு அதிருப்தியாயிருக்கும் என்று நினைக்க இடமே இல்லை. ஏனென்றால் அவை நல்ல, நெஞ்சு கனமுள்ள கட்டை. எதிர்பார்த்ததற்கு விரோதமாக

கிழவனார் உரத்துச் சத்தம் போட்டதும் சேர்வைக்காரருக்குக் காதில் போட்டுக்கொண்டிருந்த திருகாணியை நெருடத் தோன்றிற்றே ஒழிய வேறொன்றும் பேசத் தோன்றவில்லை.

"ஏங்! கவலைக்கு இம்மாம் பெரிய மாடா வேணும்? இன்னும் கடுக் காயாய்ப் பாக்கிறதுதானே!" என்று நையாண்டி செய்தார் கிழவனார்.

சேர்வைக்காரருடன் வந்திருந்த மாட்டுத்தரகனுக்கு ரோஷம் பொத்துக் கொண்டது; ஆனால் அடக்கிக் கொண்டான்.

"மாட்டுக்கு என்னா?" என்றார் சேர்வைக்காரர் மெதுவாக.

"மாட்டுக்கு என்னா? தெரியல்லியா? பரமசிவன் ரிஜபந்தான்."

தரகன் அப்போதும் சும்மா இருந்தான்.

"சரி, அப்படீன்னா இப்போ என்ன செய்யணுங்கிறீங்க?" என்று சந்தேகத்தைத் தீர்த்துக்கொள்ளப் பார்த்தார் சேர்வைக்காரர்.

கிழவனார் லேசுப்பட்டவரா? அவர் பங்குக்கு வாய் திறக்கவில்லை.

"கவலை அடிக்கிறதுதானே? வேலைக்குத் தோது இல்லாமெயா நான் மாடு பிடிச்சாருவேன்?" என்று சமாதானத்துக்கு அடிகோலினார் சேர்வைக்காரர்.

கிழவனார் எந்த நாளிலும் சமாதானத்துக்குப் பெயர்போனவர் அல்ல. இடித்த புளி மாதிரி உட்கார்ந்திருந்தார்.

"ஏதாவது சொல்லுங்க. மாட்டை ஓட்டிவிட்டுடறேன். இல்லாட்டீ..."

"இப்போ இவ்வளவு வெட்டு ஒண்ணு துண்டு ரெண்டுன்னு பேசற ஆளுக்குப் புத்தி அப்பொ எங்கே போச்சு? இந்த ஊட்டுலே யாரு எஜமான்டா... ? நானா நீயா? இந்த மாடு வேண்டாமின்னு நாலு நாளா அடிச்சுக் கிண்டேனே..." என்று கிழவனார் வெடித்துப் பேசினார்.

"நீங்க மாடு பிடிச்சான்னீங்களேன்னூட்டு..."

"ஆமாங். மாடு பிடிச்சான்னுட்டுச் சொன்னேன். இந்த மாடு வேண்டாமின்னுட்டும் சொல்லல்லே?"

"கவலைக்கு இதே போல மாடு இந்த டில்லி எங்கேயும் கிடையாது. வேலை செய்யற தோதுக்குத் தகுந்தாப்பலே கொணாந்தேன்."

கிழவனாருக்கு உண்மையிலே மாட்டைப்பற்றி அவ்வளவு ஆக்ஷேபம் இல்லை. மாட்டை முதல் முதல் சேர்வைக்காரரே போய்ப் பொறுக்கி வந்ததுதான் குற்றம். நாலைந்து ஜோடி மாடுகளைக் குறிப்பிட்டுவிட்டுக்

கிழவனாரை எது பிடிக்கலாம் என்று கேட்டிருக்க வேண்டியது முறை. சேர்வைக்காரர் முறைதவறியதன் பலன் இது! நல்ல மாட்டைவிட எஜமானத்துவம் என்னும் அதிகாரம் முக்கியமல்லவா? அதை இழக்கக் கிழவனார் தயாராக இல்லை. அநாதையாகக் கிடந்த அக்கா பிள்ளையைக் கொணர்ந்து வளர்த்து ஆளாக்கி, வீடு விளங்க அவனுக்குப் பெண்ணெடுத்துப் பட்ட பாடெல்லாம் அடிவேரில் அரிவாள் வெட்டைப்போல் விழுந்தால் எப்படிச் சகிக்க முடியும்? கவலை அடிக்கிறானாம் கவலை! யார் அப்பன் வீட்டு நிலம்!

இந்த மாதிரியான நினைப்பிலே தத்தளித்துக் கொண்டே கிழவனார் பதில் சொன்னார்:

"இந்தா, நானும் எங்க நாளிலே கவலை அடிச்சிருக்கிறேன். எங்க ஐயா நிழல் என் மேலே பட்டதில்லே. அவர் பேச்சுக்குப் பதிலும் சொல்றதில்லே. இத்தினிக்கும் ஊசி குத்தற இடங்கூட அவர் சம்பாரிச்சுக் கொடுக்கல்லே. நீ நன்னிகெட்டமாதிரி..."

"அப்போ மாட்டைத் திருப்பி ஓட்டிவிட்டுடட்டா?" என்று பணிந்தார் சேர்வைக்காரர்.

"என்னைக் கேட்டா ஓட்டிக்கிட்டு வந்தே? எதை வேணாச் செய்!" என்று வெற்றிலை இடிக்க ஆரம்பித்தார் கிழவனார்.

மிகவும் தர்மசங்கடமான நிலைமை. சேர்வைக்காரர் யோசித்தார். அன்றாவது கவலை போட்டுத் தண்ணீர் பாய்ச்சாவிட்டால் கனவில் கூட வயல் விளையும் என்று எண்ணவேண்டியதில்லை. பயிர் காய்ந்து அவ்வளவு சருகாய்விட்டது. பிறகு வயலில் காலத்தில் பாடுபட வில்லை என்று கிழவனார் திண்ணையில் உட்கார்ந்து பாடுவார்! எது பொறுக்கக் கூடியது? வயலைக் கெடுக்கக்கூடாதென்று நினைத்து மாட்டைச் சேர்வைக்காரர் வயல் பக்கம் ஓட்டிக்கொண்டு போனார்.

இரவு ஆறரை மணி இருக்கும். வயலிலிருந்து எருதுகளைச் சேர்வைக்காரர் ஓட்டிக்கொண்டு வந்தார். தெருவிலே ஒரு மொட்டை வண்டி கிடந்தது. கிழவனார் அதில் உட்கார்ந்திருந்தார். பக்கத்தில் வெளியூர் ஆள் ஒருவன் நாற்றமடித்த சுருட்டு ஒன்றைப் பிடித்துக்கொண்டிருந்தான். வண்டியைப் பூட்ட வேண்டியதுதான் பாக்கி. சேர்வைக்காரர் மனைவி பெரு நடையாக ஓடிவந்துகொண்டிருந்தாள். சேர்வைக்காரருக்கு விஷயம் விளங்காமல் இல்லை. இருந்தாலும் ஒதுங்கியே நின்றார்.

கிழவனாருக்கும் சேர்வைக்காரர் மனைவிக்கும் எப்போதுமே நல்ல ராசி. ஏனென்றால் உலகத்தை ஆட்டி வைக்கும் வயிறு, இந்த இடத்தில் சேர்வைக்காரர் மனைவியை எதிர்பார்த்துத்தான் நின்றது. ஆகவே

சேர்வைக்காரரைப் பற்றிக் கிழவர் எவ்வளவு முணுமுணுப்பாரோ அவ்வளவு அவர் மனைவியைப் பற்றிப் புகழ்வது வழக்கம். அவளுக்கும் கிழவனார் குணம் வீட்டுக்கு வந்த புதிதில் எளிதிலே பிடிபட்டுவிட்டது. எக்கச்சக்கமான சந்தர்ப்பங்களில் அவரை மடக்கும் தந்திரத்தையும் அவள் அறிந்து விட்டாள். மூக்கிலும் கண்ணிலும் பொக்கை வாயிலும் நெருப்புப் பொறி பறக்க, "அந்த வைக்கோலை இன்னும் ஏன் போர் போடவில்லை?" என்று அநாவசியமாகக் கிழவனார் சாட்டை வாங்கிக் கொண்டிருக்கும்போது, மிகவும் நயமாக வெல்லம் போட்டுப் பிசைந்த கம்புமா ஒரு தட்டைக் கொண்டுவந்து வைத்துவிடுவாள். தன் மனத்தை அவள் எப்படி அறிந்தாள் என்று வியந்துகொண்டே கிழவனார் கம்புமாவை அள்ளி வாயில் போட்டுக்கொள்வார். அதோடு வைக்கோல் காற்றிலே போய்விடும். ஆகையினால் அவளைக் கண்டால் வாலைக் குழைக்கும் நாய்போல் அவர் முகத்தில் அன்பும் அடக்கமும் தவழும்.

கிழவனார் மொட்டை வண்டியில் ஏறப்போவதைப் பார்த்து ஓடி வந்தாள். அவருடன் நேரே பேசவில்லை. ஆனால் சுருட்டுப் பிடித்துக் கொண்டிருந்தவனைப் பார்த்து, "ஏன் ஐயா! மாமாவை எங்கே கூட்டிப் போறே?" என்றாள்.

"ஊருக்கு வரேன்னாரு."

"ஏன் மாமா? ஊட்டுக்காரரோடே சண்டேன்னா உங்க ஊட்டை விட்டுப் போவானேன்?" என்று அவர் கிழவனார் பக்கம் திரும்பினாள்.

அவளைப் பார்த்ததுமே கிழவனாருக்கு நாடி தளர்ந்து விட்டது; அவள் கேள்வி காதில் பட்டதும் அவருடைய வேகம் குடத்தில் அடையும் பாம்பைப்போல ஒடுங்கிப் போயிற்று. நரைத்த மீசையைக் கீழ்ப்புறமாக இழுத்து விட்டுக்கொண்டே, "இல்லே, வண்டியை விலை பேசலாமின்னு யோசனை. எரு கிரு அடிக்கலாம். வண்டி உட்கார்ந்து ஓட்ட எப்படி இருக்குன்னு பாத்தேன்" என்று புளுகினார். அப்படிப் புளுகிக்கொண்டே வண்டியை விட்டுக் கிழவனார் கீழே இறங்கினார்.

அவர் இறங்கினாரே ஒழிய அவர் மனம் இறங்கவில்லை. தாம் ஆளாக்கிவிட்ட சேர்வைக்காரருக்கு அவ்வளவு வல்லாண்மை இருக்கும் போது தாம் மட்டும் – புருவமயிர் முதற்கொண்டு நரைத்துப்போன பத்து ஏக்கர் நிலத்துக்காரர் மட்டும் – இளிச்சவாயனா? "அந்த மாட்டை மட்டும் அவன் விற்காமல் இருக்கட்டும். அந்தப் பெண்ணுக்காகக் கூடப் பார்க்கப்போவதில்லை" என்று வண்டியண்டை நின்றுகொண்டே கிழவனார் தமக்குத் தாமே பேசிக் கொண்டார்.

"வண்டிகிட்டே நிற்பானேன்? மாட்டைக் காலையிலே வித்துட்டு மறு காரியம் பார்க்கச் சொல்றேன் – இந்தாலே அவருகூட வந்துட்டாரு.

நாளைக்கு விடியறத்துக்குள்ளார மாட்டை வித்துடணும், தெரியுதா?"

கிழவனார் தயங்கித் தயங்கித் திண்ணையில் வந்து உட்காரப் போனவர், ஏதோ சமாதானமாகாமல் அடுத்த வீட்டுத் திண்ணையில் போய் உட்கார்ந்தார்.

பக்கத்து வீட்டுக் கிழவனாருக்கு லா பாயின்ட்டுக் கவுண்டர் என்று பெயர். அந்தப் பக்கங்களிலே முடிச்சுப் போடுவதும் அவிழ்ப்பதுமே அவர் உத்தியோகம். இந்த உத்தியோகத்துக்குச் சம்பளமில்லையே ஒழியச் சம்பாத்தியம் உண்டு. அபூர்வமாக அடுத்த வீட்டுக் கிழவனார் தம் வீட்டுத் திண்ணைக்கு வந்ததும், லா பாயின்ட்டுக்கு நாக்கில் ஜலம் ஊறிற்று.

"அண்ணே, ஒரு யோசனை சொல்லு. நான் பண்ணினேனே உயிலு..."

"ஆமாங். அந்தச் சிங்கம்பட்டிச் சேர்வைக்காரனுக்கு எளுதிவச்சியே, அப்பவே எனக்கு யோசனைதான்."

"அதை இப்பொ மாத்தணும். சட்டம் அதுக்கு என்னா சொல்லுது?"

"சட்டம் என்னா சொல்லுது? சரியாத்தான் சொல்லுது. எளுதி வச்சவனுக்கு உயிர் இருந்தால் உயில் செத்துக் கிடக்கும். எளுதிவச்சவன் செத்தால் உயில் எளுந்திருச்சுடும். அவ்வளவுதான்."

கிழவனார் சமாதானமடைந்து சொந்த வீட்டுத் திண்ணையில் வந்து சாய்ந்து கொண்டார்.

சேர்வைக்காரருக்குக் கிழவனார் குணம் தெரியாமல் இல்லை. உயிலைப் பற்றிய நினைப்பும் இல்லாமல் இல்லை.

ஆகையினால் மறுநாள் காலை தம் ஜமாக்களில் நாலு பேரை அழைத்து வந்தார். கிழவனார் திண்ணையில் வெற்றிலை இடித்துக்கொண்டிருந்தார்.

"எங்கே இருக்குது எருது?" என்று இரைந்தான் ஓர் ஆள்.

"மாட்டைப் பார்க்க வேணாம். நான் சொல்றேன். விலையைப் பேசுங்க" என்று கிழவனார் காது செவிடுபடும்படி சொன்னார் தரகுக்காரர்.

"மாடு விக்கறதுன்னுட்டு எந்த மூளி சொன்னான்?" என்று சீறி விழுந்தார் கிழவனார்.

"சேர்வைக்காரரு."

"இந்த ஊட்டுலே யாரு எசமான்னு இன்னுமா உனக்குத் தெரியல்லே? தரகு வியாபாரம் செய்ய வந்துட்டியே. அவனா மாட்டை வாங்கறது? அவனா மாட்டை விக்கறது? ரொம்ப மோசமாப் போச்சே!"

“நான் கண்டபடி” என்று கிழவனாருக்குத் தெரியாமல் கண்ணைச் சிமிட்டினார் தரகர்.

“மாடு விக்கறதில்லை; தெரிஞ்சுக்கிட்டீங்களா?”

“நீங்க நேத்து கோவிச்சுக்கிட்டீங்களேன்னுட்டு இவுங்களை அளைச்சாந்தேன். நீங்க எப்படிச் சொல்றீங்களோ அப்படி” என்று எரிகிற நெருப்பில் நெய்யை விட்டார் சேர்வைக்காரர்.

“இந்த ஊட்டிலே நான்தான் எசமான்; தெரியுமா? நீ இல்லே. மாட்டை நான் விக்கறதில்லை” என்று கிழவனார் உரலில் ஓங்கி இடித்தார்.

ஏமாந்துபோனவர்களைப் போன்ற பாவனையுடன் தெருக்கோடிப் பிள்ளையார் கோயிலண்டை எல்லோரும் திரும்பிப் போய்விட்டார்கள். அப்போதுதான் சேர்வைக்காரர் கையிலிருந்து தரகன் கைக்குப் பணம் மாறிற்று.

“இந்தத் தந்திரம் பண்ணாட்டி மாட்டை ஊட்டிலே கட்ட விடுவாரா கிழவனார்?” என்று தம்மையே புகழ்ந்து கொண்டார் சேர்வைக்காரர்.

வீட்டுத் திண்ணையிலே வேகவைத்த சர்க்கரைவள்ளிக் கிழங்கைத் தின்றுகொண்டிருந்த கிழவனாருக்கு, பிள்ளையார் கோயிலில் நடப்பது தெரியப்போகிறதா?

“என்கிட்டே ஓம் புருசனை வாலாட்டச் சொல்லாதே, தெரியுதா?” என்று சேர்வைக்காரர் மனைவியை வீறாப்போடு கிழவனார் எச்சரித்தார்.

24. குடும்ப வாழ்க்கை

1

பள்ளிக்கூடத்தில் படிக்கும் பிள்ளைகள், தேச சேவையை உத்தேசித்து தங்கள் வாழ்நாட்களைப் பிரம்மசாரியாகவே கழிப்பதாகச் சங்கல்பம் செய்துகொள்ளும் வழக்கத்தை ஒட்டி, ஸ்ரீசைலபதியும் சங்கல்பம் செய்து கொண்டான். பிறகு காலேஜுக்கு வந்ததும் மற்ற பையன்களைப் போல் முதல் சங்கல்பத்தை ரத்து செய்து தானும் விவாகம் செய்து கொள்வதென்ற இயற்கையான முடிவுக்கு வந்தான். வந்ததும் இல்லறத்தின் இன்பக் கனவையே – ஏழடுக்கு மாளிகையையே – எதிர்பார்த்துக் கொண்டிருந்தான்.

பி.ஏ. தேறிய மறு வருஷம் மணம் முடிந்தது. மணம் முடிந்த மறு வருஷம் அவன் மனைவி லலிதா வீட்டுக்கு வந்துவிட்டாள். பானை பிடித்தவள் பாக்கியத்தினால் ஸ்ரீசைலபதி, ஸ்ரீசைலபதி ஐயர் ஆனான்; அதாவது நாற்பத்திரண்டு ரூபாய்க்கு தாலுக்கா போர்டு ஆபீசில் பேனா ஓட்டும் உத்தியோகம் பெற்றான்.

ஒன்று கிடைத்தால் மற்றொன்று போய்விடும் என்பது உலக தத்துவத்தின் ரகசியம். உத்தியோகமும் மனைவியும் கிடைத்த பிறகு இல்லறத்தில் எதிர்பார்த்த இன்பம் ஒரு டிகிரி குறைய ஆரம்பித்தது. காரணம் தாயார். அவள் கெட்டவளென்று சொல்வதற்குச் சிறிதேனும் இடமில்லை. ஆனால் வெறும் கர்நாடகம். வெகு ஆசாரக்காரி. ரஸம் என்பது லவலேசங்கூடத் தெரியாது. ஆகையால் தம்பதிகள் இளமையின் இன்பத்தைச் சுயேச்சையாக அருந்தக்கூடவில்லை. எனவே தாயார் மீது அபாரப் பிரேமை வைத்திருந்த ஒரே பிள்ளைகூடத் தன் காரியம் ஒவ்வொன்றுக்கும் ஒவ்வொரு சமாதானம் முன்னதாகவே

தயார் செய்ய வேண்டிய ஸ்திதி வந்துவிட்டது. மனைவிக்கென்று மூன்று காத தூரம் வாசனை வீசும் கதம்பம் வாங்கிக்கொண்டு வருவதில்லையாம்; சவாமி பூஜைக்காகவாம்! கிளப்பிலிருந்து வீட்டுக்குப் பட்சணங்கள் வரவழைத்துச் சாப்பிடுவானேனென்றால், கிளப்புகள் அசங்கியமாக இருக்கின்றனவாம்!

இவ்விதமாக இல்லறத்தின் ஏழடுக்கு மாளிகையின் தலையடுக்கு முதலில் மறைந்தது. பிறகு மாமியாருக்கும் நாட்டுப் பெண்ணுக்கும் அல்ப விஷயங்கள் காரணமாக இரண்டு இலைவிட்ட தகராறுகள் முளைத்தன; "வெறும் பாக்குட்டி, மடியும் கிடையாது; விழுப்பும் கிடையாது. ஒரு எழவும் தெரியல்லே. வேலைக்காரி தேச்சு வெக்கற பத்துப் பாத்திரத்தைப் பத்தில்லாமெ அலம்பி எடுக்கச் சொரணை இல்லை. நாணல் கோணல் இல்லாமே, மொட்டுப் போல அவனுக்கு எதுத்தாப்பலே நிக்கறதைப் பார்!" என்பவை போன்ற பாணங்கள் பறந்தன.

பிள்ளை இவ்விஷயங்களில் தலையிடுவதில்லை; புருஷனுக்குச் சம்பந்தப்பட்டவை அல்ல என்று தள்ளிவிடுவான். இப்படிப்பட்ட மனோபாவம் தாயாருக்கு அதிருப்தியை உண்டாக்கிற்று. தன்னுடன் சேர்ந்து மனைவியைக் காய்தா செய்யாததால், தலையணை மந்திரோபதேசம் என்று எப்போதாவது முணுமுணுப்பாள். ஆனால் பெரும்பாலும் பிள்ளையின் நடவடிக்கையை ஜாடைமாடையாகவே மௌனமாகக் கவனிப்பாள்.

மாமியாரின் மனோபாவம் வடக்குக் கோடி என்றால் நாட்டுப் பெண்ணுடையது தெற்குக் கோடி. தன் கட்சியை ஆதரித்து – வேண்டாம் விளக்கியாவது – தாயாரிடத்தில் ஏன் சொல்லக்கூடாது? அல்லது தன்னிடம் அந்தரங்கமாகவாவது தாயாரின் செய்கைகளைத் தான் ஒப்புக்கொள்ளவில்லை என்று சொல்லி ஏன் ஆறுதல் அளிக்கக் கூடாது? இப்படி அவள் இரண்டொரு சமயங்களில் நினைத்தது உண்டு. ஆனால் யௌவனப் பெருக்கில் இந்த எண்ணங்களெல்லாம் நாய்க்குடைபோல் பலமற்றவைதாமே?

2

லலிதா வீட்டுக்கு வந்து இரண்டு வருஷங்கள் ஆயின. முதலில் பிறந்த குழந்தை சீமந்த புத்திரன்; குல தீபம் அல்லவா? எல்லோருக்கும் எல்லையற்ற சந்தோஷம். ஸ்ரீசைலபதி ஐயருக்கு ஆபீஸ் தொல்லைகள் அவ்வளவும் வீட்டுக்கு வந்ததும் மறந்துபோகும்.

பிள்ளை பெற்றதில் லலிதாவுக்கு ஆரம்பத்தில் செருக்கும் சந்தோஷமுந்தான். ஆனால் ஆண்டு நிறைவு வருவதற்குள்ளாகவே சிற்சில சமயங்களில் குழந்தையின் மேல் கோபம் பிறக்கத் தொடங்கி விட்டது. சமையல் அவசரத்தில் குழந்தை அடுப்பு விறகை இழுத்துச் சமையலைத் தவக்கப்படுத்திவிட்டால், எண்ணெய் நெய் முதலியவற்றைக் கை சொடுக்கும் நேரத்தில் கொட்டி விட்டால், தொட்டி முற்றத்தில் தடாரென்று விழுந்து விட்டால், அவ்வளவுக்கும் ஜவாப்தாரி லலிதாதான். எனவே குழந்தையின் மேல் கோபம் வருவது சகஜந்தானே?

அப்படிப்பட்ட சமயங்களில் ஸ்ரீசைலபதி ஐயருக்கு மனைவியின் மேல் கொஞ்சம் தாபம் உண்டாகும். "ஒரு குழந்தையைப் பார்த்துக்கொள்ள வீட்டில் உள்ளவர்களுக்கு யோக்கியதை இல்லையென்றால், ஆள் வைக்க ஐவேஜி எந்த நல்ல மாமனார் கொடுக்கப்போகிறார்?" என்று கத்துவார்.

மாமியார்க்காரி குழந்தையைப் பார்த்துக்கொள்ளக் கூடாதோவெனில், எவ்வளவு நாழிகைதான் எடுத்துக் கொள்ளுவாள்? தவிர, பிராதஸ்நானம், ஜபம், சாப்பாடு, மத்தியான்ன வம்பர் மகாசபை, கோவில், குளம் இவ்வளவுக்கும் கண்டு அவகாசம் மிஞ்சுவதில்லை.

இவற்றின் பயனாக ஆண்டு நிறைவுக்குப் பிறகு குழந்தை தீர்மானமாக அப்பாபிள்ளை ஆகிவிட்டான். இராக் காலத்தில் படுக்கை தகப்பனாருடன்; பாட்டியிடமாவது தாயாரிடமாவது போவதில்லை. ஆபீசுக்கு வருகிறேனென்று பிடிவாதம் செய்யும் சக்தி மட்டும் வரவில்லை.

பையனுக்கு இரண்டு வருஷங்கள் முடிவதற்குள் ஐயரவர்களுக்கு இல்லற இன்பத்தின் புதுமை தேய்ந்து விட்டது; ஏழடுக்கு மாளிகையில் ஆறடுக்கு கீழே விழுந்து மண்ணைக் கவ்வின.

நாளாவட்டத்தில், கடைத் தெருவிலிருந்து புஷ்பம் வாங்கி வரும் வழக்கம் அவரை அறியாமலே நழுவிப் போய்விட்டது; காபிக் கிளப்புகளெல்லாம் சுத்தமான இடங்களாக மாறிவிட்டன.

லலிதாவுக்குக் கணவனுடைய உணர்ச்சிகளின் கூர் மழுங்கிப் போய்விட்டது என்னும் விஷயம் தனக்கு இரண்டாவது குழந்தை – ஒரு பெண் – பிறந்த பிறகுதான் தெரிய வந்தது. இரண்டாவது பிரசவத்துக்கப்பால் அவளுக்குச் சரீரம் வெகு துர்ப்பலமாகிவிட்டது; நல்ல ரத்தம் செத்துப்போய்ப் பாலும் சுமாராக வறண்டு போயிற்று. பாலுக்காகக் குழந்தை சதா அழுதுகொண்டிருக்கும். மாவுப்புட்டி இருந்தாலாவது சற்றுச் சௌகரியமாக இருந்திருக்கும். ஆனால் கணவன் சம்பளத்திலும் சிக்கனத்தின் வாள் பாய்ந்துவிட்டதால் மாவுப் புட்டி

வாங்குவது நின்று போய்விட்டது.

குழந்தை அழும்போதெல்லாம், "சத்தம் தாங்கவில்லை; காது குத்தல் எடுக்கிறது" என்று மாமியார் கூச்சல் போடுவாள். ஐயரவர்களும் ஆமோதிப்பார்; மனைவியை வெறித்துப் பார்ப்பார்; "குழந்தைகளை வளர்க்கத் தெரியாத முட்டாள்களுக்கு எவ்வளவு சுலபமாகக் குழந்தை களைக் கடவுள் கொடுக்கிறார்!" என்று ஆச்சரியப்படுவார். இந்த வார்த்தைகள் லலிதாவின் உள்ளத்தை ரம்பம் போல் அறுக்கும். கண்ணில் ஜலம் குவியும். 'பெண்களின் கஷ்ட நிஷ்டூரங்களை அறியாத – அறிய முடியாத கல் மனத்தைக் கடவுள் கணவர்களுக்குக் கொடுத்தாரே!' என்று ஏங்குவாள். தனக்குப் பாலில்லாமல் போனதைப்பற்றித் தனிமையில் அழுவாள். அதைப்போன்ற சமயங்களில்தான் தனக்கும் கணவருக்கும் மணமாகிக் குழந்தைகள் இருந்தும், உண்மையான மணம் – ஆத்ம நட்பு – கொஞ்சமேனும் ஏற்படவில்லையே என்று ஏங்குவாள்.

3

ஒரு ஞாயிற்றுக்கிழமையன்று காலையில் ஒரு வண்டி கச்சேரிக் கடுதாசைப் பரப்பி ஏதோ திணறிக்கொண்டிருந்தார் ஐயர். மூடியிருந்த சமையல் அறையிலிருந்து இரண்டு குழந்தைகளும் இரட்டை நாயனம் வாசித்தன. ஐயருடைய தொல்லைப்பட்ட மனத்துக்கு அது சகிக்கக் கூடவில்லை; ரௌத்திராம்சம் கிளம்பிற்று.

"என்ன இழவு பிசாசுகளடா பெண்சாதிகள்! இப்படி வீட்டில் அழவிட்டால் ஆபீஸ் காரியம் செய்து கிழித்தது போலத்தான்! கையாலாகாத கபோதிகள்" என்று உறுமிவிட்டு மறுபடியும் கடுதாசுகளைப் புரட்டத் துவக்கினார்.

மறுகணம் சமையல் அறை உள் பக்கத்திலிருந்து திறக்கப்பட்டது. "போடாப்பா ஒங்க அப்பாகிட்ட" என்று லலிதா பிள்ளையைத் தள்ளிவிட்டாள். மணிக்கட்டால் கண்ணீரைத் துடைத்துக்கொண்டு பையன் அழுகைக்கு முற்றுப்புள்ளி போட்டான்; தகப்பனார் பக்கத்தில் வந்து உட்கார்ந்தான். அதை அவர் கண்ணால் பார்த்தாரே அன்றி மனத்தால் அறியவில்லை.

சில நிமிஷங்கள் சென்றிருக்கலாம். பர்ரென்று கடுதாசு கிழியும் சப்தம் கேட்டுத் தகப்பனார் திடுக்கிட்டுப் பார்த்தார். ஆபீஸ் தஸ்தாவேஜு ஒன்று, இரண்டு தஸ்தாவேஜாகிப் பாவட்டாக்களைப்போல் பிள்ளையின் கையில் தொங்கின. வந்த கோபத்தில் பளார் என்று அருமைக் குழந்தை கன்னத்தில் ஓர் அறை விட்டார்; மனைவியைச்

சரமாரியாகத் திட்டிவிட்டு, “பச்சைக் குழந்தைகளை வைத்துப் பரிபாலிக்கத் தெரியாத முட்டாள் பிணங்களுக்கெல்லாம் பதினெட்டு முழம் பட்டுப்புடைவையும், மாங்காய் ஜரிகைச் சேலையும் இல்லாமல் அழுகிறதாம்... தரித்திரப் பிணங்கள்! இதைவிடச் சிவனே என்று சந்நியாசம் வாங்கிக்கொள்ளலாம். ஒரு தொல்லையும் இல்லை” என்று அத்தியாயத்தை மோக்ஷதர்மத்துடன் முடித்தார்.

லலிதாவுக்குக் கோபம் தன்னை மீறிக்கொண்டு வந்து விட்டது. கணவர் கச்சேரி வேலை பார்க்கும் வேளையில், பையன் கூடத்தில் போகாவண்ணம் சமையல் அறையை உள்பக்கம் சார்த்திக்கொண்டதும், பையன் பிடிவாதம் செய்து அழுததும், பையன் அழுததால் கைக் குழந்தை அழுததும், பிறகு பையன் கடுதாசைக் கிழித்ததும், மொத் தத்தில் இரண்டுமாகச் சேர்ந்து தன்னைக் கணவர் வாய்ப்படுத்தியதும் லலிதாவுக்கு வெறுப்பை உண்டாக்கின. “இந்தாங்கோ. இந்தக் குழந்தையையும் பாத்துக்கோங்கோ” என்று கைக்குழந்தையையும் தொப்பென்று கணவர் முன்னால் கொண்டு வந்து உட்கார்த்தினாள். அப்போது லலிதாவின் மையிட்ட கண்கள் ரத்தம் சோர்ந்த வேல் போல் ஜ்வலித்தன; உதடுகள் துடித்தன.

“இந்த வீட்டுக்கு வந்து அஞ்சு வருஷம் ஆச்சு. மூணு ரூபாய்க்குப் புடைவை வாங்கினேன்னு விரலை மடக்குங்கோ” என்றாள்.

கணவர் முகம் சிவந்தது. மாமியின் முகத்தில் ஆவேசம் தலைவிரித்து ஆடிற்று. ஆவேசம் என்னவோ நாட்டுப்பெண்ணைப் பற்றித்தான். ஆனால் அது பாய்ந்தது மகன் பேரில்:

“அப்பா! அப்பவே புடிச்சுக் கிளிப்புள்ளைக்குச் சொல்றாப்பலெ சொன்னேன்: எடத்தைக் குடுக்காதே; மடத்தைப் பிடுங்கும் இன்னு... ஊம்! இப்போ தலையிலே தூக்கி வச்சுக்கோடா; இல்லியோ” என்று பேய்ச்சிரிப்புச் சிரித்தாள்.

ஐயருக்கு ரோசமும் கோபமும் பொத்துக்கொண்டு வந்தன. ஆனால் கோபத்தின் மூட இயல்பை ஒட்டி அது மனைவிபேரில் பாய்ந்தது. “அவளுக்குப் பணத்திமிர்; அதனால் வாய்க்கொழுப்பு. ஒரு நிமிஷத்தில் அடக்கிவிடுகிறேன்” என்று வீரம் பேசினார்.

மனைவியாவது சும்மா இருந்திருக்கக் கூடாதா?

“அப்படி ஒண்ணும் சொல்லல்லே; எண்ணவும் இல்லே. பணம் வாங்கினது மனசுலே உறுத்தறாப்பலெ இருந்தால், திருப்பி வேணாக் குடுத்துடறதுதானே? இல்லாததும் பொல்லாததும் சொல்றேளே; நியாயமா?” என்று கபடமற்ற மனத்துடன் அவள் சொன்னாள்.

அவள் நினைத்ததற்கு நேர் விரோதமாக இந்தப் பேச்சு நெருப்புக்கு நெய்யாயிற்று. தம்மை ஏழையென்று மனைவி குத்திக்காட்டுவதாகக் கணவர் எண்ணினார்; சுயப்பிரக்ஞையை இழந்து இரண்டடி பாய்ந்தார். “என்ன சொன்னாய்?” என்று கையை ஓங்கினார்; ‘பணத்திமிர்’ என்று உதடுகள் முணுமுணுத்தன.

லலிதாவின் கண்களில் நீர் தாரையாகப் பெருகிற்று. “என்னை அடியுங்கள்; வேண்டாம்ங்கவில்லை. உங்களை நம்பி வந்ததுக்குப் பிசகு இன்னதுன்னுட்டுச் சொல்லிட்டு அடியுங்கோ” என்று அழுதாள்.

ஓங்கிய கை அப்படியே நின்றுவிட்டது. முகம் அசட்டு வெளுப்புத் தட்டியது.

“அப்படியா சமாசாரம்? புத்தி வரும்படி செய்கிறேன். நான் சொல்வதற்கு எதிர்ப் பேச்சா? இருக்கட்டும்” என்று சொல்லியபடியே கச்சேரித் தாள்களையெல்லாம் கீரைபோல் பெட்டியில் வாரிப் போட்டுவிட்டு வேகமாக வெளியே போய்விட்டார் ஸ்ரீசைலபதி ஐயர்.

வெளியே போனபிறகு இன்னது செய்வதென்று அவருக்குத் தெரியவில்லை. பிக்காரியைப்போல் குறிப்பின்றி நடந்து சென்றார். முடிவில் ஊர்க்கோடியில் இருக்கும் ஆலமரச் சந்துக்கு வந்து சேர்ந்தார். ஒதுக்குப்புறமாகக் கிடந்த ஓர் ஆலங்கட்டையின் மேல் உட்கார்ந்தார்.

சுற்றிலும் இயற்கையின் கோலாகலம். எதிரே மரக் கிளையில் காகங்கள் தம்பதி சமேதர்களாக உட்கார்ந்து கொண்டு தலைமயிரைக் கோதிக்கொண்டிருந்தன. புல் தரையின்மீது, வெண்கலக் குரலில் மைனாக்குருவிகள் ஆரவாரித்து நின்றன. அணில்கள் வெயில் துணுக்குப் போல் மரங்களில் பாய்ந்து விளையாடின. சிறு காற்றில், காலண்டை ஆலஞ்சருகுகள் ஒன்றை ஒன்று காதல் வேகத்தில் விரட்டுவதுபோல் பறந்தன. மேலே வானுச்சியில் காகிதக்கப்பல் போல் மேகங்கள் மிதந்துபோயின.

இயற்கையின் மெய்மறந்த அமைதிக்கும் அவர் உள்ளத்தின் குழப்பத்துக்கும் பொருத்தம் கழுத்துக்குக் கத்திபோல் இருந்தது. பார்க்கப் பார்க்க, நெஞ்சில் குரோதம் தீப்பற்றி எரிந்தது. இப்படியே பொழுது சென்றது.

சூரிய வெப்பம் அதிகப்படவே ஸ்ரீசைலபதி ஐயர் களைப்பினால் கண்ணயர்ந்தார்.

4

அதே நாள் அந்திப்பொழுது; மேய்ச்சலிலிருந்து திரும்பிவரும் மாட்டு

மந்தைகளின் மணியோசை கேட்கும் நேரம்; தாய் மாடு 'ஹம்மா' என்று தயங்கி நிற்கும் கன்றை அன்புக்குரலில் அழைக்கும் நேரம்; குருவிகளும் காகங்களும் மடையான்களும் மரங்களில் வந்து அடையும் நேரம்; எட்டிய குடிசைகளிலும் எட்டிய வானத்திலும் விளக்குகள் மின்னும் நேரம்.

தூங்கியவர் கண்விழித்து எழுந்தார்; மார்பின்மீது கைகளைக் கட்டிக்கொண்டு மெதுவாக வீட்டுக்குக் கிளம்பினார். வீட்டுக்குப் போனதும் சண்டையை மறந்து மனைவியிடம் பேசலாமா? அதுவும் தாமாகப் பேசலாமா? வெட்கக்கேடில்லையா? தாயார் ஏளனம் செய்யமாட்டாளா? வழிநெடுகிலும் இப்படிச் சிந்தனை செய்து கொண்டு சென்றார்.

வீட்டுக்கு வந்த சமயத்தில் தாயாரைக் காணவில்லை. பையனையும் காணவில்லை. மனைவி மட்டும் கோடரி முடிச்சுப் போட்ட தலைமயிருடன் அசிரத்தையாகச் சுவரின் மேல் சாய்ந்து கொண்டு குழந்தைக்குப் பால் கொடுத்துக் கொண்டிருந்தாள். பால் இல்லாததால் குழந்தை சிணுங்கிக்கொண்டிருந்தது.

ஐயர், மனைவியைக் கவனிக்காதவர்போல் கிணற்றங்கரைக்குப் போய்க் கால்களைச் சுத்தி செய்துகொண்டு நடுக் கூடத்துக்குத் திரும்பி வந்தார். முற்றத்தின் ஓரத்தில் வழக்கம்போல் சந்தியாவந்தனத்துக்கு விபூதியும் ஜலமும் லலிதா கொண்டுவந்து வைத்தாள். ஆனால் வழக்கத்துக்கு விரோதமாக ஒரு டம்ளர் ஜலத்தையும் அன்று ஒரேயடியாகக் கொட்டிவிட்டு, சந்தியாவந்தனத்தைக் குறுக்கிவிட்டார் கணவர். எதிலாவது ருசி இருந்தால்தானே?

அதற்குள் தாயாரும் பையனும் வந்தார்கள். ஒரு தரம் அலங்கமலங்க விழித்துவிட்டு, “ஏன்டாப்பா? ஆம்படையாளோடே சண்டேன்னா நான் சாதம் எடுத்துப் போடமாட்டேனோ? கண்ணெல்லாம் குழி விழுந்து போச்சே. இப்பிடிப் பகலெல்லாம் பட்டினி கடந்து சாறயே; நன்னா இருக்கா? உக்காரு; சாதம் போடறேன்” என்று பரிவுடன் தாயார் சொன்னாள்.

பிள்ளை பதில் பேசவில்லை. தாயாருக்கோ தன்னால் சண்டை முற்றி, பிள்ளை பட்டினியாகக் கிடக்கும்படி ஆகிவிட்டதே என்ற துக்கம்.

“இல்லாதபோனா அவளையே போடச் சொல்றேன். லலிதா, இந்தா, எலையைப்போடு” என்று உருகிப்போய் உத்தரவிட்டாள்.

லலிதா இலைபோட்டுத் தண்ணீர் எடுத்து வைத்தாள்.

“எனக்கு வேண்டாம்” என்றார் ஐயர். தாயார் மன்றாடி மன்றாடிப்

பார்த்தாள்; பிரயோஜனப்படவில்லை.

"நீதான் சொல்லிப் பாரேன். வாயிலெ கொழக்கட்டை அடச்சிருக்கா? நீயும் பட்னி" என்று லலிதாவைப் பார்த்துத் தாயார் சொன்னாள்.

லலிதா உடனே வணக்கமாகவும் அன்பாகவும் சாப்பாட்டுக்கு அழைத்தாள்.

"வேண்டாம்" என்று சொல்லிவிட்டுத் தம் மெத்தையை எடுத்துக்கொண்டு திறந்த மாடிக்குச் சென்றார், ஸ்ரீசைலபதி ஐயர். படுக்கையை விரித்து வானத்தைப் பார்த்தவண்ணம் படுத்துக்கொண்டார்.

பகலில் நடந்த சம்பவத்தைப்பற்றித் தொடர்ச்சியாக அவர் எண்ணிப் பார்த்தார். 'சண்டை மூண்டது மனைவியாலா? தாயாராலா? அல்லது நாம் கணவன், லலிதா வெறும் மனைவி என்ற புருஷ அகங்காரத்தாலா?' என்று ஆராய்ந்தார். ஒன்றும் விளங்கவில்லை. சிறிது நேரத்துக்குள் சித்தம் ஓய்ந்து போய்விட்டது. தென்னை ஓலையின் ஓசை மயக்க மருந்து ஊட்டிற்று.

நள்ளிரவு; திடீரென்று கண் விழித்து எழுந்து உட்கார்ந்தார். மேலே நக்ஷத்திரங்கள் மாமூல்போல் பாராக் கொடுத்துக்கொண்டிருந்தன. சுற்றிலும் மரங்கள் அநாதிப் பொருளுக்கு வெண்சாமரம் வீசி நின்றன. இடைவிட்டுவிட்டு நரிகளின் ஊளை காற்றில் கலந்தது. அதனுடன் சமீபத்தில் ஒரு குழந்தையின் அழுகுரல். 'பக்கத்து வீட்டில் போல் இருக்கிறது' என்று மறுபடியும் ஸ்ரீசைலபதி ஐயர் படுத்துக்கொண்டார். தூக்கம் பிடிக்க வில்லை. பகல் கலகம் அகத்தினுள் முன்னும் பின்னுமாகப் போயிற்று.

அழுகை நெருங்கி வந்தது. மறுகணத்தில், பையனை எடுத்துக்கொண்டு மனைவி எதிரில் வந்து நின்றாள். வாய் மட்டும் திறக்கவில்லை. ஸ்ரீசைலபதி ஐயரின் உள்ளத்தில், கூட்டில் அடைத்த புனுகுப் பூனையைப் போல் ஒரு குடைச்சல் உண்டாயிற்று. அழுகையுடன் அழுகையாகப் பையன், "ஏப்பா ஓங்கிட்ட என்னெத் தூங்கவச்சுக்கல்லெ?" என்றான்.

பாதி ராத்திரியில் திறந்த மாடியில் பதில் சொன்னால் குடும்பக் கலகத்தை உலகத்துக்குத் தண்டோராப் போட்டதுபோல் ஆகுமோ என்னவோ என்ற அசட்டுப் பயம்; சும்மா இருந்தார் ஐயர்.

"ஏன் அப்பா வச்சிக்கல்லேங்கறேன்? இப்போ முழிச்சுண்டு பாத்தேன். காணும். மாடீலே இருக்கியோன்னு வந்தேன். இருட்டு, கறுப்பா பயமாயிருந்துது. அழுதேன். அம்மா இங்கே எடுத்துக்கிண்டு வந்தா. அம்மா நல்லவ, ஏப்பா!" என்று மேலே அடுக்கினான் பையன்.

அப்போதும் சும்மா இருந்தார். லலிதாவுக்கோ துயரம் தாங்கக்கூடவில்லை. தன் பேரில் இன்ன குற்றமென்று சொல்லிவிட்டால் எவ்வளவு வைதாலும் தாங்கத் தயார் என்பது போன்ற உணர்ச்சி அவள் மனத்தில் பொங்கிக்கொண்டிருந்தது; “ஓங்கப்பா சந்நியாசம் வாங்கிக்கப் போறா. என் மேலே கோபம். இம்மே தொடமாட்டார் ஒன்னை” என்று பையனைப் பார்த்துச் சொன்னாள். ‘தொடமாட்டார்’ என்று சொன்னதைக் கேட்டதும் ஒரே தாவாகத் தாவிப் பையன் தகப்பனாருடைய கழுத்தைக் கட்டிக்கொண்டு, “கோபம்ன்னா என்னப்பா?” என்று கேட்டான்.

தகப்பனார் பதில் சொல்ல முடியாமல் விழித்தார்.

“அது ஏனப்பா வரணும் அம்மாபேரில்?” என்று பின்னும் பாணம் தொடுத்தான் பையன்.

“இப்போதாவது சொல்லுங்கோ; அப்பா, அம்மா, அண்ணன், தம்பி எல்லாரையும் விட்டுவிட்டு, எல்லாம் நீங்கதான்னுட்டு இருக்கேனே. இன்னிக்கி நான் பண்ணின பெசகென்ன? என் பேரில் பெசகுன்னா என்ன வேணா சிட்சியுங்கோ; வீணாப் பட்னி கிடக்கிறேளே” என்று அழாத தோஷமாகக் கெஞ்சினாள் லலிதா.

கணவரின் மனம் தளர்ந்தது. அகக்கண்ணுக்கு முன்பு பகல் வேளைச் சம்பவம் வரிசையாக எழுந்தது. குற்றம் தன்னைச் சார்ந்ததென்று மனசாட்சி தெளிவாகச் சொல்லிற்று. அதைப் பளிச்சென்று ஒப்புக்கொண்டு விடலாம் அல்லவா? அப்படிச் செய்யாமல் கணவர்கள் வழக்கத்தை ஒட்டி, “பிசகு யார்பேரில் இருந்தால் என்ன? கச்சேரிக் கடுதாசு போய்விட்டது” என்று மழுப்பினார்.

“பாவம் குழந்தைக்கு என்ன தெரியும்?” என்றாள் லலிதா.

“தெரிந்தவள் நீ என்ன செய்தாய் என்று நான் கேட்கிறேன்?”

“கோவிச்சுக்காதிங்கோ. சமையல் கட்டுலே இருந்தவ கவனிக்காதது பிசகுதான். கடுதாசுக்கிட்ட நீங்க இருந்தேளே...”

“சரி, சரி , சும்மா இரு. போனது போகட்டும். இரண்டாம் சண்டையைக் கிளப்பாதே” என்று சமரசப்படுத்தினார் ஐயர்.

கீழே இருந்து கைக்குழந்தையின் குரல் இரவின் நிசப்தத்தைக் கிழித்துக் கொண்டு கிளம்பியது. ஒரு நிமிஷம் லலிதா தயங்கினாள்.

“கீழே குழந்தை அழுகிறதே” என்றார் கணவர்.

“ஆனால் இன்னிக்கு வந்த கோபம் அர்த்தமில்லாத முன்கோபம்ன்னு

ஆம்படையாகிட்ட ஒப்புக்கிண்டா அகௌரவமாக்கும்” என்று சொல்லிக்கொண்டே லலிதா கீழே இறங்கினாள்.

ஸ்ரீசைலபதி ஐயரின் மனம் முற்றும் இளகிவிட்டது. மனசாட்சி உறுத்திற்று.

“ஏண்டீ!” என்பதற்குள் மாடிப்படியில் கால் மெட்டியின் ஓசை கேட்டது. பையனை எடுத்துக்கொண்டு கீழே இறங்கினார்.

“ஏதாவது சாப்பிட்டியோ, இல்லையோ?” என்று பரிவோடு போய்க் கேட்டார் மனைவியை.

“ஆயிடுத்தே.”

தன்னைச் சமாதானப்படுத்த வேண்டிச் சொல்லிய முழுப்பொய் அது என்று அவருக்குத் தெரியும்.

“போகட்டும். இன்னொரு தரம் சாப்பிடு.”

“அகாலத்திலே இரண்டாம் தரம் வேண்டாம். நீங்க கீழே வாங்கோ. ஒங்களுக்குப் பால் வச்சிருக்கேன். சாப்பிடுங்கோ. எனக்கு ஒரு நாள் ஏகாதசியாகத்தான் இருக்கட்டுமே.”

ஸ்ரீசைலபதி ஐயர் தமாஷாக லலிதாவின் தோள்பட்டையில் தட்டினார்.

25. மோகினி

இன்றுடன் ஒரு வருஷம் ஆகப்போகிறது. சுந்தரப்பையர் தம்முடைய பாந்தவ்யத்தை ஒட்டி இன்று ஏதேனும் சடங்குகள் செய்வார். ஆனால் என்னைப் பொறுத்தவரையில், என் ஆருயிர் நண்பன் கைலாசத்தின் வெகு விசித்திரமான வாழ்க்கையைப்பற்றி இதை எழுதி வெளியிடுவதைத் தவிர வேறு எதுவும் எனக்கு இன்பம் அளிக்காது. மனத்தத்துவ ஆராய்ச்சிக்காரர்களுக்கும் டாக்டர்களுக்கும் இது நல்ல அறிவு விருந்தாகும். உங்களுக்கு எப்படியோ? ஆனால் என் கடமையைச் செலுத்துவதில் உங்கள் விருப்பையோ வெறுப்பையோ நான் ஏன் லட்சியம் செய்ய வேண்டும்?

* * *

கைலாசமும் நானும் சேர்ந்தாற்போல் பி.ஏ. பட்டம் பெற்றுக் கலாசாலையை விட்டு வெளியேறியவர்கள். அவன் அதிருஷ்டம் வெகு சீக்கிரமாகக் கோயம்புத்தூர்ப் பள்ளிக்கூடத்தில் ஒரு வேலை கிடைத்துவிட்டது. நான் ஊரிலேயே சௌக்கியமாகச் சாப்பிட்டுக் கொண்டிருந்தேன். அவன் ஊரை விட்டுப் போன ஒரு மாதம் வரையில் எனக்குக் கடிதங்கள் எழுதிவந்தான். பிறகு எங்களுக்குள் சுமார் ஆறு மாதம் வரையில் கடிதப் போக்குவரத்தே இல்லை.

ஒரு நாள் காலையில் பொழுதுபோக்குக்காகத் திண்ணையில் உட்கார்ந்திருந்தேன். தபால்காரன் ஒரு கவரைக் கொடுத்துவிட்டுப் போனான். உறையின் மேலிருந்த எழுத்து, கைலாசத்தினுடையது. இவ்வளவு மாதங்கள் கழித்து வந்த தபாலைப் பார்த்ததும் எனக்குச்

சந்தோஷம். உறையை உடைத்துக் கடிதத்தைப் படித்தேன்.

கோயம்புத்தூர்,
21–3–'33.

ஆருயிர் நண்பா,

இவ்விடம் க்ஷேமம், அவ்விடம் க்ஷேமம் என்று மூடத் தபால்கள் எழுதாததற்கு நீ கோபிக்கமாட்டாய் என்று நம்புகிறேன். நமது நட்பு இதைப்போன்ற தொடர்புகளையெல்லாம் தாண்டி நிற்கிறது என்ற தைரியம். நீ அப்படி நினைக்காவிட்டால் இவ்வளவு நாள் எழுதாதவற்றையெல்லாம் இதோ சேர்த்துவைத்து எழுதியிருக்கிறேன். சமாதானமாயிற்றா? நமக்கிடையில் கிடந்த மௌனத்தை இந்தக் கடிதம் கலைக்கும்; குளத்தில் கல்லைப் போட்டதுபோல் உன் மனத்தில் அலைகளை உண்டாக்கும். அவற்றிலிருந்து என் மனத்தில் எவ்வளவு கோடி மடங்கு கிளர்ச்சி ஏற்பட்டிருக்க வேண்டுமென்று நீயே எளிதில் அறிவாய். நேற்று என் வாழ்க்கையில் ஒரு பெரிய அதிசயம் ஏற்பட்டிருக் கிறது. கண்டறியாத இன்பத்தை நான் அனுபவித்திருக்கிறேன். இன்பத்தைப் பகிர்ந்து கொடுப்பது மனித சுபாவம்; நட்புக்கு நுரையீரல். அதிலும் நம்முடைய நட்போ தெய்விகமானது; ஒரு நுரையீரலுக்கும் மற்றொன்றுக்கும் உள்ளது போன்ற ஜீவ்ய சம்பந்தம். உன்னிடம் சொல்லாமல் எப்படி இருப்பேன்?

நேற்று இரவு ஏதோ படித்துக்கொண்டிருந்தேன். படிப்பு முடிந்ததும் படுக்கை போட்டேன். எவ்வளவு நேரம் தூங்கியிருப்பேனோ அறியேன். திடீரென்று விழித்தெழுந்ததும் கண்ணில் பட்டது என் அருகில் உட்கார்ந்திருந்த ஒரு பெண்ணின் உருவம். எப்படியென்று சொல்லக்கூடவில்லை – இருட்டில் கூட அவளுடைய கண்கள் சீமைச் சாராயம்போல் மயக்கின; என் நினைவை அழித்தன. அவள் வாடாமல்லிகை வர்ணத்தில் ஒரு பட்டுச் சேலை அணிந்திருந்தாள். அவள் இந்த மண்ணுலகத்துப் பெண்ணல்ல. ஒரு கணம் என்னை இமைகொட்டாமல் பார்த்தாள். பிறகு, வா என்று ஜாடை காட்டினாள். புண்ணியம் இருந்தால் முடவனுக்கும் கொம்புத்தேன் கிடைக்கும்.

என்னைக் கூப்பிட்டதும் எனக்குத் தலைகால் தெரியவில்லை. வாசற் கதவைத் திறந்துகொண்டு போய்விட்டேன். தெருக்கள் வழியாக நானும் அவளுமாகக் கைகோத்துக் கொண்டு இன்ப மயக்கத்தில் சென்றோம். எங்கள் மயக்கத்துடன் பூர்ணசந்திரனுடைய தூய போதையும் கலந்திருந் தது. ஆகையால் என்ன பேசினோம் அல்லது பேசினோமா என்ற விஷயம் ஒன்றுமே ஞாபகம் இல்லை.

கடைசியாகச் சேர்ந்த இடம் இந்த ஊர்க் காடு. ஒரு பெரிய

ஆலமரத்தின் அடியில் நின்று, "காதலா! இதுதான் நமது விடுதி" என்றாள். அந்த ஆலமரத்தின் விழுதுகளில் ஒரு பலகை ஊஞ்சல் போல் கட்டியிருந்தது. "அன்பா... உட்கார்" என்று காது குளிரச் சொல்லித் தானும் பக்கத்தில் அமர்ந்தாள். அப்போதுதான், "உன் பெயரைக் கேட்க மறந்துவிட்டேனே!" என்றேன்.

"என் பெயர் மோகினி. உண்மையாய், உட்பொருளாய், தத்துவமாய்ப் பார்த்தால், உலகில் உள்ளோரின் அந்தரங்க ஆசைகளைப் பூர்த்தி செய்யும் ஆதர்சம்; உலகின் அவாக்களைத் தூண்டும் அங்குசம்; தெய்வ வெறி" என்றாள்.

"எனக்கு உபந்நியாசங்கள் வேண்டாம். நீ எனக்கு வெறும் மோகினியாக இருந்தால் போதும்; உனக்கு நூற்றெட்டு நமஸ்காரம்" என்றேன்.

"நல்ல பேச்சுப் பேசுகிறாய்; கைகொடு" என்று கையைக் குலுக்கினாள்.

இப்படியெல்லாம் ஊஞ்சலில் உட்கார்ந்து ஏதேதோ பேசிக்கொண்டிருந்தபோது, பின்பக்கத்தினின்று ஒரு பெருங்காற்று கிளம்பிற்று. ஊஞ்சல் ஆடவே மோகினியின் தலைமயிர் அவிழ்ந்து இடுப்புவரையில் விழுந்தது. ஒவ்வொரு சமயம், காற்றின் வேகத்தில் சந்திரனை மறைக்கும் கருமேகங்கள் போல் தலை மயிர் அவள் முகத்தை மறைத்தது. அடடா! அந்த அழகே அழகு! காற்று ஓய்ந்ததும் காதற்கனல் வீசிற்று. உன்னிடம் சொல்ல வெட்கம் என்ன? ஒருவரை ஒருவர் தழுவி முத்தமிட்டோம். அவளுடைய தலைமயிர் பாம்புகள் போல் என் முகத்தின் மீதும் தோள்களின் மீதும் விழுந்தன. அவளுடைய கண்களை – சந்திரனில்லாத இரவுகளில் தெரியும் கடலே போன்ற அவ்வாழ்ந்த கண்களைப் பார்த்தேன். அழகைக் கொள்ளையடிக்க முயன்றேன். அழகை மாத்திரம் வாரி எடுக்க முடிந்தால், ஆ! இப்படி இருப்பேனா!

ஊஞ்சல் முடிந்தது; "கிளியே! ஒரு பாட்டு" என்றேன்.

"எப்போதென்று காத்திருக்கிறேனே. இதோ நீ பாடும் தோரணையில் பாடுகிறேன், கேள்" என்றாள். எவ்வளவு ஆணித்தரமாகப் பாட்டு என் மனத்தில் பதிந்திருக்கிறது!

"காதலில் ஒன்றுபட்டுக்
கருத்தில் நாம் ஏகமாகிச்
சாதலை வெல்வோமடீ – கிளியே
சாசுவத மாவோமடீ.
மரங்கள் வெளியிடையே
காற்றின் சதங்கையொலி
பரந்த ஒளிப்பாவையைக் – கிளியே
போற்றிப் புகழுதுபார்!"

இப்படிச் சில அடிகள் பாடுவதற்குள் மோகினி கீதம் இசைப்பதே மறந்து போயிற்று. அக்காட்டில் – மர நிழலில் – வான வெளியில் – மதுர நிலவில் – எங்கும் காதலின் குரல்! காதலின் தீங்குரல்! அந்தத் தீஞ்சுவைக் குரலின் தேன்மடை வாயானான் பூர்ண சந்திரன். அந்த இன்னிசையின் அலை பரவி உலகைப் பரவசமாக்கிற்று. சில செடிகொடிகளின் மொட்டுக்கள் காதலின் புது வியப்பில் பூத்தன. மருதோன்றிப் பூவின் மணமும், பன்னீர்ப்பூவின் லாகிரியும், காட்டுப் புஷ்பங்களின் வாசனையும் காற்றில் மிதந்து வந்தன.

"ஒரு ராகம் பாடு" என்று மெய்ம்மறந்து கெஞ்சினேன்.

"ஒரு பாட்டு போதாதோ?" என்று எடுத்தாள் மோகன ராகத்தை. அவள் பாடியது, அந்த ராகத்தில் தூங்கிக் கிடக்கும் அவ்வளவு ரஞ்சனையும் பிரமிக்கும்படி எழுந்தது. நமது படு உலகின் வெறும் பேச்சுக்களுக்கு அப்பால், நமது அற்பர்களின் சிறு விதிகளுக்கும் 'பூச்சாண்டி'களுக்கும் அப்பால், வளர்தல், குறைதல், நிறைதல், மூத்தல் முதலிய ஜீவாவஸ்தைகளுக்கும் அப்பால் உள்ள சாவாக் காதலை, தெவிட்டா இன்பத்தை அப்பாட்டில் கண்டேன்; லயமடைந்தேன். ஆகா! என்ன பாக்கியம் எனக்கு! மோகினியும் மோகனமும்!

அந்தச் சோக மதுரத்தில் அப்படியே கண்ணயர்ந்து விட்டேன் போலும்! ஏனெனில் காலையில் விழித்தெழுந்தபோது என் பழைய மெத்தையிலேதான் படுத்திருந்தேன். வெகு வியப்பாக இருந்தது. வீட்டை விட்டுப் போனதென்னவோ வாஸ்தவம். மோகினியைப் பார்த்து, மோகன ராகத்தைக் கேட்டு மகிழ்ந்ததென்னவோ வாஸ்தவம். வீட்டுக்குத் திரும்பி வந்தது எப்படி? அதுதான் புரியவில்லை.

இன்று எழுந்திருந்தது முதல், நண்பா, எனக்கு இருப்புக்கொள்ளவில்லை; ஒன்றிலும் ருசியில்லை. அருவியின் கரையில் போய் உட்கார்ந்து, கூழாங்கற்களைப் பொறுக்கி ஜலத்தில் எறிந்தவண்ணமே பொழுதைப் போக்கினேன். தெளிவான அருவி ஜலத்தை மர நிழல் ஒருபுறத்தில் பாழ்படுத்துவதையும் மற்றொரு புறத்தில் வனப்புறச் செய்வதையும் பார்த்தேன். இயற்கைத் தேவி கூடவா என் மன நிலைமையைச் சித்திரித்துக் காட்ட வேண்டும்?

சூரியன் உச்சிக்கு ஏறிய பிறகு கடனைத் தொலைக்க வேண்டுமே என்று குளித்தது போலவும் சாப்பிட்டது போலவும் பாவனை செய்தேன்.

மோகினியை ஒரு நிமிஷங்கூட மறக்க முடியவில்லை. இன்றிரவு தரிசனம் கிடைக்குமா என்ற ஏக்கம். இந்தத் தவிப்பை ஒருவாறு சாந்தப்படுத்துவதற்காகவே இதை எழுதத் தொடங்கினேன் என்று கூடச் சொல்லலாம். இரண்டு மணிக்குத் தொடங்கிய காகிதம்

இப்போது ஐந்து மணிக்குத்தான் முடிகிறது. மௌனமாகத் திகைத்து உட்கார்ந்திருந்த நிமிஷங்கள் எவ்வளவு! வானத்தின் நீலக்கூரையைப் பார்த்தவண்ணம் போன பொழுது எத்தனை!

நண்பா! நான் தன்னியன். பரம திருப்தி அடைந்திருக்கிறேன்... இல்லை; பரம அதிருப்தி அடைந்திருக்கிறேன். மோகினி மனம் வைத்தால்தான் பிழைப்பேன்.

நண்பன்,
கைலாசம்.

* * *

கடிதத்தைப் படித்ததும் எனக்குச் சந்தேகம் உண்டாகிவிட்டது. 'கைலாசத்துக்குச் சித்தக் கோளாறா? அல்லது உண்மையில் ஏதேனும் திவ்வியப் பெண்ணைச் சந்தித்தானா? மோகினி என்றால் நோயல்லவா?' என்று பலவாறு எண்ணினேன். நண்பன் கடிதத்தில் சொல்லியபடி என் மனம் பிரமாதமாக அலைபட்டது. கடிதத்தைத் திருப்பித் திருப்பிப் படித்தேன். படித்ததுதான் மிச்சம்.

அன்றைத் தினம் பாக்கிப்பொழுதை எப்படியோ தள்ளினேன்.

மறுநாளும் தபால்காரன் ஒரு கவர் கொடுத்துவிட்டுப் போனான். என் நண்பன் எழுத்து! 'இன்னும் என்ன!' என்று அவசரமாக உறையைக் 'கோணா மாணா' என்று கிழித்தேன்.

* * *

கோயம்புத்தூர்,
22–3–'33.

ஆருயிர் நண்பா,

மறுபடியும் மோகினியைப் பார்க்கும் பாக்கியம் பெற்றேன்.

நேற்று முன்னிரவிலேயே படுக்கை போட்டுவிட்டேன். இரவு பன்னிரண்டு மணி இருக்கலாமோ என்னவோ? முந்திய இரவின் இன்ப நாடகம் தொடங்கிற்று. வீட்டை விட்டு ஊஞ்சலை அடைந்தோம். "பகல் என்பதே இல்லாமல் செய்யக்கூடிய தந்திரம் உனக்குத் தெரியாதா?" என்று கேட்டேன்.

"சை! இவ்வளவுதானா? பகல் இரவு என்கிறாயே! உன் மையலில் அகப்பட்ட எனக்கு இரண்டுமே தெரியவில்லை... உங்களுக்கெல்லாம் ஒன்றிலும் தீவிரமென்பது இல்லைபோலும்!" என்று பதில் சொன்னாள்.

அவள் சொன்னதில் ஒரு பேருண்மை பதிந்துகிடக்கிறதல்லவா? தீவிரமென்பது மட்டும் இருந்துவிட்டால் இவ்வுலகை ஒரே இரவில் கவிழ்த்துக் கோணல்களைச் சீர்செய்து விடமாட்டோமா? சாவையும் அடிமைத்தனத்தையும் கொடுமைகளையும் பகற்கொள்ளைகளையும் வியாதிகளையும் பொசுக்கி நீடூழி இன்புற்ற வாழ்க்கையை ஆணித்தரமாக மண்மீது அமைத்துவிட மாட்டோமா? ஹூம்! உலகை ஒழுங்குபடுத்தும் திட்டம் போகட்டும். மேலே சொல்லுகிறேன்.

அப்பால் பேச்சு நடுவில், "இங்கிருந்து நான் வீடு சென்றது எப்படி?" என்று கேட்டேன்.

"என் மோகனராகத்தைப் பரவசமாகப் பாடி முடித்த பிறகு உன்னைப் பார்த்தேன். நீ தூங்கிப் போயிருந்தாய். உன்னை எழுப்பிக் கைலாகு கொடுத்து மெதுவாக வீட்டுக்கு அழைத்துச் சென்றேன். ஞாபக மில்லையா உனக்கு? காதலின் மயக்கம் போலும்!" என்று விளக்கினாள் மோகினி.

நண்பா, காதலன் காதலி விஷயத்தை உலகோர் இழிவுபடுத்தியிருக்கும் நிலைமையில் அதைப்பற்றி நான் மூடத்தனமாக விஸ்தரிப்பேன் என்று எதிர்பார்க்காதே. காதல் மூடகாரியந்தானே என்று பதில் சொல்லாதே. விவரிக்க நான் முயன்றாலும் காதலின் சைதன்யத்தை வார்த்தைகளால் வலைபோட்டுப் பிடிக்க இயலாது. சல்லடையில் எவ்வளவு ஜலம் தேங்கும்? ஆகையால் கொடுத்து வைத்த மகாராஜன் என்று என்னைப்பற்றி நினை. இன்றோடு வாழ்நாட்கள் முடிந்தாலும் அதிருப்தி அடைய மாட்டேன். வாழ்க்கை பூர்ணமாகிவிட்டது. கடவுளின் திருவுளம்!

கைலாசம்.

* * *

இதைப் படித்ததும், காளிதாசனுடைய நாக்கில் காளிதேவி பீஜாக்ஷரத்தால் எழுதினாள் என்ற கதையின் உண்மை தெரிந்தது. இலக்கியத்தில் அதிகம் படிக்காத என் நண்பன் இவ்வாறெல்லாம் எழுதுவதென்றால் சௌந்தரிய லஹரியில் குளித்துத்தான் இருக்க வேண்டும். அழகுத் தெய்வம் அகத்தினுள் அடி வைத்துச் சென்றால், மனத்திலும் வாக்கிலும் விரலிலும் சிருஷ்டி கற்பனையும் சௌந்தரியத் தீயும் நர்த்தனம் செய்யாவா? பேனா, உளி, ஓவியச் சலாகை, இசைக் கருவி ஏதானாலும் சரி; அவள் புகழைப்பற்றித்தான் பேசும். சந்தேகமென்ன? அவளுடைய திவ்விய சாயலைக் காவியத்திலும்

ஓவியத்திலும் சிற்பத்திலும் சங்கீதத்திலும் அண்டத்திலும் பிண்டத்திலும் பிரகிருதியிலும் ஈசுவராதிகளிலும் கண்டு நாம் புளகாங்கிதம் அடையவில்லையா? 'கால் கட்டை விரல் வனப்பையே பார்த்து மயங்குகிறோமே, நேரே சல்லாபம் செய்த கைலாசம் எப்படித்தான் பேசமாட்டான்!' என்று எண்ணினேன். ஒவ்வொரு நாளும் இதைப் போன்ற கடிதம் படிக்கும் பாக்கியம் ஏற்பட்டால் இலக்கியத்தின் சிகரங்களைக் கண்டது போலத்தான்! 'இன்னும் தபாலில் எழுதியிருக்கக் கூடாதா?' என்று ஏங்கினேன்.

எனவே கடிதத்தை எதிர்பார்த்துக்கொண்டு மறுநாள் தபாலாபீசுக்கே போய்விட்டேன். தபால் இல்லை. அடுத்த நாள் போனேன். அன்றும் இல்லை. அதற்கடுத்த நாளும் அப்படியே. விளையாட்டுப்போல் பத்து நாட்கள் ஆயின. மனது உடைந்து போய்விட்டது. நண்பனுக்கு ஒரு தபால் எழுதிப் போட்டேன். அதற்குப் பத்து நாள் கழித்து ஒரு பதில் கிடைத்தது. நான்கே வரிகள்.

கோயம்புத்தூர்,
10–4–'33.

ஆருயிர் நண்பா,

மூன்று வாரமாக இன்ப நாடகம் ஓயவில்லை. இரண்டற்ற சௌந்தரியத்தில் ஒடுக்கம். தேனின் பிரதாபத்தைப் பற்றிச் சொல்லக்கூடுமா? கேட்டுத்தான் என்ன பயன்? ஒருவேளை இதெல்லாம் வெறும் பிதற்றல் என்று அலுப்பும் சலிப்பும் படுவாயோ என்றுதான் சும்மா இருந்தேன். மன்னிக்கவேண்டும்.

கைலாசம்.

இந்தக் கடிதத்தின் தொனி எனக்குப் பிடிக்கவில்லை. என்னை அகாரணமாகக் குற்றம் சாட்டியது போல் கைலாசம் எழுதியதால் அவன் மீது கொஞ்சம் மனத்தாங்கல் ஏற்பட்டது.

* * *

அதற்குப் பிறகு பத்து நாள் வரையில் யாதொரு தகவலும் இல்லை. அப்பால் ஒரு கடிதம் வந்தது. ஆனால் கைலாசத்தின் எழுத்தல்ல; நண்பனுடைய தாய்மாமன் சுந்தரப்பையர் எழுதியிருந்தார். அதில் என்னுடைய நண்பனுக்கு ஒரு மாதமாகச் சித்தஸ்வாதீனம் இல்லை என்றும், ஒரு வாரமாக பிரக்ஞையற்றுப் படுத்த படுக்கையாக இருப்பதாகவும் குறிப்பிட்டிருந்தார்.

என் நண்பன் மீதிருந்த சொற்பக் கோபமும் பறந்துவிட்டது.

தாங்கொணாத் துக்கம் பிறந்தது. மறுநாள் கோயம்புத்தூருக்குக் கிளம்பிவிட்டேன்.

நான் சுந்தரப்பையர் வீட்டுக்குப் போனபோது முற்றத்தின் ஓரத்தில் அவர் கவலையுடன் உட்கார்ந்திருந்தார். "வா அப்பா" என்று வரவேற்றார். அதற்குப் பிறகு பத்து நிமிஷம் வரையில் நாங்கள் இருவரும் பேசவில்லை. அவ்வளவு சங்கடம் நெஞ்சில் குமுறிக்கொண் டிருந்தது. பிறகு "அவன் எங்கே?" என்றேன். காம்ரா உள்ளைச் சுட்டிக் காட்டினார். எழுந்திருந்து போய்ப் பார்த்தேன்.

ஒரு நாடாக் கட்டிலின் மீது அவன் படுத்திருந்தான். பெரிய கற்பாறைபோலத் தொங்கும் நெற்றியும், எழில் கொண்ட கண்களை எடுத்துக்காட்டும் மூக்கும், சுருட்டை சுருட்டையாக கறுப்புத் திராக்ஷை போன்ற தலைமயிரும், சதைப்பற்று கரைந்த உடலும் நெருப்பில் பாதிக்குமேல் எரிந்துபோன வீணை ஒன்றை ஞாபகமூட்டின. கவி ஒளியேனும் அறிவின் ஒளியேனும் வீசக்கூடும் என்று கருதப்படாத முகத்தில் அப்போது கவியின் களை பூர்ணமாகத் தேங்கியிருந்தது. கண்கள் மூடியிருந்தன.

சற்று நேரம் மௌனமாக உட்கார்ந்தேன். சுந்தரப்பையரும் சந்தடி செய்யாமல் என் அருகில் வந்து உட்கார்ந்தார்.

திடீரென்று கைலாசம் கண்விழித்தான். தலையணை மீதிருந்த தலையை நிமிர்த்திச் சுற்றுமுற்றும் பார்த்தான். 'மோகினி! மோகினி!' என்று இருமுறை கூவினான். ஆ! தங்கக் கம்பிபோல் எப்படி இழைந்தது அவன் குரல்! காம்ரா உள்ளின் எதிரொலி, "மோகினி" என்று பதில் அளித்தது. மறுபடியும் "மோகினி!" என்றான்.

மாமனுக்குத் தாங்கவில்லை. "மோகினியாவதடா குழந்தாய்! நானல்லவா?... இதோ உன் உயிர்த் தோழன் சந்துரு. தெரியவில்லையா?" என்றார்.

பதில் இல்லை. கைலாசம் கீரைத்தண்டு போல் தலையைத் துவளப்போட்டான். கண்களை மறுபடியும் மூடிக்கொண்டான். எங்களுக்கெல்லாம் பிரக்ஞையற்று இருந்தவன் பேசவாவது பேசினானே என்ற தேறுதல் ஒருபுறம்; பொருத்தமில்லாமல் அரற்றினானே என்ற திகில் ஒருபுறம். பிரமை பிடித்தவர் போல் பின்னும் சில நிமிஷங்கள் உட்கார்ந்திருந்தோம். அவன் தெளியும் வழியாக இல்லை.

அறையை விட்டு வெளியே வந்து உட்கார்ந்தோம். கைலாசம் எனக்கு எழுதிய கடிதங்களெல்லாம் வரிதவறாமல் நினைவுக்கு வந்தன. 'இவனுடைய தற்போதைய நிலைமைக்கு, கடிதங்களில் கண்ட

விஷயங்கள் காரணமா... சூசனையா?' என்ற கேள்வி உள்ளத்தில் பிறந்தது. ஒருவேளை கடிதங்களில் காணாத விஷயம் ஏதேனும் இருக்குமோ என்று நினைத்து, மாமனை விசாரித்தேன். அவர் சொன்னார்.

***

சென்ற ஒரு மாத காலமாக இவனுக்கு ஊன், உறக்கத்தில் அசிரத்தை ஏற்பட்டிருப்பதைக் கவனித்தேன். கலங்கும் உள்ளத்தை இவன் முகத்தில் கண்டேன்.

என் தமக்கை இறந்துபோனபோதும், அவளுக்குப் பிறகு என் அத்திம்பேர் இறந்துபோனபோதும் கைலாசத்தைக் காப்பாற்றி வருவேன் என்று கையடித்துச் சத்தியம் செய்து கொடுத்தவன் நானல்லவா? அந்த வாக்குத் தத்தத்தைத் தெய்வ சாட்சியாக நிறைவேற்றி வருகையில் இவனுக்கு என்ன குறை இருக்கக்கூடும் என்று நான் யோசித்து யோசித்துப் பார்த்தேன்; ஒன்றும் விளங்கவில்லை.

இப்படி இருக்கும்போது ஒரு நாள் இரவில் தெருப்புறத்தில் யாரோ சண்டை போட்டார்கள், போய்ப் பார்த்ததில் விசேஷம் ஒன்றும் இல்லை. ஐந்தாறு வேலையாட்கள் போதை மயக்கத்தில் கொஞ்சம் உச்சஸ்தாயியில் பேசிக்கொண்டிருந்தனர். சரிதானென்று திரும்பிக் கதவைத் தாழிட்டுக்கொண்டு உள்ளே வந்தபோது இவனைப் படுக்கையில் காணவில்லை. ஒருவேளை கோவலன் நாடகம் பார்க்கப் போயிருக்கக் கூடுமென நினைத்தேன். மறுநாள் இரவில் – பன்னிரண்டு மணி இருக்கலாம் – கொல்லையில் பசுமாடு கத்தக் காரணம் என்னவென்று போய்ப் பார்த்துவிட்டுத் திரும்பிக் கூடத்துக்கு வந்தபோது இவனைப் படுக்கையில் காணவில்லை. 'இது என்னடா! ஒரு நாள் ஆயிற்று; இரண்டு நாள் ஆயிற்று. ஒருவருடனும் சொல்லாமல் போய்விடுகிறானே' என்று வருத்தமடைந்தேன். 'பிரம்மசாரி நீதி தவறி விட்டானோ?' என்று கூடச் சம்சயித்தேன். இருந்தாலும், அவனை நேருக்கு நேர் கேட்க என் மனம் இடந்தரவில்லை. ஒற்றன் போல் கண்டறிவோமென்று திடம் கொண்டேன்.

பத்து நாளைக்கு முந்தி வழக்கம்போல் தூங்கியவன் திடீரென்று எழுந்து யாருடனோ பேசிக்கொண்டே போவது போல் வெளியே போய்விட்டான். அவனைத் தடுக்க என் நா எழவில்லை. இது என்ன பைத்தியக்காரன் செயலாக இருக்கிறதே என்று நினைத்துக்கொண்டே தயங்கித் தயங்கி விடாமல் பின்தொடர்ந்தேன்.

கடைசியாகக் கைலாசம் நமது ஊர்க் காட்டை அடைந்து ஓர் ஆலமரத்தின் கீழ் ஊஞ்சலில் அமர்ந்தான். மாந்தோப்பில் ஆண்

குயிலும் பெண் குயிலும் இசைந்து கத்தும் இன்ப ஏக்கத்தின் தொனியுடன் சரஸப் பேச்சுக்கள் பேசிக்கொண்டிருந்தான். ஆனால், பக்கத்தில் பெண் உருவம் யாதொன்றும் காணவில்லை. எனக்கு எப்படி இருக்கும்? யோசித்துப் பார்! நான் பார்ப்பது கனவா அல்லது கைலாசம் பித்தனா என்ற ஐயம் பிறந்தது. அடுத்தாற் போல் மனத்தில் பயம் எழுந்தது. நாக்குழற, ‘கைலாசம்’ என்று இருமுறை கூவினேன். அவன் திடுக்கிட்டு ஊஞ்சலினின்றும் தொப்பென்று கீழே விழுந்து மூர்ச்சையானான். ஓடிப்போய் அருவி ஜலத்தைக் கொணர்ந்து அவன் முகத்தில் அடித்தேன். கைலாசம் கண் திறந்தான். ஆள் குறிப்பு மட்டும் உணரவில்லை. பிறகு மெதுவாகக் கையைப் பிடித்து வீட்டுக்கு அழைத்து வந்தேன். அன்றிரவு கைலாசம் என்னுடன் மற்றொரு நிழல் போல் நடந்துவந்த காட்சி என் உயிருள்ள வரையில் மறக்காது. ஆ! அவன் படுக்கையண்டை எவ்வளவு திகிலுடன் அன்றிரவு விழித்திருந்தேன்!

மறுநாள் காலை டாக்டரைக் கூப்பிட்டனுப்பி, கைலாசத்தை அவர் வசம் ஒப்பித்தேன். டாக்டருக்கு ஒன்றும் விளங்கவில்லை. “ஏதோ மன வியாதிபோல் இருக்கிறது” என்றார்.

“அவனை வீட்டுக்கு அழைத்துக்கொண்டு வந்தது முதல் இப்போது ஏதோ மோகினி என்றானே, இதைத் தவிர, இதுவரையில் ஒரு பேச்சுக்கூடப் பேசவில்லை. என்ன செய்யலாம், சந்துரு?”

இந்த வரலாற்றைக் கேட்ட என் பிராணன் துடித்தது. பிரயோசனம்?

அன்று முழுவதும், கைக்கு எட்டாத தூரத்தில் வைத்திருக்கும் பழத்துக்கு முன்பு, குழந்தைகள் நின்று கொண்டு பார்த்துப் பார்த்து ஏங்குவதுபோல் நான் கைலாசத்தின் படுக்கையண்டை உட்கார்ந்திருந்தேன். திரிகரண சுத்தியாக, ‘ஈசா! கைலாசத்துக்குப் பிரக்ஞையைக் கொடு’ என்று பிரார்த்தித்து மன்றாடினேன்.

மறுநாள் கடவுள் என் பிரார்த்தனைக்கு இரங்கினார். நான் கேட்டதைக் கொடுத்தார். ஆ! அவர் எவ்வளவு கணக்காளி! சுக்குச் செட்டி! மோசக்காரர் என்று இப்போது நினைக்கிறேன்.

ஆனால், அப்போது என்ன தெரியும்? கைலாசத்துக்குப் பிரக்ஞை வந்ததைப்பற்றி நாங்கள் கடவுளை வாயார வாழ்த்தினோம்.

நண்பன் என்னைப் பார்த்தான். வீட்டு க்ஷேமலாபங்களைப்பற்றி விசாரித்தான். அவனுடைய பேச்சு கணீரென்று இயற்கையாக இருந்தது. முகத்தில் நோயின் குறியைக் காணவில்லை. மறுபடியும் கடவுளின் கருணையை நினைத்துப் போற்றினேன்.

அன்றைத்தினம் சாயங்காலம் டாக்டர் வந்தார். கைலாசத்தைப்

பரிசோதித்தார்; "நாடிகளெல்லாம் இன்று கணீரென்று பேசுகின்றன. எனக்கு நிரம்பச் சந்தோஷம். நீங்கள் செய்த பூஜாபலன்" என்று ஆறுதலளிக்கும் பேச்சைக் காதில் போட்டார். "அப்பாடா!" என்றேன். சுந்தரப்பையரின் கண்களில் நீர் அரும்பிற்று.

டாக்டர் வந்துவிட்டுப்போன அடியோடு கைலாசம் என்னை அழைத்து கட்டிலை வெளியே முற்றத்தின் ஓரத்தில் எடுத்துப் போடச் சொன்னான். கட்டிலை எடுத்துப் போட்டதும், மெதுவாக நடந்து வந்து அதில் சாய்ந்து சிரம பரிகாரம் செய்து கொண்டான்.

அன்று பௌர்ணமி. வானம் முழுவதும் ஓர் எல்லையற்ற பால்குளமாக அமைந்திருந்தது. எட்டாக் கையில் தெரியும் மலைத்தொடர்கள் அந்தக் குளத்தின் கரைபோல் எழுந்தன. குளத்தில் மிதந்தது ஒரு பொன் தாமரை. நக்ஷத்திரங்களெல்லாம் புளிய இலைபோல் ஒளியின்றி இருந்தன. இளம் தென்றல் ஒன்று தன் பூங்கைகளால் மரங்களையும் மலர்களையும் மலைகளையும் குளங்களையும் ஒளியையும் வெளியையும் தழுவிச் சென்றது; முற்றத்தின் ஓரத்தில் படுத்திருந்த கைலாசத்தின் முகத்தையும் தடவிச் சென்றது.

நானும் சுந்தரப்பையரும் சந்தி செய்துகொண்டிருந்தோம். இருந்தாற்போல் இருந்து அமாவாசை இருட்டில் 'அவுட்' வாணம் விட்டதுபோல் கைலாசத்தின் குரல், "சாந்தமெங்கும் ததும்பி நிற்க" என்றது. நாங்கள் திடுக்கிட்டு அப்படியே டம்ளரைக் கீழே வைத்தோம். அவனைப் பார்த்தோம். அவனுடைய கண்கள் குத்தலிட்டிருந்தன. ஏதோ ஓர் உலகத்தில் லயித்த தோற்றம்! நாங்கள் கவனித்ததை அவன் சட்டை செய்யவில்லை. அவன் பாட்டுக்குப் பாடினான்:

"சாந்தமெங்கும் ததும்பி நிற்க
என்றன் காதலியே! – இம்
மனக்கடலில் புயலெழும்பிக்
கப்ப லுடைவதேன்?
தென்றல் வந்து மெல்லவீச
என்றன் காதலியே! – இத்
தென்னங்கீற்று வாள்களைப் போல்
உணர்வைத் துணிப்பதேன்?
உன்றன் முக பிம்பம் வந்து
என் முன் நிலவிட – இம்
மெய்ம்மறந்த மனமெழுந்து
ஏங்கி மாய்வதேன்?
காக்கையொன்று நாளென் றெண்ணி

என்றன் காதலியே!— இவ்
வெள்ளை இரவில் வாயைத் திறந்து
அன்பை அழைப்பதேன்?"

திடீரென்று பாட்டு நின்றது. கைலாசத்தின் கண்களில் உலகு தோன்றிய நாளாய் உள்ள ஏக்கங்களும் பிரிவாற்றாமையும் சோகங்களும் ஒருங்கே சேர்ந்து பொங்கி வழிந்தன. சுந்தரப்பையரின் கண்களில் நீர் வடிந்தது. பாவம்! ஜன்னி பிறந்த பிறகு அடைக்கலம் கடவுள்தானே!

என் மனத்தில் விசித்திரமான முரண்பட்ட உணர்ச்சிகள்! யாப்பு லக்ஷணமில்லாத காதற்பாட்டில் இவ்வளவு நுண்ணிய காவ்ய பாவம் பொருந்தி இருக்கிறதே என்ற ஆச்சரியம் ஓர்பால்; தாங்கொணாத் துயரம் ஓர்பால்; எவ்வளவு எளிய மெட்டு என்ற மகிழ்ச்சி வேறு ஓர்பால்.

நேரம் சென்றது. அப்படியே பிரமையின் உருவச் சிலைபோல் உட்கார்ந்திருந்தோம்.

எங்கிருந்தோ வந்து காற்றுப் பிசாசுகள் சண்ட வலியுடன் உலகைத் தாக்கின. கருங்குரங்குக் கூட்டம் போல் நீருண்ட மேகங்கள் வானை வந்து மூடின. பூர்ணசந்திரன் இருந்த இடம் தெரியவில்லை. குடிகாரன் போல் இரண்டொரு இடி தட்டுத் தடுமாறிச் சென்றது. மின்னல் சவுக்கடி அடித்தது.

மழை வருமோ என்று பயந்து முற்றத்தின் ஓரத்திலிருந்த கட்டிலை அப்படியே காம்ரா உள்ளில் கொண்டு போய்ச் சேர்த்தோம். ஆச்சரியப்படும்படி கைலாசம் கட்டிலை விட்டு வெளியே முற்றத்தின் ஓரத்தில் வந்து நின்றான். அவனுக்கு உள்ளே இருக்க இஷ்டமில்லை என்பது வெளிப்படை. எங்களுக்குப் பிடிவாதம் செய்ய மனம் வரவில்லை. மறுபடியும் கட்டிலை வெளியே கொணர்ந்து சுவரோரத்தில் போட்டோம். நண்பன் சிவனே என்று அதில் படுத்துக்கொண்டான்.

எங்களுக்குத் திகில். இரவு நல்லபடியாகக் கழிய வேண்டுமே என்ற பிரார்த்தனை. நாங்கள் கட்டிலண்டை விழித்திருந்தோம்.

ஜோவென்று மழை பிடித்துக்கொண்டது. மறுநாள் அதிகாலை வரையில் பொழிந்தது. இரவு முழுவதும் கைலாசம் மழையைப் பார்த்துப் புன்னகை புரிந்தான்; மின்னலைப் பார்த்துச் சிரித்தான்.

நான்காம் ஜாமம். சுந்தரப்பையர் தரையில் தூங்கிக் கொண்டிருந்தார். நான் விழித்துக்கொண்டுதான் இருந்தேன். அவ்வளவு உஷாரா யிருந்துங்கூடத் தூக்கம் முண்டிற்று; சவத்தின் தலைபோல் என் தலை ஒரு பக்கமாகச் சாய ஆரம்பித்தது. முகத்தை ஜலத்தால்

துடைத்துக்கொண்டு நிமிர்ந்து உட்கார்ந்தேன். என்ன ஆயிற்றோ தெரியவில்லை! மறுபடி திடுக்கிட்டுக் கண்விழித்தபோது மழையின் ஓசை கேட்கவில்லை. மேகங்கள் கலைந்துகொண்டிருந்தன. நாடாக் கட்டில் காலியாக இருந்தது. என் மனம் எப்படி இருந்திருக்கும்? மாமனை எழுப்பாமல் கைலாசத்தை வீட்டில் தேடினேன். பிறகு அவரை எழுப்பி இருவருமாகத் தேடினோம். பலனில்லை. பளிச்சென்று என் மனத்தில் ஓர் எண்ணம் பிறந்தது. அவரிடம் சொன்னேன்.

உடனே இருவருமாகக் கிளம்பி ஆலமரத்தண்டை போய்ச் சேர்ந்தோம். ஈரத் தரைமீது கைலாசம் படுத்துக் கிடந்தான். கண்கள் மூடி இருந்தன. இரண்டு கையிலும் இரண்டு தாமரை. எங்கே சம்பாதித்தானோ? வாயும் ஒரு தாமரை. முகத்தில் கனிந்த சாந்தம்.

எங்கள் நெஞ்சம் அடைத்தது.

கிழக்கில் பொழுது கவலையின்றி விடிந்து கொண்டிருந்தது. ஆனால் எங்களுக்கு மட்டும் விடியவில்லை!

இன்றுடன் சரியாக ஒரு வருஷம் ஆகிறது.

26. இலக்கிய வழக்கழகனர்

வழக்கமாகப் போய் வந்து கொண்டிருந்த தெருவின் கடைசி வீட்டில் இந்தமாதிரி புதிய போர்டு ஒன்று ஒரு நாள் திடீரென்று கண்ணில் பட்டது. கடிகாரம் விற்பனை செய்ய பர்மா காட்டு யானையைக் காட்டுவது போலவும், புது ஜவுளி ரகத்தை விற்க காஞ்சி ஸ்தூபியைப் போடுவது போலவும் தொழிலில் புதிய விளம்பர முறை என்று எண்ணிக்கொண்டேன். இருந்தாலும் யோசனைதான்! கம்பெனி சட்ட வக்கீல், வருமான வரி வக்கீல், வீட்டு வாடகை கட்டுப்பாட்டு வக்கீல், கிரிமினல் வக்கீல், விவாகரத்து வக்கீல், இப்படிப் பல குறிப்பிட்ட துறை நிபுணர்களைப் பற்றிக் கேள்விப்பட்டிருந்தேன். சிலருடன் பழக்கம் கூட உண்டு. ஆனால் இலக்கிய வழக்கழகனார் என்று கேள்விப் பட்டதே இல்லையே! அவர் எப்படி இருப்பார்? எந்த விஷயத்தைக் கரைத்துக் குடித்திருப்பார் என்று அறிய ஆவலாக இருந்தது!

மறுநாள் காலையில், அந்த வீதி வழியே போகும்போது நாமாக வழக்கழகனாரை அறிமுகம் செய்து கொள்வோம் என்று நினைத்துக் கொண்டு வீட்டுக்குள் சென்றேன்.

பெரிய அறை. மூன்று புறங்களிலும் புத்தகசாலை வைக்கப்பட்டிருப்பது போலே, ஏராளமான புத்தகங்கள் இரும்பு ராக்குகளில் வைக்கப்பட்டிருந்தன. இரண்டொரு ராக்குகளில் பழைய சுவடிகள்கூட இருந்தன. நடுவில் பெரிய மேஜை. அதை ஒட்டிய சுழல் நாற்காலியில் ஒருவர் உட்கார்ந்திருந்தார். ஆளைப் பார்த்தால் புதுமைக்கும் புதுமையாய், பழமைக்கும் பழமையாக இருந்தது. இளைஞர்தான்! ஆனால் தலைமயிரில் நரையோடிக் கிடந்தது. வாசனைத் தலைவலி சூழ்ந்து கொண்டிருந்தது. அவர் போட்டுக் கொண்டிருந்த உருக்கு

மூக்குக் கண்ணாடிதான் அவரை சரித்திரகாலத்து மனிதராகத் திரித்து விட்டது. உள்ளே நுழைந்ததும் வருக என்ற வரவேற்பு கிடைத்தது.

"வணக்கம்."

"வணக்கம். உட்காருங்கள்."

"ஆமாம்" என்று உட்கார்ந்தேன். பேச்சை எப்படி ஆரம்பிப்பதென்றே தெரியவில்லை. அதற்குள் அவரே ஆரம்பித்து விட்டார்.

"வழக்குகளில் புதுத் துறையைக் கண்டு தொண்டு செய்யும் நற்பணியை மேற்கொண்டிருக்கிறேன்" என்றார்.

"அதாவது, கொஞ்சம் விளக்கமாக."

"சொல்லுகிறேன்" என்று ஆரம்பித்தார். அதற்குள் அங்கு யாரோ வந்து சேர்ந்து விட்டார். வந்தவரைப் பார்த்தால், கொஞ்சம் வினோதமாக இருந்தது. யார் என்று காட்டுமிராண்டித்தனமாகக் கேட்டுத் தெரிந்து கொள்ளும் அவா எனக்கு ஏற்படவில்லை. எனவே வந்தவரை ஊன்றிக் கவனித்தேன். இதற்கு முன்பு அவரை நேரில் பார்த்ததே இல்லை என்று நிச்சயமாகத் தோன்றினாலும் மிகவும் பழக்கப்பட்ட முகமாகவே இருந்தது. பொறுத்துப் பார்த்துப் பிரச்னையை ஆள்வோம் என்று இருந்தேன்.

வந்தவரைப் பார்த்து வக்கீல் சொன்னார்.

"நீங்கள் சொன்ன புகாரைக் கொண்டு முழு விவரங்களையும் சேகரிக்க ஏற்பாடு செய்தேன். உங்கள் முதல் நூலை முன்னூறு பேர்வழிகள் உபயோகப்படுத்திக்கொண்டு பணமாக்கியிருக்கிறார்கள். ஆறு நூறு பேர் விளக்கம், அகலம், உரை, போக்கு, கருத்து வாழ்நெறி, காட்டும் வழி, இடும் கட்டளை என்று பல வசன விஸ்தரிப்புகளைச் செய்திருக்கின்றனர்."

"ஆமாம் இந்தக் கொலைகளுக்குக் கணக்கு வழக்கே இல்லை. நானே இரண்டொரு வசன விஸ்தரிப்புகளைப் பார்த்தேன். சொல்லாததை சிந்தியாததை, கனவு காணாததை எல்லாம் என் மீது ஏற்றி வைத்து விட்டார்கள். இந்தத் துயரம் தாங்கவில்லை. நிம்மதியாக இருக்க முடியவில்லை. அதனால்தான் உங்களிடம் நேற்று யோசனை கேட்க வந்தேன்."

"நீங்கள் சொல்வதெல்லாம் மெய்தான். நான் 'நோட்டீஸ்' நகல் தயாரித்து விட்டேன்."

"எங்கே?"

வழக்கறிஞர் வந்தவரிடம் ஒரு தாளை நீட்டினார். அவர் தம் மனத்திற்குள்ளாகவே படித்துவிட்டுத் தலைநிமிர்ந்து என்னைப் பார்த்தார்.

“இவரென்ன மூவேந்தர் காலத்துக் காவலர் மாதிரி இருக்கிறாரே?” என்றார்.

“இல்லை, இல்லை, இந்தக் காலத்தவர். உங்களால் ஆட்கொள்ளப்பட்ட வர்களில் ஒருவர்தான்” என்று வக்கீல் சமாதானம் அளித்தார்.

“அப்படியா? மகிழ்ச்சி” என்று வந்தவர் கூறிவிட்டுத் தன் கையிலிருந்த தாளை என்னிடம் நீட்டினார்.

பிரித்துப் பார்த்தேன். இலக்கிய வழக்கழகனார் முத்தமிழ்த் தெரு, தமிழ் கூறும் நல்லுலகம் என்று அனுப்புவோரை நோட்டீஸ் குறிப்பிட்டது. ஆனால் இன்னாருக்கு என்ற பகுதி காலியாகவே விடப்பட்டிருப்பதைக் கண்டு ஒரு நிமிஷம் தயங்கினேன்.

“இந்த நோட்டீசை அச்சடிப்பதாக உத்தேசம். தமிழ் தட்டெழுத்தில்கூட அடித்து மாளாது... அவ்வளவு பேருக்கு அனுப்பவேண்டியிருக்கிறது” என்று வழக்கறிஞர் கூறி நிறுத்தினார்.

நான் நோட்டீசைப் படிக்க ஆரம்பித்தேன்.

கட்சிக்காரர் சார்பில்,

...க்கு நாம் தெரிவிப்பதாவது:

என் கட்சிக்காரருக்குப் பன்னூற்றாண்டுகளாகச் சொந்தமான இலக்கியச் செல்வத்தை நீங்கள் சுவான்தார் அனுமதியின்றி எடுத்துக்கொண்டு வினியோகித்து வருவதில், பிரசாரத்தின் நன்னோக்குடன் காரியங்கள் செய்து வருவதற்கான அறிகுறிகளைக் காணோம். அதற்கு மாறாக நூலுக்கு 25 ந.பை. முதல் முடிந்த அளவு – தாங்கும் அளவு என்று நீங்கள் கருதலாம் – விலை வைத்துப் பையை நிரப்பிக்கொண்டு வருகிறீர். அதுபோகட்டுமென்றால் இல்லாத விஷயங்களையும் பொல்லாத விஷயங்களையும் என் கட்சிக்காரர் மீது சுமத்தி மணலைக் கயிறு திரிக்கும் வித்தைக்கு இவரைத் தூண்டுகோலாக்கி விட்டிருக்கிறீர். ஒருவர் உழைப்பில் ஒருவர் வாழ முயலும் புல்லுருவித் தனத்தைக் கண்டிக்கும் இந்தப் புதுயுகத்தில் இவற்றை எல்லாம் சும்மா பார்த்துக்கொண்டிருக்க என் கட்சிக்காரர் சம்மதிக்கவில்லை. எனவே இதன் மூலம் உமக்குத் தெரிவிப்பதென்னவென்றால் என் கட்சிக்காரருடைய செல்வ நஷ்டத்திற்கு நீங்கள் ஒரு வாரத்தில் ஈடு செய்து விடவேண்டியதென்றும், தொகை விவரத்தை என்னுடன்

நேரிடையே பேசி முடித்துக் கொள்ளலாமென்றும், அப்படி செய்யத்தவறினால் வழக்கு கண்டிப்பாகத் தொடர்ந்து கோர்ட்டு செலவுகளுடன் வசூலிக்கப்படும் என்பதைக் கண்டிப்பாய் அறியவும்.

படித்து முடித்தவுடன் வக்கீலின் கட்சிக்காரரைக் கவனத்துடன் ஆராய்ந்தேன். நெஞ்சில் இருக்கிறது, சொல்ல வரவில்லை என்பார்களே அந்தமாதிரி இருந்தது. தெரிந்த முகம் என்ற நினைப்பு. ஆனால் ஆளை நிச்சயப்படுத்த முடியவில்லை. என்ன பரிதாபம் என்று மனத்திற்குள் நினைத்துக்கொண்டிருந்தேன்.

"இந்தமாதிரி நோட்டீஸ் அனுப்ப வேறு காரணமும் இருக்கிறது" என்றார் கட்சிக்காரர்.

"அதாவது?"

"இறந்த காலத்தையே ஏன் போற்றிப் புகழ்கிறார்கள் தெரியுமா? தவறாகச் சொன்னாலும் அந்தக் காலத்திலிருந்து யாரும் எழுந்துவந்து கேள்வி கேட்கப் போவதில்லை என்ற சௌகரியம் என்பதொன்று. நிகழ்காலத்திய தகராறுகளுக்கும் பிரச்னைகளுக்கும் முடிவுகாண வேண்டிய பொறுப்பையும் பொல்லாப்பையும் இந்தச் சாக்கிட்டுத் தட்டிக் கழித்துவிட முடிகிறதல்லவா என்பது இரண்டாவது சௌகரியம். எல்லாவற்றிற்கும் மேலாக, பணத்தைச் சேர்க்க முடிகிறது. தட்டிக்கேட்க ஆள் இல்லை என்ற தைரியம்தான் எல்லாத் தீம்புக்கும் காரணம். இந்த மாதிரி நோட்டீஸ் அனுப்பி விட்டால் அவர்கள் எல்லாம் நடுநடுங்கிப் போய்விடமாட்டார்களா?"

"நல்ல யோசனைதான்" என்று நான் ஆமோதித்தேன்.

"அதனால்தான் நான் யோசனை சொன்னேன். இதற்குச் செலவுக்குப் பணம் வேணுமே" என்று வக்கீல் குறுக்கிட்டார்.

"வக்கீல்கள் முன்னால் கையை விட்டுப் பணம் போட்டுவிட்டு, பின்னால் வசூல் செய்து கொள்வார்கள் என்று கேள்விப்பட்டிருக்கிறேன்? வேண்டு மானால் புரோநோட் எழுதித் தருகிறேன்!"

"அதெல்லாம் தபால் லேபிளாகுமா? பேச்சையும் புரோநோட்டையும் நோட்டீஸில் ஒட்ட முடியுமா?" என்றார் வக்கீல்

"உங்களிடத்திலா பணமில்லை?" என்று கட்சிக்காரர் ஆச்சர்யப்பட்டுக் கொண்டார்.

"அதற்காகத்தானே தொழில் நடத்துகிறேன்... பணமிருந்தால் தொழிலதி பராகித் தனியார் துறையில் தொழிலாளர்களைக் கொண்டு நாட்டின் நன்மைக்குகந்த பல—"

“அப்படியென்றால் ஒரு காரியம் செய்யுங்கள். ‘வள்ளுவர் நவநீதம்’ என்று ஒரு அழகிய நூல் எழுதியிருக்கிறேன். அந்த நூலைப் பணமாக்கி செலவுக்கு வைத்துக் கொள்ளலாமே” என்றார் கட்சிக்காரர்.

“ஓ... பேஷாக, இந்தமாதிரி நூல்களும் பணமும் ஒன்றே” என்று கட்சிக்காரர் நீட்டிய நோட் புத்தகத்தை வக்கீல் வாங்கிக் கொண்டார். அதற்குப் பிறகு விடைபெற்றுக் கொண்டு – என்னிடத்திலும் கூடத்தான் – கட்சிக்காரர் வெளியே போய்விட்டார்.

இனிக் கேட்பதில் மரியாதைக் குறைவொன்றும் இல்லை என்று இவர் யார் என்றேன்.

“இவரைத் தெரியாதா? வான்புகழ் கொண்டவரைத் தெரியவில்லை என்றால் ஆச்சர்யமாய் இருக்கிறதே... இவர்தான் திருவள்ளுவர்” என்று வக்கீல் நிறுத்தினார்.

“இவரா? சடைமுடி, யோகப் பட்டை ஒன்றையும் காணோமே?” என்று திடுக்கிட்டுக் கேட்டேன்.

பதில் கிடைக்கவில்லை. வக்கீல், அறை ஒன்றையும் காணோம். விழித்துக்கொண்டு நாற்புறமும் பார்த்தேன். ஆபீஸ் மேஜைமேல் மதிப்புரைக்கு வந்திருந்த புத்தகங்கள், மலைபோல் குவிந்திருந்தபடி என்னைப் பார்த்துச் சிரித்தன!

27. கணபதி துணை

நூற்றி முப்பது டிக்ரி வெய்யில். ஆனால் பறக்கும் பறவைகள் சுருண்டு செத்து கருகி விழவில்லை. ஒருவேளை டிக்ரி கணக்கு தப்பாக இருக்கலாம். அல்லது உயிர் இந்த டிக்ரியில் வாழும் வல்லமையைப் பெற்றிருக்கலாம்.

எனக்கென்னவோ டிரங்க்பெட்டி மூடியைத் திறந்தது போல் மண்டை வெடித்துப் போய்விட்டது. பயணத்தை நிழலின் இடையீடின்றித் தொடர முடியாதென்று பட்டுவிட்டது. நல்லவேளையாக, பிள்ளையார் கைகொடுத்தார். ரொம்ப இடியாத பிள்ளையார் கோவிலும் முன்னால் முளைத்திருந்த செவ்வரளிச் செடிகளும் ஆதரவாய் அழைத்தன.

அம்மாடி! எவ்வளவு மிருதுவான மயிலிறகு தடவுகிறது. டிரங்க்பெட்டி மூடிக்கொண்டு விட்டது. கண்கூட மூடி உள்ளே ஆழ்ந்து கனலில் வெந்தவனுக்கு ஆறுதலளித்து விசிறிக்கொண்டிருந்தது.

"அடே பையா?"

"ஏன்?"

"உன்னை இல்லேடா. ஏய் உன்னைத்தாண்டா!"

பிள்ளையார் காது அசைந்தது, "இதோ பார்த்தாயா. அவனை. கோழி கிளறிப் பார்ப்பது போல வேலிக் காலில் எதையோ தேடுகிறானே – அவனை."

"ஊம். பார்த்து விட்டேன்."

“அவன் தாயார் வந்திருந்தாள். பழுத்த பழம். அவள் புருஷன்கூட காம்பில் சுழன்று சுழன்று கொண்டிருக்கிறானாம். அவர்கள் மகன்தான் இந்தப் பயல். பயல் என்றால் பன்னிரண்டிருக்கும் என்று நினைத்து விடாதே. இருபத்தி ஐந்து வயதிருக்கும், கூழைப் பாம்பு. கறட்டு ஓணான். அவனுக்கு ஒரு வேலை வேணுமாம். இத்தனை நாளாய் அவர்கள் சம்பாதித்துப் பொழுதை ஓட்டிவிட்டார்கள். இனி இவன் சம்பாதிக்காவிட்டால் பட்டினிதானாம். கூலி வேலை திருட்டு புரட்டிலே, வண்டி இனிமே ஓடாதென்று சத்யம் வைத்துவிட்டாள். அவன் காலைப் பார்த்தாயா… ஈர்க்குச்சி மாதிரி? பிறவி அப்படி, இவனுக்கு யாரும் வேலை தரமாட்டேன்கராங்களாம். நீதான் கதி என்று வந்து கழுத்தைக் கட்டிக்கொண்டு விட்டாள். காலைப் பிடித்தா லாவது உதறிவிட்டுப் போகலாம். முத்தம் கொடுக்க வருகிறாப்போல கழுத்தைக் கட்டிக்கொண்டால்? இந்தப் பழம் வந்து கொஞ்சினது நச நசவென்று ஈ மொய்க்கிறது போல் இருந்தது. இவனுக்கு ஏதாவது வேலை பார்த்துக் கொடு. இல்லாதபோனால் என்னை முத்தமிடாமல் விட மாட்டாள்.”

“சரி அப்பா.”

“நிச்சயமாய்…”

“அசையாதவன் பொய் ஏனப்பா சொல்லப் போகிறான்? அசைந்தால் இசைய வைக்கவேண்டிவரும். இசையவைக்கப் போனால்தான் பசைவேணும்.”

“அப்பொழுது சரி…”

யார் எங்கிருந்து பேசினதென்று எனக்குத் தெரியவில்லை. என்னை இல்லை என்று அதட்டிவிட்டதால் பிள்ளையார் பதில் சொன்னார் போலிருந்தது. அவருக்குத்தான் என்றும் உடனே நிச்சயமாகிவிட்டது.

கண்ணைக் கசக்கிக்கொண்டு அகல விரித்துப் பார்த்தேன். எதிரே குட்டி யானை ஒன்று குச்சியைத் துதிக்கையில் வைத்துக்கொண்டு நின்றது தெரிந்தது. பக்கத்தில் கிருதா மீசை மாவுத்தன் நின்று கொண்டிருந்தான். யானைக்கு அரளிச்செடி நிழல் வேணுமா, போதுமா? ஆனால் மாவுத் தனுக்கு வேணும். அப்போதுதான் கறட்டு – ஓணான் மாவுத்தன் கண்ணில் பட்டான்.

“தம்பி இங்கே வா.”

அவன் கால்களைத் தயங்கித் தயங்கி வைத்துக்கொண்டு அருகில் வந்தான்.

"என்ன பண்றே அங்கே?"

"தேடறேன்"

"எதை?"

"ஏதாவது கிடைக்குமா இன்னுட்டுத்தான்."

"சரி... யார் நீ?"

"நான் வெறும் பயல், தெருமுனைத் திண்ணையிலே இருக்காங்களே அவுங்க மவன். ஒலகத்திலேயே எனக்கு வேலை இல்லேன்னுட்டாங்க. இங்கே தேடறேன்."

"ஒன்னை மாதிரி ஆளைத்தான் நானும் தேடிக்கிட்டு வர்றேன். நீ வந்து எங்கூட இருந்துக்க. நீ ஒண்ணும் செய்யவேணாம். கூப்பிட்ட குரலுக்கு ஹூம்ன்னு போதும். நான் யானையோடெ போனா கூட வா. குளுப்பாட்டினா கரையிலே நில்லு. நாணலை கீணலை புரட்டிப் போடு, தெரிஞ்சுதா?"

"சம்பளம்?"

"சம்பளமில்லாமெயா? ஒனக்கு அவுங்களுக்கு மூணு பட்டை சோறு மூணுவேளை தாரேன். இன்னம் என்ன வேணும்?"

"சின்னதா இருக்குமா... பெரிசா இருக்குமா?"

"பாரேன் தெரியுது..."

ஆடிக்கொண்டிருந்த யானைக்குட்டி கால்கடுப்புக்கு அறிகுறியாக நகர ஆரம்பித்து விட்டது. யானையின் மனம் அறிந்த மாவுத்தன் வாடா என்று கிளம்பிவிட்டான். யானைக் குட்டிக்கு மாத்திரம் என்றில்லாத பொது அழைப்பு. சம்பள நிபந்தனையும் பரவாயில்லை. கறட்டு ஓணானும் கிளம்பிவிட்டான்.

வழியிலே சின்ன தென்னந்தோப்பு. தோப்பைக் கண்டதும் யானை நிழலுக்கு நின்று விட்டதென்று மாவுத்தன் நினைத்தான். தோப்பில் யானைக்குட்டி வந்து நின்றதைப் பார்த்த வள்ளி குழந்தையைத் தூக்கிக்கொண்டு அவசரமாக வெளியே வந்தாள். குழந்தைக்கு யானையைக் காட்டிக்கொண்டே குடிசைக்குள் குரல் கொடுத்தாள். 'இந்தா, யானைக்குட்டி வந்திருக்கு, இளநீர் பறிச்சுப்போடு.'

சோம்பல் முறித்துக்கொண்டு முருகன் வெளியே வந்தான். "நம்ப யானை! என்ன மாவுத்தரே சொகமா? பிள்ளையாரு ருசிகண்டுக்கிட்டாரு. சித்ரா பௌர்ணமிக்கு போகக்குள்ளே இந்த தோப்பிலே வந்து

நின்னீங்களே... நான் இளநீர் பறிச்சுப் போட்டேனே... நெனைப்பு இருக்குங்களா? உங்களுக்கில்லாட்டியும் யானைக் குட்டிக்கு இருக்குது. பாருங்களேன் கையை வளைச்சு எப்படிக் கேக்குது... ஒரு வருஷம் இருக்குமா குட்டி?"

"இருக்கும்."

"மவனுக்கும் சரியா ஒரு வருசமாவுது. என்னமா பாக்கிறான் பாருங்க."

முருகன் அலக்காலே இரண்டு இளநீரை லாகவமாகப் பறித்துத் தென்னைப் போர்மீது தள்ளினான். பெரிய யானையாய் இருந்தால் அப்படியே கொடுத்து விடலாம்; குழந்தை. மட்டையை உரித்து தேங்காயை யானைக்குட்டியிடம் கொடுத்தான். யானை தேங்காயைத் தின்ற பிறகு மாவுத்தன் கிளம்பினான்.

"ஏன் மாவுத்தரே... மணியைக் காணோம்?"

"இதோ இருக்கு பார்" என்று யானை மேலிருந்த பையிலிருந்து மணியை எடுத்து யானையின் இருபுறமும் தொங்கப் போட்டான். வீட்டுக்குள் கோட்டும் தலைப்பாகையுமா உட்காரலாமா? அதிகாரம் நடத்தும்போது அங்கம் வேண்டும். மாவுத்தன் நியமத்தை மீறுவதில்லை. வெய்யில் தாழ்ந்துவிட்டதால் அதிகாரக் கோலம் பூணவேண்டியதுதானே!

கறட்டு ஓணான் இதுவும் ஒரு அதிசயமா என்று பார்த்துக் கொண்டிருந்தான். ஆரம்பப் பாடமெல்லாம் பிரமிப்பாய், பயமாய், அதிசயமாய், புதுசாக இருக்கத்தானே செய்யும்.

தெரு வந்து விட்டது. தெரு வருவதற்குள் மணி ஓசை போய்விட்ட படியால் வீடுகளிலிருந்து பெண்களும் குழந்தைகளும் வெளியே உருண்டோடி வந்தனர்.

முதல் வீட்டுக்குப் போனதும் யானைக்குட்டி தானாகவே நின்று விட்டது. வாடிக்கை வீடு! நெற்றியில் விபூதியும் முகத்தில் மஞ் சளுமாக ஒரு பெண் சின்னக் கூடையில் அரிசியும் வெல்லமும் பத்து மிளகுடன் கலந்து எதிரே வைத்தாள். யானைக்குட்டி கூடை விளிம்பைத் தொட்டுப் பார்த்துவிட்டு கையை உள்ளே விட்டது.

"ஏன் மாமா? மொளவு எதுக்கு?"

"வெறும் அரிசி உடம்புக்காகாது?"

"யானைக்குக் கூடவா?"

"ஒங்க தாத்தாவுக்குக்கூட."

அவனுக்கு ஒரு மாதிரியாகி விட்டது. தெரியாததைத் தெரிந்துகொள்ள விரும்பினால் பரிகாசமா? இருக்கட்டும்.

“என்ன மாவுத்தரே... அந்தப் பையன் யாரு?”

“புச்சு. எனக்கும் யானைக்கும் துணை. குளுப்பாட்ட தேய்க்க மேய்க்க.”

“ஆனா மேய்ப்பீங்களா?”

“அதொரு வார்த்தைக்கு. எவ்வளவோ சொல்றோம். செய்யறோம்களா? அது ஒரு இது...”

இப்படி ஆரம்பித்த உத்யோகம் வேளை தவறாமல் கோவில் பிரசாதத்தைக் கொண்டுவந்து சேர்த்தது: அவர்கள் மூவருக்கும் போதும். இப்பொழுது விடிந்து விட்டது. அவனும் அப்பன் ஆயிக்கு சோறு போட்டு விட்டான். ஆறுமாதத்திற்குப் பிறகு சம்பாதிக்கவே ஆரம்பித்து விட்டான்.

“இதப்பாரம்மா. வாயப்பயம் கொடுத்தா வாங்கித் திங்குதே. இந்தா காசு மாவுத்தரே!”

“அதுகிட்டவே குடு பாப்பா.”

“மாட்டேன் மாட்டேன். அது துண்ணூடும், தொண்டையிலே அப்புறம் சிக்கிக்கும்.”

“சும்மா குடு. திங்காது.”

குழந்தை கொடுத்த காசை வாங்கிக்கொண்டு சலாம் வைத்துவிட்டு, காசை மாவுத்தனிடம் கொடுத்துவிட்டது. அவன் வாங்கி மடியில் கட்டிக்கொண்டபொழுது சில்லறை புரளும் ஓசை கேட்டது.

“பாத்தியா அம்மா. எவ்வளவு கெட்டிக்கார யானைக் குட்டி, என்னைப் போல மண்ணெண்ணெய்க்குக் குடுத்த காசை வழியிலே போட்டுட்டுத் தேடாமெ. அதுக்கு எல்லாம் நல்லாத் தெரியுதே.”

“அது பிள்ளையாரில்லே.”

பிறகு குழந்தையின் தாயார் ஒரு பொட்டுக் கூடையில் அரிசி கொண்டு வந்து யானையின் முன் வைத்துவிட்டு ஏதோ மறந்தாப்போல உள்ளே போய்த் திரும்பினாள்.

“அம்மா, அந்தக் கறட்டு ஓணான் இருக்கு பாரு. அரிசியைத் துணியிலே எடுத்து மடியிலே கட்டிக்கிட்டுது. வவுத்தே பாரு பிள்ளையார் மாதிரி.”

“ஏண்டா யானைக்கு அரிசி வச்சால் நீ எடுத்துக்கிட்டே?”

"இல்லீங்க அம்மா. வூடுவூடா தின்னுக்கிட்டு வருதே. இதையும் தின்னா பச்சிலையைத் தேடிக்கிட்டுப் போறவன் நானல்ல.."

"இதை நீ எடுத்துப்பியா?"

"நான் ஏன் தொடறேன்? கோவில்லே இதுக்கு காலை ஒரு வேளை, மாலை ஒரு வேளை அரிசி பருப்பு வெல்லம் மிளகு. பாக்கி வேளைங்களிலே – இதை வப்போம்."

"பொய் சொல்லாதே."

"பொய் சொன்னா நாக்கு புழுத்துப் போவாது?"

* * *

"இன்னிக்கு ரெண்டு பிடியாடா?"

"பின்னெ."

"மாவுத்தன் கண்டுக்கிடமாட்டான்?"

"அவன் ஏன் மூச்சு காட்றான்? எனக்கொரு நாள். அவனுக்கு ஒரு நாள். தினம் அவனுக்குக் காசு வேறெ. எனக்கு அதிலே பங்கா தர்றான்? இன்னம் என்ன கொள்ளை...? என்னை அவன் சொன்னா அவனைப் போய் தர்மகர்த்தாகிட்டே சொல்லி தொலைச்சிட மாட்டேன்?"

"அப்பொ ரெண்டு பேருமா விபூதி போடற யானைக்கு நாமம் சாத்துறீங்க?"

"நல்லாச் சொன்னே. அதான் கடவுள் ரகசியம். இதெல்லாம் ஓங்களுக்குப் புரியாது. அது பிள்ளையாரு அல்ல. தெருவிலே போனா அதுக்கு வவுறு நிறைஞ்சு போவுது. எங்களுக்கும் சம்பாராதனை ஆவுது. ஒரு கல்லுலே ஒன்பது காயை அடிக்க மனுசனாலே முடியுமா? சாமி அல்ல, பிள்ளையார். பிள்ளையாருக்கு நாமம் போட நம்மாலே ஆவுமா? புரியுதா?"

நல்லாப் புரியுது என்றார்கள் பெற்றோர்கள். அது கிண்டலாக அவனுக்குப் படவில்லை. காதைப் பிடித்துக்கொண்டு இரண்டு தோப்புக்கரணம் போட்டு தன் விசுவாசத்தைக் காட்டினான்.

அப்பொழுது யானைக் குட்டி வீறிட்டுக் கத்திற்று. யானைப் பாகன் என்ன செய்தானோ!

இந்தச் சத்தம் கேட்டுத் திடுக்கிட்டு உருண்டேன்.

இப்பொழுது 104 டிக்ரி வெய்யில் இருக்கும். பிள்ளையார்தான் இருக்கிறார். நானும்தான் இருக்கிறேன். பயணம் புறப்பட இன்னம் கொஞ்சம் வெய்யில் இறங்கணும். அதுவரையில் இங்கேயேதான்.

அரளி மலரின் வாசனை லேசாக வீசிற்று.

என் கால் ஈர்க்குச்சிபோல் தோன்றுகிறது. ஆனால் நான் மாவுத்தன் என்ற சந்தேகம் மட்டும் விடவில்லை.

28. முதல் பிடில்

நடுநிசி, ஒரு சின்னக்குரல் – குழந்தை கத்துவது போல, ஒரு நீண்ட எதிர்க் குரல் – சமாதானம் சொல்லுவது போல. சின்னக் குரல் பழுத்து வேதனை அடைந்தது. எதிர்க் குரல் ஏங்கிக் கனிந்து ஓலமாயிற்று. தெருவாசிகளின் தூக்கம் கலைந்தது. ஒவ்வொருவராக எழுந்து மாடியிலிருந்து இருளில் கூர்ந்து பார்த்தனர். முதலில் ஒருவர் கண்ணிலும் ஒன்றும் படவில்லை. ஆனால் திகிலை விளைவிக்கும் அந்த ஓலம் மட்டும் நிதானமாய் போகப் போக உயர்ந்து கொண்டே போயிற்று. கடைசியில் அந்தக் குற்றவாளிகள் தட்டுப்பட்டார்கள், இரு காதலர்கள்! ஒரு வீட்டின் கூரையின் மேல் உட்கார்ந்து காதலியைக் கூவி அழைத்துக் கொண்டிருந்தது ஆண் பூனை. நாலு அடி தூரத்தில் ஒரு ஜன்னலின் உட்புறத்திலிருந்து பெண் பூனை ஆறுதல் சொல்லிக்கொண்டிருந்தது. அந்தக் காதலர்களுக்கு இனிப்பான அந்தச் சல்லாபம், தெருவாசிகளுக்கு கர்ணகடூரமாய் இருந்தது.

"சூ... சூ" என்று ஒருவர் மாத்தி ஒருவராகக் கத்தினார்கள். காதலுக்குக் கண் மட்டுமல்ல, காதுகூட கிடையாது போல் இருக்கிறது. பூனைகள் இருந்த இடத்தைவிட்டு நகரவுமில்லை. காதல் தீ மூளப் பாடுவதை நிறுத்தவுமில்லை.

நிமிஷத்திற்கு நிமிஷம் பாட்டு ஓங்கி, இரவின் நிசப்தத்தில் பயங்கரத்தின் பிரத்யக்ஷ உருவாயிற்று. வந்த ஆத்திரத்தில் தெருவாசி ஒருவர், எதையோ எடுத்து பூனையைப் பார்த்து விட்டெறிந்தார். அதற்குப் பிறகு எழுந்த குரல் ஒரு நீண்ட ஓலம் மாதிரியிருந்தது. அவ்வளவுதான், அப்புறம்

ஆண் பூனையின் குரல் கேட்டகவில்லை. மீளவும் நடுநிசியின் மோனம்... மறுநாள் காலை மாடியில் ஒரு ஆண் பூனை செத்துக் கிடந்தது. வீட்டுக்காரர் அதைத் தூக்கிக் கொல்லை மைதானத்தில் எறியச் சொன்னார்.

பூனையின் சவம் மெத்தென்ற பொருள் மீது வந்து விழுந்தது.

"என்ன மேலேவந்து விழுகிறாய்" என்றது அந்த மெத்தென்ற பொருள்.

"கோபித்துக் கொள்ளாதே... நான் வேண்டுமென்று செய்யவில்லை. பிசகு அந்த வீட்டு மனுஷன் மேலே" என்று சமாதானம் சொல்லிவிட்டு, பூனையின் உடல், மேலே கேட்டது. "அது போகட்டும், என்னைப்போல நீயும் ஏதாவது செய்துவிட்டு இந்தமாதிரி தண்டனை அடைந்தி ருக்கிறாயா என்ன – மைதானத்திலே ஈ மொய்த்துக் கிடக்கிறாயே?"

அங்கே கிடந்தது செத்துப்போன பந்தயக் குதிரை ஒன்று.

"என் எஜமான் ஒரு இந்தியன். பந்தயப் பித்து. எனக்கு முந்தி எத்தனையோ குதிரையை வாங்கி வளர்த்து, பந்தயம் ஓட்டியிருக்கிறான். ஆனால் அவனைப் பிடித்த துரதிருஷ்டம் ஒரு தடவைகூட ஜயிக்கவில்லை. ஜயம் தான் கிட்டவில்லையே, இந்த விஷயத்தை அடியோடு மறந்துவிடக் கூடாதா? அதுதான் இல்லை. கடைசித் தடவை என்று சபதம் கூறிக் கொண்டு தன் சொத்து முழுவதையும் விற்று என்னை வாங்கினான். எனக்காக அவ்வளவு கஷ்டநஷ்டப்பட்ட மனிதனுக்கு நான் துரோகம் செய்யவில்லை. பந்தயத்தில் முதலாவதாகவே வந்துகொண்டிருந்தேன். ஜனங்களுடைய உற்சாகத்தையும் என் எஜமானருடைய கர்வத்தையும் வர்ணிக்கத்தரமல்ல. பந்தயம் முடியும் இடம் வந்தது. என்ன காரணத்தாலோ என் கால் தடுமாறிக் கீழே விழுந்துவிட்டேன். முன்னங் கால் இரண்டும் என்னாயிற்றோ, எழுந்திருக்க முடியவில்லை. நான் கீழே விழுந்ததும் இரண்டாவதாக வந்துகொண்டிருந்த இரும்புவர்ணக் குதிரை ஜயித்து வெற்றிமாலை சூடிற்று. என் எஜமானன் பந்தய வெறியன் அல்லவா? என்மீது பிறந்த வெறுப்பில் கைத்துப்பாக்கியால் அந்த இடத்திலேயே சுட்டுப்போட்டுவிட்டு திரும்பிப் பார்க்காமல் போய்விட்டான். அதுமுதல் அவனுக்குப் பித்துப் பிடித்து விட்டதாம். இந்த மைதானத்தில் என்னைத் தூக்கி எறிந்து விட்டார்கள். ஒரு வாரமாக இங்கே கிடக்கிறேன் கேட்பாரற்று. இப்பொழுது நீ வந்து சேர்ந்திருக்கிறாய்... தோழனாக" என்று சொல்லி நிறுத்திற்று குதிரையின் சவம்.

"அப்பொழுது சரிதான். என்னைக் கொன்றவன் மீது பழிவாங்க வேண்டுமென்று நினைத்துக்கொண்டேன் – நீ சொல்வதைப் பார்த்தால் மனித ஜாதியையே பழிவாங்க வேண்டுமென்று தோன்றுகிறது. எப்படிப்

பழிவாங்குவோம் சொல்லு" என்றது பூனை.

"நாம் பழிவாங்க யோசிக்கவேண்டாம். தானாக நடக்கும் பார்! மனிதன் மண் மீது இருக்குமட்டும் நம்மை மறக்க முடியாமல் ஆகிவிடும்... பாரேன்."

"எனக்கென்னவோ இதில் நம்பிக்கை இல்லை. வசவுக்கு வசவு, பிறாண்டலுக்குப் பிறாண்டல், கொலைக்குக் கொலை – இதுதான் நான் அறிந்த சட்டம்."

"பின்னொரு சட்டமும் உண்டு. மரத்தை வெட்டுகிறார்களே, அதற்காக, கோடாலிக்காரனுக்கு நிழல் தர மாட்டேன் என்கிறதா?"

"இதெல்லாம் மனிதன் சொல்லுகிற கட்டுக் கதை. எனக்குப் புரியாது. என் கருத்தை அப்பொழுதே சொல்லிவிட்டேன்... பிறகு உன்னிஷ்டம். ஆனால் ஒன்று. நான் மாத்திரம் தனித்து நின்றால் என்ன செய்ய முடியும்? நீ சொல்கிறபடி கேட்கிறேன்."

"வா வழிக்கு, நாம் இருவரும் மனம் ஒத்து சும்மா கிடந்தால் அதுவே பழி வாங்குவதற்கு மேல் பலனளிக்கும் பாரேன்..."

இரண்டு மூன்று நாளைக்குப் பிறகு, அந்த மைதானத்தின் வழியாக வந்தான் ஒரு பித்துக்குளி இந்தியன். வாய் ஓயாமல் குதிரைகளைப் பற்றிப் பாடிக்கொண்டிருந்தான். மைதானத்து ஓரத்தில் ஒரு பெரிய மரம் வளர்ந்திருந்தது. அதன் அடிபாகத்தில் போய் நின்றுகொண்டு, குதிரைகளைப் பற்றி ஓர் ஆவர்த்தம் வைது விட்டு, ஒரு பத்து கஜம் விழுந்தடித்து ஓடினான்.

குதிரையின் சிதைந்த உடல் கண்ணில் தட்டுப்பட்டது. அதன் அடர்ந்த வெள்ளை வால் மயிர் அவன் கவனத்தை இழுத்தது. ஒரு பிடிமயிரை உருவி எடுத்துக்கொண்டு ஓடினான் பூனையண்டை. கம்பிகள் போல் இறைந்து கிடந்த நரம்புகள் தடுக்கிவிட்டன. அவற்றில் நாலைந்தைப் பொறுக்கி எடுத்துக்கொண்டான். நடு வழியிலே, பொன் வர்ணத்தில் ஒரு பிரம்பு கிடைத்தது. அதை எடுத்து குதிரை வால் மயிரால் நடுவில் கட்டினான். நான்கு கஜத்திற்கப்பால் ஒரு காய்ந்த மரமொன்றிருந்தது. அதனடிப் பாகத்தில் ஒரு பொந்து. அங்குபோய் உட்கார்ந்தான். கை விஷமம் செய்ய ஆரம்பித்தது. கையிலிருந்த நரம்பை எடுத்து பொந்தின் வாயில் நெடுக்காகக் கட்டினான். வில்லை எடுத்துக் குறுக்காக இரண்டு தரம் இழுத்தான். சுத்தமான ஸ்வரங்கள் எழுந்தன. அனாயாசமாக பிறந்தது ஒரு புதிய சங்கீத வாத்யம். அதுதான் முதல் பிடில்!

29. இரட்டை விளக்கு

வீட்டுக்கு வெளியே ஆறு பெரிய தேக்சாக்களை அடுப்பில் ஏற்றி யிருந்தார்கள். கபந்தன் மந்திரவாதியாகி நெருப்பைக் கக்க ஆரம்பித்தது போல் அடுப்புகள் எரிந்து கொண்டிருந்தன. தங்கம் உருகி ஓடும் வர்ணத்திலிருந்து சூரிய வெண்மைக்குத் தீ மாறிக்கொண்டிருந்தது.

ஏழை பாழைகள் நிறைந்த தெரு. மாலை நேரம் கூடுகளுக்குப் பறவைகள் கும்பலாகக் கலகலப்பாகத் திரும்புவது போல வேலை ஆட்களும் தொழிலாளிகளும் குடிசைகளுக்குத் திரும்பிக்கொண்டிருந்தனர்.

"என்ன இவுங்க ஊட்டிலே?"

"தெரியாதா உனக்கு? ஆமாமாம். நீதான் அப்பொழுது ஊருக்குப் போயிருந்தியே. சந்தனம் பிள்ளை இல்லே, அவரு வப்பாட்டி காலமா யிடுச்சி. இன்னிக்கு நாப்பத்தி அஞ்சாம் நாள்."

"நாப்பத்தி அஞ்சாம் நாளைக்கு இந்தமாதிரி நாம்ப எங்கே செய்யறோம்? எதுனாச்சும் இருக்கட்டும். திறந்த வெளியிலே சோறு எப்பொ பொங்கறோம்? கோயிலிலே, முன்னாலே திறந்தவெளியிலே பொங்கப் பானை வக்கறோமே. அது ஒண்ணு. மாட்டுப் பொங்கலப்போ கொட்டிலிலே திறந்த வெளியிலே சூரிய நாராயண மூர்த்திக்குப் பொங்கப் பானை வக்கறோமே – அது ஒண்ணு. அவ்வளவுதான் வீட்டுவாசல்லே வக்கற வளமை இல்லியே! மறந்திட்டேன். அந்தப் பொம்பிள்ளை வேறே மதமில்லே?"

“ஆமாம் ஆமாம். அந்த மதத்திலே அப்படி வச்சிருப்பாங்க. இல்லாட்டி ஒண்ணைப் பார்த்து ஒண்ணு. இதுக்கெல்லாம் தடைச் சட்டமா?”

“அது இருக்கட்டும். எப்பிடி செத்துப் போச்சு? நான் ஊருக்குப் போறப்போ நல்லாத்தானே இருந்தாங்க?"

"சாவறதுக்கு ஒரு கணக்கா? சாவற அன்னிக்குச் சாயங்காலம் நான் கூடப் பார்த்தேன். கொத்து வேலையை முடிச்சுட்டு ஊட்டுக்குத் திரும்பி வர்றப்போ அவுங்க மாடியிலே ரொம்ப ராங்கியா நின்னு தெருவைப் பாத்துக்கிட்டு இருந்தாங்க. ரவைக்குப் பத்து மணிக்குப் போயிட்டாங்கன்னு ஆஸ்பத்திரியிலேருந்து கொணாந்துட்டாங்க."

"அப்போ ஊட்டிலே சாவல்லியா?"

“ஊஹூம். மயக்கம்னாங்கன்னு ஆஸ்பத்திரிக்கு அழைச்சுக்கிட்டுப் போனாங்க. கதை முடிஞ்சு போச்சுன்னு ஊட்டுக்குக் கொணாந்துட்டாங்க. சாவறதுக்கு ஒரு கணக்கா?”

“சரி. அப்போ என்ன சீக்கு?”

“அதை யார் கண்டா? கடவுளுக்குத்தான் வெளிச்சம். டாக்டருங்க முளைச்ச பிறவு கடவுளுக்குக்கூட வெளிச்சமோ இல்லியோ? ஆளுக்கு ஒண்ணாச் சொல்றாங்க."

“அதெல்லாம் போவட்டும். ஏழை பாழைங்களுக்கு இதிலே ஒரு கவளமாச்சும் கிடைக்குமா?"

“வாசத்தை எடுத்துக்க அவுங்களைக் கேக்க வேணாம். சோறு தர்ற சமாசாரம் எப்படியோ! சந்தனம் பிள்ளை இதிலே ரொம்ப உடைஞ்சு போயிட்டாரு. அதோ பாரேன் – படிக்கட்டுலே உக்காந்துக்கிட்டு நெருப்பையே பாத்துக்கிட்டு. அவரு மொவத்தைப் பாத்தா, கிணத்திலே கயித்தை விட்டுத் தேடறாப்பிலே அல்ல தோணுது? வீட்டுக்குப் போயிட்டு வந்து கவளம் கிடைக்குமா – பாப்போம்.”

தெருவிலே பேசியவர் கூறியது போல, சந்தனம் பிள்ளை அடுப்புத் தீயை வெறிக்கப் பார்த்துக் கொண்டிருந்தார். கன்னத்திலிருந்து காதோரம் வரை போயிருந்த வெட்டுக்காயமும் பார்த்துக்கொண்டிருந்தது போலி ருந்தது. கருவிழிகள் ஒருமைப்படாமல் விலகி உள்ளே நிலைத்திருந்தன; உள் பார்வையின் புறநிலை.

“ஒரு கோடி காட்டாமல் போயிட்டியே! காட்டியிருந்தால் மட்டும் என்ன? கறந்த பால் முலை புகாதுன்னான். முந்தி ரெண்டு தரம் தப்பிச்ச தைரியம் – அப்படித்தானே? அப்பவே சொன்னேனே, தாய்க்கு ஒளிச்ச சூல் வேணாமின்னு. தும்பை விட்டுப்பிட்டு வாலைப் பிடிக்கிற கதை

ஆகப்போவுது இன்னேன். நீ கேக்கல்லை. முன்னைப் போல ஜெயமா யிடுச்சுன்னா சொல்லிக்கலாமுன்னு பாத்தே. இப்போ? என்னதான் ஒண்ணாப் போயிட்டாலும் நீ ரெட்டை விளக்கு. ஒனக்குன்னு தனிப் பாதை, தனி இருட்டு. நான் மாத்திரம் ஒசத்தியா? எனக்கும் இருட்டு, தனிப் பாதை. ரெட்டை விளக்கு... நான் செஞ்சது தப்புத்தான். சிவனேன்னு நீ சொன்னபடி செஞ்சிருக்கணும். நான் என்ன பண்ண? பாட்டன் முப்பாட்டன் பாதை விட்டுப் போகமாட்டேன்னு புளியமரப் பிசாசுமாதிரி மனசிலே குந்திக்கிட்டு ஆடு ஆடுன்னு ஆடினா நான் என்ன பண்ண? ஆனா, பாட்டன் முப்பாட்டன் இந்த மாதிரி செஞ் சானா இன்னு கேட்டா, பிசாசு வாயைத் தெறக்குதா? இருக்கிறது ஒரு மனசு. இதுக்குள்ளார தொண்ணூத்தி எட்டு திருட்டுத்தனம். விபூதி பூசிக்கிட்டுக் கையெடுத்துக் கும்பிட்டா என்ன? வெறும் நெத்தியோடெ ஞாயித்துக்கிழமை தேவாலயத்திலே மண்டி இட்டா என்ன? ஆத்துத் தண்ணி கடல்லே விழாமெப் போயிடுமா? இந்தத் தெளிவு அப்பொ வந்திருந்தா? ஆனா இருட்டுக்கப்பறந்தானே நிலம் தெளியுது? நீயாவது தைரியமாத் துணிஞ்சு வீட்டிலேயே வச்சுக்கிட்டயே. கோடி வரையிலே துணிஞ்சுட வேண்டாம். பாதி சுரைக்காய் விதைக்கு வச்சுக்கிட்டே."

மிடுக்காக வேறு இளைஞர்கள் தெருவில் சென்று கொண்டிருந்தனர்.

"இதோ உக்காந்திருக்காரே... இவரைப் பாத்தியா?"

"ஆமாம். வயசென்ன இருக்கும்?"

"நாப்பது முப்பத்தி அஞ்சு இருக்கும்."

"மொகம் முறுக்கான முகம் – ஆனா சவுங்கிக் கிடக்குதே!"

"அவருக்குப் பெரிய இடி. உனக்குத் தெரியாதே அவரை?"

"தெரியாதே."

"அவரைப் பத்திக் கேள்விப்பட்டதில்லே?"

"நீ மறந்துட்டே. இந்தத் தெருவுக்கு வந்து மூணு மாசந்தானே ஆவுது? பக்கத்து வீடுன்னா எதுனாச்சும் தெரிஞ்சிருக்கும். இவரைப் பார்த்ததே இல்லை. இப்பத்தான் பாக்கறேன்."

"ஆமாமா, மறந்துட்டேன். இவருக்கு ஒரு அதிர்ஷ்டம் அடிச்சுது பாரு."

"எவ்வளவு, அம்பதினாயிரம் இருக்குமா?"

"அட நீ ஒண்ணு. அதிர்ஷ்டம்னா பணந்தானா? இந்த ஊட்டுலே ஒரு பொம்பிள்ளை இருந்தாளே – பாத்திருக்கே இல்லே?"

“மரம் தழஞ்ச குளம் மாதிரி கண்ணு இருக்குமே – அந்தப் பொம்பிள்ளை தானே?”

“ஆமாமா: அது ஒரு கதை. இந்தம்மா ஒரு கிறிஸ்தவப் பொம்பிள்ளை.”

“அப்படியா! இவரு? இவருக்கு வயசு குறைவா இருக்கும் போலத் தோணுதே.”

“அப்படித்தான். இவரு நம்மடவரு. இவருக்குப் பெரிய கண்டிராக்டர் கிட்டே உதவி ஆள் வேலை. கட்டிடங்கள் மேல்பார்வை செஞ்சுக்கிட்டி ருந்தாரு. அப்போ... எதிர்த்தாப்போலப் பழைய வீட்டை இடிச்சுக் கட்ட ஆரம்பிச்சாங்க. அப்போ எப்படியோ இவுங்க ரெண்டு பேருக்கும் பத்திக்கிச்சு. கொஞ்ச நாள் கிரமிச்சு இந்தப் பொம்பிள்ளை ஊட்டு ஆளோடிலே உக்காந்துக்கிட்டு மேல் பார்வை பார்க்க ஆரம்பிச்சாரு. அதுக்கப்பறம் அப்பப்போ இந்த ஊட்டிலேயே தூங்கிட்டுக் காலை யிலே பல் தேப்பாரு, நான் பார்த்திருக்கிறேன். அதுக்குப் பிறவு நடந்ததுதான் பெரிய சமாசாரம். கிறிஸ்தவப் பொம்பிள்ளை ஹிந்து வோடே எழயறது அந்தப் பொம்பிள்ளை உறமுறைக்குத் தெரிஞ்சு போச்சு. பொம்பிள்ளைக்கு அப்பன் ஆயா போயிட்டாங்க. புருசன் காரனும் போன லக்குத் தெரியல்லே. அண்ணன் தம்பி உண்டுன்னாங்க, இல்லேன்னாங்க. அக்கரைச் சீமையிலே இருக்காங்கன்னாங்க. கொடி யிலே எப்பிடி எப்பிடியோ வெடிக்குமே அந்த மாதிரி ஆளுக்கு ஒண்ணாச் சொன்னாங்க. இப்படியே விசயம் கசமுசாவாக் கிடந்துச்சு. மண்ணுக்குள்ளே வெரையைப் போட்டா இருட்டிலே என்ன நடக்குதுன்னு நமக்குத் தெரியுதா? முளை விட்டாத் தெரியும் – அவ்வளவுதான். அந்த மாதிரி... இதோ மூஞ்சியிலே வெட்டுக்காயம் பாத்தியா? இது முந்தி இல்லே.”

“வாழைப்பூக் கணக்கால்ல இருக்கு! பலமான வெட்டு.”

“பலந்தான். ஒருநாள் ராவிலே சந்தனம் பிள்ளையை யாரோ வெட்டிப்புட்டு ஓடிட்டாங்க. அப்புறம் யாரோ ஆஸ்பத்திரி யிலே சேத்தாங்க. சாமி புண்ணியத்துலே வெட்டு ஆறிப்போச்சு. அப்போ அடிச்சுது பாரு அதிஷ்டம். அதிலே இருந்து அவரு இந்த ஊட்டோடேயே வந்து இருந்ட்டாரு. ஆஸ்பத்திரிக்கு ஆள் வச்சு அவரை அனுப்பிச்சது இந்தப் பொம்பிள்ளைதானுங்க.”

“நீ சொல்றாப்போல இதுவும் ஒரு அதிஷ்டந்தான். நமக்கு அடிக்குதா பாரேன்!... நானூறு பேருக்கு மேலே இங்கே தயாராகுமே.”

“நீ ஒண்ணு. தேக்சா ஒண்ணுக்கு இருநூறு பேர் கணக்கு. மூணு தேக்சாவுக்குப் பாத்துக்க.”

"இந்த மேஜை நாக்காலி எதுக்கு?"

"பெரிய மனுஷங்க சாப்பிட. பெரிய கண்டிராக்டர் ஆள் இல்லே. பாக்கியைப் பாடி பரதேசிக்குப் போடுவாங்க."

"எதோ உலகத்திலே நடக்குது, நடந்துகிட்டே இருக்குது. எந்தப் பேர் வச்சாவது ஏழை பாழைங்களுக்கு ஒரு கவளம் கிடைச்சா சொர்க்கம்."

அவர்கள் நிழல் நகர்ந்த பிறகுதான் யாரோ தன்னைப் பற்றிப் பேசிக்கொண்டிருந்த அரை நினைப்பு, சந்தனம் பிள்ளையைத் திடுக்கிடும்படி எழுப்பிற்று. தலை நிமிர்த்திப் பார்த்தார். அவர்கள் போய்க் கொண்டிருந்தார்கள். காட்டுத் தீப்போல அடுப்பு எரிந்து கொண்டிருந்தது. கொள்ளிவாய்ப் பிசாசுகள் கையையும் காலையும் ஆட்டிக்கொண்டு மௌனமாய்க் கூத்தடிப்பதைப் போல் சமையல் காரர்களுடைய கையும் காலும் பக்கத்துச்சுவரில் நிழல்களும் ஆடிக்கொண்டிருந்தன. நெருப்பு வெளிச்சத்தில் வேர்வை மின்னிற்று. தேக்சாக்களிலிருந்து யாரோ பெரிய நாட்டுச் சுருட்டைக் குடிப்பதுபோல் புகை விட்டு விட்டு வந்துகொண்டிருந்தது. அவர் இதை எல்லாம் பார்த்தும் நெருப்பையோ தவசிப்பிள்ளைகளையோ மனத்தில் வாங்கிக் கொள்ளவில்லை. மறுபடி உள்ளே ஆழ்ந்து விட்டார்.

"ரெண்டு நாளா மொதமொதல்லே – என்னெக் குறியாப் பாத்துக்கிட்டு நின்னே. எதிர்த்தாப்போல வேலெ நடக்கிற இடத்திலே பொழுதினிக்கும் நின்னுக்கிட்டுத்தான் இருந்தேன். மாடியிலே நீ அப்போ அப்போ கண்ணிலே பட்டே. என் ஜோலி எனக்கு. உன் ஜோலி ஒனக் குன்னு நெனைச்சுக்கிட்டுச் சும்மா இருந்துட்டேன். வேறெ ஒண்ணும் தோணல்லை. தேனைத் தேடி வண்டு போனா, சகஜம். வண்டைத் தேடித் தேன் போனா என்ன புரியும்! அந்த மாதிரி ரெண்டு நாளா எனக்குப் புரியல்லே. மூணாம் நாள்தான் மனசிலே வெடிச்சுது. மாடிக் கைப்பிடி சுவத்திலே ஒரு தொடையைத் தூக்கி ஒயிலா வச்சுக்கிட்டு இருந்தே. நைஸ் துணியிலே தொடை நிழல்கூடத் தெரிஞ்சுது. அப்பொ உன் மேல் துணி திடீரென்று பச்சையாய் விசிறித்து. காத்தையும் காணோம்; ஒண்ணையும் காணோம். இதெ நெனைச்சப்போ திக்குன்னு மனசிலே பத்திக்கிடுச்சு. பத்திக்கிட்ட உடனே எனக்கே புரியல்லெ. ஒன் கண்ணைப் பார்த்தேன். பூத்தேன், முழுகினேன். காத்து அடிக்காமே புடவைத் தலைப்புப் பழைய இடத்திலே போய் ஒட்டிக்குச்சு. அதிலேருந்து நான் ஒட்டிக்கிட்டேன். நீ ஒட்டிக்கிட்டியா? பசை காஞ்சிருந்தா தாள் விழுந்து போவும். நீ ஒண்ணும் காஞ்ச பசையில்லே. பன்னீர் மணம் மாதிரி என்னுள்ளே பூந்து சுழண்டுக்கிட்டுத்தான் இருந்தே. ஒட்டினதைக் கிழிக்கிற பசங்க இருக்கத்தான் இருக்கறாங்க. சுவத்திலே ஒட்டி இருக்கிற விளம்பரத்தைப்

பாரேன். எத்தினி கிழிஞ்சு தொங்குது? பிசாசுப் பயங்க வேலை. பிசாசுக் காத்து ஒண்ணு அடிச்சுதே, நீயும் கிழிஞ்சு தொங்கினே. இந்தக் காத்தெப்பத்தி நீ மொதல்ல எண்ணல்லே. ஒங்கடவங்களுக்கு எம்மேலே காரம். நம்மடவ பொம்பிளையை இவன் வந்து தொடவாவது...? இந்த மனுசங்களைப் போல மோசம் பார்த்ததே இல்லை. அவனவன் ஜோலியைத் தவிர எல்லா வேலையும் கவனிக்கிறான்கள். அதுக்கு என்னென்னவோ பூசி மொழுகிப் பேர் வக்கறான். 'அவளா – வெறும் புறம்போக்குடா!' ஆனா, புறம்போக்கு இவனுக்குக் கிடைக்கல்லேன்னு சாத்திரத்தை வேஷம் கட்டிக்கிட்டு ஆடறான்க. உறவுங்க உன்னை வந்து மிரட்டினப்பொ நீ கிழிஞ்சு போயிட்டே. ஏன் நம்மாலே ஒனக்கு வம்புன்னு நான் ஒதுங்கி நின்னேன் பாரு – அது அப்போத்தான். அப்பறம் ஒரு பெரிய காத்து அடிக்குது. தாள் ஆடுது. காத்து நிக்குது. தாளும் நிக்குது. மறுபடி காத்திலே ஆடுது. அதுக்காக ஒன்னைக் குத்தம் சொல்லல்லே. சொல்லலாமா? அப்போ எல்லாம் நீ மாடியிலே வந்து நிக்கறதும் இல்லே. கண்ணுலே தட்டுப்படறதும் இல்லே. பட்டாலும் பாக்காமே போறே. நான் மாத்திரம் என்ன? நானும் நிமிந்து பாக்கல்லே... நாயந்தானேன்னு நெனைச்சுக்கிட்டேன்... ஆனா அப்புறந்தானே நீ யாருன்னு புரிஞ்சுது? அம்மாசி இருட்டிலே என்னை வெட்டினானுங்களே... நீ ஆஸ்பத்திரிக்கு அனுப்பிச்சியே – அதுக்கப்புறம் புரிஞ்சு போச்சு. ஒன்னோடெயே வந்து இருந்துடுன்னு ஒட்டக்கூத்தன் பாட்டுக்கு ரெட்டைத்தாப்பாள் போட்டியே, அப்பொத்தான் சத்யமாச் சொல்றேன். வெட்டுக்கத்தி மாதிரி உன் புருவம் சும்மா அமஞ்சு இருக்கல்லேன்னு புரிஞ்சுது."

"ஏண்டா தம்பி!"

சந்தனம் பிள்ளை உலுக்கி விழுந்து கண் திறந்தார். அடுப்புப் பிசாசு அடங்கிவிட்டது. தேக்சாக்களிலிருந்தும் புகை அடங்கிவிட்டது. ஆனால் பிரியாணியின் கண்காணாக் குளத்திலிருந்து மணம் விரிந்து பரவிக்கொண்டிருந்தது.

ஏண்டா தம்பி என்று அழைத்தவள், ரோஸ்மேரியின் எட்டிய உறவு சூசி. இந்த விஷயத்தில் அவள் நிலை வழுக்கி நழுவும் வரால் போலிருந்தது. முதலில் மற்ற உறவினர்களுடன் சேர்ந்து ஆட்சேபித்தாள். ரோஸ்மேரியுடன் ஒன்றவில்லை. "சரி முடியல்லே. நம்மடவங்கள்ளே முறுக்கு மீசை நறுக்கு ஆள் இல்லாமெ போச்சா? அந்த ஜாதி ஆளா வேணும்? அந்த ஜாதி சமாசாரம் அவளுக்கு என்ன தெரியும்? வேடுகட்டின வெல்லப் பானையிலே எப்படி நுழையலாமின்னு எறும்பு அலையல்லே..? உன் சொத்தைக் கிளப்பறதிலேதான் நோட்டம். இது உனக்குத் தெரியல்லே. உருகி உசுரை ஓம்மேலே விட்டுட்டான்னுட்டு

அப்பாவி நெனைச்சு ஏமாந்து பூட்டே."

அமாவாசை இருட்டில் உறவினர்கள் சந்தனத்தின் தலைக்குப் பாக்குவைக்க எண்ணிப்போய் வெட்டுக்காயமாய் முடிந்தபிறகு, ரோஸ்மேரி துணிந்து காயத்துடன் கிடந்தவனுக்கு ஆள்வைத்து ஆஸ்பத்திரியில் வைத்தியம் செய்து வீட்டோடு வைத்துக்கொண்ட பிறகு காற்று மாறிவிட்டது. ராகம் புரண்டு விட்டது. அரிவாளை எடுத்து இருட்டில் வெட்டுவதற்கு ஏசுபிதா மேலே பழியா என்று சொல்லிக்கொண்டு ரோஸ்மேரிக்கும் சந்தனத்திற்கும் ஆதரவாகச் சூசி மாறிவிட்டாள். பொறுக்கித்தின்னி என்று உறவினர்கள் அதற்காக அவளுக்குப் பட்டம் சூட்டினார்கள். இப்பொழுது ரோஸ் மேரியின் அந்தரங்க மூத்த கிழவி சூசி.

ஏண்டா தம்பி என்று சூசி எழுப்பியபின் சந்தனம் தெளிவடைந்தார். "இன்னம் எத்தினி நாள் இப்பிடி அவளையே நெனைச்சுக்கிட்டு கெடப்பே? எல்லாம் சிட்டுக் குருவி மாதிரிதான்; இந்த ஜன்னல்லே நுழைஞ்சு அந்த வாசலாலே பறந்து ஓடற கதைதான். ஹால்லேயே எப்பவும் குந்திக்கிட்டு இருக்கும்னு நெனைச்சியா? அன்னிக்கு இருந்த இருப்பிலே நீ கூடப் போயிடுவேன்னு நெனைச்சுப்புட்டோம். இந்த ஆளுங்க யாராவது உனக்கு ஏதாவது சொன்னாங்களா? தெரியுமே சொல்லி இருக்க மாட்டாங்க. கல்லறையிலே இறக்கி மண்ணைப் போட்டு மூடற மட்டும் நீ எல்லாரையும் போலத்தான் இருந்தே. மத்தவங்க ரெண்டொரு பேச்சுப் பேசிக்கிட்டாங்க. நீ அதொண்ணும் பேசல்லே. அப்பறம் எல்லாரும் திரும்பினோமே – நீ திடூருன்னு உக்காந்து பூட்டே. கண்ணு நிலைகுத்திப் போச்சு தம்பி தம்பின்னு கூப்பிடறாங்க. ஊஹூம், அசையல்லெ. இதான் வாழ்வுன்னு கையைப் பிடிச்சு எழுப்பறாங்க. நீ சவுங்கிச் சவுங்கி விழறே. நான் சொன்னேன். தம்பியைப் போக்குலே உட்டுடுங்க; அப்பாலே நான் வந்து அழைச்சா றேன் இன்னேன். அப்பாலே விளக்கேத்தரப்போ வந்தேன். நீ கண்ணைத் திறந்துக்கிட்டுத்தான் உக்காந்திருந்தே; நெனைப்பிருக்கா?"

"பனிமூட்டத்திலே கட்டிடம் தெரியுதில்ல – அந்தக் கணக்கா இருக்கு."

"இருக்கட்டும். தம்பி வா, போவலாம்னேன். நீ என்ன சொன்னே, தெரியுமா?"

"அதெல்லாம் நெனைப்பில்லே."

"நீ சொன்னே – இதோ போவப்போறேனே; என்னை ஏன் ஒன்கூட வரச் சொல்றே இன்னு கேட்டே. இரண்டு மூணு தரம் கூப்பிட்டேன். அப்பறம் பதில் வரல்லே. கண் மூடிப் போச்சு. வீண் கலாபுலா பண்ணப்படாதுன்னு ஊட்டுக்குப் போயிட்டேன். மூணு நாளைக்குப்

பொறவு கல்லறைத் தோட்டக்காரரு உன்னை ஊட்டிலே அழைச்சாந்து விட்டாரு. மூணு நாளா சோறு தண்ணி இல்லியாம். மரநிழல்லே குந்தறதும் படுக்கறதுந்தானாம். அப்போ எல்லாம் உனக்கு எப்படி இருந்துச்சோ?"

"எனக்கு ஒண்ணும் நெனைப்பில்லே."

"போவட்டும். அப்பறம் நீ இருந்த மாதிரியிலே வாசம் தேயறாப்போலத் தோணித்து. இப்பொப் பாத்தா வாசம் தேயல்லேன்னு காட்றியே. நாக்காலி எல்லாம் எடுத்துப் போடச் சொல்லவேணாம்? சிநேகிதங்க எல்லாம் வந்துடுவாங்க, விருந்தாவணும். அதெப்படிக்கணும். அவுங்க வந்து பாக்கறப்போவும் இப்படியே குந்திக்கிட்டு இருந்தா நல்லாவா இருக்கும்?"

"நாக்காலி எல்லாம் எடுத்துப் போடச் சொல்லு, தெரியாதா ஒனக்கு? இதோ வாரேன்."

அவள் வாசம் என்ற சொல்லைச் சொன்னதும் சந்தனம் பிள்ளை மனத்தில் முரண்பட்ட இரு விளைவுகள் உண்டாயின. முதல் விளைவைக் கண்டு அவளுக்கே தைரியமாக இருந்தது. அவர் சுறுசுறுப்பாக எழுந்து தவசிப்பிள்ளையிடமிருந்து ஒரு செம்புத் தண்ணீர் வாங்கிக்கொண்டு முகத்தைக் கழுவித் துடைத்துக் கொண்டார். மேற்கொண்டு ஏற்பாடுகளைக் கவனிக்கப் போகிறார் என்று எதிர்பார்த்துக் கொண்டிருந்தபொழுது, "சோமுவை விட்டு நாற்காலி மேஜையை வரிசையாய் அழகாகப் போடச் சொல்லு" என்று சொல்லிவிட்டு விருக்கென்று மாடிக்குப் போய்விட்டார்.

மாடிதான் அவர்கள் தனி அறை. அறைக்குள் சென்றதும் இன்னதிலிருந்து வருகிறதென்று தெரியாத வாசனை ஒன்று மிதந்து கொண்டிருந்தது. அவர் ஒரு ஞாபகத்தில் அறைக்கு வருவதையே நிறுத்தி வைத்திருந்தார். அவள் இருந்ததொழுது வாசனை பெரிதாகத் தோன்றவில்லை. இப்பொழுது அது வலுவாகத் தாக்கிற்று. அவள் உபயோகித்து வந்த சிறிய சுவர் அலமாரியின் கதவுகள் வாயைத் திறந்ததுபோல் விலகி இருந்தன. வாசம் 'இரா ராணி' மலரைப்போல் கனமாகப் புலன்களை அழுத்தி முழுகடிப்பதாக வீசிற்று. அவள் இருந்தபொழுது அந்த அலமாரியைத் திறந்து பார்த்ததில்லை. ஆனால் இப்பொழுது அவள் இல்லை. மணம் மட்டும் இருந்தது. என்னதான் அப்படி அலமாரியில் இருந்ததென்று திறந்து பார்த்தார். அலமாரியில் அழகுபடுத்திக்கொள்ளும் சாதனங்கள் எல்லாம் இருந்தன. ஆனால் வாசனைச் சாமான்கள் பாட்டில் எல்லாம் காலியாய்க் கிடந்தன. நாற்பத்தைந்து நாளாயின. பல பாட்டில் மூடிகளைக்கூடக்

காணோம். ஆனால் மணம் மட்டும் வந்து கொண்டிருந்தது. இந்த மணம் இந்த அலமாரியில் இல்லை. அவளிடமிருந்துதான் மிதந்து வந்து விரிந்திருக்கவேண்டும். 'ரோஸ்மேரி, வந்துவிட்டாயா? நான் இல்லாமல் உன்னால் இருக்க முடியுமா? நீ இல்லாமல் நான் இருக்க முடியுமா? எங்கேயும் முடியாது.'

மாடிப்படியில் காலடி ஓசை கேட்டது. ஓசை கேட்டதுமே நிழலைக் கண்டு மீன்கள் நெளிந்து மறைவதுபோல் மணம் மறைந்து விட்டது.

"வாஸ்தவமா அறை மணக்குதா?"

"ஏன் தம்பி, கீழே படியிலே உக்காந்தது பத்தாதுன்னு மாடி ரூம்லே வந்து குந்திக்கிட்டியா? எல்லாரும் வர ஆரம்பிச்சுட்டாங்க. இல்லேன்னா இந்த ஏற்பாடு பண்ணாமே மரியாதையா இருந்திருக்கணும்."

சந்தனம் தலையை ஒரு தடவை சிலுப்பி அவள்கூடக் கீழே இறங்கிச் சென்றார்.

கீழே வரிசையாக முன் ஹாலில் நாற்காலிகள் மேஜையை ஒட்டிப் போட்டிருந்தன. பல நண்பர்களும் விருந்தாளிகளும் வந்து மூலைக்கு ஒரு நாற்காலியில் உட்கார்ந்து பேசிக்கொண்டிருந்தனர். அவர்களை வரவேற்காத குற்றத்திற்காக மன்னிப்பு கேட்க வேண்டும் போலிருந்தது.

"இவங்களுக்கு வெள்ளித்தட்டு, சந்தனக்கிண்ணி எடுத்துக் கொடுக்க மாடிக்குப் போயிருந்தேன். மன்னிச்சுக்கோணும்."

"பரவால்லே, சம்பந்தியா? வேத்தாளா? உக்காரேன்."

"இல்லே, இதோ வந்துட்டேன். இன்னம் கொஞ்சம் வேலை; அப்பறம் இங்கேதான்."

சந்தனத்தின் முதுகு உள்ளே நுழைவதற்காகக் காத்துக்கொண்டிருந்தவர் போல் வந்தவர்களில் ஒருவர், "இதெல்லாம் எப்படின்னு யாருக்காவது உண்மை தெரியுமா?" என்று பக்கத்தில் இருந்தவர்களைக் கேட்டார். ஒருவரும் சரியாகப் பதில் சொல்ல விரும்பவில்லையோ அல்லது தெரியாதோ, சும்மா இருந்தனர். கேட்டவர் தமக்குத் தெரியும் என்று சொன்னார்.

"நான் எல்லாம் ஆராய்ச்சி செஞ்சுப்புட்டேன். அந்த டாக்டரைக்கூட விசாரிச்சுப்புட்டேன். அன்னிக்குச் சாயங்காலம் நாலு மணிக்கு இந்தப் பொம்பிள்ளை திடீருன்னு உடம்பை என்னவோ பண்ணுதுன்னாளாம். வேலைக்காரிங்க கேட்டதுக்கு அவரை அழைச்சாங்க இன்னுட்டா. சூசியுந்தான் இருந்தா. அங்கே இங்கே தேடி அலைஞ்சு சந்தனத்தை அழைச்சாந்தாங்க. அவரு மாடிக்குப் போயிட்டாரு. வேலைக்காரி

ஒருத்தி மாடிப்படியிலே நின்னுக்கிட்டிருந்தா. அவ சொன்னதைத்தான் சொல்றேன். அந்தப் பொம்பிள்ளை மூணுமாசமா குளிக்கல்லியாம். அது அவருக்குக் கூடச் சரியாத் தெரியாது. முத்திப்போனா அவமானமாப் போயிடப்போவுதேன்னு இந்தப் பொம்பிள்ளை அதைக் கரைக்க எதையோ செஞ்சிட்டுது. யார் சொன்ன மருந்தோ பச்சிலையோ கடவுளுக்குத்தான் வெளிச்சம். அது வேலை செய்ய ஆரம்பிச்ச உடனே அவளாலே வேதனை தாங்கல்லே. மருந்தை எப்போ தின்னதோ... யார் கண்டா? மூடி மூடிப் பாத்திருக்கு. முடியாதபோது சந்தனத்துக்குச் சொல்லி அனுப்பிச்சுட்டுது. அடி ரோஸ்மேரி, குடியைக் கெடுத்துப் புட்டியேன்னு கட்டிக்கிட்டு முத்தம் கொடுத்தாராம் – அவ சொன்னா. அப்புறம் உளுந்தடிச்சுப் போய் ஒரு டாக்சி கொணாந்து அவளை ஆஸ்பத்திரிக்கு அழைச்சுக்கிட்டுப் போனாரு. இதைப் பார்த்துப் பக்கத்து ஊட்டுக்காரங்க பதறிப் போயிட்டாங்க... நான் பாத்தேனே டாக்டரு, அவர் போன வாரந்தான் சொன்னாரு. பொம்பிள்ளை ஆஸ்பத்திரிக்கு வந்தப்போ டாக்டர் வார்டைச் சுத்திக்கிட்டிருந்தாரு. அவசர ரூமில் இருக்க வேண்டிய டாக்டரும் வேறெ ஏதோ அர்ஜன்டாக் கவனிச்சுக்கிட்டிருந்தாரு. அவங்க வந்து இந்தப் பொம்பிள்ளையைப் பாத்துட்டு எதோ ஊசி போட்டாங்களாம். அவசர வார்டிலே சேத்தாங் களாம். சந்தனம் அங்கேயே ஆஸ்பத்திரி மரத்தண்டை சிமிட்டி பெஞ்சியில் உட்காந்திருந்தாரு. ஊசிக்கு வேதனை மசியல்லே. எட்டு எட்டரை மணிக்கு இன்னொரு ஊசிகூடப் போட்டாங்க. ஒண்ணும் கேக்கல்லே. ஒம்பது ஒம்பதே காலுக்குச் சவமாயிட்டுது. எடுத்துக்கிட்டுப் போகச் சொல்லிட்டாங்க அப்புறம் என்ன பண்றது? உண்மையை உலகத்துக்குச் சொல்ல முடியுதா? டாக்டரை எப்படியோ சரிபண்ணிக் கிட்டாரு. ஆஸ்பத்திரிப் பொஸ்தகத்திலே மாரடைப்புன்னு எழுதி வச்சுட்டாரு. அப்புறம் ஊட்டுக்குக் கொணாந்துட்டாரு.

“மாரடைப்பான்னு தெருவிலே கும்பல் சேந்து போச்சு. அப்புறம் எல்லாம் நடந்துச்சு – ராசோபசாரமாக. கல்லறையிலே வக்கறவரையிலும் பாறைமாதிரி இருந்தவரு பக்கத்திலே ஓடற தண்ணிமாதிரி ஆயிட்டாரு. அவர் மூஞ்சியே அப்புறம் மாறிப்போச்சு. நம்ப சந்தனம் இன்னு அப்பறம் சொன்னாத்தான் தெரியும் – அப்பிடி மாறிப்போயிட்டாரு. இப்போ அவ சப் ரிஜிஸ்திரார் ஆபீசிலே எழுதி வச்சிருந்த உயிலைப் போன வாரந்தான் வாங்கிட்டு வந்தாரு. என்ன தோணிச்சோ... நம்ப எதிரிலே அதைப் பிரிச்சுப் படிக்கணுமுன்னு நெனைச்சுப்புட்டாரு.”

பேச்சை முடித்தாரா முடிக்கவில்லையா என்று தெரியவில்லை. அதற்குள், “கண்டிராக்டர் வந்துட்டாரு” என்ற குரல் எழுந்தது. சந்தனம் அவரை வரவேற்று நடு நாற்காலியில் உட்கார்த்தி வைத்தார். அவருடன்

இரண்டொரு வார்த்தை பேசிவிட்டு எல்லோரையும் நாற்காலிகளில் அமரச் செய்தார்.

சந்தனம் பிள்ளை ஜாடை காட்டினார். தவசிப்பிள்ளைகள் சுறுசுறுப்பாகப் பரிமாறினார்கள். விருந்து முடிந்த பிறகு மாடித் திறந்த வெளிக்கு எல்லோருமாகச் சென்றனர். சந்தனம், தாம்பூலம் வழங்கப்பட்ட பிறகு முத்திரையிட்ட உயிலைச் சந்தனம் கண்டிராக்டர் கையில் கொடுத்தார். அவர் உறையை உடைத்துக் கடுதாசுகளைப் பிரித்துப் படித்தார்.

ரோஸ்மேரியின் உயில்! அவள் எழுதி வைத்து, சப் ரிஜிஸ்திராரிடம் ஒப்படைத்திருந்தது; சந்தனத்திற்கும் சாட்சிகளுக்கும் சூசிக்கும் மட்டும் தெரியும். ஆனால் உயிலின் ஷரத்தில் வியப்படையும்படி ஒன்றும் இல்லை. தன் சொத்தில் ஒரு பகுதியைச் சந்தனத்திற்கும் மற்றொரு பாதியில் முக்கால் பங்கை உள்ளூர்க் கிறிஸ்தவத் தேவாலயத்திற்கும் பாக்கியைச் சூசிக்கும் எழுதி வைத்திருந்தாள்.

கண்டிராக்டர் உயிலைப் படிக்கக் கேட்டவர்கள் சூசிக்கு ஒரு பங்கு கிடைத்ததைப் பற்றித்தான் கொஞ்சம் பேசிக் கொண்டார்கள். பாக்கி ஷரத்துகளைப்பற்றி விசேஷமாகப் பேசவில்லை. நியாயந்தானே? இதையும் விடவில்லை, அதையும் விடவில்லை என்றார்கள்.

சிறிதுநேரம் பேசிக்கொண்டிருந்தவர்கள் கண்டிராக்டர் புறப்பட்டுப் போனவுடன் ஒவ்வொருவராக விடைபெற்றுச் சென்றனர்.

தேக்சாக்களை ஆட்கள் பின்புறம் எடுத்துச் சென்றனர். ஆட்கள் நாற்காலிகளை மடக்கி வானில் ஏற்ற ஆரம்பித்தனர். மேஜைகளும் நகர்ந்துவிட்டன. ஹால் வெறிச்சென்றிருந்தது. சூசி உள்ளே இருந்தாள்.

சந்தனம் நேரே மாடிப்படி ஏறிச் சென்றார்.

வீட்டின் உட்புறத்திலிருந்து வந்த சூசி சந்தனத்தைத் தேடினாள். காணவில்லை. உடனே ஏதோ நினைப்புவந்தவளாய் மாடிக்குப் போனாள். ஆனால் நேரே அறைக்குள் செல்லவில்லை. வெளிப்புற வராந்தாவிலிருந்து ஜன்னல் வழியாகப் பார்த்தாள். கட்டிலில் கால்தெரிந்த விதத்தைக் கொண்டு சந்தனம் மெத்தையில் சாய்ந்து கொண்டிருக்க வேண்டும் என்று கருதினாள். ‘உயிலைப் படித்தார்கள். இவன் ஒன்றுமே சொல்லவில்லையே! உயில் நம்மை மறக்கவில்லை. அவனை மறக்கவில்லை. தேவாலயத்தையும் மறக்கவில்லை. இதெல்லாம் அவனுக்கு ஒப்புதல்தானா? அப்படி என்றால் ஏன் மாடிக்கு வந்து விட்டான்?’

மெதுவாக அறைக்குள் சென்று சந்தனத்துடன் பேச்சுக் கொடுத்தாள்.

இந்த விஷயத்தைப்பற்றிப் பேசவில்லை. அவனாகச் சொல்லுவான் என்று நினைத்துக்கொண்டாள்.

“தவிசுப் பிள்ளைங்க வீட்டுக்குப் போகட்டுமான்னு கேக்கறாங்க.”

“போகட்டும். பாக்கிப் பணம் காலம்பற வந்து வாங்கிட்டுப் போகச்சொல்லு... பாத்தியா, உன்னை அவ மறக்கல்லை.”

அவளுக்கு அந்தப் பேச்சைக் கேட்டு மனம் நெகிழ்ந்து விட்டது. “நூத்திலே ஒருத்தி” என்று குரல் தழுதழுக்கக் கண்ணீர் வடியவிட்டாள்.

“அவளாலே முடிஞ்சதைச் செஞ்சிட்டா” என்றார் சந்தனம். அதற்கு மேல் பேசவில்லை. ஏதோ நினைப்பில் ஆழ்ந்து விட்டார்.

யாரைப்பற்றி அவர் குறிப்பிட்டார் என்று அவளுக்குத் தெரியவில்லை. பெரும் அலை ஒன்று அடித்துக் காலின் கீழுள்ள மண்ணை அரித்துத் திரும்பும்பொழுது அவளையும் சேர்த்து இழுத்துக் கொண்டுபோவதுபோல் சூசிக்கு இருந்தது. இன்னம் எதுவேனும் சொல்லுவானோ என்று சிறிது நின்று நின்று பார்த்தாள். சந்தனம் சுவர்ப் பக்கம் திரும்பிப் படுத்துக்கொண்ட பிறகு நிற்பதில் பயனில்லை என்று கீழே இறங்கிவிட்டாள்.

* * *

மறுநாள் காலை மணி எட்டு. அன்று அங்கே படுத்திருந்த சூசி, அத்தனை நேரமாகியும் சந்தனம் கீழே வரவில்லை என்பதைக் கவனித்தாள். அவளுக்கு அது புதுமையாக இருந்தது. காலை காக்கை கத்திச் செல்லும்பொழுது கீழே இறங்கிவரும் வழக்கம் ஆச்சே! சிறிது கலவரப்பட்டு மாடி ஏறிச்சென்றாள். படுக்கை வெறிச்சென்றிருந்தது. அறையில் எரிந்துகொண்டிருந்த இரட்டை விளக்கில் ஒன்றுதான் எரிந்து கொண்டிருந்தது. திடுக்கிட்டாள். கட்டிலை நெருங்கிப் பார்த்தாள். ஒரு கவரும் ஒரு துண்டுக் கடுதாசும் இருந்தன.

சூசிக்கு,

இவ்வளவு உதவியாக இருந்ததற்கு வந்தனம். சந்தோஷம். சொத்துக்காக வந்தேன்னு ரொம்ப பேரு நெனைச்சுக்கிட்டாங்க. மொதல்லே ஒரு தப்புப் பண்ணிப்பிட்டேன். அதனாலே அப்படிப் பேச்சு. இப்படித்தான் இனிமேல் திருத்தணும். இந்தக் கவரை தேவாலயப் பாதிரியாரிடம் கொடுத்துடு. போகிற இடத்திலே இரட்டை விளக்கில்லை. ஒண்ணே தெரியும்.

30. கல் குமிழிகள்

“கல்விக்குக் கொடுப்பதைக் கடவுளுக்குக் கொடு” இந்த வாக்கியத்தைப் பார்த்தவுடன் ஆச்சரியம் அடைந்தேன். “கடவுளுக்குக் கொடுப்பதைக் கல்விக்குக் கொடு” என்ற பிரசாரத்தை நான் அறிவேன். மூலை முடுக்குகளில் எல்லாம் அந்தக் கலை வாக்கியந்தான் எழுதப்பட்டிருக்கிறதே! ஆகையால், அதற்கு மாறாக எழுதப்பட்டிருந்த இந்த வாக்கியத்தைக் கண்டு எப்படி வியப்படையாமல் இருக்கக்கூடும்? இந்த மாதிரி எழுதிய பைத்தியம் யார் என்று தெரிந்துகொள்ள ஆசை உண்டாயிற்று. யாராய் இருக்கக்கூடும் என்று யோசனை செய்துகொண்டே திரும்பினேன்.

உப்பு அரித்துத் தேய்ந்துபோன நந்தியின் பக்கத்தில் ஒருவர் நின்று கொண்டிருந்தார்.

“யாரப்பா இதை எழுதினது?” என்று கேட்டேன்.

“கரிகாலச் சோழன்! சோழன் கரிகாலனைத் தெரியுமல்லவா? ஹிமயமலையின் சிகரத்தில் அவன் வெற்றிக் கொடியை நாட்டினான். ‘அறியாமை’ என்னும் மற்றொரு ஹிமயமலையும் இருக்கிறதல்லவா? அதன்மீது கரித்துண்டு என்னும் தண்டாயுதம் பிடித்துப் படையெடுத்து இந்தக் கரிக்கைச் சோழர்கள் வெற்றி காண்கிறார்கள்” என்று சொல்லி முகத்தைக் கோணலாக்கிக் கொண்டான்.

இப்படிப் பதில் சொன்னவுடன் எனக்கு முதலில் ஓர் எண்ணந்தான் உண்டாயிற்று. எந்த ஸ்தலத்துக்கோ தீர்த்தத்துக்கோ சென்றாலும் அங்கே சில வியாபாரிகள் உண்டு. ஆனால் அந்த வியாபாரத்துக்கு

முதலோ, சரக்கோ, செலவோ ஒன்றும் தேவை இல்லை. முழு முதல் இருக்கும் பொழுது மற்றவை எதற்கு? இந்த வியாபாரிக்கு பண்டா என்று பெயர். இந்த மாதிரி வியாபாரிகளில் இவரும் ஒருவர் என்று தான் நினைத்தேன்.

ஆனால் கஞ்சாப்புகை வாசனை ஒன்று அடித்ததைக் கவனித்த பொழுது என் எண்ணம் தவறென்று தோன்றிற்று.

“நீங்கள் யார்?” என்றேன்.

“மண்டபத்தான்” என்றார், சுருக்கமாக. பொழுதுபோக்குக்காக அங்கே நான் வந்தவன்தானே? இவர் வாயைக் கிண்டினால் பொழுதுபோகும் என்று நினைத்துக்கொண்டு ஆரம்பித்தேன்.

“கலிகாலச்சோழன் என்றெல்லாம் சொன்னீர்களே எது அறியாமை? கல்விக்குக் கொடுப்பதைக் கடவுளுக்குக் கொடு என்பதா அல்லது அதைத் திருப்பி எழுதுவதா?”

“உண்மையைச் சொன்னால் இரண்டுந்தான்” என்றார்.

இப்படி ஏதேதோ பேசிக்கொண்டு பிரகாரத்தை வலம் வந்தோம். பிரகாரம் முழுவதும் சிற்பங்கள். அந்தக் காலத்தில் இவையெல்லாம் எவ்வளவு அற்புதமாய் இருந்திருக்கும்! இப்பொழுதோ வௌவால்களும் விஷமிகளும் காலமுமாகச் சேர்ந்து அவற்றைக் குலைத்துவிட்டன. இருந்தாலும் சில அற்புதமான சிற்பங்கள் இன்றும் இருக்கின்றன. ஒரு நரசிம்மாவதாரம் என்ன! ஒரு சிம்மவாஹினி என்ன! இவற்றைப் பார்த்து நானும் சிலையாகிவிட்டேன்.

“போவோமா?” என்றார்.

“போவோம்” என்று சொன்னேனே ஒழிய, கால் அசையவில்லை.

“இதெல்லாந்தானே கல்வி, கலை?” என்று அவர் என்னைக் கேட்டதும் எனக்குப் பதில் சொல்லத் தெரியவில்லை. பாக்கிச் சிற்பங்களைப் பார்த்துவிட்டுக் கோவிலுக்குள் நுழைந்தோம்.

ஆஹா! என்ன காட்சி! என்ன காட்சி! பெரிய அழகிய லிங்கம் ஒன்று கர்ப்பக்கிருகத்தில் அமர்ந்திருந்தது. லிங்கத்தையும் எங்களையும் தவிர, குருக்களையோ வேறு ஜனங்களையோ காணோம். நான் வாங்கிச் சென்றிருந்த கற்பூரத்தைக் கொளுத்தி லிங்கத்துக்கு எதிரில் வைத்து வணங்கினேன்.

“சிற்பத்தைக் கண்டு அயர்ந்து போனீரே; கைலாச நாதரின் நெற்றியைப் பாரும்.”

லிங்கத்தின் நெற்றியைப் பார்த்தேன். கற்பூரத்தின் ஒளி லிங்கத்தின் நெற்றியில் விழவே சிவனுடைய மூன்றாவது விழி திறந்தது. அம்மாதிரியான தோற்றம் எழுந்தது என்று திரித்துச் சொன்னாலும் உண்மை ஒன்றேதான். கறுப்புக் கல்லில் என்ன அழகான லிங்கம்!

வியப்பு ஒருபுறம் இருக்க மற்றொரு நினைப்பு எழுந்தது. "இவ்வளவு உயர்ந்த கோயில் ஏன் கவனிப்பாரற்றுக் கிடக்கிறது?" என்று கேட்டேன்.

"கவனிப்பு இல்லாமல் என்ன? கல்வி, கலை இவற்றைத்தான் கவனிக்கிறார்களே! வாசலில் பீடி குடித்துக்கொண்டிருக்கிறானே அவன்தான் இந்தச் சிற்பங்களுக்கெல்லாம் காவல். மத்திய அரசாங்கத்தார் அவனுக்குச் சம்பளம் கொடுத்து வருகிறார்கள், தெரியுமா?"

"அது தெரியாது. ஆனால் அவன் இந்தச் சிற்பங்களைக் கவனிப்பதாகவோ அதற்கு வேண்டிய தகுதியுள்ளவனாகவோ தெரியவில்லையே."

"அதெப்படிக் கவனிக்க முடியும்? அவன் கவனிக்கக்கூடியது ஒன்றே ஒன்றுதான். அதைக் கவனிக்கிறான். மாதம் முதல்தேதி எப்பொழுதென்று அவன் கவனிக்கிறான். அவ்வளவுதான் அவனிடம் எதிர்பார்க்கலாம். இந்தக் காலத்து அரசாங்கத்தாரும் வேறு என்ன செய்துவிடப் போகிறார்கள்? அந்தக் காலத்து ராஜாக்கள் என்றால் எதையோ நினைத்துக்கொண்டு எதையோ செய்து வைத்து விட்டுப் போய்விட்டார்கள். இவற்றை எல்லாம் பார்த்தால் எனக்குத் துயரம் தாங்கவில்லை. கலிகாலச் சோழர்களுக்கு நெஞ்சு பொறுக்கவில்லை,"

"உண்மைதான் கோவில்களைப் பார்க்கும்பொழுது எனக்கு ஓர் ஏக்கம் உண்டாகிறது! இன்னும் எவ்வளவு காலம் வரையில் இவற்றை விதி விட்டுவைக்கப் போகிறதோ? கட்டிடக் கலை, சிற்பக் கலை இவற்றுக்கெல்லாம் பொக்கிஷமாக இருக்கும் இந்தக் கோவில்களெல்லாம் வர வரப் பலஹீனப்பட்டும் வெடித்தும் உடைந்தும் இடிந்தும் போய்க் கொண்டிருக்கின்றன. அரசாங்கத்தார் ஏன் எல்லாக் கோயிலின் பராமரிப்பையும் ஏற்றுக்கொள்ளக் கூடாது? அப்படிச் செய்யாவிட்டால் இன்னும் ஒரு நூற்றாண்டுக்குள் இவை முற்றும் பாழாய்விடும். இதைப்பற்றி நினைத்தால் எனக்குப் பயமாக இருக்கிறது."

"அதுவும் உண்மைதான். ஆனால் மற்றோர் உண்மையைக் கவனிக்க வேண்டும். இந்தப் பல்லவ அரசர்களைப் பாருங்களேன். அவர்கள் கட்டிய ஒரு கோயிலாவது வாழ்கிறதா? ஆனால் எப்படி வாழும்? எல்லாம் கல் குமிழிகள், நம்முடைய பிராணனை எதில் நாட்டுகிறோமோ அது ஒருகால் வாழலாமேயன்றி, மற்ற எதுவும் வாழாது. இந்தக் கோயில்'

மகாபலிபுரம் கோயில் இவற்றைத்தான் பாருங்களேன்! பல்லவர்கள் உயிரைச் சிற்பத்தில் வைத்திருந்தார்கள் என்பதைப் பற்றிச் சந்தேகம் இல்லை. அத்துடன் நின்றிருந்தால் தவறு ஒன்றும் நேர்ந்திருக்காது அந்தப் பித்தை மறைப்பதற்காக, கோயில்களைக் கட்டி விட்டார்கள். கடவுளின் அருகில் அவருக்குச் சமமாகக் கலை வாழவேண்டும் என்று நினைத்தார்கள்; திட்டமிட்டார்கள்; வேலை செய்தார்கள். என்ன ஆயிற்று? நரசிம்ம பல்லவ வர்மன் இந்தக் கைலாச நாதர் கோயிலைக் கட்டினான். இந்த அற்புதமான சிற்பங்களையெல்லாம் செய்யச் சொன்னான். அவன் மனைவி சொன்னதைப் பொருட்படுத்தவில்லை கடவுளே கலையாக இருக்க வேண்டுமேயல்லாது கடவுள் வேறாகவும் கலை வேறாகவும் இருக்கக்கூடாது என்று சொன்னதன் உண்மைக்குச் செவிசாய்க்கவில்லை."

"இதற்குச் சரித்திரத்தில் ஆதாரம் இருக்கிறதா" என்று குறுக்கிட்டேன்.

"அதைப் பிறகு சொல்லுகிறேன்; இதைக் கேளுங்கள்" என்று மேலே சொன்னார். "பஞ்ச தந்திரத்தில் ஒரு கதை உண்டு. எலியும் தவளையம் நட்பாகி ஒன்றுடன் ஒன்று கயிற்றால் பிணைத்துக் கொண்டன. மேலே பறந்த கருடன் பாய வருவதைப் பார்த்து எலி வங்குக்கு இழுத்தது: தவளை குளத்துக்கு இழுத்தது. இந்தப் போராட்டத்துக்கிடையில் கருடன் எலியைத் தூக்கிக்கொண்டு போயிற்று. எலியுடன் தவளையும் அழிந்தது."

"அந்த மாதிரி?" என்றேன்.

"அந்த மாதிரி இங்கே கடவுளும் நிலைக்கவில்லை. கலையும் நிலைக்க வில்லை. நரசிம்ம பல்லவ வர்மரின் மனைவி சொன்னதைத்தான் கைலாசநாதரும் வேறு விதமாகச் சொன்னார். அவன் அதைப் புரிந்து கொள்ளவில்லை."

"என்ன சொன்னார்?" என்று குறுக்கிட்டேன்.

"ராஜா கோயிலைக் கட்டிவிட்டு கும்பாபிஷேகத்துக்கு நாளைக் குறிப்பிட்டான். கைலாசநாதர் ஓர் இரவு அவரிடம் வந்தார். 'கும்பாபிஷேக தினத்தை ஒத்திவைத்துவிடு, அன்றைத்தினம் திருநின்றவூருக்குப் போகவேண்டும். பூசலார் கோயில் கட்டிக் கும்பாபிஷேகம் செய்கிறார். அதற்குப் போகவேண்டும்' என்று சொன்னார். அரசன் அதற்கிணங்க தினத்தை ஒத்திவைத்துவிட்டான். அத்துடன் நில்லாமல் தன்னதைவிட உயர்வான கோயிலைக் காணச் சென்றான். திருநின்றவூருக்குச் சென்று பார்த்தால் கோயிலையே காணவில்லை. வியப்பு மேலிட்டு அங்கும் இங்கும் விசாரித்தான். அவன் வியப்பு கோடி மடங்கு அதிகமாயிற்று. பூசலார் என்னும் சிவனடியார் மானசீகமாக ஒரு பெரும் கோவிலைக்

கட்டி முடித்திருந்தார். எத்தனை மாதத் தியானமாக கற்கள் வந்து குவிந்தன! எத்தனை மாதத் தியானமாக வேலைகள் நடந்து வந்தன! இப்பொழுது அந்த மனக்கோயிலுக்குக் கும்பாபிஷேகம்! அதற்குக் கைலாசநாதர் உடந்தை! இந்த விஷயத்தின் உண்மையை அரசனால் உணர முடியவில்லை.

"அதன் விளைவைத்தான் நாம் இப்பொழுதும் பார்க்கிறோம். இங்கே கடவுளும் நிலைக்கவில்லை. கலையும் நிலைக்கவில்லை. கலையையும் கடவுளையும் பிரித்துவைத்துப் போற்ற முற்பட்ட எல்லா இடங்களுக்கும் ஏறக்குறைய இந்தக் கதிதான்."

நண்பர் பெருமூச்சுடன் நிறுத்தினார். அந்தப் பெருமூச்சின் முடிவில் பாழடைந்த கோயில்கள் எல்லாம் என் கண்முன் எழுந்தன. நான் கண்மூடி மௌனியானேன்.

"என்ன ஊமையும் குருடும் ஆகிவிட்டீரே?" என்ற கேள்வி காதில் விழவே சுயநினைவு வந்தது.

"நாட்டு மக்களில் நானும் ஒருவன்தானே ? அந்த நிலையை அடைந்து விட்டேன்" என்றதும் அவர் கடகடவென்று சிரித்துக்கொண்டு சொன்னார்.

"கல்விக்குக் கொடுப்பதைக் கடவுளுக்குக் கொடு என்று எழுதியிருப்பதன் பொருள் இப்பொழுது விளங்குகிறதல்லவா? கடவுளுக்குக் கொடுக்காமல் கல்விக்குக் கொடுப்பதாகவே வைத்துக் கொண்டு பார்ப்போம். எல்லோரும் எழுதப்படிக்கத் தெரிந்தவர்களாகிவிடுவார்கள். எல்லோரும் பட்டம் பெறுவார்கள்; உத்தியோகத்துக்கு மனுப்போடுவார்கள்; சம்பாதிப்பார்கள்; சாப்பிடுவார்கள்; இன்பத்தில் ஈடுபடுவார்கள்; இனத்தைப் பெருக்குவார்கள்; இல்லை... இல்லை. இதில்கூட நமக்குத்தான் பயம் வந்துவிட்டதே; விளைவு இவ்வளவுதானே? அதற்கு மேல் உண்டா? செக்குமாடு சுற்றி வரும் தூரத்தை நீளமாக்கினால் எத்தனையோ ஆயிரம் மைல் ஆகும். ஆனால் மாடென்னவோ இருந்த இடத்தைவிட்டுப் போவதில்லை. அதைப் போலத்தான் இந்தக் கல்வி விஷயமும்! காலத்துக்கு அப்பாற்பட்ட ஒன்றுடன் கலையையும் கல்வியையும் பிணைக்காவிட்டால் அவை நிலைக்கா. சிதம்பரம் கோயிலை நினைத்துக் கொண்டால் நான் சொல்வது விளங்கும். காலம் கடந்த ஒன்றைப் போற்றாதவரையில் கலை பிறக்காது; பிறந்தாலும் ஆயுள் நீடிக்காது. புதைபொருள் ஆராய்ச்சி இலாகா மாதம் முப்பது நாற்பது முந்நூறு நானூறு என்று சம்பளம் கொடுத்து ஆட்களை நியமித்து அவற்றைப் பாதுகாக்க வேண்டியதுதான்: அவ்வளவுதான் மிஞ்சும்."

“நூற்றில் ஒரு வார்த்தை" என்று நண்பரின் முதுகைத் தட்டிக் கொடுக்கக் கையை எடுத்தேன். யாரோ என் முதுகில் தட்டினார்கள். திரும்பிப் பார்த்தேன். புதைபொருள் ஆராய்ச்சி இலாகாவைச் சேர்ந்த ஆள் என்னை வெறிக்கப் பார்த்துக் கொண்டிருந்தான். ஒன்றும் புரியாமல் விழித்தேன்.

“யாரையா – பைத்தியமா நீ – தனக்குத்தானே பேசிக்கிட்டு! இல்லேன்னா இந்தப் பொம்மைகளோடே பேசறியா?" என்று அவன் அதட்டியதும் நான் திடுக்கிட்டேன்.

“என்னுடன் பேசிக்கொண்டிருந்தாரே, அவர் எங்கே?” என்றேன்.

“அட பைத்தியக்கார மனுசா! போ போ! ஒண்ணரை மணியா இங்கே நின்னுக்கிட்டு வேடிக்கை பார்த்துக்கிட்டிருக்கேன். ஒன்னைத் தவிர ஒரு ஈக்குருவிகூட இங்கே வரவில்லையே! போ வெளியே” என்று என் கையைப்பிடித்து வெளியே இழுத்து விட்டான்.

எனக்குச் சொல்லமுடியாத கோபமும் திகைப்பும் பொங்கின. ஆனால் அவனுக்குப்போய் விஷயத்தை எப்படி விளங்க வைப்பது? சிவனே என்று பையில் இருந்த சில்லறையை எல்லாம் அங்கிருந்த உண்டியலில் போட்டுவிட்டு வெளியேறினேன். குளவி ரீங்காரம் இடுவதுபோல் “கல்விக்குக் கொடுப்பதைக் கடவுளுக்குக் கொடு” என்ற வாக்கியம் மனத்தில் சிலையோடிக் கொண்டிருந்தது.

31. கண்ணம்மா

கண்ணம்மாவின் மீது சின்னக் காற்றுக்கூடப் படப்படாது அவள் பாட்டிக்கு. “குழந்தை! குறுக்கும் நெடுக்குமாக ஏன் அலைகிறாய்?” என்பாள். கண்ணம்மா சொன்னதைக் கேட்க மாட்டாள். தெருவில் போய் நிற்பாள்.

அவளுக்குக் கண்ணிருந்தால், கட்டிலடங்கக் கூடிய வயதா? ஆனால். கண்ணில்லாவிட்டால் மட்டும் சேஷ்டைகள் போய்விடுமா? எனவே, தெருப்புறம் போய், நின்று நின்று, வண்டி ஓசைகளைக் கொண்டும், காலடிகளைக் கொண்டும், ஜனங்களின் பேச்சுக்களைக் கொண்டும், பக்ஷிகளின் சப்த ஜாலங்களைக் கொண்டும், பழைய ஞாபகங்களைக் கொண்டும், உலகத்தை அகக்கண்ணுக்கு முன் உருவகப்படுத்தி, இன்புற்று நேரத்தைப் போக்காமல் வேறு என்ன செய்ய முடியும்?

குழந்தை பொட்டை என்ற அவமானத்தால் பாட்டி அலையக்கூடாதென்று உத்திரவிடுவதாக நினைக்கக் கூடாது. உண்மையில் யாரேனும் வீட்டிற்குள் வந்து போகும்பொழுது விஷயம் தெரியாமல் அவளை ஒருவேளை இடித்துத் தள்ளிவிடப் போகிறார்களே என்ற பயம், கவலை. ஆனால் அவ்வளவு பயத்திற்கு இடமில்லையென்பது கிழவிக்குத் தெரியாததல்ல. அவள் நிற்குமிடத்திற்குப் பத்தடிக்கப்பால் எவ்வளவு பூனைமாதிரி நடந்து வந்தாலும் அவளுக்கு எப்படியோ தெரிந்துபோகும். நண்டு விரைவில் நகர்ந்து வளையில் புகுவதைப் போல் ஓரமாய் நகர்ந்து விடுவாள். ஒருவேளை வேறு ஞாபகமாய் நின்றுவிட்டால் கிட்டத்தில் வந்த நிமிஷத்தில் அவள் விருக்கென்று நகர்வதைப் பார்க்க வேண்டுமே!

வழக்கம்போல் அன்றும் வாசல் நிலை இருபுறத்தையும் இரு கைகளாலும் பிடித்துக்கொண்டு ஒற்றைக் காலை முன்னும் பின்னுமாய் ஆட்டிக் கொண்டிருந்தாள் கண்ணம்மா. அவளுடைய பாட்டி தெருவிலிருந்து வீட்டுப் படி ஏறு முன்னமேயே தனக்கென்ன கொண்டு வந்திருக்கிறாள் என்று கேட்டாள். பாட்டி மறுமொழி சொல்லாமல் தன் மடியிலிருந்த கொய்யாக் காயை அவளிடம் கொடுத்தாள்.

வீட்டுக் கூடத்தில் கண்ணம்மாவின் தம்பி சோமு உட்கார்ந்திருந்தான். கொய்யாக்காயைப் பார்த்தவுடன் தனக்கில்லையா என்றான். பாட்டி ஒன்றுதான் கொண்டு வந்தேனென்றாள்.

“கண்ணம்மா! எனக்குப் பாதி தாயேன்.”

“நான் மாட்டேன்.”

சோமு ஒரு மாதிரியான பையன். பாட்டி பக்கம் திரும்பினான். “உனக்கு வயசாகியும் புத்தி இல்லை. சொன்னால் கோபம் வரும்.”

“நான் என்ன செய்யட்டும்?”

“இரண்டு குழந்தைகள் இருக்கிற இடத்தில், ஒரு கொய்யாக்காய் கலகம் பண்ணும் என்று தெரிய வேண்டாம்?”

“நான் சமைக்கற வீட்டில் எனக்குக் கொடுத்தார்கள். கொண்டு வந்தேன். வாசலில் அவள் நின்றுகொண்டிருந்தாள். கொடுத்துவிட்டேன். உன் ஞாபகம் வரவில்லை.”

“ஆமாம். எப்பொழுதுமே கண்ணம்மாதான் உனக்கு ஒஸ்தி. இப்பொழுது எங்கம்மா இருந்தால் தெரியும்!”

“போதுமே. உன் அசட்டு வாயை மூடு,” என்று ஓங்கிப் பேசினாள் பாட்டி.

சோமு அடங்கிவிட்டான்.

இந்தக் கொய்யாக்காய் விவகாரத்திற்குப் பின்விளைவில்லாமல் போகவில்லை. தனக்கு இல்லாமல் போனதற்குக் காரணம் தன் தமக்கைதானே! அவளோடு “டூ” விட்டு விட்டான். கண்ணம்மா லேசுப்பட்டவளா? பாட்டியின் செய்கைக்கு அவள் எப்படிப் பொறுப்பு? தவிர, அவ்வளவு நல்லவளான பாட்டியைக்கூடக் கோப மூட்டும்படியாகப் பேசுபவனோடு சேரப்படாதல்லவா?

அது முதல் மூன்று நாள் வரையில் ஒருவர் நிற்குமிடத்தில் மற்றவர் நிற்பதில்லை. ஆனால் மற்றவரை எப்படிப் படிய வைக்கலாம் என்பதே இருவருக்கும் யோசனை.

மூன்றாம் நாள் சோமு அழுதுகொண்டே வீட்டிற்கு வந்து சேர்ந்தான். பாட்டி வீட்டிலிருந்தாள்.

"ஏன்டா குழந்தே அழுகிறாய்?"

அவன் உடன் பதில் சொல்லவில்லை. ஏனென்றால் இந்த மாதிரி வாரத்திற்கு நான்கு சந்தர்ப்பங்கள் வீதம் வந்துகொண்டிருந்தால் கொஞ்சம் அவமானமாக இருக்காதா?

சோமு என்னவோ, வஞ்சனையின்றி, சோம்பலின்றிப் படித்துத்தான் வந்தான். அதிகாலையிலும், இரவிலும் அவன் கட்டுக்கட்டாய் விபூதியைப் பூசிக்கொண்டு "தெள்ளிய ஆலின் சிறு பழத்தொருவிதை" முதலிய பாடங்களை உச்சஸ்தாயியில் நெட்டுருப்பண்ணுவது தெருவையே அதிரடிக்கும். இருந்தாலும், அவனுடைய வாத்தியார் வையாத நாளே கிடையாது. படிக்கும்பொழுது நன்றாய் உருவாகும் – வகுப்பில் வந்தால் ஒப்பிக்க முடிவதில்லை! அவனென்ன செய்வான்? அடியை வாங்கிக்கொண்டு சிவனே என்று, பெஞ்சிமேல் நின்று தீர்ப்பான்.

அன்று அடிவாங்கிய ஒரு சந்தர்ப்பம். இனிப் பள்ளிக்கூடம் போகப் போவதில்லையென்று பாட்டியிடம் சொல்லிவிடுவதாக நிச்சயப்படுத்திக் கொண்டே வீடு வந்து சேர்ந்தான்.

பாட்டி, "ஏன்டா குழந்தே அழறே?" என்றபொழுது பதில் சொல்லுவோ மென்றால் கண்ணம்மா வேறு அங்கே நின்று கொண்டிருந்தாள். கடைசியாக அவ்வளவு அவமானத்தையும் சகித்துக்கொண்டு அழுகையுடன் சேர்த்துச் சொன்னான்:

"இன்று பாடம் ஒப்பிக்கவில்லை என்று சார் அடிச்சார். இனிமேல் என்னைக் களிமண் என்றுதான் கூப்பிடுவேன் என்றார். நான் பள்ளிக்கூடம் விட்டு வீட்டுக்கு வரும்போது பையன்களெல்லாம் கூட என்னை 'ஏ களிமண்' என்று கூப்பிடுகிறான்கள்."

மீன்கொத்தியைப் போல் 'லபக்'கென்று அந்தப் பேச்சைப் பிடித்துக் கொண்டாள் கண்ணம்மா.

"நிஜந்தானே! மடாத் தவளை போல் தினம் உருப்போட்டு என்ன புண்யம்? வீட்டு ஓட்டடை உதிர்ந்ததுதான் மிச்சம். நான் ஒரு தரமோ இரண்டு தரமோ படிக்கக் கேட்டிருக்கிறேன். இதோ சொல்கிறேன் கேள்."

இப்படிச் சொல்லிவிட்டு "கஜானனம் பூதகணாதி ஸேவி தம்" என்று ஆரம்பித்து மூச்சுவிடாமல் ஐந்து நிமிஷம் வரையில் அவன் பாடத்தை யெல்லாம் ஒப்புவித்தாள்.

“இப்பொழுது சொல்லுடா, உன்னைக் களிமண் என்று சொல்லாமல் யாரைச் சொல்கிறது...? உனக்குப் பதிலாக நானே இனிமேல் பள்ளிக்கூடம் போக வேண்டியதுதான்!”

சோமுவின் அவமானம் ஆத்திரமாய் வெளிப்பட்டது. “இவ்வளவு மூளை இருக்கிறதென்றுதான் கடவுள் கண்ணை அவித்திருக்கிறது.”

“ரொம்ப பேஷ்! நீதான்டா நாளைக்கு இந்தப் பொட்டையைக் காப்பாத்தப்போகிறாய்! இந்த அழகான பேச்சைக் கேட்க உன் தாயார் இருக்கவேண்டும்,” என்று பாட்டி குறுக்கிட்டதும் சோமு ஓய்ந்து விட்டான்.

இப்பொழுது கண்ணம்மா அவமானப்பட்டுப் போய்விட்டாள். கண்ணில்லாக் குறையைக் குத்திக்காட்டினால் அவள் துடிதுடிப்பதைத் தவிர வேறு என்ன செய்ய முடியும்?

“இருக்கட்டும்டா களிமண்!” என்று பதிலுக்கு வைது கூடப் பார்த்து விட்டாள். மனது நேராகவில்லை.

“இந்தக் களிமண்தான் உனக்குச் சோறு போட்டுக் காப்பாத்த வேண்டும். பார்த்துக்கொள்!” என்று சௌரியம் பேசினான் சோமு.

பாட்டி மறுபடியும் குறுக்கிட்டு, பையனைக் கூடத்துப் பக்கமாயும், பேத்தியைச் சமையலறைப் பக்கமாயும் தள்ளி விட்டாள்.

பாட்டி செத்துவிட்டால் நம் பாடு என்ன என்ற எண்ணம் பாணம் போல் கண்ணம்மாவைத் தொளைக்க ஆரம்பித்து விட்டது. பாவி சோமுவின் உதவியை எப்படி எதிர்பார்க்க முடியும்? எப்படி ஏற்றுக்கொள்ள முடியும்? இவ்வெண்ணங்களின் மத்தியில் அவனுக்கு எப்படியேனும் புத்தி சொல்லித் தரவேண்டுமென்ற நோக்கமொன்றும் பதைத்துக் கொண்டிருந்தது.

சோமுவுக்கோ, கண்ணம்மாவை முற்றிலும் முறியடிப்பதற்குள் பாட்டி குறுக்கிட்டுவிட்டாளே என்ற குறை. இருவரும் வஞ்சம் தீர்க்க சந்தர்ப்பத்திற்காகக் காத்துக் கொண்டிருந்தார்கள்.

ஒரு வாரம் கழித்து அந்தச் சந்தர்ப்பம் கிடைத்தது. அன்று சனிக்கிழமை. எங்கெங்கோ, சுற்றிவிட்டு மத்தியானம் ஒரு மணிக்கு அவன் வீட்டுக்கு வந்தபொழுது கண்ணம்மா தெருத்திண்ணையில் உட்கார்ந்திருந்தாள். சோமுவின் கையிலிருந்த சாமான் அவனுக்கு அளவற்ற குதூகலத்தைத் தந்து கொண்டிருந்தது. ‘இவள் முட்டாள், கண்ணற்றவள், உன் உதவி யின்றி வாழ முடியாதவள் என்பதை நன்றாய் ருசுப்பித்து விடு’ என்று அது அவன் மனதைத் தூண்டிற்று.

"கண்ணம்மா! நீ ரொம்பக் கெட்டிக்காரி என்று பீத்திக் கொள்கிறாயே! இது என்ன சொல்லு?" என்று தன் கையிலிருந்ததை அவளிடம் நீட்டினான். அதை வாங்கித் தடவிப் பார்த்துக்கொண்டே கண்ணம்மா சொன்னாள்.

"இது வந்து காது."

"ஹும்."

"இது வந்து தலை"

"ஹும்."

"இது வந்து வால்... ஹும்... இதோ சொல்கிறேன். தும்பிச்சுக்கை. இது தந்தம். இது வந்து யானையாடா?"

"நீயே சொல்லு."

"இல்லை போலிருக்கு. யானைக்குப் பின்பக்கம் முதுகு கால் ஒண்ணுமிருக்காதோ? எனக்குத் தெரியவில்லையேடா?"

"இப்பொழுது யார் களிமண்?"

"இனிமேல் உன்னை அப்படி வையவில்லையடா."

"நான் சொல்லவே மாட்டேன். புத்திசாலிக் கொக்கோ இல்லையோ! நீயே தெரிஞ்சுகொள்."

அவன் பேச்சில் வெற்றியின் அகம்பாவம் பொங்கி வழிந்தது. தன்னைப் பழிவாங்கும் பேச்சு அது என்று உணர்ந்ததும், அவள் கர்வம் தலைக்கேறிற்று. கண் இல்லாதது கடவுள் குற்றமென்றும், அவமானப்பட வேண்டியதல்லவென்றும், மூளை இல்லாதது மனிதன் பிசகென்றும், வெட்கப்பட வேண்டியதென்றும் அவள் கருதியதால், இன்னதென்று தெரியாவிட்டால் குடிமுழுகி விடாது என்று நினைத்து மௌனமானாள்.

இந்த மௌனத்தையும், அவள் தோல்வியின் அறிகுறியாகப் பாவித்து விட்டு, "நீ சாப்பிட்டாகி விட்டதா?" என்று வேறு விஷயத்தைப் பிரஸ்தாபித்தான் சோமு.

பின்னும் மௌனம் சாதித்தாலும், கோபமாய்ப் பேசினாலும், தான் தோற்றுவிட்டதாகும் என்று பயந்து, "இன்னும் சாப்பிடவில்லை. ரொம்பப் பசிக்கிறது" என்றாள் கண்ணம்மா.

"ஏன்?"

"பாட்டி இன்னும் வரவில்லை. எனக்குப் பசிக்கிறது."

"அப்படியானால் வா, நான் எடுத்துப் போடுகிறேன்."

இருவரும் திண்ணையிலிருந்து வீட்டிற்குள் சென்றார்கள்.

"அடே! பாட்டி இதோ படுத்துக்கொண்டிருக்கிறாளே! பாட்டி! பசிக்கிறது."

பாட்டி பதில் பேசவில்லை.

"ஏன்டி கண்ணம்மா, நான் கேட்டபோது வரவில்லையென்று சொன்னாயே."

"நான் அவள் வந்ததைக் கவனிக்கவில்லை போலிருக்கிறது. இத்தனைக்கும் திண்ணையிலேதான் உட்கார்ந்திருந்தேன்."

"ஒருவேளை இன்னிக்கு வேலை செய்ய அவர்கள் வீட்டுக்குப் போகவே இல்லையோ, என்னவோ... பாட்டி."

பாட்டி பதில் பேசவில்லை. அவள் கூடத்தில் படுத்திருந்த மாதிரி சோமுவுக்குத் திருப்திகரமாயில்லை. உள்ளே போய்ப் பார்த்தான். சமையல் செய்யப்படவே இல்லை! எனவே, தான் ஊகித்தபடி அன்று பாட்டி வெளியே சமையல் செய்யப் போகவில்லை என்பது ஊர்ஜிதமாயிற்று. திரும்பவும் பாட்டியைப் பார்த்தான். அவள்மீது ஈக்கள் நகர்ந்து கொண்டிருந்தன.

"கண்ணம்மா, பாட்டிக்கு உடம்பு சரிப்படவில்லை போலிருக்கிறது. சமைக்கக்கூட இல்லை. நான் சொல்லுகிறபடி கேட்கிறாயா?"

"கேட்கிறேன்."

சோமு அவளை எதிர் வீட்டுக்கழைத்துக்கொண்டு போய், பாட்டிக்கு உடம்பு சரியில்லையென்று சொல்லி, கண்ணம்மாவுக்கு சாப்பாடு போடும்படி கேட்டான். அப்பொழுது அவளுக்கு யானையைப் பற்றிச் சொன்னான். ஏனென்றால் இவ்வளவு விஷயங்களுக்கிடையிலும் இருவர் மனத்திலும் அந்தத் தகராறைப் பற்றிய எண்ணம் இருந்து கொண்டேயிருந்தது.

"நான் கொண்டுவந்ததென்ன தெரியுமா? மடத்து வாசலில் தோரணம் கட்டுவதற்காக, மரத்தால் முன் பாதி மண்டியிட்ட யானை மாதிரியும், பின் பாதி பிறையில் சொருகுவதற்குக் கட்டைமாதிரியும் செய்து வைத்திருக்கிறார்கள். பார்!"

"ஆமாம்."

"அந்த மாதிரி இது சின்னதாக ஒன்று. ஒருத்தர் கொடுத்தார்."

"அதுதான் எனக்குப் புரியவில்லை. கண் இருந்தால் சட்டென்று தெரியும்."

"மூளை இருந்தால் நெட்டுரு ஆகும். களிமண் என்று நீ வையலாமா?"

அங்கே அவள் சாப்பாடு முடிந்தது. அந்த வீட்டு மாமாவைப் பார்த்து, "கொஞ்சம் வந்து பாருங்களேன். பாட்டிக்கு உடம்பு சரியா யில்லை" என்றான் சோமு. எதிர்த்த வீட்டுக்காரர் வந்து பாட்டியைப் பார்த்தபொழுதுதான் விஷயம் விளங்கிற்று. விளக்கு மலையேறிவிட்டது. குழந்தைகளுக்கு விஷயம் அறிவிக்கப்பட்டவுடன் முதல் பேச்சு என்ன தெரியுமா?

"ஏன்டா சோமு... இனிமேல் நீதானா எனக்குச் சாதம் போட்டுக் காப்பாத்த வேண்டும்?"

"ஆமாம்."

"நீ அன்று மாட்டேன் என்று பயமுறுத்தினாயே?"

"அன்று பாட்டி இருந்தாள். இன்றைக்கு..."

32. கோணாங்(ல்)கள்

குழந்தைக்கு வயது மூன்று இருக்கும். பைஜாமாவும் ஷர்ட்டும் போட்டுக் கொண்டிருந்தான். கழுத்தில் சட்டைக்கு வெளியே தங்கச் சங்கிலி. அந்த மைனரைத் தாயார் பூரிப்புடன் பார்த்துக்கொண்டிருந்தாள். தந்தையைப் போல எவ்வளவு மிடுக்குடன் நடக்கிறான்! சுத்தமாக இருப்பதில் பூனையைப் போல இவனுக்கு எவ்வளவு அக்கறை! இன்னொரு பிள்ளையாய் இந்த ரோட் பக்கம் நின்றிருந்தால்? அதோ நிற்கவில்லையா அம்மணமாக ஐந்தாறு? உவா! என்ன அசிங்கம்! மூக்கு ஒழுகுகிறது. ஒன்றுக்கு கண்ணில் புளிச்சை. ஒன்றுக்குக் கழுத்தும் வயிறும் விஞ்ஞானசாலை பிளாஸ்கு மாதிரி இருக்கிறது. பயங்கரம்! இவன் புத்திசாலித்தனத்திற்குப் போக வேண்டியதுதான்! பூரிப்புடன் தெருவில் நின்று அகம் மகிழ்ந்து கொண்டிருந்த தாயார் கொஞ்சம் உள்ளே போய்த் திரும்பினாள்.

அவள் கண்ட காட்சி! அந்த மைனர் தெருவில் சம்மணமாக உட்கார்ந்திருந்தான். அம்மணமாக இருந்த குழந்தைகள் அத்தனையும் அவனைச் சுற்றி உட்கார்ந்து கொண்டிருந்தனர். இரண்டொன்று சட்டையைத் தடவிப் பார்த்துக்கொண்டிருந்தன. ஒன்று செயினைத் தொட்டுப் பார்த்துக்கொண்டிருந்தது. கூட்டத்து நடுவில் புழுதி கோபுரமாகக் குவிக்கப்பட்டிருந்தது. பிள்ளையின் கை எல்லாம் புழுதி! சூறைவிழுந்த வயல் மாதிரி தலையில்கூட திட்டு திட்டாகத் தெரிந்தது புழுதி!

தாயாருக்குத் தலையைப் பிளக்கும் ஆத்திரம்! ஆனால் அது கேள்வியாகப் பொத்துக்கொண்டு கிளம்பிற்று.

"இதெல்லாம் என்னடா?"

"கோயில், அம்மா."

தாயாருக்குக் கோயில் கண்ணில் படவில்லை. வண்ணான் உடுப்பு அழுக்கானதுதான் கண்ணில் பட்டது. சுற்றிலும் உட்கார்ந்திருந்த அம்மணங்களும், புளிச்சையும், மூக்கொழுக்கும்தான் கண்ணில் பட்டன.

பிள்ளையை ஒரு அறை வைத்து வீட்டுக்குள்ளே இழுத்துக்கொண்டு போய் உடுப்பைக் கழற்றினாள். "வேலா! இதைக் கொண்டு போய் நெருப்பில் போட்டு விட்டு வா" என்று கூவினாள்.

வேலனுக்கு அம்மாள் சமாசாரம் தெரியும். சொன்னதை உடனே செய்வது போல் எடுத்துக்கொண்டு போய் மறைவாக வைத்துவிட்டான்.

* * *

அதே ரோடு. கார்கள் பறந்துகொண்டிருந்தன. காதைத் துளைக்கும் ஹாரன் சத்தத்தில் திகைத்துத் திகைத்து மனித வெள்ளம் பாய்ந்து கொண்டிருந்தது.

ஒருத்தி குழந்தையை ரோடின் குறுக்கே தூக்கிக்கொண்டு வந்து கொண்டிருந்தாள். காலெல்லாம் புழுதி, கப்பி ரோடு புழுதியாக இருந்தாலாவது காலோடு ஒத்துப்போயிருக்கும். ஆனால், கோல மாவு காலில் கொட்டியது போல வெளுப்பாக இருந்தது. ட்வெயின் கயிறு நடந்து வருவது போன்ற தளர்ச்சி. கட்டியிருந்த புடவை மழை பார்க்க வானம்போல வெளிறிக் கிடந்தது. முப்பது மைலாவது நடந்திருக்க வேண்டும்! ஆனால் அதற்கு உடலில் சக்தியில்லை என்று முழங்கை முடிச்சுகளும் கண் கோலிகளும் சொல்லிக்கொண்டிருந்தன.

சக்தியில்லாவிட்டால் என்ன? ஆழ்ந்த பரிவொன்று விழிகளில் தேங்கி, குழந்தையின் மீது ஒரு சமயம் நிலைகுத்தி இருந்தது. மறுசமயம் எதையோ பொறுக்கி எடுத்து குழந்தைக்கு அளிக்கத் துடிப்பதுபோல ஒரு பார்வை வீடுகள் மீதும், ஒரு பார்வை குழந்தைமீதுமாக மாறிக் கொண்டிருந்தது. பாழும் வீடுகள்! ஒன்றிலாவது இரும்புக் கிராதி இல்லாமலில்லை. வேதனையால் அவள் முகம் ஒரு தரம் சுளித்தது. அடுத்த நிமிஷத்தில் அவள் ஒரு காரியம் செய்துவிட்டாள்!

வேகமாக ரஸ்தாவைவிட்டு ஒதுங்கி ஒரு வீட்டினோரம் உட்கார்ந்து குழந்தைக்குப் பால் கொடுக்க ஆரம்பித்து விட்டாள். பிள்ளைக்குப் பால் கொடுக்கும் லயிப்பில் அவள் பார்வை குழந்தையின் மீதே செருகி

யிருந்தது. மாராப்பு எப்படி இருந்ததென்றுகூட அவள் கவனிக்கவில்லை. தாய்மையின் பெரும் சுழலுக்குள் ஒளிவுமறைவென்னும் துரும்புகள் சிக்கி மறைந்துவிட்டன. உலகை மறந்த அன்பு நிலை!

அடுத்திருந்த வீட்டுக்குள்ளிருந்து ஒரு அம்மாள் வந்தாள். தலை மயிரில் ஓடியிருந்த நரை உண்மையைக் கூறிக்கொண்டிருந்தது. ஆனால், உடுத்தியிருந்த துணியும் மணியும், மோஸ் தரும் நைலான் மனதை வெட்ட வெளிச்ச மாக்கிக்கொண்டிருந்தன. தோள் மீது செல்லும் சேலைத் தலைப்புகூட மனத்தின் கட்டளைக்கிணங்க ஒடுங்கிச் சென்று கொண்டிருந்தது.

வாசலில், கோலம் போடும் இடத்திற்கருகில், பால் கொடுத்துக் கொண்டிருந்த காட்சியைக் கண்டாள். திடுக்கிட்டாள. "வெக்கக்கேடு! தள்ளி எங்கேயேனும் உட்காரக்கூடாதா? நடுத்தெருவிலே–"

"கேட்டைத் தாண்டிப் போனாக் கொன்னுடுவாங்க."

"உனக்கு மானம், வெக்கம்."

"பிள்ளைக்குப் பால் கொடுக்கிறதிலே வெக்கம், மானம் என்னாங்க?"

"சுரணை இல்லாத பொணம்" என்று சொல்லிக்கொண்டே அம்மாள் வீட்டுக்குள்ளே போய்விட்டாள்.

* * *

அதே ரோடு. திருப்பத்தில் ஒரு பங்களா. குமாஸ்தா அடக்கமாக உள்ளே நுழைந்து முதலாளியின் அறைக்குள் சென்றார். முதலாளியும் நாலைந்து கனவான்களும் சிற்றுண்டி அருந்திக்கொண்டிருந்தனர். அதைக் கண்ட குமாஸ்தா தண்ணீர்ப் பாம்பைப்போல மறைய முயன்றார்.

"சும்மா வா ஐயா" என்று முதலாளி சகோதரப் பண்பைக் காட்டுவது போல வருந்தி அழைத்தார்.

நெளிந்துகொண்டே குமாஸ்தா ஒரு நாற்காலியின் ஓரத்தில் வந்து உட்கார்ந்தார்.

முதலாளி என்ன ஜாடை காட்டினாரோ என்னவோ குமாஸ்தாவுக்கு முன் பக்ஷணங்கள் ஒரு இலை நிறையக் கொண்டுவந்து வைக்கப்பட்டன.

இலையைத் தொடாமல் குமாஸ்தா சும்மா உட்கார்ந்து கொண்டிருந்தார்.

"சாப்பிடய்யா" என்றார் முதலாளி.

"இப்பொழுதுதான் சாப்பிட்டுவிட்டு வருகிறேன்" என்று குமாஸ்தா

புளுகினார்.

"பின்னே காபியேனும் சாப்பிடு" என்று உபசாரம் செய்தார் முதலாளி.

அடுத்த விநாடி காபி வந்து சேர்ந்தது. குமாஸ்தா அதைச் சாப்பிட்டுக் கொண்டிருந்தபொழுதே சமையற்காரன் இலைகளை எல்லாம் எடுத்துக்கொண்டு வந்தான்.

"அதையும் சேர்த்து எடுத்துப் போ" என்று முதலாளி குமாஸ்தாவின் இலையைக் குறிப்பிட்டார்.

சமையற்காரன் மற்ற இலைகளை எடுத்த கையோடு இந்த இலையையும் எடுக்க வந்தான். குமாஸ்தாவுக்கு தீவட்டிக் கொள்ளையில் பறிகொடுத்தது போல பகீரென்றது. பெரிய மனிதர்கள் என்றால் நல்லதை நினைக் காதவர்கள் என்று அவருக்குத் தோன்றிற்று. சமையற்காரன் அருகில் வந்ததும் இதை எடுக்காதே என்று குமாஸ்தா ஜாடை காட்டினார். தரித்திரத்தில் பழுத்த மற்றொரு பழம்தானே அவனும்! நெளிவாக பாக்கி இலைகளை எடுத்துக்கொண்டு போய்விட்டான்.

குமாஸ்தா இலையைப் பொட்டலமாகக் கட்டி, சுருட்டி மறைத்து எடுத்துக்கொண்டு எழுந்திருந்தார்.

வந்த சமாசாரமென்னவென்று முதலாளியும் கேட்கவில்லை. குமாஸ்தாவும் சொல்லவில்லை. உண்மையில் குமாஸ்தாவின் நினைப்பெல்லாம் வீட்டில் அழுது தொல்லை கொடுக்கும் பையன்கள் மீதே சுழன்றுகொண்டிருந்தது.

போக உத்தரவு பெற்றுக்கொண்டு குமாஸ்தா நேரே வீட்டுக்கு வந்து பொட்டலத்தைப் பிரித்துப் பையன்களிடம் பங்கு போட்டுக் கொடுத்தார்.

"ஏது இவ்வளவு?" என்று கண்ணை அகல விரித்து அவர் மனைவி கேட்டாள்.

"கடையில் வாங்கிக்கொண்டு வந்தேன்" என்று கூசாமல் புளுகினார் குமாஸ்தா.

முதலாளி கனவான்களுடன் பேசிக்கொண்டிருந்தார். "பார்த்தீங்களா, குமாஸ்தா புத்தியை! நீங்க எப்படி வேணாலும் இருந்து பாருங்க... இந்தச் சின்னப்புத்தி குமாஸ்தாங்களை விட்டுப்போகாது" என்று புருவங்களை உயர்த்தினார்.

கனவான்கள் ஆமோதித்தனர்.

33. மலடி மகன்

“மலடி வயிற்று மகன் போல” என்கிறார்கள். இது நடக்கக் கூடாதது என்று நினைக்க நாங்கள் தயாராக இல்லை. எங்கள் கண்ணுக்கெதிரிலேயே நடந்ததென்றால் பிறகு பேச்சுண்டா? முதல் நாள் இரவு வரையில் அவர்களுக்குக் குழந்தை இல்லை. மறுநாள் காலை பத்து மணிக்கு அவர்களிடம் ஒரு பச்சைப்பசுங் குழந்தை இருந்ததென்றால்? அந்தக் குழந்தையும் சாதாரணமாக வரவில்லை. ஊரிலே பெரிய பரபரப்பையும் வம்பையும் விவகாரத்தையும் கிளறி விட்டுக்கொண்டே வந்தது.

அந்தக் குழந்தைக்கு, கிருஷ்ணன் என்று பெயர் வைத்தார்கள். பொருத்தமான பெயர்! ஏனென்றால் குழந்தை நீருண்ட மேகம் போல்தான் இருந்தது. ஆனால் அந்தப் பெயர் வைத்ததற்கு வர்ணம் காரணமல்ல என்பது ஊரார் அபிப்பிராயம்,

ஆதியில் ஆற்றங்கரை மடம் அங்குமிங்கும் இடிந்து, ஓடுகள் உடைந்து நாதியற்றுக் கிடந்தது. அப்பொழுது, இனிமேல் தமக்குக் குழந்தைகள் உண்டாகும் என்ற நம்பிக்கையை முகுந்தராவ் இழக்கும் சமயம்; தர்ம காரியங்களில் தலையிடத் தொடங்கிய சமயம். அவர் வெறும் எழுத்துக் கூலிக்காரரே. அவர் வசித்து வந்த தெருவிலே மிகவும் பணக்காரர்களெல்லாம் உண்டு. இருந்தாலும் ஆற்றங்கரை மடத்தின் நிலையைப் பற்றி அவருக்குத்தான் அக்கறை பிறந்தது. ஆற்றங்கரைக்குக் குளிக்கப் போகும்பொழுது காற்று கிளம்பி, ஓடு புரண்டு தெரிந்த ஓட்டை வழியாக மடத்துக்குள் புகுந்தடிப்பதை

பார்க்கும்பொழுதெல்லாம் அவருக்கு, தம் ஜன்மத்தைப் போலவே மடமும் பாழாகிப் போய்விடப் போகிறதே என்ற பயம்.

ஆகையால் தர்ம கைங்கர்யம் செய்ய ஆரம்பித்தவுடன் மடத்தைப் பழுது பார்த்து ஓடு போட்டார். அதோடு அவர் நிற்கவில்லை. சுண்ணாம்பு வாங்கி மடத்தையெல்லாம் வெள்ளையடிக்கச் சொன்னார். வெள்ளை அடித்தபிறகு வேறு ஓர் ஆசை பிறந்தது. வெறிச்சென்று சுவரை வைக்கக்கூடாதென்று தஞ்சாவூர் வர்ணக்காரன் ஒருவனைப் பிடித்தார். பார்வதி பரமேசுவரர், ராமர் பட்டாபிஷேகம், பிரும்மா சரஸ்வதி, ருக்மணி சத்யபாமா சகிதமான கிருஷ்ணன், சுகப்பிரும்மம், கருடன், ஹனுமான் ஆகிய சித்திரங்களைச் சுவரில் எழுதுவதென்று தீர்மானம் செய்தார். இந்தச் சித்திரங்களெல்லாம் எழுதும்போது முகுந்தராவுக்கு ஆற்றங்கரை மடத்திலேயே வாசம் என்று சொல்லிவிடலாம். வெறும் சுவரில் சித்திரம் பிறப்பதைப் பார்ப்பதனாலோ என்னவோ ஓர் அந்தரங்க ஆனந்தம் அவருக்கு உண்டாகிக் கொண்டிருந்தது. இந்தச் சித்திரங்களைப் பார்ப்பதற்கு என்ன கூட்டம்! பெண்களும் பையன் களும் எத்தனை வக்கணை சொன்னார்கள்?

சித்திரக்காரன் ருக்மணி சத்யபாமா சகிதமான கிருஷ்ணனை எழுதிக் கொண்டிருந்த கட்டம். நீலவர்ணத்திலே கிருஷ்ணனைப் போட்டு முடித்துவிட்டான். சம்பிரதாயமான முறையிலே கிருஷ்ணனுக்கு மஞ்சள் பீதாம்பரம் உடுத்தப்பட்டிருந்தது. முழங்கால்வரையில் தண்டுமாலையும் அங்கவஸ்திரமும் தொங்கிற்று. மயிலிறகு தரித்த தலை அழகாய் வலது புறம் சாய்ந்திருந்தது. இரு கைகளும் இடுப்பில் ஊன்றியிருந்தன. உண்மையிலேயே அவ்வளவு சித்திரங்களைக் காட்டிலும் கிருஷ்ணன் படத்திலேதான் ஜீவகளை வீசிற்று. வழக்கம்போல் வேடிக்கை பார்க்க யார் யாரோ வந்தார்கள். படத்தின் திறமையைப் பற்றி எல்லோருமே வியந்துவிட்டுப் போனார்கள். சிறுவர்கள் கோஷ்டி ஒன்று வந்தபோது தான் ஓர் அதியற்புதமான உண்மையைக் கண்டுபிடித்தார்கள். முகுந்தராவை அப்படியே உரித்து வைத்திருந்தது போல் அமைந்திருந்தது அந்தப் படம். முகுந்தராவ் மட்டும் இடுப்பில் கைவைத்துக் கொண்டு தலையைச் சாய்த்துக்கொள்ள வேண்டியதுதான் குறை.

“ஏய்! கிருஷ்ணன் இல்லேடா இது. முகுந்தராவைப் பார்த்து காப்பி அடிச்சிருக்கான்டா” என்றான் துடியான ஒரு பையன். இந்த உண்மை வெளிப்பட்ட பிறகு முகுந்தராவுக்குப் பெயர் கிருஷ்ணராவ் ஆகி விட்டது.

இந்தச் சித்திரங்களுள் தலைசிறந்தது கிருஷ்ண சித்திரம்தானே! அதனால்தான் பையனுக்கும் கிருஷ்ணன் என்று பெயரிட்டிருக்கிறான்

என்றனர் சிலர். சித்திரங்களெல்லாம் எழுதி ஒரு வருஷத்துக்கு மேலா யிற்று. "இந்தக் குழந்தை இப்பொழுதுதான் வந்திருக்கிறது. காரணம் என்னவோ தெரியவில்லை" என்றனர் வேறு சிலர். உண்மையில் இதர விஷயங்கள் சில இருக்கத்தான் செய்தன.

சரியாக ஒருமாதத்திற்கு முந்தி முகுந்தராவுக்குத் திடீரென நோய் கண்டது. ஊரில் உள்ள சித்த வைத்தியர் பார்த்து, "முப்பூவிலே முப்பது நாள் மருந்து சாப்பிட்டால் வியாதி நீங்கிவிடும்" என்றார். சித்தவைத்தியம் என்றால் வாய்க்குப் பிடிக்கும்படியாக மருந்து கொடுக்கமுடியும் என்பதில் சற்று அவநம்பிக்கை ராவுக்கு உண்டு. யுனானி வைத்தியம் மகாராஜாக்களுக்கு எடுத்தது அல்லவா? ஆகவே தர்ம ஆஸ்பத்திரிக்குப் போனார். டாக்டர் என்ன என்னவோ பரிசோதனை செய்துவிட்டு ஜில்லா ஆஸ்பத்திரிக்குத்தான் வைத்தியத்துக்குப் போகவேண்டும் என்று சிபார்சுக் கடிதம் எழுதிக்கொடுத்தார்.

முகுந்தராவ் ஜில்லா ஆஸ்பத்திரிக்கு மனைவி சகிதமாகப் போனார். குடல் அநுபந்த நோய்க்காக ஆபரேஷன் நடந்தது.

ஒருநாள் ஆஸ்பத்திரியிலே யாரோ ஒருவன் விற்பனைக்காகப் படங்கள் எடுத்துக்கொண்டு வந்திருந்தான். தஞ்சாவூர்ப் படங்கள்; அதாவது, கண்ணாடியிலே எழுதியிருக்கும். ஆஸ்பத்திரிப் படுக்கையில் ரொட்டியும் பாலும் உண்டுவிட்டுச் சப்பென்று வாழ்க்கையைக் கழிக்கும் நோயாளிகளுக்கு இந்தப் படங்கள் பெரிய விருந்தாக வந்து சேர்ந்தன. எதை எதையெல்லாமோ போட்டுப் புரட்டினார்கள். அவன் சொன்ன விலையைக் கேட்டுவிட்டு வாயைப் பிளந்தார்கள். அதிலே ஒரு கிருஷ்ணன் படம் இருந்தது. ஆகாயத்திலே பஞ்சு பறந்தது. கீழே யமுனை நதி, அதில், மீன்கள் முதலான எத்தனையோ ஜல ஜந்துக்கள் நீரில் எதிர்த்துப் போவது போல் எழுதியிருந்தது. ஒரே ஒரு புன்னை மரம். கிருஷ்ணன் ராதையைக் காணோமே என்று ஏங்குவது போல் தோன்றிற்று. படமென்னவோ மிகவும் உயர்ந்ததென்பதற்கில்லை. ஆனால் முகுந்தராவுக்கு அதை வாங்க வேண்டுமென்று தோன்றிற்று. அவர் மனைவிக்கு அதை வாங்கிவிட வேண்டுமென்று அவரைவிட அதிக ஆவல். அந்தப் படக்காரன் யானை விலை குதிரை விலை சொன்னால் யார் வாங்குவார்கள்? முகுந்தராவுக்கு அதை எப்படியேனும் வாங்கிவிட வேண்டுமென்ற பித்து. முதல் இல்லாவிட்டால் வியாபாரம் நடக்குமா? படக்காரன் அலுப்பு பட்டுக்கொண்டு எழுந்து போய்விட்டான்.

அன்று முதல் முகுந்தராவுக்கு ஒரே ஏக்கம். அன்றிரவு திடீரென உடல் நிலையிலே ஒரு கோளாறு ஏற்பட்டது. அத்தனை நாளுமில்லாமல் ஜுரம் கண்டது. இந்த மாறுதலுக்குக் காரணம் டாக்டருக்குக்கூட

விளங்கவில்லை. முகுந்தராவுக்கு ஜுரம் வந்த பிறகு படம் வாங்காமல் விட்டது என்னவோ துர்ச்சகுனம் மாதிரி அவர் மனைவிக்குப் பட்டது. படத்தைப் பற்றிய ஞாபகமாகவே அவர் இருந்தார்.

ஒரு வாரம் கழிந்தது. ஒருநாள் பாதி ராத்திரி இருக்கும். திடீரென்று முகுந்தராவ் விழித்தெழுந்து தூக்கத்தில் புரண்டுகொண்டிருந்த மனைவியை எழுப்பினார். அந்த அம்மாள் பயந்து போய், வாரிச் சுருட்டிக் கொண்டு எழுந்திருந்தாள்.

"ஒன்றுமில்லே, பயப்படாதே. ஓர் அதிசயமான சொப்பனம் கண்டேன். ஒரு பெரிய திமிங்கிலம் மாதிரி மேகம் ஒன்று மிதந்து வந்தது. அதிலே அன்றைக்குப் படம் வந்தது பாரு. அந்த மாதிரி ஒரு கிருஷ்ணன் தெரிஞ்சான். இன்னும் பதினைஞ்சு நாளிலே உங்காத்துக்குக் கட்டாயமா வரப்போறேன் இன்னான்" என்று தாம் கண்ட கனவைச் சொன்னார்.

அவர் மனைவிக்கு மனத்திலே ஒரு பெரிய பூரிப்பு. “அதான் யோசிச்சுக் கிண்டே இருந்தேன் – என்னடா இது, குளிச்சு மூணு மாசமாச்சே இன்னுட்டு. சுவாமி காரியமெல்லாம் நமக்கென்ன தெரியறது?” என்றாள்.

ஒரு வாரத்துக்கெல்லாம் முகுந்தராவ் ஆஸ்பத்திரியிலிருந்து ஊருக்குத் திரும்பி வந்துவிட்டார். வீட்டுக்கு வந்த தினத்தன்று காலை பத்து மணியிருக்கும். அடுத்த வட்டத்துக் கர்ணம் ஒரு பெரிய பத்திரிகைத் தாளில் எதையோ கட்டி எடுத்துக்கொண்டு வந்தார்.

“என்ன இவ்வளவு பந்தோபஸ்தாகக் கயிறு கியிறு எல்லாம் போட்டுக் கட்டிக்கொண்டு வந்திருக்கிறாயே” என்றார் முகுந்தராவ்.

“தஞ்சாவூருக்குப் போயிருந்தேன். ஆம்படையாள் தஞ்சாவூர்ப் படம் வேணும் என்று ரொம்ப நாளாக நச்சுப் பண்ணிக் கொண்டிருந்தாள். கிருஷ்ணன் படம் ஒன்று வாங்கினேன்.”

முகுந்தராவ் பரபரவென்று கடுதாசை அவிழ்த்துப் படத்தைப் பார்த்தார். அட! ஆஸ்பத்திரியிலே வாங்கவேண்டுமென்று நினைத்தாரே, அதே படம்! அவருக்கு வியப்பும், மகிழ்ச்சியும், பக்தியும் மாறிமாறித் தோன்றின. படத்தை எடுத்து ஒரு பலகையில் வைத்து தூபதீபம் கொடுத்து வணங்கினார்.

இதெல்லாம் கர்ணத்துக்கு மிகவும் விநோதமாக இருந்தது. அப்பொழுது கிருஷ்ணன் தன் வீட்டுக்கு வருவதாகக் கனவில் சொன்ன விவரத்தையெல்லாம் முகுந்தராவ் எடுத்துச் சொன்னார்.

“கிருஷ்ணனுடைய லீலையே லீலை. அதனால்தான் பாகவதத்தைக் கலியுக வேதம் என்று நான் நினைச்சுண்டிருக்கேன். படம் இங்கேயே

இருக்கட்டும். திருச்சறை வரையிலும் போகவேண்டியிருக்கு. நாளைய காலம்பர வந்து படத்தை எடுத்துக்கிண்டு ஊருக்குப் போறேன்" என்று சொல்லிவிட்டுக் கிளம்பினார் கர்ணம்.

அவர் போன பிறகு முகுந்தராவ் மனைவியைக் கூப்பிட்டார். ஒரு தடவை, இரண்டு தடவை, மூன்று தடவை, பதிலில்லை. "காது செவிடா என்ன?" என்று கேட்டுக்கொண்டே சமையலறைக்குள் போனார். அங்கே யாரும் காணோம். கிணற்றங்கரைப் பக்கம் போனார். தாழ்வாரத்தில் நின்றிருந்த அவர் மனைவி எட்ட வேலியண்டை போய் நின்றுகொண்டு, "ரொம்ப நன்னாப் பலிச்சிருக்கு, ஓங்க கனா! என்னவோ மனப்பால் குடிச்சேன்" என்றாள்.

"ஏன் பிசகென்ன? கிருஷ்ணன் வீட்டுக்குத்தான் வந்திருக்கான். எப்படியேனும் இந்தப் படத்தைக் கேட்டு வாங்கிக்கணும்."

"எதை வேணுமானாலும் செய்யுங்கோ. அதிலே எனக்கொரு அக்கறையுமில்லெ."

கர்ணம் தாம் சொன்னபடி மறுநாள் காலையில் வரவில்லை.

ஐந்தாவது நாள் அதிகாலை. முகுந்தராவ் அரைத் தூக்கத்திலிருந்தார். வீட்டு வாசற்புறத்திலே ஒரு பச்சைக் குழந்தை அழுவது போலச் சத்தம் கேட்டது. முகுந்தராவ் வாசற்கததைத் திறந்துகொண்டு வந்து பார்த்தார். 'விராட் விராட்' என்று கத்தும் ஆண் குழந்தை. அதைக் கையிலெடுக்கத் தெரியவில்லை. "எந்தப் பாவி இப்படி அநாதையாய்ப் போட்டுவிட்டுப் போய்விட்டாளோ?" என்று சொல்லிக்கொண்டே உள்ளே போய் மனைவியை அழைத்துவந்தார். அவள் வந்து குழந்தையை வியப்போடு எடுத்துக்கொண்டாள். "இந்த மட்டும் பொறந்த குழந்தையைப் போட்டுட்டுப் போனாளே, திருகிப் புதைச்சுடாமே!" என்றாள்.

"கிருஷ்ணன் வரேன்னு கனாலே சொன்னானே. வந்துட்டான் பார்த்தியா! படங்கூடப் பெரிசில்லை; இந்தக் குழந்தையை அடுத்த வீட்டுத் திண்ணையிலே போட்டுட்டுப் போனா நாம் ஒண்ணும் கவனிச்சிருக்க மாட்டோமே... இல்லியோ?" என்றார் ராவ்.

குழந்தை சமாசாரத்தை சட்டப்படி போலீஸுக்குப் போய்த் தெரி வித்தார் ராவ். போலீஸார் அதைப் பற்றி விசாரணை செய்தார்கள். ஒன்றும் துப்பு விளங்கவில்லை. முகுந்தராவ் தாமே அக்குழந்தையை வளர்த்து வருவதாக உறுதிமொழி எழுதிக் கொடுத்தார். அன்று காலை முழுதும் தெரு ஜனங்கள் அந்த வீட்டை மொய்த்தவண்ணம் இருந்தார்கள்.

சுமார் இரண்டு மணி இருக்கும்; கர்ணம் வந்தார். "இதோ ஊருக்குப் போறேன், பேப்பர் கொடு... படத்தைக் கட்டறேன்" என்றார்.

"படத்தைப் பூஜையிலே வச்சிருக்கேன். என்கிட்டேயே இருக்கட்டும்" என்றார் முகுந்தராவ்.

"இல்லே, எனக்கு வேணும்."

கர்ணம் கூடத்தில் போய்ப் பார்த்தார். கிருஷ்ணன் படத்துக்கு அபரிமிதமான அலங்காரம் செய்திருந்தது. ஊதுபத்தி வாசனை கமகமவென்று சூழ்ந்திருந்தது. படத்துக்கு எதிராக ஒரு குழந்தை தூங்கிக் கொண்டிருந்தது.

"இது யார் குழந்தை?"

"எங்க குழந்தைதான்"

"இதுகூட மாஞ்செடி முளைக்கிற வித்தையா என்ன?"

"என் கனாப் பலிச்சிருக்கு. நான் படம் வாங்கணும்னு நெனைச்சேன். நீ வாங்கிண்டு வந்தே. நீ சொன்னபடி அடுத்த நாள் காலம்பர வந்திருந்தாலும் நான் படத்தை ஒருவேளை கொடுத்திருப்பேன். இனிமேல் எப்படிக் கொடுப்பேன்? கிருஷ்ணன் படம் தானாக வந்தது! இந்தக் குழந்தையும் தானாக வந்திருக்கு! படத்துக்குப் பணம் அடுத்த வாரம் தந்துடறேன். படத்தை மாத்திரம் கேட்காதே. உன் புண்யமாக அது இருக்கட்டும்" என்று மிகவும் உருக்கமாகக் கூறினார் முகுந்தராவ்.

கர்ணத்திற்குப் பேச நா எழவில்லை. அவர் ஊருக்குப் போய்விட்டார்.

கிருஷ்ணன் வீட்டுக்கு வருகிறேன் என்று வாக்குறுதி கொடுத்திருந்தானல்லவா? முதலில் படமாகவும் பிறகு குழந்தையாகவும் வந்து விட்டான். ஆகையால் குழந்தைக்கு, கிருஷ்ணன் என்று பெயர் வைக்காமல் வேறு என்னதான் வைக்க முடியும்?

ஆனால் ஒன்று – முகுந்தராவ் என்ன பெயர் வைத்தால் என்ன? ஊரார் அக்குழந்தையை மலடி மகன் என்றுதான் சொல்லுகிறார்கள்.

34. மாங்கொட்டை

குடிசையின் ஓட்டை வழியாகச் சூரிய ஊசி கண்ணில் வந்து பாய்ந்து கொண்டிருந்தது. தையற்காரன் வீரமுத்துக்கு ஊசி குத்து ஒன்றும் பிரமாதமாய் இல்லை. தொழிலுக்கு அது நாற்றங்கால். ஆனால் கண் நாற்றங்காலாக இருக்க ஒப்பவில்லை. மூடி மூடிப் பார்த்தது. இல்லாததற்காக இல்லையே என்று அழுதுகொண்டிருந்தவன், இருப்பதற்கும் வேறு கஷ்டப்பட வேண்டுமா என்று தோன்றிற்று. முக்கி முனகி, படுத்திருந்த இடத்தை விட்டுச் சுவரோரம் நகர்ந்து படுத்துக்கொண்டான்.

அந்த நேரத்தில் குடிசையில் அவனையும் அவனுடைய ஆஸ்துமாவையும் வெறுமையையும் தவிர வேறு யாரும் எதுவும் இல்லை. திணறடி ஆஸ்துமா தாக்குதலிலிருந்து கொஞ்சம் விடுபட்டுத் தாராளமாக மூச்சுவிட்டுக் கொண்டிருந்தான். அந்த இடைவெளியில்தான் சூரிய ஊசி குத்தியதே தெரிந்தது நாக்கில் பொட்டல் வறட்சி. ஒரு வாய் டீ, வெந்நீர் ஒரு வாய் கொடுக்கக்கூட நாதி இல்லை.

தறுதலையாய் இருந்தவன் இருந்திருந்தால்கூட ஒருமாதிரியாக இருந்திருக்கும். வீடு கூட்டி வேலைக்குப் போனவளை அவர்கள் விட்டால்தானே? அவள் வந்து மூக்கால் அழப்போகிறாள். பொய் சொல்லமாட்டாள். நல்லவள்! நல்லவர்கள் யாருக்கு வேண்டும்? எதைக்கொண்டு நல்லவர்கள், கெட்டவர்கள்? வீட்டுக்காரன் கூட நல்லவன்தான். பேசுகிறானா, பார்க்கிறானா? ஊமை – வாடகை கேட்பதைத் தவிர. குருடு – குப்பை கூளம் தெரிவதைத் தவிர.

அவளும் நல்லவள்தான். அவனைக் கட்டிக்கொண்டு ஓயாமல் உழைத்து உழைத்து ஓடாகிறாள். அவன் மட்டும் கெட்டவனா?

பேர் முதற்கொண்டு நன்றாகத்தான் இருந்தது – சுந்தரம். சுந்தரமான வேலை. அடாவடி இல்லை. வெயில் மழை தொந்தரவில்லை. நிழலில் காலாட்டிக்கொண்டு இருந்தால் போதும். வேலையைப் பார்க்கிறதா, மூஞ்சியைப் பார்க்கிறதா? நல்ல பேரை மாங்கொட்டை ஆக்கினார்களே – படுபாவிகள். வைத்த பேர் விழுந்து விட்டது. மச்சம்போல இது ஒட்டிக்கொண்டு விட்டது. மாங்கொட்டை இல்லாது போனால் மரமேது? காதர், பீதர் பெங்களூரா, கிளிமூக்கு, தாடிப்பசந்து... மாங்கொட்டைக் குழம்பு வயிற்று நோய்க்கு நல்ல மருந்து.

நாக்கு ஒட்டிக்கொண்டது. நகர்ந்து அடுப்பைப் பற்ற வைக்கலாம் என்றால் அடுப்புப் புகையிலிருந்து அமுக்குப் பிசாசு வந்துவிடும். அவளாவது வந்தால்...! என்ன மணியோ?

வாசலில் யானை மணியோசை மாதிரி காலடிச் சத்தம் கேட்டது. ஆயாடி, நல்ல வேளை, வந்துவிட்டாள்! ஒரு வாய்.

ராஜாத்தி உள்ளே வந்து கையில் இருந்த மாஞ்சுள்ளிக் கட்டைத் தொப்பென்று போட்டுவிட்டு முன்றானைத் தலைப்பால் முகத்தைத் துடைத்துக்கொண்டு எதிரே குந்தி உட்கார்ந்தாள்.

“என்னாங்க, எப்படி இருக்கு? மறுபடி வந்துச்சா?”

“வாசல்லே போய் எட்டி எட்டிப் பார்த்துட்டு வராப் போல வருது போகுது! ஏன் இத்தினி நேரம்?”

“நேரந்தான் ஆயிடுச்சு. ஊட்டு வேலைங்களை எல்லாம் முடிச்சுக்கிட்டு – பிள்ளைங்களை எல்லாம் பள்ளிக்கூடத்திலே கொண்டுபோய் வுட்டுட்டு – போகட்டுங்களான்னு கேட்டேன்.”

“ராஜாத்தி நம்ப ரோஸ் இருக்கு பாரு – ராத்திரி எல்லாம் நல்லா இருந்துச்சு. காலையிலே இருந்து மூணு காலாலே நடக்குது. தோட்டத்து முள்ளு கிள்ளு இருக்குமோன்னு பார்த்தேன். இல்லை. கால் வீங்கிக்கிட்டிருக்குது. அதைக் கொண்டுபோய் மாட்டு ஆஸ்பத்திரி யிலே காட்டிக்கிட்டுக் கொஞ்சம் வர்றியா? நம்ப ஊடுன்னு டாக்டர் கிட்டே சொல்லுன்னாங்க. ஏளு ரூவா குடுக்கிற ஊடாச்சே. அது இது கணக்குப் பாக்காமெ குடுக்கிற ஊடாச்சேன்னு ஆஸ்பத்திரிக்குப் போனேன். டாக்டரைப் பார்த்துக் கம்பவுண்டரை வேப்பிலை அடிச்சுத் திரும்பறத்துக்கு இவ்வளவு நாளி ஆயிடுச்சு.”

“நான் கிடக்கிறேனே. நாக்கு உலந்து போவுது. ஒரு வாய் டீ. வேண்டாம்.

ஒரு வாய் வெந்நீர் தர நாதி இல்லை. இந்த ஊட்டுக்காரன் ஒரு பாவிப் பயல். எங்கெ படுத்தாலும் கண்ணைக் குத்துது. ஒரு பக்கம் இருமல். ஒரு பக்கம் வேக்குது. தண்ணித் தாகம். ஒரு வாய் வெந்நீருக்கு வழி இல்லே."

"இதோ..."– கொண்டுவந்த கட்டிலிருந்து இரண்டு சுள்ளியைப் பிடுங்கி வைத்து அடுப்பை மூட்டினாள். காட்டேரி மாதிரி சுள்ளி எரிந்தது. சின்னப் பானைத் தண்ணீரை அடுப்பில் ஏற்றினாள். காட்டேரியின் தலைமயிர் காற்றில்லாமல் பறந்துகொண்டிருந்தது.

பயலும் கோரை மயிர் பறக்க ஓடிவந்து கொண்டிருந்தான். அவர் துரத்திக்கொண்டு வந்து கொண்டிருந்தார். அவன் வந்து அவளுக்குப் பின்னால் ஒளிந்து இடுப்பை வளைத்துக் கெட்டியாகப் பிடித்துக் கொண்டான். ஒளிந்துகொள்கிறாயா என்று ஓங்கின அடி அவள் மேலே விழுகிறது.

"ஏங்க?"

"திருட்டுக் கழுதை! கெடியாரத்தைத் திருடிவிட்டான். பட்டம்மா வந்து குய்யோ முறையோன்னு கடையிலே வந்து கூத்தாடுது. பட்டம்மா ஊட்டிலே ரவிக்கையைக் குடுத்துட்டுக் காசை வாங்கிட்டு வாடான்னேன். இவன் வந்துட்டுப் போன பொறவு அவுங்க ஊட்டுக் கைக்கடியாரம் காணுமாம். இவன்தான் எடுத்திருக்கணும்கறாங்க. வேறெ யாரும் வல்லியாம். இல்லேன்னுட்டு ஓடியாந்துட்டான். அவன் இல்லாட்டி ஏன் ஓடியாறான்? நீ நகரு, சொல்றேன்."

"ஏண்டா, எடுத்தியா?"

"இல்லேம்மா. சத்யமா எடுக்கல்லே."

"நெசத்தைச் சொல்லு."

"நெசம்மா இல்லே."

"ஒனக்குத் தெரியாது. நீ நகரு. நெசம் தெரியும் பாரு."

"நீங்க ஒண்ணு சும்மா. யாராவது சொன்னாத் தலையை விரிச்சுக்கிட்டு ஆடுவீங்க. எத்தினி வாட்டி அவனைச் சாக மாட்டாமெ அடிச்சிருக்கீங்க?"

"ரொம்ப நல்லவன்தான். எனக்குத் தெரியும். அவன்தான் எடுத்துக்கிட்டு வந்திருக்கான்."

"இருக்கட்டும். ஒங்களுக்குக் குறளி வந்து சொல்லுது. நான் அப்புறம் கேக்கறேன்; நீங்க கடைக்குப் போங்க. கடை நடத்தற லட்சணந்தான்

தெரியுதே!"

கோபமாக இடி லேசாக உருண்டதுபோல இருந்தது. அவள் திடுக்கிட்டுப் பார்த்தாள். அடுப்புத் தீ அமுங்கி வாயில் நுரைமாதிரி நீற்றுக்கிடந்தது. அப்பொழுதுதான் திக்கென்று அடுப்பில் இருக்கும் தண்ணீர் நினைவுக்கு வந்தது. வெந்நீரில் விரலை வைத்துப் பார்த்தாள். தரையிலும் தண்ணீரிலும் கிடக்கும் உடம்புமாதிரி தண்ணீர் இருந்தது.

"அரை மணியாவா ஒரு வாய் வெந்நீர் வைக்கெறே?"

"எல்லாரையும் வெரட்டறாப்போல தண்ணியை வெரட்ட முடியுமா? தண்ணி காயுது. இதோ கொண்டாரேன்."

வாயை உப்பிக்கொண்டு தீவிரமாக அடுப்பை ஊதி எரிய வைத்து ஐந்து நிமிஷத்தில் வெந்நீரை மாங்கொட்டை முன் கொணர்ந்து வைத்தாள்.

மௌனமாக வெந்நீரை எடுத்துக் குடித்தான், ஆயாசம்; ஒரு விநாடி சுவரில் சாய்ந்து கொண்டான். மறுபடி வெந்நீரைக் குடித்துவிட்டுச் சுகமாகக் கண்ணை மூடிக் கொண்டு சுவரில் திரும்பச் சாய்ந்தான். சுகம் வெடித்து விட்டதுபோல அவன் உலுக்கி விழுந்து நிமிர்ந்து உட்கார்ந்தான்.

"நானா அவனை வெரட்டினேன்? பேச்சுப் பேசறே. நல்லவன் என்கிறே. திருடல்லேன்னு சத்யம் பண்ணினான். அப்பறம் உன்கிட்டேயே கெடியாரத்தைக் கொண்டு வந்து கொடுத்தானே அரிச்சந்திரன் – மறந்து போச்சா உனக்கு? தறுதலை. பேரைக் கெடுக்க முளைச்சான். ஓடிப்போய்க் குட்டிச் சுவத்துக்கிட்டெ தானே நிக்கிற கழுதை– அதை நான் வெரட்டுவானேன்?"

ராஜாத்தி பேசவில்லை. தான் ஏதோ குற்றம் செய்தது போல முகத்தைத் தொங்கப் போட்டுக்கொண்டு பாத்திரத்துடன் நகர்ந்தாள்.

மாங்கொட்டை திரும்பச் சுவரோரம் சாய்ந்து கொண்டான். மூடின கடை முன்னே தெரிந்தது. தனக்குத்தானே உதடுகளை அசைத்துக் கொண்டான்.

"இன்னும் கொஞ்சம் தண்ணி வேணுமா?" என்று ராஜாத்தி திரும்ப வந்து கேட்டதும் உதட்டசைவு வார்த்தைகளாய் விட்டன.

"நானா அவனை வெரட்டினேன்? நெனைச்சுப்பாரு. அந்தக் கடியாரத்தை உன்கிட்டெ யார் கொடுத்தா... நெனைச்சுப் பாரு?"

"அடுத்த தெரு சந்நாசிகிட்டே இருந்து வாங்கியாந்து கொடுத்தான்.

அவன்தான் எடுத்தானாம்."

"நீ சந்நாசியைக் கேட்டியா?"

"நல்லாப் போய்க் கேப்பேனே. அவுங்க ஆயா தாய்ப் பூனை மாதிரி சீறிக்கிட்டு விழமாட்டாங்களா? கெடியாரம் கெடச்சுப்போச்சு. உடைமைக்காரங்ககிட்டெ கொடுத்துட்டீங்க. கொளுக்கட்டை வெந்து போச்சு. தின்னாச்சு. ஏன் சும்மா அதுக்கு நொள்ளை சொல்றீங்க?"

ராஜாத்தி போகிற பாதையும் தான் போகிற பாதையும் ஒன்று என்று மாங்கொட்டைக்குத் தெரியவில்லை. ஆனால் அவள் பையன் போகிற பாதையிலும் போகவில்லை என்று மட்டும் தெரிந்தது. அப்படி இருந்தால் இத்தனை நாள் பங்களாக்காரர்கள் விரட்டியிருப்பார்கள். தனக்குப் பெண்ஜாதி. ஆனால் அவனுக்கு அம்மா. அதற்கு மேல் மாங்கொட்டைக்குப் பேசவரவில்லை. நாக்கிலும் உதட்டிலும் வறட்சி. தண்ணீர் இன்னும் ஒரு வாய்வேண்டும் இருந்தாலும் குருட்டு ஆத்திரம்; "தண்ணியும் வேணாம். மண்ணும் வேணாம் சோறாக்குவதைப் பாரு."

சோறாக்கத்தான் போனாள்.

மாங்கொட்டை சுவரோரம் படுத்துக்கொண்டான். ஆனால் அவனை எதுவோ ஒன்று துரத்திக்கொண்டே இருப்பது போலிருந்தது. இங்கும் ஒரு சூரிய கிரணம் வந்து கண்ணைக் குத்திற்று. தள்ளிப் படுத்துக்கொண்டான். கிரணம் வில்லையாகக் கடிகாரம் போல் தரையில் கிடந்தது. கண்ணை மூடிக்கொண்டான். அவனை விரட்டிக் கொண்டிருந்த நினைப்புகள் ஒன்றின் மேல் ஒன்றாக வந்து விழுந்து கொண்டிருந்தன. கழுதை எங்கே போயிருக்கும்?

ராஜாத்தி சோறாக்க, பானையை அடுப்பில் ஏற்றினாள். சோறு வெந்து கொண்டிருந்தது. அவளும் வெந்துகொண்டிருந்தாள். இந்தக் கழுதை எங்கேதான் போய்த் தொலைந்திருக்கும்?

அப்பொழுது, "மாங்கொட்டை!" என்று ஒரு குரல் வாசலில் கூப்பிட்டது. மாங்கொட்டை கண்ணைத் திறந்துகொண்டு காதை நெரித்தான். எழுந்திருப்பவனாகத் தெரியவில்லை. அவள் எழுந்துபோய்ப் பார்ப்பதற்குள்ளேயே மீசையைத் தடவிக்கொண்டே சங்கிலி உள்ளே வந்து மாங்கொட்டைக்கு அருகில் உட்கார்ந்தான்.

"என்ன, படுகிடையா விளுந்திட்டியா? கடை நாலஞ்சு நாளாக் காணுமே, பாப்போம்னு வந்தேன்."

"பெரிய பிசாசு வந்து ஒரு வாரமாச்சே. கடையாவது மண்ணாவது! தெறந்தா மட்டும் குபேரன் கலசம் கட்டிப்புடறானா?"

"அது சரி. இந்தப் பய சமாசாரம்?"

"கோடாலிக் காம்பு. நானே ஒழிச்சுடணுமுன்னு நெனைச்சேன். அவனா ஒழிஞ்சு பூட்டான்."

"தவுட்டுக்கு வாங்கினாப்போல பேசிறியே? எனக்குத் தெரியும் – அவன் போனதுதான் ஒன்னைப் படுக்க வச்சுட்டுது."

அடுப்பண்டை இருந்தவள் பேய்க்காற்றுப் போல வந்தாள்.

"அவரு கிடக்காரு. எதுனாச்சும் உங்களுக்குத் தெரியுதா?"

"இன்னிக்குத்தான் கொஞ்சம் தெரிஞ்சுது. நடுத்தெருப் பயல் ஜோசப் சொன்னான். அந்தப் பங்களாத் தோட்டம் இருக்கு பாரு. அங்கே போய் இவன்கள் எல்லாம் மாங்காய் அடிப்பான்களாம். இதே வேலை. அன்னிக்குப்போய் அடிச்சிருக்கானுங்க. ஒரு கல்லு ஊட்டுக்குள்ளாரப் போய் ஒரு குழந்தைப்புள்ளை மேலே விழுந்திருக்கு. பங்களாக்காரர் ஆளை வைச்சுப் புடுச்சு, பயல்களை எல்லாம் போலீஸ் ஸ்டேஷனுக்குத் தள்ளிக்கிட்டுப் போயிட்டாரு. சப் இன்ஸ்பெக்டர் இந்தப் பயல்களை எல்லாம் விசாரிச்சாராம். அவனவன் விலாசம் சொன்னானுக. நான் எறியல்லே, நான் எறியல்லே, இவன்தான் இன்னு எல்லாரும் ஒன் மவனைச் சொன்னாங்களாம். உன் மவனை நீ யாருன்னு சப் இன்ஸ்பெக்டர் கேட்டா, அப்பா அம்மா இல்லேன்னுட்டானாம். யார்ரா கல்லெறிஞ்சான்னா நான்தான் இன்னுட்டானாம். எங்கேடா இருக்கேன்னா, எங்கியும் இல்லே, எல்லா இடத்திலேயுந்தான் இன்னானாம். எப்படிச் சாப்பிடறேன்னா பிச்சை எடுக்கிறேன், இல்லாட்டி எதுனாச்சும் வேலை செய்யறேன் இன்னானாம்."

"படுபாவிப் பய! என்ன நெஞ்சழுத்தம் பாருங்க. அப்புறம்...?"

"சப் இன்ஸ்பெக்டர் அப்புறம் அவனை வச்சுக்கிட்டு இவனுகளுக்கெல்லாம் ஆளுக்கு ஒரு பூசை போட்டு வீட்டுக்கு விரட்டிட்டாராம். இவனை என்ன செஞ்சாருன்னு தெரியல்லே."

"ஜெயில்லே போட்டிருப்பாரா?"

"அதெல்லாம் இருக்காது. சீர்திருத்தப் பள்ளி, அநாதை விடுதி எங்கேனாச்சும் அனுப்பிச்சிருப்பாரு."

"எந்தச் சப் இன்ஸ்பெக்டர்? நான் போய்க் கேக்கறேன்."

"அதெல்லாம் அந்தப் பயல்களுக்குச் சொல்லத் தெரியல்லே."

"இதெல்லாம் சுத்தப் பொய். இருக்காதுங்க. எங்க ஊட்டுக்காரர் மாதிரி இந்தத் தெருப் பயல்களுக்கும் இவனைக் கண்டா ஆகறதில்லே."

"சந்நாசி நல்ல பயலாச்சே. பொய் சொல்லமாட்டான்."

"கெட்டிக்காரனைக் கண்டா நல்லவனுக்குப் பிடிக்காதுங்க. இவன் கொஞ்சம் துடி, அடாவடி. ஒண்ணுன்னா ஒன்பது சொல்லியிருப்பானுக, இருக்கட்டும். சப் இன்ஸ்பெக்டர் யாருன்னு விசாரிக்கிறீங்களா..? ரெண்டு மாசமாச்சு... சரியாச் சோறு தின்னு, தூங்கி. விசாரிங்க."

"அந்தக் கழுதை வந்தா இனிமே நான்–" என்று மாங்கொட்டை சொல்ல வந்ததை முடிக்க முடியவில்லை.

ஒரு போலீஸ்காரர் வீட்டுக்குள் நுழைந்தார். மாங்கொட்டை நடுங்கிப் போய்விட்டான். ராஜாத்தியோ ஏதோ நம்பிக்கை பிறந்தது போல முகம் மலர்ந்தாள்.

"சுந்தரம்னு இருக்காரா?"

மாங்கொட்டை வாய் திறக்கவில்லை. சங்கிலிக்கு வாயைத் திறக்க இஷ்டம். ஆனால் மாங்கொட்டை சும்மா இருந்ததைப் பார்த்து அவனும் சும்மா இருந்துவிட்டான். ராஜாத்தி மாத்திரம் பொங்கிக்கொண்டு வாய் திறந்தாள்.

"இருக்காரு – இவுங்கதான்."

"நீங்க?"

"நான் அவரு–"

"ஒங்க பயல் பலே வேலை செஞ்சுப்புட்டான்."

ராஜாத்திக்குத் திகில். கண்ணில் ஜலம். பயத்தில் வாய் வரவில்லை.

"அப்பா அம்மா இல்லவே இல்லைன்னு கேட்டா சொல்லிவிட்டான். மேலே இருக்கிறவங்க முழிச்சுப் போனாங்க."

பயத்திலும் ஒரு கவலை.

"இப்போ எங்கே இருக்கானுங்க?"

"நல்லாத்தான் இருக்கிறான். துடிப் பயல், பொழைச்சுக்குவான். இந்தத் தையல் வேலை எங்கே இவ்வளவு நல்லாக் கத்துக்கிட்டான்?"

ஊமையைப்போல் வாய் திறக்காமல் விழித்துக்கொண்டிருந்த மாங் கொட்டை மனத்தில் ஒரு கர்வம் நிமிர்ந்தது. முகத்தில் ஓர் அசட்டுச் சிரிப்பு வழிந்தது.

"என் கடையிலேதானுங்க."

“உங்களுக்குத் தையல் கடையா! பின்னே ஏன் அவனை வேலை செய்ய விடமாட்டேங்கிறீங்க?”

“நானா உடமாட்டேங்கறேன்? அவன்தான் தறுதலையாய்ப் போறான், வாரான். இப்போ பாருங்களேன். ஊட்டை விட்டுப்போய் ரெண்டு மாசமாவுது. எங்கே போனான், என்ன ஆனான்னே தெரியலே. ஆமா, இருக்கான்னீங்களே.”

“பங்களாத் தோட்டத்திலே பயலுங்க எல்லாம் மாங்காய் அடிச்சானுங்களாம், ஒரு கல் ஊட்டுக்குள்ளார விளுந்து ஒரு குழந்தை மண்டையைப் பொத்துப்பிடிச்சு. பங்களாக்காரரு சப் இன்ஸ்பெக்டர் கிட்டே கொணாந்து இவங்களை எல்லாம் நிறுத்திப்பிட்டாரு. அவரு ஆளுக்கு நாலு உதை குடுத்து வெறட்டிப்பிட்டாரு. ஒன் மவன் அடியை வாங்கிக்கிட்டு வெறைச்சாப்பிலே பேசினான். உனக்கு அப்பன் ஆயா யாருடான்னா, ஒத்தரும் இல்லேனுட்டான். எந்தத் தெருவுன்னா டவுன் பூராத்தான்னான். அவருக்கு இவனை என்ன பண்றதுன்னு புரியலே, மாஜிஸ்திரேட்கிட்டே சொல்லிச் சீர்திருத்தப் பள்ளிக்கு அனுப்பிச்சுட்டாரு. இரண்டு மாசமா அங்கேதான் இருந்தான், இன்னிக்கு அவனெத் திருப்பி அனுப்பிச்சுட்டாங்க.”

“அவன் இங்கே வரலிங்களே” ஆத்திரத்தில் குறுக்கிட்டாள் ராஜாத்தி.

“சொல்றேன் கேளு. அங்கே இருந்தப்போ இவனுக்கு அப்பா அம்மா இருக்காங்கன்னு அந்த சூபரின்டெண்டுக்குத் தெரிஞ்சு போச்சு. என்னவோ ஒரு ரூலாம், திருப்பி அனுப்பிச்சுட்டாரு. இருபது ரூபாய் இவன் அங்கே சம்பாதிச்சான்னு அவன்கிட்டே கொடுத்து அவனையும் அனுப்பிச்சுட்டாரு. காலை ரெயில்வே போலீசாரு எங்க ஆபீசிலே அழைச்சாந்து உட்டாரு. கதை எல்லாம் சொன்னாரு.”

“எப்பிடி சம்பாரிச்சானாம்?” என்று மாங்கொட்டை குறுக்கிட்டான்.

“அங்கேயும் தையல் வேலைதான்.”

“பணம் கிடக்குதுங்க. அவன் எங்கே இருக்கான்? பார்க்கணுமே.”

“பெரிய துரை! இவளை அழைச்சுக்கிட்டுக் கொண்டு போய்க் காட்டுங்க” என்ற மாங்கொட்டை பழைய முருங்கை மரத்தில் ஏறினான்.

“தையல்காரரே, இந்த உடம்பெ வச்சுக்கிட்டு இவ்வளவு ரோஷம் பேசறதிலே என்ன புண்யம்? ஒன்னாலே தாக்குப்பிடிக்க முடியாதே.”

“அவரு கிடக்காரு – பாக்கணுமே!”

“வேணாம் வேணாம். அவனே இப்போ வருவான். புத்தியாப்

பொழச்சுக்கங்க. தெரியுதா?"

ராஜாத்தி ரேழி வாசலை நோக்கினாள்.

"இப்போவா வருவான்? வரட்டும் வரட்டும்" என்று மாங்கொட்டை சொன்னபோது அவன் மனம் முழுவதும் சமாதானம் அடைந்த தொனி இல்லை.

போலீஸ்காரர் வாசல்பக்கம் போய்த் திரும்பிவந்த பொழுது பையனும் கூட வந்தான்.

"இத்தினி நேரம் வாசல்லியா நின்னுக்கிட்டிருந்தே?" என்று ஊகமாய்க் கேட்டான் மாங்கொட்டை.

அவன் பதில் சொல்லவில்லை. மூன்று ஆரஞ்சை எடுத்துத் தந்தை முன்பு வைத்துவிட்டு நின்றான். ராஜாத்தி மகனை வந்து கட்டிக்கொண்டாள். ஆனால் மாங்கொட்டை முகம் கறுத்தது. மாங்கொட்டைக்கு வந்த கோபம் திணறடி இருமலையும் சேர்த்து இழுத்துக்கொண்டு வந்துவிட்டது. இருமல் யாரையும் பேச விடவில்லை. புயல் ஓய்ந்ததுபோல் இருமல் அடங்கியது.

"தையல்காரரே, நான் வாரேன். ஒண்ணு சொல்றேன். சரிம்பியா? உங்ககிட்டே சொல்லிப்பிட்டுக் கூட்டிப் போவோம்னுதான் நானும் வந்தேன். எங்க சங்கத்திலே சின்னக் கைத்தொழில் பகுதி இருக்கு. அதிலே இவனை வச்சுக்கலாமுன்னு ஹேட் சொன்னாரு. சோறு சம்பளமெல்லாம் உண்டு, சரின்னா அழைச்சுக்கிட்டுப் போறேன். அவன் சரின்னுட்டான். என்ன சொல்றீங்க?"

"பேஷா அளச்சுகிட்டுப் போங்க" என்றாள் ராஜாத்தி, பையன் பிழைத்தால் சரி என்ற நினைப்பில்.

"அப்புறம் நான் என்ன ஆறதுங்க? அது எப்படி முடியும்?" என்றான் மாங்கொட்டை. தன் பிழைப்பைப் பற்றிய கவலையில்.

போலீஸ்காரர் பேசாமல் ஒரு நிமிஷம் சிரித்துக்கொண்டு நின்றார். பிறகு பையனை முதுகில் தட்டிக் கொடுத்துவிட்டு, வருகிறேன் என்று விடைபெற்றுக் கொண்டார்.

35. மண்ணாசை

இதுதான் என் வீடு. இதற்கு எதிர்த்தாற்போல இருக்கிற காலி மனை, வீட்டைச் சேர்ந்தது. காலி மனையை ஒட்டித் தொடர்ந்திருக்கிறதே சவுக்கண்டி, அது காலி மனையைச் சேர்ந்தது.

பதினைந்து வருஷத்துக்குப் பிறகு டில்லிக் கம்பளிச் சட்டையைப் போட்டுக்கொண்டு தெருவழியாக வந்தபொழுது – வந்தே இருக்க வேண்டியதில்லை; புத்தி என்பது சாதாரணமாக எல்லோருக்கும் எப்பொழுதும் இருப்பதில்லை – தெருவில் இருந்த இரண்டொரு நாய்கள் என்னை விறைக்கப் பார்த்தன. இந்த ஊர் ஆள் அல்ல என்று அவற்றுக்கு நிச்சயமாகத் தெரிந்திருந்ததுபோல் கண்ணின் மணிகள் நிலைத்து நின்றன. ஆனால் இவன் அந்நியன், கடிக்காவிட்டாலும் குலைத்தேனும் விரட்டத் தக்கவன் என்ற அபிப்பிராயம் திட்டமாக உருவாகவில்லை. தொண்டை வரையில் வந்த குரைப்பு, தொண்டைக் கதிர் கருகியதுபோல் வெளிவரவில்லை. கால் கெண்டைச் சதைக்கோ உடுப்புகளுக்கோ அபாயம் இல்லை என்ற தைரியத்தில் வீட்டை நோக்கி நடந்துகொண்டிருந்தேன். தைரியம் என்றால் எதிரியை மறந்து விடவேண்டும்; நினைப்பில் வரக்கூடாது. எதிரியின் படைப்பலம் என்ன, எந்த எந்த இடத்தில் இருக்கின்றன என்று வேவு பார்க்க ஆள் வைத்துவிட்டுத் தைரியமாக இருக்கிறான் என்றால் அர்த்தம் இல்லை. குலைக்கிற நாய் கடிக்காது. அப்பொழுது கடிக்கிற நாய் குலைக்காமல் இருக்குமோ? இந்தமாதிரி தைரியந்தான் என்னிடம் இருந்தது. நடுவில் நடுவில் திரும்பிப் பார்த்துக்கொண்டே முன்னேறினேன். ஒரு நாய்

பத்தடி தூரம் பின்தொடர்ந்தது. மற்றொரு நாய் பதினைந்தடி தூரம் வந்துவிட்டு நடுரோட்டில் மண்ணைச் சீத்துக் கொண்டு படுக்க பிள்ளையார் சுழி போட்டது. நமக்கு மெத்தை மேடாக இருக்கவேண்டும். அதற்குப் பள்ளமாக இருக்கவேண்டும். இதனால் மேடும் பள்ளமும் ஒன்றுதான் என்று சொல்லிவிட முடியுமா? அல்லது சுகத்தைக் காண ஒரே வழிதான் என்று சொல்லிவிட முடியுமா? எப்படியானாலென்ன, என் தைரியம் ஊர்ஜிதமாகிவிட்டது. வீடு வந்து விட்டது.

ஒரு வார்த்தை; வீடு, வந்ததா? நான் போனேனா? பாஷை என்னும் கருப்பைக்குள் கருத்து புகுந்திருக்கும்பொழுது தலைகீழாகத்தான் இருக்குமா? அல்லது கருத்தை மறைப்பதுதான் உயர்ந்த நடையா? தொனி என்றால் இதுவா?

வீடு எப்பொழுதும் போலத்தான் இருந்தது. பதினைந்து வருஷகாலத்தில் சின்னப் பெண் உருமாறிப் போனது போலவும் இல்லை; இறங்கு முகமாக இருக்கும் கிழவியைப் போலவும் இல்லை. பழந்திண்ணை அப்படியே இருந்தது.

திண்ணையில் வாத்தியார் உட்கார்ந்துகொண்டிருந்தார். புகை இருந்தால் நெருப்பு அங்கே கட்டாயம் இருக்கும் என்பார்களே, அதுமாதிரி எதிரில் உட்கார்ந்திருந்த பையனைக் கொண்டு அவரை வாத்தியார் என்று கணித்தேன். வாசலில் வந்து ஒரு நிமிஷம் தயங்கினேன்,

“யாரைப் பார்க்கிறீர்கள்?”

“சாமியை.”

“அவர் இல்லை?”

“அவர் சம்சாரம்?”

“அவரும் இல்லை.”

நான் திரும்பலாமா என்று நினைத்துக்கொண்டதை அறிந்துகொண்டு விட்ட வாத்தியார் மூக்குக்கண்ணாடியைக் கழற்றி வைத்தார்.

“உட்காருங்கள்; வந்துவிடுவார்.”

போவது போலப் பாசாங்கு செய்தேனே ஒழிய, திரும்பும் அபிப்பிராயம் எனக்கு இல்லை. வெள்ளத்தில் வீழ்ந்தவன் துரும்பைப் பிடிப்பான் என்பார்களே, அந்த மாதிரி வாத்தியாரின் வார்த்தைகளில் தொற்றிக் கொண்டு திண்ணையில் உட்கார்ந்தேன்.

“சின்னசாமி, புத்தகத்தை வை. இவரோடு கொஞ்சம் பேசுகிறேன்.”

சின்னச்சாமி திறந்திருந்த புத்தகத்தை அப்படியே கவிழ்த்து வைத்துவிட்டு – புத்தகத்தை மூட எவ்வளவு நேரம் பிடிக்கும்– கூரையில் செருகி யிருந்த கிட்டிப்புள்ளை எடுத்துக்கொண்டு ஓடிவிட்டான்.

கிட்டிப்புள் எடுத்த இடத்தை நோக்கிக் கண் சென்றது. வரிசையாகக் குளவிக் கூடுகள் நாலைந்து, வேலைக்குச் சென்றுவிட்ட ஏழைக் குடியானவர்களின் வீடுகளைப் போல இருந்தன. ஒன்றாவது மூடியிருக்க வேண்டுமே; இல்லை. தேவைக்கு மிஞ்சிய வீடுகள் கட்டிக்கிடப்பது போல இருந்தது.

"ஏன் ஸார்... குளவி முட்டையிடுமா? இல்லாவிட்டால் நம்மைப்போல் முழுக் குழந்தையாகப் பெறுமா?"

"இதெல்லாம் பாடத்திட்டத்தில் இல்லை. நீங்கள் ஜாடையாகச் சொல்வது புரிகிறது. சாமி இருக்கிறாரே, அவர் ரொம்ப மதமதா. எருமை மாடு என்று நான் சொல்லப்படாது. ஆனால் அப்படித்தான். வீடு வாசல் ஒன்றிலும் பிடித்தம் கிடையாது. சுத்தமாக இருக்க வேண்டும் என்ற நினைப்பெல்லாம் கிடையாது. எங்கள் வீட்டை வந்து பாருங்களேன். உங்களுக்கு ஜோலி இருக்குமோ என்னவோ! இதோ கோயிலுக்குப் பின்னாலேதான்; வாடகை வீடுதான். கிளிக்கூண்டு மாதிரி இருக்கும். இந்தக் குளவிக்கூடுகள் மூன்று வருஷமாக இருக்கின்றன. கேட்பார் கிடையாது. வீட்டை அவ்வப்பொழுது ஒட்டடை அடித்துச் சுத்தமாக வைத்துக்கொள்ள வேண்டும் என்று சொப்பனங்கூடக் காணமாட்டார்."

"அப்படி இருக்காது. குளவிக்கூடுகள் கட்டுகிற வீட்டில்தான் பிள்ளை குட்டிகள் பிறக்கும் என்பார்கள்."

"அப்படியா? எனக்குத் தெரியாதே!"

"பாடத்திட்டத்தில் இதெல்லாம் சேர்ந்திருக்காது. மண்கூடு கட்டினால் பெண்கள் பிறக்கும் என்பார்கள். அரக்குக்கூடாக இருந்தால் பிள்ளைகள்."

"அதெல்லாம் இருக்கலாம். எல்லாவற்றுக்கும் ஓர் எல்லை வேண்டும். இவருக்கு மூன்று மண் கூடாகி விட்டன. பாடம் சொல்லிக்கொள்கிறானே, அரக்குக்கூடு அவன் பெரியவன். இனிமேலாவது வீட்டைச் சுத்தமாக வைத்துக்கொள்ள வேண்டாம்?"

வாத்தியார் கர்ப்பத் தடைப் பிரசாரகரா என்ன என்று நினைத்துக் கொண்டு குறிப்பின்றி எதிரே பார்த்தேன்.

சவுக்கண்டிக்கு முன்னிருக்கும் மனையில் பக்கத்து வீட்டுக்காரர் வந்து

நுழைந்தார். அதிலிருந்த வைக்கோல் போரிலிருந்து கற்றை கற்றையாக வைக்கோலை உருவிப் போட்டுச் சுருட்டி எடுத்துக்கொண்டு வீட்டுக்குத் திரும்பினார்.

“அந்த இடத்தை வாடகைக்கு வாங்கிக் கொண்டிருக்கிறாரா?”

“அதைத்தான் சொன்னேனே. பூசணிக்காய் போவது தெரியாது; கடுகைப்பற்றி ஆராய்வார். ஐந்து ரூபாய்க்கு குறைந்து முடியாதென்றால் மூன்றரைதான் என்று கொக்கைப்போல் ஒரு காலால் நிற்கிறார். அதற்கும் விதியற்றுச் சொல்லிக் கொடுக்கிறேன். இதைக் கோட்டை விட்டு விட்டார்.”

எனக்குத் திடீரென்று வெறிபிடித்து விட்டது. விட்டத்தின் ஓரத்தில் இருந்த குளவிக்கூடுகளை எல்லாம் ஒன்று விடாமல் பெயர்த்துத் தள்ளினேன். கூட்டுக்குள் குஞ்சுகள் முட்டைகள் இருந்தால் – மாட்டின் வலிக்கு மாட்டுண்ணி இரக்கப்பட்டால் – பூகம்பம் யாருக்கு இரக்கம் காட்டுகிறது? இரக்கம் என்பதே வாச்சாங்குள்ளி ஆட்டம் மாதிரி, தோற்கிறவன் ஜயிப்பதற்குச் செய்யும் சூழ்ச்சி. கூடுகள் பொலபொல வென்று விழுந்து பூகம்பம் குலுக்கிய வீடுகளைப்போல இறைந்து கிடந்தன.

வாத்தியார் என்னை வெறிக்கப் பார்த்துக்கொண்டே இருந்தார்.

“அதோ அவருக்குப் பேர் என்ன?”

“சாமிசா.”

“சாமிசாவா?”

“ஆமாம். அப்படித்தான் அவருக்கு வருகிற தபாலிலெல்லாம் அட்ரஸ்.”

“ஊரார் தபாலை எல்லாம் பார்க்கிறதுகூட உங்கள் வேலையா?” என்று கேட்டுக்கொண்டே திண்ணையை விட்டிறங்கி, சாமிசா வீட்டுக்குப் பாய்ந்தேன்.

சாமிசா வீட்டு வாசலில் நின்று பார்த்தால், நடுவில் இருக்கும் முற்றம் தெரியும். சாமிசா பசுமாட்டு வாயில் வைக்கோலைத் திணித்துக் கொண்டிருந்தார். நான் ஒன்றுமே பேசாமல் முற்றத்தையும் அவரையும் மாட்டையும் மாறி மாறிப் பார்த்துக்கொண்டே இருந்தேன். இரண்டொரு நிமிஷமோ... யுகமோ... யார் கண்டது? மாடு முற்றம் ஒன்றும் தென்படவில்லை.

“யாரு ஸார்?”

அந்தக் குரல் என்னைத் தட்டி உலுக்கி எழுப்பிற்று. இங்கே எதிர்த்த

வீட்டுக்கு வந்தேன் என்று சொல்ல வந்தவன், "நீங்கள் யார் ஸார்?" என்று கேட்டு விட்டேன்.

"இந்த வீட்டுச் சொந்தக்காரன்."

பதில் சொன்னபொழுது தலையை ஒருமாதிரியாகச் சாய்த்துக்கொண்டு நின்றார். தலைமயிர் சண்டைக்கோழி கழுத்து மயிரைப்போல் சிலுப்பிக்கொண்டது.

"இந்த வீட்டுக்குச் சொந்தமென்றால் பக்கத்துவீட்டு மனையில் என்ன வேலை?"

"நீர் கேட்க வேண்டிய வேலை என்ன? நீ யாரு?"

"நாம் – நான் – வீட்டுச் சொந்தக்காரன்."

"தெரியுமடா!" என்று கழுத்தைப் பிடித்துத் தள்ள வந்து விட்டான். எங்கள் சத்தத்தைக் கேட்டு அல் அயல்காரர்கள் கூடிவிட்டார்கள். பேச்சு, செயலாக மாறியதும் குறுக்கிட்டார்கள்.

எனக்கு ஆத்திரம் பொங்கிக் கொண்டிருந்தது. கையாலாகாதவனுக்கு ஆளத் தெரியாது – எதுவானாலென்ன, வீடு, வாசல், மனை, மனைவி, பணம். பாத்திரம் அறிந்து பிச்சை மாத்திரந்தான் இடவேண்டும் என்பதில்லை. கொதிப்பு வெடிக்கும் கட்டம்.

அப்பொழுது கூட்டத்துக்கிடையில் ஒருவர் தலையை நுழைத்தார். அமளிக்கிடையில் கண் கலங்க நிற்கும் என்னைப் பார்த்தவர் சாமி!

நான் அவரைப் பார்த்தேன். மௌனமாகப் பார்த்தேன்.

"எப்போ வந்தீங்க; எல்லாம் போக இவரோடு உங்களுக்கு என்ன தகராறு?"

நான் வாயைத் திறக்கவில்லை.

"இவன் யாரய்யா, கம்பளிச் சட்டையைப் போட்டுக் கொண்டு? இவன் வீட்டுச் சொந்தக்காரனாமே – இவனா? அப்போ நீர் யாரு?"

சாமி அவருக்கு எதுவும் பதில் சொல்லவில்லை. "நீங்க வாங்க, பேசிக்கொள்ளலாம்" என்று சொல்லி அழைத்துக்கொண்டு போனார். உண்மையில் கையைப் பிடித்து இழுத்துக்கொண்டு போனார்.

திண்ணையில் வாத்தியார் பையனுக்குப் பாடம் சொல்லிக் கொடுத்துக் கொண்டிருந்தார்.

"ஏன் வாத்தியார் ஸார், நீங்க இவர்கிட்டே என்ன சொன்னீங்க?"

“நீங்கள் வெளியில் போயிருப்பதாகச் சொன்னேன்.”

“இவர் யார் தெரியுமா?”

“தெரியாதே!”

“இவர்கிட்டே இருந்துதான் இந்த வீட்டை வாங்கினேன்.”

என் கொதிப்பு வெடித்தது.

“உங்களுக்கு லாயக்குப்படாது – அலிக்குப் பெண்ணைக் கொடுத்தாற் போல.”

“குசாலாக எடுத்துக்கொள்ளுங்கள். அதற்காகவா வந்திருக்கிறீர்கள்?”

என் நாடி எல்லாம் ஒடுங்கிப்போச்சு. மோட்டாரில் பெட்ரோல் இருந்தாலல்லவா வண்டி ஓடும்?

“இவர் திண்ணையில் உட்கார்ந்திருந்தார். குளவிக் கூடுகள் கண்ணில் பட்டன. அவற்றை உடைத்தெறிந்தார். எதிர்த்த மனையைப் பார்த்தார். பக்கத்து வீட்டுக்காரரோடு சண்டைக்குப் போய்விட்டார். சாமிசா இப்படி அக்கிரமம் செய்திருக்கிறான் என்று நான் சொன்னேன்” என்றார் வாத்தியார்.

“வக்கீல் வீட்டுக்குப் போய் நோட்டீஸ் கொடுத்து விட்டுத்தான் வருகிறேன்.”

“நோட்டீஸ். மண்ணாங்கட்டி! தீயை வைத்து வைக்கோல் போரையும் அவன் வீட்டையும் கொளுத்த வேண்டாம்?”

“அதெல்லாம் முடியாதவர்கள் சட்டத்தின் பலத்தைத்தானே தேட வேண்டும்? தேடுகிறேன். அதெல்லாம் இருக்கட்டும். வீட்டிலே உட்கார்ந்து ஆற அமரப் பேசுவோமே.”

“வீட்டில் உட்கார மனமில்லை. சல்லிசாகக் கல்லை விலைக்கு வாங்கித் தாத்தா கட்டின வீடு. மோரும், வறட்டியும் பாட்டி விற்று வாங்கினது எதிர்மனை என்பார்கள்.”

“திண்ணையிலே உட்கார்ந்து சொல்லுங்களேன். நின்றுகொண்டே பேசினால்?”

“நாய் வந்து குந்துமா உங்க வீட்டிலே, ரோசம் மானம் இல்லாதவர் களோடு...?”

அவர் கோபம் அடையவே இல்லை.

“இப்பொழுது பாதிப் பணம் கொடுத்தாலும் வீட்டைத் திருப்பித்

தந்துவிடுகிறேன். பாக்கி பிறகு தரலாம். எனக்காக நீங்கள் படுகிற வேதனையைப் பார்த்தால்...”

திசைமாறிப் போய்விட்ட ஞாபகம், அப்பொழுதுதான் வந்தது. வீட்டை விற்றுப் பத்து வருஷமாகிவிட்டன. டில்லியில் வேர் விட்டாயிற்று. மாஜி வீட்டைப் பார்க்க மனசுக்கு ஆசை. ஆசை நிறைவேறாவிட்டால் கோபம் தாபம், ஆத்திரம். ‘மனமே, படு படு. சொன்னதைக் கேட்டாயா? இந்த ஊரில் இறங்கும் வேலை இல்லை என்று சொன்னேனே, கேட்டாயா?’

“இதோ போய்ப் பணத்தை எடுத்துக்கொண்டு வருகிறேன்” என்று கூறி, ரெயில்வே ஸ்டேஷனை நோக்கிக் கிளம்பினேன்.

ஒவ்வொருவரும் அடுத்தவனை முட்டாளென்று நினைக்கிறார்கள். ஆனால்–!

36. ஏணி

பங்கி அடித்தவன் நடப்பதுபோல் தம் லயிப்பில் திரும்பி வந்து கொண்டிருந்தவர், வீட்டு வாசல் ஏறி நிலை வாசலண்டை வந்ததும் ஏதோ நினைப்பு வந்தவராய்த் தயங்கி, சுழன்று திண்ணையில் உட்கார்ந்தார். தாமாகக் கைகள் முழங்காலைக் கட்டிக் கொண்டன. கண்கள் குறிப்பின்றி, சூழ்வெளியைத் துழாவின; திடீரென்று எதிரே எழுந்த ஊர்க் குன்றின் மேல் மோதி மடங்கின.

அந்தத் தடை அவரை எப்படியோ ஆக்கிவிட்டது. அதே சமயம் பேரிரைச்சலுடன் அலைகள் புரண்டோடி வந்து காலடியில் விசிறிப் பரவின.

காலையில் ஒன்பது மணிக்குப் போனவர் பன்னிரண்டு மணியாகியும் வரவில்லையே என்று வீட்டார்கள் துடித்துப் போயிருக்க வேண்டும். திரும்பி வந்தது பெரிய ஆறுதல் தருவதைக் காட்டுவதற்காகத் தம்மை எதிர்கொண்டு அழைக்கக்கூடும் என்ற நினைப்பும் கூட எழுந்து பரவிக் கொண்டிருந்தது.

வீட்டுக்குள்ளிருந்து யாரும் வந்து எட்டிக்கூடப் பார்க்கவில்லை. ஆமாம், ஆற்று வெள்ளத்தில் மூங்கில் கொழுத்தாடை அழுந்திக் கிடக்கிறது. தண்ணீர் வடிந்தால்– வடியும் நம்பிக்கை ஏற்பட்டால்கூட. வெடுக்கென்று நிமிர்கிறது. 'வீட்டுக்கு வருகிறவன் உள்ளே வராமலா போகிறான்? பரிவு அநாவசியம்' என்று தோன்றியிருக்கலாம்.

இந்த நினைப்பு மறைவதற்குள் பிரம்மாண்டமான மற்றோர் அலை புரண்டு வந்தது. வருகிற அலையைவிடத் திரும்பிப் போகும் அலை அபாயகரமானது. ஆளை இழுத்துக் கொண்டு போய்விடுமே என்று

தோன்றிற்று. திண்ணையில் நகர்ந்து உட்கார்ந்து கொண்டார்.

அவர் நினைப்பை மறுப்பதுபோல், நிலைவாசலுக்குள் இருந்தபடியே பாட்டி கழுத்தை நீட்டி அவரைப் பார்த்தாள், கோயிலுக்குப் போய்விட்டுத் திரும்பினால் வீட்டில் உட்கார்ந்துவிட்டுத்தான் பிறகு கால் கை கழுவிக்கொள்ள வேண்டும் என்ற சம்பிரதாயம் நினைவுக்கு வந்தது. ஆனால் அதற்காக உட்கார்ந்திருப்பவரைப்போல் தோன்றவில்லை. முழங்காலைக் கட்டிக்கொண்டு உட்கார்ந்திருந்த மாதிரியைப் பார்த்தால் நாள் முழுவதும் அப்படியே உட்கார்ந் திருப்பார் போலப் பட்டது. கூப்பிட வாயெடுத்தவள் மௌனமாகி விட்டாள். பேரன் பாட்டியைப் பார்த்தானே ஒழிய மனம் அலைகளின் திகிலில் குழம்பிக் கிடந்தது. பேரன், இறந்த பெண் வயிற்றுப் பிள்ளை, திருமணம் செய்துகொள்ள மறுத்தபொழுதே அவனை அரைப் பைத்தியம் என்று நினைத்துவிட்டாள். அதற்கு ஏற்றாற்போல் பின்னர் அவன் க்ஷேத்திரங்களுக்குப் போவதும் வருவதும், இங்கிருந்தால் சிவன் கோயிலுக்குப் போவதும் வருவதும், தகப்பனார் வீட்டுக்கே போகாமல் இருப்பதும் அவள் முடிவை ஊர்ஜிதப்படுத்திவிட்டன. இருந்தாலும் உடலைப் பேண வேண்டிய பரிவு மட்டும் அவளை விட்டுக் கழலவில்லை. அந்த உந்துதலில்தான் வந்து பார்த்தாள். ஊமையாய், சலனமின்றி இருந்ததைக் கண்டதும் அந்தப் பரிவு உள்ளுக்கு இழுத்துக்கொண்டுவிட்டது. ஆகையால் தலையையும் உள்ளுக்கு இழுத்துக்கொண்டு மௌனமாய்ப் போய்விட்டாள்.

மற்றோர் அலை வந்து கொண்டிருந்தது. ஆனால் நகரவேண்டுமென்று தோன்றவில்லை. அர்ச்சகர் மனத்தில் முளைத்தார். வேண்டுமென்றா தன்னைக் கோவிலில் வைத்துப் பூட்டிக்கொண்டு போயிருப்பார்? தனக்கும் அவருக்கும் அப்படி எதுவும் மனஸ்தாபம் இல்லையே! தினம் தவறாமல் ஒருவன் கோயிலுக்கு வருவதையே குற்றமென்று நினைக்கிறாரா? அர்ச்சனை செய்வதில்லை. கற்பூரத் தட்டில் காசு போடுவதில்லை. நிழல் மாதிரி கோயிலுக்கு வந்துவிட்டு வந்துவிட்டுப் போகிறான் என்ற வருத்தமா? இருக்காது இருக்காதென்று ஓர் அலை கூறிக்கொண்டு புரண்டு வருவது போல் இருந்தது.

பன்னிரண்டு மணி வெயிலை அடைத்துக்கொண்டு கறுப்பாக தெருவில் ஓர் உருவம் எதிரே தட்டென நின்று பேசியதும் அவர் மனம் உலுக்கி விழுந்தது.

“என்னங்க, அப்புறம் எப்படி வந்தீர்கள்?”

அவர் பதில் சொல்லவில்லை. வெறிக்க ஆளைப் பார்த்துக் கொண்டிருந்தார்.

"உங்களுக்கு நியாயமாக என் பேரில் கோபம் இருக்கத்தான் இருக்கும். ஆனால் பாருங்கள், எனக்கு அவசரம். கடைக்குப் போய்க் கொண்டிருந்தேன். சாப்பிட இலை இல்லை. நின்று உங்களை இறக்க வழிசெய்து கொண்டிருந்தால் கடைக்காரன் கடையைக் கட்டிக்கொண்டு போய்விடுவான். இதென்ன, டவுனா? அதுதான் போய்விட்டுக் கையோடு வருகிறேன். நீங்களே வந்துவிட்டீர்கள். எனக்கு வேலை மிச்சமாகப் போயிற்று. வித்தியாசமாக நினைத்துக் கொள்ளாதீர்கள்."

அதற்கும் அவர் வாயைத் திறக்கவும் இல்லை; முழங்காலைக் கட்டின கையைப் பிரிக்கவும் இல்லை. வேலை மிச்சமென்று சொன்னவரும் வீடுநோக்கிக் கடைத்தெருப் பக்கமாகப் போய்விட்டார்.

அவர் மனம் அதைக் குறித்துக்கொண்டது. கருணை ஒன்றும் துளும்பும் ஆசாமி அல்ல இவர்.

உதவி செய்திருந்தால் கிடைக்க வேண்டிய பெருமையைத் தட்டிப் பறித்துச் சென்ற திருடன் யார் என்று அறிய அலையும் போலீஸ் தன்மை வந்துவிட்டுப் போகிறது. இருந்தாலும் அவரவர்களுடைய ஜோலி அவரவர்களுக்கு என்று அவர் மனம் குடைந்து மூழ்கிச் சமாதானம் கண்டுகொண்டிருந்தது.

கடலிலிருந்து செல்லும் கால்வாய் போல் ஒரு நினைப்பு ஓடியது. 'இதோ இந்தக குன்றின் பாறையிலிருந்து சிவலிங்கத்தைச் செதுக்கி இருப்பார்களா? கல் வேலைக்கு லாயக்கா இருந்தால் – இருக்கலாம்... லாயக்கு... அர்ச்சகர் வேலைக்கு லாயக்கா? இவரைவிட நல்ல அர்ச்சகர் கிடைப்பாரா? பெரிய கோயிலாக இருந்தால் போட்டி போட்டுக் கொண்டு வருவார்கள். கோடி வீட்டு மிராசுதார் தயவில் நடக்கும் கோயிலுக்கு இந்த அர்ச்சகர் ஓர் அதிருஷ்டம். பாவம், வயிற்றுக் கொடுமை! காலையும் மாலையும் சைக்கிளில் வந்து பூஜை செய்துவிட்டுத் திரும்பிப் போகிறார். நைவேத்தியத்தை எடுத்துக்கொண்டு சைக்கிளில் ஊருக்குப் போய், சாயங்காலம் நாலு மணிக்குத் திரும்பி வருகிறார். சாயங்காலம் கொஞ்ச நேரம் கூட இருக்கிறார். நியாயம். நாலு பேர் வருகிற சமயம். நாலுக்கு இரண்டு பழுதில்லை. பத்துக்கு ஐந்து காயில்லை."

அன்று காலை அவர் கோயிலுக்குப் போனபோது ஐந்து கிளை தீபாராதனை நடந்து கொண்டிருந்தது. குறுக்கும் நெடுக்குமாகப் பறந்த வௌவால்களைத் தவிர, தேசிகர் வீட்டு ஆச்சியும் அவரும் மட்டுமே கோயிலில் இருந்தனர். விபூதிப் பிரசாதம் வாங்கிக் கொண்டு ஆச்சி வீட்டுக்குக் கிளம்பிவிட்டாள். அவர் பிரதட்சிணம் செய்யப் போய்விட்டார்.

பிராகாரத்தில் உள்ள தட்சிணாமூர்த்தி விக்கிரகத்தின் மௌன வனப்பை மீறி யாரும் அடிவைக்க முடியாது. அவர் அங்கே சற்று உட்கார்ந்து கண்ணை ஒரு நிமிஷம் மூடினார்.

நிமிஷம் என்று மனத்துக்குப் படுவதற்கும் கடிகாரம் காட்டுவதற்கும் பெரிய வித்தியாசம் உண்டு என்பது அவருக்குப் பிறகுதான் தெரிந்தது. அந்த நிமிஷத்துக்குப் பிறகு கோபுரவாசலண்டை வந்தபோதுதான் கோயிலைப் பூட்டிக்கொண்டு அர்ச்சகர் போய்விட்டது தெரிந்தது. மனத்துக்கு நிமிஷம் போலிருந்தாலும் மணி பதினொன்று ஆகிவிட்டது.

அர்ச்சகர் மீது குற்றம் சாட்ட முடியாது. பாக்கி ஊர்க்கோ யில்களையும் பார்த்துக்கொண்டு ஊருக்குப் போய் விட்டு மாலை திரும்பும் நியாயமான அவசரம். அவர் பேரில் பிசகில்லை. அதற்காகச் சாயங்காலம் வரையில் உள்ளேயே இருக்க முடியுமா? கோயிலுக்கு வந்துவிட்டு அதை ஜெயிலாக மாற்ற இடம் கொடுக்கக் கூடாது என்ற வேதனை அவருக்கு உண்டாயிற்று.

சுற்றுமுற்றும் பார்த்தார். கோயில் திருப்பணிக் கும்பாபிஷேகத்துக்காகக் கட்டிய சாரம் தென்பட்டது. சாரத்து மூங்கிலும் படிகளும் வெயிலில் அடிபட்டு, சோகையாய் இளித்துக் கொண்டிருந்தன. சாரக் கயிறுகளோ வெயிலிலும் மழையிலும் அடிபட்டு ஊதிப் போய், இங்கும் அங்கும் அறுந்து தொங்கிக்கொண்டிருந்தன. தப்பவேண்டுமென்ற வேகம், இந்தச் சந்தேகங்களை எல்லாம் முளையிலே கிள்ளிவிட்டது. வேகம் அவரை உந்திற்று. சாரத்து மேல் ஏறிக் கோபுரத்து ஆளோடி விளிம்புக்கு வந்துவிட்டார்.

சாரம் கண்ணில் படாமல் உள்ளே இருந்த நிலைக்கும் இப்பொழுதைய நிலைக்கும் பெரிய வித்தியாசம். அந்த வேதனையிலிருந்து விடுதலை கிடைத்துவிட்டது. ஆனால் புது வேதனை முளைத்தது. கீழே இறங்க வேண்டுமே!

ஊர் எல்லையிலுள்ள குன்று தெரிந்தது. கறுப்பாகத் தெரிந்த குன்றின் மேல் மேகங்கள் சென்றுகொண்டிருந்ததனால் அந்த நிழல்கள் எதையோ திரை தள்ளிக் காட்டுவன போல் இருந்தன.

கீழே ரஸ்தா போய்க் கொண்டிருந்தது. நல்ல பதினொன்றரை மணி வெயில், அவர் பார்த்த நேரத்தில் தெரு வெறிச்சென்று ஓடிக்கொண் டிருந்ததாகவே தோன்றிற்று. ஆனால் வழிதவறிய மேகம் போல் ரஸ்தாவில் ஒரு கிழவர் கோயிலின் நிழலை நெருங்கிக்கொண்டிருந்தார்.

"தாத்தா, தாத்தா!"

அவருடைய காதுக்கு கூப்பிட்டது எட்டவில்லையோ என்று கைதட்டிக்

கூப்பிட்டுப் பார்த்தார். ஊஹும்! அவருக்குச் சண்டிகேசுவரர் மாதிரி காது செவிடோ என்னவோ? நிமிர்ந்துகூடப் பார்க்கவில்லை; காற்றடித்த மேகம் போல் போய்விட்டார்.

அடுத்தாற்போல் வந்தவர்களைக் கண்டதும் அவருக்கு நம்பிக்கை பிறந்தது. நடுத்தர வயதினர்கள். கையைத் தட்டிக் கூப்பிட்டார். நம்பிக்கை வீண்போகவில்லை. இருவரும் நிமிர்ந்து பார்த்தனர். இருந்த நிலையிலிருந்து ஜாடை, பேச்சு எல்லாவற்றையும் கொட்டித் தம் நிலையை உணர்த்தி விட்டார். ஆனால் காரியம் பழுக்கவில்லை. ஒருவர் ஏதோ ஜாடை காட்டியது போலத் தோன்றிற்று. மறுநிமிஷம் அவர்கள் போய்விட்டார்கள். தம்மைப் பைத்தியம் என்று சொல்லி யிருக்கக் கூடும் என்று பட்டது.

அதைப் பற்றி யோசிக்க நேரம் இல்லை. அதற்குள் மூன்று நான்கு சிறுவர்கள் வந்துகொண்டிருந்தனர். நேரடியாக அவர்களால் உதவி செய்ய முடியாவிட்டாலும் உதவிக்கு வழி செய்வார்கள் என்று நினைத்து பழையபடி கையைக் காலை ஆட்டிக் கூச்சலிட்டுப் பார்த்தார். பையன்கள் அவர் செய்ததை எல்லாம் அப்படியே தாங்களும் செய்தனர். கிண்டல் செய்துவிட்டு அவர்களும் போய்விட்டார்கள்.

இந்த நிலையில் அவமானம் வெடித்துப் பாய்ந்து உடலை ஆட்டிக் கொண்டிருந்தது. கோயிலுக்குள்ளே இருந்திருந்தால் இவ்வளவு அவமானத்துக்கு இடம் ஏற்பட்டிருக்காது. இப்பொழுதோ போவோர் வருவோர் உதவியை நாடி அலட்சியத்தையும் பைத்தியப் பட்டத்தையும் வாரிக் கட்டிக் கொள்ளவேண்டிய நிலை ஏற்பட்டுவிட்டது. தாம் முட்டாள், பைத்தியம் என்று கோபுரத்திலிருந்து கூறுவது போல் செய்துவிட்டுப் பிறரை நோவது நியாயமா என்ற எண்ணம் வேறு தோன்றிக் கொண்டிருந்தது.

அதற்கடுத்தாற்போல் வந்தவர் கதையும் இதுவேதான். ஆனால் அவர் அதற்கு இப்பொழுது வந்து விளக்கம் தருவதுபோல் பாவனை செய்துவிட்டுப் போகிறார். திண்ணையில் உட்கார்ந்து முழங்கால்களைக் கட்டிக்கொண்டு இதைப் பற்றி எல்லாம் இப்பொழுது நினைக்கும் பொழுது தமாஷாக இருந்தது. அவரவர்களுக்கு அவரவர்கள் காரியம் என்பது இயற்கை நியதி. குற்றச்சாட்டு அன்று. ஆனால் அதை மறைத்துக்கொண்டு பல முகமூடிகள் தெரிகின்றன என்று நினைத்தபொழுது ஏனோ தமக்குத் தாமே சிரித்துக் கொண்டார்.

“என்ன, மாணிக்கம் மாமா?” என்ற வார்த்தைகள் சிரிப்பைக் கத்தரித்தன. குரல் கொடுத்தவர், வீட்டுக்குள்ளிருந்து வந்த அவர் மாமா பிள்ளை – கிராமக் கர்ணம்.

"வீட்டுக்குள்ளேயா இருந்தாய்?"

"ஆமாம். நேரம் கழித்து வந்தீர்களே, உள்ளே வரவில்லையே என்று பார்க்க வந்தேன். ஏதோ சர்க்கார் கணக்கொன்று அவசரம். எழுதிக் கொண்டிருந்தேன். இல்லாவிட்டால் அப்போதே வந்திருப்பேன். ஏன் இத்தனை நேரம்? சாப்பிடாமல் திண்ணையிலே ஆயாசமாய் உட்கார்ந்து விட்டீர்களே?"

"ஆயாசமில்லை – அதிசயம்."

"அப்படி என்ன அதிசயம்!"

"அது ஒரு கதை, சொல்கிறேன் – சாப்பிடும்போது."

மாணிக்கம் மாமா சிரித்துக்கொண்டே முழங்கால் கட்டை அவிழ்த்துக் கொண்டு எழுந்து மாமா பிள்ளையுடன் நிலைவாசலுக்குள் நுழைந்தார்.

"என்ன கர்ணம் ஸார்?" என்ற குரல் இருவரையும் இழுத்து நிறுத்திற்று. கர்ணம் தெருப்பக்கம் திரும்பினார். என்ன பயமோ, மாணிக்கம் மாமா ஒருக்களித்திருந்த முகத்தைத் தெருப்பக்கம் திருப்பவில்லை.

"என்னங்க?"

"இதோ ஊருக்குப் போகிறோம். சொல்லிக் கொண்டு போகலாமென்று வந்தேன்."

"கி.மு. எங்கே?"

"அவர் அப்படியே வீட்டுக்குப் போய்விட்டார்."

"வான்?"

"ஊர்க் கோடியிலே நிறுத்தி வைக்கச் சொல்லிவிட்டு வந்தேன். அந்தத் தெருவிலே ஒருத்தரைப் பார்க்க வந்தேன். அப்படியே உங்களிடமும் ஒரு வார்த்தை சொல்லிக்கொண்டு போகலாமென்று வந்தேன்."

"வந்த காரியம் ஆயிற்றா?"

"நீங்கள் ஏன் வரவில்லை!"

"அதுதான் கி.மு. வந்தார்களே. எல்லாரும் ஒரே அழுகையாக அழுவானேன் என்று நான் கணக்கைக் கட்டி அழுதுகொண்டிருந்தேன்."

"வந்த வேலை ஆகிவிட்டது. சொல்லாமல் கொள்ளாமல் இன்னொரு வேலை கிடைத்தது. அதையும் செய்து விட்டோம்; பெரிய அதிசயம். தமாஷ்."

அதிசயம் என்ற சொல்லைக் கேட்டு மாணிக்கம் மாமா தெருப்புறமாக,

தம்மை அறியாமலே திரும்பினார்.

"இவர் இங்கேயா இருக்கிறார்?"

"இவரை உங்களுக்குத் தெரியுமா?"

"கொஞ்ச நேரத்துக்கு முந்திதான் தெரிந்துகொண்டேன்."

"எப்படி?"

"அது ஒரு தமாஷ். சொல்லாமலே ஓடிவந்து விட்டார்."

"என்ன தமாஷ்?"

"எனக்கு நேரமாகிறது. அவரையே கேளுங்கள்; சொல்வார்."

வந்தவர் வணக்கம் என்று சொல்லிக்கொண்டு போய்விட்டார். மாணிக்கம் மாமாவின் முகம் மரக்கட்டை போல இருந்தது.

"என்ன மாமா, இவர் சொல்கிறார்?"

"சாப்பிடும்போது சொல்கிறேன்."

மாணிக்கம் மாமா வீட்டுக்குள் நுழைந்து கிணற்றண்டை சென்று செம்பில் நீரை மொண்டு நிமிர்ந்து பார்த்தார். மாமன் பிள்ளையும் செம்பில் ஜலம் எடுத்துக் கைகால் அலம்பிக் கொண்டிருந்தான். மாமா நிமிர்ந்து பார்த்த பொழுது எதிரே குன்று தெரிந்தது. குன்றின்மேல் மேகத்து நிழல் விழுவதும் விலகுவதுமாக இருந்தது.

கை காலை அலம்ப ஆரம்பித்த மாணிக்கம் மாமா திடீரென்று, "தமாஷ் என்ன தெரியுமா?" என்று ஆரம்பித்தார்.

"காலையில் கோயிலுக்குப் போனேனா? குருக்கள் என்னை உள்ளே வைத்துப் பூட்டிக்கொண்டு போய்விட்டார். அவர் பேரில் பிசகில்லை. நான் பிராகாரத்துக்குப் போனது அவருக்குத் தெரியாது. பாக்கி ஊர்க் கோயில்களுக்குப் போகிற அவசரம். தட்சிணாமூர்த்தி சந்நிதியில் ஒரு நிமிஷம் உட்கார்ந்துவிட்டு வந்து பார்க்கிறபோது அவர் பூட்டிக்கொண்டு போய்விட்டார் என்று தெரிந்தது. அவர் திரும்பிவரும் வரையில் காத்திருக்கவாவது என்று கும்பாபிஷேகச் சாரத்து வழியாக ஏறி, கோபுர ஆளோடி முகப்புக்கு வந்தேன். தெருவிலே போகிறவர்களைக் கெஞ்சிக் கூத்தாடினேன். அவரவர்களுக்கு அவரவர் வேலை, அவசரம். ஒருத்தரும் ஏனென்று கேட்கவில்லை. அவமானம் தாங்கவில்லை. உயிருக்குத் தடுமாறுகிற மூச்சு மாதிரி ஆகிவிட்டது. இப்போது வந்து போனாரே, அந்தப் புண்ணியவானும் அதே ரஸ்தாவிலே வந்தார். நம்பிக்கையை விடாமல் கையைத் தட்டி ஜாடை செய்தேன். அவர்

புரிந்துகொண்டார். 'இரு, வருகிறேன்' என்று கையை அமர்த்திவிட்டுப் போய்த் திரும்பி வந்தார், தாராளமான மூச்சு மாதிரி. அவர் கூட மூன்று பேர் இரும்பு ஏணியோடு வந்தார்கள். கீழே இறங்கிவிட்டது போலவே எனக்குச் சந்தோஷம். நான் மேலே தவித்துக்கொண்டு இருந்தபோது ஐந்து நிமிஷம் சேர்ந்தாற்போலத் தெருவிலே ஒருத்தனும் நிற்கவில்லை. இந்த ஏணியைக் கொண்டுவந்து சாத்துவதற்குள்ளே பார், இருபது முப்பது பேர் கூடிவிட்டார்கள். ஏணி பலாப்பழமா? கும்பலைப் பார்த்ததால் மண்டையை ஏதோ ஒரு பக்கம் பிளந்தது. இன்னொரு பக்கம் மயக்கம். ஏணியைச் சாத்திவிட்டார்கள் என்று தெரிந்தது. கிடுகிடென்று இறங்கி ஒரே நழுவாய் நழுவிவிட்டேன் நன்றி கெட்ட பயல் மாதிரி. இந்த மந்தையைப் பார்க்கப் பிடிக்கவில்லை. அவர் யார்?"

தம்பியின் கன்னத்துத் தசைகள் நகர்ந்தன. சிரிப்பு, கேலி, துயரம் என்ற முக்கூட்டில் தசைகள் நின்றன.

"அவரா? நெருப்பணைக்கும் கோஷ்டி."

"இங்கே எங்கே வந்தார்?"

"கோடிக்குப்பத்திலே தீப்பிடித்ததற்கு வந்தார்."

"இந்தத் தரும கைங்கரியத்தையும் செய்துவிட்டார், பார்த்தாயா?"

மாணிக்கம் மாமா மறுமுறை முகத்தைக் கழுவித் துணியால் துடைத்துக் கொண்டு எதிரே பார்த்தார். நீல வானை வெட்டி மறைத்துக்கொண்டு குன்று கறுப்பு வெளிச்சமாக மேகமின்றி நின்று கொண்டிருந்தது.

"ஏன் தம்பி, இந்தக் கொல்லையிலிருந்து பார்த்தால் இந்த ஊர்க்குன்று மகாலிங்கம் மாதிரி நன்றாகத் தெரிகிறதே – இதற்கு முந்தி நான் பார்த்ததில்லையே!"

தம்பிக்கு வந்தது வருத்தமா, கோபமா என்று தெரியவில்லை.

"மாமா உங்களுக்கு எதுவும் தெரியாது. எல்லாம் விளங்கும். அந்தக் கோயில் சுவரின் ஈசான மூலையிலே ஒரு திறப்பு இருக்கிறதே, தெரியாதா? அது வழியாக யானைக்குட்டி வெளியே வரலாமே."

"திறப்பு இருக்கிறதா? தெரியாதே!" என்று மாமா மௌனமானார்.

"மாமா, உங்களுக்குப் பசி, மூளை சரியாக இல்லை. இருக்கிற திறப்பு தெரியவில்லை. இல்லாத மகாலிங்கம் கொல்லையிலே தெரிகிறது. உங்களுக்கு எதைச் சொல்கிறது?"

கோபுரம் ஏறியது வீண் பிரயாசை என்று அறிந்த மாணிக்கம் பலமாக

ஒருதரம் சிரித்தார்.

“மனமும் ஓர் ஏணிதான். அதன் வழியே ஏறவும் ஏறலாம்; இறங்கவும் இறங்கலாம்” என்று மாணிக்கம் மாமா சொன்னதை, தம்பி புரிந்து கொள்ளவில்லை! பொருட்படுத்தவும் இல்லை.

“தமாஷ் இருக்கட்டும். சாப்பிடுவோம்” என்று உள்ளே நுழைந்தான் தம்பி. மாணிக்கமும் பின்தொடர்ந்தார்.

37. நீர்க் காக்கை

கத்தர்வனை நமது வாசகர்கள் நன்றாய் அறிவார்கள். அவரது எழுத்தோவியங்கள் நமது கையெழுத்துப் பத்திரிகையைப் பல தடவை அலங்கரித்திருக்கின்றன. அவருடைய திறமையை நாம் நன்றாய் அறிவோம். ஆதலால் நமது வசந்த மலருக்கு விஷயதானம் செய்யவேண்டுமென்று கோரினோம். முதலில் அவரிடமிருந்து பதில் வரவில்லை. திரும்பத் திரும்பக் கடிதம் எழுதியும் பயனில்லை. பன்னிரண்டாவது தபாலுக்கு பதில் வந்து சேர்ந்தது. அதை இங்கே பிரசுரித்திருக்கிறோம். சில காலமாக அவர் எழுதாமல் மௌனம் சாதித்ததற்குக் காரணம் இப்பொழுது ஓரளவு விளங்குகிறதல்லவா?

– ஆசிரியர்.

நண்பரே,

பத்திரிகையின் ஆசிரியர் என்ற முறையில் உமக்கு நான் இதை எழுதவில்லை. ஏனென்றால் பத்திரிகை ஆசிரியருக்கு எழுத்து தேவையே ஒழிய, எழுத்துக்கு உள் மூச்சான ஜீவனைப்பற்றிய சர்ச்சை தேவையில்லை. உமக்கு வேண்டாத விஷயத்தைப்பற்றித்தான் இப்பொழுது பேசப்போகிறேன். எப்பொழுது எழுத்து பிறக்கிறது, அல்லது ஏன் பிறக்காமல் இருக்கிறது என்ற தத்துவ விசாரமெல்லாம் உமக்கு இல்லை; இருந்தால் கட்டாது. அதையெல்லாம் ஆராய்ந்துகொண்டிருந்தால் குறிப்பிட்ட தேதியில் பத்திரிகை வெளிவர முடியுமா என்ன? நீர் எழுத்தை விரும்புவதுதான் சரி. அதைத்தான் நம்பவேண்டும்.

ஆனால் எனக்கு அப்படி இல்லை. எனக்கு நான்தான் முக்கியம்; என் அகந்தான் முக்கியம். இந்த நான் என்ன செய்கிறது, எதில் இன்பம் அடைகிறது, எதில் துன்பம் அடைகிறது, எதில் லயிக்கிறது, எதை நெட்டித்தள்ளுகிறது என்று கண்டுபிடிப்பதே வேலை. அதுவே எனக்கு இன்பம். இந்த நான் செய்யும் காரியங்களைச் சிலசமயம் என்னால் பதிவு செய்ய முடிகிறது; சில சமயம் முடியவில்லை. பிரசங்கியின் பேச்சு முழுவதையுமா ரகசியப் போலீஸ்காரன் குறுக்கெழுத்தில் எடுத்து விடுகிறான்? என் விஷயத்திலும் இப்படித்தான். வார்த்தைகளை மீறியே மனசு சில சமயம் ஓடுகிறது – ஏர்க்காலை ஏற்காத முரட்டுக் குதிரை மாதிரி. சில சமயம் அசைவின்றிப் படுத்துவிடுகிறது – தண்ணீரைக் கண்ட எருமை மாதிரி. இவ்விரண்டும் அற்ற நிலையில்தான் எழுத்துடன் உறவு உண்டாகிறது.

ஆசிரியர்களுக்கு இந்தத் தத்துவம் ஏனோ தெரியவில்லை. தெரிந்ததாகக் காட்டிக்கொண்டால் பத்திரிகை முழுவதும் வெறும் தாளாகிவிடக்கூடும் அல்லவா? ஆனால் எனக்கு மாத்திரம் இந்த உண்மை முன்பு விளங்கிற்றா என்ன? இல்லவே இல்லை. இப்பொழுதுதான் கொஞ்சம் கொஞ்சமாக விளங்குகிறது.

நேற்று ஒரு கிராமத்துக்குப் போயிருந்தேன். அந்திவேளை. ஏரிக்கரையின் மீதும் எட்டாக்கையிலும் பனை மரங்கள் நின்று மயங்கிக் கொண்டிருந்தன. ஏரிநீரை வாடைக்காற்று முத்தமிட்டுக் கொண்டிருந்தது. அந்த ஓசை கரையில் வந்து மோதிக் கொண்டிருந்தது. ஏரியின் ஓரத்தில் சில கொக்குகள் ஊக்கமின்றி நடைபோட்டுக் கொண்டிருந்தன. ஏரியின் நடுவில் இருந்த மேட்டின் மீது கும்பலாகச் சில கரும் பறவைகள் உட்கார்ந்திருந்தன.

“அதென்ன” என்று கேட்டேன்.

“நீர்க்காக்கை, எப்பொழுதும் தண்ணீரில் வாழ்பவை” என்றான் கணக்குப்பிள்ளை.

“இரவில் கூடவா?”

“ஆம்.”

“இரவில், அதிலும் தண்ணீருக்குள், பறவைகள் வாழவாவது, மண்ணாவது!”

அவன் என் பேச்சை ஏற்கவில்லை. “தண்ணீரில் வாழ்வதென்றால் அந்த மேட்டில் உட்கார்ந்திருப்பானேன்?” என்று தர்க்கமிட்டேன்.

“முழுகினால் தலைமயிரை நாம் உலரவைத்துக் கொள்ளவில்லையா?” என்று குதர்க்கம் செய்தான்.

நான் விடவில்லை.

“முழுகினால் அல்லவா? தண்ணீரிலேயே கிடப்பவனுக்கு ஈரம், காய்ச்சல் என்று இரண்டு உண்டா என்ன?”

“அப்படி வேண்டாமே. தண்ணீரில் இருப்பவன் தரையை அறிய விரும்புகிறான் என்று நினைத்துக்கொள்ளலாமே.”

எனக்கு மேலே பேசத் தெரியவில்லை.

அன்றிரவு அந்தக் கிராமத்தில் ஒரு வீட்டுத் திண்ணையில் படுத்துத் தூங்கினேன். எதிரில் ஒரு வரிசை புளியமரங்கள். இரவெல்லாம் புளிய மரத்தடியில் கொக்குகளின் குரல் கேட்டது. அவ்வப்பொழுது கிளைமாறிக் குந்துவதற்காகச் சிறகடிக்கும் சத்தம் கேட்டுக்கொண்டே இருந்தது. இராக் காலம், எழுந்து பார்த்தால் என்ன தெரியும்?

காலையில் எழுந்திருந்து மரங்களைப் பார்த்தேன். வண்ணான் துணி உலர்த்தியிருப்பது போல் கொக்குகள் தென்பட்டன. மரங்களை நெருங்கிச் சென்றேன். புளிய மரத்திலிருந்து கூட்டமாக கறுப்புப் பறவைகள் எழுந்து பறந்தன. நீர்க்காக்கைக் கூட்டம்! பகலில் ஏரியிலும் இரவில் மரத்திலுமாக வசிக்கும் போலும்!

திடீரென்று எனக்குச் சில உண்மைகள் விளங்கின. ஒரு வருஷம் நன்றாய் விளைந்த வயல் மறு வருஷம் ஏன் அப்படி விளைவதில்லை என்பதற்குக் காரணம் புரிந்தது. இப்பொழுது ஏன் அவ்வளவாக எழுத முடியவில்லை என்பதற்குக் காரணம் தெரிந்தது. நானும் ஒரு நீர்க்காக்கைதான்! பகற்காலத்தில் எழுத்தென்னும் ஏரியில் வாழ்கிறேன். உணவை உண்டு உற்சாகம் அடைகிறேன். அழகின் காற்றடிக்கும் பொழுது நீர்க்காக்கையைப் போல் மிதந்து எழுத்தென்னும் அலையைப் பரப்புகிறேன். இந்த ரகசியந்தான் என் முயற்சிகளில் அம்பலமாகிறது. பகல் என்றால் எனக்கும் இரவு உண்டல்லவா? அப்பொழுது ஒடுக்கம் என்னும் மரத்தில் குந்தி நீர்க்காக்கையைப் போல உறங்குகிறேன். உறக்கத்தில் எழுத வருமா? முடியுமா?

இந்த மாதிரியாக நான் ஊமையாகும் சந்தர்ப்பங்களையெல்லாம் என் சோம்பேறித்தனம் என்று பலர் கருதுகிறார்கள். உமக்குக்கூட அதே எண்ணந்தான். சண்டி செய்கிற மாட்டை ஓடச்செய்யும் வித்தையை நீர் வண்டிக்காரனிடத்தில் பார்த்திருக்கிறீர். அதட்டுகிறான், பாடுகிறான், சாட்டையை வீசுகிறான், ஜகடையில் சாட்டைக் குச்சியைக் கொடுத்துச் சத்தப்படுத்துகிறான், வாலைப் பிடிக்கிறான், ஒடிக்கிறான், ஒருவேளை கடிக்கிறான். இவ்வளவையும் பார்த்ததனாலே நீர்கூடப் பலவிதமான கடிதங்கள் எழுதியிருக்கிறீர். ஆனால் ஒன்றை மறந்துவிட்டீர்.

இவ்வளவுக்கும் சில மாடுகள்தான் ஓடும்; சில படுத்துக்கொண்டு விடும். நான் படுக்காளி. என்னை எழுப்ப முடியாது. நானே முயன்று பார்த்துத் தோல்வி அடைந்திருக்கிறேன். உமக்கா வெற்றிகிட்டப்போகிறது? அதனால்தான் எனக்கும் – ஏன்? எல்லா இயக்கத்திற்கும்– நீர்க் காக்கைக்குத் தேவையாக இருப்பதுபோன்ற இரவும் ஒடுக்கமும் உண் டென்று நிச்சயித்துவிட்டேன். இது இயற்கையின் விதி. பகலுக்குப் பிறகு இரவு, சிருஷ்டிக்குப் பிறகு ஓய்வு.

இதெல்லாம் ஒருபுறம் இருக்கட்டும். கலைஞர்களைப் பற்றிய மற்றொரு விஷயம் பொதுவாக யாருக்கும் தெரியவில்லை. கலைஞன் முதலில் தோன்றும்பொழுது ஒரு சிலருடைய கவனத்தையே கவர்கிறான் – வால் நக்ஷத்திரத்தைப் போல. மற்றவர்கள் அவனை லட்சியம் செய்வதில்லை. சில நாட்களுக்குப் பிறகு எப்படியோ எல்லோருமாக அவனைப் புகழ ஆரம்பித்து விடுகிறார்கள். அவன் வேலைப்பாட்டுக்கும் ‘கிராக்கி’ ஏற்பட்டு விடுகிறது. பத்திரிகாசிரியர்கள் சும்மா இருக்க முடியுமா? அவனை அதுவேண்டும், இதுவேண்டும் என்று தொந்தரவு செய்வார்கள். ஒரு முக்கிய விஷயத்தை மறந்தே இந்த மாதிரி தொந்தரவு செய்கிறார்கள். எந்த மனநிலையுடன் கலைஞன் முதன் முதலில் தோன்றினானோ அதே நிலையில் அவன் சாகும்வரையில் இருப்பான் என்று எண்ணி விடுகிறார்கள். உண்மை என்னவெனில், கலைஞ னுடைய மனமும் லயிப்பும் மாறிக்கொண்டே இருக்கும். கவிதை எழுதிய கலைஞனானால் சாகுமளவும் அவனிடம் கவிதையையே எதிர் பார்ப்பது சரியாகாது. கவிதை கலைஞனை விட்டிருக்கலாம்; கதை அவனைப் பற்றியிருக்கலாம், எழுதுவதையே அவன் விட்டுவிட்டான் என்றால் அந்த விஷயத்தை யாரும் நம்புவதில்லை. கலைஞன் சுவரில் அடித்த ஆணியன்று என்பதை மறக்கக் கூடாது.

பொதுவாகச் சொல்வானேன்? சென்ற வருஷம் ஆரம்பம் முதல் என்னிடத்தில் ஒரு மாறுதலைக் கண்டேன். அதை நான் முதலில் பொருட்படுத்தவில்லை; இவ்வளவு புரட்சிகரமான மாறுதலை உண்டாக்குமென்றும் எதிர்பார்க்கவில்லை. வரவர எழுதுவதில் ஊக்கமும் குறைந்தது. படிப்பதிலும் குறைந்தது. இதற்கு நேர்மாறாகப் பாட்டில் மிகுந்தது; பாடுவதில் முடிந்தது.

நேற்று இரவுடன் பழைய ஜன்மம் முடிந்துவிட்டது. முன்னேரத்திலேயே நான் படுத்து விட்டேன். மணி என்னவோ தெரியவில்லை. கனவா நனவா என்றும் தெரியவில்லை. வெள்ளைக் கலையுடுத்த ஒரு பெண் வீணையும் கையுமாக என் முன் தோன்றினாள். எதிரே உட்கார்ந்து வீணையை இசைத்தாள். மின்னலை வெட்டித் துண்டாக்கி இருட்டில் பதித்தது போன்ற பிரமை எழுந்தது. நீரில் விழுந்த உப்பைப் போல்

என் உடம்பையே காணோம்.

இந்த நிலை கலைந்தபொழுது கரிச்சான்கள் பாடிக்கொண்டிருந்தன. நக்ஷத்திரங்கள் வெளுத்துக்கொண்டிருந்தன. என் வியப்பை வடித்தெடுத்து ஆறுதலடையலாமென்று நினைத்து எழுதத் துவங்கினேன். இரண்டு பக்கந்தான் எழுத முடிந்தது. அதற்குமேல் முடியவில்லை. அப்படியே வைத்துவிட்டு மறுபடி தூங்கிவிட்டேன்.

இன்று காலை எட்டு மணிக்கு எழுந்தபொழுது அந்தத் தாள்கள் தாம் முதலில் கண்ணில் பட்டன. படித்துப் பார்த்தேன். பேய்க் கரும்பைத் தின்பது போல் சப்பென்றிருந்தது. அதே கணத்தில் என் எழுத்தின்மீது ஓர் வெறுப்பு தோன்றிற்று. என்னிடம் ஒரு வெறி கண்டது. என்னையும் மீறிய வேகத்தில் என் பெட்டியைத் திறந்தேன். பிரசுரிக்கப்பட்டவையும், படாதவையும், அரைகுறையாக நின்றவையுமாக என் எழுத்துக்கள் கிடந்தன. அவ்வளவையும் வெளியே எடுத்து, இந்த இரண்டு தாள்களையும் அவற்றின் மேல் வைத்துக் கொளுத்திவிட்டேன். அந்தத் தீயின் மையத்தில் வெள்ளைக் கலையுடன் வீணையும் கையுமாய் அந்தப் பெண் நின்று கொண்டிருந்தாள்.

இதுதான் இந்தச் சோம்பேறியின் வாழ்க்கை. இனி எழுத முடியாது, மன்னிக்க வேண்டும்.

38. நிழல்கள்

வேலைக்கு இராத்தூக்கம் விழித்தே ஆகவேண்டும். ஒரு வாரம் விட்டு ஒரு வாரமாவது. இயற்கைக்கு முரண்பட்ட நிலைதான். கல்லை உருட்டிவிட்டு மலை மேலே ஏறச் சொல்லும் கட்டளை. வேறு வழி?

எந்த ராஜா பட்டினத்தைப் பிடித்தாலும் இழந்தாலும் இந்த ராஜாவிடம் நெருங்க முடியாது. எந்த ராஜாவைப் பதவியை விட்டு நீக்கினாலும், குடியாட்சி செங்கோல் பிடித்தாலும் இந்த ராஜாவைத் தள்ள முடியாது; வெல்ல முடியாது. வயிற்று ராஜா!

வேலையில் ஈடுபட்டிருக்கும்பொழுது அத்துவைத நிலை... தெரிந்தோ தெரியாமலோ மனசு, பேச்சு, செயல் எல்லாம் ஒன்றாகி கையில் இருக்கும் காரியத்தில் பரவிக் கரைந்து விடுகிற நிலை. வீட்டுக்கு வந்த பின்தான் தூக்கத்தின் நினைவு.

காலை 5.30 மணிக்கு வந்தவருக்கு அந்தத் தூக்கம் அந்த நினைப்புக்கூட வரவில்லை. அதற்காகப் படுத்துக்கொள்ளாமல் இல்லை.

வழக்கமாகப் படுத்துக்கொள்ளும் கிழக்குப் பார்த்த அறை. கதவையும் ஜன்னலையும் மூடிவிட்டு, தலைக்கு உயரமாகச் சுவரில் கையைக் கோத்துத் தலையை வைத்துக்கொண்டு காலை நீட்டி மல்லாக்காகப் படுத்துக்கொண்டிருந்தார். கதவை மூடியதும் சரியாகப் பொருந்தி விட்டது. ஆனால் அதற்குமேல் சிமிட்டி பலகணி ஒன்று இருந்தது. சந்துகள் வழியே சூரிய வெளிச்சம் அறைக்குள் பாய்ந்து, இருட்டை அரைவாசி தின்றுவிட்டது. அறைக்கு வெளியே தெற்கு வடக்கு ஒற்றைச்சாரித் தெரு.

அவருக்குத் தூக்கம் வரவில்லை. தெரு ஒலிகள் ஒரு காதுக்குள் நுழைந்து மறு காது வழியாகப் போய்விட்டன. சுவரையே பார்த்துக் கொண்டிருந்தார். திடீரென்று சுவரில், சாரி சாரியாக, ஒளிநாடாவைக் கடந்து நிழல்கள் செல்வதும் மறைவதும், மறுபடி புதிய நிழல்கள்

வருவதும் போவதுமாக இருந்தன. எல்லாம் நிழல்; ஊரும் நிழல், விரையும் நிழல், போகும் நிழல், வரும் நிழல், மோதிக்கொள்ளும் நிழல்.

நிழல்கள் நகர்வதையே பார்த்துக்கொண்டிருந்தார். பார்த்த லயத்தில் இருந்த கண்கள் திடுக்கிட்டுக் கோணத்தை மாற்றின. சுவரில் அவர்கள் பிள்ளையின் புகைப்படம்; மார்போடு புத்தகத்தை வலக்கையால் குறுக்காகப் பிடித்துக்கொண்டிருக்கும் பழம்பசலி மாணவன் படம்.

இத்தனை நாள் இங்கு இருந்ததா? இல்லையே! இப்பொழுது? அவள் கொண்டுவந்து மாட்டியிருப்பாள். இந்தப் படம் எப்பொழுது எடுத்தது? பாவம்! அவள் படும் அவஸ்தை ஆண்டவனுக்குத்தான் தெரியும். ஆண்டவனா? – சை...!

அவனுக்குக் கைக்கடிகாரம் இல்லை என்று துளைத்தாளே! வாங்கிக் கொடுத்தேனே! ஒரு விநாடியாவது உபயோகித்தானா? ஆச்சரியம்! காலம் நேரம் என்கிற நினைப்பே இல்லாத பிள்ளை. இராத்திரி தூங்கி விழித்துக்கொண்டு கைக்கடிகாரத்தைப் பார்த்து, அழகு பார்த்தோ மணி பார்த்தோ – தூங்குகிற பிள்ளைகள் இல்லையா? இவன் மாத்திரம் இப்படி – அலாதிப் பிறவி.

நீட்டியிருந்த கால்களை ஆறுதலுக்காக விரித்துக்கொண்டபொழுது, ஒரு புத்தக வரிசை காலில் தட்டுப்பட்டுச் சரிந்து விழுந்தது– முந்திய வருஷத்திய பாடப் புத்தகங்கள். எத்தனை தரம் சொன்னாலும் எடுத்து வைக்கவில்லை. அலாதிப் பிறவி. புத்தகங்களை உதைக்கக் கூடாது, படிப்பு வரட்டும், வராமல் போகட்டும். படித்த படிப்புக்கு இராத் தூக்கம் விழிப்பு கிடைத்திருக்கிறதே, அதுவே பெரிய பரிசு. புத்தகம் தாறுமாறாகக் கிடந்தால் ரணகளத்தில் கிடக்கும் பிணம் மாதிரி அசிங்கமாக பயங்கரமாக...

ஒழுங்காக அடுக்கி வைப்பதற்காக ஜன்னல் கதவைத் திறந்துகொண்டு புத்தகங்களை எடுத்து அடுக்கினார்.

இரண்டு மணியார்டர் ரசீதுகள் விழுந்தன. ஹாஸ்டல் வார்டனுக்கு அனுப்பிய பணத்துக்கு ரசீதுகள். காலிப் பயல்கள்! இப்படித்தான் உத்தியோகம் பார்ப்பதா?

"ரூமில் பையனைப் பார்த்தேன்; காணவில்லை. புதுப் பையன்கள் இருக்கிறார்கள். கேட்டால் தெரியவில்லை. 32–ஆம் நம்பர் ரூம். வேப்பமரத்தடி முனையில் இருந்தானே, அவன்."

"அங்கில்லையா? நீங்கள் அனுப்பிய ஹாஸ்டல் மணியார்டரில் போன வாரங்கூடக் கையெழுத்துப் போட்டேனே! இங்கேதான் இருப்பான். அறையை மாற்றியிருப்பான்."

“அவனை இப்போதே பார்க்க வேணும்.”

“கூட அனுப்ப, குமாஸ்தாகூட இல்லையே. என்ன அவ்வளவு அவசரம்?”

“கோடை லீவுக்கு வீட்டுக்கு வந்துவிட்டுத் திரும்பினவன் ஒரு கடிதாசு கூடப் போடவில்லை. அவன் அதிகமாகக் கடிதாசு எழுதமாட்டான். வந்து சேர்ந்தேன் என்று ஒரு கார்டுகூடப் போடவில்லையே. அவன் தாயாருக்குக் குருட்டுக் குடைச்சல்; அரித்துவிட்டாள். வாஸ்தவமாக–”

“அப்பொழுது இருங்கள், பார்க்கிறேன்.”

சாவிக் கொத்தை வார்டன் சாவதானமாகத் தேடுகிறார்; காணவில்லை. சட்டைப் பையில் தேடுகிறார்; அங்கும் காணவில்லை. குமாஸ்தாவை வைதுகொண்டே தேடுகிறபோது டிரங்குக்கு அடியில் கிடக்கிறது. “ஆணியில் மாட்டுவதற்குத் துப்பில்லாதவன். முழுச் சோம்பேறி. இவனை எல்லாம் ஒழித்துவிட வேண்டும்.”

பெட்டியைத் திறந்து ஒரு பதிவுப் புத்தகத்தைப் புரட்டுகிறார்.

“பேர்?”

“மனவழகன்.”

“ஆமாம், ஆமாம். ஞாபகம் வந்துவிட்டது. நல்ல பேர் என்று அப்பொழுதே நினைத்துக் கொண்டேன். நல்ல பையன். அவன் உண்டு, அவன் படிப்பு உண்டு. மனவழகன் மனவழகன்... ரூம் 32. மனவழகன் அங்கு இருக்க வேண்டுமே.”

“இல்லையே; இல்லை என்கிறேனே.”

“அப்பொழுது – ஏ முனுசாமி!”

“என்னாங்க.”

“வேப்பமரத்தடி ரூம் 32–இலே இருந்தானே மனவழகன்?”

“ஆமாங்க.”

“அங்கே இல்லையா?”

“இல்லிங்களே.”

“பின்னே எந்த ரூம்?”

“அந்தப் புள்ளே இங்கேயே இல்லீங்க.”

“என்னடா இல்லை?”

“லீவுக்கப்பறம் ஹாஸ்டலுக்கே வரலீங்க.”

“போடா மண்ணாங்கட்டி.”

“நான் தினம் தவறாமெ சுத்திப் பாக்கறேனே... எந்த ரூமிலே யார் இருக்கான்னு கேளுங்க; சொல்றேனா இல்லையா பாருங்க.”

“உனக்கு ஒன்றும் தெரியாது. அந்தக் குமாஸ்தாவை அழைத்தால்–”

“என்ன சோமு! 32–ஆம் நம்பர் ரூமிலே மனவழகன் இருந்தானே; இப்பொழுது எங்கே இருக்கிறான்!”

“அவன் எங்கேயும் இல்லை.”

“பின்னே?”

“32–ஆம் நம்பர் ரூமிலே தஞ்சாவூர்ப் பையன்கள் இருக்கிறார்கள். கோடை லீவுக்குப் போனவன் திரும்பி வரவே இல்லை.”

“வரவே இல்லையா? நிச்சயமாக?”

“வரவே இல்லை.”

“இந்தப் பதிவுப் புத்தகத்தைப் பாரு.”

“கணக்கப்பிள்ளை எழுத்து.”

“அதைக் கேட்கவில்லை. 32–ஆம் நம்பர் ரூமைப் பார்.”

“கணக்கப்பிள்ளைதான் இதை எழுதினார். போன கால் புத்தகத்தைப் பார்த்து அப்படியே எழுதியிருக்கிறார். திருத்தல் போடவில்லை.”

“பையன் இங்கே சாப்பிடவில்லை. நீங்கள் பணத்தை மாத்திரம் வசூல் செய்துகொண்டு விட்டீர்கள்!”

“எங்களுக்கு எப்படித் தெரியும் ஐயா? முழங்கால் வலித்தால்தானே முழங்கால் இருக்கிறதே ஞாபகத்துக்கு வருகிறது? அந்த மாதிரி சிக்கல் வந்தால்தான். இல்லாவிட்டால் யந்திரம் மாதிரி போய்க்கொண்டே இருப்போம். வேணுமானால் பணத்தைத் திருப்பிக்கொடுக்க ஏற்பாடு செய்யலாம்.”

“பணம் கிடக்கட்டும் குப்பை! அவன்?”

“காலேஜுக்குப் போகிறேன் என்று எங்கேனும் போயிருந்தால்? குடும்பத்தில் எவ்வளவோ இருக்குமே!”

“எங்களுக்கு ஒரே பெண்; ஒரே பிள்ளை.”

“கோபித்துக் கொள்ளவில்லையா?”

“அதெல்லாம் மூச்சு விடப்படாது. வழக்கம் போல லீவு முடிகிற சமயம் பெட்டி படுக்கை எல்லாம் எடுத்துக்கொண்டு போய் நான்தானே ரெயிலேற்றினேன்? புதுத் துணிமணி ஐம்பது ரூபாய்க்கு வாங்கிக் கொடுத்திருந்தேன், ரெயில் வந்ததும் நானே ஏற்றிவிட்டேன். ஒரே கூட்டம். நெரிசலில் மெதுவாக ஏற்றிவிட்டேன். ரெயில் பிளாட்பாரம் கோடியைத் தாண்டுகிற வரையில் நின்றுகொண்டிருந்தேன். புதுக் கைக்குட்டையை ஆட்டி ஆட்டிக் காட்டிக்கொண்டே இருந்தான். வரவில்லை என்றால்–?”

“பதில் சொல்லத் தெரியவில்லையே! நீங்கள் விசாரியுங்கள். நானும் விசாரிக்கிறேன்.”

மணியார்டர் ரசீதுகளைத் தனியாக எடுத்து வைத்தார். புத்தகங்களை அடுக்கி வைத்துவிட்டுத் திரும்ப ஜன்னலை மூடிக்கொண்டு பழையபடி நீட்டிக் கொண்டார்.

ரெயில் போகும் வேகத்தில் கர்டர் பாலத்துப் பக்கத் தகடுகள் தோன்றி எழுந்து சாய்ந்து படுத்து மறையுமே, அதுமாதிரி நிழல்கள் விரைந்து கொண்டிருந்தன. ஒரு நிமிஷம் நிழலையே காணவில்லை. கஞ்சிபோட்ட காடாத் துணிபோலச் சுவர் வெறிச்சென்று இருந்தது. பட்டாக் கத்திபோல ஒளி குத்திட்டு நின்றது. திரும்பவும் இருபுறத்திலிருந்து இரு நிழல்கள் எதிரும் புதிருமாக விரைந்து வந்து மோதிக் கலந்து அடுத்த நிழலுக்கு உணவாகிவிட்டன. தொடர்ந்து நிழல் வரிசை.

“என்ன வேணும்?”

“இந்தச் சிவப்புக் கோடிட்ட பத்திரிகைச் செய்தியை–”

“ஆமாம்.”

“ஏதேனும் போட்டோ இருக்குமா?”

“நீங்கள் யார்?”

“நான் ஹாஸ்டல் வார்டன்.”

“343! நாலாவது பெட்டி போட்டோவை எடுத்தா.”

“இதோ–”

“ஆமாம். அவனேதான்; எங்க ஹாஸ்டல் பையன்.”

“ராத்திரி எக்ஸ்பிரசில் விபத்து. எப்படியோ வண்டியிலிருந்து விழுந்திருக்கிறான். ரெயிலில் கூட்ட நெரிசல். ஒருவருக்கும் ஒன்றும் சொல்லத் தெரியவில்லை. கூட்டத்தைச் சமாளிப்பதற்கே அவர் அவர்களுக்கு விழிபிதுங்கிக் கொண்டிருந்தது. யார் என்னவென்று

சோதித்தோம். சட்டை பெட்டி படுக்கை எல்லாவற்றையும். 25 ரூபாய்ப் பணமும் சென்னைக்கு ஒரு டிக்கெட்டும் இருந்தன. பெயரே தெரியவில்லை. யாரோ பள்ளிக்கூடத்துப் பிள்ளை என்று தோன்றிற்று. அவ்வளவுதான், ஒரு போட்டோவை எடுத்து வைத்தோம். அவர் யார்?"

"தகப்பனார்."

"பாவம்! பிடி ஐயா... சாய்கிறார். பெற்றவராச்சே."

நிழல்கள் ஓய்ந்துவிட்டன. ஒரு நிமிஷம், நாலு ஐந்து நிமிஷம்... தெருவிலே ஜன நடமாட்டம் இல்லையா? ஓ! சூரியன் மேலே ஏறிவிட்டானா? அதுதான் வெளிச்சத்தை உள்ளிருட்டு தின்றுவிட்டது. தூக்கந்தான் வரும் தூக்கம்...

ஜன்னலைத் திறந்தார். ஜனங்கள் விரைந்து எங்கோ சென்று கொண்டிருந்தனர். லேசான காற்றில் மரக்கிளைகள் இல்லை என்பது போல் தலையாட்டிக் கொண்டிருந்தன.

மணியார்டர் ரசீதுகளைச் சுக்குநூறாக்கி வெளியே எறிந்தார். வெள்ளை வண்ணாத்திப் பூச்சிகள் போல் அவை பறந்து சென்றன. புகைப்படம் பறக்கவில்லை.

'பாவம் ! அவள் படும் அவஸ்தையை யாரால் படமுடியும்? இருந்தாலும் வயிற்று ராஜா விடுகிறானா! என்ன பண்ணிக்கொண்டிருக்கிறாளோ?'

"என்ன? பாலைத் தீய்க்க வச்சூட்டு அடுப்பு நெருப்பையே பார்த்துக் கொண்டு உட்கார்ந்திருக்கிறாயே!"

"ஹா!"

"நான்தான்; பயப்படாதே."

"தூங்கல்லிங்களா?"

"தூக்கம் வரவில்லை. அந்தப் போட்டோவை நீயா கொண்டுவந்து மாட்டினாய்?"

"ஆமா."

"முதலில் அந்த இடத்தைவிட்டு எடுத்துவிட்டு மறுகாரியம் பார்."

"எனக்கு வேறே என்ன இருக்கு?" முக்கல், முனகல், அழுகை, கண்ணீர்.

"மக்குப் பிணம்! நான்தான் இத்தனை நாழிகை நிழலைக் கட்டிக்கொண்டு அழுதேனென்றால்...நீயும் நிழலைக் கட்டிக்கொண்டு அழுது தொலை!"

39. வயிறு

தேசிகரும் பூசாரியும்

“என்ன நல்லுப் பூசாரி! அத்தி பூத்தாப்போல.”

“சும்மாத்தான்” என்று நல்லுப் பூசாரி தேசிகர் வீட்டுத் திண்ணையில் உட்கார்ந்தார். சும்மாத்தான் என்று சொன்னாரே ஒழிய சும்மா இருக்கவில்லை. இடது கையை விரித்து நீட்டினார். தேசிகர் தாமரை இலைத் தண்ணீரைப் போலும் ஓட்டுடன் ஒட்டியும் ஒட்டாமலும் வாழும் புளியம்பழத்தைப் போலும் வாழ்வை நடத்துவதாகச் சொல்லி வருபவர். அவர் நல்லுப் பூசாரி கையில் போட்ட சிமிட்டாப் பொடி அவருடைய கொள்கையை விளக்குவதாகவே விழுந்தது. பூசாரி மட்டும் சளைத்தவரா? பிடாரியை முதலாக வைத்துக் கொண்டு வயிற்று வியாபாரத்தை நடத்துகிறவர்தாமே? வந்த காரியம் கெட்டுவிடக் கூடாதல்லவா? கவுட்டுத்தனத்துடன், பொடி அதிகம் விழுந்துவிட்டது போல், இடது கையில் இருந்ததை அப்படியே வெகு நேரம் மூக்கால் உறிஞ்சிவிட்டுப் பூசாரி நன்றாக உட்கார்ந்து கொண்டார். பூசாரி வந்த காரியம் தேசிகருக்கு நன்றாகத் தெரியும். ஆகையால் இரண்டொரு நிமிஷம் ஒருவரும் பேசவில்லை. எதிரிகளோ அல்லது அந்தரங்கத் தோழர்களோ அல்லது வேறு யாரும் பேசாமல் எதிரும்புதிருமாக வெகு நேரம் உட்கார்ந்திருக்க முடியாது.

மௌனத்தைத் தாங்கமாட்டாமல் தேசிகரே ஆரம்பித்துவிட்டார்.

“என்னவோ கேள்விப்பட்டேனே, மெய்தானா?”

"ஆமாம்; அதுதான் இங்கே வந்தேன்... கைக்கோளன் தூக்கு போட்டுக்க இடம்பிடிச்சான் பாருங்களேன்... சண்டாளப் பயல்! இப்போ கோயிலை என்ன பண்றது? பூசை செய்யலாமா? கோயிலை மூடிட வேணுமா? ஆகமத்தைப் பாத்து நீங்கதான் சொல்லணும். ஏதேனும் சாந்தி கீந்தி இருந்தா, கழிச்சுப்புடுவோம்."

"நானும் கேள்விப்பட்டேன். அவன் ஏன் தூக்குப் போட்டுக்கிட்டான்னு தெரியல்லியா..? ரொம்ப நல்லவனாச்சே...!"

"தெரியல்லீங்களே, பிடாரி பாதத்திலே, ஒரு கடுதாசு மடிச்சுக் கிடந்திச்சு. போலீஸ்காரங்க அதை எடுத்துக்கிட்டுப் போனாங்க. அதிலே எதுனாச்சும் எளுதி இருந்தாத்தான்!"

"என்ன எளுதி இருந்தான்?"

"களவாணிப் பயலுக. யாருக்கேனும் படிச்சுக் காட்டினாத்தானே? அதை மூடுமந்திரமா வச்சுக்கிட்டானுங்க. அவங்களுக்கும் பொழப்பிருக்கல்ல... கடுதாசு எப்படி இருந்தா நமக்கென்ன? என் பொழப்புக்கு ஓலை வச்சுட்டான் பயல். நீங்க காத்திரத்தைப் பார்த்து –"

தேசிகர் யோசனையில் ஆழ்ந்து விட்டார். இந்தப் பூசாரிக்கு நாலு காசு கிடைத்துக்கொண்டிருந்த வரையில் இவரை லட்சியம் செய்வதில்லை. இவர் சுத்த சைவராய் இருந்தால் என்ன? ஆவணி ஞாயிற்றுக் கிழமைகளில் அள்ளிக் கட்டிக்கொண்டு போகும் தேங்காய் மூடிகளில் நாலை தேசிகர் வீட்டில் போட்டுவிட்டுப் போகக் கூடாதா? ஓதுவாரிடத்தில் தம்பிடி மரியாதைக்காவது வைக்க வேண்டாம்! இப்பொழுது இவருடைய தயவு வேண்டி இருக்கிறது! இதை எல்லாம் பற்றித்தான் அவர் யோசித்தார். இதை எல்லாம் நினைத்துக் கொண்டேதான் பேசினார்.

"ஆகமத்தையும் சாத்திரத்தையும் எதுக்குப் பார்க்கணும்? குட்டிச்சுவரிலே முட்டிக்க வெள்ளெழுத்தா இம்பாங்க. அதுமாதிரி பேசறே! தூக்கு போட்டுக்கிட்ட வீட்டை என்ன பண்ணறோம்? பூட்டிப் போடறோம். அதைத்தான் கோவிலுக்கும் செய்யணும்."

"அப்படிங்களா? இருக்காது. நல்லாப் புஸ்தகத்தைப் பார்த்துச் சொல்லுங்க. இல்லாட்டி நானும் தூக்கு போட்டுக்கிடவேண்டியது தான். நான் இம்மாம் பிள்ளையிலே இருந்து பூசாரி! வேறெ என்னா தொழில் தெரியும்?"

"பிசாசு ஓட்டுவியே"

"பிடாரி இல்லேன்னா அப்புறம் எந்தப் பிசாசு என்கிட்டே வரும்?

இதோடே என் பொழப்பே போயிடும்... ஓலை எடுத்துப் பாருங்க. வீடும் கோவிலும் ஒண்ணாகுங்களா? பலி வாங்க இன்னு பொறந்த இடமாச்சே பிடாரி கோவில்! அதிலே ஒத்தன் வந்து தன்னையே காவு குடுத்துக்கிட்டா, தோசம் எப்படி வரும்? காவுன்ன ஒடனே நெனப்பு வருது. நீங்க சைவம்... நான் அப்படி இல்லே. ரெண்டு பேரும் ஒண்ணு ஆவோங்களா? அந்த மாதிரிதான்... இதனாலேதான் உங்க வீட்டுக்குப் பூ, தேங்கா மூடிகூட எதுவும் குடுக்க எனக்குப் பயம்!"

தேசிகருக்குச் சுருக்கென்று தைத்தது.

"அது சரிதான். நாங்க நல்ல சைவந்தான்... இருந்தாலும் இந்த விசயமெல்லாம் நாமாச் சொல்றதுக்கு இல்லே. ஆகமம் சொன்னா அப்பீல் இல்லே!"

"அதைத்தான் பாருங்க. கோவில் விளக்கோடே எங்க ஊட்டுதையும் அவிச்சுடுதாங்க!"

"அட பயித்தியமே! சாத்திரத்தைப் பாக்கறேன்."

ஜாமீன்தார்

நல்ல வேளையாய்ப் போச்சு! இருந்தபோதும் நல்லவன்தான். செத்தும் நல்லவன்தான். தூக்கு போட்டுக்கிடாமே ஓடிப்போயிருந்தா என் ஜாமீன் கதி என்ன! ஒண்ணும் தெரியாதவனை ஜெயில்லே அடைச்சாங்களே இன்னு ஜாமீன் கொடுத்தேன். அவன் பொஞ் சாதி என்னா துடிதுடிச்சாள்! பச்சை ஜலத்தைத் தவிர பல்லிலே ஊத்தாதவன் இன்று பத்தாயிரம் தரம் சத்தியம் பண்ணிக் கூட அவுங்களுக்கு நம்பிக்கை பொறக்கல்லியே... அப்புறம் எப்படியோ ஜாமீனை ஒப்புக்கிண்டாங்க.

இவன் ஏன் தூக்கு போட்டுக்கிட்டான்? அதுதான் தெரியல்லே. பெண்டாட்டி புருஷன் சண்டை இவங்களுக்குள்ளார கிடையாது. நானாவது அந்தப் பொம்பிள்ளை மேலே ஒரு கண்ணா இருந்திருப்பேன். அந்தப் பொம்பிள்ளை மட்டும் இரும்புத்துண்டு கணக்காக இருக்குது. இந்தத் தெருவிலே இவுங்களைப்போல, நல்லவங்க யாருமில்லை. ஏழைங்கதான். ஆனா ஒரு பெசகும் சொல்ல முடியாது. அவள் நூல் இழைச்சா இரண்டு காசு. இவன் தறி நெஞ்சால் இரண்டு காசு. இதை வைச்சுக்கிட்டு மானமா நாளைக் கடத்திக்கிட்டு இருந்தாங்க. இப்போ இவனை என்ன சனியன் பிடிச்சதோ! அந்தப் பொம்பிள்ளை படற வாதனையைத் தாளாமே மீட்டுக்கிட்டு வந்தேன். அந்தப் பொம்பிள்ளை நெஜத்தைச் சொல்லிச்சு. தான் செஞ்சேன் இன்னு போலீசுக்காரன்

கிட்டச் சொல்லு இன்னு சொல்லிச்சு. அவனுக்குத் தைரியம்னுகூடச் சொன்னேனே! என்ன எழவோ... தூக்கு போட்டுக்கிட்டான்! போயிட்டான்! என்னை வம்பிலே மாட்டாமப்போனானே, அதுக்குத்தான் இப்போ கும்பிடு போடணும்.

அடுத்த வீட்டுக்காரி

நல்லது செய்யப்போய் ஆபத்தால்ல முடிஞ்சு போயிட்டுது? கைத்தறித் தொழில் உக்காந்து போனதும் இந்தத் தெருவும் உக்காந்து போச்சு. தெருவிலே அடுப்பு பத்தவைக்கிற வீடு அஞ்சுகூட இருக்காது. அடுத்த ஊட்டுக்காரி நெருப்பிலே விழுந்த புழு மாதிரி துடிச்சிட்டுக் கிடந்தாள். சோறில்லே தண்ணியில்லே. அவ புருசன் ஒரு மண்டு. தொழில் இல்லென்னா ஏதானும் செய்யக்கூடாது? சொறிநாய் சாம்பலிலே படுத்துக் கிடக்கிறாப்போல திண்ணையிலே சும்மாப் படுத்துக் கிடந்தான். அந்தப் பொம்பிள்ளை என்ன செய்யும்? ஒரு நாள் ரெண்டு நாள் பார்த்தாள். மூணாநாள் என்கிட்ட வந்து அழுது புலம்பினாள். அப்புறம் நான் செஞ்ச உத்தியை அவளுக்கும் சொல்லி வைச்சேன். தினம் கையிலே நாலு காசு அவளுக்கும் பிரண்டுது. ஒரு மாசமா இந்த உத்திதான் அடுத்த ஊட்டுக்காரங்களுக்குச் சோறு போட்டுது. இது சனீஸ்பர பகவானுக்குத் தாங்கல்லை. அடுத்த வீட்டுக்காரனைப் பிடிச்சுக்கிட்டுது. நல்லவேளை. எங்ககிட்டே வரல்லியே, அது வரையில் புண்ணியந்தான்.

பெண்சாதி

அட விதியே! விதியே! நான் ஒண்ணு நினைக்க அது ஒண்ணு ஆயிடுச்சு! நூலும் கெடைக்கல்லே. கைத்தறியிலே பொழப்பும் இல்லை. எத்தனை நாள் பட்டினி கிடக்கிறது? அதுக்கு வேறெ ஒரு தொழிலும் தெரியாது. மரவட்டை மாதிரி சுருட்டிகிட்டுத் திண்ணையிலே படுத்துக்கிட்டுது. எனக்குத்தான் என்ன தொழில் தெரியும்? பிசாசுக்குப் புளியமரம் தெரியற மாதிரி எனக்கும் நெசவுத் தொழில் தெரியும். அவரு படுத்துக்கிடந்தா நானும் படுத்துக்கிடக்க முடியுமா? முடியல்லே. அடுத்த ஊட்டுக்காரி முட்டையும் கிட்டையுமாத் திங்கறது எனக்குப் பொறாமையா இருந்திச்சு. அவுங்களுக்கும் இதே தொழில்தானே? எங்கே இருந்து பணம் கிடைக்குது? அடுத்த வீட்டுக்காரியை மெது வாய்க் கேட்டேன். ஒரு தந்தரம் சொன்னாள். 'புட்டியிலே கள்ளு தாரேன். ரகசியமாக் கூடையிலே வச்சு வித்துப்புடு. எங்கிட்ட இவ்வளவு குடுத்துடு. மேலே எவ்வளவு வச்சு வித்தாலும் நீ எடுத்துக்க' இன்னாள்.

கடவுள் வழிகாட்டினார் இன்னு நெனைச்சுக்கிட்டேன். ஒரு மாசமா அரை வயிறு வளத்துப்புட்டோம்.

இப்போ இந்த இடி விழுந்துட்டுது. நாலு நாளைக்கு முன்னே திடுதிப்பின்னு போலீஸ்காரன் என் கூடையைச் சோதிச்சான். எந்தப் படுபாவி அவங்க கிட்ட வத்தி வச்சானோ! பிடுச்சுக்கிட்டான். என்னை அழைச்சு வீட்டை வேறெ சோதனை போட்டான். ரெண்டு புட்டி அம்புட்டுது. அவ்வளவுதான். திண்ணையிலே படுத்துக்கிடந்தவரை இழுத்துக்கிட்டுப் போயிட்டான். ரெண்டு நாளா ஜெயில்லே கிடந்தாரு... பாவம் இவருக்கு நான் பண்ணின வியாபாரம் தெரியவே தெரியாது. நான் எப்படிச் சம்பாதிச்சு இவருக்குச் சோறு போடறேன் இன்னு ஒரு வார்த்தை கூடக் கேக்கல்லே. அவரைப் போய்ச் சனியன் பிடிச்சிட்டுது.

அவரைப் பிடிச்ச சனியன் அடுத்த வீட்டுக்காரங்களையல்ல பிடிக்கணும்! அதைக் காணும். போலீஸ்காரங்க அந்த ஊட்டுப்பக்கம் போகவே இல்லை. வளர்த்த கிடா மாரிலே பாயறாப்போல நான் மெய்யைச் சொல்லலாமா? எம்புருஷனுக்கும் இதுக்கும் சம்பந்தமில்லேன்னு சொன்னேன். போலீஸ்காரன் என்னைப் பிடிச்சுக் கீழே தள்ளி அவரை இழுத்துக்கிட்டுப் போயிட்டான். அப்புறம் தெரு நாட்டாமைக்காரர்கிட்டே போய்க் கையிலே காலிலே விழுந்தேன். அவரைக் கண்டாக்கூட எனக்குப் பிடிக்காது. அவர் ஒரு மாதிரி! வேறே கதி? மெய்யைச் சொல்லி புருஷனை மீட்கச் சொன்னேன். அவரும் சரின்னுட்டு ஜாமீன் கொடுத்தாரே! சுருட்டிக்கிட்டுப் படுத்துக்கிடக்கற வர் இவரல்ல, இவ்வளவு பெரிய காரியத்தைச் செய்துட்டார்! என்ன துணிச்சல்! என்னத்தை நெனைச்சுக்கிட்டு இப்படி செஞ்சிட்டாரு? நான் ஒரு மாதிரி ஆயிட்டேன்னு நெனச்சுட்டாரா?

போலீஸ் இன்ஸ்பெக்டர்

எழுத்தைப்பாரு எழுத்தை! பேச்சக் காலும் பேச்சக் கையுமா? எழுதி இருக்கிறதோ அதுக்கு மேலே, சாமியைப் பள்ளிக்கூடத்துப் பிள்ளைன்னு மடையன் நெனச்சுட்டான். கேட்டால் பதில் சொல்லுமா என்ன... சாமி?

"பிடாரி ஆத்தா! வெள்ளிக் கண்மலர் வச்சுக்கிட்டிருக்கியே? கண் தெரியல்லியா? உண்மை தெரியல்லியா? தெரியாதவங்களுக்குச் சொல்லக்கூடாதா? நான் கண்ணாலே இந்தப் புட்டியை எப்பனாச்சும் பாத்திருப்பேனா? நானா திருட்டுக் கள்ளு வித்தேன்? இந்தப் போலீஸ் காரன் சொல்றானே! நாளைக்குள்ளாற அவனுக்குச் சொல்லாட்டி பாத்துக்கோ, நீ சாமீ இல்லை. நானும் இல்லை. சம்பாதிக்க வக்கில்லை.

திருடத் தெரியாது. சூதுவாது தெரியாது. சுருட்டிக்கிட்டுத்தானே படுத்துக்கிடந்தேன்? அவ என்ன செஞ்சாளோ... என்னவோ... உனக்குத்தான் தெரியும். ஒரு வேளை சோறு போட்டுக்கிட்டு வந்தாள். ஏதுன்னு கேட்டிருப்பேனா...? போலீஸ்காரன் என்னைத் தெருவோட இழுத்துக்கிட்டுப் போனபோது எத்தினி பேர் சிரிச்சாங்க! நானா மாட்டிக்கினேன்? இல்லே நீயா? நாளைக்கு சாயங்காலம் வரை யிலுந்தான் கெடு. அப்புறம் பாத்துக்கோ. நீ சாமி இல்லை. நானும் இருக்க மாட்டேன்."

நல்லா எழுதிச் சாமி காலடியிலே போட்டான்! சாமி என்ன தபாலாபீஸா, மேலதிகாரியா? நல்ல பித்துக்குளி... ஆனா ஒண்ணு. இவனுக்கும் இதுக்கும் சம்பந்தம் இல்லே போல இருக்குது... சரி, அதுக்காக நான் என்ன பண்றது? கேஸ் பிடிக்கணுமே! ருசு அம்பிட்டுப் போச்சு. இவனை விட்டுட்டு இவன் பொஞ்சாதியைப் பிடிச்சா மாத்திரம்? எல்லாம் ஒண்ணுதான். எப்படி இருந்தால் என்ன? இந்தக் கேஸ்கூடப் பிடிக்காட்டி அவனவன் பொழைக்க வேணாமா?

40. பரிசு பெற்ற ஓவியம்

"உண்மையாக இது வெகு வெகு அழகாக இருக்கிறது."

"இதுவரையில் பார்த்ததெல்லாம் விடவா?"

"அதெல்லாம் சாணிப் புழு, இது மின்னல்."

"அப்படியா? அவ்வளவு அற்புதமா?"

"மந்திரவாதி காற்றிலே கையைத் துழாவி பெயர் தெரியாத புதிய பொருளைப் பிடித்து முன்னிறுத்தியது போன்ற புதுமையும் வசீகரமும் மர்மமும் இதில் இருக்கிறது!"

"நானும்தான் பார்த்துக்கொண்டிருக்கிறேன். புரியவில்லை. இதற்கு என்ன பொருள்? இது என்ன சொல்லுகிறது? ஓவியர் ஒரு தலைப்பாவது கொடுத்திருக்கக் கூடாது?"

"நீ பல விஷயங்களை அடுக்கிக் கேட்டுவிட்டாய். முதலாவதாக பொருள் ஒன்று இருக்க வேண்டுமா? சிருஷ்டி– எந்த சிருஷ்டி ஆனாலும் – அதன் தோற்றமே அதன் அழகு, அதன் நியாயம், அதன் உண்மை. பொருள் இருந்தாலும் இருக்கலாம்; இல்லாவிட்டால் தண்டனை கிடையாது. அவ்வளவுதான். உலகம் என்ற சிருஷ்டிக்குப் பொருள் இதுவரை யார் சொல்லி இருக்கிறார்கள்? பிகாசோ கேட்பது போல் குயில் கத்துவதற்கு என்ன பொருள்?"

"ஏன் இல்லை? அது பாலுணர்ச்சியின் முக்ய சமிக்ஞை. இங்கே இருக்கின்றேன் என்று பேடைக்கு வற்புறுத்தி விந்நியாசத்துடன் கூறும் உறுதிமொழி. அப்படிக்கில்லாத பொழுது உயிர் பொங்கி வழிவதன் ஆனந்த கீதம். தன்மயானந்தம்."

"ஒரு தலைப்பு இருந்தாலாவது இவ்வளவு திகைப்பு உண்டாகாது."

"சிருஷ்டிக்குத் தலைப்பு தேவை இல்லை என்றுதான் சொல்லுகிறேனே. என்னைக் கேட்டால் கூடாதென்பதே என் கட்சி. யானை என்று பெயர்

ஒட்டி இருந்தால், நிஜ யானை இல்லை என்பதுதானே உண்மையாக இருக்கமுடியும்? அதனால்தானே சர்க்கஸில் கோமாளி ஜூல் போர்த்தி யானை என்று தலைப்பிட்டு ஓட்டிவரும் யானையைக் கண்டு ஜனங்கள் கைகொட்டிச் சிரிக்கிறார்கள். நாமமில்லாதிருப்பதுதான் உண்மையாகும். இருந்துவிட்டால் முளையில் அடித்த மாடுமாதிரி தும்பைத் தெறித்துக்கொண்டு ஓடப் பார்க்கும், அல்லது முளையைச் சுற்றிச் சுற்றி வந்து கழுத்து இறுகி மூச்சுமுட்டி விழும் கட்டம் வந்து விடும்."

"இருக்கட்டும். இந்த ஓவியம் என்னதான் சொல்லுகிறது? எதுவேனும் சொல்லுகிறதா?"

"ஒன்றுமே புரியவில்லையா? மழைக்காலப் பேயிருட்டு. அது பெரும் பாதை. பாறை மேலே மரம் முறிந்து ஹோ என்று விழுந்திருக்கிறது. சுடுகாட்டில் பெரிய எலும்புகள் இறைந்து கிடப்பதைப் போன்ற தோற்றத்தை ஓவியர் எப்படி உண்டாக்கி விட்டார்! இது வாழ்வின் குறியீடு என்று கூறும் பின்தொனி ஒன்று கேட்கவில்லையா? அதே பாதையில் போவது போன்ற நிழலுருவம் தெரிகிறதே – அதுதான் இந்தத் தொனியை உண்டாக்குகிறது."

"அப்படியா? அப்படியும் இருக்கலாம். ஆனால் எனக்கு மாத்திரம் ஒரு சந்தேகம் நிச்சயமாக ஏற்பட்டு விட்டது. இந்தப் படத்தைத் தலைகீழே மாட்டி விட்டார்கள் என்றே எனக்கு ஆரம்பம் முதல் தோன்றிவருகிறது. இதற்காகவேனும் ஓவியங்களுக்குத் தலைப்பு அவசியம் என்று தோன்றுகிறது."

"தலைகீழாக மாட்டி விட்டார்களா? கண்காட்சிப் படங்களைக் கையால் எடுத்துப் பார்த்தால் சண்டைக்கு வந்துவிடுவார்கள். கண்காட்சிக்காரர்கள் சட்டம். அது இல்லாவிட்டால் கையில் எடுத்தே திருப்பிப் பார்த்துவிடலாம்... இருந்தாலும், பொறு, பொறு."

இப்படி கூறியவர் தலையை ஒருபுறமாகச் சாய்த்துக் கொண்டு, படத்தை மாற்றி மாட்டி இருந்தால் ஓவியம் எப்படித் தெரியும் என்பதை ஆராய்ந்து பார்த்துக் கொண்டிருந்தார். மூன்று நிமிடகாலம்.

"சபாஷ்! அப்படியும் இருக்கலாம் என்றுதான் தோன்றுகிறது. நீ சொன்னதில் பெரிய உண்மை தொக்கி நிற்கிறது. தெரிந்து சொன்னாலும் தெரியாமல் சொன்னாலும் உண்மை உண்மைதான். ஒப்புக்கொள்ளத்தான் வேண்டும்."

"அப்பொழுதும் ஓவியம் இதையேதான் சொல்லுமா?"

"அப்பொழுது இதைச் சொல்லாது. இலைகளே இல்லாத தோலுரிந்த

பெரிய மரத்தின் கிளைகள் ரா இருட்டில் வெண்மையாகத் தெரிகின்றன; மரத்திலிருந்து இடதுபுறத்தில் ராட்சஸ சிலந்திக்கூடு, அதற்கப்பால் மங்கலாக ஒரு பாதை தெரிகிறது. கூட்டில் ஒரு எட்டுக்கால் பூச்சி இருப்பது போலவும் ஏதோ பெரிய பிராணி சிக்கி இருப்பதுபோலவும் தெரிகிறது. இன்னும் எவ்வளவோ இருப்பது போல் தோன்றுகிறது."

"அப்பொழுது ஓவியத்தின் தன்மை மாறிவிடுகிறதே."

"ஆமாம். இப்பொழுது இது அடிமன நினைவு ஓவியமாகி விட்டது."

"இதுவா அதுவா என்ற சந்தேகத்தை உண்டாக்கினால் அது இரண்டுமல்ல என்று ஏற்பட்டு விடாதா?"

"இங்குதான் உலகின் தத்துவமே மூடிக்கிடக்கிறது. தோற்றத்திற்கு அப்பால் என்ன இருக்கிறதென்று யாருக்கும் தெரியாது. விஞ்ஞானி கூறுவது கூட அனுமானம்தான். அவரவர்கள் பயிற்சிப்படி வழக்கப்படி அதற்குப் பெயர் கொடுக்கிறார்கள், மனோபாவப்படி பொருள் கூறுகிறார்கள். இதெல்லாம் ஆள், தேசம், காலம் இடத்தைப் பொறுத்த விஷயம். இருப்பது எப்பொழுதும் இதற்கெல்லாம் இடமளித்துக்கொண்டு மோனமாய் அமைந்திருக்கிறது. மோனமாய் இருக்கும் ஓவியத்திற்கு நீ ஒரு பொருள் கூறினாய். நானொன்று கூறினேன். இன்னொருவர் இன்னொன்று கூறலாம். அதனால்தான் உண்மையான கலைக்குப் பொருளே தேவை இல்லை என்கிறார்கள். தலைப்பு கொடுத்தால் என்ன, கொடுக்காவிட்டால் என்ன...? அற்புதமான ஓவியம். கண்காட்சியைச் சுற்றி முடித்து விட்டு பாக்கிப் பேச்சு பேசுவோம்."

"ஓ..."

விமர்சனத்திற்குப் பிறகு நண்பர்கள் இருவரும் பாக்கிப் படங்களையும் ஓவியங்களையும் ஊன்றி ஆராய்ந்து பார்த்தனர். அதற்கு மூன்று மணி நேரம் பிடித்தது. கண்காட்சியை விட்டுத் திரும்புகாலில் முதல் நண்பர் சொன்னார்:

"நான் கண்காட்சி நீதிபதியாக இருந்தால் தலைப்பில்லா ஓவியத்திற்குத் தான் முதல் பரிசளிப்பேன்."

"நானாக இருந்தால் தரமாட்டேன்."

"இதெல்லாம் மனோபாவத்தைப் பொறுத்த விஷயம்."

"அதுதான் கூடாது. உரைகல் உண்டென்று பாவித்துக் கொண்டு விட்டு அதில் தேறவில்லை என்பது விமர்சனத்தில் பெரும் தவறு. உரைகல் இல்லை. இருக்கமுடியாது."

"உண்மை என்ற ஓர் உரைகல் உண்டு. அதை விவரிப்பதில் கஷ்டம்

இருக்கலாம். அதற்காக இல்லை ஆகிவிடாது."

"உரைகல் நிர்ணயமாகாத போது தோற்றத்தை, க்ஷண உணர்ச்சியைக் கொண்டுதான் முடிவு கட்டவேண்டும். அதற்குப் பொருள் இல்லாமலும் இருக்கலாம்."

இந்த அடிப்படைக் கட்டம் வந்த பிறகு பேச்சுக்கு இடமில்லாமல் போய்விட்டது: பேச்சற்ற இடம் மோனமா, மௌனமா...?

ஒரு வாரத்தில் கண்காட்சி முடிந்துவிட்டது. முடிந்த ஒரு வாரத்திற் கெல்லாம் தினசரி பத்திரிகைகளில் கண்காட்சியைப் பற்றி விரிவான விமர்சனங்கள் வந்திருந்தன. கண்காட்சியில் ஓவியத்திற்கான முதல் பரிசு தலைப்பில்லா ஓவியம் தீட்டிய ஓவியக்காரர் ராயருக்கு அளிக்கப்படுவதாகவும், இரண்டாவது மூன்றாவது பரிசுகள் பற்றி நீதிபதிகள் சம ஆதரவு தந்திருந்ததால் பரிசுகள் சமமாக அவர்களுக்கு அளிக்கப்படும் என்றும், ஒரு செய்தி வெளியாகி, இருந்தது. முதல் பரிசு பெற்ற ஓவியத்தைப் பற்றி விமர்சகர்கள் இரண்டொருவர் நீங்கலாக பிரமாதமாகப் பாராட்டி இருந்தனர். பரிசளிப்பு விழா நடை பெறும் தேதியும் இடமும் குறிப்பிடப்பட்டு ஒரு செய்தியும் வந்திருந்தது.

குறிப்பிட்ட தேதிக்கு ஒரு வாரத்திற்கு முன்பு கண்காட்சி நிர்வாகிகளுக்கும் தலைவருக்கும் காரியதரிசிக்கும் உயர் நீதிமன்றத்திலிருந்து தற்காலிகத் தடை உத்தரவு நோட்டீஸ் ஒன்றும் பிரமாண பத்திர நகல் ஒன்றும் வந்ததைக் கண்டு பிரமித்தனர்.

மூர்க்கி என்ற மனுதாரர் முதல் பரிசு தனக்குத்தான் சேரவேண்டுமென்றும், நீதிபதிகள் குறிப்பிட்டவருக்குச் சேரத்தக்கதல்லவென்றும், 'மண்டாமஸ்' வழக்கு உயர் நீதிமன்றத்தில் தொடர்ந்திருப்பதாகத் தெரிந்தது. வழக்கின் தன்மையைக் கருதி முதல் பரிசளிப்பதைத் தடையிட்டு இடைக்கால உத்தரவு பிறப்பிக்கப்பட்டிருப்பதாகவும் தெரிந்தது.

அன்று மாலைக்குள் காரியதரிசியும் தலைவரும் தங்கள் வக்கீலைச் சந்தித்து விஷயங்களைத் தெரிவித்தபோது வக்கீல் தன் யோசனையைக் கூறினார். இந்த வழக்கு ஒருபைசா பெறாதென்றும், கண்காட்சி நீதிபதிகள் முடிவை சட்டப்படி யாராலும் மாற்ற முடியாதென்றும், இருந்தாலும் வழக்கை எதிர்த்துத்தான் ஆகவேண்டும் என்றும் தெவித்தார். ஆனால் இன்னொரு யோசனையும் கூறினார். குறித்த தேதியில் இரண்டாவது பரிசுகளை வினியோகம் செய்யத் தடை இல்லாததால் விழாவை நடத்தலாம் என்றார். முதல் பரிசளிக்காமல் இதர பரிசுகளுக்காக ஒரு விழா என்பது அவ்வளவு பொருத்தமானதல்லவென்றும், முதல் பரிசுக்காக மற்றொரு விழாச் செலவைத் தவிர்க்க வேண்டியதே முறை என்றும் கருதி தலைவரும் காரியதரிசியும் விழாவை வழக்கு முடியும்

வரை ஒத்திவைப்பதென்று முடிவு செய்தார்கள்.

வக்கீல் யோசனைப்படி கோர்ட்டில் எதிர் வழக்காடினர். பூர்வாங்க ஈரங்கிகள் இரண்டு மூன்றுக்குப் பிறகு வழக்கு விசாரணைக்கு வந்தது. சம்பந்தப்பட்ட தஸ்தாவேஜிகள் தாக்கல் செய்யப்பட்டிருந்தன. மனுதாரர் தரப்பில் இரு சாட்சிகளும், கண்காட்சியாளர் தரப்பில் இரு சாட்சிகளும் விசாரிக்கப்பட்டனர். பின்னர் வக்கீல்கள் தங்கள் கட்சிகளைத் திறமையாக எடுத்துக் கூறினர். வாதங்கள் முடிந்த பிறகு தீர்ப்பளிக்க நீதிபதிகள் ஒரு தேதியைக் குறிப்பிட்டனர்.

'இது ஒரு விநோதமான, ரசமான வழக்கு.'

முதலாவது ரெஸ்பாண்டெண்டு ஒரு கண்காட்சி நிர்வாகக்குழுவின் தலைவர். இரண்டாவது ரெஸ்பாண்டெண்டு காரியதரிசி, மூன்றாவது ரெஸ்பாண்டெண்ட் ஓவியர்.

கண்காட்சி நிர்வாகிகள் ஓர் ஓவியக் கண்காட்சி விழாவை நடத்தினார்கள். கண்காட்சிக்கு ஐம்பது படங்களும் நூற்றி முப்பத்தி மூன்று ஓவியங்களும் வந்திருந்தன. கண்காட்சி நீதிபதிகள் வந்தவற்றை எல்லாம் சீர்தூக்கிப் பார்த்து பரிசுக்கு உரியனவற்றைத் தேர்ந்தெடுத்திருக்கின்றனர். அவர்களுடைய தீர்ப்பு நடவடிக்கை தஸ்தாவேஜி 'ஏ' என்ற அடையாளத்துடன் வழக்கில் தாக்கலாகி இருக்கிறது. முதல் பரிசை தலைப்பில்லாத ஓவியம் எழுதிய 3வது ரெஸ்பாண்டெண்டு ராயருக்கு நீதிபதிகள் சிபார்சு செய்திருந்தனர். பரிசுகள் வழங்க கண்காட்சி நிர்வாகிகள் தேதி குறிப்பிட்டிருக்கின்றனர்.

இதற்கிடையில் மனுதாரர் ரூர்க்கி இந்த 'மண்டாமஸ்' வழக்கை ரெஸ்பாண்டெண்டுகள் மீது தொடர்ந்திருக்கிறார். மூன்றாவது ரெஸ்பாண்டெண்டுக்கு சிபார்சு செய்யப்பட்டுள்ள முதல் பரிசு தனக்குத்தான் சேரவேண்டும் என்பதுதான் அவருடைய முக்கிய கட்சி. ஓவியம் தான் தயாரித்ததாகவும், தன்னுடைய பெயருடன் கண்காட்சிக்கு அனுப்புவதாக ஓவியர் தன்னிடம் உறுதிகூறி இருந்தார் என்றும், ஆனால் மோசடியாக தன் பெயரிலேயே அனுப்பி விட்டார் என்றும், எனவே முதல் பரிசு தனக்குத்தான் உரியதென்று கோர்ட்டார் தீர்ப்பளித்து, அந்தப்படி பரிசை வினியோகிக்கும்படி 1, 2 ரெஸ்பாண்டெண்டுகளுக்குக் கட்டளை பிறப்பிக்க வேண்டுமென்றும் வழக்கில் கோரி இருக்கிறார்.

முதல் இரண்டு ரெஸ்பாண்டெண்டுகள் வழக்கில் தாக்கல் செய்துள்ள பதிலில், தாங்கள் கண்காட்சி நீதிபதிகள் சிபார்சுப்படி நடக்கக் கடமைப்பட்டவர்கள் என்றும், மற்ற விஷயங்கள் பற்றி தங்களுக்கு எதுவும் தெரியாதென்றும், அவை எல்லாம் உண்மையாக இருந்தாலும்

கூட ஓவியருக்கும் மனுதாரருக்கும் இடையே தீர்த்துக்கொள்ளப் படவேண்டிய தனி விஷயமென்றும், அதில் தங்களுக்குச் சம்பந்தமில்லை என்றும், எனவே மனுவை செலவுத் தொகையுடன் தள்ளுபடி செய்ய வேண்டுமென்றும் தெரிவித்திருக்கின்றனர்.

மூன்றாவது ரெஸ்பாண்டென்டாகச் சேர்க்கப்பட்டுள்ள ஓவியர் ராயர் வழக்கு சுத்த மோசடி என்றும், பேராசையால், விஷமத்தனமாக பிறர் தூண்டுதலால் தொடரப்பட்டுள்ளதென்றும், பரிசு தனக்குத்தான் சேரவேண்டியதென்றும் இன்னும் பல விஷயங்களையும் கூறி இருக்கிறார்.

உண்மையில், வழக்கில் முடிவு செய்ய வேண்டிய விஷயத்தில் அதிக சிக்கலைக் காணோம். ஆனால் இரு தரப்பு வக்கீல்களும் ஓவியக்கலை சம்பந்தமான சகல சித்தாந்தங்களையும் கூறி, மறுத்து, ஆராய்ந்து, குழப்பி தங்கள் கட்சிக்கு ஆதரவு தேட முயன்றது வழக்குக்குத் தேவைதானா என்பது சந்தேகமே.

விஷயங்களை நுணுகிப் பார்த்தால், சில விஷயங்களில் விவாதத்திற்கே இடமில்லை என்பதும், இரு தரப்பாராலும் ஒப்புக்கொள்ளப்பட்டவை என்பதும் தெளிவாகும்.

ரூர்க்கி அச்சாபீஸில் வேலை செய்யும் மிஷின்மான். மூன்றாவது ரெஸ்பாண்டென்டு ஓர் ஓவியர். ஓவியர் ஒரு நாள் அச்சாபீசுக்குப் போயிருந்தபொழுது ரூர்க்கி ஒரு பெரிய தாளின் மேல் நின்றுகொண்டு வேலை செய்வதைப் பார்த்தார். தாள் முழுவதும் இடைவிட்டு விட்டு மையாகவும் சுருங்கியும், மடிந்தும், நசுங்கியும் கிடந்தது. அந்தத் தாளின் ஒரு பகுதியைப் பார்த்த ஓவியருக்கு மனதில் ஏதோ ஓர் எண்ணம் உதயமாகி இருக்கவேண்டும் என்று நிச்சயமாக அனுமானம் செய்யலாம். ஏனென்றால், அடுத்த வினாடி ரூர்க்கியை நகரச் சொல்லிவிட்டு தாளை எடுத்து ஓவியர் பார்த்ததாக ரூர்க்கி வாக்குமூலத்தில் சொல்லி இருக்கிறார். தாளை எடுத்து சமப்படுத்தி விட்டு ஓவியர் ரூர்க்கியை இது என்ன தாள் என்று கேட்டதாகவும், அதற்கு அவ்வப்பொழுது மிஷின் ரோலரில் சிக்கிக்கொண்டு மையாகிக் கிழிந்து நசுங்கி கெட்டுப்போன தாள் என்று ரூர்க்கி சொல்லியதாகவும் தெரிகிறது. ஓவியர் வாக்குமூலம் இதை எல்லாம் ஒப்புக்கொண்டிருக்கிறது. தாளை எடுத்துக்கொண்டு போக ஓவியர் அனுமதி கேட்டபொழுது ரூர்க்கி தமாஷ் செய்திருக்கிறார். வாராந்தரச் சம்பளமும், மையாகிச் சிக்கி கெட்டுப்போகும் தாளும் தன் உடைமை, தாராளமாக எடுத்துப் போங்கள் என்று ரூர்க்கி சொல்லி இருக்கிறார். ஓவியர் இந்தத் தாளை அசலாக வைத்துக்கொண்டு அப்படியே நகல் ஒன்றைத் தயாரித்து அதைக் கண்காட்சிக்கு அனுப்பிவிட்டார். அதற்கு இப்பொழுது

பரிசளிக்கப்பட்டிருக்கிறது.

விவாதத்தில் உள்ள விஷயமெல்லாம் இந்த ஓவியத்தின் உரிமை யாருடையது என்பதுதான். இதைப் பற்றி எனக்கு எவ்வித சந்தேகமோ தயக்கமோ ஏற்படவில்லை. வேலை செய்த ரோலரில் சிக்கியதின் விளைவாக தாளில் ஓர் ஓவியம் உண்டாகி இருக்கலாம். அதைக்கொண்டு ஓவியத்தை அவருடையதென்று சொல்லிவிட முடியாது. இது கீழே நழுவவிட்ட பணத்தைப் போன்றதென்று ரூர்க்கி வக்கீல் வாதாடியதில் தர்க்க வலுவில்லை. ஏனெனில், ஓவியம் என்பது உள்ளத்தின் கண்கொண்டு, உலகினின்றும் தேர்ந்தெடுக்கப்படும் அழகு, கருத்து அல்லது வேறெதோ ஒன்று, இந்த ஓவிய திருஷ்டி ரூர்க்கிக்குக் கிடையாதென்பது சொல்லாமலே வெளிப்படை. இல்லாவிட்டால் காலின் கீழ் போட்டு மிதித்துக் கொண்டிருப்பானா? இதற்குப் பரிசு கிடைத்துவிட்டதென்று தெரியும் வரையில் இந்தத் தாளைப் பற்றிய நினைப்பு அவனுக்கு வந்ததாக வாக்குமூலத்தில் அவன் கூறவில்லை.

ரூர்க்கியைக் கையாளாகக்கொண்டு யாரோ புரட்சிவாதிகள் தொடர்ந்துள்ள வழக்கு இது என்று ஓவியர் கூறும் வாதத்தை இங்கு ஆராயத் தேவை இல்லை. அறிவுபூர்வமாக ஒருவன் சிருஷ்டித்தாலன்றி கலை ஆகாது. அறிவுபூர்வமாக ஒன்றைத் தேர்ந்தெடுத்து உலகின் முன் கொண்டுவந்து வைக்கவேண்டும். அப்படிக்கில்லாத வரையில் எதையும் கலையின் தாதுப்பொருளாகத்தான் பாவிக்க முடியும்; பாவிக்கவேண்டும். பார்வையால் தேர்ந்தெடுக்கப்பட்டு கையின் திறம் பெறாவிட்டால் ஓவியமே இல்லை.

ரூர்க்கிக்கு இந்தப் பார்வை இருப்பதாக அவனே கனவு கண்டிருக்க முடியாது. அவன் கழித்து எறிவதுதான் கலைத்திறமை என்று தாக்கி வக்கீல் வாதாடும் எல்லையை எட்டவில்லை. இருந்தாலும் அவன் வழக்கே இந்த மாதிரி வாதமாகத்தான் படுகிறது. முதலாளிக்குச் சொந்தமான தாளை தான் எடுத்தெறிந்த காரணத்தால் தன்னையும் அறியாமல் ஏற்பட்ட விளைவில் அவன் உரிமை கொண்டாடக் கிளம்பியது தமாஷாகத்தான் இருக்கிறது. சட்டப்படிக்கோ, நியாயப்படிக்கோ ஏற்றுக்கொள்ளத் தக்கதல்ல.

எனவே வழக்கைத் தள்ளுபடி செய்கிறேன். அவரவர்கள் செலவுத் தொகையை அவரவர்களே பொறுத்துக்கொள்ள வேண்டும் – சாஸ்திரி.

நீதிபதி ராவ்: 'இத்தீர்ப்பு எனக்கும் உடன்பாடு. அச்சாபீஸ் தாளையே ஓவியக் கண்காட்சிக்கு அனுப்பி இருந்தால் இதே முடிவுக்கு வரமுடியும் என்று நான் சொல்லத் தயாராக இல்லை. நல்ல வேளையாக அந்தப் பிரச்னை எழவில்லை. மூன்றாவது ரெஸ்பாண்டென்டில்லாவிட்டால் ஓவியம் தாளாகவேதான் காலடியில் கிடந்து குப்பைமேட்டுக்குச்

சென்றிருக்கும். தாள் ஒரு தூண்டுகோல். தூண்டுகோல் நெருப்பாகாது.'

கோர்ட்டு வழக்கு கண்காட்சி நிர்வாகிகளுக்குச் சாதகமாக முடிவடைந்த பிறகு பரிசளிப்பு விழாவுக்கு தேதியைக் குறிப்பிட்டார்கள். அதற்கு வேண்டிய எல்லா ஏற்பாடுகளும் ஓரளவு வீம்புடன் செய்யப்பட்டன.

பரிசளிப்பு விழா அன்று காலை கண்காட்சி கமிட்டித் தலைவர் வீட்டின் முன்னறையில் இருந்தார். எதிர்பாராமல் சந்தடியின்றி ஓவியர் ராயர் எதிரில் வந்ததும் முதலில் தன்னையும் அறியாமல் திடுக்கிட்டு விட்டார். மறுகணம் தங்கள் கட்சியை விட்டுக்கொடுக்காமல் எதிர் வழக்காடிய கண்காட்சிக் கமிட்டியைப் பாராட்ட அவர் வந்திருப் பதாக அகமகிழ்ந்து கொண்டார்.

'நேரில் ஒரு விஷயத்தைச் சொல்லி விளக்கம் கூறிவிட்டு அவசரமாகப் போக வந்திருக்கிறேன். அவசர ஜோலியாக நான் பத்துமணி ரயிலில் இப்பொழுது போகவேண்டி இருக்கிறது. ஆகையால் மாலை விழாவில் கலந்துகொள்ள முடியாமல் இருப்பதற்கு மன்னிப்பு கோரவந்தேன். பிரயாணத்தைத் தவிர்க்க முடியவில்லை. மன்னிக்கவும்; பரிசை என் சார்பில் ரூர்க்கியிடம் கொடுத்து விடவும் என்று கமிட்டியாரைக் கோரி இதோ ஒரு கடிதம் கொண்டு வந்திருக்கிறேன். அதை ஏற்றுக்கொள்ளவேண்டும். இதோ கடிதம். பரிசு எனக்கு என்பதை விளம்பரம் செய்யத் தவறவேண்டாம். சிரமத்திற்கு மன்னிக்கவும்.' தலைவர் தகவலைக் கேட்டுக்கொண்டார். முன்பின் யோசிக்க அப்பொழுது தோன்றவில்லை. சம்பிரதாயமான முறையில் தகுந்த ஏற்பாடு செய்வதாகப் பதில் சொல்லிவிட்டார். நன்றி தெரிவித்து விட்டு ராயர் வெளியே விரைவாகச் சென்றுவிட்டார்.

அவர் போன பிறகுதான் இந்த விஷயங்களில் எல்லாம் ஏதோ கிண்டல் இருப்பது போல் தலைவருக்குத் தோன்றிற்று. வழக்கில் ஜெயித்தவன் தோற்றவனுடன் சமரசமாக ஏன் போகவேண்டும்? ஆனால் இந்தச் சந்தேகம் பற்றி முடிவு காணவேண்டிய சிரமத்தை மனதிற்குக் கொடுக்க அவர் விரும்பவில்லை. ஹாய்யாக இரண்டு கால்களையும் சாய்மான நாற்காலியில் நீட்டிக்கொண்டார்.

சில வினாடிகளுக்குள் காரியதரிசி தன்னைப் பார்க்க வந்தபொழுது எதுவும் பூர்வ பீடிகை இன்றி அந்தக் கடுதாசை அவரிடம் கொடுத்தார். அவரும் என்னவென்று கேட்காமல் கடிதத்தை இரு முறை படித்துப் பார்த்தார்.

சந்தேகம் கைமாறிவிட்டது போல் காரியதரிசியின் முகம் மாறிற்று.

41. வண்ணாத்திப் பூச்சி

எங்கள் வீட்டுக்கு எதிர்த்த பங்களாவில் பேய்கள்தான் வசிக்கின்றனவோ என்று நான் எண்ணியதுண்டு. கண்ணுக்குத் தெரியாமல் நிச்சயமாக வாழும் பிராணிக்குத் தானே பேய் என்று பெயர். அவ்வளவு பெரிய பங்களாவில் இருபது பேராவது இருந்தாக வேண்டும். ஆனால், என் கண்ணுக்குப் பட்டதெல்லாம் ஒரு தோட்டக்காரன்தான். தனக்குப் பெயர் வண்டு என்று சொல்லுவான். அதுதான் பெயரா என்று தடுத்துக் கேட்டபொழுது, திருத்தணியில் மொட்டை அடித்த காலத்திலே ஐயா வைத்த பெயர் அதுதான் என்று தாயார் சொன்னதாகச் சொன்னான். தோட்டத்தில் வாழ்வை நடத்தும் ஜீவனுக்கு வண்டு என்ற பெயர்– எப்படி இருந்தாலும்– பொருத்தம்தானே என்று ஏற்றுக் கொண்டேன்.

தோட்டக்காரனைவிட முக்கியமான விஷயமென்னவென்றால், அவன் தலை 'கிராப்பு'. அதற்கு என்ன பெயர் என்று எனக்குத் தெரியாது. அவனுக்கும் தெரியாது. தமிழ்த் திரைப்படக் கிராப்பாக இருந்தது. பெயரோ, வண்டு– கிராப்போ, சினிமாக் கிராப்பு. ஆள்? அவனுக்கு இருபத்தி ஐந்து வயதுதானிருக்கும். அழகென்று சொல்ல முடியாது. ஆனால் நல்ல முகவெட்டு.

வண்டு ஒருவன்தான் பங்களாவை விட்டு வெளியே வந்து நான் பார்த்திருக்கிறேன் . பங்களாவை விட்டு வெளியே மற்றொரு பொருள் இரவில்தான் வரும். அதுதான் 'நைட் குவீன்' * வாசனை.

வண்டு சில சமயம் எங்கள் வீட்டுக்கு வந்து குழம்பு, வியஞ்சனம் ஏதாவது வாங்கிப் போவான். அதிலிருந்து அவனுக்குக் கல்யாணம் ஆகவில்லை என்று தெரிந்ததே ஒழிய, அவனுக்கு வேறு உறவினர்

---

* இரவில் பூக்கும் வாசனை மிகுந்த ஒரு மலர்.

உண்டா இல்லையா என்பது தெரியவில்லை.

ஒரு நாள் பகல் இரண்டு மணி இருக்கும். பங்களாவுக்குள்ளேயிருந்து ஒரு பாட்டு காதில் விழுந்தது. தவிட்டுக் குருவி சினிமாப் பாட்டு பாடினாற் போல் இருந்தது அது. எனக்குத் தூக்கிவாரிப்போட்டது. பேயடைந்த பங்களாவிலிருந்து சினிமாப் பாட்டா? எங்கள் வீட்டு மாடிக்குப் போய், பங்களா பக்கம் கண்ணோட்டம் விட்டேன். வெயிலிலும் புழுதிக்காற்றிலும் அடிபட்ட மரம் செடி கொடிகளைத் தவிர வேறொன்றும் தென்படவில்லை. என்னில் எழுந்த வியப்பு குடைச்சலாக மாறிற்று. எனவே, கீழே இறங்கி நேரே பங்களாவுக்குள் புகுந்தேன். வலது பக்கத்தில் ஒரு குடிசையும், அதை ஒட்டி இரண்டு திண்ணைகளும் இருந்தன. திண்ணையை ஒட்டி, சிவப்பு பேப்பர்ப் பூ பூக்கிற கொடி, முன்பக்கப் பந்தலில் படர்ந்து கிடந்தது. டைமண்ட் தட்டிக்கருகில், ஒரு பெண் நின்று கொண்டிருந்தாள். என்னைப் பார்த்ததும், சினிமா ரீல் மாதிரி பாட்டு அறுந்து விட்டது. பாடினவள் இந்தப் பெண்தானா? வண்டு எங்கே? இது அவன் குடிசை அல்லவா? அவனுக்குத்தான் கலியாணமாகவில்லையே, இந்தப் பெண் யார்? அவளிடத்தில் போய்க் கேட்பது சரியல்ல என்று திரும்பிவந்து விட்டேன்.

அன்றிரவு எங்கள் வீட்டுச் செய்தித்தாள் ஒரு சமாசாரத்தைக் கொண்டு வந்தது – செய்தித்தாள் என்றால், என்னுடைய ஒன்பது வயதுப் பேத்திதான்!

“தாத்தா, உன்னை ஒண்ணு கேக்கறேன், சொல்லுவியா?”

“கேளு, சொல்லுகிறேன்.”

“தோட்டத்தில் யார் வந்திருக்கா?”

“ஒரு பெண் வந்திருக்கு.”

“பொண் இன்னாப் போதுமா? வேலைக்காரப் பொண்ணு, பள்ளிக் கூடத்துப் பொண்ணு, எல்லாரும் பொண்ணுதான். என்ன பொண்ணு, சொல்லு.”

“எனக்குப் புதிரவிழ்க்கத் தெரியாதே.”

“தோத்துப்போயிட்டேன்னு சொல்லு.”

“ஆமாம், தோற்றுப்போய் விட்டேன்.”

“அந்தப் பொண்ணு, கல்யாணப் பொண்ணு, தெரிஞ்சுக்கோ.”

“கல்யாணப் பெண்ணா?”

“ஆமாங்கறேனே! நம்ப வண்டு இல்லே, வண்டு, அவன் பொண்டாட்டி.”

நான் வியப்பில் ஆழ்ந்து விட்டேன். ‘காதும் காதும் வைத்தாற்போல’ என்பார்களே, அது மாதிரி அல்லவா இருக்கிறது! கழைக்கூத்தாடி போடுகிற மாங்கொட்டையிலிருந்து செடி முளைத்து, காய் வருமே, அதுபோலல்லவா இருக்கிறது. சினிமாக் காட்சி மாதிரி அல்லவா இருக்கிறது. என்னிடம் ஒரு வார்த்தைகூட அந்த வண்டு சொல்ல வில்லையே! ஆனால், இந்த நாளில் சீர்திருத்தக் கல்யாணம், கண்டதும் காதல் கல்யாணம், பதிவுத் திருமணம் என்று என்னென்னவோ சொல்கிறார்களே – அந்த மாதிரி இருக்குமோ என்று யோசித்துக் கொண்டிருந்தேன்.

“என்ன தாத்தா, அவ்வளவு தெரிஞ்சால் போதுமா? அவ யாரு, தெரிய வேணாமா?”

“யாரு. அதையும்தான் சொல்லேன்!”

“பங்களாவுக்கு அடுத்த குடிசையிலே ஒரு பொண்ணும் கிழவியும் இருந்துதே?”

“ஆமாம்.”

“அந்தப் பொண்ணேதான் இவ, தெரிஞ்சுதா?” என்று சொல்லிவிட்டு, என் பேத்தி ஓடிப் போய்விட்டாள். இரண்டு நாளைக்குப் பின் அந்தப் பெண் எங்கள் வீட்டுக்கு வந்தாள்.

அவளைப் பிரமாத அழகியென்று சொல்வதற்கில்லை. தோட்டக்காரன் பெண்சாதிதானே என்ற விளக்கம் பொருத்தமானதுதான். ஆனால், அவளைப் பார்த்தால் அப்படிச் சொல்ல முடியாது. நாலடி இரண்டங்குலம்தான் உயரம் என்றாலும், தோற்றத்தில் ஒரு மிடுக்கு இருந்தது. முதலில் என் கண்ணில் பட்டது, அவளுடைய 'ரிங்' கொண்டை. அதற்குமேல் கவிழ்த்த படகைப்போல் பூச்சரம்! புடவை கட்டியிருந்த மோஸ்தரும், சோளியும் நவ நாசூக்கின் முன்னணியாக மினுக்கின. கடைக்கண் ஓரத்திலிருந்து காது வரையில் மை இழுத்து விடப்பட்டிருந்தது. சுருங்கச் சொன்னால், சினிமா ‘எக்ஸ்ட்ரா’ மாதிரி இருந்தது.

“நம்ம வண்டைக் கட்டிக்கிட்டியா?” என்று கேட்டேன்.

அவள் ஆள்காட்டி விரலை வாயில் வைத்துக் கடித்துக் கொண்டாள்.

“அதில்லீங்களே அவர் பெயரு. ‘நான் பெற்றமலர்’லே வருதே, அந்தப் பெயரில்ல?”

அதென்ன படமென்று எனக்குத் தெரியாமல் விழித்தேன். என் பேத்தி கை கொடுத்தாள்.

"உனக்குத்தான் ஒண்ணுமே தெரியாதே. மலர்க் கிள்ளின்னு பேர்" என்றாள்.

"ஆமாங்க, அதான்" என்று அந்தப் பெண் ஊர்ஜிதம் செய்தாள்.

"அப்பொழுது, உன் பெயர்?"

"பஞ்சவர்ணமுங்க."

"வண்டு நல்ல பிள்ளை. சந்தோஷமாக இரு" என்று வாழ்த்து கூறிவிட்டு, ஓட்டுக்குள் ஆமை சுருங்குவது போல என் அறைக்குள் போய்விட்டேன்.

கண்ணில்லாதபோது காது வேலை செய்ய வேண்டியதென்று இயற்கையின் கட்டளையோ, என்னவோ! என் அறைக்குள் இருந்த போதிலும், கூடத்தில் பேசுவது நன்றாகக் காதில் விழுந்தது.

"சரோ! அம்மாகிட்ட போய், கொஞ்சம் கொளம்பு வேணுமுன்னு நான் கேட்டேன்னு சொல்லு" என்றாள், பஞ்சவர்ணம். பதில் சொல்ல என் மனைவியே கூடத்துக்கு வந்துவிட்டாள். "குழம்பா வேணும்? தரேன். ஏன், சமைக்கவில்லையா?"

"தலைவலியா இருந்துச்சு. சோறுமாத்திரம் வடிச்சேன். இவுரை குளம்பு வை இன்னேன். வெக்கறேன்னுட்டாரு."

"எனக்கு எல்லாம் தெரியும்டி. இப்பவெல்லாம் சோறு தண்ணி ஒண்ணுமே பிடிக்காது" என்று என் மனைவி சொல்லிச் சிரித்தது காதில் விழுந்தது.

2

அதற்குப் பிறகு ஒருநாள் வண்டைப் பார்த்தேன். "என்னப்பா, ரகசியமாகக் கல்யாணம் செய்துகொண்டு விட்டாயே!"

வண்டு சிரித்துக்கொண்டே தலையைச் சொறிந்துகொண்டான்.

"அடுத்த ஊட்டுலே கிழவி இருக்குதே, அது எங்க ஆயாகிட்டெ தொந்தரவு பண்ணிச்சாம். சொன்ன ஏழா நாளுக்குள்ளார கலியாணம் ஆயிடுச்சுங்க!"

"ஆனா, உனக்கு ஆயா இருக்குதா?"

"இருக்குதே – அக்கா ஊட்டோடு இருக்குது. முந்தியே சொல்லலீங்களா?"

"நினைப்பில்லை. சரிதான். நீ பெயரை மாற்றிக்கொண்டு விட்டாயாமே, உன் சம்சாரம் சொன்னாள்."

"ஆமாங்க. கலியாணப் பத்திரிகைன்னு போட்டாங்க. இது பேரை மாத்திப் போட்டுடச் சொல்லிச்சாம்."

"படுசுட்டி போலிருக்கிறது. உம்... வண்டு என்று அவள் எதிரில் இனிமேல் கூப்பிட முடியாது."

"ஆமாங்க. அவளுக்கு ஒரே சினிமாப் பயித்தியமுங்க. எதுனாச்சும் சினிமாப் பாட்டை மொணவிக்கிட்டே கிடக்குது."

"அப்படியா?"

"ஒரு நாள் சோத்தையே காந்த வச்சூட்டா. சோறு எள்ளும் அரிசியும் கலந்தாப்போல ஆயிடுச்சு. இதென்னான்னு கேட்டேன். ஏதோ பராக்கிலே இப்படிப் போயிடுச்சு இன்னா."

"சின்னப் பெண்தானே!"

"ஒரு நாள் மாத்தி ஒரு நாள் சினிமாவுக்குப் போகணும்றதுங்க. என் பொளப்பு அதுக்குப் புரியல்லே. கலியாணத்திலே மோதரப்பணம் கெடச்சுதுங்க. அதைக் குடுத்துக்கிட்டிருக்கேன். இருக்கிறவரையில் குடுத்துடறேனுங்க. அப்புறம்?"

"நாளையைப் பற்றி இன்னிக்கு என்ன வந்தது? சந்தோஷமாய் இருங்கள்" என்று உபதேசம் செய்தேன்.

வண்டு சொன்னதற்கும் பஞ்சவர்ணத்திற்கும் பொருத்தமாகத்தான் இருந்தது. நாளை விஷயம் இன்றைக்கேன் என்று உபதேசம் செய்து விட்டேனே ஒழிய நாளைய ரகசியம் இன்றில்தான் இருக்கிறதென்பதை நான் உணராதவனல்ல. புருஷன் தோட்டக்காரன் என்பதை அந்தப் பெண் தன் மனத்தில் ஊன்றிக் கொள்ளவில்லையே என்று கவலையாக இருந்தது.

கல்யாணமாகாதபோது வண்டு செட்டும் கட்டுமாகத்தான் இருந்தான். அவன் சினிமாவுக்கு அதிகமாய்ப் போய் நான் கண்டதில்லை. சினிமாவின் மீது அவனுக்கு வெறுப்பு கிடையாது; ஆனால், அவன் வாங்கின சம்பளத்திற்கு இருந்தது. பொருளாதாரம் என்ற தத்துவத்தைப் பற்றி அவனுக்கு ஒன்றும் தெரியாது. வரவுக்குமேல் செலவு செய்யக் கூடாதென்ற பாடம் மட்டும் அவனுக்கு உடன்பிறப்பாக இருந்தது. தான் தோட்டக்காரன் என்ற மண்டலத்திற்குமேல் அவன் மனம்

பறக்கவில்லை. எனவே, கூண்டுக்கிளியைப்போல், சிறகை நீட்டாமல், பொழுதுபோக்கிக்கொண்டிருந்தான். இப்பொழுது கிளிக் கூண்டின் வாசல் கதவைத் திறக்க ஒரு பூனை முயன்றுகொண்டிருந்தது. எனக்குக் கவலையாகவே இருந்தது.

3

வீட்டுக்குப் பஞ்சவர்ணம் வந்துவிட்டாள் என்பதற்காக வண்டு தன் வழக்கங்களை மாற்றிக் கொள்ளவில்லை. அதிகாலையில் எழுந்திருந்து தோட்டத்தில் பாத்திகளைக் கொத்துவது, சரகு அரித்துச் சுத்தம் செய்வது ஆகிய ஒரு வேலையையும் குறைக்கவில்லை.

வழக்கம்போல் பாத்திக்குத் தண்ணீர் கட்டிக் கொண்டிருந்தபொழுது, பஞ்சவர்ணம் தோட்டத்திற்கு வந்தாள். “தோட்டவேலை கற்றுக்கொடு” என்று வண்டைக் கேட்டபொழுது, அவனுக்கு ஆச்சர்யமாக இருந்தது. இதென்ன பெரிய காலேஜ் படிப்பா என்று சொல்லிக்கொண்டே விவரங்களை அவளுக்குக் கூறினான். அதுமுதல் மண்வெட்டி பிடித்துக் கொத்துவது, அரிவாளால் வெட்டுவது ஆகியவை தவிர, பாக்கி தோட்டத்து வேலைகளில் பஞ்சவர்ணம் ஈடுபடலானாள். தோட்டவேலை முடிந்தபிறகு, சமையலுக்குப் போய்விடுவாள். ஆனால் சமையலில் அவளுக்கொன்றும் தேர்ச்சியைக் காணோம். எப்படியோ சாதம் வடித்துவிடுவாள். குழம்பு வைப்பதென்றால், ஆற்றங்கரையைத் தாண்டமுடியாமல் நிற்கும் மண்குதிரையாகி விடுவாள். சிலநாள் வண்டு வைப்பான். அவனுக்கும் அலுப்பு சலிப்பாக இருக்கும்பொழுது, என் மனைவியைக் கேட்டு பஞ்சவர்ணம் வாங்கிச் செல்வாள். சமையலில் தனக்கு உதவி செய்கிறான் என்ற நினைவு எழவேண்டியதிருக்க, வண்டுக்கு சமையலில் பழக்கம் இருந்தது அவளுக்கு ஏனோ பிடிக்கவில்லை.

புதுவாழ்வு தேன் நிலவாக ஓடவில்லை. பூ வைத்துக் கொள்ளவும் சினிமாவுக்குப் போகவும் தவறக்கூடாது என்ற வெறி, பஞ்சவர்ணத்திடம் இருந்தது. எப்படியோ வெறியைத் தணிக்க வேண்டுமென்று வண்டு முயன்று வந்தான். தணிந்தால்தானே!

எரிந்து அடங்கட்டும் என்று நினைத்துக்கொண்டான். வெறி அடங்குவதற்கு முன் அவன் கையில் இருந்த பணம் அடங்க ஆரம்பித்து விட்டது. தினம் பூ வாங்குவது மாறி, இரண்டு மூன்று நாள் தள்ளி வாங்குவதென்று ஏற்பட்டது. அதற்குப் பிறகு ஐந்தாறு நாள் தள்ளி கடனுக்கு வாங்க வேண்டிய நிலை உண்டாகி விட்டது.

பஞ்சவர்ணம் தோட்ட வேலைக்கு உதவி செய்ய வருவதும் போவதும்

இதற்கிணங்க மாற ஆரம்பித்தது. சாகிற வரையில் தோட்டக்காரனாகவே இருந்து சாகணும் என்று நினைப்பார் போல் இருக்கிறதே என்ற எண்ணம் பஞ்சவர்ணத்தின் மனத்தில் உறுத்திற்று. 'இந்தப் பிச்சைக்காரச் சம்பளத்தை நம்பிக் கிழவி தள்ளி விட்டாளே' என்று ஏங்கினாள்.

ஒருநாள் தோட்ட வேலையைப் பாதியில் விட்டுவிட்டு வண்டு குடிசைக்கு வந்தான். பஞ்சவர்ணம் ஊக்கமின்றித் திண்ணையில் உட்கார்ந்திருந்தாள்.

"ஒரு நல்ல சமாசாரமில்ல" என்றான்.

"சொல்லேன்."

"நீ வந்த வேளைன்னு இந்த மாசத்தெ புடிச்சு ஏழு ரூவா சம்பளம் கூட்டித் தரேன்னு மொதலாளி ஐயா இப்போ எங்கிட்ட சொன்னாரு."

"இந்தச் சம்பளம் வாங்க சாக்குத்தான் தயார் செய்யணும்."

"அப்போ, இதை வேணாமின்னு சொல்லச் சொல்றியா?"

"நான் ஏன் சொல்றேன்? வேற நல்ல வேலையாப் பாக்கக் கூடாது? அந்தத் தெரு முருகப்பிள்ளை இருக்கிறாரு. 75 ரூவா சம்பளம். குஷியா இருக்காங்க."

"என்ன வேலை?"

"சினிமாவிலே."

"எனக்கு யாரையும் தெரியாதே."

"மண்ணுளிப் பாம்பு மாதிரி தோட்டத்திலே நெளியத் தெரிஞ்சாப் போதாதா? ஒரே தரித்திரம் புடுங்குது! இந்தச் சம்பளம் ஒசந்தால் நிமிந்துடும்."

அதற்கு மேல் வண்டுக்கு அவளோடு பேசுவதற்குத் தெரியவில்லை. விருக்கென்று திரும்பிப் போய்விட்டான்.

அந்த வாரத்தோடு வண்டின் கை சுத்தமாக வறண்டு போய்விட்டது. பஞ்சவர்ணம் கடனுக்குப் பூ வாங்குகிற கட்டமும் தாண்டியாகி விட்டது. பூக்காரன் கடன் கொடுக்க மறுத்தான்.

மறுநாள் வண்டு தோட்டத்தில் பூப்பறித்துக் கொண்டிருந்தான். எதிர்பாராமல் பஞ்சவர்ணம் உதவி செய்ய வந்தது அவனுக்கு ஆச்சர்யமாயிருந்தது.

ஆனால் அன்று சாயங்காலம்தான் அவனுக்கு விஷயம் விளங்கிற்று.

பஞ்சவர்ணம் வழக்கம் போல் 'ரிங்' கொண்டை போட்டுக் கொண்டிருந்தாள். அதற்கு மேல், கவிழ்ந்த பிறை போல் தொடுத்த 'நைட் குவீன்' மலர்ச்சரம் காட்சி தந்தது.

"இது ஏது?"

"ஏன், தோட்டத்துப் பூதான். பூ வாங்கத்தான் காசில்லாமல் போயிட்டுதே. உன்கிட்டெ சொல்லணுமா?"

"இந்த ஊட்டுக்கார அம்மா சங்கதி உனக்குத் தெரியாது. அந்தச் செடியிலே இருக்கிற அல்வளவு பூவையும் எண்ணி வச்சிருப்பாங்க. ஒன்னைப் பாத்துட்டா, அப்புறம் நான் இங்கே வேலை பார்க்க முடியாது. அவ்வளவு கண்டிப்பு. அசட்டுத்தனமா–"

"நல்ல வேலை, என்னாலே போக வேணாம்" என்று கூறிக்கொண்டே, தலையில் இருந்த பூவை எடுத்து, பஞ்சவர்ணம் எறிந்தாள். வண்டு பதைத்துப் போய் விட்டான். ஆனால், வாயைத் திறக்கவில்லை. தாயார் அவசரப்பட்டுச் செய்த காரியம், அவனை என்ன கதிக்கு ஆளாக்கிவிட்டது? தோட்டத்திலே கேள்வி முறை இல்லாமல் அடிக்கும் காற்றைப் போல் இருந்தவனை, கட்டிப்போட்ட சரகு மூட்டையாக்கி விட்டாளே! நான் மண்ணிலே இருக்கிறேன். இவள் மேகத்தில் இருக்கிறாளே! குடித்தனப் பாங்கு என்று இருக்கிறதென்பது தெரியவில்லையே...!

4

அடுத்த நாள் காலையில் பஞ்சவர்ணம் படுக்கையை விட்டு எழுந்திருக்கவில்லை. துப்பட்டியை இழுத்துப் போர்த்திக்கொண்டு படுத்திருந்தாள். தோட்டத்தைச் சுற்றிப் பார்த்துவிட்டுத் திரும்பிய வண்டு, குடிசைக்கு வந்ததும் திகைப்படைந்தான். பஞ்சவர்ணம் இரண்டு பொட்டிலும் சுண்ணாம்பைத் தடவிக் கொண்டிருந்தாள்.

"உடம்புக்கென்ன?"

"சந்தோசம் சாஸ்தியாப் போய் காச்சல் வந்திருக்கு."

அவன் அவள் உடலைத் தொட்டுப் பார்த்தான். அதிகப்படியான சூடொன்றும் இல்லை. 'சூடில்லாமல் சுரம் இருக்குமா?' "ஏன் இருக்கக்கூடாது? பனைமரமென்றால் எல்லாமா காய்க்குது? ஆண் பனையில்லை – காய்க்காமல்? அந்த மாதிரி சூடில்லாத சுரமாக இருந்தால்?"

“ஆஸ்பத்திரிக்குப் போவோமா?”

“இந்தத் தோட்டத்துக் காத்துக்கே எல்லாம் சரியாயிடும்.”

அவள் பேச்சில் கிண்டல் இருந்தது. ஆனால், அவளுடன் சண்டை பிடிக்க அவனுக்கு இஷ்டமில்லை, முடியவுமில்லை. பூப்பறித்து எடுத்துக் கொண்டதைக் கண்டித்ததற்கும் சுரத்திற்கும் சம்பந்தம் இருக்குமோ என்ற நினைப்பு எழுந்தது; படுக்காங்குளி மாட்டின் வாலை முறுக்கிக் கிளப்புவதைப் பார்த்திருக்கிறான். எழுந்திருக்காத மாட்டு வால் பக்கம் வைக்கோலைப் போட்டுக் கொளுத்துவதையும் பார்த்திருக்கிறான். அந்த எண்ணம் தோன்றிற்றே ஒழிய, அவன் தன்னை அடக்கிக் கொண்டான். அன்று அவனே சோறு சமைத்தான். இழுத்துப் போர்த்திய துப்பட்டி அன்று முழுதும் எடுபடவில்லை. சக்கரம் நீண்ட நாள் ஓடாதென்று அவன் மனத்தில் பட்டுவிட்டது.

பஞ்சவர்ணத்தின் கசப்பும் முற்றித்தான் போயிருந்தது. ‘பூ வாங்கக் காசு கிடையாது. கடனும் வாங்கக் கூடாது. வீட்டுக்கார அம்மாவோ பூவை எண்ணி வைத்திருக்கிறாள். இவர் முப்பத்தி ஐந்து ரூபாயை எண்ணுகிறார். இந்த மண்ணுளிப் பாம்போடு பாக்கி நாளை எப்படித் தள்ளமுடியும்? தலைக்கு வேண்டாம். கண்ணுக்கும் காதுக்கும் கூட இல்லாமல் போனால் புருசன் – பெண்சாதி என்ன வேண்டிக் கிடக்கிறது. நகை கேட்கிறேனா? இரண்டு நாளைக்கு ஒரு தரம் நாலணாக்காசு! அதுக்குக்கூடத் தரித்திரம் என்றால்? பெண்சாதி என்றால் வயிறு என்றுதான் நினைத்துக் கொண்டிருக்கிறார். பெண் பிள்ளை என்றால் ஆடு மாடுதானா – வயிற்றோடு சரி என்பதற்கு? இப்பொழுதே இப்படி என்றால், பாக்கி நாள்?’

5

எத்தனை நாள் துப்பட்டியைப் போர்த்திக்கொண்டு படுத்திருக்க முடியும்? கண்ணை மூடிக்கொண்டால் மன்னர்களும் அழகிகளும், லட்சியப் பெண்களும், ‘வில்லன்’களும் தாறுமாறாக மனத்திரையில் கூத்தடிக்கிறார்கள். காற்றை வெட்டுகிறது வாள். ஆனால், தலை உருளுகிறது. மழை கொட்டி மின்னல் மின்சாரத்தை அணைக்கிறது. மலர்கள் பாடுகின்றன. பட்சிகள் பேசுகின்றன. சம்பாஷணைப் புயல் அடிக்கிறது. கண்ணை மூடிக்கொண்டு படுக்க முடியவில்லை. துப்பட்டியை பஞ்சவர்ணம் எடுத்தெறிந்து விட்டு, வெந்நீரில் குளித்ததோடு சுரம் ஓடிவிட்டது.

வழக்கம் போல் பஞ்சவர்ணம் சோறு சமைத்தாள். இப்பொழுது குழம்பு கூடக் காய்ச்சத் தெரிந்துவிட்டபடியால், குழம்பையும்

வைத்தாள். ஆனால், வழக்கம் போலப் போட்டுக்கொள்ளும் 'ரிங்' கொண்டையைப் போட்டுக் கொள்ளாமல் குதிரை வால் மாதிரி கட்டித் தொங்கவிட்டுக் கொண்டிருந்தாள். பட்டணத்தில் குதிரை வால் பின்னல் சகஜம்தான் என்று வண்டுக்குத் தெரியும். ஆனால், பஞ்சவர்ணம் அந்தக் காரியத்தைச் செய்திருந்தது 'பூச் செலவைக் குறைத்து விட்டேன்' என்று பரிகாசம் பண்ணுவது போல் அவனுக்குப் பட்டது.

"தலை காயட்டுமின்னு இந்தச் சடை போட்டுக்கிட்டியா?" என்றான்.

"செலவில்லாமே அழகா இருக்கலாமுன்னு பார்க்கறேன்."

அவன் இந்தக் கிண்டலைத் தொடர்ந்தான். 'என்னைக் கருமின்னு நெனைச்சுக்கிட்டிருக்கே!'

"நல்லா இருக்கு! கர்ண மகாராஜாவைக் கருமின்னு சொல்வேனா?"

அதற்குப் பிறகு அந்த இடத்தைவிட்டு நகர்ந்துவிட்டாள்.

பகலுக்கு எடுத்தது சத்தமும் முரண்பாடும், இரவுக்கு எடுத்தது இணைப்பும் அமைதியும் என்பது அனுபவம். அந்த அனுபவம் வண்டுக்குக் கிட்டவில்லை. இரவு வந்தது. ஆனால், பஞ்சவர்ணம் தளர்ந்ததற்கான அறிகுறியைக் காணோம்.

அடுத்த நாள் மாலை மூன்று மணிக்கு சினிமாவுக்குப் போகலாம் என்று தன்னைக் கேட்டதும், பஞ்சவர்ணம் தளர்ந்து விட்டாள் என்ற நம்பிக்கை வண்டுக்கு உண்டாயிற்று. தன்னை எதிர்பார்க்கிறாள் என்பதே தனக்கு வெற்றி என்று நினைத்தான். ஆனால், அந்த நம்பிக்கையை வேரூன்றச் செய்யும் வசதி அவனிடம் அடியோடு இல்லை.

'ஒண்ணாந் தேதி ரெண்டு பேருமாகப் போவோம். சம்பளம் வந்தூடும்.'

அவன் பதிலளித்ததற்கு மேல் அவள் எதுவுமே சொல்லவில்லை. அவளுடைய மௌனம் பயங்கரமாக இருந்தது. கடன் வாங்குவது என்பதும் அதைவிடப் பயங்கரமாக இருந்தது. உடனே அவன் தோட்டத்திற்குள் போய்ப் புகுந்துகொண்டான். சிறிது நேரம் தோட்டத்தில் வேலை செய்தான். பிறகு சில பாத்திகளுக்கு சீமை உரம் தேவைப்பட்டது நினைவுக்கு வந்தது. எரு வாங்குவதற்காக வெளியே கிளம்பினான். போகும்பொழுது பஞ்சவர்ணத்திடம் சொல்லிவிட்டுத்தான் கிளம்பினான். ஆனால், அவள் அப்பொழுதும் சுவரைப் போல் அசையாமல்தான் இருந்தாள்.

6

கடைக்குப் போன வண்டு இரவு ஏழு மணிக்குப் பங்களாவுக்குத் திரும்பினான். குடிசை சாத்தியிருந்தது. உள்ளே விளக்கின் வெளிச்சத்தையும் காணோம். சற்று வியப்புடன் கதவைத் திறந்து உள்ளே போனான். பஞ்சவர்ணம் இருப்பதாகத் தெரியவில்லை. விளக்கை ஏற்றிப் பார்த்தால் மட்டும், இல்லாத பொருள் உற்பத்தி ஆகிவிடுமா? ஒருவேளை தாயார் வீட்டுக்குப் போயிருக்கலாம் என்று நினைத்து, பங்களாவை அடுத்த குடிசைக்குப் போனான்.

மாமியார்க் கிழவி வட்டிலிலிருந்து குழம்புச் சோற்றைத் தின்று கொண்டிருந்தாள். வேறு யாருமில்லை. "பஞ்சவர்ணம் இங்கே வரல்லியா?" என்றான்.

"வரல்லியே. அடுத்த ஊட்டுலேதானே இருக்கேன் இருந்தும் அவளைப் பார்த்தே ஒரு வாரமாச்சு..."

"எங்கே போயிருக்கும்? ஒரே பயித்தியமா இருக்குது... தோட்டத்து வண்ணாத்திப் பூச்சி கணக்கா பறக்கப் பாக்குது. நான் மண்ணுளிப் பாம்பாக் கிடக்கிறேன்."

"அங்கேயும் ஆரம்பிச்சுட்டுதா?"

"எனக்கு என்ன தெரியுது? எங்கே போயிடுச்சுன்னு பார்க்கிறேன்."

மாமியாரின் குடிசையை விட்டிறங்கி என்னை நோக்கி வண்டு வந்தான்.

வந்ததும் வராததுமாக "பஞ்சவர்ணம் வந்தாளா?" என்று கேட்டதும் எனக்குத் திடுக்கிட்டது.

"வரவில்லையே" என்று சொன்னவுடன் நேரே பங்களாவுக்குத் திரும்பிப் போய்விட்டான். அந்த நேரத்தில் வந்து இந்த மாதிரி கேட்கவேண்டிய அவசியம் என்ன? ஒருகால்–? ஆனால், ஊகிப்பதென்றாலும் ஓரளவாவது ஆதாரம் வேண்டாமா? எந்த ஆதாரத்தைக் கொண்டு என்னவென்று நினைப்பது? ஆனால், மனது மட்டும் ஏனோ சஞ் சலப்பட்டது.

7

மறுநாள் உத்தியோக ஜோலியாக வெளியூருக்குப் போய்விட்டேன். இரண்டு நாளுக்குப் பிறகு ஊருக்குத் திரும்பியவுடன், இந்த ஞாபகமே தலைநீட்டிற்று. என் மனைவியை விசாரித்தேன். அவள் சொன்னாள்:– "அதை என்ன சொல்றது? அது வெறும் தத்தாரிபோல் இருக்கிறது. இரண்டு நாளாக ஒரே கலாட்டா. கால் ரூபாய் காசுக்கு

விதியில்லாதவனோடே என்ன வாழ்ந்து குப்பை கொட்றதுன்னு போயிட்டா? யார் யாரோ பஞ்சாயத்து பேசிப் பார்த்தா. பஞ்சவர்ணத்தின் தாயார்க்காரிகூடச் சொல்லிப்பார்த்துட்டா. அவ மசியல்லே."

"அப்புறம்?"

"அப்புறமென்ன? வண்டு இருக்கிறான். தோட்டம் இருக்கிறது. மண்வெட்டி இருக்கிறது. அவ்வளவுதான்."

"அதுசரி. இப்பொ அவள் எங்கே?"

"அந்தக் கூத்துத்தான் வேடிக்கையாய் இருக்கிறது. பங்களாவுக்கு வடபுறத்துக் குடிசையிலே ஒரு சாமியார் இல்லே?"

"யாரு? முட்டிக்குக் கீழே ஒரு காலில்லாமல் இருக்கிறானே?"

'அவனேதான். அவன் வீட்டிலே இருக்கிறாள்.'

'அம்மா வீட்டுக்குப் போகல்லியா?'

'வரமாட்டேன்னுட்டாளாம்.'

'சாமியார் வீட்டிலே இவளுக்கு என்ன வேலை?'

'வீட்டுக்குள்ளே நடக்கிறது நமக்கு எப்படித் தெரியும்?' என்று கோணலான ஒரு கேள்வியுடன் நகர்ந்து விட்டாள்.

எனக்கு ஆச்சரியமாயிருந்ததென்று சொல்ல முடியாது. வண்டின் கல்யாணம் என்னைப் பொறுத்தவரையில் சினிமா மாதிரி இருந்தது. ஆகையால், எதையும் எப்பொழுதும் எதிர்பார்க்கத் தயாராக இருந்தேன். எனவே, இப்பொழுது வியப்பொன்றும் தோன்றவில்லை. வண்டைப் பார்க்கவேண்டும் என்று மட்டும் உறுத்திற்று.

மறுநாள் காலை வழக்கத்துக்கு விரோதமாக, திண்ணையில் போய் உட்கார்ந்து கொண்டேனே ஒழிய, பங்களாவுக்குள் வலியச் சென்று இதைப் பற்றிக் கேட்பது அவ்வளவு சரியாகத் தோன்றவில்லை. நல்லவேளையாக வண்டு தென்பட்டான். தானாக வருவான் என்று எதிர்பார்த்தேன். ஆனால் வரவில்லை. என்ன இருந்தாலும் தானாகச் சொல்லிக்கொள்ள வெட்கமாகத்தானே இருக்கும்! அதற்காகக் கூப்பிட்டவுடன் தலையைத் தொங்கப் போட்டுக்கொண்டு வரவில்லை. என்றும்போல் தெளிவாகவே வந்தான்.

"நான் ஊரில் இல்லை. அம்மா என்னவோ சொன்னாங்க" என்றேன்.

"அன்னிக்கு பஞ்சவர்ணம் வரல்லியான்னு கேட்டேனில்லே? அப்போ இவளை வீட்டிலே காணல்லே. ஆயா வீட்டிலேயும் காணோம். இது

வந்த நாளா கருடன் கணக்கா மேலேயே பறந்துகிட்டு இருந்துச்சு. நான்தான் தவிட்டுக் குருவியாச்சே. இதுக்கு சோக்கா இருக்கணு மின்னு ஆசை.

“என் பொளைப்பிலே எங்கே இருந்து சோக்குமுளைக்கும்? நல்ல பேச்சாவே மொதல்லே சொல்லிக்கிட்டு வந்தேன். இது ஒண்ணும் ஏத்துக்கல்லே. அப்பறம் காச்சலுன்னு ரெண்டு நாள் பொய்யாப் படித்துக்கிட்டுது. அப்பவும் சண்டை போடல்லே. நான் ஓங்களைக் கேட்டேனே அன்னிக்கு, சினிமாவுக்குப் போவோம்னுச்சு. காசில்லே, சம்பளம் வாங்கி ஆவட்டும் இன்னேன். அப்பறம் கடைத் தெருவுக்குப் போயிட்டேன். திரும்பிவந்து பாத்தா, ஆளைக் காணோம். ஆயா வீட்டிலேயும் காணோம்.

“நான் எங்கேன்னு தேடறது? சரிதான் போன்னுட்டு சோத்தைத் தின்னேன். படுத்துக்கிட்டேன். மணி எட்டாச்சு, ஓம்பதாச்சு, பத்தாச்சு; ஆளைக் காணோம். அப்பொ திடீருன்னு மழை பிடிச்சுக்கிட்டுதா? தூக்கம் வரல்லே. குடிசைக் கதவைத் திறந்துகிட்டு திண்ணையிலே வந்து குந்தினேன். ‘ஓ’ன்னு மழை பேஞ்சுக்கிட்டிருந்துச்சு. செத்தே நேரத்துக்கெல்லாம் பளிச் பளிச்சின்னு மின்னல் அடிச்சுது. அந்த மழையிலே நனைஞ்சுக்கிட்டு பஞ்சவர்ணம் வந்தா. எனக்கு கண்மண் தெரியாத கோவம். ‘எங்கே போயிருந்தே’ இன்னேன். ‘சினிமா பார்க்க’ இன்னா.

“ஒண்டியாவா?”

“அடுத்த தெரு ராமாயிகூட.”

“காசுதான் இல்லேன்னேனே?”

“நான் சாமியார்கிட்டே வாங்கினேன்.”

“அந்த நொண்டிகிட்டெயா?”

“காலிருக்கிறவங்ககிட்டத்தான் காசில்லியே!”

“இனாமாவா?”

இந்தக் கேள்வி கேட்டவுடனே என்னை மொறச்சுப் பாத்துட்டுச் சொன்னா, “பெண்டாட்டியா... எனாம் கொடுக்க? கடன்தான் வாங்கினேன்.”

எனக்குக் கோபம் அதிகமாயிட்டுது. “கடன் கட்டு சமாசாரமே வேணா முன்னு ஆதிலேருந்து அடிச்சுக்கிட்டிருக்கேனே.”

“அடிச்சுக்கிட்டுத்தான் கிடக்கறே. என்னிக்கும் நீ அடிச்சுக்கிட்டுக்

கிடக்கற ஆளாத்தான் இருப்பே" அப்படீன்னு அவ பதில் சொன்னா.

"எனக்கு எப்படி இருக்கும், யோசிச்சுப் பாருங்க. அப்படியா சேதி – சொன்ன பேச்சுக்கு அடங்கறவ இல்லே நீ? அப்போ சரிதான். இங்கே உனக்கு வேலை இல்லே, சாமியார்கிட்டெயே போயிடு" இன்னு சொல்லிட்டேன்.

ஒரு நிமிஷம் என்னை முழிச்சுப் பாத்தா, பொம்பிள்ளைக்கு ஆம்பிளே தோத்தவனா? நானும் முறைச்சேன்!

"போக மாட்டேன்னு நெனைக்கிறியா?" இன்னு சொல்லிக்கிட்டே, அந்த அடை மழையிலே போய்ட்டா. வந்த ஆங்காரத்திலே கதவை மூடிக்கிட்டு உள்ளே வந்து படுத்துட்டேன்.

"மறுநாள் கருக்கல்லே மாமியாரிட்டப் போய் நடந்ததையெல்லாம் சொன்னேன். உடனே கிழவி சாமியார் வீட்டுக்குப் போய்ப் பாத்தா. அங்கே இவ இருந்தாளாம். இவுங்களுக்குள்ளே என்ன பேச்சுவார்த்தை நடந்துதோ, எனக்குத் தெரியாது. இனிமே என்கிட்டே குப்பை கொட்ட வரமாட்டேன்னு கண்டிப்பா சொல்லிடுச்சாம். அதுக்கப்பறம் போய் எங்க ஆயாகிட்டே சொன்னேன். அவ ஆத்திரப்பட்டுக்கிட்டு, யார் யாரோ பஞ்சாயத்தையெல்லாம் கூட்டியாந்து சாமியார் ஊட்டுலே பேசினாங்க. கல்லுப்பிள்ளையாராய் அது இருக்குது. 'பாவம்! சாமியாரு என்ன பண்ணுவாரு?' இன்னு பஞ்சாயத்துக்காரங்களெல்லாம் போயிட்டாங்க. இப்பொ அது சாமியாரோடெ இருக்குது. நான் மண்வெட்டியோட இருக்கறேன்" என்று சொல்லி முடித்தான்.

காட்டாற்றில் வெள்ளம் வந்த கதையாய் இருந்தது. கலியாணம் ஆனதும் கலைந்ததும். இருந்தாலும் சாமியாரைப் பார்க்கவேண்டும் போல் தோன்றிற்று.

ஒரு வாரம் வரையில் சாமியாரைப் பார்க்க முடியவில்லை. இதற்கிடையில் இரண்டொரு நாள் பஞ்சவர்ணத்தைப் பார்த்தேன். சாயங்காலமாக யாரோ பெண்களோடு சினிமாவுக்குப் போகிற மோஸ்தரில் சென்று கொண்டிருந்தாள். என்னைப் பார்த்து அசட்டுச் சிரிப்புச் சிரித்தாள். ஆனால் பேசவில்லை.

8

மறு ஞாயிற்றுக்கிழமை அந்தச் சாமியார் எங்கள் தெருவோடு போனான். அவனை எனக்கு நன்றாகத் தெரியும். ஒண்டிக்கட்டை. ஏற்றுமதிக் கிடங்கிலே ஏதோ கணக்குப்பிள்ளை உத்யோகம்.

கூப்பிட்டேன். வீட்டுக்குள்ளே வந்தான். “என்ன சாமியாரே! கண்ணிலேயே காணோமே” என்றேன்.

“காணாமே என்னங்க? நீங்க எதுக்குக் கூப்பிட்டீங்கன்னு தெரியும். நீங்க தெரிஞ்சுக்கறதும் நல்லதே” என்றான்.

நான் ஏன் பதில் பேசுகிறேன்?

“நல்ல தருமசங்கடங்க. அன்னிக்கு மழை பேஞ்சுதுங்களே, அந்தச் சத்தத்துலே தூக்கம் பிடிக்கல்லே. முழுச்சுக்கிட்டிருந்தேன். யாரோ வாசல் கதவைத் தட்டினால்போல் இருந்தது. இந்த மழையிலே என்னைத் தேடிக்கிட்டு யார் வர இருக்காங்க? காத்தாகத்தான் இருக்கும் இன்னு நெனைச்சுக்கிட்டு ரெண்டு தட்டுக்குச் சும்மா இருந்தேன். மூணாந்தட்டும், ‘சாமியாரே’ என்று பேர் சொல்லிக் கூப்பிட்டாப் போலும் கேட்டது. சிம்மிணி விளக்கை எடுத்துக்கிட்டு வந்து, வாசல் கதவைத் தெறந்து பார்த்தேன். பஞ்சவர்ணம் மழையில் சொட்டச் சொட்ட நின்னுக்கிட்டிருந்தா. என்னன்னு கேட்டதுக்கு, 'சொல்றே'ன்னு சொல்லிட்டு, வீட்டுக்குள்ளார வந்து கூடத்தில் நின்னா.

‘எல்லாம் சொல்றேன். எதுனாச்சும் காஞ்ச வேஷ்டி இருந்தாக் குடுங்க’ அப்படீன்னா. அப்பவே எனக்கு சுருக்கின்னுச்சு. வண்ணான் வேட்டியும் அங்கவஸ்திரமும் குடுத்தேன். ரேழியில் போய் அதையெல்லாம் கட்டிக்கிட்டு, ஈரப்புடவையைப் பிழிஞ்சு தூணில் கட்டினா. 'புருசனோடெ சண்டையா?' இன்னேன்.

அவ நடந்ததையெல்லாம் சொன்னா. ஆகவே, நான் கடன் கொடுத்தது தான் அதிர்வேட்டு மருந்துக்கு தீ வச்சாப்போல ஆயிடுச்சுன்னு வருத்தமாப் போச்சு. அவ அதோடே விடல்லே. அதுக்கு அப்பறம் சொன்னதுதான் தூக்கிவாரிப்போட்டுது. சின்னப் பிள்ளையா இருந்தப்போ என்னைக் கட்டிக்கிறயான்னு பஞ்சவர்ணத்தை விளை யாட்டாகக் கேட்பேன். அதைச் சொல்லிக்காட்டி, அதுக்காகத்தான் இப்பொ வந்திருக்கேன்னு சொன்னாளே, பார்க்கணும்!

‘அப்பொ கட்டிக்கறேன்னு விளையாட்டாச் சொன்னேன். இப்பவும் அதையே மெய்யாத் தெரிஞ்சு சொல்றேன்’ இன்னாள். பாதி ராத்திரியிலே ஒரு பொண்ணு இப்படி வந்து தாறுமாறாப் பேசினா, எப்படியிருக்கும். என்ன பதில் சொல்றது? ஆனா ஒண்ணுமட்டும் தெரிஞ்சுட்டுது, அவ வண்டோடெ வாழமாட்டான்னு. ‘காலை யிலே பேசிக்கலாம். சோறு தின்னியா?’ ன்னு பேச்சை மாத்தினேன். ‘இல்லை’ன்னவுடன் சோத்தையும் குழம்பையும் போட்டு, அவகிட்ட குடுத்தேன். சாப்பிட்டதும் சஞ்சலமேயில்லாம தங்கிட்டா. காலையிலே நான் போறதுக்கு முன்னாலே கிழவியே வந்துட்டா. நடந்ததையெல்லாம்

சொன்னேன். பஞ்சவர்ணத்தோடே கிழவி ரொம்ப நேரம் பேசினா. அப்பாலே, வண்டின் தாயாரு, பஞ்சாயத்தாரு எல்லாரும் வந்தாங்க. ஒண்ணும் பிரயோசனப்படல்லே. என்கூட இருக்கு. ஆயாகிட்டே போக மாட்டேங்குது. நான் கூட வண்டைப் பார்த்துப் பேசினேன். பிடிச்ச பிசாசு புளிய மரக் கிளையை முறிச்சுப்போட்டுட்டுப் போறேன்னு சத்யம் பண்ணுமே, அந்தக் கணக்கா முடிவா 'வாணவே வாணாம்' இன்னூட்டா."

"அப்போ என்ன பண்ணப் போறே?"

'நாமா செய்யறோம்? அதுபாட்டிலே நடக்குது அது. அதை வெரட்டறதுக்கு மனசு வரல்லே. எனக்கு ஒரு பெண்ணோ, தங்கச்சியோ இதுமாதிரி செஞ்சுப்பிட்டு வந்துட்டா வெரட்ட முடியுங்களா? அப்படித்தான்" என்று சொல்லிவிட்டுப் போய்விட்டான்...

இப்பொழுது வழக்கம்போல் பங்களாவிலிருந்து வண்டு வெளியே வருகிறான், போகிறான். வழக்கம்போல் எங்கள் வீட்டில் குழம்பு, வியஞ்சனம் வாங்கிக்கொள்கிறான். பங்களாவிலிருந்து இரவில் 'நைட்குவீன்' மணம் உலா வருகிறது.

42. வலி

கை கரிப்பானையைத் தேய்த்துக் கொண்டிருந்தது. வேறு யாராவது உதவியிருந்தால், அவ்வளவு சீக்கிரம் 'அவுங்க' பக்கத்தை விட்டு எழுந்து வந்திருக்கவேண்டியதில்லை. இந்த இழவை எல்லாம் எடுக்கவேண்டி இருந்திருக்காது. எந்த நினைப்பில் இந்த அதிகப்படி எல்லாம் வாங்கி வந்தாரோ! நாக்கு ருசி சரிதான். இப்பொழுது கை தேய்கிறது யாருக்கு?

கரிப்பானையைத் தேய்த்துக் கொண்டிருந்தவள் கண்ணுக்கு எதிரே வெள்ளைத் துணி பறந்தது. திடுக்கிட்டுப் பார்த்தாள்; ஒன்றுமில்லை. எதிர்ப் புறத்து ஜன்னல் வழியாக சூரியன் நுழைந்து சுவரில் வெள்ளைத் துணியைக் கட்டிக் கொண்டிருந்தான்.

நேரம் ஆகிவிட்டது. இன்னும் அவர் தூங்கிக்கொண்டிருக்கிறார். எழுப்பலாம். 'தெரியும் தெரியும். நீ முந்தி எழுந்தா நானும் எழுந்துடணும். நீ அழுதா நான் அழணும். நீ சிரிச்சா நான் சிரிக்கணும்' குத்திக் காட்டுவார். அதிகப்படி சாப்பாடு, இரை தின்ன தூக்கம்... இருக்கட்டும். தூங்கட்டும் தூங்கட்டும்...

பாதி பானைகளுக்கு மேல் தேய்த்தாகிவிட்டது. பாதி பாக்கி. தண்ணீர் பிடிக்கும் அண்டாவும் பாக்கி. திரும்பியும் தேய்க்க ஆரம்பித்தாள்.

காலங்காத்தாலே போய் தெருக்களைச் சுத்தி வந்தாலே வரவர மோசமாப் போவுது. காசு கூடத்தான் கிடைக்குது. கரி விலை ஏறிப் போச்சு, வெள்ளீயம் விலை ஏறிப் போச்சு. யாரு ஏத்தறானோ...? கடவுளுக்குத்தான் வெளிச்சம். பித்தளைப் பொடி விலை ஏறிப்போச்சு. தகடு விலை கேக்க வேண்டியதில்லை. வர்றது ரெண்டு பேருக்குப்

போதல்ல. இது வேறே வந்துகிட்டிருக்கு...

பானைகளை ஒன்று மாற்றி ஒன்று தேய்த்துக் கொண்டிருந்த கை அண்டாவின் மேல் பட்டு நின்றது. சூரியன் கட்டின வெள்ளை வேஷ்டி சுவரில் பாதியும் தரையில் பாதியுமாகக் கிடந்தது.

இன்னமும் தூங்கறாரே. இல்லாட்டி உடம்பு கிடம்பு நல்லா இல்லியா தெரியல்லையே.

அண்டாவைத் தேய்க்க ஆரம்பித்தாள். அவளை அறியாமல் குதித்துக் கொண்டிருந்த ஆத்திரம் பரபரப்பாகி அண்டாவைத் தேய்த்துத் தீர்த்தது.

அவர் தூக்கம் தீரவில்லை. கீழே புரண்ட துணியை சூரியன் எடுத்துக் கொண்டு போய்விட்டான்.

இன்னும் தூங்கினால் தெருக்களுக்கு எப்பொழுது போவது? இவ்வளவு நேரம் தூங்கிப் பார்த்ததே இல்லியே, இன்னிக்கென்ன?

பானைகளையும் அண்டாவையும் துடைத்து அடுக்களையில் வைத்துவிட்டுத் திரும்பி தூங்கிக் கொண்டிருந்தவர் பக்கத்தில் வந்து உட்கார்ந்தாள்.

சொகமாக கவலெ இல்லாமே தூங்கிக்கொண்டிருக்கிறார். எழுப்பினாலும் வம்பு. எழுப்பாவிட்டாலும் வம்பு. எல்லாத்துக்கும் மேலே பொழப்பு இருக்கே. பொழப்பு பெரிசா...? சொகமா?

அவரை மெதுவாகத் தொட்டு எழுப்பினாள். தூக்கத்தில் தொடுகிற கையை அவருக்குத் தெரியும். கண்ணைத் திறக்காமலே கையோடு சேர்த்து இழுத்துக்கொண்டார். இணக்கமாக அவர்மீது அவள் சரிந்தாள்.

“மணி ஒன்பதாவப் போவுது – இது என்ன விளையாட்டுங்க?”

“விளையாடறதுக்கு மணி பார்க்கணுமா?”

“வேலைக்குப் போக பார்க்கவேணாம்?”

“என்ன வேலை?”

“என்ன வேலையா? பூலோகமா கைலாசமா தெரியல்லியே? புத்தி கித்தி மாறிப் போச்சா? கையிலே காசில்லாத நேரத்திலே அதை எல்லாம் ராவைக்கு யார் வாங்கியாரச் சொன்னா. அப்பவே புடிச்சு கரிப்பானையைத் தேச்சு கை கசந்து போச்சு. இப்போ என்ன வேலைங்கறீங்களே... நெனைப்போடெ பேசறீங்களா?”

“ஆமா ஆமா... ஒனக்குச் சொல்லல்லே. அதான் கோவிச்சுக்கறே. இனிமே ஈயம் பூசற வேலை இல்லே.”

"ஆ?"

"அந்த வேலை இல்லை."

அவள் முகம் சொடுங்கிற்று. அவர் மீது சரிந்து விழுந்திருந்தவள் தன்னையும் அறியாமல் விலகினாள்.

"சண்டைக் கோழி பின்னாலே போவுது. கோவிச்சுக்காதே, நாளை யிலேருந்து சாலையிலே வேலை."

"சாலையா? சாலைன்னா?"

"எவர்சில்வர் தொழிற்சாலையிலே."

"அப்புறம், இந்தத் தொழில்?"

"இடிச்ச கூட்டைச் சுத்தி வார குருவியா... என்ன... மனுசன்?"

"ஒண்ணும் புரியலீங்களே."

"இந்தத் தொழில்லேதான் நாளுக்கு நாள் சம்பாத்யம் குறைஞ்சுக்கிட்டு வருதே."

"அதான் இன்னும் ரெண்டு மூணு தெருகூட சுத்திக்கிட்டு வரணுமின்னு மண்டையை உடைச்சுக்கிட்டேன்."

"எத்தினி தெரு சுத்தினாலும் கதை இவ்வளவுதான். சின்னப் பெண்டாட்டி வந்தா பெரியவளை யாரு திரும்பிப் பார்ப்பா?"

ஒரு நிமிஷம் நெருப்பாகப் பார்த்தாள். மறுநிமிஷம் சிரித்தாள்.

"என்னாங்க கிண்டல் பண்றீங்க?"

"இல்லேடி. எவர்சில்வர் பாத்திரம்தான் சின்னப் பெண்டாட்டி. இப்போ யாரு பித்தளைப் பாத்திரம் வாங்கறா... ஈயம் பூசறா?"

பெரிய பெண்டாட்டி, சின்னப் பெண்டாட்டி என்று சொன்னபோது அவளுக்கு எல்லாம் புரிந்துவிட்டது. தலைக்கும் காலுக்குமாக வரும் துப்பட்டி கிடைத்து விட்டது. ஆனால் போர்த்திக் கொள்ளத்தான் முடியாது. இஷ்டம் போல் வேலைக்குப்போய் இஷ்டம் போல வீட்டுக்கு வந்து இஷ்டம்போல இருப்பதென்னும் சமாசாரம் இனி இல்லை. இது புரிந்தபோது ஒரு முனகலும் கூடப் பிறந்தது. அது அவளுக்கே தெரியவில்லை.

"ஏன் முனகறே?"

"இல்லீங்களே... என்ன சம்பளம்?"

“இதுவரை மாசத்துக்கு மாசம் சம்பாரிச்சதைவிட கூடத்தான். ரொம்ப கூட.”

“கவலை விட்டுப் போச்சுங்கிறீங்க. சரி வேலைக்கு எப்போ போகணும்? வரணும்?”

“காத்தாலே 6க்குப் போவணும். ராவு ஏழு மணிக்கு வரணும். மூணு மைல் தூரமிருக்கே.”

எதுவும் சொல்லாமல் அவர் முகத்தைப் பார்த்துக்கொண்டிருந்தாள். அந்தப் பார்வையைப் பார்த்து காரணம் புரியாமல் தன் முகத்தைத் துடைத்துக்கொண்டான். புது வேலையை ஒப்புக்கொள்வதிலே சந்தோஷமா பழைய வேலை போச்சேனு வருத்தமா என்று அந்தப் பார்வையிலிருந்து கண்டுபிடிக்க முடியவில்லை. மறு நிமிஷம் அவள் செய்ததைக் கொண்டும் நிர்ணயிக்க முடியவில்லை.

அவனருகில் நெருங்கி உட்கார்ந்திருந்தவள், அவன் மீது சிங்காரமாய்ச் சாய்ந்துவிட்டாள். ஏதோ வருத்தத்தை எல்லாம் மூட்டையாகக் கட்டி அவன் மேல் போட்டது போலிருந்தது.

“ஏன், உடம்புக்கென்ன?”

“தெரியல்லியே... திடீருன்னு இடுப்பு நோவுது.”

43. புசிப்பு

செல்வநாதன் பிடரியில் கையை வைத்துக்கொண்டு குடக்கூலிக்கு இருந்த வீட்டுக் கூடத்தின் நடுவில் ஏதோ லயிப்பில் நின்று கொண்டிருந்தான். இடுப்பில் குளிக்கப்போவதற்கு அறிகுறியாகத் துண்டைக் கட்டிக் கொண்டிருந்தான். தோளில் வண்ணானுக்குப் போட்ட மலையாள முண்டு, உடம்பைத் துவட்டிக் கொள்வதற்காக. என்ன வாழ்வு! என்ன உலகம்! பகுத்தறிவுதான் உண்மை என்று புத்திக்குத் தோன்றுகிறது. ஆனால் வாழ்வில், உலகத்தில் நடப்பதெல்லாம் இதை மறுக்கின்றன. பகுத்தறிவுப்படி – விஞ்ஞானத்தின்படி – குறிப்பிட்ட விதை குறிப்பிட்ட செடியாகத்தானே விளைய வேண்டும்? அதே போல குறிப்பிட்ட மரம் குறிப்பிட்ட விதையிலிருந்துதானே வந்திருக்க வேண்டும்? கல்லூரிப் பட்டம் என்னும் விதை அவனுக்கும் கிடைத்தது. அவன் நண்பன் செங்கமலத்திற்கும் கிடைத்தது. ஆனால் இவன் தாலுகா ஆபீசில் பேனா ஓட்டியாக இருக்கிறான். மூன்று குழந்தைகளும் கணவன் மனைவியும் அடங்கிய இவன் குடும்பத்திற்குச் சர்க்கார் அளந்த படி 87 ரூபாய். செங்கமலம் பெட்ரோல் பங்க்கில் மானேஜர், சம்பளம் ஒரு சைபர் கூட – 870! ஒரே பட்டப்படிப்புத்தான்! ஒரே விளைவை அளிக்கவில்லையே! பகுத்தறிவு இங்கே தோல்வி அடைந்துவிட்டது. இந்த 87–ஐ வைத்துக் கொண்டு முப்பதை ஓட்டும் கலை... கொலை... மலை... எப்படி முடியுமோ?

"என்னாங்க! குளிக்கல்லிங்களா? சவுக்கத்தைக் கட்டிக்கிட்டுக் கால் மணிக்கு மேலே ஆச்சே, இல்லே குழாய் கூடத்துக்கு வருமான்னு பாக்கிறீங்களா!"

"கோவிச்சுக்காதே. ஏதோ நெனைப்பு. தட்டைப் போடு; இதோ வந்திடறேன்."

இப்படிச் சொல்லிக்கொண்டே செல்வநாதன் குழாய் அருகில் நகர்ந்து குழாயைத் திருப்பிவிட்டான். அப்பொழுது குழாய்க்கு அடியில் நயாபைசா ஒன்று பளிச்சிட்டது. செல்வநாதனுக்கு அதன்மீது நாட்டம் விழவில்லை. 'பிசாத்து! ஒரு நயா பைசாவினால் என்ன உபயோகம்! எடுத்தாலும் எனக்கு ஒரு நயாபைசா அகப்பட்டதென்று பெருமையாகப் பிறரிடம் சொல்லிக் கொள்ள முடியுமா? முடியாதே. இதை எடுக்காமல் இருப்பதும், எடுத்துவிட்டு திருடனைத் தேள் கொட்டினாற்போல இருப்பதும் ஒன்றுதானே?'

ஆகையால் அதை எடுக்காமல் செல்வநாதன் குழாயடியில் உட்கார்ந்து கொண்டான். தலையில் குழாய்த் தண்ணீர் விழுந்தது. பாபநாசம் நீர்வீழ்ச்சியில் முழுகுகிறார்களே... இப்படித்தான் இருக்குமோ அல்லது இன்னும் இன்பமாக இருக்குமோ? ஆனால் அதற்கெல்லாம் காசு வேணுமே! 87-ஐ முப்பதால் வகுக்க முடியும். ஒரு நாளுக்கு 2 ரூபாய் 90 நயா பைசா செலவு செய்யலாம். கடன் ஏற்படாது. இது கணக்கு. வாழ்வில் முதல் வாரத்துக்குப் பிறகு 87 ந. பைசாகூட இருப்பதில்லையே! பர்சு காலியாக இருக்கப்படாதென்று ஒரு நயா பைசாவுடன் பர்ஸ் எத்தனை நாள் இருந்திருக்கிறது! ஒரு நயா பைசா அவ்வளவு அலட்சியமென்றால் பையைக் காலியாக வைத்திருக்க வேண்டாமா? ஆமாம், ஆமாம். ஒவ்வொன்றாக நூறோ, ஒருமிக்க நூறோ? பைசாவை அலட்சியம் செய்யக்கூடாது. நயா பைசாவானாலும் அலட்சியப்படுத்தக்கூடாது.

'ஆமாம்' என்று செல்வநாதன் நயா பைசாவை எடுத்துத் தண்ணீர்த் தொட்டியின் விளிம்பின்மேல் வைத்துவிட்டுக் குளித்துக் கொண்டிருந் தான். செங்கமலத்துக்கு இந்த விசாரமெல்லாம் இருக்கமுடியாது.

"இன்னுமா குளித்து முடியல்லே? மணியாயிடுச்சே" என்று எழுந்தது மனைவியின் குரல். அவ்வளவுதான். செல்வநாதன் அவசர அவசரமாகப் பாக்கிக் குளியலை முடித்துக்கொண்டு சாப்பாட்டுக்குப் போய் உட்கார்ந்தான்.

ஒருவழியாகச் சாப்பாட்டை முடித்துக்கொண்டு குழாயண்டை கையலம்பப் போன பொழுதுதான் குளித்துவிட்டு வரும்போது கண்டெடுத்த நயாபைசாவை எடுத்துக்கொண்டு வரத் தவறிவிட்ட விஷயம் நினைவுக்கு வந்தது. கையை அலம்பிக்கொண்ட பிறகு தண்ணீர்த் தொட்டியைப் பார்த்தபொழுது அதில் நயாபைசாவைக் காணவில்லை. அதிருஷ்டம் கிளையில் வந்து குந்தும் குருவி மாதிரி.

இருக்கிறதென்று நினைத்துக் கொண்டிருப்போம்; விருட்டென்று பறந்துவிடும். ஒரு நயாபைசா என்ன, ஓர் ஆயிர ரூபாய் என்ன? அலட்சிய புத்திதான் இந்த அவலத்துக்கெல்லாம் காரணம். வாழ்விலும் உலகத்திலும் எதை அலட்சியப்படுத்துகிறோமோ அதுவே நம்மீது வஞ்சம் தீர்த்துக் கொள்ளவரும். பைசாவாயிருந்தாலும் செல்வந்தானே? இயல்பாகப் போற்றி வழிபட வேண்டியதற்குப் பதிலாக, பொருளுக்கு வலுக்கட்டாயமாக – குழந்தைகளின் உடல்நலனைப் பாதுகாக்கப் பாலாடையில் விளக்கெண்ணெயை விட்டுத் தாயார் ஊற்றுவதுபோலச் செல்வநாதன் மரியாதை செலுத்தினானே, அதில்தான் அவன் தோல்வியின் இரகசியம் ஒளிந்து கொண்டிருந்தது. நயாபைசாவைப் பார்த்தபொழுதே செல்வத்தின் சின்னத்துக்கான வணக்கத்தைச் செலுத்தியிருக்க வேண்டும். அப்படிச் செய்யத் தவறியதால் இயற்கையின் நியதி வஞ்சம் தீர்த்துக் கொண்டுவிட்டது. இம்மாதிரி விழிப்பில்லாத ஆள் 30 நாளைக்கு 87 ஆகத்தான் இருக்க முடியுமே அல்லாது செங்கமலத்தைப் போல் ஹாய்யாக இருக்க முடியாது.

செல்வநாதன் உள்ளே வந்து கையைத் துடைத்துக் கொண்டு, "தண்ணித் தொட்டி மேலே ஒரு நயா பைசா வைத்தேனே, பார்த்தாயா?" என்று மனைவியைக் கேட்டான்.

"நான் பார்க்கவும் இல்லை; எடுக்கவும் இல்லை."

"பின்னே யார் எடுத்திருப்பார்கள்?"

"ஒரு பைசாதானே? போனால் போகட்டுமே."

"ஒவ்வொன்றாக நூறோ, ஒருமிக்க நூறோ? பைசாவை நாம் பார்த்துக் கொண்டால் ரூபாயை அதுவே பார்த்துக் கொள்ளும்!"

"அப்படியா சமாசாரம்? நயா பைசாவைத் தேடுங்கள். மணி ஒன்பதரை தான் ஆச்சு."

ஒன்பதரை மணி என்ற வார்த்தையைக் கேட்டதும் செல்வநாதனுக்குக் காரியாலய ஞாபகம் வந்துவிட்டது. முதலிலேயே இந்த அலட்சிய புத்தி இல்லாமல் இருந்திருக்க வேண்டும். இன்றைத் தினத்துக்கு மட்டும் அல்ல; சம்பாதிக்க என்று தலையெடுத்த பிறகு, பணம் சம்பாதிப்பதில் பிசகில்லை என்ற சின்ன உண்மை தெரியாததனால் எவ்வளவு அவலமான நிலை! முப்பது நாளைக்கு எண்பத்தேழு! அந்தப் பாடந்தான் இன்றும் தெரிந்தது. இன்று முதல் வேறு ஆள் என்று மனத்தில் தியானம் செய்துகொண்டே காரியாலயத்துக்குக் கிளம்பினான்.

அதற்குப் பிறகு செல்வநாதனைக் காரியாலயத்தில் பார்த்தவர்களுக்கு

அவனிடத்தில் ஏதோ புதுமை தெரிந்தது. மேக மண்டலத்தில் மிதந்து கொண்டிருந்தவன் பூமியில் காலூன்றி நடப்பதுபோல் தோன்றிற்று. இந்த மாறுதல் வெளிப்படையாகத் தெரிந்ததால், "என்ன புது ஆளாகி விட்டாயே!" என்று கூட இரண்டொருவர் கேட்டுவிட்டார்கள். மனத்தில் தீவிர மாறுதல் ஏற்பட்டால் உடனே உடலில் பிரதிபலிக்காமல் போகாது போலிருக்கிறது என்று செல்வநாதன் நினைத்து மகிழ்ந்து கொண்டான். உண்மையாகவே, அன்று புதிதாகப் பிறந்த உணர்ச்சி உண்டாகிவிட்டது. இந்த மிடுக்கோடுதான் மாலை 5 மணிக்குத் திருவல்லிக்கேணியிலிருந்து பனகல் பார்க்குக்குப் போக, பஸ்ஸில் ஏறினான்.

பஸ்ஸில் அதிகக் கூட்டம் இல்லை. வண்டிக்குள் செல்வநாதன் ஏறிப் போன சமயம் எல்லா இடங்களிலும் பிரயாணிகள் உட்கார்ந்து கொண்டிருந்தார்கள். தொங்குகிற வெளவாலாக நிற்கும் பிரயாணி ஒருவரையும் காணவில்லை. செல்வநாதன் ஓர் இடத்தண்டை போய் நின்ற நிமிஷத்தில் அங்கு உட்கார்ந்திருந்தவர் எழுந்து வண்டியை விட்டு இறங்கினார். செல்வநாதனுக்கு ஓர் இடம் கிடைத்தது. அவனுக்கு இடம் கிடைக்குமுன்பே அவன் கண்ணுக்கு ஒரு பொருள் தென்பட்டு, காலி இடத்தில் உடனே உட்காரும்படி தூண்டிற்று என்று சொல்வது பின்னும் பொருத்தமாக இருக்கும். அந்தப் பொருளின் மௌனமான அழைப்பு இல்லாவிட்டாலும் அங்கு உட்கார்ந்துதான் இருப்பான். இப்பொழுது விசேஷம் என்னவென்றால், அந்த இடத்தில் உட்கார்ந்ததும் அந்தப் பொருளின் மீது தன் வலக்கையை அழுத்திக்கொண்டு உட்கார்ந்தான் என்பதுதான்.

அவனை மௌனமாக அழைத்த பொருள் ஒரு காகிதத்தில் சுற்றப்பட்டிருந்தது. உள்ளே இருப்பது என்ன சாமான் என்று தெரியவில்லை. எனவே, எந்த உலோகத்தால் ஆகியது என்பதும் தெரிய இடம் இல்லை. செல்வநாதன் வந்தவுடன் ஒருவன் எழுந்து இடத்தைக் காலி செய்தானே, அவனுடையதாக இருக்க முடியாது. ஏனென்றால் அதை அவன் எடுத்துக்கொண்டுபோகவில்லை. அவனதாக இருந்தால் கூட எடுத்துக்கொண்டு போக மறந்துவிட்டான்.

செல்வநாதன் அந்த இடத்தில் உட்கார்ந்ததும் அவனது வலக்கை அந்தப் பொருளைத் தானாகவே போய் மூடி அழுத்திக்கொண்டு விட்டது. மனம் என்பது எஜமான்; புலன்களும் கர்மேந்திரியங்களும் விசுவாசமுள்ள நாய்கள். எஜமான் சொற்படி சூ என்றால் பிடித்துக் கொண்டுவிடும். அலட்சியப்படுத்தாதே என்ற மந்திரத்தை மனம் ஏற்றுக்கொண்டது முதல், உடல் உத்தரவை நிறைவேற்றக் காத்துக் கொண்டிருந்தது. ஒரு பைசாவுக்கு மேல் பெறும்படியான சாமானா

யிற்றே! அலட்சியப்படுத்தக்கூடாதென்று கை தானாகச் சிந்தித்து முடிவு செய்துவிட்டதுபோல் இருந்தது.

உள்ளே இருப்பது வெள்ளித் தம்ளராக இருக்கலாம்; குறைந்தது 25 ரூபாய் பெறும். அது, எழுந்து போனவனுடைய சாமான் அன்று. செல்வநாதனுக்கு வலக்கைப் புறத்தில் ஒருவர் உட்கார்ந்திருந்தாரே, அவருடையதாக இருக்கக்கூடாதென்று சொல்வதற்குப் போதுமான காரணம் யாதொன்றும் இல்லை. ஆனாலும் அவருடையது அல்ல என்று அவன் மனத்தில் ஏனோ பட்டுவிட்டது.

வலக்கைப்புறத்தில் இருப்பவர்க்கும் அந்த சாமானுக்கும் வெள்ளித் தம்ளருக்கும் சம்பந்தம் உண்டா என்று தெரிந்தாக வேண்டும். அதைத் தெரிந்துகொண்டால்தான் அவன் புது மனிதனாக மாறி யிருப்பதற்கு அடையாளமாகும். தான் இறங்க வேண்டிய பனகல் பார்க்கிலே இந்தச் சாமானை எடுத்துக்கொண்டு இறங்கிவிடுவதாக இருக்கட்டும். ஒருகால் இந்த வெள்ளிப் பாத்திரம் வலக்கைப்புறத்தில் இருப்பவருக்குச் சொந்தமாக இருந்து செல்வநாதன் செய்வதைப் பார்த்துவிட்டு, "என்னங்க ரொம்ப நல்ல காரியம் பட்டப்பகலிலே பகிரங்கமாகப் பண்றீங்களே!" என்று கேட்டுவிட்டால்?

வாஸ்தவம். சொத்து சேர்ப்பதில் வீண் பரபரப்பு கூடாது. விழிப்பு இருக்கவேண்டும். அதனுடன் நிதானமும் முன்யோசனையும் பொறுமையும் அவசியம் வேண்டும். பனகல் பார்க்குக்கு முன்னால் வெள்ளித் தம்ளர் கிடைத்தால் என்ன, பஸ் நிற்கும் இடம் வரையில் போய் கிடைத்தால் என்ன? பனகல் பார்க்குக்கு முன்னால் செல்வத்தைச் சம்பாதிப்பதில் அபாயம் இருக்கிறது; பஸ் நிற்கும் இடத்தில் கிடைத்தால் எந்த மனவேதனையும் இல்லை.

இம்மாதிரி எண்ணி முடிவு செய்துகொண்டு பனகல் பார்க்கில் இறங்க வேண்டியவன் பஸ் முடிவாக நிற்கும் இடம் வரையில் போய்விடத் தீர்மானம் செய்துகொண்டான்.

முடிவாக நிற்கும் இடத்துக்குப் பஸ் வந்து சேர்ந்தது. வண்டிப் பிரயாணிகள் அவசர அவசரமாக இறங்கினார்கள். செல்வநாதன் நினைப்பெல்லாம் – கவனமெல்லாம் – கண்ணெல்லாம் வலப் பக்கத்தில் உட்கார்ந்திருந்தவரின் கைகளின்மேல் பதிந்திருந்தது, வெள்ளிப் பாத்திரத்தை நோக்கி வருகின்றனவா இல்லையா என்று. அத்துடன் வண்டியைவிட்டு இறங்குவதிலும் செல்வநாதன் அவசரம் காட்டவில்லை. எக்கச்சக்கத்தில் அகப்பட்டுக்கொள்ளாமல் செய்யவேண்டிய காரியம் என்ற நினைப்பு. அவனைத் தவிர வண்டியில் ஒருவரும் இல்லை. எல்லோரும் இறங்கிவிட்டார்கள். வெள்ளித் தம்ளரைத் தைரியமாக

எடுத்துக்கொண்டு வண்டியிலிருந்து இறங்கினான்.

கீழே இறங்கினவுடன் உள்ளே இருப்பது என்ன என்று பார்க்க அவசரந்தான். ஆனால் பஸ்ஸிலிருந்து இறங்கியவர்கள் யாரேனும் இவன் தயக்கத்தைப் பார்த்துச் சந்தேகப்பட்டு, உண்மையை ஊகித்துவிட்டால்...?

இறங்கின இடத்தைவிட்டு 50 கஜம் தள்ளி நடந்துவந்து சாமானை மூடியிருந்த கடிதாசைப் பிரித்தான். வெறும் கண்ணாடித்தம்ளர்! எதெடுத்தாலும் ஒன்றரையணா வகை! செல்வநாதன் மனத்தில் தோன்றிய உணர்ச்சி ஏமாற்றந்தான். இதற்காகவா இவ்வளவு தொந்தரவுக்கு உட்பட்டோம் என்ற எண்ணம் அறுத்தது உண்மைதான். “முயற்சியும் புத்தியும் செல்வத்தை விளைத்து விடமாட்டா. புசிப்பு வேண்டும்! எனக்கு அது இல்லை. அதனால்தான், அகப்பட்ட தம்ளர் கண்ணாடியாக இருக்கிறது!” கடிதாசைக் கோபத்தில் தெருவில் எறிந்துவிட்டு வீடு வந்துசேர்ந்தான்.

தம்ளரை மேசையில் வைத்ததைப் பார்த்தாள் மனைவி. "வாங்கிக் கொண்டு வந்தீர்களா?"

“ஆமாம். பின் யார் இனாமாகக் கொடுக்கிறார்கள்? இரண்டரையணா ஒன்றரையணாக் கடை வியாபாரம்."

"தம்ளர் பரவா இல்லை" என்று மனைவி அதன் அழகைச் சோதிக்கத் தொடங்கினாள்.

44. புரட்சிகரமான ஓவியம்

சுயம்பு நிலையம், அல்லிக்கேணி,
ஓவிய விமர்சகர் சுதா சர்மா.
தலைவர், ஓவியர்கள் அகாதெமி,
பாரிஸ்.

அன்பார்ந்த ஐயா,

ஓவியக்கலைக்கும் ஓவிய விமரிசனத்துக்கும் மிகப் பெரிய அதிர்ச்சியைத் தரக்கூடியதும் உலகமே கேட்டறியாத விமரிசன சித்தாந்தப் புரட்சியை உண்டாக்கக்கூடியதுமான ஓர் ஓவியத்தை இத்துடன் அனுப்பி யிருக்கிறேன். இதைத் தங்கள் நிர்வாகக் குழுவில் ஆராய்ந்து விட்டு, வரவிருக்கும் பாரிஸ் ஓவியக் கண்காட்சியில் சேர்த்துக்கொள்ள வேண்டும் என்று கேட்டுக்கொள்கிறேன்.

நான் ஒரு ஓவிய விமரிசகன், நன்றி.

அன்புள்ள சுதா சர்மா

பால் ஸீ சேன்,
தலைவர், ஓவிய அகாதெமி,
பாரீஸ்.

அன்புள்ள சுதா சர்மாவுக்கு,

தங்கள் அதிர்ச்சி தரும் கடிதமும் ஓவியமும் வரப்பெற்றேன்.

ஓவியம் யார் தீட்டியது என்று முதலில் அந்தரங்கமாகவேனும்

தெரிந்தாக வேண்டும். ஓவியத்தில் கையெழுத்தைக் காணோம். தாங்களும் சொல்லவில்லை. இதைவிடத் தமாஷ், ஓவியத்துக்குத் தலைப்புக்கூட இல்லை. பதில் கடிதம் எதிர்பார்க்கிறேன். நன்றி.

அன்புள்ள,
பால் ஸீ சேன்.

நண்பருக்கு,

தங்களுடைய கடிதம் கிடைத்தது. தங்கள் கோரிக்கைக்கு இணங்கப் பெயரை உடனே குறிப்பிட்டுவிடலாம். ஆனால் அது முழு உண்மையாகாது. ஏனென்றால் திடுக்கிடத்தக்க ஓவியத் தத்துவங்கள் இங்கேதான் வெடித்தெழுகின்றன. ஆகையால்...

ஓவியத்தை ஒருவர் சிருஷ்டி செய்ய வேண்டும் என்று கூறுவது தவறு என்ற புரட்சிகரமான உண்மையை நான் இதிலிருந்துதான் அறிந்தேன். சொல்லப்போனால், தற்காலமென்று கூறும் கால எல்லைக்குப் பிறகுதான், தனி உரிமை உடைமை என்ற எண்ணங்கள் வேரூன்றிய பிறகு ஓவியத்தையோ கலையையோ ஒருவன் சிருஷ்டிப்பது என்ற மரபும் இலக்கணமும் தோன்றியிருக்க வேண்டும். ஆதிகால ஓவியங்களைப் பார்த்தால் – அவற்றைத்தானே இப்பொழுது மேல் நாட்டு ஓவியர்கள் ஆதரிசமாகக் கொண்டிருக்கிறார்கள்? – ஒருவர் எழுதியதாகத் தெரியவில்லை. வெகு முக்கிய விஷயங்களெல்லாம் அநாதியாக இருக்கின்றன, மூலம் தெரிவதில்லை என்ற உண்மைகளை யாரும் உணர்வதில்லை. உதாரணமாக, உழுவதை, பயிரிடுவதைக் கண்டுபிடித்தவன் யார்? ரொட்டி சுடுவதைக் கண்டுபிடித்தவன் யார்? யாருக்குத் தெரியும்? ஆகையால் தாங்கள் கோருவது தேவையற்ற தகவல் என்று முதலில் வணக்கமாகக் கூறுகிறேன்.

போகட்டும். புரட்சிகரமான வளர்ச்சியின் மாறுதல்களை, கலைஞர்களும் விமர்சகர்களுமேனும் கவனிக்கிறார்களா என்றால் அதுவும் இல்லை. விஞ்ஞானயுகத்தின் விளைவுகளை இன்னும் யாரும் பூர்ணமாக உணர்ந்துகொள்ளவில்லை. கணக்குப் போடும் மிஷின்களை பாங்கில் பார்த்திருக்கிறேன், மொழிபெயர்ப்புக்கு மிஷின் இருப்பதாகச் செய்தி படித்திருக்கிறேன். ஒரு மிஷின் செய்யுள் இயற்றுவதாகக் கூடப் பத்திரிகைகள் பேசின. இந்த நிலைமையில் ஓவியம் மாத்திரம் தனி மனிதனின் சிருஷ்டியாகத்தான் இருக்கவேண்டும் என்ற சித்தாந்தம் எப்படி நியாயமாகும்?

தாங்கள் ஓவியரின் பெயரைக் கேட்டிருக்கிறீர்கள். அவர் ஓர் அச்சகத்தில் மிஷின் பணியாளர். அவருக்கு ஓவியம் பற்றிச் சுட்டுப் போட்டால்கூடத் தெரியாது. அவர் போய் இந்த ஓவியத்தில் தூரிகையை

நாட்டுவது எங்கே? ஓவியத் தூரிகை இருப்பதுகூட அவருக்குத் தெரியுமோ என்னவோ! ஆனால் இந்த ஓவியத்தை யாருடனாவது சம்பந்தப்படுத்தித்தான் ஆகவேண்டும் என்று வற்புறுத்துவதால், அவரைத்தான் உபாதான காரணமாகக் கொள்ளவேண்டும். நான் சொல்வது கிண்டல் என்று தங்களுக்கு நிச்சயம் தோன்றக்கூடுமாதலால், இந்த ஓவியங்கள் உற்பத்தி ஆவதையும் உற்பத்தி செய்பவரையும் நேரில் கண்டு உண்மையை உலகறியச் செய்யவேண்டுமென்று கேட்டுக்கொள்கிறேன்.

இந்த ஓவியத்தை உங்களுக்கு அனுப்பிய பிறகு இதே இடத்திலிருந்து இன்னும் இரண்டு ஓவியங்கள் கிடைத்திருக்கின்றன. அவையும் உங்களுக்கு ஒரு தூண்டிலும் தூண்டுதலும் ஆகும் என்று நம்புகிறேன்.

அன்புள்ள,
சுதா சர்மா.

அன்புள்ள சுதா சர்மாவுக்கு,

தங்கள் கடிதத்துக்கு நன்றி. எத்தனையோ வித ஏமாற்றங்களை ஓவிய வரலாறு கண்டிருக்கிறது. ஒன்றுகூடிவிட்டால் அதனால் மோசம் ஒன்றும் வந்துவிடாது. ஆனால் தாங்கள் கூறியிருப்பதை ஏமாற்றென்று கருத நான் தயாராக இல்லை. சிந்தனையின் சாதனை அளவுக்கு நடப்பியல் புத்தியால் எழ முடிவதில்லை என்பது அனுபவ உண்மை.

தங்கள் கடிதத்தை அகாதெமி நிர்வாகக் குழுக் கூட்டத்தில் வைப்பதென்று முடிவு செய்து வைத்தேன். அவர்களும் ஒருநாள் முழுவதும் விவாதித்து, நேராக விஷயங்களை அறிந்துகொண்டு அறிக்கை சமர்ப்பிக்கும்படி கட்டளை இட்டிருக்கின்றனர்.

நான் ஆகஸ்டு ஒன்பதாம் தேதி பம்பாய் வருகிறேன். பம்பாயிலிருந்து சென்னைக்கு வந்து அடுத்த நாளே கிளம்பித் தங்களைச் சந்திக்கிறேன்.

– பால் ஸீ சேன்.

2

ஆகஸ்டு பன்னிரண்டாம் தேதி சுதா சர்மா, பால் ஸீ சேனை, சென்னை நாகரிக ஓட்டல் ஒன்றில் சந்தித்தார். மரியாதை முறையான பேச்சு வார்த்தைகள், பரஸ்பர பூர்வோத்தரங்கள், ஓவிய விமரிசனப் போக்கு பற்றிய சர்ச்சைகள் ஆகியவை அரை மணி நேரம் நடைபெற்றன.

“நல்லது. நீங்கள் சொன்னவர் இங்கேதானே இருக்கிறார்?”

“ஆமாம்.”

“அது ஓர் அதிருஷ்டம். இல்லாவிட்டால் அந்த ஊருக்குப் போகவேண்டி இருந்திருக்கும். நான் அதிக நாள் தங்குவதற்கும் இல்லை. எப்பொழுது பார்க்கலாம்?”

“இப்பொழுதே பார்க்கலாம். நீங்கள் வருகிறீர்கள் என்றுகூட அவருக்கு நான் சொல்லவில்லை. முன்பு கடிதத்தில் குறிப்பிட்டிருந்தேனே, அந்தப் படங்களையும் ஒரு பார்வை பார்த்துவிடுங்கள். புரட்சிகரமான உண்மையைக் கண்டுபிடித்திருக்கிறேன் என்பது புரியும்.”

பால் ஸீ சேன் அந்த இரு படங்களையும் வாங்கி ஊன்றிப் பார்த்தார். தாம் கிண்டல் என்று ஒரு சமயம் நினைத்தது எவ்வளவு தவறு என்பது போல் முகம் ஒரு தடவை அசடு தட்டிற்று. வெகு பிரயாசையுடன் அதை மூடி மறைத்துக்கொண்டார்.

பின்னர் இருவரும் புறப்பட்டனர். அச்சாபீசை அடைந்து முதலாளியிடம் வெள்ளைக்காரர் அச்சாபீசைப் பார்க்க வந்திருப்பதாகக் கூறியபோது அவர் உண்மை என்றே நினைத்துக்கொண்டார். கலை, அது இது என்றால் அவர் முழம் என்ன விலை என்றுதான் கேட்பார். “இவர்தாம் நான் சொன்னவர்” என்று சுதா சர்மா மிஷின் ஊழியரைச் சுட்டிக்காட்டியபொழுது துரை வந்தனம் செய்தபோதிலும் வியப்படையத் தவறவில்லை. ஆளைப் பார்த்தால் கலைஞனுக்கு வேண்டிய தெளிவோ கூர்மையோ காணோம்.

“ஓவியங்களை எப்பொழுது...?” என்று ஸீ சேன் கேட்டார்.

சர்மா சிரித்தார்.

“அவர் வேலை செய்யும்பொழுது ஓவியங்கள் தாமாக உண்டாகும். இதோ பாருங்கள் அவர் காலடியில்.”

ஸீ சேன் குனிந்து தொழிலாளரின் காலடியில் இருந்த இரண்டு தாள்களை எடுத்தார். தாள்கள் கசங்கியும் சுருங்கியும் மையாகவும் இருந்தன.

சர்மா, ஸீ சேனை ஒரு மேஜைக்கருகில் உட்கார்த்தி, தாள்களை மேஜையில் சுருக்கமின்றி விரித்துச் சமப்படுத்தினார். பல மடிப்பு விழுந்த இடங்களில் வெள்ளையாகவும், சுருக்கங்கள் இருந்த இடத்தில் மசி பட்டும் படாமலும் பல இடங்களில் மசி பரவியும் மொத்தையாகவும் இருந்தது. நடுவில் நடுவில் அடுத்தடுத்துக் கோடுகள் தெரிந்தன. இரண்டு நிமிஷம் பிடித்தன — ஓவியத்தைப் புரிந்துகொள்ள. புரிந்துகொண்ட பிறகு நம்பிக்கையின் எல்லையைக் கடந்து போய்விட்டது போன்ற

ஓர் அசட்டுக் கேள்வி கேட்டார்.

"தொழிலாளர் காலால் ஓவியம் எழுதுவாரோ?"

சுதா சர்மா ஒரு நிமிஷம் மௌனமாக இருந்துவிட்டுக் கூறினார்

"உண்மையை நம்மால் ஜீரணித்துக்கொள்ள முடியாததால் தான் பழைய நினைப்புகளையும் சித்தாந்தங்களையுமே பிடித்துக்கொண்டு உள் மனம் தொங்குகிறது. அதனால்தான் புரட்சியையும் புதுமையையும் விஞ்ஞானத்தையும் மிரட்டி வருகிறோம். அல்லது கேலி செய்து வருகிறோம்."

"இந்த அதிசயம் எப்படி நிகழ்கின்றதென்று புரியவில்லையே!"

"இது மிகவும் எளிய காரியம். இதில் அறிவோ கற்பனை கலந்த முயற்சியோ எதுவும் இல்லை. மிஷினில் அச்சடிக்க வைக்கப்பட்ட தாள் சரிவர வைக்கப்படாத காரணத்தாலோ எதனாலோ சிக்கிக் கொள்ளும்பொழுது அச்சே சரிவர விழாமல் ஏதோ குழறிப்போகிறது. அந்தத் தாளில்தான் இவை பிறக்கின்றன. இவற்றில் ஓவியம் இருப்பது அச்சாபீஸ்காரருக்குத் தெரியாது."

ஒரு மணி நேரம் கழித்து மிஷின் வேலையாள் எடுத்தெறிந்த புதுத்தாள்களை எடுத்து ஸீ சேன் பார்த்தார். ஆராய்ந்தார். அவை சுருண்டும் மடங்கியும் திட்டு திட்டாக மையாகவும் இருந்தன, அவற்றை மேஜைமேல் ஆவலுடன் பிரித்துவைத்துப் பார்த்தார். இப்பொழுது ஓவியத்தைக் காண்பதற்கு நேரம் ஆகவில்லை. அற்புதமான ஏரியும் பக்கத்தில் தோப்பும் படத்தில் தெரிந்தன. மற்றொன்றில் மான்கள் போவது போலிருந்தது. அதற்குப் பிறகு அவர் மனத்தில் சந்தேகமே பிறக்கவில்லை.

"நண்பரே, புரட்சியை நேருக்கு நேரே கண்டுவிட்டேன். ஓவிய உலகம் இந்த அதிர்ச்சியைத் தாங்குமா என்பதைக் கண்காட்சியில் பார்த்து விடலாம். இன்றிரவே புறப்படுகிறேன்."

"இதோ இப்பொழுது தயாராகி இருக்கும் ஓவியத்தையும் என்னிடத்தில் இருக்கும் இரண்டையும் எடுத்துச்சென்று கண்காட்சியில் சேர்த்து விடுங்கள். தங்களுடைய மெய்யான ஓவியப் பண்புக்கு என் பாராட்டு."

"நான் உங்களுக்குப் பாராட்டு இங்கே தெரிவிக்க மாட்டேன். கண்காட்சிக்கு இந்த மிஷின் தொழிலாளரை அழைத்துக்கொண்டு தவறாமல் வாருங்கள். போனவுடன் பணம் அனுப்புகிறேன்."

"நன்றி" என்றார் சுதா சர்மா.

இந்தக் கட்டத்தில் முதலாளி வெள்ளைக்காரரிடம் வந்து நன்றி கூறினார். பணம் என்றதும் தமக்குக் கிடைக்கட்டுமே என்று நினைத்து, துரை விஜயத்தை ஆயுள் முழுவதும் மறக்கப்போவதில்லை என்று உறுதி கூறினார். ஸீ சேன் முதலாளி கையைக் குலுக்கிவிட்டு விடைபெற்றுக் கொண்டார்.

ஒரு மாதத்துக்குப் பிறகு பாரிஸ் கண்காட்சியில் பழைய ஓவியம் எதுவும் இராதென்றும், புரட்சிகரமான புது ஓவியங்களே இருக்கும் என்றும் பாரிஸ் பத்திரிகைகளிலும் ஐரோப்பியப் பத்திரிகைகளிலும் செய்திகள் வெளியானபோது ஓவிய உலகமே திடுக்கிட்டது.

மறு வாரத்தில் மிஷின் தொழிலாளியின் காலடியில் பிறக்கும் ஓவியங்களில் இருபத்தொன்றை ஓவிய ரசிகர்களும் விமரிசகர்களும் கட்டுக்கடங்காத கூட்டமும் பாரிஸ் அகாதெமிக் கண்காட்சியில் பார்த்தபிறகு பழைய ஓவியர்களின் காலம் முடிந்துவிட்டதென்றும், புரட்சிகரமான புது ஓவியங்களின் காலந்தான் இனி என்றும் அறிந்த பொழுது உலகம் முழுவதும் குழம்பியே போய்விட்டது.

இவற்றை எல்லாம்விடப் பெரிய அதிர்ச்சி இதுதான். ஓவிய நிபுணர்களையும் விமரிசகர்களையும் பாரிஸ் அச்சகங்களுக்கு அழைத்துப்போய், மிஷின் காலடியில் தாமாகப் பிறக்கும் ஓவியங்களையும் ஸீ சேன் காட்டியபொழுது அவர்கள் கண்ணையே நம்பவில்லை. கண்ணை நம்பாமல் இருந்தால் காட்சி பொய்த்துவிடுமா?

புதிய ஓவிய யுகம் என்று பத்திரிகைகள் எல்லாம் கொட்டை எழுத்தில் எழுதி நிரப்பின. சுதா சர்மாவுக்குப் பாரிஸ் அகாதெமி பிரமாதப் பாராட்டை அளித்தது.

45. புலியின் வரிகள்

ஆதிகாலம் முதற்கொண்டே வங்காள வேங்கைக்கும் மூங்கில் கொத்துக்கும் இணைபிரியாத நட்பு. அப்பொழுது மூங்கில்களுக்குப் பொன் வர்ணம் இல்லை. பச்சையாகவே இருந்தன. புலிக்கு வரிகள் இல்லை. பழம் போன்ற வர்ணம் மட்டும் உடலில் பரவி இருந்தது.

காட்டு வழியே வரிக்கோடுகள் நடந்து வந்து கொண்டிருந்தன. ஆதி முதற்கொண்டு வரிகள் தனித்து ஓரியாக இருந்தன. தனிமையின் தன்மையில் தம்மையே உணர முடியாமல் தவித்துக்கொண்டிருந்தன. பொருள்கள் மோதினால்தானே, இணைந்தால்தானே உணர்வு பிறக்கும், பொறி பறக்கும்? குகையை விட்டு வரும் அரிமாவைப் போல நான் என்னும் நினைப்பு, பிடரி மயிரைச் சிலிர்த்துப் பெருமிதம் அடைய முடியும்? ஆனால் வரிகள் ஒன்றியாகப் பயனற்றிருந்தன. தவிப்பை முறித்தெறியப் பாதைவழியே அவை நடந்து வந்து கொண்டிருந்தன.

'என்ன அழகிய மூங்கில் கொத்து! என்ன அழகிய புலி!' என்று, ஒரு நிமிஷம் நின்று வேடிக்கை பார்த்துக் கொண்டிருந்தன. பார்த்துக்கொண் டிருக்கும்பொழுதே விர்ரென்று விஷ அம்பு ஒன்று புலிமேல் பாய்ந்தது. காடு நடுங்க உறுமிக்கொண்டே புலி இறந்தது. புலிதான் போய்விட்டதே என்ற தைரியத்தில், கோடாலிக்காரன் விரைந்து வந்து மூங்கில்களை எல்லாம் வெட்டிச் சாய்த்து வீடுகட்ட எடுத்துப் போய்விட்டான். மிஞ்சி இருந்த இரண்டு மூங்கில்கள் உராய்ந்து கொண்டே துயரத்தால் ஓலமிட்டன. புலிக்கு நாம் துணை, நமக்குப் புலி துணை என்று நினைத்தோமே... ஏமாந்து விட்டோமே என்று புலம்பின.

பயந்துபோய் வரிக்கோடுகள் மேலே நடந்து சென்றன. "ஓரியாக இருந்தால் இன்பம் இல்லை" என்றது ஒரு கோடு.

"இரண்டாக இருந்தால் மூன்றாவது எதிரி வருகிறான்" என்றது மற்றொரு வரி.

"பின் என்ன செய்யலாம்?"

"ஒன்றியாக இல்லாமல் இரண்டாகவும் இல்லாமல் ஒன்றி விட்டால் இன்பம் உண்டு. பலவாக இருப்பது ஒன்றிவிட்டாலும் பகை தெரியாது. பெருமிதம் மிஞ்சும்."

"அதுதான் சரி" என்று வரிகள் முடிவு செய்தன.

கொஞ்ச தூரத்துக்கும் அப்பால் மற்றொரு மூங்கில் புதரும் புலியும் தெரிந்தன. புலியைப் பார்த்த உடனேயே வரிகள் புலியின் தோலுடன் தனித் தனியாக ஒன்றி கறுப்புப் பட்டுப்போல் மின்னி மகிழ்ந்தன. வெயிலும் நிழலும் கலந்த மூங்கில் கொத்தும் வரிப்புலியும் எல்லாம் ஒன்றாகிவிட்டன. எது எதுவென்றே தெரியவில்லை.

கோடாலிக்காரன் வரும் வாசனையை உணர்ந்த புலி பயங்கரமாக உறுமிற்று. உறுமல் அலையலையாகப் பரவி வேடனை எச்சரித்தது. எழுந்து பார்த்தான். புலி இருக்கும் இடம் தெரியவில்லை. வெயிலும் மூங்கில்களின் நிழல்களும் மட்டுமே கண்ணுக்குத் தெரிந்தன. வேடன் சலித்துக் கொண்டே கிராமத்துக்குத் திரும்பி விட்டான். 'உருவத்தைப் பார்த்தால் இலக்கு வைக்கலாம். குரலைக் குறித்து எப்படி இலக்கு வைக்க முடியும்?' என்று தனக்குத் தானே பேசிக்கொண்டே போனான். கோடாலிக்காரன் புலி உறுமுகிறதென்று போய்விட்டான்.

கோடாலிக்காரனும் வேடனும் திரும்பிச் சென்றதை எட்டிப் பார்த்துக் கொண்டிருந்த மூங்கில்களுக்கு மகிழ்ச்சி பொங்கிற்று. தங்களுடைய உடல் புலியைப் போன்ற வண்ணம் கொண்டதைக் காண வியப்பாக இருந்தது.

வரி வேங்கை ஆனந்தமாய்த் தூங்க கொட்டாவி விட்டது. என்ன பயங்கரமான குகை வாய், கோரைப்பற்கள்!

46. பெரிய கண்

காவிரிக்கரை ஓரம் பெரிய மேடையில் உட்கார்ந்திருந்த சாஸ்திரி அங்கவஸ்திரத்தை எடுத்து உதறிக்கொண்டு எழுந்தார் – அங்கவஸ்திரத்தை உதறினால் என்ன குறிப்பு என்பது அவருடன் உட்கார்ந்திருந்த அம்பாவு, பொகுபுத்தி என்ற இரண்டு பேரன்களுக்கும் வெகு நன்றாய்த் தெரியும்.

“ஏன் தாத்தா இப்பொழுதே வீட்டுக்குப் புறப்படுகிறாய்?" என்று கேட்டான் பொகுபுத்தி.

“நாழியாகவில்லையா? வேறு என்ன செய்ய வேண்டும்?"

“ஒரு கதை சொல்லுகிறேன் கேளு, பிறகு புறப்படுவோம்" என்றான் பொகுபுத்தி.

“கேளு கதையை" என்றான் அம்பாவு.

“சாயங்கால நேரத்தில் கதை கேட்டாலும் சொன்னாலும் மலைப் பாம்பாகப் பிறக்கவேணும். நான் மாட்டேன். தவிர நாணலில் வாழும் பெண்கள் குளிக்கவரும் நேரம். பெண்கள் குளிப்பதைப் பார்க்கக் கூடாது” என்றார் தாத்தா.

“இருட்டில் குளித்தால் ஒண்ணும் தெரியாது, தாத்தா” என்றான் பொகுபுத்தி.

“அப்படி இல்லை. நாணல் பெண்கள் மின்னலைப்போல் பளிச்சென்றிருப் பார்கள். இருட்டில்கூட வெளிச்சமாகத் தெரியும்."

“அப்படி என்றால் கதை கேட்கமாட்டாயா?"

“வீட்டுக்குப் போவோம். சாப்பிட்ட பிறகு உங்களுக்குப் படுக்கை போடுகிறேன் பாரு, அப்பொழுது கேட்கிறேன்" என்று தாத்தா கூறியதும் எல்லோரும் வீட்டுக்குப் புறப்பட்டனர்.

இரவு சாப்பாட்டுக்குப் பிறகு சாஸ்திரி பேரன்களின் படுக்கையை உதறிப் போட்டுவிட்டு நின்றார்.

"கம்பி நீட்டாதே. கதை கேளு" என்று பொகுபுத்தி கூறியதும் தாத்தா முழங்காலைக் கட்டிக்கொண்டு உட்கார்ந்தார்.

"தாத்தா, இது நிஜக்கதை. நீங்கள் எல்லாம் சொல்லுவேளே பொய்க்கதை, அந்த மாதிரி இருக்காது. பார்த்துக்கோ."

"இந்த ஊரிலே மாசித்தெரு என்று ஒரு தெரு இருக்கிறது அங்கே 16–ம் நம்பர் வீட்டில் ஒரு பெண் இருக்கிறாள்."

"அழகா இருக்கிறாள், கலியாணம் பண்ணிக்கொள்ள வேணும் என்று சொல்லப்போகிறாய்."

“விளையாடாதே, தாத்தா! கேளு."

“ஒரு நாளைக்கு நானும் அம்மாவும் கடைத் தெரு வழியாகப் போனோம். எதிர்த்தாப்போல இந்தப் பெண் அவள் அம்மாவோடெ வந்தாள்."

“என்ன பேரு?”

"பெண்ணைத் தெரிஞ்சு கொள்வதற்கு முந்தி பேர் எப்படித் தெரியும்? அந்தப் பெண் தாழம்பூ மடல் மாதிரி இருந்தாள். ஆனால், அவள் கண் மாத்திரம் பயமாக இருந்தது. ஆந்தைக் கண் என்போமே, அதைவிட இரண்டு பங்கு பெரிதாக இருந்தது. ‘ஏனம்மா, கண் இப்படி இருக்கிறதே? கீழே விழுந்துடாதா?’ என்று அம்மாவைக் கேட்டேன். ‘அதெல்லாம் விழாது. சுவாமி கொடுத்தது விழாது’ன்னு சொல்லிவிட்டாள். அம்மாவுக்கு ஒண்ணும் தெரியாதுன்னு எனக்குத் தோணித்து. ‘நான் விசாரிக்கிறேன் பார்’னு சொன்னேன். ராத்திரி எல்லாம் இதைப்பத்தி யோசித்தேன்.

மறுநாளைக்குப் பள்ளிக்கூடம் போனபொழுது ஒரு யோசனை தோணித்து. எங்க கிளாஸ் பெண்கள் ஒவ்வொருத்தியையும் விசாரித்தேன். ஒருவருக்கும் ஒண்ணும் தெரியவில்லை. ஒரு பெண் மட்டும் தங்கள் தெருவில் அதிசயமான பெண் இருப்பதாகச் சொன்னாள். என்ன அதிசயம் என்று கேட்டபொழுது அவளுக்குக் கண் அறுந்து விழுவது போல் இருப்பதாகவும், தூங்கும்போது கண்ணை எடுத்து வைத்துவிட்டுத் தூங்குகிறாள், காலையில் எழுந்திருந்து எடுத்து வைத்துக்கொள்கிறாள் என்றும் சொன்னாள். காலம்பரப் பாக்கலாமான்னு கேட்டேன். ‘அந்தப் பெண்ணும் அவள் அம்மாவும் எங்கள் வீட்டுக்கு அடுத்த வீட்டுத் திண்ணையில்தான் தூங்குகிறார்கள். ஒருத்தரையும் கேட்க வேண்டியதில்லை’ என்றாள்.

முந்தா நாள் காலம்பர காபி கூடச் சாப்பிடாமல் அந்த வீட்டுத் திண்ணைக்குப் போனேன். அந்தப் பெண் தூங்கிக்கொண்டிருந்தாள். அவள் அம்மாள் எழுந்திருந்து தலை எல்லாம் வாரிக்கொண்டு எங்கோ புறப்படத் தயாராக இருந்தாள். பெண்ணுக்குப் பக்கத்திலிருந்த விளக்குப் பிரையில் இரண்டு கண்கள் இருந்தன. நான் பாட்டுக்கு ஒன்றும் தெரியாததுபோல் அவள் எப்பொழுது எழுந்திருப்பாள் என்று பார்த்துக்கொண்டே உட்கார்ந்திருந்தேன்.

கொஞ்ச நேரமான பிறகு அவள் எழுந்திருந்து கண்ணிமையைத் திறந்தாள். என்ன ஆச்சர்யம். அவளுக்கு நம்மைப்போல் சாதாரணக் கண்தான் இருந்தது. உடனே ஒரு சொம்புத் தண்ணீர் எடுத்துப் பல்லைத் தேய்த்து முகத்தை அலம்பிக்கொண்டாள். பிறகு முகத்தில் ஏதோ பவுடரைப் பூசிக்கொண்டாள். கடைசியில் பிரையில் இருந்த இரண்டு கண்களையும் தன் கண் மேலே வைத்து எப்படியோ கட்டிக்கொண்டாள். எனக்குக்கூட அந்தப் பெரிய கண் நிஜம் போலவே தோணித்து.

அதற்குள்ளே அவள் அம்மாள் ஒரு அலுமினிய டம்ளரில் எதையோ கொண்டுவந்து கொடுத்ததை அவள் வாங்கிச் சாப்பிட்டுவிட்டு ஒரு கறுத்துப்போன ஜிகினாப்பூ போட்ட பாவாடையையும் சட்டையையும் எடுத்து உடுத்திக்கொண்டாள். ஒரு நிமிஷத்தில் தலையை வாரி இரண்டு சடை போட்டுக்கொண்டு நெற்றியிலே ஒரு திலகம் இட்டுக்கொண்டாள். கையில் ஒரு சின்னப் பையை எடுத்துக்கொண்டாள். அதற்குள் என்னவோ கல்லென்று புரண்டது.

'அம்மா, ரெடி' என்றாள்.

தாயார்க்காரி புடவையை உதறிக் கட்டிக்கொண்டதும் இருவருமாகப் புறப்பட்டுவிட்டார்கள்.

எனக்கு அவள் என்ன செய்யப்போகிறாள் என்று பார்க்கவேணும் போல் இருந்தது. கொஞ்ச தூரம் தள்ளி அவர்கள் பின்னால் நடந்து போனேன்,

"அதெல்லாம் சரி, பொகுபுத்தி. நீ திண்ணையில் உட்கார்ந்திருந்தபொழுது யாரு என்று அவர்கள் கேட்கவில்லையா?" என்று குறுக்கிட்டார் தாத்தா.

“அந்தப் பெண் கேட்டாள். 'இங்கே இரு வரேன்' என்று பாட்டி இருக்கச் சொன்னதாகப் புளுகினேன். நம்பி விட்டாள்."

“நீ கதை சொல்றதுக்கு லாயக்குத்தான், மேலே சொல்லு" என்றார் தாத்தா.

பிறகு முன் தெருக்களை எல்லாம் தாண்டி கடைத்தெரு முனை பிள்ளையார் கோவிலில் அவர்கள் மூன்று குட்டு குட்டிக்கொண்டு, மூன்று அரைத் தோப்புக்கரணம் போட்டார்கள். அதற்குப் பிறகு அந்தப் பெண் பையை அவிழ்த்து கால் சதங்கையை எடுத்துக் கட்டிக்கொண்டாள். எனக்கு ஆச்சர்யமாக இருந்தது. பிறகு கால் சதங்கை சத்தம் செய்ய பிள்ளையார் கோவிலுக்கு மூன்றாவதாக இருந்த கடைவாசலில் போய் நின்றார்கள்.

மளிகைக் கடைச் செட்டியார் அப்பொழுதுதான் கடையைத் திறந்துவிட்டு 'ஆயிமகமாயி'ன்னு கல்லாப் பெட்டியில் உட்காரும் சமயம். தாயார்க்காரி தாம் தித்தாம், தைதத்தை என்று ஆரம்பித்தாள். பெண் வணக்கம் செய்து நாட்டியமாட ஆரம்பித்தாள்.

கடை திறந்த வேளையில் போணி ஆவதற்கு முன்னால் செட்டியார் அவளை அடித்து விரட்டுவார், பார்க்கலாம் என்று எண்ணிக் கொண்டிருந்தபொழுது, செட்டியார் அவளிடம் ஓரணாவைத் தூக்கிக் கொடுத்தார்.

எனக்குக் கோபம் கோபமாக வந்தது. இவ்வளவு வேஷமும் இதற்குத்தானா என்று நினைத்துக்கொண்டே நின்றுவிட்டேன். காசை வாங்கிக்கொண்டு அவர்கள் போய்விட்டார்கள்.

மளிகைக் கடையில் வாடிக்கைக்காரர்கள் யாரும் வந்தபாடில்லை. எனக்கு ஒரு யோசனை தோணித்து.

'செட்டியாரே, எதுக்காக போணியாவதற்கு முந்தி அவளுக்குக் காசு கொடுத்தீங்க?'ன்னு கேட்டேன்.

'அந்தக் கண்ணைப் பார்த்தால் மகமாயி கண்மாதிரி இருக்கு. அதுக்காகக் கொடுத்தேன்.'

'அது பொய்க் கண். இப்பொத்தான் பார்த்துவிட்டு வருகிறேன். அவளுக்கு நிஜக் கண் நம்மைப்போலத்தான் இருக்கு. ஏமாந்து போயிட்டீங்களே' என்றேன்.

'அது மட்டுமில்லை. அவள் வந்து ஆடிவிட்டுப்போனால் அன்னிக்கு வியாபாரம் நல்லா ஆவுது என்றார். ஏன் தாத்தா, அப்படி உண்டா?" என்று பொகுபுத்தி கதையை நிறுத்தினான்.

தூக்கத்தில் யோசித்துவிட்டு, காலையில் பதில் சொல்வதாக தாத்தா சொன்னதும் பொகுபுத்தி துப்பட்டியை இழுத்துப் போர்த்துக்கொண்டு தூங்க ஆரம்பித்தான்.

47. பருவகாலக் கடை

கடை விரித்தாகிவிட்டது. கடை வைக்காவிட்டால் நீலிக்குக் கவளம் இறங்காது. தலை சாயாது. சாய்ந்தாலும் தூக்கம் வராது. இந்த வேதனையை ஒருநாள் அவன் உணர்ந்துகொண்டான்.

“ஏண்டி, இந்தச் சுள்ளிக்கட்டு வேபாரம் வாணாங்கறேனே. ஒனக்குச் சோறு இல்லியா, தண்ணி இல்லையா? நான் சம்பாரிக்கிறது போறாதுன்னு சொல்லு, ஒப்புக்கிறேன்.”

“வவுறு நெறஞ்சா ஆயிடுச்சாக்கும்!"

"இந்த வவுத்தை நெறெக்கத்தான் ஹைக்கோர்ட்டிலே சம்பளம் குடுக்கறாங்களே, இன்னம் என்ன செய்வாங்க? பிள்ளையா குட்டியா? நீயும் நானும். சுள்ளிக்கட்டு வித்து என்ன ஆவணும்?"

“மூஞ்சியைப் பாரு. நான் அதையா சொன்னேன்? ஒனக்குப் போய்க் கொடுத்தாங்களே – ஆத்திலெ குளத்திலே தள்ளாமெ."

“கோவிச்சுக்காதே நீலி. எம்மேலே என்ன பிசகு? அப்போ எல்லாம் இப்பிடியா இருந்தேன்? சாமி கெடுத்திச்சுன்னா நானா புணை?"

“அதுக்காக எனக்கு வேலி கட்டப் பார்க்கிறயா? வேணுமின்னா நல்லவளா கெட்டவளான்னு ஆள் வச்சு உளவு பாத்துக்க."

“அப்படியா சொன்னேன்? பழிபோடறியே... அரையணா காலணா லாபத்துக்குப் பொழுதினிக்கும் மைல்கல்லாட்டம் குந்திக்கிட்டே."

“நான் மைல்கல்லா இருக்கேன். நீ குட்டிச்சுவரா இருக்கியே –

பொருத்தமாப் போச்சு, போ."

வாயில் இந்த வார்த்தையும் கண்ணில் தண்ணீரும் வந்த பிறகு கணவன் அவமானப்பட்டுத் தோற்றதிலிருந்து கடை நிலைத்துவிட்டது.

கடை நிலைத்துவிட்டது. ஆனால் கடையின் இடத்திற்குத்தான் நிலையில்லை. கடையிலுள்ள பொருள்களுக்கும் நிலை இல்லை. பருவத்தைப் பொறுத்த சரக்கு, பொதுச் சரக்கு ஆகியவை மாறி மாறிக் கடையில் இருக்கும். விற்பனைச் சரக்கு, சுள்ளிக்கட்டாக இருந்தால் எந்த நேரத்திலும் எந்த இடத்திலும் கடை இருக்கும். பருவகாலச் சரக்காக இருந்தால் கடை நிழலைப் பொறுத்து மாறும்.

கடையில் வியாபாரம் செய்வதென்றால் எப்பொழுதும் அவள்தான் கடையில் இருப்பாள் என்பதில்லை. குறிப்பாகச் சில வேளைகளில் தவறாது கடையில் இருப்பாள். கிராக்கிகள் வரும் நேரத்தைவிட அந்த நேரங்களில் கொஞ்சம் கலகலப்பு அதிகமாக இருக்கும். வேலைக்குப் போகும் அல்லது திரும்பி வீட்டுக்குப் போகும் கொத்தன், தச்சன், தொழிலாளி, செருப்பு தைப்பவன், அவன் பெண்ஜாதி, ஆட்டை இழுத்துக்கொண்டு குட்டிகளைக் கையில் இடுக்கிக்கொண்டு செல்லும் கிழவி – அத்தனை பேரும் அவளுடன் நின்றோ நிற்காமலோ, பேசியோ சிரிக்காமலோ போக மாட்டார்கள். காலியாக இருக்கிற மனத்தை ஏதாவது போட்டு நிரப்ப வேண்டியதுதானே? அவள் பேசும் முறையில் தொனித்த நயம் பல்லி நாக்கு நுனியின் வளைவைப் போல் யாரையும் தப்பவிடாது. சில இளைஞர்கள்கூட ஏதோ மனக்கோட்டை கட்டிக்கொண்டு உட்கார்ந்து பேசுவார்கள். அவள் கணவனுக்கு இதுதான் உறுத்தல். ஆனால் உண்மையில் இவளுக்கோ இவ்வளவு பேருமோ, அல்லது அவர்கள் வீட்டுக் குழந்தைகளோ அல்லது எல்லாருமேயோ தன் கடைக் கிராக்கிகள்; இன்று இல்லாவிட்டால் நாளை என்ற நம்பிக்கை. இதைவிட மனத்திற்கு ஏற்பட்ட கலகலப்புத்தான் கடையில் அவளை ஊன்ற வைத்தது. வீட்டில் குழந்தை இல்லாவிட்டாலும் கடை சூழக் குழந்தைகள்!

இன்று கடை விரித்தாகிவிட்டது. இன்றைய பருவக் கடைக்குத் தங்கள் வீட்டுக்கூரை வாய்ப்பட்டை நிழல் உகந்த இடமன்று. இப்பொழுது சர்க்கரை வள்ளிக் கிழங்குப் பருவம். எதிர்ப்புறத்து மாடி வீட்டு நிழலில் சதுரமான சாக்கொன்றை விரித்து சுருக்கத்தைத் திருத்தினாள் திருத்தினாள், அப்படித் திருத்தினாள். ஆனால் தண்ணீரை வெட்டுவதுபோல அது பலிக்கவில்லை. பிறகு ஒரு சின்ன முனகலுடன் கூடையை இறக்கிவைத்து, மணிலாக் கொட்டை முடிச்சு ஒன்றிலிருந்து கூறு கட்டினாள். கூறு ஒன்றுக்குப் பன்னிரண்டு கடலை. விலைவாசி ஏற்றத்திற்கு முன்பு காலணாவுக்கு விற்ற கூறு இப்பொழுது நாலு

பைசா. பிறகு ஒரு தட்டை எடுத்து வேகவைத்த வெள்ளை சிவப்புச் சர்க்கரைவள்ளிக் கிழங்குத் துண்டுகளை வரிசைப்படுத்தினாள். ஈ ஓட்டுவதற்குக் குச்சி ஒன்று கொண்டு வந்திருந்தாள். காய்ந்த வாழைச் சருகை வைத்து ஈ ஓட்டலாம். ஆனால் பட்டணத்து மாடு வாய்வைக்க வந்துவிட்டால் விரட்டச் சருகு உதவாது. விளம்பரத் தட்டியில் இருக்கிற பசையை நக்கி, கட்டியிருக்கும் அட்டைகளைத் தின்னும் மாடு அடிக்கவரும் சருகை அணையவரும் உணவு என்று தின்றுவிடும். குச்சிகொண்டு வந்தது நியாயந்தான். இன்னொன்று, கடலையைக் காக்கை தின்னவந்தால் சருகால் ஓட்ட முடியாது. நின்ற இடத்தில் குதிக்கும் திருட்டு ஜட்காவண்டிக் குதிரைமாதிரி காக்கை அசைந்து கொடுத்து நெளிவெடுக்குமே ஒழிய, நகராது. அதனால் குச்சி வந்தது நியாயந்தான்.

நீலி கடையில் உட்கார்ந்து கோணிக்குப் பிள்ளையார் சுழி போட்டாள். இரண்டு கடலையை காக்காய்க்குப் போட்டுவிட்டு வியாபாரத்தைத் தொடங்கினாள். மூக்குச்சளிப்பையன் சர்க்கரைவள்ளிக்கிழங்கு வாங்கினான். பாவாடை இல்லாத பரட்டைத்தலைப் பெண் கடலை வாங்கினாள். வாங்கின காசை உடனே நீலி பைக்குள் போடவில்லை. காசை இடமிருந்து வலமாகச் சுற்றி வலம் செய்துவிட்டு மண்ணில் தொட்டுத் திருஷ்டி கழித்துச் சுருக்குப் பையில் போட்டாள். அப்புறம் கடையில் வியாபாரம் விட்டு விட்டு நடந்தது. ஒரு மணிநேரத்திற்குள் பாதித் தட்டு காலியாகிவிட்டது. இடையில் அவன், இவள், யார் யாரோ போனார்கள். நீலியோடு காலை நேர வேகத்துடன் பேசிச் சென்றார்கள். மாடி நிழல் கணிசமாகக் குறைய ஆரம்பித்துவிட்டது.

“அடி மாமியாரே” என்று கூப்பிட்டாள்.

ஒரு பரட்டைத் தலைச் சிறுமி இடுப்பில் குழந்தையை எடுத்துக்கொண்டு அருகில் வந்தாள்.

“இந்தா, கடையைப் பாத்துக்க. சோறாக்கிட்டு வாரேன்.”

சிறுமி வியாபாரத்திற்கு அமர்ந்தாள். குங்குமம் வாங்கினால் கடைக்காரன் பெரிய பொட்டலத்துடன் தரும் சின்னப் பொட்டலம் போல குழந்தையும் வியாபாரத்திற்கு உட்கார்ந்தது.

சற்று நேரம் வியாபாரம் நடந்தது. பெரிய வர்த்தக ஸ்தாபனத்து ஊழியருக்கு இருக்கவேண்டிய கண்டிப்பும் நயமும் அவள் பேச்சில் கலந்திருந்தன. வியாபாரத்தை அவ்வளவு திறமையாக நடத்தினாள்.

இதற்குள் கடைக்கருகில் ஐந்தாறு சிறுமிகள் கும்பல் சேர்ந்தது. கற்களைப் பொறுக்கி விளையாட உட்கார்ந்ததும் இவளையும் கூப்பிட்டார்கள்.

பொறுப்பு உணர்ச்சியில் முடியாதென்று தலையை ஆட்டிவிட்டாள்.

“கடையில் ஆள் இல்லை.”

“சும்மா வா. கிராக்கி வந்தால் ஏந்திருச்சுப் போகலாம்" என்று சிக்கலுக்கு வழிகாட்டி அவர்கள் மறுபடி வருந்தி அழைத்ததால் அவள் எழுந்தாள்.

“வாடாலே” என்று சின்னப் பொட்டலத்தை எடுத்துப்போக முயன்றாள். குழந்தை கையை மடக்கிக் கொண்டு சிணுங்கினான். “மாட்டியா, இரு இரு” என்று கூறிக்கொண்டு எழுந்து போய்விட்டாள். விளையாட்டு, கூச்சலோடு நடந்துகொண்டிருந்தது.

சின்னக் குழந்தை கடையில் உட்கார்ந்திருந்தான். அவன் அடிக்கடி தியானத்தில் இருப்பதைப்போல் கண்களை மூடிக்கொண்டான். கடையைப் பார்த்தால் ஏதோ வெறுப்பாக இருந்ததுபோல் தோன்றிற்று. அதே சமயத்தில் ஆசை இருந்ததும் தெரிந்தது. அவன் தேக்கமாக இப்படி உட்கார்ந்திருந்தபொழுது சர்க்கரைவள்ளிக் கிழங்கை ஈக்கள் வந்து மொய்த்தன. பையன் கழியை எடுத்து அவற்றை விரட்டியபொழுது கழியின் ஒரு நுனி அவன் மேலேயே விழுந்துவிட்டது. அவன் திடுக்கிட்டுப் பயந்துபோய்க் கண்களை மூடாமல் சிறிது நேரம் இருந்தான்.

கடைக்குக் கிராக்கிகள் வரவில்லை. குழந்தை கடையில் உட்கார்ந்திருந்ததே அவர்களை விரட்டிவிட்டதோ என்னவோ! கற்களைத் தூக்கிப்போட்டு விளையாடும் ஓசை கேட்டுக்கொண்டே இருந்தது. எல்லாம் ஏதோ ஒருவித அமைதியாக இருந்தது.

குழந்தை ஒரு தரம் விளையாடுபவர்களைப் பார்த்துவிட்டு, கடலைக் கூறிலிருந்து ஒரு கடலையைக் கடித்துத் தின்றுவிட்டான். திருட்டுத்தனத்தின் வேகத்தில் தோலெடுக்க நேரம் இல்லை. அது முடிந்து மற்றொரு கடலையைத் தின்று கொண்டிருந்தான்,

விளையாடிக் கொண்டிருந்த அக்காவுக்கு எந்த யக்ஷிணி சொல்லிற்றோ என்னவோ, திடீரென்று பாதி ஆட்டத்தில் விட்டுவிட்டு வந்தாள். பையன் கடலையைக் கடித்துக் கொண்டிருந்த கோபத்தில் கை தானாக உயர ஏறிற்று. ஆனால் இறங்கவில்லை. ஏதோ தற்காப்பு எண்ணம் இடையில் கட்டை போட்டுவிட்டது. அடித்துவிட்டால் அவன் வீறிட்டு அழுவான். அம்மா வந்துவிடுவாள். ஒன்றுக்கு ஒன்பதாகக் கிடைத்துவிட்டால்? கை இறங்கவில்லை.

ஆகையால் தடிப்பயலே என்று லேசாகக் காதைப் பிடித்திழுத்து அவனை நகர்த்தி உட்கார வைத்தாள். பாதி கடித்த கடலையைப்

பிடுங்கி எறிந்துவிட்டுக் கூறுகளைப் பார்த்தாள். குறைவுபட்ட கூறு தெரிந்தது பள்ளத்தை மூடாமல் இருந்தால் விழவேண்டியதுதானே? வேறு இரண்டு கூறுகளிலிருந்து ஒவ்வொரு கடலையை எடுத்து இதில் சேர்த்துச் சரிக்கட்டிவிட்டு வியாபாரத்திற்கு உட்கார்ந்தாள். அப்பொழுது வந்த கிராக்கியின் தலையில் இரண்டு பதினொரு கடலைக் கூறையும் கட்டிவிட்டாள். அதுதான் அவள் வியாபாரத் திறமை.

நீலி ஆஜர் பார்க்க வந்தபொழுது இவள் மிடுக்காய் இருந்தாள். குழந்தை சாதுவாக இருந்தான், பக்கத்தில் சிறுமிகள் விளையாடிக் கொண்டிருந்தார்கள். தெரியாமலா மாமியாரைக் கடையில் வைக்கிறேன் என்று சந்தோஷப்பட்டுக் கொண்டே திரும்பினாள்.

“இன்னம் கொஞ்சம் இரு. சோத்தெ வடிச்சுட்டு வாரேன். பய அழுதா ஒரு கடலை குடு” என்று சொல்லிவிட்டுப் போய்விட்டாள்.

அந்தப் பையன் எப்படித்தான் தெரிந்துகொண்டானோ! சிணுங்கிக் கொண்டே கையை நீட்டினான். விளையாட்டைக் கெடுத்த பையன் மீது கோபம் சிறுமிக்குத் தணியவில்லை. அனுமதி இருந்தும் கடலை கொடுக்கவில்லை. அவன் நீட்டிய கையையும் மடக்கவில்லை. கல்லுளி மங்கனாகி விட்டபொழுது சிறுமிக்குக் கோபம் ஆத்திரமாகிவிட்டது.

விருட்டென்று கடலைக் கூறுகளை எல்லாம் ஒன்றாகச் சேர்த்துக் கட்டினாள். சர்க்கரைவள்ளிக் கிழங்குத் தட்டையும் சேர்த்துக் கூடையில் வைத்தாள். சாக்கை உதறிக் கையில் எடுத்துக்கொண்டு வாடாலே என்று கிளம்பி விட்டாள். வெகுநாள் பழகிய படிமானத்துடன் அவன் பின்னே தத்தித் தத்திச் சென்றான்.

நீலி வீட்டுக் கூரை வாசல் படியிலேயே சிறுமி நின்றாள். “பெரியக்கா, ஆயா வந்து கூப்பிட்டுச்சு; கடையைக் கட்டிப்பிட்டேன்” என்று கூடையை இறக்கி வைத்துவிட்டுச் சென்றுவிட்டாள்.

நீலி ஒன்றும் சொல்லவில்லை. கூடையிலிருந்து சுருக்குப் பையை எடுத்து விற்பனைக் கணக்கு பார்த்தாள். சம்பளம் கொடுத்து ஆள் வைத்தால்தானே அதட்ட முடியும்?

48. பஞ்சகல்யாணி

அவன் ஆபீசை விட்டுத் திரும்பி வீடுவந்து உடுப்பைக் களைந்தபோது ஆபீஸ் நினைப்புகளையும் சேர்த்துக் களைந்து விட்டான். இயற்கை சூன்யத்தை வெறுப்பதாக விஞ்ஞானிகள் சொல்லுகிறார்கள். அவன் கண்கள் எதிர்ப்புறத்திலிருந்த கடியாரத்தைப் பற்றிக்கொண்டன. தினம் மணி பார்த்த கடியாரம். மணி பார்க்காவிட்டாலும் அடித்துச் சொல்லும் கடியாரம். மணி தான் காட்டிவந்த கடியாரத்தில் ஒரு பூனைக்குட்டி விளையாடிக்கொண்டிருந்தது. இவ்வளவு நாளாக கடியார மைதானத்தில் விளையாடிக் கொண்டிருந்தது தெரியாமல் போனதென்ன? காரியத்தைத்தான் செய்கிறோம். பொருளை யார் பார்க்கிறார்கள். அதன் முழுமையை யார் கவனிக்கிறார்கள்? வாலைத் தூக்கிக்கொண்டு விளையாடிக்கொண்டிருந்த பூனைக்குட்டியை மைதானத்தில் காணோம். மைதானமே காணோம். கடியாரமே காணோம்.

இருப்பது இல்லாமல் எப்படிப் போகும்? அன்று காலை அது வந்திருந்தது. வீட்டில் காபிக்கடை திறக்கப்பட்ட வேளை. எங்கிருந்தோ வந்தது. எங்கிருந்து? தெரியாது. அவன், பையன்கள் எல்லாரும் கட்சிகட்டி விரட்டிவிட்டார்கள். ஏன்? சரித்திரச் சம்பவங்கள் ஒரே மாதிரி திரும்பி நேராதென்கிறார்களே... அது சரியல்ல. நேரும், நேர்கின்றன. சம்பந்தப்பட்ட மனிதர்கள் மாறிவிடுகிறார்கள். மனிதர் மாறுவதால் சம்பவம் வேறு சாயலைக் கொண்டு விடுகிறது. ஆனால் ஒரே ஆள் ஒரேவிதமான சம்பவங்களில் வெவ்வேறு விதமாய் மாறுபட்ட விதமாய் எப்படி நடக்கமுடியும்? கற்கண்டு எப்பொழுதும் இனிக்கத்தானே வேண்டும். வேம்பு கசக்கத்தானே வேண்டும்? கற்கண்டில் வேப்பங் கொட்டை போண்டாவா? அவன் மனைவியும் குழந்தைகளும் ஏழெட்டு மாதங்களுக்கு முன்பு நடந்துகொண்டதற்கும்

இன்று காலை அதே மாதிரி சந்தர்ப்பத்தில் நடந்துகொண்டதற்கும் பொருத்தமாயில்லை. முற்றிலும் மாறுபாடு. அவன் அடிமனம் கனத்தது.

இந்தக் கனத்துடன் சாய்மான நாற்காலியில் உட்கார்ந்தான். மனைவி வழக்கம்போல் காபியைக் கொண்டுவந்து வைத்தாள். கணவன் முகம் முள்ளம்பன்றி போல் சிலிர்த்திருந்தது. என்னவோ தெரியவில்லை என்று மௌனமாய் ஒரு கார்டை எடுத்து காபியை மூடிய பிறகு சென்றுவிட்டாள்.

வந்ததும் போனதும் அவனுக்கு ஒரு நிழல்.

ஆனால் தானும்தான் மாறிவிட்டான். இதே மாதிரி சம்பவம் அப்பொழுது நிகழ்ந்தபொழுது அதை அவன் சுலபமாக ஏற்றுக்கொள்ளவில்லை. வேப்பிலை உருண்டையை உப்பு போட்டு விழுங்கினான். முடிச்சுள்ள பலகையை இழைத்தால் சிலும்பல் விழுமே அதுமாதிரி இருந்தான்.

இன்றுபோல் அன்றும் காலைதான். ஆபீஸ் சமையல் நேரம். பட்டணத்துக் குடக்கூலி வீட்டின் அறை இருட்டு. எங்கிருந்தோ ஒரு தாய்ப் பூனையும் அந்தக் குட்டியும் வந்து சேர்ந்தன. குதிரையில் பஞ்சவர்ணக் குதிரை என்பார்கள். கொல்லைத் தெரு குதிரை வண்டிக்காரன் முகம், நாலு கால், வால் வெள்ளையாயிருக்க, நெற்றிச் சுட்டியும் பாக்கி பாகமும் கறுப்பாயிருந்நால் பஞ்சகல்யாணி என்று ஒரு இலக்கணம் பின்னால் சொன்னான். இதில் ஐந்து எங்கே இருந்து வந்தது? ஜாஸ்தியாக இரண்டு வர்ணமென்றுதான் சொல்லலாம். இரண்டாயிருக்கட்டும், எட்டாக இருக்கட்டும்.

அந்தப் பூனைக்குட்டி பஞ்சகல்யாணியாக இருந்தது. அவனுக்கொன்றும் பூனைகளிடத்தில் அப்படிப் பிரேமை இல்லை. பூனைகளிடத்தில் கம்பீரமோ பிரமாத அழகோ இல்லை என்பதொரு காரணம். முட்டாள்கள் விஷயத்தில் அவனுக்குப் பொறுமை இல்லை என்பது மற்றொரு காரணம். பூனை கண்களை மூடிக்கொண்டு விட்டு உலகே அஸ்தமித்துவிட்டதென்று எண்ணுகிறதே! அப்படிப்பட்ட புத்திசாலியை எப்படி வரவேற்க முடியும்? அதற்காக அதை ஒரு பொருட்டாக மதித்து விரட்டவும் இஷ்டமில்லை. வீட்டிலிருப்பவர்கள் என்ன நினைத்துக் கொள்வார்கள்? சர்க்கார் உத்தியோகஸ்தர் ஒரு பூனையைப் போய் விரட்டுகிறார் என்று குடியிருப்பவர்கள் கண் காணாமல் சிரிக்கமாட்டார்களா?

பூனைக்குட்டியைத்தான் அவன் பார்த்துக் கொண்டிருந்தான் – முகம், நாலு கால், வால் வெள்ளை. நெற்றிச் சுட்டியும் பாக்கி பாகமும் கறுப்பு. பூனைக்குட்டி வெகு அழகாய் இருந்தது. சந்திரனொளியில் ஜலம் மின்னுவது போன்ற கண்கள். அழகுக்கு கம்பீரம் அத்யாவசியம்தானா?

இல்லை என்றுதான் தோன்றிற்று. கண்ணுக்குள் புகுந்த பூனைக்குட்டி மனத்தில் போய் உட்கார்ந்து விட்டது. அப்பொழுது பிளைவுட் தட்டிக்கப்பால் விச்சு காலைத் தேய்த்துக்கொண்டு நடந்து போனான். அந்த நடை அவனுடைய சிறப்பு. அதற்கே ஆயிரம் ரூபாய் கிடைக்கும் என்று பக்கத்து வீட்டுப் பையனிடம் சொல்லுவான். இந்த நடையைத் தாயார் கண்டித்தால் உனக்கென்ன தெரியும், நட்சத்திர நடை என்று அதட்டுவான். அவனுக்கொன்றும் காலில் கோளாறு இல்லை. அந்த மாதிரி நடக்கும்பொழுது, ரயில் தண்டவாளத்தில் அடிபட்டுக் கிடக்கும் முண்டத்தைக் கிராம தலையாரி மண் தரையில் இழுத்துப் போகும் ஓசைதான் நினைவுக்கு வரும். அருவருப்பான ஓசை!

இந்த ஓசையைக் கேட்டு பூனைக்குட்டி ஒரு பெட்டிக்கடியில் போய் ஒளிந்துகொண்டு விட்டது.

தாய்ப் பூனை இதைக் கவனிக்கவில்லை. வைத்த சாமானை எடுக்கச் செல்வதுபோல், அலட்டிக்கொள்ளாமல் நேரே அடுப்பண்டை சென்றது. சாதம் வைத்திருக்கும் இடம் புதுப் பூனைக்கு எப்படித் தெரியும்? அடுப்பண்டை எட்டிப் பார்த்தான். சாதம், கரி மூடியபடியே இருந்தது. கீழே இறைந்துகிடந்த பருக்கைகளைப் பூனை தின்று கொண்டிருக்குமா? பருக்கைக்கு – ஆறின பருக்கைக்கு வாசனை – உண்டா? என்று நடுக்கூடத்தில் நின்று யோசித்துக்கொண்டிருந்தான். கீழே கிடந்ததை எல்லாம் தின்றுவிட்டு சமையல் அறை முழுதும் திரிந்துகொண்டிருந்தது. பிறகு ஏதோ பித்தளைத் தட்டைத் தள்ள முயன்றது.

அந்த முயற்சியை அவன் பார்த்துக்கொண்டிருந்தானே ஒழிய நகரவில்லை. விரட்டத் தோன்றவில்லை. வெறும் பாத்திரம் என்ற நிச்சய உணர்வா அல்லது பூனைக்குக் கண் கூர்மையா மூக்கு கூர்மையா என்ற யோசனையா தன் நிலைக்குக் காரணம் என்று அவனுக்கே தெரியவில்லை.

வெளியே சென்றிருந்த மனைவி ஒரு கத்தை முருங்கை இலையுடன் திரும்பி வந்து நுழைந்தாள். ஒரு மின்வீச்சுக்குள் பூனை சமையலறையில் திருட்டுத்தனம் பண்ணுவதையும் கணவன் பொறுப்பற்று கூடத்தில் நிற்பதையும் கண்டுகொண்டுவிட்டாள்.

"காமரா இல்லாமெ போட்டோ எடுக்கத் தெரியுமா? இத்தனை நாளா எனக்குத் தெரியாமல் போய்விட்டதே..."

கிண்டலாகப் பேசிக்கொண்டே சமையலறையில் அடி எடுத்து வைத்தவுடன் பூனை, சமையலறை ஜன்னல் விளிம்பில் தாவி, அங்கிருந்து ஓட்டுக்குத் தாவி மறைந்துவிட்டது. அவன் ஒன்றுக்கும் வாய்திறக்காமல் நின்றுகொண்டிருந்தான்.

“உங்களுக்கென்ன பிரமை, புரியவில்லையே?”

“பிரமை இல்லை. அந்தப் பூனையோடு குட்டியும் வந்தது. காலடிச் சத்தம் கேட்டுப் பெட்டிக்கடியில் போய் ஒளிந்து கொண்டிருந்தது. நீ பெரிய பூனையை விரட்டி விட்டாயே. இனிமேல் இதென்ன ஆகிறது என்று ஒரு யோசனை.”

“உங்களுக்குத்தான் பூனையைக் கண்டால் பிடிக்காதே – முதலிலேயே விரட்டி இருக்கலாமே.”

“பிடிக்கும் பிடிக்காதென்றெல்லாம் மனசில் சுவர் எழுப்பக் கூடாது. சிவனைப் போல உடம்பைக் கெடுத்துக்கொள்ளாமல் கொஞ்சம் விஷத்தையும் ஜீரணிக்கத் தெரிந்திருக்கவேண்டும்.”

பேஷான பதில் என்று சொல்லிவிட்டு மனைவி திரும்ப சமையலறைக்குள் போய்விட்டாள். அவன் மனது மட்டும் காலில் ஏறி ஒடிந்த கருவேல முள்போல எங்கோ உள்ளேயே நின்றுபோய்விட்டது. நடுக் கூடத்திலேயே உட்கார்ந்து விட்டான். சிறிது நேரம் கழித்து லேசான மியாவ் கேட்டதும்தான் அவனுக்குத் தெளிவுண்டாயிற்று. மறுபடியும் மனைவி கூடத்திற்கு ஓடிவந்தாள். பெட்டிக்கடியிலிருந்து வெளியே வந்து கொண்டிருந்த பூனைக்குட்டியை வாரி எடுத்துக் கொண்டாள்; முத்தமிட்டாள்.

“பட்டுக் குஞ்சலம் போல அழகாயிருக்கு, அதான் ஒங்க புத்தி மாறிப் போச்சு.”

ஒப்புக்கொள்ளவும் மறுக்கவும் முடியாத உண்மையைச் சொல்லிவிட்டாள்.

பூனைக்குட்டி இரண்டு மூன்று தடவை குரல் கொடுத்தது.

“அம்மாவைக் கூப்பிடறயா, அவ போயிட்டா, வரமாட்டா. அம்மாதானே வேணும்.”

உள்ளே போய் ஒரு கிண்ணி பால் கொணர்ந்து வைத்தாள். முதலில் தயங்கிய பூனைக்குட்டி கிண்ணிப் பாலையும் குடித்துவிட்டு பாத்திரத்தை நக்க ஆரம்பித்து விட்டது. இன்னும் வேணுமா என்று ஒரு கரண்டி கொணர்ந்து விட்டாள். ஒரு ஸ்பூன் பாலை மிச்சம் வைத்து விட்டது வயத்துக்கு கணக்குப் பண்ணத் தெரிவது ஓர் அதிசயம். பிறகு ஏதோ தேடுவது போல் தேடிவிட்டு அடுப்பண்டை போய் படுத்துக்கொண்டு விட்டது.

“வயறு மிதந்து போச்சா.”

சினிமா ஆட்டம் பார்த்துக் கலைவதுபோல் அவன் எழுந்து தன்

ஜோலிகளைப் பார்க்க ஆரம்பித்தான். குளியல் சாப்பாடு, காரியாலயம். வேலை செய்தபோது மனது வெகு லேசாக இருந்தது. வானத்தை நோக்கி தாத்தா பூச்சி மெளன இசையுடன் மிதந்துபோய்க் கொண்டிருந்தது.

காரியாலயத்தில் ஒரு வழக்கம். ஆபீஸ் கூடிய சிறிது நேரத்துக்கெல்லாம் யாரேனும் ஒருவர் தேநீர் வரவழைத்து எல்லோருக்கும் தந்தாகவேண்டும். அவனுக்குத் தேநீர் பிடிக்காது. அது மற்றவர்களுக்கும் தெரியும். ஒரு கப் தேநீரைக் குறைத்து வரவழைக்க ஒருவர் உத்திரவிட்டார்.

"எனக்கில்லையா?"

"உங்களுக்குத்தான் பிடிக்காதே."

"பிடிக்கும் பிடிக்காதென்று இருப்பது பிசகுதான். உடம்புக்கு ஒத்துக் கொள்ளாதென்றால் நியாயம். அப்படி எனக்கொன்றும் இல்லை. மனதுக்குப் பிடிக்காதென்றால், பிடித்த காரியங்களாகத்தான் உலகத்தில் நடக்குமா, நடக்க முடியுமா? ஆலகால விஷத்தை சிவன் தின்றான். ரொம்ப நல்ல கதை."

"டீ ஆலகால விஷம். நீங்கள் சிவன். இன்னும் ஒரு கப்கூட வாங்கிண்டு வா, தம்பி."

அன்று வந்த குட்டி ஆறேழு மாதத்தில் குடும்பத்தில் ஒரு அங்கத்தினராகி ஆளாகிவிட்டது. எதிர்க்கட்சிக்காரனே மாறிவிட்டால் ஆதரவாளனைப் பற்றிக் கேட்பானேன்? ஆடிக்காற்றில் அம்மி பறந்தால் இலவம் பஞ்சு சம்மணம் போடுமா? மனைவி முதல் ஆதரவாளர், முழு ஆதரவாளர். ஆதரவு என்பது நுட்பம். நுட்பத்திற்கு ஒரு ஸ்தூலம் இருந்தேயாகும். தினசரி இரண்டாழாக்குப் பால்தான் மனைவியின் ஸ்தூல ஆதரவு. கண்ணுக்குப்படாத ஸ்தூலமும் இருக்கலாம். கண்ணுக்குப் படுவதைவிட, பகிரங்கத்தைவிட – படாததற்கு – திருட்டுத்தனத்திற்குத் தீவிரம் அதிகம். ஆகையால் அம்மாவுக்குத் தெரியாமல் குழந்தைகள் மூலம் என்னென்ன கிடைத்ததோ...

பூனைக்குட்டிகள் விளையாட்டுத்தான் எவ்வளவு அழகு! பிங்பாங்கை உயரத்திலிருந்து போட்டால் பஞ்சகல்யாணி தவறாமல் எம்பிப் பிடித்துவிடும். வெயிலில் தொங்கும் ரிப்பனையும் ஆடுகிற கயிறையும் வேட்டையாடும். விளக்குமாற்றுக்குச்சியை இழுத்துப்போடும்.

"அப்பா பஞ்சகல்யாணி கோலம் போட்டிருக்கு... பாரு."

"இல்லேடி. கோலமில்லே அப்பா, பள்ளிக்கூடத்துக்கு கிராஃப் போடறா பாரு, அது போட்டிருக்கு."

ஆமாம்... எல்லாவற்றிற்கும் தலை ஆட்டினான். ஏனென்றால்

அவனுக்குக்கூடத்தான் பூனைக்குட்டி, விஷம் எல்லாம் பிடிக்க ஆரம்பித்து விட்டது. குறிப்பாக அவன் மனத்தில் ஒன்று பதிந்தது; ஆனால் புரியவில்லை. ரத்ன கம்பளத்தை, பாயை, இல்லாவிட்டால் மரப்பெட்டியை பூனைக்குட்டி சுருக்கிய நகத்தைப் பிரித்து நீட்டிப் பிறாண்டுவதேன்? சைவச் சூழ்நிலையில் வளர்ந்தபோதிலும் சுயவல்லமையைக் கூர்மழுங்க விடக்கூடாதென்ற உள்ளுணர்வின் சேஷ்டையா? அல்லது தானும் புலியின் இனம் என்ற நினைவு தடிப்பா? காட்டில் திரியும் வேங்கை நிலவில் மரத்தில் நகத்தை ஆழப் பதித்துவிட்டுப் போய்விடுகிறது. அதைப் பின்னரோ மறுநாளோ பார்த்த பிராணி கிலி பிடித்து உயிரை விட்டுவிடுகிறது! வேட்டையாட வேண்டிய கஷ்டமில்லாமல் உண்வு. புலிக்குப் பூனை இளப்பமா...?

மற்றொன்று அவனுக்குப் புரியவில்லை. நாய், மாடு, எருமை, காக்கை எல்லாம் குளிக்கிறது. சிட்டுக்குருவி மணலில் கூட குளிக்கிறது. பூனைக்குட்டியோ– பூனையோ – குளிப்பதில்லை. ஏன்? ஏதோ ஒரு சமயம் தண்ணீரை நக்கிக் குடிக்கிறது. குளிப்பது மட்டும் கிடையாது. ஆனால், உடம்பில் அழுக்கிருப்பதைப் பற்றி மட்டும் மிகுந்த அக்கறை. வயிறு நிறைந்த பிறகு சிறப்பாக வெயிலில் படுத்துக்கொண்டு உடம்பை ஒவ்வொரு அங்குலமாக நக்கிச் சுத்தப்படுத்துவதைப் பார்த்தால் ஸ்நோ பவுடர் முதலிய பொருள்களை எல்லாம் இன்னும் விரிவாகவும் விஸ்தாரமாகவும் கையாள வேண்டும் என்று சொல்லுவது போலிருக்கிறது. குளியல் செய்யும் காரியத்தை நாக்கே செய்ய முடியும் பொழுது தண்ணீரின் தயவேன்? விளையாட்டுப் பூனைக் குட்டி உயிரியல் விஞ்ஞான நாற்றங்காலாகி விட்டது.

நாட்கள் போய்க்கொண்டிருந்தன. வந்து இவ்வளவு மாதம் ஆகிவிட்டதென்ற வியப்பு ஒரு நாள் அவனுக்கு ஏற்பட்டது. குழந்தைகள் வளர்கிறார்களா என்று யார் பார்த்துக் கொண்டிருக்கிறார்கள்? மனைவி என்ன சேலை உடுத்திக் கொண்டிருக்கிறாள் என்று தினசரி கவனிக்க முடியுமா? ஒரு நாள் இந்தப் பூனை எங்கே இருந்து வந்தது என்று கேட்குமளவுக்கு வளர்ந்து விட்டது. அன்றொரு நாள் தாயுடன் வந்து பெட்டிக்கடியில் ஒளிந்துகொண்ட பஞ்சகல்யாணி என்று நம்பவே முடியவில்லை. வெயிலில் நான்கு கால்களையும் பரக்க நீட்டிக்கொண்டு கண்களை மூடிப் படுத்திருக்கப் பலதரம் கண்டிருந்தான். ஆனால் அன்று படுத்திருந்தபோது வயிறு ஒடுங்கி இருக்கவில்லை. ஏதோ ஒரு மாறுதல் பொதுவாகத் தெரிந்தது.

“பூனைக்கு விருந்து கிருந்துண்டோ?”

கண்களை அகல விழித்தபடி மனைவி உள்ளே இருந்து வந்ததும்

மௌனமாய்ப் பூனையைச் சுட்டிக்காட்டினான். அவளுக்கெதுவும் புரியவில்லை. "நான் சோறு போடாவிட்டால்தான் என்ன? முன் போல சின்னப் பூனைக்குட்டியாகவா இன்னும் இருக்கு? நாலு வீட்டுக்குத்தான் போகத் தெரிந்துவிட்டதே. பிச்சைக்காரன் கூடையிலே சோத்துக்கும் ஜேப்படிக்காரன் கையிலே பணத்துக்கும் என்ன பஞ்சம்? எங்காவது ஏதாவது கிடைத்திருக்கும். உண்ட களைப்பு கிண்டனுக்கும் உண்டாமே."

"ஆந்திரா மகிளா ஆஸ்பத்திரியா, மிஷன் ஆஸ்பத்திரியா என்று கேட்டேன்."

அவனுடைய நுட்பமான கிண்டல் மனைவிக்குப் பிடிபடவில்லை. கூடக் குடியிருந்த அம்மாள் கர்ப்பவதியாக இருப்பதைப் பற்றி ஏதோ கேட்டதாக நினைத்துக்கொண்டு பதில் சொன்னாள்.

"இந்தத் தடவை பிறந்தகத்துக்குத்தான் போகப் போறா. அவா அம்மாகிட்டெயிருந்து கடுதாசு வந்திருக்கு."

"நான் அந்த அம்மாவைப் பற்றிக் கேட்கவில்லை. இந்தப் பூனையைப் பற்றித்தான் கேட்டேன்."

இதைச் சொன்னதும் மனைவியின் முகம் சிரிப்பு, வியப்பு நாணம் கலந்த கதம்பமாக மணந்தது.

"ஆ! நிஜமாகவா? இது பெண் பூனையா?"

"இத்தனை நாளாத் தெரியாதா?" குழந்தைகளின் இரட்டை நாயனம். மனைவி புதிதாகப் பூனையைப் பார்ப்பதுபோலப் பார்த்தாள்.

"நான்தான் சொல்கிறேனே. அதன் நிறைவயிறு சோறல்ல, பாலல்ல–"

ஆவென்று வாயைச் சில நிமிஷம் திறந்துகொண்டு பூனையையே வெறிக்கப் பார்த்துவிட்டு மனைவி வீட்டு ரேழிப் பக்கம் போய்விட்டாள். ரேழியில் வீட்டு வேலைக்காரி நின்றுகொண்டிருந்ததை அப்பொழுது தான் அவன் கவனித்தான். மனைவி அவளிடம் காதோடு காதாய் என்ன சொல்லிவிட்டுத் திரும்பினாளோ!

பேச்சில்லாமலே மனத்தைப் புரிந்துகொள்ள முடியும். மனதை அறிதல் என்னும் சித்தி அன்று அது. சாதாரணமாக மனது இன்னின்ன சந்தர்ப்பத்தில் இப்படி இப்படித்தான் அசையும், தாவும் என்று எழுதி கவரில் போட்டு ஒட்டி வைத்துவிடலாம். பின்னர் நடப்பதும் கவருக்குள் இருப்பதும் ஒத்திருக்கும். இது ஊகம். உலக அனுபவம் தரும் கண், செவி என்றாலும் சரிதான். தான் ஊகித்ததை உருமாற்றி வெங்காய வெடி ஆக்கினான்.

"தினம் சமைத்துப் போட்டுக்கொண்டு பணிவிடை செய்கிறாய். வீட்டில் வைத்துக் கொண்டிருக்கிறேன். உனக்கு உடம்புக்கு வந்து விட்டால் வெளியே போ, வீண் தண்டம் என்று சொன்னால் என்ன செய்வாய்?"

அவள் முகம் திகிலடைந்து கோணல்மாணலாகி விட்டது. வாய் அடைத்துப் போயிற்று. கண்ணில் நீர் வழிந்தது. நிலைமையைச் சமாளிக்க முடியாதபோது கண்ணீர் மடை தானாகத் திறந்துவிடுகிறது.

"அடி பைத்யம்! உன்னைப் பற்றிச் சொல்வதாக நினைத்துக்கொண்டு கலங்குகிறாயே. அன்பால் இசைந்த இருவரில் ஒருவரைப் பார்த்து மற்றொருவர் இப்படிச் சொன்னால் எப்படி இருக்கும் என்று உதாரணமாகக் காட்டினேன்."

"நான் உங்களைப் பத்தி பேச்சியிடம் ஒன்றும் சொல்லவில்லையே."

"சொன்னது தெரியும் – ராத்ரி சாக்கில் கட்டி அடுத்த தெருக் கோடியில் விட்டுவிடு."

"அதைச் சொல்றேளா?"

தொட்டால்சுருங்கி மீது பட்ட மூச்சுக் காற்றில் கரைந்து விட்டது. மூடிய முகம் திறந்துகொண்டது.

"அதெப்படி உங்கள் காதில் விழுந்தது? போகட்டும். இதுக்கு வேறெ வளைகாப்பு, சீமந்தம், பிரசவம். இருக்கிற தொல்லை போறாதா?"

"தொல்லையை வரவழைத்துக் கொள்வதற்காகத்தானே குடும்பம். அதிலேதானே சந்தோஷம். இல்லாவிட்டால் உனக்கும் எனக்கும் கல்யாணம் நடந்திருக்குமா?"

மனைவி திடீரென்று மனத்தை மாற்றிக்கொண்டு விட்டாள். "ஏட்டிக்குப் போட்டியாகத்தான் சுவாமி உங்களைப் படைச்சிருக்கான் போலிருக்கு. பேஷாக அது இருக்கட்டும். இனிமே நீங்க பாத்துக்குங்கோ."

"நீ என்ன, அப்பா என்ன? நாங்க இருக்கிறோமே – பாத்துக் கொள்கிறோம்."

குடும்ப எதிர்காலத் தூண்களின் அபயத் தொனி!

அவர்கள் வீட்டுப் பிரஜா உரிமை பூனைக்கு ஊர்ஜிதமாகிவிட்டது...

காலக்கணக்கும் கலர் நினைப்பும் பெண்களுக்கு அத்துப்படியாய் மனத்தில் நிற்பதைப்போல ஆண்களுக்கு நிற்பதில்லை. அதற்குப் பிறகு எத்தனை மாதம் போச்சென்று என்ன முயன்றும் நினைவுக்கு

வரவில்லை.

மறுபடி பஞ்சகல்யாணி கரி பூசிக்கொண்டு ஒரு நாள் கண்ணில் பட்டதுதான் நினைவுக்கு வந்தது. தான் அப்பொழுது மனைவியைக் கேட்டதும் ஞாபகத்துக்கு வந்தது.

“அடுப்புக் கரி ஏது?”

“இதுக்கு இப்பொழுது கிறுக்கு பிடிச்சிருக்கிறது. வந்த புதிசில் நம்ம வீட்டு எல்லையைத் தாண்டினால் வெளியேதான் போய் வந்து கொண்டிருந்தது. இதோ குடியிருக்கிறார்களே அவர்கள் பக்கம் போனதே இல்லை. இருந்தாலும் பிளைவுட் தட்டிக்கு இந்தப்புறம் நடக்கும்போது அவர்கள் வீட்டுப்பக்கம் நிழல் நீண்டுவிட்டால் கூட பூனைதான் வருகிறதென்று அந்த அம்மாள் விரட்டுவாள். இப்பொழுதெல்லாம் பூனை அவர்கள் வீட்டுப் பக்கம் போய்ப் போய் வருகிறது. அவர்கள் வீட்டுக் குழாயடியில் அடுப்புக் கரியும் விறகும் போட்டு வைத்திருக்கிறார்களே சிமிட்டித் தொட்டி, அதில் வந்து பல சமயம் படுத்துக் கொள்கிறதென்று அந்தம்மாள் சொன்னாள். அந்தக் கரியாத்தான் இருக்கும்.”

“இப்பொழுது இதை விரட்டுவதில்லையா?”

“இல்லை.”

“ஏன்?”

“ஏதோ பயம். தான் பிள்ளைத்தாச்சியாக இருக்கும்பொழுது இன்னொரு பிள்ளைத்தாச்சியை அதட்டக் கூடாதுன்னு நினைப்போ, விரட்டக்கூடாதுன்னு பயமோ என்னமோ! அதிலும் இந்த அம்மாவுக்கு எப்போவும் ஆயுதகேஸாகவே இருந்திருக்கு... அந்தத் திகில் இதிலே சம்பந்தப்பட்டிருக்கும்.”

வரம்பைத் தாண்டாதவர்கள் தாண்டினால் ஒரு காரணம் இருக்கும் – சமாதானமேனுமிருக்கும். கொஞ்ச நாட்களுக்குப் பிறகு காரியாலயத்தை விட்டு மாலையில் வீடு திரும்பியபொழுதுதான் அந்தக் காரணம் விளங்கிற்று.

“இந்தப் பிராணிகளுக்கு இருக்கிற அறிவைப் பாத்தால் பிரமிப்பாக இருக்கு. இன்னிக்கு மத்யானத்துக்குப் பிறகு பூனை படுத்துக்கொள்ளவே இல்லை. பால் சாதம் ஒண்ணும் தொடல்லே. இரண்டு மூணு தரம் அவர்கள் வீட்டுப் பக்கம் போச்சு. அந்த வீட்டுச் சப்பைக் காலன் இருக்கிறானே.”

“யாரு?”

"காலைத் தேச்சு தேச்சு நடக்கிறானே... அவன் இதை விரட்டி விட்டான். இந்த மாதிரி மூணு நாலு தடவை ஆயிடுத்து. அதுக்கு அப்புறம் நடந்ததுதான் எனக்கு ஆச்சரியமாய் இருக்கு. கடைசித் தடவையாக விரட்டினப்புறம் பூனை வந்து என் காலைச் சுத்திச் சுத்தி வந்தது. காலில் உரசிக்கொண்டது. ஒரு மாதிரி கத்தித்து. புகார், கெஞ்சல், அவசரம். என்னவோ தோணித்து, அந்த அம்மாளிடம் சொல்லலாமுன்னு போனேன். பூனையும் என் பின்னால் வந்தது. அந்தம்மாளுடன் நான் பேசிக்கொண்டிருந்த பொழுது பூனை விறுக்கென்று எங்களைத் தாண்டி குழாயடி சிமிட்டித் தொட்டிக்குள் ஒளிந்து கொண்டு விட்டது. அந்தப் பையன் நான் வந்ததும் போய்விட்டான். பூனை போனதைப் பார்த்த அந்த அம்மாள் சும்மாவே இருந்து விட்டாள்.

இரண்டு மணி நேரம் கழித்து நம்ம வீட்டுப்பக்கமே அதிகமாக வராத அந்த அம்மாள் கொஞ்சம் தள்ளாடித் தள்ளாடி வந்தாள். எட்டுமாசம். பூனை இப்பொத்தான் நாலுகுட்டி போட்டிருக்கு என்றாள். நான் போய் பார்த்தேன். சின்னதாக நாலு. ஒண்ணும் கண் திறக்கல்லே. அசிங்கமாயிருந்தது. ஈருக்குச்சிலே களிமண் உண்டையை வச்சாப்போல தலை. ஏன் இதெல்லாம் கண்ணைத் திறக்கிறதில்லை!"

இந்தப் பாடமெல்லாம் யார் சொல்லித் தருகிறார்கள் என்று அவன் அலட்சியமாய்ச் சொல்லிவிட்டான். உண்மையில் அவன் மனது பூனை கரி பூசிக்கொண்டு அவனைத் திகைக்க வைத்த சமயத்துக்குப் போய்விட்டது. அப்பொழுது புரிந்துவிட்டது. மனிதர்கள் என்றால் வீடா, ஆந்திரா பிரசவ ஆஸ்பத்திரியா, இசாபெல்லா மிஷனா என்று நிச்சயம் செய்துவிடுகிறோம். பூனை கரித் தொட்டியைத் தேர்ந்தெடுத்து படுத்துப் பழக்கப்படுத்திக்கொண்டிருக்கிறது என்று உதயமாயிற்று. தூக்கணாங்குருவி கூட்டைவிட குளிர்வசதி அறை உயர்வா என்ன? அறிவுக்கு உணர்வு மட்டமா...?

குடும்பத்தின் முக்கிய நிகழ்ச்சியாக இது ஆகிவிட்டதால் அவனும் பூனைக்குட்டிகளைப் போய்ப் பார்த்தான். குட்டிகளுடன் இருந்த பூனை அவனை ஏறிட்டுப் பார்த்தது பயங்கரமாக இருந்தது. நடுக்கத்தைக் கொடுத்தது. குழந்தைகளுக்குத் தீங்கு செய்ய வந்திருந்தால் என்ற காளி! மெழுகுவத்தியில் செய்ததைப் போல் மொழுக்கென்று அசிங்கமாய் அழகில்லாமல் குட்டிகள் கிடந்தன. அழகு அழகில்லை என்பதெல்லாம் புறநிலை, ஆணிவேர் அறிவுக்கப்பாலுள்ள உயிர் இயக்கத்தில்–ஆமாம்...

பிறகொரு நாள் மனைவி மற்றொரு கேள்வி கேட்டபோதுதான் பூனையைப் பற்றி கவனம் திரும்பிற்று. "ஏழு இடத்திற்குப் பூனை குட்டிகளை மாற்றுமாமே?"

"இந்தப் புள்ளிக்கணக்கை யார் தயாரித்தார்களோ – சரியா தப்பா யார் கண்டது? குட்டிகள் கண் திறந்து போச்சா?"

குட்டிகளைப் போய்ப் பார்த்தான். அலைமீது பட்ட ஒளிபோல் அழகு கண்ணில் வீசிக்கொண்டிருந்தது. கண் திறக்காதபோது களி மண்! இப்பொழுது கொளுத்திப்போட்ட திரிகள்! அதற்குப் பிறகு இரண்டு மூன்று வாரமாகியும் பூனை குட்டிகளை எடுத்துக்கொண்டு வீட்டை விட்டுப் போகவில்லை. பழமொழி பொய். இல்லை, இல்லை. இயற்கை உணர்வும் நாகரிகப்பட்டு விடுகிறது. கூர்மழுங்கினால் நல்லதா, கெட்டதா? இயற்கை நல்லதா, நாகரிகம் நல்லதா? ஆனால் ஒரு காரியம் மட்டும் பூனை செய்துகொண்டிருந்தது. அவ்வப்பொழுது தன் பிரசவ அறையை விட்டு வெளியே வர ஆரம்பித்தது. இவர்கள் வீட்டில் போடுவதைத் தின்பது, குழந்தைகளுக்குப் போய் பால் கொடுப்பது, வெளியே போய்ச் சுற்றிவிட்டு வருவது, பால் கொடுக்கும்போது தூங்கிவிடுவது – இவையே தினசரி நடைமுறை.

அதற்கு ஒரு வாரமோ என்னவோ கழித்து காரியாலயத்துக்குப் போய்விட்டு வந்து சட்டையைக் களைந்து ஸ்டாண்டில் மாட்டும்போது புதுக்காட்சி! அழுக்குக் கூடைக்குப் பக்கத்தில் மற்றொரு கூடை! இந்தக் கூடையில் பூனைக்குட்டிகள் தூங்கிக்கொண்டிருந்தன.

"தயாமயீ! தாயா குட்டிகளை இங்கு கொண்டுவந்து வைத்தது?"

"தலைச்சன்காரிக்கு ஓரெழவும் தெரியாது. பாத்துப் பாத்துப் பிறர் செய்யணும். இன்னொரு பூனையா இருந்தால், லக்ஷம் பவுன் குடுத்து இரு இன்னாலும் இருக்குமா? எனக்குத்தான் அங்கலாப்பா யிருந்தது. கண் திறந்துட்டுதே, குழந்தை குட்டிகள் எதாவது விஷமம் பண்ணிடுமேன்னு எனக்குப் பயம். இங்கே கொண்டுவந்து வச்சுட் டேன். ஒவ்வொரு பூனைக்குட்டியையும் இங்கே கொண்டு வந்து வச்சபோதெல்லாம் இது போலீஸ்காரன் கஜானாவுக்குப் பணப் பெட்டிக்குக் காவல் போவானே அந்த மாதிரி வந்தது. என் மேலே கூட அவநம்பிக்கை... நீங்க பாக்கலே அந்த தமாஷை."

"ஆபிசிலே அப்பொழுது இருந்திருப்பேன்."

"போகட்டும்... ரெண்டு கார்க் பந்து வாங்கிண்டு வாங்கோ."

"யார் விளையாட?"

"நான்தான்."

"பூனைக்குட்டிக்குன்னு கேட்டா வாங்கிண்டு வர மாட்டேனா...?"

பூனைக்குட்டிகள் கார்க் பந்து விளையாட்டுப் பருவம், பொய்க்குஸ்திப்

படலம், ரிப்பன்கள் எட்டாத ஏமாற்று காதை – ஆரம்பத்தில் தாய் செய்ததையே இப்பொழுது நான்கு குழந்தைகளும் செய்கின்றன. இதில் ஆச்சர்யமில்லை. பழம் பாடம். தாய் குழந்தைகளுக்குப் புதுப்பாடம் சொல்லிக் கொடுத்ததோ – நேரம் போவதே தெரியாது.

ரேழியில் வரும் தாயின் குழைந்த குரல்! வருகிறேன் என்றும் எச்சரிக்கும் குரல்! அறைக்குள் மூலைக்கொன்றாக விளையாடும் குட்டிகள் அறை வாசலை நோக்கி விழுந்தடித்துக்கொண்டு ஓடி வரும். தாயை அறைக்குள் நுழையவிடாது. வழிமறிச்சான்கள் ! அறை வாசற்படியண்டை குறுக்கும் நெடுக்குமாக பால் குடிக்க எம்பினால் தாய் நிற்பதெங்கே, நடப்பதெங்கே? அறைவாசலில் கால்களைப் பரப்பிக் கொண்டு படுத்துவிடும்... போதும் என்று தாய் எழுந்திருந்தால்கூட குட்டிகள் விடாது. அப்பொழுது அதே தாய் புவ் என்று சீறுகிறது. அப்பொழுதுதான் குழந்தைகளுக்குப் புரிகிறது.

பால் கொடுக்கிறவள் கோபித்துக்கொள்கிறாளே – இவள் யார்? இதில் யார் உண்மை...?

இரண்டாம் பாடம்! ஒரு நாள் ராத்ரி எல்லோரும் தூங்கிக்கொண்டிருந்த சமயம். அவனுக்கு அரை விழிப்பு நிலை. எதையோ கடித்துத் தின்னும் ஓசை. நடுவே நடுவே திருப்தியைக் குமுறிக் காட்டுவது போன்ற சத்தம். இடையில் சீறல். டார்ச்லைட் போட்டுப்பார்த்தபோது நினைத்தது சரியாகத்தானிருந்தது. எலிக்குஞ்சை சின்ன பஞ்சகல்யாணி தின்று கொண்டிருந்தது. குந்தியைப் போல் எல்லோரும் எடுத்துக்கொள்ளுங்கள் என்று தாய் சொன்னாளோ என்னவோ... இந்தப் பூனைக்குட்டிகளில் வலுவுள்ளதுதான் அதைத் தின்றுகொண்டிருந்தது. பாக்கிக் குட்டிகள் பங்குகொள்ள வந்தால் சீறல். அண்ணன் தம்பி அக்கா தங்கையானாலும் வாயும் வயிறும் வேறேதான். ஒரே சமயத்தில் ஒரு தாய்க்குப் பிறந்த குட்டிகளில் ஒன்று மட்டும் மற்றவர்களை விரட்டும்படி எங்கே இருந்து சக்தி பெறுகிறது...?

திடீரென்று மனைவி எழுந்து உட்கார்ந்தாள்.

"என்ன டார்ச்லைட் போட்டுண்டு... சரிதான் சரிதான். இதான் உபத்திரவம், சுபாவம் விடவே விடாது. நாயைக் குளுப்பாட்டி நடு உள்ளே வச்சாலும் எச்சல் இலை விழாதான்னு காதை நெறிச்சுக்கிண்டேதான் இருக்கும். இதை எல்லாம் ஒழிச்சுப்புட வேண்டியதுதான். அசிங்கம் அசிங்கம்."

"சாக்கிலே போட்டுக் கட்டி காலையில் பேச்சியாயியை விட்டுட்டு வரச்சொல்றேன்."

“கூடாது கூடாது, இப்போ வேண்டாம் – பாவம் குழந்தைகள், நான் அப்பறம் சொல்றேன்.”

“அப்பொழுது தின்று தொலைக்கட்டுமே.”

“கண்டிறாவி. எல்லாத்தையும் பாக்கத் தெரியணும்னு பாடம். வேணும் வேண்டாம், நல்லது பொல்லாதது எல்லாம் ஒவ்வத்தருக்கும் ஒவ்வொரு தினுசு. ஒழியட்டும். இதை எல்லாம் ரேழியிலே கொண்டுபோய் விட்டுடறேன். நீங்க அதைக் குச்சியாலே ரேழியிலே கொண்டுபோய் போட்டுடுங்கோ. திங்கறதை வாயிலிருந்து பிடிங்கினாலும் பாவம், பாத்துக்கிண்டிருந்தாலும் பாவம்...”

பாவத்திற்கு புண்ணியத்தைவிட சக்தி அதிகமோ அல்லது சந்தர்ப்பத்திற்கும் காலத்திற்கும் தகுந்தபடி மாறிப்போகுமோ?

என்னமோ கண்ணுக்குத் தெரிந்து நடந்துவிட்டால் பாவம், தரும சங்கடம்! தாயோடு குட்டிகளும் வெளியே போய்விட்டு வரும்பொழுது பாவம் செய்யவில்லை என்று யாருக்குத் தெரியும்... கண்ணுக்குத் தெரிந்தால்தான் பாவம். தெரியாவிட்டால் இல்லைதான்.

பாவம், புண்யம் என்ற நினைப்புகளை உண்டாக்கிய பூனைக்குட்டிகள் இப்பொழுது பெருமைப்படக்கூடியவையாகிவிட்டன. பூனைக் குட்டிகளைப் பற்றிக் கேட்காத பேரில்லையாம். அதுவும் சின்ன பஞ்ச கல்யாணி இருக்கே... அதன் பேரில் கண்வைக்காத பேரே இல்லையாம். இதை மனைவி சொல்லும்பொழுது அவள் முகம் ரொம்ப அழகாக இருந்தது. மலர் விரிந்தால் மணம் – மனம் நிறைந்தால் பூரிப்பு...

கண் வைப்பது உண்மைதான் என்று ஒரு நாள் மாலை தெரிந்து விட்டது. வீட்டுக்குள் நுழைந்ததும் நுழையாததுமாக கோட்டையைத் தாக்கும் பீரங்கிகள் போல் குழந்தைகள் மனைவி ஆரம்பித்து விட்டார்கள்.

"அப்பா... ஸ்டோர் தெரு மாமி இல்லே?"

“யாருடா?”

"ஸ்டோர் தெரு மாமி – லதா மங்கேஷ்கர் புடவையைக் கட்டிக்கிண்டு போறாளே–"

“புடவையைப் பத்தி அவருக்கென்னடா தெரியும், மண்டு... வயசானாலும் நன்னாயிருக்கான்னு சொல்லுவேளே... அந்த மாமியைத்தான் சொல்றான்."

“இரு அம்மா நீ ஒண்ணு. அந்த அம்மா அன்னிக்குத் தெருவோட

போனா. நம் ரூம் ஜன்னல்லே இந்தச் சின்ன பஞ்சகல்யாணி உக்காந்திருந்தது. அந்தம்மா பார்த்து நின்னுட்டா. மாமி பூனையைப் பார்த்தார். அம்மா மாமியைப் பார்த்தா. சும்மா இருக்கப்படாது...”

“என்ன பார்க்கிறேள்?”

“இந்த பூனைக்குட்டியைத்தான். ரொம்ப அழகா இருக்கே எனக்கு குடுங்களேன்.”

“அம்மாவுக்குப் புத்தி கிடையாதுன்னு சொல்லுவே பாரு, ரொம்ப ரைட்.”

“சரிதாண்டா ஓங்க மேதாவித்தனம் இல்லாட்டா போறது.”

“கோவிச்சுக்காதே அம்மா. செஞ்சதைச் சொல்றேன். கோவிச்சுக்கிறயே.”

“பேஷாத் தரேன்.”

“உங்களுக்கு? இன்னும் இருக்கா?”

“அந்த மாமி ஒரு வீட்டுக்குள்ளே லேசிலே நுழைய மாட்டா. அந்த மாமி நம்ப வீட்டுக்குள்ளே வந்துட்டா. காட்டு மரவட்டை மாதிரி புருவம். எனக்கு என்னவோ பயமாயிருந்தது.

பாக்கிப் பூனைக்குட்டி எல்லாம் மூலைக்கொண்ணா படுத்துக்கிட்டிருந்தது. ஹைற கோர்ட்டு விளக்கு மாதிரி பார்த்தா.

இதெல்லாம் முசல் மாதிரின்னா இருக்கு. கண்ணுதான் சிவப்பா இல்லே. காது நீளமா இல்லை. ஒரு தாய்க்கு எத்தனை தினுசு குட்டி. அடே இதுக்குப் பொட்டிட்டால் போல கருப்புச் சுட்டி, இதிலேகூட எடுத்துக்கலாமே...’ திருட்டு மாமி சின்ன... பஞ்சகல்யாணியைவிட அழகா வேறெ எதாவது இருக்கான்னு பாக்க வந்தூட்டு...”

“எதெ வேணாலும் எடுத்துக்குங்கோ. பை தரட்டுமா?”

“இப்போ வாணாம். நாளைக்கு வரேன்.”

“அந்த மாமி நாள் நக்ஷத்திரம் பாப்பாளோ என்னவோ? மறுநாள் வந்தா. ஜம்பமா முசல் குட்டின்னு சொன்னாளே – எடுத்துக்கிண்டாளா? வெறும் டூப்! சின்ன பஞ்சகல்யாணியைக் கொண்டு வந்த பையிலே போட்டு எடுத்துண்டு போயிட்டா. பாக்கி குட்டிகளுக்கு ஒண்ணும் தெரியல்ல.

மத்தியானமா அவா அம்மா வந்தா. குழந்தைகளேன்னு குரல் குடுத்தா. அம்மா கூடத்துக்கு வந்துது. இதெல்லாம் போய் அது மேலே மொச்சுக்கிண்டதும் நடுக்கூடத்திலே காலை நீட்டி வழக்கம்

போல ஒரு பக்கமா படுத்துக்கிண்டுது. இருக்கிறதெல்லாம் பால் குடிச்சுது. ஒண்ணு காணும்னுகூட அதுக்குத் தெரியல்லேடா இன்னா அம்மா. பூனை கணக்கா படிச்சுதுன்னேன்,

அப்பறம் நீ வந்து எங்களுக்கென்ன உடம்புன்னு அம்மாவைக் கேட்டே பாரு. ராத்திரி – அன்னிக்கு எங்களுக்கெல்லாம் கோபம். போத்திக்கிண்டு படுத்துக்கிண்டுட்டோம். எங்கே சந்தடி ஒண்ணும் காணும்னு கேட்டியா?"

"ஆமாம் கேட்டேன்."

"இங்கேதான் இருக்கும்னு அம்மா சொன்னாளா?"

"ஆமாம்."

"பொய், வெறும் பொய். மத்தியானமா பால் குடுத்த பூனை இங்கே தான் இருந்தது. மூணுமணிக்கப்பறம் இது ஒண்ணும் கண்ணிலே படல்லே. மூலெ முடுக்கெல்லாம் பாத்துட்டோம் காணும். எப்போ... போச்சு, எப்படிப் போச்சு ஒத்தருக்கும் தெரியல்லெ... அன்னிக்கு இதெல்லாம் போனதுதான். இதெல்லாம் உனக்குத் தெரியாது. எங்களை எழுப்பினே – முழிச்சுக்கிண்டுதான் வேணுமின்னு படுத்துண்டிருந்தோம்னு சொன்னேனே.

என்னடா பூனைக்குட்டி விளையாட்டு இல்லியான்னு நீ கேட்டியே, என்ன சொன்னோம்?"

"நான் கேட்டேனா என்ன?"

"நான் கல்லுப் பிள்ளையார் மாதிரி இருந்தேன். ருக்கு ஓடிப்போ யிட்டாள். கிட்டு ஒன் தலைன்னான். நீ சிரிச்சுண்டே போயிட்டே."

அதற்குப் பிறகு அந்த விஷயம் தண்ணீரில் கோடு கிழித்தாற்போல ஆகிவிட்டது. ஆனால் அன்றைய சம்பவம் இதை எல்லாம் இப்பொழுது நினைவூட்டிவிட்டது. பொருந்தாத மாறுபட்ட தன்மைகள் ஒரே இடத்தில் எப்படி குடியிருக்க முடியும்? எப்படி முடியும்? அன்று வரவேற்றவர்கள் இன்று விரட்டுகிறார்கள்.

மன லயத்தில் இருந்த உணர்வு திடீரென்று காதுக்கு மாறிவிட்டது. ஒன்று இரண்டு மூன்று... ஆறு. கடியார மணி ஓய்ந்ததோடு அப்பா என்னும் குரல். ருக்கு!

"என்ன?"

"கோவிச்சுப்பியோ?"

“இல்லை... இல்லை.”

“அன்னிக்கே சொல்லணுமின்னு வந்தோம். அப்பறம் பயமாயிருந்தது போயிட்டோம்.”

“சும்மா சொல்லு, சொல்லு.”

“முந்தாநாள் பாரு – நெத்திச் சுட்டி பூனைக்குட்டி இருக்கு பாரு.”

“சொல்லு.”

“நாங்கள் ஸ்கூல்லேருந்து சாப்பிட வரோம் பாரு... அப்போ திடீருன்னு எங்கிருந்தோ வந்து நுழைஞ்சுது.”

“பாக்கிக் குட்டி, அம்மா.”

“அதொண்ணையும் காணும். இதுமாத்திரம் வந்துது. போன எடத்திலே இதுக்காரு மூணு வேளை பாலுஞ் சோறும் போடுவா. வயிறெல்லாம் ஒட்டிப்போய் பேப்பர் மாதிரி இருந்தது. அம்மாவுக்கு அதிசயம் ஒரு பக்கம், அழுகை ஒரு பக்கம். உடனே அரை சேர் பால் வச்சுட்டு அம்மா கேட்டா பாரு. ‘ஓங்க அம்மா எங்கே? தம்பி எங்கே? அண்ணா எங்கே? அக்கா எங்கே ? நீ மாத்திரம் வந்தியே. ‘எங்களுக்கெல்லாம் சிரிப்பா வந்துது. பூனை எங்கேயேனும் பேசுமான்னோம். அம்மா அடிக்க வந்துட்டா... கப்சிப்புன்னு அப்பறம் சாப்பிட்டோம். பூனைக்குட்டி பாலைச் சாப்பிட்டுட்டு அடுப்பங்கரை கிட்டேபோய் சுருட்டிக்கிண்டு படுத்துக்குண்டுடுத்து. வெளியிலே போனதிலே என்ன தொந்தரவோ யார் கண்டான்னா அம்மா... அப்பறம் பள்ளிக்கூடத்துக்குப் போயிட் டோம். அதோடெ வெளையாடறத்துக்கும் போதில்லே. அதுவும் தான் படுத்துக்கிண்டுடுத்து. சாயங்காலமா வந்தோம். அம்மா எங்க ளுக்குப் பக்ஷணம் கொடுத்தா. அதுக்குப் போட்டோம்... திங்கல்லே. பூனைக்கு உறைப்பு பிடிக்காதா அப்பா?”

“பிடிக்காது.”

“அம்மாகிட்டெ சொல்லி தயிரும் சாதம் போடச் சொன்னோம். அது தின்னதை கிட்டெ இருந்து பார்த்துக்கிண்டே இருந்தோம். எவ்வளவு சுருக்கா தின்னுட்டுது தெரியுமா – லபக் லபக்குன்னு மூணு நாலு வாய்தான்.

அப்புறம் அது கூடத்துக்கு வந்துட்டுது – நாங்களும் கூடத்துக்கு வந்துட்டோம். நான் ரிப்பனைக் கொண்டு வந்தேன். அவன் பந்தைக் கொண்டு வந்தான். கிட்டு ஈருகுச்சி கொண்டுவந்தான். அவன் பந்தே எரிஞ்சான். அது துரத்திக்கிண்டு ஓடித்து. நான் ரிப்பனைக் காட்டினா, துரத்திக்கிண்டு ஓடித்து. கிட்டு ஈருகுச்சியை எரிஞ்சா

துரத்துமா? இப்படி செத்த நேரம் எங்களோடெ விளையாடிண்டு இருந்தது. எத்தனை நேரம் விளையாடும்? அப்பறம் அது தெருப்பக்கம் போயிட்டுது.

கொஞ்ச நேரம் ஆச்சு. அவா வீட்டுப் பையன் இருக்கான் பாரு நன்னு... அவன் ஹோன்னு அழுதுகிண்டு வந்து பூனைக்குட்டி, பூனைக்குட்டின்னான். என்னடான்னா ஒண்ணும் சொல்லல்லே. உள்ளே வந்தவன் தெருப்பக்கம் மறுபடியும் ஓடினான். நாங்க பயந்து கிண்டு கூடவே வாசல் பக்கம் போனோம். வாசல் பக்கம் போனா... தார் ரோடு கறுப்பு நடுவிலே இது வெளுப்பாக் கிடந்தது... பக்கத்திலே சிவப்பா ரத்தம்... எதோ மோட்டாரிலே அடிபட்டுப் போயிடுத்து.

அழுதுகிண்டே உள்ளே ஓடிப்போய் அம்மாவை அழச்சுக்கிண்டு வந்து காண்பிச்சோம். நன்னு சொன்னான். திண்ணைலே உட்காந்திருந்த பூனை எதுத்தாத்து பங்களாவுக்கு குறுக்கே போச்சாம். அப்பொ ஒரு கார் வந்துதாம். அதோடே...”

அப்பொழுது மனைவி காப்பி பாத்திரத்தை எடுத்துப்போக வந்து விட்டாள். கார்டு காபி பாத்திரம் மூடிவைத்தபடியே இருந்தது. கடியாரத்தைப் பார்த்தாள். கணவரைப் பார்த்தாள்.

“முக்கால் மணி ஆச்சு காபியை வச்சுட்டுப் போய்.”

“இங்க ருக்கு வந்து என்னவெல்லாமோ சொல்லிண்டிருந்தா.”

“ஏண்டி ருக்கு இதெல்லாம் அப்பாக்குச் சொல்லாதேன்னு சொல்லி யிருந்தேன். சொல்லிட்டியா?”

ருக்கு ஓடிப்போய் விட்டாள். “நம்ப வீட்டுச் சோறு இரண்டு வேளை கடன் நின்னுபோச்சு. வந்து தண்டிக்கிண்டு போயிட்டுது. நிழலும் நீரும் கொடுத்துவைக்கற வரையில்தான்... தள்ளுங்கோ குப்பையை... காபி ஐசாகி இருக்குமே.”

தன் மனைவி பேசினாள் என்று அவனால் நம்ப முடியவில்லை. பூனை என்றால் உயிரைவிடுகிறவள் பேச்சாகத் தெரியவில்லை. பூனைகள் மேலே வச்சிருந்த மோகத்தை அவ்வளவு சுருக்க எப்படி உதறினாள்? இல்லை, இல்லை. வெளிவேஷம்; உள்ளே சங்கடம் தேங்கிக் கிடக்கிறது. தண்ணீர். மழை ஜலம் விழுகிறது. கொப்பளம் உண்டாகிறது. உடையவும் செய்கிறது. பிறகு பழைய தண்ணீர்தானே, வடு ஏது?

“முக்கால் மணி ஆச்சா?”

“முக்கால் மணிக்கு மேலே... இது இப்படியாச்சா...? அது இருக்கு

பாருங்கோ?"

"எது?"

"சின்ன பஞ்சகல்யாணிம்பேளே?"

"ஆமாம் – காட்டு மரவட்டை எடுத்துண்டு போச்சுன்னானே."

"அதைத்தான் சொல்றேன். நேத்திக்கு ஸ்டோர் பக்கம் சாமான் வாங்கப்போனேன். இது எப்படி இருக்குன்னு பாக்கணும்னு தோணித்து. அவா வீட்டுக்குப் போனேன். அவா வீடு பங்களா மாதிரி. இது முன்புறம் ஹாலிலே சோபாவிலே அழகாக உட்காந்திருந்தது. நம் மாத்திலே இருந்த பூனைக்குட்டியாவே தோணல்லே – புசு புசுன்னு அப்படி இருந்தது. அது ரொம்ப சமத்து... ரொம்ப தெரிஞ்சாப் போல மியாவ்னுது. என்னைத்தான்னு நான் நெனைச்சுக்கிண்டேன். ஏன் கூப்பிட்டேன்னு மாமி உள்ளே இருந்து வந்தா, என்னை பாத்த உடனே திடுக்கிட்டுப் போய்விட்டா. அப்பறம் சமாளிச்சுக்கிண்டு பூனைக்குட்டியைப் பாக்க வந்தேளான்னா?"

"ஸ்டோருக்கு வந்தேன். இதையும் பாப்போமேன்னு தோணித்து."

"நான்தான் வாங்கோன்னு சொன்னேன். நீங்க இத்தனை நாளா வரல்லே... காலம்பர இட்லி பால் – பதினோரு மணிக்கு பாலுஞ் சாதம். மூணு மணிக்கு முட்டை.... ராத்திரி பாலுஞ்சாதம். இது எவ்வளவு சமத்து தெரியுமா? ஆசா, ஏந்திருந்து கையைக் கட்டிக்கோ."

"படுத்துக்கிண்டிருந்தது உடனே ஏந்திருந்து பின் சப்பையிலே உக்காந்து முன்கால் ரெண்டையும் குறுக்கே: வச்சுக்கிண்டுது பாருங்கோ – பிரப்பம் பழம் வாங்கற பள்ளிக்கூடத்துப் பையன் மாதிரி ரொம்ப சமத்து. இதுக்கு. யோகம் இப்படி. அதுக்கு அப்படி. இதுகள் அம்மாவுக்கு... எந்தச் சனி எப்படிப் போனா என்ன... காபி வேணுமா வேண்டாமா?"

அவன் காபியை எடுத்துச் சாப்பிட்டான். ஜில்லிட்டிருந்தது. பாத்திரத்தை கீழே வைத்தபொழுது கடிகாரம் தெரிந்தது. கடிகார மைதானம் தெரிந்தது. அதில் வாலைத் தூக்கிக்கொண்டு பூனைக்குட்டியும் எப்பவும் போல் அழியாமல் நின்றுகொண்டிருந்தது.

49. கடுதாசும் தேனும்

கழுதை ஒன்று குருட்டுத்தனமாக ஒரு பூந்தோட்டத்துக்குள் புகுந்துவிட்டது. தோட்டக்காரன் பாதைகளையெல்லாம் சுத்தம் செய்து காகிதங்களையும் குப்பைகளையும் குவித்து வைத்திருந்தான்.

'ஆஹாஹா' என்று மகிழ்ச்சியுடன் காகிதங்களைக் கழுதை தின்ன ஆரம்பித்தது. தின்பதை ரசித்துக்கொண்டே கழுதை ஒரு நிமிஷம் கண்ணை மூடிற்று. மறுபடியும் கண்ணைத் திறந்தபொழுது அழகிய வண்ணாத்திப் பூச்சி ஒன்று அருகிலிருந்த மலரின் மீது உட்கார்ந்திருந்ததைக் கண்டது.

"அங்கே என்ன செய்கிறாய்?"

"மலரின் தேன் துளியைக் குடிக்கப் போகிறேன்."

"முட்டாளே! காகிதம் கடல் போல் இங்கே கிடக்கிறது. அதை விட்டுவிட்டுத் துளியைத் தேடிக்கொண்டு தடுமாறுகிறாயே!" என்று கூறிவிட்டு காகிதத்தை மறுபடியும் தின்ன ஆரம்பித்தது கழுதை.

அந்தச் சமயம் வெளியே சென்றிருந்த தோட்டக்காரன் திரும்பி வந்தான். தடிக்கம்பைப் பார்த்துப் பயந்துகொண்டு வெளியே ஓடி வந்தது கழுதை.

"கழுதை இங்கேயா ஓடிவந்து ஒளிந்து கொண்டாய்?" என்று உப்புக் குறவன் உப்பு மூட்டையை அதன் மேல் பொத்தென்று சுமத்தினான்.

அப்பொழுது வண்ணாத்திப் பூச்சி மிதப்புடன் வெளியே பறந்து வந்தது.

“பெரியவனே, ஏன் பாதியில் போகிறாய்?”

“நீயுந்தான் போகிறாய், ஏன்?”

“எனக்கு வயிறு நிரம்பிவிட்டது; பறக்கிறேன். நீ?”

“எனக்கு நிரம்பவும் இல்லை. புசிப்பும் இல்லை. பொதியையும் போட்டுவிட்டான்” என்று அவமானத்தால் கழுதை காதை ஆட்டிற்று.

50. காக்கைகளும் - கிளிகளும்

ஊரில் பலமான புயல் அடிக்கப்போவதாக ஜனங்கள் எதிர்பார்த்துக் கொண்டிருந்தார்கள். பத்திரிகைகளிலும் அறிவிக்கப்பட்டிருந்தது. ஆனால் பக்ஷிகள் மட்டும் பத்திரிகைகளின் உதவி இன்றியே விஷயத்தை எப்படியோ அறிந்துகொண்டு புயலுக்கு இரண்டு தினங்களுக்கு முந்தியே வேறு ஊருக்குக் கிளம்பிவிட்டன.

புது ஊருக்குச் சென்றதும், காகங்களெல்லாம் ஒரு புளியமரத்தில் வீடு கட்டிக்கொண்டன. கடைசியாகக் கிளிகள் வந்தன. கிளிகளுக்குக் கூடு கட்டத் தெரியாது. அந்த ஊரிலோ மாடி வீடுகள் இல்லை. இருந்திருந்தால் மாடிகளிலுள்ள புரைகளில் கிளிகள் சொந்தமாக வசித்திருக்கும். அப்படி இல்லாததால் முதல் கிளி கேட்டது:– நாம் எங்கே வசிப்போம்?

இரண்டாவது கிளி:– ஏன் எல்லோரையும் போல் அந்தப் புளியமரத்தில் தோழர்கள் காக்காய், குருவி, மைனா முதலியவர்களோடு கூடி வாழ்வோம்.

மூன்றாவது கிளி:– அழகு அழகு! செத்த மாட்டையும், எச்சில் சோறையும் தின்னும் கருப்புக் காக்காயோடு வாழ வேண்டுமென்கிறாயா? நான் இந்த வாய்க்காலில் விழுந்து செத்தாலும் சாவேனேயன்றி அவர் களுடன் சகவாஸம் செய்யவே மாட்டேன்.

முதல் கிளி:– ஆனால் சரி, அப்பொழுது போகும் வழி சொல்லு?

நான்காவது கிளி:– அதோ ஒரு மொட்டைத் தென்னைமரம் தெரிகிறதல்லவா? அதில் இரண்டு மூன்று பொந்துகள் இருக்கின்றன.

மூன்றாவது கிளி:– சபாஷ்! சபாஷ்!!

இரண்டாவது கிளி:– தனி மரமாயிருந்தால் காற்றிலும், மழையிலும், வெய்யிலிலும் குளிரிலும் கூப்பிட்ட குரலுக்கு ஒத்தாசை செய்ய யாரும் வரமாட்டார்களே?

மூன்றாவது கிளி:– முட்டாளே! அதற்காக ஈன ஜாதிக்காரர்களுடன் போய் நாம் ஒட்டிக்கொள்ளுகிறதா? அவற்றின் கிட்டப்போனால் கூட நமது பச்சை வர்ணம் கலைந்துபோகும்.

இரண்டாவது கிளி:– ஆனால் சரி, சொல்லவேண்டியதைச் சொல்லிவிட்டேன். பிறகு உங்கள் இஷ்டம்.

இப்படி கிளிகள் பேசிக்கொண்டு முடிவுகட்டிவிட்டன. புளிய மரத் திலிருந்த காக்கை குருவிகளெல்லாம், "இதென்ன? அண்ணன் தம்பி மாதிரி எல்லோரும் இருப்பதை விட்டுவிட்டு என்னவோ சொல்லுகிறார் களே! எல்லோருக்கும்தான் இறக்கை இருக்கிறது. நாம் எல்லோரும் ஒரே இனத்தவரல்லவா? சேர்ந்து இருப்போம்" என்றன.

"முடியாது" என்றன கிளிகள்.

"ஹும்! வெறும் அகம்பாவம்! விதியல்லவா ஆட்டுகிறது?" என்று இதர பக்ஷிகள் இரக்கப்பட்டன

இரண்டு நாட்கள் சென்றன. இரண்டொரு கிளிகள் மட்டும் ஏதோ திகிலடைந்து, முன் யோசனையுடன் இதர பக்ஷிகளுடன் சேர்ந்து கொண்டன.

மூன்றாவது நாள் இரவு இடியும் மழையும் பிரமாதப்பட்டது. உலகம் பொடிப்பொடியாகிவிடும்போல் இருந்தது. மறுநாள் காலை புயல் நின்று போயிற்று. அநேக மரங்களும் வீடுகளும் விழுந்து விட்டன. காக்கை முதலிய பக்ஷிகள் இருந்த புளியமரத்திற்கு ஒருவித சேதமும் வரவில்லை. உயர்ந்த மொட்டைத் தென்னை மரம் மட்டும் காணவில்லை. பொந்தில் இருந்த கிளிகளையும் காணவில்லை. தரை மீது இரண்டு பிடி சாம்பலிருந்தது

காகங்கள் முதலிய பக்ஷிகளுடன் சேர்ந்து வசிக்க வந்த கிளிகள் பிடி சாம்பலைப் பார்த்து கண்ணீர் விட்டன. ரத்தபாசமல்லவா! காக்கைகளும் குருவிகளும், "ஐயோ பாவம்! தனி மரம்! தனி வீடு, தனி ஜாதி, தனி எல்லாவற்றிற்குமே எவ்வளவு உயரத்திலிருந்தாலும் இந்த கதிதானே! இந்தப் பாவிக்கிளிகள் அப்பொழுதே சொன்னதைக் கேட்காமல் போய் இப்படி இரவில் இடிக்கு இரையாயினவே!" என்று பெருமூச்செறிந்தன.

51. பீகிங் நகர பெரியமணி

பீகிங் என்னும் சீன நகரில் பெரிய கண்டா மணி ஒன்றிருக்கிறது. அதை அடித்தால் நகரம் முழுவதும் அன்றி அநேக மைலுக்கு அப்பால் கூடக் கேட்கும். அந்த மணியை அடித்தால் எல்லா மணியைப் போலும் சப்தம் கேட்காது. மி–தி–ய–டீ, மி–தி–ய–டீ என்று சொல்லுவது போல ஒலிக்கும். இப்படி ஒலிப்பதற்கு சைனாக்காரர்கள் ஒரு காரணம் கூறுவார்கள்.

அந்தக் காலத்தில் சீனாவில் யூங்லூ என்ற பெயருடைய அரசனிருந்தான். சுற்றுப்புறத்திலிருந்த ராஜ்யங்களின் மேல் எல்லாம் படை எடுத்து அவற்றைத் தனதாக்கிக் கொண்டான். தன் புகழ் உச்ச நிலையை அடைந்த உடன் தலைநகரை மாற்றிவிடுவதென்று முடிவு செய்தான். அதற்காக தன் காரியஸ்தர்களை எல்லாம் தேசமெங்கும் அனுப்பி வைத்தான். முடிவில் பீகிங் என்ற நகரைத் தலைநகரமாகத் தேர்ந் தெடுத்து, நகரத்தைப் புனர்நிர்மாணம் செய்வதில் ஈடுபட்டான். புதிய தலைநகரில் பல அழகிய கட்டிடங்கள் தோன்றின. அவற்றுடன் ஒரு பெரிய மணிக்கூண்டும் தோன்றிற்று. இந்த அழகிய மணிக் கூண்டுக்குப் பொருத்தமான பெரிய கண்டாமணியையும் அமைக்க வேண்டுமென்று அரசன் விரும்பினான். வெண்கலச் சிற்பி குவான்ஜூவை வரவழைத்து இந்த வேலையை அவனிடம் ஒப்படைத்தான்.

சிற்பி உடனே பெரிய மணியைச் செய்வதற்கான வேலையில் கவனம் செலுத்தினான். சுற்றுப்புறத்திலுள்ள கன்னார்கள் பலரும் இந்த வேலையில் கலந்துகொண்டார்கள்.

மாதக்கணக்காகக் கஷ்டப்பட்டுப் பெரிய மணிக்கு ஆஸ் தயார் செய்தார்கள். உருக்கி ஊற்ற வெண்கலத்தைச் சேகரித்தார்கள்.

குறிப்பிட்ட தினத்தில் மணியை வார்ப்பதென்று முடிவு செய்யப்பட்டது. பரிவாரமும் நகரப் பெரியோர்களும் சூழ மகாராஜா அந்த இடத்திற்கு வந்தார். சிற்பி வெண்கலத்தை உருக்கி ஆஸில் ஊற்றினான். ஆனால் ஆஸினால் அந்தச் சூட்டைத் தாங்க முடியவில்லை. பட்டென்று வெடித்து உடைந்துவிட்டது.

மகாராஜாவுக்குக் கோபம் மூண்டது. அவ்வளவு பணமும் உழைப்பும் வீணாவதால் அவருக்கு வருத்தம். எனவே மறுபடியும் சிற்பிக்கு மற்றொரு வாய்ப்பளித்தார்.

மறுமுறையாக சிற்பி நல்ல புது ஆஸ் ஒன்றைத் தயார் செய்வதில் கவனம் செலுத்தினான். சில மாதங்கள் கழிந்தன.

மறுபடியும் மணியை வார்க்கும் தினம் வந்தது. முன்போலவே எல்லோரும் வந்து கூடினர். கவலையுடன் பேச்சுமூச்சில்லாமல் சூழ உட்கார்ந்திருந்தனர். சிற்பி மறுமுறை வெண்கலத் திராவகத்தை ஆஸின் மீது நிதானமாக ஊற்றினான். நல்லவேளை... ஆஸ் கெட வில்லை. அப்பாடா என்று பெருமூச்சு விட்டுக்கொண்டே மணியை எடுத்து சிற்பி பரிசோதித்தான். ஆஸ் கெடாமல் இருந்தபோதிலும் மணியின் வார்ப்பு சரியாக இல்லை. தேனீயின் கூண்டைப்போல் மணி எங்கும் ஓட்டையும் பொறையுமாக இருந்தது. அவமானத்தால் சிற்பிக்குத் தலை தூக்க முடியவில்லை.

“மூன்றாம் முறையாக ஒரு வாய்ப்பளிக்கிறேன். குற்றமில்லாத மணியைச் செய்தால் பிழைப்பாய். இன்றேல் தலை போய்விடும்” என்று மகாராஜா கர்ஜித்தார்.

வருத்தத்துடன் சிற்பி வீடு வந்து சேர்ந்தான். வார்ப்புத் தொழில் புஸ்தகங்களை எல்லாம் அலசி அலசி கவனமாகப் படித்தான். படித்ததுடன் ஆண்டவனே என்னைக் காப்பாற்று என்று தினம் தவறாமல் பிரார்த்தனை செய்தான்.

சிற்பிக்கு கோஐ என்ற பெயருடைய மகள் ஒருத்தி இருந்தாள். இதுவரை நடந்தவற்றை எல்லாம் அவள் கவனித்து வந்திருந்ததால் அவளுடைய நெஞ்சமும் குமுறிக் கொண்டிருந்தது. இந்தத் தடவை தகப்பனாருக்கு வெற்றி கிட்டாவிட்டால் அவரை இழக்க நேரிடுமே என்ற துயரம் அவள் மனதை அறுத்துக்கொண்டிருந்தது.

ஒருநாள் தந்தையும் அறியாமல் அவள் மலைச் சாரலை நோக்கி நடந்துசென்றாள். அங்கே ஒரு குகையில் ஒரு மந்திரவாதி இருந்தார்.

அவரைக் கண்டு தன் தகப்பனாருக்கு நேரவிருக்கும் ஆபத்தைப் பற்றிக் கூறினாள். மந்திரவாதி ஏதோ ஒரு மருந்தை எடுத்துக் கரைத்துக் குடித்த மறு நொடியில் அவருக்கு சுயநிலை தவறி ஆவேசம் மூண்டுவிட்டது.

"பெண்ணே... பெரிய மணி ஒலிக்க வேண்டுமா? உருகி ஓடும் வெண்கலத்துடன் அழகிய பெண் ஒருத்தியின் ரத்தமும் சேராவிட்டால் பெரிய மணி பிறக்காது. மணி ஓசை கேட்காது" என்றார்.

இந்தச் சொற்களைக் கேட்டவுடன் கோஜக்கு என்ன செய்ய வேண்டுமென்பது தெரிந்து விட்டது. அழகி என்றுதான் அவளையே சொல்லுவார்கள். எனவே மனத்தில் ஒரு தீர்மானம் செய்து கொண்டாள். பிறகு தந்தைக்கும் தெரியாமல் வீடு வந்து சேர்ந்தாள். தான் அறிந்த உண்மையையோ, தான் கொண்ட உறுதியையோ தந்தை யிடம் தெரிவிக்கவில்லை எப்பொழுதும் போல் வீட்டுக் காரியங்களைச் செய்து வந்தாள். சிற்பியும் பெரிய மணி வார்ப்பதற்கான காரியங்களில் அதிக கவனத்துடன் ஈடுபட்டிருந்தான்.

'இந்தத் தடவை வெற்றி கண்டு விடுவேன்' என்று தோன்றுகிறது என்று தந்தை அடிக்கடி சொல்லிக்கொண்டு வந்தார். 'சந்தேகமே இல்லை; வெற்றி இந்தத் தடவை நிச்சயம்' என்று கோஜயும் ஒவ்வொரு தடவையும் பதில் கூறினாள்.

கடைசியில், பெரியமணி வார்க்க மூன்றாவது தடவையாக தினம் குறிப்பிடப்பட்டது. ராஜாவும், பரிவாரமும் நகர பிரமுகர்களும் ஸ்தி ரீகளும் மணி வார்க்கும் இடத்தில் உட்கார்ந்திருந்தனர். எதிர்ப்புறத்தே ஒரு மேடையும் அதன் நடுவில் ஒரு பெரிய கருங்கல்லும் வைத்துக் கட்டப்பட்டிருந்தது. பக்கத்தில் கொலையாளி கோடாலியும் கையுமாக நின்றுகொண்டிருந்தான்.

வெண்கலம் தளதளவென்று கொதித்துக் கொண்டிருந்தது. ஆளின் மீது எடுத்து ஊற்றுவதற்கு சிற்பியும் அவன் தோழர்களும் ஆரம்பித்தனர். உருகிய திராவகத்தை ஆஸின் மேல் எடுத்து ஊற்ற ஊற்ற உஸ்ஸென்ற சத்தமும், புகையும் எழுந்து கொண்டிருந்தன. முடியும் சமயம். யாரும் எதிர்பார்க்காத நேரத்தில் அப்பா என்று கூவிக்கொண்டே கோஜ கொதிக்கும் ஆஸின் மேல் தாவிப் பாய்ந்தாள். அதே சமயத்தில் கடைசி வெண்கல திராவகமும் ஆஸின் மீது கொட்டப்பட்டது. திடுக்கிட்ட சிற்பி ஐயோ என்று கதறி மகளைப் பிடிக்க முயன்றான். ஆனால் அவன் கையில் அகப்பட்டதெல்லாம் அவள் மிதியடிதான். கோஜ வெண்கல மணியுடன் ஒன்றாகி விட்டாள். தகப்பனாருக்கும் வந்திருந்தவர்களுக்கும் துயரம் தாங்கவில்லை. ஹோவென்று கதறினார்கள்.

துயரத்தின் கடுமை ஓய்ந்த பிறகு பெரிய மணியை ஆசை விட்டு எடுத்துப் பரிசோதித்தார்கள். எவ்விதக் குறைபாடும் இல்லை. சுத்தமாகவும் அழகாகவும் இருந்தது.

மறுநாள் மணிக்கூண்டில் பெரிய மணியை ஏற்றிக் கட்டினார்கள். முதல் முதலாக ராஜா மணியை அடித்து ஓசை எழுப்பினான். ஆனால் என்ன ஆச்சர்யம்! பெரிய மணி மற்ற மணிகளைப்போல் ஒலிக்கவில்லை. விம்மலுடன் ஏறி இறங்கி பாய்ந்து நீண்டு ஓசை ஒலித்தது. மகாராஜாவும். மற்றவர்களும் வியப்புடன் ஊன்றி கவனித்தார்கள். *மி–தி–ய–டீ, மி–தி–ய–டீ* என்று பெரிய மணி ஓசை எழுப்பிக் கொண்டிருந்தது. மகாஜனங்களுக்கெல்லாம் கண்டாமணி சொல்லும் ரகசியம் விளங்கிவிட்டது. கோஐ தன் மிதியடிக்காக ஏங்கிக்கொண்டிருந்தாள்.

மி–தி–ய–டீ, மி–தி–ய–டீ!

52. எமனை முட்டிய எருமைக் கிடா

ஹரிவம்சன் போக்கிரி என்ற பேரை ஊரில் எடுத்திருந்தான். அவனுக்கு ஒரு வேலையும் இல்லை. அதனால் ஏதாவது கோல்மால் செய்து கொண்டிருந்தான். இந்தக் கோல்மாலைக்கூட அவன் காரியமில்லாமல் செய்யமாட்டான். இந்தத் திறமையைக் கொண்டுதான் அவன் பிழைத்து வந்தான்.

ஆனால், எவ்வளவு திறமை இருந்தாலும் ஒரு நாள் செத்துத்தானே ஆகவேண்டும். அவனுக்கு வயதாகி, கிழவனாகிவிட்டான். ஒரு நாள் இரவில் படுத்தவன் எழுந்திருக்கவே இல்லை; செத்துப் போய்விட்டான். இவன் செய்திருக்கும் அக்கிரமங்களுக்கெல்லாம் கணக்கில்லை. இவனுக்கு இப்பொழுது நரகம்தான் கிடைக்கும் என்று ஊரார்கள் பேசிக்கொண்டார்கள்.

ஆனால், அவனுக்கென்ன கிடைத்ததென்று நினைக்கிறீர்கள்?

ஹரிவம்சன் வானுலகத்தை அடைந்தான்.

மேல் உலகத்துக்குச் சென்றதும் எமதர்மனுடைய கணக்குப்பிள்ளை சித்ரகுப்தன் அவனைத் தடுத்து நிறுத்தினான் "ஹரிவம்சா! உன்னுடைய வாழ்வைப் பற்றி பதிவு புஸ்தகத்தைப் பார்த்துவிட்டேன். நீ பாவத்தைத் தவிர ஒன்றுமே செய்யவில்லை. ஆகையால் நகரத்துக்குத்தான் போக வேண்டும் வா" என்றார்.

ஹரிவம்சன் ஒரு நிமிஷம் யோசித்துவிட்டு சித்திர குப்தனை நோக்கிக் கேட்டான்.

'ஐயா! நல்லதைவிட்டு தவறுதலாக நீங்கள் கணக்கில் பதிவு செய்திருக் கிறீர்கள்' என்றான்.

சித்திரகுப்தன் இல்லை என்று சாதித்தான். 'இந்தக் கணக்குப் புஸ்தகத்தைப் பார். பார்த்துவிட்டு விட்டுப் போனதென்னவென்று சொல் பார்ப்போம்' என்று பதிவுக் கணக்குப் புத்தகத்தைப் பிரித்துப் போட்டான். இதற்குள் எமதர்மராஜாவும் அங்கே வந்துவிட்டார்.

ஹரிவம்சன் கணக்கை எல்லாம் சோதித்துவிட்டு, கோபத்துடன் சித்திர குப்தனைப் பார்த்துச் சொன்னான்.

'என்னய்யா! கோதானம் கொடுத்தால் புண்யம் என்று சொல்வார்கள். நான் கொடுத்த கோதானத்தை பாபம் என்ற கணக்கில் எழுதி இருக்கிறாயே... அடுக்குமா?' என்று கேட்டான். 'நீ நல்ல மாடாக தானம் செய்திருந்தால் நீ சொல்வது நியாயம். ஆனால் நீ சாகப் போகிற மாட்டைத்தானே தானம் கொடுத்தாய். நீ தானம் கொடுத்த மாடு தெருக்கோடிக்குப் போவதற்குள் செத்து விழுந்துவிட்டதே, அதெப்படி புண்யமாகும்?' என்றான் சித்திரகுப்தன். 'உயிரோடுதான் நான் கொடுத்தேன். அதற்குக் காலம் முடிந்துவிட்டால் நீங்கள்தானே ஜவாப். நான் செய்த புண்யத்தை நீங்கள் எப்படிப் பாபமாக்கலாம்?' என்று சண்டை இட்டான் ஹரிவம்சன்.

இந்த வாக்குவாதத்தைக் கவனித்து வந்த எமதர்ம ராஜன் ஹரிவம்சன் சொல்லுகிற கட்சியில் உண்மை இருப்பதை ஒப்புக்கொண்டான். "நீ சொல்வது ஓரளவு சரிதான். அதற்காக என்ன செய்ய வேண்டு மென்கிறாய்?" என்று கேட்டான் எமதர்மன். "அந்தப் புண்யத்திற்கு எனக்கென்ன கிடைக்கும் என்று தெரிவித்தால் நான் சொல்லுகிறேன்" என்றான் ஹரிவம்சன்.

"நீ ஒரு வரம் கேட்கலாம். அந்த உரிமை உனக்குண்டு" என்றான் எமன்.

"அப்படியானால் சரி. உன்னுடைய எருமைக் கிடாவை எனக்குக் கொடுத்து விடு."

"இவ்வளவு சிறிய புண்யத்துக்கு அவ்வளவு பெரிய வரம் கிடைக்காது. வேண்டுமானால் அரை மணி நேரத்துக்கு எருமைக் கிடாவை நீ வைத்துக் கொள்ளலாம்."

"அப்படியே ஆகட்டும். என் பேச்சைக் கேட்க வேண்டும் என்று மட்டும் எருமை மாட்டுக்கு உத்தரவு போட்டுவிடு" என்றான் ஹரிவம்சன்.

உடனே எமன் தன் எருமைக் கிடாவை வரவழைத்து அதற்கு உத்தரவு

போட்டு ஹரிவம்சனிடம் ஒப்படைத்தான்.

எருமைக் கிடாவைப் பெற்றுக்கொண்ட ஹரிவம்சன் அதன் மேல் ஏறி உட்கார்ந்து கொண்டு, “எமனைப் போய் முட்டு” என்றான். எருமைக் கிடா எமன் மேல் பாய்ந்தது. எமன் பயந்து ஓடினான். எருமையும் விடாமல் அவனை விரட்டிற்று.

எமன் பிரும்மாவிடம் போய் நடந்த விவரத்தை எல்லாம் சொல்லி தஞ்சமடைந்தான். ஹரிவம்சன் பின்தொடர்ந்து வந்து “எமனையும் பிரும்மாவையும் சேர்த்து முட்டு” என்றான். கிடா பாய்ந்தது.

எமனும் பிரும்மாவும் பயந்துகொண்டு விஷ்ணுவிடம் ஓடினார்கள்.

அங்கும் சென்று, ‘எமனையும் பிரும்மாவையும் விஷ்ணுவையும் சேர்த்து முட்டு’ என்று ஹரிவம்சன் உத்தரவிட்டான்.

எல்லோரும் சிவனிடம் போய், தங்களைக் காப்பாற்ற வேண்டும் என்று கேட்டுக் கொண்டார்கள். அதற்குள் ஹரிவம்சன் அங்கும் வந்து, ‘எமனையும் பிரும்மாவையும் விஷ்ணுவையும் சிவனையும் சேர்த்து முட்டு’ என்று உத்தரவிட்டான்.

எல்லோரும் நடுக்கமடைந்து இந்திரனிடம் சென்றார்கள். எருமைக்கடா எல்லோரையும் முட்டத் தொடங்கிவிட்டது. இதைப் போல முப்பத்தி முக்கோடி தேவர்களையும் மும்மூர்த்திகளையும் சேர்த்து முட்டு என்று ஹரிவம்சன் சொன்னான். அவ்வளவு பேரும் நடுங்கிக் கொண்டிருந்த சமயத்தில் எமன் சொன்னான்:

‘ஹரிவம்சா! எருமைக் கிடாவை விட்டு இறங்கு. அரை மணி தீர்ந்துவிட்டது.’

ஹரிவம்சன் எருமைக் கிடாவை விட்டுக் கீழே இறங்கினான். கிடாவும் அசைவற்று நின்றது.

“இனி நரகத்திற்குப் போக வேண்டியதுதான். மணி ஆகிவிட்டது. ஆட்சேபம் இல்லையே” என்றான் எமன்.

‘இனி எனக்கு நரகமில்லை’ என்றான் ஹரிவம்சன்.

‘ஏனய்யா இன்னும் வம்பு பண்ணிக் கொண்டிருக்கிறாய்?’ என்றான் எமன்.

‘நான் வம்பா பண்ணுகிறேன்? மும்மூர்த்திகளையும் ஒரே காலத்தில் தரிசனம் செய்தால் மோட்சம் என்று வேத புராணங்கள் கூறுகின்றன. நானோ மும்மூர்த்திகளையும் முப்பத்து முக்கோடி தேவர்களையும் சேர்த்து இதோ தரிசனம் செய்து கொண்டிருக்கிறேன். வேத

புராணத்தைப் பொய்யாக்குவது நீயா... நானா? வம்பு செய்வது நீயா... நானா?' என்று கைகூப்பி எல்லோரையும் வணங்கினான்.

எமதர்மன் திகைப்படைந்தான். வேதபுராணத்தை எமனே பொய்யாக்கலாமா?

'ஹரிவம்சா! உலகத்திலிருந்தபொழுதே வாயைக்கொண்டு பிழைத்து வந்தாய். இங்கும் வாயைக் கொண்டே ஜெயித்து விட்டாய். நீ சொல்வது நியாயம்தான். வா சொர்க்கலோகத்துக்கு" என்று ஹரிவம்சனை எமன் சொர்க்கத்திற்கு அழைத்துச் சென்றான்.

(நாட்டுக்கதை)

53. அர்ச்சுனன்

அன்றுதான் அர்ச்சுனனை ஆசுபத்திரியிலிருந்து வீட்டுக்கு அனுப்பி விட்டார்கள்.

பதினைந்து நாட்களுக்கு முன்பு அவன் ஆசுபத்திரிக்கு வந்தபொழுது குண்டடிபட்டு அவன் வலதுகை நொறுங்கி தோள்பட்டையிலிருந்து அறுந்து தொங்கிக் கொண்டிருந்தது. மூர்ச்சையான நிலையில் அவனைக் கொண்டுவந்து சேர்த்தார்கள்.

டாக்டர் அப்பொழுது செய்யக்கூடிய காரியமாக இருந்தது ஒன்றே ஒன்றுதான். அடிபட்டவருடைய சம்மதத்தைக் கேட்போம் என்றால் அவருக்குச் சுய உணர்வு இல்லை. பெற்றோர்கள் அருகில் இல்லை தாமதம் செய்வதற்கும் இடம் இல்லை. அபாயத்தைக் கருதி டாக்டர் வலதுகையை அறுவை சிகிச்சை செய்து எடுத்து விட்டார்.

மாலை ஆறு மணிக்குத்தான் அர்ச்சுனனுக்கு சுய உணர்வு திரும்பிற்று. அப்பொழுது சுற்றுமுற்றும் பார்த்தான். வலதுகைப்புறம் பார்த்தான். வலதுகை காணவில்லை. கட்டு போட்டிருந்தது. அப்பொழுதுதான் நடந்ததெல்லாம் நினைவுக்கு வந்தது. டாக்டர் பூட்ஸ் ஓசை கேட்டது. தொடர்ந்து டாக்டர் அறைக்குள் நுழைந்தார். அபாயமாக இருந்ததால் அறுவைச் சிகிச்சை செய்ய வேண்டி இருந்த அவசரத்தை அவனுக்கு விளக்கிக் கூறினார்.

"வலதுகை போனால் போல என்று சொல்லுவார்கள், இதை விட மோசமாக நேரவில்லையே என்று மனதைத் தேற்றிக் கொள்ளுங்கள்.

மற்றபடி குணமாகி விடும் கவலைப்படவேண்டாம்" என்று ஆறுதல் கூறினார்.

எவ்வித வருத்தமுமின்றி நோயாளி நன்றி என்று பதிலளித்தது டாக்டருக்கே வியப்பாக இருந்தது.

டாக்டர் சொன்னபடியே புண் ஆறி அன்று ஆசுபத்திரியிலிருந்து அனுப்பிவிட்டார்கள்.

பாதுகாப்பு இலாகாவில் ராணுவத்தைச் சாராத உத்யோகம் ஏற்கப்போவதாக அர்ச்சுனன் சொன்னபொழுது அவன் தந்தை சம்மதிக்கவில்லை. குடும்ப நிலையையும் குடும்ப அங்கத்தினர்களின் எண்ணிக்கையையும் அவன் சுட்டிக்காட்டிய பொழுது பதில் சொல்லத் தெரியாமல் தந்தை தலையைத் தொங்கப்போட்டுக் கொண்டார். தடுத்து சொல்லக்கூடிய நிலைமையில் அவர் இல்லை. அவர் நடத்தி வந்த சின்ன மளிகை வியாபாரம் நொடித்துப்போய் பிழைப்புக்கே வழி இல்லாமல் இருந்தது. வீட்டிலே அர்ச்சுனனைத் தவிர மூன்று பெண் குழந்தைகளும் ஒரு நொண்டிப் பையனும் தன் மனைவியும் இருந்தனர். வெறும் கையை வைத்துக் கொண்டு தின்பண்டங்களை மந்திரவாதி வரவழைக்கிறானே, அந்த மாதிரியா குடும்பம் நடத்த முடியும்? இந்த நிலையில் அர்ச்சுனனின் யோசனையைத் தகப்பனாரால் நெடு நேரம் எதிர்க்க முடியவில்லை. எட்டாக்கையாக இருந்தபோதிலும் நல்ல சம்பளம். மகனை நம்பாவிட்டால் குடும்பம் ஓடாது என்பதை எல்லாம் எண்ணி தந்தை அர்ச்சுனன் போக்கிலேயே விட்டுவிட்டார்.

அர்ச்சுனன் வேலைக்கு அமர்ந்து நான்கு வருடங்கள் ஆகிவிட்டன. குடும்பத்தைச் சூழ்ந்திருந்த தரித்திரம் விலகி விட்டது. வீட்டில் அமைதி குடிகொண்டு விட்டது,

இப்பொழுது வந்தது ஒரு கடிதம். சுருக்கமான கடிதம்தான். மாலையில் உலாவப் போனபோது யாரோ கலகக்காரன் குண்டை வீசி எறிந்ததில் கை ஊனமாகி விட்டதாகவும், ஆசுபத்திரியில் கையை எடுத்து விட்டதாகவும், மற்றபடி உடல் நலமென்றும் அதில் கண்டிருந்தது. கடிதத்தைப் பார்த்த தந்தைக்கும் குடும்பத்தாருக்கும் வேதனை தாங்கவில்லை.

அன்றிரவே தகப்பனார் ரயிலில் ஏறிவிட்டார். மூன்று நாள் ரயில் பிரயாணத்திற்குப் பிறகு நேரே ஆசுபத்திரிக்குப் போய்ச் சேர்ந்தார். அங்கே அர்ச்சுனனைக் காணவில்லை. மனதில் திக் என்றது. மூன்று நாட்களுக்கு முன்பு அவனை வீட்டுக்கு அனுப்பி விட்டார்கள் என்ற செய்தி கிடைத்த பிறகுதான் அவர் மனம் கொஞ்சம் ஆறுதல் அடைந்தது.

ஆசுபத்திரியிலிருந்து அவன் அறைக்கு வந்து சேர்ந்தார். அப்பொழுது அவன் இடது கையில் ஏதோ புத்தகத்தை வைத்துப் படித்துக் கொண்டிருந்தான். வலது கையில்லாத மகனைக் கண்டதும் தந்தை கண்ணீர் வடித்தார். அர்ச்சுனன் கொஞ்சமும் கலங்காமல் தந்தையை வரவேற்று நடந்ததை எல்லாம் தெளிவாக்கினான்.

மறுநாள் அர்ச்சுனன் அலுவலக அதிகாரி ஒருவர் அவனைப் பார்ப்பதற்காக அங்கு வந்தார். "நல்ல காலம் கையோடு போயிற்று" என்று அர்ச்சுனனைத் தேற்றிய அதிகாரி தகப்பனாரைக் கண்டதும் இது யார் என்று அர்ச்சுனனை விசாரித்தார்.

"என் தந்தை. செய்தி எட்டியதும் உடனே வந்திருக்கிறார்" என்றான் அர்ச்சுனன்.

"நியாயந்தானே... ஏதோ கடவுளருளால் இதோடு விட்டது" என்று தந்தையை நோக்கிக் கூறினார்.

"இந்தப் பையனால்தான் எங்கள் குடும்பம் நடக்கிறது என்று உங்களுக்குத் தெரியுமோ என்னவோ! இனிமேல் எப்படியோ" என்று சொல்லிக்கொண்டே தகப்பனார் கண்ணீர் விட்டார்.

"வருத்தப்பட வேண்டாம். உங்கள் பையன் ஆபீசில் வேலை செய்ய முடியாவிட்டாலும் அவனுக்கு இப்பவே உதவித் தொகை கொடுக்க வேண்டும் என்று சிபாரிசு செய்து மேலாவுக்கு எழுதி இருக்கிறோம். உங்கள் பையனைப் போல் திறமையும் தெளிவும் கொண்டவர்களை எங்கள் ஆபீசில் யாரையும் கண்டதில்லை" என்றார் அதிகாரி.

"உங்கள் அன்புக்கு நாங்கள் எப்படி நன்றி சொல்வது என்றே தெரியவில்லை" என்றார் தந்தை. அதுவரையில் மௌனமாக இருந்த அர்ச்சுனன் குறுக்கிட்டான்.

"என்னைப் பார்க்க நீங்கள் என் அறைக்கு வந்தீர்களே... நன்றி. ஆனால் ஒரு சந்தேகம். ஏதோ உதவிப் பணத்திற்கு சிபார்சு செய்திருப்பதாகச் சொன்னீர்களே?"

"ஆமாம்" என்றார் அதிகாரி.

"எதற்காக?"

"வலது கை இல்லாவிட்டால் ஆபீசில் அப்புறம் எப்படி வேலை செய்ய முடியும்? இதற்காக ஒன்றுமில்லாமல் வீட்டுக்கு அனுப்பி விடுவதா? இந்த மாதிரி சந்தர்ப்பங்களுக்காக விதிகளில் வழிசொல்லப்பட்டிருக் கிறது. அதன்படிதான் சிபாரிசு செய்திருக்கிறோம்."

“செய்த வரையில் நன்றி. ஆனால் ஒன்று. வலது கை இல்லாததினால் மோசம் ஒன்றும் வந்துவிடவில்லை” என்று சொல்லி நிறுத்திவிட்டு அர்ச்சுனன் அறைக்குள் சென்று கடுதாசு பேனாவை எடுத்து வந்தான். அதிகாரிக்கு செய்கையின் பொருள் புரியவில்லை. தந்தைக்கும் புரியவில்லை.

‘ஆபீசு மாதிரி எது வேண்டுமானாலும் சொல்லுங்கள்... எழுதிக் காட்டுகிறேன்’ என்று அர்ச்சுனன் சொன்னதைக் கேட்டு அதிகாரி திகைப்பு அடைந்தார். திகைப்புடனேயே அதிகாரி காரியாலய பாணியில் வாயால் ஓர் உத்தரவு போட்டார். அர்ச்சுனன் எவ்வித தயக்கமோ தாமதமோ இன்றி அதை அப்படியே எழுதி முடித்துவிட்டு காரியாலயத்தில் கை எழுத்துக்கு வைக்கும் மாதிரி தன் இடது கையால் அவர் முன் வைத்தான். அதைப் பார்த்ததும் அதிகாரியின் திகைப்பு ஆச்சரியமாக மாறிவிட்டது. வலது கையால் எழுதினால் எவ்வளவு அழகாக இருக்குமோ அவ்வளவு அழகாக இருந்தது. தாங்க மாட்டா மகிழ்ச்சியுடன் அதிகாரி தகப்பனார் பக்கம் திரும்பிக் கூறினார்: “உங்கள் பையனுக்கு நீங்கள் சிறுவயது முதல் நல்ல பயிற்சி அளித்திருக்கிறீர்கள். அதற்கு உங்களைப் பாராட்டாமலிருக்க முடியாது.”

“நான் ஒரு பயிற்சியும் அளிக்கவில்லை. உண்மையைச் சொன்னால் இவன் பையனாக இருந்தபொழுது இவனுடைய ஒவ்வொரு காரியமும் எனக்கு வினோதமாக இருந்தது. ஒரு செம்பு ஜலம் கொண்டு வா என்றால் இரண்டு கையிலும் இரண்டு செம்பு ஜலம் கொண்டு வருவான். சில்லரை விஷயங்களில் மட்டுமல்ல. பள்ளிக்கூட விஷயத்திலும் கூட அப்படித்தான். எழுத்துப் பயிற்சிக்காக காபி நோட்டில் எழுதுவார்களே அதற்கு இவன் இரண்டு நோட் புத்தகத்தில் எழுதுவான். வலது கைக்கு ஒரு நோட் இடது கைக்கு ஒரு நோட். வயது வந்த பிறகும் அப் படித்தான் செய்துகொண்டு வந்தான். இப்பொழுது பார்த்தால்தான் இதெல்லாம் அவனுடைய சாதனைகள் என்று தெரிகிறது” என்றார் தந்தை. “இதை எல்லாம் பார்த்த பிறகு சிபாரிசு கடிதத்திற்கு ஒரு திருத்தம் அனுப்பவேண்டும் போலிருக்கிறதே” என்றார் அதிகாரி.

“ஒரு மணிக்கு வந்து டைப் அடித்துத் தருகிறேன்” என்றான் அர்ச்சுனன்.

“இடது கையினாலா?” என்று சிரித்துக்கொண்டே அதிகாரி விடை பெற்றுச் சென்றார்.

54. குண்டு முத்து

நீங்கள் கல் கோட்டையைப் பார்த்திருப்பீர்கள்; இல்லாவிட்டால் சரித்திர புத்தகத்தில் படித்திருப்பீர்கள். கோட்டை என்றால் எதிரிகள் யாரும் அண்ட முடியாது. லேசில் அழிக்க முடியாது. உயிருக்கு நல்ல பாதுகாப் பளிக்கும் இடம் கோட்டைதான். கோட்டை என்றால் கல்லாலும் காரையாலும் அமையவேண்டும் என்றுதானே நினைக்கிறீர்கள். அப்படி இல்லாமலே ஒரு கோட்டை இருக்க முடியும். அந்த மாதிரி ஒரு கோட்டையைப்பற்றி சொல்கிறேன் கேளுங்கள்.

தூத்துக்குடி முத்துப் படுகையிலே ஒரு அழகிய இப்பி இருந்தது. அது கொழு கொழுவென்று வளர்ந்திருந்ததனால் அதைக் குண்டு முத்து என்று அழைத்தார்கள். கொழு கொழுவென்று இருந்த அழகு எப்படி உறவினர்களைக் கவர்ந்ததோ அதைப்போலவே அதனுடைய எதிரிகளையும் கவர்ந்தது.

கடலில் வாழும் பெரிய பிராணிகளுக்கு கடலில் வாழும் சின்ன பிராணிகள்தான் ஆகாரம், தெரியுமா? பெரிய மீனுக்குச் சின்ன மீன் இந்த மாதிரி, இப்பிக்கும் இந்த மாதிரி எதிரிகள் உண்டு – கடல் நண்டு, நக்ஷத்திர மீன், தட்டை மீன் முதலியன.

குண்டு முத்து மற்ற எல்லா இப்பிகளைப் போலவே கோட்டையாகத் தான் இருந்தது. கோட்டை எவ்வளவு பத்திரமான இடமாக இருந்த போதிலும் கோட்டையின் மீது படை எடுப்பு நடந்ததென்று சரித்திரத்தில் படித்திருக்கிறீர்கள் அல்லவா? குண்டு முத்துக் கோட்டையைக் கைப்பற்ற பல எதிரிகள் காத்திருந்தார்கள். படை எடுக்கும் திட்டத்திற்கு பல

தந்திரங்களைப் பற்றி எண்ணுவார்கள். இப்பியின் தலைவாசல் திறந்திருக்கும்பொழுது கெட்ட எண்ணம் கொண்ட விருந்தாளிகளைப் போல் நுழையலாமா என்று எண்ணுவார்கள். ஆனால் வேறு சிலர் வெளியே இருந்தபடியே குண்டு முத்தின் சதையை உறிஞ்சிப் பார்ப்பதுண்டு.

அந்த மாதிரி எதிரி ஒரு தடவை குண்டு முத்தின் ஓட்டில் துளை போட்டுப் பார்த்தது. குண்டு முத்து சும்மா இருக்கவில்லை. துளை போட்டு முடிப்பதற்குள் குண்டு முத்து உள்ளே சுவர் எழுப்பி துவாரத்தை அடைத்துக்கொண்டே வந்தது. சுவர் கட்ட நமக்குத்தான் கல், மண், காரை. வண்டி தேவை. இப்பிக்கு இவை எதுவும் தேவை இல்லை. ஒருவிதமான திராவகத்தை சுரக்கச் செய்யும் சக்தி இப்பிக்கு உண்டு. அந்த திராவகம் சுரந்தவுடன் கெட்டியாக இறுகிவிடும். இந்த மாதிரி சுவரை எழுப்பி குண்டு முத்து தன்னைப் பாதுகாத்துக் கொண்டது. எதிரி தோற்றுப்போய் ஓடிவிட்டது.

இந்தக் கதை ஒரு கடல் நண்டுக்குத் தெரிந்தது. அப்படியா சேதி, நான் என்ன செய்கிறேன் பார் என்று அது கிளம்பிற்று. அதற்கு கொஞ்சம் தந்திரம் தெரியும். எப்படியாவது இப்பியின் உடலுக்குள் தலைவாசல் வழியாகப் புகுந்துவிட வேண்டுமென்று அது முடிவு செய்தது.

ஆகையால் ஒரு நாள் கடலடியில் தண்ணீர்ச் சுழலொன்று புரண்டு ஓடிச்சென்றபொழுது, இந்த நண்டு தெப்பத்தைப் போல் அதில் மிதந்து சென்றது. சுழல் போகும் வேகத்துடன் வேகமாய் நண்டுச் சுழலும் குண்டு முத்துன் தலைவாசலில் மோதி உள்ளே புகுந்துவிட்டன. தண்ணீரை சமாளிக்க குண்டு முத்துவுக்குத் தெரியும். தண்ணீரை வெளியேற்றிய பிறகுதான் சுழலுடன் கடல் நண்டும் கோட்டைக்குள் புகுந்துவிட்டதை அது கவனித்தது. நண்டுக்கோ இப்பியின் தள தளவென்ற மாமிசத்தைக் கண்டதும் நாக்கில் ஜலம் ஊறிற்று

நண்டு தனக்கு எதிரி என்று குண்டுமுத்துக்கு தெரியும். ஆகையால் உடனே தலைவாசல் கதவை மூடிவிட்டது.

கடல் நண்டுக்கு தனக்கு ஏற்பட்டிருக்கும் அபாயம் பற்றி எதுவும் தெரியாது. குண்டு முத்தின் சதையை எந்த வாகாய்த் துண்டு போட்டு உண்ணலாம் என்று எண்ணிக்கொண்டே தன்னுடைய இரு முள் கிடுக்கிகளையும் ஒன்றன் மீது ஒன்றைத் தேய்த்துக் கூராக்கிக் கொண்டிருந்தது. இடுக்கிகள் கூரானவுடன் சதையை எட்டுவதற்காக நண்டு நகர முயன்றது. ஆனால் கால்களை அசைக்க முடியவில்லை. கால்கள் ஒருவிதப் பசையில் ஒட்டிக்கொண்டுவிட்டன. இன்னும்

அந்த மாதிரி பசை வந்து கொண்டேயிருந்தது. பசை கெட்டிப்பட்டு கால்களை அசைய முடியாமல் செய்தன. உடனே தன் கிடுக்கிகளின் உதவியால் கால்களைப் பெயர்த்தெடுத்து வைக்கலாம் என்று நினைத்து கிடுக்கிகளைக் கால் மீது பாவிற்று. அவ்வளவுதான். கிடுக்கிகளும் பசையில் ஒட்டிக்கொண்டன; அவற்றையும் எடுக்க முடியவில்லை. நண்டின் ஆசையில் மண் விழுந்து விட்டது. இப்பியின் மாமிசத்தைத் தின்ன அதன் கோட்டைக்குள் நுழைந்த நண்டு இப்பொழுது அங்கே கைதியாகிவிட்டது. கைதியான முக்கால் மணி நேரத்திற்குள் நண்டு இறந்து விட்டது.

குண்டு முத்துக்கு தன் கோட்டையைக் காப்பாற்றிக் கொள்ளத் தெரியுமே ஒழிய கோட்டைக்குள் எதிரி சிக்கி செத்தால் எதிரியை வெளியே எடுத்தெறியத் தெரியாது. எனவே வந்த நண்டின் சவத்தை அப்படியே வைத்துக்கொண்டு குண்டு முத்து வேறு கதியின்றி நாளொரு மேனியும் பொழுதொரு வண்ணமும் வளர்ந்து கொண்டு வந்தது.

அதுவரை குண்டு முத்து கடல் எதிரிகளிடமிருந்து தன்னைக் காப்பாற்றிக்கொண்டே வந்துவிட்டது. ஆனால் பகுத்தறிவுள்ள மனிதர்கள் தங்களுக்கு எதிரிகளாக பூமியில் வாழ்வது குண்டு முத்துக்குத் தெரியாது.

ஒரு நாள் கடலடியில், முத்துப் படுகையில் ஏதோ கலவரம் போலிருந்தது. மறு நிமிஷம் குண்டு முத்தையும் அதைப் போன்ற இப்பிகளையும் எங்கோ வெளிச்சமான இடத்துக்குத் தூக்கிக்கொண்டு போவது போல் இருந்தது. கடைசியில் குண்டு முத்தையும் அதன் உறவினர்களையும் தண்ணீரில்லாத கட்டாந்தரையில் கொண்டு வந்து போட்டார்கள் என்பதுதான் தெரிந்தது. உயிர் துடிக்க ஆரம்பித்துவிட்டது. கொஞ்ச நேரத்திற்கெல்லாம் குண்டு முத்துக்கு ஓரே அடியாக இருட்டிவிட்டது. குண்டு முத்து இறந்துபோயிற்று.

குண்டு முத்தைப் போட்டிருந்த இடம்தான் தூத்துக்குடியில் முத்துக்களை ஏலம் போடும் இடம். இப்பிகளை சர்க்கார் அதிகாரிகள் ஏலம் கூறிக்கொண்டிருந்தார்கள். வியாபாரிகள் குப்பல் குப்பலாக வாங்கிக் கொண்டிருந்தார்கள்.

தூத்துக்குடிக்கு உல்லாசப் பிரயாணமாக ஆசிரியர்கள் மாணவர்கள் கோஷ்டி ஒன்று வந்திருந்தது. முத்துக்குளிப்பைப் பார்த்துவிட்டு அவர்கள் முத்துக்குப்பல் ஏலம் போடும் இடத்துக்கு வந்தார்கள். "மாணவர்களே... இப்பொழுது ஒரு இப்பியை உடைத்து உங்களுக்குக் காட்ட ஏற்பாடு செய்கிறேன். ஒவ்வொரு இப்பியில் நல் முத்து இருக்கலாம்; இல்லாமலும் இருக்கலாம். இந்த இப்பியில் இருந்தால்

உங்களுக்கு அதிருஷ்டம். இப்பியின் வயிற்றில் நல்முத்து எப்படிப் பொதிந்துகிடக்கிறதென்பதை நீங்களே பார்த்துக்கொள்ளலாம். பரீட்சையில் கேள்வி வந்தாலும் வரும்" என்று ஒரு ஆசிரியர் மாணவர்களுக்குத் தெரிவித்தார். மாணவர்கள் ஆவலுடன் பார்த்துக் கொண்டிருந்தனர்.

குப்பல் ஏலம் எடுத்த வியாபாரியினுடைய வேலையாள் ஒரு இப்பியை எடுத்து, கண்மூடி கண் திறப்பதற்குள் உடைத்துப் பிரித்து மாணவர்கள் முன்பு வைத்தான். அதிருஷ்டவசமாக ஓர் மகிழ்ச்சியும் பரபரப்பும் அடைந்தனர். மறுநிமிஷம் முத்துக்கருகில் ஒரு நண்டு உறைந்து போயிருப்பதைக் கண்டு திகைப்படைந்தனர். "இப்பி வயிற்றில் நண்டு எப்படி வரும்" என்று மாணவர்கள் வேலையாளைக் கேட்டனர். அவன் விழித்தான். ஆசிரியரைக் கேட்டார்கள். அவர் விழிக்கவில்லை ஆனால் நேரடியாக விளக்கமும் தரவில்லை.

ஆசிரியர் சொன்னார்: "கிளிமூக்கு மாம்பழம் சாப்பிட்டிருப்பீர்களே. கொட்டை நடுவில் கருப்பாகத் துளைகள் இருப்பதைப் பார்த்து சில சமயம் எறிந்திருக்கிறீர்களல்லவா? மாம்பூவாக இருந்தபொழுது உள்ளே புகுந்த வண்டு வெளியே வராமல் அங்கே இருந்து விடுவதுண்டு. பூ பிஞ்சாகிக் காயாகி பழமாகும் மட்டும் அது உள்ளேயே கிடக்கும் அத்தனை காலம் வண்டால் உயிரோடிருக்க முடியுமா? வண்டு இருந்த இடத்தில் மாம்பழக் கதுப்பு சரியாக அமையாததுதான் அந்தத் தொளைகள். அந்தக் கருப்பு – புரிந்ததா?" என்றார். புரிந்ததென்று பாதிபேர் தலையாட்டினார்கள். ஒருவருக்குமே தெரியாத ஒன்றிருந்தது அவர்களுக்குத் தெரியாது. குண்டுமுத்துதான் அந்த இப்பி என்று ஒருவருக்கும் தெரியாது.

55. பட்சிராஜா தேர்தல்

சிங்கம் காட்டு மிருகங்களுக்கெல்லாம் ராஜாவாகத் தேர்ந்தெடுக்கப்பட்ட பிறகு பட்சிகளுக்கெல்லாம் யார் ராஜாவாய் இருக்கிறது என்ற கேள்வி எழுந்தது. குயிலைத் தவிர எல்லாப் பட்சிகளும் கும்பலாய்க் கூடி பரஸ்பரம் ஒருவருக்கொருவரைப் பார்த்துக் கொண்டன. கடைசியாகக் கிழக்கொக்கு ஒன்று எழுந்து பேசிற்று.

"ஒருவருக்கொருவர் பார்த்துக்கொண்டிருப்பதில் பயனில்லை. என் தலைமயிர் உதிர்ந்து வழுக்கை விழுந்து போனதைப் பார்க்கும்பொழுது எல்லோருக்கும் ராஜாவாக இருக்க நான்தான் தகுதி என்று ஒப்புக்கொள்ளுவார்கள்.

ஆனாலும், ஒரு ராஜா என்றால் பார்வைக்கு அழகாயும் கம்பீரமாயும் இருக்கவேண்டாமா? வழுக்கைத் தலையும் கோணல் உடலும் குச்சிக் காலுமாக நான் போய் சிம்மாசனத்தில் உட்கார்ந்தால் எல்லோரும் சிரிப்பார்கள். வாலை விரித்து அழகாய் ஆடுகிறதே... அந்த மயில் நமக்கு ராஜாவாய் இருக்கட்டும். பார்த்தாலும் பொருத்தமாய் இருக்கும்" என்றது.

"ராஜா பேசினால் இனிமையாய் இருக்க வேண்டாமா? என்னைப் போல் கரமுரவென்று குரலுடையவனுக்கா அந்தப் பதவியைக் கொடுக்கிறது?" என்று மயில் ஆட்சேபித்தது.

"ராஜா என்ன பாடவா போகிறார்?" என்று கொக்கு பதில் சொன்னதும், பக்ஷிகளெல்லாம் ஆட்சேபணையைப் பொருட்படுத்தாமல் மயிலே இருக்கட்டும் என்று தங்கள் இறகுகளை விரித்துக்கொண்டு ஆரவாரித்தன.

அது முதல் மயில் பக்ஷிகளின் ராஜாவாகி விட்டது

இந்தப் பட்டம் ஒரு வாரத்திற்குக் கூட நிலைக்கவில்லை. ஒரு நாள் வானம் கருத்தது. மயில் தனது தோகையை விரித்து ஒய்யாரமாய் ஆடிக்கொண்டிருந்தது. விர்ரென்று எங்கிருந்தோ ஒரு அம்பு வந்து அதன் மேல் பாய்ந்தது. பாவம் சுருண்டு விழுந்தது மயில். மறுநிமிஷமே யாரோ ஒரு வேடன் வந்து மயிலை எடுத்துக்கொண்டு வீடு நோக்கிப் புறப்பட்டான். குட்டைக்கரையில் நின்று ஒற்றைக்காலில் தவம் செய்து கொண்டிருந்த கொக்கு இதைப் பார்த்துத் திடுக்கிட்டுப் போய் மேலே கிளம்பிவிட்டது. வேடனைத் தொடர்ந்து சென்றது. வேடன் மனைவி மயிலிறகையெல்லாம் பிய்த்து வைத்து மயில் கறி செய்ய வேண்டியதற்கான ஏற்பாடுகளைக் கவனிக்கத் தொடங்கி விட்டாள்.

இதைப் பார்த்த கொக்குக்குத் தாங்கவில்லை. விர்ரென்று திரும்பி காட்டுக்கு வந்தது. பக்ஷிகளெல்லாம் தங்கள் அரசனை வேடன் வீழ்த்தி எடுத்துக் கொண்டு போன செய்தி கேட்டு கராமுரா எனக் கத்தி அலறிக்கொண்டிருந்தன. கொக்கைப் பார்த்ததும் இன்னும் இரைந்து ஒப்பாரி வைத்தன.

“இனி அழுவதில் பயனில்லை. நடந்தது நடந்து போய் விட்டது. மயிலை அரசனாகவே ஆக்கியிருக்கக் கூடாது. நாம் அரசனாக்கிய போதே அபசகுனம் மாதிரி எனக்கு வேண்டாம் அந்தப் பதவி என்று அவன் சொல்லலாமா? போகட்டும். ராஜாவான பின்பு கவுரவமாகவும் அழுத்தலாகவும் நடந்து கொள்ள வேண்டாமா? மேகத்தைக் கண்டவுடன் அவனது பழைய கூத்தாடிக் குணம் போகவில்லை. குதிக்க ஆரம்பித்தான். வேடன் அதைக் கண்டு ஓடிவந்தானே, அப்போது வாய் திறந்து அந்த மயில் கத்தக் கூடாதோ! வேறு யாரையாவது ராஜாவாக்குவதைப்பற்றி யோசிப்போம்!” என்றது கொக்கு.

"போன தடவை குரலில் சுத்தியோ இனிமையோயில்லாத பேர்வழியை அரசனாக்கினதால்தான் இந்தக் கதி வந்தது. இனிமேல் நல்ல குரலுடைய ஒருவனை ராஜாவாக்குங்கள். ஆபத்துக் காலத்தில் அவர் கத்துவாரல்லவா? அவரை நாமும் காப்பாற்ற முடியும்" என்றது காகம். ஆந்தை ஆமோதித்தது. கொக்கு வாய் பேசாதிருந்தது.

உடனே அங்கிருந்த பச்சைக்கிளி சபை முன் வந்து நின்றது.

"சபையோர்களே! நானே அரசனாகலாம் என்று தீர்மானிக்கிறேன். உங்களுக்கு அதில் ஆட்சேபணையிராது. என் குரலின் பெருமை ஜெகமெங்கும் தெரியும். ஆகவே, நான் ராஜாவாக லாயக்குதானே... என்னையே தேர்ந்தெடுங்கள்!" என்றது.

வேறு யாரும் போட்டி அபேட்சகர் இல்லை.

அன்று முதல் பச்சைக்கிளி அரசனாயிற்று. "சிம்மாசனத்தில் உட்கார்ந்து யார்ரா அவன்?" என்று கம்பீரமாக கிளி கூவுவதைக் கண்டு பட்சிகள் மகிழ்ச்சி கொண்டன.

ஆனால், கிளிக்கும் பட்டம் நிலைக்கவில்லை. கிளியின் அழகும் பேச்சும் காட்டில் போவோர் வருவோரை மயக்கிற்று. காட்டில் உலாவ வந்த ராஜகுமாரத்தி ஒருத்தி அந்தக் கிளியைப் பார்த்து ஆசை கொண்டு விட்டாள். உடனே அவளுடைய வேலையாள் ஒரு குச்சியில் பிலாப் பிசினைத் தடவி அந்தக் குச்சியால் கிளியைத் தொட்டான். கிளியின் உடம்பில் பிசின் பட்டதும் கிளி உடம்பைக் கோதிக் கொண்டது. பிசின் உடம்பு முழுதும் பரவிற்று. சமயம் பார்த்து வேலையாள் கிட்ட நெருங்கி கிளியைப் பிடிக்கப்போனான். கிளி பறந்து போக முயன்றது. தனது இறக்கைகளை விரிக்க முடியாது போய்விட்டதென்றும் பிசின் ஒட்டிக்கொண்டு விட்டதென்றும் கண்டு அழுதது; வேலைக்காரன் மெதுவாய்க் கிளியைப் பிடித்தான். அதை எடுத்துக்கொண்டு ராஜ குமாரத்தி அரண்மனைக்குப் போய்விட்டான்.

இந்தச் சம்பவத்தைப் பார்த்துக்கொண்டிருந்த காக்கைக்கு ரொம்ப துக்கமாயிருந்தது. தானும் கூடவே பறந்து போயிற்று. ராஜகுமாரத்தி அழகிய தங்கக் கூட்டிலே கிளியை விட்டு அதற்குப் பாலும் பழமும் அளித்துக் கொண்டிருந்தாள். ஒருநாள் காக்கை கூட்டிலிருந்த கிளியைச் சந்தித்து, "அரசே! காட்டுக்குத் திரும்ப வர மாட்டீர்களா?" என்று கேட்டது.

"எங்கிருந்தாலென்ன? இதுவும் ஒரு அரண்மனைதானே. இங்கே ஆகாரம் வெகு சுலபமாகக் கிடைக்கிறது. ஆகவே, நான் இந்த இடத்தை விட்டு வரப்போவதில்லை" என்று கூறிவிட்டது.

காக்கை மகா துக்கத்தோடு காட்டுக்குத் திரும்பி வந்து கிளி சொன்னதை இதர பட்சிகளுக்குக் கூறிற்று.

"அப்பவே நினைத்தேன். மகா சுயநலமி அந்தக் கிளி. மகா கர்வி. இல்லாவிடில், நானே அரசனாக இருக்கிறேன் என்று சொல்லிக்கொண்டு முந்திரிக் கொட்டை மாதிரி யார் முன்னே வருவார்கள். 'யார்ரா அவன்?' என்றும் எல்லோரையும் 'கெட்ட போக்கிரி' என்றும் சொல்லலாமா?" என்று கூறிற்று காக்கை.

"நமது காட்டையும் சுயேச்சை வாழ்வையும் அற்ப பழத்துக்கும் பாலுக்காகவும் துறந்த துரோகி அந்தக் கிளி. அவனை அரசனாக்கியதே தப்பு" என்று கூறிற்று ஆந்தை.

“போகட்டும், கூத்தாடியாதலால் மயிலரசனை இழந்தோம். குரலினிமை பெற்றவனாயிருந்ததால் கிளியையிழந்தோம். இனி நல்ல இறக்கையும், வேகமாகப் பறக்கக்கூடிய சக்தியும் உடையவனை ராஜாவாக்கிப் பார்ப்போம்” என்றது கிழக் கொக்கு.

உடனே எல்லாப் பக்ஷிகளும் யோசித்தன. எல்லாம் ஏககாலத்தில் சிட்டுக் குருவியைத் திரும்பிப் பார்த்தன.

சின்ன சிட்டுக் குருவி யாதொரு கவலையுமின்றி எதையோ பூமியில் கொத்திக்கொண்டு நின்றது.

உடனே எல்லாப் பக்ஷிகளும், “நீதான் ராஜா” என்று கோஷமிட்டன. இப்படி ஒரு பதவி வந்தது பற்றி சிட்டுக்குருவிக்கு கவலையேயில்லை. வழக்கம் போல அது விர்விர்ரென்று பறந்துகொண்டேயிருந்தது. பகல் வேளைகளில் ஒரு இடத்தில் ஒரு இமைப்பொழுதாவது தங்குவதில்லை, யாரையும் விசாரிப்பதேயில்லை. சிட்டுக்குருவியின் குரலும் யார் காதிலும் விழுவதுமில்லை.

சிலநாள் பார்த்துவிட்டு இந்த ராஜா பிரயோசனமில்லையென்று பக்ஷிகள் தீர்மானித்து தேர்தலை ரத்து செய்துவிட்டன.

“ஒரு ராஜா என்றால் அவனுக்கு உருவமே கூடாது. ஆனால், அவனுடைய குரல் எங்கும் வியாபித்திருக்க வேண்டும்” என்றது மணலோடு மணலாய் வர்ணம் தெரியாது உட்கார்ந்திருந்த தவிட்டுக் குருவி ஒன்று.

“அப்படியென்றால் நமக்கு ராஜா யார்? உருவமில்லாத பட்சி எப்படி உலகில் இருக்க முடியும்?” என்று தத்துவம் பேச ஆரம்பித்தது மீன் கொத்தி.

“பின்னே என்ன செய்வோம்? உருவம் இருந்தால்கூட அதிகமாக நம்முடைய கண்ணுக்குப் படாமல் இருக்கும் பட்சி எதையேனும் ராஜாவாக்கி விடுவோமே” என்றது நாணத்தான் குருவி.

“அப்படியென்றால் ராஜா என்று ஒருவர் இருக்கிறார் என்று எல்லோருக்கும் தெரிய வேண்டாமா?” என்று குறுக்குக் கேள்வி கேட்டது கௌதாரி.

இப்படிப் பேச்சு நடந்துகொண்டிருக்கும்பொழுதே எங்கோயிருந்து “அக்கா வூ அக்காவ்” என்ற இனிய கூவல் காற்றில் மிதந்து வந்தது.

“ஆனால் குயில் கூட்டத்துக்கு வரவில்லையா?” என்று கேட்டது காடை.

"அது எப்பொழுதுமே வருவதில்லை. தூரத்திலிருந்து மட்டும் நம்மிடத்தைக் கவனித்துக் கொண்டிருக்கிறதுண்டு" என்றது வாத்து.

"குயிலை யாருமே பார்த்ததில்லை போலிருக்கே... குரலைத்தான் கேட்டிருக்கிறோம்" என்றது நாணத்தான்.

இந்த வார்த்தைகளைக் கேட்டதும் எல்லாப் பக்ஷிகளும் மௌனமாய் யோசித்துப் பார்த்தன.

"உண்மைதான். உண்மைதான். எங்கும் வியாபிக்கும் குயிலின் குரலைக் கேட்டிருக்கிறோம். குயிலின் உருவத்தைப் பார்த்ததில்லை. அதையே ராஜாவாக்கி விடுவோம்" என்று இரைந்து சொல்லி சிறகை அடித்துக் கூவின பக்ஷிகள்.

எங்கோயிருந்து குயிலின் குரல் ராஜா பட்டத்தை ஏற்றுக்கொண்டது போல் 'அக்கா அக்கா' என்று கூவிற்று.

பக்ஷிகளுக்கெல்லாம் ராஜா இப்பொழுது குயில்தான்.

56. ராஜகுமாரியும் கம்பளிப்பூச்சியும்

ராஜகுமாரியின் மாடி அறைக்குக் கொஞ்சம் எட்டி ஒதிய மரம் ஒன்று வளர்ந்திருந்தது. நூலேணி வழியே பெண்கள் இறங்குவார்கள் என்று படித்திருக்கிறோமே அந்த மாதிரி கம்பளிப்பூச்சிகள் அதிலிருந்து சரம் சரமாகத் தினம் இறங்கிக்கொண்டே இருந்தன. ராஜகுமாரிக்கு கம்பளிப்பூச்சி என்ன செய்யும் என்று ஆரம்பத்தில் தெரியாது. அந்த வேடிக்கையை தினம் பார்த்துக்கொண்டே இருந்தாள்.

ஒருநாள் வழக்கம்போல் மரத்திலிருந்து நூல்வழியாக கம்பளிப் பூச்சிகள் இறங்கிக்கொண்டிருந்தன. அப்பொழுது பலமாகக் காற்று ஒன்றடித்தது. அதில் ஒரு கம்பளிப்பூச்சி ராஜகுமாரியின் அறைக்குள் போய் விழுந்துவிட்டது. அதை அவள் கவனிக்கவில்லை. பூச்சி சுவர் வழியாக ஊர்ந்து போய்க்கொண்டிருந்தபொழுது ராஜகுமாரியின் கை அதன் மேல் பட்டுவிட்டது. அவ்வளவுதான் கம்பளிப் பூச்சியின் மயிர் கையில் ஒட்டிக்கொண்டு ஒரே அரிப்பு. கீழே போட்டுக் கையைத் தேய்த்தாள். அரிப்பு அடங்கவில்லை; இன்னும் அதிகமாகப் போய்விட்டது. ஒரே அழுகையோடு கூ கூ என்று கத்தினாள். கடித்த இடமெல்லாம் தடித்துப் போய்விட்டது. வேலைக்காரி உள்ளே ஓடிவந்து ராஜகுமாரியைப் பார்த்தாள். “கம்பளிப்பூச்சி கடிச்சிருக்கு. உள்ளே எப்படி வந்தது?” என்றாள். “எனக்கென்ன தெரியும்?” என்றாள் ராஜகுமாரத்தி.

“அதோ ஒதிய மரத்திலே அடை வச்சிருக்கிறாப் போல் இருக்கிறது. அந்த மரம் இருந்தாலே அப்படித்தான்” என்று சொல்லிவிட்டு, கம்பளிப்பூச்சிக் கடிக்கு ஏதோ மருந்தைத் தடவினாள். பிறகு, அறையெங்கும் பூச்சிக்காகத் தேடினார்கள். அது அகப்படவில்லை.

அரிப்பு கொஞ்சம் அடங்கின பிறகு, ராஜகுமாரி அரண்மனைக் கோடாலிக்காரனைக் கூப்பிட்டு, “அந்த ஒதிய மரத்தையே வெட்டிப்போட்டு, அப்படியே வைக்கோலைப் போட்டுக் கொளுத்திவிடு” என்று உத்திரவிட்டாள்.

கொஞ்ச நேரம் கழிந்த பிறகு ராஜகுமாரி மாடி ஜன்னல் வழியாகக் குனிந்து கீழே பார்த்தாள். ஒதிய மரம் இருந்த இடமே தெரியவில்லை. போச்சுடா சனியன் என்று சந்தோஷப்பட்டுக் கொண்டிருக்கும் பொழுது, ஒரு கம்பளிப்பூச்சி சுவரின் வழியாகக் கீழே போய்க் கொண்டிருந்ததைப் பார்த்தாள். அதுதான் தன்னைக் கடித்த பூச்சி என்று நினைத்துக்கொண்டு, கீழே இறங்கி வந்து பார்த்தாள். அதற்குள் கம்பளிப்பூச்சியைக் காணவில்லை.

பூச்சி மெதுவாக நகர்ந்து அடுத்த பம்பளிமாஸ் மரத்து நுனிக்கிளை கிட்டப் போய்விட்டது. நல்ல வேளையாக அங்கே தாய்ப் பூச்சி ஒரு இடுக்கில் படுத்துக்கொண்டு கிடந்தது.

“அம்மா அம்மா! நம்முடைய வீட்டை இடிச்சு நெருப்பு வச்சுக் கொளுத்திவிட்டாள் ராஜகுமாரி. இனிமேல் நாம் எல்லாம் எங்கே தூங்குகிறது?” என்று கேட்டது.

“நீ அவளைப் போய்ச் சீண்டியிருப்பாய். போகட்டும். இனிமேல் நாமெல்லாம் விரதம் இருக்க வேண்டியதுதான். நான் தூங்குவதற்கு அறை கட்டிக் கொள்ளப்போகிறேன். நீயும் கட்டிக்கொள். பட்டினியாய்க் கிட. மூணுமாசம் வரையில். நானும் இருக்கிறேன். அப்புறம் பாரு! உன்னையும் என்னையும் தேடிக்கொண்டு இந்த ராஜகுமாரத்தி வரு கிறாளா இல்லையா, பாரு!” என்றது.

இந்தப் பேச்செல்லாம், கீழே நின்றுகொண்டிருந்த ராஜகுமாரியின் காதில் விழுந்தது. “இங்கே எங்கேயோ கம்பளிப்பூச்சி இன்னும் இருக்கிறாப்போல இருக்கு” என்று தன் வேலையாட்களைக் கூப்பிட்டுத் தேடச்சொன்னாள். வேலையாட்கள் வந்து தேடிப் பார்த்தார்கள். பம்பளிமாஸ் மரத்து நுனியில் இரண்டு கம்பளிப்பூச்சிகள் இருந்தது வெளிப்பட்டன.

“இந்தப் பம்பளிமாஸ் மரத்தை வெட்டி விடட்டுமா, கொளுத்தட்டுமா?” என்று அவர்கள் கேட்டார்கள்.

“மரத்தை வெட்டப்படாது. நானாகவே இந்த மரத்துக்கு ஜலம் விட்டிருக்கேன். பம்பளிமாஸ் இதிலே காய்த்து, நான் பார்க்க வேணும். அதைத் தொடப்படாது” என்று சொன்னாள் ராஜகுமாரி.

வேலையாட்கள் மரத்தை வெட்டாமல் கம்பளிப்பூச்சியை விரட்ட பல

யுக்திகள் செய்தும் பலிக்காமல் போயிற்று. கடைசியாக ராஜகுமாரியும் வேலையாட்களும் அரண்மனைக்குள்ளே போய்விட்டார்கள். அதற்குப் பிறகு இரண்டு கம்பளிப்பூச்சிகளும் இரண்டு கூடு கட்டிக்கொண்டு நீண்ட தூக்கம் போடத் துவங்கின.

மறுநாள் காலையில் ராஜகுமாரி தோட்டத்துக்கு வந்து கம்பளிப்பூச்சி இருந்த இடுக்கில் பார்த்தாள் பூச்சியைக் காணோம். அதற்குப் பதில் சின்னதாய், பச்சையாய், பருத்திக் கொட்டை அளவிலே இரண்டு கூடு அங்கு ஒட்டிக்கொண்டிருந்தது அப்பொழுது தாய்ப்பூச்சி சொன்னது ஞாபகத்திற்கு வந்தது. “இன்னும் மூணு மாசம் கழிச்சு அவளே நம்மைத் தேடிக்கொண்டு வருகிறாளா இல்லையா, பாரு” என்றதல்லவா? மூணுமாதம் கழித்து என்னதான் ஆகிறது பார்ப்போம் என்று நினைத்துக் கொண்டாள்.

அது முதல் தினம் ஒரு தடவை அந்த இடத்தை வந்து பார்த்து விட்டுத்தான் போவாள். இப்படியே மூணு மாசம் கழிந்தது.

ஒருநாள் நல்ல வெயில் காய்ந்து கொண்டிருந்தது. ராஜகுமாரத்தி வந்து கூட்டைப் பார்த்தாள். நீளமாய் ஆகாசத்தைக் கிள்ளி வைத்தது போல் ஒரு சின்ன பட்டுப்பூச்சியும் சிவப்பாய் நெருப்பைக் கத்திரித்து வைத்தது போல் ஒரு சின்ன பட்டுப்பூச்சியும் உட்கார்ந்துகொண்டிருந்தன. அவற்றைப் பார்த்ததும் அவளுக்குச் சந்தோஷம் தாங்கவில்லை.

“அடாடா!” என்றாள்.

அந்த ஓசையைக் கேட்டு இரண்டு பூச்சிகளும் மரத்தை விட்டுக் கிளம்பிவிட்டன. தோட்டத்தைச் சுற்றிப் பறந்தன. ராஜகுமாரி அவற்றைப் பிடிக்க ஓடினாள். அகப்பட்டால்தானே! “எங்களைப் பிடிக்க முடியுமா? கம்பளிப்பூச்சியாய் இருந்து கடிக்கிற பொழுது பிடிக்கலாம். இப்பொழுது சந்தோஷத்துக்கு இறகு முளைச்சால் போலச் சுத்துகிறபொழுது பிடிக்க முடியுமா?” என்றன பட்டுப்பூச்சிகள்.

அன்று முதல் ராஜா தோட்டத்து வேலிக் காலிலே ஒதிய மரமும், பூவரச மரமும்தான் வைத்துப் பயிர் செய்யவேண்டுமென்று ராஜகுமாரத்தி ராஜாவிடம் சொல்லி உத்தரவு போடச் சொல்லிவிட்டாள். அப்பொழுது தானே கொள்ளை கொள்ளையாகக் கம்பளிப்பூச்சி வரும். கம்பளிப்பூச்சி நிறைந்திருந்தால்தானே பட்டுப்பூச்சி கூட்டமாய், கப்பல் மாதிரி தோட்டத்திலே மிதக்கும்?

57. ஆனந்தா

ஒரே ஒரு ஊரில் ஒரு ராஜா இருந்தான். அவனுக்கு ஒரே பெண் சித்திராங்கி என்று பெயர்.

அவள் விளையாடுவதற்காக மான், முயல், சீமைப் பெருச்சாளி, புறா, பச்சைக்கிளி, மைனா முதலிய பலவற்றை அரண்மனையில் வளர்த்து வந்தார்கள். சித்திராங்கிக்கு அவற்றின் மீது ரொம்பப் பிரியம். ஆனால் எல்லாவற்றைக் காட்டிலும் ஒரு பஞ்சவர்ணக் கிளியின் மேல்தான் உயிர். அந்தக் கிளிக்கு ஆனந்தா என்று பெயர். எப்பொழுதும் அந்தக் கிளியைத் தன்னுடனேயே வைத்துக் கொண்டிருப்பாள். சாப்பிடும் பொழுது கூட, தனக்கெதிரில் தங்கக் கிண்ணியில் வாழைப்பழத்தை வைத்து கிளியைச் சாப்பிடச் சொல்வாள்.

இப்படியே சில வருஷங்கள் சென்றன. நாளாக ஆக எப்பொழுதுமே அரண்மனையில் இருப்பதென்றால் அவளுக்குப் பிடிக்கவில்லை. வெளியே போவதை அரசன் தடுத்திருந்தான். ஆனந்தாவின் தோழமை கூடக் கொஞ்சம் புளித்தது. என்ன செய்வாள்? ஆகாயத்தில் மேகங்கள் போவதைப் பார்த்துப் பார்த்து கண்கள் கலங்கும். ஒரு நாள் தன்னுடைய ஜன்னலண்டை வந்து நெல்லைப் பொறுக்கித் தின்னும் சிட்டுக் குருவியைப் பார்த்து அவள், "நீ எங்கே இருந்து இங்கு வந்தாய்?" என்று கேட்டாள்.

"அதோ தெரிகிறதே முந்திரித் தோப்பு, அந்தத் தோப்புக்கருகில் குடிசைகள் இருக்கின்றன. ஒரு குடிசையின் உள்ளே உயரத்தில் கூடு கட்டி இருக்கிறேன். நெல் முதலியவற்றைத் தின்று பசியாறி, இறகு ஆற உலகெங்கும் சுற்றுவேன். அரண்மனைக்கு வருவேன். எங்கு

வேண்டுமானாலும் செல்வேன். எனக்குக் கவலை கிடையாது. கடைசியாகத் திரும்பிக் கூட்டுக்குப் போய்விடுவேன். நீயும் வருகிறாயா?" என்று கேட்டது சிட்டுக்குருவி.

சிட்டுக்குருவியைப் போல் ஆகவேண்டும் என்ற ஆசை அவளுக்கு வலுத்துவிட்டது.

ஆனந்தாவுக்கும் அப்படியேதான். எத்தனை நாட்கள்தான் அரண்மனையோடும், சித்திராங்கியோடும், தங்கக் கிண்ணியோடும் காலத்தைக் கழிப்பது என்று நினைத்து ஏங்கிற்று அந்தக் கிளி.

ஒரு நாள் சித்திராங்கி சாப்பிட்டுக்கொண்டிருந்த வேளையில் அவளுக்கெதிரிலிருந்த ஆனந்தா திடீரெனக் கிளம்பிப் பறந்து போய்விட்டது. ராஜகுமாரத்திக்கு துக்கம் நெஞ்சை அடைத்தது. அரண்மனைத் தோட்டத்திலும் அங்குமிங்கும் தேடச் சொன்னாள். கிளியைக் காணோம்.

அரண்மனையை விட்டுக் கிளம்பிய ஆனந்தா ஊரெல்லாம் ஆடி ஓடிப் பறந்துவிட்டு பிறகு முந்திரித் தோப்புக்கு வந்தது. தோப்புக்கருகில் ஒரு குடிசை வாசலில் ஒரு சிறு பெண் உட்கார்ந்து மண்வீடு கட்டி விளையாடிக்கொண்டிருந்தாள். அவளுக்குப் பெயர் வள்ளி. அவளுடைய தகப்பன் ஒரு கூலிக்காரன். ஆகாயத்தை எட்டிப் பிடிப்பது போன்ற அரண்மனையின் கோபுரங்களையும் மணிக் கூண்டையும் பார்க்கும் பொழுதெல்லாம் தன்னை அங்கே வரும்படி அழைப்பதாக அவளுக்குத் தோன்றும். அங்கே அழைத்துப் போகும்படி தகப்பனைக் கெஞ்சுவாள். "தீபாவளிக்குப் போவோம், பொங்கலுக்குப் போவோம்" என்று சொல்லி அவன் ஏமாற்றுவான்.

மண் வீடு கட்டி விளையாடிக்கொண்டிருந்த வள்ளிக்கு எதிரே, ஒரு கோவைப் பழத்தைக் கவ்விக்கொண்டு வந்து ஆனந்தா புல் தரையில் உட்கார்ந்தது. கிளி அழகு கொஞ்சுவதைப் பார்த்ததும் அவளுக்கு ஆசை உண்டாயிற்று.

தன் தாயாரைக் கூப்பிட்டு அதைப் பிடித்துத் தரும்படி சொன்னாள். வள்ளியிடம் கிளியைப் பிடித்துக் கொடுத்தவுடன், அவள், "கிளியே! பஞ்சவர்ணக் கிளியே உனக்கெந்த ஊர்? நீ எங்கிருந்து வருகிறாய்?" என்று கேட்டாள்.

"நான் ராஜகுமாரி சித்திராங்கியின் உப்பரிகையிலிருந்து உலாவிவரப் புறப்பட்டேன்."

"ராஜகுமாரத்தி எப்படி இருப்பாள், கிளியே?"

“அவள் அழகாய் ரோஜா போலே இருப்பாள். ரொம்ப நல்லவள். நீ கூட வருகிறாயா? நாமெல்லாம் அங்கே விளையாடலாம்.”

“தீபாவளிக்குப் போவோம், பொங்கலுக்குப் போவோம் என்று அப்பா ஏமாற்றுகிறார். இப்பொழுதே போவோமா? வந்தால் ராஜகுமாரி என்னுடன் பேசுவாளா?”

வள்ளியை அடுத்த நாள் அரண்மனைக்கு அழைத்துக்கொண்டு போவதாக ஆனந்தா வாக்களித்துவிட்டு, வள்ளி இடது கை விரலில் போட்டிருந்த பாசிமணி மோதிரத்தையும், வலது கை விரலில் போட்டுக் கொண்டிருந்த கொட்டாங்கச்சி மோதிரத்தையும் கேட்டு வாங்கிக் கொண்டு பொழுது சாயும் நேரத்தில் அரண்மனை வந்தடைந்தது.

ஆனந்தாவைத் திரும்பப் பார்த்ததும் சித்திராங்கிக்குச் சந்தோஷம் தாங்கவில்லை, ஐம்பது தரம் கிளியை முத்தமிட்டாள். கிளி பதில் பேசவில்லை. கண்ணை மட்டும் உருட்டிற்று. ஒருவேளை கிளிக்குப் பசியாயிருக்கலாம் என்று ஒரு மாம்பழத்தைக் கொண்டு வந்து வைத்தாள் ராஜகுமாரி. கிளி சாப்பிடாமல் கண்களை மூடிக்கொண்டது.

“ஆனந்தா! கொஞ்சம் சாப்பிடு. களைப்பு தீர்ந்து போகும்” என்று மன்றாடினாள்.

கிளி தன் வாயிலிருந்த மோதிரங்களைக் கீழே போட்டது.

“இதெல்லாம் ஏது ஆனந்தா?”

“அதோ முந்திரித் தோப்புத் தெரிகிறதே. அங்கே சிட்டுக்குருவி போல விளையாடிக் கொண்டிருக்கிறாள் வள்ளி. அவள் கொடுத்தாள் எனக்கு வேண்டுமென்றால் உனக்குக்கூட வாங்கித் தருகிறேன்.”

“ஆனால் இப்பொழுதே போவோமா?”

“இல்லை, இருட்டி விட்டது. நாளை போவோம்” என்று கிளி மாம்பழத்தைக் கடிக்க ஆரம்பித்தது.

மறுநாள் உச்சி வேளை அரண்மனைச் சேவகர்கள் சாப்பிட்ட சிரமத்தில் தூங்கி வழிந்து கொண்டிருந்தார்கள். ராஜகுமாரத்தியும், ஆனந்தாவும் அரண்மனையை விட்டுக் கிளம்பி விட்டார்கள். கிளி முதலிலே வழி காட்டிக்கொண்டு பறந்து போயிற்று அதைப் பின் தொடர்ந்தாள் சித்திராங்கி.

மெதுவாக முந்திரித் தோப்பின் அருகிலுள்ள குடிசைக்கு வந்தார்கள். பனமட்டைகள், சடசடவென்று சப்தம் செய்வதும், தட்டாரப் பூச்சிகளும், தேவடியாப் பூச்சிகளும் வயல்களில் பறப்பதும், அல்லிக்

குளத்தில் பெண்கள் குளிப்பதும், குழந்தைகள் மண்ணில் புரள்வதும் ராஜகுமாரத்திக்கு ரொம்ப வினோதமாகவும் சந்தோஷமாகவும் இருந்தது. இந்தக் காட்சிகளைப் பார்த்துக் கொண்டிருந்ததிலேயே பொழுது போய்விட்டது.

அப்பொழுது வள்ளி எங்கிருந்தோ சுள்ளி பொறுக்கி கொண்டு வீட்டிற்குத் திரும்பி வந்து கொண்டிருந்தாள். அவளுடைய கையில் மொந்தன் வாழைப் பழத்தோல்கள் நிறைந்திருந்தன வீட்டிற்கு வந்ததும் வேப்பமர நிழலில் உட்கார்ந்து வாழைப்பழத் தோலை உரித்துத் தின்ன ஆரம்பித்தாள்.

“இதோ, இவள்தான் வள்ளி!” என்று கிளி ராஜகுமாரிக்கு அறிமுகம் செய்து வைத்துவிட்டு, முந்திரிக் கிளை மீதேறி உட்கார்ந்து சிறகுகளைக் கோதிக்கொண்டது. சித்திராங்கி வள்ளியின் கைகளைப் பிடித்துக் கொண்டு “ஏன் வள்ளி, வாழைப் பழத்தோலைத் தின்கிறாய்?” என்று கேட்டாள்.

“பழம் யார் கொடுக்கிறார்கள்?” என்றாள் வள்ளி.

“போகட்டும். நீ தலையில் விறகு கொண்டு வந்தாயே... உங்கள் வீட்டுச் சமையல்காரன் கொண்டு வரமாட்டானா?”

“என் அம்மாதான் சமையல்காரி. அவள் நெல்லைக் குத்தி அரிசி யாக்குவதற்குள் நான் போய் சுள்ளி கொண்டு வருவேன். பிறகு அம்மா சமைக்கும்பொழுது இங்கே உட்கார்ந்து விளையாடுவேன்.”

ராஜகுமாரிக்குத் தன்னையறியாமலேயே ஒரு வேதனை உண்டாயிற்று. தன் மீது இருந்த பட்டுச் சட்டைகளைக் கழற்றிப் போட்டுவிட்டு வள்ளியுடன் விளையாட ஆரம்பித்தாள். இப்படியே ரொம்ப நேரமாகி விட்டது.

‘அரண்மனைக்குப் போவோம்’ என்று கிளி கூப்பிட்டும் ராஜகுமாரி கிளம்ப மறுத்துவிட்டாள். கிளிக்குப் பயமாகப் போய்விட்டது. நேரே அரண்மனைக்குப் பறந்து சென்றது.

அரண்மனையில் ஒரே குழப்பம் பெண்ணையும், கிளியையும் காணாமல் தாறுமாறாய் அரசன் வேலையாட்களை வைதுகொண்டிருந்தான். பலர் இன்னது செய்வதென்றறியாமல் ராஜகுமாரத்தியைத் தேடி அங்குமிங்கும் அலைந்தனர்.

ஆனந்தாவைப் பார்த்ததும் அரசன் அசைவற்று நின்று, “சித்திராங்கி எங்கே?” என்றான். கிளி பதில் பேசவில்லை. மெதுவாக மரத்திற்கு மரம் தத்திப் பறக்க ஆரம்பித்தது. கிளி செய்வது ஆச்சரியமாக இருக்கிறதே

என்று அரசனும் மந்திரியும், வேலையாட்களும் அதன் பின்னே சென்றனர். கடைசியாக முந்திரித் தோப்பினருகில், சித்திராங்கிக்கு எதிரில் போய் கிளி உட்கார்ந்தது.

வள்ளி ஓடையில் குளித்துக் கொண்டிருந்தபடியே ராஜகுமாரிக்கு கொட்டாங்கச்சி மோதிரம் செய்யும் விதத்தைப்பற்றிச் சொல்லிக் கொண்டிருந்தாள். அரசனும் மந்திரியும் ஒரு மரத்திற்குப் பின்னால் ஒளிந்துகொண்டு வேடிக்கை பார்த்தார்கள். வள்ளி குளித்துவிட்டு கரை ஏறிய பிறகு ராஜகுமாரி ஜலத்தில் இறங்கி விளையாட முயற்சி செய்தாள்.

அரசன் மறைவிடத்தைவிட்டு வெளியே வந்தான். மகளைக் கோபித்துக் கொண்டு அரண்மனைக்குக் கிளம்பச் சொன்னான். "வள்ளி இல்லாமல் அரண்மனைக்கு வரமாட்டேன்" என்று பிடிவாதம் செய்தாள் சித்திராங்கி. ராஜாவின் மனம் அன்பினால் குழைந்தது. பஞ்சவர்ணக்கிளி முன்னே பறந்து வழிகாட்ட வள்ளி ஒரு பக்கமும் சித்திராங்கி ஒரு பக்கமுமாக அரசன் அரண்மனையை நோக்கி நடந்தான்.

58. ராஜ தந்திரம்

ஒரு காட்டில் ஒரு பெரிய பழைய ஆலமரம் இருந்தது. அதில் எண்ணற்ற பட்சிகள் வசித்து வந்தன. மரத்தின் அடியில் பலிதா என்ற பெயருள்ள எலி ஒன்று ஒரு வங்கில் வசித்து வந்தது. முன்னெச்சரிக்கையாக இந்த வங்குக்கு எலி நூறு வாயில்களை அமைத்திருந்தது. மரக் கிளையில் லோமசா என்னும் பெயருள்ள பூனையும் வசித்து வந்தது. பட்சிகளுக்கும் எலிக்கும் பூனையைக் கண்டால் பயம்.

அந்த ஆலமரத்தடியில் ஒவ்வொரு நாளும் ஒரு வேடன் கண்ணி வைப்பது வழக்கம். பூனை எப்போதுமே ஜாக்கிரதையாகத்தான் இருப்பது வழக்கம். ஆனால் துரதிருஷ்டவசமாக ஒரு நாள் பூனை அந்தக் கண்ணியில் சிக்கிக் கொண்டது. வலிமையுள்ள எதிரி சங்கடத்தில் மாட்டிக்கொண்டு விட்டால் நோஞ்சான்களுக்கெல்லாம் மகிழ்ச்சிதானே!

எலிக்கு மட்டற்ற மகிழ்ச்சியும் தைரியமும் உண்டாகிவிட்டது. வங்கை விட்டு வெளியே வந்து கண்ணியில் வைத்திருந்த மாமிசத் துண்டை அமைதியாகச் சாப்பிட ஆரம்பித்தது. சாப்பிட்டு முடியும் சமயத்தில் தலையைத் தூக்கிப் பார்த்தபொழுது ஹிரினா என்ற கீரிப்பிள்ளை தன் வங்கின் வாயிலை அடைத்துக்கொண்டு உட்கார்ந்திருப்பதைக் கண்டது. தான் வங்குக்குத் திரும்பிப் போகும்போது பிடித்துத் தின்று விடும் நோக்கத்துடன் கீரிப்பிள்ளை உட்கார்ந்திருப்பதை எலி உணர்ந்து விட்டது. ஆலமரத்தின் மேலே ஏறியாவது தப்பிவிடலாம் என்று எலி நினைத்துக்கொண்டபொழுது மரத்தின் பேரில் இருந்த சந்திரகா

என்ற ஆந்தை கண்ணில் பட்டது.

எலிக்கு இருதலைக் கொள்ளி எறும்பு போன்ற இக்கட்டான நிலை உண்டாகி விட்டது. மேலே ஆந்தை கீழே கீரி இருந்தாலும் எலி தளர்ச்சி அடையவில்லை. ஆழ்ந்து சிந்தித்துவிட்டு எலி ஒரு முடிவு செய்து கொண்டது. இந்த அபாயகரமான நிலையில் எதிரியான பூனையுடன் நேசம் கொள்வதுதான் தப்புவதற்கான வழி என்று எலி தீர்மானித்தது. உடனே பூனையை நெருங்கிற்று. வலைக்குள் சிக்கி இருக்கும் பூனையால் இப்பொழுது ஒன்றும் செய்து விட முடியாது என்ற தைரியத்தில், “பூனை அண்ணா ஒரு வார்த்தை உன்னுடன் பேச வேண்டும்” என்று தேன் சொட்டும் குரலில் எலி தொடங்கிற்று. “இதோ பார்! நாம் இருவரும் ஆபத்தில் சிக்கிக்கொண்டிருக்கிறோம் என்பது உனக்குத் தெரியும். நீ உத்தரவு கொடுத்தால் வலையைக் கடித்து எறிந்து விட்டு என்னால் உனக்கு விடுதலை அளிக்க முடியும். இந்த உதவி செய்யவேண்டும். என்னை உன் நண்பனாக பாவிக்க வேண்டும். தின்றுவிடக் கூடாது. வெள்ளம் அடித்துக்கொண்டு போகும் மரத்தை வெள்ளத்தில் மூழ்கித் தவிப்பவன் பற்றிக்கொண்டால் இரண்டு வித லாபம் ஏற்படும். மரமும் கரை சேர்ந்து விடும். வெள் ளத்தில் தவித்தவனும் கரை சேர்ந்து விடுவான். அதைப் போல நீ என்னை நண்பனாக பாவித்தால் இரண்டு பேருக்கும் நன்மை. சம்மதம்தானா?” என்று எலி கேட்டது.

கண்களை மூடிக்கொண்டு பூனை ஒரு நிமிஷம் யோசித்தது. யோசனை நியாயமாகப்பட்டது. “தம்பி, அப்படியே செய். இனி உன்னை என் நண்பனாகக் கருதுகிறேன்” என்று பூனை எலிக்குப் பதிலளித்தது.

உடனே எலி பூனை இருக்கும் வலைக்குள் புகுந்து சிறிது நேரம் தமாஷாக உலக விவகாரங்களைப் பற்றிப் பேசிக்கொண்டிருந்தது. இதைப் பார்த்த கீரிக்கும் ஆந்தைக்கும் பெருத்த ஏமாற்றம் உண்டாகி விட்டது. இனி எலியைப் பிடித்து உண்ண முடியாது என்று கீரிக்கும் ஆந்தைக்கும் தெரிந்து விட்டது, எலியைப் போய்ப் பிடிப்பதென்றால் தாங்கள் வலையில் சிக்கிக்கொள்ள நேரும் என்பதைத் தவிர பூனையுடன் வேறு போராட வேண்டிவரும் என்பதை அவை உணர்ந்தன. இருந்தாலும் இந்த நட்பு குலைந்து போகாதா என்று எண்ணமிட்டுக்கொண்டே தங்கள் தங்கள் இடத்தில் பொறுமையாக உட்கார்ந்திருந்தன.

இதற்கிடையே எலி கண்ணியின் கயிறுகளை இங்கொன்றும் அங்கொன்றுமாகக் கடித்துப் போட்டுக் கொண்டிருந்தது. சுறுசுறுப்பின்றி எலி வேலை செய்வதைப் பார்த்த பூனை மொணமொணக்கத் தொடங்கிற்று. “உன்னைக் காப்பாற்றுகிறேன் என்று வாக்குறுதி

கொடுத்திருக்கிறேன். இவ்வளவு மெதுவாக இருந்தால் எப்படி?" என்றது. "நானும் அப்படியே செய்வேன் என்பதைக் காணப்போகிறாய். எதற்கும் பொறுமை வேண்டும்" என்று எலி சமாதானம் அளித்துவிட்டு வேலையை இரவு முழுவதும் இழுக்கடித்துக் கொண்டிருந்தது.

பொழுது விடிந்துவிட்டது. ஆனால் வேலையோ ஆனபாடில்லை என்பதை பூனை கண்டதும் கோபம் கொண்டது. "வேடன் வந்து விடப்போகிறான். நான் மாட்டிக்கொள்ளப் போகிறேன். என்னை ஏமாற்றி விட்டாய்" என்று பூனை வெறுப்புடன் கூறிற்று. "பயப்படாதே என்னை நம்பு" என்று பதிலளித்து விட்டு முன்போலவே மெதுவாகக் கண்ணியின் கயிறுகளைக் கடித்துவிட்டு இரண்டொரு முக்கியமான கயிறுகளை மட்டும் மிச்சம் வைத்திருந்தது.

கடைசியாக வேடனின் தலை தெரிந்ததும், கீரிக்கும் ஆந்தைக்கும் நடுக்கம் உண்டாகி விட்டது. பூனைக்கு உயிரே போய்விட்டது. துரோகி என்று பூனை எலியைத் திட்டிற்று. அதற்காக எலி கோபம் அடையவில்லை. வேடன் நெருங்கி வந்ததும் ஆந்தை பறந்து போ யிற்று. கீரி புதருக்குள் ஓடிவிட்டது. பூனைக்கு ஜீவனே இல்லை. இப்பொழுது எலி சுறுசுறுப்புடன் பாக்கிக் கயிறுகளைக் கடித்துவிட்டு இதோ பார். விடுவித்துவிட்டேன் என்று கூறிக்கொண்டே வங்குக்குள் போய் நுழைந்து கொண்டது. விடுதலை அடைந்த பூனை மரத்தின் மேல் பரபரப்புடன் ஏறிற்று.

வேடன் வருவதற்கு முன்பே பூனையை விடுவித்திருந்தால் என்ன விபத்து விளையுமோ என்று எண்ணித்தான் எலி அவ்வளவு மெதுவாக வேலை செய்தது.

கடைசியில் வேடன் கண்ணியைச் சுருட்டிக்கொண்டு துயரத்துடன் வீட்டை அடைந்தான். அவன் வலையில் எந்தப் பிராணியும் சிக்கவில்லை என்பதைத் தவிர வலையும் அறுந்து விட்டது.

வேடன் வீடு திரும்பிய பிறகு பூனை மரத்திலிருந்து இறங்கி வந்து எலியின் வங்கண்டை வந்து எலியுடன் பேச விரும்பிற்று. அதற்கு எலி என்ன சொல்லிற்று தெரியுமா?

"நேற்று நம்மை அபாயம் சூழ்ந்திருந்தது. ஆகையால் நம்மிடையே நட்பு இருந்தது. இனிமேல் நடவாது. இரவு குளிரில் அகப்பட்டுக் கொண்டதால் உடம்பு நன்றாய் இல்லை. வணக்கம்" என்று கூறிவிட்டு எலி வங்கின் ஐம்பத்தி ஏழாவது வாசல் பக்கம் போய்விட்டது.

59. பதினெட்டாம் பெருக்கு

இக்கரையில் படிக்கட்டுகளே தெரியவில்லை. அக்கரையில் நாணல்களின் வளைந்த நுனிகளெல்லாம் ஆற்று நீரில் விழுந்து விழுந்து எழுந்துகொண்டிருந்தன. கரை புரண்டு போகும் பெருக்கில் நொங்கும் நுரையும், சீமைப் பிலா இலைகளும், காய்ந்த மலர்மாலைகளும் மிதந்து சென்றன. காவிரியின் பதினெட்டாம் பெருக்கு.

தமிழ் மக்கள் கவியுள்ளம் படைத்தவர்கள் என்பதில் சந்தேகமில்லை. இல்லாவிட்டால் காவிரியை சூல்கொண்ட பெண்ணென்று யாருக்குச் சொல்லத் தெரியும்? காவிரிப் பெருக்கு மோட்டிலும் முடைசலிலும், படுகையிலும் பண்ணையிலும் பாய்ந்து மண்ணைக் கனகமாக்கி மகிழ்ச்சி விளைவிக்கவில்லையா? ஆற்றுப்பெருக்கின் அசைவு சூல்கொண்ட பெண்ணைப்போல் இல்லையா?

தெருக் கோடிவீட்டு மாடியிலிருந்து வடக்கே பார்த்தால் இந்த ஆனந்த மயமான காட்சி தென்படும். கிழக்கே பார்த்தால் ஆற்றங்கரைக்கு வந்துசேரும் ரஸ்தா, பாம்பின் நாக்கைப் போல நீண்டு தென்புறத்தில் மறைவது தெரியும். ஆற்றுப்பெருக்கைப் போலவே இத்தெரு எப்பொழுதும் நிறைந்திருக்கும். விசேஷ நாளென்றால் சாயும் கூட்டத்தைப் பற்றிச் சொல்லவேண்டியதில்லை.

அன்று பதினெட்டாம் பெருக்கு. தெருவில் ஒரே கூட்டம். காதோலை கருகமணி விற்பவர்களும், போவோர் வருவோர் முகத்தில் பூ வேண்டுமா என்று இடிக்கும் பெண்களும், கறிகாய்க் கடைக்குப் போவோரும் வருவோரும் தெருவில் நிறைந்திருந்தனர்.

தனிமை என்பதை எல்லோரும் பிரமாதப்படுத்துகிறார்கள். ஆனால் தனிமையை ரசிக்க எல்லோராலும் முடியாது. தனிமையில் வசிக்க ஒரு சிலரால்கூட முடியாது. சொல்லப்போனால், சாதாரண மனிதனுக்கு தனிமை அபாயகரமானது – உடல், உள்ளம் எல்லாவற்றிற்கும். கடிவாளமும் வண்டியோட்டியும் இல்லாத குதிரை டாக்கார்டை இழுத்துப்போவதென்றால் எப்படி இருக்கும்? நாலு பேர் நடுவி லிருந்தால்தான் சாதாரண மனிதன் நேரும் கூறுமாய் இருப்பான். தனிமையில் மனது சலிப்பதைக் கவனித்திருக்கிறீர்களா? ஒரு நொடி பச்சைக்குதிரை தாண்டி அண்ட சராசரங்களுக்கு அப்பால் போய் நிற்கும். மறுநொடியில், பாய்ச்சிய நங்கூரம் போல் மனக்கடலின் அடிமட்டத்தில் போய் நிலைகொள்ளும். ஒருதரம் தன்னலமற்ற தூயவெளியில் நடைபோட்டுப் பழகும். மறுதரம், விலங்கினப் போக் கிலே, வாலை கொண்டைமீது போட்டு நாலுகால் பாய்ச்சலில் போகும் காளைபோல் கட்டற்று ஓடும். பிராண சக்தி நிலைகொள்ளாது பாதரசம்போல் சிதறித் தொல்லை கொடுக்கும். தனிமையைக் கையாளத் தெரிந்தவன் யோகி, ஞானி.

அவன் யோகியுமல்ல; ஞானியுமல்ல. ரொம்பச் சாதாரண மனிதன். வேதாந்திகள் சொல்வதுபோல் அஞ்ஞான ஜந்து. ஆண்களுக்குள்ள அவ்வளவு குற்றம் குறைகளும் நிறைந்தவன்.

பதினெட்டாம் பெருக்கன்று அவனுக்கு விடுமுறை. வீட்டில் யாருமே இல்லை. அவன் மனைவி தாயார் வீட்டுக்குப்போய் இரண்டு மூன்று மாதங்களாகியிருந்தன. காலையில், கிளப்பில் காபி சாப்பிட்டுவிட்டு தெருத் திண்ணையில் வந்து உட்கார்ந்தான். நேரம் வெண்ணாந்தையைப்போல் நகர்ந்தது. கடகடவென்று ஓரிரு பையன்கள் சப்பரத்தை இழுத்துச் செல்லும் ஓசை அவனுக்கு வேதனை தந்தது. அங்கிருந்து கிளம்பி வாசல் கதவைத் தாளிட்டுக்கொண்டு மாடிக்குப்போய் உலாவினான்.

ஒருபுறம் காவிரிப்பெருக்கு. பெருக்கோடு அவன் மனமும் சென்றது.

“கடைசியில் கடலில் போய்க் கலந்தாகவேண்டும். ஏனோ? ஒன்று மற்றொன்றில் கலப்பதுதான் விதியா? அல்லது அதுதான் இன்பத்தின் ரகசியமா? இருக்கலாம்... காவிரி கடலை மணக்கப்போகிறாள். அதனால் தான் அவ்வளவு ஒய்யாரமாய் நுரை மலர்களையும், கரையோர நாணல்களும் மரங்களும் தரும் வண்ண மலர்களையும் தாங்கிச் செல்கிறாள். ஆனால் கடலில் கலக்கும் நாள் என்றோ?” என்று நினைத்தான்.

மற்றொருபுறம் ஜனப்பெருக்கு. ஆறு கடலோடு கலக்க தன்னையுமறியாமல் விரைந்தோடுகிறது. ஜனப்பெருக்கு கண்கண்ட தேவியான காவிரியை

வணங்கி வந்தனம் செலுத்த அறிந்தே ஓடுகிறது. ஆனால், அவனிடம் மட்டும் ஜனப்பெருக்கைப்பற்றி வேறு ஏதேதோ சிந்தனைகள் எழுந்து கொண்டிருந்தன.

“வேண்டுமானால் கூட்டத்தில் கலந்துகொண்டு நசுக்கப்படலாமேயொழிய கூட்டத்தை ரசிக்கமுடியுமா? ஒன்றையுமே கண்குளிரப் பார்க்க முடிவதில்லை. சமுத்திரம் போன்ற கூட்டத்தில் தனி முகங்களே கவனத்தை வசீகரிப்பதில்லை. வெகு அழகிகள்கூட கூட்டத்தில் தனிச் சிறப்பை இழந்து சாம்பலில் கிடக்கும் நெருப்பு போல் மங்கி விடுகிறார்கள். ஆமாம், தனிமை செத்து அகண்டம் தோன்றுமிடமல்லவா ஒரு கூட்டம்? மனைவி இருந்தால் இந்த மந்தையில் அவளும் ஒன்றா யிருப்பாள்.”

இப்படி காவிரிப் பெருக்கும் ஜனப்பெருக்குமாகச் சேர்ந்து அவனைத் தாக்கவே ஏக்கமும் தனிமையும் உள்ளத்தில் ஆடின. சோர்வு மிகுந்து, செயலற்று சவுக்கத்தை விரித்துப் படுத்துக்கொண்டான். நீல நிற ஆகாயத்தில், வழிதவறிய கொக்கைப்போல் தனிமையாய் ஒரு மேகம் சென்றுகொண்டிருந்தது. அட, உனக்கும் இந்தக் கதிதானா? ஒருக்களித்துப் படுத்துக் கொண்டான். கண்ணுக்கெதிரே சுவர். சுவரில் பல இடங்களில் சுண்ணாம்பு சரிவர அடிக்கப்படாத காரணத்தால் விசித்திரமான மிருகங்கள் போலும், மரங்கள் போலும், அலைபோலும் தென்பட்டன.

சிறிது நேரம் இப்படியே அதில் நெஞ்சு ஈடுபடக் கழிந்தது. ஒரு அணில் திடுதிடுவென்று எங்கிருந்தோ ஓடிவந்து சுவரோரமாய்ப் பதுங்கி நின்றது. அதன் கண்களில் திருட்டுத்தனமும் இன்பவெறியும் கலந்திருந்தன. அதே சமயத்தில் ஓட்டின் மேலிருந்து ஒரு அணில் கத்திக்கொண்டிருந்தது; அதனுடைய குரலில் எதையோ பறிகொடுத்த உணர்ச்சி தளும்பிற்று. எழுந்திருந்து கூரையைப் பார்த்தான். ஒரு அணில் வாலை உயர்த்தி திசைக்கொருமுறை திரும்பித் திரும்பி உட்கார்ந்து கத்திக்கொண்டிருந்தது. திடீரென்று கத்துவதை நிறுத்திவிட்டு மின்னல் போல் பாய்ந்து சுவரண்டை வந்தது. பதுங்கியிருந்த அணிலைக் கண்டதும் விரட்டிற்று. பிறகு அது ஓட இது ஓட முடிவில் ஒன்றை மற்றொன்று முன்னங்கைகளால் பற்றிக்கொண்டது. காதலின் லீலை! திருட்டுக் கண்கள் இன்பத்தில் மூடின–ஒரு இமைப்பொழுது! அதற்குள் சுவரின் அடிப்புறத்து சாரத்துளை வழியாக வேறு அணில் ஒன்று மெல்ல வந்து எட்டிப் பார்த்தது. காதல் நாடகம் கண்ணில் பட்டதுதான் தாமதம். ஒரே மின்வெட்டு! ஆண் அணில் மீது இது விழுந்து ஒரு நொடி இரண்டுமாய்க் கட்டிப் புரண்டன. பெண் அணில் ஒதுக்குப்புறமாய் நின்று வெற்றி யாருக்கு என்று கேட்பது

போல் முன் காலைத் தூக்கி நின்றது. அடுத்த நொடிக்குள் புதிதாய் வந்த அணில் ஓடிவிட்டது. ஆனால் அங்கிருந்த ஆண் அணிலின் உடலினின்று ஐந்து ஆறு சொட்டு ரத்தம் மட்டும் தரையில் விழுந்தது. இருந்தாலும் ஆண் அணில் இதையெல்லாம் பொருட்படுத்தவில்லை. பெண் அணிலிடம் வெகு சொகுசாய் நகர்ந்து சென்றது. அவனுடைய விருத்திகள் எங்கோ சென்று திளைக்கத் தொடங்கின.

"அம்மா! அம்மா!" என்று தெருக் கதவைத் தட்டும் சத்தம் வந்து மோதிற்று.

மாடி கைப்பிடிச் சுவரண்டை வந்து நின்று "யார் அங்கே?" என்றான்.

நான்தான். யெளவனத்தின் தேன் ததும்பும் குரல்.

"நான்தானென்றால்?"

வாசலை விட்டிறங்கி மாடியைப் பார்த்துக்கொண்டு ஒருத்தி நின்றாள். அவனுக்கு ஒன்றும் புரியவில்லை. கீழே இறங்கிவந்து கதவைத் திறந்தான்.

ஓர் இளம் பெண். மாநிறம். அராபிக் குதிரை போன்ற மேனியும் மினுக்கும், வளர்ச்சியும். பார்வைக்கு ராணி போன்ற அழகும், கம்பீரமும் பெற்றிருந்தும், அவளுடைய ஆடை ஏழ்மையைப் பறையடித்தது.

அவளை ஊன்றிப் பார்த்தான். எப்பொழுதோ பார்த்த முகம்; ஆனால் எங்கே என்று மட்டும் விளங்கவில்லை.

"நீ யார்?"

"தெரியவில்லையா...? போன வருஷம் மார்கழி மாதம் இங்கே பறங்கிப்பூ போடவில்லை? அம்மா எங்கே?"

அவனுக்கு ஞாபகம் வந்துவிட்டது. அப்பொழுது சிறியவளாய் இருந்தாள். இப்பொழுது நல்ல யெளவனம்; முற்றிலும் மாறிப்போய்விட்டாள். பின்னொரு தரம் அவளைப் பார்த்தான். ஆம்! அவளே! யெளவனத்தின் லாகிரிப் பெருக்கு அவன் உள்ளத்தின் வேரை அறுத்துச் சென்றது.

"அம்மா இல்லையா?"

என்ன குழப்பமிருந்தாலும் கேள்விக்குப் பதில் சொல்லவேண்டாமா?

"இல்லை, ஊருக்குப் போயிருக்கிறாள்."

"ஏன்?"

"முழுகவில்லை... ஆமாம், நீ எங்கே வந்தாய்?"

"சும்மாத்தான்."

சும்மா இருக்குமா?

“இல்லை, பதினெட்டாம் பெருக்கு, அம்மாவிடம் அரிசி வாங்கலாம் என்று வந்தேன்... ஆனால் அம்மா இல்லையா?”

“இல்லாதபோனால் என்ன மோசம்?”

அந்த வார்த்தைகளைக் கேட்டு அவள் நெகிழ்ச்சியடைந்து போனாள். தலையெடுத்து அவன் முகத்தைப் பார்த்தாள். அவனும் பார்த்தான். ஒரு கண்ணிமைப் பொழுது திகைப்பற்ற மௌனம். பின்னர் அவன் வீட்டிற்குள் சென்று ஒரு படி அரிசியும் நான்கணா காசும் கொண்டுவந்து கொடுத்தான். அதை முந்தானையில் வாங்கிக்கொண்டு ஒரு வினாடி பேச்சில்லாமல் தரையை நோக்கி நின்றாள். அவன் கூடத்துச் சுவரைப் பொருளில்லாமல் வெறித்துப் பார்த்தான். ஒரு பெரிய எட்டுக்கால் பூச்சி அசையாமல் நின்றுகொண்டிருந்தது. கொஞ்ச தூரத்திற்கப்பால் இதையே பார்த்துக்கொண்டு வேறொரு சின்ன எட்டுக்கால் பூச்சி நின்றுகொண்டிருந்தது.

“நான் வரட்டுமா?” என்றாள்.

பேச்சு அவன் காதில் சரியாய்த்தான் விழவில்லையோ, அல்லது பதில் அவனையுமறியாமல் வந்து விட்டதோ என்னவோ! ‘எப்பொழுது?’ என்றுவிட்டான்.

‘ஐந்து நாழிகைக்கு’ என்று சொல்லி வீட்டைவிட்டு வெளியே வந்து கூட்டத்தோடு கூட்டமாகிவிட்டாள்.

அவள் போன அடியோடு இவனுக்கொரு பயங்கரமான வியப்பு ஏற்பட்டது.

இச்சையின் காட்டில் அலையும் வேங்கையைக் கண்டான். சேற்றில் புதைந்து இன்புறும் மீனைக் கண்டான். ‘தூ’ என்று இச்சம்பவத்தையே ஒதுக்கி நேராகிவிடுவேனென்று திடசங்கற்பம் செய்துகொண்டு திண்ணையில் உட்கார்ந்தான்.

பெண்கள் குளித்துவிட்டு கூட்டம் கூட்டமாக வந்து கொண்டிருந்தனர். அவர்களுடைய ஈரத்துணிகள் உடம்பில் ஒட்டிக்கொண்டு, நடக்கும் பொழுது ஒருவித ஓசையை உண்டாக்கிற்று. மருதாணியிட்ட அவர்களுடைய கைகளும் கால்களும் பளிச்சென்று தென்பட்டன. பலர் முகத்தில் மஞ்சளும் கழுத்தில் சந்தனமும் பூசியிருந்தது. மைனா, குருவிகள் போல் கலகலவென்று பயமற்ற குரலில் பேசிச் சிரித்துச்சென்றனர்.

இக்காட்சிகளையெல்லாம் அவன் அறிவு வெகு கவனத்துடன் படம் பிடித்துக் கொண்டிருந்தது – அவளைப் பற்றிய எண்ணமே

வரப்படாதென்ற கவலையில். ஆனால் அக்காட்சிகள் யாதொரு இன்பத்தையும் தரவில்லை; பெரிய தோப்பினிடை தென்றல் போய் ஒடுங்குவதைப் போல் கிளர்ச்சியற்று மாய்ந்தன. புஷ்பத் தோட்டத்தை விட்டு பூக்கடைக்குப் போகும் ரோஜாவை மொய்த்துச் செல்லும் தேனீயைப்போல ஒருமுகப்பட்ட அவன் நெஞ்சு அவளையே பற்றி நின்றது. அவன் அறிவு எவ்வளவு ஏற்க மறுத்தபோதிலும்கூட அவளுடைய ஞாபகத்தில் ஓர் இன்பம் இருக்கத்தான் செய்தது.

நடுப்பகல் வரையில் இந்த இன்பக் கிளர்ச்சி ஓயவில்லை. துன்பத்தைவிட இதைப்போன்ற இன்ப வாதனைகளைத் தாங்கமுடியாது. அதிலும் அவன் அறிவு வேறு குறுக்கிட்டு ஆக்ஷேபித்து நிலைமையை மோசமாக்கிக்கொண்டே வந்தால் கேட்பானேன்? நல்லவேளையாக நடுப்பகலுக்கு அப்புறம் மனதிற்குக் கொஞ்சம் ஓய்வு கிடைத்தது—சீட்டுக்கச்சேரியின் புண்யத்தால். அவன் சீட்டாட்டத்தில் தலை தெரியாமல் ஈடுபட்டான். இருந்தாலும் அவன் ஆட்டம் சரியாகவே இல்லை. காணாத் துருப்பாட்டத்தில் ஐந்தாறு தடவைக்கு மேல்பட்டே முக்கியமான சமயங்களில் துருப்பைக் கேட்க மறந்துபோகவே அவனுடைய ஆட்டம் நண்பர்களுக்கு வியப்பைத் தந்தது.

மாலையாகிவிட்டது. குளத்தினின்று குளித்து எழும் அழகியைப்போன்ற ஓர் உருவம் அவன் உள்ளத்தில் எழுந்தது. சீட்டாட்டத்தில் நிலைகொள்ள வில்லை. அவள் வருவாளா என்ற கவலை குடைந்தது.

சீட்டாட்டத்தைக் கலைத்துவிட்டு காவிரிக்குச் சென்றான். இரவு கூடி யிருந்தது. துறையெங்கும் சாதமும் இலைகளும் இறைந்து கிடந்தன. இருளில் கத்தியின் மின்னல் போல் ஆற்றின் நீர் பாய்ந்துகொண்டிருந்தது. இரு புறத்துக் கரையோரத்திலும் மரங்களிடையில் மின்மினிகள் மூழ்கி எழுந்தன. நக்ஷத்திரங்கள் பதிந்த வானம் முஸ்லிம் ராணியின் ஜரிகை உடையைப்போல் மின்னிற்று.

ஆமாம். காவிரிகூட காதலைத் தேடித்தான் இருளில் செல்லுகிறாள். கடலைப் போய் அடைவாளோ அல்லது வழியிலேயே சோர்ந்து போவாளோ...

இப்படியே ஓர் அடுக்கு எண்ணங்கள் தோன்றி இன்பக் கிளர்ச்சியை உண்டுபண்ணவே, இயற்கையின் தூண்டுதலுக்கு உட்படுவதில் பிசகில்லை என்ற தீர்மானத்தின் மீது அங்கிருந்து கிளம்பி சாப்பாடு முதலியவற்றை முடித்துக்கொண்டு வீடு வந்து சேர்ந்தான். வாசல் கதவைத் தாளிட்டுக்கொண்டு முற்றத்தின் ஓரத்தில் மெத்தையை விரித்துப் படுத்தான். இன்பக் கனவுகள் குவிந்தன. இரண்டொரு நிமிஷத்திற்கு மேலாயிற்று.

'டக்'கென்று வாசலில் சத்தம் கேட்டது.

'அவள்' வந்துவிட்டாள் போலிருக்கிறதென்ற குதூகலத்துடன் கதவைத் திறந்து பார்த்தான். யாரும் இல்லை. அவன் ஆவலே ஒலியுருவாகி அவனை ஏமாற்றிவிட்டது. திரும்ப தாளிட்டுக்கொண்டு வந்து படுத்தான். மறுபடி தெளிவான சத்தம் எழுந்தது. ரேழிக்கு வந்தபொழுதே விஷயம் விளங்கிவிட்டது; கதவின் தாழ் சரியாகப் பதியாமலிருந்து இப்பால் பதிந்தபொழுது பிறந்த ஓசை அது. இருந்தாலும் கதவைத் திறந்து பார்க்காமலிருக்க முடியவில்லை.

படுக்கையில் ரொம்ப சஞ்சலத்துடன் வந்து படுத்தான்.

'ஒரு ஆசை எவ்வளவு பித்தாக்கிவிட்டது! காட்டாற்று வெள்ளம் போல் எப்படி என்னைப் புரட்டி சேற்றிலும் முள்ளிலும் இழுத்துப்போய்விட்டது! நான் விலங்கா? இனி செய்வதென்ன? அவள் அரை மணியில் வந்துவிடக்கூடும். தனியே அவளைச் சந்திக்கும் நிலைமை ஏற்பட்டுவிட்டால், பிறகு என்னாகுமோ, யார் கண்டது?' என்று யோசித்துக்கொண்டே வீட்டைப் பூட்டி விட்டு வெளியே கிளம்பினான்.

முதலடி எடுத்துவைத்த நிமிஷத்தில் ஒரு பெண் குரல் 'ஐயா' என்றது. அந்த வார்த்தையைக் கேட்டு நடுங்கிப்போனான். நேர் நெறியைக் கடைப்பிடிப்பதென்றால் அதற்குக்கூட விதி இடம் தராது போலிருக் கிறது. வந்தது வரட்டும். இங்கேயே இருந்து இன்பத்தை நுகர்ந்தே தீர்த்துவிடுகிறேன் என்று எண்ணமிட்டுக்கொண்டு குரல் வந்த திசையை நோக்கினான். எங்கோ மூன்றாவது வீட்டில் அந்தக் குரல்! தன்னை அழைக்கவில்லை! 'அடச்சை! இவ்வளவா மனசு பயந்து கிடக்கிறது?' என்று முணுமுணுத்துக்கொண்டே ரயிலடியை நோக்கிப் புறப்பட்டான். ரஸ்தாவில் மரங்களின் நிழல் அசையும்பொழுதும் பத்துப் பன்னிரண்டு அடிக்கொருதரமும் அவள் பின்னால் திடீரென்று முளைத்துவிட்டது போன்ற பிரமை உண்டாகும். பிரமை என்று தெரிந்தாலும் திரும்பிப் பார்க்காமல் இருக்கமுடிவதில்லை.

இப்படியே ஐயனார் கோவிலண்டை வந்தான். அங்கு ஐயனார் வாகனங்கள் – கல் யானையும், மண் குதிரையும் இரவில் ரோந்து சுற்றுவதற்குத் தயாராக எப்பொழுதுமே நின்றுகொண்டிருக்கின்றன. வழக்கமாக கோவிலுக்கும் இந்தக் கல் யானை முதலியவற்றுக்கும் இடையேதான் இவன் செல்வது வழக்கம். அன்று யானை, குதிரையின் பின்பக்கமாகச் சென்றான். ஏனென்றால் பின்புறமாக யானை, குதிரைகளின் நிழல் நீண்டு தெருவை ஓரளவு இருட்டாக்கியிருந்தது. இருளில் செல்வதிலும் தெரிந்தவர்களைப் பார்க்காதது போல் செல்வதிலும் அவனுக்கு ஏனோ நாட்டம் சென்றது. அதன் பயனாக

அவனுக்குக் கொஞ்சம் வேதனை குறையத்தான் செய்தது. அந்த இருளின் பகுதியில் போய்க்கொண்டிருந்தபொழுது 'சாமி' என்றது ஒரு தேன் குரல்.

அவள் குரல்! அவன் கலங்கிப்போனான். உடலெல்லாம் ஒருதரம் சிலிர்த்தது. மார்கழி மாதத்து நிலவின் பகைபுலத்தில், காற்றிலசையும் சவுக்கைத் தோப்பினின்று எழும் ஓசை விவரிக்கமுடியாத கிளர்ச்சியை உண்டாக்குகிறதல்லவா? அவ்வளவு கிளர்ச்சி அவனுக்கு உண்டா யிற்று. திடீரென்று ரயிலடிக்குப் போகும் யோசனையைக் கைவிட்டு வீடு திரும்பினான்.

வீட்டு வாசலண்டை வந்தபொழுது இன்னது செய்வதென்று தெரியவில்லை. நாலுகால் பாய்ச்சலில் போகும் விருத்தியைத் தடுத்து பெறப்படும் வெற்றியின் தொல்லையைவிட தடுக்காமல் கிடைக்கும் இன்பமே மேலல்லவா என்ற தத்வப்போர் ஒன்று அவனுள்ளத்தில் ஒலித்து நின்றது. அவன் வீட்டுக்கதவைத் திறக்காமல் சிந்தனையிலாழ்ந்து வெறும் வெளியை நோக்கிக் கொண்டிருந்தான்.

அதற்குள் அவள் வந்து விட்டாள். ஆனால் காலையில் தென்பட்ட அராபிக் குதிரை போன்ற தோற்றத்தைக் காணோம். ஒடுங்கிப் பயந்து இருளுடன் இருளாக முயலும் ஒரு நிழல் போல் தென்பட்டாள். அவள் பதுங்கிய மாதிரி அவன் உள்ளத்தைப் பிளந்தது. பழைய விருத்திகள் இருந்த இடம் தெரியவில்லை.

மறுநொடிக்குள் வீட்டிற்குள் போய் வந்து ஒரு ரூபாயை அவள் கையில் கொடுத்து விட்டான். அவள் திகைப்பு சொல்லத் தரமல்ல. அவன் மட்டும் திரும்பிப் பாராமல் கதவைத் தாளிட்டுக்கொண்டு மேல்மாடிக்குப் போய்விட்டான்.

அவள் மௌனமாய்த் திரும்பினாள். அவளுக்குப் பின்னால் நீண்டு விழுந்த அவளுடைய நிழல் தெருவில் அசைந்துகொண்டிருந்தது. கண்ணுக்கு மறையுமட்டும் அவள் உருவத்தையும் நிழலையும் மாடி யிலிருந்து பார்த்து நின்றான். பிறகு குறுக்கும் நெடுக்குமாக உலாவ ஆரம்பித்தான்.

காவிரி மட்டும் யாதொரு சிந்தனையுமின்றி நுரை மலர் குலுங்க, காதலைத்தேடி கடல் நோக்கிச் சென்று கொண்டிருந்தது.

60. ராகு கேது

என் குழந்தைக்கு பொம்மை வைத்துக்கொண்டு விளையாடும் வயது வருமுன்னமே என் மனைவி ஒரு 'செல்லுலாயிட்' பொம்மை வாங்கிக்கொண்டு வந்துவிட்டாள். பண நெருக்கடியான நிலைமையில், அடுத்த வாரத்திற்கு அரிசி வாங்க வைத்திருந்த தொகையை இவ்விதமாய் செலவழித்ததைப்பற்றி முதலில் சண்டை போட்டேன். பிறகு அப்பொம்மையின் அழகையும் அமைப்பையும் கவனித்ததில், பணப் பஞ்சத்தின் ஞாபகமே மறந்துவிட்டது. அதனுடைய மழமழப்பான உடலும், கன்னங்களின் ரோஜாச் சிவப்பும், அதிருஷ்டப் பள்ளமிருக்கும் முகவாய்க்கட்டையும், சிரித்து மயக்கும் நீலநிறக் கண்களும் என் நெஞ்சைக் கொள்ளை கொண்டன.

ஆகவே, அந்த பொம்மையை என் மேஜையின் மேலேயே வைத்துக் கொண்டுவிட்டேன் – சதா பார்த்து ஆனந்திக்கலாமென்று.

அம்புலு – என் ஒரு வயதுப் பெண் – 'செல்லுலாயிட்' பொம்மையின் பேரில் பொறாமை கொண்டோ என்னவோ, தானும் என் மேஜையின் பேரில் உட்கார வேண்டுமென்று பொருள்படும்படி ஊமையழுகையாக அழுது தீர்க்கத் துவங்கிவிட்டாள். அதை உத்தேசித்து அவளையும் என் மேஜையின் மேலேயே உட்காரவைத்துக் கொள்வது வழக்கம்.

இப்படியிருக்கும்பொழுது, அம்புலுவுக்கு ஊசிபோல பல் முளைக்க ஆரம்பித்தது ஒரு விஷயத்தில் ஆபத்தாகிவிட்டது. அதுவரையில் பொம்மையின், காலையும் கையையும் பிடுங்கி இழுத்து விளையாடிக் கொண்டிருந்தவள் பொம்மையைக் கடிக்க ஆரம்பித்துவிட்டாள்.

முக்யமாய், முள் இலவமரத்தினுடைய பூவின் சிவப்பு போன்ற பொம்மையின் வாயையும் அழகிய மூக்கையும் அடிக்கடி கடிக்கவே, பொம்மை மூக்கரையனைப் போலானதல்லாமல், வாயில் ஒரு துவாரமும் ஏற்பட்டு நிஜமான வாய் மாதிரியே ஆகிவிட்டது.

பொம்மைக்கு இந்தக் கதி வந்த சில தினங்களுக்குள், ஒரு நாள் அதைக் குழந்தை வேகமாய் இழுத்து விளையாடியபொழுது பொம்மையின் தலையும் உடலும் வேறாகி விட்டன. எவ்வளவோ யுக்தி செய்து பார்த்தும் என்னால் அவற்றைச் சேர்க்கக்கூடவில்லை. பொம்மையின் தலையொரு பக்கமும் உடலொரு பக்கமும் கிடக்கவே, எனக்கு ஏதோ திகிலுண்டாயிற்று. கொல்லைப்புறத்தில் அவற்றை எறிந்துவிட்டு வரலாமென்று எழுந்திருந்தேன்.

"நன்னாயிருக்கு! கிழிஞ்ச கூடைக்குக் கடுதாசி போட்டு அடுப்புக்கரி வாரி வைக்கறேன். புதுப் பொம்மையை எறியறேன்கரேளே. கீழே வைங்கோ, சொல்றேன். அதை நான் புளிபோட்டு ஒட்டிவிடரேன்.' என்று என் மனைவி ஆக்ஷேபித்தாள்.

மனைவியுடன் எதிர்க்கட்சி பேசுவது கொஞ்சம் முன்யோசனையற்ற காரியமென்று எனக்குத் தெரியும்.

கண்காணாமல் வைத்துவிடுகிறேன்; பிறகு எடுத்துக்கொள்" என்று சொல்லிவிட்டு வெந்நீர் அடுப்பிற்கருகில் ஒரு மாடத்தில் வைத்தேன். திரும்பி கூடத்திற்கு வந்த பிறகும் கூட, அந்த மூக்கின் அவலக்ஷணமும் திறந்த வாயும், முண்டமான பொம்மையின் கோரமும் என் மனதைவிட்டு அகலவில்லை...

2

அன்று ஞாயிற்றுக்கிழமை. மத்யானமாய் பித்தத் தலைவலி வரும் போலிருந்தது. புஸ்தகம் படித்து துன்பத்தை மறக்க முயன்றும் படிப்பு ஓடவில்லை. வெளியே போவோமென்றால், உச்சிக்காலத்துச் சூரியன் கொழுந்து விட்டெரிந்தான். சற்று கட்டிலிலாவது படுத்துப் புரளுவோமென்று கட்டிலருகில் போனேன். எதிரில், கதவில்லாத அலமாரி ஒன்றில் கழுத்தில்லா ஜடாமுனி போல் செல்லுலாயிட் பொம்மையின் முண்டம் உட்கார்ந்திருந்தது. பக்கத்தில் உருண்டுகிடந்த பொம்மைத் தலை என்னைப் பார்த்து இளித்தது. என் மனைவியைக் கூப்பிட்டு, "இந்த அபசவ்யத்தை இங்கே யார் கொண்டுவந்து தொலைத்தது?" என்று சினந்தேன்.

"அன்னிக்கே பிடிச்சு இங்கேதானே இருக்கு. அம்புலு இதுதான்

வேணும்னு கத்தறா. ஒரு பொம்மைக்கு ரெண்டாச்சோன்னோ! கொழந்தைக்கு சந்தோஷம் தாங்கல்லே" என்றாள் மனைவி.

"அதிருக்கட்டும். விளையாடாத வேளையில் வெந்நீர் மாடத்திலே இருக்கக்கூடாதோ?" என்றேன்.

"இதோ ஒட்டப்போரேனே பொம்மையை... புளியங் கொட்டையை ஊரவச்சிருக்கேன். சாயங்காலமா பசையாகும். அப்பறம் ஒட்டணும்; அதுக்காகத்தான் இங்கே வச்சிருக்கேன்" என்று சமாதானம் சொன்னாள்.

நான் பேச்சை வளர்க்கவில்லை. என்ன பிரமாதம். முற்றத்தின் பக்கமாய்த் திரும்பிப் படுத்துக்கொண்டால் போயிற்றென்று எண்ணி, பொம்மைக்கு முதுகு தெரியும்படி படுத்துக்கொண்டேன். ஆயினும் என் முதுகின் வழியாய் இரண்டு நீலக் கருங்கண்கள் என்னைக் கூர்ந்து நோக்கின. மனது சற்று கலவரமடைந்தது.

அதற்குள் என் மனைவி இடுப்பில் குழந்தையுடனும், வலது கையில் ஈயம் பூசிய அடுக்குடனும் வந்தது. "அடுத்தாத்துக்குப்போய் தோசைமா அரைச்சிண்டு வரேன்" என்று சொன்னாள்.

"குழந்தையை விட்டுவிட்டு நீ மட்டும் போய் வா" என்றேன்.

"தலைவலின்னேளே. கொஞ்சம் தூங்குங்கோ. அம்புலுவை இங்கே விட்டா விஷமம் செய்யும்" என்று வாசற்கதவைச் சாத்திக்கொண்டு வெளியே போய்விட்டாள்.

அப்பொழுது ஓடினால் துரத்துவது என்ற பழமொழி ஞாபகத்திற்கு வரவே, அலமாரியைப் பார்த்துப் படுத்துக்கொண்டால் பொம்மை என்ன செய்யமுடியுமென்று திரும்பிப் படுத்துக்கொண்டேன். ஒரு கரப்பு முண்டத்தின் கழுத்தில் உட்கார்ந்து, குதிருக்குள் நெல் இருக்கிறதா என்று பார்ப்பதுபோல், என்னவோ பரிசோதித்தது. பொம்மையின் தலை பக்கத்தில் உருண்டு கிடந்தது. ஆ! என்னே அந்நீலக்கண்களின் பார்வை! எனக்கிருந்த அவ்வளவு தைரியமும் ஓடிவிட்டது. எழுந்திருந்து கொல்லைக் கிணற்றடியில் வேப்பங் காற்று வாங்கலாம் என்று கிளம்பினேன்.

'கொராக்' என்று சப்தம் கேட்டது. திரும்பிப் பார்த்தேன். 'செல்லுலாயிட்' பொம்மையின் தலைநிமிர்ந்து உட்கார்ந்திருப்பதுபோல் பொம்மையின் கழுத்து அலமாரிப் பலகையில் பொருந்தியிருந்தது. இதென்ன ஆச்சர்யம் என்று யோசிப்பதற்குள், "அப்பேன்!" என்று யாரோ கூப்பிட்டது போலிருந்தது. சுற்றுமுற்றும் ஒருவரையும் காணோம்.

"இங்குதானப்பேன்" என்று இரண்டாவது தரம் சப்தமெழுந்தபொழுது

பார்த்தேன். இரண்டு நெல்லளவு திறந்திருந்த பொம்மையின் வாயானது அதிகமாக விலக, அதனின்றும் பேச்சு புறப்பட்டது.

இதென்ன விசித்திரமாயிருக்கிறதே என்று மறுபடி கட்டிலில் உட்கார்ந்தேன்.

“அப்படி உட்காரு. ராகு கேது கதை தெரியுமோ?” என்றது. பொம்மையின் தலை கேள்வி கேட்டது ஒரு காரணம்; என்னை முட்டாளாக்கி அவ்வளவு லகுவான சாதாரணமான கேள்வி கேட்டது மற்றொரு காரணம். சரியாகப் பதில் சொல்லக்கூடாதென்று நினைத்து தெரியாது என்றேன்.

“அப்படியென்றால் கதையைக் கேள்” என்று தொடங்கிற்று.

3

“**அ**திமதுரம் என்னும் கிராமமொன்றுண்டு. அதில் நாணுவய்யரென்ற மிராசுதார் ஒருவர் இருந்தார். அவருக்கு ஒரே பெண் சுவர்ணாம்பாள்; அவருடைய மனைவி தங்கம்மாள் குழந்தை பிறந்த பத்தாவது நாளே சிவலோக பிராப்தி அடைந்தாள். அதில் நாணுவய்யருக்கு மனது மிகவும் உடைந்துவிட்டது. ஆனால், தாயாரைப் புகைப்படம் பிடித்தது போன்ற குழந்தையைப் பார்த்து ஒருவாறு தேறுதல் அடைந்து காலம் கடத்தி வந்தார்.

சுவர்ணாம்பாளுக்கு எட்டு வயதானபொழுது நாணுவய்யருக்கு நாற்பத்தி ஐந்து வயது. தவிர அவருக்கு ஏதோ வியாதி; ஆஸ்பத்திரியில் நீர் ரோகமென்று சொல்லிவிட்டார்கள். அது முதற்கொண்டு அவருக்குக் கவலை அதிகரித்தது. தனக்கு வியாதி முற்றி உயிருக்கு முடிவு வரும் முன்னமே, எப்படியாவது பெண்ணுக்குக் கல்யாணம் செய்துவிடவேண்டுமென்ற அவா ஏற்பட்டது. அதிருஷ்டவசமாய் நல்ல இடத்தில் ஒரு வரன் கிடைத்தது. மாப்பிள்ளை மூன்றுதரமும் ஆறாவது பாரம் தேறாமல் ஊருடனே வசித்துவந்தான். ஆனால் ஏராளமான ஐவேஜி. மாப்பிள்ளை லஷ்மணன் லக்ஷணமாயும் இருந்தான்.

ஆகவே வெகு சீக்கிரத்தில், சுவர்ணாம்பாளுக்கு வெகு விமர்சையாய் அதிமதுரத்தில் கல்யாணம் நடந்தது. கல்யாணம் ஆனபிறகு மாப்பிள்ளையை இரண்டு மாதம் வரையில் நாணுவய்யர் வீட்டில் வைத்துக்கொண்டிருந்தார். சுவர்ணத்திற்குக் கல்யாணமென்றால் கழுத்தில் அதிகப்படியாகத் திருமங்கலியம் ஏறியிருந்ததைத் தவிர வேறொன்றும் தெரியவில்லை. ஒருவேளை, குழந்தைகள் மரக்கட்டை பொம்மைகளுக்குக் கல்யாணங்கள் செய்வது போல், ஏதோ ஒரு

வேடிக்கையென்று நினைத்திருக்கலாம்.

ஏனெனில் அடிக்கடி, லஷ்மணனைப் பார்த்து 'கட்டம் விளையாட வா, ஆம்படையான்' என்று தொந்தரவு செய்தாள்.

முதலில் லஷ்மணனுக்குக் கொஞ்சம் வெட்கமாயிருந்தது. நாளாக நாளாக அதுவும் மறைந்தது. மாப்பிள்ளையும் பெண்ணும் சந்தோஷமாக விளையாடினார்கள். பல்லாங்குழி, புளியம்விரை, சொர்க்க படம்; இல்லையென்றால் கதைப் புஸ்தகம், பாட்டு – இப்படியெல்லாம் காலம் கழிப்பார்கள். இரண்டு மாதம் கழித்து மாப்பிள்ளை ஊருக்குப் போய்விட்டான்.

ஆறு மாதங்களுக்குப் பிறகு, நாணுவய்யர் ஒருநாள் கொல்லையில் வாழைமரங்களிலுள்ள சருகுகளையெல்லாம் பிடுங்கிச் சீர்செய்து கொண்டிருந்தார். சுவர்ணம் கூடத்திலிருந்து கொல்லைப்புறம் ஓடிவந்து, 'அப்பா! தபால்காரன் தந்தி கொண்டுவந்திருக்கிறான்' என்றாள். கிராமாந்தரங்களில் தந்தியென்றால் நடுக்கம்தான். உடம்பெல்லாம் ஒருதரம் குபீரென்றுவிடும். மார்பு படபடக்கும். தெருப்புறம் வந்து கைவிரல்கள் நடுநடுங்க நாணுவய்யர் தந்தியைப் பிரித்துப் பார்த்தார். இடி விழுந்தது போல் 'லஷ்மணனை நல்லபாம்பு கடித்து விட்டது" என்று ஒரு வாக்யமிருந்தது, உடனே மூர்ச்சையாகிவிட்டார். தெளிந்து எழுந்திருந்தபொழுது, குழந்தை தந்தியை வைத்துக்கொண்டபடியே 'என்னப்பா உடம்பு? தந்தியில் என்ன எழுதியிருக்கு?' என்று கேட்டாள். தகப்பனார் என்ன பதில் சொல்லுவார்?

மறு ரயிலில் தகப்பனாரும் பெண்ணும் சம்பந்தி வீட்டிற்குக் கிளம்பிவிட்டார்கள். சம்பந்தி வீட்டு வாசலிலேயே எல்லாம் மனித யத்தனங்களுக்கு மிஞ்சிவிட்டதென்று தெரிந்தது; திண்ணையில், ஒரே கூட்டமும் கூக்குரலும்தான். பட்டுப்போன தென்னை போல அங்கு சம்பந்தி உட்கார்ந்திருந்தார். நாணுவய்யரைப் பார்த்ததும் ஹோவென்றலறினார். நாணுவய்யரும் புலம்பினார். தகப்பனாரைப் பார்த்து சுவர்ணமும் அழுதாள்.

இந்தக் கட்டத்திற்கு வந்ததும் பொம்மை கொஞ்சம் பேச்சை மெதுவாய் தழுதழுத்த குரலில் சொல்லி, கடைசி வார்த்தைகள் வந்ததும் பெருமூச்சு விட்டபடியே நிறுத்திற்று. அதனுடைய நீல விழிகள் கரைந்து வருவதுபோல் அதன் கன்னங்களின்மீது கண்ணீர் வடிந்தது. எனக்கும் துயரம் எழுந்தது. நெஞ்சை அடைத்தது. எப்படியாவது வேறு திக்கை நோக்கிப் பேச்சைத் திருப்பவேண்டி, "ஆமாம். ஏழெட்டு வயதென்றால் கல்யாணம் செய்யக்கூடாதே. சட்ட விரோதமாயிற்றே? என்று வினவினேன்.

"அந்தச் சட்டமெல்லாம் அப்புறம்தான் வந்தது. பாக்கி விஷயத்தைக் கேளு" என்று மேலே சொல்லிற்று.

"லக்ஷ்மணன் இறந்த ஒரு பிறைக்குள் நாணுவய்யரின் நீர்ரோகம் முற்றி மரணத்தை விளைவித்தது, சுவர்ணத்தின் புருஷன் இறந்ததில் அவளுக்குத் துயரமொன்றும் தெரியவில்லை. வானத்தில் ஒரு மின்னல் தோன்றி மறைந்தது போலிருந்தது; அவ்வளவுதான். ஆனால் தகப்பனாரை இழந்தபோது தன்னுயிரே போவது போன்ற அளவிடமுடியாத துக்கம் புயல்போலெழுந்தது. ஐப்பசி மாதத்து அடைமழை மேகம்போல் சுவர்ணத்தின் மனதை இருளாக்கிவிட்டது."

மறுபடியும் பொம்மை பேச்சை நிறுத்தியது. திரும்ப ஏதோ 'கொராக்' என்று சப்தம் கேட்டது.

"என்ன அந்தச் சப்தம்?" என்றேன்.

"வெட்டியாகக் கேள்வி கேட்காதே. கேளு கதையை" என்று பின்னும் சொல்லிற்று.

மறதியென்பதில்லாவிட்டால் உலகம் நின்று போகும். சுவர்ணம் நாளடைவில் துக்கத்தை மறந்துவிட்டாள். அப்பொழுது, பழைய உறவைக் கொண்டாடிக்கொண்டு அங்கு ஒரு கிழவி வந்து சேர்ந்தாள். தனக்கும் ஒரு துணை வேண்டுமல்லவாவென்று நினைத்து, கிழவியைத் தன்னுடன் வசிக்கும்படி சுவர்ணம் கேட்டுக்கொண்டாள்.

இப்படிச் சில வருஷங்கள் சென்றன. வயது பதினாறு ஆயிற்று. வயது வந்ததும், என் கன்னங்களின் ரோஜாவைப்போல் அவள் தேகமுழுவதும் காந்தி வீசியது. அவளுடைய வாய் மாதுளை முத்துப்போல் செக்கச்செவேரென்றிருந்தது. யௌவனத்தின் வெருண்டு மயக்கும் மான் கண்கள் பிறந்தன. அழகு கொஞ்சிற்று. அவளைப் பார்த்துவிட்டு அடிக்கடி கிழவி சொல்லுவாள்: நெல் பழுத்த சமயத்திலே, மழை பெய்யுறாப்பலெ, ஒன் கிளி அழகு யாருக்குப் பிரீதி! கண்ணில் மணல் விழுந்தாப்பலெ உறுத்தறது. துக்கிரி அதிருஷ்டம், புருஷனைத் தொடச்சுட்டுது!

பாவம்! சுவர்ணத்தின் பேரில் என்ன பிசகு? அவள் அழகிற்காவது லக்ஷ்மணன் இறந்ததற்காவது அவளா பொறுப்பு?

இப்படி இருந்துவரும் நாளில், தென்னிந்திய நாடக மேடையில் கீர்த்திபெற்ற சபாபதி அதிமதுரத்திற்கு வந்தான்.

சபாபதியைப் பற்றி சுவர்ணம் பராபரியாகக் கேள்விப்பட்டிருந்தாள். சிறிய பெண்ணாக இருந்தபொழுது ஒருதரம் பார்த்ததாக ஞாபகம்.

சாதாரணமாக வெறும் ஊர்வலத்தையும் கரகத்தையும் பார்க்கப் பிரியப்படும் ஜனங்கள் சபாபதியைப் பார்க்க விரும்புவதில் என்ன ஆச்சர்யம்?

அதற்கு ஒரு நல்ல தருணமும் வாய்த்தது. சபாபதியின் நண்பனொருவன் அவனை உத்தேசித்து ஒரு விருந்தளித்தான். ஊரிலுள்ளோர் அனைவரையும் அதற்கு அழைத்திருந்தான். சபாபதி நாடகமேடை சக்ரவர்த்தியாயிருந்ததைத் தவிர, உண்மையில் அழகிலும் அப்படியே இருந்தான். மாலையில், ஊரிலுள்ளோர் அவனைப் பாடச்சொன்னார்கள். அவனுடைய பாட்டு எல்லோரையும் நினைவழித்தது. அவனுடைய கீதத்தைக் கேட்ட பிறகு, மரத்துடன் சேர்த்துக் கட்டப்பட்டிருக்கும் படகானது கயிறறுந்தால் உல்லாசமாய் ஜலத்தில் போகுமே. அதுபோல் சுவர்ணத்தின் மனம் தன் தளைகளையெல்லாம் அப் புது உற்சாகத்தில் தெறித்தெறிந்து விட்டது.

சபாபதியோவெனில், சபையில் உட்கார்ந்து பாடிக் கொண்டிருந்த போதிலும், பலமுறை சுவர்ணத்தை நோக்கித் திரும்பினான். அப்படி யிழுத்தது அவளுடைய அழகுக் காந்தம்! கூட்டம் கலைந்து சுவர்ணம் வீட்டுக்குப் போகுங்கால் இருவருடைய கண்களும் கலந்தன.

வளர்ப்பானேன்? இப்பால் இருவருக்கும் நீதி வழுவிய காதலுண்டாகி விட்டது.

நாட்கள் கழிந்தன. சபாபதிக்கும் சுவர்ணத்திற்கும் நட்பு உண்டாகி, இரண்டு மாதத்திற்கு மேலிருக்கலாம்.

ஒரு நாள் காலையில் கிழவி பெண்ணைப் பார்த்து ‘என்னம்மா! உடம்பெல்லாம் ஒரு மாதிரி இருக்கே வயத்திலே வலி கிலியா?’ என்று சாதாரணமாகக் கேள்வி கேட்டாள்.

அவ்வார்த்தைகள் விஷம் தோய்ந்த அம்புபோல் சுவர்ணத்தின் உள்ளத்தில் பாய்ந்தன. ‘ஒன்றுமில்லை’ என்று பதில் சொல்லிவிட்டுப் போய்விட்டாள்.

அன்றைய தினம் சாயங்காலமாய் தனிமையில் அவ்வார்த்தைகளைப்பற்றி நினைத்தபொழுது கட்டுப்பாட்டை மீறியதற்குத் தண்டனை வந்துவிட்டதாகத் தோன்றிற்று. ஊரில் சந்தி சிரிக்காமல் மானத்தை எப்படிக் காப்பாற்றுவதென்ற ஒரே கேள்விதான். மறுபடி சிந்தித்தாள். தலைக்கு மேலே வெள்ளம் போய்விட்டால் உண்டாகக்கூடிய துணிச்சல் சுவர்ணத்தின் உள்ளத்தில் பிறந்தது. கிழவியிடம் போய் தைரியமாய் விஷயத்தைச் சொல்லவே, ‘அடிப் பாவி! தலையில் கல்லைப் போட்டாயே?’ என்று பலவாறாக முதலில் தூஷித்தாள்.

பிறகு பாட்டி ரகசியமாய் பல வழிகளில் வைத்யம் செய்தாள். ஒரு மாதம் சென்றது. பெண்ணின் முகத்தில் சோபை அதிகப்பட்டது. இதர அடையாளங்களும் கொஞ்சம் தலைகாட்டின. கிழவியின் வைத்யம் பிரயோஜனப்படவில்லை. ஆகவே, எங்கேயாவது நகரத்தில் வசித்துவிட்டுப் பிறகு ஊர் திரும்பலாமென்று தீர்மானித்துக்கொண்டு அதிமதுரத்தைவிட்டுக் கிளம்பி விட்டார்கள்.

அதுமுதல் நம்முடைய ஊரில் உன்னிடம் தெருவைச் சொல்லக்கூடாது– அவர்களிருவரும் ஒரு தனி ஜாகையில் வசித்துவருகிறார்கள்.

இந்த இடம் வந்ததும் சற்று நிறுத்தி, "அன்றொரு நாள் காலையில், பஜனை சுற்றிவரும்பொழுது, தெருவில் ஒரு ஆண் குழந்தை முண்டமும் தலையுமாகக் கிடந்தது என்று ஊர் அமர்க்களப்பட்டதே தெரியுமா?" என்று வினவிற்று.

"அந்த இழவையெல்லாம் யார் கண்டது? கேள்விதான். பாரத தேசத்து தர்மக்கொடி, கற்பின் கீர்த்தி, மண்ணில் – சாக்கடையில் புரட்டி எடுக்கப்படும் கலி காலம்! ஹும்! சிவ, சிவ" என்று சொல்லித் தலையில் அடித்துக்கொண்டேன்.

"அப்பேன்! ரொம்ப விசும்பாதே! கொஞ்சம் தயை, ஈரம், அன்பு இவையிருக்கட்டும் நெஞ்சத்தில். காமன் செய்தான்; சுவர்ணம் கேவலம் கருவி. வெள்ளத்தில் புரண்டோடும் துரும்படா, தெரிந்ததா?"என்று சொல்லியவண்ணமே நீலக்கண்களினின்றும் நீர் விடுத்தது. என்னையறியாமலே எனக்கும் கண்களில் ஜலம் வந்துவிட்டது .

"அப்பேன்! உயிரும் அதன் லீலையும் சாஸ்திர வரம்பு, பேனா வரம்பு, பீரங்கி பயம், தூக்குமரத் தண்டனை – இவற்றுக்கெல்லாம் சளைக்காது, ஒடுங்காது, தலைவணங்காது. உங்கள் வீட்டுப் பூவரசமரம் அடுத்த வீட்டு இரண்டாங்கட்டில் பழுத்த இலைகளை உதிர்க்கக் கூடாது என்று தடுக்க ஒரு சட்டம் போடு பார்க்கலாம். அப்பேன்! இயற்கையை ஜெயிப்பது கஷ்டம். ஆகையால், உங்கள் வாய்களுக்கெல்லாம்..."

"ஆமாம், இதெல்லாம் சொல்லுவதின் பொருள் விளங்கவில்லையே?" என்று இடைமறித்துக் கேட்டேன்.

"அதைத்தானப்பா சொல்லவருகிறேன். அது ரகசியம். சத்யமாய் வெளியிடாதே. சுவர்ணம் இந்த ஊரிலேதான் பிள்ளைபெற்றாள். அப்பொழுது கிழவி ஒரு யோசனை சொன்னாள்...

அப்பேன்! நமது தேசத்தில் மானம் பெரிதல்லவா? திருட்டுத்தனமாய், உள்ளத்தால் மலை மலையாய்ப் பாவங்கள் செய்யலாம். எல்லா நீதிகளையும் விதிகளையும் நம்முடைய முறையற்ற செய்கைகளால்

காலைவாரி விட்டுவிடலாம். அதைக் கேட்பாரில்லை. ஆனால், வாய்ப் பேச்சில் மட்டும் வழக்கங்களையும், தர்ம போதங்களையும் விட்டுக் கொடுக்காமலிருந்தால் போதும் – நல்ல பெயர் வந்துவிடும்.

சுவர்ணத்திற்குப் பிள்ளை பிறந்ததென்று சொன்னேனல்லவா? அதை அப்படியே எடுத்துக்கொண்டு கிழவி வெளியே போய்விட்டாள்...”

“என்னவோ ராகு கேது கதை தெரியுமா என்று ஆரம்பித்துவிட்டு இந்தப் பாழாய்ப்போன கதையை எடுத்தாயே, நியாயமா?” என்று உருக்கமாய்க் கேட்டேன்.

“அதையேதான் சொல்லவருகிறேன் கேள். அமிருத கலசத்திலிருந்து தேவர்கள் எல்லோருக்கும் அமிருதம் வழங்கப்பட்டபொழுது, துரதிருஷ்டவசமாக சுவர்ணாம்பாளுக்குக் கிடைக்கவில்லை. கைம்பெண்கள் அசுரர்களாம், தெரிந்ததா? என்ன இருந்தாலும், அப்பேன்! அசுரர்களுக்கும் ஆசை என்பது உண்டு. எல்லோரையும் போல் வெளிப்படையாய் இன்பமனுபவிக்க முடியாமலிருந்ததால், சுவர்ணம் ரகசியமாய் இன்பத்திலீடுபட்டு விட்டாள். அதன் விளைவாக ஏற்பட்ட குழந்தையைக் கடைசியாக வெளியே எடுத்துக்கொண்டுபோன கிழவி, கரண்டியால் ராகு கேது போல் இரண்டு பாகங்களாக்கித் தெருவிலே போட்டுவிட்டாள். அதுதானப்பா! இதுபோன்ற நிகழ்ச்சிகள் நடக்கும் வரையில், நடக்க இடமிருக்கும் வரையில் நமது தேசம் முன்னுக்கு வராது!”

இவ்வார்த்தைகளைக் கேட்டு ‘சிவ, சிவ’ என்று காதுகளைப் பொத்திக்கொண்டேன்.

பொம்மை மேலும் சொல்லிற்று.

“என்றைய தினத்தில் எந்த நேரத்தில் அந்தக் கிழவி இக்கிராதகச் செயலைச் செய்தாளோ, அதே கணத்தில், உன் மேஜையின் மீது ஜோராய் உட்கார்ந்திருந்த எனக்கு நெஞ்சாங்குழியில் ஏதோ படக்கென்று அறுந்து விட்டது. அதனால்தான் மறுநாள் குழந்தை அம்புலு என்னை எடுத்து விளையாடியபோது தலை வேறு உடல் வேறாகிவிட்டது – விளங்கிற்றா அப்பேன்? ‘சிவ சிவ’ என்பவற்றையெல்லாம் ஆற்று வெள்ளத்தில் போடு. உனக்குள்ளது பிறனுக்கும் என்று கருது. பூத தயை...”

பின்னும் பொம்மை ஏதாவது சொல்லியிருக்கும். அதற்குள், “என்ன அலமாரியைப் பாத்துண்டு பூஜை பண்றாப்பலெ உட்கார்ந்திருக்கேள்? தலைவலி தேவலையா?” என்று திடுக்கிடும்படி பின்னால் வந்து கேள்வி போட்டாள் என் மனைவி. நான் யாதொரு பதிலும் சொல்லவில்லை.

அப்போது அலமாரியில் முன்போல் 'கொரக்' என்று சப்தம் கேட்டது. பார்த்தேன். பொம்மையின் தலைக்குள்ளிருந்து ஒரு சிறிய கரப்பு வெளியே ஓடிற்று. அத்துடன் தலை உருண்டு அலமாரியிலிருந்து கீழே விழுந்தது. உடனே அந்த பொம்மையின் தலையையும் முண்டத்தையும் அப்படியே கையிலெடுத்துக்கொண்டு போய், கொல்லைப்புறத்து வாய்க்காலில் எறிந்துவிட்டுத் திரும்பினேன். என் காரியத்தைப் பார்த்து என் மனைவி கால் மணி நேரம் தோசைமாவும் கையுமாய் ஸ்தம்பித்து நின்று, "கண்ணில் என்ன ஜலம்?" என்றாள். என்னவென்று சொல்வது?

நான் பாட்டுக்கு அம்புலுவுடன் "கில்லாப்பிறண்டி" ஆட ஆரம்பித்தேன்.

61. தாய்

ரயிலில் பிரயாணம் செய்து கொண்டிருந்தேன். விழுந்தடித்து ஓடும் நக்ஷத்திரங்களையும், மசிச்சித்திரங்கள் போன்ற மரங்களையும், நீர்ப்பரப்புகளையும், இருளைப் பிளந்து செல்லும் ‘சர்ச்லைட்’ வெளிச்சத்தையும் மாறிமாறிப் பார்க்கும் லயத்திலிருந்த என்னை, ஒரு குழந்தையின் அழுகைச் சப்தம் பிடித்திழுத்தது. ஜன்னலுக்கு வெளியே நீட்டியிருந்த கழுத்தை உள்ளுக்கிழுத்தேன்.

முதலில் தென்பட்டது உலர்ந்த சரீரத்தோடு கூடிய ஒரு நாயுடு ஸ்திரீ – அவள் வழியில் உட்கார்ந்திருந்தாள். அவள் பக்கத்தில் எட்டு ஒன்பது மாதக் குழந்தை ஒன்று இருந்தது. அதுதான் வீறிட்டுக் கொண்டிருந் தது. இவ்வளவு அழுகைக்கும் அசையாத கும்பகர்ணர்களும் பலர் வண்டியிலிருந்தார்கள்.

விழித்துக்கொண்டிருந்த ரயில் பிரயாணி யாரோ ஒருத்தி ஒரு கிழவி சொன்னாள். “ஆத்தா, பிள்ளையைக் கொஞ்சம் எடுத்துவிடேன்.”

“எல்லாம் ஆயிடுச்சு. மொக்கு மொக்குன்னு குடிச்சுட்டுக் கத்துது. இம்மே பாலில்லெ; ரத்தந்தான் வரும்.”

அந்தச் சிறு குழந்தை எதைக் கண்டது? பாலில்லாத மார்பின் வேதனையை எப்படி அறியும்? நாயுடு ஸ்திரீயின் மடி மீது போய் ஏறிற்று – கரைமீது மோத வரும் அலைபோல. அவள் அதை அலுப்புடன் தள்ளினாள் – பூமி அலையைப் புறக்கணிப்பதுபோல. குழந்தை ஐந்து நிமிஷம் அலறித் தீர்த்தது. பிறகு தூங்கிவிட்டது. தூங்கியும்கூட விம்மல் விட்டபாடில்லை.

எனக்கு எதிர்த்தாப்போல் உட்கார்ந்திருந்தவர் சொன்னார், “பெண் பிள்ளைகளுக்கே காது செவிடு.”

“ஏனோ?” என்றேன்.

“இல்லாவிட்டால் இவ்வளவு அழுகைக்கும் தற்கொலை செய்துகொண்டு விட மாட்டார்களா? காது ஜவ்வு செதல் செதலாகியிருக்குமே.”

"ஆண் பிள்ளைகளுக்கு சத்தம் பொறுக்காது. அடுக்குள்ளில் வேலை செய்கிறவர்களும், தெருக் குழாயடியில் தண்ணீர் பிடிப்பவர்களும் சத்தத்துக்குப் பயந்தால் சந்தியில் நிற்கவேண்டியதுதான்" என்று ஏதோ பதில் சொன்னேன்.

மேலே ஒருவரும் பேச முடியவில்லை. பின்பக்கத்திலிருந்து 'லொள், லொள்' என்று இருமிக்கொண்டே ஒரு குழந்தை அழத் தொடங்கிற்று. நாங்கள் அதை முதலில் சட்டை செய்யவில்லை. அடுத்தாற்போல, கரகரப்பான ஒரு ஆண் பிள்ளைக் குரல்,

ஆராரோ ஆரிரரோ ஆளப் பொறந்தானோ...
அடிச்சாரைச் சொல்லியளு ஆக்கினைகள் பண்ணிவப்போம்...

என்று குழந்தையைச் சமாதானப்படுத்த முயன்றதும் எழுந்திருந்து திரும்பிப் பார்த்தேன். நாயுடு ஸ்திரீயும் எழுந்து பார்த்தாள்.

ஒரு ஆண் பிள்ளை; நாற்பது, நாற்பத்தைந்து வயது இருக்கலாம். அழகிய 'ப' குடுமி. காதில் ஏழு கல் புஷ்பராகக் கடுக்கன். ஆட்களை வேலை வாங்கும் அதிகாரம் வாய்ந்த முகம். பட்டு பனியன், இடுப்பில் கைலி. எனவே, தண்ணீர்ச் சீமையிலிருந்து ஊருக்குத் திரும்பி வருபவன் என்பது வெளிச்சம்.

அவன் பக்கத்தில் ஒரு பெரிய பையன் – ஆறு வயதிருக்கும்; ஒரு பெண் – இரண்டு வயதிருக்கும்; ஒரு கைக் குழந்தை – பெண். நடுக் குழந்தையின் கழுத்தில், அட்டிகை பதக்கம்போல், ஒரு ரப்பர் 'நிப்பிள்' கருப்புக் கயிற்றில் கட்டித் தொங்கவிடப்பட்டிருந்தது.

இருமிக்கொண்டே அழுத குழந்தை கைக்குழந்தை என்று தெரிந்தது. சாதாரண இருமல் என்று நினைத்த நான் குழந்தையின் கண்களில் ஜலம் சேருவதையும், முகம் சிவப்படைவதையும், எச்சில் கம்பி கம்பியாய் வருவதையும் பார்த்தவுடன் மகாவேதனை அடைந்தேன். பச்சைக் குழந்தை கக்குவானுக்குத் தாங்குமா என்று நினைத்துக் கொண்டிருந்தபொழுதே, நடுக் குழந்தையும் இருமிக்கொண்டே எழுந்தது. அதற்கும் கக்குவான்!

அவன் முகத்தில் தோன்றிய வேதனை எனக்குத் தாளவில்லை. அந்தக் கிழவி, "ஏன் தம்பி! இந்தப் பிள்ளைகளை வச்சுக்கிட்டு நீ எப்பிடி காலத்தை ஓட்றே?" என்றாள்.

அவன் பதில் பேசவில்லை. தன் காலண்டைக் கிடந்த தூக்குக் கூடையிலிருந்து ஒரு புட்டியை எடுத்து அதிலிருந்து எதையோ ஒரு அவுன்ஸ் கிளாஸில் ஊற்றி இரண்டு குழந்தைகளுக்கும் கொடுத்தான்.

குழந்தைகள் படுத்துக்கொண்டன. அழவுமில்லை. இருமவும் இல்லை. 'நிப்பிளை' சப்பிக்கொண்டே சொக்கிச் சொக்கி தூங்கத் துவங்கின. அவன் பாட்டுக்கு குழந்தைகளைத் தட்டிக்கொண்டே சாவதானமாய் அந்தக் கிழவியைப் பார்த்து, "என்ன பாட்டி கேட்டே?" என்றான்.

"நீ எப்படி காலத்தை ஓட்றேன்னு."

"ஏதோ, சாமி கிருபையிலெ. அவ போனது கூடப் பெரிசாத் தோணல்லெ. குழந்தைகளையும் பார்த்துக்கிட்டு தேயிலைத் தோட்டத்திலும் வேலை செஞ்சுட்டேன். இந்த ரெண்டு மாசமா இருமல்தான் எனக்குப் பெரிசாத் தோணுது. குழந்தைங்க என்னமா அவுதிப்படுது, தெரியுமா? என்னவோ ஆண்டவன் கிருபை; ஒவ்வொரு இருமலுக்கும் செத்துப் புழைக்குது."

"என்னா? மருந்தா குடுத்தே அதுங்களுக்கு?"

"இல்லெ. இந்த இருமலுக்கு மருந்து இல்லியாமே. தானேதான் போகணுமாம்... குடுக்கல்லே. நான் குடுத்தது பிராந்தி."

"அட பாவி! குழந்தைங்க வீணா அல்ல போயிடும்?"

"வேறே அழாமெ, வாதனைப்படாமெ குழந்தைங்க இருக்கறதுக்கு வழி?"

நாயுடு ஸ்திரீ எழுந்து போய் "பாவம்! தாயில்லாப் பிள்ளைங்களா!" என்று அங்கலாய்த்தாள்.

"அம்மாவை நினைச்சுக்கிட்டு அழுதால், இருமல்வந்து அழுதால், ஆம்பிள்ளை நான் என்னத்தைச் செய்யலாம்...? பிராந்தியாலெ துன்பத்தை மறக்கடிக்கலாம்... வேறே வழி?"

அரை மணி சென்றது. நாங்கள் எல்லோரும் விதியைப் பற்றிப் பேசிக் கொண்டிருந்தோம்.

மறுபடி பழைய லொள், லொள்; கைக்குழந்தை மறுபடி இருமலில் துடித்தது. அதன் வாயிலிருந்த ரப்பர் 'நிப்பிள்' கீழே விழுந்தது.

உட்காரக்கூடாமல் எழுந்திருந்தேன். அவனுடைய கை பிராந்திப் புட்டியை நாடிற்று.

"பிராந்தியைத் தொடாதீங்க. பிள்ளையை இப்பிடி என்கிட்ட குடுங்க" என்று குறுக்கிட்டாள் நாயுடு ஸ்திரீ. குழந்தையை இரு கையாலும் வாங்கித் தன் உலர்ந்த மார்போடு சார்த்திக்கொண்டாள். குழந்தையின் இருமல் ஓய்ந்தது. அவள் நெஞ்சில் அருள் சுரந்தது. ஆனால் மார்பில் பால் சுரந்ததோ என்னவோ!

62. வானம்பாடி

எதிரே நின்றான் அந்த முஸல்மான் பக்கிரி. தலையில் பச்சை கிர்க்கி முண்டாசு. உடலில் கறுப்பு அங்கி. இடுப்பில் கைலி. இடது கையில் ஒரு யாழ்ப்பாணத்துக் கப்பரை. வலது கையில் ஒரு துணி மூடிய கூண்டு. அதன்மீது அநேக கண்ணாடி மணிகள் போடப்பட்டிருந் தன. பக்கிரியின் மைதீட்டிய அழகிய கண்கள் அவன் தோற்றத்திற்கு அமைதியையும் அஞ்சா உறுதியையும் தந்துகொண்டிருந்தன.

ஜமீன்தார் சோபாவில் உட்கார்ந்ததும் மீசையைத் திருக ஆரம்பித்து விட்டார். வேலையாட்கள் விசிறியைப் பிடித்தனர்.

“அல்லா ஹு அக்பர்” என்று வணங்கினான் பக்கிரி.

“என்ன வேண்டும்?”

“என் இஸ்ராபேலின் பாட்டை கொஞ்சம் கேட்டருள வேண்டும்.”

“எங்கே?”

பக்கிரி, “இஸ்ராபேல்!” என்றொருமுறை அழைத்தான். அவ்வளவுதான். ஒருகணம் ஆற்றங்கரையோரத்தில், நக்ஷத்திரமும் நள்ளிரவும் சூழ்ந்த நேரத்தில், ஆகாயத்தை முத்தமிடும் மணிக்கூண்டினின்று சிதாருடன் இரண்டறக் கலந்து உருகும் கோஷா ஸ்திரீயின் கனிந்த குரல் காதல் தீ மூளப் பாடுவது போல் இஸ்ராபேலின் இன்னிசை எழுந்தது. மறுகணம் அம்மணிக்கூண்டினடியில், பெண்ணின் குரலோசை கொண்டு கற்பனைத் தூரியத்தால் பெண்ணையே ஊகித்து உருவாக்கும் பித்தர்களின் கட்சிப் பிரதிகட்சி ஒலித்தது. ஒரு கணம் வெண்ணிலவில், பாசி சேர்ந்து பாழடைந்த பழம்மண்டபங்களினின்று கிளம்பும் நரிகளின் ஊளை போன்று ஆசை மண்ணான கதை பாட்டில் மிதந்தது. மறுகணம், கண்கள் தீப்பறக்க, கத்தியும் கேடயமும் மோத, குளிர் நிலாக் கதிர் கத்தியின் மீது விழுந்து துண்டாக, காதலிக்காக போர்புரியும் வீரர்களின் முழக்கம் பொங்கிற்று.

“இஸ்ராபேல்!” என்று குறுக்கிட்டான் பக்கிரி. ஒரு நிமிஷம் நிசப்தம்.

மறு நிமிஷம் இசைச் சித்திரம் மாறிவிட்டது. கருக்கலின் கனக ஒளியில், மோனக் கடல் மீது இன்னிசைத் தோணி ஒன்று மனிதரை நோக்கி மிதந்து வந்து, மக்கி மண்ணாகும் யாத்ரீகனைத் தட்டில் ஏற்றி அமரனாக்கும் பரிவும் போதமும் பூர்ணமாய் தொனித்தது.

“இஸ்ராபேல்! என் குருவே!” என்றான் பக்கிரி. இன்னிசையின் தெய்வ உலகு மறைந்துவிட்டது. ஜமீன்தாருக்கு தன் நினைவுவர இரண்டு வினாடி சென்றது.

“பக்கிரி! இன்னும் கொஞ்சம்” என்றுவிட்டு, தன் வேலையாளியிடம் எதோ சொல்லி உள்ளே அனுப்பினார் ஜமீன்தார்.

“நல்லது... இஸ்ராபேல்!” என்றான் பக்கிரி.

சுருதி மாறிவிட்டது. இருபுறமும் செழித்தோங்கி வளரும் மரங்கள் நிறைந்த ரஸ்தாவில், செக்கச்செவேலென்ற உடலும், கலங்கிய கண்களும், கபந்தனைப்போல் விரிந்த கைகளும் கொண்ட ஒருவன் உட்கார்ந்து, எல்லாப் பொருள்களையும், எனதாக்குவேன் என்று பேரவாகொண்டு கொட்டாவி விட்டு ஏங்கும் சப்தம் தொனித்தது.

‘பக்கிரி! சபாஷ்! என் ஜன்மத்திலேயே இந்த மாதிரி அனுபவம் கிட்டியதில்லை.’

“ஆண்டவன் அருள் இஸ்ராபேல்! என் குருவே” என்று வணங்கினான் பக்கிரி.

“பக்கிரி! இந்த வானம்பாடி ஏது?”

“இதைக் குஞ்சு முதல் வளர்த்துவருகிறேன். ரொம்ப தொல்லைப்பட்டேன் இதைப்பிடிக்க.”

“எனக்கு வேண்டுமே இது.”

“அதற்கென்ன மஹராஜ்? ஆனால் வானம்பாடிகள் இங்கே கிடைப்பதில்லை. வடக்கே இருந்து இந்தப் புறமாகச் சிற்சில காலங்களில்தான் வரும்.”

ஐந்து வருஷத்திற்கு முந்தி வைகாசி மாதம். அறுவடை முடிந்துவிட்டது. வயல்களில் அவுரியும், பயறும் தழைத்திருந்தன. எங்கும் வசந்தத்தின் இனிமை.

ஒருநாள் அதிகாலையில் எங்கள் கிராமத்து மசூதியில் உட்கார்ந்து தொழுதுகொண்டிருந்தேன். வான்வெளியென்னும் மசூதியிலிருந்து தெய்வக்குரல் கொண்ட வானம்பாடிகள் மௌல்விகளைப்போல் பாடிக்கொண்டிருந்தன. என் காலைத் தொழுகையைச் சற்று விரைவு படுத்தி முடித்தேன். வானம்பாடிப் பைத்தியம் தலைக்கேறிற்று.

தினம் அதுகள் பாடும். ஆனால் அவை வசிக்கும் இடம் மட்டும் தெரியவில்லை. ஒரு மாதத்திற்குப் பிறகு அவை இருப்பிடம் தெரிந்தது. அவைகள் குஞ்சு பொரித்திருந்ததும் தெரிந்தது.

என் சந்தோஷத்தைக் கேட்பானேன்? நானும் பின்னொரு பக்கிரியுமாக அந்த மாந்தோப்புக்கு ஒரு நாள் சென்றோம். அரை மணி வரையில் எங்கள் ஜபமாலையை உருட்டிக்கொண்டிருந்தோம். ஏனெனில் போனவுடன் எங்கள் கண்ணில் அவை படவில்லை. பின்பு ஒரு ஜோடி தென்பட்டபொழுது, அவை நகர்ந்தும், பறந்தும் வெட்டுக்கிளிகளைப் பிடித்துக்கொண்டிருந்தன. எவ்வளவு சிறிய உருவத்திற்குள் எவ்வளவு பெரிய தெய்வக்குரல் ஒளிந்திருக்கிறது! ஒரு வானம் பாடி மட்டும் அடிக்கடி எழுந்து அவுரிப் பயிர் நடுவில் இறங்கி, இரண்டொரு நிமிஷமிருந்துவிட்டு, திரும்பியும் வெட்டுக்கிளி பிடிக்க வருவதே வேலையாயிருந்தது. எனவே அவுரிப்பயிர் நடுவில்தான் எங்கோ குஞ்சுகளிருக்கின்றன என்று ஊகித்தேன். இப்படியிருக்கும் பொழுதே வானம்பாடிகள் எங்களைப் பார்த்துவிட்டன போலும்! உடனே ஒரு குருவி எங்கோ பறந்துவிட்டது. மற்றொன்று மட்டும் பறந்துபோகவும் இல்லை, அவுரி நடுவில் வந்து இறங்கவுமில்லை. ஆனால், சில நிமிஷங்கள் கண்ணில் படும். பிறகு மாயாவித்தனமாய் மறைந்து போகும்.

இப்படியே கொஞ்சநேரம் கழிந்த பிறகுதான், அதனுடைய தந்திரம் எங்களுக்குத் தெரியவந்தது. மிருகங்களும், பக்ஷிகளும் குஞ்சு குழந்தைகளைக் காப்பது போல், நாம் காப்பதில்லை. அவற்றுக்குத்தான் எவ்வளவு அற்புதமான தந்திரமும், முன்னுணர்ச்சியும் ஆண்டவன் அமைத்திருக்கிறான்! முன்போல அவுரிப்பயிர் மேலே வந்து இறங்கினால், அக்குஞ்சுகளிருக்கும் இடம் எங்களுக்குத் தெரிந்துவிடுமாம். நுழைந்து, குஞ்சுகளுக்கு தத்துக்கிளியைக் கொடுத்துவிட்டு, வந்த வழியாகவே திரும்பிப்போனால் நாங்கள் அறியமாட்டோமாம்! என்ன அறிவு!

அப்பால் அவுரிப் பயிர்களை விலக்கிக்கொண்டு, வயலில் நுழைந்து கொஞ்சம் தேடியபிறகு, நெருங்கி வளர்ந்திருந்த அவுரித் தண்டுகளுக்கிடையில் ஒரு கூட்டில் ஐந்தாறு குஞ்சுகள் இருந்தன. அதில் ஒன்றை எடுத்துவந்தேன். அதுதான் இஸ்ராபேல்."

"வானம்பாடியை எப்படி வளர்ப்பது?" என்றார் ஜமீன்தார்.

"கொஞ்சம் சிரமப்பட்டால்தான் வளரும். காலையும் மாலையும் வானம்பாடியைக் கூண்டுடன், நஞ்சை அல்லது நந்தவனமுள்ள இடத்திற்கு எடுத்துச் சென்று நல்ல காற்று குருவியின்மீது படச்செய்ய வேண்டும். அங்கேயே கூண்டைச் சுத்தம் செய்துவிட வேண்டும்.

பிறகு வீட்டிற்குத் திரும்பி ஒரு குடுவையில் கம்பும், ஒரு குடுவையில் கொஞ்சம் தத்துக் கிளியும், ஒரு கிண்ணியில் ஜலமும் வைத்துவிட்டு, கூட்டைச் சுற்றி துணியால் மூடி, கட்டி விடவேண்டியதுதான். நடுவில் நடுவில் மேலே சொன்ன ஆகாரம் கொஞ்சம் வைக்கலாம். குருவிகளை வளர்ப்பதில் ரொம்ப கவனம் செலுத்தவேண்டும், இல்லாவிட்டால் பிரயோஜனமே படாது."

"ஆமாம் பக்கிரி, எனக்கு இது வேண்டுமே."

"கூட்டைத் துணியால் மூடிய கொஞ்ச நேரத்திற்குப் பிறகு, குருவிக்கு மஜா கிளம்பிவிடும். அதற்கப்புறம் உங்கள் நாரதர் பாட்டுகூட இதற்கெதிரில் நில்லாது. வானம்பாடி அல்லாவின் அதிசய சிருஷ்டி! மகா பிரபு! நான் உயிர் வாழ்வது சாப்பாட்டினாலல்ல, தூக்கத்தினாலல்ல. வாக்கில் ஆண்டவன் திருநாமமும், காதில் வானம்பாடியின் தேன்மடை திறந்த பாட்டும், என் உணவும் உறக்கமுமாகிவிட்டன..."

"பக்கிரி! நான் கேட்டது காதில் விழவில்லையா?"

"வானம்பாடிகளுக்கு பதினெட்டு பாஷை தெரியும். எனக்கு இன்னும் ஓர் ஆசை இருக்கிறது."

பக்கிரிமீது இந்த மாதிரி சமயத்தில் யாருக்கும் கோபம் வரத்தான் செய்யும். தன் கேள்விகளுக்குப் பதில் சொல்லாமல் அவன் தன் போக்கிலேயே பேசுவதின் நோக்கமாவது, பொருத்தமாவது ஜமீன்தாருக்கு மட்டும் எப்படித் தெரியும்?

"பக்கிரி" என்று வெறுப்புடன் அழைத்தார் ஜமீன்தார்.

"மஹாராஜ். அதற்குத்தான் ஜவாப் சொல்லிவருகிறேன். இன்னும் ஒரு ஆசை பாக்கி. அதாவது இஸ்ராபேல் இப்படிப் பாடுவது எனக்குப் போதாது. வானம்பாடிக் கூண்டின் மீது வருஷத்திற்கு ஒரு திரை வீதம், ஏழு மெழுகுச் சீலைத் திரை வரை அதிகப்படுத்தி, கூட்டினடியில் கல்லைக் கட்டி, கிணற்று ஜலத்தடியில் இறக்கிவிட்டு நாம் குரல் கொடுக்கவேண்டும். அப்பொழுது அது பாடுவதைக் கேட்கவேண்டுமென்று ஒரு பேராசை. அந்த எல்லையளவுக்கு நான் இன்னும் இதைப் பழக்கவில்லை."

"ரொம்பப் பெரிய யோசனையாயிருக்கிறதே."

"நீங்கள் இந்த ஜாதிக் குருவியைப்பற்றி அதிகம் கேள்விப்பட்டதில்லை போலிருக்கிறது. என் ஜோடிதாரி ஒரு வானம்பாடி வளர்த்தான். தெக்கால் உத்ஸவங்களுக்கும், கந்தூரிக்கும் நாங்கள் போவதுண்டல்லவா? அப்பொழுது அவனுடைய வானம்பாடி தவுல், மேளம் இதுகளைக்

கேட்டவுடனேயே தலைக்குப் பித்தேறிப் பாட ஆரம்பித்துவிடும். அடாடா! கட்டிலடங்காத சுகத்தை ஆண்டவன் எப்படித்தான் ஒரு எலுமிச்சங்காய் அளவு குருவிக்குள் அடைத்தாரோ? இப்பொழுதுகூட நாகூர் கந்தூரிக் கூட்டமும், சந்தனக்கூடும், மேளக்கச்சேரியும், எல்லாவற்றிற்கும் மேல் அந்தக் குருவியின் பாட்டும் என் மனத்தில் தோணுது. வானம்பாடிகள் அல்லாவின் அருள்!"

அப்பொழுதுதான் உள்ளே இருந்து திரும்பி வந்த சேவகன், ஜமீன் தாரண்டை ஒரு சிறிய பெட்டியை வைத்தான். ஜமீன்தார் பெட்டியைத் திறந்து ஒரு பத்து ரூபாய் நோட்டை பக்கிரியிடம் நீட்டினார்.

"ஆண்டவன் சுகமளிப்பார்" என்று அதை வாங்கிக்கொண்டு வாழ்த்தி விட்டுத் திரும்பினான் பக்கிரி.

ஜமீன்தார் திகைப்படைந்தார். "ஏன் பக்கிரி! பணத்தையும் கூட்டையும் சேர்த்து எடுத்துக்கொண்டு போனால்?"

இஸ்ராபேலின் பாட்டுக்காக சன்மானம் கொடுக்கப்பட்டதென்று நினைத்த பக்கிரியின் மனம் திடுக்கிட்டது. பக்கிரி திரும்பினான்.

"என்ன, இனாம் என்ற எண்ணமோ?" என்று நையாண்டி செய்தார் ஜமீன்தார்.

பக்கிரியின் உள்ளம் நடுநிலைமை அடைந்தது. மறுவார்த்தை சொல்லாமல் நோட்டை சோபாவின் மீது வைத்தான்.

"ரொம்ப முடுக்காய் இருக்கிறீரே பக்கிரி. இந்தக் குருவி எனக்கு வேண்டும்."

"இதை விற்பதில்லை, வேண்டுமென்றால் வேறு கொண்டுவந்து தருகிறேன்."

"எனக்கு இதுதான் தேவை. இந்தா..." என்று ஐம்பது ரூபாய் நோட்டை நீட்டினார் .

"எனக்கு பணம் தேவையில்லை. இதைக் கொடுக்கும் எண்ணமும் இல்லை."

"விலை குறைவு என்ற தயக்கம்போல் இருக்கிறது."

"ரூபாய் நூறு என்றாலும் சரி, மஹாராஜா! என் இஸ்ராபேல் வராது."

பணத்திற்கும், முரட்டுத்தனத்திற்கும் அதிகாரத்திற்கும் பணிபவர்க ளோடேயே ஜமீன்தார் பழகியவரல்லவா? ஐந்து பச்சை நோட்டை எடுத்து வைத்துப் பார்த்தார்.

"ஐந்நூறு ரூபாய்."

"மஹாராஜா! அல்லாவின் அடிமைக்கு யாழ்ப்பாணத்துக் கப்பரையும், இஸ்ராபேலும், ஆண்டவன் நாமமுமே போதும்" என்று வெகு அடக்கமாய்ச் சொன்னது ஜமீன்தாரின் கோபத்திற்கு அங்குசமாயிற்று.

"ஆயிரம் ரூபாய்."

"அல்லா ஹு அக்பர்" என்றான் பக்கிரி.

ஜமீன்தார் வெறிகொண்டு ஸோபாவிலிருந்து பாய்ந்தார். பக்கிரியின் கூட்டைப் பிடுங்கி வீசி எறிந்தார். பக்கிரி விழி திருப்பவில்லை. மூச்சுவிடவுமில்லை. நொறுங்கிய கூட்டை வெறித்துப் பார்த்தான். நல்லவேளை! இஸ்ராபேலுக்கு யாதொரு ஆபத்துமில்லை. பாழடைந்த வீட்டின் நடுவே முளைத்து, வெளியே தலைநீட்டப் பார்க்கும் செடிபோல், குருவி பாழ்பட்ட கூட்டிலிருந்து திருதிருவென விழித்துக் கொண்டிருந்தது.

பக்கிரியின் முகத்தில் ஓர் அமைதி தவழ்ந்தது. "இஸ்ராபேல்! ஆண்டவனே அரசன். கிஸ்மத்தே செங்கோல்" என்று வானைப் பார்த்து வாழ்த்திக்கொண்டிருந்தபொழுதே, 'சிவ்' வென்று இஸ்ராபேல் இறகு விரித்தது.

தெளிவாய்க் கேட்டது அதன் பாட்டு. இருபுறமும் செழித்தோங்கி வளரும் மரங்கள் நிறைந்த ரஸ்தாவில் செக்கச்செவேலென்ற உடலும் கலங்கிய கண்களும், கபந்தனைப்போல் விரித்த கைகளும் கொண்ட ஒருவன் உட்கார்ந்து எல்லாப் பொருள்களையும் எனதாக்குவேன் என்று பேரவாக் கொண்டு கொட்டாவி விட்டு, ஏங்கும் சப்தம் தொனித்தது. முதலில் ஆட்டிடையர்கள் சோலைகளில் பாடுவதைப்போல் கணீரென்று தொடர்ச்சியாயும், போகப் போக மலர்களின் வாடைபோல் விட்டுவிட்டும், தேய்ந்தும் கடைசியாய் நீரில் பாயும் ஈட்டி போல் குமிழியற்றும், சுவடற்றும் மாய்ந்தது அப் பாட்டு. எங்கும் அமைதி, அமைதி, அமைதி.

பக்கிரிக்கு தன் நினைப்பு வந்தது. "இஸ்ராபேல்! என் உயிர்க்கூட்டின் இனிமைக் குருவியே!" என்று ஏங்கித் திரும்பினான் ஜமீந்தார் பக்கம்.

"இஸ்ராபேலை இழந்தேன். இதை நானே தருகிறேன்" என்று அவன் பிதற்றிக்கொண்டிருந்தபொழுதே விர்ரென்று யாழ்ப்பாணத்துக் கப்பரை வந்து ஜமீன்தார் முகத்தில் விழுந்தது.

63. ஆராய்ச்சி

நண்பர்களே! இப்பொழுது சாயங்காலம், மணி ஆறு ஆகிறது. இன்னும் ஒரு நொடியில் இக் கப்பல் கடலைத் தாண்டிவிடும். மானிடக் கண்களுக்கு மறைந்துவிடுவேன். ஆனால் இதைப் படிக்கும் நீங்கள் என்னைப் பைத்தியமென்பீர்கள். அப்படிச் சொன்னால் இக்குளத்தினடியில் கிடக்கும் என் கட்டைக்கு என்ன கேடு வந்துவிடும்? உங்கள் சிரிப்பும், சீறலும் என்ன செய்யும்? இருப்பினும் உண்மையை உணர, உயிரை வலுவில் ஈந்த என் சரிதம் உங்களுக்கு அறிவை ஊட்டட்டும். புஸ்தகப் பண்டிதர்களை, வாய் வீரர்களை, தத்வதர்சிகளாக்கட்டும். இல்லை யேல் இக்கடிதத்தைக் காற்றாடி செய்யுங்கள், பாதகமில்லை!

போன வருஷம் பல புஸ்தகங்கள் படித்ததின் பயனாக புத்தி பழுத்து விட்டது. எந்த ஒரு விஷயத்தையும் பரிசோதனை இல்லாமல் ஒப்புக் கொள்ள முடியாதவனாகி விட்டேன். தைத்த சட்டை என்று சொல்லக் கூடிய ஆஸ்திகக் கொள்கைகள், பழக்க வழக்கங்கள் இவற்றை அனுசரிக்க முடியவில்லை. ஆழ்ந்து ஆராய்தலென்ற சுபாவம் மேலிட்டு நின்றதால், உலகின் தத்வமானது என் மனதிற்கு ஒருவாறு புலப்பட்டது.

"அசையும் பொருள்களும், அசையாப் பொருள்களும் தத்தம் சுபாவத்தையும், இச்சையையும் முன்னிட்டு உலகிலிருந்து வரும் நிலைமையில், சிறுபிள்ளைத்தனமாய் அனாவசியமாய் ரூபங்களை ஆராதிப்பதும், அர்த்தமில்லாத காரியங்களைச் செய்வதும் எனக்கு வியப்பைத் தந்தன. நீங்கள் கும்பிடும் தெய்வம் கருங்கல்லைத் தவிர

வேறென்ன? துளசிமணி, பட்டுப்போன செடியின் துண்டைத் தவிர வேறென்ன? தெய்வம் இவற்றுக்குள் புகுந்து கொண்டிருக்கிறதா?" என்றெல்லாம் நினைத்தேன். என் மூச்சில் ஏட்டுச் சுரைக்காயும் கிளிச்சொல் ஆஸ்திகமும் நடுங்கிற்று.

இதுபற்றிப் போன வருஷம் சித்திரை மாதம் தொட்டு, என் ஜீவிய சரித்திரத்தில் புதுப்பேரேடு போடும்படியாகி விட்டது. ஒரு நாள் சாய்மான நாற்காலியின்மேல் படுத்துக்கொண்டு ஒரு மகானுடைய திவ்ய வாக்கியங்களைப் படித்துக்கொண்டிருந்தேன். நீங்கள் அவரை நாஸ்திகர் என்பீர்கள்; இருக்கட்டும். புழுதி படிந்த பழைய கற்பனைகளைப் புதிய மனிதர்களுக்குச் சொல்வதுதானா தெய்வபக்தி? படித்துக் கிழிந்த புஸ்தகத்தை–காலமென்னும் கறையானால் அரிக்கப்பட்ட நோக்கங்களை –மறுபடியும் விற்பதுதானா ஆஸ்திகத் தன்மை? வாந்தி ஆகாரமாகுமா? பேஷ்...!

நீளமாகப் பேசுகிறேனே... நாழியோ ஆகிவிட்டது. சீக்கிரப்படுத்துகிறேன். முன் சொன்னதுபோல் படித்துக்கொண்டிருந்த பொழுது, 353–வது பக்கத்துக்கு வந்தேன். உள்ளும் புறமும் ஒத்த மகான் சொல்கிறார்:

"தாகமாயிருக்கும் ஒருவனுக்கு எதிரே தண்ணீர் போல் தோன்றினால் செய்யவேண்டியதென்ன? கைகளைச் சேர்த்து அந்த ஜலத்தைக் கையிலெடுக்க முயன்று பார்ப்பதைத் தவிர நிச்சய ஞானம் பிறப்புவிக்கக் கூடிய மார்க்கமேது? கானல் நீரும் ஜலம் போல் தோன்றலாம். ஆகையால் நின்று தர்க்கிப்பதில் பயனில்லை..."

தேடிய சூக்ஷ்மம் கிடைத்துவிட்டது. புஸ்தகத்தை மூடிவைத்தேன். தெய்வத்திற்கு வல்லமை இருந்தால் புத்தியில் சந்தேகம் எப்படி ஏற்படக்கூடும்? நாஸ்திகம் எப்படி நடமாடமுடியும்...?

மறுநாள் முதல் நான் புது ஆளாகிவிட்டேன். நின்று தர்க்கிப்பதில் பயனில்லை என்பதே என் மனதில் பல்லவியாகிவிட்டது. ஆசிரியரின் சொற்களை உள்ளத்தாலும், வாக்காலும், செயலாலும் பின்பற்ற ஆரம்பித்து விட்டேன்.

அதே நாள் இரவு ஊரோசை அடங்கிய பிறகு தேரடிக்குப் போனேன். இரண்டு புட்டி கிரோசினாயிலும் ஒரு நெருப்புக்குச்சியுந்தான் செலவு; தேர் எரிந்து சாம்பலாயிற்று. திரும்பி ஓட்டலுக்கு வந்து படுத்துக்கொண்டேன்; நான் வைத்த பிரவேசப் பரீக்ஷையில் கடவுள் தேறவில்லை. மறுநாள் ஊரெல்லாம் ஒரே அமர்க்களம். தேரை எரித்த 'மகா பாபியின்' பேச்சுத்தான். பாவியின் கை துண்டாகவில்லையே என்றார் சமையல்காரர். கண் குருடாகவில்லையே என்றார் ஹோட்டல் முதலாளி. கடவுள் கலியுகத்தில் நேரே ஆஜராக மாட்டார் போலும்!

சரிதானா சொல்வது?

மற்றொரு ஊரில் கடவுளுக்கு இரண்டாம் தரம் பரீக்ஷை வைத்தேன். மூன்று சித்திரைத் தேர்களை ஒரே இரவில் கொளுத்தினேன். கோவிலுக்கு வெளியே இருக்கும் கற்சிலைகளின் மீது சாம்பலையும் சாணியையும் பூசினேன். நந்தி சமீபத்தில் எலும்பையும், நரம்பையும் இறைத்தேன். மௌனஸ்வரூபி மறுபடியும் மௌனம் சாதித்து விட்டார். இரண்டாம் தடவையும் எனக்கு ஜயம்.

மூன்றாம் தரம் பின் ஒரு ஊரில் டிகாணா போட்டேன். அவ்விடத்தில் எனக்குக் கொஞ்சம் அசௌகரியம் ஏற்பட்டது. வெளியே எங்கும் போகமுடியவில்லை. கிளப் ஹாலில் உட்கார்ந்து எல்லோருமாகப் பேசிக்கொண்டிருந்தோம். ஒரு காலேஜ் பையன் "பார்த்தீர்களா இதை" என்று படிக்கத் தொடங்கினான்.

"அடுத்த பக்கத்தில் நமது நிருபர்கள் எழுதியனுப்பியிருப்பதைப் படிக்கும்பொழுது உண்மையான ஆஸ்திகர்களின் ரத்தம் கொதிக்க இடமிருப்பினும் எமக்கு அவை வியப்பையாவது, கோபத்தையாவது விளைவிக்கவில்லை. ஏனென்றால் இதே பத்திரிகை வாயிலாக அநேக முறை நம்முடைய மதம், கொள்கைகள் இவற்றைப் பற்றி முன்னெச்சரிக்கை செய்திருக்கிறோம். பெண்ணாசை, பொன்னாசை, மண்ணாசை பிடித்த மேனாட்டு நாகரிகத்தைக் கண்மூடித்தனமாக நம்மவர்கள் சுவீகாரம் செய்துகொண்டிருப்பதின் பலனாக ஏற்படும் வாழ்க்கை விகாரங்கள் பலவற்றுள், நமது நிருபர்கள் குறிப்பிடும் சம்பவங்களும் ஒன்றென்பது நமது கொள்கை. தேரைக் கொளுத்துவதைவிட அக்ரமமான செயல்கள் நமது நாட்டில் நடப்பதாகக் கேள்விப்பட்டால் கூட, நாம் வியப்படைய மாட்டோம். வேரிருக்க இலையைக் கோபிப்பதில் பயனென்ன? மேனாட்டு நாஸ்திகம், நாகரிகம் இப்பேய்கள் நம்மைப் பிடித்திருக்கும் வரையில் இப்படித்தான். சுயராஜ்யமென்னும் பூசாரியோ இருக்கும் இடம் தெரியவில்லை. அந்தோ பரிதாபம்!"

இதைப் படிக்கக் கேட்டதும் எனக்கு சிரிப்புத் தாங்கவில்லை. படிப்பிற் சிறந்த பத்திராதிபருக்குக் கூடவா, மசி எழுத்துக்கள் வெடிகுண்டு ஆகாதென்று தெரியவில்லை என்று மனதினுள் சொல்லிச் சிரித்தேன். என்னை அறியாமல் சிரிப்பு மீறியதைப் பார்த்து, பக்கத்திலிருந்தவர்கள் கூட சிறிது திடுக்கிட்டுப் போனார்கள்.

மறுநாள் உடம்பு நேராகி விட்டது. வேறு யோசனை தோன்றிற்று. எட்டரை மணிக்குச் சாப்பிட்டுவிட்டு வெளியே கிளம்பினேன். பல தெருக்களின் வழியாகத் திரிந்துவிட்டு கடைசியாகக் கோவிலை அடைந்தேன். அன்று சட்டைகிட்டை போட்டுக் கொள்ளவில்லை,

இடுப்பில் ஒரு நாலுமுழ வேஷ்டியும் மேலே ஒரு துண்டும்தான். கோவிலுக்குள் எல்லோரையும் போல் இடுப்பில் சவுக்கத்தைக் கட்டிக்கொண்டு நுழைந்தேன். சுவாமி சன்னிதியில், துவாரபாலகர்கள் சமீபத்தில், யாளி நிழலும் கல் தூண் நிழலும் கலக்கும் சிற்றிருட்டில் உட்கார்ந்து கண்களை மூடி ருத்ராக்ஷப் பூனையானேன்.

குருக்கள் அர்த்தஜாமப் பூஜை ஆரம்பித்தார். யந்திரம் சுழல்வது போல் அர்த்தமாவது, உணர்ச்சியாவது இன்றி பூஜையை ஓட்டினார். ஜலத்தை வாரிக் கொட்டினார். மணி அடித்தார். கையைக் காட்டி நைவேத்தியம். கற்பூரம் கொளுத்தினார்... இல்லையா, சோடச உபசாரம் எல்லாம் ஆயிற்று.

ஒவ்வொருவராக சுவாமி பார்க்க வந்தவர்கள் வெளியே போனார்கள். குருக்கள், சுவாமி சன்னிதியைப் பூட்டினார். அத்தருணம் நான் அம்மன் சன்னிதிக்குச் சென்று கர்ப்பக்கிரஹத்திற்குள் பாய்ந்து இருட்டில் ஒளிந்துகொண்டேன். நாழியாய்விட்டது என்று சொல்லிக்கொண்டே ஓட்ட ஓட்டமாய் அம்மன் பூஜையை முடித்தார் குருக்கள். பிறகு இரண்டு எண்ணுவதற்குள் அம்மன் சன்னிதி மூடப்பட்டது.

அப்பொழுதுதான் ஒரு புது பயம் உண்டாயிற்று. அடுத்த க்ஷணம் பழைய ஆசிரியரின் உருவம் கண்முன் தோன்றிற்று. பழய துணிச்சல் வலுவுடன் திரும்பிவந்தது. சாவதானமாக கர்ப்பக்கிருஹத்தை நிதானித்தேன்.

எனக்கெதிரே சிவசக்தி என்கிறீர்களே அது. நெற்றியில் சந்தனமும், நெருப்புத் துண்டைப் போன்ற ஒரு சிவப்புத் திலகமும். உடலின் மீது தோம்புப் புடவை. அதில் கொண்டுபோய் எப்படியோ ஒரு மஞ் சள் மேலாக்கை ஓட்டவைத்திருந்தது. கழுத்தில் சில்லறை நகைகளும் மணம் சொரியும் மலர்மாலையும். விக்ரகத்தின் முகத்தைக் கூசாமல் பார்த்தேன்.

உருவத்தை மறந்து அதை ஆக்கிய சிற்பியின் சிருஷ்டி கற்பனையில் ஈடுபட்டேன். கல்லில் குணமில்லை; அதை உருவாக்கிய சிற்பியின் வல்லமையே வல்லமை என வியந்துகொண்டிருந்தேன். எதிரிலிருந்த சரவிளக்குகள் சிரித்தன. அடுத்தாற்போல் கெங்காளம். சாமரம், தென்னை நார், எண்ணெய்ப்பிசுக்கு, பல்லி முதலிய பல கண்ணில் பட்டன.

வந்த காரியத்தை முடிக்க வேண்டாமா? அம்மனை சமீபித்தேன். தோம்புத் துணியையும் களைந்தெறிந்தேன். காலில் ஏதோ வழுவழா வெனப்பட்டது. உடல், காற்றில் ஆடும் நெற்பயிர்போல் நடுங்கிச்

சிலிர்த்தது. தைரியமாய் இடுப்பிலிருந்த உளியை எடுத்து விக்ரகத்தின் முழங்கால் சில்லில் ஊன்றினேன்.

ஒரு பல்லி சொட்சொட்டென்றது. சுடுகாட்டு மௌனம் தாண்டவமாடிற்று. உளி தவறி கீழே விழுந்தது. எடுப்பதற்குக் குனிந்தேன். வாழைப்பழத்தோல் வழுக்கி விழுந்தேன். மெதுவாய் எழுந்தேன். மார்பு நெல்மிஷினைப் போல் அடித்துக்கொண்டது. சரவிளக்குகள் மறுபடி இளித்தன.

அடே! நானா பயந்தவன்...? ஒவ்வொரு விளக்காய் அணைத்தேன். அதற்குப் பிறகு அடே அப்பா...? ஒரே நக்ஷத்திர வெள்ளம். அதன் மேலே அநேக நெருப்புச் சூலங்கள், வேல்கள். விக்ரகத்தைச் சுற்றி ஒரு சிறு தீத்தெரு. எல்லாவற்றிற்கும் மேல் ஒரு மேகக் கூட்டம். மின்னல் அதில் சரேல் சரேலெனப் பாய்ந்தது. அச்செவ்வொளியில் சிவசக்தி ஒரு புன்சிரிப்பைப் பூண்டது. கால்கள் துவள, விக்ரகத்தை அணுகினேன். பல்லி மறுபடியும் பேசிற்று. திடீரென்று கட்டிடம் இடிந்து விழுவதுபோல் பேரிடியொன்று முழங்கிற்று. மின்னல் வாள் கண்ணைப் பறித்தது. சோகம் போட்டு விழுந்தேன்.

எவ்வளவு நேரம் கழித்து எனக்குப் பிரக்ஞை திரும்பி வந்ததென்று சொல்லத்தெரியாது. தெளிந்த பின்னும் நக்ஷத்திரங்களும், தீத்துண்டுகளும் விக்ரகத்தைச் சுற்றிச் சுழன்று வந்தன. சுவரின் மேல் விழுந்த என் நிழலும், படுதாவின் நிழலும் பூத சொரூபத்தோடு என்னைப் பரிகசித்தன. பயம் தாங்கமுடியவில்லை. படுதாவால் முகத்தை மூடிக்கொண்டு அதற்குள் பதுங்கினேன்.

சுமார் அரைமணி அப்படியே இருந்திருப்பேன். பிறகு வெளியே குருக்களின் குரல் கேட்டது. அம்மன் சன்னிதியைத் திறந்துவைத்துவிட்டு சிவன் சன்னிதிக்குச் சென்றார். நான் வெளியே வந்தேன். கிழக்கு நன்றாக வெளுத்திருந்தது. ஆற்றில் ஸ்நானம் செய்துவிட்டு ஹோட்டலை அடைந்தேன்.

இன்று முழுவதும் மனதில் குழப்பம். உண்மையை அறிந்த நிச்சயமுமில்லை. கடவுளைப் பார்த்த அமைதியுமில்லை. சந்தேகம்–ஆழ்ந்த, தீராத, தொலையாத சந்தேகம். இரவில் கண்டதெல்லாம் பயத்தில் தோன்றிய கனவு என்ற ஒரு எண்ணம். ஆனால் பார்த்தேனே என்ற எதிர் எண்ணம் அடுத்தாற்போல். இப்படியே பகல் முழுதும் கலக்கம். சந்தேகம் சாகாதா என்று ஏங்கி ஏங்கி அழுதேன்.

'மழை இருட்டில் மின்னல் போல் நின்று தர்க்கிப்பதில் பயனில்லை' என்ற மகா வாக்கியம் திடீரென்று உள்ளத்தில் எழுந்தது. உயிரென்னும்

மாளிகையில் எஜமானனைக் காணோம்; வெளிப்பட்டு போய்ப் பார்ப்போம் என்ற முடிவு பளிச்சிட்டது.

நண்பர்களே! ஆதியில் சொன்னது போல், இப்பொழுது சாயங்காலம். இந்தக் குளம் மூச்சில்லாமல் கிடக்கிறது. காற்றென்னும் நாமதேயம் பூண்டற்றுப் போய்விட்டது. கோவில் கோபுரம் அதோ எட்டிப்பார்க் கிறது. இன்னும் சிறிது நேரத்திற்குள் வானவீதியில் நக்ஷத்திரங்கள் பூத்துவிடும்; பூமியைக் கூர்ந்து பார்க்கும். இக்குளக்கரையில் கிடக்கும் தாள்களைக்கண்டு வியப்படையும். ஆனால் என்னை மட்டும் காணாது. போகட்டும்; நேரமாகிறது. நல்ல வேளையாய் உங்கள் கோவிலில் மணியும் அடிக்கிறது. நண்பர்களே நின்று தர்க்கிப்பதில் பயனில்லை.

64. மருதாணி விரலெங்கே? அழகெங்கே?

ராமு தீக்ஷிதரும் இன்னும் இரண்டு பேருமாக ஸ்தல யாத்திரை செய்துகொண்டு, முந்தாநாள் கும்பகோணத்திற்கு வந்தார்கள். பொழுது போக்க காவிரிக்கரையில் வந்து உட்கார்ந்தார்கள். தீக்ஷிதர் வகையரா உட்கார்ந்திருந்த இடத்திற்கும் பத்தடி தள்ளி ஒருவர் சுவரில் தலையை வைத்துச் சாய்ந்து கொண்டிருந்தார். அவர் தலையெல்லாம் சடை. கண்களில் பேய் ஒளி. ஆனால் முகத்தின் முழுத்தோற்றம் சாத்வீகத்தையும் கருணையையும் குறித்தது. இவர்களைப் பார்த்தவுடன் ஒரு பெரிய பித்தளைச் சங்கிலியை சமீபத்தில் நகர்த்தி வைத்துக்கொண்டு எழுந்திருந்து உட்கார்ந்தார்.

ராமு தீக்ஷிதர் தன் நண்பர் ஒருவரைப் பார்த்து "இந்த ஊரிலே, ஒரு வீட்டில் பில்லி சூன்யம் வைத்திருந்தாளாமே–அது என்ன ஆச்சு தெரியுமா?" என்று கேட்டார்.

அதற்கவர், "அந்த எழவெல்லாம் நான் காதில் போட்டுக்கொள்வதே கிடையாது. பேய், சூன்யம், ஏவல் இதைத் தவிர உமக்கொன்றும் ரசிப்பதில்லை. எனக்கோ இம்மாதிரிப் பேச்சுகளென்றால் எங்கே யாவது லண்டனுக்குப் போய்விட்டால் தேவலை போலாகி விடுகிறது. பிசாசாவது பயத்தங்காயாவது?" என்று பதில் சொன்னார்.

அடுத்தாற்போலிருந்த மற்றவர் சங்கிலியை கிலுகிலுவென்று சப்தப் படுத்திக்கொண்டு சமீபத்தில் நெருங்கிப்போய் உட்கார்ந்துகொண்டார்.

"சுவாமிகளே! நான்தான் சங்கிலிச்சாமி; தொழில் மாந்திரீகம்; நீங்கள் சொன்ன வார்த்தை பொறுக்கவில்லை. சீமையிலே – நீங்கள்

போகவேண்டுமென்று சொன்ன லண்டனிலே – பேய், பிசாசுகள் வாஸ்தவமென்று ஒப்புக்கொண்டிருக்க, இந்தியாவிலே – அதுவும் கும்பகோணத்திலே – அவற்றைப் பொய்யென்று ஆக்ஷேபித்தால், சுண்ணாம்புக் காளவாய்தான் தண்டனை. பேய்களின் புகைப்படமே இருக்குதே – பார்த்ததில்லையா?” என்றார்.

பிறகு ராமு தீக்ஷிதரைப் பார்த்து, தணிந்த குரலில் “நீங்கள் கேட்டீர்களே, அந்த வீட்டுச் சமாசாரம் – அதை நான்தான் பார்த்துவருகிறேன். போன அமாவாசை முதல் பதினைந்து நாட்களாயிற்று. ஒன்றும் வழிக்கு வந்தபாடில்லை. என் பெயரே கெட்டுப்போகும் போலிருக்கிறது. உங்களுடைய நண்பர் ஏதோ பயந்தவன்...” என்று சொல்லி கடைசி வார்த்தையை முடிக்கவில்லை.

அதற்குள் யாரோ ஒரு பெண்; இருபது வயதிருக்கும்; விருவிறென்று வந்து சங்கிலிச்சாமியார் முன்பு அமர்ந்து கொண்டாள். முகமெல்லாம் பிழிந்துவிட்டது போலிருந்தது. ஆனால் ஒரு காலத்தில் அழகியாய் இருந்திருப்பாள். தலைமயிர் எண்ணெய் காணாமல், கோரைபோல் தோள்மீது புரண்டது. கீழே கிடந்த சங்கிலியை திடீரென்று பாம்பு போல் கழுத்தில் போட்டுக்கொண்டு, தீப்பொறி பறக்க ஆரம்பித்தாள்.

“ஏ சங்கிலிச்சாமி! 1757ம் வருஷம் மே மாதம் 19ம் தேதி 11–25க்கு வெட்டுப்பட்டு இறந்து போன சுபேதார் படுவெட்சிங்கின் ஆவி நான். நான் உடலுடன் கூடி வசித்துவந்த காலத்தில் வீதி சுற்றி வரும்போது, ஒரு கோஷாப் பெண் வாசற் கதவைக் கொஞ்சம் திறந்து கொண்டு தெருவாசல் கூட்டினாள். பெண்ணினுடைய கால் விரல் சிவப்பு கண்ணில் பட்டது. விரலின் அழகைத் தூக்கி அடித்தது மருதாணி அழகு. கால் விரலே இப்படியென்றால், பெண்ணைப் பற்றி விவரிப்பானேன்? ஆசைப் பைத்தியம் விழுங்கிவிட்டது. இரண்டு தறுதலைத் தேவடியாளிடம் தலா இருபது வெள்ளி கொடுத்து, அடையாளம் சொல்லி, எப்படியாவது பெண்ணை வசப்படுத்தி வரும்படி உத்திரவிட்டேன். அவர்களும் அப்பெண்ணுக்கு அநேக ருசிகரமான தின்பண்டங்கள் வரிசையாய்க் கொண்டுபோய்க் கொடுத்து, விஷயத்தைத் தெரிவித்தார்கள். முதல் நாள் பதிலே கிடைக்கவில்லையாம். மறுநாள் முதல் முப்பது நாளும் ஏராளமான பட்டுகளும் கண்ணைப் பறிக்கும் நகைகளும், தங்கக் கிளிகளும், ஓயாமல் கொடுத்தனுப்பிவந்தேன். அந்தப் பெண் வெறும் அசடு. இல்லை; கல் நெஞ்சு ஒன்றுக்கும் அசையவில்லை.

இப்படியிருக்கும்பொழுது, அப்பெண்ணின் கணவன் எனக்குக் கட்டுப்பட்ட சிப்பாய் மானோஜி ராவ் என்று தெரிந்தது. அவனுக்குப் பாரா முதலியது போடுவதில் லேசாக இருந்தால் ஒருவேளை காரியம்

கைகூடுமென முதலில் நினைத்து, வெகு நாள் லேசாகவே பாரா போட்டு வந்தேன், ஒருவித லாபமும் கிடைக்கவில்லை. வரவர எனக்கு அதிருப்தி அதிகரித்தது. கடைசியாக ஒரு தீர்மானம் செய்தேன். சிப்பாய்களுக்குப் பாரா குறிக்கும் நாள் வந்தது.

'மானோஜி ராவ்! நீர் அடுத்த வாரம் தொடங்கி ஐந்து நாள் சந்தாக்காட்டில் பாராயிருக்கவேண்டியது' என்று உத்திரவு போட்டேன்.

மானோஜி ராவுக்கு முகம் தொங்கிவிட்டது.

வீட்டிற்குப் போய்ச் சேர்ந்தான். உணவு செல்லவில்லை. உறக்கம் வரவில்லை. சீக்குப் புறாவைப்போல் சுணக்கமாய் உட்கார்ந்திருந்தான். அழகுப் பெண் குரலுக்கு – அவள் அழகுப் பெயர் தெரியுமா? காமலதா – அழகுப்பெண் குரலுக்கு ஆனந்தப்படவில்லை. அவர்கள் பேசிக் கொண்டார்கள்.

"என்ன சுணக்கம், சுவாமி?"

"ஒன்றுமில்லை. அடுத்த வாரம் சந்தாக்காட்டுப் பாரா, உன்னைப் பிரிய நேருதே – அதற்கு மனமில்லை. அதுதான் காரணம்."

"சரி; அதற்காக வருத்தப்படுவானேன்? நானும் வந்துவிடுகிறேன்."

"நீ பாராவுக்கு வரக்கூடாது; சட்டவிரோதம்."

"சட்ட விரோதமா? அப்படியென்றால் உங்கள் கை வாளால் என்னைக் கொன்றுபோடுங்கள்."

"என்ன? என்ன சொல்லுகிறாய்? புரியவில்லையே உன் பேச்சு! பைத்தியம்... பைத்தியமா?"

"இல்லை, இல்லை. உடம்பு சரியாகத்தானிருக்கிறது. உங்கள் சுபேதார் மேஜர் படுவெட்சிங் மூன்று மாதமாக என்பேரில் வலைவீசி வருகிறான். ஒவ்வொரு நாளும் இங்கே வரும் சேலைகளுக்கும், தின்பண்டங்களுக்கும் அளவே கிடையாது. இதுவரையில் சுபேதார் மேஜருக்கு கட்டுப் படவில்லை. என்னை உத்தேசித்துத்தான் முந்தி உங்களுக்கு லேசான பாராவும், இப்பொழுது சந்தாக்காட்டுப் பாராவும் போட்டிருக்கிறானென நினைக்கிறேன். ஆகவே, நீங்கள் மட்டும் சந்தாக்காட்டுக்குப் போனால், என் கற்புக்கு பாக்கு வைத்தாகிவிடும். ஒன்று கற்புப் பிச்சை கொடுத்து சந்தாக்காட்டிற்கு அழைத்துப் போங்கள். இல்லையென்றால் கற்புக்கு பலியென்று இங்கேயே முடித்துவிடுங்கள். என்ன சொல்லுகிறீர்கள்?"

"பெண்ணே! அழாதே. நீ தெய்வப் பிறப்பு. பயம் வேண்டாம். நான் சொல்லும் யுக்தியைக் கேள். நீ இங்கேயே இரு. நான் பாராவுக்குப்

போகிறேன். அன்றைய இரவே ஒருக்கால் சுபேதார் உன்னிடம் வருவான். அடுத்த மூன்றாவது நாள், வியாழக்கிழமை ராத்திரி பதினோரு மணிக்கு வரும்படி சொல்லிவிடு. நான் அப்பொழுது வந்து ஜவாப் சொல்லிக்கொள்ளுகிறேன். ஞாபகமாக மட்டும் வாசற் கதவைத் தாளிடாமல் வைத்திரு. நமது குலதெய்வம் பவானி சக்தி காப்பாற்றும்...”

இந்தப் பேச்செல்லாம் நடந்ததற்கு ஒரு வாரம் கழித்து, என் உத்திரவுப்படி மானோஜி சந்தாக்காட்டுப் பாராவுக்குப் போய்விட்டான். அன்றிரவே காமலதா வீட்டுக்குப் போனேன். என்னைப் பார்த்தவுடன் பெண் என்றுமில்லாமல், அபூர்வமான பரிவுடன், ‘சுபேதாரே! வரவேணும். இந்த ஏழைமேல் மோகம் கொண்டீரே அதற்கு ரொம்ப சந்தோஷம். எல்லாவற்றிற்கும் காலம் கூடினால்தானே? இதுவரையில் காலம் ஒத்துக்கொள்ளவில்லை. தயவுசெய்து தாங்கள் நாளை வியாழக்கிழமை இரவு பதினோரு மணிக்கு வந்தால், மனதைக் குளிரவைக்கிறேன்’ என்றாள்.

என் சந்தோஷத்தைச் சொல்ல வார்த்தையுண்டோ, சங்கிலி!

வியாழக்கிழமை இரவும் வந்தது.

வீட்டு ரேழியில் காமலதா என்னை வரவேற்றாள். என்ன ஜாலக்காரியடா – தங்கக் கத்தியை வெல்வெட் உறையில் மறைத்ததுபோல்! ஆனால், அதெல்லாம் பிறகுதானே தெரிந்தது? ‘பைடோஜி’ என்று சொல்லி விட்டுப் பெண் உள்ளே போய்விட்டாள்.

மெத்தையில் போய் உட்கார்ந்துகொண்டு, வேலையில்லாமல் ஒருதரம் வெற்றிலை போட்டுக்கொண்டேன். காமலதா உள்ளுக்கும் கூடத்திற்குமாக உலாவிக்கொண்டிருந்தாள். ‘ஏன் உலாவவேண்டும்? உட்காரக்கூடாதா?’ ‘இல்லை, உள்ளே பால் காய்கிறது. இறக்கிவைத்து விட்டு வருகிறேன்’ என்று பதில் சொன்னாள்.

இந்த நிலைமையில், கொடிமின்னல் தரையில் தயையோடு தவழ்வது போன்ற அவளுடைய உடலழகைப் பார்த்ததில் அடைந்த மயக்கத்தோடு வெற்றிலை பாக்கு வெறியும் சேர்ந்து நான் தூங்கிவிட்டேன் போலும். பிறகு நடந்த விஷயங்களில் பல எனக்கு நேரில் தெரியாது. ஆவியாய்ப் போன பிறகு, அக்கரையில் அவற்றை விசாரித்துத் தெரிந்துகொண்டேன்.

இப்படியிருக்க, சந்தாக்காட்டுப் பாராவில் மானோஜி ராவ் இருப்புக் கொள்ளாமல் எழுந்திருப்பதும், உட்காருவதும், அர்த்தமில்லாமல் சீட்டியடிப்பதுமாயிருந்தான். அவனை மற்றொரு பாராக்காரன் கவனித்தான். 'என்ன தம்பி, மானோஜி! உடம்பு என்ன பண்றான்'

என்றான்.

‘ஏதோ தூக்கம் வருது. தலை கிர்ரென்குது. என் நம்பரை வைத்துக் கொண்டு பாராக் குடு சின்ன தூக்கம் போட்டுட்டு வருகிறேன்’ என்றான் மானோஜி. 898ஆம் நம்பர் சம்மதி கொடுத்தான்.

மானோஜி சந்தாக்காட்டைவிட்டு ரஸ்தாவுக்கு வந்து, தன்னுடைய வெள்ளைக் குதிரையில் ஏறிக் குதிரைக்குச் சிமிட்டாக் கொடுத்தான். ஏழு மைலையும் இருபது நிமிஷத்தில் விழுங்கிவிட்டு, வீடு வந்து சேர்ந்தான். தாளிடாமல் இருந்த கதவின் வழியாய் உள்ளே வந்தான். நான் வெல்வெட் ரஜாயின்பேரில் தூங்குவதைப் பார்த்தான். கோபவெறியேறிக் கத்தியின் வீச்சினால் என்னை ஐந்து பாகமாக்கிவிட்டான், ஒரு சுபேதார் ஐந்து பேரானார். நான் வெட்டுப்பட்டதென்னவோ மானோஜி வீட்டில்தான். ஆவி பிரிந்தது மட்டும் சந்தாக் காட்டில், எப்படி சமாசாரம்? என்னை வெட்டின துண்டங்களை மூட்டை கட்டிக்கொண்டு, திரும்ப குதிரையில் சந்தாக்காட்டிற்கு வந்தான். உடல் சுபேதாரே! குளத்தின்கீழ் தூங்கும். தலை சுபேதாரே! தாழங்காட்டில் வாசனை பாரும். கை சுபேதாரே! புல்தரையைத் தடவிப்பாரும்.’ இப்படியெல்லாம் விஷமமாகச் சொல்லி விட்டு, முண்டங்களை மூலைக்கொன்றாய் எறிந்தான். இதெல்லாம் முடிந்ததும் கைகால் சுத்திசெய்துகொண்டு, பிறகு பாராவுக்கு உஷார் கொடுக்கப் போய்விட்டான். 898ம் நம்பர் மானோஜியின் அரை மணி தூக்கத்தைப் பார்த்து அதிசயித்தான்.

அடுத்த நாள் பொழுது விடிந்தது. ராஜாவை எழுப்ப சுபேதார் ஆஜரில்லை. ராஜா எழுந்திருந்த பிறகுதான் குண்டு போடவேண்டிய வழக்கமானபடியால், குண்டும் போடப்படவில்லை. காலை மணி பத்தாயிற்று. ராஜாவும் பாய்சாப்பும் எழுந்திருந்தார்கள். ‘சுபேதார் எங்கே காணோம்? மோசமாய்ப் போச்சுதே!’ என்றார்.

ஊரில் சுபேதார் மேஜரைத் தேடச் சொன்னார். ஒரு புலனும் தெரியவில்லை. ராஜாவின் பாய்சாப்பு மட்டும் நான் கண்டுபிடிக்கிறேனென்று சபதம் கூறினாள்.

இரண்டு மாதம் கழித்து ஒருநாள் மூடு பல்லாக்கில் காற்று வாங்க, சந்தாக்காட்டுப்பக்கம் எதேச்சையாய் வந்தாள் ராணி பாய்சாப்பு. ரொம்ப தைரியசாலி; கூர்மையான மூக்கு; சந்தாக்காட்டில் ஒரு நாற்றம் மெதுவாய் அடித்ததைக் கவனித்தாள். நான் காற்று ஸ்வரூபமாய் அங்கே வசித்ததால், “ஹே ராஜேஸ்வரி! மானோஜியை உஷாராயிருக்கச் சொல்லுங்கள்” என்று கத்தினேன்.

பாய்சாப்பு திடுக்கிட்டாளே ஒழிய பயப்படவில்லை. பல்லக்கைக் கீழே வைக்கச் சொல்லிவிட்டு, ஆள்களைத் தாழங்காட்டில் தேடச் சொன்னாள். தலை, கை இவைகளின் பாக்கியும், என்னுடைய பேர்போன பச்சைத் தலைப்பாகையின் கந்தலும் அகப்பட்டன. அவற்றைப் பத்திரப்படுத்தினாள் ராணி.

மறுநாள் இரவில் ரகசியமாய் மானோஜியின் சம்சாரத்தை அழைத்துக் கொண்டு வரச்சொன்னாள். காமலதா அரண்மனைக்கு வந்தாள்.

பெண்ணே! உங்கள் வீட்டுக் குட்டு வெளிப்பட்டு விட்டது. சுபேதார் எங்கே? உண்மையைச் சொல்லுகிறாயா இல்லையா? என்று ராணி கேட்டாள்.

'மகாராணி! என் கருகமணிக்கு அபாயமில்லை யென்று வாக்களித்தால், ஏதாவது பதில் வரும். இல்லாவிட்டால்...'

'ஆகட்டும். உன் கருகமணியும் என் கருகமணியும் ஒன்று; இது சத்தியம்; உண்மையைச் சொல்லு.'

'மகாராணி! எங்கள் வீட்டிற்கு இரண்டு பேரை அனுப்பி, பரணி யிலிருக்கும் பானைகளை எடுத்துவரச் சொல்லுங்கள். பிறகு சொல்லுகிறேன்.'

அந்தப்படியே ராணியின் ஆட்கள் போய் பானைகளைக் கொண்டு வந்தார்கள். மானோஜியின் மனைவி பானையிலிருந்த பட்டுக்களையும் நகைகளையும் எடுத்து, கீழே பரப்பி வைத்துவிட்டுச் சொல்லியதாவது: 'நம் சுபேதார் மேஜர் ஒரு மாத காலமாக இந்த எழவெல்லாம் கொடுத்து என்னை மயக்கப் பார்த்தார். அம்மா! பெண்களுக்கு ஐவேஜி கற்பு. அதைக் காப்பாற்றிவிட்டேன். கடைசியாக சுபேதார் முயற்சியைப் பற்றி என் புருஷனிடம் சொன்னேன். அவர் மேஜரைக் கத் திக்கு இரையாக்கிச் சந்தாக்காட்டுத் தாழைக் கிடங்கில் எறிந்துவிட்டார். இதுதான் கதை' என்று நமஸ்காரம் செய்து காமலதா நிறுத்தினாள்.

மறுநாள் ராஜா தர்பாரிலிருந்தார். மந்திரி முதலியோர் சூழ்ந்து நின்றார்கள். எல்லோருடைய முன்னிலையிலும் மானோஜிராவுக்கு ராஜா இழைப்பு வேலை மிகுந்த ஒரு புது தங்கக் கத்தியை இனாம் கொடுத்து, சுபேதார் மேஜர் வேலைக்கு உயர்த்தினதுமல்லாமல் சந்தாக் காட்டையும் தத்தம் செய்தார். மானோஜியின் சந்தோஷம் பூரித்தது.

அப்பொழுது 'மானோஜி! உன் ஆட்டம், பாட்டு, சிலுப்பல் – இதெல்லாம் எவ்வளவு நாளைக்கு?' என்று எனக்குள்ளேயே சொல்லிக் கொண்டேன்.

கொஞ்ச நாளுக்குள், சந்தாக்காட்டில் இன்பக்கனவு போல் – பெரிய சிறகு விரித்த நாரைபோல் – ஒரு புதிய திவ்ய கட்டிடத்தை உண்டாக்கினான் மானோஜி. காமலதாவுடன் நல்ல நாளில் கிரஹப்பிரவேசம் செய்தான். இதற்குப் பெயர்தான் பழம் நழுவிப் பாலில் விழுவது – தெரியுதா?

அருங்கோடை ஆரம்பித்த பிறகு ஒருநாள் என் அழகுப்பெண் – அப்படிக் கூப்பிட்டால்தான் எனக்குத் திருப்தி – குளக்கரையில் வந்து, ஒரு சண்பக மரத்தடியில் ஒரு மைனாக் குருவியுடன் பேசி விளையாடிக் கொண்டிருந்தாள். பெண்ணைக் குளக்கரையில் பார்த்ததுதான் தாமதம். புயல் காற்றுபோல் பழைய காதல் ஞாபகமும் வந்துவிட்டது. காற்றுடன் அருகில் சென்று, 'அழகுப் பெண்ணே! மருதாணி விரலெங்கே?' என்றேன். 'யார்?' என்று வினவினாள். சுற்றுமுற்றும் பார்த்தாள் திகைப்புடன்.

காதல் பித்தன் சுபேதார் படுவெட்சிங்கின் ஆவி என்று அழுத்தமாய்ச் சொன்னேன். அவ்வளவுதான். மரத்திலிருந்து கீழே விழும் அணில்போல், தொப்பென்று கீழே விழுந்து மூர்ச்சையானாள்.

அன்று மத்யானம் தன் விடுதிக்குத் திரும்பி வந்த மானோஜி, மனைவியைக் காணாமல் மலைப்புற்று அங்குமிங்கும் தேடினான். குளத்தினருகில் கிடப்பதைக் கேள்விப்பட்டு வந்து பார்த்தான். பாவம்! என்ன செய்வான்? ஆனால் என்னைப் பார்த்தாலும்தான் இரக்கம் வரவேண்டும்! வெறும் அழகுக்குத்தானே நானும் ஆசைப்பட்டேன்? மானோஜி என்னைக் கொன்றது நியாயமா – நீ சொல்லு?...

பிறகு காமலதாவின் முகத்தில் ஜலம் வாரி அடித்தான். அவள், 'மருதாணி விரலெங்கே? அழகெங்கே?' என்று கேட்டுக்கொண்டே எழுந்திருந்தாள். மானோஜி ராவுக்குத் தூக்கிவாரிப் போட்டது. கண்களில் நீர் தாரையாய்ப் பெருகிற்று. நல்ல சமயம் வாய்த்ததென்று அசரீரி வாக்கில் 'டேய் மானோஜி! இவ்வளவு நாள் காமலதா உன் மனைவி. இனி அவள் என் அழகுப் பெண். அவள் உள்ளத் தாமரையில் சுபேதார் படுவெட்சிங்கின் ஆவியாகிய நானே தேனீபோல் ரீங்காரம் செய்வேன். அம்முரளியின் தேன் கோப்பையைச் சூறையிட்டுக் கள்ளுண்டு தள்ளாடுவேன். பணம் கிணம் இனி நீ செலவழிக்காதே. இவ்வளவுதான் உன் பொசிப்பு!' என்று சுட்டது போல் சொன்னேன். மானோஜி என்னவோ ஆகாசத்தைப் பார்த்துவிட்டு, ஏதோ முணுமுணுத்துக்கொண்டே பெண்ணை அழைத்துக்கொண்டு போய்விட்டான்.

மானோஜி மூடன்; அஞ்ஞானி; சொன்ன பேச்சைப் பொருட்படுத்தினால்

தானே? ஊரிலிருக்கிற சித்த வைத்தியர், அரண்மனை வைத்தியர், ஆரிய வைத்தியர் எல்லோரையும் அழைத்து வைத்தியம் செய்தான். வியாதியிருந்தாலல்லவா போகும்? பிறகு மந்திரவாதிகளின் கூட்டம். பாவம்! அழகுப்பெண்ணுக்கு எத்தனை அடி. உதை, பச்சை ஜலம் அபிஷேகம்! இதற்கெல்லாமா மசிவேன்? சூரியன் மேற்கே உதிக்கலாம்; மலைகள் சிறகு விரித்துப் பறக்கலாம்; இந்த ஆவி மட்டும் அழகுப் பெண் சாகும் வரையில், அவள் ஆவியோடு ஆவியாய், ஒளியோடு ஒளியாய், கலந்திருப்பதைக் கலைத்துவிட யாருக்கும் எப்பொழுதும் முடியாது. நான் கிளி. அவள் கூண்டு. அவள் இறந்த பிறகும்கூட அநேக ஜன்மங்களாய், பகல் இரவைக் கட்டி அணையத் தேடி ஓடுவது போல், அவளையே தொடர்ந்து போகிறேன். அவளுக்குக் கணவனாகும் பாக்கியம் கிடைக்கவில்லை; வேறுவித நட்பும் ஏற்படவில்லை.

இப்பொழுதும் அப்படித்தான்; சங்கிலி! இதோ உனக்கு முன் நின்று பேசிக்கொண்டிருக்கிறாளே – இந்தச் சரீரம்தான் அழகுப் பெண்ணின் ஏழாவது ஜன்மம். அவளை மனைவியாய் அடையும் மட்டில் விடமாட்டேன். என்னை என்னவோ விரட்டி அடிக்கலாமென்று உன் கை வரிசையைக் காட்டாதே சங்கிலி! இந்த இடத்தில் பலிக்காது. இவள் என் அழகுப் பெண்! மருதாணி விரலெங்கே? அழகெங்கே...?"

இப்படி சொல்லி முடித்தாள் அந்தப் பெண். பிறகு தன் கழுத்தில் போட்டுக்கொண்டிருந்த பித்தளைச் சங்கிலியைக் கழற்றித் தடாரென்று எறிந்துவிட்டு, அப்படியே ஓடிவிட்டாள். ராமு தீக்ஷிதர் முகத்தில் எமதரிசனம் கிடைத்தால் எவ்வளவு திகிலுண்டோ அவ்வளவும் எழுதியிருந்தது.

'ஹும்' என்று சங்கிலிச்சாமியார் பெருமூச்சுவிட்டார். ராமு தீக்ஷிதரைப் பார்த்து "இவள் தானய்யா நாம் பேசிக்கொண்டிருந்த பெண்!" என்று பித்தளைச் சங்கிலியை மூன்று தரம் குலுக்கிவிட்டு எழுந்திருந்து போய்விட்டார்.

65. விழிப்பு

பத்து வருஷங்களுக்கு முந்தி ஒரு அமாவாசை. நானும் என் தகப்பனாரும் ஆற்றங்கரைக்குச் சென்று ஸ்நானம் செய்துவிட்டுப் படிக்கட்டேறினோம். ஆற்றங்கரை மண்டபத்தில் காவித்துணி தென்பட்டது. என் தகப்பனாருக்கு சந்நியாசியென்றால் பிராணன். நாங்கள் அருகில் சென்றோம். ஒரு அதிவர்ணாச்சிரமி தென்பட்டார். காவிக் கோவணம் மட்டும் கட்டிக்கொண்டு சுகாசனத்தில் அமர்ந்திருந்தார். தண்டம், கமண்டலம் யாதொன்றையும் காணோம். பக்கத்தில் ஒரு கயிற்றுக் கொடியில் இரண்டு காவிச் சவுக்கங்கள் உலர்த்தப்பட்டிருந்தன. அவருடைய முகத்தின் பரம சாந்தத்தை எதிலும், எங்கும் நான் கண்டதில்லை. தகப்பனாரும் நானும் வந்தனம் செய்தோம்.

"எங்கள் வீட்டிலே பிக்ஷை செய்யவேண்டும்" என்று என் தகப்பனார் கேட்டுக்கொண்டார்.

"என்ன ஐயர்வாள்! ஈரவேஷ்டியோடு சொல்லுகிறீரே" என்று சுவாமிகள் சிரித்தார்.

தகப்பனார் வெட்கிப்போய்விட்டார். "மன்னிக்க வேண்டும், தெரியாமல் செய்துவிட்டேன்."

"நான் விளையாட்டுக்குச் சொன்னேன். நீங்கள் வீட்டுக்குப் போய் உலர்ந்த வேஷ்டி கட்டிக்கொண்டு வாருங்கள்; பேசுவோம்."

நாங்கள் வீட்டுக்குப் போய்த் திரும்பி வந்தோம். சுவாமிகள் சொன்னார்;

"அப்பா, என்னைப் பிக்ஷைக்கு அழைத்தவரையில் சந்தோஷம். நேற்று இரவுதான் இந்த இடத்துக்கு வந்தேன். அதுமுதல் நீ ஒருவன்தான் வந்து இந்த சந்நியாசியைப்பற்றி சிரத்தை காட்டியிருக்கிறாய். அது உனக்கு நல்லது. ஆனால் ஒன்று சொல்வேன். இந்த ஊர் உருப்படாது. என்னைப் பற்றிய வரையில் கவலையே கிடையாது. நான் சாப்பிடுவதில்லை. வேறு யாராவது கர்ம சந்நியாசிகள் வந்து கவனிப்பாரற்று இங்கு கிடந்தால் எப்படி இருக்கும்! மஹாராஜாக்களைப் போன்ற மடாதிபதிகளுக்குப் போய் கொட்டிக்கொடுக்கும் ஜனங்கள் ஏழை சந்நியாசிகளைத் திரும்பிப் பார்க்கவில்லையென்றால் பாபம் யாரைச் சாரும்?"

நாங்கள் சும்மா இருந்தோம்.

"நாழியாகிறது. நீங்கள் போய்ச் சாப்பிட்டுவிட்டு வரும்பொழுது கொஞ்சம் பொறியிருந்தால் கொண்டு வாருங்கள், போதும். அவ்வளவுதான் ஆகாரம்" என்று சொன்னார்.

அன்று முதல் பள்ளிக்கூட நேரம் தவிர என்னைச் சுவாமிகளண்டைதான் காணமுடியும் – எனக்கு அவரிடம் அவ்வளவு அபாரமான பிரேமை உண்டாகிவிட்டது. நான்தான் தினம் அவருக்கு அவலோ பொறியோ எடுத்துக்கொண்டு போவேன். அவர் பாட்டுக்கு ஆற்று ஜலத்தைப் பார்த்துக்கொண்டு ஆனந்தமாய் மணிக்கணக்காக உட்கார்ந்திருப்பதும், வெண் நிலவில் கட்டையைப் போல் அரச மரத்தடியில் படுத்துக்கிடப்பதும், நிராசையாய்க் காலம் தள்ளுவதும் எனக்கு ரொம்ப இன்பமாயிருக்கும். அவர் பாடிக் கேட்கவேண்டும், சதாசிவேந்திரருடைய கீர்த்தனைகளை. அவருக்கும் என்னிடம் மிகுந்த அன்பு.

ஒரு நாள் அவரை, "உங்களுடன் வந்துவிடுகிறேனே" எனக் கேட்டேன்.

"அதற்கென்ன பிரமாதம்!"

அடுத்த நாள் எஸ்.எஸ்.எல்.ஸி. பரீக்ஷை தேறியவர் ஜாப்தா வந்திருப்பதாகக் கேள்விப்பட்டேன். எனக்கு பகீரென்றது. இரண்டாவது வருஷம். இந்தத் தடவையேனும் பரீக்ஷை தேறவேண்டுமே என்று கடவுளைப் பிரார்த்தித்துக்கொண்டே பள்ளிக்கூடத்திற்குப் போனேன். தலைமை உபாத்தியாயர் அறையில் நான் நுழைந்ததைப் பார்த்தும்கூட அவர் என்னைக் கவனிக்கவில்லை. "சார்! எனக்கென்ன ஆயிற்று?" என்று நம்பரைச் சொல்லிக் கேட்டேன்.

அவர் ஜாப்தாவைப் புரட்டிப் பார்த்துவிட்டு உதட்டைப் பிதுக்கினார்.

அவ்வளவுதான். பள்ளிக்கூடத்தை விட்டு வெளியே வந்தேன். தெருவிலே தோழர்கள் கூட்டங்கூட்டமாய் நின்றுகொண்டிருந்தனர். இராக் காலத்து தூங்குமூஞ்சி மரங்களின் இலைகளைப்போல் ஒடுங்கித் துன்பப்பட்ட முகங்கள் எவ்வளவு! அந்திநேரத்து மந்தாரைபோல் விரிந்து மகிழ்ச்சியடைந்த முகங்கள் எவ்வளவு! என் மனதிலே வேதனை குடைந்தது. ஆனால் ஒரே கணத்தில் அது மறைந்து, பரவிவரும் ஒளியைப் போல் ஓர் எண்ணம்தானே எழுந்தது. அதுதான் கடவுள் காட்டும் வழியெனத் துணிந்து நேரே ஆற்றுக்குச் சென்றேன்.

மண்டபத்தில் சுவாமிகளைக் காணோம். கொடிக் கயிற்றையும் காவித்துணியையும் காணோம். வெறிச்சென்று குழந்தையில்லா வீடு போலிருந்தது. பரீக்ஷை தவறியதுகூட அவ்வளவு துன்பம் தரவில்லை. எனக்குத் தெரியாமல் சுவாமிகள் சென்றுவிட்டது என்னை வதைத்தது. அவருடன் கூட வந்துவிடட்டுமா என்று முந்திய நாள் நான் கேட்ட திலிருந்து பயந்துகொண்டு கிளம்பி விட்டாரோ என்னவோ என்ற சந்தேகம் தோன்றியபொழுது என் துயரம் மட்டிழுந்தது. பரீக்ஷையோ தவறிவிட்டது. தகப்பனார் முகத்திலேயோ விழிக்கமுடியாது. பிறர் வந்து பையனுக்குப் பரீக்ஷை தேறவில்லையா என்று அவரை துக்கப் பிரச்னை கேட்கும்பொழுது எப்படி அதே வீட்டிலிருந்து கொண்டு சகித்துக்கொள்ளமுடியும்? இதை எல்லாம் உத்தேசித்து ஒரே வழிதான் உண்டு, 'ஏ மனமே!' என்று நிச்சயப்படுத்திக்கொண்டு அங்கிருந்து கிளம்பிவிட்டேன்.

ஒரு வாரம் வரையில் எங்கெல்லாமோ சுற்றினேன். எப்படியெல்லாமோ சாப்பிட்டேன், உறங்கினேன். கடைசியாக எட்டாம் நாள் மாலை அவரைக் கண்டேன். கண்டதும் அப்படியே சாஷ்டாங்கமாய் விழுந்து நமஸ்கரித்தேன்.

"என்ன குழந்தை!" என்றார்.

"என்னை ஏமாற்றப் பார்த்தீர்களே – நான் என்ன பிசகு செய்தேன்?"

"அசட்டுப் பையா! நாளைக்கு இன்னது வருமென்று தெரியாதா? அப்புறம் பழியை என்மீது சுமத்துவார்களென்று கிளம்பிவிட்டேன்."

"இனிமேல் விடமாட்டேன், நான் உங்களோடேயே வருவேன், உங்களைப் போலவே நானும் ஆகவேண்டும்."

"உனக்கெல்லாம் வேண்டாமடா அந்தத் தலையெழுத்து. அது ரொம்ப ரொம்ப ரொம்பக் கஷ்டம்."

"சுவாமிகளே! எனக்கோ புத்தி கட்டை. படிப்பென்றால் பிடிக்க வில்லை. வரவுமில்லை. இந்தத் தடவையும் பரீக்ஷை தவறி

விட்டது. வயிற்றுக்காகத்தானே படிப்பு. பசியால் யாரும் செத்துப் போய்விட்டதாகக் கேள்விப்பட்டதில்லை. எனக்கு உலக வாழ்க்கையே வேண்டாம். ஆனந்தமாய் நீங்கள் எனக்குக் காவி கொடுத்து விடவேண்டும்."

"குழந்தை! இந்த ஆஸ்ரமத்தை–அதுவும் இந்த நாட்களில்... பரிபாலிப்பது கடினம். உனக்குப் பக்குவம் போதாது, சொல்வதைக் கேளு."

"என்ன சொன்னாலும் திரும்பிப் போகப் போவதில்லை."

"உன் தகப்பனார் தேடமாட்டாரா?"

"மூன்று பிள்ளைகளில் ஒன்று குறைந்தால் மோசமா? பரீக்ஷையில் தேறாவிட்டால் அவர் முகத்தைப் பார்க்கக் கூடாதென்றிருக்கிறார். நான் உங்களை விட்டுப் போக மாட்டேன்."

சுவாமிகள் என் பிடிவாதத்தைப் பார்த்தார். கருணை ததும்பும் குரலில் "நாளைக்குத் தெரியும் நான் சொல்வதன் உண்மை" என்றார்.

அதுமுதல் அந்தச் சுவாமிகளோடு எவ்வளவு நாடுகளும் காடுகளும் சுற்றியிருக்கிறேன்! நள்ளிரவில் பயமற்று எவ்வளவு மலைக் குகைகளிலிருந்திருக்கிறேன்! குகையில் எதிரொலி எழுப்பும் எவ்வளவு கடுங்குரல்களைக் கேட்டிருக்கிறேன்! இப்படியே சஞ்சாரம் செய்து கொண்டு இரண்டு வருஷங்களுக்கு முந்தி ஹிமோத்கிரிக்குப் போய்ச் சேர்ந்தோம். "இவ்வளவு காலம் ஊர் சுற்றியது போதும், கொஞ்ச காலம் சமாதி பழகுவோம்" என்றார்.

மலைச்சாரலில் ஒரு அழகிய குகை. பக்கத்தில் ஒரு சிறு நீர்வீழ்ச்சி. தலையை எடுத்து நிமிர்ந்து பார்த்தால் விண்ணை முட்டும் மரங்கள். இன்னும் எட்டாக்கையில், நீறு பூசிய நெற்றிபோன்று மேகங்கள் கவிந்த மலைச் சிகரங்கள். அது ஏற்ற இடமென்று எங்கள் ஆஸ்ரமத்தை அங்கு அமைத்தோம். எங்களைப் போலவே வேறு சிலர்களும் அந்தப் பிரதேசத்தில் ஆஸ்ரமங்களை அமைத்திருந்தனர்.

ஒவ்வொரு நாளும் அதிகாலையில் எழுந்து ஸ்நானம் செய்து விட்டுச் சற்று சும்மா உட்கார்ந்திருப்பேன். அதற்குப் பெயர்தான் தியானமென்றிருந்தேன். சுவாமிகள் பாட்டுக்கு ஒரே இடத்தில் உட்கார்ந்து கிடப்பார். அவர் கண் மூடியிருக்கும். பிறகு நான்கு கையை விட்டுக் கிளம்பி ஒரு மைல் தூரத்திலுள்ள தர்மசாலைக்குச் சென்று பாலும் சப்பாத்தியும் வாங்கிக்கொண்டு வருவேன். சுவாமிகள் கண்விழித்தபொழுது அவரெதிரில் அவற்றை எடுத்து வைப்பேன். வேண்டியதை எடுத்துக்கொண்டு பாக்கியை அவர் வைத்துவிடுவார். நான் கொஞ்சம் எடுத்துக்கொள்வேன். நடுப்பகலில் படுத்திருப்பார்;

ஆனால் தூங்கமாட்டார். நான் சில நாள் தூங்குவேன். இல்லாவிட்டால் அடுத்த ஆஸ்ரமத்திற்குச் சென்று ஏதேனும் தத்வ விசாரம் செய்துவிட்டுத் திரும்புவேன்; மாலை நான்கு மணிக்குப் பிறகு எட்டு மணிவரையில் அவர் சமாதியிலிருப்பார். நான் நீர்வீழ்ச்சிக்கருகே உட்கார்ந்து கொண்டிருப்பேன். சுக்லபக்ஷ இரவாயிருந்தால் நிலவில் லயித்தும், கிருஷ்ண பக்ஷமாயிருந்தால் காளிமீது கீர்த்தனங்கள் பாடியும் பொழுதைக் கழிப்பேன்.

இப்படியிருக்கும்பொழுது அனாமானந்த் என்ற பைராகியின் பழக்கம் எனக்கு ஏற்பட்டது. அவர் அடுத்த ஆஸ்ரமக்காரர். அவர் எனக்கு ஒரு பைராகினியை அறிமுகம் செய்துவைத்தார். அவளுக்கு இருபது வயதுக்கு மேலிருக்காது. கடைந்தெடுத்தது போன்ற உடல். கார்த்திகை மாதத்து ஆற்றுப்பெருக்கில் மிதக்கும் விளக்கைப் போல் சுடர்விட்டெறியும் கண்கள். அவள் முழுத்தோற்றத்திலே ஒரு தனி சோபையும் அலக்ஷியமும் வழிந்து கொண்டிருந்தது. அவளுடைய முந்திய வாழ்க்கையைப் பற்றி விசாரித்ததில் அவள் கணவன் சில வருஷங்கள் அவளோடு இருந்துவிட்டுத் திடீரென ஓரிரவில் கிளம்பிப் போய்விட்டார். எங்கோ சந்நியாசியாய், காஷ்ட மௌனத்தைக் கைக்கொண்டு பனிக்கட்டி நிறைந்த பிரதேசத்தில் இருப்பதாய்க் கேள்விப்பட்டுத் தானும் பைராகினியாய் விட்டாள்.

யோகினிதேவி பைராகினியாகி இரண்டு மூன்று வருஷங்களாகியும் எங்கெங்கோ சாதுக்களையெல்லாம் தரிசனம் செய்து உபதேசம் பெற்றும் மனதில் இன்பம் பிறக்கவில்லை. இப்படி தவித்துக்கொண்டிருந்த பொழுதுதான் அனாமானந்த் எங்கள் சுவாமிகளைப் பார்த்துப் பரம திருப்தியடைந்து யோகினிதேவியிடம் அவரைப்பற்றிச் சொல்லியிருந்தார்.

ஒருநாள் சுவாமிகளைத் தரிசனம் செய்யும் பொருட்டு யோகினிதேவியை அனாமானந்த் அழைத்துவந்தார். அப்பொழுது காலை நேரம். சுவாமிகள் குகையில் சமாதியில் இருந்தார். குகைக்குள் எட்டிப் பார்த்துவிட்டு யோகினிதேவி தான் கொணர்ந்த பழத்தையும் புஷ்பத்தையும் வைத்துச் சென்றாள். மறுநாள் நடுப்பகலில் வந்தாள். நானும் சுவாமிகளும் சேர்ந்தாற்போல்,

'கேலதி பிண்டாண்டே—பகவான்
கேலதி பிண்டாண்டே'

என்று பாடிக்கொண்டிருந்தோம். யோகினிதேவியைப் பற்றி அனாமானந்த் சுவாமிகளுக்குத் தெரிவித்தார்.

அதுமுதற்கொண்டு யோகினிதேவி அடிக்கடி சுவாமிகளைப் பார்க்க

வந்துகொண்டிருந்தாள். சில நாட்களுக்குப் பிறகு சுவாமிகள் அவளுக்குப் பஞ்சதசாக்ஷரியும் லலிதா சஹஸ்ரநாமமும் உபதேசம் செய்துவைத்தார்.

அதிலிருந்து யோகினிதேவி வலுவாக சாதனை செய்யத் தொடங்கி விட்டாள். இரண்டு மூன்று மாதங்களுக்குள்ளே அவள் மனது நன்றாய் ஒருமுனைப்பட்டு இன்பத்தின் ஊற்றுக்கண்ணைத் தொட்டுவிட்டது.

அந்த நாட்களில் என் மனது பளிங்கு போலாகி விட்டதாக நான் நினைத்து வந்தது கனவென்றறிந்தேன். யோகினிதேவியின் பால்யமும் அழகும் என் மனதை எங்கேயோ வேரறுத்துவிட்டது. மனதிலே இந்த மாதிரி குழப்பம் தோன்றிய மறுநிமிஷமே என் அறிவு படமெடுத்துச் சினங்கொள்ளும். நான் பாறையில் முட்டிக் கொள்வேன்; கன்னத்தில் அறைந்து கொள்வேன். என்ன பயன்? இயற்கையின் மாயாஜாலத்தைக் கண்டவர் அநேகர்; வென்றவர் ஒரு சிலரே. நான் முதல் வகுப்பினன். இயற்கையின் மகாசக்திக்கு முன்னே நான் எம்மட்டு? இப்படியே மனது தெளிவதும் குழம்புவதுமாய்க் காலத்தை ஓட்டினேன்.

ஒரு பௌர்ணமி. பட்டப்பகலைப்போல் நிலவெரித்துக் கொண்டிருந்தது. ஆற்று நீரில் நீந்திச் செல்பவர்களின் அவிழ்ந்த தலைமயிரைப்போல் நிலவு வெள்ளத்தில் மரங்களின் கிளைகள் மிதந்து கொண்டிருந்தன. காற்று முயல் பாய்ச்சலில் சென்றது. பிரும்மாண்டமான உப்பு முட்டுகள்போல் மலைத்தொடர்கள் எழுந்தன.

எங்கள் குகைக்கு வெளியே ஒரு தடுக்கைப் போட்டுக்கொண்டு இயற்கையின் வனப்பைப் பருகிக்கொண்டிருந்தேன். என் உள்ளக் கூட்டிலே ஏதோ தத்தளித்துக் கொண்டிருந்தது. மர நிழல், வெண் நிலவு இவற்றினிடையே பிறந்து இன்பத்தையும் துன்பத்தையும் தூண்டுகிறதல்லவா மர்மமான குழலோசை ஒன்று? ஜனசந்தடியும் இயற்கையின் மௌனமும் நம்மைப் பித்தாக்குகிறதல்லவா?

அப்பொழுது என்றுமில்லாதவாறு சுவாமிகள் எங்கோ சென்றிருந்தார். என்னருகில் 'பாபா!' என்று குரல் கேட்டது. யாரெனத் திரும்பினேன். சிறிய நீர்வீழ்ச்சியைப் போல் நின்றாள் யோகினிதேவி. பிரமித்துப் போய்விட்டேன். அன்னை என்றல்லவா நினைத்திருக்க வேண்டும்? மனது மான்போலத் தாவிற்று. தடுக்கை விட்டு எழுந்திருந்து கிட்டத்தில் நகர்ந்தேன். ஆ! என்ன ஏமாற்றம்! ஒருவரையும் காணோம். இந்த மாதிரி விருத்தி எப்படிப் பிறந்ததென்று யோசனை செய்தேன். இருவருடைய சித்தம் ஒருமைப்பட்டால் பரஸ்பர எண்ணங்களும் அவாவும் சித்தக் கண்ணாடியில் பிரதிபலிக்குமென்ற மனோதத்வம் ஞாபகத்திற்கு வந்தது. ஒருவேளை யோகினிதேவியும் என்னைப்பற்றி அதே நேரத்தில் நினைத்துக்கொண்டிருக்கிறாளோ என்று எண்ணி

அவள் ஆஸ்ரமத்தின் பக்கம் நோக்கிக் கிளம்பினேன்.

ஆஸ்ரமத்தின் கதவு ஒருக்களித்திருந்தது. சந்தடி செய்யாமல் உள்ளே நுழைந்தேன். ஒரு தர்பாசனம் மட்டும் மேலேயிருந்து தொங்கிக் கொண்டிருந்தது. தரையிலே ஒரு கமண்டலம். முற்றத்தைப் போன்ற ஒரு இடைவெளியின் நடுவிலே ஒரு சிறுத்தைத் தோலின்மீது கண்களை மூடியவாறு யோகினிதேவி இன்பநிலவின் அதிஷ்டான தேவதைபோல் பத்மாசனத்தில் உட்கார்ந்து தியானம் செய்து கொண்டிருந்தாள். அவள் கட்டியிருந்த காவித்துணி முழங்கால் மட்டும்தான் வந்திருந்தது. உடலிலே துணியில்லை. பக்கத்தில் ஒரு காவிச் சவுக்கம் கிடந்தது.

அப்படியே நின்று கண்கொட்டாமல் பார்த்துக் கொண்டிருந்தேன். அப்படிப் பார்க்கலாமா? மகா பாபமில்லையா? என்றால் வாஸ்தவம்தான். ஆனால் என்னை உணர்ச்சியல்லவா விழுங்கி யிருந்தது? ஜகத்தில் இரண்டு பால்களையும் அவற்றுள் கவர்ச்சியையும் படைத்த மூல சக்தியல்லவா என்னுள் இயங்கிக்கொண்டிருந்தது. அந்தச் சக்தியை வென்ற பெரியோர் எங்கள் சுவாமிகளைப் போல் வெகு சிலரே. எனக்கு வல்லமை ஏது..? அப்படியே அந்தக் காட்சியில் லயித்துப் போய்விட்டேன். நடுவிலே நடுவிலே, என் மனக் கண்ணின் முன்பு அங்கே யோகினிதேவி தோன்றியதுபோல் இங்கே அவளுடைய அகக்கண்ணின் முன்பு என் உருவம் தோன்றித் தோன்றி மறைந்துகொண்டிருக்கக் கூடுமல்லவா என்ற எண்ணம் தலைகாட்டிக்கொண்டிருந்தது.

கூரையிலிருந்து மரப்பல்லி ஒன்று தொப்பென்று விழுந்தது. யோகினிதேவி உலுக்கி விழுந்து கண்ணைத் திறந்து பார்த்தாள்—முதலில் என்னையும் பிறகு பல்லியையும். ஆனால் வாயைத் திறக்கவில்லை. உடலின்மீது துணியைப் போர்த்துக்கொள்ள முயலவுமில்லை.

என் எண்ணத்திற்கு ஆதரவிருப்பதுபோல் உணர்ந்தேன். அடி எடுத்து வைத்து அவளண்டை நெருங்கினேன். அவளுடைய சூடான மூச்சு என்மீது பட்டது.

'பாபா!' என்றாள் யோகினிதேவி.

உயர்ந்த வீணையின் மேல் ஸ்தாயிகளில் சஞ்சாரம் செய்து கொண்டிருக்கும்பொழுது தந்திக்கம்பிகள் அறுந்து போனால் பிறக்கும் நெட்டுயிர்ப்பின் துயரம் அவள் குரலில் தொனித்தது.

அவளுடைய நீண்ட கண்களால் என்னைப் பார்த்தாள். தலையைச் சற்று பின்புறமாகத் தள்ளி ஒரு நொடி கண்ணை மூடினாள். அந்த நிமிஷத்திலே எழில் நிறைந்த உமையின் தவக்கனல் அவள் முகத்திலே

வீசிற்று. அவளுடைய நெற்றியிலிருந்த விபூதி கற்பூரம் ஏற்றிவைத்ததைப் போல் பிரகாசித்தது.

என் நெஞ்சிலே அற்புதமான வேதனை ஒன்று பிறந்தது. "ஜே! மாதா!' என்று சாஷ்டாங்கமாக விழுந்து நமஸ்கரித்தேன். என் கண்ணீர்த்துளிகள் அவள் காலில் பட்டன. "அரே பாபா!" என்று என்னைத் தூக்கி நிமிர்த்தப் பார்த்தாள். எடுத்தேன் ஓட்டம்.

திரும்ப குகைக்கு வந்த பொழுது சுவாமிகள் ஒரு தடுக்கைப் போட்டுக் கொண்டு வெளியே உட்கார்ந்திருந்தார். அவரைப் பார்த்ததும் என் துயரம் கரைபுரண்டு விட்டது. அப்படியே அவர் காலில் விழுந்து கோவென்றழுதேன்.

"சுவாமி! வெறும் கட்டக்கசுங்காய். தங்கள் நிழல் மீது என் நிழல்கூடப் படக்கூடாது– அவ்வளவு கேவலம்! இதைத்தான் நீங்கள் ஆதியிலேயே குறிப்பிட்டீர்கள். நான் பிடிவாதம் செய்தேன். இப்பொழுது தெரிந்து விட்டது. யோகினிதேவியின் முகத்திலும் உங்கள் முகத்திலும் விழிக்க எனக்கு யோக்யதை கிடையாது. நான் போய்விடுகிறேன். உத்தரவு கொடுங்கள்' என்றேன்.

"அப்பா குழந்தாய்! நீ விழித்துக்கொண்டு விட்டாய்... இனி அபாயம் வராது" என்று சமாதானம் சொன்னார்.

"இந்த மனதை இனி நம்பமாட்டேன்" என்று கிளம்பி விட்டேன்.

இப்பொழுது கொஞ்சம்கூட பயமில்லை. மிதந்தாலும் அமிழ்ந்தாலும் கவலையில்லை. ஏனெனில் நான் ஒரு நாடோடி.

66. முள்ளும் ரோஜாவும்

மிராசுதார் ராமநாதனுடைய மனைவி கமலம் நல்ல அழகு. அழகுப்போட்டி நமது தேசத்திலிருந்தால் முதற் பரிசு அவளுக்கே கிடைக்கும். அதனுடன் கூர்மையான புத்தி, தங்கமான குணம். தற்காலத்துப் பெண்கள் பலரைப் போல் அசட்டுத் தமிழ் நாவலில் ஏறக்குறைய நூறாவது படித்திருந்தாள். எனவே பின்னால் வந்த கோளாறுக்கு முதல் வேர் அவற்றிடையில் பிறந்திருக்கவேண்டு மென்று நினைத்தால் அது பிசகாகாது.

ராமநாத சாஸ்திரியோவெனில், பார்வைக்கு விகாரந்தான்; சந்தேகமில்லை. போதாக்குறைக்குப் பெரியம்மையின் சேஷ்டையால் பழைய கோலிபோல் சொள்ளை மூஞ்சி. ஈசுவரன் போட்ட முடிச்சினால் இருவரும் சதிபதியானார்கள். முழுமுதல் குயவனுடைய மூளை மயக்கத்திற்காவது கைப்பிழைக்காவது மஹாமாயித் தாயாரின் கூத்துக்காவது ராமநாத சாஸ்திரியா ஜவாப்? இந்த அல்ப விஷயம் கமலத்தின் மனதில் படவில்லை. உடலழகு என்னும் பொய்ப்படுதா கண்ணை மறைத்தது. தவிர ராமநாத சாஸ்திரிக்கு வேண்டிய அளவு ஐவேஜியும் மேல்நாட்டுப் படிப்பும் உயர்ந்த குணமும் இருந்தும் அவர் சற்று கர்நாடகமாக நடை உடையில் இருந்துவந்தது பொய்ப்படுதாவுக்கு வர்ணம் வேறு பூசியது போலாயிற்று.

இந்த நிலையில் புருஷனுடைய ஆத்ம வனப்பை அறியும் சக்தி மனைவிக்கில்லையென்றால் அது இளமையின் இயல்பன்றி வேறென்ன?

மற்றொரு பிசகு என்னவென்றால், எதிர்வீட்டில் ஜகந்நாதன் (செல்லப்பெயர் ஜகம்) வசித்ததுதான். அவன் சங்கீதப் பிரியன், சொக்கிய கண்களையுடையவன். ஊருக்குள் அழகுக்கு உதாரணம். பார்க்கப் போனால் அதனால்கூட தோஷமில்லை; பெரும் பிசகென்னவென்றால் இம்மூவர்களும் பால்ய சிநேகிதர்களாக இருந்ததுதான். வயது முதிர்ந்தும்கூட இவர்கள் நட்பு தொடர்ந்து வந்தது. கமலத்திற்கு சில நூதன கீர்த்தனங்கள் சொல்லிக்கொடுக்கும்படி ராமநாதன் தன் நண்பனைக் கேட்டுக்கொண்டது சற்று முன்யோசனையற்ற காரியந்தான். பின்னால் நடந்ததைக் கவனிக்கும்பொழுது கமலத்தின் மனஉறுதி நாள்படவே பலவீனப்பட்டிருக்க வேண்டுமென்று நினைக்க வேண்டியிருக்கிறது.

ஏதோ ஒருநாள் மாலை. ராமநாதனைப் பார்ப்பதற்காக ஜகந்நாதன் வந்தான். நண்பன் ஊரிலில்லை என்று தெரிந்ததும் திரும்பிப்போக எத்தனித்தான்.

“என்ன அவசரம்? உட்காரு, போகலாம். எனக்குப் போது போகவில்லை. பாரதி பாட்டு என்கிறார்களே; ஒன்று பாடு... கேட்போம்” என்றாள் கமலம்.

“தொண்டைகூட சரியாக இல்லை” என்று மறுத்துப் பேசினான். கமலம் நட்பின் சலுகையால் பிடிவாதம் செய்தாள். சரியென்று ஆரம்பித்ததும் அவன் வாயில் வந்தது,

‘சுட்டும் விழிச்சுடர்தான்– கண்ணம்மா
சூரிய சந்திரரோ?
வட்டக் கரிய விழி –– கண்ணம்மா
வானக் கருமை கொல்லோ?
பட்டுக் கருநீலப் – புடவை
பதித்த நல் வயிரம்
நட்ட நடுநிசியில் – தெரியும்
நக்ஷத்திரங்களடீ!”

என்னும் பாட்டு.

பாட்டின் ஓரடி முடியுமுன்னமே ஜகந்நாதனுடைய தொண்டை கரகரவென்றது. ஓரடி முடிந்ததும் பாக்கு சீவலை வாயில் போட்டுக் கொண்டான். வெற்றிலைக்குச் சுண்ணாம்பு தடவினான்; கொஞ்சம் அதிகமாகவே தடவி விட்டான்.

“என்னப்பா! சங்கராந்திக்குச் சுண்ணாம்பு அடிப்பது போல் இருக்கிறதே!” என்று சொல்லிவிட்டு, கமலம் வெற்றிலைக்குச்

சுண்ணாம்பிட்டுக் கொடுத்தாள். எதிர்பாராமல் அவள் கை ஜகத்தின் கையின் மேல் பட்டது. அவனுள்ளத்தில் குபீலென்று ஒரு திகில் பிறந்தது. மறுகணம் அது மாறி மறைந்துவிட்டது. கமலத்தின் மனநிலை எப்படியோ–கடவுளுக்குத்தான் வெளிச்சம்! ஒருக்கால் அப்பொழுதுதான் உள்ள உறுதியின் நடுக்கதவு திறக்கப்பட்டதோ என்னவோ!

பசித்தவன் பழங்கணக்கு பார்ப்பதுபோல் ஜகம் ஏதேதோ சிந்திக்கலானான். விஷயங்களையெல்லாம் புது வியாக்யானத்துடன் மனனம் செய்தான். 'அன்று என் மேல் சரிகை முந்தாணி வீசவில்லையா, அது என்ன? மூன்றாம் நாள் கோணலாகச் சிரித்தாளே, அதற்குப் பொருள் என்ன? அனாவசியமாய்க் கால் மெட்டிகளின் பொன்னோசை உரத்துக் கூவுவானேன்? கைவளை குலுங்குவானேன்?'

மௌனமாய் ஐந்து நிமிஷங்கள் சென்றன. வீட்டிற்குப் புறப்படும் அறிகுறியாக மேல் வேஷ்டியை எடுத்து உதறினான். “ இரு. போகலாம்; என்ன வேலை வீட்டில்?” என்றாள் கமலம். அவனுக்கு என்ன செய்வதென்று தெரியவில்லை. மண்ணைக் காலால் கிள்ளினான். முற்றத்தைப் பொருளின்றி நோக்கினான். தன்னைச் சுருக்கிலிட்டுப் பழி சுமத்தவென்றே ஆரவாரித்துவந்த கோடையிடியையும் மழையையும் பார்த்து நாடி ஒடுங்கினான்.

அதற்குள் பல்லாங்குழியை எடுத்துவந்து, “மழைதான் பெய்கிறதே. இரண்டாட்டம் போடுவோமா?” என்று கேட்டாள் கமலம். இரண்டோர் ஆட்டம் விளையாடு முன்னமே விளையாட்டில் ஈடுபட்டுவிட்டான் ஜகந்நாதன். தன்னை அறியாமலே,

‘சோலை மலரொளியோ – உனது
சுந்தரப் புன்னகைதான் ?
நீலக் கடலலையோ – உனது
நெஞ்சி லலைகள்டீ ?
கோலக் குயிலோசை – உனது
குரல் இனிமையடி !”

என்று பாட்டின் இரண்டாம் பாகமும் வந்துவிட்டது. தன் குரலையும் பாட்டையும் கேட்டுத் திடுக்கிட்டான். அந்தச் சந்தர்ப்பத்தில் அந்தப் பாட்டும் தன் தீங்குரலும் பொருத்தமற்றனவென்று நினைத்து அரைகுறையாய் அப்படியே நிறுத்தினான். தன்னைபற்றி ஒருக்கால் கமலம் தப்பு அபிப்பிராயம் கொண்டிருக்கலாமோ என்று அறிய வேண்டி தலைநிமிர்ந்து அவள் முகத்தைப் பார்த்தான். அதே சமயத்தில் ஏங்கிய கண்களுடன் அவளும் பார்த்தாள். உணர்ச்சி உலகில் இருவரின் உள்ளமும் கலந்தன.

“கமலம்!” என்றான்.

“ஜகம்!” என்று விம்மினாள்.

இடியும் மழையும் திடீரென்று நின்றன. எங்கிருந்தோ வந்து ஒரு நெருப்புக்காற்று வீசிற்று – அல்லது வீசியதுபோல் தோன்றிற்று. தன் சித்தத்தின் சீர்கேடான நிலையை மறுபடி உணர்ந்தான். மறு பேச்சின்றி சரேலென எழுந்து வீட்டிற்குப் போய்விட்டான்.

2

ஒரு வாரத்திற்குப் பிறகு ஒருநாள் அஸ்தமனமான பிறகு ஜகமும் கமலமும் எவருக்கும் தெரியாமல் பட்டணத்திற்குப் போகப் புறப்பட்டார்கள். ரயில்வே ஸ்டேஷனை அடைந்ததும் ஒரு பெரிய தூண் நிழலில் கமலத்தை நிறுத்திவிட்டு டிக்கெட் வாங்கப் போய்விட்டான் ஜகம். கமலத்தின் மார்பு படக்படக்கென்று பயத்தினால் அடித்துக் கொண்டது. அதற்கேற்ப இரண்டு மூன்று நிமிஷங்களுக்குள் ரயில்வே போலீஸ்காரன் ஒருவன் வந்தான்.

“யாரம்மா நீங்கள்? இருட்டில் நிற்பானேன்?” என்றான்.

அவளுக்கு மூச்சே நின்று போய்விட்டது. தலை சுழன்றது. கண்கள் முன் பஞ்சு போல் பறந்தன. நாக்கு உலர்ந்து போய்விட்டது. அந்த ஒரு நிமிஷம் ஆயிரம் யுகங்களாக இருந்தது.

'என்னம்மா! ஊமையா, செவிடா நீங்கள்? ஸ்டேஷனில் திருட்டு, பட்டப்பகலிலேயே நடக்கிறது. இராக் காலத்தில் பெட்டி பேழை உஷார்” என்று எச்சரிக்கை செய்துவிட்டுத் திரும்பிப் பாராமல் அவன் போய் விட்டான்.

அவ்வார்த்தைகளைக் கேட்டபிறகு போன உயிரில் பாதியும் சுயப்பிரக்ஞை முழுவதும் திரும்பிவந்தன. அதனுடன் தன் செய்கை முறையற்றது, அழகற்றது, பட்டப்பகல் திருட்டைப் போன்றது என்ற எண்ணம் பறையடித்துக்கொண்டு அகத்தினுள் நுழைந்தது. கற்பிற்கும் பொய்க் காதலுக்கும் பெரிய வாக்குவாதம், பெரிய சண்டை. முடிவில் கமலத்தின் கண்களினின்று வெளியழகு என்னும் பொய்த்திரை கழன்று விழுந்தது. அவளுடைய மனத்தினுள் ஒரு யுகம் புரண்டு கற்பின் காலையொளி ஜயத்துடன் மின்னிற்று. அதுவரையிலிருந்த கமலம் மாறிப் புதுக் கமலம் பிறந்தாள்.

அதற்குள் நண்பன் திரும்பிவந்துவிட்டான். தன் உள்ளத்தில் பொங்கி எழுந்த எண்ணங்களைப் பளிச்சென்று அவனிடம் சொல்லிவிடுவதென்று

கமலம் முயற்சி செய்தாள். உடல் பதட்டத்தால் துடித்தது; நாக்கு எழவில்லை.

எனவே ரயில் ஸ்டேஷனுக்குள் வந்ததும் இருவருமாகப் போய் இரண்டாவது வகுப்பு வண்டியில் அமர்ந்தார்கள். வண்டி ஸ்டேஷனை விட்டுக் கிளம்பியதுதான் தாமதம்; இந்தப் பிரயத்தனத்தைத் தூண்டிய ஆர்வம் ஜகத்தின் முகத்தைவிட்டு அகன்றது. நட்பின் தூய தன்மைக்கும் வெறும் எழிலின் போதைக்கும் பெரும் போர் தொடங்கிற்று. 'நம்பிக்கை மோசமே பொல்லாது. அதிலும் நண்பனுக்குத் துரோகமென்றால்..?' என்று மனச்சாட்சி ஜகத்தைக் கழுவிலேற்றியது. தற்கொலையின் ஞாபகம்கூட வந்திருக்கும். அது தடைபட்டதற்குக் காரணம் மூன்றாவது வகுப்பு வண்டியிலிருந்து சோகம் பழுத்துத் ததும்பும் குரலில் ஒரு பிச்சைக்காரி,

'இந்திரன் கெட்டதும் பெண்ணாலே–அந்தச்
சந்திரன் கெட்டதும் பெண்ணாலே'

என்று பாடியது அரைகுறையாய் அவன் காதில் விழுந்ததுதான். கமலத்தைக் குறைகூறுவது போலப் பாடியவளை ஓர் அறை அறைந்தால் திருப்தி உண்டாகும் என்பது போன்ற உணர்ச்சி எழுந்தது. இரண்டு கையும் சேர்த்தால்தானே சப்தம்? எனில் பிசகு தன்பேரிலா என்றால் அதுவுமில்லை என்று நிச்சயமாய் விளங்கிற்று. 'சரி ஒருவர் பேரிலும் பிசகில்லை. விஷ வேளை. இருக்கட்டும். பின் போகும் வழிதான் என்ன?' என்றால் அதுதான் புரியாமல் திண்டாடினான்.

ரயிலோ கிளம்பிவிட்டது. அதற்குப் பிறகு இறங்கி விடும் பேச்சேது? அது வேண்டாம். பட்டணத்திற்குப் போனவுடன் திரும்பிவிடுவதென்றால், ஊரார்கள் ஆயிரம் நாக்கிற்கு எப்படி இரையாக முடியும்? அதற்கு வேண்டிய துணிவு உண்டா? அல்லது திரும்பிவந்து, கடவுள் சாட்சியாய்க் கற்பிற்குப் பழுது வரவில்லை, செய்கை மாத்திரம் மூடத்தனமானது என்று ஒப்புக்கொண்டு பேசினால் கலியுகத்தில் யாராவது நம்புவார்களா?

இவ்வளவு சஞ்சலங்களுக்கிடையில் இருவர் மனமும் ஊசலாடிக்கொண்டிருந்தன. ரயில் மாத்திரம் அலக்ஷியமாய்ப் போய்க்கொண்டிருந்தது.

3

மறுநாள் காலை திருவல்லிக்கேணியில் ஜகந்நாதன் ஒரு ஜாகை அமர்த்தினான். ஒவ்வொருவரும் மற்றவருடைய மனதில் நடந்ததையும், நடப்பதையும், படத்தில் – புத்தகத்தில் – கண்ணாடியில் காணுவதுபோல்

தெளிவாய் உணர்ந்தார்கள். ஆனால் ஒருவர் முகத்தை மட்டும் ஒருவர் நேராகப் பார்க்கக்கூடவில்லை. மௌனிகள்போல் பகல் முழுவதும் காலம் கடத்தினார்கள்.

இரவாயிற்று. வெள்ளிக்குடம் ஜலத்தில் மிதப்பது போல் மரங்களின் மேலாகப் பூர்ணசந்திரன் தவழ்ந்து சென்றான். எட்டாக் கையினின்று சமுத்திரராஜன் ஆயிரம் குரல்கொண்டு ஓலமிட்டான். முற்றத்தின் ஓரத்தில் சுழலில் அகப்பட்ட துரும்புகள் போல் இருவரும் உட்கார்ந்திருந்தனர். இருவர் மனதிலும் ஆறாத்துயரின் அலைகள் தாறுமாறாய்ப் பொங்கி எழுந்தன. என்ன செய்வார்கள் பாவம்!

ஜாமக்கோழி கூவுமளவும் அப்படியே உட்கார்ந்திருந்தனர். பிறகு தலை சுற்றுகிறதென்று சொல்லிவிட்டு ஜகந்நாதன் கடற்கரைப்பக்கம் போய்விட்டான். கமலத்திற்குக் களைப்பு மேலிட்டு தலை துவண்டு கண்கள் சோர்ந்தன. இரண்டொரு நிமிஷங்களுக்குள் வெகு நேரம் அழுதுவிட்டுத் தூங்கும் குழந்தையைப் போல் கண்ணயர்ந்தாள்.

கண்ணயர்ந்ததில் கனவொன்று கண்டாள்; வானுச்சியில் இரண்டு புறாக்கள் உல்லாசமாய்க் காலை வெயிலில் பறந்து கொண்டிருந்தன; இரண்டு ராஜாளிகள் திடீரெனத் தோன்றி புறாக்களைத் துரத்தின; வைரிகள் கையில் இரண்டும் சிக்கவில்லை; ஆனால் ஒரு புறா போன இடம் தெரியவில்லை; மற்றொன்று மட்டும் ஒரு ஆலமரப் பொந்தில் வந்து இளைப்பாறி ஓர் இரவு தங்கிவிட்டு, மறுநாள் தான் வசிக்கும் கூண்டிற்குப் போய்விட்டது.

கனவு கலைந்து கமலம் கண்விழித்தாள். ஜகம் வரவில்லை. வெளியே சூர்யன் உதயமாகி ஜகஜ்ஜோதியாய்ச் சுடர்விட்டுக்கொண்டிருந்தான். கமலத்தின் இருதய வெளியிலும் ஒரு நவ ஒளி பரவி மனதை நிர்மலமாக்கிற்று. 'ஊருக்குத் திரும்பிப் போவதா அல்லது தனியாகப் பிச்சைக்காரியைப் போல் – ஏழை சந்நியாசினியைப் போல் ஏங்கிச் சாவதா' என்ற பிரச்னை எழுந்தது. இரண்டாவது யோசனை நியாயமெனப்பட்டது; வலிவடைந்தது.

உடனே வீட்டைவிட்டுக் கிளம்பி, எங்கு செல்வது, எதற்காகச் செல்வது, என்ன செய்வது என்று தெரியாமலே பல தெருக்களைத் தாண்டிச் சென்றாள் கமலம். கடைசியாகக் கால் ஓய்ந்தபொழுது ஒரு திண்ணையின் மேல் உட்கார்ந்தாள். வெயிலின் கொடுமையாலும் களைப்பினாலும் மயக்கமடைந்தாள்.

சிறிது நேரம் கழித்து அந்த வீட்டு சொந்தக்காரப் பாட்டி வெளியிலிருந்து வந்தபொழுது இவளைப் பார்த்தாள். கண்டதும் அவள் மனம் உருகிவிட்டது. "பாவம்! யாரோ அநாதை. ரதிபோல் இருக்கிறாளே!

பசியினால் மூர்ச்சையோ என்னவோ?' என்று எண்ணி அவளை எழுப்பினாள். "நீ யாரம்மா? எந்தத் தெரு? ஏன் ஒண்டியாக இப்படிப் படுத்துக்கொண்டிருக்கிறாய்!" என்று ஒரு அடுக்குக் கேள்விகளைக் கேட்டுவிட்டு பதிலை எதிர்பார்க்காமலே உள்ளே அழைத்துச் சென்றாள்.

கிழவியின் கேள்விகளுக்குப் பதில் சொல்லலாமா, கூடாதா என்ற சந்தேகம் கமலத்திற்கு. பாட்டியின் முகத்தைப் படித்துப் பார்த்தால் ஏதாவது விளங்குமோ என்பது போல் உற்று நோக்கினாள். அப்பார்வை கிழவி யின் உள்ளத்தில் விஷம் தோய்த்த வேல்போல் பாய்ந்தது. நைந்த குரலில் கிழவி சொன்னாள்.

"அம்மா! பயப்படாதே. நானொரு மகா பாபி. எனக்கு வந்திருக்கும் துக்கம் மலை போன்றது. இப்படித்தான் உன்னைப்போல பதினாறு வருஷம் வளர்த்த பெண்ணைப் பதினாறு நாழிகையில் வாரிக் கொடுத்துவிட்டேன். மனித ஜன்மம் எடுத்து மாடுபோல் கவலையின்றி வாழ்ந்த எனக்கு கடவுள் பெரிய குட்டுப்போட்டார். கஷ்ட சுகம் அறியும் சக்தி இப்பொழுதுதான் வந்திருக்கிறது. என்னைப் பார்த்து பயப்படாதே. சும்மா சொல்லு. என்னாலானதைச் செய்கிறேன்."

மறுபடியும் கிழவியின் முகத்தைக் கமலம் கவனித்தபொழுது பாட்டியின் கண்களினின்று நீர் மளமளவென்று பெருகியது. அந்தரங்கத்தைத் தாயாரிடம் ஒளிக்காமல் சொல்லுவது போல், தன் விருத்தாந்தம் முழுவதையும் உள்ளது உள்ளபடியே கமலம் சொல்லி முடித்தாள். பரிவின் மிகுதியால் கிழவி அவளைத் தன்னுடன் சேர்த்து அணைத்துக்கொண்டு தலையையும் முதுகையும் தடவிக் கொடுத்தாள்.

4

கமலம் வீட்டைவிட்டுப் போன இரண்டு மணி நேரத்திற்குள்ளாகவே ராமநாதன் தன் மனைவி வீட்டில் காணாததைக் கவனித்தான். சந்தடி செய்யாமல் அங்குமிங்கும் தேடினான்; பிரயோஜனப்படவில்லை. கண்ணைக் கட்டிக் காட்டில் விட்டதுபோல் திகைப்படைந்தான். மனைவி ஓடி விடுவாளென்று அவன் கனவிலும் கருதியதில்லை. தனக்கும் கமலத்திற்கும் நடுவில் குறுக்கிட்டு நின்றது ஆதிக்கொத்தன் வைத்த சுவர்தானே? அது மனிதனால் அழிக்கக் கூடியதல்லவே? இருந்தாலும் தன்னுடைய உயர் குணத்தால், ஆத்ம வனப்பால், அதைக் கூட மறைத்துவிடலாமென்ற உறுதிகொண்டிருந்தான். அவ்வெண்ணங்கள் யாவும் திடீரென இடிந்து விழுந்து மண்ணாய்ப் போனதும் ராமநாதன் உள்ளம் உடைந்து விட்டது. ஆனால் உத்தம குணமுடையவனாதலால் இச்சோக நெருப்பைத் தனக்குள்ளேயே

வளர்த்தான். ஊராரெவரிடமும் இந்த விஷயங்களைப் பற்றிப் பிரஸ்தாபிக்கவில்லை. மனைவி எங்கே என்று கேட்டவர்களுக்கு, தாயார் வீட்டிற்குப் போயிருப்பதாகக் கூறினான்.

நாட்கள் செல்லச் செல்ல ஊரில் வசிப்பதில் – ஏன், உயிர் வாழ்வதில் என்றுகூடச் சொல்லலாம் – ராமநாதனுக்கு வெறுப்பு தட்டிவிட்டது. கடவுள், குடும்ப வாழ்க்கை, நற்குணம் என்பவையெல்லாம் பெருத்த மோசடி, ஏமாற்றம் என்ற எண்ணங்கள் சிலசமயம் உதித்தன. மற்றும் சில சமயங்களில் பிரமம் கொண்ட முகத்தோடு உண்ணுவதும் உறங்குவதுமாய்க் காலத்தைக் கடத்தினான்.

இரண்டு மாதங்கள் சென்றன. பட்டணத்தில் தன்னுடைய அப்பீல் ஒன்று எடுபடப் போவதாக தந்தி வந்தது. ராமநாதன் ஊரை விட்டுக் கிளம்பினான். பட்டணத்திற்கு வந்ததும் ஜாகை எங்கே வைத்துக்கொள்வது என்பதைப்பற்றி யாதொரு கவலையுமில்லை. ஏனெனில் வெகு வருஷங்களாக, பள்ளிக்கூடத்திலும் கலாசாலையிலும் படித்தபொழுது சாப்பிட்டுவந்த கிழவியின் வீடே போதுமென்று தீர்மானித்தான்.

கிழவியின் வீட்டில் கமலத்தைப் பார்த்த நிமிஷம் முதல் ராமநாதனுடைய மனதில் சஞ்சலமும் சந்தேகமும் குடிகொண்டன. தன் மனைவிதானென்று நிச்சயமாகத் தெரியவில்லை. அறிமுகமாக மட்டுமிருந்தது. அவள் நடை, உடை, சாயல் எல்லாம் தன் மனைவியினுடையவற்றை ஒத்திருந்தன. ஆனால் முகம்? 'இவ்வளவு பொலிவில்லாமல் இருக்க நியாயமில்லையே. கன்னத்தின் மேலே எலும்புகள் ஒட்டகையின் திமிலைப்போல் அவ்வளவு உயர்ந்து விகாரமாக இருக்காதே. தலைமயிர் கோரையாகாதே. போகட்டும். மனைவி என்றால் ஒரு வார்த்தையாவது பேசமாட்டாளா? சரிதான் இவள் கிழவியின் பெண்ணல்லவா?...' என்று ஒரு புறம் எண்ணினான்.

மற்றொருபுறம், மனைவியாயிருந்தால் திரும்பத் தன்னுடன் சேர்த்துக் கொள்ளலாமா? ஊர்ப்புரளிக்குச் சித்தமாக இருக்கமுடியுமா? என்னும் விஷயங்களைப்பற்றி சர்ச்சை செய்து பார்த்தான். புத்தி மேன்மேலும் குழப்பம் அடைந்ததேயன்றி ஒருவித முடிவிற்கும் வரவில்லை.

கமலத்திற்கோவெனில், அங்கே சாப்பிடுவது தன் கணவன் என்று தெரியும். மனச்சாட்சியைப் பற்றிய வரையில் கடவுள் சாட்சியாய் மன்னிக்கக்கூடாத பிசகொன்றும் செய்துவிடவில்லையென்று நிச்சயமாகத் தெரியும். ஊரை விட்டுக் கிளம்பியது க்ஷணப் பைத்தியத்தின் கூறு என்று முந்தியே முடிவுகட்டியிருந்தாள். ஆனால் கணவரிடம் இவற்றை எப்படி சொல்லுவது? சொன்னதும் அவர்

நம்பவேண்டுமே? ஓர் அக்ரமத்தை மறைக்க மற்றொரு பொய்யைக் கற்பிப்பதாக நினைத்தால்? இத்தகைய பல சிந்தனைகள் அவள் மனதை அறுத்தன. அடுப்பில் விழுந்த புழுபோல் துடித்தாள்.

ஒரு வாரம் கழிந்தது. ஓர் இரவு ராமநாதனுடைய உள்ளம் வெடித்துவிடும் எல்லையைத் தொட்டது. அந்தரத்தில் தொங்குவதைக் காட்டிலும் அனாயாசமான மரணம் பிரும்மானந்தமானது என்ற எண்ணம் எழுந்தது, கிழவியை அணுகி, 'ஏன் பாட்டி! இங்கே இருக்கிறது உங்கள் பெண்தானே? வந்ததுமுதல் விசாரிக்கத் தெரிய வில்லை, பாருங்கள். எனக்குத் தெரிந்த மரியாதை!" என்றான்.

"அந்த வயிற்றெரிச்சலைக் கிளப்பாதே" என்று சொல்லியபடியே கிழவி தன் துக்கத்தைத் தெரிவித்தாள்.

"ஆனால் அந்தப் பெண் ஏதாவது உறவா?"

கிழவி முன்பின் யோசியாமல் கமலத்தின் விருத்தாந்தம் முழுமையும் சொல்லி முடித்தாள்.

ராமநாதன் நெஞ்சில் துக்கம் குமுறிற்று. அவனுடைய இருதயம் தனிக்காட்டில் போய் ஓயும் காற்றைப்போல் பெருமூச்செறிந்தது. தூரத்தினின்று வந்த சமுத்திரத்தின் ஓய்வு உறக்கமற்ற அழுகை உள்ளத்தை நீராக்கிற்று. ராமநாதனுடைய கண்களில் புல் நுனியில் உள்ள பனித்துளிபோல நீர் தளும்பிற்று. வீட்டுக் கூடத்தை நோக்கி இரண்டடி எடுத்துவைத்தான். கால்கள் துணிபோல் துவண்டன.

அங்கிருந்தபடியே, "கமலம்!" என்றான்.

"ஏன்" என்று எதிரே வந்தாள் கமலம்.

அப்பொழுதுதான் மனைவியின் முகத்தை நேராக அவன் பார்த்தான். அவள் முக வனப்பு, துயரத்தால் முற்றிலும் சாம்பலடைந்திருந்தது. இன்னது சொல்வதென்று தெரியாமல் மரம்போல் நின்றான். ஒரு கணம் ஒரு யுகமாயிற்று. நல்லவேளையாக அந்த யுகமும் முடிந்தது.

"பாட்டி சொல்வது உண்மையா?"

"உண்மை."

"முழுவதும் உண்மையா?"

"முழுவதும் உண்மை."

"சந்திர சூரியர்கள் சாக்ஷியாக?"

"சந்திர சூரியர்கள் சாக்ஷியாக."

பிறகு மௌனம். வெறும் மௌனம் – மௌனமே அஞ்சும் நிசப்தம்.

"கமலா!" என்றான்.

பதிலில்லை.

"ஆனால் போகலாமா?" என்று பொருத்தமில்லாமல் கேட்டான். கமலம் தேம்பி அழுதாள்.

நல்ல சமயத்தில் விண்ணினின்று இரண்டு நட்சத்திரப் பொறிகள் சீறிப் பாய்ந்து வெளியிடையில் கலந்தன. பிறைச்சந்திரன் புன்னகை பூத்தான்.

சதிபதிகளின் தோள்கள் கண்ணீருடன் ஒன்றாயின.

இவற்றையெல்லாம் பார்த்துக்கொண்டிருந்த கிழவிக்கு ஒருகணம் ஒன்றும் விளங்கவில்லை. விளங்கியதும் கண்ணீர் நின்றபாடில்லை.

இப்பொழுது கிழவி பள்ளிக்கூட மாணவர்களுக்கு சாதம் போடும் தொழிலை நிறுத்திவிட்டாள். புது மாப்பிள்ளையைக் கண்டுபிடித்து விட்டாளல்லவா? கடவுளின் கருணையால் கமலமும் கற்பும், ராமநாதனும், கிழவியுமாய் திருவல்லிக்கேணியில் இன்பமாய்க் காலம் கழித்து வருகிறார்கள். கடற்கரைப்பக்கம் போன ஜகந்நாதன் விஷயம் என்ன ஆயிற்றோ?

67. சொக்கு

அவனால் ஒரு பிராணிக்கும் இம்சை கிடையாது; ஒரு மனிதனுக்கும் பாரம் கிடையாது. அவனுண்டு அவன் பாட்டுண்டு. உலகம் அவனைப் பற்றி பலவிதமாய்க் கூறுகிறது. அவனுக்கென்ன? சந்திரனுடைய பால் குடமும், சிறு பிள்ளைகளும், வாயில் பாட்டும் உள்ளவரை அவனுக்கென்ன குறை?

நேற்று நடந்தது போல் தோன்றுகிறது. ஆனால் சுமார் ஒரு வருஷம் இருக்கும். இதே பாலக்கரையின் மீது வழக்கம்போல் புது வைக்கோல் காந்தியோடு அந்திச் சூரியன் யாத்திரை செய்துகொண்டிருந்தான், சிலர் கலங்கிய கள் கண்களோடு இன்னதென்று தெரியாமல் ஆடி வழிந்தார்கள். மற்றும் சிலர் வேலையினின்று அரிவாளோடும், மண்வெட்டியோடும், சும்மாட்டோடும் வீட்டை நோக்கிச் சென்று கொண்டிருந்தனர். இருந்தாற்போல் இருந்து பக்ஷியின் குரல் போன்ற ஒரு குரலில் பாட்டொன்று காதில் விழுந்தது.

டீடீடி டீடீடி டீடி டட்டட்டீ டீ டிடட்டட்டீ
டீடீடி டீடீடி டீடிடட்டட்டீ

சோலைக் கருங்குயிலே,
சொக்கு மினிமையே, தைக்குமின்பமே,

காலையின் பொன் வயலில்
பொழியும் கீதமே, வழியும் நாதமே,

காதல் கடலதனி லோடும்
தோணியே, அடக்கும் ராணியே

சாதலென்னும் வாழ்நாட்களில்
பிறக்கும் அமுதமே, மறக்கும் மயக்கமே!

எல்லோரும் திரும்பிப் பார்த்தார்கள்.

தத்துக்கிளியைப்போல் இரண்டு பக்கத்திலும் இரண்டு கஷ்கதண்டம். நெற்றியில் அரையணா அகலத்திற்குச் சந்தனம். அதன்மேல் காலணா

அகலத்திற்கு குங்குமம். பாதி முகத்தை மறைக்கும் மீசை. நெற்றியை மறைக்கும் சிகப்புத் துணி முண்டாசு. பொத்தானில்லாத கோட்; ஷர்ட்டில்லாத மார்பு. கீல் பிடிப்பு தத்தல். உலகு உருக்கும் பாட்டு. இவ்வளவு அங்கங்களோடும் ஒருவன் வந்தான். வந்தவன் சொக்கு!

சுங்கச்சாவடி கண்டிராக்டர் அவனைப் புரளி செய்வதற்காக 'லைசென்ஸ் இருக்கா? இல்லாட்டி காசை இளக்கு' என்றார். சொக்கு சிரித்துக்கொண்டே,

கையிலே காசுமில்லே
இனாம் கொடுப்பார் யாருமில்லே
பையிலிருந்த புகையிலையும்
போன வழி தெரியவில்லை, தன்னானே

என்று பாடிவிட்டு ஊருக்குள் நுழைந்துவிட்டான்.

2

அந்த ஊர் பெரிய நகரத்திலும் சேர்ந்ததல்ல, கிராமத்திலும் சேர்ந்ததல்ல. நடவடிக்கைகளிலும் சரி, நாகரிகத்திலும் சரி, இப்படிப்பட்ட நடுநிலைமை. புதுசில் கொஞ்சம்; பழையதில் ரொம்ப, மொத்தத்தில் பிளாஸ்திரி.

இப்படிப்பட்ட ஊரில், பாலக்கரைக்கு அடுத்தாற் போல், சொக்கு ஆஸ்ரமம் அமைத்துக்கொண்டான். பாழடைந்த துர்க்கைக் கோவில் ஒன்று அவனுக்கு இடம் தந்தது. இருந்தாலும் அவன் நாள் முழுதும் பக்கத்தில் குடைபிடிக்கும் ஆலமரத்தின் நிழலிலேதான் இருப்பான்.

குழந்தைகளுக்கு அவனைக் கண்டால் வெகு பிரியம். அவனுக்கு குழந்தைகளென்றால் உயிர். ஆற்றில் ஜலம் எடுக்கச் செல்லும் பெண்களுக்குக்கூட அவன் பேரில் அன்படர்ந்த அனுதாபம், சொக்குவின் ஸ்படிக மனமும், தினசரித் தொல்லைகளையும், அயர்ச்சிகளையும் மனப் புண்களையும் ஆற்றும் அவன் பாட்டும் அதற்குக் காரணம். அவனொரு ஜீவன் முக்தன். அந்த ரகசியத்தை, குழந்தைகளும், மாசற்ற மங்கைகளும் உணர்வார்கள். அதுபற்றியே சாப்பாட்டுக்கு சொக்கு கவலைப்படுவதில்லை. மக்களும் மங்கைகளும் தங்கள் பங்குக்கு அவனைக் கவலைப்பட விடுவதில்லை. ஆகையால் பகலவன் படகை மேற்கு திசை ஓட்டி, பாய்மரம் சுருட்டும் வரையில் ஆலமரத்து நிழலில் இன்னிசை நாடகம்தான். அடிமுடி யற்ற களிக்கூத்து. இரவிலும் அப்படியே. ஆனால் ஒரு வித்யாசம். பகலைப் போல் குழந்தைகளோ பெண்களோ அவன் பாட்டைக் கேட்கக்

கூடமாட்டார்கள். அவர்களுக்குப் பதிலாக வாள் வீசும் துர்க்கையும், ஒளி வீசும் ஆகாய பாரிஜாதகங்ளும் சலிக்கும் காற்றும் குதிக்கும் காவேரியும் ரசிகர்கள்.

3

துன்பமும் இன்பமும் சுழலும் சக்கரம். சொக்குவுக்கு இவ்விரண்டு நிலைகளும் இல்லையென்றாலும், மண் வாழ்க்கையை ஒட்டி துன்பம் மேலோங்கவேண்டிய காலம். பொதுவாக ஊர் ஜனங்களுக்கு அவன்மீது வெறுப்பு. குறிப்பிட்ட காரணம் யாதொன்றும் கிடையாது.

இப்படியிருக்கையில் ஒருநாள் பின்வருமாறு ஊரில் நடந்த சம்பவமொன்றைப்பற்றி வம்பு அளந்தார்கள். 'பார்த்தீரா? சொக்குவின் மீது நாம் வெறுப்புகொள்வதற்குக் காரணமில்லையென்று கட்சி பேசினீரே. நம்முடைய உணர்ச்சிக்கு ஜோஸியம் தெரியும்; ஆளை நிறுக்கும் சக்தி உண்டு. இதோ நாம் நினைத்தது போலத்தான் இருக்கிறது.'

"சொக்குவின் தில்லும் முல்லும் முகத்திலேயே தெரிகிறதே.'

"அதெல்லாம் கிடக்கட்டும் ஐயா! இப்பொழுது என்ன செய்திருக்கிறான் தெரியுமா..? நேற்று வந்தான் சொக்கு. முந்தாநாள் வந்தான் கீழத்தெரு ஆனந்தம். ஆனந்தத்திற்கு மருந்து முறை சொல்லித்தந்து, பங்கஜத்தின் பெண் சுந்தரியை மயக்கி வசியம் செய்ய சொக்கு சொல்லித் தந்திருக்காவிட்டால், இப்படி ஆனந்தமும் சுந்தரியும் சேர்ந்து ஓடிப்போயிருப்பார்களா? விழிக்கிறீரே! சொக்கு வராததற்கு முந்தி நம்மூரில் இந்த மாதிரி ஏதாவது நடந்தது உண்டா? சொல்லுமே?"

உண்மையில் இந்தச் சம்பவத்திற்கும் சொக்குவுக்கும் காக்கைக்கும் கீழே விழும் பனம் பழத்திற்கும் எவ்வளவு சம்பந்தமுண்டோ அவ்வளவுதான். இருந்தாலும் அவனை ஊரைவிட்டு ஓட்டிவிட வேண்டுமென்ற எண்ணம் ஊராருக்கு. வேண்டாத மனிதன் மீதுதானே குற்றங்கள் முளைக்கும்.

ஒருநாள் இரவில் மிராசுதார் ஜானகிராமய்யர் வீட்டில் பணம், வெள்ளிப்பாத்திரம், நகை முதலியவை களவு போய்விட்டன. சொக்குவுக்கு விஷயம் தெரியாது. அவன் வழக்கம்போல் காலையில் எழுந்து வெற்றிலை போட்டுக்கொண்டு,

கதிரவன் இளம் விழி காணுது கிழக்கில்
கனியே, என் காதலே கண் திறவாயோ!

என்று ஆரம்பித்தான்.

“தெரியுமடா பாட்டும், கீட்டும். நிறுத்து” என்று ஒரு கனத்த குரல் உத்திரவிட்டது. திரும்பிப் பார்த்தான்.

“ஏதடா அந்த ஜரிகை வேஷ்டியும் பித்தளைப் பாத்திரமும்? கையில் ஜெபமாலை, கட்கத்தில் கன்னக்கோல் என்பது போலிருக்கே' என்று சொல்லிய மற்றொருவர், அவனுக்குப் பின்னால் கிடந்த வேஷ்டியையும் பாத்திரத்தையும் குறிப்பிட்டார்.

சொக்குவுக்கே தூக்கிவாரிப் போட்டது. ஒருக்கால் இரவில் வந்த திருடன் ஏதேனும் வேண்டாமென்று போட்ட சாமான்களோ என்னமோ என்று எண்ணிக் கொண்டிருக்கும்பொழுதே, “என்னடா ஆசாரக் கொக்கு போல் முகத்தை வைத்துக்கொண்டிருக்கிறாயே! எழுந்திரு” என்று அதட்டினார் ஒருவர்.

சொக்குவுக்கு பதில் சொன்னால் புண்யமில்லையென்று தெரியும். எனவே மௌனம் சாதித்தான்.

4

மறுநாள் போக மறுநாள் மாலைக்குள் நீதிஸ்தலத்தில் நாடகம் முடிந்துவிட்டது. குற்றவாளி என்று சொக்கு ஒப்புக்கொண்டுவிட்டான். தடையம் அகப்பட்டுவிட்டால் வேறு என்ன தேவை? இரண்டு மாதம் தண்டனை கிடைத்தது.

சாயங்காலம் கையெழுத்து மறையும் வேளை. ஜலத்தில் மிதக்கும் தீபங்கள்போல ஆகாயத்தில் நக்ஷத்திரங்கள் மிதந்தன. குளங்களின் மீதும் கோபுரத்தின் மீதும் இருள் சாய்ந்தது.

ஜெயிலின் கதவை டாணாக்காரன் திறந்தான். சொக்கு வானை நோக்கினான். பிறகு தலையை ஆட்டிக்கொண்டு சிரித்தான். கடைசியாக சீட்டி அடித்தபடியே உள்ளே நுழைய காலடி எடுத்துவைத்தான்.

“சொக்கு மாமா!” என்று ஒரு குரல் கேட்டது. டாணாக்காரனும் கைதியும் திரும்பிப் பார்த்தார்கள். வியர்க்க வியர்க்க ஓடிவந்த பையனைப் பார்த்து டாணாக்காரன், “பயலே! எங்கே வந்தாய்?” என்றான்.

சுட்ட சர்க்கரை வள்ளிக்கிழங்கு ஒன்றை பையன் சொக்குவிடம் கொடுத்துவிட்டு, “ஏன் அப்பா, சொக்குவை உள்ளே அடைக்கறே? நொண்டி ஆளு திருட முடியுமா? – இவுகளெல்லாம் சொக்குவை திருடன்கறாகளே! இப்பிடியே உட்டுடேன். எங்கனாச்சும் போயிடட்டும்” என்றான்.

சொக்குவுக்குக் கண்களில் நீர் ததும்பிற்று. இவ்வளவு அருமையா சொக்கு தன்னுடைய பையனுக்கு என்று டாணாக்காரன் அறியவும், அவன் கண்கள்கூட கொஞ்சம் கலங்கின.

'தம்பீ! அப்பாருகூட நீ இப்போ வீட்டுக்குப்போ. அப்புறம் பார்க்கறேன் உன்னை' என்று சொக்கு வற்புறுத்திவிட்டு உள்ளே நுழைந்தான். டக்கென்று சாவி பூட்டில் திரும்பிற்று.

அடுத்த நாள் வழக்கம்போல் சூரியனுதித்தான். பாயும் ஜலத்தைப் பளிங்கு போல் செய்தான். பறக்கும் மேகங்களை பஞ்சுபோலாக்கினான். துர்க்கைக் கோவிலுக்கு மட்டும் ஒளியேற்ற முடியவில்லை; சொக்கு இல்லாத அந்தக் கோவில் கிளியில்லாத பஞ்சரத்தைப் போலிருந்தது. பையன்களும், பெண்களும் சொக்கு இல்லாததால், ஊர் வெறிச்சென்று போய்விட்டதாக வருந்தினார்கள். அதுபற்றி ஜெயில் பக்கமாகக்கூட சிலர் நடந்து சென்றார்கள்– சொக்குவின் தலையையாவது பார்க்கலா மென்று. சொக்குவைப் பார்க்கமுடியவில்லை.

5

கெடுவிற்குப் பிறகு சொக்கு விடுதலையடைந்தான். தெருவழியாகத் தன் பழைய இருப்பிடத்தை நோக்கிச் சென்றான். போகும்பொழுதும் பாட்டுத்தான். சில கிழங்கள் அவனைப் பார்த்து ஏளனம் செய்தனர். சில பையன்கள் அவன் கூடவே சென்றனர் – ரோஜாக் கூடையைத் தொடர்ந்து செல்லும் தேனீக்கள் போல. சில பையன்கள் வீட்டுவாசற்படி யிலிருந்து கொண்டே கண்களால் அவனை வழியனுப்பினார்கள். சில பெண்கள் அடுப்பங்கரை ஜன்னலிலிருந்தபடியே அவனுக்கு ஆசி கூறினர்.

அன்று சாயங்காலம் பையன்களும் பெண்களும் சொக்குவுக்குக் கொடுத்த உணவும், தின்பண்டமும் ஒரு வாரத்திற்கு மேல் தாங்கும்.

சோமக்கலம் போல் கிழக்கில் சந்திரன் உதித்தான். சொக்குவைப் பார்க்க வந்த பையன்களும் பெண்களும் வீட்டிற்குக் கிளம்பினார்கள். தன் நிழல் முன்னே செல்ல ஒரு பையன் அங்கே அப்பொழுதுதான் வந்து சேர்ந்தான். அவன்தான் டாணாக்காரன் பிள்ளை! ஒரு கரும்பை எடுத்து நீட்டிவிட்டு, "இன்னிக்குத்தான் ஜெயில்லேருந்து வந்தேன்னாங்க. எங்கியோ மறுபடி ஊருக்குப் போகப் போறியாமே? நெஜமா?" என்றான் .

தன் அந்தரங்க எண்ணம் எப்படி அதற்குள் பையன்களுக்குத் தெரிந்து விட்டது என்று சொக்கு வியப்படைந்தான். இருந்தாலும் பையனைச்

சமாதானப்படுத்த வேண்டி, "சொந்த ஊருக்குப் போய்விட்டுத் திரும்பிவருவேன் தம்பீ!" என்றான்.

பையன் நம்பவில்லை. 'தெரியும், தெரியும். நீ இப்போ போனா வரமாட்டே. அப்பாரைக் கேட்டுட்டு நானும் கூடவரேன். இல்லாட்டி விடமாட்டேன்." சொக்கு பார்த்தான், "நல்லது தம்பி; அப்பாரைக் கேட்டுக் கொண்டு வா; போகலாம். இப்பொழுது வீட்டுக்குப் போ. தேடுவாங்க."

கடவுளை ஏமாற்றலாம். கள்ளனை ஏமாற்றலாம். குழந்தைகளை ஏமாற்றுவது கடினம்.

"நீ பொய் சொல்லுறே. காலம்பற கோழி கூவறதுக்கு முன்னாலேயே ஏமாத்திட்டுப் போயிடுவே. தெரியாதா!"

இப்படி பையன் சொல்லிக்கொண்டிருக்கும்பொழுதே, அவனைத் தேடிக்கொண்டு அவன் தாயார் வந்து விட்டாள். பையனுடைய சந்தேகம் வீட்டிற்குச் செல்ல அனுமதி தரவில்லை. தாயார் விடும் வழியா யில்லை. கரகரவென்று கையைப் பிடித்து வீட்டிற்கு இழுத்துக் கொண்டு போனாள்.

"நான் கருக்கலோடே வரேன். நீ போயிடப்படாது" என்று திரும்பிப் பார்த்து சொல்லிக்கொண்டே சென்றான் பையன்.

மறுநாள் கிழக்கு வெளுப்பதற்கு முன்னோடு சில பிராதஸ்நான சிகாமணிகள் காதில்,

'தாவாரமில்லை; தனக்கொரு வீடில்லை
தேவாரம் ஏதுக்கடீ? – குதம்பாய்'

என்ற பாட்டு அமிருத மழையாய்ப் பொழிந்தது. பார்த்தார்கள். சொக்கு தனது சர்வ சொத்துமாகிய கட்க தண்டத்துடனும், பாட்டுடனும் ஊரைவிட்டு வெளியே போய்க்கொண்டிருந்தான்.

சொன்ன சொல்படி டாணாக்காரப் பையன் துர்க்கைக் கோவிலுக்கு வந்தான்; சொக்குவைக் காணோம். குரங்கைப் பறிகொடுத்த ஆண்டியைப் போல விழித்தான்.

"ஏமாத்திப்புட்டியா?" என்று பெருமூச்செறிந்தான்.

68. மீனி

காந்திமதிப் பாட்டியின் வீட்டிற்கு முதல் நாள் இரவுதான் மீனி வந்திருக்கவேண்டும். ஏனெனில் அன்று இரவு முழுவதும் அலமாரி யின்மேல் 'தொப் தொப்' என்று ஏதோ விழும் சப்தமும், சமையலறையில் பாத்திரங்களும் கரண்டிகளும் உருளும் ஓசையுமாயிருந்தன. கிழவிக்கு இன்னதென்று புரியவில்லை. அர்த்த ராத்திரியில் எழுந்திருந்து போய்ப் பார்க்கவும் அலுப்பு. எலியாயிருக்கும் என்று சபித்துக்கொண்டே மறுபடியும் கண்ணயர்ந்தாள்.

மறுநாள் அதிகாலையில் கிழவி திருப்பள்ளி எழுச்சிகளும் சிவத் தோத்திரங்களும் சொல்லி முடித்துவிட்டு எழுந்தபொழுது மீனி குறுக்கே ஓடிற்று.

“அட தரித்திரமே! நீதானா ராத்ரி முழுதும் கொட்டம் அடித்தாய்? போதாக்குறைக்கு முதல் முதல் உன் தரிசனம்தானா...? என்ன ஆபத்து வரப்போகிறதோ?” என்று நொந்துகொண்டாள்.

அதற்குப் பிறகு பகல் முழுதும் மீனி கண்ணில் படவில்லை. அன்று கிழவிக்கு கறிகாய் நறுக்கும்பொழுது அரிவாள்மணைகூடக் கையில் படவில்லை. இப்படி சாஸ்திரம் பொய்யாகுமா என்று கிழவி யோசித்துக்கொண்டிருந்தாள்.

இரவு வந்தது. பலகாரத்திற்கு பால் கொழுக்கட்டை செய்து ஜாக்ரதையாய் மூடிவைத்துவிட்டு சுவாமி தரிசனத்திற்குச் சென்றாள். பலகாரத்திற்குக் காவலாகப் பேரன் சூரியநாராயணமூர்த்தியையும்

அவன் தங்கை கௌரியையும் நியமித்தாள்.

சிறிது நேரம் சென்றது. சூரியநாராயணமூர்த்தி 'ராமசப்தம்' சொல்லிக் கொண்டிருந்த சிரமத்தில் ஈடுபட்டிருந்தான். அண்ணனுடைய உத்யோகத்தையும் சேர்த்துப் பார்த்துவந்த கௌரி அப்படியே கூடத்தில் தூங்கிப் போய்விட்டாள்.

உள்ளே தாம்பாளம் உருண்டு விழுந்தது. அந்தச் சப்தத்தைக் கேட்டு திடுக்கிட்டு சூரி உள்ளே ஓடினான். பூனைக்குட்டி அந்தர்த்தியானமாய்விட்டது. பாத்திரத்தில் கொஞ்சம் பால் குறைந்திருந்தது. கிழவி வந்து தொணதொணக்கப்போகிறாளே எனப் பயந்து, தாம்பாளத்தை மறுபடியும் மூடிவைத்து விடலாமென்று கையிலெடுத்தான். சமயத்தில் கிழவி திரும்பி வந்துவிட்டாள். ஒரு வினாடிக்குள் விஷயம் விளங்கிவிட்டது. பாட்டியின் அம்பறாத் தூணி யிலுள்ள அவ்வளவு வசவுகளும் அழகாய்ப் புறப்பட்டன. அப்புறம் சூரிக்கு இரண்டு அறை; தூங்குமூஞ்சி கௌரிக்கு நான்கு. வாரிச்சுருட் டிக்கொண்டு கௌரி எழுந்தபொழுது வீட்டு விட்டத்தின் மீது மியா, மியா என்று பிரலாபித்துக்கொண்டிருந்த பூனைக்குட்டியைப் பார்த்தாள். தன் நிலைமையைப் பார்த்து இரங்குவதுபோல் கூவிய பூனைக்குட்டிக்கு மீனி என்ற அன்புப்பெயர் சூட்டினாள்.

அன்றுமுதல் அண்ணனுக்கும் தங்கைக்கும் மனஸ்தாபம். இரவு எட்டு மணிக்குத் தூங்க கௌரிக்கு யாதொரு நியாயமுமில்லையென்றும், படிப்பவனை சுயேச்சையாய் விடவேண்டியது ஸ்திரீ தர்மமென்றும், அதையெல்லாம் மறந்து தூங்கிப்போன கௌரி கணவன் வீட்டிற்குப் போய் நல்ல பெயர் வாங்கப்போவதில்லையென்றும் சூரி எண்ணிக்கொண்டிருந்தான். கௌரி நினைத்தாள்: 'எனக்குத்தான் தூக்கம் தலைசுற்றியடித்ததை இவன் பார்த்தானே; நானும் சொன்னேனே. கை சொடுக்கும் நேரத்தில் நெட்டுரு செய்யவேண்டியதை ஒரு யுகம்வரையில் செய்தால் யார் ஜவாப்? மக்குப் பையன்! சமையலறையிலாவது விளக்கை வைத்துக்கொண்டு வாசிக்கலாகாதா? அதையெல்லாம் விட்டுவிட்டுக் கிழவிக்குத் தூபம் போட்டு எனக்கு அடிவாங்கி வைத்தானே. களிமண்! பிரும்மஹத்தி!! இவனுக்குப் படிப்பு வருமா?' மீனியும் அன்றுமுதற்கொண்டு அங்கேயே ஸ்திரவாசமாகிவிட்டது. ருசிகண்ட பூனை விடுமா? அங்கே இங்கே பாட்டி போயிருக்கையில் நெய்யைத் தின்றுவிடுவது, பாலைக் குடித்துவிடுவது, நைவேத்தியத்தைத் தொட்டுவிடுவது, நூற்கண்டைச் சிடுக்கடித்துவிடுவது– இப்படியெல்லாம் பூனைக்குட்டிக்குத் தெரிந்த அவ்வளவு விஷமமும் செய்தது.

ஒருநாள் சமையல் அடுப்பிற்குள் மீனி தூங்கிக் கொண்டிருந்தது.

காந்திமதிப் பாட்டி அதைப் பார்க்கவில்லை. "இந்தாடா காபி" என்று காபியை வைத்துவிட்டுக் காசித்தும்பைப்பூ பறித்துவரச் சென்றாள். சூரி மசிக்கூடு, நோட் புஸ்தகங்கள் இவற்றை ஒழுங்குபடுத்திவிட்டு வருமுன் காபியில் பாதிக்குமேல் காணாமல் போய்விட்டது. பாட்டியிடம் போய்ச் சொன்னான். "உனக்கு நன்றாய் வேண்டும்!" என்று கிழவி ஆசீர்வதித்தாள். சூரிக்கு வந்த ஆத்திரத்திற்கு அளவில்லை. அங்கிருந்த சுடுதண்ணீரை எடுத்துப் பூனையின்மேல் கொட்டினான். மியாவூவென்று நீளமாக அழுதுகொண்டே அது ஓடிவிட்டது.

இதைப் பார்த்திருந்த கௌரிக்குக் கண்ணில் ஜலம் வந்தது; தன் மீது சுடுதண்ணீர் விழுந்த எரிச்சல் உண்டாயிற்று. அதிலிருந்து மீனியின் மீது கௌரிக்குப் பின்னும் அதிகமான ஆசையும் நேசமும் உண்டாயின. கிழவிக்கும் சூரிக்கும் தெரியாமல் நெய்யுடன் கலந்த சாதத்தைக் கொல்லையில் கொண்டுபோய் மீனிக்குப் போடுவாள்; தன் காபியில் கடைசியில் பாக்கிவைத்து, கிணற்றங்கரையில் பாத்திரம் தேய்க்கும் பாவனையாய் மீனிக்குக் காபியைக் கொடுப்பாள்; மத்தியான வேளைகளில், பாட்டி தூங்கும்போதோ, பஞ்சீகர்ணம் போடும்போதோ மீனியுடன் கொல்லையில் விளையாடப் போவாள்.

நாளாக நாளாக ரகசியம் அம்பலமாகிவிட்டது. இருவருக்கும் வெட்கம் கெட்டுப்போயிற்று. கௌரி காபி குடிக்கும்பொழுதும், சாதம் அல்லது பக்ஷணம் சாப்பிடும்பொழுதும் பகிரங்கமாய் அவளிடம் வந்து மீனி கத்தும். அவள் பரிவுடன் தன்னுடையதை அதற்குப் பகிர்ந்து கொடுப்பாள். இதர வேளைகளில் வெறுமனே கௌரியின் மீது அன்புடன் மீனி உராயும்.

பூனையைப் பற்றிக் கிழவியின் உணர்ச்சிகள் ஒரு விதம். எவ்வளவு ஜாக்கிரதையாய்க் கிழவி வீட்டுக் காரியங்களைச் செய்தபோதிலும் முடிவில் எதிலாவது ஏமாறாமல் இருக்கமாட்டாள். தவிர, தினசரி காலையில் பூனை தரிசனம். கண்ணாடிக் குப்பியில் அடைத்து வைத்திருக்கும் அக்கினி திராவகத்தைப்போல் மீனியின் மீதுள்ள கோபத்தை அடைத்து வைத்திருந்தாள். அப்படி செய்யாவிட்டால் தங்கப்பூனைகளாய்ச் செய்து தானம் செய்ய அவளிடம் ஐவேஜி ஏது? எனவே கிழவியின் ஆத்திரத்திற்கு இலக்கு கௌரிதான்!

சூரியின் உணர்ச்சி மற்றொருவிதம். என்றைய தினம் மீனியின் சாக்கிட்டுத் தனக்கு அடிவிழுந்ததோ அது முதல் அதை எப்படியாவது தொலைத்துவிடவேண்டுமென்று அவன் நினைத்தான். அதற்குக் குறுக்கே நின்றாள் கௌரி, இல்லையா? தவிர அவனைப் பார்த்ததும் மீனி தாவிப்பாய்ந்து ஓடிப்போய்விடுவதும், கௌரியைக் கண்டால் கொஞ்சிக் குலாவுவதும் அவனுக்குப் பிடிக்கவில்லை. 'ஒரு பூனைகூட

என்னைப் பார்த்து அலக்ஷியம் செய்யும்படி ஆகிவிட்டதா?' என்ற துயரம். இவ்வளவு எண்ணங்களும் சேர்ந்து, மீனியையும் கௌரியையும் ஏககாலத்தில் கர்வ பங்கப்படுத்திவிடு என்று சூரிக்கு உபதேசம் செய்து கொண்டிருந்தன.

ஒருநாள் காலை வெயிலில், குட்டிச்சுவருக்குப் பின்னால் மீனி கால்களை நீட்டிக்கொண்டு சுகமாய்ப் படுத்துக்கிடந்தது. சூரி பார்த்தான். ஒரு பெரிய சாக்கைக் கொண்டு வந்து, 'திடும்' என்று பூனையின் மீது போர்த் திச் சாக்கையும் பூனையையும் அப்படியே தூக்கிக்கொண்டு வந்தான். கிழவி பார்த்து, "அடே! பூனை ஹத்தி செய்யாதே. பிராயச்சித்தம் செய்யப் பணமில்லை!" என்று கூப்பாடு போட்டாள்.

"ஒன்றும் செய்யவில்லை. பயப்படாதே" என்று சொல்லிக்கொண்டே ஒரு கம்பிக்கூட்டில் கொண்டுபோய் அதை அவன் அடைத்துவிட்டான். சர்க்கஸில் சிங்கம் புலிகளைப் பழக்கவில்லையா? அதற்குப் பிறகு, இப்படிச் செய், அப்படிச் செய் என்று ஆட்டிவைத்தபடியெல்லாம் அவை ஆடவில்லையா? அதைப்போல், புலிக்குப் பதிலாகப் பூனையை வைத்து கௌரியைக் கண்டால் ஓடிப்போகும் படி பழக்கவேண்டுமென்ற உத்தேசம் போலும் சூரிக்கு! மீனி சிறிது நேரம் கத்திப் பார்த்தது. பிறகு கூண்டுக்குள் குறுக்கும் நெடுக்குமாய் நடந்து கம்பி இடுக்குகளில் முகத்தை விட்டுப் பார்த்தது. அப்பால் கம்பிகளை முன் கால்களால் பிறாண்டிப் பார்த்தது. ஒன்றும் பலிக்க வில்லை. திரும்பவும் முன்போல் அலையத் தொடங்கிற்று. சிறிது நேரம் சென்று சூரி பூனைக்குப் பால் கொண்டு போய் வைத்தான். என்ன காரணத்தாலோ மீனி பால் சாப்பிட மறுத்தது. கண்களை மூடிக்கொண்டு ஏதோ குருட்டு யோசனை செய்தது.

நடந்தது அவ்வளவும் கௌரிக்குத் தெரியும். இருந்தாலும் அவ்வளவு வெளிப்படையாய் சூரியின் விரோதி ஆவதற்குக் கௌரிக்குத் துணிவில்லை. இருந்தாலும் மீனியின் நிலைமைக்காக வருந்தாமல் இருக்கவில்லை. அன்று கௌரிக்கு சாப்பாடுகூட சரியாகச் செல்ல வில்லை. இரவு எப்பொழுது வரும் என்று காத்துக்கொண்டிருந்தாள்.

இரவு ஒன்பது மணியிருக்கும். எங்கே கூட்டில் பூனை செத்துப்போய்விடப் போகிறதோ என்று பயந்து மெதுவாய் ஒருவருக்கும் தெரியாமல் கூட்டை அப்படியே வெளியே எடுத்துக்கொண்டு போய்ப் பூனையை விட்டு விடுவோம் என்ற எண்ணத்துடன் கிழவி அக்கூட்டண்டை வந்து சேர்ந்தாள். அங்கே கொஞ்சம் இருட்டு; அவ்விருட்டில் மற்றோர் உருவம் தோன்றிற்று. "யாரது?" என்றாள். "நான்தான்" என்றாள் தூங்கிப்போய் விட்டதாகக் கருதப்பட்ட அந்த கௌரி.

"இருட்டில் இங்கே என்ன செய்கிறாய்?" என்றாள் கிழவி.

"நீ என்ன செய்யப்போகிறாய் பாட்டி?" என்று பதில் கேள்வி கேட்டாள் கௌரி.

"பயப்படாதே; உன் பூனைக்குட்டியைச் சந்தில் கொண்டுபோய் விட்டுவிடுகிறேன். இல்லாவிட்டால் இந்தச் சூரி அதைக் கொன்று விடுவான்... நீ என்ன செய்கிறாய் இருட்டில்?"

ஒன்றுமில்லை என்று கௌரி சொன்னது பொய். உண்மையில் சாயங்காலம் தனக்குக் கிடைத்த காபியில் கொஞ்சம் ரகசியமாய் மிகுத்து வைத்திருந்ததை அப்பொழுதுதான் மீனிக்குக் கொடுத்து முடிந்திருந்தது.

"ஆனால், சரி, நீ இங்கேயே இரு; நான் கொண்டு போய் விட்டுவிடுகிறேன்" என்றாள் கிழவி.

கௌரிக்கு மீனியை இழக்கவும் இஷ்டமில்லை; குற்றவாளியைப்போல் கூட்டில் பார்க்கவும் இஷ்டமில்லை. முடிவில் எங்கேயாவது பிழைத்துக் கிடக்கட்டும் என்று தானும் சந்துவரையில் போய்விட்டு வந்தாள். சனி ஒழிந்தது என்று கிழவி அகமகிழ்ந்துகொண்டிருந்தாள். கௌரிக்கோ துக்கம் நெஞ்சை அடைத்தது. அவரவர்கள் படுக்கப்போய் விட்டார்கள்.

நல்ல நிசிவேளை. பின்னும் ஓர் உருவம் பூனையைப் பார்க்க வந்தது – ஆஜர் பார்க்க! சந்தேகமென்ன? சூரிதான்! இருட்டில் குனிந்து பார்த்தபொழுது கூடுமட்டும் இருந்தது; பூனையைக் காணோம். வடவாக்கினிபோல கோபம் சீறியெழுந்தது; 'அந்தக் கௌரியை ஒரு கை பார்க்கிறேன். ராத்திரி பூனையை விரட்டிவிட்டால் எனக்குத் தெரியாமல் போய்விடுமா? இருக்கட்டும்' என்று சபதம் செய்தான்.

மறுநாள் பொழுது விடிந்தது. கிழவி படுக்கையை விட்டு எழுந்ததும் மீனி முகத்தில் விழித்தாள்; "சிவ சிவ! போன சனியன் திரும்பி வந்துவிட்டதா" என்று தலையில் அடித்துக்கொண்டாள். ஆனால் கௌரியின் மகிழ்ச்சிக்கு அளவில்லை. கொல்லைப்பக்கம் பல் துலக்கப் போனாள். வெந்நீர் அடுப்புக் கூரைமேல் பூனைக்குட்டி பதுங்கிக் கொண்டிருந்ததைப் பார்த்தாள் .

"அட மீனி!" என்றாள் கௌரி.

"மியாவ், மியாவ்" என்று கத்திக்கொண்டே அவளருகில் வந்தது பூனை.

"என்னை விட்டுப் போகமாட்டியோ? நல்ல மீனி! தங்கக் கம்பி; கண்ணு!"

“மியாவ் மியாவ்.”

“சூரி பார்த்தால் ஓடிப்போன திருடன் என்று உன்னைக் கொன்று விடுவானே – என்ன செய்கிறது?”

“மியாவ் மியாவ்.”

இப்படி கௌரியும் மீனியும் பிரேமா பாஷையில் பேசிக் கொண்டிருந்தபொழுதே சூரி வந்துவிட்டான்.

“ஏண்டி கௌரி! பூனைக்குச் செப்பிடு வித்தை தெரியும் போலிருக்கிறது. கூட்டிலே இருந்து தானே வெளியிலே வந்துவிட்டதே' என்று கண்ணைச் சிமிட்டினான்.

“போடா குரங்கு! எனக்கென்னடா தெரியும் அதெல்லாம்?” என்று சீறினாள் கௌரி.

மீனி நாயைக் கண்டதுபோல் எங்கேயோ நடுங்கிப் பதுங்கிவிட்டது.

சூரிக்கு அவமானம் தாங்கவில்லை. 'நான் கௌரிக்கு அண்ணன் என்று உணரும்படி செய்யாவிட்டால் என் பெயரை மாற்றிக்கொள்கிறேன்' என்று சங்கல்பம் செய்து கொண்டான். ஆனால் பதட்டமாய் ஒன்றும் செய்யவில்லை. தந்திரத்தைக் கையாண்டான்.

“கௌரி! உன்மேல் எவ்வளவு ஆசை பார்த்தாயா மீனிக்கு! போன ஜன்மத்திலே அது உனக்குத் தங்கை அதுதான் அவ்வளவு கொஞ்சுகிறது. அப்போது நான் ஓர் எலி. அதுதான் உங்கள் இரண்டுபேருக்கும் என்மேல் கோபம் வருகிறது. பழையதெல்லாம் போகட்டும். இனிமேல் எல்லாரும் சேர்த்தியாய் இருப்போம். சரிதானா?” என்று அழகாய் உருக்கமாய்ப் பேசினான்.

கௌரி வெகுளிதானே! பேச்சு அவள் மனதைக் கரைத்தது. அண்ணாவுக்கு நல்ல புத்தி வந்துவிட்டதென்ற சந்தோஷத்தால் தன் பக்ஷணத்தில் ஒரு பங்கு அண்ணனுக்கு வழங்கினாள்.

மணி பத்தடிக்கவே சூரி காலைப் பள்ளிக்கூடத்திற்குப் போய்விட்டுத் திரும்பினான். இரண்டாம்தரம் சாப்பிட்டான பிறகு ஒரு அழுக்குக் கடுதாசியை எடுத்து எழுதினான்.

'சார் அவர்களுக்கு,

எனக்கு ரொம்ப ரொம்பத் தலைவலி. பாட்டி மத்யானமாய்ப் பள்ளிக் கூடம் போகாதே இன்னுட்டாள். எனக்குப் பொட்டில் மொளகு அரச்சுப்போட்டிருக்கு. எனக்கு லீவ் வேணும்.

டி. சூர்யநாராயணமூர்த்தி.'

இக்கடிதத்தை அடுத்த வீட்டுப் பையனிடம் கொடுத்தனுப்பிவிட்டான். ‘வயிற்றுவலி; பள்ளிக்கூடம் போக முடியாது’ என்று பாட்டியிடம் சொல்லிவிட்டு ஒரு பாயை எடுத்துப் போட்டுக்கொண்டு நான்கு தரம் அங்கப் பிரதக்ஷிணம் செய்தான். பாட்டி குழந்தைக்கு ஓமமும் வெற் றிலையும் கொடுத்துவிட்டு, மூக்குக்கண்ணாடியை மாட்டிக் கொண்டு மெய்மறந்து ஞானவாசிஷ்டம் படிக்க ஆரம்பித்துவிட்டாள்.

சமயம் வாய்த்ததென்று பாயை விட்டு சூரி மெதுவாய் நழுவினான். வீட்டின் இரண்டு கட்டிலும் கௌரியைக் காணோம். திருடர்கள் கொல்லையிலிருப்பார்கள் என்று எண்ணிக்கொண்டே குதிருக்குப் பின் வைத்திருந்த சிட்டுப் புள் கழியை முதுகுக்குப் பின்னால் ஒளித்து எடுத்துக்கொண்டு கொல்லைப்புறம் போனான்.

கௌரி ஒரு காலை நீட்டிக்கொண்டு ஆனந்த சாகரத்தில் மூழ்கியபடி உட்கார்ந்திருந்தாள். எதிரே அம்மானைக் காய்கள் கிடந்தன. மீனி அவற்றைக் கடித்துக் கொண்டிருந்தது. சூரிக்கு மீனியைக் கொல்லவேண்டுமென்ற எண்ணமல்ல. பள்ளிக்கூடத்து வாத்தியார் ரூல் கழியால் லேசாகத் தலையில் தட்டுகிறாரே, அதைப்போல் மீனிக்கு இரண்டு தட்டுப் போட்டால் அது வழிக்கு வந்துவிடும் என்ற யோசனை; மெதுவாய் கௌரிக்குத் தெரியாமல் அவளுக்குப்பின் போய் நின்று, ஓர் அடி போட்டான். அது இவ்வளவு பலமாய் விழும் என்று அவனே எதிர்பார்க்கவில்லை. அடிப்பதற்கு முந்தி கௌரி பார்த்துவிடப் போகிறாளே என்ற பயத்தாலேயே அடி அவனை யறியாமலே பலமாய் விழுந்துவிட்டது.

மீனி பிரமாதமாய் அழுதவண்ணம் ஒடிந்துபோன இடுப்பை இழுத்துக்கொண்டு ஒரு புதருக்குள் மறைந்தது.

சூரிக்குக் குலை நடுங்கிற்று. அதைப் பொய்க் கேள்வியால் மறைக்கப் பார்த்தான். “ஏண்டி. கௌரி! நான் விளையாட்டுக்குத்தானே மெதுவாய்த் தட்டினேன். உன்னைப் போலவே உன் பூனையும் மாமாலம் பண்ணுகிறதே.”

கௌரி பதில் சொல்லவில்லை. முகம் கடுகுபோலாகி விட்டது. பூனைகிட்டப் போனாள் – தடவிக்கொடுப்பதற்காக. மீனி பழைய மீனியாகவே இல்லை. நல்லபாம்பு போல் புதருக்குள்ளிருந்தபடியே சீறிற்று. “மீனி! மீனி!! நான் கௌரிதானே? ஒன்னோடே சேத்திதானே. கோவிச்சுக்கறயே? கொலைகாரன் சூரி இன்னா அடிச்சான்” என்று அழுகையுடன் கெஞ்சினாள். மீனி புஸ் புஸ் என்று சீறியதுமல்லாமல் கௌரியின் கைகளைப் பிறாண்டிவிட்டது. அவ்வளவு துன்பம்போலும்! கௌரிக்குப் பிறாண்டினதுகூடப் பெரிதாய்த் தோன்றவில்லை.

தன்னையும் பார்த்து மீனி நடுங்கலாச்சே என்ற துக்கம். துக்கத்தால் அழுகை பலத்தது; தாரை தாரையாய்க் கண்களில் நீர் வடிந்தது.

கௌரி அழுவதைப் பார்த்த சூரிக்கு என்றும் அறியாதவாறு கண்ணீர் ததும்பிற்று. அண்ணனும் தங்கையும் ஒருவரைப் பார்த்து ஒருவர் தேம்பித் தேம்பி அழுதார்கள். அழுகை ஓய்ந்ததும் சூரி போய் மீனிக்கு வைத்தியம் செய்ய முயன்றான். பிரயோஜனப்படவில்லை. பிறகு இருவரும் கைகோத்துக்கொண்டு உள்ளே போய் விட்டார்கள்.

இரவு வந்தது. கிழவி கௌரியைப் பார்த்து, "எங்கே என் பிரதிவாதி–உன் மீனி?" என்றாள். கௌரி கண்களில் வரும் ஜலத்தைக் கசக்கிக்கொண்டு, "போ பாட்டி, உனக்கு வேறே வேலையில்லையா?" என்றாள்.

அன்றிரவு பத்து மணிக்குமேல் மழை பிடித்துக் கொண்டது. ஒரே பாயில் படுத்துக்கொண்டிருந்த சூரியும் கௌரியும் மீனியை உத்தேசித்து மழையைத் திரும்பிப்போகும்படி பிரார்த்தித்துக் கொண்டிருந்தார்கள்.

மறுநாள் அதிகாலையில் கரிச்சான் குருவியும், சேவலும், பச்சைக் குழந்தைகளும் எழுந்திருக்கும் நேரத்தில் இருவரும் எழுந்திருந்து கொல்லைப் புதரில் போய்ப் பார்த்தார்கள். பூனை கண்ணில் படவில்லை. எங்கேனும் போய் இருக்கும் என்று திருப்தியடைந்தார்கள்.

அந்திப்பொழுது பலமாய்க் காற்று கிளம்பிவிட்டது. மரங்களெல்லாம் பேயாடின. தெருக்களில் தென்னை மட்டையும் உதிர்ந்த இலைகளும் விழுந்தன. இலைச்சருகுகள் சுழன்றன. வடகிழக்கிலிருந்து சமுத்திரமே புரண்டு வருவதுபோல் கருமேகக் கூட்டங்கள் வானில் வந்து நிரம்பின. ஓஹோ, மழைக்காலத் துவக்கம்!

பள்ளிக்கூடத்திலிருந்து திரும்பிவந்த சூரிக்கு ஒரு குடைச்சல், சந்தேகம் – ஒருவேளை தாங்கள் காலை இருட்டில் பூனையைச் சரியாகத் தேடவில்லையோவென்று. அப்படி இருந்துவிட்டால் இரண்டாவது நாளும் மீனி மழையில் நனைந்துவிடுமே என்று நினைத்து கௌரியையும் அழைத்துக்கொண்டு கொல்லைப்புறம் போனான்.

காலையில் பழைய பத்திரிகையோ இலைச்சருகோ என்று அலக்ஷியம் செய்தது இப்பொழுது மீனியென்று தெரிந்தது. குழந்தைகள் நெஞ்சம் இளகி நீராகிவிட்டது. பரபரப்பாய் இருவரும் உள்ளே சென்று ஆளுக்கொரு பிடி நெய்யும் சாதமுமாய்க் கொண்டுவந்து மீனியின் முன் வைத்தார்கள். அது ஆவலின்றிக் கொஞ்சம் தின்றது. அன்றாவது மழையில் நனையாமல் உள்ளே இருக்கட்டும் என்று அவர்கள் மீனியைப் பிடிக்க முயன்றும் பயன்படவில்லை. வலி பொறுக்கமாட்டாமல் இருவர் கையிலும் கீறி ரத்தக் காயம் அடித்துவிட்டது. கௌரி கண்

கொட்டாமல் சூரியைப் பார்த்தாள். அவன் தலைகவிழ்ந்து கால் கட்டை விரலால் மண்ணைத் தோண்டினான். மழை வந்ததும் குழந்தைகள் உள்ளே போய்விட்டார்கள்.

அன்றுமுதல் எட்டுத்திக்கும் கரைந்துவிடும்படியாக மழை பொழிந்தது. ஜலப்பிரளயம். வெளியே தலை நீட்ட முடியாது. அப்படியும் குழந்தைகள் ஒவ்வொரு தினமும் புதரடியில் மீனிக்குக் கொண்டுபோய் ஏதேனும் ஆகாரம் வைப்பார்கள். மூன்றாவது நாள் போனபொழுது மீனி விறைத்துக் கிடந்தது. பாவம், இரு குழந்தைகளும் அதைப் பார்த்து விம்மி விம்மி அழுதார்கள். அவர்களுக்குத் தேறுதல் சொல்லிய கிழவியின் வார்த்தைகள் அவ்வளவும் புதுக்கோட்டை அம்மன் காசுகூடப் பெறவில்லை.

69. புருஷன் எழுதின கதை

கூடத்தில் தரை மீது உட்கார்ந்திருந்த ருக்மணிக்கெதிரே தாள்கள் பரப்பிக் கிடந்தன. உதட்டண்டை பென்சிலை செங்குத்தாகப் பிடித்துக்கொண்டபடியே, அவள் யோசனையிலாழ்ந்திருந்தாள். அப்பொழுது அவள் கணவன், சோமசுந்தரம் போட்டிப் பரிசுத் தாள்களைக் கையிலெடுத்துக்கொண்டு உள்ளே நுழைந்தான்.

"என்ன யோசனை? ஏதோ எழுதிக்கொண்டிருக்கிறாயே?"

"ஆமாம் – நான் பிறந்த கதையை."

"முட்டாள்."

"சந்தேகமென்ன? முட்டாளின் கதைதான்."

"உனக்கு கிறுக்கு ஜாஸ்தி" என்று பின்னலைச் சொடுக்கிவிட்டு பக்கத்தில் உட்கார்ந்து ஒரு தாளை எடுத்தான்.

அதில் எழுதியிருந்தது :–

'சாரதா!'

'ஏன்?'

'ரொம்ப அவசரம். ஏதாவது சின்ன நகையாய் வேண்டியிருக்கிறது. மிளகுவளை போதும்.'

'நீங்கள் எப்பொழுதுமே இப்படித்தான். எனக்குப் போட்ட நகையில்

பாதிதான் பாக்கி இருக்கிறது. இப்படி ஒவ்வொன்றாய்ப் போகட்டும். இப்பொழுது எதற்காக?'

'எதற்காகவா? இப்படி அந்த நாள் கற்பரசிகள் கணவன்மார்களைக் கனவிலாவது கேட்டிருப்பார்களா? காரியமில்லாமல் கேட்பேனா என்று தெரியவில்லையே.'

'உங்கள் லாப நஷ்டத்தில் நானும் கொஞ்சம் பங்கெடுத்துக்கொள்ள இடம் தரலாகாதா? நமக்குள் அந்தரங்கம் என்பது வேண்டாமா?'

'தட்டாமல் செய்துவிட்டு விவரம் கேட்பது ஹிந்து ஸ்திரீ தர்மம். எனக்குக் கருத்தில்லையா?'

சாரதா மிளகு வளையலைக் கழற்றிக் கீழே வைத்தாள். 'இதோ வந்து சமாசாரம் சொல்லுகிறேன்' என்று ராகவன் வெளியே போய்விட்டான்.

பத்து நாட்கள் சென்றன. மத்தியானமாய் சாரதா அப்பளமிட்டுக் கொண்டிருந்தாள். அருகில் அவளுடைய நாத்தி வில்லை தட்டிக் கொண்டிருந்தாள்.

'ஏண்டீ சாரதா! மிளகு வளை எங்கே?'

'எண்ணெய் தேய்த்துக் கொண்டேனல்லவா? கழட்டி வைத்திருக்கிறேன்.'

'எண்ணெய் தேய்த்துக்கொண்டால் கல் நகையைக் கழட்டி வைக்கிறதென்று கேள்விப்பட்டிருக்கிறேன். கை வளையைக் கழட்டி வைக்கிறதென்று கேள்விப்பட்டதில்லை... நிஜத்தைச் சொல்லிவிடு.'

'நிஜமாகத்தான் சொல்லுகிறேன்.'

'வெறும் பொய். அப்படியென்றால் மூங்கில் வளை மாத்திரம் கையில் இருப்பானேன்?'

'ஸ்நானம் செய்த பிறகு வெறும் கையாய் இருக்க வேண்டாமென்று அதை மாத்திரம் எடுத்துப் போட்டுக்கொண்டேன்.'

'நான் நம்பவில்லை. ஏதோ திரிசமன் இருக்கிறது.'

'சரி.'

'கெட்டுப் போக்கிவிட்டு சால்ஜாப் சொல்லுகிறாப்போல் இருக்கிறது.'

'இருக்கும்.'

'அண்ணா இடத்தில் சொல்ல வேண்டியதுதான். சொல்லட்டுமா?'

'வேண்டாம், வேண்டாம்.'

‘அப்படி யென்றால் நிஜத்தை மரியாதையாய்க் கக்கி விடு.’

‘அதை மாத்திரம் கேட்க வேண்டாம். பிறகு வருத்தமாயிருக்கும்.’

‘யாருக்கு?’

‘உங்களுக்கு – எனக்கு.’

‘பாதகமில்லை. இந்தப் பனங்காட்டு நரி சலசலப்புக்கு அஞ்சாது தெரியுமா? நீ பயமுறுத்தினால் பயப்படமாட்டேன். நிஜத்தைச் சொல்லி விடு.’

சாரதா ஒரு நிமிஷமாகியும் பதில் சொல்லவில்லை. உடம்பைப் போட்டு திருகிக் கொண்டிருந்தாள். கை விஷமம் பண்ணிற்று.

‘இப்பொழுது சொல்லப்போகிறாயா இல்லையா?’ என்றாள் நாத்தி.

இதைப் படித்துவிட்டு, “ஏன் ருக்மணி! பாக்கியை எழுதவில்லை” என்று கேட்டான் சோமசுந்தரம்.

‘ஒன்றும் ஓடவில்லை.’

‘பேச்சு கிராமபோனில் பிடித்தாற் போலிருக்கிறது. மிச்சத்தையும் எழுதினால் ஏதாவது துட்டு சம்பாதிக்கலாம்.’

‘துட்டில்தான் எப்பொழுதும் குறி – உங்களுக்கு.’

‘உனக்கு – உதவாத கற்பனையில்!’

‘சண்டை வேண்டாம்... நீங்கள்தான் கதையைப் பூர்த்தி செய்யுங்களேன்.’

‘மத்யானமாய்ப் பார்ப்போம்... ஒரு எட்டு ரூபாய் பணம் வேண்டி யிருக்கிறது. கைமாற்று அகப்படவில்லை.’

‘எதற்காக?’

‘ஐயாயிரம் ரூபாய் சம்பாதிக்க வேண்டியிருக்கிறது.’

‘சம்பாதித்தால், வைரத் தோடு வாங்கித் தருவதாகயிருந்தால் சொல்லுங்கள், யோசிக்கிறேன்’ என்று குறும்பாய்ச் சிரித்தாள் ருக்மணி.

‘கட்டாயம்’ என்று சோமசுந்தரமும் சிரித்தான்.

‘அதுசரி, பணம் எப்படிக் கிடைக்கும் என்று கேட்கவில்லையே? 'டைம்ஸ்' என்று ஒரு பத்திரிகையில் ஊர்கள் போட்டிப்பரிசு விளம்பரம் செய்திருக்கிறான்.’

‘ஓ? போட்டிப் பரிசா? கட்டாயம் ஜெயம்தான்... கெடு எவ்வளவு?’

'இன்னும் இரண்டு நாளிருக்கிறது விடை பிசகென்று மூச்சுப் பரியக்கூடாது. அலசி அலசி விடை கண்டுபிடித்திருக்கிறேன்.'

'நாளைக்குப் பார்ப்போமே.'

மறுநாள் காலையில் சோமசுந்தரம் ருக்மணியிடம் 'இதோ பார்' என்று இரண்டு தாள்களை நீட்டிவிட்டு, சாய்மான நாற்காலியில் உட்கார்ந்தான்.

அவற்றில் எழுதியிருந்தவை:–

'இப்பொழுது சொல்லப்போகிறாயா இல்லையா?' என்றாள் நாத்தி.

சாரதாவோ மகா உத்தமி. நளாயினியைப் போன்றவள். கணவன் கிழித்த கோட்டைக் கனவிலும் தாண்டியறியாதவள். தன்னுடையது என்று ஒருவித உரிமையும் பாராட்டாதவள். கணவனும் கடவுளும் அவளுக்கொன்று. அப்பேர்ப்பட்டவளா ராகவனைக் காட்டிக் கொடுப்பாள்!

'நீங்கள் நச்சுப்படுத்துகிறீர்களே என்று சொல்லுகிறேன். அவருக்குத் தெரிந்தால் கோபிப்பார். சொல்லிவிட வேண்டாம். கோடி புண்யம் உண்டு.'

'அப்பொழுதே தெரியுமே!'

'பார்த்தீர்களா அக்கா! செய்தது புத்தியில்லாக் காரியம் என்று ஒப்புக் கொள்ளும்பொழுதே கோபம் வரு கிறதே, சொல்லிவிட்டால்?'

'இல்லை. இல்லை. அறியாமல் வார்த்தை வழிந்து போயிற்று, நீ சொல்லு.'

'கோடி வீட்டு செல்லப்பெண் இருக்கிறாளல்லவா, அவள் எங்கோ கல்யாணத்திற்குப் போகவேண்டுமென்று மிளகு வளையை இரவல் கேட்டாள். எனக்கென்ன தெரியும்? கொடுத்துவிட்டேன். பிறகு போன வாரம் திருப்பிக் கொடுத்தனுப்பினாள். அதை வாங்கி எங்கேயோ இடது கையால் வைத்துவிட்டேன் போல் இருக்கிறது.'

'நீட்டி முழக்குவானேன்' என்று நாத்தி குறுக்கிட்டாள்.

'அப்படி இல்லை. கீழே வைத்தேனல்லவா? அப்புறம் மறந்து போய் விட்டேன். இரும்படுப்பிலிருந்து தணலைக் கீழே கொட்டி, நெய் உருக வைத்துவிட்டு, கிணற்றங்கரைக்குப்போய் வந்தேன். இந்த வளையல் கண்ணில் பட்டது. சில இடங்களில் கருப்பாக இருந்தது. இதென்னடா என்று எடுத்துப் பார்த்தேன். என் வளையலே இல்லை போல் தோன்றிற்று. வெறும் இமிடேஷன்! அதை எப்படி செல்லப்பெண்ணைப்

போய்க் கேட்கிறதென்ற பயம். அதை யார் போட்டுக் கொள்ளுகிறதென்று ட்ரங்கில் ஒரு மூலையில் போட்டிருக்கிறேன். என்ன செய்கிறது?... அக்கா! மறந்துபோய் அண்ணாவிடம் உளறி விட வேண்டாம்; ஜாக்ரதை.'

'உன் புத்தியை ஜோட்டால் அடித்துக்கொள்' என்று அனுக்ரகம் செய்தாள் நாத்தி.

அன்றைய தினம் சாயங்காலம் சாரதா ஆற்றங்கரைக்குப் போயிருந்த நேரத்தில், "பார்த்தாயா–உன் மனைவி சாமர்த்தியத்தை! மிளகு வளையைத் தொலைத்துவிட்டு திருடனைத் தேள் கொட்டினாற்போல் இருக்கிறாள். உனக்குத் தெரியுமா?" என்று நாத்தி ராகவனைக் கேட்டாள்.

'எனக்குத் தெரியாது. என்ன விசேஷம்?' என்றான் சகோதரன்.

அதன்பேரில் சாரதா சொன்ன விஷயத்தை பிராஸம் போட்டு நாத்தி சொல்லி முடித்தாள்.

'இப்படி சமாசாரம் என்று யார் சொன்னது உனக்கு?' என்று கேட்டான் ராகவன்.

'சாரதா!'

தொலையட்டும், அவள் நகைதானே என்று தன் அலுவலைப் பார்க்கப் போய்விட்டான்...

இரவு நிலா பளிச்சென்று பிருமானந்தமாய் காய்ந்து கொண்டிருந்தது. மாடியில் சாரதா வெற்றிலை போட்டுக் கொண்டிருந்தாள். ராகவன் தன் வாயிலிருந்த தாம்பூலத்தை உமிழ்ந்து விட்டுத் திரும்பிவந்தான்.

'நீங்கள்தான் புகையிலை போட்டுக் கொள்வதில்லையே. ஏன் உமிழ்ந்து விட்டு வருகிறீர்கள்?' என்றாள் சாரதா.

'இன்றைக்கு உன் கையால் வெற்றிலை வாங்கிக் கொள்ள வேண்டு மென்றிருந்தேன். மறந்துபோய் நானாகவே போட்டுக்கொண்டு விட்டேன். அதற்காகத்தான்.'

'இன்று என் விரலில் புதிதாக ஏதாவது வைரம் வைத்து இழைத்தி ருக்கிறதா என்ன?'

'சந்தேகமென்ன; பத்தரைமாற்றுத் தங்கமல்லவா நீ! என்னைக் காட்டிக் கொடாமலிருப்பதற்காக என் தங்கையிடம் இப்படி அண்டப்புளுகு புளுகி இருக்கிறாயே! இது அந்தக் காலத்துக் கற்பரசிகள் செய்கை போலிருக்கிறது. பூர்வ ஜன்மத்தில் நல்ல பூஜாபலனைச் செய்திருக்கிறேன்'

என்று சொல்லியபடியே மனைவியின் தாமரை ஒத்த கையை ராகவன் அன்புடன் பற்றினான்.

அதைப் படித்ததும் "புருஷர்கள் எழுதிய கதை என்று நெற்றியில் எழுதி ஒட்டி இருக்கிறதே" என்று ருக்மணி விமர்சனம் செய்தாள்.

"அதெப்படி?" என்றான் சோமசுந்தரம்.

"இதோ சொல்லுகிறேன். நேற்று யோசனை ஓடவில்லை என்று உங்களை எழுதச் சொன்னேனல்லவா?"

"ஆமாம்."

"அதற்குப் பிறகு என்னமோ தோன்றிற்று. விருவிறென்று எழுதி முடித்துவிட்டேன். இதோ கொண்டு வருகிறேன்" என்று பெட்டி யிலிருந்து இரண்டு தாள்களைக் கொண்டுவந்து கொடுத்தாள். சோமசுந்தரம் படித்தான்:

'இப்பொழுது சொல்லப்போகிறாயா இல்லையா?' என்றாள் நாத்தி.

'தொந்தரவு கொடுக்கிறீர்கள், சொல்லி விடுகிறேன். பிறகு ஆனது ஆகட்டும்... உங்கள் அண்ணா வாங்கிக் கொண்டிருக்கிறார்.'

'பாகற்காயைப் பூனை தூக்கிக்கொண்டு போய்விட்டது – அப்படித்தானே, சாரதா' என்று நாத்தி கேலியாய்ச் சிரித்தாள். சாரதா அழாத தோஷமாய்ச் சாதித்தாள்.

'ஆனால் அவனைக் கேட்கட்டுமா?'

'கோடி புண்யம் உண்டு. கேட்கவேண்டாம். ஒருவரிடமும் சொல்லாதே என்று வாங்கிக்கொண்டிருக்கிறார். நீங்கள் கேட்டுவிட்டால் எனக்கு ஆபத்து.'

'ஹ' என்று பெருமூச்செறிந்தாள் நாத்தி. அதற்குப் பிறகு மௌனமாய் இருவரும் அப்பளமிட்டு முடித்தார்கள்.

அன்றைய தினம் சாயங்காலம் சாரதா ஆற்றங்கரைக்குப் போயிருந்த பொழுது, நாத்தி ராகவனைக் கண்டு, 'ஏண்டாப்பா! சாரதா மிளகு வளையைப் பிடுங்கிக்கொண்டிருக்கிறாயாமே' என்றாள்.

'பிடுங்கிக்கொள்ளவில்லையே.'

'ஆனால்?'

'அவளைக் கேட்டேன். கொடுத்தாள்.'

'எதற்காக?'

‘ஒருவரிடம் கைமாற்று வாங்கியிருந்தேன். நாளாகி விட்டது. அவன் நோட்டீஸ் கொடுத்துவிட்டான். அதற்காக இதை விற்றுக் கொடுத்து விட்டேன்.’

‘அடே! முட்டாள் பையா!’

இரவு. தலையெழுத்தே என்று நிலாச்சுருணை ஆகாயத்தை அரை குறையாய் மெழுகி வைத்திருந்தது. மாடியில் ராகவன் தனிமையாய் உட்கார்ந்திருந்தான். ஒரு கையில் வெற்றிலைத் தட்டும், ஒரு கையில் கூஜா செம்புமாக சாரதா மாடிக்கு வந்தாள். கணவன் அவளைச் சட்டை செய்யவில்லை. ஏதோ சிரமம் போலிருக்கிறது என்று நினைத்து பரிவுடன், ‘தீர்த்தம் வேண்டுமா!’ என்று கேட்டாள்.

‘வேண்டாம்’ என்று கடுகு வெடித்தாற்போலக் கூறினான் ராகவன்.

ரொம்ப அலுத்துப்போய் இருக்கிறார் என்று நினைத்து வாசனைப் பாக்கை சுண்ணாம்பிட்ட வெற்றிலையில் வைத்துக் கட்டி, ‘இந்தாருங்கள், பீடா’ என்று இன்புறுத்த முயன்றாள்.

‘உன் கையில் மனிதன் வாங்கிச் சாப்பிடுவானோ?’ என்று சீறினான். சாரதாவுக்கு திகைப்பு மேலிட்டு சோகம் பிறந்து கண்ணில் நீர்வடிந்தது.

‘என்மீதென்ன கோபம்? நான் ஒரு பிசகும் செய்யவில்லையே.’

‘பிசகு செய்யவில்லையா? நான் நகை வாங்கிக்கொண்டதை என் தங்கையிடம் சொல்லவேண்டாமென்று கிளிப்பிள்ளைக்குச் சொல்வதுபோல சொல்லியிருந்தேனல்லவா? ஏன் பிதற்றி விட்டாய்?’ என்று கொட்டாங்கச்சி அடுப்பில் இரைவது போல் எரிந்து விழுந்தான்.

‘முதலில் கழட்டி வைத்திருக்கிறேன், அப்படி இப்படி என்று சொல்லிப் பார்த்தேன். நம்பவில்லை. நான் யோசித்தேன். விஷயத்தைச் சொல்லாம லிருந்தாலும் சரி, சொன்னாலும் சரி; ஏதேனும் என்னைப் பற்றி உங்களிடம் கோள் சொல்லத்தான் போகிறாள். காரியமென்னவோ முடிந்துவிட்டது. நிஜத்தைச் சொல்லித்தான் பொல்லாப்பு அடை வோமே என்று சொல்லி விட்டேன். சொல்லாமல் என்ன செய்கிறது?’

‘ரகசியத்தைப் போட்டு உடைத்துவிடுகிறது! வெகு அழகு. கணவனுக்கும் மனைவிக்குமுள்ள அன்பும் அந்தரங்கமுமே இந்த நாளில் கிடையாது. கலிகாலம்! நீதான் என்ன செய்வாய்?’

‘நான் ஒன்றும் விகல்பமாய்ச் செய்ததாகத் தெரியவில்லையே.’

‘அடே சை! கட்சி பேசாதே. அப்புறம் கோபம் வரும். பேசாமல் போ கீழே’ என்று மாடிப்படியைச் சுட்டிக்காட்டினான் ராகவன்.

சாரதா கண்களைப் பிசைந்துகொண்டாள். சிவனே என்று தலையைத் தொங்கப்போட்டுக்கொண்டு கீழே இறங்கினாள். மாடிப்படிகளில் இறங்கியபொழுது கால் மெட்டிகள் செய்த ஓசை கர்ண கடூரமாய் இருந்தது.

அதைப் படித்த சோமசுந்தரத்திற்கு ருக்மணியின் முகத்தைப் பார்க்கக் கொஞ்சம் கூச்சமாயிருந்தது. தாளினால் முகத்தை மறைத்தபடியே "உன் கதை நன்றாய் இருக்கிறதே" என்றான்.

"எல்லாம் உங்கள் ஆசிர்வாதம்... ஊர்கள் போட்டிப் பரிசுக்கு வேண்டுமானால் இன்றே பணம் அனுப்பிவிடலாம். பக்கத்து வீட்டில் கேட்டு வாங்கி வைத்திருக்கிறேன். கொண்டுவரட்டுமா?" என்றாள் ருக்மணி.

சோமசுந்தரம் ஜேபியில் இருந்த பரிசுத்தாள்களை எடுத்து நூறு சுக்கலாய்க் கிழித்தெறிந்தான். வெற்றியை விளக்கும் புஷ்ப வர்ஷம் போல் அவைகள் பறந்து விழுந்தன.

70. காபூலிக் குழந்தைகள்

நல்ல உச்சி வெய்யில். ரஸ்தாவின் தார் உருகி ஈயம் போல் ஓடிற்று. தெப்பக்குளத்தினின்று சூடான காற்று குப் குப் என்று வந்தது. குளத்து நீரில் விழுந்த சூரிய கிரணங்கள் நீராழி மண்டபத்தின் மீது பாய்ந்து விளையாடிக் கொண்டிருந்தன. வெப்பம் தாங்காமல் காட்டுப் புறாக்கள் மண்டபத்தின் மாடங்களில் வாயைப் பிளந்து இறகைத் தொங்கவிட்டு நின்றன. தெருவில் நடமாட்டமே காணோம். ஆனால் ஒதியமரத்து நிழலில் சக்கிலியன் ஒருவன் மட்டும் எதையோ ஓயாமல் தைத்துக் கொண்டிருந்தான்.

பொழுது போகாததால் இவ்வளவையும் கவனிக்க நேர்ந்தது. எப்பொழுதும் கலகலப்பாக இருக்கும் என் நண்பன் தையற்காரன்கூட அன்று 'சிடுமூஞ்சி'யாய் இருந்தான்.

"என்ன தம்பி! காலையில் பூனையைப் பார்த்தாயோ?" என்று கிண்டல் செய்தேன்.

"அது என்ன மூதேவியோ! காலணா இன்னிக்கு காணல்லே. நாளைச் சோறு எப்படியோ?"

"சாமி போடுவாரப்பா" என்று பேச்சு வழக்கத்தை ஒட்டி என் வாய் சொல்லிவிட்டது.

"போதும். உங்களுக்கொரு கும்பிடு; உங்க சாமிக்கு ஒரு கும்பிடு" என்று கையைக் கூப்பினான்.

எனக்கு தையற்காரனைப் புண்படுத்த வேண்டுமென்ற எண்ணமே இல்லை. ஆனால் இப்பொழுது தெரிகிறது – எப்படி நம்முடைய பேச்சு

வழக்கு அநேகமாய் பொருளும் உண்மையுமற்ற ஒரு ஒலிக்கூட்டமாகிற தென்று!

ஏனென்றால் உண்மையில் கடவுளிருந்தால் தையற்காரனை இவ்வளவு சோதனைக்குள்ளாக்க வேண்டியதில்லை. இரண்டு மூன்று மாதத்திற்கு மேலாகவே அவனுக்குத் தொழிலில் வரும்படி மிகமிகக் கம்மி. அதில் அவன் குடும்பத்தை நடத்திவரவேண்டும் – அதாவது பத்து வயதிலிருந்து ஆறுமாதம் வரையுள்ள ஆறு குழந்தைகளுக்கு சோறாவது போட்டாகவேண்டும். ஒரு நாளைக்கு அரை ரூபாய்கூட இல்லாமல் அவன் என்ன செய்யக்கூடும்?

என் நம்பிக்கை அவனுக்குச் சோறாகுமா?

"ஆமாம், போடுவாரு சாமி – கல்லைத் தூக்கி – செட்டிக்கு மூணு மாச வாடகை பாக்கி... குழந்தைக்கு நாலு நாளாய்க் காய்ச்சல். காலைச்சோறு மண்தான். என்னவோ கதை படிக்கிறீங்க..."

அவனுடைய ஆத்திரம் இன்னும் பொங்கியிருக்கும். அதற்குள் செட்டியாரே வந்துவிட்டார்.

"என்னங்காணும் தையற்காரரே! கால் செருப்பு தேஞ்சு போச்சு – வாடகைப் பாக்கி கேட்டு. என்னென்ன சால்ஜாப்! ஒரு பிராமிசரி நோட்டாவது எழுதிக் குடுத்துவிட்டு அடுத்த வாரம் கடையைக் காலிசெய்யும். வட்டி நஷ்டம்தான்; நம்மாலாகாது."

செட்டியார் அழுகைக்கு தையற்காரன் என்ன சமாதானம் சொல்ல முடியும்? உங்கள் காலில் செருப்பையே காணோமே என்று குத்தலாய்ப் பேசுவதால் வாடகைப் பணத்திற்கு வழி செய்ததாகுமா? தவிரவும் அவன் அப்படி சொல்லக்கூடிய ஆளல்ல.

"செட்டியாரே! தயவுசெய்யுங்கள். இப்போ போதாக்காலம். மூணுமாசமா முழுசா முப்பது ரூபா சம்பாதிக்கல்லே. நாளைப்போக மறுநாள் வரையில் வாய்தா குடுங்க... கொஞ்சம் பெரிய மனசு பண்ணுங்க – ஏழை மேலே."

தையற்காரனுடைய கெஞ்சும் குரல் செட்டியைக் கூட அசைத்துவிட்டது, இருந்தாலும் தண்டல் முறையின் பிகுவைக் குறைக்கலாமா?

"அந்தக் கதையெல்லாம் எனக்குத் தெரியாது. நாளைப் போக மறுநாள் பணம் குடுத்தால் போச்சு. இல்லாதபோனால் நானே கடை சாமானை வச்சு பூட்டிக்கொண்டு போய்விடுவேன். ஆமாம்."

தையற்காரன் 'தயவு' என்று சொல்லிக் கும்பிட்டான். செட்டியார் போனவுடன் என் பக்கம் திரும்பினான்.

“பாத்தீங்களா என்பாட்டை – ஆத்திலே குளத்திலே விழுந்து சாகலாம். காசில்லாதவனுக்கு மானம் இருக்கப்படாது” என்று நொந்து கொண்டிருந்தபொழுது அவன் மனைவி வந்து சேர்ந்தாள்.

தேங்கிய ஆத்திரத்திற்கு ஒரு திறப்பு கண்டது போலாயிற்று.

“கழுகு எங்கே வந்துச்சு?” என்றான் தையற்காரன். அவள் கோபமின்றிக் குரல் குழையச் சொன்னாள். “இனாம் வைத்தியம் செய்யறாங்களே பிரஞ்சு துரைசாணிங்க, அவுங்க தெருவோடே போனாங்க. கூப்பிட்டு வந்து குழந்தையைக் காண்பிச்சேன். குழந்தைக்குச் சுரம் முட்டிட்டுப் போச்சு, மாரில் சளி இருக்கு. மருந்து வாங்கிப் பூசுன்னு கடுதாசிலே எழுதித் தந்தாங்க. சோத்துக்கே காசில்லாமெ சாவறாமேன்னு அழுதேன். அவுங்ககிட்டெ இருந்த முக்கால் ரூபாயைக் கொடுத்தாங்க. இன்னும் அரை ரூபாய் இருந்தால் மருந்து வாங்கலாம்... புண்யவதிங்க... சாமிக்குக்கூட வேண்டிக்கிட்டேன் குழந்தை பொழைக்கணும்னுட்டு.”

“குழந்தையுமாச்சு குட்டியுமாச்சு. மருந்தில்லாமல் உன் சாமி காப்பாத் தட்டுமே. இங்கே நாகூர் சல்லிக் கூடக் கிடையாது. இப்போத்தான் செட்டி கொத்திவிட்டுப் போறான். நீ வேறே வந்துட்டே.”

“எங்கேயாவது பாருங்க... போனால் வருமா?” என்று கண்ணைத் துடைத்துக்கொண்டாள்.

“ஏன் வராது? இப்போ இருக்கறதைப்போல இன்னும் தானே வருது... காசும் சோறும்தான் சும்மா வராது... போ... போ.”

அவள் தலையைச் சாய்த்துக்கொண்டு போய்விட்டாள். எனக்கு ஏதோ சமாதானம் சொல்ல விரும்பியது போல் அவன் முகத்தில் ஜாடை தெரிந்தது. ஆனால் அப்படி யாதொன்றும் சொல்லாமல் “கொஞ்சம் இருங்க... காபி வாங்கிக்கொண்டு வருகிறேன்” என்று சொல்லிவிட்டு கடையைவிட்டுப் போய்விட்டான்.

இரண்டு மூன்று நிமிஷங்களில் காபியுடன் திரும்பி வந்தான்.

“என்னதான் காசுக்கு லாட்ரி அடிச்சாலும் காபி விடமாட்டேனென்குது, பார்த்தியா?” என்று தத்துவம் பேச அரம்பித்தேன்.

“காபி இல்லேன்னா குடிபிடிச்சிக்கும்...”

இன்னும் ஏதேனும் சொல்லியிருப்பான். ஆனால் கடைக்குள் இரண்டு காபூலி பிச்சைக்காரிகள் நுழைந்தது பேச்சுக்குக் கட்டை போட்டுவிட்டது. ஆளுக்கொரு குழந்தை. பாவாடை விளிம்பில் ஏறியிருந்த கப்பியே கரைக்கட்டான பழம் பாவாடையும், மெல்லிய சட்டையும், சிவப்புத் தலைத்துணியும் அப்பிச்சைக்காரிகளுடைய

உடலமைப்புக்கும் அழகிய தோற்றத்திற்கும் ரொம்ப ஏற்றதாயிருந்தன. ஒருத்தி காலில் ஒரு செருப் பிருந்தது. மற்றொருத்தி பழைய சிலிப்பர் அணிந்திருந்தாள்.

குழந்தைகள் நல்ல சிவப்பு. அழகு என்று சொல்லத் தேவையில்லை.

"பைஸா தோ மஹராஜ். ரெண்டு நாளா பட்னி... கொளந்தைக்கு கத்துது... பைஸா தோ மஹராஜ்" என்று சேர்ந்தாப்போல யாசித்தார்கள்.

"முதலாளி வெளியே போயிருக்கிறார், ஜா" என்று சாதித்தான் நண்பன்.

இந்தப் பல்லவியை எவ்வளவு பெயர்களிடம் எவ்வளவு பிச்சைக்காரர்கள் கேட்டிருக்கிறார்கள்! அதிலும் காபூலிப் பிச்சைக்காரிகளா அசைவார்கள்?

அசையாத அவர்களை அசைத்தது குழந்தைகளின் சிணுங்கல். வெயிலில் அலைந்துவிட்டு நிழலில் வந்து நின்றதன் விளைவாக குழந்தைகள் வியர்த்தன. தோல் சீவிய கருணைக்கிழங்கைப்போன்ற நிறம் கொண்டது அவற்றின் முகம். எதையோ தேடுவதுபோல் ஒருத்தி சுற்றுமுற்றும் பார்த்தாள். அடுத்த ஷர்பத் கடை வாசலிலேயே குழாயிருப்பதைப் பார்த்ததும் ஒருவாறு சமாதானம் அடைந்தாள்.

என்ன தேவையோ என்று நாங்கள் சிந்தித்துக் கொண்டிருக்கும்பொழுதே ஒருத்தி கூசாமல் ஒரு குழந்தையை இறக்கி கடையில் விட்டாள். பின் இருவருமாக மற்றொரு குழந்தையுடன் எங்கோ சென்றனர்.

நாங்கள் முதலில் திகைத்துப் போய்விட்டோம். தையற்காரன் தலையைச் சொறிந்துகொண்டே ஆற வைத்த காபியை ருசிபார்த்துச் சாப்பிடத் தொடங்கினான். அதற்குள் அந்தக் குழந்தை கடை முழுதும் தத்தித் தத்தி நடக்க ஆரம்பித்தது. மூலையிலிருந்த துணித்துண்டை இழுத்தது; கத்தரிக்கோலைத் தூக்கிற்று. நூல்கண்டைப் பிரித்துவிட்டுச் சிரித்தது. தையற்காரனுடைய திகைப்பு, ஏழ்மை, ஆத்திரம் அவ்வளவும் எங்கோ பறந்து போயிற்று. குழந்தைக்குக் கொஞ்சம் காபி கொடுத்தான்.

போனவர்கள் திரும்பி வந்தார்கள். தலைக்கொரு சோப்புக்கட்டி. ஓஹோ! ஷாப்பில் போய் சோப் யாசகம்!

ஒருத்தி குழாயடிக்குப் போய் குழந்தை இடுப்பைத் தன் முழங்காலில் இடுக்கிக்கொண்டு குழாயைத் திருகிவிட்டாள். குழந்தையின் தலையில் ஜலம் விழுந்த பிறகு தலையில் சோப்பைப் போட்டுத் தேய்த்தாள். அப்பால் உடம்புக்கு. கடைசியாக குழாயின் கீழ் உட்கார்த்தி வைத்து குளிர ஸ்நானம் செய்வித்தாள்.

தையற்காரன் மனம் என்ன வாதனைப்பட்டுக் கொண்டிருந்ததோ?

கடையிலிருந்த குழந்தையை எடுத்துப்போக ஒருத்தி வந்தபொழுதுதான் தையற்காரன் தன்னுணர்ச்சியை முழுதும் அடைந்தான்.

இந்தக் குழந்தைக்கும் சோப்புத் தேய்த்து நீராட்டிய பிறகு இரண்டு குழந்தைகளையும் கூசாமல் கடையில் விட்டுவிட்டு, அதே சோப்பால் சட்டைகளைச் சுத்தப்படுத்தப் போய்விட்டார்கள். குழந்தைகள் புதிதாய் மலர்ந்த ரோஜாவைப்போல் ஆயின.

தையற்காரன் குழந்தைகளோடு விளையாட ஆரம்பித்தான். இரண்டு மூன்று நிமிஷங்களுக்குப் பிறகு தடார் என்று கண்ணாடி டம்ளர் ஒன்று கீழே விழுந்து சுக்காயிற்று. அது குழந்தையின் விளையாட்டு!

இந்தச் சத்தத்தைக் கேட்டு பிச்சைக்காரிகள் திரும்பி வந்தார்கள். கண்ணாடி உடைந்து கிடந்ததைப் பார்த்துவிட்டு "பைஸா வாண்டாம், மஹராஜ். கஷ்டம் வந்துச்சு" என்று சொல்லிவிட்டு குழந்தைகளை எடுத்துக் கொண்டார்கள்.

"குழந்தை என்னத்தைக் கண்டுது? நான் கவனிக்கவில்லை" என்று பிசகைத் தன் மீதேற்றிக்கொண்டு பெட்டியிலிருந்து காலணா எடுத்துக் கொடுத்தனுப்பினான். "பிள்ளை குட்டி நல்லாயிருக்கணும்" என்று அவர்கள் வாழ்த்தியது அவனைக் கிளறிவிட்டது. அமைதியின்றி எழுந்தான்.

"நீங்க கடையில் இருங்க. இதோ வரேன்" என்று எங்கோ போனான்.

அரை மணிக்கு மேலாயிற்று. வெய்யில் கொஞ்சம் தணிந்தது. நீராழி மண்டபத்திலிருந்து ஆண் புறாக்கள் கும்மாளிக்கும் ஓசை இன்பமாய் மிதந்துவந்தது. லேசான காற்று வீசிற்று.

தையற்காரன் திரும்பி வந்தான். வரும்பொழுதே சீட்டியடித்துக்கொண்டு வந்தது எனக்கு வியப்பாயிருந்தது. நேரே பெட்டியண்டை உட்கார்ந்ததும் தையல் வேலையைத் தொடங்கிவிட்டான்.

தையற்காரனை நான் உற்றுநோக்கிக்கொண்டிருந்தேன். அவனிடம் ஏதோ குறைவுபட்டது. இன்னதென்று முதலில் புரியவில்லை. பிறகுதான் அவன் வலது கையிலிருந்த பொன் தாயத்துக்குப் பதிலாக தாம்பரத் தாயத்திருப்பது தெரிந்தது. கடையிலிருந்து போய்விட்டுத் திரும்பி வருவதற்குள் இந்த மாறுதல்! என் வியப்பு அதிகப்பட்டது.

"ஆமாம், உன் தங்கத் தாயத்து ஒரு நிமிஷத்திற்குள் என்ன ஆய்விட்டது?" என்று கேட்டேன்.

"என் சம்சாரம் காசு வேணும்னு கேட்டுவிட்டுப் போனாளோ இல்லியோ!... பாவம்! உண்மையாய் அவளை ரொம்ப கோவிச்சிக்

கொண்டு விட்டேன். கையில் காசில்லை. இப்படியே தட்டானிடம் போய் தாயித்து மேலேயிருந்த பொன்னைக் கழட்டி காசுக் கடையில் கொண்டு போய்ப் போட்டேன், மூணு ரூபாய் கிடைச்சுது. அதை எடுத்துக்கொண்டு வந்திருக்கிறேனென்று சொன்னேன். 'தேவை யில்லை, அந்த துரை சாணிங்களைத் தேடிப் பிடிச்சு காசு கேட்டு மருந்து வாங்கிப் போட்டுவிட்டேன்' என்று அழுதாள் மனைவி. வாஸ்தவம்தானே... நான் வேட்டை நாய் மாதிரி விழுந்துவிட்டேன்..."

"இப்பொழுது குழந்தைக்கு எப்படி இருக்கிறது?" என்றேன்.

"தேவலை. ஒன்றும் பயமில்லையென்று துரைசாணி சொன்னாள்."

"ஆனால் நீ துரைசாணியைப் பார்த்தாயா?"

"ஆமாம். பணத்திற்குச் செலவில்லாமல் போகவே வீட்டை விட்டுத் திரும்பினேன். இந்தக் தெருக்கோடி வரையில் வந்துவிட்டேன். அப்புறம் என்னவோ தோணித்து. அந்த துரைசாணி ஆஸ்பத்திரிக்குப் போய் அவளைப் பார்த்து குழந்தையின் நிலையைப்பற்றிக் கேட்டேன். பயம் வேண்டாம் என்று ஆறுதல் சொன்னாள்."

"பணம்?"

"அந்த ஆஸ்பத்திரி வாசலிலே மேரியாத்தா சிலை இருக்குதல்லவா? அங்கே ஒரு உண்டி இருக்கு அதற்குள் போட்டுவிட்டேன்" என்று நிறுத்தி மௌனமானான் தையற்காரன்.

நான் சிந்தனையில் ஆழ்ந்தேன்.

71. அடகு

"ஏங்கறேன்! இன்னும் எத்தினி நாளைக்கு அவன்கிட்ட கிடந்து சாவணுங்கரே?"

"ஏங்குட்டி, ஏன்?"

"ஏங்கறயே? அவன் புடுங்கித் தின்னறான். பத்து ரூபாயை கடன் வாங்கிட்டு மூணு மாதத்துக்குத் தானே அடகு பேசி வச்சியாம்."

"ஆமா."

"மாசம் ஆறல்ல ஆச்சு! கடன் சோறு போடறான். நிதம் கடன் சோறுன்னு ஏசிக் காட்றான். அது போவுதுன்னா, நம்ப மவனுக்குச் சோறு போட மகார் பண்றான்."

"அப்போ என்ன பண்ண?"

"என்ன பண்ணவா...? சரி நானும் மவனும் கல்லைக் கட்டிக்கிட்டு கிணத்துலே குளத்துலே விழுந்து சாவறோம். நீ மாத்திரம் கள்ளும் கைமாவும் சாப்பிட்டுக்கிட்டு கிட."

"அடி களுதை! சமாசாரத்தைச் சொல்லு."

"அவன் கடனைக் கொடுத்துட்டு, என்னையும் பிள்ளையையும் அழச்சுக்கிட்டுப்போ."

"பணம்? பன்னியை வித்து மீட்டுக்கிட்டு போகட்டுமா?"

"பன்னியை விக்கப்படாதுன்னுதானே கடனே வாங்கிச்சு. இப்போ விக்கணுமாங்காட்டியும்! ஏன் இந்த மாசம் சம்பளம் வருமல்ல?"

"வரும்."

"மாசா மாசம் தண்ணி போடறாப்போல இந்த மாசமும் போட்டுடாதே. தீவளிக்கு நான் ஊட்டுக்கு வந்துடணும். இல்லேன்னா அவ்வளவுதான் பாத்துக்கோ."

"அதெல்லாம் சரிதான். அவன் என்னதான் சொல்றான்?"

"நான் சம்பாரிக்கிற காசெல்லாம் வட்டிக்கின்னு எடுத்துக்கறான். முனிசிபாலிடிலே எனக்குக் குடுக்கிற சம்பளத்தை என் சோத்துக்காக எடுத்துக்கறான். நம்ப மவனை பட்னி போட்டுக் கொல்றான்."

"போவுதுபோ. பாவம் செஞ்சால் மண்ணாப்போறான்."

"அது அப்பறமல்ல. இப்போ எனக்கு என்ன சொல்றே?"

"அழுவாதே, அழுவாதே. சும்மா இரு. தீவளிக்குள்ளார ஊட்டுக்கு இட்டுக்கிட்டுப் போறேன்."

"பன்னி இன்னியே, எதுனாச்சும் குட்டி கிட்டி போட்டுச்சா?"

"ரெண்டு செத்துப்போச்சு. ஒண்ணெ வித்துட்டேன்."

"நீ பாவிப் பயலல்ல! நீயும் உருப்படமாட்டே, என்னையும் உருப்பட விடமாட்டே... ஒனக்கு சூடு சொரணை இருந்தா அழச்சுக்கிட்டுப்போ, இல்லாட்டி சாமி இருக்கு."

பேசியவர்கள் தோட்டி பிரமனும், தோட்டி குப்பமுத்துவிடம் பத்து ரூபாய் கடன் வாங்கியதற்காக அவனிடம் அடகு வைக்கப்பட்டிருந்த பிரமன் மனைவி கருப்பியும்.

மறுநாள் வாய்க்கால் கரையில் தோழன் நல்லு பிரமனைக் கண்டான்.

"என்னா அண்ணே! கண்ணுலியே உளறதில்லே?"

"உளாமெ என்னா?"

"தீவளி வருதாமே?"

"நல்லா வரட்டும்."

"ஏன் சொரத்தில்லாமெ பேசறே?"

"அந்த காலாடி குப்பமுத்து குட்டிக்கும் மவனுக்கும் சோறு தண்ணிகூட போடல்லியாம். பத்து ரூபாய் கடன் கொடுத்தானல்ல. அடகு கெடு தாண்டிப் போயிருச்சாம். தீவளிக்கு முன்னே பணத்தை எறிங்கறான்."

"ஊம். அப்பறம்?"

“இத்தெ என்கிட்டே நேத்து சொல்லி அவ அளுதா பாரு, அப்பவே பிடிச்சு எனக்கு ரொம்ப வருத்தமாயிருக்கு.”

“சரி, என்ன பண்ணப்போறே?”

“சம்பளத்தை வாங்கி அவன்கிட்டெ மொதல்லே தொலைச்சுட்டு, குட்டியையும் மவனையும் இழுத்துக்கிட்டு வரவேண்டியதுதான்.”

“அதான் சரி. இந்த மாச சம்பளம்கூட முனிசிபாலிடிலே நாளைக்குக் குடுக்கப் போறாங்களாம்.”

“நல்லதாச்சு – ஆத்துலெ இருக்கிற கெண்டை துள்ளி சட்டிலெ விளுந்தாப்பலே.”

“ஆமா. கடன் குடுத்திட்டின்னா, புதுச்சேலை, வேட்டி வாங்கப் பணம் வேண்டாமா?”

“இன்னும் ரெண்டு பன்னி இருக்குதல்ல. அதை பட்லர் கிட்டச் சொல்லி தொரைக்கு வித்துடறேன்.”

“சபாஸ்– சரியான ரோசனை.”

தோழன் நல்லமுத்து சொன்னதுபோல, மறுநாள் மாலை தோட்டிகளுக்கு சம்பளம் பட்டுவாடா செய்யப்பட்டது. பிரமன் கையிலும் பணம் ஏறிற்று. பலாப் பழத்தில் ஈ மொய்ப்பது போல பிரமனோடு நாலு ஐந்து சகாக்கள் மஜாவாகக் கிளம்பினார்கள்.

மணி ஏழரை. ஒண்ணாம் நம்பர் கள்ளுக்கடைக்காரனுக்கு வாயில் ஈ புகுந்தது தெரியவில்லை. ஒரே கூட்டம். வலுத்த வியாபாரம். கடைக்கருகில், வழியெல்லாம் சிம்னிக்காய்கள் இருட்டில் சிவப்பு நாமம் சாத்தின. நிழல் நிழலாக தோசை, கைமா, சுண்டல் முதலிய கார வியாபாரிகள் கீழே உட்கார்ந்திருந்தார்கள்.

பிரமன் கள்ளுக்கடைக்குள் புகுந்துவிட்டுத் திரும்பி ஆச்சியிடம் சுண்டல் முறுக்கு வாங்கியபொழுது இடுப்பில் சம்பளத்தில் பாக்கியிருந்தது ஐந்து ரூபாய். விவரமென்னவென்றால் சகாக்கள் உள்பட நெஞ்சை நனைத்துக்கொண்டதில் செலவு ரூபாய் இரண்டரை; பிந்திய நாட்களுக்காக கடைக்காரனிடம் அட்வான்ஸ் இரண்டரை. கையில் பணமிருந்தால் செலவழிந்து போகுமல்லவா?

தோழர்கள் வீடு நோக்கிக் கிளம்பினர். கால்கள் காற்றை மிதித்தன. வாய்கள் பாட்டையும் பேச்சையும் சிதைத்தன. திடீரென்று பிரமன் ஓரிடத்தில் நின்றான்.

“டே அப்பா! எத்தான் பெரிய பாம்பு போவுது?”

"எங்கேறா?"

"அந்தாலே?" என்று சொல்லிக்கொண்டு ஒரு வேலிக்காலைப் பிடுங்கி ஓடும் சாக்கடை ஜலத்தை ஓங்கி ஓங்கி அடித்தான் பிரமன். அந்த வேகத்தில் இடுப்பு வேஷ்டி அவிழ்ந்து போய்ப் பணங்களெல்லாம் சிதறி ஓடின. தட்டித் தடவி தோழர்கள் பொறுக்கிக் கொடுத்தது ரூபாய் நான்கு.

பாம்பு செத்துப்போய் விட்டதாக முடிவு கட்டிவிட்டு பிரமன் தள்ளாடித் தள்ளாடி வீடு போய்ச் சேர்ந்தான்.

மறுநாள் நடுப்பகலில்தான் பிரமன் போதை தெளிந்து எழுந்தான். முதலில் தோன்றிய எண்ணம் கருப்பியைப்பற்றி. வீட்டிலிருந்தால் சோறு ஆக்கி வைத்திருப்பாள் அல்லவா? பிறகு தான் சமைக்க முயன்றான்; முடியவில்லை. குடிசையை விட்டுக்கிளம்பி ஆச்சி கடைக்குச் சென்று, நாலு இட்லியும் கால்சேர் மிளகாய்ப் பொடியும் தின்றுவிட்டு ஒரு செம்பு ஜலத்தைக் குடித்து வந்து மரவட்டையைப்போல் சுருண்டு படுத்துக்கிடந்தான்.

மாலை மூன்று மணிக்குத் தோழர்கள் வந்துவிட்டார்கள்.

"ஏன் அண்ணே! நாய் மாதிரி சுருட்டிக்கிட்டுப் படுத்துக்கிடக்கறே!"

"என்ன பண்ணணும்?"

"புதுக்கடை ஒண்ணு இன்னிக்கி வக்கறான். அங்கே புட்டி ஓரணா இன்னிக்கு நாங்க போறோம். ஒன்னையும் பார்ப்போமுன்னு வந்தோம்."

கருப்பி, மகன் எல்லாம் மறந்து போயிற்று. பிரமன் நண்பர்களுடன் புதுக்கடைக்குக் கிளம்பிவிட்டான், அதற்குப் பிறகு அவன் கையில் மிச்சமிருந்தது ரூபாய் இரண்டு.

திரும்பி வருங்காலில் ஒருவன் தவிர மற்ற தோழர்களெல்லாம் மெதுவாக நழுவிவிட்டனர்.

இருவருமாக கடைத்தெருவிற்கு வந்து சேர்ந்தனர். புதுக்கோட்டை சாயவேஷ்டியும் ஒரு பிள்ளையார் துண்டும் பிரமன் வாங்கினான் – தீபாவளிக்காக.

தீபாவளி நாள் இரவு வரையில் ஒவ்வொரு நாளும் கருப்பி பிரமனை எதிர்பார்த்துக்கொண்டே இருந்தாள். அவன் வரவில்லை. தீபாவளிக்கு அடகு மீண்டு தன் குடிசைக்குப் போகமுடியவில்லையே என்ற துக்கத்தோடு. தன் மகனுக்கு வேஷ்டியும் தனக்குப் புடவையும் இல்லாது போய்விடுமே என்ற கவலையும் சேர்ந்துகொண்டது.

அப்பொழுதுதான் குப்பமுத்து கடைத்தெருவிலிருந்து தன் குடும்பத்திற்குத் தேவையான துணிமணிகளை வாங்கிக்கொண்டு வீடு வந்து நுழைந்தான். நுழைந்ததுதான் தாமதம். அவனைக் கருப்பி கேட்டாள்.

“ஏன் மாமா! புருசன்தான் தீவளிக்கு மீட்டுக்கிட்டுப் போகல்லியே, எனக்கும் மவனுக்கும் புதுசு எடுத்துக்கிட்டு வந்தீங்களா?”

“ஒன் புருசன் ரோக்கிதைக்கும் ஒன் லச்சனத்திற்கும் புதுசு வேணுமாங் காட்டியும்! கொள்ளை அடிச்சுப் பணம் கொண்டா, புதுசு வாங்கலாம்.”

“இத்தினி மாசமா சம்பாரிக்கறேனே. அந்தப் பணத்திலே வாங்கிக் குடு.”

“மாடு வாங்கினா கண்ணுக்குட்டிதானே வருது. உன்னை என்கிட்ட அடகு வச்சானே, சம்பளம் உனக்கேன் வரும்? உனக்கும் உன் மவனுக்கும் சோறு போடறது புண்யம்னு நெனைச்சுக்கோ.”

“பாவி, படுபாவி! இப்படிப் பேசறியே, வவுறு எரியுது.”

“பச்சைத் தண்ணியைக் குடி. தலையைச் சுத்தி காசை எறிஞ்சுட்டு மவராஜியாய் மவனையும் கூட்டிக்கிட்டுப் போயேன் புருசன்கிட்டெ.”

கருப்பியின் முகம் கறுத்தது. நெஞ்சத்தில் தீ எழுந்தது. என்ன செய்யமுடியும்? அதை அடக்கிக் கொண்டாள்.

தீபாவளிக்கு எண்ணெய் தேய்த்து முழுகும் நேரம் வந்தது. குப்பமுத்து, அவன் மனைவி, குழந்தைகள் எல்லோரும் எண்ணெய் தேய்த்து முழுகினார்கள். புதுசு உடுத்தார்கள். சீனுவெடி கூடச் சுட்டார்கள்.

கருப்பியும் அவள் மகனும் எல்லாவற்றையும் பார்த்துக்கொண்டிருந்தார்கள்.

கிழக்கு வெளுத்தது. கருப்பி மகனைக் கூட்டிக்கொண்டு தன் தினசரி வேலை செய்யப் போய்விட்டாள். வேலை முடிந்த பிறகு ஒவ்வொரு வீடாகப் போய் தீபாவளி இனாம் வாங்கினாள். சுமார் முக்கால் ரூபாய் சேர்ந்திருக்கும்.

அப்பொழுது அங்கே வந்தான் குப்பமுத்து – தீபாவளிக் குடி குடித்து விட்டு.

“என்னா இனாம் சம்பாரிச்சிருக்கே?!”

“ஏன்?”

“என்னா ஏன்கறயே?”

“ஒனக்கேன் சொல்லணும்?”

“காசைக் கணக்கு பண்ணி என்கிட்ட நீ குடுக்க வேண்டியவளல்ல?”

"குடுக்கறேன்– விளக்குமாறு" என்று சொல்லிச் சிரித்தாள் கருப்பி.

நடுத்தெருவிலே, நாலுபேர் கேட்கும்படி, ஒரு ஆண் பிள்ளையை ஒரு பெண் பிள்ளை இப்படிச் சொல்லும்படி ஆச்சே என்று நினைத்தபொழுது குப்பமுத்துவுக்கு அவமானம் தாங்கமுடியவில்லை. பளீர் என்று அறைந்துவிட்டான் கருப்பியை. கருப்பி அழவேயில்லை. அவள் மகன் அழுதான். அதற்குள் தெருவில் கூட்டம் சேர்ந்துபோய் விட்டது.

கூட்டத்தில் பின்னும் ஒரு ஆள் வந்து சேர்ந்தான். அவன்தான் தீபாவளிக் குடி குடித்துவிட்டு வந்த பிரமன். கூட்ட நடுவில் கருப்பியும் குப்பமுத்துவும் சண்டைக் கோழிகள் மாதிரி நிற்பதையும், மகன் பக்கத்தில் அழுதுகொண்டிருப்பதையும் பார்த்தான். ஒன்றும் யோசியாமல் குப்பமுத்துவின் மேல் பாய்ந்து ஒரு குத்து விட்டான். திரும்பிக் கருப்பியை நோக்கிப் பார்த்தான் – விஷயம் என்ன என்று கேட்பது போல. பிரமனைப் பார்த்ததும் கருப்பிக்கு வெறுப்பு பொங்கி எழுந்தது. அவன் தன்னை வந்து தீபாவளிக்கு மீட்டுக்கொண்டு போகாத காரணத்தை ஊகித்தறிந்துவிட்டாள். கேட்ட கேள்விக்குப் பதில் சொல்ல இஷ்டப்படவில்லை. சும்மா நின்றாள்.

அடி வாங்கிக்கொண்ட குப்பமுத்து விஷயத்தைப் பிரமனுக்குத் தெளிவாகச் சொல்லி முடித்தான்.

"அதெப்படி இனாம் காசைக்கூட நீ பிடுங்கித் தின்னு ஏப்பம் விடப் பாக்கறே?" என்றான் பிரமன்.

அந்தக் கேள்வி கேட்டதுதான் தாமதம், அது வரையில் இனாம் காசைத் தர மறுத்து ஆக்ஷேபித்துக் கொண்டிருந்த கருப்பி திடுமென்று காசை எடுத்து குப்பமுத்துவிடம் கொடுத்தாள். இருட்டறையில் சூரிய கிரணம் நுழைந்தது போல் பிரமனுடைய குழம்பிய மனதில் அவள் செய்கையின் பொருள் தெரிந்தது. மார்பு மீது கையைக் கட்டிக்கொண்டு ஒரு நிமிஷம் நின்றான். அதற்குள் அங்கு கூடியிருந்தவர்கள் தெருவில் பூசல் நடப்பதை ஆக்ஷேபித்து இவர்களையெல்லாம் கலைத்து விட்டார்கள்.

கருப்பி மகனை அழைத்துக்கொண்டு குப்பமுத்துவுடன் குடிசைக்கு வந்து சேர்ந்த அரை மணிக்குள் பிரமன் அங்கு வந்து சேர்ந்தான்.

"இந்தா உன் பணம்!"

குப்பமுத்து எண்ணிப் பார்த்தான்.

கருப்பி திகைப்படைந்தாள். "ஏது பணம்?"

"ஏதாயிருந்துச்சுன்னால் உனக்கு என்ன? கிளம்பு."

குடிசைக்குப் போனபிறகல்லவா வீட்டிலிருந்த பன்றிகளை ஒரு நிமிஷத்தில் பட்லரிடம் விற்றுவந்த பணம் அது என்று தெரியப் போகிறது! அதுவரையில் கொண்டாட்டம்தானே!

குப்பமுத்துவிடம் விடைகூடப் பெற்றுக்கொள்ளாமல் கருப்பி மகனுடன் கிளம்பினாள்.

72. அரைப்பைத்தியம்

கடைத்தெரு முனை. பிலாப்பழக்காரி கிழிந்த வாழை இலையை வைத்துக்கொண்டு ஈயை விரட்டிக்கொண்டிருந்தாள். 'இதெல்லாம் இரண்டணா, அதெல்லாம் ஓரணா' என்று அடுத்தாற்போல் சாஹிப் சரசமாய் விலை கூறிக்கொண்டிருந்தான். நான் அந்தப்பக்கம் திரும்பிய வினாடியில் அந்தப் பையன் கண்ணில் பட்டான். அழுக்கடைந்த தாமிரப் பாத்திரத்தைப் போன்ற வர்ணம். மேலே கிழிசல் நிறைந்த சட்டை. இடுப்பில் வாணியனுடையது போன்ற வேஷ்டி. கையில் ஒரு படம். ஆனால் அவன் முகத்தில் மட்டும் ஒரு தீராத பிரமையும் ஏக்கமும் குடிகொண்டிருந்தன – மஜ்னுவைப்போல. அந்த முகம் என்னுள்ளத்தைக் கவ்விவிட்ட போதிலும் நான் அவனை அறிமுகம் செய்து கொள்ளவில்லை.

மறுநாளும் அந்தப் பக்கம் போனேன். அவன் ஒரு பழக்கடை வாசலில் உட்கார்ந்து தன் கையிலிருந்த படத்தைக் கூர்ந்து பார்த்துக்கொண்டிருந்தான். கிட்டத்தில் போய், "தம்பி! என்ன வேண்டும்?" என்றேன். "அம்மா" என்று சொன்னது எனக்குக் கொஞ்சம் திகைப்பைத்தான் தந்தது. ஏனென்றால் அவன் திருஷ்டியே அரைப் பைத்தியத்தினுடையது. இருந்தாலும் அவன் மீது எனக்கு ஏற்பட்ட அன்புமட்டும் குறையவில்லை. "தம்பி! என்னைப் பார். என்ன வேண்டும்?" என்று திருப்பிக் கேட்டேன். அவன் என்னை கவனிக்க வில்லை. ஒரு சேர் கொடி முந்திரிப் பழத்தை வாங்கிக் கொடுத்தேன். அவன் அதை வாங்கிக்கொள்ளப் பிரயாசைப்படவில்லை. அவன் பாட்டுக்குப் பக்கத்திலிருந்த தகரக்கடைக்காரனிடம் "அண்ணே!

இந்தப் படத்து ஓரத்தைக் கத்திரிச்சிப்பிடு. கோணலும் மாணலுமாய் இருக்கு” என்று படத்தை நீட்டினான். கடைக்காரன் அலுப்புப்படாமல் படத்தைக் கத்தரித்துத் தந்தது என் வியப்பை அதிகரித்தது.

அதற்குப் பிறகும் அந்தப் பக்கத்து வழியாய் ஆயிரத்தி எட்டு தடவை போயிருக்கிறேன். அவனிடம் கடைக்காரர்கள் காட்டும் அன்பையும் பார்த்திருக்கிறேன். வெகு உருக்கமானது! ஒரு பொழுதாவது ஒருவ ராவது அவனைக் கடிந்ததில்லை. தங்கள் வீட்டுப் பையனைப்போல் பாவித்தாரேயன்றி வேறல்ல. எனக்குப் பையனைப் பற்றி அறியவேண்டும் என்ற ஆவல் அதிகப்பட்டாலும் யாரைப் போய் என்னவென்று கேட்பது? என் வாழ்க்கையின் விசித்திரத்தில் இதுவுமொன்று எனத் தள்ளிவிட்டேன்.

பின்னொரு நாள் மாலை அந்தப்பக்கம் போயிருந்தேன். பிறவி சோம்பேறிக்குத் திரிவதைத் தவிர தொழிலேது? தெருமுனையில் பச்சை குத்துகிறவன் கடை விரித்திருந்தான். பெரிய அட்டையில் பல ரகப்பட்ட சித்திரங்கள். அவற்றின் ஓவியத் திறமையைப்பற்றி ரொம்ப நுணுக்கமாகப் பார்ப்பதற்கில்லை. ஆனால் பச்சை குத்திக்கொள்வோரின் மனதை வசியப்படுத்த அவை போதும். தலை மயிர் பறக்க நிற்கும் பெண். தலைக்குமேல் கோபிகளைப்போல் கைகுவித்து நிற்கும் பெண். சேலை கிடையாதென்று சொல்லவேண்டுமா? இப்படி பல தினுசு. தவிர சிங்கத்துடன் குஸ்திபோடும் ஆண் சிங்கங்கள், கத்தி விளையாடும் வீரர்கள், இப்படிப்பட்ட சித்திரங்கள். அந்தக் கடைக்குப் பின்னால் அந்தப் பையன் உட்கார்ந்திருந்தான். பழைய படம், பழைய பார்வை!

கடைக்கு யாரோ ஒரு ஆள் வந்து சேர்ந்தான். ஒரு நிமிஷம் படங்களை யெல்லாம் பார்த்துவிட்டு, “ஏனய்யா! அந்தப் பொம்பிள்ளையைக் குத்தறத்துக்கு என்ன கேக்கறே?” என்றான்.

“அதிலேயே எழுதியிருக்கு, பாரேன்... ஒரு ரூபாய் எட்டணானுட்டு.”

“ஏ ஆயா! ரொம்ப ஜாஸ்தி... நானு அடுத்த வாரம் சிங்கப்பூரு போகணும். இல்லாட்டி பச்சை குத்திக்கக் கூட மாட்டேன்... சொல்லு.”

“சரி, ஒரு ரூபாய் குடு.”

“முடியாது... எட்டணா.”

“போய்யா... ஒனக்காக ரெண்டணா குறைச்சுக்கோ. பதினாலணா.”

“சரி, பத்தணா.”

“போய்யா.”

“என்ன தொல்லை பண்றே? முக்கால் ரூபாய் குடுத்துடறேன், விட்டுடு.”

“ரொம்ப குறைச்சல்... என்ன செய்யறது..? உக்காரு உக்காரு.”

“ரொம்ப வலிக்குமோ?”

“கையைத்தான் நீட்டிப் பாரேன். சைனாவாலே குத்தறது வலியே இருக்காது. சாமிக்கு அலகு குத்திக்கற மாதிரின்னு நினைச்சிருக்காப்பிலெ இருக்கு.”

“சைனாவாலே இன்னா?”

“அந்தக் கவலை ஒனக்கேன்? இந்த ஊசி சைனாவிலேருந்து வருது.”

பச்சை குத்துகிறவன் குத்த ஆரம்பித்துவிட்டான். “இதென்ன முதல்லே செடியைக் குத்தியிருக்கே... ஸ்ஸ்...”

“அதென்ன வலிக்குதா? ரொம்ப பயப்படறியே.... செடி போட்டுக் கிட்டால்தான் அப்புறம் சரியா வரும்... வலிக்குதா?”

“அப்பிடி ஒண்ணும் ரொம்ப இல்லை.”

“வலிக்காது, வலிக்காதுன்னுதான் நான் சொல்றேனே... ஒங்க ஊர் பக்கத்திலே மூணாம் மாசம் கொலை விழுந்து போயிடுச்சு பாரு, தெரியுமா?”

“கேள்வி; பலபேர் பல தினுசாகத்தான் சொன்னாங்க. தற்கொலை இன்னாங்க. அப்படியெல்லாம் இல்லை இன்னாங்க சில பேரு. பொம்மனாட்டி விசயம்னாங்க; அப்படியில்லே, சூதாட்டம்னாங்க. என்னா தெரியுது?”

“அந்தக் கேஸிலே போன வாரம் தீர்ப்பு சொல்லிப்பிட்டாரு.”

“ஜட்ஜ் என்ன தீர்ப்பு பண்ணினாரு?”

“சொல்றேன்.”

“அடெடெ! பொம்பிள்ளை ரவிக்கைக்கு சிவப்புக் குத்தல்லியே! பேச்சுப் பராக்குலே...”

“எனக்குத் தெரியாதா...? அந்தப் பொன்னி புருசனுக்கு கொத்தன் வேலை, தெரியுமல்ல. தினம் ஒரு ரூவா சம்பாரிச்சுக்கிட்டு வருவான். வருவான்னுட்டு சொல்லப்படாது. வீட்டுக்கு வரது ரெண்டணாவோ மூணு அணாவோதான்.”

“பாக்கி கள்ளுக்கடைக்குப் போயிடுங்கிறயா?”

“பின்னே! ஏழைக்கு எமன் கள்ளுதானே. அவனுக்கு ஒரு மவன், பதினாலு பதினஞ்சு வயசிருக்கும். அவன் சித்தாள் வேலை செஞ்சு மூணு நாலு அணா சம்பாரிப்பான். முக்காவாசி ஊட்டுலே சமைக்கிற சோறு பையன் காசுலேதான். அவன் மேலே பொன்னி அஞ்சு பிராணனையும் வச்சுக்கிட்டிருந்தா. புருசன் மேலே அப்படி இல்லே. சில சில சமயம் ஏண்டா இவன் வீட்டுக்கு வரானுகூட இருக்கும். ஏன்னா, வீட்டுக்கு வந்தா ஏதாவது ரகளை. இன்னிக்கு ஏன் மீன்கறி இல்லே. இன்னிக்கு வாய்க்காங் கரையிலெ கிடக்கிற சுள்ளியை ஏன் பொறுக்கிக்கிட்டு வல்லே, இப்படி ஏதாவது சண்டை.”

“சண்டைன்னா வாச்சண்டைதானா?”

“கொஞ்சம் கொஞ்சம் எப்பனாச்சும் அடிதடி கூட உண்டு.”

“இந்தப் பொம்பிள்ளைங்களுக்கே மூளை கிடையாது. அப்படின்னா ஓடிப்போய் தொலையறதுதானே.”

“அதுதான் வேடிக்கை. புருஷன் வீட்டுக்கு வர நேரமாயிடுச்சோ... இவளுக்கு இருப்புக்கொள்ளாது. வாசலுக்கும் உள்ளுக்குமா குட்டிபோட்ட பூனைமாதிரி அலைவா. அடுத்தாப்போலே தேடிக்கிட்டுகூட கிளம்பி விடுவா – எங்கே குடி மயக்கத்திலே வண்டி காடி ஏறி செத்துப் பூடுவானோ இன்னுட்டு.”

“ரொம்ப வேடிக்கையாயிருக்கு அவ குணம்.”

“அடுத்த விசயத்தைக் கேளு. அவளுக்கு ஒரு சிநேகம் இருந்துச்சு. ஆனா ஒண்ணு. அவளைப்போல நல்லவளே கிடையாது. அக்கம்பக்கத்திலே இருக்கிற பேருக்கு எப்பவும் அவளாலே ஒத்தாசை. அவ தங்கமான குணத்தைப் போத்தாத பேரே கிடையாது. இந்த சிநேக விசயம் ஊரிலே முதல்லே கொஞ்சம் பேச்சாயிருந்தது. அப்புறம் அப்பறம் அவ புருசன் பண்ற ரகளையிலே, இவனுக்கு சோறு போடறாளே மகராசி இன்னுட்டு சொல்ல ஆரம்பிச்சுட்டா. அவ புருஷனுக்கு இது விஷயம் தெரியுமா தெரியாதா ஒண்ணும் நிச்சயமாக சொல்லப்பிடல்லெ. நடந்ததைப் பார்த்தால் தெரியும் போலத்தான் தோணுது.”

“ஒரு தடவை அவன் வெளியூருக்குப் போறேன்; வர ஒரு வாரம் பிடிக்கும்னு சொல்லிப்பிட்டுப் போயிட்டான். அதே ஒரு சூதுன்னு பிந்தி தெரிஞ்சுது. முதல் நாள் ஒண்ணும் விசேஷமில்லெ. மறுநாள் ராத்திரி 11 மணி இருக்கும். இவள் வீட்டு வாசல் கதவை யாரோ தட்டினாப்போலே இருந்தது.”

“யாரு”ன்னு கேட்டாள் உள்ளே இருந்து.

"நான்தான்" இன்னான் கொத்தன்.

பொன்னிக்குப் பயமாய்ப் போயிடுச்சு. என்ன பண்றதுன்னு தெரியல்லே. அவன் உள்ளே இருந்தான்.

"யாரு, பையனா?"

"ச்சே! இன்ஜின் ஓட்டி."

"இன்ஜின் ஓட்டி ஏது?"

"ஓ! சொல்ல மறந்துட்டேன்போலே இருக்குது. அவன்தான் அவளுக்குச் சிநேகிதம். அவன் உள்ளே இருந்தான். அவனுக்கு ஓதைப்பு. இங்கே வெளியிலே கொத்தனுக்கு ஆத்திரம். மவன் முழிச்சுக்கிண்டுட்டான். அவனுக்கென்ன தெரியும்? அவன் பாட்டுக்குப் போய் கதவைத் திறந்தான். கொத்தன் உள்ளே நுழைஞ்சுப்புட்டான். இன்ஜின் ஓட்டிக்குத் தப்ப வழியில்லே; அவ்வளவுதான். மின்னல் தோணி மறையறத் துக்குள்ளே ஒரு கொலையும், ஒரு கொலைக்காயமும் விழுந்து போச்சு. பையன் அப்பிடியே பிரமிச்சு தூண் மாதிரி நின்னுகிட்டிருந்தான்.

கொத்தன் கிர்ருன்னு நேரே போலீஸ் ஸ்டேஷனுக்குப் போய் செஞ்சதை ஒப்புக்கிட்டானாம். அப்புறம் போலீஸ் கீலீஸ் எல்லாம் இவர் வீட்டுக்கு வந்தாங்க. பையன் அப்பவும் அப்பிடியே நின்னுகிட்டிருந்தானாம்."

"பாவம்!... இந்தப் பொம்பிள்ளைக்கு ரவிக்கை போடறியா என்ன?"

"நீ என்னப்பா வெறும் நாட்டுப்புறமா இருக்கே! சித்தெ நாழிக்கு முன்னாலே ரவிக்கைக்கு செவப்பு குத்தல்லியேனுட்டுக் கேட்டே; இப்போ ரவிக்கை போடல்லேன்னு கேக்கற. எனக்கென்ன? வேணும்னா ரவிக்கை போட்டுடறேன்."

"வாண்டாம், வாண்டாம்; கோடு என்னவோ அப்பிடி போட்டியேன்னு கேட்டேன்."

"அது கடயம்கறேன்."

"சரிதான், சரிதான். அப்பறம் என்ன ஆச்சு?"

"பொன்னியைக் கொண்டுபோய் ஆஸ்பத்திரியிலெ சேத்தாங்க. மரண வாக்குமூலம் வாங்கினாக. அப்போத்தான் இவ்வளவு சமாசாரத்தையும் சொல்லிப்பிட்டு 'புருஷனைக் கொஞ்சம் அழைச்சாங்க. ஒரு வார்த்தை சொல்லணும்' இன்னாளாம். கொத்தனை அழைச்சுக்கிட்டு வந்தாங்க போலீஸ்காரர். பொன்னிக்கு மனசுலே ரொம்ப கோபம் போல இருக்கு. ஆனா மூஞ்சியிலே ஒண்ணும் தெரியல்லே. 'இப்பிடி பண்ணிப்பிட்டியே, என்னா புண்யத்தைக் கண்டே' இன்னு கேட்டா. அவன் பதில்

சொல்லல்லே. ‘இத்தனை நாளா என் மவனையும் கூட்டிக்கிட்டு அவனோடெ ஓடாமெ ஓனக்கு சோறு சமைச்சுப் போட்டேனே, அது ஒண்ணே போதாதா – ஒன் குணத்துக்கு. நான் இல்லாட்டி செத்து மண்ணாப் போயிருப்பே, அப்போவே’ இன்னாள். ‘பாக்கி உசிர் போகணுமா கழுதை. ஒன் மவன், என்ன ஒன் மவன்?’ இன்னு கொத்தன் பாஞ்சான், நல்லவேளை! போலீஸ்காரன் தடுத்திட்டான். பொன்னி என்னமோ ஒரு நிமிஷம் யோசிச்சா. ‘இனிமே உசுர் இருந்தா என்ன போனா என்ன? ஆனா மவன் மாத்திரம் என் மவன்தான்... ஒனக்குப் பொறக்கல்லே’ அப்பிடீன்னா.

அவ்வளவுதான். தடார்னு நிலைப்படி நம்ம தலையிலெ இடிச்சுட்டா நம்ப மூஞ்சி ஆவுது பாரு, அது மாதிரி ஆயிடுச்சு கொத்தன் மூஞ்சி. போலீஸ்காரன் அவனைத் திருப்பி அழைச்சுக்கிட்டுப் போனான். அறை வாசலுக்குப் போனப்போ கொத்தன் திரும்பிப் பார்த்து, ‘ஒனக்கு எப்படித் தெரியும்? கோபத்திலே பொய் சொல்லாதே’ இன்னான்.

‘அட பைத்தியம்! சாகப்போறவ, நான் ஏன் பொய் சொல்றேன்?’ இன்னாள்.”

“அப்போ அந்தப் பையன் எங்கே இருந்தான்?”

“ஆஸ்பத்திரியிலே அவகூடத்தான். கொஞ்ச நேரம் கழிச்சு அவ கண்ணை மூடிட்டா.”

“அப்பறம் கேஸ்தான், விசாரணைதான். செஷன்ஸுக்கு அனுப்பிச்சுட்டாங்க. ஒண்ணு சொல்ல மறந்துட்டேன். தெருவிலே இருக்கிற பேருக்கெல்லாம் கொத்தன் மேலே ரொம்ப இரக்கம் வந்துட்டுது. பையனோ கவர்ன்மெண்டு சாச்சி ஆய்விட்டான். அப்பனுக்கு கொஞ்ச நாளா பயித்தியம் வந்திருச்சின்னு சாக்கு சொல்லிப்பிடுன்னு சொன்னாங்க. ‘இப்பிடி அக்ரமமா எனக்கு அம்மா இல்லாமே செஞ்சுப்புட்டானே, அதுக்காகவா?’ இன்னான். ‘ஏண்டா! அதுக்காக அப்பாவும் இல்லாமே போயிடணுமா’ன்னு தெருவார்கள் கேட்டார்கள்.

‘அப்பிடி இல்லே இன்னாளெ எங்க அம்மா’ இன்னான் பையன்.

‘இல்லேடா... அது கோபத்திலே சொன்ன வார்த்தை.’

‘இப்பிடி தெருவாரெல்லாம் அவனுக்குச் சொன்னா. போலீஸ்காரனுங்க நடந்ததைச் சொல்லு இன்னாங்க. பையன்தானே? முந்தியே குழம்பிக்கிடந்த மனசு இன்னும் குழம்பிப் போச்சு.

நாள் ஆகஆக பையனுக்கு ஒண்ணும் புரியல்லே. அம்மா, அம்மா

இன்னு கிடந்தான். இவனைப் பொட்டியிலே ஏத்தி குறுக்கும் நெடுக்குமா கேள்வி கேட்டப்போ நெஜத்தை ஒளரிப்பிட்டான். இப்பிடியெல்லாம் விசாரணை நடந்துகிண்டிருக்கறப்பொ ஜட்ஜுக்கு ஒரு சந்தேகம் வந்தூட்டுது. கொத்தன் நடவடிக்கையைப் பார்த்தால் பித்துமாதிரி இருந்துச்சு.'

"ஆனா அவனுக்கு நிஜமா பைத்யமா?"

"ஜட்ஜு அப்பிடி நினைச்சுத்தான் கேஸை ஒத்திப் போட்டாரு. டாக்டரை வச்சு கொத்தனைப் பரீச்சிச்சாங்க. டாக்டரு பைத்யம்னு சொல்லப்படாதுன்னுட்டாங்க."

"வேஷம் போடறான்னு நினைச்சுப்பிட்டாங்கபோலெ இருக்கு."

"அப்பிடித்தான் நினைச்சூட்டாங்க. அது தப்பு. ஏன்னா பதினஞ்சு வருசமா ஒரு பிள்ளை தன்னுதுன்னு ஒருத்தன் நெனச்சுக்கிண்டிருக்கிறப்போ, ஒன் பிள்ளை இல்லேன்னு அவன் பொண்சாதி சொன்னா பைத்யம் பிடிக்காம என்ன செய்யும்?"

"கச்சேரியிலெதான் பொய் நெஜமாயிடறது. நெஜம் பொய்யாயிடறது."

"வாஸ்தவம்தான் – அப்புறம் மறுபடி விசாரணை – முடிவுலெ கொத்தனுக்கு அந்தமான் தீவு."

"பையன்?"

"அன்னிக்கே பிடிச்சு அரைப்பைத்யமா விளங்கறான். அப்போ அப்போ அம்மா ஜபம். கையிலே ஏதாவது கந்தல் சேலை, ஒரு படம் – பொம்மனாட்டி படம். இப்பிடி தெரு சுத்திக்கிட்டு கிடப்பான். அவனைப் பார்த்தால் கண்றாவியா இருக்கு – இந்த ஒலகத்திலே நம்மை இப்பிடியெல்லாம் படைச்சு கடவுள் என்னவோ வேடிக்கை பாக்கறாரு. நமக்கு என்னா தெரியுது சொல்லுங்க? ஹூம் ஆச்சு. எடுங்க காசை."

"அடெ! ஆயிடுச்சா?"

"பொம்பிள்ளை ஜோக்கா அமைஞ்சிபூட்டாள்! அதிருஷ்டம் அடிக்கப் போவுது சிங்கப்பூரிலே."

அந்த ஆசாமி எழுந்திருந்து இடுப்பிலிருந்த நாடாப் பையைக் கழற்றி சில்லறை எடுத்துக்கொண்டிருந்தான். அதுவரையில் கடைக்குப் பின்னால் உட்கார்ந்திருந்த பையன் முன்னே நகர்ந்து வந்து "அண்ணே! இந்தா, எங்கம்மா படத்தைப்போலே கையிலெ ஒண்ணு குத்தேன்" என்று கேட்டான்.

எனக்கு ஏற்கனவே ஆவலா? கிட்டப்போய் படத்தைப் பார்த்தேன். அகமதாபாத் வேஷ்டிகளில் ஒட்டி வருகின்றனவே அந்த பொம்மைகளில் ஒன்று.

“இதா ஒங்க அம்மா?” என்றேன்.

பையன் என்னைக் கவனிக்கவில்லை. “நீ குத்தப் போறியா இல்லையா?” என்று கடைக்காரனைப் பார்த்துக் கெஞ்சினான். கடைக்காரன் என்னைப் பார்த்து “என்னமோ, இந்த மாதிரி படங்களைப் பார்த்தாலே அவன் அம்மா ஞாபகம். இந்த மாதிரி படங்கள் அவன் கையிலெ இல்லாமே நாங்க பார்த்ததே கிடையாது” என்றான்,

“நரம்பு அதிர்ச்சியிலெ மனசு குழம்பி ஒரே நினைப்பு போலிருக்கு” என்று நான் சொல்லிக்கொண்டிருக்கும்பொழுதெ “ஏன் கடைக்கார அய்யா! எனக்குக் குத்தப் போறியா இல்லியா?” என்று பையன் கண்டித்துக் கேட்டான்.

கடைக்காரன் பதில் சொல்லவில்லை. பையனுடைய கையில் குத்த ஆரம்பித்துவிட்டான். ஆனால் பையனுக்கு ஒருவிதமான கதையும் சொல்லத் தேவையில்லை போலும். குத்தும் வலியை மறக்க பழய மஜ்னு மாதிரி லயித்த தோற்றத்துடன் உட்கார்ந்திருந்தான். நான் அந்தத் தமாஷையும் பார்த்துக்கொண்டிருந்தேன். பச்சை குத்தி முடிந்தது. பையன் பொம்மையைக் கீழே போட்டுவிட்டு ஓட்டமெடுத்தான்.

இப்பால் அப்பையனைப் பல தடவை பார்த்திருக்கிறேன். ஆனால் ஒருபொழுதும் படத்துடனல்ல. அவனுடைய திருஷ்டி பச்சை குத்திய கையில் இருக்கிறது. ஆ! அந்தி நேரத்தின் துயரத்தைப்போன்ற அந்தப் பார்வை!

73. மீனலோசனி

அதுவும் அந்த வீட்டு வாசலில்!

"சஞ்சீவி! வாரன்ட்டில் கையெழுத்துப் போட்டு விட்டேன். நாளைக்கே கோர்ட்டுக்கு வரவேண்டுமா?"

அமீனா சஞ்சீவி நாயுடு தலையை ஆட்டினான்.

"இரண்டு நாளில் எப்படியாவது டிக்ரியைத் தீர்த்து விடுகிறேன். இல்லாவிட்டால் மூன்றாவது நாள் என்னைக் கோர்ட்டில் ஆஜர் செய்துவிடலாம்."

சஞ்சீவி நாயுடுவுக்கு நாராயணனுடைய குடும்பத்தை நன்றாய்த்தெரியும். எனவே சரியென்று போய்விட்டான்.

மாடியில் மஸ்லின் திரையிட்ட பலகணிக்குப் பின்னால் நின்று அவனை எதிர்பார்த்துத் தவித்துக் கொண்டிருந்தாள் மீனலோசனி. தெருவாசலில் அவன் வந்தபொழுது அவள் அடைந்த பூரிப்பு அவனுக்குத் தடங்கல் ஏற்பட்டதும் மறைந்து போயிற்று. நடப்பது இன்னதென்று தெரியவில்லை. பேச்சும் கேட்கவில்லை. என்ன தடங்கல் ஏற்பட்டிருக்கக்கூடும்?

இந்த நிலையில் மாடிக்கு நாராயணன் வந்ததும் வராததுமாய் "அவன் யார்? என்ன தகராறு?" என்று கேள்விகளை நெறித்தான். உண்மையை எல்லோராலுமே பேச முடியுமா? அல்லது எப்பொழுதுமே பேச முடியுமா? அல்லது எல்லோரிடமும் சொல்ல முடியுமா?

"ஒன்றுமில்லை. பழையநாள் வீடு கூட்டி மகனொருவன். ஏதோ அவசர மாம். கடன் கேட்டான். நாளைப் போக மறுநாள் ஆகட்டுமென்றேன்" என்றான் நாராயணன்.

மீனலோசனியின் தவிப்பு தீர்ந்தது.

ஒரு மணி நேரம் சென்றிருக்கும். "இன்னும் அந்த காலேஜ் பிள்ளையோடு கொஞ்சிக்கொண்டிருக்கிறாயா?" என்று வெடுவெடுப்புடன் கேட்டுக் கொண்டே ஒரு கிழக் குரல் மாடிப்படி ஏறி வந்தது. அதைத் தாங்கிய கிழவி அடுத்தாற்போல் மாடி அறைக்கு வந்து சேர்ந்தாள். ஒரு நிமிஷம் நாராயணனை வெறிக்கப் பார்த்துவிட்டு மீனலோசனியின் தாயார் அவளைத் தனியாய் அழைத்து, "லோசனி! வீணாய்ப் போகாதே... நீ செய்கிறது காட்டில் நிலவு எரிக்கிறாப் போலிருக்கிறது. உனக்கு நல்ல புத்தி வரவேணும்... சலங்கை வண்டி வர நேரமாச்சே. தெரிய வேண்டாம்...? இந்தக் கொஞ்சலில் ஆயிரத்தில் ஒரு பங்கு செட்டிக்கு..." என்று பல தரப்பட்ட பொருள்கள் தொனிக்கப் பேசினாள்.

"நீ மரியாதையாய்ப் போகிறாயா இல்லியா? செட்டியாம் மட்டி... பொல்லாத பணம்!" என்று பெண் சீறி விழுந்ததும் கிழவி உதட்டைப் பிதுக்கிக்கொண்டே கீழே இறங்கிச் சென்றாள், பெண்ணின் பிடிவாதத்தை அறிந்தவளானபடியால்.

2

மூன்றாவது நாள் அந்த வீட்டில் ஒரே அமளியாய் இருந்தது. போலீஸ் சப் இன்ஸ்பெக்டர் கிழவியோடு பேசிக்கொண்டிருந்தார்.

"யார் மீது சந்தேகம்?"

"ஒரு அசட்டுக் காலேஜ் பையனைத் தவிர இங்கே வேறு யாரும் வருவது கூடக் கிடையாது."

"செட்டியார்கூட வருவதில்லையா?"

"எனக்குத் தெரியாது மகள் சமாசாரம்" என்று சம்பந்தமற்றவள்போல் நடித்தாள் கிழவி.

"போகட்டும். அப்படியிருக்கும்போது?"

"அந்தப் பையனைச் சொல்ல நியாயமில்லை."

"ஆனால் பையன் பணக்காரனா?"

"யார் கண்டது? ஏழையாய்த்தானிருப்பான். ஏனென்றால் நான்காம்

நாள் இரவு ஏழு மணி இருக்கும். வழக்கம்போல் வீட்டு ரேழித் திண்ணையில் படுத்திருந்தேன். இவன் எப்பொழுதும் போல் வந்தான். யாரோ கச்சேரி சேவகன் ஏதோ வாரன்ட்டு என்று இவனிடம் கையெழுத்து வாங்கினான். இரண்டு நாட்களில் கணக்கை எப்படியேனும் தீர்த்துவிடுவதாக இவன் சொல்லியிருக்கிறான். அவ்வளவுதான் தெரியும்."

"சரிதான்... அந்தப் பையனாகத்தானிருக்கும் வேறு யாரும் வராமலிருக்கும்பொழுது" என்று சொல்லிவிட்டு கிழவியிடம் வாக்குமூலம் வாங்கினார் சப்இன்ஸ்பெக்டர்.

வீட்டு எஜமானர் ஐயப்பன் செட்டியார் வந்து சேர்ந்தார். அவரைப் பார்த்ததும், மாப்பிள்ளைக்குப் பிறர் முன்னிலையில் காட்டப்பட வேண்டிய மரியாதையை முன்னிட்டு கிழவி காமரா அறைப்பக்கம் ஒதுங்கி நின்றாள்.

"என்னையா போலீஸ் புலி! என்ன ஆயிற்று?" என்றார் செட்டியார்.

"ஒன்றும் நிச்சயப்படவில்லை. யாரோ ஒரு பையன் மீது சந்தேகப்படக் கூடும் என்று கிழவி சொல்வதிலிருந்து ஏற்படுகிறது."

"காலேஜ் பையனா?"

"அப்படித்தான் சொன்னாள்."

"எனக்குத் தெரியுமே... அவ்வப்பொழுது எனக்குத் தகவல் வந்திருக்கிறது. நான் குழம்பிக்கொண்டிருந்தேன். இனி அவனை விடப்படாது. தெரிகிறதா?" என்று சப் இன்ஸ்பெக்டர் தோளைப் பிடித்து ஒருதரம் குலுக்கினார் செட்டியார்.

"அதற்கென்ன பார்ப்போம்" என்று சிரித்தார் சப் இன்ஸ்பெக்டர்.

3

மூன்று நாளாக நாராயணனுக்குப் பைத்தியம் பிடித்தது போலிருந்தது, மீனலோசனியின் வீட்டிற்குப் போகக் கால் எழவில்லை. தன் செய்கையின் காரணமாக தன்னை வெறுத்துக்கொண்டிருந்தான், ஆனால் அவன் புத்திமட்டும் அவன் வெறுப்படைவதைப் பற்றி ஆட்சேபணைகளைக் கிளப்பிக் கொண்டேயிருந்தது.

'அதற்கென்ன? மானம் போகக்கூடிய முடை. தகப்பனாரைப் போய் பணம் கேட்பதா? இல்லாவிட்டால் சிவனே என்று ஜெயிலுக்குப் போய்விடுவதா...? தெய்வாதீனம் போல, அந்த அறையில் இரண்டு வாரத்திற்கு மேற்பட்ட காலமாய்க் கிடந்த அந்த நகை அன்றும்

கிடந்தது. ஏன் அதை உபயோகப்படுத்திக் கொள்ளக் கூடாது? அதை விற்கப் போவதென்னவோ இல்லை. வெறுமனே அடகு வைத்துப் பணத்தை வாங்கி முடையை அடைத்துவிட்டால், அடுத்த வாரத்திற்குள் எப்படியாவது நகையை மீட்டு வந்து இருந்த இடத்தில் வைத்துவிட்டால் என்ன மோசம் வந்துவிடக்கூடும்? இவ்வளவு நாளாகத் தேடாத நகையை இப்பொழுதொன்றும் திடீரென்று தேட நியாயமில்லை. அப்படித் தேடினால் கூட என்ன பிரமாதம்? காதலின் வன்மையை நம்பி உண்மையை அவளிடம் மாத்திரம் சொல்லிவிட்டால் போகிறது. இச்சிறு உதவிகூட புரியத் தயாராக இல்லாத காதலி வெங்காயத்தோலை விட திராபை... இப்படியெல்லாம் எண்ணினால், செய்தால் ஒன்றும் பிரமாத நஷ்டம் விளைந்துவிடப் போவதில்லை. ஏன் உள்ளத்தைப் புண்படுத்திக் கொள்ளவேண்டும்?'

நான்காவது நாள் அவன் புத்தியின் ஆட்சேபணையை அவன் மனமும் ஒருவாறு ஒப்புக்கொண்டுவிட்டது. அவன் வீட்டை விட்டுக் கிளம்பினான்.

இவனைக் கண்ட மீனலோசனியின் கண்ணில் வழக்கம் போன்ற மகிழ்ச்சியைக் காணோம். அவள் பேச்சிலும் ஒரு ஸ்வரம் குறைந்திருந்தது.

"என்ன மீனலோசனி! என்னவோ போல் இருக்கிறாயே?"

"என் வைர முருகைக் காணோம். பழைய காலத்து நகை. அம்மாவுடையது."

நாராயணனுடைய உறுதி கலைந்துபோய்விட்டது. தர்மசங்கடமான நிலை ஏற்பட்டது. உடனே உண்மையைச் சொல்லிவிடலாமா அல்லது பின்பு சொல்லலாமா என்ற குழப்பம், யாதொரு முடிவும் தட்டுப்பட வில்லை. ஆனால் வெளிப்படையாக ஒன்றையும் காட்டிக் கொள்ளாமல் "அதற்கு என்ன செய்திருக்கிறாய்?" என்று பரிவு கொண்டது போல் கேட்டான்.

அந்தக் கேள்வி அவள் மனதில் பதியவில்லை. அலைபட்ட மனதில் இந்தக் கேள்வி எப்படிப் பதியும்?

"இந்த நாணுவா? வெல்வெட்டைப்போல் எவ்வளவு மிருது! எவ்வளவு அழகு! இந்த நெஞ்சில் விஷமிருந்தால் நிச்சயம் வெளியே தெரியவேண்டுமே. பொய்யும் வஞ்சகமும் இருக்காது. ஆனால்... அம்மா சொன்னாளே; நாணுமீது அவளுக்கு அன்பென்று சொல்வதற்கில்லை. அதற்காக இப்படிப் பழி சுமத்திவிடுவாளா...? அன்றுதான் நாணு யாரோ ஒருவனோடு பேசினான். ஏதோ கடன் கேட்பதாகச் சொன்னான். மூன்று நாளாக வேறு வரவில்லை. என்னவோ யார் கண்டது...?

மானம் பெரிது என்று எதாவது செய்திருந்தால்...? என்னிடம் ஒரு வார்த்தை சொல்லியிருந்தால் இவ்வளவு தொல்லை ஏற்பட்டிருக்காது. சை! இதென்ன பிதற்றல், மனது மட்டும் குரங்குதான். என்னவோ செட்டி எழவு எடுத்துவிட்டான்... முட்டாள் மீனலோசனியாகிவிட்டேன் போல் இருக்கு."

"அதற்கென்ன செய்திருக்கிறாய் என்று கேட்டேனே?" என்று திரும்பக் கேட்டான் நாராயணன்.

அவள் பதில் சொல்வதற்குள் வெளியே பூட்ஸ் காலின் ஓசை கேட்டது. அடுத்தாற்போல ஒரு ஹெட் கான்ஸ்டபிளும் கிழவியும் உள்ளே வந்தனர்.

"உங்களைப் போலீஸ் இன்ஸ்பெக்டர் அழைத்து வரும்படி உத்தரவு செய்திருக்கிறார்" என்றான் ஹெட் கான்ஸ்டபிள் நாராயணனைப் பார்த்து.

நாராயணன் திகைப்படைந்தான். ஒரு நொடி மீனலோசனியின் முகத்தையும் விழியையும் பார்த்தான். அங்கு பரிவின் நிழலைக்கூடக் காணோம். மேலே செய்யக் கூடியதென்ன? உறுதிகொண்ட குரலில் "இதோ வந்தேன்" என்று புறப்பட்டான்,

மீனலோசனி தன்னந்தனியாய் இருந்தாள். அவளை அறியாமலே அவளுடைய கண்கள் மஸ்லின் திரையிட்ட பலகணி வழியே தெருவில் போய்க்கொண்டிருந்த நாராயணன் கான்ஸ்டபிள் இவர்களைப் பின்தொடர்ந்தது. பார்வை தெருக்கோடிமட்டில்தானே என்றால் எண்ணிய இடத்தைப்போய் அடையும் மனதொன்றிருக்கிறதல்லவா?

4

விசாரணைக்கு முதல் நாள் இரவுதான் நாராயணனுடைய தகப்பனாருக்கு இந்த விஷயங்கள் எல்லாம் தெரிந்தன; நாராயணன் சொல்லிக்கொண்டிருந்தான். முழுவதும் நடந்தபடியே சொல்ல இயலுமா?

"நான் தெரியாமல் செய்துவிட்டேன். அந்த வீட்டுக்குப் போக்குவரத்து உண்டு. அதன் விளைவாக தண்டனையாக அந்தப் பொய்க்குற்றம் சாட்டப்பட்டு விட்டது."

"ரொம்ப சந்தோஷம்."

"நான் கேசுக்காக ஏதாவது உதவிசெய்யவேண்டும் என்று கேட்க

வரவில்லை. என் குற்றத்தை தங்களிடம் சொல்லிவிட வேண்டுமென்ற ஒரே ஆசை. நாளாக...”

வாக்கியம் முடிவதற்குள் தகப்பனார் அவ்விடம் விட்டுப் போய்விட்டார்.

மறுநாள் காலையில்தான் அவருடைய மனோபாவம் ஒருவாறாக விளங்கிற்று,

“தம்பி! இது குலவாசனைபோலும். எங்கள் தாத்தா இப்படித்தான் ஒரு ஆசை நாயகனாய் இருந்தாராம்.”

வேப்பிலை இப்பேச்சைவிட ரொம்ப இனிப்பு என்ற எண்ணம் பிறந்தது நாராயணனுக்கு.

“ஆனால் அதெல்லாம் பழங்கதை. கிளம்பு பாரிஸ்டர் வீட்டுக்கு” என்ற உத்திரவைக் கேட்டதும், தகப்பனார் சொற்படி கேட்பதைத் தவிர வேறு ஒன்றும் தெரியவில்லை.

5

விசாரணை நேரம். கச்சேரியில் ஒரே கூட்டம். சாட்சிப்பெட்டியில் மீனலோசனி ஏறி பிரமாணம் செய்தபொழுது இரைச்சல் அடங்கி விட்டது. பிராஸிகியூடிங் இன்ஸ்பெக்டர் முதல் கேள்வியைப் போட்டார்.

கல்லறையைச் சூழும் சப்தம் நிலவிற்று. திடீரென்று கச்சேரியைச் சேர்ந்த தோட்டத்திலிருந்து காதற்குரல் கேட்டது. 'க்காவுக்காவு!' பிரிவின் பிறவிக் கவி ஓலமிட்டுக்கொண்டிருந்தான். அவ்வோலம் அவள் நெஞ்சத்தில் தைத்தது. அவள் கையெழுத்திட்டுக் கொடுத்த கம்ப்ளெய்ன்டின் விளைவுதானே இவ்வளவும்?

'அம்மா! கேள்வி கேட்டால் பதில் சொல்ல வேண்டாமா?' என்று நாஸூக்காய் சொன்னார் பிராசிகியூடிங் இன்ஸ்பெக்டர்.

பிறகு அவள் ஏதோ சாட்சியம் கொடுத்து முடித்தாள். அதைக்கொண்டு நாராயணனுக்கு ஒன்றும் மோசம் வரக் கூடியதல்ல. ஆனால் நாராயணனும் நகையுமாய் பார்த்ததாக இதர சாட்சிகள் சொன்னால் மாஜிஸ்ட்ரேட் என்ன செய்யக்கூடும்? செட்டியார் பணம் அந்த சாட்சிகளுக்குப் போன விஷயம் மாஜிஸ்ட்ரேட் எப்படி அறியக்கூடும்?

நாராயணன் மீது குற்றச்சாட்டு படிக்கப்பட்டது. தான் குற்றவாளியல்ல என்று வாதித்தான்.

பத்து தினங்களுக்குப் பிறகு அவன் தரப்பிலும் சாட்சிகள்

விசாரிக்கப்பட்டன. லாபம்? மகனுக்கு மூன்று மாதம் தண்டனை விதிக்கப்பட்ட விஷயத்தை அறிந்த தந்தை ஜாமீனுடன் கோர்ட்டுக்குச் சென்றார். நாராயணன் சொன்னான். " இனி ஒன்றும் தேவையில்லை. கர்மத்தின் பலனை ஏற்றுக்கொண்டுவிட்டால் ஞானமேனும் உதிக்கும். அப்பீல் பேச்சைத் தள்ளுங்கள்."

"போடா மடையா! கர்மமாம் புடலங்காயாம்! அப்பீல் கொடுத்துவிட்டுத்தான் மறுகாரியம்."

6

ஜாயின்டு மாஜிஸ்ட்ரேட் அப்பீலைக் கேட்டுக் கொண்டிருந்தார். கச்சேரி வெளியே வராந்தாவில் ஏதோ ஆட்சேபணை சமாதானம். பிறகு கவலை தோய்ந்த முகத்தோடு கூடிய அழகி ஒருத்தி உள்ளே நுழைந்தாள். ஒரு நிமிஷம் அங்குமிங்கும் பார்த்தாள். ஜாயின்டு மாஜிஸ்ட்ரேட் பாட்டுக்கு உட்கார்ந்திருந்தார். நாராயணன் தன்னுடைய வக்கீலுக்குப் பின்னால் கனவில் சிரிப்பவனைப்போல் உட்கார்ந்திருந்தான். பெண் நுழைந்ததும் வக்கீல் பேச்சை நிறுத்திவிட்டார்.

அந்த நிசப்தத்தில் கேட்டது பழைய குயிலின் குரல். ஆற்றங்கரைக்கு அப்பாலிருந்து. 'க்காவு! க்காவு!' காதல் தீப்பிடித்து தணிய ஏங்கும் பிரிவினையின் குரல்! அவள் காதிலும் அக்குரல் விழுந்தது. தன் கையிலிருந்த மனுவை மாஜிஸ்ட்ரேட்டிடம் துணிவுடன் நீட்டினாள்.

ஜாயின்டு மாஜிஸ்ட்ரேட் அதை வாங்கி பன்முறை படித்தார். அம்மனு அவரைக் கலங்க அடித்துவிட்டது. கலவரமடைந்த காதலி ஒருவள் தன் செய்கையின் பிசகை உணர்ந்து அதன் விளைவை மட்டும் இப்பொழுது தடுக்கப் பார்க்கிறாள். இது கலை உலகிலும் நீதி தர்மத்திலும் ஏற்கக்கூடியது, அழகியது. ஆனால் சட்டத்தில் இதற்கு இடமுண்டா? சட்டம் கவனிப்பது செய்கையை; உணர்ச்சிக்குக் கௌரவம் ஏது? இருந்தாலும் சட்டத்தை அமலுக்குக் கொண்டுவருவோர் மனிதர்தானே? இரக்க மேலீட்டில் இரண்டொரு வார்த்தையேனும் சொல்லுவது அவருடைய கடமையென்று நினைத்தார்.

"அம்மா! ரொம்ப அனுதாபப்படுகிறேனென்று சொல்வதைத் தவிர நான் செய்யக்கூடியதொன்றும் காணோம். நாம் சட்டத்திற்கு அடிமைகள் குற்றவாளியை இப்படியே விட்டுவிடுவது என்பது சட்டமறியாத விஷயம்."

நாராயணனை மீட்க வந்த மீனலோசனியின் மனக்கோட்டை இவ்விதம் இடிந்து வீழ்ந்ததும் கனவில் நடப்பவளைப்போல் வீடு திரும்பினாள்.

7

அன்று முன்னிரவிலேயே அவள் படுக்கைக்குச் சென்றுவிட்டாள். ஜன்னலின் மஸ்லின் துணியை விட்டு வெளியே பார்த்தாள். வானத்து இருள் பெருக்கில் நக்ஷத்திரங்கள் தத்தளித்துக்கொண்டிருந்தன.

சிற்சில சமயம், மனவேதனையில் வாய் தானே முணுமுணுக்க ஆரம்பித்துவிடும். அவள் பேசிக்கொண்டிருந்தாள். "என் இன்பத்திற்கு நானே நமனாகி இருக்கவேண்டியதில்லை... செட்டியார் முழுவதும், அம்மா ஓரளவும் கம்ப்ளெய்ன்ட் கொடுக்கும் எல்லைக்கு என் மனத்தைத் தூண்டிவிட்டனர். இனி? நாணுவைப்பற்றி கண்ணீரும் கனவும்தான் மிச்சம். நான் செய்ததை அழிக்க எனக்கு சுதந்திரமில்லையாம், மாஜிஸ்ட்ரேட் சொல்லுகிறார். நாம் எல்லாம் சட்டத்தின் அடிமைகளாம். ரொம்ப பேஷ்! மீனலோசனி..."

நேரம் கழிந்தது. நகரம் முழுவதும் தூக்கத்தின் திரைக்குள் மறைந்தது. வண்டி காடிகளின் ஓசை எட்டாக்கையில் தேய்ந்தன. ஆனால் அவளுக்கு மட்டும் தூக்கம் வரவில்லை. இரவின் அற்புதங்கள் அவள் புலன்கள் மீது வந்து மோதின. எங்கோ இருந்து திகிலடைந்த ஒரு குருவியின் குரல், அல்லது இருளைப் பெருக்கித்தள்ள முயலுவது போன்ற தென்னையின் தலையசைப்பு, அல்லது விலங்கிட்ட முரட்டுக் கைதி ஒருவன் கலாட்டா செய்வதுபோல் மணிக்கொருமுறை எழுந்து ஓடுங்கும் தாஸின் ஓசை... நேரம் தொலையாதா?

வெள்ளி முளைத்து தாரகைக் கூட்டம் சவம்போல் வெளுத்த வேளையில் தூக்கம் அவளை வந்து கவ்வியது.

சூரியன் மரக்கிளைகளுக்கு மேலே வந்த பிறகுதான் அவள் விழித்தெழுந்தாள். ஒன்றிலும் பற்றில்லை. காபியை மாடியிலேயே வரவழைத்துச் சாப்பிட்டாள். "தூ! என்ன கசப்பு! என்ன கசப்பு!"

"அப்படியா" என்று கேட்டுக்கொண்டே வந்தான் நாராயணன். ஜாயின்டு மாஜிஸ்ரேட் அவனுக்குச் சாதகமாகத் தீர்ப்பு சொல்லிவிட்ட நிமிஷம் கால்கள் இங்கு இழுத்து வந்தன.

"நாணு!... நல்ல வேளை! நாணு!" என்று சொல்லிக்கொண்டே பாய்ந்து போய் அவனை இறுகக் கட்டிக் கொண்டாள்.

அந்த அணைப்பிலிருந்து நாராயணன் மெதுவாக விடுவித்துக் கொண்டான். அந்தச் செய்கையில் அவளுக்கு விகற்பம் தோன்றவில்லை. ஆர்வம் மிஞ்சிவிட்டதென்று அவன் ரஸிகத் தன்மையோடு தெரிவிப்பதாக நினைத்தாள். ஆனால் அடுத்தாற்போல் "நான் திருடினேன் — மறுக்கவில்லை. காதல் அது இது என்று கொஞ்சிச் சொன்னவளுக்கு

என்னால் ஒரு நகை நஷ்டமானால் என்ன மூழ்கிவிடும்!" என்று கேட்டபொழுதுதான் அவன் செய்கை வெறுப்பின் விளைவு என்று அறிந்தாள்.

"நாணு? சத்தியமாகச் சொல்லுகிறேன் – நீ எடுத்திருக்கமாட்டாய், தெரியும்."

"கேள். ஒரு வார்த்தை; அன்பின் மீது பாரத்தைப் போட்டு அதை எடுத்தேன், ஒரு முடையை அடைக்க வேண்டி. நீ என்னைத் திருடனாக்கி விட்டாய். போகட்டும் – இப்பொழுதாவது என் செய்கையின் தன்மையை அறிவாயல்லவா? – இதோ திருடன் நகையைத் திருப்பித் தருகிறான் பார் – இந்தா."

மீனலோசனி முன்னே நகர்ந்தாள். நீட்டிய நகையை வாங்கிக் கொள்ளவல்ல; அவன் காலில் விழுந்து மன்னிப்பு கேட்க.

"நாணு! நாணு! நானாகக் குற்றம் சாட்டவில்லை. கிழவி சொன்னாள் – அவள்கூட இல்லை. செட்டியார் ஐயா நிச்சயமாய்ச் சொன்னார் – எனக்கு மூளை குழம்பிப் போச்சு..."

"செட்டியார் ஐயா" என்ற பேச்சைக் கேட்ட நாராயணன் பித்தனைப் போலானான்.

"ஹ ஹ ஹா! செட்டியார் ஐயாவா? – சபாஷ் உன்னை விலைகொடுத்து ஒரு எஜமானர் வாங்கியிருக்கிறாரா?"

(நகையை அவளிடம் எறிந்துவிட்டு) "வெட்கக்கேடு... அன்பைத் தேடி இவ்விடம் வந்தேன். யாரோ செட்டியார் குறுக்கிடுகிறார். எஜமான் காதலனை ஒழிக்கப் பார்த்த கதை – நீ ஒரு கைதேர்ந்த தொழிலாளி..."

"நாணு! நாணு! இப்படியெல்லாம் பேசாதே – சத்தியமாய்ப் பஞ்ச பூத சாட்சியாய் சொல்லுகிறேன் – ஆசை ஒன் மேலே; ஆத்மா ஒன்மேலே – உடம்பைத் தள்ளு – அது குலதர்மத்துக்குக் கட்டுப்பட்டது. நாணு!"

மீனலோசனி விம்மி அழுதுகொண்டே நெடுஞ்சாண்கிடையாக அவன் காலில் விழுந்தாள்.

"அம்மா! எனக்கு வேதாந்தம் தெரியாது. இங்கே செட்டியாரே அமுல் நடத்தட்டும். நமஸ்காரம் தாஸியம்மா."

மறுவினாடி அவனைக் காணோம்; அவன் பேச்சு மட்டும் கோவில் மணிகளைப்போல் அவள் காதில் ஒலித்துக் கொண்டிருந்தது.

அன்றிரவே நாராயணனும் அவனுடைய தகப்பனாரும் ஊரைவிட்டு பட்டணத்திற்குக் கிளம்பிய விஷயம் யாருக்கும் தெரியாது.

பட்டணமடைந்த மூன்றாம் நாள் மாலை கடற்கரையோரத்தில் நாராயணன் தன் நண்பன் ஒருவனோடு காற்று வாங்கிக்கொண்டிருந்தான். கடல் எப்போதும் போல் ஓலமிட்டுக்கொண்டிருந்தது.

"தினமனிப் பேப்பர் அரையணா!"

நண்பன் ஒரு இதழை வாங்கி மௌனமாய்ப் புரட்டிக்கொண்டிருந்தான். நாராயணனுடைய பார்வையும், நெஞ்சமும் வானமும் கடலும் முத்தமிடும் ரேகையைத் தாண்டிச் சென்றிருந்தது. "நாணு உங்களூர் விஷயம், கேள்" என்றதும் நாராயணன் காரணமின்றி திடுக்கிட்டுப் போனான்.

"... நீ எங்கிருந்தாலும் சரி. உன் பேச்சு என்னைத் தின்றுவிட்டது. ஆசையென்பது உடலைப் பொறுத்ததல்ல என்ற தத்துவம் உனக்கும் உன்னைப் போன்றவர்க்கும் புரியாது. நான் உன்னை எள்ளளவும் ஏமாற்றவில்லை. காசுக்காக அவனிடம் வேஷம் போட்டேன். அது என் ஜாதி தர்மம்; வேறு பிழைக்க வழி; ஐந்து அறிவையும் ஆத்மாவையும் உனக்குக் காணிக்கையாக்கி இருந்தேன். நீ அவற்றை மதிக்கவில்லை. இனி மதிக்க வேண்டிவரும். உனக்கில்லாமல் நான் வேறு யாருக்காக வாழவேண்டும்...?"

இக்கடிதம் நேற்று காவேரியும் அரசலாறும் பிரியும் கலுங்கில் சிக்கிய ஒரு சவத்தின் புடவைத் தலைப்பில் இருந்தது. ஆற்றில் விழுந்த அழகி தாஸி வகுப்பைச் சேர்ந்த யுவதியென்று, தெரிகிறது. ஊரெங்கிலும் இதே பேச்சாயிருக்கிறது.

"பாவம்" என்றான் நண்பன்.

நாராயணன் மூச்சுவிடவில்லை. வானமும் கடலும் தழுவும் திக்கை நோக்கிப் பெருமூச்செறிந்தான்.

74. மாங்காய்த் தலை

இரண்டு பிச்சைக்காரர்கள் அந்த ஊருக்கு வந்திருந்தார்கள். மனிதனுடைய தர்மசிந்தனையை ஈண்டு வளர்த்து நிலைக்கச் செய்யும் பிரசாரத்தை ஒரு மாதமாக ஒருவன் செய்து வந்தான். நாச்சி ஒரு குரங்காட்டி. அவனிடம் இருந்தது பெண்குரங்கு. குரங்குக்குப் பாவாடை, ரவிக்கை எல்லாம் உண்டு. பெண் குரங்காக இருந்தாலும் லங்காப் பட்டணம் தாண்டும்; மாடு மேய்க்கும்; பிசாசு ஆடும்; மாமியார் வீட்டுக்குத் தண்ணீர் கொண்டுவரும். அப்பொழுது நடுவழியில் பானையைப் போட்டு உடைத்துவிடும் காட்சி மிகவும் தமாஷாய் இருக்கும். அந்த வேடிக்கைக்கு அடுத்தபடியாகக் குரங்கு கையை நீட்டும். அதில் காசு நிரம்பாமல் போகாது.

மற்றொரு பிச்சைக்காரன் ஊருக்கு வந்து மூன்று மாதங்கள் ஆயின. ஆனால் அவனிடம் குரங்கு இல்லை. குரங்கைவிட விநோதமான ஒன்றை வைத்திருந்தான். அதை ஒரு பிராணி என்றுதான் சொல்ல வேண்டும். நாலடி உயரந்தான் இருக்கும். தலை மாங்காய்த் தலை; தேங்காய்த் தலை என்றும் வைத்துக்கொள்ளலாம். சாமியார் மாதிரி மொட்டை. உடம்பெல்லாம் விபூதியைத் தண்ணீரில் கரைத்துப் பூசி இருக்கும். நெற்றியை அடைத்து ஒரு பெரிய தென்கலை நாமம் போட்டிருக்கும். வயிற்றை அடைத்தும் ஒன்றிருக்கும். உடம்பெல்லாம் சதைப்பற்று இல்லாமல் ஓணான் மாதிரி இருக்கும். இடுப்பில் ஒரு லங்கோடு. அது பேசாது. ஏதோ சத்தம் செய்யும். அந்தப் பிராணியை எல்லாரும் பார்த்திருக்கலாம். அதைக் கடைக்குக் கடை கொண்டு போய் நிறுத்தினாலே போதும்; கும்பல் சேர்ந்துவிடும். குரங்கு மாதிரி சேஷ்டை செய்து கத்தினால் கேட்பானேன்? கடை வியாபாரத்துக்கு வந்த இடைஞ்சலைத் தவிர்க்கவென்றே கடைக்காரன் காசு கொடுத்து விரட்டிவிடுவான். இந்த விநோதப் பிராணியை வைத்திருக்கும் பேச்சிக்கு என்ன பஞ்சம்? குரங்காட்டியைவிடப் பணக்காரன்.

இந்த இரண்டு பிச்சைக்காரர்களும் ஆற்றங்கரை மண்டபத்தில்தான் தங்கி இருந்தார்கள். பகல் முழுவதும் ஊர் சுற்றிப் பிச்சை எடுப்பது, சாயங்காலமாக ஆற்றங்கரைக்கு வந்து சுள்ளி, சிப்பிகளைப் பொறுக்கிச் சோறு பொங்கித் தின்பது, பிறகு உலகத்தின் மாயையைப் பற்றிப் பாடுவது, பேசுவது– இதுதான் நிகழ்ச்சி முறை. ஆனால் ஒரு வித்தியாசம்; பேச்சி, சோறு தின்ற பிறகு நாள் தவறாமல் கஞ்சா குடிப்பான். பணக்காரப் பிச்சைக்காரன் அல்லவா? குரங்காட்டி இரண்டிலே மூன்றிலே பீடி குடிப்பான். மற்றபடி அவர்கள் ஒற்றுமை யாகத்தான் இருந்தார்கள்.

இந்த ஒற்றுமைக்கு உலைவைத்தது மாங்காய்த் தலை. அதற்குப் பேச வாய் இல்லாவிட்டாலும் தின்ன வயிறு உண்டு என்பது பேச்சிக்குத் தெரியவில்லை. அதனால்தான் வினை விளைந்தது. மாங்காய்த் தலையைக் கடைத்தெரு வழியாக ஒரு தரம் அழைத்துச் சென்றால் ஒரு பத்து வாழைப்பழமோ எதுவோ கிடைக்காமல் இருக்காது. இதெல்லாம் மாங்காய்த் தலைக்கு இனாம் என்ற உண்மை அந்தப் பிராணிக்கு எப்படியோ தெரியும். பேச்சி மட்டும் உணரவில்லை. இல்லாவிட்டால் அவ்வளவையும் அந்தப் பிராணிக்கே கொடுத்துவிடமட்டானா? அவன் அப்படிச் செய்வதில்லை. ஒன்றிரண்டு கொடுப்பான், இன்னொன்று என்று பிராணி கையை நீட்டினால் அதன் கையைப் பிடித்துத் தள்ளுவான். பிடிவாதம் பிடித்தால் அடித்து விடுவான். இருந்தபோதிலும் பழத்தையெல்லாம் பேச்சியால் தின்றுவிட முடியுமா?

இந்த வரும்படியைச் சாக்கிட்டுத்தான் வெற்றிலை பாக்குக் கடைச் சூரப்பன் பழக்கமானான். கடைத்தெரு மூலையில் ஒரு பெட்டிக் கடை. கடையில் சாமான் ஒன்றும் அதிகமாக இல்லை. வெற்றிலை, பாக்கு, பழம், புகையிலை, சுருட்டு, பீடி, சர்பத் பாட்டல், பெட்ரூம் விளக்கு, தெருப்புழுதி இவ்வளவுதான். ஊருக்கு வந்த புதிதில், மாங்காய்த் தலையைக் கூட்டிக்கொண்டு சாயங்காலமாக ஆற்றங்கரைக்குத் திரும்பும் பொழுது பேச்சியிடம் இருபது வாழைப்பழங்கள் இருந்தன. என்ன செய்வதென்று புரியவில்லை. சூரப்பன் பெட்டிக்கடை தென்பட்டதும், "ஐயா, வாழைப்பழம் வேணுமா?" என்று கேட்டான். பிச்சைக்காரனையும் மாங்காய்த் தலையையும் ஏற இறங்கப் பார்த்துவிட்டுச் சூரப்பன் வேண்டாமென்று தலையை ஆட்டினான்.

"குடுக்கிறதைக் குடுங்க."

"ஒரு அணாத் தருவேன்."

"காலணா சேர்த்துக் குடுங்க."

வாங்கும் பொருளின் விலை சூரப்பனுக்குத் தெரியும். அதில் என்ன

லாபம் வரும் என்றும் தெரியும். ஆகையால் ஒரு காலணா சேர்த்துக் கொடுத்து வாங்கிக்கொண்டான்.

அன்று முதல் பேச்சி, சூரப்பன் கடைக்குச் சாயங்காலமாக வரத் தவறுவதில்லை. என்ன சாமான் அன்றன்று கிடைக்கிறதோ அதைச் சூரப்பன் கடையில் போட்டுவிட்டு ஓரணாவோ இரண்டணாவோ வாங்கிக்கொண்டு போய்விடுவான்.

இந்தப் பழக்கத்தினால் ஒரு பேரங்கூட அவர்களுக்குள் தகைந்துவிட்டது. பேச்சி, தான் தினம் சம்பாதிக்கும் சாமான்களைக் கடையில் போடுவதுடன் சம்பாதிக்கும் காசையும் கொடுத்துவிட வேண்டியது. சூரப்பன் கன்டிராக்டாக ஒரு நாளைக்கு ஒன்றரை ரூபாய் வீதம் அவனுக்குக் கொடுத்துவிட வேண்டியது. தினசரி சம்பாத்தியம் கூடுதலாய் இருந்தாலும் குறைவாய் இருந்தாலும் பேச்சிக்கு அதில் சம்பந்தம் இல்லை. பேச்சிக்கு இந்த ஒப்பந்தம் பிடித்துவிட்டது. அதன்படிதான் இரண்டு மாதமாக நடந்துவந்தது.

குரங்காட்டி வந்த பிறகுதான் சிக்கல் உண்டாயிற்று. குரங்காட்டி தினசரி வேடிக்கை காட்டிவிட்டுச் சாயங்காலமாக ஆற்றங்கரைக்கு வருவான். ஓர் ஆணியில் குரங்கைக் கட்டிப் போட்டுவிட்டு அன்றைக்குக் கிடைத்த பட்டாணிக் கடலையையோ பழத்தையோ அதன் முன் போடுவான். அது தின்றுகொண்டிருக்கும். அவன் சோறாக்கத் தொடங்குவான். அநேகமாக இதே வேளைக்கு, பேச்சி தன் வேடிக்கைப் பிராணியுடன் திரும்பி விடுவான். வந்தவுடனே குளித்துவிட்டுச் சோறாக்கும் வேலையைக் கவனிப்பான். மாங்காய்த் தலை விட்ட இடத்திலேயே நின்று கொண்டிருக்கும்; அல்லது பழந் துணி மாதிரி சவுங்கிப்போய்க் கிடக்கும்.

குரங்காட்டி வந்த ஒரு வாரம் வரையில் எவ்வித மாறுதலும் இல்லை. அதற்குப் பிறகு ஒரு நாள், பேச்சி, சோறாக்கி முடித்துவிட்டு மாங்காய்த் தலையை நோக்கி வந்தான். மாங்காய்த் தலையைக் காணவில்லை. ஒரு விநாடி திகைத்துப் போய்விட்டான். பிறகு மண்டபத்துக் கோடித் திருப்பத்தில் குரங்காட்டி சோறாக்கும் இடத்துக்குப் போய்ப் பார்த்தான். மாங்காய்த் தலை குரங்கின் அருகில் உட்கார்ந்து பட்டாணிக் கடலையைத் தின்றுகொண்டிருந்தது. பேச்சி, மாங்காய்த் தலையைத் தரதரவென்று இழுத்துக்கொண்டு தன்னிடத்துக்குத் திரும்பினான். இந்த மாதிரி சம்பவம் அதற்குப் பிறகு சகஜமாகி வீட்டது.

இதிலிருந்து பேச்சிக்கும் நாச்சிக்கும் இடையே உள்ளூற ஒரு புகைச்சல் உண்டாகிவிட்டது. ஏதோ மந்திரம் போட்டு மாங்காய்த் தலையை நாச்சி கலைப்பதாகப் பேச்சி நினைத்தான். நாச்சிக்கு வேறு விதத்தில்

குறுகுறுப்பு உண்டாயிற்று. குரங்குக்குப் போட்டிருக்கும் உணவுப் பொருள்களை எல்லாம் தினம் தவறாமல் மாங்காய்த் தலை தின்று விடுவதில் நாச்சிக்கு மனம் இல்லை. அதற்குக் கிடைப்பதை அதற்குப் போடாமல் கஞ்சாப் புகையாக்கிவிடும் வேலையை அவன் வெறுத்தான். ஆனால் அதற்காகச் சண்டைபோட முடியுமா?

எனவே குரங்காட்டி மண்டபத்துக்கு வருவதைத் திடீரென்று நிறுத்தி விட்டான். ஆற்றுக்குக் கீழண்டைப் பக்கத்திலிருந்து பிரிந்து செல்லும் ஒரு வாய்க்காலின் கரையில் அரசமரத்தடியில் தங்க ஆரம்பித்தான். குரங்காட்டி ஊரை விட்டுப் போய்விட்டான் போல் இருக்கிறது என்றுதான் பேச்சி முதலில் நினைத்தான். ஒரு வாரத்துக்குப் பிறகு தற்செயலாகப் பேச்சி, மாங்காய்த் தலையுடன் வாய்க்கால் கரை ஓரமாக வர நேர்ந்தபொழுதுதான் உண்மை தெரிந்தது.

"ஊரை விட்டுப் போயிட்டேன்னு அல்ல நினைச்சேன்! அண்ணன் தம்பி சண்டை வந்தாச் செய்வாங்களே, அந்த மாதிரி செஞ்சுட்டியே!"

"நானும் நீயும் அண்ணன் தம்பியா?" என்று நாச்சி சிரித்தான். குரங்காட்டி உண்மையைச் சொல்லவில்லை. வெறுமனே பேசி மெழுகி விட்டான்.

அதற்குப் பிறகு பலதரம் அந்த வழியே மாங்காய்த் தலையை அழைத்துக்கொண்டு பேச்சி போய்வந்தான். குரங்காட்டி அங்கேதான் இருந்தான். மாங்காய்த் தலைக்கு அந்த வழியே போவதில் விருப்பம் இருப்பது போல்கூடப் பேச்சிக்குப் பட்டது. காரணம் மட்டும் விளங்கவில்லை.

பத்து நாள் கழிந்திருக்கும். வழக்கம்போல் பகலில் சம்பாதித்துவிட்டுச் சாயங்காலமாகப் பேச்சி ஆற்றங்கரை மண்டபத்தில் சோறாக்கித் தின்றான். பிறகு மாங்காய்த் தலைக்கும் போட்டுவிட்டுத் தூங்கிப் போனான்.

* * *

மறுநாள் காலை எழுந்தபொழுது திக் என்றது. மாங்காய்த் தலையைக் காணவில்லை. முதல் இல்லாவிட்டால் எப்படி தொழில் செய்ய முடியும்? மண்டபத்தைவிட்டு இறங்கிச் சுற்றுமுற்றும் பார்த்தான்; காணவில்லை. ஒரு யோசனை தோன்றிற்று. வேகமாக வாய்க்கால் கரைக்குப் புறப்பட்டான். நினைத்தபடிதான் இருந்தது. குரங்கின் அருகில் மாங்காய்த் தலை ஒரு வாழைப்பழத் தொலியைத் தின்று கொண்டிருந்தது. பேச்சிக்கு அளவு கடந்த கோபம் வந்துவிட்டது.

"ஏண்டா திருட்டுப் பயலே, ஏண்டா இவனைக் களவாண்டுக்கிட்டு

வந்தே?" என்று குரங்காட்டியைச் சண்டை பிடிக்கத் தொடங்கினான். குரங்காட்டி பதிலுக்குச் சண்டை பிடிக்கவில்லை.

"நானா களவாண்டுக்கிட்டு வந்தேன்? பைத்தியமா? நேத்து ராத்திரி பாதி ஜாமத்திலே நான் எழுந்திரிச்சேன். பார்த்தால் என் குரங்குக்குப் பக்கத்திலே இந்த மாங்காய்த் தலையும் படுத்துக் கிடந்துச்சு. அது எப்போ வந்துச்சு, எப்படி வந்துச்சுன்னு எனக்குத் தெரியாது. சத்தியமாச் சொல்றேன். நீ அழைச்சுக்கிட்டுப் போயிடு."

இதைக் கேட்டதும் பேச்சிக்குக் கெட்ட கோபம் வந்துவிட்டது. ஒரு சுள்ளியை எடுத்து மாங்காய்த் தலையை இரண்டு வாங்கு வாங்கினான். மாங்காய்த்தலை முகத்தைச் சுளித்துக்கொண்டு ஏதோ ஒரு மாதிரியான சத்தத்தைக் கிளப்பிற்று. அதிகமாக அடிக்கவும் பயம். மாங்காய்த் தலையின் கையைப் பேச்சி பிடித்தான். அது நகரவில்லை; நகருவதாகவும் தெரியவில்லை. இழுத்துக்கொண்டு நடக்க முயன்றான். தொப்பென்று கீழே விழுந்து படுத்துக்கொண்டுவிட்டது. தூக்கி நிறுத்த முயன்றான். கையைக் கடித்தது.

பேச்சிக்குப் பெருத்த பயம் உண்டாகிவிட்டது. மெதுவாக தாஜா செய்து பார்த்தான். மாங்காய்த் தலை கடிக்கும் ரீதியிலேயே இருந்தது.

"இதுக்கு என்னவோ கோவம்" என்றான் நாச்சி.

"அது என்ன எழவோ! எனக்கு ஒண்ணுமே புரியல்லே. ஆறு வருசத்துக்கு முந்தி ஒரு பொம்புள்ளே வந்து சேந்தா. அவளோட மவன் இது. இதை அவளுக்குப் பிடிக்கவே இல்லே. சொல்லாம கொள்ளாம ஒரு நாள் ராத்திரி இதை விட்டுட்டு ஓடிப் போய்ட்டா. அப்பவே பிடிச்சு இதை வச்சுப் புழைச்சுக்கிட்டு வாரேன். அதுக்கு முந்தி ஒன்னைப்போல நானும் குரங்காட்டிதான். இப்போ என் பொழப்பு என்ன ஆறது?"

"ஆனா இது ஒன் மவன் இல்லையா? அதுதான் ஒட்டாம இருக்குது. போவுது; என்ன முழுகிப்போச்சு?"

"அதுதான் புரியல்லே. நல்லா இருந்தா நாலு போட்டு இழுத்துக்கிட்டுப் போயிடலாம். அடிச்சா, வாயை விட்டுச்சுன்னா? என் பொழப்பு என்ன ஆவறது?"

"நான் ஒண்ணு சொல்றேன்; கேளு. என் குரங்கை உன்கிட்டக் குடுத்துடறேன். பொழப்பு நடந்துபோகும். கஞ்சா பிடிக்க முடியாது. நான் இதை வச்சுக்கிடறேன்."

பேச்சி யோசித்தான். வேறு வழி தோன்றவில்லை. குரங்கைப் பிடித்துக்

கொண்டு போய்விட்டான்.

அன்று சுற்றினதில் இரண்டு படி அரிசியும் நாலணாக் காசும் பேச்சிக்குக் கிடைத்தன. வழக்கம்போல் சூரப்பன் கடைக்கு முன்பு போய் நின்றான்.

கடைக்காரன் திகைப்புடன் பார்த்தான். "ஏண்டா குரங்காட்டி ஆயிட்டே? அது எங்கே?" என்று கவலையுடன் விசாரித்தான்.

பேச்சி நடந்ததையெல்லாம் சொல்லிவிட்டு அரிசியையும் காசையும் கீழே வைத்தான்.

சூரப்பன் பெரிய கில்லாடி. "இனிமே பழைய பேரம் நடக்காது தம்பி. அது மாங்காய்த் தலையோடே போயிடுச்சு. ஓம் பேரிலே ஏழு ரூபாய் அதிகப் பத்து ஆயிடுச்சு. அதுக்காக இதை இன்னிக்கு எடுத்துக்கிடறேன். பாக்கியைக் கொண்ணாந்து வச்சுட்டு ஊருக்குப் போ" என்று சொல்லிவிட்டுக் குரங்கைப் பிடித்துப் பந்தற்காலில் கட்டிப் போட்டான்.

"நான் பணம் கொடுக்கணுமா? இருக்காதே" என்றான் பேச்சி திகிலுடன்.

"அப்போ நான் பொய்க்கணக்கு எழுதி வச்சிருக்கிறேன் என்கிறயா?"

சூரப்பனைப் பற்றிப் பேச்சிக்கு நன்றாகத் தெரியும்.

"அவ்வளவு இருக்காதேன்னுதான் சொன்னேன், நீங்கதான் சொல்றீங்களே. பணத்தைக் குடுத்துட்டு ஊருக்குப் போறேன். ஹனுமார் அறியச் சத்தியம்."

"அந்தச் சத்தியம் கித்தியம் எல்லாம் நமக்கு வேணாம். மரியாதையாக் காசைக் கீழே வச்சுடு. அவ்வளவுதான்."

"நான் எப்படிச் செய்வேனுங்க? குரங்கைக்கூடப் பந்தக்காலிலே கட்டிப் போட்டுட்டீங்களே!" என்று சொல்லிக்கொண்டே கையெடுத்துக் கும்பிட்டான்.

"அப்போ நான் சொல்றதைக் கேளு. நாளைக்கு நான் ஒரு மனு எழுதித் தாரேன். பெரிய மேஸ்டிரிட் ஆபீசுக்கு நாளைக் காலை பத்து மணிக்கு வா. நானும் வரேன், பிராது குடுக்கிற பேரெல்லாம் குடுக்கலாம்ன்னு வில்லை போட்ட சேவுகன் ஒத்தன் கத்துவான். அப்போ இந்தக் கடுதாசை எஜமான் கிட்டக் கொண்டுபோய்க் கொடு. பிறகு அங்கேயே இரு. எஜமான் கூப்பிட்டுக் கேப்பாரு. என்கிட்ட இருந்த ஆளைத் திருடிக்கிட்டுப் போயிட்டான்; என் பொழப்பே மண்ணாயிடுச்சு இன்னு அழு. அப்பறம் பாரேன்."

“பிச்சைக்காரனுக்கு இதெல்லாம் என்னாத்துக்குங்க?”

“அப்போ மாங்காய்த் தலைக்குப் போடற நாமத்தை எனக்குப் போடப் பாக்கிறே!”

பேச்சிக்கு ஒன்றும் பதில் சொல்லத் தெரியவில்லை. “காலையிலே கடைக்கு வரேனுங்க. நீங்க சொல்றதைச் செய்யறேன்.”

“சரி, குரங்கைப் பிடிச்சுக்கிட்டுப் போ” என்று சூரப்பன் உத்தரவு கொடுத்தான்.

பேச்சி, குரங்கைப் பிடித்துக்கொண்டு வாய்க்கால் கரை வழியே போனான். வாய்க்கால் கரையில் அரசமரத்தடியில் நாச்சியையோ மாங்காய்த் தலையையோ காணவில்லை. வியப்பாக இருந்தது. அப்படியே தன் மண்டபத்துக்குக் குரங்கை அழைத்துக்கொண்டு போய்ச் சோறாக்கித் தின்றான். பிறகு அவர்கள் எங்கே போயிருப்பார்கள் என்ற கவலை பேச்சியைத் தொளைத்தது. இரவில் ஒரு தரம் போய்ப் பார்த்தான். அப்பொழுதும் காணவில்லை. பிச்சைக்காரர்கள் தங்கக் கூடிய ஒவ்வோர் இடத்தையும் சலித்துப் பார்த்தான். எங்கும் காணவில்லை. மிகவும் அயர்ந்து திரும்பும்போது ஒரு பெருமாள் மாட்டுக்காரன் விஷயத்தைச் சொன்னான்; அவர்கள் காலையில் அடுத்த ஊருக்கு ரெயிலில் போய்விட்டதாகச் சொன்னான்.

இந்தத் தகவலைக் கேட்டதும் பேச்சிக்கு உயிரே போய்விட்டது. நேரே கடைத்தெருவுக்குப் போய் சூரப்பனிடம் விஷயத்தைத் தெரிவித்தான்.

“என்னைப் பிடுச்சுக்கோன்னு திருடன் எதிர்த்தாப் போல உக்காந்திருப் பானா? காலையிலே மனு குடுக்கணும்னேன். சரின்னே. இப்போ அழிச்சுப் பேசத் தந்த்ரம் பண்றே” என்று சூரப்பன் உறுமினான்.

“ஐயோ சாமி, அதெல்லாம் எனக்குத் தெரியாதுங்க. நீங்க சொல்றபடி நாளைக்கு வந்துடறேனுங்க” என்று கும்பிடு போட்டுவிட்டுப் போய்விட்டான்.

* * *

மறு நாள் காலை பத்து மணிக்குப் பெரிய மாஜிஸ்டிரேட் கோர்ட்டு வாசலில் சூரப்பனும் பிச்சைக்காரனும் கூட்டத்தில் தென்பட்டார்கள். பேச்சி கையில் ஒரு மனு இருந்தது. கோர்ட்டுச் சேவகன் வழக்கம்போல் மும்முறை கூவினான். பேச்சி விழித்துக்கொண்டிருந்தானே ஒழிய நகரவில்லை. சூரப்பன் முதுகில் கையைக் கொடுத்து முன்னே தள்ளிவிட்ட பிறகுதான் பேச்சி விழிப்படைந்து மனுவைக் கொண்டுபோய் மாஜிஸ்டிரேட்டிடம் கொடுத்தான். மாஜிஸ்டிரேட்

அவனை ஆச்சரியத்துடன் பார்த்துவிட்டு மனுவை வாங்கி வைத்துக் கொண்டார். பிறகு மாஜிஸ்டிரேட் ஒவ்வொரு நபராகக் கூப்பிட்டு ஏதோ கேள்விகள் கேட்பதும் உத்தரவு போடுவதுமாக இருந்தார். பேச்சிக்கு ஒன்றும் விளங்கவில்லை. சுவரில் சாய்ந்தால்கூடக் குற்றம் என்று நினைத்துக்கொண்டோ என்னவோ கால் கடுக்க நின்று கொண்டிருந்தான்.

மாஜிஸ்டிரேட் பேச்சியைக் கூப்பிட்டார். பேச்சி கைகால் நடுங்க முன்னே போய் நின்றான். மாஜிஸ்டிரேட் கேள்விகள் கேட்க இவன் பதில் சொல்லிக்கொண்டு வந்தான். சூரப்பன் கோர்ட்டுக்கு வெளியே ஜன்னலண்டை நின்றுகொண்டு இதை எல்லாம் கவனித்துக் கொண்டிருந்தான். ஆகையால் நடந்ததை நடந்தபடி சொல்லாமல் சூரப்பன் சொல்லிக்கொடுத்த பாடத்தைப் பேச்சி ஒப்பித்தான். மாஜிஸ்டிரேட் போலீஸ்காரருக்கு ஆங்கிலத்தில் ஏதோ உத்தரவிட்டார். சூரப்பனுக்கோ பேச்சிக்கோ ஒன்றும் புரியவில்லை. வில்லைச் சேவகன் பேச்சியை வெளியே போகலாம் என்று ஜாடை காட்டினான். பேச்சி வெளியே வந்து வாதா மரத்தடியில் சூரப்பனுடன் நின்று பேசிக்கொண்டிருந்தான். அப்பொழுது இரண்டு போலீஸ் காரர்கள் வந்து விஷயத்தைக் கேட்டுத் தெரிந்து கொண்டார்கள். சொன்னதெல்லாம் சூரப்பன்தான். "உடனே ரெயிலில் புறப்பட்டுப் போய் அந்த ஆளைக் கொண்டுவர வேண்டும் என்று உத்தரவு" என்று சொல்லிவிட்டுப் பேச்சியை அழைத்துக்கொண்டு அவர்கள் ரெயிலில் கிளம்பிவிட்டார்கள்.

அடுத்த ஊரில் மாங்காய்த் தலை ஒரு கும்பலின் நடுவில் நின்றுகொண் டிருந்தது. போலீஸ்காரர்கள் அதை நாச்சியுடன் அழைத்துக்கொண்டு மறுநாள் மாஜிஸ்டிரேட்டின் முன் ஆஜர் செய்தார்கள். அந்த ஆளைப் பார்த்த பிறகுதான் வழக்கின் விசித்திரத்தன்மை மாஜிஸ்டிரேட்டுக்கு விளங்கிற்று. சட்டப்படிக்கு உள்ள சிக்கல்களும் விளங்கின.

"ஏய், உன் பேர் என்ன?"

மாங்காய்த் தலை நின்றுகொண்டிருந்தது. மாஜிஸ்டிரேட் இரண்டு மூன்று தடவை கேட்டார். பதிலைக் காணவில்லை.

"ஊமை வேஷம் போடச் சொல்லிக்கொடுத்திருக்கிறானா?"

"இல்லிங்க; அது பேசாது" என்றான் பேச்சி.

"இதை யார் வச்சுக்கிறது, கேஸ் முடியும் வரையில்?"

"எஜமான் சொல்படி."

நாச்சியினிடமே மாங்காய்த் தலையை ஒப்படைத்துவிட்டு ஒரு வாரம்

கழித்து விசாரணையை ஒத்திப்போட்டார் மாஜிஸ்டிரேட்.

ஒரு வாரம் கழித்து நடந்த விசாரணையில் பேச்சி தரப்பில் சூரப்பன்தான் சாட்சி. எதிரி நாச்சிக்கு சாட்சியும் இல்லை; வக்கீலும் இல்லை. ஆனால் பேச்சிக்கு ஒரு வக்கீல் ஆஜரானதைப் பார்த்து மாஜிஸ்டிரேட்டே வியப்படைந்தார். சூரப்பன் சாட்சியத்தைக் கேட்ட பிறகுதான் அவருக்கு உண்மை புலப்பட்டது. கேஸ் முடிவதற்கும் அவர் தீர்ப்பு எழுதுவதற்கும் வெகுநேரம் பிடிக்கவில்லை. மாஜிஸ்டிரேட் செய்த தீர்ப்பு இதுதான்:

இது ஒரு விநோதமான வழக்கு. சாதாரணமாக சொத்துரிமை யிலிருந்து ஸிவில் குற்றங்கள் கிளைப்பதுண்டு. அதுபோலவே கிரிமினல் குற்றங்களும் கிளைப்பதுண்டு. மனிதனுடைய அகந்தையிலிருந்தும் குற்றங்கள் பிறப்பதுண்டு. சொத்தோ அகந்தையோ இல்லாத ஒரு பிச்சைக்காரன் மற்றொரு பிச்சைக்காரன் மீது வழக்கு தொடுத்திருப்பது வெகு தமாஷாய் இருக்கிறது. தன்னிடம் இருந்த மாங்காய்த் தலையை எப்படியோ மயக்கி நாச்சி திருடிக்கொண்டு போய்விட்டான் என்று பேச்சி குற்றம் சாட்டுகிறான்.

“மாங்காய்த் தலை, பேச்சியின் மகனோ மற்ற விதமான உறவினனோ என்று சொல்வதற்கில்லை. பேச்சியுடன் சிநேகம் கொண்ட ஓர் இரண்டுங்கெட்டானின் பிள்ளை. அந்தத் தாயே இந்த மாங்காய்த் தலையைப் பேச்சியிடம் விட்டுவிட்டுச் சொல்லாமல் இரவில் ஓடிவிட்டாள். அதை வைத்துக்கொண்டு இவன் வயிறு வளர்த்து வருகிறான். பேச்சியை ‘கார்டியன்’ என்று சட்டப்படி சொல்லிவிட முடியாது.”

அது எப்படி இருந்தாலும் எதிரி மயக்கி அழைத்துக்கொண்டு போய்விட்டான் என்பதற்கு எவ்வித ருசுவும் இல்லை. இந்த வழக்கின் உண்மை, வாதி தரப்பு இரண்டாவது சாட்சியான சூரப்பனின் வாக்கு மூலத்திலிருந்து வெளிப்படுகிறது. சூரப்பன் ஒரு பிரபல கேடி. அவன் நடத்தி வரும் வெற்றிலை பாக்குக் கடை ஒரு வேஷம். எந்தச் சாக்கிட்டாவது பணம் சம்பாதிக்கப் பார்ப்பதுதான் அவன் தொழில். சில முதலாளிகள் வண்டிமாடு வைத்துக்கொண்டிருப்பார்கள். சொந்தத்தில் வண்டிமாடு வைத்துக்கொள்ள முடியாத ஏழைகள் இந்த வண்டிமாட்டை வாடகைக்கு ஓட்டிச் சென்று பிழைப்பை நடத்துவதுண்டு. வண்டிக்காரன் நாள் முழுவதும் சம்பாதிப்பதை முதலாளியிடம் கொண்டு போய்க் கொடுத்துவிட வேண்டும். முதலாளி, வண்டிக்காரனுக்கு ஒரு குறிப்பிட்ட சம்பளத்தைத் தினசரி கொடுத்து விடுவான். அந்த மாதிரி ஒப்பந்தத்தைச் சூரப்பன் பேச்சி யிடம் செய்துகொண்டதன் விளைவுதான் இந்த வழக்கு. மாங்காய்த்

தலை போய்விட்டால் தன் கடைக்கு வந்து கொண்டிருக்கும் பொருள்கள் வராமல் போய்விடுமே என்ற எண்ணந்தான் இந்த வழக்கு ஜோடிப்புக்குக் காரணம். எதிரியின் வாக்குமூலத்தில் கண்டிருப்பது முழுதும் உண்மை என்று தெரிகிறது. பேச்சி மாங்காய்த் தலைக்கு இழைத்து வந்த துரோகத்தை அந்த மாங்காய்த் தலை உணர்ந்து, தானாகவே நாச்சியிடம் போய்விட்டதென்று நம்புவதற்குத் தகுந்த காரணங்கள் இருக்கின்றன. மாங்காய்த் தலையைப் பேச்சி திரும்ப அழைத்துக்கொண்டு போவதில் தனக்கு ஆட்சேபம் இல்லை என்றும், தன் குரங்கை பேச்சி திருப்பிக் கொடுத்துவிட்டால் போதும் என்றும் வாக்குமூலத்தில் சொல்லியிருப்பது ஒன்றே இவ்வழக்கை முடிவு செய்யப் போதுமானது. வாதியின் வழக்கு ருசுவாகவில்லை. வழக்கு தள்ளுபடி செய்யப்பட்டது."

* * *

தீர்ப்பு சொல்லி முடிந்த பிறகு மாஜிஸ்டிரேட் நாச்சியைப் பார்த்து, "உன் ஆளை அழைத்துக்கொண்டு போகலாம். கேஸைத் தள்ளி விட்டேன்" என்றார்.

பிச்சைக்காரர்களுக்குக் கோர்ட்டின் நடவடிக்கையைப்பற்றி என்ன தெரியும்? நாச்சியும் பேச்சியும் அப்படியே நின்றுகொண்டிருந்தார்கள். கோர்ட்டு சேவகன் மாஜிஸ்டிரேட் கேஸைத் தள்ளினதைப்போல இவர்களை வெளியே தள்ளின பிறகுதான் இவர்களுக்கு விஷயம் விளங்கிற்று.

"பேச்சி, குரங்கை என்கிட்டே கொடுத்துடு. இந்த ரோட்டோ ஒடனே அடுத்த ஊருக்குப் போயிடறேன். ஒன் மாங்காய்த் தலையை நீயே வச்சுக்க" என்றான் நாச்சி.

சூரப்பன் இந்தப் பேச்சை ஊன்றிக் கவனித்துக் கொண்டிருந்தான். வேகமாக ஒரு கான்ஸ்டேபிள் வந்தான்.

"ஏ சூரப்பா, இந்த மாங்காய்த் தலைப் பிச்சைக்காரன் வழிக்கு இனிமேல் போனியோ அவ்வளவுதான் என்று மாஜிஸ்டிரேட் சொல்லச் சொன்னார். பாத்துக்கோ" என்றான்.

"எனக்கு அவன்கிட்டே வேலை ஏதுங்க! என்றான் சூரப்பன்.

"அதோ காபி ஓட்டல் வாசலிலே கட்டி இருக்கு பாரு ஒன் குரங்கு, பிடிச்சுக்கிட்டுப் போ" என்று பேச்சி சொல்லவும், குரங்கைப் பிடித்துக் கொண்டு நாச்சி புறப்பட்டு விட்டான்.

75. நாகூர் ஆண்டவர்

வெள்ளையன் செட்டியாருக்கு இருப்பு கொள்ளவில்லை, வாழ்க்கையில் கசப்புத் தட்டியது.

புயல் தேவன் கோஷமும் அவருக்கு ஒரு வரவேற்பாகவே இருந்தது.

அப்பொழுது அந்த முஸ்லிம் கிழவன் நாகூர் ஆண்டவன் மீது பாடிக் கொண்டு அவரை நம்பும்படி மன்றாடினான்.

வெள்ளையன் செட்டியார் இடத்தை விட்டு எழுந்திருந்தார், திரும்ப உட்கார்ந்தார். மறுபடி எழுந்திருந்தார். திரும்ப உட்கார்ந்தார். மறுபடி எழுந்திருந்தார். சற்று குறுக்கும் நெடுக்குமாக உலாவினார். கடற்காற்று சூழ்ந்த கப்பலில் இருந்தும்கூட சித்திரை வெயிலில் வேஷ்டியால் விசிறிக்கொள்வதுபோல் மேல் துண்டால் விசிறிக்கொண்டார்.

ஒன்றும் நிலை கொள்ளவில்லை. அறையைவிட்டு வெளியேறி வந்து ஆகாயத்தைப் பார்த்தார். படுக்கையைவிட்டு வர மனமற்ற ராணியைப் போல் உடலசைய புரண்டுகொண்டிருந்த கடலைப் பார்த்தார். அவ்வளவு காலமாக வசித்துவந்து, இப்பொழுது விடப்போகும் அந்த நகரத்தைப் பார்த்தார். நெஞ்சம் குமுறிக் குமுறிப் பொங்கிற்று. நெற்றியிலிருந்த விபூதியை வலது கையால் அழித்துக்கொண்டே, 'களவாணிப்பயல்கள், தூ!' என்று நகரத்தை நோக்கிக் காறி உமிழ்ந்தார்.

செட்டியார் செய்ததை ஒரு மாலுமி பார்த்துக் கொண்டிருந்தது அவருக்குத் தெரியாது.

"ஏன் முதலாளி கோபம்?" என்றான் அவன்.

“சாமி இருக்கென்று நம்பறீஹளா?” என்றார் செட்டியார்.

மாலுமி கைகூப்பி மார்பு வரை உயர்த்தி ஆகாயத்தைப் பார்த்துக் கொண்டே, “நல்ல கேள்வி கேட்கறீங்களே?” என்று பரிதாபப்பட்டுச் சிரித்தான்.

“ஏன் சிரிக்கிறீஹ?”

மாலுமி பதில் சொல்வதற்குள் கப்பித்தான் கூப்பிடுவதாகச் செய்தி வந்துவிட்டது. விழுந்தடித்து ஓடிப் போய்விட்டான்.

“இம்புட்டுக்கும் நான் ஒன்றும் அக்கிரமம் செய்யவில்லை. பர்மாக்காரன் ஒவ்வொருவனையும் தனித்தனியாகக் கேட்டால் சொல்லுவான். ஆனால் நடந்தது மாத்திரம் இப்படிப் பெரிய எளவாய்ப் போச்சு" என்று தமக்குத்தாமே பேசிக்கொண்டார். ஆத்திரம் தீரவில்லை. கரைப்பக்கம் மறுபடி காறித்துப்பிவிட்டு, அலங்க மலங்க விழித்துக்கொண்டு நின்றார்.

ஐந்து நிமிஷத்திற்குள் கப்பல் கிளம்பிவிட்டது. செட்டியார் திரும்பி வந்து தம் இடத்தில் அமர்ந்தார். பொழுதுபோக்குக்காகப் பிரயாணிகள் ஏதேதோ பேசிக் கொண்டிருந்தார்கள். செட்டியார் அதில் கலந்து கொள்ளவே இல்லை. சற்று நேரத்திற்குப் பிறகு பேச்சு, பர்மியர் கலகத்தைப்பற்றிச் சென்றது. அங்கிருந்தவர்கள் அனேகமாக மூன்றாம் வகுப்புப் பிரயாணிகளாக இருந்தபடியால், முதலாளித்துவத்தைச் சரியாக ஆதரித்துப் பேச ஆட்களே இல்லை. யாரோ ஒரு பிரயாணி சொன்னான்:

“பணம் குட்டி போடுமா என்கிறார்களே, நன்றாய்ப் போடும். குட்டி மாத்திரமல்ல. தாயைப்போலவே அவ்வளவு பெரிய குட்டியல்லவா போடுகிறது! அசல் ரூபாய் நூற்றுக்கு வட்டி ரூபாய் நூறு குட்டி. ஆனால் இந்த மருத்துவச்சி வித்தை நகரத்தாருக்குத்தான் தெரியும். ஏன் முதலாளி, அப்படித்தானே?"

செட்டியாருடைய பதில் வரவில்லை. பின்னொரு பிரயாணி தானாகக் குறுக்கிட்டான்.

“எது இருந்தாலும் அக்கிரமக் காசு விளங்காது. இதோ கண்ணுக்கெதிர்த் தாற்போல் பாருங்களேன். பர்மாவில் செட்டிகளை அடி வைக்கப்படாது என்கிறான் பர்மாக்காரன். வட்டி வட்டியாகக் கடனைத் திருப்பிக் கொடுக்கும்பொழுது ரொம்ப நல்லவனுக்குக்கூட உள்ளூரப் புகைச்சல் கிளம்பிவிடும். மனிதன் வயிற்றெரிச்சல் சும்மாப் போவதில்லை.”

செட்டியாருக்கு இப்பேச்சுக்கள் வேம்பாயிருந்தன. மனவேதனை தாங்கவில்லை. இளமையில் பழகிய வழக்கம் ஒன்று திடீரென்று ஞாபகம்

வந்தது. இடத்தை விட்டுக் கிளம்பி நேரே ஸ்டோருக்குச் சென்று ஒரு பெட்டி சிகரெட்டுடன் திரும்பி வந்து தம் ஆத்திரத்தையெல்லாம் புகைவிடுவதில் திருப்பினார். வெகு சீக்கிரத்தில் அது ஒழிந்துவிட்டது; ஆத்திரமல்ல; சிகரெட். அடுத்தாற்போல் செய்யத் தோன்றிய காரியம் வெற்றிலை மெல்வது. இவற்றினாலெல்லாம் மனக் குரங்கைத் தளையிடுவதென்றால் உலகில் இவ்வளவு தொல்லையேது? எனவே மற்றொரு சிகரெட்டைக் கொளுத்திக்கொண்டு மேல் தட்டுக்கு வந்து ஒரு பெரிய கயிற்றுக்கட்டிலின்மேல் உட்கார்ந்தார். கண் பாட்டுக்குக் கடற் பறவைவைப் போல் வானத்தைத் துழாவிக் கொண்டிருந்தது.

எப்படியோ ஒரு பதினைந்து நிமிஷம் ஊர்ந்தது. விமோசனம் ஏற்பட்டது. பழைய மாலுமி சீட்டி அடித்துக்கொண்டே வந்தான்.

செட்டியாரைப் பார்த்ததும், "ஐயா இங்கெல்லாம் குந்தக்கூடாது. போன மாசம் எசகேடாக ஒரு மனிதன் போய்விட்டான். அப்பொழுதே பிடித்து இந்த உத்தரவு. இல்லாவிட்டால் எனக்கென்ன?" என்றான்.

"போனவன் பாடு ரொம்ப மேல்" என்று சொல்லிக்கொண்டே செட்டியார் ஒரு சிகரெட்டை நீட்டியதும் மாலுமி கீழே உட்கார்ந்து விட்டான்.

"ஏன் முதலாளி மனம் இவ்வளவு பேஜாராகப் போய்விட்டது? கடவுள் மேலே பாரத்தைப் போடுங்கள்" என்று மூக்கால் வரும் புகையுடன் பேச்சைக் கலந்தான் மாலுமி.

"பிச்சைக்காரன் குரங்கைப் பறிகொடுத்தால் அவனுக்குப் பிழைப்பு ஏதையா?"

"ஏதோ ஆண்டவன் திருவிளையாடல் என்று எண்ண வேண்டியதுதான்."

"ஆண்டவன் ஆண்டவன் என்று சொல்கிறவர்களுக்கெல்லாம் கண் சுமார் என்று நினைக்கிறேன்."

"ஏனோ?"

"அவருக்கே கண் 'சுமாராய்' இருக்கும்பொழுது?"

"முதலாளியின் பேச்சைப் பார்த்தால் மனம் உடைந்து கிடக்காப் போலல்ல தோணுது; எதுவாகிலும் பெருத்த நஷ்டம் கிஷ்டம் ஆகிவிட்டதோ?"

"சொல்லப் போனால் இருபத்து நாலுக்கு மேலே வட்டி வாங்கினதே இல்லை. அடகு வைத்த நகையை மாற்றியதில்லை; மறைத்ததில்லை... நினைத்திருந்தால் லக்ஷம் லக்ஷமாகச் சேர்த்திருப்பேன்."

"என் வயதிலே எவ்வளவோ பார்த்துவிட்டேன். அக்கிரமக் காசு ஒரு நாளும் துலங்காது."

"ஒரு பர்மாக்காரனுக்குக் கடன் கொடுத்திருந்தேன். அறுவடை ஆன பிறகு அவன் வீட்டுக்குப் போய்ப் பணம் கேட்டேன். அப்பொழுது வண்ணாத்திப் பூச்சி மாதிரி பக்கத்தில் அவன் வைப்பாட்டி அழகாய் உட்கார்ந்திருந்தாள். அந்த அலமாரியில் பணம் இருக்குது. எடுத்துக் கொள்" என்றான்.

"கணக்கு?" என்றேன்.

"நீங்களே அலமாரியிலிருந்து கணக்குப்படி எடுத்துக் கொள்ளுங்கள். நீர் சாமிக்குப் பயப்படக்கூடிய பேர்வழி... கணக்கில் பிசகு சொல்லமாட்டீர்."

"நானாக எடுக்கலாமா?"

"செட்டியாரே! நீங்களே எடுத்துக்கொள்ளா விட்டால் பணம் இந்தக் கையால் தர மாட்டேன். நான் ஆள் நிதானம் தெரியாத மடையன் என்ற யோசனையா?"

"பெட்டியைத் திறந்தேன். பத்தாயிரத்திற்குமேல் நோட்டுகள் இருந்தன. என் கணக்குப்படி வட்டியுள்படப் பணத்தை எடுத்துக்கொண்டு வந்தேன். ஆயிரம் பாக்கி என்றாலும் அவனுக்குத் தெரியப் போவதில்லை. படுசோம்பேறி பர்மாக்காரன்!... இவ்வளவெல்லாம் யோக்கியமா இருந்துங்கூட எனக்குத் தொல்லை வந்துவிட்டது. இந்தக் கையில் இருக்கும் ஐந்து வைர மோதிரமும், செரம் பாங்கில் எழுபத்து ஐந்து ஏக்கர் நிலமும், கையில் ரொக்கம் ரூபாய் 1000––ம் பாக்கி. ஓர் இரவு கொள்ளை போய்விட்டது; பாக்கி, தஸ்தாவேஜி, பணம் எல்லாம்... எவனாவது செட்டி பொல்லாதவனாயிருந்தால் நான் கூட ஜவாப் ஆக வேண்டி இருக்கிறது! பர்மா, பர்மாக்கார னுக்குத்தான் சொந்தமாம்..."

"ஒருவன் கெட்டவனாயிருந்தால் ஊருக்கே, ஜாதிக்கே பட்டம் கட்டிவிடுகிறது மூட ஜனங்கள்."

"அதெல்லாம் என்ன பேச்சு? முட்டாள் சாமி என்று சொல்லு, சொத்தெல்லாம் போய்விட்டால் உயிர் இருந்து லாபம்?"

இப்படி பேச்சும், சிகரெட்டும் செலவழிந்ததேயன்றி ஒருவரும் மற்றவர் கட்சியை ஏற்பதாய்க் காணோம். மாலுமி, "வருகிறேன்" என்று கிளம்பினான். செட்டியாரும் மேல்தட்டை விட்டுக் கீழே இறங்கி வந்தார்.

எப்பொழுதும் போல் பிரயாணிகள் 'சளபள'வென்று பேசிக்

கொண்டிருந்தார்கள். அவர்கள் சம்பாஷணையில் கலக்க ஏராளமான வசதி தந்தும் கூட அதில் கலக்காத ஒரு ஜீவனைப்பற்றி ஏன் அவர்கள் அவநம்பிக்கைப்படக்கூடாது? ஆனால் தன்னைப்பற்றிப் பிறர் என்ன நினைக்கிறார்களென்று எண்ண, செட்டியார் மனத்தில் இடமே இல்லை. செட்டியார் மனம் ஈடுபட்டிருந்த விஷயம் – கருணையங்கடவுளின் திருவிளையாடலால் ஏற்பட்ட நஷ்டம்!

அன்று பகலும் இரவும் எப்படியோ கழிந்தன. மறு நாள் காலையில் எழுந்து கப்பலின் மேல் தட்டிலிருந்து சுற்றுமுற்றும் செட்டியார் பார்த்துக் கொண்டிருந்தார். அலைகளில் ஒரு பேயொளி குடிகொண்டிருந்தது. ஒரு விஷயம் பிரயாணிகளின் காதில் விழுந்தது. இருபத்து நான்கு மணிக்குள் கப்பல் புயல்வாய்ப்படுமென்று. என்ன காரணத்தாலோ அவ்விஷயம் செட்டியாருக்கு ஒரு மகிழ்ச்சியைத் தந்தது.

அடுத்த நாள் காலை செட்டியார் விழித்தெழக் கொஞ்ச நேரம் சென்றது. பிரயாணிகளின் கூக்குரலும், செவிடுபடும் ஓசைகளும், கடும் புயலைக் காட்டின. கப்பல் பலகணி வழியாய்ப் பார்த்தார். வானமும், கடலும் ஒன்றாகிவிட்டன. பித்தர்களைப் போன்று காற்று உச்சக் குரலில் உளறிக்கொண்டிருந்தது. செட்டியார் புயலைப் பொருட்படுத்தவில்லை. தான் விரும்பியது கிடைத்தது போன்ற உற்சாகத்தை அடைந்தார்.

நேரம் ஆயிற்று. புயல் வலுத்தது. காற்று, கசையடி போல் விழுந்தது. மழை, கப்பலை அறைந்தது. கண்ணாடி மதில் சுவர்கள் போல் அலைகள் எழுந்து சரிந்தன. ஆயிரம் வஸுமக்களின் அடங்காத போர்க்கோலம்! கப்பல் தத்தளித்துக் கொண்டிருந்தது.

நிமிஷத்திற்கு நிமிஷம் கவலைக்கு இடமாயிற்று. கறுப்பு உடலில் பட்ட வெட்டுக் காயம் போல் மைக்கரியான வானத்தின் புகைப்படலத்தில் கப்பலின் சிவப்புக் கொடி பறந்து கொண்டிருந்தது.

பிரயாணிகள் தங்கள் தங்கள் இஷ்ட தெய்வத்தைப் பிரார்த்தித்தனர். செட்டியார் மட்டும் கவலையின்றிப் புகை விட்டுக்கொண்டிருந்தார். அது பிரயாணிகளுக்கு இன்னும் அருவருப்பைத் தந்தது. ஜனங்களின் கலவரம் உச்சநிலையை அடைந்தபொழுது சொல்லிவைத்தாற்போல் எல்லோரும் கப்பித்தான் அறையை நோக்கிக் கிளம்பினார்கள். செட்டியார் தமாஷைப் பார்க்கப்போவது போல் கூடவே சென்றார்.

கப்பித்தான் தன் தோழர்களுடன் முடிவுகட்டிப் பேசிக்கொண் டிருந்தான். "ஏசு அழைத்தால் நமக்கேன் துயரம்? நமது கடமையை நெறிதவறாது நடத்திய திருப்தியே நமக்கு ஊன்றுகோல். புயல் நம்மை விட்டுச் சென்றாலும், நாம் புயலை விட்டுச் சென்றாலும், மகிழ்ச்சியே அடைவோம். ஏசு வெல்க."

பேச்சின் முடிவில் ஒரு மாலுமி, "ஆஹா! அப்படியென்றால் கறுப்புச் சட்டைகளையும், விஸ்கி பீப்பாவையும் எடுத்துக்கொண்டு வா" என்றான்:

"கடைசி விருந்துக்கா...? நல்லது" என்றான் கப்பித்தான். இரண்டு நிமிஷத்திற்குள் இருபத்து நான்கு கறுப்புச் சட்டைகளும், ஒரு விஸ்கி பீப்பாயும் வந்து சேர்ந்தன. உடனே கறுப்பு உடை தரித்து சாப்பாட்டு மேஜையின் இருபுறமும் அவர்கள் அமர்ந்தனர். அரை மணி நேரத்திற்குள் ஆட்டமும் பாட்டும் தொடங்கின. கப்பித்தான் மட்டும் நிலைதவறாத் தெளிவுடன் இருந்தான்.

இதையெல்லாம் வேடிக்கை பார்த்துக்கொண்டிருந்த பிரயாணிகள் திரும்பி கப்பலின் மேல் தட்டில் கூடினர். அவர்கள் திகைப்பு அதிகப்பட்டது. ஒரு கிழவன் கேட்டான்:

"எதற்காக அவர்கள் கறுப்புச் சட்டையைப் போட்டுக்கொண்டு விஸ்கி குடிக்கிறார்கள் தெரியுமா?"

ஒருவரும் பதில் பேசவில்லை. கிழவனே பதிலும் சொன்னான்.

"இப்படியே கப்பல் மூழ்கி உயிர் போனாலுங்கூட அவர்களுக்குத் துன்பம் தெரியாமல் இருக்க."

ஒரு நிசப்தம். மறுபடி கிழவன், "நாம் அவர்களைப் போல் செய்ய முடியாது, செய்யவும் படாது. நாம் பிழைப்பதற்கு ஒரே வழிதான் உண்டு" என்றான்.

"என்ன என்ன?... சொல்லு" என்றனர் பிரயாணிகள். மூப்பில் நடுங்கும் குரலில் கிழவன் பாட ஆரம்பித்துவிட்டான்.

"ஆழ்ந்த கடலோரத்தில்
அமர்ந்திருக்கும் நாகூர் மீரான்!
நம்பினோரைக் கைவிடாத
நாகூர் ஆண்டவா!–
கடலில் உடைந்த கப்பல் கண்ட
துண்டமாய்ப் போனாலும்
காதலித்துக் கரை சேர்த்திடுவாய்
காதர் அலியே!
எங்கள் ஆண்டவரே!
எங்கள் ஆண்டவரே!
ஏழைக் கிரங்க வேணும்
ஏழை முகம் பார்க்கவேணும்
எளியோர் வீட்டு மணிவிளக்கே

நாகூர் ஆண்டவா!
எங்கள் ஆண்டவரே!
எங்கள் ஆண்டவரே!

நாகூர் ஆண்டவராலன்றி நாம் மீள மாட்டோம். அதற்காக அவரவர்கள் ஆண்டவனை வணங்கிக் காணிக்கை செலுத்தி உயிர்ப்பிச்சை கேளுங்கள்" என்று சொன்னதோடு நிற்காமல், தன் கையிலிருந்த ஒரு கிளாவர் மோதிரத்தைக் கழற்றிப் போட்டான். சருகில் தீப்பிடித்ததுபோல் அவனுடைய பேச்சு ஏற்றுக்கொள்ளப்பட்டது. இரண்டொரு நிமிஷத்திற்குள் பிரயாணிகள் ஒவ்வொருவரும் ஆண்டவருக்குக் காணிக்கை செலுத்தி விட்டார்கள். பொன், வெள்ளி, நகை, பணம், அசல், பவழக்கொடி இன்னம் எவ்வளவோ!

கிழவனுடைய பருந்துப் பார்வைக்கு செட்டியார் காணிக்கை செலுத்தாமல் சும்மா இருந்தது தெரிந்தது.

"ஏன் முதலாளி நீங்கள் மட்டும் பிழைக்க வேண்டாமா?"

"பிழைத்து ஒரு காரியமும் இல்லை!"

"உங்களுக்குக் காரியமில்லையென்றால் அதற்காக எங்களையும் சாகச் சொல்கிறீரா? பேசாமல் நாகூர் ஆண்டவரை நினைத்துக்கொண்டு ஏதாவது போடுங்கள்."

"போதும் கிழவனாரே! சாமியுமாச்சு, பூதமுமாச்சு...! யோக்கியமாய் இருப்பவன்களையெல்லாம் ஆண்டவன் ரொம்பக் காப்பாற்றிவிட்டார்! இப்பொழுது கப்பலைக் காப்பாற்றப் போகிறார். நாகூர் சல்லிகூடத் தரமாட்டேன்."

கிழவனுக்குக் கோபம் வந்துவிட்டது.

"என்னய்யா நாஸ்திகம் படிக்கிறாய், நகரத்தானாயிருந்து. நேற்று அந்த மாலுமிகிட்டே ஒரு கெட்டவன் இருந்தால்கூட நல்லவன் தலையில் வந்து வெடியுது என்று தத்வம் பேசினீரே. இப்பொழுது உன் நாஸ்திகத்திற்காக நாங்கள் புசலில் சாகவேண்டும் போல் இருக்கு!"

கப்பல் பிரயாணிகளுடைய கண்கள் செட்டியாரைக் குற்றம் சாட்டியபடியே இருந்தன. செட்டி ஒருவனுடைய நாஸ்திகத்தாலும், தாமதத்தாலும் தங்கள் உயிர் தப்ப மிஞ்சிய ஒரு வழியும் இல்லாமல் போய்க்கொண்டிருக்கிறதே என்ற திகில். பிரயாணிகளின் கலவரத்தைக் கண்ட செட்டியாரின் உள்ளத்தில் சகிக்கொணாத அலுப்பு எழுந்தது.

"கிழவனாரே! பர்மாவுக்கு வந்ததில் ரொம்பக் கஷ்டப்பட்டுவிட்டேன். கையில் இருப்பதையும் இங்கே இழந்து போகிறேன்! சம்மதமா

உங்களுக்கு!"

கிழவன் நெஞ்சம் இளகிவிட்டது.

"பணம், கொடுக்கல் வாங்கல், சொத்து சுதந்திரம் இதுகளிலெல்லாம் ஆண்டவனுக்கு என்னய்யா சம்பந்தம்? மனிதன் செய்கிற தில்லுமுல்லுக் கெல்லாம் ஆண்டவன் ஜவாப்தாரியாக முடியுமா? அதற்கென்ன? பொய் சொல்வதற்குக்கூடத்தான் ஆண்டவனை அழைக்கிறார்கள். இதை வேண்டுமென்றால் பாருங்கள். இந்தக் கப்பலை ஆண்டவன் காப்பாற்றுகிறானா இல்லையாவென்று? அதற்கப்புறம் உங்க பேச்சுக்கூட மாறிப்போகும். காசு, பணம் எல்லாம் இப்படித்தான் ஓடிக்கொண்டே இருக்கும். பள்ளம் மேடாகும்; மேடு பள்ளமாகும். ஆண்டவன் தானய்யா கூடாமல் குறையாமல் இருப்பான்... ஆண்டவனை நம்பி முந்தானியில் போடு."

"நான் போனால்தான் வருத்தம் இல்லையென்கிறேனே."

"செட்டியாரே! கோவிக்கப்படாது, என் பேச்சைக் கேட்டு, நீங்கள் காணிக்கை செலுத்தாவிட்டால் நாங்கள் பிழைக்க முடியாது. ஆனால் எங்களுக்கோ உங்களைப் போல் போக இஷ்டமில்லை. என்ன செய்யலாம், சொல்லுங்கள்?"

செட்டியாருடைய தெய்வபக்தி வளர்ந்துவிடவில்லை; காணிக்கை செலுத்தாத அளவுக்கு உறுதியும் வளர்ந்து விடவில்லை. கிழவனுடைய நம்பிக்கை மீதும் ஓர் பரிவு தோன்றியது. இந்த முட்டாள்களைத் திருப்தி செய்விக்கவேனும் இருக்கட்டும் என்று இருபது ரூபாயை எடுத்து முந்தாணியில் போட்டார்.

"நாகூர் ஆண்டவர் பேரால் என்று சொல்லுங்கள், சொல்லுங்கள்" என்று கிழவன் வற்புறுத்தினான்.

"அதெல்லாம் முடியாது. உங்கள் சள்ளைக்காகக் கொடுக்கிறேன். சாமி பூதத்திலெல்லாம் இருந்த நம்பிக்கை மலையேறிப் போய்விட்டது."

"உன் வாயால் சொல்லய்யா. மனத்தில் நம்பிக்கை பிறகு தானாய் வரும் பாரேன்... சொல்லய்யா ஆண்டவன் பேரால்" என்று கிழவன் முரண்டினான்.

ஒரு நிமிஷம் மௌனம். "எனக்காகவேனும் சொல்லித் தொலையேன் ஐயா" என்று கூவினான் கிழவன்.

"ஆண்டவன் பேரால்" என்று மொணமொணத்தார் செட்டியார்.

"இப்பொழுது பாருங்கள், ஆண்டவன் அருளை" என்று சொல்லிவிட்டுக்

கிழவன் துணியைச் சுருட்டி மூட்டை கட்டினான்,

“ஏழைக் கிரங்க வேணும்,
ஏழை மனம் பார்க்க வேணும்.”

என்று பாடிக்கொண்டே அந்த முடிச்சுக்கு அரக்குச் சீல் வைத்தான்.

“ஹூம். பாட்டை என்னோடு முறை வைத்துச் சொல்லுங்கள்” என்று பாட்டைத் திரும்ப ஆரம்பித்தான்.

நாகூர் ஆண்டவர் பாட்டு, தொண்டை கம்மும் வரையில் முறை வைக்கப்பட்டது.

மறுநாள் அதிகாலை சூரியன் வானவெளியில் முதல் ஈட்டியைப் பாய்ச்சிக் கொண்டிருந்தான். கிழவன் எழுந்து செட்டியாரை எழுப்பினான். “அதோ பார் சூரியனை! ஆண்டவன் அருள்!”

வெள்ளையன் செட்டியார் எழுந்து கப்பலின் மேல் தட்டிற்கு வந்து வியப்புடன் சுற்றிப் பார்த்தார். புயலின் சுவடே தெரியவில்லை. அலைகளின் ஆவேசம் அடங்கி விட்டது. இனிமையான காலைக் காற்று வீசிக்கொண்டிருந்தது. எங்கும் அமைதி.

செட்டியாரின் மனம் நெகிழ்ந்தது. தன் விபூதியை எடுத்துப் பலமாய் நெற்றி, உடலெங்கும் பூசிக்கொண்டார். “ஆண்டவனே! உன் அருள் வரட்டும்” என்று சொல்லிக்கொண்டே இளஞ் சூரியனைப் பார்த்து வணங்கினார்... “ஆழ்ந்த கடலோரத்தில் அமர்ந்திருக்கும் நாகூர் மீரான்!” என்று பல குரல்கள், கப்பலின் சங்கொலியையும், கடலலையின் கோஷத்தையும் மீறிக் கிளம்பின. கப்பல் கிளம்பிற்று.

76. அஞ்சப் பிள்ளை

வளர்ச்சி என்றால் உருமாறுதல் என்ற ரகசியம் பலருக்குத் தெரியாது. அதனால்தான் எதிர்த்தாப்போல் இருப்பது திண்ணை என்று பலருக்குப் புலப்படாமல் போய்விட்டது. அந்தத் திண்ணையைத்தான் இப்பொழுது பாலம் என்கிறார்கள், பாலம் என்றால் வெள்ளம் போகும் ஆறோ, மணலோடும் காட்டாறோ இருக்கும் என்று எதிர்பார்க்க வேண்டாம். மழைஜலம் போவதற்காக, பங்களா வாசலில் ஒரு கால்வாய் வெட்டினார்கள். கால்வாயினால் மோட்டாருக்கு இடைஞ்சலாக இருந்தது. அதற்காகப் பாலம் கட்டினார்கள். இருபுறத்திலும் இடுப்பளவு உயரத்திற்கு இரண்டு சுவர் எழுப்பி சிமென்டு பூசிவிட்டார்கள். முக்கால் அடிச்சுவர் ஆனபடியால் தாராளமாக உட்கார்ந்து பேசலாம். வாசல் புறத்தில் நாலு பேர் உட்கார்ந்து பேச மேடை இருந்தால் அது திண்ணைதானே! ஒன்றாய் இருந்த பின்னல் இந்த நாளில் இரண்டாகி விட்டாலும் அதைப் பின்னல் என்று சொல்லாமல் இருப்பதில்லை. பங்களா வாசலில் இருக்க வேண்டிய திண்ணைதான் இப்பொழுது இரண்டு கைப்பிடிச் சுவர் ஆகிவிட்டது. அதைத்தான் பாலம் என்கிறார்கள். போகட்டும்!

இந்தத் திண்ணையில் ஆடுகளும் ஆட்டுக் குட்டிகளும் நிற்கும். பால் குடிக்க கொடுக்க, உறங்க, துள்ளிக் குதிக்க, டீப்பாய் எல்லாவற்றிற்கும் இந்தத் திண்ணைகள்தான். ஆனால் பொதுவாக மாலை வேளைகளில் இவை தொழிலாளர் முகாம் – குறிப்பாக மோட்டார் ஓட்டிகள், கண்டக்டர்கள், மோட்டார் வாண்டுகள், டிக்கட் தரகர்கார் முதலியவர்கள் முகாம்.

அன்று மீசைக்கார சோமுவும் அக்கடா ஆசைத்தம்பியும் பாலத்தடியில் உட்கார்ந்து கொண்டிருந்தனர். "என்ன தம்பி! விடுதியா?" "ஆமாங்கறே" என்று ஆசைத்தம்பி சொல்லிவிட்டுக் காக்கிச் சட்டையிலிருந்து இரண்டு புரச இலை பீடியை எடுத்து ஒன்றைச் சோமுவிடம் கொடுத்துவிட்டு மற்றொன்றைப் பற்ற வைத்துக் கொண்டான்.

"ஒரு வாரச் சோத்தை ஓரே நாளிலே தின்னுட்டு பாக்கி நாள் சும்மா இருந்தா எப்படி இருக்கும்?"

"நல்லாத்தான் இருக்கும்!"

"தொழிலாளிகளுக்காக என்னவோ வெட்டிச் சாச்சுட்டது மாதிரி பேசறாங்க. ஒவ்வொரு நாளைக்கும் சேர்ந்தாப்போல அக்கடான்னு இருக்க நான்கு மணி விடுதி இருக்கிறது எப்படி? சேத்து வச்ச விடுதி எப்படி?"

"நான் பொழைக்கறதுக்கு ஒன்னைப் பாத்துப் பாவம்ங்கிறேன். நீ பொழைக்கிறத்துக்கு என்னைப் பார்த்துப் பாவங்கிறே... இவ்வளவுதான் கதை. இந்த மோட்டார் கீட்டார் இல்லாத நாளிலே இருந்த சொகத்தை இப்போ காணும்."

"கையிலே காசுதான் புரளுதே!"

"புரளுது. சந்தோஷம் புரளலியே!"

இந்தச் சந்தர்ப்பத்தில் பாலத்தை நோக்கி ஒருவர் வந்து கொண்டிருந்தார். மோட்டார் ஓட்டிகள் வழக்கமாக அணியும் சாக்குக் காக்கி நிஜாரும், சாக்குக் காக்கிக் கோட்டும் போட்டிருந்தார். கோட்டுப் பொத்தான்கள் மளிகைக் கடை வெள்ளிக்கிழமைக் குத்துவிளக்கைப் போல் சுடர் விட்டுக்கொண்டிருந்தன. தலையில் மட்டும் குல்லாய் இல்லை; வழுக்கை இருந்தது. கொஞ்சம் கூனிய நடை. பாலத்தடியில் வந்ததும், "என்னாங்க வீசைக்காரரே?" என்றார்.

"ஆமாங்க" என்ற சோமு இடத்தை விட்டு இறங்கி 'சுகமா' என்று விசாரித்தார்.

"நான் ஊரிலேதானே இருக்கேன்" என்றார் வந்தவர்.

"இல்லை, சுகமான்னு கேட்டேன்."

"பெரிய மவன் இப்பொத்தான் சீராகிக்கிட்டு வர்றான்" என்றார்.

அப்பொழுதுதான் ஒன்பது வாசலில் இரண்டு அடைபட்டுப்போன மனிதன் என்ற உண்மை ஆசைத்தம்பிக்குத் தெரிந்தது.

உரக்கப் பேசுவதில் பயனில்லை என்று அறிந்த சோமு, குழித்த அபய ஹஸ்த முத்திரையைக் காட்டியதுதான் தாமதம்.

"சொகந்தான், சொகந்தான். இப்போ எல்லாம் காது சரியாக் கேக்கல்லே... சம்பளம் ஒசரும் இன்னியே?"

ஆகிவிட்டதற்கு அறிகுறியாக, சோமு தலையை ஆட்டிவிட்டு மேற்குப் பக்கமாகப் பார்த்தான்.

"வீட்டைப்பத்திக் கேக்கிறயா? அதொரு தொல்லையாப் போச்சு. என்னவோ இரும்புக் கொக்கி வேணும்கறாரு மேஸ்திரி; வாங்கப் போறேன். ஒன்னைப் பார்த்ததும் நின்னுட்டேன். நீதான் ஊட்டைப் பாக்க வர மாட்டேங்கிறியே? எப்போ வர்றே?"

வருகிறேன் என்று சோமு சமிக்ஞை செய்தார். வந்தவர் ஷாப்புக் கடைக்குக் கிளம்பிவிட்டார்.

"தம்பி, இவரைத் தெரியுமா உனக்கு?"

"தெரியாதே"

"அஞ்சப்பிள்ளைன்னு கேள்விப்பட்டதில்லே?"

"ஆமாம்."

"அவருதான். என்ன கேள்விப்பட்டிருக்கே?"

"ஒண்ணுமில்லே, பெரிய சூரன்னு சொல்லுவாங்க."

"வாஸ்தவந்தான். இப்பொ பார்த்தால் பல்லு போன புலி மாதிரி இருக்கிறாரு. அப்போ பாத்திருக்கணும். பட்டாக்கத்தி மாதிரி இருப்பார்!"

"அதுக்கென்ன? வாட்டசாட்டமா நான் கூடத்தான் இருக்கேன்."

"நீயும் அவரும் ஒண்ணாயிடுவியா? மாசச் சம்பளம் போதாம இருவது முப்பதுன்னு கடன் வாங்கறே... அவரு வீடு கட்டியிருக்கிறாரு. நாமும் அவரும் எப்பிடி ஒண்ணாக முடியும்?"

"ஊடு கட்டிப்பிட்டாரா? அப்பிடீன்னா சாமர்த்தியந்தான்."

"மனுஷங்களை மயக்கறதுலே பலே பேர்வழி. ஆதியில் ஒரு மலைத்தோட்ட முதலாளிகிட்டே மோட்டார் ஓட்டியா 10 வருஷம் இருந்தார். துரைக்கு இவரிடத்திலே ரொம்ப விசுவாசம். அதைவிடப் பத்துப் பங்கு துரைசாணிக்கு. இந்தப் பத்து வருஷத்திலே, ரோட்டிலே ஒரு சின்னத் தகராறுகூட இவரு செஞ்சதில்லேன்னாப் பாத்துக்கோ.

இவருக்கு ஒரு தரம் சுரம் அடிச்சபொழுது, தொரைசாணியே வண்டியை ஓட்டிக்கிட்டு வந்து இவரு குடி இருந்த ஊட்டுலே பாத்துட்டுப் போனாளாமின்னாப் பாத்துக்கோ!

"ஒரு தடவை இவுங்களெல்லாம் பங்களூரில் இருந்தாங்க. அப்போ தொரைசாணி முழுகாமெ இருந்திச்சு. மலைத்தோட்டத்திலே என்னவோ ஆளுங்க தகராறு ன்னு சேதி வந்திச்சு. உடனே மலைத்தோட்டத்துக்குப் போய்ப் பார்த்துவிட்டு வந்தவரு துரைசாணியோடே என்னா பேசினாரோ தெரியாது. ரெண்டு நாளுக்குள்ளாற துரை தோட்டத்தை வித்துப்புட்டாரு."

"எல்லோரும் சீமையோடயே போறதுன்னு முடிவு செஞ்சது இவருக்குத் தெரிஞ்சதிலே இருந்து இவரு மோட்டார் ஷெட்டிலேயே கிடந்தாரு. வேளைக்குச் சாப்பிடறதில்லே. அதுக்காகப் பொழுது சாயாம இருக்குமா? சீமைக்குப் போற விமானம் பழுதாயிடுமா? ஒரு வாரத்திலே அவுங்க கிளம்பிட்டாங்க.

போறப்போ துரை ஒரு காரியம் செஞ்சாரு. மலைத் தோட்டத்தை வித்தபொழுது மோட்டாரையும் வித்துட்டாரு. அவர்கிட்ட ஒரு லாரி இருந்துச்சு. லாரி லைசென்ஸை அஞ்சப்பிள்ளை பேருக்கு மாத்தி லாரியை அவருக்கே கொடுத்துட்டாரு. அதுமுதல் இவரு லாரி சொந்தக்காரராயிட்டாரு!"

"நல்ல லாரியா, இல்லாட்டிப் பீர்க்கங்காய்க் கூடா?" என்று குறுக்கிட்டார் ஆசைத்தம்பி!

"ஒண்ணாம் நம்பர் வண்டி. டியூப் கூட எல்லாம் புதுசு. ஒரு வாரம் லாரியை வச்சுக்கிட்டு இவரு சும்மாவே இருந்துட்டாரு. ஒண்ணும் மனசு சரிப்படலே... எத்தினி நாளு இப்பிடியே இருக்க முடியும்? அப்புறம் மெதுவாக லாரியை உள்ளூரிலே அடிக்கத் துவங்கினாரு. பொறவு தொலைவுக்கு மளிகை சாமான் அது இது ஏத்திக்கிட்டுப் போக ஆரம்பிச்சாரு. பணம் கையிலே பொழங்க ஆரம்பிச்சுது. பணம் பொழங்க ஆரம்பிச்ச உடனே அங்கங்கே ஆளுங்களும் இவருக்குச் சேர ஆரம்பிச்சுது.

"இவருகிட்டே ஒரு சுபாவம். வெள்ளைக்காரனோடே பழகின காரணமோ என்னமோ! அங்கங்கே கிளப்புக்குப் போனா அவனை இவனைக் கூட்டிக்காம போகமாட்டாரு. பலாப்பழத்தை ஈ மொய்க்காதா? ஒவ்வொரு ஊரிலேயும் பாதை எல்லாம் இவருக்கு ஆள் சேர்ந்து போச்சு.

"ஒரு தடவை எதோ சாமானை ஏத்திக்கிட்டு சேலத்துக்குப்

போயிக்கிட்டிருந்தாரு. முசிறியிலே ஒரு ஆபத்தாயிடுத்து. அவருக்கே ஷாக் அடிச்சாப்போல ஆயிடுச்சு.

ஓர் ஆட்டுக்கிடாவைப் பொடிப் பயலுங்க கல்லால் அடிச்சு விரட்டினாங்க. எங்கேயோ போறாப்பலே போன ஆடு ரஸ்தாவிலே குறுக்கே ஓடிச்சு. அப்படியும் இவரு பிரேக் போட்டாரு. உபயோகப்படல்லே. ஆட்டுக்கிடா போயிடுச்சு. அவ்வளவுதான்; தெருவிலே இருந்த பேரெல்லாம் கும்பல் கூடிக்கிட்டு ஆளுக்கொண்ணாப் பேச ஆரம்பிச்சுட்டாங்க. இவரு தம்மேலே குத்தம் இல்லேங்கிறதைக் காட்டிப்புட்டு, ஆட்டுச் சொந்தக்காரனிடத்திலே பத்து ரூபாய் பணத்தைக் குடுத்துட்டு ஆட்டையும் வண்டியிலே போட்டுக்கிட்டுக் கிளம்பிட்டாரு.

"அரை மைலுக்கு அப்பாலேதான் இவரு மாமனார் வீடு. அங்கே போய் வண்டியை நிறுத்திக்கிட்டு மாமனாரிடம் ஏதோ சொல்லி ஆட்டைக் கீழே தள்ளிவிட்டு லாரியை ஓட்டிக்கிட்டுப் போய்ட்டாரு. சேலத்தில் சரக்கை இறக்கிப் போட்டுட்டு புதுச் சரக்கை ஏத்திக்கிட்டு மாமனார் வீட்டண்டை திரும்புகாலில் வண்டியை நிறுத்தினாரு. முப்பத்து ஒண்ணரை ரூபாய்ப் பணத்தை எண்ணி மாமனாரு இவருகிட்ட கொடுத்தாரு. பணம் ஏதுன்னு இவரு கேட்டாரு. இறைச்சியாப் பண்ணி வித்த பணம் இன்னாரு.

அதிலே இருந்து இவருக்கு என்ன தோணித்தோ என்னவோ! லாரி வாடகையைத் தவிர கஷ்டமில்லாமே சம்பாதிக்க வழி இருக்கிறதுன்னு ரகசியமா எண்ணித் தெரிஞ்சுக்கிட்டாரு. ஆள் சம்பந்தப்பட்ட ஆபத்தாயிருந்தா இவரு கதை எப்படி ஆயிருக்குமோ... யார் கண்டா?

இதற்குப் பதினைஞ்சு நாளைக்குப் பிறகு முசிறிக்கு அஞ்சு மைல் தெற்கே இதே மாதிரி ஒரு கிடா அடிபட்டுப் போச்சு. இவருதான் ஏத்திப்பிட்டாருன்னு பார்த்தவன் ஒருவன் சொன்னான். 'வாயில்லா ஜீவனுக்கும் எனக்கும் சண்டையா, வேணுமினு ஏத்த?'ன்னும் பதில் சொன்னதை ஆட்டுச் சொந்தக்காரனால் மறுக்க முடியல்லே, பேரம் பேசி பதினொரு ரூபாய் பணத்தை வாங்கிக்கிட்டான். இவரு தன் ஜமா ஒருவன்கிட்டே ஆட்டைக் குடுத்து ரகஸியமா அவன் கிட்டே ஏதோ சொல்லி அனுப்பிச்சுட்டாரு. திரும்புகாலிலே அவருக்கு முப்பத்து மூணு ரூபாய் கிடைச்சுப் போச்சு.

கிடைச்சா மாத்திரம் என்ன? கிடைக்கிறதெல்லாம் நெலைச்சா போகுது? எங்கிருந்தோ ஒரு போலீஸ்காரன் வந்து சேர்ந்தான். அவனுக்கு வாய்க்கட்டை போட்ட பிறகுதான் சிக்கல் தீர்ந்துச்சு.

அதிலிருந்து பாரு, கெட்டதெல்லாம் இவருக்கு நல்லதாகவே முடிஞ்சுக்கிட்டு வர ஆரம்பிச்சுட்டுது. ஒரு போலீஸ்காரன் சிநேகமான உடனே

மத்தவங்களோட சிநேகமாயிப் போச்சு.

அதற்குப் பொறவு ஒரு வாரத்துக்கு ஒரு தடவை ஆடு கோழி அடிபட ஆரம்பிச்சுது. ஒரு கிறிஸ்துமஸ் பண்டிகை அப்போ ஒரு பன்னிகூட அடிபட்டுப் போயிடுச்சு.

இதிலே இருந்துதான் இதை அஞ்சப்பிள்ளை ஒரு சில்லறை வியாபாரம் ஆக்கிவிட்டார். அதிலேதான் இவருக்குச் சிறுகச் சிறுகப் பணம் சேர்ந்து போச்சு."

"இதுக்கெல்லாம் கேள்வி முறை இல்லையா?" என்று ஆச்சரியத்துடன் ஆசைத்தம்பி கேட்டார்.

"ஏன் கேள்வி வருது? அவருக்கு இறைச்சி; இவருக்குக் கறைச்சின்னு குடுத்தா ஏன் மேலே இருக்கிறவங்க கேக்கப் போறாங்க? இருந்தாலும் இவருக்குக் காசு சேரச் சேர இவரு மேலே புகாரும் சேந்து போச்சு. திடீருனு ஒரு நாள் லாரியிலே வீட்டுச் சாமானை எல்லாம் ஏத்திக் கிட்டுக் குடும்பத்தோடே கும்பகோணத்துக்குப் போயிட்டாரு.

அங்கே ஏழு வருஷம் இதே கதைதான். அங்கேயும் புகார் முத்தினப்பறம் செங்கல்பட்டுக்கு வந்துட்டாரு.

செங்கல்பட்டிலே இருந்தப்போ இவரு எனக்குச் சிநேகமானாரு. கதை கதையாய்ச் சொல்வாரு, தான் தப்பிச்சதைப்பத்தி எல்லாம். இந்தப் பக்கத்திலேயும் ஒரு ஏழு வருஷம் இதே கதைதான்.

இங்கேதான் புகார் ரொம்ப முத்திப் போச்சு. போலீஸ் ஜில்லா சூபரின்டென்டென்டு பொல்லாத ஆள். இவரைப் பத்தி நல்லா விசாரிச்சுக்கிட்டு லாரி லைசென்ஸ் கொடுக்கக்கூடாதுன்னு எழுதிப் போட்டுட்டாரு. அஞ்சப்பிள்ளை அப்பீல் கிப்பீல் எல்லாம் பண்ணினாரு ஓண்ணும் பலிக்கல்லே. அதோடே இவரு ஆட்டம் முடிஞ்சு போச்சு. சிவனேன்னு லாரியை வித்துப்புட்டுப் பட்டணம் வந்து சேர்ந்துட்டாரு.

மேற்கே ஒரு சின்ன மனையை வாங்கி ஊட்டைக் கட்டினாரு. பெரிய மவனுக்கு ஒரு கடை வச்சுக் குடுத்தாரு. இப்போ இங்கே இருக்காரு. இப்போ யாரைப்பாத்தாலும் வீட்டைப் பார்க்க வரல்லியான்னு நச்சரிப்பாரு."

இப்படிப் பேசிக்கொண்டிருக்கும்பொழுதே அஞ்சப்பிள்ளை நீளமான புகைச் சுருட்டு ஒன்றைக் குடித்துக்கொண்டு பாலத்தை நோக்கி வந்துகொண்டிருந்தார். இவர்களைப் பார்த்ததும், ஆசைத்தம்பியைக் குறிப்பிட்டு விசாரித்தார். மோட்டார் டிரைவர் என்று சோமு சொன்ன

பதில் காதில் விழவில்லை. "பட்டாளத்திலே இருக்காரா? நல்ல வேலையாச்சே. இங்கே உக்காந்து பேசிக்கிட்டு இருக்கியே; அவரையும் இட்டுக்கிட்டு வாயேன் ஊட்டைப் பார்க்க. வறேன் வறேன் ன்னு பயமுறுத்திக்கிட்டே இருக்கியே" என்றார் அஞ்சப்பிள்ளை.

மீசைக்கார சோமுவும் அக்கடா ஆசைத்தம்பியும் திண்ணையை விட்டுப் புறப்பட்டார்கள்.

77. ஈசுவர லீலை

முதல் நாள் பிரமாதமான புயல். அத்துடன் மழை. ஊரே நிர்த்தூளிப்பட்டது. காற்று சுழன்று அடித்தது. ஆயிரம் பேய்களை அவிழ்த்துவிட்டது போல் 'ஹோ ஹோ'வென்று அலறிற்று. எங்கும் மரங்கள் முறிந்து விழும் சப்தம். சாலையில் தென்னை மரங்களும் குறும்பைகளும் மரக்கிளைகளும் விழுந்து கிடந்தன. சூரியன் போன வழி தெரியவில்லை. ஊர், புயலுக்குத் தப்பியதே தாய்மார்கள் செய்த புண்ணியம்.

மறுநாள் காலைக்குள் புயல் நின்று போய்விட்டது. காற்றில் ஒரு தெளிவும் வெளியில் ஒரு வெளிச்சமும் கலந்திருந்தன. சூரியன் வரலாமா என்று கேட்டுக்கொண்டிருந்தான்.

ஒரு வீட்டுத் திண்ணையில் இருவர் உட்கார்ந்திருந்தனர். உதடு மறையும்படி உயர்ந்த நீலக் கம்பளியால் ஒருவர் தலையில் முக்காடிட்டு உடலையும் மூடி இருந்தார். மாங்காய்ப் பானைக்கு வேடு கட்டியிருப்பது போல் நீலக் கம்பளிக்கு மேல் ஒரு மப்ளரால் தலையைச் சுற்றிக் கட்டி யிருந்தார்; கம்பிளி ஷர்ட்டும் போட்டுக்கொண்டிருந் தார். அவர்தான் இஞ்சினீயர் ஸ்ரீ வித்யா உபாஸக திலகம் மணி ஐயர். மற்றவர் ஒரு பெரிய ஸம்ஸ்கிருத வித்வான். பெரிய பெரிய சமஸ்தானங்களிலும் அரச சபைகளிலும் பொன்னும் தோடாக்களும் சம்மானம் பெற்றவர். சம்மானமாகக் கிடைத்த சிவப்புச் சால்வைகளில் ஒன்றை எடுத்து, மேலே போர்த்துக் கொண்டிருந்தார். அவருக்குக் குழந்தை குட்டி கிடையாது. அவருடைய வித்வத்தை உத்தேசித்து, ஒரு மஹாராஜாவும்

ஒரு மடாதிபதியும் அவருக்குத் தாராளமாக மாதச் சம்மானம் அனுப்பி வந்தனர்.

இஞ்ஜினீயர் முகத்தைச் சுளித்துக்கொண்டு, தயங்கித் தயங்கி ஓர் ஏப்பம் விட்டார். உடனே, “ராத்திரிச் சாப்பாடே. ஜீர்ணமாகவில்லை” என்று அதற்கு வியாக்கியானம் செய்தார். அதற்கு நேர்விரோதமாக, உலக விஷயங்களெல்லாம் (தன் ஜீரண விஷயம் உள்பட) வெகு திருப்திகரமாக நடந்து வருகிறதென்று சொல்வது போல் ஸம்ஸ்கிருத வித்வான் தடங்கலில்லாமல் ஒரு பெரிய ஏப்பம் விட்டார்.

“நேற்றைப் புயலைத்தான் ஈசுவர லீலை, பராசக்தி, தாண்டவம் என்று சொல்லவேண்டும். அந்த அநந்த சக்தியின் லீலையைப் பார்க்க எவ்வளவு கொடுத்து வைத்திருக்க வேண்டும்! எவ்வளவு கண்கள் வேண்டும்!” என்று சொல்லி உள்ளம் பூரித்தார் இஞ்ஜினீயர்.

இதைத்தான் நமது வேதத்தில், “நமஸ்தே வாயோ: த்வமேவப் பிரத்யக்ஷம் பிரும்மாஸி என்று அழகாகக் குறிப்பிட்டிருக்கிறார்கள்” என்று வித்வான் கூறிவிட்டுக் கண்களை மூடிக்கொண்டார்.

அப்பொழுது ஈனஸ்வரத்தில், “சாமியாம் சாமி! கம்மனாட்டிக் காத்து! அதுக்குப் பைத்தியம் கியித்தியம் பிடிச்சுட்டாப்பலே இருக்குது” என்று ஒருவன் தனக்குத்தானே பேசிக்கொண்டு தெருவில் சென்றது இவ்விருவர்களின் கவனத்தையும் பிடித்திழுத்தது. வித்வான்கள் வருணித்த, ‘ஈசுவர லீலை’ யைப் பயித்தியமாக்கி, ‘பிரும்மத்தை’க் ‘கம்மனாட்டி’யாக்கி விட்டானல்லவா, அந்த ஏழை!

அவன் இடுப்பில் மூன்று முழக் கந்தலும், தோள் மீது ஒன்றரை முழக் கந்தலும்; ஓர் எலுமிச்சங்காய் புதைக்கக்கூடிய குழியில் அவன் கண்கள் கிடந்தன. பார்வையோ பஞ்சடைந்த சவப்பார்வை. கன்னங்கள் வாழைச் சருகுபோல் காய்ந்திருந்தன. அசிரத்தையாகப் பார்த்தால் எலும்புக்கூடு நடந்து வருவதாகத்தான் தோன்றும்.

அவனுடைய பேச்சைக் கேட்டதும் இருவரும், 'நாஸ்திகப் பயல்' என்று மனத்திற்குள் நினைத்துக்கொண்டார்கள். வந்தவன், "சாமி! கண் பஞ்சடையுதுங்க. காது கம்முன்னு இருக்கு; நேத்து முழுக்கச் சுத்தப் பட்டினி. கொஞ்சம் சோறு போட உத்தரவு பண்ணுங்க" என்று உதறிய குரலில் கெஞ்சினான்.

இஞ்ஜினீயர் தன் மனைவியைக் கூப்பிட்டு. “ஏதாவது பழையது கிழையது இருந்தால் கொண்டுவந்து போடு” என்றார். அந்த அம்மாள் கொஞ்சம் பழையதும் இரண்டு பச்சை மிளகாயும் உப்பும் கொண்டுவந்து போட்டாள்.

"அம்மா, தாயே! இது பத்தாதுங்க. கொஞ்சம் நீராகாரத்துலே ஒரு கல்லு உப்புப் போட்டுக் குடுங்க. அப்போத்தான் காது அடச்சது விட்டுப் போகுமுங்க."

"பாத்திரத்தை ஒன்கிட்டக் குடுத்தா, யாரு அதை அப்புறம் அலம்பறது? சரிப்படாது போ."

"அம்மா... அம்மா! கோடி புண்ணியம் உண்டுங்க. பாத்தரத்தைக் குடுக்க வேண்டாம். கையிலே ஊத்துங்க; குடிச்சுடறேன். மஹராஜியா இருப்பீங்க!" என்று பல்லைக் காட்டினான்.

அதன் பேரில் நீராகாரத்தில் ஒரு உப்புப் போட்டு அவன் கையில் அந்த அம்மாள் ஊற்றினாள்.

"அம்மாடா காதடைப்பு பளிச்சுன்னு விட்டுச்சுங்க. நீங்க நல்லா இருக்கணும்" என்று கும்பிடு போட்டான், நீராகாரத்தைச் சாப்பிட்டுவிட்டு.

இஞ்சினீயரின் மனம் உருகிவிட்டது. "யாரப்பா நீ?" என்றார்.

"திருவாலூருங்க. பேர் திருவேங்கடம்."

"உனக்குப் பெண்டாட்டி, பிள்ளை இருக்கா?"

"இல்லீங்க"

"தொழில்?"

"கூலிவேலை?"

"சரிதான். இங்கே எங்கே வந்தே?"

"எனக்குப் பாண்டுங்க. இந்த ஊர் ஆஸ்பத்திரிலே இருந்தேனுங்க. நேத்துச் சாயங்காலமா வீட்டுக்குப் போகலாம்னுட்டாங்க. எனக்கு ஊடேது? அது மொதல் கொண்டு இந்தப் பொசல்லேயும் மழை யிலேயும் மாட்டிக்கிட்டேனுங்க. சோறே இல்லீங்க."

"பொசல் அடிச்சபோது எங்கே இருந்தே?"

"இந்தத் தெருக்கோடிலே பாழும் திண்ணை இருக்கே; அதுலே. அப்பிடியே மொழங்காலைக் கட்டிக்கிட்டு, ஈர வேட்டியை வவுத்துலே போட்டுக்கிட்டு, குட்டுக் குட்டுன்னு உக்காந்திருந்தேனுங்க. ராவெக்கிப் பத்து மணி இருக்கக்குள்ள ஒரு மாடு வேறே திண்ணைக்கு வந்து சேர்ந்ததுங்க. அதை நான் வெறட்டினால் போகுதா? ஹூம் ஹும்! என் கால் மேலேயே அடி வச்சுட்டுது. இதப் பாருங்க காயம். வவுத்துலே மிதிச்சுது. அத்தோட இந்தாண்டெப் பக்கத்துச் சுவர்

வேறே விளுந்து திண்ணைத் தூண் நொறுங்கிப் போச்சு. இந்தாலே கையிலே கல்லு விளுந்து சிராச்சு இருக்கு பாருங்க. நான் தப்புச்சதே பெரிசுங்க... ஹூம்... போயிட்டு வர்றேன்; ஒங்களுக்குக் கோடி கோடி நமஸ்காரம் சாமி."

"ஆஹா, போயிட்டு வா அப்பா" என்றார் இஞ்ஜினீயர்.

"பார்த்தீர்களா திருவேங்கடம் சொல்லுவதை" என்றார் வித்வான்.

"பராசக்தியின் ஒரு கண் புயல் என்கிறோம். மற்றொரு கண் கருணை என்கிறான் திருவேங்கடம்" என்றார் இஞ்ஜினீயர்.

78. இரும்பும் புரட்சியும்

எனக்கு ஜோஸியம் தெரியாது. ஆனால், ஒவ்வொரு – கோளுக்கும் ஒவ்வொரு உலோகம் உண்டென்று சொல்லுகிறார்களே – அது உண்மை என்று தோன்றுகிறது. சனி பகவானுக்கு இரும்பென்று சொல்லுகிறார்கள். தத்வ ரீதியாக இரும்புக்கும் புரட்சிக்கும் ஏதேனும் தொடர்பு இருக்குமா என்பதுதான் என் கேள்வி. இரும்பை ஆதி மனிதன் உபயோகிக்க அறிந்தபொழுது, நாகரிகத்திலே பெரிய மாறுதல் உண்டாயிற்றென்றும், கொழுமுனையை உபயோகிக்க ஆரம்பித்த பிறகு உண்டான புரட்சிதான் விவசாயம் எனவும் அறிஞர்கள் சொல்கிறார்கள். பதினெட்டாம் நூற்றாண்டில் யந்திரங்கள் தோன்றிய பொழுதே புரட்சியும் தோன்றிவிட்டதென்று பொருளாதார நிபுணர்கள் எழுதுகிறார்கள். அவ்வளவு தூரமெல்லாம் போவானேன்...? நமக்கு தினசரிப் பழக்கமான பஸ்ஸையே எடுத்துக்கொள்ளுங்களேன். புரட்சிகரமான கருத்துக்களையும் சம்பாஷணைகளையும் பஸ் பிரயாணத்தின்போது எத்தனை தடவை கேட்டிருக்கிறோம்! ரயில் பிரயாணத்தின்போது திடுக்கிடும்படியான எத்தனை கருத்துக்களையும் அநுபவங்களையும் பெற்றிருக்கிறோம்! புரட்சிக்கு நாற்றங்கால் இரும்பு என்று சொன்னால் என்ன பிசகு?

இதைப்பற்றி எல்லாம் ஏன் எண்ணுகிறேனென்றால், நேற்று பஸ்ஸில் பிரயாணம் செய்தபொழுது, அவ்வளவு புதிய கருத்துக்கள் அவுட்டாக வெடித்தன.

‘குழந்தை குட்டி இல்லாத பேர் புண்ணியசாலிகள்’

‘தலைகீழாகப் பேசுகிறாயே, வாலிழந்த நரி சமாசாரமா?’

‘அதெல்லாம் இல்லை. ஆழ்ந்து யோசித்துப் பாரேன். இரண்டு பேருக்குச் சம்பாதிக்கிறது எப்படி? நண்டும் சிண்டுமாக நாலு குழந்தைகள்,

வளர்ந்த பெண் இரண்டு. மழுங்கட்டை மக்கள் இரண்டு – இவ்வளவு பேருக்கும் சம்பாதித்துப் போடுவது எப்படி? அதுதான் புண்யசாலியின் லட்சணமா?'

வெற்றிலை பாக்குக் கடையில் உட்கார்ந்து, கவனமாக இத்தகைய பேச்சைக் கேட்டுக்கொண்டிருந்தேன்.

"ஐயா! காலணா போடுங்க" என்று ஒரு கரகரப்பான குரல் என்னை இழுத்தது. திரும்பிப் பார்த்தேன். ஒரு பிச்சைக்காரன். இடது பக்கம் முழுவதும் பாரிசவாயுவால் முடங்கிச் சூம்பிக் கிடந்தது. காக்கி அரைக்கை சட்டை; காக்கி டிராயர்.

"ஐயா! காலணா போடுங்க" என்றான் மறுமுறை. நான் காலணாவை எடுத்துப் போட்டேன்.

பிச்சைக்காரர்களில் பலவிதம் உண்டு. காசு போட்ட உடனே, 'மவராஜனாய் இருக்கணும்' என்று வாழ்த்துவோர் உண்டு. 'புண்ணியவான்' என்று தனக்குத்தானே சொல்லிக்கொண்டு போகிற பேரும் உண்டு. இவன் இந்தக் கோஷ்டிகள் ஒன்றையும் சேரவில்லை. காசை வாங்கிக்கொண்டு பேசாமல் திரும்பி விட்டான்.

சில நிமிஷங்கள் கழித்து வெற்றிலை பாக்குக் கடையை விட்டு, பஸ்ஸின் முன்புறம் டிரைவருக்குப் பக்கத்தில் போய் உட்கார்ந்தேன். எனக்கு இடது பக்கத்தில் ஓர் இளைஞன் உட்கார்ந்திருந்தான். பிச்சைக் காரனைக் கவனித்ததால் விட்டுப்போயிருந்த சம்பாஷணை மறுபடி கவனத்தைக் கவர்ந்தது.

"அப்படியென்றால் குழந்தை குட்டி இல்லாதவனை பாவி என்று எதைக் கொண்டு ருசு பண்ணுவாய்?"

"நரகவேதனை பட்டால் பாவி. சுகமாய் இருந்தால் புண்யசாலி. அவ்வளவுதான்."

"நரக வேதனை என்றாயே, எனக்கு வேம்பாய் இருப்பது உனக்குக் கரும்பாய் இருந்தால்? ஒட்டகம் வேப்பிலை தின்கிறதே, உனக்கு இனிக்குமா?"

"ஐயா! காலணாப் போடுங்க" என்ற குரல் மறுபடி கேட்டது. எனக்கு இடது பக்கத்தில் உட்கார்ந்திருந்தவரிடம் யாசகம் கேட்க வந்த குரல்.

என் பக்கத்தில் இருந்த இளைஞன் ஒரு 'வத்தக் காய்ச்சி!' இருபது வயது இருக்கும். காதில் வாங்கிக்கொள்ளாமல் உட்கார்ந்திருந்தான். பிச்சைக்காரன் என்னைப் பார்த்துக்கொண்டே, மறுமுறை இளைஞனைக் கேட்டான்.

“தம்பி, உன்னைத்தானே... காலணாக் காசு போடு. ஒழைச்சுப் பிழைக்க முடியாத ஆத்மா!” என்று தொட்டுக் கேட்டான்.

தொட்டது பிசகாய்ப் போயிற்று.

“போடா, காசு கொடுக்க மாட்டேன்” என்றான் இளைஞன்.

“அப்படிச் சொல்லாதே தம்பி” என்று மறுபடி பிச்சைக்காரன் தொட்டுக் கேட்டான்.

அந்தச் சமயத்தில் பிச்சைக்காரனது முகமும், குரலும் பெரிய புதிராய் விளங்கின. வார்த்தைகள் என்னவோ கருணையைத் தூண்டுவனவாய்த் தான் இருந்தன. ஆனால், அவற்றில் ஏறி வந்த குரலோ உறுதி யாய் ஒலித்தது; எனக்குப் பிச்சை போடுவது உங்கள் கடமை என்று தெளிவாகச் சொல்லுவது போன்ற அமலுடன் ஒலித்தது. அவன் முகத்தைப் பார்த்தேன். அதில் ஒரு கொடுமை. கண்களோ, ‘கண்களா, பிச்சுவாக்களா?’ என்ற சந்தேகத்தை எழுப்பின.

இளைஞன் கல்லுப் பிள்ளையாராய் இருந்தான்.

“காலணா கொடுக்க மாட்டே? பொறக்கறப்போ கொண்டுக்கிட்டு வரல்லே. போறப்போ கொண்டுகிட்டுப் போகமாட்டே; பிச்சை கேக்கற ஆளா நான்? காலணா போடு” என்று அதட்டினான்.

பிச்சைக்காரன் குரல் என் மனத்தில் ஒருபுறம் பயத்தை உண்டாக்கிற்று. அதற்கு மாற்றாக அவனுக்குக் காலணா தர்மம் செய்திருக்கும் அகம்பாவம் எனக்கு மற்றொரு புறம் தெம்பளித்தது.

“ஏனப்பா? பிச்சை கொடுத்தால் வாங்கிக்கொள்ள வேண்டும். கொடுக்கா விட்டால், போய்விட வேண்டும். கோபித்துக்கொள்வதும் சாபமிடுவதும் அழகில்லையே” என்று நியாயத்தைச் சொன்னேன்.

என்னிடத்தில் என்ன கண்டானோ தெரியவில்லை. அடக்கமான குரலில் சொன்னான்:

“வேறே வழி இல்லிங்க. நியாயத்துக்கு மசிகிற உலகமா இது? அநியாயத்துக்குத்தான் இங்கே ஆட்சி. அழுத பிள்ளைதான் பால் குடிக்குமாம். இந்தக் கை. கால் இருந்தால் நான் பிச்சையா கேட்பேன்?”

என் பக்கத்தில் இருந்த இளைஞன் மனத்தில் என்ன தோன்றிற்றோ என்னவோ!

“பின்னே பாருங்களேன். தொட்டுக் கேட்கிறது, இதெல்லாம் என்ன கல்லடிமங்கத்தனம்” என்று சொல்லிக்கொண்டே ஒரு காலணாவைத் தகரக்குவளையில் போட்டான்.

காசை வாங்கிக்கொண்டதும் எந்த விதமான நன்றியையும் காட்டாமல் பஸ்ஸின் பின்பக்கமாக பிச்சைக்காரன் நகர்ந்துவிட்டான்.

“காலணா போடுங்க அண்ணே” என்ற சப்தம் இப்போது பின்புறத்தில் கேட்டது. அதே சொற்கள் இரண்டு மூன்றுமுறை கேட்டது. தடவைக்குத் தடவை குரலில் கடுப்பு விஷம்போல் ஏறிக்கொண்டிருந்தது. இளைஞனைவிட அழுத்தமான பேர்வழிகள் பின்னால் இருப்பது போல் தோன்றிற்று. திரும்பிப் பார்த்தேன். நான் நினைத்தது சரிதான். வெள்ளையும் சள்ளையுமாக சில மோட்டா ஆசாமிகள் தென்பட்டார்கள். இவன் பிச்சை கேட்டுக்கொண்டே இருந்தான்.

“காலணா போட்டா ஆண்டி ஆயிடமாட்டீங்க, அண்ணே.”

“சரிதான் போடா” என்று ஒருவர் அதட்டினார்.

“என்ன அடா புடாங்கறீங்க. காலணா பிச்சை போட ரோக்கியதை இல்லை, ஜம்பமா வெள்ளைச் சட்டை, மணிபர்ஸோட வந்துட்டீங்க.”

“சும்மாப் போறியா இல்லாட்டி–?”

“ஒதச்சுப்பிடுவியா? பார் வேணா. ஒத்தைக் கைகால் வசமில்லேன்னு பாக்கிறயா? ஓதைச்சுப் பாரு.”

அதற்குள் பஸ்ஸில் கலவரம் உண்டாகிவிட்டது. விஷயத்தை முற்றவிடாமல் வேறு யாரோ ஒருவர் அரையணாக் காசைக் கொடுத்துப் பிச்சைக்காரனை மெதுவாக அப்பால் அனுப்பினார். அவன் அப்பால் போய்விட்ட போதிலும் பஸ்ஸில் அமைதி ஏற்படவில்லை. சில நிமிஷங்களுக்குப் பிறகு ஒருவர் ஆரம்பித்தார்.

“அவன் பிச்சைக்காரன் இல்லீங்க; அதனால்தான் அப்படி.”

“நல்லாச் சொல்றீங்களே. அவன் பிச்சைக்காரன் இல்லை என்றால், நாமா?”

“அப்படி இல்லீங்க, அந்த ஆள் நம்மைப்போல் நன்றாய் இருந்தவன் தான். சம்சாரம் பிள்ளை குட்டி எல்லாம் இருக்கு. இவன் மதுரைத் துணி மில்லிலே வேலை செஞ்சுக்கிட்டிருந்தான். அப்போ இவனைப் பார்க்கணும். இவன் வச்சுக்கிட்டிருந்த மீசையைப் பார்க்கணும்! போதாதகாலம்; மிஷின் வார் பெல்ட் ஒரு தரம் கழண்டு போய், இவனை அடிச்சுப் புரட்டி இழுத்துவிட்டது. விழுந்தவன்தான். பிரக்ஞை இல்லை. ஆஸ்பத்திரிக்குக் கொண்டு போனார்கள். ஒரு மாதத்திற்கு மேல் அங்கே இருந்த ஆள் என்னவோ பொழச்சுப் போய்விட்டான். ஆனால் ஒரு பக்கத்துக் கையும் காலும் சுவாதீனம் இல்லாமல் போய்விட்டது. நரம்புகளில் ஏதோ ஆய்விட்டதாம். அவ்வளவுதான்.

அத்துடன் அவனுக்கு வேலையும் போய்விட்டது."

"அப்படி என்றால் சட்டப்படி கம்பெனியில் நஷ்டஈடு கொடுக்க வேணுமே."

"கொடுக்காமலா இருப்பார்கள்? கொடுத்தார்கள். அதைக்கொண்டு ஒரு பெண்ணைக் கட்டிக்கொடுத்தான். இரண்டு வருஷம் சாப்பிட்டான். கிடைச்சது காலி ஆகிவிட்டது. தகரக் குவளையை எடுத்துக்கொண்டு பஸ் ஸ்டாண்டுக்கு வந்துவிட்டான்."

"மிஷினிலே வேலை செஞ்ச ஆளா? அதான் சனியன் மாதிரி பிடிச்சுக்கிறான். மூஞ்சியைப் பாருங்களேன், இரும்பிலே செஞ் சாப்பலே..."

"பாவம்!"

"சொல்றோமே ஒழிய, எங்கே அது மாதிரி இருக்கிறோம். பெண்டாட்டி பிள்ளைங்களுக்கு இவன் தினம் சோறு போடவேண்டுமே? ஒரு ரூபாயாவது வேண்டாம்? இவ்வளவு தகராறுக்குப் பிறகு அவனுக்குக் கிடைச்சிருக்கிறது முக்கால் அணாதானே. கோபம் வராதா?"

"அதெல்லாம் சரிதான். இதுக்கெல்லாம் நாமா பிணை? போலீஸ் ஸ்டேஷன், கலெக்டர் ஆபீஸ், இல்லாத போனால் கவர்ன்மென்டு. அங்கே போய்க் கல்லடிமங்கத்தனம் பண்ணட்டுமே. பிச்சைக்காரங்களைக் காப்பாத்தற கடமை நம்மதா? வேணுமானால் பிச்சைக்காரர் வரி என்று ஒன்றைப் போட்டு, அவர்களைக் காப்பாற்றுவதற்காக வாங்கிக் கொள்ளட்டும். இப்படி பிச்சைக்காரர்கள் வந்து மிரட்டி, தர்மத்தை நமக்குச் சொல்லிக் கொடுக்கிறதென்றால், சும்மாயிருக்க முடியுதா?"

"நீங்க சொல்றது சரிதான். அநியாயம் செஞ்சால்தான் நியாயம் நிலைக்கிறது. கேட்ட உடனே நாமாகக் காலணா ஏன் போடவில்லை... சொல்லுங்கோ? இதுதான் இந்த கம்யூனிஸ்ட் கட்சிக்கு ஆதாரம்."

அந்தச் சமயத்தில் டிரைவர் தன் இடத்தில் வந்து உட்கார்ந்ததும் சினிமாச் சுருள் மாதிரி பேச்சு அறுந்து போய்விட்டது. பஸ் நகர்ந்தது.

பக்கத்து பஸ்ஸுக்கருகில் பிச்சைக்காரன் சத்தம்:

"காலணா போடுங்க அண்ணே. புசல் வருது அண்ணே. இப்போ வந்ததிலே முந்நூற்று அம்பது பேருங்க. அடுத்ததிலே எவ்வளவோ? காலணா போடுங்க அண்ணே! புசல் வருது அண்ணே."

79. கவி

இருவரும் ஆப்த நண்பர்கள். "வர வர மோசமாகிக் கொண்டே வருகிறாய்" என்றார் நண்பர்களில் ஒருவரான பத்திரிகாசிரியர்.

"ஏன்?" என்றார் மற்றவர். "படு ஏழை தீபாவளிக்குத் தீபாவளி எண்ணெய் தேய்த்து முழுகுவதுபோல் விசேஷ மலர்களைத் தவிர மற்ற காலத்தில் எழுதுவதே இல்லை என்று கங்கணம் கட்டிக்கொண்டு விட்டாய்."

"அப்படி ஒன்றுமில்லை. நீ என்ன, எல்லா ஆசிரியர்களும்தாம் கதை கேட்கிறார்கள். எழுத வரவில்லை. வரவும் வராது. சித்தக் குருவி, கவி வெளியில் பாடித் திரிந்து கொண்டிருக்கிறது. கதை கிடைக்காது. கவிதையோ பத்திரிகைகளுக்குத் தேவை இல்லை."

"அப்படி ஒன்றும் இல்லை, ஒரு கவிதையாவது அனுப்பேன்."

"உறுதி சொல்ல முடியாது. கவிதை பெண்களைப் போல. விரும்பினால் வெட்கிக் கலவரமடைகிறது. நீர்ப் பாம்புபோல் கற்பனை, தலையை உள்ளுக்கு இழுத்துக் கொள்கிறது."

"ஆகையினால் கவிதையும் கிடைக்காது என்கிறாய்; அவ்வளவுதானே?"

"அதுவும் சொல்லவில்லை."

"இந்தக் கவிகள், எழுத்தாளர்கள் எல்லோருமே இப்படித்தான். வெயிலில் காய்வதும் இல்லை; மழையில் நனைவதும் இல்லை! உங்களை எல்லாம் நம்பிப் பத்திரிகை போடுகிறோமே!"

"எங்களை நம்பாதே – அதிலும் என்னை நம்பாதே. எழுத்தைக் கொண்டு பிழைப்பதானால் சர்க்கஸ்காரன் சவுக்கைக் கண்டு சிங்கம் கூட்டில் நுழைவதும், வெளியில் வருவதும், ஆட்டுடன் பால் குடிப்பதும் போல, எழுத்தை ஆட்டத் தெரியவேண்டும். கவிதை சிங்கமல்ல. என்னிடம் சவுக்கும் இல்லை. உலகு பராசக்தியின் லீலை என்றால் எழுத்து என் லீலை. அச்சு யந்திரம் வேலை செய்வது போல் கவிதா யந்திரம் வேலை செய்ய இயலாது."

"இனி நான் என்ன சொல்ல? உன் இஷ்டம்."

"அது சரி. இப்பொழுது பஸ்ஸுக்குப் போய் ஊருக்குப் போகிறேன். ஏதாவது எழுதினால் அனுப்பி விடுகிறேன். வருத்தப்படாதே."

கவி பஸ் நிற்கும் இடத்திற்கு வந்தார். முதல் பஸ், போய்விட்டது. இனி மெயில் பஸ்தான் அடுத்த வண்டி. புறப்பட இரண்டு மணி யாகும். எனவே பிரயாணிகள் தங்கும் சாவடியில் போய் உட்கார்ந்தார்,

முதல் பஸ் தவறிவிட்ட வருத்தங்கூடத் தோன்றாதபடி ஒரு தேனீ கவியின் தலைக்குள் ரீங்காரமிட்டுக் கொண்டிருந்தது. ஒரு முடைப் புழு சிறகு முளைத்து, மண்கூட்டைத் துளைத்து வெளியேறத் தத்தளித்துக் கொண்டிருந்தது.

இக்கவிக் கிளர்ச்சியில் அடுத்த பஸ் வந்ததுகூடத் தெளிவாகத் தெரியவில்லை. சாவடியை விட்டு ஜனங்கள் முண்டி மோதிக்கொண்டு பஸ் ஏற முயன்றபொழுதுதான் கவிக்கு பஸ் ஏற நினைப்பு வந்தது. கூட்டத்துடன் கூட்டமாக இடித்துக்கொண்டு பஸ்ஸில் ஆறு அங்குலம் இடத்தை ஆக்கிரமித்துக் கொண்டார். இடம் கிடைத்ததே என்று பிரயாணிகள் ஆறுதலுடன் பெருமூச்சு விட்டபொழுது விஷமக்கார கண்டக்டர் வாயைத் திறந்தான்.

"எல்லாரும் இறங்குங்கோ; உம்! எல்லாரும். தபால் எடுத்துக்கிட்டுத் திரும்பி வர்றோம். அந்தச் சத்திரத்து முனையில் நில்லுங்கோ, அப்போ ஏறிக்கொள்ளலாம்."

வெட்டுப்பட்ட பலிகடாவின் தலையைப்போல் உயிரற்று ஒவ்வொரு பிராணியாய் பஸ்ஸை விட்டு இறங்கினார்கள்: கவியுங் கூடத்தான்.

ஒரு விநாடிக்குள் பஸ்ஸில் இருந்த கூட்டத்தைத் தெருவில் காணவில்லை. ஜலம் பட்ட சர்க்கரைப் பொம்மை போல் மனிதர்கள் கரைய முடியுமா என்று கவி வியந்தார்.

"ஏன்? காபி சாப்பிடப் போயிருக்கலாம். பூ வாங்கப் போ யிருக்கலாம். இன்னும் ஆயிரத்தொரு சிறிய காரியங்களைக் கவனிக்கப்

போயிருக்கலாம். பஸ் திரும்பும் பொழுது ஆஜரானால் போதாதா?" என்று அறிவு சமாதானம் சொல்லிற்று.

சொன்ன சமாதானத்தில் கொஞ்சம் நியாயம் இருந்ததால் பழைய கவிக்கிளர்ச்சி நீர் நிறைந்த ஏற்றச்சாலைப் போல் மேலே எழுந்தது. ஆனால் தேனீயின் ரீங்காரத்தைக் காணவில்லை. மலர்க்கிண்ணியில் மது அருந்தும் மோனம் நிறைந்திருந்தது. முடைப்புழு பட்டுப் பூச்சியாகி மண் கூட்டைச் சிதைத்து வெளிவரும் கோலம் தெரிந்தது. சத்திரத்து வாசலில் நின்றபடியே கவி நோட்டுப் புஸ்தகத்தைப் பிரித்து பென்ஸிலைக் கையில் எடுத்தார்.

"காதலி! அமுதக் கடலே!
ஈருடல் உருக்கி ஒன்றாய்
சேர்த்திடும் ஊது குழலே!
உதடெனும் தோணி பற்றி
அக்கரைத் தேனார் சோலை
சேர்த்திடும் பரிச லோட்டி!
உன்னை நான் கைப்பிடித்து
உன்மத்த னானேன் கண்டாய்.
மாதே! நான் உன்னிடத்தில்
உருவறக் கலந்த வேளை
இரண்டு மூன் றாக மாறும்
அதிசயக் கணக்கு செய்தாய்!
தாயே இக்குல விளக்கு
நோய், நொடி சோகக் காற்றில்
சாயாது சுடர்விடுத் திடவே
தாய்மையால் அரவணைத்து,
உயிர்க்குலம் ஓங்க வைப்பாய்,
அன்னையே! ஆதி சக்தி!...."

திடீரென்று கவித்தேனீ கிளம்பிவிட்டது. தபாலுக்குப் போன பஸ்ஸைக் காணவில்லை. ஆயிரத்தொரு காரியம் செய்யப்போன பிரயாணிகளையும் காணவில்லையே; ஒருவேளை பஸ் போயிருக்குமோ என்ற நினைப்புகள் எழுந்தன.

சத்திரத்துக்கு அடுத்தாற்போல் உள்ள முச்சந்தியில் போலீஸ்காரன் கை காட்டிக்கொண்டு நின்றான். அவன் விஷயத்தை விளக்கக்கூடும் அல்லவா? திறந்த நோட்டும் கையில் பென்ஸிலுமாக கவி போலீஸ் காரனை அணுகினார். "ஏன் ஸார்! தபால் எடுத்துக்கொண்டு பஸ் திரும்பிவிட்டதா?"

"இன்னும் இல்லை."

"வந்தால் எங்கே நிற்கும்?"

போலீஸ்காரன் தனது வலப் பக்கத்தைச் சுட்டிக்காட்டினான்.

போலீஸ்காரன் சைகை, பால் வார்த்தாற்போல் இருந்தது. சுட்டிக் காட்டிய பக்கத்துக்குப் போய் கவி அங்கிருந்த திண்ணையைப் பார்த்ததும் பழைய தேனீ திரும்பிவிட்டது. கவி திண்ணையில் ஏறியதும் தேனீ பாடிற்று.

"அன்னையாய் ஆன போது
அகிலமும் வாய்பு தைத்த
நச்சுவாய் உறவி னர்கள்
நெஞ்சத்து மெய்யன் பர்கள்
பூச்சூட்டிப் பூஜை செய்தார்,
தாய்மையைத் தலையில் வைத்தார்.
தருணிநீ தாய தாகிப்
பொறையெழில் ஏற்ற போது
புகுந்த தோர் சக்திக் கதிரில்
விளைந்தது வைய முழுதும்.
காதலும் தாயு மானாய்.
தாயுடன் தெய்வ மானாய்.
குழந்தையைத் தந்த தாயே
குவலயம் காத்து வருவாய்.
லீலையே! மூல சக்தி!"

'மூல சக்தி' என்று முடிக்கும்பொழுது பஸ் வரும் ஓசை கேட்டது. பென்ஸிலும் பிரிந்த நோட்டும் கையுமாய்க் கவி தெருவில் இறங்கினார். அதே தபால் பஸ். ஆனால் அங்கு நிற்கவில்லை.

"நிறுத்து, நிறுத்து!" என்று கவி கூவினார். புளி முட்டையில் பிதுங்கி யிருக்கும் ஒற்றைக்கொட்டை போல் பஸ்ஸுக்கு உள்ளும் புறமுமாக உட்கார்ந்திருந்த ஒரு பிரயாணி கைவிரித்தானே ஒழிய வண்டி நிற்கவில்லை.

தன்னைத் தவிர அவ்வளவு பிரயாணிகளும் வண்டியில் ஏறிவிட்ட மாயம் கவிக்குப் புரியவில்லை. பஸ் கண்டாக்டர் சொன்னபடி கவி, சத்திரத்து முனையில் நின்றது என்னவோ உண்மை. பின் பஸ் ஏமாற்றியது எப்படி?

திரும்பவும் போலீஸ்காரனை கவி அணுகினார்.

“நீங்கள் சொன்னது போல, பஸ் நிற்கவில்லையே.”

“பஸ்ஸுக்கென்ன கணக்கா? சத்திரத்துக்குப் பின்புறம் நின்று பிரயாணிகளை ஏற்றிக்கொண்டு போயிருக்கும்.”

“கண்டக்டர் சத்திரத்து முனையில் இருக்கச் சொன்னாரே?”

“முன் பக்கமும் ஒரு முனை, பின் பக்கமும் ஒரு முனை. நீங்கள் என்ன, தூங்கிக் கொண்டிருந்தீர்களா?”

உள்ளபடி தூக்கத்திற்குச் சமானமான ஒரு நிலையில்தான் கவி இருந்திருக்க வேண்டும். இல்லாவிட்டால் ஆயிரத்தொரு காரியம் செய்யச் சென்ற பிரயாணிகள் ஆயிரத்தொரு தடவை திரும்பிவரும் நேரமாகியும் தான் நின்று எழுதிக்கொண்டிருந்த திண்ணையின் அருகில் கூட்டம் சேராததைக் கண்டு எச்சரிக்கை அடைந்திருக்கவேண்டாமா? போலீஸ்காரன் நின்ற முச்சந்தியைக் கண்டுவிட்டு அப்படியும் இப்படியும் ஒரு பத்தடி நடந்து பார்த்திருக்க வேண்டாமா? ஆனால் கவி துரியம், உலகைப் பற்றியவரையில் ஒரு தூக்கமாகவே அமைந்துவிட்டதால் இந்த யோசனை தோன்றவில்லை.

இனி செய்வதென்ன? கவி திரும்பவும் பிரயாணிகள் தங்கும் இடத்திற்கு வந்தார். அடுத்த பஸ் சாயங்காலம் நான்கு மணிக்குத்தான். இன்னது செய்வதென்று புரியவில்லை.

முனிஸிபாலிடியாரின் தெருக் கடிகாரம் கண்ணில் பட்டது. கடிகார முள் எவ்வளவு மெதுவாக நகர்ந்தது. சொல்லப்போனால் முள் நகரவே காணோம். நிமிஷ வீதியில் பெரிய முள் நின்றுகொண்டே இருக்கும். விநாடிகள் கழியும். ஆனால் விநாடிக்கு விநாடி முள் நகராது. அறுபது அல்லது எழுபது விநாடிகள் ஆகியிருக்கக்கூடும் என்று நினைக்கும்பொழுது திடீரென்று வாய்க்காலைத் தாண்டுவது போல் முள் தாண்டும். தூங்குமூஞ்சி வேலைக்காரன் எஜமான் கட்டளையைச் செவியுற்று நடுவில் நடுவில் எழுந்திருப்பது போல் முள் உயிர்த்துடிப்பு கொள்ளும். செயலற்ற இந் நிலையிலே ஒரு மணி கழிந்து விட்டது.

ஏதோ நினைப்பு வந்ததும் சட்டை, துணிமணிகளை கவி மாறி மாறிப் பார்த்தார். பெஞ்சிமேல் திறந்த நோட்டுடன் பென்ஸில் ஏதோ பேசிக்கொண்டிருந்தது. கவியின் மனம் பஸ்ஸுக்கும் கவிதுரியத்திற்கும் உள்ள முரணைப் பற்றிச் சிந்தித்துக் கொண்டிருந்தது. கவியையும் அறியாமலே கை பென்ஸிலை நாடிற்று. அது சமயம் அடித்த அலைகாற்றில் பென்ஸில் நோட்டைவிட்டு விலகி உருண்டது.

“எச்சரிக்கை! ஊருக்குப் போன பிறகு கவிக் கிளர்ச்சி வரட்டும்.

இல்லாவிட்டால் அடுத்த பஸ்ஸும் போய்விடும்” என்று மறைமுகமாகச் சொல்வது போல் இருந்தது.

கவிக்கு வந்த கோபத்திற்கு அளவில்லை. பென்ஸிலை எடுத்து ஓங்கி அப்படியே தரையில் குத்தினார். கவிக் கிளர்ச்சி சிதைந்தது போலப் பென்ஸில் நுனியும் தூள் தூளாகப் பறந்தது.

அதற்குப் பிறகுதான் அடுத்த யோசனை தோன்றிற்று. நேரே அந்த மோட்டார் கம்பெனியின் ஆபீசுக்குச் சென்று, பஸ் தவறிய செய்தியைச் சொன்னார்.

“என்ன செய்ய வேண்டும்?” என்றான் ஆபீஸ் குமாஸ்தா.

“அடுத்த பஸ் எப்பொழுது?”

“நான்கு மணிக்கு.”

“அதில் போக இந்த டிக்கெட் போதுமோ இல்லையோ?”

“டிக்கெட் மாற்றப்பட மாட்டாது என்று அச்சடித்திருப்பது தெரியவில்லை?”

“தெரிகிறது.”

“ஆகையினால் வேறு டிக்கெட் வாங்கவேண்டும்.”

“ஒரு பிரயாணியிடம் இரண்டு தரம் பணம் வசூல் பண்ணுவது நியாயமாக இல்லையே?”

“நீங்கள் ஏறப்போவது இரண்டாவது பஸ். ஞாபகம் இருக்கட்டும், ஒரு பிரயாணி என்கிறீர்களே, அதை யார் கண்டார்? உமக்குப் பதிலாக வேறு ஆள் போயிருக்கலாம்.”

“அப்பொழுது அவனிடம் டிக்கெட்டுக்குப் பணம் வாங்கிவிட மாட்டார்களா?”

“அதைத்தான் யார் கண்டார்கள்? கண்டக்டருக்கு ஆள் கணக்கே ஒழிய ஆள் மாறாட்டக் கணக்கு அவசியமில்லை, புறப்படுகிற இடத்தில் ரசீதைப் போட்டுவிட்டு, பஸ் பிரயாணிகளை எண்ணும்பொழுது இரண்டும் சரியாக இருந்தால் சரிதான்.”

“ரசீதுப் புஸ்தகத்துக்கும் இருந்த ஆளுக்கும் சரியாகப் போய்விட்டதென்று உமக்கு எப்படித் தெரியும்?”

குமாஸ்தாவுக்குக் கோபம் வந்துவிட்டது.

“ஓய், நான் கோர்ட்டில் கிளிக்கூட்டில் நிற்கவும் இல்லை. நீர் வக்கீலும்

அல்ல. பஸ்ஸில் மறுபடி ஏற வேண்டுமென்றால் டிக்கெட் வாங்கும். நீங்கள் சொல்கிற கதை நிஜம் என்று எப்படி ஐயா நம்புகிறது?"

இப்பொழுது கவிக்கு ஒரு புறம் கோபமும், மற்றொரு புறம் கதைக் கிளர்ச்சியும் எழுந்தன. குமாஸ்தா கவி சொல்வதைக் கதை என்றார் அல்லவா? கவி மறுபேச்சின்றி ஒரு கிளப்புக்குச் சென்று சாப்பாட்டை முடித்துக் கொண்டார். பென்ஸிலைக் கூர்சீவி நோட்டுப் புஸ்தகத்தில், தலை எடுக்காமல், மூச்சு விடாமல், ஓட்டினார். எழுதி முடிந்ததும் திருப்பிப் படித்துவிட்டுத் தாள்களைக் கிழித்து மடித்துச் சட்டைப்பையில் திணித்துக்கொண்டு தம் நண்பனின் வீடு நோக்கிப் புறப்பட்டார்.

நண்பர் ஒரு சிறந்த இலக்கியப் பத்திரிகையின் ஆசிரியர். கவி வந்த பொழுது திண்ணையில் யாரோ ஒரு கனவானுடன் பேசிக்கொண் டிருந்தார். துள்ளி எழுந்தார்.

"ஆமாம், பஸ்ஸுக்குப் போய் ஊருக்குப் போகிறேன் என்று காலையில் சென்றாயே?"

"ஆமாம். சென்றேன். பஸ் கிடைக்கவில்லை. ஒரு கதை கிடைத்தது; கொண்டு வந்தேன்."

"காலையில் வற்புறுத்திக் கேட்டபோது நீ சொன்ன பதில் ஞாபகம் இருக்கிறதா? எல்லாப் பத்திரிகாசிரியர்களும் இப்பொழுது கதையே கேட்கிறார்கள். எழுத வரவில்லை. வரவும் வராது. சித்தக் குருவி, கவி வெளியில் பாடிக்கொண்டிருக்கிறது என்றாய்."

"ஆமாம், சொன்னேன்."

"கவிதையாவது எழுதி அனுப்பு என்றேன்; நான் யந்திரம் அல்ல என்றாய்."

"ஆமாம். சொன்னேன்."

"இப்பொழுது?"

"கதையுடன் கவிதையும் கொண்டுவந்திருந்த போதிலும் அதையேதான் சொல்கிறேன். கவி பெண்ணைப் போல்; சொன்னபடி நடக்க வேண்டுமென்ற கட்டுப்பாடு இருவருக்கும் இல்லை."

"ஆகையால் கவிகள் பொய் சொல்லலாம்?"

"இல்லை; கவிகள் என்றும் பொய் சொல்ல மாட்டார்கள். அவர்கள் சொல்லும் உண்மை, உலகத்தாருக்குப் புரிவதில்லை. பொய் என்கிறார்கள். கவி என்பது தெரியாமல், காலையில் பஸ் கம்பெனி குமாஸ்தா நான் பொய் சொல்வதாகச் சொன்னான். கவி என்று

தெரிந்த நீயும் அப்படியே சொல்கிறாய். நான் என்ன சொல்வது?"

"ஒன்றும் சொல்லவேண்டாம். முதலில் கதையையும் கவிதையையும் கொடு."

கவி, தன் சட்டைப்பையில் இருந்த தாள்களை எடுத்து நண்பன் கையில் கொடுத்தான்.

"பஸ் கம்பெனி என்கிறீர்களே எது?" என்றார் எதிரிலிருந்த கனவான்.

"பஸ் நிற்கும் இடத்திற்குப் பின்னால் இருப்பதுதான்!"

"என்ன நடந்தது அங்கே?"

கவி பஸ் தவறிய கதையைச் சொல்லி முடித்தார்.

"இவர் யார் தெரியுமா?" என்று பத்திரிகாசிரியர் கனவானைச் சுட்டிக் காட்டினார்.

"தெரியாது" என்றார் கவி.

"பஸ் கம்பெனிக் கூட்டாளிகளில், ஒருவர்!"

"இவர் யார் தெரியுமா?" என்று கவியைச் சுட்டிக்காட்டினார்.

"தெரியாது" என்றார் கனவான்.

"இவரே 'மண்ணும் விண்ணும்' எழுதிய ஆசிரியர்: ஒரு கவி."

கனவான் ஒரு நிமிஷம் வியப்பினால் சும்மா இருந்தார்.

"பின் இவரைப் பொய்யர் என்ற முறையிலே பேசினீரே?"

"தமாஷாக, உலகரீதியில் பேசினேன். காலையில் கதை கேட்டேன். கவிதை கேட்டேன். மூச்சு விடக் கூடாது என்றான் நண்பன். ஆனால் இப்பொழுதோ இரண்டும் வந்துவிட்டன. கவிகளிடம் எல்லாம் தலைகீழ்!"

"உண்மை அது அல்ல. நீங்கள் யாரை கதையோ கவிதையோ வேண்டுமென்று கேட்கிறீர்களோ, அவருக்கு பதில் சொல்லும் அதிகாரம் இல்லை. ஏனென்றால் எழுதுகிற ஆள் வேறு. மலைக்காற்று எப்பொழுது அடிக்கும் என்று பள்ளத்தாக்கைக் கேட்பதில் என்ன பொருள்?"

"கவியும் எழுத்தும் எப்பொழுது வரும் என்று கவிக்கே தெரியாது என்கிறாய்; அவ்வளவுதானே?"

"அதுமட்டும் அல்ல. தெரிந்தது போலக் கவிக்குள் இருக்கும் நடைமுறை ஆள் பேசிவிடுகிறானே, அதுதான் ஆபத்து."

“ஆபத்து ஒன்றும் இல்லை. கவி முரண் இப்பொழுது விளங்கிவிட்டது. நான்கு மணிப் பஸ் தவறும் ஆபத்துத்தான் இப்பொழுது எதிர்படுகிறது!”

“நாழிகையாகிவிட்டதா?”

“பரவாயில்லை. நான் தவறாமல் ஏற்றிவிடுகிறேன்” என்று கனவான் எழுந்தார்.

“பிரயாணிகள் பொய் சொல்லப் பிறந்தவர்கள் என்று குமாஸ்தா நினைத்திருக்கிறாரே, அதையும் திருத்தி விடுங்கள்” என்று கவி எழுந்திருந்தார்.

பத்திரிகாசிரியர் கதையைப் படிக்கத் தொடங்கினார்.

80. வெள்ளம்

முதல் குழந்தை பிறந்தபொழுது அவர்களின் மகிழ்ச்சிக்கு அளவே இல்லை. காரியாலயத்தில் உட்கார்ந்து வேலை செய்யும்பொழுதுகூட சிதம்பரத்திற்கு அவன் ஞாபகந்தான். வீடெல்லாம் தவழ்ந்து வாசல் பக்கம் போய்விடப் போகிறானே என்ற கவலை. மாலையில் வீடு திரும்பியதும் அவனை எடுத்து வைத்துக்கொண்டு கொஞ்சுவதைத் தவிர வேறு எதிலும் நாட்டம் இல்லை.

கனகத்திற்கு மட்டும் என்ன? அவனுக்குப் பாலூட்டி, குளிப்பாட்டி, மையிட்டுத் திலகமிட்டுக் கழியும் நேரம் போக, அவனுக்குச் சட்டைகளை மாற்றிப் போடுவதைத் தவிர வேறு வேலை இல்லை. பன்னிரண்டு மாதக் குழந்தைக்கு இருபத்திரண்டு சட்டை தைத்து வைத்திருந்தால் சட்டைக்கு வேலை வேண்டாமா?

எல்லாவற்றையும்விட கணவனும் மனைவியும் குழந்தையுடன் கொஞ்சுவதுதான் வெகு விநோதம். கனகத்தின் மடியில் குழந்தை இருக்கும்பொழுது, சிதம்பரம் கூப்பிடுவார்; அவன் வர மாட்டான்.

"திருட்டுப் பயல்! உன் மாதிரியே இருக்கிறான்."

"நான் திருடியா? என்னைப்போல் இருக்கிறானாமே?" என்று கனகம் முகத்தைத் தூக்கி வைத்துக்கொள்வாள்.

"உன்னை உரித்து வைத்திருக்கிறது. பாரேன்! அதைச் சொன்னால் விளக்கெண்ணெய் குடித்ததுபோல் முகத்தைத் தொங்கப்போட்டுக் கொள்கிறாயே."

"தாயைப் போலப் பிள்ளை இருந்தால் அதிருஷ்டம் என்பார்கள்."

"அதற்குத்தானே தவம் கிடக்கிறோம்?"

"அதிருஷ்டம் இவனோடு நிற்காதென்று வேறு சொல்லுகிறார்கள்."

"யாரு?"

"மருத்துவச்சி வந்திருந்தாளே, அவள் ஒரு நாள் சொன்னாள்."

"ஊம்."

"தொப்புள் கொடியில் எட்டு முடிச்சு இருந்தனவாம். எட்டு குழந்தைகள் பிறந்தால் அஷ்ட ஐசுவரியம் என்றாள்."

"பேஷ், பேஷ். எட்டு குழந்தையா?" என்றார் சிதம்பரம்.

சிதம்பரத்திற்கு விஞ்ஞானத்தில் நம்பிக்கை உண்டு. இருந்தாலும் மருத்துவச்சி ஜோசியத்தில் நம்பிக்கை வரவில்லை. புராணக் கதைகளைப் போல் விஞ்ஞானத்திலும் கதைகள் இருக்கலாம் என்று நினைத்தார்.

பையன் பிறந்த இரண்டு வருஷத்திற்குள் குடும்பத்தில் மற்றொரு ஜீவன் தலைகாட்டிற்று. அதுவும் பிள்ளை. ஆனால் சிதம்பரத்தைப்போல் இருந்தான். அவனாவது ஒரு வயசானால் கூப்பிட்டால் தாயிடமிருந்து தம்மிடம் வந்துவிடுவான் என்று எதிர்பார்த்தார்; வரவில்லை. முதல் குழந்தையைப் போல் அவனும் இருந்தான்.

தம்மிடம் குழந்தைகள் உடனே வராததற்கு என்ன காரணம்? தாய், பால் கொடுக்கிறாள்; வாஸ்தவம். ஆனால் அது மட்டும் காரணமாக இருக்க முடியாது. 'காந்தத்தில் இரண்டு வடக்குத் தலைப்புகள் சேரா' என்று விஞ்ஞானிகள் சொல்லுகிறார்கள். மின்சாரத்திலும் அந்த மாதிரி ஒரு தத்துவம் இருக்கிறது. ஆண் பெண் என்ற முரணில்தான் இதற்கு விடை கண்டுபிடிக்க வேண்டும் என்ற எண்ணம் அவருக்கு உண்டாகிவிட்டது. 'அடுத்த குழந்தையாவது பெண்ணாக இருந்தால்?' என்று எண்ணினார்.

என்ன தத்துவக் கோளாறோ, மூன்றாவது ஜீவனும் பையனாகவே வந்து சேர்ந்தான்.

இதுவரையில் சிதம்பரம் காணாத சங்கடம் இப்பொழுது தோன்றிற்று. முதல் இரண்டு 'பயல்கள்' நோய் நொடி என்று அதிகத் தொந்தரவொன்றும் கொடுத்துவிடவில்லை. நாட்டு வைத்தியருக்குக் கொடுத்ததெல்லாம் மொத்தத்தில் ஒரு நூறு ரூபாய்தான் இருக்கும். இந்த

மூன்றாவது பயலுக்குத்தான் பணத்தில் அவ்வளவு கருத்து போதாது. கட்டி என்று ஒன்றைச் சம்பாதித்துக்கொண்டான். சிதம்பரத்திற்குச் 'சனி' பிடித்துக்கொண்டு விட்டது; அவர் நம்பாவிட்டால்கூட. காலை ஏழு மணிக்கு குழந்தையை எடுத்துக்கொண்டு கனகம் வைத்தியர் வீட்டுக்குப் போனால் சிதம்பரம் காரியாலயத்திற்குப் போகும் நேரத்தில்தான் இரண்டு பொட்டலத்தையும் ஒரு சின்ன கண்ணாடிக் குப்பியையும் எடுத்துக்கொண்டு திரும்புவாள். அப்பொழுதெல்லாம் சிதம்பரத்திற்கு வீட்டில் காலைச் சாப்பாடு கிடைப்பதில்லை.

தாம் மத்தியதர வகுப்பைச் சேர்ந்த நபர் என்ற பொருளாதார உண்மை இந்த நிலையில்தான் சிதம்பரத்தின் புத்திக்குப் புலப்பட்டது. உண்மை புலப்பட ஆரம்பித்தால் பலவிதத் தொல்லைகள் கூடவே முளைத்து விடும். சின்ன விஷயங்கள்கூட உண்மையின் புறத் தோற்றமாக மாறிவிடும். சிதம்பரம் போர்த்துக்கொண்டு வந்த கம்பளி ஒன்று, காலுக்கு இழுத்தால், தலைக்குப் போதாமல் போவதாக மனத்தை உறுத்தத் தொடங்கி விட்டது. எப்பொழுதோ மருத்துவச்சி சொன்ன விஷயம், குளத்தில் முழுகி முழுகி எழுந்திருக்கும் நீர்க் கோழியைப்போல் மனத்தில் தலைகாட்டிற்று.

2

அந்தச் சமயத்தில், சற்றும் எதிர்பாராதவிதமாக, சிதம்பரத்தைச் சென்னைக்கு நிரந்தரமாக மாற்றிவிட்டார்கள். இது வரையில் சிதம்பரம் இருந்தது, ஒரு பெரிய பஞ்சாயத்துக் கிராமத்தில் வாடகை வீட்டில். சென்னைக்கு மாற்றலான பிறகு, முழு வீட்டுக்கு மாதம் பன்னிரண்டு ரூபாய் கொடுத்தவர் இப்பொழுது முப்பது ரூபாய் கொடுக்க வேண்டிய நிலைமை ஏற்பட்டது; அதுவும் ஒரு சின்ன அறைக்கும் கூடத்திற்கும்!

அந்தக் கூடத்தைத் தொடர்ந்து ஓர் அறை இருந்தது. ஆனால் அதை வீட்டுக்காரர் பூட்டி வைத்திருந்தார். அது அவருடைய குற்றமன்று. அதற்கும் சேர்த்து சிதம்பரம் வாடகை கொடுத்தால் கிடைப்பதில் தடை இல்லை. முப்பது ரூபாயே, சம்பளத்தில் மூன்றில் ஒரு பங்காக இருக்க, இன்னும் ஒரு பத்து ரூபாயைக் கூடக் கொடுத்து அறையை வைத்துக்கொள்வதைப் பற்றி அவர் நினைக்கக்கூடவில்லை.

ஒரு மாதத்திற்குள் குடியிருக்கும் இடம் சிறைக்கூடமாக மாறிவிட்டது. சரியான வெளிச்சம் இல்லை. சமையல்கட்டில் கனகம் வேலை செய்தால் ஏதேனும் பாத்திரங்கள் உருளாமலோ சாமான்கள் கொட்டிப் போகாமலோ வேலை செய்ய முடிவதில்லை. இரவில் கூடத்தில் படுத்துக்கொண்டால், பெட்டிகளும் தட்டுமுட்டுச் சாமான்களும்

காலிலோ தலையிலோ இடிக்காமல் இரா. தவிர இந்தப் பயல்கள் வேறு, பிரித்த கத்தரிக்கோல் மாதிரி குறுக்கும் நெடுக்குமாகத் தூங்க ஆரம்பித்து விட்டார்கள். போதாக்குறைக்கு மூன்றாவது பையனுக்குக் கட்டி வேறு, சீக்கிரமாகக் குணமடையவில்லை.

மனிதன் தன்னுடைய சௌகரியத்துக்காகச் சிருஷ்டித்த பொருள்களும் அவனுக்கு இன்பத்தைத் தரும் என்று கருதிய பிற பொருள்களும் துன்பத்தின் உருக்கொண்டு விட்டால் குடும்பத்தில் சுகம் என்பது எங்கிருந்து வரும்? வருவது குடும்பப் பூசல்தான்.

இப்பொழுதெல்லாம் கனகத்திற்கும் சிதம்பரத்திற்கும் அநாவசியமாகக் கோபம் உண்டாயிற்று. ஒருவரால் மற்றவர் துன்பத்திற்கு உள்ளாகி விட்டது போல் குற்றம்சாட்டத் தலைப்பட்டார்கள். குழந்தைகள் ஒரு தொல்லை என்று கனகம் கருதத் தொடங்கினாள். பணம் ஒரு பீடை என்று சிதம்பரம் கருதத் தொடங்கினார்.

3

இப்படியே இரண்டொரு மாதங்கள் கழிந்தன. ஒரு நாள் சிதம்பரத்துடன் ஓர் அழகிய பெண் வந்து சேர்ந்தாள். குடி இருப்பவர்கள் ஒவ்வொருவரையும் சந்தித்து எத்தனை பிள்ளை குட்டி, என்ன மாதச் சம்பளம் என்றெல்லாம் விசாரித்தாள்.

குடியிருந்தவர்கள் அத்தனை பேரும் மத்தியதர வகுப்பினர். ஒருவருக்காவது ஐந்து குழந்தைகளுக்குக் குறைவாய் இல்லை. ஒரு குடும்பத்திற்கேனும் மாதம் நாற்று முப்பது ரூபாய்க்கு மேற்பட்ட வரும்படி இல்லை. இந்த விவரங்களை அறிந்துகொண்ட பிறகுதான் சிக்கல் இல்லாத வாழ்க்கைக்கும் சந்தோஷத்திற்கும் ஆதாரமான குடும்பப் பொருளாதார நுட்பத்தையும் அதற்கு வழி கோலும் கர்ப்பத்தடை முறையையும் பற்றி வெகு கவர்ச்சியாக அவள் கூறினாள். அவ்வளவு பெண்மணிகளும் அந்தப் பிரசாரகியின் பேச்சை வெகு உற்சாகமாக ஏற்றுக்கொண்டார்கள்.

பிரசாரகி வீட்டை விட்டுப் போகும்பொழுது சிதம்பரத்தினிடம் சொல்லிக்கொண்டு போக வந்தாள். அந்தச் சமயம் கனகமும் அங்கே இருந்தாள்.

“கனகம், இந்த அம்மாள் யாரென்று இப்பொழுது தெரிந்திருக்குமே!” என்று மனைவியிடம் பேச்சைத் துவக்கினார்.

“கனகம்மா, என் பேச்சைக் கேட்கும் பெண்களில் பலர் என்னைப்

பிசாசு என்கிறார்கள். இந்த வீட்டில்தான் அப்படி ஒருவரும் சொல்லக் காணோம். ஒருவேளை நீங்கள்...”

“அவள் சொல்ல முடியாது. எனக்குச் சம்பளம் நூற்று முப்பது ரூபாய். அவளுக்கு எட்டு குழந்தை உண்டு என்று சொல்லியிருக்கிறார்கள்” என்று சொல்லிச் சிரித்தார் சிதம்பரம்.

“வாஸ்தவந்தான்” என்று கனகமும் சுருக்கமாகக் கூறினாளே ஒழிய, வேறொன்றும் சொல்லவில்லை.

போர் முறையில் நேரடியான தாக்குதல் நல்ல பயனை விளைவிக்கலாம். ஆனால் பிரசாரகர்களும் இன்ஷியூரென்ஸ் ஏஜென்டுகளும் எறும்பு ஊர்ந்து கல்லைத் தேய்க்கும் முறையைத்தான் கடைப்பிடிப்பார்கள்.

“அடுத்த ஞாயிற்றுக்கிழமை வருகிறேன்” என்று சொல்லி, சிதம்பரத்திடம் பிரசாரகி விடைபெற்றுக் கொண்டு சென்றாள்.

“இந்த அம்மாவை உங்களுக்கு முந்தியே தெரியுமா?”

“இல்லை; பட்டணம் ஜெயிலுக்கு மாறிய பிறகுதான் பரிச்சயம் உண்டாச்சு.”

“ஜெயிலைத் திறந்துவிடுகிற சாவி அவளிடத்தில் இருக்கிறது என்று எனக்குச் சொல்வதற்காக அழைத்துக்கொண்டு வந்தீர்களா?” சிதம்பரம் பதில் சொல்வதற்குள் மூன்றாவது பயல் பலமாகச் சிணுங்க ஆரம்பித்து விட்டான்.

“நான் அழைத்துக்கொண்டு வரவில்லை. உலகத்தில் பிறக்காமல் இருக்கிற குழந்தைகள் எல்லாம் அவளை இந்தக் கதிக்கு ஆளாக்கியிருக்கின்றன. எனக்கு என்ன பைத்தியமா?” என்றார் சிதம்பரம்.

‘எனக்கு என்ன பைத்தியமா?’ என்று சிதம்பரம் கேட்டது அவளை என்னவோ செய்துவிட்டது. ஒரு வாரமாக அவள் மனத்தில் ஒரே குழப்பம். குடி இருந்தவர்களுள் ஒருத்தி என்னவோ கர்ப்பப்பை வைத்தியம் செய்துகொள்ளப் போகிறேன் என்று பெருமை அடித் துக்கொண்டே இருந்தாள். குழப்பத்தைக் கிளறுவதற்குத் துடுப்பு வேறு புகுந்துவிட்டால்...?

அடுத்த வாரம் அவ்வப்பொழுது சிதம்பரத்தினிடம் கனகம் கேட்ட கேள்விகள் சிதம்பரத்திற்குப் புது நம்பிக்கையை அளித்தன. ஐந்தறிவு ஆளும் உலகில் விதி வலிது. ஆறறிவு ஆளும் உலகில் மதிக்குத்தான் அரசுரிமை. மூன்று முடிச்சுள்ள தொப்புள் கொடி ஒன்று நடுவில் நடுவில் அவர் கண்ணில் பட்டுக்கொண்டே இருந்தது.

4

இதற்கிடையில் வீட்டுச் சொந்தக்காரர் ஒரு விஷயத்தைக் கூறினார்: சிதம்பரம் விரும்பினால் பூட்டி இருந்த அறையை வைத்துக்கொண்டுவிட வேண்டும். இல்லாவிட்டால் என்ன ஆகும் என்பதைப்பற்றி அவர் தெரிவிக்கவில்லை. சிதம்பரமும் கேட்கவில்லை. கைதிக்கு விடுதலை கிடைத்தால் போதும் என்றுதானே இருக்கும்?

“கனகம், இந்த அறையையும் எடுத்துக்கொண்டு விடுவோம். பாத்திரம் உருளாமல் நீ வேலை செய்யலாம். நான் காலை ‘ட’னா ஆக்கிக்கொள்ளாமல் நீட்டிப் படுத்துக் கொள்ளலாம்.”

“அது சரிதான். இந்தச் சம்பளத்திலே –”

“அந்த விசை உன்னிடந்தான் இருக்கிறது. வீட்டுக்காரர் சாவி கொடுத்தால் வாங்கிக்கொண்டு விடு. பார்த்துக்கொள்ளலாம்” என்று சிதம்பரம் உத்தரவு கொடுத்துவிட்டார்.

சனிக்கிழமை சிதம்பரம் காரியாலயத்திற்குச் சென்றிருந்தார். வீட்டுக்காரர் கனகத்திடம் அறையின் சாவியைக் கொண்டுவந்து கொடுத்தார்.

கனகத்திற்கு அளவு கடந்த சந்தோஷம். உடனே அறையைத் திறந்து பார்த்தாள். தெருப்புறத்தில் ஒரு ஜன்னல். ஜன்னலுக்கு மேலே வெளிச்சம் வர சாளரங்கள் அமைந்திருந்தன. தரை எல்லாம் ஒரே தூசி. தூசி சரிதான். வைக்கோல் எங்கிருந்து வந்திருக்கும்? ஒரு விநாடி யோசித்துவிட்டு கனகம் தலைநிமிர்ந்து பார்த்தாள்.

ஒரு மூலையில், மின்சார மரச் சட்டமும் மேல் தளத்தின் அட்டையும் கூடும் இடத்திலிருந்து வைக்கோலும் சணல் கயிறும் தொங்கிக்கொண்டிருந்தன. பிறகு ஊன்றிக் கவனித்தாள். குருவிக் கூடு!

அந்த அறைக்குள்ளேயே ஒரு மேஜை இருந்தது, அதை இழுத்துப் போட்டுக்கொண்டு ஏறிப் பார்த்தாள். கூட்டண்டை எட்டிப் பார்த்ததும் உள்ளே ஒரு குருவிக் குஞ்சு தென்பட்டது. அத்துடன் கீழே இறங்கி மேஜையை ஒரு புறம் இழுத்துப் போட்டுவிட்டு அறையைச் சுத்தம் செய்யத் தொடங்கினாள்.

அறையைச் சுத்தம் செய்து முடித்தபிறகு கூடத்தில் இருந்த சில பெட்டிகளைக் கொண்டுவந்து அறைக்குள் வைத்தாள். பெரிய பையன்கள் இருவருக்கும் காரணம் இல்லாத குதூகலம். உடனே ஆளுக்கு ஒரு பெட்டியின் மேல் உட்கார்ந்து தாளம் போட ஆரம்பித்தனர். கனகத்திற்கும் விவரிக்க முடியாத மன அமைதி. மூன்றாவது பயலைப் பார்த்தாள். அவனுடைய நோய்கூடத் தெளிந்திருந்தது. அப்பொழுது

தான் இரண்டு சிட்டுக் குருவிகள் அறைக்குள் நுழைந்து கூட்டண்டை போய் அமர்ந்தன. கீச்சுக் கீச்சென்று கத்திக்கொண்டும் இரண்டு சிறகுகளையும், பாய்மரத்தைப்போல் விரித்து ஆட்டிக்கொண்டும், பெற்றோர்களிடமிருந்து குஞ்சு உணவை வாங்கிக்கொண்டது. அதற்குப் பிறகு கூட்டின் வாசலில் இரண்டு பெரிய குருவிகளும் கறுப்புப் பாசிமணிக் கண்களை உருட்டிக்கொண்டு ஒரு நிமிஷம் உட்கார்ந்திருந்தன. இதைக் கண்ட கனகத்தின் மனம் நிறைந்து வழிந்தது.

5

அன்று இரவு காரியாலயத்திலிருந்து சிதம்பரம் வீடு திரும்பினார்.

“இனிமேல் கவலை இல்லை. வானம் தெரியும். காற்று வரும். இடமும் போதும்” என்றார்.

“ஆமாம்... ஆமாம்” என்று உற்சாகத்துடன் கனகம் கூறினாள்.

மறுநாள் ஞாயிற்றுக்கிழமை. சிதம்பரம் அறையில் மல்லாந்து படுத்துக் கொண்டிருந்தார். இரண்டு சிட்டுக்குருவிகள் அறைக்குள் நுழைந்து தங்கள் குஞ்சுக்கு உணவளிப்பது கண்ணில் பட்டது. உடனே கீழே பார்த்தார். அறையின் ஒரு புறத்தில் வைக்கோலும் பஞ்சு போன்ற சிறிய இறகுகளும் எச்சமும் சிதறிக் கிடந்தன.

“கனகம், அறை ஒரே அசிங்கமாய் இருக்கிறதே! அந்தப் பெண்கூட இன்று வருகிறேன் என்று சொல்லியிருக்கிறாளே. கொஞ்சம் சுத்தப்படுத்து” என்றார்.

அறையை ஒரு தரம் சுத்தம் செய்துவிட்டு மூன்றாவது பையனையும் எடுத்துக்கொண்டு கனகம் பக்கத்தில் வந்து உட்கார்ந்தாள்,

“அந்தப் பெண்ணுக்கு நாம் பயப்பட வேண்டுமென்றால் இந்தக் குருவிகள் கூடப் பயப்பட வேண்டுமா?”

“கூட்டை எடுத்துவிட்டால் போச்சு. ஒரு நாளைக்கு எத்தனை தரம் அறையைச் சுத்தம் செய்வது?”

கனகம் ஒரு நிமிஷம் மௌனமாக இருந்தாள். “அந்தப் பாவத்தை நாம் கட்டிக்கொள்ள வேண்டாம். எத்தனை தரம் வேண்டுமானாலும் நான் அறையைச் சுத்தப்படுத்துகிறேன்!” என்றாள்.

சிட்டுக்குருவிகளைப்பற்றி மட்டும் கனகம் பேசியதாகச் சிதம்பரத்திற்குத் தோன்றவில்லை. அதற்குப் பதில் கூறுவதற்கு முன், வணக்கம் என்று கூறிக்கொண்டே அந்தப் பிரசாரகி வந்து சேர்ந்தாள். சிதம்பரத்தினால்

பேச்சைத் தொடங்க முடியவில்லை.

சமயத்தில் சிட்டுக்குருவிகள் அறைக்குள் நுழைந்தன. வழக்கம்போல் போய் குஞ்சுக்கு உணவளித்தன.

“அந்தக் குருவிகளைப் பாருங்களேன். எவ்வளவு அழகாகக் குடும்பத்தை நடத்துகின்றன. ஒரு வாரமாகப் பார்த்துக்கொண்டு வருகிறேன்” என்றாள் கனகம்.

பிரசாரகி தலை நிமிர்ந்து கூட்டைப் பார்த்தாள். சிதம்பரமும் மறுபடி பார்த்தார்.

அவர்கள் கண்ணெதிரே ஆயிரம் ஆயிரம் குருவிக் குஞ்சுகள் பறந்துகொண்டிருந்தன. ஆயிரம் ஆயிரம் குழந்தைகள் அவற்றைப் பிடிக்க ஓடிக்கொண்டிருந்தன.

அதற்குப் பிறகு பிரசாரகி வரவே இல்லை.

81. வேண்டா வரம்

ஒட்டுக்குடியாக அந்த வீட்டுக்குப் போனபொழுது மூன்று குடித்தனங்களுக்கும் மூன்று வீடு கூட்டிகள் இருப்பது தெரிந்தது. பூங்காவனம் கொல்லைப்புறத்தாருக்கு வேலை செய்து வந்தாள். ராணியம்மா முன்புறத்தில் இருந்தவர்களுக்கு வேலை செய்தாள். எங்கள் வீட்டுக்கு வேண்டாவரம் வேலை செய்தாள். பெயர் மாத்திரம் விநோதம் என்று சொல்லி நிறுத்திவிட முடியாது. ஆளும் விநோதமாகத்தான் இருந்தாள். இடையன் பூச்சியைப்போல, இல்லை, பழுத்துப்போன பூவன் தாற்றைப்போல இருந்தாள். அப்படியே தூக்கிக் கூடையில் வைத்துவிடலாம்!

"உனக்கு என்ன வயசு இருக்கும்?" என்றேன்.

"ஓம்பது நூறு இருக்குமுங்க."

"ஒன்பதா? தொண்ணூறா, ஒன்பது நூறா?"

"தெரியாதுங்க."

அவளுக்குத் தொண்ணூறு வயசு இருக்கலாம்; நூறும் இருக்கலாம்; மேலும் இருக்கலாம். ஒரு ஜீவனுக்கு வயசு என்பது எது?

"ஏன் கிழவி, உன் பெயர் என்னவென்று சொன்னாய்?"

"வேண்டாவரம் இன்னேனுங்க."

"இது எப்பொழுது வைத்த பெயர்?"

"ஏனுங்க?"

"இல்லை, இவ்வளவு கிழவியாகி எதற்காக இருக்க வேண்டும்? வேண்டாவரமாகி ஆயுள் ஆளைக் கொல்லுகிறதே என்று பெயர் வைத்துக்கொண்டிருக்கிறாயோ என்று பார்த்தேன்."

"அதெல்லாம் ஒண்ணும் இல்லீங்க. எங்க ஆயா வெச்ச பேருதாங்க. எனக்கொண்ணும் குறைச்சல் இல்லீங்க. மவராசரு அவரு மட்டும் போயிட்டாரு. மவன், மருமவள், பேத்தி எல்லாம் உண்டுங்க. கண், காது, சாமி புண்ணியத்திலே நல்லா இருக்குங்க. அப்புறம் ஒங்களைப்போல மவராசங்க வீடு இருக்கவே இருக்கு. வேறே என்னங்க? மவராசருக்கு முன்னே மஞ்சள் குங்குமத்தோடே போயிருந்தா நல்லாத்தான் இருந் திருக்கும். நிழலும் நீரும் குடுத்துவச்சமட்டும் இருந்துதானே ஆவணும்?"

அவளுடைய பேச்சில் ஆத்திரமோ அலுப்போ இல்லை. தீர்மானமான தெளிவு தொனித்தது. இருந்த போதிலும், வேண்டாவரத்தையும், அவள் வீடு கூட்டிப் பிழைக்க வேண்டிய நிலையில் இருந்ததையும் என்னால் பொருட்படுத்தாமல் இருக்க முடியவில்லை.

வாழ்வின் கொடுமை மனத்தில் தைத்தால்தான் ஈரம் சுரக்கும். வீட்டு நிழலில் இருக்கும் பெண்களுக்கு, தங்கள் துன்பந்தான் தெரியும். வாழ்வின் கொடுமைகளைப் பற்றிய ஆராய்ச்சி தேவை இல்லை.

எனவே ஒரு நாள், கிழவியை என் மனைவி கோபித்துக் கொண்டபொழுது நான் வியப்படையவில்லை.

"இப்படித்தான் பத்துப் பாத்திரம் தேய்க்கிறதா?"

"ஏனுங்க?" என்றாள் கிழவி.

"கரி அப்படியே இருக்கே!"

"இருக்காதுங்களே. செங்கல்லை இடிச்சு, சாம்பலோடே பெரட்டி அல்ல பாத்திரத்தை விளக்கி இருக்கிறேனுங்க."

"இதோ பாரு, இதோ பாரு, இதோ பாரு. இங்கே பாரு" என்று குண்டானைக் கொண்டுவந்து ஏழெட்டு இடங்களைக் குறிப்பிட்டுக் காட்டினாள், என் மனைவி.

கிழவி குண்டானை வாங்கிக் கண்ணருகில் கொண்டு போய், காக்காயைப் போலத் தலையைச் சாய்த்துப் பார்த்து விட்டுச் சொன்னாள்: "கரி இல்லீங்க. குண்டானிலே இருக்கிற பள்ளம்."

மனைவிக்குக் கோபம் அதிகமாகிவிட்டது.

“பள்ளமும் இல்லை, மலையும் இல்லை. உன் கண்ணை வச்சுப் பார்த்துவிட்டு மறுபடியும் தேய்.”

“தேக்கறேங்க. அப்படிச் சொன்னாச் செய்யறேன்” என்று கிழவி குண்டானை எடுத்துக்கொண்டு முற்றத்துக்குப் போய்விட்டாள். சிறிது நேரத்துக்கெல்லாம் பாத்திரத்தைத் தேய்த்துக்கொண்டுவந்து வைத்துவிட்டு ஆயாசத்துடன் கீழே உட்கார்ந்தாள். பெண்களுக்குக் கோபம் வைக்கோல் துரும்பில் நெருப்புப் பிடித்தாற் போலத்தான்; உடனே அணைந்துவிடும். என் மனைவிக்கு என்ன தோன்றிற்றோ என்னவோ, ஒரு தம்ளர் காபியைக் கொண்டுவந்து கிழவிக்குக் கொடுத்தாள். காபியைச் சாப்பிட்டுவிட்டுக் கிழவி சொன்னாள்: “பூங்காவனம், ராணியம்மா மாதிரி நான் கறார்ப் பேர்வழி இல்லிங்க; குடுக்காட்டிச் சம்மந்தி ஊட்டுக்காரங்க மாதிரி கோவிச்சுக்கிட்டுப் போக. நமக்கு அதெல்லாம் கட்டிவராதுங்க. இல்லாட்டி ஜட்ஜ் ஊட்டுலே முப்பது வருசமா வேலை செய்ய முடியுங்களா?”

“பின் ஏன் அந்த வீட்டை விட்டுவிட்டாய்?” என்றாள் என் பெண்ணில் ஒருத்தி.

“அவரு பின்ஜின் வாங்கிக்கிட்டாரு. என்னைப் போல் ஒரு தோட்டக்காரனையும் நிறுத்திப்பிட்டாங்க.”

“அப்பொழுது ஜட்ஜே வீடு கூட்டிக்கிறாரா? தோட்டத்துக்குத் தண்ணீர் ஊத்துகிறாரா?” என்று குறுக்குக் கேள்வி கேட்டாள்.

“தின்ன மண்ணுக்குத்தானே சோகை? அதைப்பத்தி எல்லாம் நமக்கென்ன? எனக்குப் பின்ஜின் அவரு குடுக்கணும் இங்குறீங்களா?”

நிதானமான, அழுத்தமான கோபதாபமற்ற கிழவியின் பேச்சிலும் குரலிலும் தீயணைக்கும் மருந்துப் புகையின் நெளிவு சுளிவு நிறைந்திருந்தது.

அன்று முதல் இரண்டு மூன்று நாட்கள் கொடுத்துவிட்டு பிறகு கொடுக்கவில்லை போல் இருக்கிறது. கிழவி கேட்டாளாம். “ஒரு வாய் டிகாக்சன் இருந்தால் கொடுங்களேன். பால் இல்லாவிட்டால் போகிறது; மயக்கமாக வருகிறது” என்றாளாம். கிழவியின் முகம் எல்லாம் வேர்த்து வடிவதைக் கண்டு காபி கொடுத்தேன் என்றாள் என் மனைவி. எனக்கு ஆட்சேபம் இல்லை என்று சொல்லிவிட்டேன். அதுமுதல் அவளுக்குக் காலையில் காபி கொடுப்பதென்ற எழுதாக்கிளவி வீட்டில் அமைந்து விட்டது.

பிறகு ஒரு ஞாயிற்றுக்கிழமை காலை வீட்டுக் கூடத்தில் ஒரு பாயும் தலையணையும் போட்டுப் படுத்துக் கொண்டிருந்தேன். ஞாயிற்றுக்

கிழமைகளில் நான் ஓய்வெடுத்துக்கொள்ளும் விதம் இது.

முற்றத்தில் கிழவி பாத்திரங்களைத் தேய்த்துக் கொண்டிருந்தாள். அவள் வேலை செய்வதைப்பற்றி ஏற்கனவே குழந்தைகள் என்னிடம் வர்ணித்திருக்கிறார்கள். கிழவிக்கு ஜலதரங்கம் வாசிக்கத் தெரியும் என்பது உனக்குத் தெரியுமா என்று பெரிய பையன் முன்பு ஒரு தரம் கேட்ட பொழுது எனக்கு எதுவும் விளங்கவில்லை. இன்றைத் தினந்தான் விளங்கிற்று. ஒரு பாத்திரம் மாறி மற்றொன்று கீழே விழுந்துகொண்டோ சரிந்து கொண்டோ இருந்தது. இதனால் பலவித ஓசைகள் எழுந்தன. கிழவியின் ஜலதரங்கம் புரிந்துவிட்டது.

"கிழவி லேசுப்பட்டவள் அல்ல. அவள் மலைப் பாம்பு" என்று என் பெண் ஒரு புதிர் போட்டாள் ஒரு நாள்.

"அப்படி என்றால்?"

"மலைப்பாம்பை உனக்குத் தெரியாதா? தெரியாதென்றால் என் புத்தகத்தைப் படித்துப் பார்" என்று கொடுத்துவிட்டுப் போய்விட்டாள் அவள்.

எனக்கு அவள் புத்தகத்தைப் படிக்க நேரம் இல்லை. ஆனால் இன்று புத்தகத்தின் மூலத்தைக் கவனித்த பொழுது எல்லாம் தெரிந்துவிட்டது.

காலை ஏழரை மணிக்குப் பாத்திரம் தேய்க்க முற்றத்தில் இறங்கிய கிழவி, சரியாகப் பத்து மணிக்குத்தான் கரை ஏறினாள்; அதாவது, அந்தப் பத்துப் பாத்திரங்களை – பத்து என்ற சொல்லுக்கு இரண்டு பொருள் உண்டென்பது ஞாபகம் இருக்கட்டும் – அந்தப் பத்து பாத்திரங்களை விளக்கிக் கரையேற அவ்வளவு நேரம் பிடித்தது! மலைப்பாம்பைப் பார்த்தாகி விட்டதென்று எண்ணிக் கொண்டிருக்கும்பொழுது கிழவி கேட்டாள்.

"பத்துக் கரியோடு பத்து நிமிசத்திலே ஆச்சு இன்னு ராணியம்மாவைப் போல வேலை செய்யறதிலே என்ன புண்யமுங்க?"

ஜலதரங்கம் முடிந்த பிறகு மலைப்பாம்பு தாழ்வாரத்தின் ஓரத்தில் வந்து சுருண்டு படுத்துக்கொண்டது.

"என்ன கிழவி, மணி பதினொன்றாச்சே: வீட்டுக்குப் போகிறதில்லையா?"

"போனாலும் ஒண்ணுதான்; போகாட்டியும் ஒண்ணுதான்" என்று கிழவி அலட்சியமாகப் பதில் கூறினாள்.

"ஏன்?"

"மருமவ சரி இல்லிங்க. நினைச்சா சோறு போடுவா. இல்லாட்டிச்

சொறி நாய் மாதிரி விளுந்து புடுங்குவா. போறதைவிடப் போகாமே இருக்கிறதே மேலுங்க.”

“ஆனால் காலையிலே இருந்து ஒன்றுமே சாப்பிடவில்லையா?”

“இங்கே காபி சாப்பிட்டேனே... அதான்.”

“அப்பொழுது சாப்பிடுகிறாயா?”

“ஒங்க கொணத்தை நெனைச்சாலே வவுறு நெறைஞ்சு போயிடுது.”

என் அடிமனத்தை அளந்து, அகங்காரத்தை நுட்பமான முறையில் சிகரமேற்றிய கிழவியின் தந்திரம் எனக்கு விளங்காமல் இல்லை. இருந்தாலும் பெண் தன்மையைக் கிண்டல் செய்யும் சந்தர்ப்பம் ஏற்பட்டால் என் சுபாவம் சும்மா இருப்பதில்லை.

“அம்மா அப்படி இல்லையா?” என்றேன்.

அம்மா என்ற வார்த்தையைக் கேட்ட என் மனைவி சமையல்கட்டிலிருந்து கூடத்துக்கு வந்து இடுப்பில் ஒரு கையை வைத்துக்கொண்டு ஆரம்பித்தாள்.

“என்னை என்ன வையறா கிழவி?”

“அன்னபூரணி மாதிரி இருக்கீங்க. ஒங்களை வைய எனக்குப் பைத்தியமா?”

என் மனைவிக்கு உச்சி குளிர்ந்து போய்விட்டது.

“இது உங்கள் விஷமமா? பாவம்! கிழவிக்குத்தான் எத்தனை தொல்லை! சாப்பிடுகிறாயா கிழவி?”

கிழவி ஆட்சேபிக்கவில்லை. அது முதல் கிழவிக்கு எங்கள் வீட்டில் சாப்பாடுகூடக் கிடைக்க ஆரம்பித்துவிட்டது.

சில சமயம் இங்கேயே சாப்பிடுவாள். மற்ற சமயங்களில் எடுத்துக் கொண்டு போய்விடுவாளாம். மருமகளுடன் சண்டை என்று ஏற்பட்ட பிறகு மத்தியான்னம் வீட்டுக்குப் போக வேண்டிய அவசியம் என்ன? வெயிலில் போக வேண்டிய தேவை என்ன? சாயங்காலம் என்றால் வேலைகளைச் செய்து முடித்துவிட்டுப் படுத்துக்கொள்ளப் போகிறாள் என்று நினைக்கலாம். வீட்டுத் திண்ணையில் படுத்து உறங்குவதனால் மருமகளுக்கு நஷ்டம் ஒன்றும் ஏற்பட்டுவிடாது. தூங்குவதற்கு வீட்டுக்குப் போவது நியாயம். ஆனால் உச்சி வெயிலில் போய்விட்டு எதற்காக நடையை இரட்டிப் பாக்கிக்கொள்ள வேண்டும்? அது தான் எனக்குப் புரியவில்லை.

இப்படியே சில நாட்கள் கழிந்தன. ஒருநாள் என் மனைவி சொன்னாள்: "இந்தக் கிழவிக்கு மாத்திரம் பாசம் அதிகம்."

"என்ன அப்படி?"

"சோறு தண்ணி போடாத போனால் மகன் என்ன, மருமகள் என்ன, பேரன் பேத்தி என்ன வேண்டிக்கிடக்கிறது? நாள் தவறாமல் வெயிலிலே வீட்டுக்குப் போய், பேரன் பேத்திகளைப் பார்க்காமல் போனால் தலை வெடிச்சுப் போகிறதாம்! சாதம் கீதங்கூட அங்கேதான் கொண்டு போறாப்போல இருக்கிறது. நேற்றைக்கு ஒரு பழம்புடைவையைக் கொடுத்தேன், குளிர் கிளிர் இன்னாப் போத்திக்கொள்ளட்டும் இன்னு. கிழவி வழக்கம்போல் வீட்டுக்குப் போனாளாம். மருமகள் கேட்டாளாம்: 'தினம் வீட்டை உருமத்திலே ஒரு வாட்டி, ராத்திரி ஒரு வாட்டி வந்து பாத்துட்டுப் போறியே, அது பறந்து போயிடுமா? இல்லாட்டி நாங்க வித்துச் சாப்பிட்டுருவமா?' இன்னு கேட்டாளாம். கிழவி என்ன பதில் சொல்வாள்? பதில் பேசாமல் நான் கொடுத்த புடைவையை நாலா மடிச்சுப்போட்டுப் படுத்துக்கிறதற்காக உட்கார்ந்தாளாம். 'கேக்கறதுக்குப் பதில் சொல்லாமே என்ன விறைப்பு வந்துடிச்சு? மொதலாளி ஊட்டிலே புடவை கிடைச்சுப் போன பெருமையா?' இன்னுட்டுப் புடைவையை எடுத்து இரண்டாக் கிழிச்சு ஓட்டு மேலே எறிஞ்சுட்டாளாம். அதுக்கும் பதில் பேசாமே கிழவி வெளியே போயிட்டாளாம். அந்த மகாலட்சுமியை ஒரு தரம் பார்க்கணும் போல இருக்கு" என்றாள்.

"வேண்டாவரம் எத்தனையோ உலகத்தில் இருக்கிறது. அதுதான் அதிகம். இவள் மகன் என்னதான் செய்கிறானாம்?" என்றேன்.

"கேட்டால் காளி அவனைக் கிழிச்சு மாலையாகப் போட்டுக்கொண்டு விட மாட்டாளா?"

"அவன் ஒரு பக்தன் போல் இருக்கிறது. ஒரே உறவுடன் திருப்தி அடைபவன்தானே பக்தன்?"

"அந்தத் தத்துவமெல்லாம் எனக்குத் தெரியாது. எல்லாம் தலைவிதி!" என்று மூன்று விரலால் தன் தலையைத் தட்டிக் காண்பித்தாள்.

இந்தச் செய்தியைக் கேட்டது முதல் அந்த மகாலட்சுமியைப் பார்த்துப் பேசவேண்டுமென்ற விநோதமான ஆசை எனக்கும் மூண்டுவிட்டது. சந்தர்ப்பத்தை எதிர்பார்த்துக் கொண்டிருந்தேன்.

ஒரு நாள் விடுமுறை வந்தது. கிழவியின் வீட்டைப் பார்த்துவிட்டு வருவோம் என்று சாப்பிட்டுவிட்டுப் புறப்பட்டேன். ஒரு சந்து வழியாகப் போனபொழுது ஒரு காட்சியைக் கண்டு திகைப்படைந்தேன். கிழவி ஒரு

கிளப் வாசல் திண்ணையில் ஒரு காலை நீட்டிக் கொண்டு எதையோ புடைத்துக் கொண்டிருந்தாள். அவள் என்னைப் பார்க்கவில்லை. பளிச்சென்று எனக்கு ஒரு ஞாபகம் வந்தது. மத்தியான்ன வேளைகளில் ஒரு வேளை இங்கேதான் வந்து ஏதாவது தட்டுமுட்டுக் காரியங்களைச் செய்கிறாளோ என்னவோ? பெரிய வேலை ஒன்றும் நிச்சயமாய்ச் செய்துவிட முடியாது. வயிற்றுக் கொடுமையுடன் வகையற்ற குடும்பமும் வேண்டா வரமாகிய தீர்க்காயுளும் சேர்ந்துவிட்டால், ஒட்டகமாக இருந்தாலன்றி வாழ்வு வேப்ப இலையாய்த்தான் இருக்கும் என்ற எண்ணம் மிதந்தது. ஒட்டகத்தின் ஞாபகம் எப்படியோ என்னை மிருகக்காட்சிச் சாலைக்கு இழுத்துக்கொண்டு போய்விட்டது. வாழ்வில் காணும் புண்ணுக்கெல்லாம் இயற்கைதானே மருந்து? காடுதானே வைத்திய சாலை?

மறுநாள் கிழவி வீட்டுக்கு வந்தபொழுது நான் கேட்டேன்: "அந்தச் சந்துக் கிளப்பில் வேலை செய்கிறாயா என்ன?"

கிழவிக்குத் தூக்கிவாரிப் போட்டது.

"இல்லே. நீங்க பாத்தீங்களா?"

"ஆமாம். நேற்று என்னவோ திண்ணையில் புடைத்துக் கொண்டிருந்தாயே."

"ஆமாங்க; எதுனாச்சும் இப்பிடி சில்லறை வேலைங்களும் செய்யறேன். இல்லாட்டிப் பொழைக்க முடியுங்களா?"

வாஸ்தவந்தான் என்று என் மனம் ஆமோதித்தபோதிலும் மருமகளை மறந்துவிட்டாயே என்றது.

மறுநாள் கிழவியின் வீட்டுக்குப் புறப்பட்டேன். கிழவி இருக்கமாட்டாள்; மருமகளைப் போய் விசாரித்தால் அவள் கட்சியையும் கண்டு கொண்டுவிடலாம் என்ற நினைப்பு.

கிழவியின் வீட்டு வாசலண்டை போனதும் நின்று விட்டேன். பதினாலு அடிக்கு மேல் அகலம் இருக்காது; ஓட்டு வீடு. அங்கும் இங்கும் ஓடு புரண்டு கிடந்தது. எப்படி உள்ளே நுழைவது என்று யோசித்துக் கொண்டிருந்தேன். நல்ல வேளையாக வீட்டிற்குள்ளிருந்து இரண்டு பெண்கள் வாசற்புறம் வந்தார்கள். இருவருக்கும் மூன்று நான்கு வயசு வித்தியாசம் இருக்கலாம். பெரியவளுக்குப் பன்னிரண்டு வயசு இருக்கலாம். இரண்டு பேரும் ஒரே மாதிரிப் புடைவையைச் சுற்றிக் கொண்டிருந்தார்கள். கிழவிக்கு என் மனைவி கொடுத்த புடைவையை மருமகள் கிழித்துப் போட்டுவிட்டதாகச் சொன்னது ஞாபகம் வந்துவிட்டது.

வீட்டுவாசலில் ஏறி, "இதுதானே வேண்டாவரத்தின் வீடு?" என்று கேட்டேன்.

"ஆமாங்க. என்ன வேணும்? அப்பாயி ஊட்டிலே இல்லீங்களே. நீங்க யாரு?"

"இல்லாட்டிப் போகட்டும். ஓங்க அம்மாவைக் கூப்பிடேன்."

"யார் அம்மா?"

"ஓங்கம்மாதான்."

"எங்கம்மாவா? யாரு, எங்கம்மாவா? நீங்க ஊடு தட்டுக்கிட்டு, கேக்கறாப்போல இருக்குதே. நீங்க யாரைப் பாக்குறீங்க?"

"வேண்டாவரம் வீடுதானே இது?"

"ஆமாம்."

"அவுங்க, ஓங்க அப்பாயிதானே?"

"ஆமாம்."

"உங்களுக்கு அம்மா இருக்குதல்ல, அதைக் கூப்பிடு."

"எங்கம்மா இல்லீங்களே!"

"எங்கே போயிருக்கு?"

"அது செத்து அஞ்சாறு வருசமாச்சே. ஓங்களுக்குத் தெரியாதுங்களா?"

எனக்கு விவரிக்க முடியாத அதிர்ச்சி ஏற்பட்டது.

"உங்கள் அப்பா–"

"அவர்தான் பைத்தியம் பிடிச்சு எங்கேயோ ஓடிப் பூட்டாரே."

என் அதிர்ச்சி பூகம்பம் ஆகிவிட்டது. குழந்தைகளை ஊன்றிப் பார்த்தேன். உடம்பும் முகமும் அரைப் பட்டினிக் களை. அவர்களுடன் மேலே பேச முடியவில்லை. சொல்லொணாத ஆத்திரத்தோடு வீட்டுக்குத் திரும்பினேன். சாகப்போகிற கிழவியின் அண்டப்புளுகு இரவு இருந்தது.

மறுநாள் காலையில் கிழவி வழக்கம்போல் வந்தாளே ஒழிய முகத்தில் தெளிவு இல்லை. பாத்திரங்களை எடுத்துக்கொண்டு என் பக்கம் திரும்பாமல் போய்விட்டாள்.

"ஏன் கிழவி, உங்க வீட்டை நான் நேற்று பார்த்தேனே" என்றேன்.

கிழவியின் முகத்தில் மறைந்திருந்த கலவரம் கொடி மின்னல் போல் தோன்றி நெளிந்து மறைந்தது. ஆனால் அவள் பதில் ஒன்றும் சொல்லவில்லை.

"உன் மருமகளைக் கண்டு சண்டை பிடித்தேன்."

பாத்திரங்கள் தேய்ப்பதை விட்டுவிட்டு, என் அருகில் வந்து, கூனி இருந்த உடம்புக்கு ஒரு கையால் முட்டுக்கொடுத்துக்கொண்டு கிழவி ஒரு விநாடி நின்று என்னைப் பார்த்தாள்.

"மருமவளைப் பார்த்துட்டு வந்துட்டீங்களா? என் பேத்திங்க நேத்து ராவைக்குச் சொன்னாங்க – யாரோ ஒத்தரு என்னை உருமத்திலே வந்து விசாரிச்சாங்கன்னுட்டு. நீங்கதானா?"

"ஆமாம், ஏன் கிழவி, மகன், மருமகள் என்று என்ன என்னவோ பொய் சொல்லிவிட்டாயே; சொல்லலாமா?"

"கூடாதுதானுங்க, நீங்க மவராசராய் இருப்பீங்க. சொல்கிறேன் கேளுங்க. எங்கே அம்மாவைக்கூடக் காணும்?"

"எங்கேயாவது பக்கத்து வீட்டுக்குப் போயிருப்பாங்க."

"அதான் பார்த்தேன். ஜட்ஜ வீட்டை விட்டதுலேயிருந்து நான் எங்கேயும் வேலை செய்யாமத்தான் இருந்தேன். மருமவ போனதுகூடப் பெரிசாத் தோணல்லை. மவன் மூளை கலங்கி ஓடிப்பூட்டப்பறம் என்னாலே சும்மா இருக்க முடியல்லே. இந்த ரெண்டு பேத்திங்களுக்கும் சோறு போடணுமே. மருமவளும் அநாதி; நானும் அநாதி. ஊடு கூட்டிப் பிழைக்க ஆரம்பிச்சேன். ஒரு ஊட்டிலே நெசத்தைச் சொல்லி வேலை கேட்டேன்; குடுத்தாங்க. ஒரு நாள் வேலை செய்யறப்போ பாத்திரம் ஒண்ணு கைதவறி விழுந்து விரிசல் கண்டுச்சு. அம்மாவுக்கு என் மேலே கெட்ட கோபம். 'கெயவி, இங்கே நீ வேலை செஞ்சி பேத்திங்களைக் காப்பாத்தறது போதும். தினம் ஒரு பாத்திரத்தைப் போட்டு உடைக்க இங்கே பாத்திரக் கடை இல்லை. நீ போயிட்டு வா' இன்னுட்டாங்க. நான் கெஞ்சினேன். ஒழைச்சுப் பொழச்சு அதுங்களைக் காப்பாத்தித்தானே ஆகணும்? ஏதோ கை தவறிடுச்சு இன்னேன். பேத்திங்களை வேலை செய்யச் சொல்லேன் இன்னாங்க. அவ்வளவுதான். இந்தப் பேத்திங்களைப் பாத்தீங்களே – இவுங்க வேலை செஞ்சா நாங்க பொழைக்க முடியும்? அப்பொத்தான் நெசத்தைச் சொல்லாமே இருந்தா பாவம் கிழவின்னு இரக்கப்படுவாங்கன்னு தோணிச்சு. இந்த வயசிலே என் வேலைக்காக யாருங்க வச்சுப்பாங்க? அதிலே இருந்து இப்படிப் பொழுதை ஓட்டிக்கிட்டு வர்றேன், பெசகுதாங்க. வேறே வழி?"

பதில் சொல்ல நான் வாயைத் திறக்குமுன் என் மனைவி வெளியிலிருந்து உள்ளே நுழைந்தாள். என்னையும் கிழவியையும் அவநம்பிக்கையுடன் ஒரு தரம் பார்த்தாள்.

“கிழவி, வீடு வாசல் பிள்ளை, குட்டி என்றால் இப்படித்தான் இருக்கும். போய்க் காரியத்தைப் பார்” என்றேன்.

“கிழவி என்ன சொல்கிறாள்?” என்றாள் மனைவி.

“எல்லாம் அவள் மருமகள் புராணந்தான்.”

மனைவி சமையற்கட்டுக்கும் கிழவி முற்றத்திற்கும் போய்விட்டார்கள். ஒட்டகத்தையும் வேப்பமரத்தையும் பற்றிய நினைப்பு என்னைப் பிடித்துக்கொண்டு விட்டது.

இதற்குப் பிறகு கிழவி ஒரு வாரந்தான் வீட்டுக்கு வேலை செய்ய வந்தாள். பூவன் தாறு உதிர்ந்துவிட்டதோ அல்லது வேறு யார் வீட்டிலாவது நுழைந்திருக்கிறதோ தெரியவில்லை.

82. கிறுக்கன்

எம்.ஏ. படித்திருந்தால் மட்டும் என்ன? ஊர்க்காரர்கள் கிறுக்கன் கிறுக்கன் என்று ஓர் இளைஞனை விமர்சனம் செய்துவிட்டார்கள்.

"ஏன் தம்பீ! ஏதாவது வேலைக்குப் போகவில்லையா?"

"எதற்காக?"

"வேலை பார்க்கத்தான்."

"பார்த்து என்ன ஆகவேண்டும்? எனக்குச் சம்பாதித்துத்தான் ஆகவேண்டுமா?"

"வேண்டியதில்லை. மெய்தான். இருந்தாலும் சம்பாதித்து நல்ல காரியத்திற்குச் செலவழித்தால் எவ்வளவு பெருமையாக இருக்கும்!"

"வாஸ்தவம்தான். ஆனால் நல்லது எது பொல்லாதது எது என்று இப்பொழுதெல்லாம் புரியவில்லையே! இந்த ஓணானை இவர் பச்சை என்கிறார். அதன் வாயைப் பிளந்து மூக்குப் பொடியைப் போட்டுவிட்டுப் பார்; சிகப்பா இல்லையா என்று அவர் கேட்கிறார். இரண்டும் இல்லை ஊதா என்று அவர் பிற்பாடு காட்டுகிறார். ஓணான் கண்ணை மூடிக்கொண்டு எல்லாவற்றிற்கும் தலையை ஆட்டுகிறது. கருங்கல்லை உடைத்து இவர்கள் ரோடு போடுகிறார்கள். அங்கே செதுக்கி லிங்கமாக்குகிறார்கள். சாமி நெஞ்சில் இருக்கிறதா? கல்லில் இருக்கிறதா? இதைத்தான் கண்டுபிடிக்க வேண்டும்."

"அப்பொழுது கொட்டை கட்டி சாமியாராய்ப் போய்விடலாமே!"

"ஐயாவுக்கு நான் ஒரு மகன்தானே... நிலம் நீச்சுக் கிடக்கிறது. வீட்டிலே இருந்துகொண்டே சிந்தித்தால், கைவல்யம் கிட்டாதா?"

இப்படி சம்பாஷணை நடந்தால் சாதாரண மக்கள் சிவலிங்கத்தினிடம் எப்படி மேலே பேச முடியும்? இந்த மாதிரி ஒரு கிறுக்கன் பெற்றோர் களுக்கு வாய்த்தானே என்று ஒளிவு மறைவாய்ப் பேசுவார்கள்.

பெண்களிடத்திலாவது சகஜமாகப் பேசுவதுண்டா என்றால், அதுவும் கிடையாது.

பக்கத்து வீட்டுக் கிழவி ஒருநாள் வந்திருந்தாள். வந்தவள் வந்த காரியத்தைப் பார்த்துக்கொண்டுதான் போகமாட்டாளே! "என்ன தம்பீ! வேலைக்குப் போகல்லேன்னு சொல்லீட்டியாமே?" என்றாள்.

"ஆமாம்."

"நானே சொல்லணுமின்னு நெனைச்சேன். வேலைக்குப் போனால் பண்ணை கேட்பாரத்துப் போகும். ராசாத்தி மாதிரி ஒத்தியைக் கட்டிக்கிட்டு, வீட்டோட வாசலோட பெரியவங்க பெயரை எடுத்துக்கிட்டு இருந்தாலே போதுமே. ஆமாம்; ஒன் மாமன் மவள் செவப்பாயிதான் இருக்குதே. ஒங்க ஐயா ஏன் சும்மா இருக்கிறாரு?"

"பின்னே ஆடுவாரா?"

"அதென்ன தம்பி அப்படிப் பேசறே? ஐயாவுக்குத் தெரியாட்டி, ஆயாகிட்ட சொல்றது. முருகனை ஒண்ணுக்கு ரெண்டாக வச்சுக் கும்பிடாமெ இருந்தா என்னன்னு கேளேன்."

"அவுங்களுக்குத்தான் தெரியுமே."

"என்னத்தை?"

"நான் கல்யாணம் பண்ணிக்கொள்ள மாட்டேன் என்று."

"ஏன்?"

"கல்யாணம் என்றால், ஒரு பெண்பிள்ளையோடு எத்தனை துன்பப்பட வேண்டி இருக்கிறது! உங்க வீட்டு ஐயா இருந்தாங்களே –"

"இந்தா, அந்தப் பேச்சை எடுக்காதே!"

"பெண்பிள்ளை உங்களுக்கே இவ்வளவு வயசுக்குப் பிறகும் நெனைச்சாலே கசப்பாக இருக்குதே. இதை எல்லாம் நினைத்துச் சும்மா இருக்கலாம் என்று பார்க்கிறேன்."

"கொட்டை கட்டி சாமியாராய்ப் போயிடு. ஒங்க குடும்பம் இந்தத்

தலைமுறையோடு முடிஞ்சு போயிறட்டும்... நல்ல கிறுக்கு.. ஆண்டிப் பண்டாரமாய்ப் போயிடு” என்று ஆசிர்வாதம் செய்துவிட்டுக் கிழவியும் போய்விட்டாள்.

இப்படி எல்லாம் பல சேர்ந்து சிவலிங்கத்திற்குக் கிறுக்குப் பட்டத்தைச் சம்பாதித்துக் கொடுத்துவிட்டன.

அதுவரை மின்சாரம் வராமலிருந்த ஊருக்கு மின்சாரம் வந்து சேர்ந்தது. வந்த ஒரு வாரத்திற்குள், ஒருநாள் காலை தெருவில் எதிர்பாராத விதமாக ஜன நடமாட்டம் கண்டது.

ஆளோடிக்கு வந்த சிவலிங்கத்திற்கு இது புதுமையாக இருந்தது. எல்லோரும் ஒரு பக்கமாகவே போய்க் கொண்டிருந்தனர். சிவலிங்கமும் ஆளோடியை விட்டு இறங்கி, பின்புறமாகக் கையைக் கட்டிக்கொண்டு எல்லோரையும்போல் சென்றார். தெருக்கோடியில் ஒரே கும்பல்! காரணத்தை அறிய வெகு நேரம் ஆகவில்லை. மின்சாரக் கம்பத்து நுனியில் ஒரு குரங்கு விறைத்துப் போய்த் தொங்கிக்கொண்டிருந்தது!

சிவலிங்கத்துக்குப் பக்கத்திலிருந்த ஒரு பெரியவர், “பாவம்! வா யில்லாச் சீவன் ஏதோ எசகேடாக மாட்டிக்கிட்டுப் போயிடுச்சு. அதை மரியாதையாய் அடக்கம் செய்யணுமே! எப்படி எடுப்பாங்களோ!' என்று அங்கலாய்த்துக் கொண்டிருந்தார்.

இதற்குள் யாரோ ஒரு வாலிபன் கையில் ரப்பர் உறைகளைப் போட்டுக் கொண்டு மின்சாரக் கம்பத்தில் ஏறினான். குரங்கை எடுத்து இடுப்பில் ஒரு கயிற்றைக் கட்டிக் கீழேவிட்டான்.

உடனே கூட்டத்தில் ஒரு புது விதமான பரபரப்பு தென்பட்டது. பழக்கடை ராஜு எங்கிருந்தோ ஒரு ரோஜா மாலையை அவசர அவசரமாகக் கொண்டுவந்து, குரங்கின் கழுத்தில் மாட்டினான். குங்குமத்தை எடுத்துப் பட்டையாக ஒரு நாமத்தை நெற்றியில் தீட்டினான். அதற்குப் பிறகு யாரோ இரண்டு பேர் இரண்டு தட்டுகளை எடுத்துக்கொண்டு, கும்பலுக்கிடையே புகுந்து புகுந்து புறப்படத் தலைப்பட்டனர். டொப் டொப்பென்று காசுகள் தட்டில் விழுந்தன. சிவலிங்கத்துக்கு அருகில் வந்ததும், அவர்களுக்கு ஒரு தயக்கம் வந்துவிட்டது. அவர் கிறுக்கு ஊரறிந்த விஷயந்தானே! ஆனாலும், அவரை ஒதுக்கிவிட்டுப் போக முடியவில்லை. பெரிய மனுஷர் வீட்டுப் பிள்ளையை அவமானப்படுத்துவதுபோல் ஆகிவிடாதா? எனவே, ஒருவர் தட்டைக் கொணர்ந்து நீட்டினார். சிவலிங்கமாவது சும்மா இருந்திருக்கலாம். அப்படித்தான் இருக்கமாட்டாரே!

“ஏனய்யா! நான் ஒரு ஒத்தாசை செய்தால், நீ அதை நினைத்துக்கொள்ள

வேண்டாமா?" என்றார்.

"நல்லா நெனைக்கணும்."

"உங்களுக்குத்தான் ராமாயணம் தெரியுமே!"

"நல்லா இருக்கு! அஞ்சு வயசுலே இருந்து தெருக் கூத்து ராம நாடகம் ஆடி இருக்கோமே!"

"சடாயு செத்தபொழுது ராமர் சடங்கு செய்தாரென்று அதில் வருதல்லவா?"

"ஆமாம்."

"தெற்கே தூக்கிக்கொண்டு போனார் என்று சொன்னதற்காக ராமர் சடாயுவுக்குச் சடங்கு செய்தாரே! இலங்கைக்குப் போக பாலம் கட்டிக்கொடுத்தவர்கள் குடும்பத்தில் நல்லது பொல்லாதது என்றால், கவனிக்க வேண்டாம்! ராமரை அழைத்து வைத்து, ஹனுமாரை அவரிடத்திலே சிவனே என்று ஒப்படைத்துவிட்டுப் போவீர்களா, பிரமாதமாகத் தட்டைத் தூக்கிக்கொண்டு வந்துவிட்டீர்களே!"

இதற்குப் பிறகு தட்டுக்காரர் அங்கேன் நிற்கிறார்? சிவலிங்கத்திற்கும் தான் பிறகு அங்கு என்ன வேலை? திரும்பி வீட்டு ஆளோடிக்கு வந்து சிந்தனையில் ஆழ்ந்து விட்டார்.

அன்று சாயங்காலம் பண்ணையாள் கறுப்பன் வெகு உத்சாகமாக வீட்டுக்கு வந்தான்; ஹனுமாரைக் கௌரவமான முறையில் ஊர் திரண்டு தங்கள் மணல்மேட்டு வயலுக்கருகில் சமாதி வைத்து விட்டார்கள் என்ற செய்தியைத் தெரிவித்தான். சிவலிங்கம் தனக்குத் தானே சிரித்துக்கொண்டார்.

ஒரு வாரம் கழிந்தது. பழக்கடை சோமுவும் தெருக்கூத்துத் தட்டுக் காரரும் குளத்தங்கரையில் பல் துலக்கிக் கொண்டிருந்தார்கள்.

"ஏன் அண்ணே! மணல் மேட்டு வயல்கிட்டே சிவலிங்கம் கருங்கல் லாலே என்னவோ கட்டிடம் கட்டறாரே எதுக்குத் தெரியுமா?

"அதுதான் கிறுக்காச்சே!"

"கிறுக்குதான். இருந்தாலும் கட்டறது பிள்ளையார் கோவில் மாதிரி அல்லவா இருக்குது?"

"ஆமாம் ஆமாம்! இவரு கோவில் கட்டிப் பிள்ளையாரை முளைக்க வைத்துக் கும்பாபிஷேகம் பண்ணப் போகிறார்!"

"பின் எதற்காக?"

"அது கிறுக்குக்குத்தான் புரியும்" என்று சொல்லிக் கொண்டிருந்தார்கள்.

மற்றவர்களுக்கும் இதுதான் பேச்சு. எப்படி திடீரென்று சமய உணர்வு முளைத்து, கோவில் கட்டும் அளவுக்குத் தழைத்துவிட்டது என்பதுதான் அவர்களுக்குப் புதிராக இருந்தது. கிறுக்கு நல்ல வழியில் திரும்பிற்றே என்று ஒருவாறு ஆறுதல்.

பின்னொரு பத்து நாள் ஆயிற்று. ஒரு நாள் ஊரிலிருந்த பிரமுகர்களுக் கெல்லாம் அழைப்பொன்று வந்தது. நாளும் தேதியும் நேரமும் குறிப்பிடப்பட்டிருந்தது. 'மணல்மேட்டில் ஹனுமார் நிலைநாட்டப்பட்டுக் கோயில் திறந்து வைக்கப்படும்' என்று பத்திரிகை கூறிற்று. எல் லோரும் பயனடைய வேண்டும் என்று சிவலிங்கம் விழைவதாகக் கண்டிருந்தது. இந்த அழைப்பு, பெருத்த பரபரப்பை உண்டாக்கிவிட்டது.

குறித்த தினத்தில் மணல் மேட்டில் ஒரே கூட்டம். 'ஈ புகுந்தால் இறகு ஒடியும்' என்று நாட்டுக் கவி கூறுவதுபோல் இருந்தது. காலை வெயிலில் அழகாகக் கோயில் மின்னிற்று. காற்று லேசாகக் கோவிலை வலம் வந்து கொண்டிருந்தது.

சிவலிங்கம் அடக்கமாக ஓரிடத்தில் நின்றுகொண்டிருந்தார். சில நிமிஷங்களுக்குப் பிறகு கூட்டத்தை ஒரு தரம் சுற்றி நோட்டம் பார்த்தார். எல்லாம் சரியாக இருந்தது.

அடுத்த நிமிஷம் சிவலிங்கம் கையைத் தட்டினார். இரண்டு பேர் துணியால் மூடிய ஒரு சிறிய பொருளைத் தூக்கிக்கொண்டு கோவிலுக்குள் சென்றனர். இரண்டு கொத்தனார்கள் கூடவே கையும் கரணையுமாக நுழைந்து கோயில் கதவைச் சாத்திக்கொண்டார்கள்.

கோவில் முகப்பில் ஒரு நெற்றிக் கல் பதிக்கப்பட்டிருந்தது. துணி போர்த்தப்பட்டிருந்ததால், அதில் என்ன இருக்கிறதென்பது தெரியவில்லை. யார் பூசாரி, என்ன கோவில் என்பதும் மர்மமாகவே இருந்தது.

அரை மணி ஆயிற்று. சிவலிங்கம் மறுபடி கையைத் தட்டினார். மூடி இருந்த கதவுகள் திறக்கப்பட்டன. சிவலிங்கம் சூடத்தை ஏற்றி, சிலைக்கு முன் காட்டினார். கர்ப்பக்கிரகத்தில் கூப்பிய கைகளுடன் ஒரு ஹனுமார் சிலை நின்று கொண்டிருந்தது. ஜனங்கள் எல்லோருக்கும் தாங்கமாட்டாத மகிழ்ச்சி. 'குரங்கு இறந்ததற்கு நாலணா கொடுக்கமாட்டேன்' என்று சொன்ன மகாராஜன், இப்பொழுது ஹனுமாருக்குக் கோவிலே கட்டிவைத்து விட்டார்! உண்மையில் பக்தி அவருக்கதிகமா தங்களுக்கா என்ற சந்தேகமே வந்துவிட்டது.

சந்தேகத்துடன் சந்தோஷமும் பொங்கிற்று. 'வீர ஆஞ்சனேயருக்கு

ஜே!' என்று யாரோ ஒரு பக்தர் குரல் கொடுத்தார். 'ஜே!' என்ற கோஷம் வானைப் பிளந்தது.

அதற்குப் பிறகு நடந்த சம்பவந்தான் எல்லாவற்றிற்கும் சிகரமாய் அமைந்தன. கோவிலின் நெற்றிக் கல்லை மூடி இருந்த துணியை, சிவலிங்கம் களைந்தெறிந்தார். கறுப்புப் பளிங்குக் கல்லில் பொன் எழுத்தில் 'டார்வினாலயம்' என்று பொறிக்கப்பட்டிருந்தது! புரிந்து கொண்ட பேர் புரிந்துகொண்டார்கள். பெரும்பாலோர் பேந்தப் பேந்த விழித்தனர், ஒன்றுமே புரியவில்லையே என்று, கொடுத்த வெற்றிலை பாக்கு, பழத்தை வாங்கிக்கொள்ளாமல் இருக்கலாமா? வாங்கிக்கொண்டார்கள். டார்வினாலயம் என்றால்?

83. 365 நண்பர்கள்

மவுன்ட்ரோடில் பஸ் நிற்கும் இடத்தை நோக்கிப் போய்க்கொண் டிருந்தேன். வழுக்கை மண்டையும் வாணக்குழாய் மூக்கும் அமைந்த ஓர் உருவம் கண்ணில் பட்டது. எனக்கு நன்றாய்ப் பழக்கமான முகம். அவர் என்னைப் பார்க்கவில்லை. 'யாரது...? யாரது?' ஒரு விநாடி கழித்து ஞாபகம் வந்துவிட்டது.

அந்த ஊரில் இருந்தபொழுது என் நண்பர் கோர்ட் குமாஸ்தாவுடன் என் வீட்டுக்கு வந்தாரே சோமு, அவரேதான்! இன்னார் என்று தெரிந்தவுடன் அவர் கண்ணுக்குப் படாமல் தப்பித்துக்கொள்ள வேண்டுமே என்று கவலை உண்டாய்விட்டது

கவலைப்படுவானேன் என்றால் மத்திய வகுப்பாரின் பொருளாதாரம் அப்படி இருக்கிறது! விருந்தினர்கள் வீட்டிற்கு வரமாட்டார்களா, வந்தால் சில நாட்கள் தங்கமாட்டார்களா என்று ஏங்கிய காலம் ஒன்று உண்டு. ரூபாய்க்கு ஐந்து பட்டணம் படி அரிசி விற்றகாலம் அது. ஆனால் இப்பொழுதோ? பிறக்கும் குழந்தை குடும்பத்திற்குப் பளுவாகிவிடப் போகிறதே என்று கணக்குப் பார்த்து, குழந்தையே பிறக்காமல் செய்வதற்கு வழிவகுக்கும் காலமாயிற்றே! கொடிக்குக் காய் கனமாகி விட்டதே! இந்த யுகத்தில் விருந்தினர்களாவது, இல்லறத்தின் தர்மமாவது! தட்டுத் தடுமாறி விருந்தினர்கள் வந்துவிட்டாலும், மின்னுவதெல்லாம் பொன்னாகாது என்று சொல்வார்களே அந்த மாதிரியும் நேர்ந்துவிடுவது உண்டல்லவா...?

சோமு ஒரு நாள் சாயங்காலம் என் நண்பர் ஒருவருடன் என் வீட்டிற்கு வந்தார். "இவர்தான் சோமு. என்னுடைய நண்பர். என்னைப்

பார்க்க வந்திருக்கிறார்" என்று என் நண்பன் அறிமுகப்படுத்தி வைத்தான். சோமுவின் வழுக்கை மண்டையும் வாணக்குழாய் மூக்கும் அரைக்கைச் சட்டையும் பார்க்கக் கொஞ்சம் தமாஷாய் இருந்தது. ஆனால் தோற்றத்தைக் கொண்டு ஒருவரை மதிப்பிடலாகாது என்ற எண்ணம் எழவே புத்தியை வேறு திசையில் திருப்பினேன். அதற்குள் குழந்தைகள் எங்கள் எல்லோருக்கும் காபி கொண்டுவந்து கொடுத்தனர். நாங்கள் எல்லோரும் காபி சாப்பிட்டோம், சோமு பொடியை இரண்டு முறை உறிஞ்சிவிட்டு, காபிக்கொட்டை உற்பத்தியிலும் விற்பனையிலும் நடந்துவரும் பித்தலாட்டங்களைப் பற்றிச் சிரிக்க சிரிக்கப் பேசினார். நான் பிரமித்தே போய்விட்டேன். பிறகுதான் சோமுவின் கண்ணோட்டம் அறையைச் சுற்றிச் சென்றது. மூலையில் ஒரு ஹார்மோனியம் இருந்தது.

"இது எதற்கு?" என்றார்.

"குழந்தைகள் பாடும். அதற்காக" என்றேன்.

"தம்புரா?"

"அந்த இலாகாவே என் சம்சாரத்தைச் சேர்ந்தது" என்று சொன்னவுடன் என் நண்பரும் சோமுவும் சிரித்துவிட்டார்கள்.

"பாட்டைக் கேட்கக் காலையில் வருகிறேன்" என்று சொல்லிவிட்டு, சோமு என் நண்பருடன் போய் விட்டார்.

சொன்னபடியே மறுநாள் காலையில் சோமு மட்டும் வந்தார். வந்தவர் சுவாதீனமாக ஈஸிசேரில் உட்கார்ந்ததைப் பார்த்ததும் எனக்கே மகிழ்ச்சி உண்டாகிவிட்டது. வித்தியாசமில்லாமல் வறட்டு ஜம்பமில்லாமல் நட்புக்கு லாயக்காய் உலகத்தில் அதிகம் பேர் அகப்படுவதில்லை. அந்தச் சிறுபான்மைக் கோஷ்டியைச் சேர்ந்தவர்தான் சோமு என்ற எண்ணம் தலை தூக்கிற்று. காபி சாப்பிடும் வேளையில் ஒருவர் வந்தால் காபி கொடுக்காமல் எப்படி இருக்கமுடியும்?

காபி சாப்பிட்ட பிறகு குழந்தைகளைப் பற்றி சோமு விசாரித்தார். இருக்கிறார்கள் என்று சொன்னதும், "எவ்வளவு வர்ணம் வரும்? எவ்வளவு உருப்படிகள் வரும்? ஸ்வரம் பாடுவார்களா? பல்லவி இரண்டு களைச் சவுக்கம் பாடமுண்டா?" என்று ஓர் அடுக்குக் கேள்விகளைச் சொரிந்தார். நான் ஔரங்கசீப்பின் கோஷ்டியைச் சேர்ந்தவன். சங்கீதம் என்றால் ஆறடி ஆழம் தோண்டிப் புதை என்று சொல்லக்கூடியவன். போதாக்குறைக்கு என் குழந்தைகளின் சாரீரத்தைப்பற்றி அவ்வளவு நல்ல அபிப்பிராயம் கிடையாது. இருந்தாலும் பாசம் என்று ஒன்று இருக்கிறதல்லவா?

“எல்லாம் ஏராளமாக வரும்” என்றேன்.

“கூப்பிடுங்களேன். பாடச் சொல்லுவோம்.”

தங்கள் பாட்டைப் பற்றிப் பேச்சுவார்த்தை நடந்த காரணத்தாலோ என்னவோ நான் கூப்பிட்டவுடன் குழந்தைகள் வந்துவிட்டனர். பாட்டைப் பற்றிப் பேச்சு வந்தால் சம்மன் இல்லாமல் ஆஜராவதற்குக் குழந்தைகளின் தாயார் தயங்குவதில்லை.

“இரண்டு பாட்டு பாடுங்களேன்; கேட்போம்” என்று சோமு சொன்னதும் என் மனைவியும் ஒத்துப் பாடினாள். மூன்று நான்கு பாட்டுக்கள் பாடினார்கள்.

“அபாரமாகப் பாடுகிறார்களே! எனக்குப் பாட்டென்றால் உயிர். இன்னும் கேட்கவேண்டும் போல் இருக்கிறது. ஆனால் பொழுதாகிவிட்டது. நாளைக்கு வருகிறேன்” என்று போய்விட்டார்.

அதுமுதல் ஒருவாரம் தினந்தோறும் காலையிலோ, மாலையிலோ என் வீட்டுக்கு வருவதும் அபிராம் மார்க் மூக்குப்பொடி செய்யும் விதம் முதற்கொண்டு, எப்படி அகப்பட்டுக்கொள்ளாமல் பாக்குப் பொடியில் கலப்படம் செய்யலாம் என்பது வரையிலும், சந்திரமண்டல் யாத்திரை முதற்கொண்டு ஆற்று மணலில் இருக்கும் இரும்பை எடுக்கத் தொழிற்சாலை அமைப்பதைப் பற்றிய வரையிலும் எல்லா விஷயங்களைப் பற்றியும் அலசிப் பேசாமல் போகமாட்டார். ‘இவ்வளவு உலக அறிவு உள்ளவரைப் பார்த்ததில்லையே!’ என்று வியப்படைந்தேன். பார்த்துத்தான் என் நண்பன் தனக்கொரு நண்பனைப் பிடித்துக்கொண்டிருக்கிறான் என்ற பொறாமைகூட எனக்கு ஏற்பட்டுவிட்டது.

ஒரு வாரத்திற்குப் பிறகு ஒரு ஞாயிற்றுக்கிழமை பகல் பன்னிரண்டு மணிக்கு சோமு வீட்டிற்கு வந்தார்.

“என்ன, சாப்பாடாகிவிட்டதா?” என்று குசலம் விசாரித்தேன்.

“இன்னும் இல்லை.”

“ஏன்?”

“பின்னே என்ன சார்! அதனால்தான் எனக்கு உறவினர்கள் என்றாலே பிடிப்பதில்லை. வருஷம் 365 நாளும் சிநேகிதர்களுடனே இருப்பதற்கு வழி இருக்கிறது. இந்தப் பிள்ளையாண்டானுடைய பெண்டாட்டி என் னவோ பிரமாதப்படுத்துகிறாள். நான் டிகாணா போட்டிருக்கிறேன் என்று சொல்வது போல் முகத்தை வைத்துக்கொண்டு எனக்கு உணவு பரிமாறுகிறாள். எனக்கு இன்று காலை கிடைத்த காபி, வக்கீல் விடும்

நோட்டீஸைப் போல் இருந்தது. அவ்வளவுதான். சாயங்காலமாக ஊருக்குப் போகலாம் என்று பார்க்கிறேன்" என்றார்.

"அதற்காகப் பட்டினி கிடப்பானேன்? இங்கே சாப்பிட்டுவிட்டு இஷ்டம் போலச் செய்யுங்களேன்" என்றேன்.

உடனே சாப்பாடு ஆயிற்று. ஆனால் சாயங்காலமாக அவர் ரயிலுக்குப் போகவில்லை. என் வீட்டிலேயே இருந்தார். ஒரு வேளை காலையில் போவார்போல் இருக்கிறது என்று நினைத்துக்கொண்டேன்.

மறுநாள் காலையில் நான் சிறு வேலையாக வெளியே சென்றுவிட்டு வீட்டுக்குத் திரும்பி வந்தபொழுது சோமு, கூடத்தில் ஹார்மோனியத்துக்குச் சுருதி போட்டுக்கொண்டிருந்தார். குழந்தைகள் பாடிக்கொண்டிருந்தன. என் மனைவி சமையல்கட்டு வாசலில் நின்றுகொண்டு ரசித்துக் கொண்டிருந்தாள். பாட்டு முடிந்தது; "உங்களுக்குப் பாட்டு ரொம்ப நன்றாக வரும்" என்று ஆசிர்வாதம் செய்தார்.

அன்றும் அவர் ரயிலுக்குக் கிளம்பவில்லை. என்ன அவசரம்? நாளைக்கு ரயிலுக்குப் போனால் போயிற்று என்று மனைவி சொல்லி யிருக்கக் கூடும். குழந்தைகளின் பாட்டை ரசிப்பவர் அல்லவா? முதல் நாள் சாப்பாட்டுடன் இருந்து, இரண்டாவது நாள் டிபனும் சேர்ந்துகொண்டது. இப்படியே விளையாட்டுப்போல் ஒரு வாரம் ஆகிவிட்டது. காலையிலோ மாலையிலோ வீட்டில் சங்கீதம் முழங்காமல் இருக்காது. சோமு சுருதி போடத் தவறுவதில்லை.

இதற்கிடையில் இரண்டாவது நாள் என் வீட்டுக்கு நண்பர் வந்தார். சோமு சுருதி போட்டுக்கொண்டிருந்தார்.

"ஏன் சோமு! ஊருக்குப் போவதாகச் சொல்லிவிட்டுச் சென்றாயே, இங்கேயா இருக்கிறாய்?"

"ஆமாம்; சொன்னேன். இவரிடத்தில் சொல்லிக்கொண்டு போகலாம் என்று வந்தேன். 'ஒருவேளை சாப்பிட்டு விட்டுப் போகக்கூடாதா? என்ன அவசரம்?' என்று இவர் சொன்னார். அதான்" என்று பதில் சொன்னார்.

இந்தக் கப்சா என்னைப் பிரமிக்க வைத்துவிட்டது. சோமு பெரிய பேர்வழி என்ற சந்தேகம் ஊர்ஜிதம் ஆகிவிட்டது. அவருக்குத் தங்கத்தின் பக்கபலம் இருக்கும்பொழுது நான் என்ன நினைத்தால் என்ன?

ஒருவாரம் கழிந்த பிறகு என் மனைவி ஒரு ரகசியத்தை என்னிடம் தெரிவித்தாள். 'வீட்டுவரி அவசரமாக அனுப்ப வேண்டி இருக்கிறது.

முதலாளியிடமிருந்து வரவேண்டிய பணம் வரவில்லை' என்று சொல்லி ஒரு வாரத்தில் திருப்பிக் கொடுத்துவிடுவதாக, பதினைந்து ரூபாய் தன்னிடம் சோமு கைமாத்து வாங்கிக் கொண்டிருப்பதாக மனைவி சொன்னாள். "கோவிந்தா!" என்று சுருக்கமாகப் பதில் கூறினேன்.

"அப்படியா செய்வார்?" என்று மனைவி வெட்கிப் போய்விட்டாள்!

இனியாவது ஊருக்குப் போய்விடுவார் என்று நினைத்தேன். அவர் அப்படிச் செய்யவில்லை. பணத்தைத் திருப்பிக் கொடுத்துவிட்டுத்தான் ஊருக்குப் போகவேண்டும் என்று என் மனைவியிடம் சொல்லிவிட்டார் பணம் கொடுத்துவிட்டே ஊருக்குப் போவதிருக்கட்டும். வராவிட்டால் இங்கேயே இருந்துவிடுவது என்று அர்த்தமா என்று நான் விரித்துக் கூறியபொழுது என் மனைவி அயர்ந்தே போய்விட்டாள்.

மறுநாள் சோமு ஹார்மோனியத்தை எடுத்து வைத்துக்கொண்டு குழந்தைகளுக்காகக் காத்துக்கொண்டிருக்கும்படி ஆகிவிட்டது. என் மனைவி சமையல்கட்டின் வாசற்படியில் வந்து நிற்கவில்லை. "எங்கே குழந்தைகளைக் காணோமே?" என்று சோமு கேட்டபொழுது, "பாடிப் பாடிக் குழந்தைகளுக்குத் தொண்டை புண்ணாகிவிட்டது" என்று மனைவி சமையல்கட்டிலிருந்தே பதில் சொன்னாள்.

விஷயம் அதோடு நிற்கவில்லை. அன்றைத் தினம் சமையலும் வயணமாக இல்லை. வெறும், வேப்பம்பூ ரசம் எனக்கே பிடிக்காது. 365 சிநேகிதர்கள் உள்ள சோமுவுக்கு எப்படிப் பிடிக்கும்? அன்றைத் தினம் சாயங்காலம் விடைபெற்றுக்கொண்டு ரயிலேறி விட்டார்.

இவ்வளவு பிரதாபம் நிறைந்தவரைக் கண்டதும் அவர் கண்ணில் படாமல் தப்பிக்கவேண்டுமே என்று நினைத்ததில் என்ன பிசகு? மெதுவாக நகர்ந்து ஒரு வேப்பமரத்துடன் போய் ஒட்டிக்கொண்டேன்.

அதுவரை தன் 365 நண்பர்களில் ஒருவருடன் பேசிக் கொண்டிருந்தது முடிவடைந்து விட்டது. இருந்தாலும் அவர் பஸ்ஸை எதிர்பார்த்துக் கொண்டு நிற்கத் தொடங்கியதும் எனக்குத் திகிலே உண்டாகிவிட்டது. 10–ஆம் நம்பர் பஸ், 11, 21, 3 எவ்வளவோ பஸ்கள் வந்துபோயின. அவர் ஒன்றிலும் ஏறவில்லை; நின்று நின்று அலுப்போ என்னவோ? மெதுவாக நான் இருந்த பக்கத்தை நோக்கி நடந்து வந்தார். ஓணான் மரத்தில் எறும்பொழுது மனிதனைக் கண்டால் மறையுமே அது போல நான் வேப்பமரத்தின் மறுபக்கம் நகர்ந்தேன். அப்பொழுதும் மனத்திற்குச் சமாதானம் உண்டாகவில்லை. குடையைப் பிரித்து முகத்தை மறைக்கும்படி பிடித்துக்கொண்டு நிம்மதியாக நின்றேன். என்னை இப்பொழுது நிச்சயமாக அவர் பார்க்க முடியாது. ஆனால் என்னால் அவரைப் பார்க்க முடியும். அடுத்தாற்போல் ஒரு பஸ்

வந்தது சோமு பஸ் கண்டக்டரிடம், போய், "இது அடையாறு போகுமா?" என்று கேட்டார். "போகாது" என்று சொன்னவுடன் திரும்ப நடை பாதைக்கே வந்துவிட்டார்.

இவர் அடையாறு போகிறார் என்ற தகவல் ஒரு புதிய சங்கடத்தை உண்டாக்கிவிட்டது. ஏனென்றால் நானும் அதே பஸ்ஸில்தான் ஏறி ஸ்ரீராம் நகர் போகவேண்டும். அவரும் நானும் ஒரே பஸ்ஸில் போகவேண்டிய நிலைமை ஏற்பட்டால் எப்படி இருக்கும்? துணியைப் பிடித்துக் கொள் என்று ஒட்டுப்பில்லுக்குச் சொல்லியா தெரிய வேண்டும்? இதற்காக என் ஜாகைக்கு நடந்து போய் விடுவதென்றால் நடக்கக்கூடிய காரியமா? ஆனால் ஒரு நம்பிக்கை; 'புளிமூட்டை போல் அடைந்திருக்கும் பட்டணம் பஸ்ஸில் முன் சீட்டில் இருப்பவரைக்கூடச் சரியாகத் தெரிவதில்லையே. பார்த்துக்கொள்ளலாம்' என்று மனத்தைச் சமாதானப்படுத்திக்கொண்டேன்.

ஆழ்வார்ப்பேட்டைக்குச் செல்லும் பஸ் ஒன்று வந்தது. விர்ரென்று சோமு அதில் போய் ஏறிக்கொண்டு சென்றுவிட்டார். அடையாற்றுப் பஸ்ஸுக்காகக் காத்துக் கொண்டிருந்தவர் ஏன் ஆழ்வார்ப்பேட்டை பஸ்ஸில் ஏறிப் போனார் என்பதுதான் எனக்கு விளங்கவில்லை. யோசித்துக்கொண்டே இருந்தேன். பிறகு தென்னை மரத்தில் தேள் கொட்டினால் புன்னை மரத்துக்கு நெறி ஏறுவானேன் என்ற பழமொழி ஞாபகம் வந்தது. அத்துடன் என் பஸ்ஸும் வந்துவிட்டது.

கவலையின்றி பஸ்ஸில் ஏறிக்கொண்டு வீடு போய்ச் சேர்ந்தேன். வீட்டிற்குள் நுழைந்ததும் நிலை வாசற்படி தலையில் இடித்தது போன்ற உணர்ச்சி உண்டாயிற்று. ஏனெனில் வழுக்கை மண்டைச் சோமு என் வீட்டுக் கூடத்தில் உட்கார்ந்து கொண்டிருந்தார். அவருக்கு முன்னால் கடிதாசியில் கட்டிய பொட்டலம் ஒன்று இருந்தது. என்னுடைய ராசி பலனைப்பற்றிய யோசனை உண்டாகிவிட்டது.

"என்னைத் தெரிகிறதா?" என்று அவர் கேட்டதும் என் ஆராய்ச்சி கலைந்து போய்விட்டது. "தெரியாமல் என்ன?" என்றேன்.

"நீங்கள் இங்கே வந்துவிட்டீர்கள் என்று அம்மா அன்று மயிலாப்பூர்க் கோவிலில் கண்டபோது சொன்னார். உடனே குழந்தைகளைப் பார்க்க வேண்டுமென்ற ஞாபகம். இன்று வரையில் முடியவில்லை. சௌக்கியந்தானே?"

"சௌக்கியம்தான்" என்று பதில் சொன்னேனே ஒழிய நினைப்பெல்லாம் என் மனைவியின் அசட்டுத்தனத்தின் மேல்தான். ஆனால் பானை உடைந்த பிறகு பரிதவிப்பதில் என்ன பயன்? மனிதர்களுடன் பழகுவது என்றால் மனத்தின் சலனங்களைப் பிறர் காணமுடியாமல் நடக்கக்

கற்றுக்கொள்ளுவது என்றுதானே பொருள். இந்த வித்தை பெண்களுக்கு எங்கே வரப்போகிறது. ஆண்கள்தான் பிறந்தவர்கள்!

"நீங்கள் வந்ததில் ரொம்ப சந்தோஷம்" என்றேன்.

"நான் ஊரைவிட்டுப் போனதிலிருந்தே குழந்தைகளின் ஞாபகந்தான். மறுபடியும் எப்பொழுது பார்க்கப் போகிறோம் என்ற தவிப்பு. ஆண்டவனாகப் பார்த்து இந்தச் சந்தர்ப்பத்தைக் கொடுத்துவிட்டான்."

இப்படி சொல்லிக்கொண்டே எதிரிலிருந்த பொட்டலத்தை அவிழ்த்தார். நார்ப்பட்டுத் தாவணி ஒன்று. சில்கோ என்னவோ ஜாக்கெட் ஒன்று; குழந்தைகளைக் கூப்பிட்டு அவற்றை நீட்டினார்.

"இதெல்லாம் அநாவசியமாக எதற்கு?"

"என்ன பிரமாதம்!"

சோமுவைப் பற்றிய என் எண்ணம் எல்லாம் தவறு என்று சொல்வது போல் அவர் காரியத்தைச் செய்திருந்தார்.

அதே மாதிரிதான் என் மனைவியும் நினைத்திருக்க வேண்டும். ஏனென்றால் அடுத்த நிமிஷம் எங்கள் இருவருக்கும் டிபன், காபி வந்து சேர்ந்தது.

"உங்கள் வீட்டுக் காபியை மறக்க முடியாது" என்று சொல்லிக்கொண்டே காபியைக் குடித்தார்.

அவருடைய அமெரிக்கையைப் பார்த்தபிறகு எனக்கு ஓர் உண்மை புலப்பட்டது. பொருளாதார நெருக்கடியில் சிக்கி உழலும் மக்கள் எந்த விஷயத்தைப் பற்றியும் உண்மையான மதிப்பீடு செய்யமுடியாது. பொருளாதாரச் சிக்கல் கண்ணை அவ்வளவு தூரம் மறைத்துவிடும். அப்பொழுது மனம் பிழையுள்ள கண்ணாடியைப்போல் உருவங்களைச் சப்பையாகவும் உப்பலாகவும் கோணலாகவும் திரித்துக் காட்டிவிடுகிறது. இந்த மாதிரி எண்ணங்கள் தோன்ற ஆரம்பித்த உடனே சோமுவைப் பற்றி நான் முன்பு நினைத்திருந்ததை எல்லாம் வாபஸ் பெற்றுக் கொண்டுவிட்டேன்.

சோமு அணுகுண்டுகளைப் பற்றிப் பேசத் தொடங்கினார். சோதனைகளை எதிர்ப்பதற்குப் பதிலாக பிரமிக்கும் வகையில் ஆதரவு காட்டிப் பேசிவிட்டு விருட்டென்று எழுந்திருந்து விடைபெற்றுக் கொள்ளலானார்.

"சாப்பிட்டுவிட்டு நாளைக்குப் போகலாமே" என்றேன்.

"நான் சாப்பிடுகிற சாப்பாடெல்லாம் உங்கள் சாப்பாடுதான்.

அன்புதான் சாப்பாடு. மனுஷனுக்கு வேறு என்ன வேண்டும்?" என்று சொல்லிவிட்டு விடைபெற்றுக் கொண்டார். 'நல்லவனைக் கெட்டவன் ஆக்கி விட்டாயே பாழும் மனமே!' என்று என் மனத்தைக் கடிந்துகொண்டேன்.

ஆசிரியர் குறிப்பு:

(இந்த வரலாறு அச்சேறிய பிறகு கதாசிரியரிடமிருந்து ஒரு தபால் வந்தது. அதை இங்கே பிரசுரித்திருக்கிறோம்)

நான் எழுதி அனுப்பியதுடன் தயவுசெய்து இதையும் சேர்த்துக் கொள்ளவும். மனத்திற்கு அதிசயிக்கத்தக்க சக்தி இருக்கிறது. தர்க்க அறிவுக்கு அப்பாற்பட்ட உள்ளுணர்ச்சி ஒன்று இருக்கிறது. மனத்தில் தோன்றிய எண்ணம் பொய்யானது போல் வெளிப்படையாக முதலில் தோன்றினாலும் பின்னர் மனத்தின் உள்ளுணர்ச்சியே உண்மை என்பதைக் காண்போம். அதாவது சோமு எங்கள் வீட்டில் இப்பொழுது ஒரு வாரமாகத் தங்கி வருகிறார். அவருடைய 365 நண்பர்களில் நானும் ஒருவன் ஆகிவிட்டேன். குழந்தைகளின் பாட்டுக்கு அவர் ஹார்மோனியச் சுருதி போட்டுக் கொண்டிருக்கிறார்.

84. புரியாதது

அன்புள்ள டாக்டருக்கு,

என் மனைவியின் உடல்விஷயம் புரியவே இல்லை என்று பல தடவை சொல்லியிருக்கிறீர்கள். அவள் மனத்தின் விஷயமும் புரியவில்லை என்று இப்போது சொல்லித்தான் ஆகவேண்டும்.

இரண்டு நாளுக்கு முன் ஒன்று நடந்தது. இவளைப் பெண் என்று நினைப்பதா, பேய் என்று நினைப்பதா...? புரியவில்லை. இவள் படித்துப் பட்டம் பெற்றதைப் பொய் என்று நினைப்பதா, மெய் என்று நினைப்பதா? அதுவும் புரியவில்லை. தற்காலப் படிப்பு மனிதர்களை நாகரிகப்படுத்தியதாக வேஷம் காட்டினாலும், உண்மையில் மக்களின் அறியாமையை அசைக்க வலிமையற்றது என்று நினைப்பதா? புரியவில்லை.

இவள் ஏன் என்னை மணந்தாள் என்பது புதிராகவே இருந்துவருகிறது. என் படிப்புக்காக இருக்க முடியாது. இவளும் என்னைப் போன்று பட்டம் பெற்றவள்தானே? என் சொத்துக்காகவா? ஆனால் அது அவ்வளவு பெரிய விஷயமா என்ன? வேறு சொத்துக்காரன் இவள் கண்ணில் தட்டுப்படாமல் போய்விட்டானா என்ன?

அது போகட்டும்; வீட்டிற்கு வந்த பிறகும் இந்தப் புதிர் சிக்கலாகிக் கொண்டே வந்தது. அந்த விவரங்களை எல்லாம் இப்பொழுது வளர்த்திப் பயனென்ன? படித்தவள் உத்தியோகத்தைத் தேட மறுத்ததில் ஏனோ எனக்கு அதிக வியப்பு ஏற்படவில்லை. ஆனால், வியப்பு

வேறொரு விஷயத்தில் ஏற்பட்டது.

நானாவது கொஞ்சம் பழம்பசலிப் பேர்வழி; சாஸ்திரத்தை நம்புகிறவன்; குழந்தை பிறக்காவிட்டால் நரகம் என்பதை ஒப்புக்கொள்ளக்கூடும். சாஸ்திரம் சொல்லும் நரகம் எப்படி இருக்குமோ தெரியாது. ஆனால்– குழந்தை இல்லாத வீடு நிச்சயம் நரகந்தான். ஒரு நீலக் கண்ணா, தட்டை எதிரொலிக்கச் செய்யும் அழுகையா – என்ன உண்டு? இதற்காக நான் வருந்தினால் பொருத்தமாக இருந்திருக்கலாம். அல்லது எங்கள் குடும்பச் சொத்து அனந்தர வாரிசுக்குப் போகவாவது என்று நான் கவலைப்பட்டாலும் சரிதான்.

ஆனால் இவளோ படித்தவள்; சாஸ்திரக் கந்தலைக் கசக்கி எறிந்தவள். எங்களுக்குக் குழந்தை இல்லாததனால் இவளுக்கு உண்டான துயரம் சொல்லி முடியாது. எதை எல்லாம் இவள் நம்பமாட்டாள் என்று நினைத்தேனோ, அதிலெல்லாம் ஈடுபட்டாள். என்னை ஈடுபடச் செய் தாள். கந்தசஷ்டி, காசியாத்திரை, சேதுஸ்நானம், அன்னதானம், அவ்வளவும் செய்துவிட்டோம். மாறுதல் இல்லை. இவ்வளவும் ஒரு வருஷத்திற்கு முன்பு வரையில்.

இந்த ஒரு வருஷமாக இவள் மாறிவிட்டாள். பரிகாரங்களில் நம்பிக்கை போய்விட்டது. உடலில் ஏதேதோ கோளாறுகள் ஏற்பட்டன. நீங்கள் ஒரு வருஷ காலமாகத்தான் எங்கள் வீட்டிற்கு வரும்படி ஏற்பட் டிருக்கிறதென்பதை நினைப்பு மூட்டிக்கொள்ளுங்கள். ஆனால் இவள் மனத்தின் விசித்திரத்தில் மட்டும் மாறுதலைக் காணோம். ஏதாவது எதிர்பாராதவிதமாகவே இவள் மனம் வெளிப்பட்டுக்கொண்டு வருகிறது.

ஒரு வருஷத்திற்கு முன்பு நடந்த சம்பவத்தை நான் இதுவரையில் தங்களிடம் சொல்லியதில்லை. சின்ன விஷயம் என்று தள்ளிவிட்டேன்.

எங்கள் வீட்டு முற்றத்தைத்தான் உங்களுக்குத் தெரியுமே; சூரியனே வீட்டிற்குள் பதுங்குகிறானோ என்று நினைக்க இடம் கொடுக்கும் முற்றம். தென்னங்கீற்றுகளை வரவழைத்து, முக்கால் பங்குக்கு மேல் முற்றத்தை அடைத்துவிட்டாள். “காற்று வராதே, வெளிச்சம் போய் விடுமே” என்று சொல்லிப் பார்த்தேன். “மொட்டை மரத்திற்குக் காற்றும் வெளிச்சமும் இருந்தாலும் ஒன்றுதான்; இல்லாவிட்டாலும் ஒன்றுதான்” என்றாள்.

பேச்சு என்னவோ குழந்தை இல்லாதவர் எல்லோருமே சொல்லக் கூடியதுதான். ஏக்கம் நிலைத்து வேரூன்றிய பிறகு மனக்கொடியில் வெடிக்கக்கூடிய கசந்த கனிதான். இருந்தாலும் இந்தச் செய்கை? இன்பத்தை நாடி, அம்முயற்சியில் தோற்றவர்கள் தாமாகவே பிறகு துயரத்தை வலிய அணைத்துக் கொண்டாட வேண்டிய அவசியம்

ஏற்படுகிறதோ என்னவோ! ஒளி எல்லாம் கண்ணைக் குத்துகிறதோ என்னவோ! இப்படி ஏதோ சங்கடம் அடைந்துதான் அவள் முற்றத்தையும் இருட்டாக்க முயன்றிருக்க வேண்டும். ஆனால் இது எப்படி ஆறுதல் அளிக்கும் என்பது எனக்குப் புரியவில்லை.

இது நடந்த மறுநாள் நானும் அவளுமாக பங்களா வாசலில் உட்கார்ந்திருந்தோம். எத்தனையோ நூற்றுக்கணக்கான முறை அவள் சுற்றிவந்த அரசமரத்தின் நுனிக்கிளை எட்டாக்கையில் ஆடி அசைந்து கொண்டிருந்தது. பெரிய கொப்புளங்கள் போல் மேகங்கள் மிதந்து கொண்டிருந்தன. திடீரென்று ஒரு காற்று, ஓர் இடி, ஜோவென்று மழை பிடித்துக்கொண்டது. இவ்வளவு கனத்த மழை எங்கிருந்து முளைத்தது என்று ஆச்சரியப்பட்டுக் கொண்டிருந்தேன். இந்த வியப்பில் கண்முன் நடந்ததைக் கவனிக்கவில்லை.

சிறிது நேரத்திற்கெல்லாம் யாரோ தூக்கத்தில் எழுப்பியது போன்ற உணர்ச்சி உண்டாயிற்று. திடுக்கிட்டுப் பார்த்தேன். பங்களா வாசலில் – மோட்டார் வண்டி வந்து நிற்கும் முகப்பில் ஒரு நாய் பள்ளம் பண்ணிக் கொண்டிருந்தது. அரை அடி ஆழத்திற்கு மேல் தோண்டியாகி விட்டது. இவ்வளவையும் என் மனைவி சும்மா பார்த்துக்கொண்டுதான் இருந்தாள். எனக்குக் கோபம் தாங்கவில்லை. “இதென்ன, பந்தல் கால் முகூர்த்தம் என்று பார்த்துக் கொண்டிருக்கிறாயா?” என்று கடிந்துகொண்டு கையை ஓங்கினேன்.

“நமக்கென்ன நத்தை ஜன்மமா, வீட்டை முதுகிலே தூக்கிக்கொண்டிருக்க? பள்ளத்தை மூடிவிட்டால் போகிறது. வாயில்லா ஜீவன்! மழைக்குச் சூடான இடத்தைத் தேடுகிறது. அதனிடத்தில் நம்முடைய பாத்தியத்தைக் கொண்டாடாவிட்டால் என்ன மோசம்?”

இப்படி பதில் சொல்லிவிட்டு வாசல் படிக்கட்டண்டை போய் நின்றாள்.

ஊகித்தறியும் சக்தி நாய்க்கு வெகு அதிகமல்லவா? பள்ளம் பறிக்கும் வேலையை விட்டுப் படியேறி வந்தது.

மிகவும் அழகிய நாய் என்று சொல்வதற்கில்லை. கலப்படம். உடலுடன் மயிரெல்லாம் ஒட்டிக்கொண்டிருந்தது. பெண் நாய். விலாவின் பக்கத்தில் வயிறு கொஞ்சம் புடைத்தாற்போல் இருந்தது.

அவள் என்ன நினைத்துக்கொண்டாளோ தெரியவில்லை. உள்ளே போய் ஒரு சாக்கைக் கொண்டுவந்து சுவரோரமாகப் போட்டாள். நாய் உடலைச் சிலிர்த்து உதறிற்று. உடனே வாலைத் தணித்துக்கொண்டு, சாக்கில் போய்ப்படுத்துவிட்டது. இந்தக் காரியத்தை என்னால் சகிக்க முடியவில்லை.

அன்றைய தினம் வந்த நாய்தான்; இரண்டு நாள் முன் வரையில் – அதாவது சுத்தமாக ஒரு வருஷம் – இவள் அதை வளர்த்தாள். நாயினிடம் காட்டிய அன்பையும் செய்த பணிவிடைகளையும் விவரிக்க இடம் போதாது. சொந்தப் பெண் இருந்தால் எவ்வளவு செய்வாளோ அந்த அளவுக்குக் குறைவில்லை.

இவ்வளவு அன்பு காட்டியவள் முந்தாநாள் ஒரு காரியம் செய்தாள். விளங்காத பேரேட்டில் இது மற்றோர் பதிவு.

பொழுது சாயும் வேளை; பங்களா முகப்பில் நின்று கொண்டிருந்தேன். தெருப்புறமாகப் பார்த்துக்கொண்டு இவள் நாற்காலியில் உட்கார்ந்திருந்தாள்.

இந்த நாய் நாற்காலியை நோக்கி வந்துகொண்டிருந்தது. என்னைக் கண்டாலே அதற்குப் பிடிக்காது. ஆகையால் என்னைப் பார்த்தவுடன் முதல் யோசனையை விட்டுவிட்டு காம்பவுண்டு வாசலண்டை போய் நட்ட நடுவில் நின்றது. யாரையோ எதிர்பார்ப்பது போல் தலையைத் திருப்பித் திருப்பிப் பார்த்தது.

அப்பொழுது லேசான தூற்றல். தூற்றலையும் நாயையும் சேர்ந்தாற்போல் கண்டதும் நாய் வந்த முதல் தினத்தின் நினைவு வந்தது. மறு நொடியில் ஓர் உண்மை புலப்பட்டது. நாய் வந்தபொழுது அதன் கழுத்தில் பட்டம் ஒன்றும் இல்லை. எஜமானி வளர்க்க ஆரம்பித்த பிறகு அதன் கழுத்தில் பட்டம் ஏறிற்று. ஆனால் இன்றோ? பட்டத்தைக் காணோம். பட்டம் என்னவாயிற்று? தானாக விழுந்திருக்க முடியாது? பின் யார் கழற்றியிருப்பார்கள்? எனக்குப் புரியவில்லை.

"கழுத்துப் பட்டம் எங்கே?" என்று கேட்டேன்.

"விழுந்திருக்கும்" என்று அலட்சியமாகப் பதில் சொன்னாள். சொன்ன மாதிரியிலிருந்து அது பொய்யென்று பட்டது. அடுத்த சில நிமிஷத்தில் பொய்தான் என்பது உறுதியாகிவிட்டது.

வெளிவாசலின் நடுவில் நாய் நின்று கொண்டிருந்ததல்லவா? ஒரு மூங்கில் குச்சியும் அதன் நுனியில் கட்டியிருந்த கம்பி வளையமும் வெகு திருட்டுத்தனமாக நாயின் முகத்தண்டை வந்து கொண்டிருந்தன. ஆள் மட்டும் தெரியவில்லை. எனக்கு என்னவோ தோன்றிற்று; மனைவியின் பக்கம் திரும்பினேன். அவளும் வாசல் பக்கத்தைத்தான் பார்த்துக்கொண்டிருந்தாள். ஆனால் அவள் முகத்தில் எவ்விதக் கலவரமும் இல்லை; தான் வளர்த்த நாய் என்ற பரிவைக் காணோம்.

நான் மறுபடி வாசற்பக்கம் திரும்பிப் பார்ப்பதற்குள் அந்த வளையம் நாயின் கழுத்தில் புகுந்து சுருக்காகிவிட்டது. நாயொழிப்பு

இயக்கத்தின் தொண்டன் – தோட்டி மாரி – நாயைக் கட்ட முயன்று கொண்டிருந்தான்.

எனக்கு என்னவோ நாயினிடத்தில் அன்பொன்றும் இல்லை. இருந்தாலும் அந்தக் காட்சியைத் தாங்க முடியவில்லை. 'டேய்!' என்று சத்தம் போட்டுக்கொண்டு கிளம்பினேன்.

"நீங்கள் கத்துவானேன்? அவனவன் அவனவன் வேலையைச் செய்கிறான்" என்று திடுக்கிடும்படியாக என் மனைவி குறுக்கிட்டாள்.

"உன் நாய் ஆயிற்றே! ஒட்டன் இழுத்துக்கொண்டு போகிறானே!" என்றேன்.

"என் நாய்தானே? உங்களுக்கு என்ன?" என்று வெடுக்கென்று கேட்டாள். எனக்கு மூச்சு முட்டிற்று.

"இத்தனை நாளாக இவ்வளவு அருமையாக வளர்த்திருக்க வேண்டிய தில்லையே!" என்றேன்.

"மொட்டை மரத்தில் ஒன்று போதாதா?" என்றாள்.

இவள்தான் நாயின் கழுத்தில் இருந்த பட்டத்தைக் கழற்றியிருக்கிறாள். சந்தேகம் என்ன?

இவளுடைய குரூரத் தன்மை எனக்குப் புரியவில்லை. உங்களுக்குப் புரிகிறதா?

அன்புள்ள...

85. பிரமை

"நீங்கள் யார்?"

"நானா?"

"இந்த நேரத்திலே... இந்த இருட்டிலே அதுவும் இந்த மெத்தைக்கு எப்படி...?"

"என்னைத் தெரியவில்லையா? என் பெயர் மயக்கி. அப்படி ஒன்றும் கிழப்பிணம் ஆகிவிடவில்லையே! என்னை எப்படி அவ்வளவு சுத்தமாக மறந்துவிட்டாய்."

"மயக்கியா? அந்த மாதிரி யாரும் எனக்கு அறிமுகமில்லையே பார்த்தால்."

"நன்றாகப் பார்."

"உங்களைப் பார்த்தால் இந்த உலகத்து ஸ்திரீயாகவே தோன்றவில்லையே! கையிலிருப்பது எழுதுகோலா, வீணையா?"

"பாவம், உனக்கு உண்மையிலேயே புத்தி பேதலித்துவிட்டது. மனத்தின் மடையைத் திறந்து காவியத்தில் புதுமை காட்டிய கவி எங்கே? என்னை யார் என்று கேட்கும் இந்த வறட்டு ஆள் எங்கே? இந்த இரண்டு ஆளும் உனக்குள்ளே இருந்திருக்கிறார்களே – அதுதான் ஆச்சரியமாய் இருக்கிறது!"

"என் கவிதையைப் பற்றிப் பேச வந்திருக்கிறீரா? பாவம்! எந்தக் கல்லூரியில் படிக்கிறீர்களோ! இளமையில் சிந்தனை இல்லை. ஆகையால், மேகங்களில் உருவங்களைப் பார்க்கிறோமே, அதைப்போல்

எங்கும் கலையைப் பார்க்கிறோம். அது ஒரு போதை என்பது நமக்குத் தெரிவதில்லை. அந்தப் போதை தெளிய வேண்டும். அதற்குக் கொஞ்ச காலம் ஆகிவிடுகிறது."

"உனக்கு அந்தப் போதை தெளிந்துவிட்டது என்று சொல்ல வருகிறாய். அதனால்தான் நீ எழுதுவதை விட்டுவிட்டாய் என்று சொல்ல வருகிறாய்!"

"நான் ஒன்றையும் விடவுமில்லை: பிடித்துக்கொள்ளவும் இல்லை. விடவும் பிடித்துக்கொள்ளவும் அறிந்துவிட்டால் ஞானி ஆகிவிடமாட்டோமா! போதை தெளியாவிட்டால் இரண்டு ஆபத்துகளுக்கிடையில் கலைஞன் சிதறிப் போகிறான் – ஒன்று வயிறென்னும் பெரும் பாறை; மற்றொன்று – காமமென்னும் பெரும் பள்ளம், நல்லவேளையாக..."

"நீ உளறுகிறாயா, உண்மை பேசுகிறாயா என்று தெரியவில்லை. ஆனால் ஒன்று; உனக்குப் பிடித்துக்கொள்ளவும் தெரியாது விடவும் தெரியாது என்பது மட்டும் உண்மை... நீ நல்ல கருவி என்று நினைத்துத்தான் உன்னை நான் வந்து பிடித்தேன். அழகாக, அற்புதமாகக் காவியம் செய்தாய். நான் பூரித்துப் போனேன். ஏன் நீயும் பூரித்துத்தான் போனாய். ஆனால் இப்பொழுது என்னைப் பட்டினி போட்டுவிட்டாய். எனக்குத் துரோகம் இழைத்துவிட்டாய். அதுமட்டுமா? என்னை யார் என்று கேட்கும் எல்லைக்கும் வந்துவிட்டாய்!"

"அந்தக் கதை எல்லாம் எனக்குத் தெரியாது. உன்னைப் பட்டினி போட்டேன் என்கிறாய். இல்லாவிட்டால் நான் பட்டினி கிடக்க வேண்டியதுதான். நான் மட்டுமா? மனைவியும் மக்களும் உள்பட! உன்னைவிடக் கொடியவள் ஒருத்தியின் வசப்பட்டிருக்கிறேன். என் சக்தியையும் சுதந்திரத்தையும் அவள் சிறைப்படுத்தி விட்டாள். பிழைப்புக்கு அடிமையாகி விட்டேன். போர் அடித்த வைக்கோலைப் பார்த்திருக்கிறாயே? உனக்கென்று வாழ்வை ஒதுக்கி வைக்காதவனால் உனக்குப் பயன் உண்டாகாது; பெருமை உண்டாகாது."

"புது உபதேசங்கள் செய்கிறாயே – அதை எழுதுவதுதானே."

"எழுதுவதைவிட எழுதாமை உயர்ந்தது. ஓசையை விட ஒடுக்கம் உயர்ந்தது. மரத்தைவிட விதை உயர்ந்தது. வெளிப்படுவதை விட உட்படுவது உயர்ந்தது. கடனைக் கழிப்பதே கலை. கற்பனையின் சிறகை விரித்தால் மனம் வேண்டுமானால் பறக்குமே ஒழிய, உடல் பறக்காது. பூமிக்கு ஆகர்ஷண சக்தி உண்டு..."

"உன் கருத்து பிறருக்குப் பயன் தரக்கூடுமே."

"ஒன்றும் பயனளிக்காது. தற்கால முறையையே ஆக்ஷேபிக்கிறேன். கண்,

பார்ப்பதற்காக ஏற்பட்டது; கேட்பதற்காக அன்று. கருத்துக்களைக் கண்ணுக்கு விஷயமாக்கினால் கண்காட்சிதான் வலுவடையும்; புஸ்தக வியாபாரந்தான் பெருகும். மனம் கனியாது; மண்ணை விண்ணாக்கமுடியாது. உள்ளொளி இல்லாத எழுத்தை அள்ளிக்கொட்டி உலகை ஏன் குப்பைமேடாக்க வேண்டும்?"

"நீ சொல்வதில் உண்மை இருக்கிறது. ஆனால் ஒப்புக்கொள்ள முடியவில்லையே..."

"முடியாதுதான். கலை முடியும் இடத்தில் கடவுளின் உலகம் தோன்றும்... கடமையின் ஆட்சி புலனாகும்."

"இனி உன்னிடம் கவிதையை எதிர்பார்க்க முடியாது. அப்படித்தானே?"

"அதுவும் எனக்குத் தெரியாது. நிகழ்காலம் என்ற ஒரே காலத்தைத்தான் நான் அறிவேன். இறந்த காலமும் எதிர்காலமும் எனக்கில்லை. வெறும் பசு கூட எவ்வளவோ மேல். புல்லைத் தின்று மர நிழலில் ஒதுங்கிவிட்டு வருந்தாமல் பால் தருகிறது. தன்னைப்பற்றி அது பெருமை பேச வருவதில்லை; பிறர் பெருமைப்படுத்திப் பேசினாலும் துள்ளிக் குதிப்பதில்லை, அவரவர்கள் கடமையை உணர்வது முதல் படி. அதுவே கடைசிப்படியும் ஆகும்."

"ஆகையால், 'கனவுலகைவிட்டு கடமையின் உலகில் ஆழ்ந்துவிட்டேன்' என்கிறாய்?"

"அப்படியே இருக்கட்டும். ஒருவன் ஒருத்தியைத்தான் காதலிக்கலாம்; மணக்கலாம். கனவை மணப்பவன் அத்துடன் நின்றுவிட வேண்டும். கடமைகளை மறக்க வேண்டும். இல்லாவிட்டால் கனவை மறந்து கடமையில் ஆழவேண்டும். இரண்டையும் நடத்திச் செல்வேன் என்றால் முடியாது. இரண்டு பெண்டாட்டிக்காரன் கதை தெரிந்திருக்குமே! இப்பொழுது சட்டம் கூட ஆகிவிட்டது, இருதார மணம் சட்டத்திற்கு விரோதமென்று. தெரியுமா தெரியாதா?"

"**யா**ரோடு பேசிக்கொண்டிருக்கிறீர்கள் – இந்த நேரத்திலே என்ன அதிசயம்! யாரையும் காணோமே! தனக்குத்தானே?"

"யாரையும் காணோமா! இவ்வளவு நேரம் கல்லூரிப் பெண் போல் ஒருத்தி பேசிக்கொண்டிருந்தாளே – அவள் எங்கே?"

"உங்களுக்கு பிரமை முற்றிப் போய்விட்டது. முதல் காரியமாக நாளைக் காலை டாக்டரிடம் போய் வாருங்கள்."

86. வெண்கலப் பானையின் கதை

வெண்கலப் பானைக்கு வந்த அலுப்புச் சலிப்பிற்கு அளவே இல்லை. 'தினம் காலையில் எழுந்திருப்பது; வேலைக்காரி முகத்தில் விழிப்பது; அவள் சாம்பலையும் கல்லையும் போட்டுக் கரகரவென்று தேய்த்துக் குளிப்பாட்டி வைப்பது; அப்புறம் வீட்டு எஜமானி அம்மாள் விபூதி பூசினாற்போல் பச்சை மாவைத் தன் மேலே தடவி வைப்பது, பிறகு உடம்பெல்லாம் அடுப்புக் கரியைத் தீத்திக்கொள்வது, சாதம் சமைய லாகும்போதும் பிறகும் கரண்டியாலே குட்டுப்படுவது, கடைசியாக முன் மாதிரி வேலைக்காரி இடம் திரும்ப வந்துவிடுவது – இதுதானா ஜன்மத்திலே வேலை? ஓர் ஓய்ச்சல் ஒழிவு வேண்டாம்?' என்று யோசித்து ஒரு தீர்மானம் செய்தது.

மத்தியானமாக வீட்டு வேலைக்காரி பத்துப் பாத்திரங்களை எல்லாம் சுத்தமாய்த் தேய்த்துக் கிணற்றங்கரையில் வைத்திருந்தாள். எஜமானி அம்மாள் குழந்தைகளுக்குச் சடை போட்டுக்கொண்டிருந்தாள். இது நல்ல சகுனம்தான் என்று வெண்கலப்பானை வேப்பமரத்தைப் பார்த்து வணங்கிவிட்டு, நாலு வேப்பிலையை வாயில் போட்டுக் கொண்டு வெளியே கொல்லை வழியாகக் கிளம்பிவிட்டது.

வெளியே கிளம்புகிறதுதான் சிரமம். கிளம்பிவிட்டால், வேகத்துக்குக் கேட்பானேன்? வெகு தூரம் அலைந்ததில் அதற்கு நோவு எடுத்து விட்டது. ஒரு வீட்டு வாசலில் மாடும் கன்றும் கட்டி இருந்தது. திண்ணையில் ஒரு கயிற்றைத் தவிர யாரையும் காணவில்லை. அப்பாடா என்று அங்கே போய் உட்கார்ந்தது; கால் மணி நேரம் வரையில் காற்றாட ஒரு வார்த்தைகூடப் பேசாமல் உட்கார்ந்திருந்தது. அதற்குப்

பிறகு வியர்க்க விறுவிறுக்க, கோனார் ஓடி வந்து கயிற்றை எடுத்ததும் முதலில் அதற்குப் பயமாகப் போய்விட்டது. நல்ல வேளை! கயிற்றை எடுத்து மாட்டின் பின் காலில் கட்டினான். 'சொம்பு கொண்டா!' என்று கத்தினான். பால்காரி இருந்தால்தானே! வெண்கலப் பானை சிரித்தது. பெண்ணும் புஷ்பமும் பாத்திரமும் சிரித்தால் உலகத்தில் விட்டு வைப்பார்களா?

கோனார் பாத்திரத்தை எடுத்து அணைத்துக்கொண்டு பாலைக் கறந்து திண்ணையில் வைத்துவிட்டுத் திரும்பினார். அதற்குள் பால்காரி வந்துவிட்டாள். பாலை அளந்து எல்லோருக்கும் கொடுத்தபிறகு வழக்கத்திற்கு அதிகமாகவே பால் மிச்சப்பட்டிருந்தது. ஆச்சரியத்துடன் ஒரு தரம் வெண்கலப் பானையைப் பார்த்தாள். இது ஏது என்று கேட்பதற்குள் கோனார் ஓடி விட்டார். வெண்கலப் பானை சிரித்தது. பால்காரியும் சிரித்துக்கொண்டே பாத்திரத்தை எடுத்துக்கொண்டு வீட்டுக்குக் கிளம்பி விட்டாள்.

அன்று முதல் பால்காரி காலையும் மாலையும் வெண்கலப்பானையைப் பளபளவென விளக்கிப் பசுமாட்டுடன் எடுத்துச் சென்றாள். மற்ற வேளைகளில் அதை ஒரு மாடப்பிறையில் வைத்திருந்தாள். அடுப்பு வாசனை கூட அந்தப் பக்கம் வரக்கூடாது.

வெண்கலப் பானையின் வாழ்க்கை வெகு சுகமாக இருந்தது. ஆனால் வேறு கஷ்டம் ஒன்று முளைத்தது. மாடப்பிறையிலே போகிற கரப்பான்பூச்சி பிசுபிசுவென்று ஒட்டிக்கொள்ளும் தன் கால்களோடு இந்த வெண்கலப்பானையின் மேல் நடந்து போகலாயிற்று. ராமபாணப்பூச்சி அவ்வப்பொழுது வெள்ளித்தூள்களைக் கொண்டுவந்து மேலே உதறிவிட்டுப் போயிற்று. அந்தப் பூச்சிகளை வேட்டையாட ஒரு பல்லி பானையின் விளிம்பில் ஒண்டிக்கொள்ள வந்தது. இந்த மாதிரி நல்ல இடம் கிடைத்ததே என்று பல்லியும் பூச்சிகளுமாகச் சேர்ந்து வெண்கலப்பானையை ரணகளம் ஆக்கிவிட்டன. வெண்கலப் பானைக்கு வந்த வெறுப்புக்கு அளவில்லை. மறுபடியும் வெளியேறி விட வேண்டும் என்ற வேட்கை பிறந்தது.

ஒருநாள் ஒரு பல்லியும் தேளும் ரணகளத்திற்கு வந்து சேர்ந்தன. எத்தனை தரம் வெண்கலப்பானையை வலம் இடம் வந்தன! முடிவிலே பல்லி தேளைப் பிடித்து விட்டது. எக்கச்சக்கமாகத் தேள் அகப்பட்டுக் கொண்டுவிட்டது. வந்த கோபத்தில் வாலைச் சாய்த்து அடித்தது; பல்லியை ஒன்றும் செய்ய முடியவில்லை. அதற்குப் பதில் வெண்கலப்பானை கொட்டை வாங்கிக் கொண்டது. லேசான துவாரம் அதில் விழுந்தது. அன்றைத் தினம் பால் கறந்து வைத்தபொழுது பால்காரிக்கு இந்த உண்மை புலப்பட்டுவிட்டது.

மறுநாள் தெருவிலே வெண்கல வியாபாரி போனான். பால்காரி அவனிடம் பாத்திரத்தை எடை போடச் சொன்னாள். பிறகு ஏதோ தக்ஷிணையும் சேர்த்துக் கொடுத்துவிட்டு வேறு பாத்திரத்தை வாங்கிக்கொண்டாள். யுத்த களத்தை விட்டுக் கிளம்பிவிட்டோம் என்ற மகிழ்ச்சியில் வியாபாரியின் மூட்டையுடன் வெண்கலப் பானை கிளம்பிற்று.

அன்று மாலை வியாபாரி வெண்கலப் பானையை எடுத்துக்கொண்டு கன்னான் பட்டறைக்கு வந்து சேர்ந்தான். "ஏன் தம்பி! இந்தப் பொத்தலுக்கு ஒட்டுப்போட முடியுமா?" என்றான். "முடியாது அண்ணே! தூங்கையிலே வாங்குகிற மூச்சு, அது சுழிமாறிப் போனாலும் போச்சு; இதுக்குச் சுழி மாறிப்போச்சு" என்றான் கன்னான். "ஆனால் சரி; நிறை போட்டு எடுத்துக்கொள்..."

வெண்கலப்பானை கன்னான் கைக்கு வந்தது. அவன் அதை உடைத்துப் பஞ்சலோகத்துடன் கலந்து ஓர் அழகிய விக்கிரகத்தை வார்த்தான். ஆதியிலே வெண்கலப் பானையாக வெளிக்கிளம்பியது இப்பொழுது விளக்குத் தாழி விக்கிரகம் ஆகிவிட்டது இன்றைக்கும் வாராஹி கோவில் சன்னிதியில் அது இருக்கிறது. அந்த விளக்கு நாச்சியாரை யும் அவள் விடும் சுடரையும் கண்டு மோகிக்காத பக்தர்களே இல்லை.

ஆனால் விளக்கு நாச்சியாருக்கு மட்டும் மனத்தில் திருப்தி இல்லை. 'சதா நெய்யும் களிம்புமாக விளங்குகிற என் அழகு ஒன்றே போதுமே!' என்று வருந்திக் கொண்டிருக்கிறது.

87. மாய மான்

நேற்று தபாலில் ஒரு பளுவான கவர் வந்து சேர்ந்தது. அவ்வளவு கனமான கவர் அதுவரையில் எனக்கு வந்ததில்லை. என்றாலும் அதை உடனே பிரித்துப் பார்க்கவேண்டும் என்ற ஆத்திரம் உண்டாகவில்லை. எலி தப்பி ஓட முடியாதென்று நிச்சயமாகப் பூனைக்குத் தெரியும் பொழுதுதானே பூனை வேட்டையின் முன் விளையாடிப் பார்க்கிறது! அதைப் போல உறையை அப்படியும் இப்படியும் திருப்பிப் பார்த்தேன். விலாசத்தை யார் எழுதி இருக்கலாம் என்று எண்ணி எண்ணிப் பார்த்தேன். ஒன்றும் விளங்கவில்லை.

விளையாட்டு வினையாயிற்று. உறையைக் கிழித்தேன். மணி மணியான எழுத்தில் எனக்கென்று ஒரு கடிதம் எழுதியிருந்தது; அதுவும் முன்பின் அறியாதவருடைய கையெழுத்தாக இருந்தது. அதைத் தவிர, கச்சிதமாக மடித்துவைத்த சில தாள்கள் இருந்தன. கடிதத்தைப் படித்தேன்; வெகு ரசமாக இருந்தது. அதை முழுவதும் வெளியிடத் தேவை இல்லை. சில வரிகளையாவது வெளியிடத்தான் வேண்டும்.

"தன்னை அறியப் பல வழிகள் உண்டு. எழுத்தும் ஒரு வழி. இந்த உண்மையை நமது முன்னோர்கள் அதிகமாக வற்புறுத்தியதாகத் தெரியவில்லை. அவர்களுடைய கவனமெல்லாம் கர்மம், பக்தி, ஞானம் முதலிய மார்க்கங்களைப் பற்றியே சென்றது. மார்க்கத்தில் செய்கைக்குத்தானே முதன்மை? எழுத்தென்னும் வழியில் சொல்லே செய்கை. இந்த அடிப்படைகளுக்கு மாறாகச் சொல்லைக் கையாள்வது குற்றம்!

அதனால்தான் பணத்திற்கோ வற்புறுத்தலுக்கோ தயாதாட்சண்யத் திற்கோ எழுத்தை ஆளாக்கக் கூடாது. கொடாப்புப் போட்டுப் பழுக்கவைத்த பழத்தின் ருசி எப்படி இருக்கும்! எவ்வளவு சீக்கிரத்தில் பழம் கெட்டுவிடும்! தன்னை அறியவும், தன்மையை விளக்கவும் பிறந்தது எழுத்து. அவ்வெழுத்தில் தான் அழியாமை தங்கும்."

"எனவே எழுத்தை அகவாழ்வின் பாலம் எனலாம். மெய்யறிவின் ஏணி எனலாம். இந்தக் குணங்களுக்காகத் தான் எழுத்தின் மீது நமக்கு மோகம் உண்டாகிறது."

"சோம்பேறிகளுக்காகப் பைத்தியங்கள் கற்பனை செய்வதற்குப் பெயர் கலை என்று யாராவது நையாண்டி செய்தால்கூட நாம் வருந்த வேண்டியதில்லை. ஏனென்றால் பெருத்த பைத்தியக்காரத்தனத்தின் விளைவுதானே இந்தச் சோம்பேறி உலகம்!"

"இத்துடன் 'மாய மானை' அனுப்பியிருக்கிறேன். உங்களைச் சுற்றிப் பல வேடர்கள் திரிகிறார்கள் – இலக்கிய வேடர்கள். வேடர்கள் என்ற சொல் வேடதாரிகள் என்ற பொருளுடன் தொனிக்காதென்பது எனக்குத் தெரியும். தொனித்தால் நல்லது. அவர்களில் யாருக்காவது 'மாய மானை இலக்காக்கி விடுங்கள். அச்செய்கைக்கு நன்றி! இல்லாவிட்டாலும் நன்றி! ஒரு சோம்பேறியாவது இந்தப் பைத்தியத்தைப் படித்துத் தன் இயலை அறிந்து கொண்டிருப்பான் அல்லவா?"

இவற்றைப் போன்ற பிற விசித்திரமான கருத்துகள் அடங்கிய அந்தக் கடிதத்தைப் படித்தேன்! இரண்டு மூன்று முறை படித்தேன். யானைக்கு அங்குசம்போல் என் அறிவுக்குக் கடிதம் அமைந்தது. பின்னர் 'மாய மானை' எடுத்தேன். ஆனால் அதைப்பற்றி நான் சொல்வானேன்? நீங்களே பார்த்துக்கொள்ளலாம்:

மாய மான்

பாழ்! வெறும் பாழ்! இவ்வளவு பொட்டலாக என் மனம் இருந்ததே இல்லை. ஒன்றிலும் ஊக்கமில்லை; உணர்வில்லை. காலையில் எழுவதும், வெந்ததும் வேகாததுமாக எதையோ சாப்பிடுவதும், ஆபீஸுக்கு ஓடுவதும், திரும்புவதும், தூங்குவதும், வாழ்வின் கொடுமையைப் பகலில் தாங்குவது போதாதென்று கனவில் காண்பதும் – இதுவா வாழ்வு? இதற்கா பிறந்தோம்? வருஷம் முழுவதும் இதே கதையானால் மனத்தில் அமைதி நிலைக்குமா? தொழிலில் இன்பம் தெரியுமா? உயிரில் ஊக்கம் இருக்குமா? அந்த மாதிரியான சோர்வும் சலிப்பும் நிறைந்த நிலையில் இருந்தேன். இதற்கு மாற்று? இன்பத்தின் ஊற்றுக்

கண் எனக்கு அகப்பட்டால் அல்லவா? அமைதியின் அடித்தளம் அண்டினால் அல்லவா?

யோசித்து யோசித்து ஒரு முடிவுக்கு வந்தேன். உத்தியோகம் பார்ப்பவர்களுக்கு எந்த விதமான வேதனை உண்டானாலும் ஒரு தெய்வத்தைத்தான் சரணடைவது வழக்கம். அந்தத் தெய்வத்தைச் சரணடைந்தால் இந்தச் சலிப்பும் அயர்வும் மாறலாம் என நினைத்து ஒரு வாரம் ரஜா எடுத்துக்கொண்டேன். செய்கிற தொழிலைச் செய்து கொண்டிருப்பது மட்டும் நமது அலுப்பிற்குக் காரணமாகாது. ஒரே இடத்தில் இருந்துகொண்டு போன தெரு வழியே போய்க்கொண்டு, பார்த்த முகங்களையே பார்த்துக் கொண்டு நாளைக் கடத்தவேண்டிய தலைவிதி ஏற்பட்டிருப்பது மற்றொரு முக்கிய காரணம்.

ஆகையால் சென்னைக்குக் கிளம்பினேன். நான் இருக்கும் ஊரைவிட்டு ரெயிலேறினால் செங்கற்பட்டில் இறங்கி ஏறாமல் சென்னைக்குச் செல்ல முடியாது. நான் ஜங்க்ஷனை அடைந்தபொழுது சென்னை செல்லும் ரெயில் வரவில்லை. விசாரித்ததில், வர மூன்று மணி தாமதமாகும் என்று தெரிந்தது.

என்ன செய்வது? உத்தியோகம் பார்த்துப் பழக்கம் ஆகிவிட்டதால் கீழே உட்கார மனம் வரவில்லை. அங்கே கிடந்த ஒரு பெட்டியின் மேல் உட்கார்ந்தேன். என்னுடன் பொழுதும் உட்கார்ந்துவிட்டது. உட்கார்ந்தால்தான் என்ன? சும்மா இருக்கக்கூடாதா? பெருமூச்சு விட்டுக்கொண்டே இருந்தது. காற்று பட்டால் காற்றாடி சும்மா இருக்குமா? மனத்திலுள்ள காற்றாடியின் மீது பெருமூச்சு படப்பட அது சுழன்றுகொண்டே இருந்தது. என்ன என்னவோ எண்ணங்கள் எழுந்தன.

பகலுக்குப் பின் இரவும், விழிப்புக்குப் பின் தூக்கமும் வெறும் பௌதிக உலகத்து நிகழ்ச்சிகளா? அல்லது ஓவியனைப்போல் சித்திரம் ஒன்று எழுதி வேறொரு மறைபொருளைச் சுட்டிக்காட்டும் தந்திரமா? பகலென்னும் உருவெடுத்துக் காண இயற்கை முயல்கிறதா? தொழிலில் கிட்டாத அமைதி ரஜாவில் கிட்டிவிடுமா? கர்மத்தில் காணாத இன்பம் பக்தியில் காணுமா? ஸ்தல யாத்திரையின் மர்மம் இதுதானா? அயர்வும் சலிப்பும் சிருஷ்டி வேதனையா அல்லது சீரழிவின் தொடக்கமா..?

இந்த மாதிரியான பல எண்ணங்கள் எழுந்துகொண்டே இருந்தன. பக்தி ஸ்தல யாத்திரை என்ற விஷயம் நினைவுக்கு வந்தவுடன் கவனம் பிளாட்பாரத்துக்குத் திரும்பிவிட்டது. அங்கே ஏராளமான யாத்திரிகர்கள். அவர்களுடைய மூட்டைகளையும் முடிச்சுகளையும் பார்த்தபொழுது எனக்கு ஒரு பைத்தியக்கார விருத்தி தோன்றிற்று. தங்களிடமுள்ள

எல்லாவித அழுக்குகளையும் மூட்டை கட்டிக்கொண்டு, வெளுப்பதற்காக என்று புண்ணிய ஸ்தலங்களைத் தேடிச் செல்கிறார்களோ என்று நினைத்தேன். அவ்வளவு அழுக்கு! எண்ணெய்ப் பிசுக்கு! நாற்றம்!

யாத்திரிகர்களில் சில ஸ்திரீகள் ஓய்யாரமாகச் சுருட்டைப் பிடித்துக்கொண்டிருந்தார்கள். இரண்டொருவர் பொட்டுக்கடலையும் பொரியுமாகக் கலந்து இடது கையால் வாயில் அறைந்துகொண்டிருந்தனர்.

இவர்கள் எல்லாருமே என்னைப்போலத்தான்! நான் ஒரு பித்தில் கிளம்பியிருக்கிறேன்; ஏறக்குறைய அதே மாதிரிப் பித்தில்தான் அவர்களும் கிளம்பியிருக்கிறார்கள். இந்தப் பித்தே தெரிந்தும் தெரியாமலும் ஒவ்வொரு மனிதனையும் பிடித்துக்கொண்டு வாழ்வைப் பாழாக்குகிறது. இந்தப் பித்தைத் தெளியவைக்கும் மருந்தின் விஷயத்திலாவது தெளிவு இருக்கக்கூடாதா? இந்தக் கூட்டத்தைப் பார்த்துக்கொண்டிருந்தபொழுது எனக்குப் பின்புறத்தில் பேச்சுக் குரல் கேட்டது. ஆணும் பெண்ணும் ஆங்கிலத்தில் பேசிக்கொண்டிருந்தார்கள். நான் திரும்பிப் பார்க்கவில்லை. பேச்சை மட்டும் கவனித்தேன். ஜனன விகிதத்தைக் கட்டுப்படுத்த வேண்டிய அவசியத்தையும், இல்லாவிட்டால் ஏற்படக்கூடிய கஷ்டங்களையும் பற்றிப் பேசிக் கொண்டிருந்தார்கள். பேச்சின் விஷயத்திற்கும் பேசிய கால்களுக்கும் சற்றும் பொருத்தமில்லை. இந்த வியப்பில் தேம்பி ஜன்னல் வழியாகப் பார்க்காமல் இருக்க முடியவில்லை. இரண்டாம் வகுப்புப் பிரயாணிகள்! கணவனும் மனைவியும் என்று மனம் பதிவு செய்துவிட்டது. குழந்தைதகள் கிடையாதென்றும் மனம் பதிவு செய்துவிட்டது. எந்த ஆதாரங்களைக் கொண்டு இந்த மாதிரி பதிவு செய்தாய்?' என்று கேட்டால் மனம் நிச்சயமாக விழிக்கும். பதிவுதான் ஆகிவிட்டதே, சும்மா இருக்கலாகாதா? 'சத்திரத்தில் சோறில்லை என்றால் இலை பொத்தல்' என்ற பழமொழியை நினைத்துக்கொண்டது. அந்தப் பழமொழியைப் போட்டு நாய் எலியைக் குதறுவது போல் குதறத் தொடங்கிவிட்டது.

இந்த மாதிரியான பிளாட்பாரக் காட்சிகளை மனம் பதிவு செய்து கொண்டிருந்த போதிலும் சலிப்பு மட்டும் அடங்கவில்லை. பத்தடி தள்ளி, பிளாட்பாரத்தில் ஹிக்கின்பாதம்ஸ் புத்தகக் கடை தென்பட்டது. என் கை தானாகச் சட்டைப் பைக்குள் சென்றது. அங்கே கிடந்தது மூன்று ரூபாய். கனவுக்குள் கனவைப் போல மற்றொரு யோசனை தோன்றிற்று. 'சலிப்பையும் அயர்வையும் போக்க பிரயாணத்தைத் தொடங்கினோம். பிரயாணமோ தடைப்பட்டு விட்டது. ஏதேனும் நல்ல புஸ்தகமாகக் கிடைத்தால் பொழுதையும் ஓட்டிவிடலாம்' என்று நினைத்தேன். ஒரு ருஷியக் கதைப் புத்தகத்தை இரண்டு

ரூபாய்க்கு வாங்கிக்கொண்டு அதே பெட்டிமேல் வந்து உட்கார்ந்தேன். மொத்தம் மூன்றே கதைகள்; 205 பக்கம். பாலைவனத்தில் பிரயாணம் செய்கிறவர்கள் தோல் பைகளில் தண்ணீரை எடுத்துச் செல்வார்களே; அந்த மாதிரி இந்த ஒரு புத்தகம் ரெயில் பிரயாணம் முடியுமட்டும் போதுமானது என்று நினைத்துப் படிக்கத் தொடங்கினேன்.

சுமார் இரண்டு மணி நேரந்தான் கழிந்திருக்கும். புத்தகத்தின் கடைசி ஏடு வந்துவிட்டது. ரஸமான புத்தகம். புத்தகம் முடிந்ததும் கூட்டுக்குத் திரும்பும் குருவிபோல் பழைய சூனியம் வந்தடைந்தது.

கண்ணை மூடினேன். ஒரு சல்லடையும் அதன் மீது ஒரு புஸ்தகம் உருகி நீராகக் கொட்டுவது போன்ற சித்திரமும் தெரிந்தன. 'எதற்காகப் பணத்தை வீணாக்கிப் புத்தகம் வாங்கினாய்? சல்லடையில் ஜலம் நிற்குமா? என்ன இன்பம் மிஞ்சிற்று?' என்று அந்தச் சித்திரம் குத்திக் காட்டுவதுபோல் இருந்தது.

அப்பொழுது, "யாரையா பெட்டி மேலே? அதென்ன நாற்காலியா?" என்று ஒரு குரல் அதட்டவே, திரும்பிப் பார்த்தேன். ரெயில்வே சிப்பந்தி! அதிகாரத்தின் முன் அகப்பேய்ச் சித்தர்கூட என்ன செய்யமுடியும்? அவன் அதட்டலைக் கேட்ட என் தத்துவ விசாரமெல்லாம் நண்டு போல் வளைக்குள் பதுங்கிவிட்டது. அந்த இடத்தை விட்டு நகர்ந்தேன். ஆனால் பொழுதும் அந்தச் சுமையும் என்னைவிட்டு நகரவில்லை.

இப்படியே நரக வேதனையாக அரை மணி கழிந்தது. அதற்குப் பிறகு சொர்க்கவாசல் திறந்தது. ரெயில் ஆரவாரத்துடன் எதிரில் வந்து நின்றது. வெகு ஆறுத லடைந்து அதில் ஏறினேன்.

சென்னை சேரும் வரையில் அதிக சங்கடம் இல்லை. ஸ்டேஷனை விட்டு என் நண்பன் வீட்டுக்குச் சென்றேன், 'ஆபீஸ் தவளை' என்று நண்பன் என்னைப் பரிகாசம் செய்வதுண்டு. ஆகையால் என்னைப் பார்த்தவுடன் எதிர்பாராத மழையை வரவேற்பதுபோல், உத்ஸாகம் பொங்க "வா, ரிசியசிருங்கா!" என்று வரவேற்றான்.

பிறகு சிறிது நேரம் குடும்ப சுகங்களைப் பற்றிப் பேசிக் கொண்டிருந்தோம். காலை உணவு ஆயிற்று. பொழுது அப்பொழுதும் சுமையாக உட்கார்ந்தி ருந்தது. ஆபீஸ் இல்லை. வேறு வேலையும் இல்லை. என்ன செய்வது?

நண்பனை அழைத்துக்கொண்டு வெளியே புறப்பட்டேன். ஒரு திட்டமும் இல்லை, ஒரு குறிப்பும் இல்லை. சுற்றினோம், சுற்றினோம், அப்படிச் சுற்றினோம்! பகல் பன்னிரண்டு மணிக்குக்கூடக் கடற்கரையில் இருந்தோம். திரும்பி வரும்பொழுது அதுவரையில் சும்மா வந்த நண்பன் கால் கெண்டைச்சதையைப் பிசைந்துகொண்டே கேட்டான்;

“ஏழு மைலாவது நடந்திருப்போமே; எதற்காக?”

“சும்மாத்தான்.”

நண்பன் நல்ல மதியூகி.

“சும்மாத்தானா? அதாவது வாழ்வில் பிடிப்பு விட்டுப்போய் அயர்வு தோன்றிவிட்டதென்று பொருள். மாயமான் சிக்கவில்லை என்ற வருத்தம். வண்டு, தேனைத் தேடுவது போல் பித்துப் பிடித்து அலைகிறாய். மோட்டார் வண்டியும், தார் போட்ட வீதியும், சிமிட்டி மாடியும், வீடில்லா அநாதையும், டிராம் வண்டியும், ஒண்டுக் குடித்தனங்களும், ஆலைகளும் தரித்திரமும் நிறைந்த நகரம் புஷ்பமா என்ன – உனக்குத் தேன் அளிப்பதற்கு? நீ டாக்டரைக் கலந்து ஆலோசிக்கவேண்டும்” என்றான்.

எனக்கு ஒரு குலுக்கு குலுக்கிற்று; இந்த அயர்வென்னும் வியாதியைக் கண்டுபிடித்து விட்டானே என்று.

பிறகு வீடு வந்து சேர்ந்தோம். சாப்பாடு முடிந்ததும் எனக்குத் தூக்கம் வந்துவிட்டது. தூங்காவிட்டால் மனத் திகிரியிலிருந்து என்ன என்ன விதக் கருத்துகள் உருவெடுத்திருக்குமோ?

இரண்டரை மணிக்கு எழுந்தேன். அப்போதுகூடப் பொழுதென்னும் வௌவால் எனக்குள் தலைகீழாகத் தொங்கிக்கொண்டிருந்தது. “நல்ல சினிமாவாக ஏதேனும் இருக்கிறதா?” என்று கேட்டேன். ஒரு படத்தின் பெயரைச் சொல்லிவிட்டு, “முதல் ஆட்டத்துக்குப் போகலாம்” என்றான்.

“மூன்று மணி ஆட்டம் இல்லையா?”

“உண்டு; என்ன அவசரம், வெயில் வேளையில்?”

“சும்மாத்தான்.”

அதற்குமேல் நண்பன் தர்க்கம் செய்யவில்லை. ஆட்டத்துக்குக் கிளம்பினோம். ஆட்டம் அரை மணிக்குமேல் ரஸிக்கவில்லை. எழுந்து போய்விடலாமா என்று கூடத் தோன்றிற்று. ஆனால் டிக்கெட்டுக்குப் பணம் நான் கொடுக்கவில்லை என்ற நினைப்பு அதற்கு ஒரு தடை செய்தது. சும்மா உட்கார்ந்திருந்தேன். பெரிய மாம்பழத்தை அணில் கொறிப்பதுபோல் மனத்தைப் பொழுது கொஞ்சம் கொஞ்சமாகத் தின்றுகொண்டிருந்தது. ஆட்டம் முடிந்து வீடு திரும்பினோம்.

இரவுச் சாப்பாட்டிற்குப் பிறகு தனியாகக் கடற்கரைக்குச் சென்றேன். நிலவின் ஒளியில், அலையின் ஏற்றத்தாழ்வில் ஒரு சுடர் தெரிந்தது. வீடு திரும்பி வந்து படுத்துக்கொண்டேன். படுத்ததும் சிந்தனை ஓடிற்று.

'கஸ்தூரி மான் என்கிறார்களே, அது உண்மையா? கஸ்தூரி வாசனையைத் தேடிக் காடு முழுவதும் மான் அலைகிறது என்பதும் உண்மையா? அந்த மாய மானைப் போலத்தான் மனமா? தனக்குள் இருக்கும் நிலையான ஊற்றை அறியாது அதைத் தேடிப் பிரயாணத்தையும், ஸ்தல யாத்திரையையும், புஸ்தகப் படிப்பையும், சினிமா பார்ப்பதையும் மேற்கொள்வது சரியா?'

இதே சந்தேகத்துடன் மறுநாள் காலையில் எழுந்தேன். ரஜாவை ரத்து செய்துவிட்டு ஊருக்குத் திரும்ப வேண்டும் என்ற ஒரே எண்ணம் மேவி நின்றது. நண்பனிடம் விடைபெற்றுக்கொண்டு கிளம்பினேன்.

ஊருக்கு வந்த மூன்றாம் நாள் நண்பனிடமிருந்து கடிதம் வந்தது. நான் புதுப் புஸ்தகம் ஒன்றை மறந்து வைத்துவிட்டுத் திரும்பியதாக எழுதியிருந்தான்.

புஸ்தகத்தை ஞாபகம் இல்லாமல்தான் வைத்துவிட்டுத் திரும்பியிருந்தேன். ஆனால் இப்பொழுது அந்த மாதிரி தோன்றவில்லை. பிரயாணத்தில் இன்பம் தெரியவில்லை. சினிமாவில் தெரியவில்லை. புஸ்தகத்திலும் தெரியவில்லை; இவற்றால் என்ன பயன் என்று எனக்குள் இருக்கும் எதுவோ ஒன்று கருதி, அந்த அறிவின் அறிகுறியாக, புஸ்தகத்தை வேண்டுமென்றே மறந்துவிட்டு வந்ததாகத் தோன்றிற்று.

இந்தத் தெளிவான ஞானம் வந்ததும் நண்பனுக்குக் கடிதம் எழுதினேன். "மான் கஸ்தூரியைத் தேடி இனிமேல் அலையாது. இனிமேல் புஸ்தகம், சினிமா ஒன்றும் தேவை இல்லை. டாக்டரும் தேவை இல்லை. இந்த முடிவின் விளைவாகத்தான் புஸ்தகத்தை விட்டு வந்தேன். இனி மேல் செய்யும் தொழிலில் இன்பம் காணப்போகிறேன்" என்று ஒரு பதில் எழுதினேன். சரிதானே?

இப்பொழுது மாயமானின் குளம்போசை நெஞ்சிலே கேட்கிறது.

88. புதிர்கள்

“அடாடா!”

“என்ன?”

“காபிதான்.”

நண்பன் ‘காபிதான்’ என்று சொன்னபோதிலும், காபியைப்பற்றி அபிப்பிராயம் தெரிவித்ததாக என்னால் நினைக்க முடியவில்லை.

“காபியைப் பற்றிச் சொல்லுகிறாயா அல்லது...?” வாக்கியத்தை முடிக்க நண்பன் விடவில்லை.

“இல்லை, அதுவுந்தான்.”

ரகு என் தோழன். நான்கு வருஷத்திய பிரிவுக்குப் பிறகு நேற்றுத்தான் கல்கத்தாவிலிருந்து திரும்பி வந்திருந்தான். கடிதப் போக்குவரத்து மட்டும் உண்டு. காலை பத்து மணிக்கு வந்தவன் குளித்தான், சாப்பிட்டான், தூங்கினான், அரட்டை அடித்தான். பிறகு டிபன், பிறகு இராச் சாப்பாடு; அதுவும் முடிந்துவிட்டது.

தெருத் திண்ணையில் வம்பு பேசிக்கொண்டிருந்தோம். சந்திரகிரகணம் பிடித்த இரவைப்போல் எங்கும் மங்கிக் கிடந்தது. நிலவும் இல்லை; இருட்டும் இல்லை. ஓர் இலைகூட ஆடவில்லை.

“காலத்தைப் போன்ற இரு தலைப் பாம்பு கிடையவே கிடையாது” என்று ஆரம்பித்தான்.

நான் நிமிர்ந்து உட்கார்ந்தேன். "வேலை செய்தாலும் ஆளைக் கொல்லும்; சும்மா இருந்தாலும் ஆளைக் கொல்லும்; அதுதான் காலத்தின் தன்மை."

நண்பன் மனநிலை ஒரு மாதிரி இல்லாத வரையில் அதற்கு மாறான வேதாந்தப்பேச்சு அவனிடமிருந்து புறப்படும் வழக்கம் இல்லை. அவன் மனம் ஒரு புதிர். அதனாலேயே அவனை அருணகிரிநாதர் என்று நாங்கள் கூப்பிடுவது உண்டு. இப்பொழுது அந்தப் போக்கில் இறங்கி விட்டான்.

"அதற்கு நாம் என்ன செய்யலாம்?" என்றதும் அவன் சீறி விழுந்தான்.

"காலத்தை நிறுத்திவிடலாம்; நிறுத்தவும் வேண்டும். அது எனக்கு வழக்கமாகி விட்டது."

"என்னால் முடியாத காரியம். முடியாத காரியத்தில் தோழமை பாராட்ட முடியுமா?"

அவன் எழுந்திருந்து குறுக்கும் நெடுக்குமாக ஆளோடியில் உலாவினான். அந்தக் குறி எனக்குத் தெரியாமலா போகும்?

"நீ போய் வா. ஆனால் ஒன்று; அந்தத் தெரு பதினாறாம் நம்பர் வீட்டுக்குப் போ" என்றேன்.

குளிப்பதற்குத் தண்ணீரில் இறங்கும் லாகவத்துடன் அவன் தெருவில் நழுவி விட்டான். நிழலைப்போல் செல்பவனைத் தெருக்கோடி வரையில் பார்த்துக் கொண்டிருந்தேன். அவன் திருவிளையாடல்களைப் பற்றிய நினைப்பு அலையலையாக எழுந்தது. கண்ணுக்கு மறைந்ததும் கதவைச் சாத்திக்கொண்டு உள்ளே போய்விட்டேன்.

பிறகு காலையில் காபி குடிக்கும் நேரத்தில்தான் அவனைக் கண்டேன். அப்பொழுது அவன் புகழ்ந்தது காபியைத்தான் என்று நிச்சயமாகக் கருதமுடியவில்லை. பதினாறாம் நம்பர் வீட்டைக் குறித்ததாகப் பட்டது.

"உண்மையாக, காபியைப் பற்றி நினைத்தா பேசினாய்?" என்று வக்கீல் அதட்டிக் குறுக்கு விசாரணை செய்வதுபோல் கேட்டேன்.

"நீ நினைப்பது சரிதான்" என்று சிரித்தான்.

"அந்தப் பதுமையிடத்தில் என்ன புதிதாகக் கண்டு விட்டாய், அப்படி வசமிழந்து போக?"

"சரியான வார்த்தை! அதை ஒரு பதுமை என்றுதான் சொல்லவேண்டும். அந்தத் தெருவிற்கு லாயக்கில்லை."

“ஏன்...? பின் எதற்குத்தான் தகுதி?”

“குடும்பத்திற்கு.”

“சரி. அவள் குடும்பத்திற்குத் தகுதியாயிருந்தால், குடும்பம் அவளுக்குத் தகுதியாய் இருக்கவேண்டாமா?”

“நீ சொல்வது எனக்குப் புரிகிறது. கணவனை ஏமாற்றக் கூடாதா?”

“அது இருக்கட்டும். எதைக் கொண்டு அவள் அந்தத் தெருவிற்கு லாயக்கில்லை என்று முடிவு கட்டினாய்?”

“நல்ல கேள்விதான்... சாதாரணமாக அந்த மாதிரி வீடுகளில் காணப்படும் நாகரிக அலங்காரம் ஒன்றையுமே அங்கே காணோம். மருந்துக்குக்கூடச் சுவரில் ஒரு படம் இல்லை. நாற்பது ஐம்பது வயசில்கூட புஷ்பங்களை வைத்துக்கொண்டு வண்டுகளை வருந்தி அழைக்கும் கூட்டத்தில் இருபத்தைந்து வயசுள்ள ஒருத்தி புஷ்பம் வைத்துக்கொள்ளவில்லை என்றால் என்ன நினைப்பது? தவிர வெற்றிலைத் தட்டை வைத்தபோது முகத்தை நெருக்கத்தில் பார்த்தேன். அதில் மாறாத சோகம் தோய்ந்திருந்தது. அதை என் கற்பனை என்று நினைப்பதற்கில்லை. ஏனெனில் அவள் நீண்ட பெருமூச்சு விட்டாள். தட்டு என்ன அரிசி மூட்டையா, பளுவினால் களைத்துவிட்டாள் என்பதற்கு? ‘தினம் இந்தக் கதைதானா?’ என்பதுபோல் இருந்தது அந்த நெடுமூச்சு. ஒரு சமயம் வீட்டைவிட்டு வெளியேறிவிடலாமா என்று கூட யோசித்தேன். ஆனால் வேறு ஏதோ கவர்ச்சி பிடித்திழுத்தது. இன்னதென்று உணர முடியவில்லை. வெற்றிலை பாக்கு போட்டுக்கொண்டேன். உன் நினைப்பு, திடீரென்று வந்தது.

‘அவர் இங்கு வருவது உண்டா?’ என்று உன்னைக் குறிப்பிட்டுக் கேட்டேன்.

‘இல்லை’ என்றாள்.

‘ஆனால் அவரைத் தெரிந்து கொண்டது எப்படி?’ என்று கேட்ட பொழுது, ‘அவர் இந்த வட்டத்து நகர சபை அங்கத்தினர்’ என்றாள். வேறு எதுவும் சொல்லவில்லை. அவள் சொன்ன மாதிரியிலிருந்து எதையும் மறைத்துப் பேசுவதாக நினைக்க முடியவில்லை. அதனால் அந்த விஷயத்தை நானும் தொடரவில்லை.

‘இது உன் குலத் தொழிலல்லவே?’ என்று பளிச்சென்று அடுத்தபடி கேட்டதும் அவள் வேர்த்துப் போனாள்.

‘உங்களைப் பார்த்தால் உலக அனுபவம் முதிர்ந்தவர் போல் தோன்று கிறது. ஆம், இது என் குலத் தொழில் அல்ல, விதிவசம்’ என்று

கண்கலங்கினாள்.

‘விதியை நான் நம்புவதில்லை’ என்றதும் தன் கொடுமையைச் சொல்ல ஆரம்பித்தாள். “ஆனால் உனக்குத்தான் அந்த விவரமெல்லாம் தெரிந்திருக்குமே?”

“எனக்கு முழுவதும் தெரியாது.”

“உண்மையாகவா?” என்று நண்பன் தயங்கினான்.

“ஆம், உண்மையாக” என்றதும் அவன் ஆரம்பித்தாள்?

அவள் நல்ல குலத்தில் பிறந்தவள். ஆனால் ஏழை. தகப்பனார் மளிகைக் கடையில் சொற்பச் சம்பளத்திற்கு அமர்ந்திருந்தார். பிள்ளையும் பெண்ணுமாக நாலைந்து குழந்தைகள். ஏழைக் குடும்பமென்றால், நாளோட்டுவதே கஷ்டமாக இருக்கிறது. பெண்ணுக்குக் கல்யாணம் செய்ய வேண்டுமென்றால் கேட்பானேன்?

தகப்பனார் தவித்துக் கொண்டிருந்தார். ஓர் அதிர்ஷ்டம் அடித்தது. அடுத்த தாலுகாவைச் சேர்ந்த ஒரு வரனைப் பற்றி ஒருவர் அவரிடம் பிரஸ்தாபித்தார். கடிதப் போக்குவரத்து நடந்தது. பிறகு பையன் பெண்ணைப் பார்க்கவந்தான்.

பார்வைக்கு அவன் அழகாகத்தான் இருந்தான். கண்ணாடி போன்ற வழவழப்பான முகமும் பெரிய கண்களும் சிவப்பான நிறமும் இவர்களை வசீகரித்தன. தவிர அவன் பணக்காரன் என்றும் தெரிந்தது. வேறு என்ன வேண்டும்?

கல்யாணம் நடந்தது.

பெண் கணவன் வீட்டுக்குச் சென்ற முதல் தினம் இரவு. மேளமும் தாளமும் விருந்தும் சந்தனமும் வாசனையும் சங்கீதமுமாக இருந்தன.

இந்த ஆடம்பரத்திற்கிடையே பள்ளியறைக் கோலம்! பையனும் பெண்ணும் தனிமையில் இருந்தார்கள். மல்லிகைப் புஷ்பங்களால் அலங்கரிக்கப்பட்ட கட்டில்கள் ஒருபுறம், பெரிய நிலைக்கண்ணாடி பதித்த அலமாரிகள் ஒரு புறம், சோபாக்கள் ஒரு புறம். நடுவில் கருங்காலி மேஜை. அதில் பலவிதப் பழக் குவியல்கள் நிறைந்த தட்டுகள். அவற்றுக்கு நடுவிலிருந்து அம்பர் ஊதுவத்தியின் வாசம் எழுந்துகொண்டிருந்தது. மூலையில் ஒரு குத்துவிளக்கு. பெண் வெட்கி ஒதுங்கி நின்று கொண்டிருந்தாள். பையன் எவ்விதப் புதுமையையும் உணரவில்லை. அவனாகவே வெற்றிலை போட்டுக்கொண்டுவிட்டுக் கட்டிலில் போய்ப் படுத்தான். படுத்த ஐந்து ஆறு நிமிஷத்திற்குள் குறட்டைவிடும் சத்தம் பெண்ணின் காதில் விழுந்தது. பெண்ணுக்கு

எப்படி இருக்கும்? கற்பனை செய்து பாரேன் / அந்தக் குறட்டைதான் பெண்ணுக்கும் பையனுக்கும் இடையே ஏற்பட்ட வேற்றுமையின் பிள்ளையார் சுழி.

பிள்ளையார் சுழி போட்டு ஆரம்பித்தால் காரியம் வெற்றி என்பார்கள். அதே மாதிரி அந்த வேற்றுமை வெற்றியே பெற்றது. பொறுமையாக ஆறுமாதம் வரையில் அவள் இருந்தாள். அவள் வதனத்தில் தோன்றிய சந்தேகம் தெளிந்துவிட்டது. தன் கணவன் கல்யாணமே செய்துகொள்ள லாயக்கில்லாதவன் என்பதைத் தெளிவாக உணர்ந்தாள். ஆனால் சிந்திய பாலை என்ன செய்ய முடியும்?

ஒன்றும் செய்ய முடியாதுதான். ஆனாலும் கோபத்தில் பாத்திரத்தை உடைத்துவிடலாம் அல்லவா? அதைத்தான் அவளும் செய்தாள். பார்த்தால் பசு போலத்தான் இருந்தாள். இருந்தாலும் கணவன் தன்னை ஏமாற்றிய குற்றத்தை மறக்கவில்லை. அதற்கு மாறாகத் தன் மனத்தைத் திரையிட்டு மறைத்துவிட்டாள்.

எதிர்வீட்டில் ஒரு நாடோடி வைத்தியன் இருந்தான்; அழகிய இளைஞன். அவளுக்குத் திடீரென்று நோய் தோன்றிற்று. இந்த வைத்தியன்தான் மருந்து கொடுக்க அகப்பட்டான். நோய் குணமாகிவிட்டது.

மண வாழ்க்கையில் தேக சம்பந்தத்திற்கு எவ்வளவு முக்கியமான பங்கு உண்டென்பதைச் சில பெரியோர்கள் உணர்வதே இல்லை. இந்தக் குறையினால் அவனுடன் நட்பு முளைத்தது. அந்த இளைஞனுடன் எங்கோ போய் விட்டாள்.

அதற்குப் பிறகு, கணவன் போக்குத்தான் எனக்குப் புரியவில்லை. வண்ணானுக்குச் சட்டையைப் போட்டுவிட்டால், அடுத்த சட்டையைத் தேடுவது போல, மறு தாரத்திற்கு அலைந்தான். அங்கே இங்கே தேடினான். ஓர் ஏழைப் பெண்ணைப் புள்ளி வைத்தான். முகூர்த்தமும் குறித்தாகிவிட்டது.

இந்த விஷயம் இவள் காதிற்கு எப்படியோ எட்டி விட்டது. புருஷனை விட்டு வந்தவளுக்கு இதைப் பற்றிய கவலை தேவை இல்லை. ஆனால் அவள் வெதும்பினாள். கணவனுக்காக அல்ல; பெண்ணுக்காகத்தான். கணவனைப் பற்றிய உண்மை அவர்களுக்குத் தெரிந்திருக்க முடியாது. மற்றொரு பெண்ணையும் மோசம் செய்யப் போகிறான். அதைச் சகித்துக் கொண்டிருப்பது நியாயமா என்ற யோசனையில் ஆழ்ந்து தீர்மானமாக ஒரு முடிவுக்கு வந்தாள்.

முகூர்த்த தினத்து இரவு நிச்சய தாம்பூலத்திற்குப் பிள்ளை வீட்டார் பெண் வீட்டுக்கு வந்திருந்த சமயம். வாசலில் மேளம் முழங்கிக்கொண்

டிருந்தது. ஸைக்கிளில் ஒரு சேவகன் வந்து பெண்ணின் தகப்பனாரிடம் ஒரு தந்தியைக் கொடுத்துச் சென்றான். கை நடுங்கத் தந்தியைப் பிரித்துப் படித்தார்.

'நீங்கள் செய்வது கல்யாணமல்ல, மரக்கட்டைக்குப் பெண்ணைக் கொடுக்கிறீர்கள், எச்சரிப்பது என் கடமை. ராஜலக்ஷ்மி.'

அவர் தலை சுழன்றது. வாய் திறக்கவில்லை. என்ன என்னவென்று பக்கத்தில் இருந்தவர்கள் கை நீட்டினார்கள். மௌனமாகத் தந்தியை மாப்பிள்ளையிடத்தில் நீட்டினார். அவன் படித்து விட்டுத் திருடனைப்போல் விழித்தான். அவனுடைய மாமா அந்தத் தந்தியைப் பிடித்து இழுத்து வாசித்தார். அவர் முகம் ரௌத்திராகாரமாகப் பொங்கிற்று.

'அது யார் ராஜலக்ஷ்மி?' என்று பெண்ணின் தகப்பனார் மெதுவாகக் கேட்டார்.

'அந்தக் கழிசறைதான்' என்றார் மாமா.

பெண்ணின் தகப்பனாருக்குப் புரிந்துவிட்டது.

'இந்த மாதிரிப் பெண்களைச் சுட்டுக் கொளுத்த வேண்டும்!' என்றார் மாமா.

பெண்ணின் தகப்பனார் மாப்பிள்ளையின் காதில் ஏதோ சொன்னார். மாப்பிள்ளை மாமாவிடம் சொன்னார். மாமா சாஸ்திரிகளிடம் சொன்னார். அவ்வளவுதான். திடீரென்று மேளம் நின்றுவிட்டது. கல்விழுந்த காக்கைக் கூட்டம் போல ஒரு நிமிஷத்திற்குள் வீடு காலியாகி விட்டது.

அதற்குப் பிறகு நடந்ததுதான் இன்னும் ஆச்சரியம். தந்தி அடித்தால் இன்ன ஊரிலிருந்து வருகிறதென்று தெரியும் அல்லவா? அதைக் கொண்டோ என்னவோ அவன் இவள் இருப்பிடத்தைக் கண்டு பிடித்துவிட்டான்.

ஒரு நாள் இரவு. மணி ஒன்பது இருக்கும். நாடோடி வைத்தியன் வீட்டில் இல்லை; கதவு சாத்தியிருந்தது. இவள் மட்டும் வெற்றிலை போட்டுக்கொண்டு வீட்டில் இருந்தாள். யாரோ வாசல் கதவைத் தட்டும் சத்தம் கேட்டது.

'யார்?' என்றாள்.

'நான்தான்' என்று பதில் வந்தது.

அந்த 'நான்' யாரென்று புரியவில்லை. விளக்கெடுத்து வந்து கதவைத்

திறந்தாள். தன் மாஜி கணவன்! அவளுக்கு இன்னது செய்வதென்றே புரியவில்லை. திகைப்படைந்து நின்றுகொண்டிருக்கும்பொழுதே, ரொம்பப் பழகிய வீடுபோல் அவன் உள்ளே போய் ஒரு நாற்காலியில் உட்கார்ந்தான். அவளும் திகிலடைந்து உள்ளே சென்றாள். கூடத்தில் ஒரு தூண். அதன் நிழலில் மௌனமாய் ஒண்டி நின்றாள்.

மண்டபத்திலிருந்து ஜலத்தில் குதிப்பவர்போல் அவன் ஆரம்பித்தான்.

'நான் சண்டை போடுவதற்காக வரவில்லை. நீ என் வீட்டை விட்டுப் போய்விட்டாய்; அது வரையில் சரி. நான் மற்றொரு பெண்ணைக் கல்யாணம் செய்துகொள்வதில் உனக்கு என்ன நஷ்டம் என்றுதான் கேட்க வந்தேன்' என்றான்.

அவள் பதில் சொல்லவே இல்லை.

'வீடு வாசல் நிலபுலம் இருக்கிறது. கௌரவமாய் இருந்தோம். நீ வந்துவிட்டுப் போனபோது ஒரு தடவை மானம் அழித்தாய். ஒரு தரம் மானம் அழித்தால் போதாதா? எங்கள் குடும்ப கௌரவம் போய்விட்டது. ஸ்திரீ இல்லாத குடும்பத்திற்கு சமூகத்தில் கௌரவம் ஏது?' என்று உணர்ச்சியற்ற குரலில் பேசினான்.

அப்பொழுதும் பதில் இல்லை.

'ஏதேனும் சொல்லேன், பார்ப்போம்' என்று வற்புறுத்தினான்.

புகையில் அமுங்கிய தீ எழுவது போல் ஒரே வாக்கியம் சீறிக்கொண்டு வந்தது.

'உன் லச்சணத்துக்கு ஒரு பெண் பாழாவது போதாதா?' என்றாள்.

அவன் பதில் பேசவில்லை. வாசற்கதவைத் திறந்துவிட்டு ஒரு நிமிஷம் தயங்கினான்.

மறுபடி கூடத்திற்குள் நுழைந்தான்.

'அப்படியென்றால் வீட்டிற்கு வந்துவிடேன். ஸ்திரி இல்லாத வீடென்று எல்லோரும் அலக்ஷ்யம் செய்கிறார்கள்' என்று குழையும் குரலில் கோரினான்.

'நீ ஒரு அசடு. போ' என்றதும் போய்விட்டான்.

அவன் வந்ததன் நாட்டம் அவளுக்கு விளங்கவே இல்லை. சோர்ந்து கூடத்தில் உட்கார்ந்திருந்தாள். மணி பத்து அடித்தது. பன்னிரண்டு அடித்தது. இவர்கள் பேசிக்கொண்டிருந்தபொழுது அவன் வீட்டிற்குள் நுழைந்து பார்த்துவிட்டு ரகசிமாய் வெளியேறியது அவளுக்கு எப்படித் தெரியமுடியும்? இளைஞன் ஏன் வரவில்லை? வைத்தியத்திற்காகத்

திடீரென்று வெளியூர் போய்விட்டதாக நினைத்துத் தூங்கினாள்.

மறுநாள் விடிந்தது, அஸ்தமித்தது. ஆனால் அவனைக் காணவில்லை. சஞ்சலமடைந்து அன்று இரவை எப்படியோ கழித்தாள். மறுநாளும் வரவில்லை. அடுத்த நாளும் வரவில்லை. அவள் மனம் எப்படி இருந்திருக்கும்? மாஜி கணவன் வீட்டுக்குப் போய்விடலாமா என்ற அவல ஆசைகூடத் தோன்றிற்றாம். ஆனால் மனம் வருமா?

விதியை நினைத்துக்கொண்டாள். வேசையாகி விட்டாள். வேறு வழி?

ரகு பெருமூச்சுடன் நிறுத்தினான்.

"ஆமாம். நீ எப்பொழுது நகரசபை அங்கத்தினன் ஆனாய்?"

"மூன்று மாதத்திற்கு முன்."

"நகரசபை அங்கத்தினர் பதவிக்கும் இந்தப் பெண்ணுக்கும் என்ன சம்பந்தம்?"

"ஒன்றுமில்லை, வோட்டுத்தான் சம்பந்தம்."

"அவள் உனக்கு வோட்டு தந்தாள். அவ்வளவுதானே?"

"அவ்வளவுதான்."

"அப்படியென்றால் நீ வீட்டைக் குறிப்பிட்டு என்னை அனுப்பியதில் மர்மம் ஏதோ இருக்கிறது. அதை மறைக்கிறாய்."

"மர்மமும் இல்லை. வெட்கப்பட வேண்டியதும் இல்லை. வோட்டு கேட்பதற்காக ஒவ்வொரு வீடாக ஏறி இறங்குவதென்று தேர்தல் சம்பிரதாயம் ஒன்று உண்டு. அந்த மாதிரி இவள் வீட்டுக்கும் போயிருந் தேன். என்னுடன் சில தேர்தல் புலிகள் வந்திருந்தனர். நாங்கள் வீட்டுக்குள் நுழைந்ததும் இந்தப் பெண் எங்களை வரவேற்றாள். வெற்றிலைத் தட்டைக் கொணர்ந்து வைத்தாள். எங்களில் ஒருவர் ஒரு மாதிரியான ஆள். வெற்றிலைத் தட்டை எடுத்து வைத்துக்கொண்டு அங்கே இருந்த கட்டிலில் உட்கார்ந்து மெள்ள வெற்றிலை போட ஆரம்பித்தார். என்னைத் தவிர பாக்கி எல்லோரும் அதேமாதிரி செய்தார்கள். நான் மட்டும் நின்று கொண்டிருந்தேன்.

"அப்படி உட்காருங்கள்; நிற்பானேன்?" என்று பெண் வற்புறுத்தினாள்.

எனக்கு உட்காரப் பிடிக்கவில்லை. நின்றுகொண்டே இருந்தேன். பல தரம் சொல்லியும் நான் கேட்கவில்லை. அவள் என்னையே பார்த்துக்கொண்டிருந்தாள்.

என்னுடைய தயக்கம் எப்படியோ எனக்குப் பெரிய மதிப்பைச்

சம்பாதித்துக் கொடுத்தது. ஏனெனில் தேர்தல் விஷயத்தைப் பேசி முடித்துவிட்டு வீட்டைவிட்டு வெளியேறுகையில் வழியில் ஒரு துணி கிடந்தது. மற்றவர்கள் அதை மிதிக்காமல் போகும்பொழுதுதான் அதை அவள் கவனித்தாள். கவனித்தவுடன் நான் அந்த இடத்திற்கு வருமுன்பே அதை அப்புறப்படுத்தினாள். ஒரு மகானுடைய காலை ஓர் அடி அதிகமாக எடுத்து வைக்கும்படி செய்யக்கூடாது என்ற எண்ணமோ என்னவோ!

பிறகு அவளைப்பற்றி நான் நினைக்கவே இல்லை.

ஒரு நாள் இரவு வீட்டில் உட்கார்ந்திருந்தேன். எவ்வித முன்னெச்சரிக்கையுமின்றி அவள் அங்கு வந்ததும் நான் ஓரளவு வெட்கிப்போனேன். பிறகு என்னையே தேற்றிக்கொண்டு, 'எங்கே இந்த வேளையில்?' என்றேன்.

'உங்களிடந்தான்.'

என்னால் நம்பமுடியவில்லை. எனக்கும் மற்ற ஸ்திரீகளுக்கும் எவ்விதத் தொடர்பும் இல்லை என்று என் மனைவியே உறுதி கூறக் கூடிய நிலையில் அவளுக்கு என்னிடம் என்ன வேலை இருக்கலாம் என்று நினைத்தேன்.

'நகரசபை சம்பந்தமாக வந்தீர்களா?' என்று ஊகித்துக் கேட்டேன்.

'இல்லை' என்று மயங்கினாள்.

'பின்?'

அவள் பதில் சொல்லவில்லை.

'பின்?'

அவள் திடீரென்று எனக்கு நமஸ்காரம் செய்தாள். 'என்னைக் காப்பாற்றவேண்டும்' என்று தேம்பினாள்.

'விஷயத்தைச் சொன்னால் பார்ப்போம்.'

'ஏதோ சட்டம் ஒன்று வந்திருக்கிறதாம். யாரேனும் ஒருவருக்குச் சொந்தமென்று போலீஸில் பதிவாகாமல் எதுவும் முடியாதாம். எனக்குப் பிழைக்க வழி இல்லை. நீங்கள்தாம் காப்பாற்றவேண்டும்' என்று தன் முழு வரலாற்றையும் சொல்லி முடித்தாள்.

நான் யோசிக்கவே இல்லை. 'என் பேரைப் போலீஸில் பதிவு செய்' என்றேன்.

'உங்கள் பெயரையா?' என்று விம்மினாள்.

‘சும்மா செய்’ என்று வற்புறுத்தியதும் என்னை வணங்கிவிட்டுப் போய்விட்டாள்.

அவ்வப்பொழுது அவளைப்பற்றி விசாரித்து வருகிறேன். வெகு கண்ணியமான முறையில் தொழில் நடத்துவதாகக் கேள்வி. போதுமான பணம் சேர்ந்திருக்கிறதென்றும் இனிச் சும்மா இருக்கத் தீர்மானித்திருப்பதாகவும் இன்று காலையில்தான் ஒருகுறிப்பு அனுப்பினாள்.”

“அதெல்லாம் சரி. அவள் வரலாறு தெரியாது என்றது இப்பொழுது பொய் என்று விளங்கிவிட்டது. என்னை அங்கு அனுப்பிய மர்மந்தான் விளங்கவில்லை.”

“எனக்குந்தான் ஒரு மர்மம் விளங்கவில்லை. கதை கேட்கவா ஒருவன் இப்படி இரவில் போவான்?”

“அதற்கா போனேன்? கதை கேட்க நேர்ந்தது. கேட்ட பிறகு, போகும் பொழுது இருந்த மனநிலையைக் காணவில்லை. என் மனசு ஒரு புதிராக இருக்கிறது. வேதாந்தமாக நான் பேசும்பொழுது மனசு சகதியில் புரண்டு கொண்டிருக்கும். மறு கணத்திற்குள் ஞானியைப் போன்ற உடலுணர்ச்சி உண்டாகிவிடுகிறது. இந்த விசித்திரத்தையும் அந்த வரலாற்றையும் மாறி மாறி எண்ணிக்கொண்டே அயர்ந்துவிட்டேன். அவ்வளவுதான்.”

“உன் கேள்விக்கு விடை நீ சொன்னதிலேயே இருக்கிறது. உன்னை முழு அருணகிரி ஆக்க வேண்டுமென்றுதான் அங்கே அனுப்பினேன்.”

“அது பலித்துவிட்டது; ஒரு நாளைக்கேனும். ஆனால் உன்னையும் அருணகிரியில் பாதி என்றுதானே இந்த ஊர்ப் போலீஸ்காரர்கள் நினைப்பார்கள்?”

“அதுதான் இல்லை. நான் அந்தப் பக்கம் போவதில்லை என்பது எல்லோருக்கும் தெரியும். அதனால் இவர்களுக்கெல்லாம் நான் ஒரு புதிர்.”

“எனக்கு மட்டும் உன் மனநிலை புரிகிறது” என்று ரகு தம்ளரில் கொஞ்சம் காபியை ஊற்றிக்கொண்டா.

89. பிழைப்பு

“என்ன ஐயர்வாள் நல்ல வேலை செய்துட்டிங்களே!”

“வாங்க, உட்காருங்க... அப்படி ஒண்ணும் செய்யவில்லையே.”

“ஒப்புக்கொள்ளப் பயப்படுறீங்களா, இல்லாட்டி வெக்கப்படறீங்களா?”

“எதைப் பற்றிச் சொல்றீங்கோ?”

“நீங்க செஞ்சதைக் கேள்விப்பட்ட பிறகு நான் கூட அதுமாதிரி செஞ்சால் என்னன்னு யோசிக்கிறேன். நான் கூட அவங்ககிட்டயே ஒப்படைச்சுட்டு ஹாய்யாக இருக்கலாம். காட்டை அழிக்கிறதுன்னா தீவட்டியை வச்சுக் கொளுத்தியா ஆகும்? மூங்கிலும் மூங்கிலும் உரசிக் கொண்டால் தானே காடு அழிந்துபோகிறது. பொதுவுடைமை, அபேதவாதம், கிஸான் இயக்கம்– இன்னும் இருக்கிற அவ்வளவு தொந்தரவுக்கும் இந்த வழிதான் நல்ல மருந்து. அவா கேக்கறதைக் கொடுத்துட்டால் அப்போ தானாத் தெரிந்து போறது! கையை இறுக்கமாக மூடிக்கிட்டால் என்னவோ இருக்கு என்று சண்டைக்கு வரான்கள். இப்போ என்ன மோசம். இத்தனை நாளாய் நாம் கொடுத்தோம், பண்ணையாள் வாங்கிக் கொண்டான். இப்பொழுது அவன்தான் கொடுக்கட்டுமே, நாம் வாங்கிக் கொள்கிறோம். என்ன நான் சொல்றது சரிதானே?”

“சரிதான் சரிதான். பண்ணையைப் பத்தியா?”

“ஆமாம். ஒண்ணாம் நம்பர் யோசனை. நிலம் சாகுபடியாகாமேயும், நடவு நடாமேமெயும் அறுவடைக்கூலி சண்டை இல்லாமலும் போயிடும்

பாருங்கோ... அதோடு இந்த இயக்கங்களும், கோவிந்தா ஆயிடும். அஞ்சு வாரத்துக்கு அப்புறம் இவங்களா வந்து, 'நிலமும் வேண்டாம், நீச்சும் வேண்டாம்; நீங்களே படி அளங்க'ன்னு சொல்வான்கள், பாருங்களேன். இருக்கட்டும். மெம்பராச் சேர்ந்துட்டீங்களாமே?"

"மெம்பராச் சேர்ந்துட்டேன். அவுக ஒரு கடுதாசு கொடுத்தாங்க. அதில் கையெழுத்து செய்து கொடுத்திருக்கேன்."

"சபாஷ்! அவுங்க ஓங்க மனசுக்குள்ளே பூந்து பார்த்தான்களா என்ன? முள்ளை முள்ளாலேதான் எடுக்கணும்!"

"முள்ளை முள்ளால் எடுத்தால் சில சமயம் ரெண்டாம் முள் கூட உள்ளேயே ஒடிஞ்சு போறதும் உண்டு."

"நீங்க சொல்றது ஒரு மாதிரியாத் தோணுதே. ஆனால் நீங்க நிஜமாவே சேர்ந்துட்டேளா?"

"ஆனால் பொய்யா வேறே சேருகிறதுண்டா என்ன?"

"ஏன் இல்லே? திருடனைக் கண்டுபிடிக்கணுமின்னா நாமும் திருடன் ஆனால்தான் முடியும். அந்த மாதிரி யோசிச்சுத்தான் இந்த மாதிரி செய்திருக்கீங்க என்னு நினைச்சேன்."

"இல்லே, நிஜமாகத்தான்."

"என்னாலே நம்பவே முடியவில்லையே. போன வாரம் இதே திண்ணை யிலே நீங்க பேசினது ஞாபகம் இருக்கோ இல்லியோ? அந்தப் பேச்சைக் கேட்ட எவனும் நீங்க இப்போ சொல்றதை நம்பமாட்டான். 'கட்டுத் தறியிலே இருக்கிற மாடு தொடந்தாப்போல மூணு மாசமா விடியக்காத்தாலே செத்துக் கிடக்கிறதுன்னா யார் வேலைன்னு தெரியல்லியா?' ன்னு உறுமினீங்களே. 'சுவான் தாரனை நஷ்டப்படுத்து. அவன் வழிக்கு வருவான்னு உபதேசம் பண்ணினவங்களை வைக்கறேனா பாரு!' என்று வரிந்து கட்டினீங்களே... அதெல்லாம் மறந்து போய், அவங்க சங்கத்திலேயே சேந்தூட்டேன் இன்னா எப்படி நம்பறது?"

"அப்போ பேசினது வாஸ்தவம். அப்போ கொதிச்சதும் வாஸ்தவம்தான். ஆனால் இப்போ ஒண்ணு நடந்தது. அதிலே இருந்து புத்தி மாறிப்போச்சு. நம்ப பேச்சு, வேகம் எல்லாம் அவ்வளவு நியாயமாகப் படவில்லை. சுய காரியப்புலி விஷயமாத் தெரியுது – நன்னா நிதானமா யோசிச்சால்–"

"அப்படி என்ன நடந்தது? எனக்குத் தெரியாதே."

"கிணறு இறக்க வேண்டும் என்று சொல்லிக் கொண்டிருந்தேனா?

மூணு நாளைக்கு முந்தி ஒட்டன்கிட்டே வேலையைப் பேசி விட்டேன். அவங்களோடே கூலி பேசி விடறதுக்கே பெரிய தொந்தரவாய்ப் போய்ட்டுது. ஒரு சமயம் கிணறும் வேண்டாம்... ஒரு எழவும் வேண்டாமுன்னு கூடத் தோணிப்போயிட்டுது. ஆனால் ஆசை விடவில்லை. ஒண்ணுக்கு மூணாக் கூலியை ஒத்துக்கிட்டேன். இந்தக் கூலி ஜெரிக்காதுன்னு சொல்லியே ஒத்துக்கிட்டேன்.

அவன்கள் வேலைக்குப் போயிட்டான்கள். சாயங்காலமாக என்ன வேலை ஆகி இருக்கு பார்ப்போம் என்று நான் புறப்பட்டுப் போனேன். கான்டிராக்டு கூலி இன்னால் கேக்கணுமா? பரபரவென்று வேலை செய்து கொண்டிருந்தான்கள். பதினைந்து ஆட்கள் வேலை செய்து கொண்டிருந்தான்கள். இரண்டு பேர் கிணற்றில் இடுப்பு மட்டும் தண்ணீரில் நின்று கொண்டு மண்ணைக் கூடையில் வாரி மேலே அனுப்பிக் கொண்டிருந்தான்கள். இரண்டு பேர் கிணற்றுக்கு மேல் நின்றுகொண்டு கூடையைச் சாரங்களில் இடிக்காமல் கொள்ளாமல் மேலே அனுப்பிக் கொண்டிருந்தான்கள். சாரத்திற்கும் மேலே இருவர் நின்றுகொண்டு இந்தக் கூடைகளைக் கயிற்றினால் இழுத்துக் கொண்டிருந்தான்கள். வேறு இருவர் மண்ணை வாங்கிக் கொட்டினான்கள். அப்பொழுது வேலை நடந்திருந்த கணக்குக்கு மறு நாள் வேலை முடிஞ்சுவிட வேண்டும்.

என் மனசுலே ஒரு கணக்கு ஓடிக்கொண்டிருந்தது. 'ஒரு நாளைக்கு ஓர் ஆளுக்கு இரண்டு ரூபாய் வீதம் கூலிக் கணக்கு வைத்தால், இரண்டு நாள் வேலைக்கு அறுபது ரூபாய்தானே ஆகிறது. இந்த அறுபது ரூபாய்க்குமேல் கூலி கேட்பது அக்கிரமம்தானே! அவர்கள் இல்லாவிட்டால் காரியம் நடக்காதுன்னு தெரிந்துகொண்டுதானே நம்மை ஏமாத்தி மோசடி செய்கிறார்கள்! இந்த வேலைக்கு 180 ரூபாய்க்குக் குறையமாட்டேன் என்றான்களே? கூலியாட்களை ஏழை, அப்பாவிகள் என்று நினைக்கக்கூடாது. அவர்களைப்போல் பகற்கொள்ளைக்காரர்களை எங்கேயும் பார்க்கமுடியாது. ஏழைகள், வேலையாட்கள்பாடே தேவல்லை. பஞ்சப் பாட்டுப் பாடியே பிழைத்து விடுகிறான்கள். நல்ல கொள்ளை! ஆனால் நம்ம கதி! மகா வெட்கக் கேடு!' இதை எல்லாம் நினைக்க நினைக்க மனசு பொங்கியது. அவர்கள் வேலை செய்வதைப் பார்க்கப் பார்க்க எனக்குப் பற்றிக்கொண்டது. சஞ்சாயத்தில் வேலை செய்வதாய் இருக்கட்டும், இப்படியா வேலை செய்வான்கள்? எத்தனை தரம் வெத்திலை பாக்குப் போடுகிறேன் என்று உட்காருவான்கள்? எத்தனை தரம் ஒண்ணுக்குப் போவான்கள்! இல்லை என்றால் வேலை செய்யும்பொழுது எப்படி ஆடி அசைந்துகொண்டு வருவான்கள்! ஒரு தட்டுலே ஒரு பிடி மண்ணைப் போட்டுக்கொண்டு

தாங்கமாட்டாத பாரத்தைத் தூக்கிக்கொண்டு வருவதுபோல் முக்கி முனகி என்ன பாசாங்கு செய்வான்கள்! இப்போ கான்டிராக்டு வேலை... பறக்கிறான்கள்!"

"பாத்தீங்களா, அந்தப் பசங்களே அப்படித்தான்! மோசக்காரன்கள்."

"இதை எல்லாம் நினைக்க நினைக்க எனக்குத் தாங்கல்லே அந்த இடத்தைவிட்டுப் போய்விட வேணுமின்னு தோணித்து. பாக்கி வயலை ஒரு சுத்து பார்த்துவிட்டு வரலாமின்னு கிளம்பிச் சுத்திக்கொண்டு வந்தேன், பத்துப் பதினைந்து நிமிஷம் ஆகியிருக்கும். மாடு மேய்க்கிற பையன் வரப்பு வழியாக என்னை நோக்கி ஓடிவந்தான். 'கிணறு இறக்கறவன் காலிலே கடப்பாரையைப் போட்டுக் கொண்டுவிட்டான்' என்று சொன்னான். எனக்குத் திக்கென்றது.

"ரத்தம் வருகிறதா என்று கேட்டேன். அவனுக்குத் தெரியவில்லை. அதற்குப் பிறகு வயலைச் சுத்திப் பார்க்க மனசு வரவில்லை. கிணறு இறக்கும் இடத்திற்குத் திரும்பினேன். அப்பொழுது வேறு ஒரு யோசனை. 'கிணறு இறக்குவதற்குப் பலியாகத்தான் பெரிய பூசணிக்காய்க்குக் குங்குமமிட்டு அங்கே வைத்திருக்கிறான்களே. ரத்தபலி வேறு கிணத்துக்கு வேணுமா என்ன?' என்று யோசித்துக் கொண்டே வந்தேன்.

"கிணத்தண்டை ஒரே கும்பலாக இருந்தது. கும்பலின் நடுவில் ஓர் ஆள் படுத்துக்கொண்டிருந்தான். கண், மூடி இருந்தது. எனக்குப் பயமாகப் போய்விட்டது. மெதுவாகப் பக்கத்தில் இருந்த ஆளைப் பார்த்து, 'பலமாகப் பட்டுவிட்டதா என்ன?' என்று கேட்டேன். அவன் வாயைத் திறந்து பதில் சொல்லாமல் தலையை அசைத்தான். தலை அசைப்புக்கு என்ன அர்த்தம் என்று புரியவில்லை. ஆனால் அவனை வற்புறுத்திக் கேட்டால் ஏதாவது கவலைப்படும்படியாகச் சொல்லிவிடப் போகிறானே என்ற பயம். ஒன்றும் பேசாமல் படுத்துக் கிடந்த ஆளின் காலைப் பார்த்தேன். ஈரத் துணி சுத்தி இருந்தது. ஆனால் அதில் ரத்தக்கறையைக் காணோம். அது எனக்குத் தெம்பு கொடுத்தது. நல்லகாலம் என்று நினைத்துக்கொண்டு ரோட்டுப் புறத்துக்கு வந்துவிட்டேன். பாக்கி வயலைச் சுத்திப்பார்க்க மனசு வரவில்லை. என் வண்டியண்டை வந்து ஒரு விநாடி நின்றேன். வண்டிக்காரன் மெதுவாகப் பின்னால் வந்து வண்டி ஏறினான். நான் வண்டி ஏறியதும் வண்டி புறப்படும் சமயம், கிணறு இறக்கற ஆட்களில் நாலஞ்சு பேர் திடுதிடுவென்று ஓடிவந்தார்கள். திகிலுடன் ஒரு விநாடி வண்டி புறப்படுவதைத் தாமதப்படுத்தினேன். "சாமி! வேலைக்கு வந்த இடத்திலே இப்படி ஆபத்தாப் போயிடுச்சுங்க. நீங்கதான் தயவுபண்ணணும்" என்றார்கள்.

'என்ன பண்ணணும்? ஆஸ்பத்திரிக்கு அழைச்சுக்கிண்டு போயேன்.'

'போறோங்க; நீங்க ஆஸ்பத்திரியிலே சொல்லாட்டிச் சேக்கமாட்டாங்க. ஏழைங்களை ஏன்னு கேக்கற பேர் யாரு...? அவனுக்கு மயக்கமாய் இருக்கு. பிராந்தி வாங்கிக் கொடுக்கணும்.'

'ஆஸ்பத்திரிக்குப் போய்ச் சொல்லிவிட்டுப் போகிறேன்' என்று உறுதி சொன்னதுடன் இரண்டு ரூபாய் எடுத்துக் கொடுத்தேன்."

"கூலியிலே கொடுத்தீங்களா அல்லது இனாமா?" என்று முதலியார் குறுக்கிட்டார்.

"அதை நான் கேட்கவும் இல்லை. அவர்கள் சொல்லவும் இல்லை. ஆனால் கூலியில் கழிப்பேன் என்று சொல்ல எனக்கு அந்தக் கலவரத்தில் தோன்றவில்லை."

பிறகு அங்கிருந்து ஆஸ்பத்திரிக்குக் கிளம்பினேன். வண்டி நகர்ந்ததோ இல்லையோ வண்டிக்காரன், 'பாவம்! நல்லா விழுந்துட்டுது' ன்னான்.

'இல்லேடா, கொஞ்சந்தானே பட்டுது என்றான்கள். ரத்தங்கூடக் காணும். நீ இந்தமாதிரி சொல்றயே, நீ பாத்தியா' என்று கேட்டேன்.

'நானு அங்கேதானே இருந்தேங்க. ஒரு ஆளு கடப்பாரையாலே மண்ணை இடிச்சு விட்டுக்கிட்டிருந்தான். இரண்டு மூணு ஆள் மாத்தி மாத்தி மண்ணை அள்ளிக்கிட்டிருந்தான்கள். அந்தக் குருட்டுப் பயல் கடப்பாரையைப் பார்த்துப் போடறதில்லே...? மண் அள்றவனாவது உஜாராய் இருக்கவேணாம்! கடப்பாரையை அவன் போட்டான் பாருங்க, 'ஐயோ'ன்னான் மண் அள்றவன். ஓடிப்போய்ப் பார்த்தால் கடப்பாரை பாதத்துக்கு அடியில் பொத்துக்கொண்டு வந்துவிட்டது. பிறகு எல்லா ஆள்களுமாக மெதுவாக அந்தக் கடப்பாரையை எடுத் தாங்க. அந்த ஆள் அப்படியே மயக்கமாய் விழுந்துட்டான். அவனைப் பிடிச்சுத் தூக்கி மோட்டில் கொண்டு வந்து சேர்த்தாங்க. யாரோ ஒருத்தன் ஏதோ எலையோ சாம்பலோ கொண்டுவந்து காயத்தின் ரெண்டு பக்கமும் வைத்து ஒரு துணியால் சுத்திக் கட்டினான். ரத்தம் ஒண்ணும் அதிகமா வரவில்லை. அதான் பயமாக இருக்கு."

இதைக் கேட்டதும் எனக்குத் தலை சுற்றியது. ஆள் பிழைக்கமாட்டானோ என்னவோ என்ற திகிலில் மயக்கமே வந்து விட்டது. வண்டி கொஞ்ச தூரம் போன பிறகுதான் மயக்கம் தெளிந்தது. நேரே ஆஸ்பத்திரி டாக்டரிடத்தில் நடந்த விஷயத்தைச் சொல்லி, ஆள் வருவான்; ஆஸ்பத்திரியிலே சேர்த்துக்கொள்ளுங்கள் என்று சொல்லிவிட்டு வீட்டுக்கு வந்தேன். மறுநாள் காலையில் தெருத் திண்ணையில் உட்கார்ந்து கொண்டிருந்தேன். கிணறு வெட்டின ஆளில் நாலு பேர்

திடீருன்னு முன்னே வந்து முளைச்சான்கள். எனக்குத் தூக்கிவாரிப் போட்டது. அந்த ஆள் பாடு முடிஞ்சுவிட்டதுபோல் இருக்கு. அப்படியானால் அவன்களுக்கு என்ன சமாதானம் சொல்லுகிறது? நான் ஏதோ குத்தம் செய்துவிட்டதுபோல் வேதனை உண்டாச்சு. இப்படி மனசைப்போட்டு அலட்டிக் கொண்டிருந்தேன்.

'நேத்து ராத்திரி ஆஸ்பத்திரிக்குப் போனாங்க... நீங்க வந்துட்டுப் போனதாகச் சொன்னாங்க. டாக்டர் ஐயா அவனுக்கு மருந்து வச்சுக் கட்டிப்பிட்டு ஆஸ்பத்திரியிலே பதினைஞ்சு நாளைக்கு இருக்கணும்னாரு. 'ராவைக்கு இவனை வீட்டுக்கு இட்டுப்போயிட்டுக் காத்தாலே அழச்சாறம். காத்தாலேயே பிடிச்சுப் பதினைஞ்சு நாள் இருக்கட்டும்'ன்னு சொன்னோம். 'அதெல்லாம் கூடாது. இப்பவே இங்கேயே அவன் இருந்தூடணும்' ன்னாரு. எங்களுக்கு வேறெ யோசனைங்க. எங்ககூடக் காலையிலே வேலைக்கு வந்தவன் சாயங்காலமா எங்களோடெ வீட்டுக்கு வல்லே; ஆபத்தாயிடுச்சு; ஆஸ்பத்திரியிலே இருக்கான்னு அவங்க வீட்டிலே யார் எப்படிப் போய்ச் சொல்றதுங்க? அவன் பொண்சாதி வேறெ முழுகாம இருக்குங்க. இப்பிடி சொன்னா அவ அலறிப் போயிடமாட்டா? காலம்பர அழைச்சாந்துடறமுன்னு அவனை ஊட்டுக்கு இட்டுக் கிட்டுப் போயிட்டோம். அந்தப் பொம்பிள்ளை புருசனைப் பார்த்ததும் ஹோன்னு அழுதுடுச்சி. ஒண்ணும் பயமில்லேன்னு தேத்தறபாடு தெய்வம் அறிஞ்சு போயிடுச்சு. அப்புறம் காத்தாலே இப்போ அவனை இட்டுக்கிட்டுப் போனோம். டாக்டர் மருந்தைப் போட்டுக் கட்டிப்பிட்டு வீட்டுக்குப் போகச் சொல்றாரு. எங்களுக்கு வண்டியா காடியா வீட்டுக்கு அழைச்சுக்கிட்டுப் போக? அவன்தான் வீட்டிலே என்ன செய்வான்? பதினைஞ்சு நாளைக்குப் பிழைக்க வழி ஏது? புள்ளத்தாச்சி அவனுக்குச் சம்பாரிச்சி எப்பிடிப் போடுவா? இதை எல்லாம் சொன்னால் டாக்டர் கேக்கமாட்டேங்கறார். 'ராத்திரி ஏன் வீட்டுக்கு அழைச்சுக்கிட்டுப் போனே? இப்பவும் அழைச்சக்கிட்டுப் போ'ன்னு வீம்பு பேசறார். பொம்பிள்ளை பயந்து போகுமேன்னு செஞ்சோமின்னா கேட்கமாட்டேங்கறாரு. நீங்க வந்து டாக்டர்கிட்டேச் சொல்லி ஆஸ்பத்திரியிலே சேத்துப்புடுங்க" ன்னான்.

"நான்தான் குத்தம் செஞ்சுட்டேன்ங்கிற நினைப்பாச்சா எனக்கு? போங்கோ வரேன் என்று சொல்லிப்பிட்டு வண்டியைக் கட்டிக்கொண்டு ஆஸ்பத்திரிக்குப் போனேன்."

"ஆஸ்பத்திரிக்குப் போனீங்களா? அப்புறம், இன்னும் என்ன என்ன ஒத்தாசை செஞ்சீங்க?" என்று கண்ணை அகல விழித்து முதலியார் வியப்புற்றார்.

“ஆஸ்பத்திரிக்குப் போய் டாக்டர்கிட்டே சிபார்சு செஞ்சுட்டு வெளியே வந்தேன். ஒரு புள்ளத்தாச்சி வந்து விழுந்து கும்பிட்டு எழுந்தாள். அவள் வாயைத் திறக்கவே இல்லை. கைகளை அப்படியே கூப்பிக்கொண்டு நின்றாள். கண்களிலிருந்து தாரை தாரையாகக் கண்ணீர் பெருகியது. அவள் யார் என்று எனக்குப் புரிஞ்சு போச்சு. அவள் விழுந்து கும்பிட்ட பொழுதும் எழுந்திருந்தபொழுதும் அவள் கன்னத்திலுள்ள கதுப்பு வேதனையால் நெளிஞ்சு மறைஞ்சது கண்ணுக்கு முன் அப்படியே நிற்கிறது. இந்த மாதிரிக் கூலியாளுங்கதான் பகல் கொள்ளை அடிக்கிறான் ன்னு நாம்ப கட்சி பேசறோம். பதினைஞ்சு நாள் படுத்துக்கிட்டாச் சோறு யாரு சம்பாரிச்சுப்போடுவா..? நம்ப கட்சி நமக்கு; அவா வேதனை அவாளுக்கு... அதை நெனச்சுக்கிண்டாலே அந்தப் பிள்ளைத்தாச்சிதான் கண்ணிலே தெரியறாள்.”

“இந்த நியாயத்தை நினைச்சுத்தான் நெலத்தை அவங்க கிட்டியே குடுத்துட்டேளா?” என்றார் முதலியார்.

“அதிலே இருந்துதான் மனசு மாறிப்போச்சு. இந்த ஏழைங்க பொழப்பைப்பத்தி நன்னா யோசிச்சால்...”

“அவுங்க கட்சி சரிங்குறிங்க. அவ்வளவுதானே?” என்று கிண்டலாக முத்தாய்ப்பு வைத்தார் முதலியார்.

“பின்னே பொய்யா நான் சொல்றது? அந்தப் பொம்பிள்ளை பிரசவிச்சுட்டுது இன்னு நேத்துச் சாயங்காலமா ஒரு ஆளு வந்து கையைப் பிசைஞ்சான். ஒரு கலம் நெல்லு குடுத்தனுப்பினேன். நிலம் என்றாலே எனக்கு இப்போ தலை சுத்தறது. கொடிக்கால் மூலை மின்னறதா, சனிமூலை மின்னறதான்னு பாக்கறதும், வெளுப்பு மேகமா கறுப்பு மேகமான்னு வாதம் செய்யறதும், வெதைவாசி தேடறதும் பாதி ராத்திரியிலே மடையைத் திறந்துவிட்டானோ இல்லியோன்னு தூக்கத்திலே இருந்து முழிச்சுக்கறப்போ நெனைச்சுப் பாக்கறதும்... அப்பப்பா! இப்போ ஒரு தொந்தரவும் இல்லை. ஹாய்யாக இருக்கேன். அப்பிடி மனசு தெளிஞ்சுபோச்சு. அதான் அந்தக் கட்சியிலே சேந்துட்டேன்.”

“இப்போ நன்னாப் புரிஞ்சு போச்சு. நல்ல தந்திரம், நிலத்தைச் சாகுபடி பண்ண; ஏமாந்தவனுக்குக் காதுகுத்த நல்ல கதை!” என்று துண்டை உதறி மேலே போட்டுக்கொண்டு முதலியார் நடையைக் கட்டினார்.

90. பதினாறுகால் மண்டபம்

வரவர நம்பிக்கை குறைந்துவிட்டது – உலகத்திற்கென்று சொல்ல வரவில்லை அதுதான் தெரிந்த விஷயமாயிற்றே! எனக்குத்தான் சொல்லுகிறேன். எதிரில் இருக்கும் பதினாறுகால் மண்டபத்தை இரவும் பகலுமாய்ப் பார்த்துக்கொண்டிருக்கிறேன். நம்பிக்கைக்கு அங்குசம் போல் ஊக்கமளிப்பதற்குப் பதிலாகக் குறைந்துகொண்டே போகிறது. சன்னிதி வீதி முழுவதும் தாழ்ந்த ஓட்டு வீடுகள் நிறைந்திருக்க இந்த மண்டபம் மட்டும் ஆகாயத்தை எட்டிப்பிடிப்பது போல் உயர்ந்திருப்பதற்கும் பொருள் இருக்கவேண்டாமா? கட்டினவன் ஆன்மா வுக்குத் திருப்தியும் வானத்தில் ஓர் இடமும் தருவதாக இருக்கலாம். ஆனால் அதை யார் கண்டது? இருந்தாலும் அந்தப் பேர்வழியின் பக்தியை என்னால் எண்ணாமலும் போற்றாமலும் இருக்க முடியவில்லை, செலவு பத்து நூறு ஆகி இருந்தால் அதை யார் சீண்டப் போகிறார்கள்? பத்தாயிரக் கணக்கில் மண்டபம் விழுங்கி இருக்குமே! புண்ணிய புருஷன்!

மண்டபம் வெகு அழகாக இருக்கிறது. பதினாறுகால்! தூண்கள் எல்லாம் யாளிகள் தலையினின்று முளைத்திருக்கின்றன. தூண்களின் நுனியோ பாயும் சிங்கங்களாகக் கிளைத்து மண்டபத்தின் மேல்பரப்பைத் தாங்கிக் கொண்டிருக்கின்றன. மண்டபத்தின் மேல் விழும் மழை ஜலத்தை வாங்கிவிட நாலு பக்கமும் நாலு வாய்கள். தூண்களில் தான் என்ன வேலைப்பாடு என்ன சிற்பங்கள்! பிறந்த மேனிக்கு நின்றாலன்றி கடவுளின் அருளை அடைய முடியாது என்பதைக் காட்டும் கோபிகா வஸ்திராபஹரணம், சிவத்தின் தோல்வியைக்

காட்டும் காம தகனம், போதாக்குறைக்கு கொக்கோகத்தின் சிற்ப உரை! இன்னும் பல மாதிரியான உருவங்கள், மலர்கள், கொடிகள்!

மண்டபம் கட்டிய புண்ணிய புருஷனைப் பற்றிய விபரம் நான்கு நாளைக்கு முந்தித்தான் தெரிந்தது. ஒரு சவுகார் கட்டினானாம்; சவுகார் என்றால் வடக்கத்தியான் அன்று. நம் நாட்டு லேவாதேவிக்காரன் தான்! அந்த விவரம் தெரிந்த சமயத்தில் லேசான மழை பெய்து கொண்டிருந்தது. அந்த விசித்திரம் என்னவென்றே புரியவில்லை! விபரத்தைக் கேட்டவுடன் அந்த மண்டபம் மறைந்து போய்விட்டது. ஆனால் அந்த இடத்தில் மண்டபத்திற்கு அஸ்திவாரம் எடுக்கப் பட்டிருந்தது. சரிகைத் தலைப்பாகையுடன் ஓர் ஆள் உட்கார்ந்து ஒரு ரூபாயை விதைத்துக் கொண்டிருந்தான். ஒவ்வொருவராக ஆண்களும் பெண்களும் கூலி ஆட்களுமாக அவனிடம் வந்து பாத்திரங்களையும் நகை நட்டுகளையும் கொடுத்துவிட்டுச் சென்று கொண்டிருந்தார்கள். அவையெல்லாம் அந்த ஆள் கை நீட்டி வாங்கிய மறு நிமிஷமே நீராக மாறிப் பண விதைகளின் மேல் விழுந்தன.

லேசாகப் பெய்து கொண்டிருந்த மழையில் வேகமான காற்றொன்று திடீரெனப் புகுந்து அடிக்கத் தொடங்கியது. ஒரே கணத்தில் வெள்ளி அணுக்களாக வெளி முழுவதும் நிறைந்துவிட்டது. அப்பொழுதுதான் மழைத்துளியைக் காற்று பிளந்து காட்டும் விஞ்ஞான விந்தை! மறு கணத்தில் கண்ணுக்கெதிரே ஒரு பெரிய மரம் காற்றில் ஆடிக்கொண் டிருந்தது. மரக் கிளைகளில் கணக்கெழுதும் குமாஸ்தாக்கள் மாதிரி பலர் இருந்தார்கள். ஒரு குமாஸ்தா மட்டும் ஒன்றும் எழுதவில்லை. கையை நீட்டி நீட்டி எதெதையோ வாங்கிப் போட்டுக் கொண்டிருந்தான். இப்படி நடந்து கொண்டிருக்கும்பொழுதே மழையும் காற்றும் நின்று விட்டன. மறைந்து போன மண்டபம் மறுபடியும் கண்ணில் பட்டது.

அப்பொழுதுதான் சவுகாரின் சரித்திரத்தை மனம் படமாக்கிப் பார்த்துக் கொண்டிருந்த உண்மை விளங்கிற்று. சடப்பொருளைக் குட்டி போடச் செய்யும் மந்திரவாதி ஏன் மண்டபம் கட்டவேண்டும்? பணத்தில் ஆசை வைத்துப் பெருக்கியவன் பிறகு அதை ஏன் கரைத்துக் கல்லாக்க முயல வேண்டும்? பணம் ஓரளவு குவிந்த பிறகு நெஞ் சில் குடைச்சலை உண்டுபண்ணி விடுகிறதா என்ன? பணம் கனக்க ஆரம்பித்தால் அதற்கொரு சுமைதாங்கி வேண்டுமா? அல்லது பணப் பெருக்கத்தினால் பெருமை ஏற்பட்டு விடுவதில்லை என்பதை உணர்ந்து தற்பெருமையைத் தேக்க, கல்லை ஏவி விட்டுவிடுகிறார்களா? அல்லது லேவாதேவியில் பணத்துடன் கிடைத்த பாவத்தை மழை ஜலம் அடித்துக்கொண்டு போகட்டும் என்று மண்டபம் கட்டி உச்சியில் அந்தப் பாவத்தை வைத்துவிடும் யோசனையா என்ன? கட்டினவன்

என்ன நினைத்தால் என்ன? சுவாமி புறப்பட்டால் அங்கே தங்குகிறார். வெயிலுக்கு நிழலைத் தந்தால் விழலுக்கு இறைத்த நீரைப்போலா ஆகிவிடும்? கடவுளின் கடைக்கண் பார்வையேனும் விழும் என்று நம்பித்தானே ஆகவேண்டும்!

இந்த மாதிரி சந்தர்ப்பத்தை உத்தேசித்து சவுகார் மண்டபம் கட்டினானே ஒழிய இதர காரியங்களுக்கும் உபயோகமாகும் என்று எதிர்பார்த்திருக்கமாட்டான். பகல் வேளையில் அந்த மண்டபத்தைப் பார்க்க வேண்டும்! முறுக்கு, மசால்வடை, சுண்டல் விற்கும் கிழவி ஒருபுறம்! பலாச்சுளையுடன் ஈயையும் விற்கும் கிழவி மற்றொரு புறம்! சர்பத் என்று கலர் தண்ணீரை விற்கும் அரை மீசைக்காரன் ஒருபுறம். வண்டிக்காரர்கள் வம்பிகளுடன் நடத்தும் பேச்சும் பரிகாசமும் மற்றொரு புறம்! அயர்விலும் நோயிலும் அடிபட்டு விழுந்துகிடக்கும் அநாதைகள் ஒருபுறம். மஞ்சள் குங்குமம், தேங்காய், பழம் விற்பவன் மற்றொருபுறம்!

இவ்வளவுக்கும் அது வியாபார ஸ்தலம். மண்டபத்தைக் கட்டியவன் நினைப்பு ஒருபுறம் இருக்க, மண்டபத்திலுள்ள வியாபாரிகளைப் பற்றிய வியப்பை அடக்க முடியவில்லை. அரையணாவுக்குத் திருட்டுத் தேங்காயை வாங்கி மூன்றணாவுக்கு விற்கும் ஏழைக் கடைக்காரியின் திறமைக்கு ஆச்சரியப்படுவதா! மைதா மாவில் வர்ணத்தைக் கலந்து குங்குமம் என்று பெயரிட்டு விற்கும்– குங்குமத்துடன் குட்டிப் பொட்டலம் ஒன்றையும் மங்கல வாழ்த்துக்களையும் அளித்து ஒன்றுக்குப் பத்தாகப் பணம் சம்பாதிக்கிறானே – அவனுடைய மனதத்வ சாஸ்திர அறிவை வியப்பதா! விலையற்ற பொருளாகிய தண்ணீருக்கு விலைவைத்து விற்கிறானே ஷர்பத் கடைக்காரன் அவனை வியப்பதா! இவ்வளவு தகிடுதத்தங்களையும் நேரே பார்த்துக்கொண்டு மோனம் சாதிக்கும் சிவலிங்கத்தை வியப்பதா!

பகலில் மண்டபத்தின் நிலையைச் சொன்னேன்; இரவில் சொல்ல முடியாது. ஏனென்றால் அக்காட்சிகளைப் பார்க்க முடியாது மண்டபத்தில் அவ்வளவு இருட்டு! நகரசபையினர் கஜக் கணக்கைப் பாராட்டாமல் தெருவில் வெளிச்சம் போட்டிருந்தால் அந்த இடத்தில் விளக்கு இருக்கும். ஆனால் ஒன்று. இருட்டினால் ஒன்றும் முழுக்கக் கெட்டுவிடவில்லை. பார்க்க முடியாவிட்டால் கேட்கமுடிகிறது. பார்ப்பதும் கேட்பதும் ஒன்றுதானே!

நேற்றிரவு ஒரு காட்சியைக் கேட்டேன். நக்ஷத்திரங்களும் மையிருளும் கேட்டிருக்கும். சுவாமி பார்த்தும் இருப்பார்; கேட்டும் இருப்பார். அவருக்குக் கண், காது தேவையா என்ன? மண்டபத்தில் ஒரு பெண்ணின் பேச்சுக் குரல் கேட்டது, இல்லை, ஒரு ஸ்திரீயின் குரல்

கேட்டது. அத்துடன் ஒரு புருஷனுடைய குரலும் கலந்திருந்தது. மின்னலும் உருண்டோடும் இடியும் என் நினைவுக்கு வந்தன, கொஞ்ச நேரம் வரையில் இருட்டு, மோனம், நக்ஷத்திரங்களின் கண்ணிமைப்பு, காற்றின் பாம்புமூச்சு! பிறகு சில்லறைக் காசுகளின் ஓசை! சமூக நெறியையும், சவுகாரின் கனவையும் உடைத்தெறியும் பாவிகள் யார் என்று அறிய ஆசைதான். ஆனால் பாவிகளுக்கும் பரிவுகாட்டி இருட்டை இயற்கை அனுப்புகையில் உறுமுவதற்கு நான் யார்..? அதற்குப் பிறகு ஒன்றும் காதில் விழவில்லை. நானும் தூங்கிவிட்டேன்.

பாதி ராத்திரியில் பளீர் என்று அடி விழுந்தது. எனக்கல்ல. இருந்தாலும் விழித்துக்கொண்டு விட்டேன். அடி யாருக்கு விழுந்ததென்று மறு விநாடிக்குள் தெரிந்து விட்டது. ஏனென்றால் இருளை இரு கூறாக்க முளைத்து, வானை நோக்கி வளரும் கத்தியைப்போல் ஒரு பெண் குழந்தையின் அழுகைக்குரல் தொடர்ந்தாற்போல் எழுந்தது. தூக்கக் கலக்கமாக இருந்தபோதிலும் யார் யாரை ஏன் அடிக்கிறார்கள் என்பது எனக்கு எப்படியோ புரிந்துவிட்டது. தவிர அவரை போட்டால் துவரை முளைக்குமா என்ற பழமொழியின் ஞாபகம். பாவத்தைப் போட்டுப் புதைத்து எழுப்பிய மண்டபத்தில் சன்மார்க்கம் எப்படி பூக்கும் என்ற அலட்சியம். ஆகையால் எழுந்திருந்து பார்ப்போம் என்று தோன்றவில்லை.

இந்த மாதிரியான அரைத் தத்துவ தரிசனத்திலிருந்தே பழைய தூக்கத்துக்குள் புகுந்துவிட்டேன்.

மறுநாள் அமாவாசை. மண்டபத்தின் கடைகளுக்கு விடுமுறை. யாருமே இல்லை. யாரோ ஒரு ஸ்திரீ படுத்துக் கிடந்தாள். அவளுக்கு எட்டாத தூரத்தில் பறட்டைத் தலையுடன் ஒரு பெண் குழந்தை அம்மண மாகத் தூங்கிக் கொண்டிருந்தது. மணி எட்டாகியும் அந்த ஸ்திரீ தூங்கிக்கொண்டிருந்தாள். அவள் யாரென்று எனக்குத் தானாகவே விளங்கிவிட்டது. போரடி வைக்கோலைப் போல் கிடந்தாள். அவளைப் பிச்சைக்காரி என்று சொல்ல முடியாது. வயது சென்றவள் என்றும் சொல்ல முடியாது. ஆனால் யௌவனம் அன்று. அவளருகில் ஒரு தகரக் குவளையும் கந்தல் புடைவையும் தவிர வேறொன்றும் இல்லை.

பகலில் நான் வீட்டைவிட்டுக் கிளம்பியபொழுதும் அவள் மண்டபத்தில்தான் இருந்தாள். ஆனால் அப்பொழுது தூணிலுள்ள சிங்கத்தின் மேல் சாய்ந்து கொண்டிருந்தாள். அந்தக் குழந்தை கூழாங் கற்களை வைத்து விளையாடிக் கொண்டிருந்தது. ஸ்திரீயின் கண்கள் குழிவிழுந்து மங்கி இருந்தன. இருந்தாலும் நிமிஷத்திற்கொருதரம் அப்புறமும் இப்புறமும் ஆவலுடன் பார்த்துக் கொண்டிருந்தாள்.

ஒரு வேளை பசியோ? பசியில் பலவிதமாச்சே! எந்த விதமான பசியோ! ஆனால் யார் பசியை யாரால் ஆற்றமுடியும்? ஒரு நாள் இரண்டு நாள் என்றால் அன்னதானம் செய்துவிடலாம். அன்னதானத்துக்கு மேலான தானம் இல்லை என்று அவுட்வாணம் விட்டுக்கொண்டிருக்கலாம். பாதி ஜனங்களுக்கு மேற்பட்ட நபர்களுக்கு நிரந்தரமாகச் சாப்பாடு போடுவதென்றால்? இவள் ஒருத்திதானா?... அவளுக்குப் பசி, குழந்தைக்கும் பசி, அதற்காக நான் என்ன செய்யமுடியும்? தத்துவ விசாரணைதான் செய்யலாம். இதை எல்லாம் நினைத்துக் கொண்டே வீட்டைவிட்டுக் கிளம்பினேன்.

ஊர் சுற்றிவிட்டுத் திரும்பியபொழுது எனக்குப் பசி. மண்டபத்தைக் கவனிக்கவில்லை. சாப்பாட்டை முடித்துக்கொண்டு மேல் மாடிக்குச் சென்றேன். மண்ணுடன் எவ்வளவு நேரம் உறவாடுகிறோமோ அவ்வளவு நேரத்தில் கால் பங்காவது வெறும் வெளியுடன் உறவாடாவிட்டால் எனக்கு அமைதி இருக்காது. பதினாறுகால் மேல்கட்டு எங்கள் மாடிக்கும் மேல் நின்றுகொண்டு என்னைப் பார்த்து இளித்தது; மாடியில் உலாவிக்கொண்டே மண்டபத்தைப் பார்த்தேன்.

அப்பொழுதும் அவள் உட்கார்ந்து கொண்டுதான் இருந்தாள். குழந்தை அவள் மீது சாய்ந்துகொண்டு உட்கார்ந்திருந்தது. பசி என்னும் உணர்ச்சியைச் சித்திரிக்க விரும்பும் சிற்பியாக இருந்தால், நான் அந்தக் காட்சியைத்தான் ஆஸாகக் கொள்வேன். அந்தக் காட்சியைக் கண்ட பிறகு என் புத்தி வேறெதிலும் செல்லவில்லை. கைப்பிடிச் சுவரைப் பிடித்துக்கொண்டு அவர்களையே பார்த்துக்கொண்டு நின்றேன். தெரு ஓசைகளெல்லாம் அடங்கிவிட்டன. நிழல்கள் மட்டும் அங்கொன்றும் இங்கொன்றுமாக நடமாடின.

‘படுபாவி, படுபாவி!’ என்ற வசவு காதில் விழுந்தது. அவள்தான் யாரையோ வைது கொண்டிருந்தாள். மறு நிமிஷம் எழுந்திருந்து மண்டபத்தில் வளைய வளைய வந்தாள். ஓர் இடத்தில் நின்று புடைவையைத் திருத்திக் கட்டிக்கொண்டாள். திரும்ப உட்கார்ந்து விட்டாள்; தொப்பென்று விழுந்தாள் என்று சொல்வதுதான் பொருத்தம்.

பிரமை பிடித்தவன் போல் மண்டபத்தையே பார்த்துக் கொண்டிருந்தேன். அரைமணி கழிந்தது. குவளையும் கையுமாக ஒரு பையன் மண்டபத்தில் நுழைந்தான். அவனைக் கண்டதுதான் தாமதம்; ஈசலின் மேல் பல்லி பாய்வதுபோல் அவள் பையன் மேல் பாய்ந்து சிண்டைப் பிடித்துக் கொண்டாள். “களவாணிக் கய்தே! காத்தாலே ஆறுமணிக்குப் போனவன்...!”

அவன் அழவில்லை, சிணுங்கக்கூட இல்லை.

"என்னை அடிக்கத்தானே போறே... அடி, அடி, சும்மா அடி..! எத்தினி வீடு ஏறி இறங்கினேன்னு தெரிஞ்சா அடிப்பியா?"

அவன் கையிலிருந்த குவளையை வெடுக்கென்று பிடுங்கினாள்; ஒருதரம் குவளையைப் பார்த்தாள்.

"ஒரு நாய்க் குட்டிக்குக்கூடப் போதாதே! இந்தச் சோத்தைச் சம்பாரிக்கவா முப்பத்தஞ்சு நாழி போறல்லே!" என்று கூச்சல் இட்டுக் கொண்டே குவளையைக் கீழே போட்டாள். அதிலிருந்த சோறு நாலா பக்கமும் சிதறி விழுந்தது. குவளையை எறிந்த கையாலேயே பையனை ஓர் அறை அறைந்தாள். பிசாசு அறையும் என்கிறார்கள். இப்படித்தான் இருக்கலாம். சின்னக் குழந்தையின் கவனம் சோற்றைத் தின்பதில் திரும்பிவிட்டது. அதைப் பார்க்க அவள் திரும்பியபொழுது பையன் திமிறிக் கொண்டு ஓடிவிட்டான். எட்டப்போய் விளக்கடியில் நின்றுகொண்டு நாய் குரைப்பதைப்போல் கத்தினான்.

"உனக்கு இதுனாச்சி கிடைச்சுதே! என் வவுத்தைப் பாரு" என்று சொல்லி வயிற்றில் அறைந்து காட்டினான்,

ஒட்டிய வயிற்றைக் காண்பிப்பதாக அவன் நினைப்பு.

"வயிற்றைப் பாரு வண்ணான் சால்மாதிரி! எவ்வளவு இடத்திலே வளைச்சுத் தின்னுட்டுப் போதே போக்கிட்டு வந்தியோ?"

"ஆமா, ஆமா, வண்ணான்சால்தான்! கொழுப்பு! என்னைப்போல நாலு வீட்டிலே ஏறி இறங்கினால் தெரியும்! எத்தினி ஊட்டிலே தலையிலே தண்ணியைக் கொட்டி விரட்டி அடிச்சாங்கன்னு எல்லையம்மனுக்கல்ல தெரியும்! மண்டபத்திலே குந்திக்கிட்டு மகாராணி மாதிரி முறுக்கறே!"

அதுவரையில் தூண் மாதிரி நின்று கொண்டிருந்தவள் அவனை நோக்கிப் பாய்ந்தோடினாள். இருளென்னும் நாட்டில் பசி என்னும் விலங்கு வேட்டையாடப் புறப்பட்டால் அப்படித்தான் இருந்திருக்கும். ஆனால் அந்தப் பையனைப் பிடிக்க முடியவில்லை. அடிபட்ட மிருகம் சாவதற்கென்றே குகைக்குத் திரும்பிவிடுவது போல் அவள் மண்டபத்தில் சுருட்டி மடக்கிப் படுத்துக்கொண்டு விட்டாள். சின்னக் குழந்தை சிதறிக் கிடந்த பருக்கைகளைத் தின்றுவிட்டுக் குவளையைக் காலி செய்து கொண்டிருந்தது.

படுத்தவள் விம்மி அழும் ஓசை மிதந்து வந்தது. இடையில் சில வார்த்தைகள் காதில் விழுந்தன.

"அந்தக் கம்மனாட்டிப் பயல் சொன்னானே – ஒருநாள் நான்

இல்லாமலே அந்தக் கழுதைங்களைக் கட்டி மேச்சுடுவியாஇன்னு... சரியாப் போச்சே...! சம்பாரிச்சுப்போட வக்கில்லே – ஓடத் தெம்பில்லாத குதிரை வண்டியை உதைக்கிறாப்போல வார்த்தை மாத்திரம் சொல்லிட்டான்! அந்தக் கம்மினாட்டிக்குப் பொறந்ததுங்க தானே! எப்பிடி இருக்கும்!”

புலம்பலும் விம்மலும் பிறகு ஓய்ந்து விட்டன. விதி, பசி, புண்ணியம், நெறி இவற்றைப் பற்றி அயர்வடையும் வரையில் சிந்தித்துக்கொண்டே தூங்கி விட்டேன்.

இப்பொழுதெல்லாம் பதினாறு கால் மண்டபம் முன் போல அழகாக இல்லை. அதற்கு ஆட்டங் கண்டு விட்டது. வாழ்க்கை நெறியே ஆட்டங்கண்டு விட்டதே! மண்டபம் மட்டும் வாழுமா?

91. ஐ.ஸி.எஸ்.

[வீட்டுச் சமையலறை. இடுப்பில் நாலுமுழச் சவுக்கத்தைக் கட்டிக்கொண்டு சாமிநாதன் நிற்கிறார். வாசற்படியில் பையனும் பெண்ணும் நிற்கிறார்கள். கிணற்றங்கரையண்டை சாமிநாதன் மனைவி பங்கஜம் புன்சிரிப்புடன் உட்கார்ந்து கொண்டிருக்கிறாள். சமையலறை யிலிருந்து பார்த்தால் பங்கஜத்தைத் தெரியும்.]

பையன்: அப்பா, நீயே இன்னிக்கு அம்மாவாகணும்.

சாமிநாதன்: ஏண்டா?

பையன்: அம்மாவுக்கு லீவாமே.

சாமி: எனக்குச் சமைக்கத் தெரியாதேடா. கிளப்பிலே இருந்து சாப்பாட்டை வரவழைக்கிறேனே.

பெண்: எங்களுக்கு எலிப்புழுக்கையும் கூழாங்கல்லும் பாகற்காய்க் கறியும் பிடிக்காது.

பையன்: என்னப்பா பிரமாதப்படுத்தறே? நளன் கூட அம்மா மாதிரி ஆக்டு பண்ணினானாம்; புஸ்தகத்திலே போட்டிருக்கே.

சாமி: நளன் புடைவையைப் பாதியாக் கிழிச்சான். என்கிட்டே புடைவை இல்லையே,

பையன்: அதெல்லாம் எனக்குத் தெரியாது; வாத்தியாரைக் கேக்கணும். நீ அம்மா ஆகப்போறயா இல்லையா? இல்லேன்னா நாங்க பட்டினியாக் கிடந்து செத்துப் போறோம்.

பெண்: நான் கூடத்தான்.

சாமி: இதென்னடா சனியன்...? தொலையுங்கோ பள்ளிக்கூடத்துக்கு. நானே சமைக்கறேன். அப்புறம் அப்பிடி இப்பிடி இன்னேளோ கல்கண்டுப் பாராவிலே போட்டுடுவேன்.

பங்கஜம்: (இருந்த இடத்தில் இருந்து கொண்டே) சமத்தோ இல்லியோ! நாழியாயிடுத்து. போங்கோ பள்ளிக்கூடம்.

(பையனும் பெண்ணும் பூட்ஸை மாட்டிக்கொண்டு 'டக்' 'டக்' என்று வெளியே போகிறார்கள்.)

சாமி: மகா சனியனாப் போச்சு. ஐ.ஸி.எஸ். உத்யோகம் ஒண்ணுதான் பாக்கி.

பங்: அதையும் கொஞ்சம் பாக்கறதுதானே? வருஷம் முந்நூத்தி அறுபத்தி அஞ்சு நாளிலே மாசம் மூணு நாள் பார்க்கக்கூடாதா?

சாமி: பேஷா. நாலு நாள் நீ ஆபீஸூக்குப் போய் உத்தியோகம் பார்த்துவிட்டு வாயேன்.

பங்: நீங்க வெள்ளைக் கடுதாசைக் கறுப்புக் கடுதாசா ஆக்கறதை நாங்களும் பண்ணுவோம். ஒரு குறைதான்; எங்கப்பா என்னையும் படிக்க வச்சிருந்தால்...

சாமி: அதுதான் நானும் சொல்றேன். ஐ.ஸி.எஸ். உத்யோகம் பார்க்கிறதற்கும் படிப்பு வேண்டாமா?

பங்: வேண்டாம். அடுப்பங்கரையிலே நுழையற வழக்கம் ஒண்ணு இருந்தாலே அது வந்துடும். நீங்கதான் அடுப்பங்கரை எந்த லோகத்தில் இருக்குன்னு கேட்கற பேர். இப்போ, வாச்சபோது தெரிஞ்சுக்கறதுதானே?

சாமி: நாடகத்திலே சொல்லறாப்போல், அப்படியே ஆகட்டும்... ஆமாம், எந்த அடுப்பை மூட்ட?

பங்: மூணு நாலு அடுப்பு இருக்கு. எதை வேணுமானாலும் மூட்டலாம்.

சாமி: அடுத்த ஆத்துக்குப் போய் அரைமணி அக்கப்போர் பேசி விட்டு, அரைப்பொறி நெருப்பைப் பந்தோபஸ்து பண்ணி ஊதி எடுத்துக்கொண்டு வரத் தெரியாதே.

பங்: குறும்பாய்ப் பேசாதிங்கோ. உங்களை யார் போகச் சொன்னா? மண் அடுப்பிலே அரை பாட்டில் மண்ணெண்ணெயை ஊத்தினால், ஒரு நெருப்புக்குச்சி செலவு; வீட்டையே பத்த வச்சுடலாமே!

சாமி: மண் அடுப்பைப் பத்த வச்சிட்டு அகௌரவம் பண்ணப்படாது. பருப்பு, ரஸம், குழம்பு, கறி இவ்வளவும் சமைக்காதபோனால் அடுப்புக்கு என்னமாயிருக்கும்! சிவனேன்னு கரி அடுப்பை மூட்டி வெறும் சாதத்தைச் சமைச்சு இறக்கினாலே ராஜா இல்லையா?

பங்: எது வேணுமானாலும் செய்யுங்கோ.

(பூ, பூ என்று ஊதுகுழாயால் அடுப்பை மூட்டும் சத்தம் கேட்கிறது.)

பங்: உங்களைத்தானே?

சாமி: ஏன்?

பங்: நாளைக்குக் கொஞ்சம் மண்ணெண்ணெய் இருக்கட்டும். சமைக்கற உள்ளே செவந்து போயிட்டுதே!

சாமி: அதான், டின்னிலே எண்ணெயிருக்கே.

பங்: அந்தத் தைரியமா? கூரைக்கட்டு. முன் வைக்க வீடு இல்லாமே போயிடப்போறது

சாமி: ஆனால் கரி அடுப்புக்கு மண்ணெண்ணெய் ஊத்தறதில்லையா?

பங்: பேசப்படுமா? உரிமட்டைநாரை நாலு பிச்சுப் போட்டா பிசாசு மாதிரி பிடிச்சுக்கறது.

சாமி: இனிமேல் உரிமட்டைநாரைத் தேடக் கோயிலுக்குப் போயிட்டு வர்றேன்; போடி போ! (இன்னும் பலமாய் அடுப்பை ஊதிவிட்டு) ஆமாம், அடுப்பிலே எந்தப் பாத்தரத்தை ஏத்தறது?

பங்: நன்னாயிருக்கு! அடுக்குள்ளே ஆயிரம் வெங்கலப் பானை இருக்கு. ரெண்டு, மகாமகத்தப்போ வாங்கினேனா? மதுரையில் முக்கால்படி வெங்கலப்பானை நீங்க வாங்கிக்கிண்டு வந்தேளோ

சாமி: அந்த ராமாயணம் தெரிஞ்சுதான் எதுன்னு கேக்கறேன். பாத்திரக்கடைக்காரனுக்கும் புத்தி கிடை யாது. எல்லா வியாபாரத்திலும். நாஸுக்கு கிளம்பியிருக்கு. இவன்கள் மட்டும் பத்தாம் பசலியிலேயே உக்காந்திருக்கான்கள். ஜில்லுன்னு ஒவ்வொரு வெங்கலப்பானை வயத்துலேயும் கால்படி அரைப்படின்னு வெட்டி வச்சுட்டால், அப்படியே வியாபாரம் அள்ளுமே... இதோ பாரு இதுவா?

பங்: அட எழவே! இரண்டரைப்படி வெங்கலப் பானையைத் தூக்கிண்டு வர்றேளே!

சாமி: இதைப் பாரு.

பங்: அட ராமச்சந்திரா! கால்படி வெங்கலப் பானையா போரும்?

சாமி: அப்பறம் எனக்குக் கோபம் வரும். எதுன்னு சொல்லேன்.

பங்: அதான் ஒருபடி வெங்கலப்பானேன்னு கிளிப் பிள்ளைக்குச் சொல்றாப்போலச் சொல்றேனே.

சாமி: நீ ஒரு படின்னு சொல்லவே இல்லை. போகட்டும். இதுவா?

பங்: அதில்லே.

சாமி: இதுவா?

பங்: அதுவும் இல்லை. அது முக்கால்படி.

சாமி: ரொம்ப பேஷ்! அத்வைத விசாரணை அடுக்குள்ளே நடக்கிறது! எல்லாம், 'நேதி', 'நேதி', 'இதில்லே இதில்லே' என்று தள்ளுவாளாமே, அது மாதிரி இருக்கு. கடைசித் தடவை; இதுவா?

பங்: அப்பாடா! மிச்சம் அங்கே இல்லை போல இருக்கு! இப்போவானும் கண் தெரிஞ்சுதே!

சாமி: கண்ணுக்கு ஸர்டிபிகேட் டாக்டர் இன்னா குடுக்கணும்? இதை அடுப்புலே வெக்கவேண்டியதுதானே?

பங்: அவசரப்படாதிங்கோ. சாதத்தை ரெண்டு தினுசாப் பண்ணலாம்; தெரியுமோ?

சாமி: ஓ! அளிஞ்சு களி மாதிரி ஒண்ணு; அப்புறம் நறுக்கரிசியாய் ரெண்டு.

பங்: எனக்குக் கிண்டல் பிடிக்காது. இதைக் கவனிச்சுக் கேளுங்கோ; வெங்கலப்பானையிலே ஜலத்தை வச்சுக் கொதி வரவிட்டு அரிசியைக் களைஞ்சு போடலாம். இல்லாட்டாக் கணக்கா அரிசியும் ஜலமுமாப் போட்டு அப்படியே அடுப்பிலே ஏத்திவிடலாம். ரெண்டாவது சொன்னதுதான் உங்களுக்கு லாயக்கு. கஞ்சி வடிக்கவும் வேண்டாம்; காலிலே கொட்டிக்கவும் வேண்டாம்.

சாமி: அப்படியே செய்யறது. அரிசி எவ்வளவு போட?

பங்: அரிசி மூட்டையிலே சின்னப் படியாய் ஒண்ணு இருக்கும். அதாலே ரெண்டு எடுத்துப் போட்டு ரெண்டு சிறாங்காயை எடுத்துடுங்கோ. மல்லிகைப்பூ மாதிரி சாதம் இருக்கும்.

சாமி: இதோ ஆச்சு.

(அரிசியை ஜலத்துடன் போட்டு அடுப்பில் வைத்துவிட்டுப் பாடுகிறான்)

ராகஸுூதா ரஸ பானமு கேஸி ராஜில்லவே ஓமனசா (ராக)
யாக யோகத் தியாக போக பலமு ஸங்கே (ராக)
ஸதாசிவ மயமகு நாத ஓங்காரஸ்வர
விதுல ஜீவன் முக்துலனி தியாகராஜுூ தெலியு (ராக)

பங்: இதென்ன அடுப்பங்கரையிலே பாட்டு? சாதம் தானாகவே வேகுமோ? ஒரு கிளறு கிளறுங்கோ?

சாமி: நீதான் அடுப்பிலே வச்சால் கனகாம்பரமோ மல்லிகைப் பூவோ ஆயிடும் இன்னியே?

பங்: அப்புறம் தீஞ்சு போயிடும்.

சாமி: கிளர்றேன்.

(வெண்கலப் பானையைக் கரண்டியால் கிளறும் சத்தம் கேட்கிறது. பிறகு ஒரு பாட்டு.)

நந்த வனத்திலோ ராண்டி–அவன்
நாலாறு மாதமாய்க் குயவனை வேண்டி
கொண்டுவந் தானொரு தோண்டி – அதைக்
கூத்தாடிக் கூத்தாடிப் போட்டுடைத் தாண்டி (நந்த)

பங்: பாடாதிங்கோ; கவனப் பிசகாய்ப் போயிடும். அப்பறம் என்னைப் பாடுவேள். சாதத்தைப் பாத்து ஒரு பருக்கையை நசுக்குங்கோ. வெந்திருக்கா, இல்லியா தெரியும்.

சாமி: சாதத்தைப் பார்த்தேன்.

பங்: எப்பிடி இருக்கு?

சாமி: முப்பத்தி அஞ்சாம் வாரம் ஓடுகிற சினிமாக் கொட்டகை தெரியுமா?

பங்: அம்மா வயத்திலே பொண் பொறந்தது தெரியும். ஒரு சினிமாவா, எழவா!

சாமி: ஆனால் வாரத்துக்கு எத்தனை தரம் சினிமா பார்த்தால் சினிமா பார்த்தாப்போலே இருக்கும்?

பங்: சண்டைக்கு வராதீங்கோ. சாதம் எப்பிடி இருக்குன்னு கேட்டால் சினிமாக் கொட்டகை என்கிறேள்; பட்டுக்கோட்டைக்கு வழி கேட்டால் கொட்டைப் பாக்கு ரெண்டு பணம் என்கிறேள்.

சாமி: நான் சரியாத்தான் பேசறேன். அந்தக் கொட்டகை ஜன்னலண்டை டிக்கட் வாங்கக் கூட்டம் திண்டாடும் பாரு, அந்த மாதிரி அரிசி யெல்லாம் அரைச்சாதமாய் வெங்கலப்பானை வாயண்டை வந்து முழிக்கிறதுகளே!

பங்: நாசமாப் போச்சு! கவிமாதிரி சக்கரவட்டமாப் பேசறேளே; ஒங்களை எவ்வளவு அரிசி போடச் சொன்னேன்?

சாமி: (ஒரு நிமிஷம் தயங்கிவிட்டு) நீதான் சொல்லேன்.

பங்: அப்படி வாங்கோ வழிக்கு. அரிசியும் கிரோஸினாயில்இன்னு

பாத்தேளோ? கணக்கு வழக்கு கிடையாதா? ஓங்களை சின்னப் படியாலே ரெண்டு போட்டு ரெண்டு சிறாங்கா அரிசியை எடுக்கச் சொன்னேன். என்ன பண்ணித் தொலைச்சேளோ?

சாமி: ஒரு வேளை ரெண்டு சிறாங்கா எடுக்க மறந்து போயிருப்பேன். இப்பத்தான் ஞாபகம் வந்தது.

பங்: நல்லவேளை! சின்னப் படிக்குப் பதில் பட்டணம் படியாலே போடாத போனேளே.

சாமி: இப்போ என்ன செய்யறது? சொல்லு,

பங்: அந்தச் சாதத்தைக் கொஞ்சம் கிளறித் தட்டுலே எடுத்து வச்சிட்டு, வெங்கலப் பானையிலே ரெண்டு சேர் ஜலம் விடுங்கோ. கொதி வந்து சாதம் சரியாயிடும்.

சாமி: தட்டுலே வக்கறதை?

பங்: (சிரித்துக்கொண்டே) நீங்கதான் சாப்பிடணும்.

சாமி: இல்லாதபோனால் காக்காய்க்குப் போடலாம்.

பங்: பார்த்தேளா, தப்பு செய்தால் சாஸ்திரம் ஞாபகம் வருது.

[டக் டக்கென்று பூட்ஸ் சத்தம் கேட்கிறது.]

சாமி: இதென்ன? அதுக்குள்ளே இவாள் வந்துட்டா!

பையன், பெண்: அப்பா, இன்னிக்கு லீவ். யாரோ செத்துப் போய்ட்டாளாம்.

சாமி: நல்லதாப் போச்சு! தட்டை எடுத்துக்கிண்டு வாங்கோ.

பெண்: எனக்கு ரஸம் சாதந்தான் வேணும்.

சாமி: ரஸமும் கிடையாது, குழம்பும் கிடையாது.

(பையன் தட்டுகளைக் கொண்டுவந்து சுத்தப்படுத்தி வைக்கிறான்.)

பையன்: அதெல்லாம் வேண்டாம் அப்பா; இருக்கறதைப் போடு.

பெண்: அப்படீன்னா எனக்கு மொளகுபொடி பண்ணிப் போடு: சாப்பிடறேன்.

சாமி: சரி, ஒழிஞ்சு போ.

(அம்மியில் அரைக்கப் போகும்பொழுது உறியில் உடம்பு தட்டுப்பட்டு பாத்திரங்கள் லொடபுடவென்று விழுகின்றன.)

பங்: சண்டையிலே வெடிகுண்டு போடுவாளாமே, அது மாதிரி ஒரு நாள் சமையல்லேயே வீடு நிர்த்தூளிப் படறதே? நாளைக்குப் பாத்திரம் இருக்கட்டும்.

சாமி: பாத்திரம் இருக்கும். தலைதான் இருக்காது.

பங்: அடாடா! ரத்தம் வந்துட்டுதா? ஜாக்கிரதையாய்ப் போகப் படாதோ!

சாமி: நல்லவேளை; ரத்தம் வரல்லே. இந்தச் சனியன்கள் வெறும் சோத்தை மோர் போட்டுத் தின்னுட்டுப் போறதா, பாரேன்... நாக்கு நீளம்!

பங்: குழந்தைகளைக் கோவிச்சுக்காதீங்கோ. வருஷம் முந்நூத்தி அறுபத்தி அஞ்சு நாள் நான் சமைக்கறேன். மூச்சு விடறதா? மோரும் சாதம் எனக்குக்கூடத்தான் பிடிக்காது. உங்களுக்கும் பிடிக்காது.

[அம்மியில் அரைக்கும் சத்தம்.]

சாமி: வந்து உட்காருங்கோ.

[வெண்கலப்பானையில் கரண்டியைப்போட்டுச் சாதத்தைக் கிளறும் சத்தம்.]

பையன்: என்னப்பா, சாதம் இப்பிடி இருக்கே?

பெண்: அம்மா! அப்பாரான்னம் பண்ணியிருக்கார், திருட்டுத்தனமா!

பங்: என்னடி அசடே, ஔர்றே! ஒங்களைத்தானே! சாதம் எப்பிடி இருக்கு?

சாமி: கொஞ்சம் அளிஞ்சு போயிட்டாப்போல இருக்கு.

பங்: அப்போ சாதத்துலே பாலை ஊத்திச் சக்கரை போட வேண்டியதுதான். பகல் வேளையா இருந்தாலும் பாலும் சாதம் சாப்பிடுவோம். நன்னாச் சாதம் சமைச்சேள்! ஓங்களுக்குக் கட்டோடே அளிஞ்சாப் பிடிக்காதே.

சாமி: அதான், நான் கிளப்புக்குப் போகப்போறேன்.

பங்: அப்பவே சொன்னேனே. போகட்டும். வெங்காய சாம்பார் இருக்கறதாப் பாத்து எடுப்பு வரவழையுங்கோ!

92. கோர்ட்டு முத்திரை

"இப்பொழுது முன்சீப் கேஸை கூப்பிடப் போகிறார். என்ன செய்வோம்?"

"ஏங்க? நெம்பரை நடத்த வேண்டியதுதாங்களே. பணம் கொடுத்ததைப் பார்த்தவரு ராமன் வந்திருக்காரு. கிட்ணன் வந்திருக்காரு. அவருகிட்டெத்தான் பணம் கடன் வாங்கிக் கொடுத்தேன். ரசீது தர்றீயா, இல்லையான்னு கேட்டனுப்பிச்சப்போ தர்றேன்னு அவரு சொன்னதுக்குச் சாட்சி இருக்கு?"

"அது யாரு?'

"அந்தாலே நிக்கிறாரே வீசைக்காரரு, அவருதான்."

"அவர் பேரு?"

"ஒரு நல்ல பேருங்க."

"உனக்கே தெரியாதா?"

"ஏன் தெரியாது? மறந்து போச்சுங்க. கிருஷ்ணன் ஊர்தானுங்க. அவர் பின்னோடெத்தான் வந்திருக்கிறாரு. ஏன் கிட்ணா. அவர் பேரென்ன?"

"கோவிந்தன்."

"ஆமாங்க, ஆமாங்க. கோவிந்தனுங்க."

"இவர்களை எல்லாம் விசாரித்தால்?"

"பணம் குடுத்தேனா, இல்லையாங்கிறது புலப்பட்டுப் போவுது."

"பணம் கொடுத்தோமா, இல்லையா என்பது நமக்குத் தெரியாதா?"

"அதெப்படித் தெரியும்? ஓலகத்திலே நடக்கிற எல்லா விஷயங்களும் நமக்கெப்படித் தெரியுமுங்க?"

"அது சரி. கேஸ் விசாரணைக்கு வந்து எத்தனை ஈரங்கி ஆச்சு என்று ஞாபகம் இருக்கிறதா?"

"அஞ்சு மாசம் ஆச்சு."

"உனக்குத்தான் நல்ல ஞாபகம் இருக்கிறதே. நீ கோர்ட்டு சம்மனையும், பிராது நகலையும், கிருஷ்ணனையும் அழைத்துக்கொண்டு வந்தாயே, அது ஞாபகம் இருக்கிறதா?"

"நல்லா இருக்கு! கிட்ணனும் நானும் பாலக்கரை ஆச்சி கிளப்பிலே அரிசி உப்புமாத் தின்னுட்டு நேரே உங்க ஊட்டுக்குத்தானே வந்தோமுங்க. நல்ல படைபடைக்கிற வெயில்!"

"வந்து என்னிடம் என்ன சொன்னாய், ஞாபகப்படுத்திப் பாரு."

"சுக்ரமணிய கவுண்டன் தாவா போட்டுட்டானுங்க. சம்பா மகசூல் கைக்கு வந்ததும் பணம் தரேன் இன்னு சொன்னேன். சரின்னு சொல்லிக்கிட்டிருந்த பயல் தாவா போட்டுட்டானுங்கன்னு சொன்னேன்."

"வேறே ஒண்ணும் சொல்லவில்லையா?"

"கோர்ட்டுலே நாலு மாசம் கெடு வாங்குங்க. சம்பா மகசூலில் கடனைத் தலையைச் சுத்தி எறிஞ்சுடறேன்னு சொன்னேன்."

"அதற்கு நான் என்ன சொன்னேன்; ஞாபகம் இருக்கிறதா?"

"கச்சேரியிலே ஒரு மாசத்துக்கு மேலே கெடு கொடுக்க மாட்டாங்க ன்னீங்க. ஒரு மாசத்திலே பணம் எப்பிடி கிடைக்குமுங்க? சனியனை ஒழிச்சுப்புடறேனுங்க; அதுக்கு எப்படியாச்சும் ஒரு வழி பண்ணுங்க ன்னேன்."

"நீ சொன்னபடி வழி செய்தேன். ஒரு கட்சியை சொல்லிவை. விசாரணை என்று, இரண்டு, மூணு ஈரங்கி ஒத்திப் போகும். நாலு மாசம் கெடுவும் கிடைச்சுப் போகும் என்று சொல்லிவிட்டு ஒரு கட்சியை எழுதிப் போட்டேன்."

"அதுக்கென்னாங்க, நீங்க சரியாத்தானே எழுதிப் போட்டீங்க."

"பிரதிவாதி கொடுத்த பணம் பத்து ரூபாயைப் பிராதில் வரவு

வைக்காமல் வாதி மோசடி செய்திருக்கிறார் என்று நானா எழுதிப் போட்டேன்?”

“ஆமாங்க.”

“பணம் கொடுத்தேன்னு நீ சொல்லவில்லையே.”

“இல்லிங்க.”

“இப்பொழுது வந்து சாட்சி வந்திருக்கு விசாரிக்கணும் என்கிறாயே?”

”ஆமாங்க.”

“வளர்த்த கிடா மார்பில் பாய்ந்தது என்பார்களே. அதுமாதிரி பொய்க் கட்சியை நான் தயார் செய்தேன். என்னிடத்திலேயே, ‘சாட்சி இருக்கிறது. நம்பரை நடத்த வேணும்’ என்கிறாயே!”

“வாஸ்தவம்தானுங்க, ஒருநாள் ராமனைப் பார்த்து வக்கீல் ஐயா இந்த மாதிரி எழுதிப் போட்டு இருக்காங்கன்னு சொன்னேன். பணம் கொடுத்தது அவருக்கு எப்பிடித் தெரிஞ்சுதுன்னு கேட்டானுங்க. அப்போத்தான் பணம் கொடுத்திருப்பேன்; மறந்து போச்சு ன்னு தோணித்து.”

“இதைப் பாரு, இந்தக் கதை எல்லாம் கோர்ட்டிலே பலிக்காது. முனிசீப் முழிச்ச ஆள். கட்சியை நடத்தவில்லை என்றால் கௌரவமாக இரண்டு மாசம் கெடுவாவது வாங்கலாம்.”

“பணம் குடுத்துதுன்னு எழுதிப் போட்டீங்களே; அது பொய்யாகிடுமே.”

“இல்லாத போனால் ரொம்ப நெஜம்!”

“அப்போ இவுங்க எல்லாம் பொய் சொல்றாங்களா?”

“கருமாதிக்குச் சாப்பிட்டவன் இருக்கிறான்; செத்தது பொய் என்கிறாயே!”

“என்னங்க! பொய் மெய்யெல்லாம் கோர்ட்டாரு அல்ல சொல்லணும். சும்மா நெம்பரை நடத்துங்க. பணம் கொடுத்தது மெய்யா, பொய்யாங்கறது கோர்ட்டாரு பாடு.”

கோர்ட்டு முத்திரை விழுந்தாலொழிய பொய் பொய்யாகாது என்ற புது உண்மையைக் கேட்ட வக்கீலுக்கே ஆச்சரியமாக இருந்தது. வக்கீல் கையில் இருந்த பென்சில் அவரை அறியாமலே வராந்தா தூணில் ஒரு ஆவர்த்தம் வாசிக்க ஆரம்பித்துவிட்டது.

“ராக்கப்பபிள்ளை, ராக்கப்பபிள்ளை!” என்று கச்சேரி டபேதார் வராந்தாவில் நின்று கத்தினான்.

வக்கீலும் ராக்கப்ப பிள்ளையும் கோர்ட்டுக்குள் விழுந்தடித்து ஓடினர். முன்சீப்தார் வழக்கை விசாரணைக்கு எடுத்துக்கொண்டார். வாதி, பிரதிவாதி, சாட்சி ராமன், கிருஷ்ணன், கோவிந்தன் அத்தனை பேர்களையும் விசாரித்த கோர்ட்டார் வாதி பக்கம் தீர்ப்பளித்துவிட்டு, அடுத்த கேஸை விசாரணைக்கு எடுத்துக்கொண்டார். வக்கீலும் ராக்கப்ப பிள்ளையும் வராந்தாவுக்கு வந்தனர்.

"என்ன ராக்கப்ப பிள்ளை! இப்பொழுது திருப்தியாகி விட்டதா? முன்சீப் முத்திரை விழுந்துட்டுது. சந்தோஷமாப் போச்சா?" என்றார் வக்கீல்.

ராக்கப்ப பிள்ளை உடனே பதில் சொல்லவில்லை. ஊருக்கு அடுத்த பஸ் எப்பொழுது கிளம்பும் என்று வீசைக்காரரை விசாரித்தார். ஒரு மணி நேரத்துக்குள் பஸ் இருப்பதாகவும், போகிற வழியில் பாலக்கரை ஆச்சி கிளப்புக்குப் போய்விட்டு வீட்டுக்குக் கிளம்பப் பொழுது இருப்பதாகவும் பேசிக்கொண்டார்கள்.

"என்ன ராக்கப்ப பிள்ளை! நான் கேட்டது காதுலே விழல்ல போல இருக்கு. இப்பொழுது சந்தோஷமா?"

"விழுந்துதுங்க. கச்சேரிக்கு லீவ் எப்போங்க?"

"அடுத்த மாசம்."

"சுக்ரமணியன் என்னை எதுனாச்சும் செய்யணுமின்னா என்ன செய்யணும்?"

"தீர்ப்பு நகல் வாங்கிக்கொண்டு நிறைவேற்ற மனு போடவேணும்."

"அந்த நகலு அவனுக்கு இன்னிக்கே கிடைக்குமா?"

"கிடைக்காது. இவன் ஒரு நகல் மனுப் போட வேணும். பிறகு ஒரு மாசத்திலே கிடைச்சுப் போகும்."

"அது வரத்துக்கும் கோர்ட்டு சாத்தறதற்கும் சரியாய்ப் போயிடாதுங் களா?"

"போயிடும். போயிடும். நான் கேட்டதற்குப் பதில் சொல்லமாட்டேங் கிறியே?"

"அதைப் போய்ச் சொல்லுவானேன்னு?"

"சும்மாச் சொல்லு."

"சந்தோஷமாத்தான் போச்சுங்க. இப்போ போய்க் கெடு வாங்கிக்கிட்டா நல்லாவா இருக்கும்? உங்களை அல்ல பொய்யனாக்கிப்புடும்? எனக்காக

ஒரு கட்சி எளுதிப்புட்டீங்க. அதைப்போய் நானே அழிக்கலாம்களா? இப்போ பாருங்க. யாரும் பொய்யாகிடல்லே. ஏதோ கோர்ட்டாரு செஞ்சுப்புட்டாங்கன்னுட்டுப் போயிடும். இல்லீங்களா? மூணு நாலு மாசம் இருந்தால் போதுமின்னு நெனைச்சேனுங்க. ஆறு மாசத்துக்கு மேலேயே கெடச்சிப் போச்சு; வரேங்க."

ராக்கப்ப பிள்ளையும், சாட்சிகளும் வக்கீலை வணங்கிவிட்டுப் புறப்பட்டுவிட்டார்கள்.

தான் சொன்ன பொய்யை மெய்யாக்க இவ்வளவு முயற்சியும் செய்தது போல் ஒரு தோற்றத்தை அல்லவா உண்டாக்கி விட்டான்! அந்த உண்மை அவர் மனத்தைக் கலக்கிற்று. அவரை அறியாமலே கையிலிருந்த பென்சில் வராந்தா தூணில் கெத்து வாசிக்கத் தொடங்கிற்று.

93. ஒரு பே(ா)ட்டி

“டாக்டர் இருக்கிறாரா?”

குரல் கேட்டதே ஒழிய யாரையும் காணவில்லை. வாசலில் இருந்த வேலையாள் திகைப்புடன் சுற்றுமுற்றும் பார்த்துவிட்டு விழித்தான்.

“உன்னைத்தானே, டாக்டர் இருக்கிறாரா?”

“நீங்கள் யார்? எங்கிருந்து பேசுகிறீர்கள் என்று தெரியவில்லையே!”

“நான் இங்கிருந்தேதான் பேசுகிறேன். டாக்டர் இருக்கிறாரா?”

“யார் டாக்டர்?”

“ஆகாயத்தில் கட்டிடம் கட்டப் பார்க்கிறாரே... அவர்.”

“ஐயாவைக் கேட்கிறீர்களா? இருக்கிறார். நீங்கள் யார்?”

“எனக்கு அவரைப் பார்க்கவேண்டும்.”

“ஒரு குரல் மற்றொருவரை எப்படிப் பார்க்க முடியும்?”

“அந்தக் கதை எல்லாம் உனக்கு எதற்கு? யாரோ பார்க்க வந்திருக்கிறார் என்று சொல்லேன்.”

“பேர் கேட்பாரே.”

“பிரகிருதி என்று சொல்.”

சரி என்று சொல்லிவிட்டு வீட்டுக்குள் திரும்புமுன் அங்கே ஓர் உருவம் முளைத்து விட்டது. வேலையாள் பயந்து போய் உள்ளே ஓடி விட்டான்.

ஐந்து நிமிஷத்திற்குள் விஞ்ஞானி வெளியே வந்தார். அங்கிருந்த உருவத்தை ஆணா பெண்ணா என்று நிச்சயிக்க முடியவில்லை, இருந்தாலும் வந்தவரை வணங்கிவிட்டு வரவேற்பறைக்கு அழைத்துச் சென்றார்.

"உங்கள் பெயரை என் வேலையாள் சரியாகப் புரிந்துகொள்ளவில்லையோ என்று நினைக்கிறேன். என்னவோ என்று பிதற்றினான்."

"பிரகிருதி என்றுதான் சொல்லி அனுப்பினேன்."

"அப்படி என்றால் சரிதான். ஆனால் ஒன்று; உங்களுக்கு உருவம் இருக்கிறதே!"

"எங்களுக்கு உருவம் கிடையாது. ஆனால் உருவங்களை எங்களால் உண்டாக்க முடியும்; அவற்றுக்குள் புகுந்துகொண்டு மிஞ்சியும் இருக்கமுடியும்."

"விளங்குகிறது."

"நீங்கள் ஆகாயத்தில் கட்டிடம் கட்ட ஏற்பாடுகள் செய்திருப்பதாகச் சொன்னார்கள். அதைப்பற்றித் தெரிந்துகொள்ளலாம் என்று வந்தேன்."

"ஆமாம். என் திட்டம் பூர்த்தியாகி விட்டது. அதற்கான அணுசக்தி, தளவாடச் சாமான்கள் எல்லாம் தயாராகிவிட்டன. இரண்டு மாதத்துக்குள் வேலை துவங்கிவிடும்."

"நீங்கள் மட்டுந்தான் அந்தக் கட்டிடத்தில் வசிப்பீர்களா? அல்லது குழந்தை குட்டி வேலையாட்களுடன் தங்குவதாக உத்தேசமா?"

"நல்ல வேளையாக அந்தத் தொந்தரவெல்லாம் எனக்கு இல்லை. என் வேலையாள் மட்டுந்தான் வருவான்."

"சரி, உங்கள் வேலையாள் வருவதானால் உங்கள் உலகத்தில் உள்ளவர்கள் எல்லாருமே வரக் கூடியதான திட்டம் இருக்கவேண்டுமே! நகரங்கள் நிர்மாணிக்கும் திட்டம் இருக்கவேண்டுமே."

"இருக்கிறது."

"எங்களுக்கு இரண்டொரு சந்தேகம். இப்பொழுது மனித ஜாதிக்குப் பொறி, புலன்கள், ஜீரணக் கருவிகள், ரத்த நாளங்கள், மூச்சுப்பை இவற்றையெல்லாம் அமைத்து சிருஷ்டி செய்து வருகிறோமே. நீங்கள் விஞ்ஞான ஆராய்ச்சிக்காகத் தயார் செய்து அனுப்பும் ஆட்களைப் பார்த்தால், எங்கள் இயற்கை முறை சாதனங்களை அமைப்பதா வேண்டாமா என்று யோசிக்க வேண்டி வந்து விட்டது. நான்கு நாளைக்கு முன் ஓர் ஆகாச வாணத்தில் ஒரு விஞ்ஞானி

வந்தார். அவரைப் பார்த்தால் சோளக் கொல்லைப் பொம்மைக்குப் பொருத்தமாய் இருந்தது. கண்ணா, மூக்கா, உடம்பா ஒன்றையும் காணவில்லை. முகம், உடம்பெல்லாம் ஏதோ ஒரு பொருளால் மறைத்திருந்தது. காது இருக்கவேண்டிய இடத்தில் ஒரு சின்ன யந்திரம்; மூக்கு இருக்கவேண்டிய இடத்தில் ஒரு சின்ன யந்திரம். கண் இருக்கவேண்டிய இடத்தில் ஒரு சின்ன யந்திரம். இப்படிக் காட்சி அளித்தார். நான்கு நாள் எங்களுடன் இருந்தார். எங்களுடன் பேசவும் இல்லை; சாப்பிடவும் இல்லை. சாதாரண உணவு தேவை இல்லாமல் உங்களால் மனிதனை ஆக்க முடியும் என்று தெரிந்தவுடன் தான் உங்களைப் பார்க்க வேண்டியது அவசியம் என்று கருதினோம்.”

“ஆமாம், இதில் ஓரளவு வெற்றி கண்டு விட்டோம்.”

“அப்படியென்றால் எங்கள் முறையில் ஜீரணக் கருவிகளை ஏன் இனி அமைக்க வேண்டும் என்பதுதான் அடுத்த கேள்வி.”

“கேள்வி சரிதான். விஞ்ஞானி என்ற முறையில் அதற்கு எங்களால் பதில் சொல்ல முடியாது. அது உங்கள் பொறுப்பு. எங்களைக் கேட்டுக்கொண்டா உலகத்தை சிருஷ்டித்தீர்கள்?”

“இயற்கைக்கு உதவியாக நீங்கள் வேலை செய்வதாக இதுவரையில் நினைத்து வந்தோம். இப்பொழுது அப்படி இல்லை என்று தெரிந்து விட்டது. எங்கள் வேலையில் குறுக்கிட்டுச் சிக்கலையே உண்டாக்கி வருகிறீர்கள். நம் இருவருக்கும் இடையில் மனித ஜாதி கஷ்டப்படுகிறது. விஞ்ஞான ரீதியாக உணவு அளிக்க ஆரம்பித்தால் விஞ்ஞான ரீதியில் உணவுக் கருவிகளை அமைக்க வேண்டாமா? அதற்கு ஏற்பாடு செய்யாமல் ஆராய்ச்சிகளைத் தொடர்ந்து நடத்தினால் பாதி ஆற்றைத் தாண்டின கதைதான். இதேதான் மூச்சுப்பை விஷயத்திலும்.”

“உண்மைதான். என் வேலையாள் கூடத் தன் ஜீரணக் கருவிகளில் ஏதோ கோளாறு என்று டாக்டரிடம் காட்டினானாம். உன்னுடைய உணவு முறையின் விளைவு என்று அவர் பதில் சொல்லிவிட்டாராம்.”

“அதையேதான் நானும் சொல்கிறேன். கீரைக் தண்டு, வெங்காய சாம்பார், சப்பாத்தி, ரஸகுல்லா. ரொட்டி, மாட்டிறைச்சி, ஆட்டிறைச்சி, குயில் நாக்கு, தவளை, பாம்பு இவைகளை உணவாக ஏற்கும் முறையில் ஜீரணக் கருவிகளை அமைத்திருக்கிறோம். அவையும் பழகிவிட்டன. விட்டமின் ஏ, பி, ஸி, டி என்றெல்லாம் மாத்திரைகளைத் தின்று சமாளிக்க அவற்றுக்குத் தெரியாதே. அதைப் பற்றித்தான் யோசிக்கிறேன். அதே மாதிரி, நாங்கள் அமைத்திருக்கும் மூச்சுப்பை இந்தச் சூழ்நிலையில் வேலை செய்வதற்காகத் தயார் செய்யப்பட்டது. அதைக் கொண்டுபோய் ஆகாயத்தில் வைத்து என்ன விஞ்ஞான தந்திரம் செய்தாலும்

முடிவில் அதனால் நிலைமையைச் சமாளிக்க முடியாது. உயிருக்கு ஆபத்து நிச்சயம். எனவே ஓர் அடிப்படையான விஷயத்தை நீங்கள் ஞாபகப்படுத்திக்கொள்ள வேண்டும். இயற்கையை வைத்துக்கொண்டு அதற்கு உதவியாக விஞ்ஞானத்தை உபயோகப்படுத்தப் போகிறீர்களா? அல்லது அதை விரட்டிவிட்டு அந்த ஸ்தானத்திலே அமரப் போகிறீர்களா? – இதுதான் கேள்வி. மனித ஜாதியின் தலை விதியை இதுதான் நிர்ணயிக்கும்."

"நாங்கள் எதிர்பார்க்காததுதான் நடந்துவிட்டது: நடந்து வருகிறது. இயற்கைக்கு உதவியாகத்தான் ஆரம்பித்தோம். ஆலம் விதை மதில் சுவரைப் பிளக்கும் கதை ஆகிவிட்டது. இயற்கைக்குப் போட்டியாகவே மாறிவிட்டோம்."

"என்ன லாபம்! ஜடப் பொருள்களையும் ஜட சக்திகளையும் பயன்படுத்தி எவ்வளவு அற்புதங்களைச் செய்தபோதிலும் உயிர், மனம் இவற்றை சிருஷ்டிக்க முடியாதே. அதற்கு என்ன செய்வீர்கள்? அது முடியாத வரையில் போட்டி பலிக்காது."

"அதை நாங்கள் ஒப்புக்கொள்வதில்லை. விஞ்ஞானிக்குத் தோல்வி என்பதே இல்லை. இன்று இல்லாவிட்டால் நாளை, நான்கு வருஷங்களுக்குப் பிறகு ஆனாலும் சரி; நானூறு வருஷங்களுக்குப் பிறகு ஆனாலும் சரி; வெற்றி காண்போம் என்பதுதான் எங்கள் மதம்."

இந்தச் சமயத்தில் அறைக்குள் ஒரு விநோதமான ஆள் நுழைந்தார்.

"என்ன மூணாம் நம்பர்?" என்று விஞ்ஞானி திரும்பிப் பார்த்துக் கேட்டார்.

"நம்முடைய கோஷ்டியின் பத்தாம் நம்பருக்கு அமைந்திருக்கும் பிராண வாயுப்பை நாளையுடன் காலியாகிவிடும். பிறகு அவன் சாதாரண மனிதன் ஆகிவிடுவான். அதற்கு என்ன ஏற்பாடு என்று கேட்க வந்தேன்."

"பார்ப்போம்" என்று சொல்லிவிட்டு விஞ்ஞானி பிரகிருதியை நோக்கித் திரும்பினார்.

"பார்த்தீர்களா? இதுதான் எங்கள் முக்கியமான சிக்கல். நாங்கள் விசுவாமித்திரரைப்போல் போட்டி உலகத்தையே முழுவதும் சிருஷ்டிக்கவேண்டியிருக்கிறது. நீங்கள் சிருஷ்டி செய்வதில் பணச் செலவு இல்லை. ஆனால் எங்கள் வேலைக்கு ஏராளமான பணம் வேறு வேண்டியிருக்கிறது."

"நீங்கள்தாம் பெரிய திட்டங்கள் எல்லாம் போட்டிருக்கிறீர்களே! முதலில்

பூமியைச் சுற்றிவர ஒரு செயற்கைச் சந்திரனை அனுப்பப் போகிறீர்கள். பிறகு சந்திர மண்டலத்திற்கு யாத்திரை போகப்போகிறீர்கள்; அதற்கு, டிக்கெட்கூட இப்பொழுதே யாரோ ரிஸர்வ் செய்துவிட்டார்களாமே. அதற்குப் பிறகு செவ்வாய்க் கிரகத்துக்குக் குடியேறப் போகிறீர்கள்."

"தர்க்க ரீதியாக, விஞ்ஞான ரீதியாக, எங்கள் வெற்றிக்கு அளவில்லை; எல்லை இல்லை."

"உண்டு என்று எச்சரிக்கை செய்யத்தான் நான் வந்திருக்கிறேன். உங்கள் எல்லையைத் தெரிந்துகொள்ளுங்கள். அணு சக்தியைக் கொண்டு ஆகாய மாளிகை கட்டுங்கள். பூமியைச் சுற்றி வாருங்கள். இன்னும் எது வேண்டுமானாலும் செய்யுங்கள். ஆனால் அந்தச் சக்தியைக் கொண்டு அணுகுண்டுகளையும் ஜல குண்டுகளையும் வெடிக்கச் செய்து பரிட்சை பார்க்கக் கூடாது. ஆழம் தெரியாமல் காலை விடுவது போல ஆகிவிடும். உஷார்! உடலுக்குள் உயிர் எங்கே ஒளிந்துகொண்டிருக்கிறதென்று சத்திர சிகிச்சை செய்து ஆராயத் துணிவீர்களா? உயிர் வளர்வதற்காகத்தான் விஞ்ஞானம் இருக்க வேண்டும். உயிரை அழிப்பதானால் விஞ்ஞானம் தானே அழிந்து போகும். இந்த நுட்பத்தைக் கவனியுங்கள் என்று கடைசி முறையாக எச்சரிக்கிறேன்."

"நீங்கள் –"

விஞ்ஞானி வார்த்தைகளை முடிக்கவில்லை. எங்கிருந்தோ ஒரு கோடை இடி விழுந்தது. பங்களா வாசலில் இருந்த தென்னை மரம் தீப்பிடித்து எரிந்தது. வந்திருந்த உருவத்தைக் காணவில்லை. வார்த்தைகள் மட்டும் எதிரொலித்துக் கொண்டிருந்தன. விஞ்ஞானி சிந்தனையில் ஆழ்ந்தார்.

94. தலையெழுத்து

இந்த மனுஷாளைக் கண்டாலே எனக்குப் பிடிக்கல்லே. ரொம்ப நல்லவன்கள் மாதிரி வேஷம் போடறா.

இந்த வண்டிக்காரன் இருக்கிறானே, அவனும் இந்த மாதிரி மனுஷன் தான். அவன் மாட்டு வண்டியை ஓட்டிக்கொண்டு வந்த ஜோரைப் பார்க்கவேண்டுமே! மாட்டுக்கோ ஒரு கொம்பு ஒடிசல். அதில் எண்ணெய்த் துணி சுத்தியிருக்கு. கழுத்திலோ புண். வண்டிக்குள்ளே ஜரிகை வேஷ்டி மிராசுதார். ரயில்வே ஸ்டேஷனுக்குப் போகத் தாராளமாய் இரண்டணா சத்தம் கொடுக்கிறேன்னென்று பேசி யிருப்பார். வண்டிக்காரன் இடுப்பிலே நாலுமுழ வேஷ்டி. அது கப்பிரேட் நிறம். தலையிலே கந்தல் முண்டாசு. கையில்– அதென்ன? சாட்டைக் குச்சியா, தார்க் குச்சியா? அவன் முகத்தில் ஒரு நாளைக்கு எட்டணா சம்பாதிக்கற களை. மாட்டு உடம்பிலே தேங்காய் உரிக்கலாம். அதன் வாலோ கார்க்குத் திருகி மாதிரி இருக்கு. மூச்சுக்கொருதரம் அந்த வாலைப் பிடிச்சுக் கடிச்சால் அதில் முப்பத்தஞ்சு முடிச்சு விழாமல் என்ன செய்யும்? பாவம்!

மாடுபாட்டுக்கு மலைப்பாம்பு வேகத்தில் வந்து கொண்டிருந்தது. நான் தேமேன்னு ரோட்டிலே வண்டிக்கு எதிர்ப்பக்கமாக வந்து கொண்டிருந்தேன். நான் சரியாக எச்சில் இலை சாப்பிட்டு எட்டு நாள் இருக்கும்; அகப்படவே இல்லை. இந்தப் பெரிய நாய்கள் எச்சில் இலைக்கு விழுந்தடிச்சுக் கடிச்சுக்கற ரகளையிலே எனக்கென்ன கிடைக்கப்போறது? ஒடம்பு அரை ஒடம்பாய்ப் போச்சு. வேணா

என் கண்ணைப் பாருங்கோ – குழி விழுந்து கறுத்துப் போயிருக்கோ, இல்லையோ? எல்லாம் வயத்துக்கில்லாமதான். காது கும்முன்னு இருந்தது. கண் பூச்சி பறந்துது. பசியோ பிச்செடுத்தது. இப்படி வந்தேன். கால் ஒண்ணோடெ ஒண்ணு பின்னிக்கிண்டுது. வண்டிக்குள்ளே இருந்த எஜமான் என்னவோ நெய்ப் பக்ஷணம் திங்கறார் இன்னு என் மூக்கு சொல்லித்து. கேட்டுத்தான் பார்க்கலாமே இன்னுட்டு வாலைக் கொஞ்சம் தழைச்சுக்கொண்டு குழைச்சுக்கொண்டு வண்டி கிட்டே போனேன்.

நான் எதிர்த்தாப்போலே போனேனா, வண்டிக்காரன் என்னைப் பார்த்துட்டான். நான் ஏர்க்காலடியிலெ வந்தப்போ, என் மூக்குக்கு எதிரே சக்கரம் வந்து கொண்டிருந்தது. என்னைப் பார்த்தானோ இல்லையோ, “செத்துப்போகணும்னு உனக்கு ஆசையா?” இன்னுட்டு இரக்கப்பட்டான். ஐயோ பாவம்! ஏழை ஏழையைப் பார்த்துத்தானே இரக்கப்படுவான்னு நெனச்சுக்கிண்டிருக்கறப்பவே நாயுண்ணி கடிக்கிறாப்பலெ முதுகிலே சுரீர் ன்னுது. வலி தாங்கல்லெ. ‘வாள், வாள்!’ ன்னு என் சின்னக் குரல்லே அழுதுகொண்டே அந்தண்டை போய்த் திரும்பிப் பார்த்தேன். வண்டிக்காரன் என்னைச் சவுக்கால அடிச்சான்னு தெரிஞ்சுது. நெய்ப் பக்ஷண ஞாபகம் சிட்டாய்ப் பறந்து போயிடுத்து. முரட்டுப் பயல் வண்டிக்காரன் என்ன சொல்லிக்கொண் டிருந்தான் தெரியுமா? “சாகாம காப்பாத்திவிட்ட உசுருக்கு சவுக்கடி வலிக்குதோ? நன்னி கெட்ட நாய்!” ன்னு என்னைத் திட்டிக்கொண் டிருந்தான்.

இவனுக்குப் புத்தியிருக்கான்னு நான் கேக்கறேன். வண்டிச் சக்கரத்திலே அம்பிட்டுக்கொண்டா இவனுக்கென்ன நஷ்டம்? எனக்குன்னா லாபம்! அரையணாவுக்கு எனக்குப் பால் வாங்கிக் கொடுக்க யோக்கியதை உண்டா? முழு எச்சல்கலையா ரெண்டு சம்பாதிச்சுத் தர முடியுமா? வேண்டாம். அந்த நெய் பக்ஷணத்தையாவது எனக்கு ஒரு வாய் சிபார்சு செய்யச் சாமர்த்தியம் உண்டோ? இந்த வயத்துக்குப் பறக்கற பறப்பைவிடச் சக்கரத்தடியிலெ மாட்டிக்கொண்டு உசிர் போனால்தான் என்ன மோசம்? என்னைத் தப்பிச்சு விட்டுட்டானாம்! அதுக்காகச் சவுக்கடி அடிக்கப் பாத்தியம் வந்துட்டுதாம்... பேச்சுப் பேசறான், பேச்சு!

“பொத்! பொத்!! பொத்!!!”

இதென்ன, இவ்வளவு எச்சில் இலை விழறது! அதிர்ஷ்டம்தான். இருங்கோ, இதோ வந்துவிட்டேன்... அடெடே! அரை டஜன் பெரிய சனியன்கள் வந்துட்டுதே! இப்போ என்ன செய்யறது? இனிமே வெறும் இலைகூடக் கிடைக்காது...

இந்தப் பாழாய்ப்போன வண்டிக்காரனாலே ஜன்மம் வளர்றது! நல்ல தலையெழுத்து!

இப்பிடி வந்து தெரு ஓரமாய்ப் படுத்துக்கிண்டிருந்தேன், கண்ணைக் கொண்டுபோய் சொருகித்து. கண்ணைத் திறந்தபோதெல்லாம் ஒண்ணு கண்ணுலே பட்டது. ரொம்பச் சிரிப்பு வந்தது. ஆனால் பயம் சிரிக்க; அடக்கிக்கிட்டேன்.

என்ன தெரியுமா? பெரிய நாயிலெ நாலு. ஒண்ணு சொறிபிடிச்சு கிழப் பாட்டி மாதிரி இருந்தது. பின்னெ பெருங்காயத்தை ஜமாய்ச்சாக்கெ! பாக்கி மூணும் குதிரை மாதிரி நன்றாக வளர்ந்திருந்தன. ஒன்றுக்கொன்று எச்சில் இலையைத் திங்க விடாமெ அடிச்சுக்கிண்டு கடிச்சுக்கிண்டு கிடந்தன. ஆள்கள் குஸ்தி போட்டால் இப்படித்தான் இருக்குமோ என்று நினைச்சுக்கிண்டேன். அப்பிடி முன் காலைத் தூக்கிச் சண்டை போட்டன. இருந்தாலும் அந்தச் சொறி நாய்க்குத்தான் ரொம்ப ரோஷம். சிணுங்கிக்கிண்டு சிணுங்கிக்கிண்டு கடிச்சதைப் பார்த்தால் காத்து, விட்டுவிட்டுச் சீறுமே அதுமாதிரி இருந்தது. அதோட நடுவுலே நடுவுலே ஒடம்பை வேறெ சொறிந்துகொண்டது. எவ்வளவுக்கெவ்வளவு அதுக்கு ஸ்வாரச்யம் இருந்ததோ அவ்வளவுக்கவ்வளவு ரத்தக் களறி! சொறிநாயைப் பார்த்தா வருத்தமாய்த்தான் இருந்தது.

இப்பிடி நான் இரக்கப்பட்டுக்கிண்டிருக்கிறப்போ ஒரு தமாஷ் நடந்தது. பெரிய மாடு – ஒரு கோவில் மாடு. அது நன்னா வளர்ந்து இருந்துது என்கிறதுக்காக நான் சொல்ல வரல்லே. நெஜம்மாகவே அது கோவில் மாடுதான்னு அதனுடைய வயத்து மேலே போட்டிருந்த சூலம் சொல்லிக்கிண்டிருந்தது. எனக்கு இடையில் ஒரு மனக் கணக்கு வேறெ வந்துட்டுது: ஒரு கோவில் மாட்டை அழிச்சால் எத்தனை நாய்க் குட்டி என்னைப் போலே பண்ணலாம்னுட்டு. இந்தக் கணக்கைத் தள்ளி விட்டுப் பெரிய மாட்டைக் கவனிச்சுக்கிண்டிருந்தேன். பெரிய நாய்கள், சண்டை மும்முரத்திலே இருக்கிறப்போ மாடு பாட்டுக்குப் புகுந்து எச்சில் இலையை ஜமாய்க்க ஆரம்பிச்சுட்டுது. அநேகமா ஒழிஞ்சே போச்சு, இலை கூட. அப்போத்தான் இதுகளெல்லாம் முழிச்சுக்கிண்டதுகள். எல்லாமாய் மாட்டண்டே திரும்பித்து. ஆளுக்கு ஒரு பக்கமாய் நின்னுக்கிண்டு கொலைச்சுது. மாடு மொதல்லெ கவனிக்கவே இல்லை. காரியத்திலேயே கண்ணாயிருந்தது. இப்பிடி இருக்கும்போது அந்தச் சொறி நாய் ஒரு தரம் குப்புன்னு பாஞ்சுது. மாடு பெரிய மனுஷன் மாதிரி தலையை ஆட்டித்து, பாக்கி நாய் களுக்கும் தைரியம் வந்துட்டுது. எல்லாமாய்ச் சேர்ந்து ஒரு தரம் பாஞ்சுது. மாடு ஒரு தரம் கொம்பைச் சாச்சுக்கிண்டு புஸ் ன்னுது.

சொறி நாய் பயத்துலெ கீழே விழுந்துட்டுது. பெரிய நாயெல்லாம் தாத்தாப் பூச்சி பறக்குமே அதுமாதிரி எங்கேயோ ஓடிப் போச்சு. என்னதைப் பெரிய நாய் பிடுங்கினால் பெரிய நாய்கிட்டே இருந்து மாடு பிடுங்கப்படாதோ?

அப்போத்தான் யாரோ என்கிட்டே வந்தாப்பிலெ இருந்தது. கண்ணை முழிச்சுப் பார்த்தேன். சின்னப் பயல் ஒத்தன் – நிஜார் போட்டுக்கிண் டிருந்தான். ஒரு கையில கோலிக் குண்டும் காட்டாமணிப் பாலும். இன்னொரு கையிலெ காட்டாமணிக் கொம்பு. அதன் நுனியில இருந்து காட்டாமணிப் பால் பலூன் ஜோராய்க் கிளம்பிக்கிண்டிருந்தது.

என்னைப் பார்த்ததும் அவனுக்கு என்ன தோணித்தோ! "த்ஸ், தள் புலியா!" என்றான். நான் வாலைப் பூமியிலே போட்டு அடிச்சுச் சுழட்டிக்கிண்டே அவன் கால்கிட்டே போனேன். அதுக்குள்ளே இன்னொரு பையன் வந்து சேர்ந்தான். "ஏண்டா சோமு! இது உன் நாக்குட்டியா?" என்றான்.

"இல்லேடா மணி. இப்போத்தான் வீட்டுக்கு எடுத்துக்கிண்டு போகலாமின்னு பார்க்கறேன். அச்சு நாய்க்குட்டி மாதிரி அழகாய் இருக்கோ இல்லியோ?"

"அழகாயிருக்கு சரி. அசடோ இல்லியோன்னு பரீட்சை பண்ணாமே எப்பிடிடா எடுத்துக்கிண்டு போறது?"

"ஆமாண்டா, ஆமாண்டா" ன்னுட்டுச் சோமு என் காதைப் பிடிச்சுத் தூக்கினான். பிராணனே போயிட்டுது. 'வாள் வாள்!' ன்னு கத்தினேன்.

"சூரப்புலிடோய்!" இன்னான் மணி.

"பாவம்டா! கொஞ்சம் வேகமாகவே தூக்கிப்பிட்டேன்" ன்னு என்னைச் சோமு தூக்கிக்கிண்டு சமாதானம் செய்ய ஆரம்பிச்சுட்டான். என்ன இருந்தாலும் எனக்கு உள்ளூற பயம்தான் – அடுத்தாப்பிலே என்ன பண்ணிப்பிடுவானோ இன்னுட்டு. ஒருதரம் அவன் முஞ்சி யைப் பார்த்தேன். என் கண்ணிலே ஜலம் வந்துட்டுது போல இருக்கு. "அதுக்குப் பசிபோலே இருக்குடா" என்று சொல்லிப்பிட்டு என்னை எடுத்துக்கிண்டு சோமு சந்து வழியாலே நேரே அவன் வீட்டுக் கிணத்தங்கரைக்குப் போனான்.

கிணத்தங்கரையிலே விட்டதும் அலங்க மலங்கப் பாத்துக்கிண்டிருந்தேன். அதுக்குள்ளே சோமு உள்ளே போய் ஒரு கொட்டாங்கச்சியில் சாதம் எடுத்துக்கிண்டு வந்தான். கோரப் பசியா? அபுக் அபுக்குன்னு மூணே வாயிலே ஒழிச்சுப்புட்டுத் திருப்பியும் அவன் மூஞ்சியைப் பார்த்தேன்.

"என்ன புலியா! இன்னும் வேணுமா?" இன்னான். அவன் காலை நக்கினேன். "அப்பிடியா சமாசாரம்?" இன்னுட்டு இன்னொரு கொட்டாங்கச்சி சாதம் கொண்டு வந்தான். அதையும் ஒழிச்சுப் பிட்டேன். உடனே காலெல்லாம் துருதுருங்க ஆரம்பிச்சுட்டுது. கொல்லைப்பக்கத்தாலே கிளம்பி ஓடப்பார்த்தேன். "அடேடே கம்பி நீட்டப் பார்க்கிறது போய்!" இன்னுட்டு என்னைப் பிடிச்சு ஒரு பாக்கு மரத்திலே கட்டிப்பிட்டு அவனும் பக்கத்திலே உட்காந்துட்டான். அப்புறம் நான் பாட்டுக்கு ஈ பிடிச்சுக்கிண்டே தூங்கிப் போயிட்டேன்.

நல்ல தூக்கம் போலே இருக்கு. ஏன்னா முழுச்சுக்கிண்டப்போ கிட்டெ ஒத்தரும் இல்லை. என்னைக் கட்டிப் போட்டிருந்ததா; ஓடியாடித் திரிஞ்சவனை ஜெயில்லே போட்டாப்பிலே இருந்துது. எங்கம்மா பாவம்! முனிசிபாலிட்டிக்காரன் ஒருநாள் பிடிச்சுக்கிண்டு போனானே அவதான்– அவள் சொல்லுவா –

> *'தலைவலி போச்சாம்; திருகுவலி வந்ததாம்:*
> *சொதந்தரம் போச்சாம் சோறு வந்ததாம்.'*

அந்த மாதிரித்தான் இருக்கு என் பொழைப்பு ன்னு நெனைச்சுக்கிண்டிருக்கிறப்பவே வீட்டுக்குள்ளே பேச்சுக் குரல் கேட்டது.

"அந்தச் சனியன் என்னத்துக்குடா சோமு? தொட்டாக்கூட ஸ்நானம் பண்ணணுமேடா."

சோமு சொல்றான்: "நீ வேணாத் தொடவேண்டாம். எனக்கு வேணும்."

"தொத்தல் நாயைக் கொண்டுவந்து எழவெடுக்கறயே!"

"ஒனக்குத் தெரியாதுடீ அம்மா. ஒண்ணாம் நம்பர் அச்சு நாய். கோடியாத்துக் கோபாலனைக் கேளு; இல்லேன்னா மூலையாத்து மணியைக் கேளு."

"எப்படியானும் தொலைஞ்சு போ."

"கோவிச்சுக்காதே. கிட்ட வந்து நாய்க்குட்டியைப் பாத்துட்டு அப்பறம் சொல்லு. வா, காண்பிக்கறேன்."

இப்படிச் சொல்லிக்கொண்டே பொடவைத் தலைப்பைப் பிடிச்சு இழுத்துக்கிண்டே நான் இருக்கிற இடத்துக்கு வந்தான். அப்போத்தான் தூங்கி எழுந்திருந்தேனா? சோம்பல் முறிச்சுக்கிண்டிருந்தேன்.

"அடே பாவி! கழுத்துலெ கயத்தைப் போட்டுக் கட்டியிருக்கியேடா நாய்க் குட்டி செத்துப் போயிடப் போறது!" ன்னா அம்மா.

"எனக்குத் தெரியும்டீ" ன்னு அதிகாரம் பண்ணிப்பிட்டு, "என்னமா

இருக்கு நாய்?” ன்னு கேட்டான்.

“எச்சல்கலை நாய்! நான் இருக்கற சவரணையோடதான் அதுவும் இருக்கு!” இன்னு சொல்லிச் சிரிச்சுப்பிட்டு அம்மா உள்ளே போயிட்டாள்.

அம்மா திரும்பி வராம இருந்தால் தேவலைன்னு நான் நெனைச்சுக்கிண்டிருக்கிறப்போவே அவள் திரும்பி வந்து எத்தையோ எலும்புத் துண்டைப்போல் எனக்கு முன்னே எறிஞ்சாள். அதைக் கெடுக்கு முடுக்குன்னு தின்னேன். அதனாலேதான் அதுக்குப் பெயர் முறுக்குன்னு வச்சிருக்காப்போலே இருக்கு!

எனக்குச் சோமு மேலே ரொம்ப ஆசை வந்துட்டுது. அவன் கையையெல்லாம் நக்கினேன். பொய்க்கடி கடிச்சேன். “ஒன்னோடே கொஞ்சி விளையாடற சாமான் ரொம்ப அழகாயிருக்குடா!” ன்னும் பரிகாசம் பண்ணிப்பிட்டு அவன் அம்மா உள்ளே மறுபடியும் போயிட்டா. நான் விளையாடினதுலே சோமுவுக்குச் சந்தோஷம் தாங்கல்லே. “பிலியா வெளியிலே போவோம் வா” ன்னுட்டு என்னை அவுத்து விட்டுட்டான். எனக்கு ஓடிப்போகணும்னே தோணல்லே.

உடனே போனேன். தெருவிலே அங்கே இங்கே நின்ன தொத்தல் நாயெல்லாம் என்னை வெறிக்க வெறிக்கப் பார்த்ததுகள்; வயத்தெறிச்சப்பட்டதுகள்; நான் பாட்டுக்குத் தெருநாயோடே நமக்கென்ன பேச்சுன்னு போய்க்கிண்டிருந்தேன்.

கடைசியிலே காவேரிக்கு வந்து சேர்ந்தோம். சோமு மணல்லே விளையாடிக்கிண்டிருந்தான். நானும் காவேரி மணல்லே கிடந்த கிழிஞ்ச துணிகளைக் கடிச்சுக் கொதறி விளையாடிக்கிண்டிருந்தேன். இந்த எழவுக்குக்கூட ஒரு பெரிய நாய் போட்டிக்கு வந்துட்டுது; சே அப்பிடி சொல்லப்படாது. அதுவும் நானுமா அந்தத் துணியை வச்சுக்கிண்டு விளையாடினோம். ஆனால் பெரிய நாயோன்னோ! அது துணியைக் கவ்விக்கிண்டு காவேரியெல்லாம் ஓடும். நான் எடுத்துக்கிண்டு ஓடறத்துக்குச் சமயம் ஒரு தரம்தான் வாச்சுது. பாத்துக்கோங்கோ! இருந்தாலும் பெரிய நாய் காவேரி மணல்லே நாலுகால் பாச்சல்லே போறதே ஒரு தனி அழகு – அதன் ஓடம்பு ஒரு குச்சி மாதிரி ஆயிடறது...

விளையாட்டு முடியற சமயம் பசங்களெல்லாம் என்னவோ பக்ஷணம் வாங்கிக்கொண்டு வந்து சாப்பிட்டான்கள். எனக்கும் கிடைச்சுதுன்னு சொல்லணுமா? ‘பாதகமில்லே, தலையெழுத்து அவ்வளவு மோசமில்லே’ன்னு நெனைச்சப்போ ஒரு தரம் உடம்பு சந்தோஷத்திலே சிலுத்தது.

ராத்திரி ஆச்சு. ஆத்தோரம் விளக்கெல்லாம் கண் சிமிட்ட ஆரம்பிச்சுட்டுது. ஹோ ஹோன்னு கத்திக்கிண்டு பசங்கள் வீட்டுக்குக் கிளம்பினான்கள். நானும் சோமுகூடக் கிளம்பினேன்.

வீட்டுக்கு வந்தோமோ இல்லியோ, அவன் உள்ளே போய் ஒரு இலையிலே பாலும் சாதமுமா எடுத்துக்கிண்டு வந்து கிணத்தங் கரையில் வச்சான். நான் சாப்பிட்டுக்கிண்டு இருக்கறப்பவே, 'நானும் சாப்பிட்டுவிட்டு வரேன்'னுட்டு அவன் உள்ளே போயிட்டான். போற போக்குலே பாக்கு மரத்திலே கட்டிப்பிட்டான் அசட்டுப் பயல்!

ரொம்ப நாழியாச்சு. ஒரே குளுர் காத்து. உடம்பு வேறெ சிலுத்துப் போச்சு. சுத்தியும் இருட்டு; சோமு வரவழியாயில்லை. என்ன பண்றதுன்னு தெரியலே. ஓடிப்போறதுக்கும் தோணல்லே. எனக்கும் தெரியாம என் தொண்டையிலிருந்து மெதுவா அழுகை எட்டிப் பார்த்துக்கிண்டிருந்தது. இன்னும் நாழியாச்சு. தூத்தல் போட்டுது. மெதுவாக் கொல்லைத் தாவரத்திலே போய் ஒண்டிக்கிண்டேன். கூரையிலே சரியாகக் கீத்து இல்லாம அங்கேயும் என் மேலே தூத்தல் விழுந்தது. வீட்டுக்குள்ளே வேணாப் போய்ப் பார்க்கலாம்னு கதவைப்போய்ச் சுரண்டினேன். ஏன்னு கேப்பாரில்லெ. மெதுவாகக் கத்தினேன். அதுக்குள்ளே மழை வலுத்துப் போச்சு. ஒடம்பு வேறெ சாரல் காத்துலெ நனைஞ்சு போச்சு. என் குரல் கூடக் குளுரில நடுங்கித்து.

மழை விட்டதும் கொஞ்சம் பலமாகக் கத்தினேன். அப்பவும் சோமு வரல்லே; ஆனால் உள்ளே யாரோ ஆண் பிள்ளை சோமுவின் அம்மாவோட சிள்ளுப் புள்ளின்னு பேசினது காதுலே விழுந்தது.

"எழவு! நாய் ஊளையிடறது கொல்லையிலெ!" இன்னுது ஆண்பிள்ளைக் குரல்.

"இருக்கும்" ன்னுது பெண்பிள்ளைக் குரல்.

"சனியன்! இந்தத் தெருவிலேயே நாய் அதிகம். முனிசிபாலிட்டிக்கானும் எழுதிப் போடணும் – இன்னும் நாய்த் தொல்லை ஒழியவே இல்லை. அப்படியே இருக்குன்னுட்டு."

எனக்கு வயத்துல புளியைக் கரைச்சுது. விடிஞ்சதும் எப்படியேனும் ஓடிப் போய்விட்டால் தான் பொழைச்சோம்னு நெனைச்சுக்கிண்டேன்...

காலம்பர விடிஞ்சும் விடியாததுமாய் இருந்துது. பெரியவராய் ஒத்தர் கொல்லைப் பக்கம் வந்தார். என்னைப் பார்த்தாரோ இல்லியோ, "இந்தப் பொணந்தான் போலே இருக்கு! ராத்திரி தூங்கவிடாமல் பிராணனை வாங்கிப்பிட்டுது!" ன்னார். நான் வாலைக் குழைச்சுப்

பார்த்தேன். அவர் மசியல்லே. "சு! சு!" இன்னு சொல்லிக் கொண்டே என்னத்தையோ எடுக்கக் கீழே குனிஞ்சார். கட்டிப் போட்டிருக்கிற நாயைக் கல்லாலடிச்சா ஓடப் பண்ண முடியுமா? இது தெரியல்லே அந்தப் பெரியவருக்கு! வாலைப் பின்ரெண்டுகால் நடுவிலே வச்சுக்கிண்டு பயந்து போய் நின்னேன்.

அதுக்குள்ளே சோமுவும் வந்துட்டான். "என் நாய்க் குட்டி அப்பா, விரட்டாதே" ன்னான்.

"நாய்க் குட்டியாவது கீக்குட்டியாவதுடா, கழுதை! ராத்திரி, தூக்கம் குட்டிச் சுவராயிடுத்து; பேசறயா!"

"இல்லே அப்பா: நான் ராத்திரி சாப்பிட்ட ஓடனேயே தூங்கிப் போயிட்டேனோ இல்லியோ! மழையிலேயும் குளிரிலேயும் அது கிடந்து கத்தியிருக்கு, அவ்வளவுதான். ரொம்ப சாது" ன்னு சோமு கெஞ்சினான்.

"நீயும் சாதுதான்; ஒன் நாய்க்குட்டியும் சாதுதான். கொண்டாடி பெரம்பை"ன்னு உள்ளே பார்த்து ஒரு கத்தல் பொட்டுட்டு என்னைக் கயத்தோட அவுத்து வெரட்டி விட்டார்.

செத்தேன், பொழைச்சேன்னு கொல்லை வேலியாலே நுழைஞ்சு கம்பி நீட்டிப்பிட்டேன். தலையெழுத்து அழியல்லேன்னு தெரிஞ்சிதா!

3

மறுபடியும் ராஜவீதிக்கே வந்து சேந்துப்புட்டேன் பார்த்தேளா? என்ன இருந்தாலும் மனிசங்க முக்கால்வாசிக்கு மேலே கெட்டவங்கதான். சரிதானே; சொல்றது? அப்புறம் கசப்பு வரலாமா படாதா நீங்களே யோசியுங்கோ. சும்மா சும்மா வீடுகளிலே இருந்து விரட்டிப் புடறதுன்னா எனக்கு என்னமா இருக்கு தெரியுமா? மார்கழி மாசத்துலே பனிக்குப் பயந்து தெருத்திண்ணையிலே பள்ளம் பண்ணிக்கிண்டு படுத்துத் தூங்கறது பாருங்கோ எங்க கோஷ்டி, அதுகள் தலையிலே திடீருன்னு வீட்டுக்காரன் வந்து ஒரு குடம் ஜலத்தைக் கொட்டி விரட்டினால் எப்பிடி இருக்கும்? அதே மாதிரிதான் எனக்கும் இருக்கு, இவாளெல்லாம் திடீர் திடீரென்று வீட்டை விட்டு விரட்டறது. இனிமேல் மனுசன் வீட்டுக்கே போகப்படாது; செத்தா போயிடுவோம்னு நெனைச்சு நடையைச் கட்டினேன்.

ஒரு சந்து நிறைய இலை கிடந்தது. எங்க பெரிய கோஷ்டி ஒண்ணுகூடக் காணோம். ஆச்சரியமாக இருந்தது! முனிசிபாலிடிக்காரங்க செஞ்சதும்

கூட ஒரு விதத்திலே தேவல்லையோன்னு நெனைச்சுப்புட்டேன். கஷ்டம் வந்தால் புத்தி எப்பிடியெல்லாம் ஓடறது! 'சை! மனசே'ன்னு கண்டிச்சுப்பிட்டு இலையெல்லாம் மண்ட ஆரம்பிச்சேன். நிறைய இட்லித் துணுக்கு, தோசைத் துணுக்கு! எவ்வளவு ஜோராயிருந்தது தெரியுமா? ஆனால் ஒரு சின்னப் பிசகு நடந்து போச்சு; மொளகாப் பொடீன்னா எனக்கு என்ன தெரியும்? எதிலேயோ சேர்ந்து கிடந்த தைத் தின்னுவிட்டேன் போல் இருக்கு. நாக்குத் துடிச்சுப் போச்சு; வாயிலே ஜலம் ஜலமாகக் கொட்டித்து. எப்பிடியோ அப்புறம் சமாளிச்சுக்கிண்டேன். வயறு விண்ணிட்டுப் போச்சு, அடுத்தாப்போல் தாகமெடுத்துட்டுது. என்ன செய்யலாம்னு பார்த்தேன்.

கொல்லை வாசல் ஒண்ணு திறந்திருந்துச்சு; மெதுவாக உள்ளே நுழைஞ்சு கிணத்தங்கரைகிட்டே போனேன். ஒத்தரையும் காணோம், வாழை மரத்தடியில் கொஞ்சம் ஜலம் தேங்கிக் கிடந்துது. அதைக் குடிக்கலாம்னு நெனைச்சுக்கிண்டிருக்கிறப்பவே கம்முன்னு ஒரு வாசனை வந்தது. மறுபடியும் கவனிச்சப்போ கிணத்தங்கரை கிட்டே பாத்திரங்கள் கிடந்துது. ஒண்ணுலே பால் மாதிரி இருந்துது. மூஞ்சியைப் பாத்திரத்துக்குள்ளே விட்டு நக்கிப் பார்த்தேன். அது பாலில்லை; ஆனால் அதைவிட இன்னும் ரொம்ப நன்னாயிருந்தது. அந்த மாதிரி நாலஞ்சு பாத்திரத்திலே அம்புட்டுது.

இப்படி இருக்கிறப்போ ஒரு குரல் உள்ளே இருந்து கத்தித்து, "நாயர்! காபி டபரா அலம்பிக்கொண்டுவா... எத்தனை நாழி?"

"இதோ வருது" ன்னான் ஓர் ஆள். அப்போத்தான் அங்கே ஒரு வீடு கூட்டி இருந்தது எனக்குத் தெரிஞ்சுது. "ஒன்னாலே வேலை கெட்டுப் போவுது"ன்னு அவளைப் பொய்க்கானும் ஒரு அடி அடிச்சுட்டு டபராவை அலம்ப வந்தான்.

எனக்குப் பயமாய்ப் போயிடுத்து. அந்தண்டை போனேன். என் மூக்கில் இருக்கிற தித்திப்பை நாக்காலே நக்கிக்கொண்டிருக்கிறப்போ அவன் என்னைப் பார்த்தான். அப்புறம் பாத்திரத்தைப் பார்த்தான். "இந்த நாக்குட்டி சுத்தமா நக்கி விட்டிடுச்சு. பாவம், ஆசையைப் பாத்தியா?" ன்னான்.

"ஆமாம் ஒவ்வொண்ணுக்கும் ஒவ்வொரு ஆசை" ன்னுட்டுப் பெண்பிள்ளை கோணலாய்ச் சிரிச்சாள்.

"புரியுது, புரியுது" ன்னுட்டு அவ்வளவு பாத்திரத்தையும் ஒரு தரம் தண்ணித் தொட்டியிலே போட்டு எடுத்துக்கொண்டு ஓடியே போயிட்டான் அந்த ஆள்.

ருசிகண்ட நாயாச்சா? கொல்லை வாசல்கிட்ட முன்னங்காலை ஊனி நிமிந்து டபரா இன்னும் வராதா என்கிறாப்போலே பார்த்துக்கிண்டு உட்கார்ந்திருந்தேன். மறுபடி நாயர் கொல்லைப் பக்கம் வந்தப்போ ஒரு டபரா நிறைய காபி கொண்டுவந்து வீடு கூட்டி கிட்ட குடுத்தான். அவள் சாப்பிட்டாள். பாத்திரத்திலே பாக்கி இருந்திருக்கும் போல இருக்கு. த்ஸ், த்ஸ் ன்னு என்னைக் கூப்பிட்டு ஒரு கொட்டாங்கச்சியில் மிச்சத்தை ஊத்தி என் முன்னே வச்சான். வாலைக் குடிச்சுக்கிண்டு போய் சாப்பிட்டேன்.

அப்பவே பிடிச்சு அங்கேயே இருக்கலாம்னு யோசிச்சுப்பிட்டேன். நாயர் எனக்குச் சிநேகமாயிட்டான். அப்பப்போ கொல்லையிலே ஏதாவது கிடைக்கிறதைச் சாப்பிடறது. பாக்கிப் பொழுதெல்லாம் விறகு அடுக்கியிருக்கிற இடத்துக்கு அடுத்தாப்போலே வாலைச் சுருட்டிக் கிண்டு படுத்திருக்கிறது. இப்படியே பொழுதைப் போக்கினேன். கிளப்புக்காரன் என்னைப் பார்க்காமல் இல்லை. இருந்தும் தொலைஞ்சு போகட்டும்னு விட்டுட்டாப் போல இருக்கு.

இப்பிடி யோகம் அடிச்சுது. என் உடம்பு கோளி குண்டு மாதிரி உப்பிப் போச்சு. முதுகிலே ஒரு சொட்டு ஜலம் விழுந்தால்கூட உடனே கால் நகத்துக்கு வழிஞ்சு வந்துடும். அவ்வளவு மதமதப்பா ஆயிட்டுது உடம்பு. ஆனால் உடம்பு சமாசாரம், எனக்கு நேராக எப்படித் தெரியும்? தெருவிலே ஒரு பிச்சைக்காரன் தினம் போயிண்டிருந்தான். என்னை எப்படி உத்து உத்து அவன் பார்ப்பான் தெரியுமா? இந்த மாதிரி பாத்தப்போ என்னைப்பத்தி அவன் சொன்ன பேச்சு அது.

யோகம்னா கொஞ்ச நாளைக்குத்தான். ஒருநாள் ராத்திரி வழக்கம்போல் படுத்துத் தூங்கிக்கொண்டிருந்தேன். என்னவோ திடீருன்னு என் மேலே விழுந்தது. அது ஒரு ஆளுடைய கை. அப்பறம் என் வாயை யாரோ கெட்டியாப் புடிச்சுக்கிண்டுட்டா. கத்தக்கூட முடியல்லே. பயம் பயமாய் வந்துது. அம்மாவைப் பிடிச்ச முனிஸிபாலிடி எமன் நம்மையும் பிடிச்சுக்கிண்டுட்டுது ன்னு தீர்மானம் செய்தேன். ஆனால் ராத்திரி, முனிஸிபாலிடிக்காரன் வரமாட்டானேன்னு ஒரு நம்பிக்கை. ஆனபடி ஆகட்டும்னு கண்ணை மூடிக்கொண்டேன். ஒரு ஆள் என்னை எங்கேயோ எடுத்துக்கொண்டு போனான். அவ்வளவு பயத்திலேகூட கிளப்புக்காரனும் நாயரும் வீடு கூட்டியும் நாளைக்குக் காலம்பர நம்மைத் தேமேனு தேடுவாளேன்னும் துக்கம். நல்லவாள் சகவாஸம் நெடுநாள் நிக்காது போல இருக்கு!

இருந்தாலும் சுவாமி என் பக்கத்தில்தான் இருக்கு. இந்த மனசுதான் கிடந்தது தெரியாமல் அடிச்சுக்கொள்றது. எல்லாம் அஞ்சுக்கு இரண்டு பழுதில்லாமல் நடக்கிறது. என்ன சொல்றேள்?

ஊருக்கு வெளியே சுடுகாட்டுக்குக் கொஞ்ச தூரம் தள்ளி ஒரு பிள்ளையார் கோவில் இருக்கு. அதுக்குப் பக்கத்தில் ஒரு பரதேசி மடம், அங்கே போய்ச் சேர்ந்தப்போத்தான் என்னைத் தூக்கிக்கொண்டு வந்தவன் ஒரு குரங்காட்டீன்னு தெரிஞ்சுது. அவன்கிட்டே சின்னக் குரங்கா இரண்டு இருக்கு. ஒண்ணுக்கு சட்டை, நிஜார், குல்லா எல்லாம் தெச்சுப் போட்டிருக்கிறான். இன்னொன்னுக்கு ரவிக்கையும் பாவாடையும் தெச்சிருக்கான். இங்கே வந்த ஒருவாரம் வரையில் எனக்குக் காலம்பர எழுந்திருந்ததும் ஒரு ரொட்டித்துண்டு வாங்கித் தந்து கொண்டிருந்தான், மத்தியானமும், ராத்திரியும் வயிறு நிறைய சாப்பாடு; பிச்சைக்காரன்கிட்டெ சோத்துக்கா பஞ்சம்!

இப்பிடி ஒரு பதினைஞ்சு நாள் ஆச்சு. அப்பறம் அப்பறம் என்ன பண்ணினான்னா, ரொட்டிக்கடைக்கு என்னை அழைச்சுக் கொண்டுபோய் ரொட்டியை வாங்கிக் கொடுத்து என்னைக் கவ்வி எடுத்துக் கொண்டுவரப் பழக்கித் தந்தான்; முதல் ஒருவாரம் பாதி ரொட்டியை வழியிலேயே முழுங்கிவிட்டேன். அதுக்காக அவன் குடுத்த பூசையையும் முழுங்கினேன். வேறே வழி?

இந்த வித்தை வந்தப்புறம் பிச்சைக்காரன் என் வாயிலே ரொட்டியைக் குடுத்து தெருத்தெருவாய் அழச்சுக்கிண்டு போக ஆரம்பித்தான். என்ன இருந்தாலும் மனசு ரொட்டியைத் திங்க முடியல்லியே ன்னு தவிச்சுக்கிண்டு கிடக்கும். வாய் மாத்திரம் திங்காது. கண் பிச்சைக்காரனையே பரிதாபமாப் பார்க்கும். இப்பிடி ஊரைச் சுத்திவிட்டு மடத்துக்கு வந்தவுடனேயே ரொட்டியைத் திங்கலாம்னு உத்தரவு. தெருவிலே ரொட்டியைத் தூக்கிக்கிண்டு போறப்பொ எனக்குப் பின்னாலே எவ்வளவு கூட்டம் தெரியுமா? பசங்களிலே எவ்வளவு பேர் தெரியுமா? எங்க ஜாதிக்காரனைத் தவிர பாக்கி பேரெல்லாம் என்னைப் பார்த்து மூக்கில விரலை வச்சு ஆச்சரியப்படுவா. என்னாலே என் எஜமானனுக்கு வரும்படி வலுத்துப் போச்சு.

இரண்டு மாசம் மஜாவாய்ப் போச்சு. என் எஜமானனுக்கு இரண்டு பரதேசி சிநேகிதம். அவன்கள் தினம் ராத்திரி அன்னக்காவடி எடுத்துக்கிண்டு போய் சோறு சம்பாதிச்சுக்கிண்டு வருவான்கள். ராத்திரி இருட்டுலே இவாள் காவடிமணி 'ஙிணுங் ஙிணுங்'ன்னு சத்தம் போடறதைக் கேட்டால் என்னவோ மாதிரி ரொம்ப ஜோராயிருக்கும்.

இந்தப் பரதேசியில ஒத்தனுக்கு ஒரு குருட்டு யோசனை தோணித்து. அவன்கள் அன்னக்காவடி எடுத்துக்கொண்டு போறபொழுது கூடவே ஒரு சின்னத் தொங்கு விளக்கைக் கடிச்சுத் தூக்கிக்கிண்டு போகக் கத்துக் கொடுத்தான். ஆனால் இந்த வித்தையும் ஒரு நாளிலெ வந்துடல்லே. இரண்டு மூணு தரம் விளக்கை கீழே போட்டு, ஒரு தரம்

கிளாஸை ஒடைச்சப்பறம்தான் வித்தை வந்துது. வித்தை வந்தப்பறம் கொஞ்சம் மண்டைக் கொழுப்பு உண்டாயிடுத்து. ஏன்னா ராத்திரியிலே தெரு வீட்டுக்காரர்களில் மூடின கதவைத் திறந்துகொண்டு என்னை மெனக்கெட்டுப் பார்க்க வராத பேரே கிடையாது. இருந்தாலும் ரெண்டொருத்தர் சொன்னது எனக்குப் பிடிக்கல்லே. “என்னவோ பிரமாதப்படுத்தறான்கள்! சர்க்கஸ்லே ஒவ்வொரு நாளும் செய்யற வேலையைப் பார்க்கணும்!”

இந்த எழவெடுத்த பேச்சை என் எஜமான் காதிலே போட்டுட்டான் காவிப்பண்டாரம். பிச்சைக்காரனுக்கு வெக்கமாப் போச்சு. வெக்கம் வெறுமனே போகுமா? என் மேலே பாஞ்சுது. பலன் எனக்கு சிகப்பு வர்ணச் சட்டை ஒண்ணும், கடிவாளம் மாதிரி ஒரு வாய்ப்பூட்டும் வந்து சேர்ந்தது. அவ்வளவுதான், நான் குதிரை ஆகிவிட்டேன்! அப்புறம் எனக்காக ஒரு வண்டி ஏற்பட்டது.

அந்த முறையிலே எனக்கு எஜமான் யார் தெரியுமா? பெரிய குரங்கு ரெண்டு. ஒண்ணு ராஜா, ஒண்ணு ராணி. அவா அந்த வண்டியில காலை நீட்டிக்கிண்டு உட்காருவா; நான் குதிரை மாதிரி வண்டியை இழுத்துக்கிண்டு போகணும். இதில வேறே ஒரு குட்டி தமாஷ் எனக்கு ஒரு காசாரி உண்டு. அது ஒரு குரங்கு. அதுக்கு சட்டை கிட்டை ஒண்ணும் கிடையாது.

இந்த மாதிரி தெருவிலே ஒரு ஊர்கோலம் போனால், கூட்டத்துக்குக் கேட்பானேன்? கூட்டம்னா சும்மா இருக்கான்களா? நடுவிலே நடுவிலே மணியா முறுக்குக் கல்லைப் போட்டால் ராஜா ராணியாய் இருந்தால்கூட சும்மா இருக்க முடியுமா? கும்பலைப் பார்த்து ரெண்டு பேருமா குர் னும் கடிக்கிறாப்போலும் பாயுவா. இந்தத் தமாஷைச் சாக்கிட்டுப் பிச்சைக்காரனுக்கு ஒரு யோகம்.

இப்படியே நாள் போச்சு. பிச்சைக்காரன்கிட்டே வந்து என்னை ரெண்டொத்தர் விலை கேட்க ஆரம்பிச்சு விட்டார்கள். “இந்தக் கட்டை இருக்கிற வரையில் அந்ததப் பேச்சுக் கிடையாதய்யா!” ன்னு பிச்சைக்காரன் சொல்லுகிறப்போ எனக்கு எப்படி உச்சி குளுந்து போகும் தெரியுமா?

இந்தப் பேச்சு நடந்த ஒரு வாரத்துக்குள்ளேயே பிச்சைக்காரன் கடைக்குக் கேடு வரும்னு யாருக்குத் தெரியும்? ஒரு நாள் ராத்திரி பரதேசி மடத்துலே ஒரு மூலையிலே ராஜா ராணியைக் கட்டிப் போட்டிருந்தது. நான் தூங்கி வழிஞ்சுகிண்டிருந்தேன். பண்டாரம் ஒவ் வொத்தனும் அமுதுபடி செஞ்சுட்டுக் கஞ்சா அடிச்சுக்கிண்டிருந்தான். கஞ்சாப்புகையோடே பாட்டும் கிளம்பும். அதெல்லாம் வேதாந்தமாம்.

அப்பறம் நான் தூங்கிப் போயிட்டேன். பாதி ராத்திரியிலே என்னவோ வெடிக்கறாப் போலே சத்தம் கேட்டு முழிச்சுக்கிண்டேன். பிச்சைக்காரன் துணி மூட்டையிலே ஒரே நெருப்பு. லொள் லொள் ன்னு குலைச்சேன். பரதேசியெல்லாம் மலைப்பாம்பு மாதிரி அசைஞ்சு எழுந்திருந்தான்கள். லபோ லபோ ன்னு அடிச்சுக்கிண்டான்கள். ரெண்டொத்தன் பிள்ளையார் கோவில் கிணத்திலேயிருந்து ஜலத்தைக் கொண்டுவந்து நெருப்பை அணைச்சான்.'' என்னப்பா காலிலே சுடுது''ன்னு சொல்லிக்கொண்டே பிச்சைக்காரன் எழுந்திருந்தான். அப்போத்தான் தெரிஞ்சுது – இவன் காலிலே நெருப்பு நன்னாப் பட்டு இருந்ததுன்னு. கஞ்சா மயக்கம்னா ஒண்ணும் உறைக்காது போல இருக்கு. ஆமாம்! எங்களைப் போல் ஒத்தவாளுக்குக்கூட சில சமயம் இந்த மாதிரி ஆகிறதோ இல்லியோ, சாம்பல் மோட்டுல படுத்துக்கிண்டு வேதாந்தமா? தூங்குகிறப்போ தொப்புன்னு தலையிலே அடுப்புச் சாம்பல் தணல் உள்பட வந்து விழறதோ இல்லியோ! அட நடுவிலே எங்க கதை வேறெ வந்து குறுக்கிடறது!

என் எஜமானுக்கு ஆளுக்கொரு மருந்து சொன்னா: "இலுப்பை வேரை அரைச்சு மூணு வேளை போட்டால் வெந்த இடம் சுக்காய்க் காஞ்சு போவுதா இல்லியா பாரு!"

"அடே...போ சாமி! வெறும் தேங்காய் எண்ணெய்க்கு ஈடு உண்டா?"

இந்த வைத்தியத்தையெல்லாம் கேட்டுப் பிச்சைக்காரனுக்கு வருத்தமாய்ப் போயிடுச்சு. "ஆள் மிச்சப்பட்டுப்போயிட்டேன். இன்னும் கொஞ்ச நேரம் தூங்கியிருந்தால் சாம்பலாகியிருப்பேன். பாலூத்திக் கரைக்க வேண்டிய வேலை ஏற்பட்டிருக்கும். நல்லவேளை இதோட போச்சு... சிவன் விட்ட வழி. அப்பவே நெனச்சேன். இன்னிக்குக் கஞ்சாவிலே கஞ்சாவே இல்லைன்னு. பாவி மகன் ஊமத்தை இலையை வித்துவாரான்!!"

இப்படிப் பேசிக்கொண்டே ஒரு துணியைத் தேங்காய் எண்ணெயிலே நனைச்சுப் போட்டுக்கிண்டான்,

அதுக்குள்ளே நெருப்பு அணைஞ்சு போச்சு. வெறும் துணி மூட்டை யிலே பிடிச்சுக்கிண்டதுதானே? பண்டாரங்கள் கஞ்சா அடிச்ச பொழுது ஏதோ பொறி பறந்து துணியிலே விழுந்திருக்காப் போலெ தெரியுது.

இவ்வளவுக்கும் பிச்சைக்காரனுக்குப் புத்தி வந்துச்சா? கால்லே எண்ணெய்த் துணியைப் போட்டுக் கொண்டு மறுபடியும் எல்லாருமாகச் சேர்ந்து ஒரு தம் அடிச்சுட்டு வேல்முருகன் மேலே பாரத்தைப் போட்டுட்டுத் தூங்கிப் போயிட்டான்கள். நான் மாத்திரம் முழிச்சிக்

கிண்டு என்ன பண்றது? நானும் தூங்கிப் போயிட்டேன்.

மறு நாளைக்குக் காலம்பர, பிச்சைக்காரன் ஆஸ்பத்திரிக்குப் போய் வைத்தியம் செஞ்சுகொள்ளணும்னு கிளம்பிப் போனான். நானும் கூடவே போனேன். அவன் டாக்டர்கிட்டே போய்க் காலைக் காண்பித்துக்கொண்டிருந்த பொழுது நானும் உள்ளே போனேன். என் மேலே யாரோ ஜலத்தைக் கொட்டின பொழுதுதான் நான் உள்ளே போயிருக்கப்படாதுன்னு தெரிஞ்சுது.

பிச்சைக்காரன் உள்ளே இருந்து வெளியிலே வந்து, “போ மடத்துக்கு! நான் இங்கியே இருக்கணுமாக்கும். ஒன்னைப் பரதேசி பார்த்துப்பான்கள்” ன்னான், நான் தயங்கினேன்; பரதேசிகள் மேலே எனக்கு நம்பிக்கை இல்லை. பிச்சைக்காரன், “போறயா இல்லியா!”ன்னு அதட்டிக்கிண்டே என்னை முழிச்சுப் பார்த்தான். சரிதான் ன்னுட்டு மடத்துக்குத் திரும்பி வந்தேன்.

அன்னிக்கு உருமத்திலே சோறு கிடைச்சுது. சாயங்காலமாய்ப் பரதேசிகளெல்லாம் என்னவோ மூட்டை முடிச்சுங்களைக் கட்டிக்கொண்டு கிளம்பிவிட்டான்கள். எங்கேயோ என்னவோ உத்சவமாம்; குரங்கைக்கூட அவுத்துக்கொண்டு போயிட்டான்கள். என்பாடு புரிய வில்லை. நடுச்சந்தி நாயானேன். இப்போ வழி?

95. விதை நெல்

அது ஒரு கிராமம். சடையன், வாய்க்கால் கரையில் சேறுபட்ட மண்வெட்டியைக் கழுவிக்கொண்டிருந்தான்.

கருப்பண்ணசாமியும் அதே வாய்க்கால் கரைக்குச் சோற்று மூட்டையை எடுத்துக்கொண்டு வந்தான்.

"நேரத்திலேயே வந்துவிட்டாயே. கிணற்றடிப் படுகை சேறாகிவிட்டதா?" என்று மண்வெட்டியைக் கழுவிக்கொண்டே சடையன் கேட்டான்.

"இல்லை. பாதிதான் ஆச்சுது. வேறு அவசர வேலை இருக்குது; அதைப் பார்க்க வேண்டும்."

"என்ன தம்பி, இதைவிடத் தலை போகிற காரியம்?"

"மந்திரி கிராமத்துக்கு வருகிறாராம். மாவிலை, பனை ஓலைக் குருத்து கட்டவேண்டும்" என்று ரெவினியூ இன்ஸ்பெக்டர் ஐயா சொன்னார்.

"அப்படியா? ஆமாம், மந்திரி என்றால் யாரு?"

"மந்திரி என்றால் தெரியாதா? நம் ராஜ்ய மந்திரிதான்."

"அவர் வந்து என்ன செய்வார்?"

"ஏன்? எல்லோருக்கும் நல்லது சொல்லுவார்."

"வயிறு இல்லாமல் போகும்படி செய்வாரா?"

"நம்மைப் படைத்த முக்கண்ணனாலேயும் அது முடியாதே... நல்ல மனிதர்கள் நல்லதைச் சொல்லத்தான் சொல்வாங்க."

"அதைத்தான் நானும் சொல்கிறேன். ஆலமரம் நிழல் தருகிறது. நிழலிலே வழிப்போக்கன் தூங்கினால், முடிச்சவுக்கிறவன்களுக்கல்ல அதிருஷ்டம் அடிக்குது!"

"முடிச்சவுக்கிறவன் மாத்திரம் என்ன? அவனுக்கும் இந்த வயிற்றுக் கொடுமைதான். திருடினால் பணத்தைக் கொண்டுபோய்ப் பூசையா பண்ணுகிறான்?"

"இந்த வயிறு இருக்குமட்டும் இந்த எழவு விட்டுப் போகாது. மந்திரி வரட்டும். அவர் பாட்டன் வரட்டும். நீ சாப்பிடு."

மண்வெட்டியைக் கழுவிக் காம்பு நீரை வழித்துவிட்டு சடையன் கரையேறிப் போய்விட்டான்.

அன்றைப் பாக்கிப் பொழுதுக்கு அவனுக்கு வேலை இல்லை. மூன்று மா நிலத்துக்கு வேண்டிய உழவு வேலை முடிந்துவிட்டது. வயலைப் பணம் கொடுத்து வாங்கவில்லை; அவன் தகப்பனார் விட்டுப்போன சொத்து. வெயிலை விலைக்கு வாங்கவேண்டிய அவசியமில்லை. வெயில் சரியாக அடிக்காவிட்டால் வயல்கள் பாளம் பாளமாக வெடிக்குமா? பாளங்களாக வெடிக்காத வயல்கள் விவசாயத்தில் ஒருபடி மட்டம் அல்லவா? பிறகு ஆடிக் காற்று... காவிரி ஆற்றுத் தண்ணீர்! நல்ல வேளையாக அவற்றை விலை கொடுத்து வாங்கவேண்டிய வேலை இல்லை! உழவு மாடு – பணம்! உழவுமாடில்லை என்றால் மண் வெட்டிகளாவது வேண்டுமே. மண் வெட்டிகள் – பணம்! விதை நெல் – விளைந்ததில் ஒதுக்கி வைத்திருந்தால் சரிதான். விளையாத வருஷத்தில் வாங்கித்தானே ஆகவேண்டும். வாங்குவது என்றால் பணம்தானே?

அன்றைய தினம் பாக்கிப் பொழுதுக்கு அவனுக்கு வேலை இல்லை. ஆனால், கவலை இருந்தது. சென்ற வருஷத்து வறள் சேதத்தில் விதைக் கோட்டை கட்ட நல்ல நெல் இல்லாமல் போய்விட்டது. இப்பொழுது வாங்கியாகவேண்டும். வாங்குவதென்றால் பணம்தானே! அவனிடம் கொஞ்சம் பணம் இருந்தது. ஆனால், விதைக் கோட்டை விலைக்குக்கூட சுரம் அடித்துக்கொண்டிருந்தது– 105 டிகிரி அன்றைய தினம். அதைப்பற்றி யோசித்துக்கொண்டே இருந்தான்.

மாலை நாலு மணி சுமாருக்குத் தலையாரி மாணிக்கம், ரெவினியூ இன்ஸ்பெக்டர் ஐயா அழைத்துக்கொண்டு வரச்சொன்னதாக வந்து சொன்னான்.

சடையனுக்கு அகாரணமாகப் பயம். "எதற்காக?" என்றான்.

"என்னிடத்தில் சொல்லவில்லை. உன்னைக் கூட்டிக் கொண்டு வா

என்றுதான் சொன்னார்."

"எனக்குப் பயமாயிருக்கிறது. நான் இல்லை என்று சொல்லிவிடேன்."

"நான் சொன்னால் நம்பமாட்டாரே. அவன் செத்தா போய்விட்டான் என்று கேட்பாரே. என்ன பயப்படுகிறாய்? திருடினாயா, குடித்தாயா, புதையலை மறைத்து வைத்துவிட்டாயா? – சும்மா வா" என்றான் தலையாரி.

ரெவினியூ இன்ஸ்பெக்டர் வீட்டுக்குப் போனபோது, அங்கே கொஞ்சம் கும்பலாக இருந்தது. சடையனைப் பார்த்த இன்ஸ்பெக்டர், 'அவர்களோடு இரு' என்று கும்பலைக் குறிப்பிட்டுச் சொல்லிச் சென்றார். நல்லவேளை! கோடை மழை திடீரென்று நின்றுவிடுவது போல அவன் பயமும் விட்டுப் போயிற்று. பயம் விட்டுப் போனாலும் குடைச்சல் விடவில்லை.

"ஏன் அண்ணே! நம்மை எல்லாம் எதற்காக இங்கே கூட்டிக்கொண்டு வந்திருக்கிறார்கள் – கசாப்புத் தொட்டியிலே ஆடுகள் நிற்குமே, அந்தக் கணக்காய் இருக்கிறதே!"

"ஊருக்கு மந்திரி வரும்பொழுது விவசாயிகளைப் பார்க்கவேண்டும் என்று சொல்லியிருக்கிறாராம். நம்மை எல்லாம் அவரிடம் அழைத்துப் போவார்கள். அதற்காகத்தான்."

சடையனுக்கு சந்தேகம் வந்துவிட்டது.

"சட்டை இல்லாமல் மந்திரியைப் பார்க்கலாமா?" என்றான்.

"நாங்கள் எல்லாம் சட்டையா போட்டுக்கொண்டிருக்கிறோம்?"

சடையன் அந்த விஷயத்தை அதோடு விட்டுவிட்டான்.

பத்துப் பதினைந்து நிமிஷம் கழிவதற்குள் ரெவினியூ இன்ஸ்பெக்டர் கிளம்பி விட்டார். அங்கு நின்றிருந்தவர்களை எல்லாம் கிராமச் சாவடிக்கு அழைத்துக்கொண்டு வரும்படி கிராமக் கர்ணத்திற்கு உத்தரவிட்டுவிட்டுப் புறப்பட்டார்.

அரை மணி நேரத்திற்குள் எல்லோரும் சாவடியை அடைந்தனர். சாவடியில் பெரிய கூட்டம். அந்தப் பக்கத்துப் பெரிய மனிதர்களும் உள்ளூர் பிரமுகர்களும் குழுமி இருந்தனர். சடையனும் அவனைப் போன்றவர்களும் கும்பலில் மூலைக்கு ஒருவராக நின்றுகொண் டிருந்தார்கள்.

கிராமக் கர்ணம் பரபரப்புடன் கும்பலில் புகுந்து, விவசாயிகள் எல்லோரையும் ஒவ்வொருவராகக் கண்டுபிடித்து, ஒரு பக்கமாக

நிறுத்திக்கொண்டிருந்தார். 'புது நாட்டுப் பெண் கணக்காக நெளிந்து கொண்டு நிற்கிறாயே!' என்று சொல்லி, சடையனையும் தேடிப் பிடித்து இழுத்து, மற்றவர்களுடன் ஒருபுறத்தில் கொண்டுபோய்க் கர்ணம் நிறுத்தினார். இதற்கிடையில் ரெவினியூ இன்ஸ்பெக்டர் பரபரவென்று வந்து ஒரு கண்ணோட்டம் விட்டுவிட்டுத் திரும்பினார்.

அதற்குள் மோட்டார் வரும் சத்தம் கேட்டது. மறுவிநாடியில் மந்திரி சாவடிக்குள் புகுந்தார். ஆளுக்கு ஒரு மலர் மாலையாக அவருக்கு அணிவித்துத் தங்களை விளம்பரம் செய்துகொண்டார்கள். மந்திரி அவற்றையெல்லாம் அவசரமாகக் கழற்றிவிட்டுச் சாவடியில் போட்டிருந்த நாற்காலியில் உட்காராமல் கீழே போட்டிருந்த ஜமக்காளத்தில் எதிர்பாராத விதமாக உட்கார்ந்தார்.

சடையன், மந்திரி உட்கார்ந்த இடத்துக்கு வெகு அருகில் இருந்தான். மந்திரியை நன்றாகப் பார்க்க முடிந்தது. நல்ல முகம்தான். ஆனால் கழுத்தில் போட்ட மாலைகளை எல்லாம் அவர் ஏன் போட்ட அவசரத்துடனே கழற்றிவிட்டார் என்பது அவனுக்கு விளங்கவில்லை.

அதைப்பற்றி யோசித்துக் கொண்டிருந்தபோதே, மந்திரி விருட்டென்று எழுந்துவிட்டார்.

"நான் பார்க்கவேண்டும் என்று சொன்னவர்கள்தானே இவர்கள்?" என்று மந்திரி யாரோ ஓர் உத்தியோகஸ்தரைக் கேட்டார்.

"ஆமாம்" என்றார் உத்தியோகஸ்தர்.

அவ்வளவுதான். மந்திரி அந்த இடத்தை விட்டு இவர்கள் இருந்த இடத்துக்கு வந்துவிட்டார். மந்திரியை ஆவலுடன் சுற்றி நின்று கொண்டிருந்த பெரிய மனிதர்கள் எல்லாம் வெட்கிப் போய்விட்டார்கள்.

மந்திரி அங்கே நின்றிருந்த விவசாயிகளைப் பொதுவாக விசாரித்துவிட்டு, இங்கொருவர் அங்கொருவரிடம் குறிப்பாக ஏதோ கேட்டுப் பதில் பெற்றார். சடையன் இருக்கும் இடத்திற்குப் பக்கத்தில் மந்திரி வந்த பொழுது, சடையனுக்கு அநாவசியமாக பயம் ஏற்பட்டுவிட்டது. என்னவென்று அவனுக்கே புரியவில்லை. அவசர அவசரமாக மேல் வேஷ்டியை எடுத்து முண்டாசு கட்டிக் கொண்டான். தன்னை ஒன்றும் மந்திரி கேட்காமல் போய்விட்டால் நல்லது என்று பிரார்த்தனை செய்து கொண்டிருக்கும்பொழுதே மந்திரி அவன் முன்பு வந்து நின்று விட்டார்.

"இந்த ஊர்தானா?" என்றார்.

தன்னைக் கேட்பதாக அவன் முதலில் நினைக்கவில்லை. மந்திரிக்குப்

பின்னால் நின்று கொண்டிருந்த ரெவின்யூ இன்ஸ்பெக்டர் முழித்துப் பார்த்துக் கையைக் காட்டியதன் பேரில்தான் பதில் சொல்ல ஆரம்பித்தான்.

“மூணு தலைமுறையா இந்த ஊருதானுங்க.”

“நிலமிருக்கா ?”

“கொஞ்சம் இருக்குதுங்க.”

“உழவு மாடு.”

“எங்க பாட்டனார் நாளிலே இருந்து மண் வெட்டியாலேதான் கொத்துறோம்.”

“கடன்கிடன் இருக்கிறதா ?”

“இல்லை.”

“பணம் சேர்த்திருக்கிறாயா ?”

“இல்லை.”

“தேவல்லையே. உனக்கு ஏதாவது சொல்லவேண்டுமென்றால் சொல்லு.”

சடையன் ஒரு நிமிஷம் யோசித்தான்.

“போன வருஷம் சரியா விளையல்லை. விதைக் கோட்டை கட்டல்லை. விதை வேணும். பணம் இருக்கிறது. இங்கே ஊரிலெல்லாம் யானை விலை குதிரை விலை சொல்லுகிறார்கள்.”

மந்திரி திரும்பிப் பார்த்தார். கூட்டுறவுச் சங்கக் காரியதரிசி தென்பட்டார். “இவருக்கு விதை நெல் கொடுமைய்யா” என்று சொல்லி விட்டு சடையனை நோக்கித் திரும்பினார்.

“கடைத்தெருக் கோடியிலே கூட்டுறவுச் சங்கம் இருக்கிறதே, தெரியுமா ?”

“தெரியாதுங்களே.”

“கும்பெனி என்றால்தான் இவர்களுக்குப் புரியும்” என்று எடுத்துக் கொடுத்தார் தாசில்தார்.

“கும்பெனி தெரியுமா ?”

“தெரியும்.”

“அங்கே போய் வாங்கிக்கொள். கொடுக்கச் சொல்லியிருக்கிறேன்.”

இதைச் சொல்லிவிட்டு மந்திரி நகர்ந்து விட்டார். சடையனைத்

தட்டிக் கூப்பிட்டு, தவறாமல் மறுநாளைக்கு கும்பெனிக்கு வந்து விதை நெல் வாங்கிச் செல்லும்படி நினைவுறுத்தினார் கூட்டுறவுச் சங்கக் காரியதரிசி.

மந்திரி இந்தப் பகுதியை விட்டு அப்புறம் சென்றதும் கிராம முனிசீப் ஏதோ ஜாடை காட்டினார். கூட்டத்தினர் அவ்வளவு பேரும் நழுவி விட்டார்கள்.

மந்திரியைப் பார்த்துவிட்ட மகிழ்ச்சியோடு சடையன் வீட்டுக்குத் திரும்பினான்.

மறுநாள் காலையில் சடையன் கும்பெனி வாசலில் ஆஜரானான். கட்டிடத்துத் திண்ணையிலே இரும்புக் கலப்பைகளும், நவீன முறை விவசாயக் கருவிகளும் நிறைந்திருந்தன. தன்னைப்போன்ற குடியானவர்கள் இரண்டொருவரும் அங்கே உட்கார்ந்திருந்தனர்.

"இதுதானே கும்பேனி?" என்று அவசியம் இல்லாமல் கேட்டு வைத்தான்.

"ஆமாம். இங்கே என்ன வேலை?" என்றான் குந்தியிருந்தவன்.

"விதை நெல் வாங்கப் போறேன். மந்திரி கொடுக்கச் சொல்லியிருக்கிறார்" என்று பெருமையோடு சொல்லிக் கொண்டான், சடையன்.

குந்தியிருந்தவனுக்கு இந்தப் பெருமை பொறுக்கவில்லை. "அதோ நின்றுகொண்டிருக்கிறாரே, வில்லை போட்ட சேவகர், அவரைக் கேட்டுவிட்டுப் போ. இல்லாவிட்டால் உள்ளே விடமாட்டான்" என்றான்.

மெய்தானென்று சடையன் சேவகனிடம் போனான். காக்கி உடுப்பும் சிவப்புத் தலைப்பாகையும் பளபளவென்று மின்னும் பித்தளை வில்லையுமாகப் பார்த்த உடனே தன்னை அறியாமலேயே தன் கைகள் சவுக்கத்தை எடுத்துச் சடையனுக்கு முண்டாசு கட்டிவிட்டன.

"என்ன வேண்டும்?"

"விதை நெல் வேண்டும். மந்திரி இங்கு வந்து கேட்கச் சொன்னார்."

சேவகனுக்கு ஒன்றும் புரியவில்லை.

"மந்திரியா? அது யாரு?"

"நேற்று வரவில்லையா, அவர்தான்,"

"நெல்லை வாங்கித்தர அவரை அழைத்துக்கொண்டு வரவில்லையா?" என்று நையாண்டி செய்தான்.

“அவர் சொல்லாவிட்டால் நான் வருவேனா?” என்று சடையன் ஏதோ சொன்னான். சேவகன் நம்பவில்லை. பைத்தியம் என்று முடிவு செய்துவிட்டு, அவனை உள்ளே போகவிடாமல் ஏதோ பேச்சு கொடுத்துக்கொண்டிருந்தான்.

காரியதரிசி அந்தச் சமயத்தில் அங்கே வந்து சேர்ந்தார். 'விதை நெல் வாங்க வந்தாயா?' என்று கேட்டுக் கொண்டே உள்ளே அழைத்துக்கொண்டு போய் ஒரு குமாஸ்தாவினிடம் விஷயத்தைச் சொல்லி, ஒப்படைத்து விட்டுப் போய்விட்டார்.

காரியதரிசி சொன்னபொழுது சுறுசுறுப்பு காட்டிய குமாஸ்தா, அவர் திரும்பிப் போன பிறகு இடையன் பூச்சியைப்போல் இடத்துக்கு இடம் தயங்கித் தயங்கி நிற்கத் தொடங்கினார். முதலில் மேஜைமேல் இருந்த கடுதாசுகளை அடுக்கி வைப்பதில் முனைந்தார். பிறகு, டிராயரில் உள்ள கடுதாசிகளைப் புரட்டிப் பார்த்துவிட்டு, டிராயரை மூடினார். அதற்குப் பிறகு அலமாரிக் கடுதாசுகளை ஒழுங்குபடுத்தினார். பிறகு கொத்துச் சாவியைத் தேடினார்.

கலப்பை பிடித்தால் மணிக்கணக்காக உழுகிற சடையனுக்கு, இந்த அரை மணி நேரம் நின்றதில் கால் கடுப்பெடுத்து விட்டது. கால் கடுப்பைவிடச் சூழ்நிலை மனத்துக்கு ஒவ்வவில்லை. சிறிது நேரத்திற்கு ஒருதரம் காலை மாற்றித் தேய்த்துக்கொண்டிருந்தான்.

இதற்குள் வாசல்புறத்தில் நின்ற சேவகன், இந்தக் குமாஸ்தா அண்டை வந்து சேர்ந்தான்.

“ஏனப்பா உன் பேரென்ன?” என்றான்.

“சடையன்.”

“என்ன சார்! இந்தச் சடையனுக்கு விதை நெல் கொடுக்கச் சொல்லி மந்திரி உத்தரவிட்டிருக்கிறாரு. சும்மா நின்றுகொண்டிருக்கிறீர்களே. அப்புறம் மந்திரி இடத்தில் போய் சொல்லிவிடப் போகிறான். இப்பொழுதெல்லாம் குடியானவர்களுக்கும் ஹரிஜனங்களுக்கும் அடிக்கிறது யோகம்” என்றான் சினிமா நடிகர் மாதிரி.

“அப்படியா சங்கதி? சடையருக்கு எவ்வளவு விதை நெல் வேண்டுமோ அளந்து விடு” என்று கூறிவிட்டுச் சடையனிடம் கணக்கு கூறிப் பணம் வாங்கிக்கொண்டார். சடையன் சேவகன் பின்னே போனான்! ஓர் அறையில் சாக்கு மூட்டைகளாகக் கட்டிக் கிடந்தன. அங்கங்கே எலிகளோ அணில்களோ மூட்டைகளைக் கடித்திருந்த அறிகுறிகள் தென்பட்டன.

“ஆனால், விதை நெல்லைக் கோட்டை கட்டுவதில்லையா? சாக்கில் கட்டினால் நன்றாக முளைக்காதே” என்றான் சடையன்.

“அதை எல்லாம் மந்திரியைத்தான் கேட்கவேண்டும்” என்று சொல்லிவிட்டு, சேவகன் நெல்லை அளந்து போட்டான். சடையனுக்குக் கட்டிடத்தை விட்டு வெளியேறினால் போதும்போல் இருந்தது. ஒருவாறாக நெல்லை எடுத்துக்கொண்டு வீடு வந்து சேர்ந்தான்.

அன்றிரவு விதை நெல்லைச் சடையன் ஊற வைத்தான், நெல் தண்ணீரில் மிதந்ததைக் கண்டதும் வயிற்றில் புளியைக் கரைத்தது. ‘எலியும் அணிலும் நுழையக் கூடிய இடத்தில் சாக்கில் கட்டிப் போட்டால், இந்த மாதிரி ஆகாமல் போகுமா?’ என்று நினைத்துக்கொண்டு மேலே காரியத்தைப் பார்த்தான்.

விதைவிட்ட ஒரு வாரத்திற்கெல்லாம் சடையன் பயிரைப் பார்த்தான். பயிர் தெளிவாக இல்லை. பக்கத்து வயல் குடியானவர்களைக் கூப்பிட்டுக் காட்டினான்.

“இதென்ன சோறில்லாத பிச்சைக்காரன் மாதிரி இருக்கிறதே!”

“விதை நெல் எங்கே வாங்கினாய்?”

“கும்பெனியில்.”

“அட பாவமே! என்னைக் கேட்டால் கூடக் கொடுத்திருப்பேனே. ஆபீஸ் காரங்களுக்கு என்ன தெரியும்? நம்மைப்போல் இருக்கிறவர்களிடமிருந்து வாங்கித்தானே அவர்கள் விற்கிறார்கள்? ஆபீஸ் கொல்லையிலா விதை நெல் முளைக்கிறது...? நாம் மாத்திரம் என்ன யோக்கியமாக இருக்கிறோம்...?”

“ஏன்?” என்று திடுக்கிட்டுக் கேட்டான் சடையன்.

“இந்த மளிகைக் கடை இருக்கிறதே, அதிலே நேற்று ஒரு சண்டை. சட்டை போட்ட ஒருவர் ஒரு டம்ளரைக் கொண்டுவந்து, ‘இதிலென்ன பாருங்க?’ என்று சொல்லிக்கொண்டிருந்தார்.”

‘காபிப் பாத்திரம்’ என்றார் கடைக்கார சாயபு.

‘அது தெரியும். அடியிலே இருக்கிறதைப் பாருங்க.’

“என்ன தெரியல்லியே?’

‘தெரியவில்லையா? நாளைக்குக் கண்ணாஸ்பத்திரிக்குப் போய்விட்டு வாங்க; உங்கள் கடையில் வாங்கின சர்க்கரைதான் இப்படிக் குந்தி இருக்கிறது. காபிக்குச் சர்க்கரை கேட்டால், பாயசத்துக்கு ரவாவையும்

சேர்த்துக் கொடுத்திருக்கிறீர்களே' என்று கத்திக்கொண்டிருந்தார். சர்க்கரையில் ரவாவைக் கடைக்காரர் கலந்துவிட்டார் என்று புகார்... அதைப்போலத்தான் நாமும்..."

"எனக்குப் புரியவில்லையே."

"நீ ஒரு மண்ணுள்ளிப் பாம்பு! ஒரு எழவும் தெரியாது. அந்த ஆபீசர்களுக்கு என்ன தெரியும்? விதை நெல் என்று நாம் கொடுக்கிறது தானே! விதை நெல்லில் கருக்காய் இருந்தால், அவர்கள் கண்ணுக்குத் தெரியுமா? விதை நெல்லே மழை விழுந்து கெட்டுப் போயிருந்தால் கண்டுபிடிக்க முடியுமா? சர்க்காரில் பணம் கொடுத்து வாங்கச் சொன்னால் நம்மை ஒத்தவர்களிடம் வாங்குகிறார்கள். நாம் நல்ல பொருள் கொடுத்தால்தானே உண்டு? சர்க்கரையோடு ரவாவைக் கலந்தால்?"

"விதை நெல் என்று கேட்டால் குடியானவன் அக்கிரமம் பண்ணலாமா?" "நாம் செய்யாவிட்டால் ஆபீஸிலே செய்யறாங்க... எத்தனை சின்னச் சம்பளம் வாங்குகிற ஆளுங்க இல்லை அங்கே... நல்ல விதை நெல்லை அவன்கூட மாற்றி விடலாமே..."

"இதெல்லாம் கதை மாதிரி இருக்கிறது; கவைக்கு உதவாது. இப்போ வழி சொல்லு. போன வருஷம் விளைவே சரி இல்லை. விதை நெல் இல்லாமல் போய் விட்டது. இந்த நாத்து பயிரானால் நெல்லே இருக்காது... நாத்து வளருமா என்றுகூடத் தோணவில்லை."

"ஒழிஞ்சு போ. நான் தருகிறேன் நாற்று" என்றதைக் கேட்டதும் பால் வார்த்தால் போல் இருந்தது, சடையனுக்கு.

கொதிப்படங்கி வீட்டுக்குப் போனான். திண்ணையில் உட்கார்ந்தவுடன் வேறு ஒரு கொதிப்பு எழுந்தது. இந்த நாத்துக்குப் பணம் கொடுக்க வேண்டுமே! அவனிடம் பணம் கிடையாது. எப்படி கொடுப்பது? யோசித்து யோசித்துப் பார்த்தான். ஒன்றும் புரியவில்லை,

கும்பெனிக்கு போய் சண்டை போடலாமென்று போனான். அங்கே அதே குமாஸ்தா உட்கார்ந்துகொண்டிருந்தார். அதே சேவகனும் சிவப்பு முண்டாசுடன் அவரிடம் நின்றுகொண்டிருந்தான். அவர்கள் அருகில் போனதும் வந்த வேகம் ஏனோ அடங்கிவிட்டது. அதற்குப் பதிலாக, "மந்திரி எப்போ வருவார்?" என்று கேட்டான்.

குமாஸ்தாவுக்குச் சிரிப்புத் தாங்கவில்லை. ஒருதரம் சடையனை மேலும் கீழும் பார்த்தார்.

"நாளைக்கு வருவார்" என்று நிதானமாகக் கூறினார்.

உண்மை என்று நம்பிக்கொண்டு சடையன் திரும்பினான்.

"சடையா!" என்று கூப்பிட்டார் குமாஸ்தா.

சடையன் திரும்பினான். "எதற்காக மந்திரியைப் பார்க்கவேண்டும்?"

"கும்பெனியிலே கொடுத்த விதை நெல் நல்லா முளைக்குதென்று காட்டவேண்டும். அதற்குத்தான்" என்று சொல்லிவிட்டு நடையைக் கட்டினான்.

குமாஸ்தாவுக்கு விஷயம் புரிந்துவிட்டது. சின்னச் சம்பளம் வாங்குகிற கோஷ்டியில் சேர்ந்த அவனும் சேவகனும் கூட்டாகச் செய்த காரியத்தின் விளைவுதான் இது என்று புரியாமலா போகும்? திருட்டு அம்பலமாகிவிடுமே என்று திருடன் பயந்தால், திருட முடியுமா? செய்வதைச் செய்ய வேண்டியதுதான்; நடப்பது நடக்க வேண்டியதுதான் என்பதுதானே சின்னச் சம்பளக்காரர் வேதாந்தம்.

"இதற்காகத்தானா? நாளைக்குச் சாயங்காலம் மந்திரி வருகிறார். நீ நேரே சாவடிக்கு வந்துவிடு. நானும் வருகிறேன்" என்று நயமாகக் கூறினார்.

அவர் சொல்வது உண்மை என்று சடையனுக்குத் தோன்றவில்லை. பொய்யென்றும் தோன்றவில்லை. சிவனே என்று வீட்டுக்குத் திரும்பினான்.

96. பாப்பாச் சாமியார்

எனக்கு சாமியார் என்றால் நிரம்பப் பைத்தியம். அதில் என் நண்பர்களுக்கு ஒரு கேலி. அதற்காக என்னை மண்டகப்படி செய்யாத நாளே கிடையாது. ஒருநாள் எனது நண்பர்களுடன் திண்ணையில் பேச்சுக்கடை திறக்க ஆயத்தப்பட்டபொழுது ஒருவன், "ஏனப்பா! காவேரிக்கரையில் வந்திருக்கிறாரே, புதுச் சாமியார், அவரைப் பார்க்கவில்லையா?" என்றான். புரளி என்று நினைத்து நான் பதில் சொல்லவில்லை. "உண்மையாகத்தான் அப்பா. வெகு பால்யம். ஒருவித அப்பழுக்கும் சொல்ல முடியாது" என்று பின்னும் சொன்னான். புரளி சொல்லும் வழக்கத்தை அருங்கலையாகப் பயின்றவனே இப்படிப் பேசினானென்றால், என்னைப் பற்றிக் கேட்பானேன்? சாமியாரைப் போய்ப் பார்த்து வரவேண்டும் என்று சங்கல்பம் செய்து கொண்டேன்.

மறுநாள் காலையில் கொஞ்சம் பசும்பாலும் சீனாக் கற்கண்டும் வாங்கிக்கொண்டு காவேரிக்கரைக்குப் போய்ச் சேர்ந்தேன். ஒரு பெரிய அரச மரத்தடியில் ஒருவர் ஒரு குழந்தையுடன் விளையாடிக் கொண்டிருந்தார். ஆ! எவ்வளவு பால்யம்! கன்னத்தைவிட்டுப் பால் கதுப்பு கூட நீங்கவில்லை. இடுப்பில் ஒரு வெள்ளைக் கோவணம். தலை மொட்டை. அவருடைய முகத்தில் ஆனந்தத்தின் அலை பூரணமாகத் தவழ்ந்தது. வயது பதினான்குக்கு மேல் இருக்காது. அவரைப் பார்த்ததும் எனக்குச் சுப்பிரமண்யசுவாமியின் ஞாபகம் வந்தது. காலடியில் விளையாடிக் கொண்டிருந்த குழந்தை தந்தப் பொம்மை போல் அழகாக இருந்தது. அதற்கு வயது இரண்டுக்கு மேல் இராது. பாப்பா சாமியார் குழந்தையுடன் விளையாடிக் கொண்டிருந்த அக்காட்சி, எனக்குப் பிரும்மானந்தமாக இருந்தது. குழந்தையைத்

தரையில் விடுவதும், அரச மரத்தைச் சுற்றிச் சுற்றி நர்த்தனம் செய்வதும், திரும்பவும் குழந்தையை எடுத்துக் கொஞ்சுவதுமாக இருந்தார் சாமியார். நடுவில் நடுவில் காவேரிக்கு வரும் ஜனங்களோடு விளையாடுவார். அவர்களிடம் வாழைப்பழம் வேண்டும் என்று கேட்பார். தேங்காய் மூடி கொடுத்தால் வாங்கிக்கொள்வார். குழந்தைக்குக் கொடுத்துத் தானும் சாப்பிடுவார். குழந்தைக்கு மாந்தம் வரப்போகிறதே என்று யாராவது சொன்னால், “சாவு வரப்போகிறதே என்று நீங்கள் என்ன முன் ஜாக்கிரதை செய்து கொண்டிருக்கிறீர்கள்?” என்று பதில் கேள்வி கேட்பார். உண்மையில் குழந்தைக்கு ஒருவித உபாதியும் அதுவரையில் வந்ததில்லை. இருந்தாலும் எப்படியாவது இச்சிறு குழந்தையை எடுத்துக்கொண்டு போய்க் காப்பாற்ற வேண்டுமென்று நினைத்து, ஊரார்களில் சிலர் இராக் காலத்தில் காவேரிக் கரைக்கு வந்தார்களாம். பாப்பாச் சாமியார் மடியின் மீது குழந்தை தூங்கிற்றாம். சாமியார் மட்டும் விழித்திருந்தார். ‘அந்தச் சந்திரனைப் பிடித்துக் கொடுத்தால், இந்தச் சந்திரனைத் தருகிறேன்’ என்று கைகொட்டிச் சிரித்தாராம்.

‘குழந்தைக்குச் சாமியார் எப்படி ஆகாரம் கொடுப்பார்? என்ன கொடுப்பார்?’ என்று அறிய எனக்கு ஆவலாக இருந்தது. நான் கொண்டு போன பாலைக் கீழே வைத்ததும். அவசர அவசரமாக ஒரு பிறையிலிருந்து ஒரு பாலாடையை எடுத்துக் குழந்தைக்குப் பால் புகட்டினார். அப்பொழுது அவர் முகத்தைப் பார்க்க வேண்டுமே... ஆ... என்ன தாயன்பு!

இவர் யார், இவரிடம் குழந்தை எப்படி சிக்கியது என்ற இரண்டு விஷயமும் ஒருவருக்கும் தெரியவில்லை. அவருடைய சுய கதையைக் கேட்கலாம் என்று, “என்ன, பாப்பா, எந்த ஊர்? தாயார் தகப்பனார் இருக்கிறார்களா?” என்றேன்.

“நம்முடைய ஊர் திருச்சிற்றம்பலம். அப்புறம் தெரியுமா! அம்மையும் நீ, அன்புடைய மாமனும் மாமியும் நீயேதான்.”

இந்த இரண்டு நிமிஷமும் என்னுடன் பேசியது அதிகப்படி என்று அவர் உள்ளத்தில் தோன்றிவிட்டது போல் அடுத்த நிமிஷம் குழந்தையைக் கையில் எடுத்துக் கொண்டு தாண்டவமாடினார்.

மானாட மழுவாட மதியாடப் புனலாட
மறைதந்த பிரம்ம னாட

என்று பாடினார். குழந்தை மின்னல் போல் விழுந்து விழுந்து சிரித்தது. என்னை அறியாமல் நான் கூட இரண்டோர் அடி எடுத்து வைத்து விட்டேன்.

சாமியார் சற்று அசதி அடைந்து உட்கார்ந்ததும், மறுபடி விசாரித்தேன். "விடமாட்டியா அந்தப் பேச்சை? ஹூம், இரண்டு நாளுக்குள் தாயார், தகப்பனார், அண்ணன், தம்பி அவ்வளவு பேரும் போய்விட்டார்கள் – கால்ராவில். நானும் இந்தத் தம்பியும்தான் பாக்கி. அவ்வளவு தெரிந்தால் போதும்" என்று ஆகாயத்தை நோக்கினார். கண்ணில் இரண்டொரு நீர்த் துளி சேர்ந்தது. மறுகணத்தில் ஏதோ நினைத்துக்கொண்டு, "தாயார் ஏது? தகப்பனார் ஏது? எல்லாம் மாயை. உண்மை எது வென்றால், ஆனந்தம் பரமானந்தம், ஆனந்தம் பிரும்மானந்தம்!" என்று சொல்லிக்கொண்டு குதிக்கத் தொடங்கி விட்டார்.

அடுத்த நாள் அவரைப் போய்ப் பார்க்க எனக்கு அவகாசம் இல்லை. ஆனால், அதற்குப் பிறகு இரண்டு மூன்று நாட்கள் வரையில் நான் ஆபீசுக்குப் போகும்பொழுதாவது திரும்பி வரும்பொழுதாவது அவர் என் கண்ணில் படுவார். அதுவே எனக்குத் திருப்தி அளித்தது. அதற்குப் பிறகு சாமியார் என் கண்ணில் படவில்லை. அதில் ஏதோ விசேஷம் இருக்கிறதென்று நான் நினைக்கவில்லை. 'சித்தம் போக்கு, சிவம் போக்கு' என்பார்களே. அந்த வகுப்பைச் சேர்ந்த பேர்வழிதானே என்று நினைத்துக்கொண்டேன்.

மறு ஞாயிற்றுக்கிழமை. "கேட்டீரா? உங்கள் பாப்பாச் சாமியாரின் குழந்தை நேற்று இறந்துபோய் விட்டதாம். குழந்தை சாமியார் மடியில் தான் இருக்கிறதாம். அதை எடுத்து அடக்கம் செய்ய சாமியார் இடம் தரமாட்டேன் என்கிறாராம். சாமியாரின் முகத்தைப் பார்க்கவேண்டுமே; மகா கண்ணராவியாய் இருக்கிறது! யாராவது பிடிவாதம் செய்தால், 'குழந்தை தூங்குகிறது. நல்ல தூக்கம்; கூட்டம் போட்டுச் சப்தம் செய்யாதீங்க'' என்கிறார். அவருக்குப் பிரமை பிடித்திருக்கிறது. காவேரியில் ஒரே கூட்டம்" என்று ஒருவன் சொன்னான்.

இதைக் கேட்டதும் விழுந்தடித்துக் கொண்டு காவேரிக் கரைக்குச் சென்றேன். ஒரே கூட்டம். பெண்களில் சிலர் கன்னத்தில் கைவைத்து நின்றார்கள். சிலர் கண்ணீர் விட்டார்கள். ஆடவரில் பலர் விழியாடாமல் நின்று கொண்டிருந்தார்கள். பாப்பாச் சாமியார் மட்டும் குழந்தையின் உயிர் மணம் மறைந்து மண்ணாகிவிட்டதை நம்பவில்லை போலும். ஏனென்றால், தூங்கும் குழந்தையைத் தாயார் பார்ப்பதுபோல் மடியில் இருந்த உருவத்தைப் பிரேமையுடன் கவனித்துக்கொண்டிருந்தார்.

இரண்டு மணி நேரம் சென்றது. கூட்டத்தில் புதிதாக வந்த சிலர் தங்கள் சாமர்த்தியத்தைப் பிரயோகம் செய்து பார்த்தார்கள். சாமியார் அழுதார்; தூங்குகிற இடத்திலே வம்பு செய்கிறார்களே என்று மொண மொணத்தார். ஒருவரும் அசையும் வழியாக இல்லை. அதன் பேரில்

வெறிகொண்ட நாய்போல் இரண்டொருவரைக் கடிக்கக்கூடத் தொடங்கிவிட்டார்.

ஜனங்கள் மறுபடியும் யோசனை செய்தார்கள். கடைசியாக, யாரோ ஒருவர் போய் ஒரு போலீஸ்காரனை அழைத்து வந்தார். பிறகு பாப்பாச் சாமியார் சும்மா இருந்தார். உடனே ஊர் ஜனங்கள் குழந்தையை மயானத்துக்கு எடுத்துக்கொண்டு போனார்கள். பாப்பாச் சாமியாரும் மௌனமாக உயிருள்ள நிழல் போலக் கூடவே சென்றார். சடங்குகள் முடிந்ததும் ஊரார் திரும்பினார்கள். பாப்பாச் சாமியார் மட்டும் சுடலையில் அப்படியே உட்கார்ந்திருந்தார். அவருடைய கண்கள் மூடி இருந்தன. நாங்கள் அழைத்தது அவர் காதில் ஏறவில்லை.

அன்று பகல் முழுவதும் சாமியார் வெயிலில் அப்படியே உட்கார்ந்திருந்ததாக வெட்டியான் சொல்லுகிறான். அன்று இரவும் அவர் அப்படியேதான் இருந்திருக்க வேண்டும். ஏனெனில், சிலர் அங்கு மறுநாள் போனபொழுது சாமியார் முன்போலவே உட்கார்ந்திருந்தார். எங்களுக்கெல்லாம் துக்கம். அப்படியே விட்டுவிட்டால் குழந்தை போன வழி இவரும் போக நேருமே என்ற பயம் எங்களுக்குப் பிறந்தது. ஆனால், இன்னது செய்வதென்று புரியவில்லை. திடீரென்று எனக்கு ஓர் எண்ணம் தோன்றிற்று. "ஏன் பாப்பா! காவேரிக் கரையில் குழந்தை தூங்கி எழுந்து அழுகிறதே! இங்கே ஏன் உட்கார்ந்திருக்கவேண்டும்?" என்றேன்.

சாமியாரின் கண்கள் மலர்ந்தன. ஏதோ ஞாபகம் செய்துகொள்பவரைப் போல் சுற்றுமுற்றும் பார்த்தார். கனவிலிருந்து விழித்தவர்போல், "என்ன? என்ன?" என்றார். காவேரிக் கரையில் குழந்தை அழுகிறதென்று மறுபடியும் சொன்னேன். சாமியார் பசுபோல் எங்களுடன் வந்தார்.

காவேரியில் அவருக்கு ஸ்நானம் செய்துவைத்துத் தெருக்கோடியில் உள்ள வீட்டுக்கு மெதுவாக அழைத்துப் போனேன். அந்த வீட்டிலிருந்த குழந்தையைப் பார்த்ததும், "'ஓ! ஓ! தூங்கி எழுந்திருந்துவிட்டாயா? பொல்லாது" என்று கை கொட்டித் தாண்டவமாடினார். முகத்தோடு முகம் வைத்துக் கொஞ்சினார்; முத்தமிட்டார்; சிரித்தார்; குழந்தையும் சிரித்தது.

இப்படி இருந்தாற்போல் இருந்து திடுதிடுவென்று தெருப்புறம் ஓடினார். எங்களுக்கெல்லாம் புரியவில்லை. வெளியே வந்தோம். பாப்பாச் சாமியார் எதிர் வீட்டுக்குள் சென்று, அங்கே தொட்டிலில் இருந்த குழந்தையைப் பார்த்து விளையாடினார்; சிரித்தார்; எழும்பிக் குதித்தார். சாமியாருக்குப் பால் கொண்டுவரப் பெண்கள் போய் திரும்பி வருமுன் சாமியார் ஓடிவிட்டார்.

பிறகு அடுத்த வீடு. அங்கும் இதே மாதிரி. அதற்கு அடுத்த வீடு, அதற்கடுத்த வீடு, அதற்கும் அடுத்த வீடு. எங்கும் இதே மாதிரி. சாமியாருக்கு சந்தோஷம் தாங்கவில்லை. "அடாடா! ஒரு பாப்பாவுக்கு எத்தனை தம்பிப் பாப்பா!" என்று சிரித்துக்கொண்டே கிழக்கே ஓடினார்.

97. வரிசை விளக்கு

"**ஊ**ருக்குப் போகணும்னா, இவ்வளவு சீக்கிரம் வந்துட்டேளே... வரிசைச் சாமானெல்லாம் இனிமேல் எப்போ கட்டறது?"

"நான் என்ன செய்ய? அவசரம் அவசரமாக ஆபீஸ் காரியத்தை எல்லாம் ரெண்டு மணிக்கே முடிச்சேன். அந்த எழவெடுத்த மானேஜர், 'ஏதோ கணக்குத் தட்டுக் கெட்டுப் போச்சு. சரி செஞ்சுட்டுப் போடா'ன்னு வேலை வச்சுட்டான். சிடுக்கான நூலைப் பிரிக்கிறது போல இத்தனை நாழி ஆயிடுத்து... உம்; எடு சாமானை எல்லாம் கட்டுவோம்."

"வெள்ளம் வந்தப்புறம் அணை போடறாப்போல நன்னாயிருக்கு. எப்போ மூட்டை கட்டறது! எப்போ நாலரை மணி பஸ்ஸுக்குப் போறது! ஒங்க சமாசாரமே சுவத்திலே ஆணி அடிச்சாப்போல்தான். ஒண்ணுக்கும் அசையறதில்லை. இதெல்லாம் தெரிஞ்சுதான் மூட்டை முடிச்செல்லாம் கட்டி வச்சிருக்கேன். நீங்க சட்டைகிட்டே மாத்துங்கோ."

"எனக்குத்தான் தெரியுமே. நீயும் போறாக்குறைக்கு உங்க அக்காவும் இருந்துவிட்டால் எல்லாம் ஏரோப்பிளேன் வேகத்திலே நடக்கும். அதான் மெதுவா வந்தேன்."

பேசினது வெங்கடாசலமும் அவன் மனைவியும்; கும்பகோணத்திலிருந்து திருவையாற்றுக்குப் போக வேண்டியவர்கள். சின்ன மைத்துனியின் சாந்தி கல்யாணத்திற்காகப் படுக்கை, வாசனை சாமான், வெள்ளிப் பாத்திரம் எல்லாம் கும்பகோணத்திலிருந்து வாங்கிக்கொண்டு வரவேண்டுமென்று ஏற்பாடு.

புறப்பட வேண்டிய தினத்திற்கு முதல் நாள் சாயங்காலம் பெரிய மைத்துனி கும்பகோணம் வந்து சேர்ந்தாள். தாயாரும் தகப்பனாரும் தானும் அன்று காலையிலேயே திருவையாற்றுக்கு வந்துவிட்டதாகவும், ஒரு கிருஷ்ணர் படம், கண்ணாடி விளக்கு, தாழம்பூ இவற்றையும் சேர்த்து வாங்கி வரும்படி தகவல் சொல்லியனுப்பியதாகவும் தெரிவித்தாள். வெங்கடாசலம் கடைத்தெருவுக்குக் காலையில் போய் சாமான்களை வாங்கி வந்துவிட்டான். சாயங்காலமாகப் புறப்படுவதென்றும், அதற்காக இரண்டு மணிக்கே ஆபீஸிலிருந்து வந்துவிடுவதாகவும் திட்டம் போட்டிருந்தான்.

இந்தத் திட்டத்திற்குத்தான் குறுக்கே முளைத்தார் அந்த 'எழவெடுத்த' மானேஜர். பத்திரமாக மூட்டை கட்ட வேண்டிய 'மிராண்டா' விளக்கிருந்தும், நேரத்திற்கு அவனால் வீட்டுக்கு வரமுடியவில்லை. அதற்குப் பதிலாகத்தானோ என்னவோ, "சாமான்களை எல்லாம் கட்டினீர்களே, விளக்கை ஜாக்கிரதையாகக் கட்டி வைத்தீர்களா? கண்ணாடி சாமான்" என்றான்.

"ஆமாம்! அதான் இவ்வளவு சுருக்க வந்துட்டேள்! உள்ளிப்பூண்டுத் தோல் மாதிரி இருக்கு டோம். தெரிஞ்ச மட்டும் பத்திரமாக என் டிரங்குப் பெட்டியிலே வச்சிருக்கேன்."

"பெட்டியிலே அதை வச்சிருக்கப்படாது" என்று சொல்வதற்கு வாயெடுத்தான். ஆனால் சொல்லவில்லை. குற்றம் கண்டுபிடிப்பது போல் ஆகிவிடும் அல்லவா?

"மூட்டை கட்டறத்துக்கு நீங்க வந்திருக்கணும்" என்று குத்தலாகப் பேசினாள் பெரிய மைத்துனி.

"ஆமாம்" என்று ஒப்புக்கொண்டுவிட்டு வெங்கடாசலம் பஸ்ஸடிக்குக் கிளம்பினான். நல்லவேளை; பஸ் தவறவில்லை. ஆனால் ஊசி குத்துகிற இடம்தான் அகப்பட்டது. அது கூட இல்லாதிருந்தால்?

திருப்பூந்துருத்தி வரையில் ஒரு தகராறும் இல்லை. அதற்குப் பிறகு கழுதையைப்போல் மோட்டார் அழும்பு வரிசை விளக்கு செய்ய ஆரம்பித்தது. அத்துடன் கொடிக்கால் மூலையில் கையகலம் கருமேகம் எட்டிப் பார்த்துக்கொண்டிருந்தது. பெரிய மைத்துனியின் படபடப்புக்குத் தூண்டுகோலாயிற்று அந்த மேகம்.

"காலம்பறவே சாமான்களையெல்லாம் எடுத்துக்கிண்டு போறேன்னு சொன்னேன். ஒத்தரும் கேக்கல்லே. மெத்தை, டிரங்கெல்லாம் மேலே போடாதேன்னேன்; கண்டக்டரும் கேக்கல்லே" என்றாள்.

“சும்மா லொடலொடங்காதீங்க. வண்டியிலே புளி அடைகிறாப்போல் ஆளைப் போட்டிருக்கேன். சர்க்கிள் வேறே வழியிலே எங்கேயோ இருக்கானாம். மெத்தை, டிரங்குக்குக்கூட இடமில்லேன்னு வருத்தப் படறீங்க” என்றான் கோணமூஞ்சிக் கண்டக்டர்.

“பஸ்ஸிலே வந்தாலே இந்த எழவுதான்” என்று பஸ் தொழிலைப் பற்றிய அநுபவத்தை எடுத்துவிட்டாள் பெரிய மைத்துனி.

“கல்யாணத்துக்குப் போற பேர் எழவெடுக்காதீங்க” என்றான் கோண மூஞ்சி கண்ணைச் சிமிட்டி நாக்கை நீட்டிக்கொண்டு.

இதற்குள் கையகலமாய் இருந்த மேகம் ககனமெங்கும் விரிந்து கொண்டது. ‘டொப்டொப்’பென்று இரண்டொரு மழைத்துளிகள் விழுந்தன.

“அப்பா கண்டக்டர்... இப்போதாவது மெத்தையை உள்ளே எடுத்துப் போடலாமா?”

“மழை உங்க பங்கிலேதான் இருக்கு” என்று சொல்லிக்கொண்டு மெத்தையையும் டிரங்கையும் இதர சாமான்களையும் எடுத்துப் பலர் கையிலும் காலிலும் மடியிலுமாக வண்டிக்குள் போட்டான் கண்டக்டர்.

சகுனத்தில் நம்பிக்கை இல்லாதவர்களுக்குக்கூட மனத்தில் தைக்கும் படியாக இருந்தது கண்டக்டர் குரல்.

“பஸ் ரொம்ப மெதுவாகப் போகிறதே. இருட்டாகி விட்டால்?” என்று கவலையின் அடுத்த படலத்தைத் துவக்கினாள் மைத்துனி.

“மத்தியானம் ஓசிலே பக்கவடா அகப்பட்டது. ஓசிலே கடவுள் காபியை எப்போ கொடுக்கிறாரோ?” என்று கவலையின் தத்வத்தைக் கிண்டல் செய்தான் கண்டக்டர்.

வெங்கடாசலத்திற்குக்கூட ரோஸம் பொத்துக் கொண்டது.

“நாம் பறக்காவிட்டால் பஸ் பறந்திருக்கும். நாம் அவசரப்படறதைப் பாத்துட்டுப் பல்லக்குக்கூட இடக்குப் பண்ண வேணும்னு தோணறது” என்றார்.

பேச்சு வளர முடியாதபடி பஸ் திருவையாற்றை அடைந்தது. மெத்தை முதலிய சாமான்களை ஒற்றை மாட்டு வண்டியில் ஏற்றிக்கொண்டு வீட்டை நோக்கிக் கால் பர்லாங்குகூடப் போயிருக்கமாட்டார்கள். மழை சோவென்று பிடித்துக்கொண்டது. போதாக்குறைக்கு வண்டியின் கம்பி கழன்று. மெத்தை கீழே உருண்டு விழுந்தது. அதை வண்டியில் எடுத்துப் போட்டுக்கொண்டு கடைசியாகக் கொட்டுகிற மழையில் வீடு போய்ச் சேர்ந்தார்கள்.

முகூர்த்த நாளன்று பகல் சாப்பாட்டிற்குப் பிறகு வெங்டாசலத்தின் மாமியாருக்கு வரிசையை எல்லாம் பார்க்கவேண்டுமென்ற ஆசை உண்டாயிற்று. மாப்பிள்ளை ஒவ்வொன்றாகக் காண்பித்து வந்தான்.

"இதான் மெத்தை வெல்வெட் கெஜம் மூணரை ரூபாயாக்கும்."

"நன்னாயிருக்கே!"

"இது நாகப்பட்டினம் டிரங்கு. யானை ஏறி மிதிச்சாலும் எள்ளு முனைகூட நசுங்காது."

"பரவாயில்லை."

"அதெல்லாம் பித்தளை சாமான், இதெல்லாம் வெள்ளிப் பாத்திரம்."

"அப்புறம்?"

"இது கிருஷ்ண படம். ருக்மிணி சத்யபாமை நிக்கிற ஜோர் ஒண்ணே போதும்."

வர்ணனையுடன் சாமான் ஜாப்தா முடிந்தது. வாய் திறவாமல் மாமியார் ஒவ்வொரு சாமானாக மாறிமாறித் தொட்டுத் தடவிப் பார்த்தாள்.

"எல்லாம் தேவலை. ஒண்ணு மாத்திரம் விட்டுப் போச்சு. விளக்கைக் காணோமே!"

வெங்கடாசலத்திற்குப் பழைய பயம் திரும்பி வந்து விட்டது. ஆனால் அவன் மனைவி, "நன்னா மறந்து போவோமே! பத்திரமாய் என் பெட்டி யிலே வச்சிருக்கேன்; காட்டட்டுமா?" என்று தன் சாமர்த்தியத்தை மறைமுகமாகக் குறிப்பிட்டுவிட்டுப் பெட்டியைப் போய்த் திறந்தாள். மாமியார் நின்ற இடத்திலேயே இருக்க வெங்கடாசலம் மட்டும் பெட்டியண்டை போனான். விளக்கு வைத்திருந்த அட்டைப் பெட்டியை மெதுவாகத் தூக்கினாள், அவன் மனைவி. ஏதோ 'கல'கலவென்று பவுன் புரளும் சத்தம் கேட்டது. வெங்கடாசலம், அவன் மனைவி, பெரிய மைத்துனி அவ்வளவு பேருக்கும் விஷயம் விளங்கிவிட்டது. ஆகையினாலே அவன் மனைவி கெட்டிக்காரத்தனமாகப் பொய் சொன்னதில் அவர்கள் வியப்படையவில்லை.

"அடாடா! விளக்கை வச்சுட்டுப் பெட்டியை மாத்திரம் பந்தோபஸ்துப் பண்ணியிருக்கு. இவர் சமாசாரமே இப்படித்தான். இப்போ என்ன செய்யலாம்?" என்று சந்தர்ப்பத்தில் குதிரை கீழே தள்ளினதல்லாமல் குழியையும் பறித்தால் போல் பேசினாள் மனைவி.

"சிவனேன்னு தஞ்சாவூருக்குப் போய் உன் ஆம்படையானையே இன் னொன்னு வாங்கிண்டு வரச்சொல்லு. பந்தல் மூளியாய் இருக்கப்படாது."

இந்த யோசனையைச் சொல்லிவிட்டு மாமியார் உள்ளே போனாள் "அந்த எழவு விளக்கைப் பெட்டியில் வச்சுத் தொலைக்கப்படாது. பஸ்ஸின் பேயாட்டத்திலே நொறுங்கிப் போச்சு. இப்பொ தஞ் சா வூருக்குப் போகணும்" என்று மொணமொணத்துக் கொண்டே தஞ்சாவூருக்குக் கிளம்பினான். "ரெண்டு ரோஜாப்பூ மாலையும் வாங்கிண்டு வாங்கோ" என்று உள்ளே சென்ற மாமியார் திரும்பி வந்து உத்தரவிட்டாள்.

தஞ்சாவூர் ஐயன் கடைவீதியைச் சுற்றிச் சுற்றிச் சலித்துவிட்டு ஒரு 'டோமும் சிம்னியும்' வாங்கினான். குரங்குப் பிடியாக அவற்றைக் கொண்டுவந்து ஒரு புஷ்பக்கடையில் வைத்துவிட்டுக் காபி சாப்பிடப் போனான். திரும்பி வந்து ரோஜாப்பூ மாலையுடன் கிழக்கு ராஜவீதிக் காளிகோயிலண்டை திருவையாற்று பஸ்ஸுக்காகக் காத்திருந்தான். கண்கள் குறிப்பின்றி அதையும் இதையும் பார்த்தன. இரண்டு விரல் அகலத்திற்கு டோம் விண்டிருந்தது. அவன் மனமும் அப்படியே விண்டது. ஒரே சாமான் ஆதி முதல் தகராறு செய்வதென்றால் கல்லான மனங்கூடச் சஞ்சலப்படாமல் என்ன செய்யும்?

ஒருவேளை ஷாப்பிலேயே மூளி டோமைத் தன் தலையில் கட்டிவிட்டானோ என்று நினைத்து அங்கே போனான். 'கடையிலேயே மூளி சாமான் யாதொன்றும் எந்தக் காலத்திலும் இருந்ததில்லை. கடவுள் கொடுத்த கண்ணை உபயோகிப்பதுதான் வியாபாரத்தில் திறமை' என்று ஈரொட்டாகப் பேசினான் கடைக்கார சாயபு. புஷ்பக் கடையில் விசாரிப்பது நியாயமாகப்படவில்லை. வேறு டோம் வாங்கப் போதுமான பணமில்லை. ஆகையால் காளி கோவிலுக்கே திரும்பி வந்தான்.

இரவு ஏழு மணிக்குத் திருவையாற்றை அடைந்தான். அவன் வந்ததும் வராததுமாகப் பெரிய மைத்துனி எதிர்ப்பட்டாள்,

"டோம் எங்கே?"

"இதோ."

பெரிய மைத்துனி வஞ்சம் தீர்த்துக்கொண்டாள்.

"இப்போ எல்லாம் மூளி டோம்தானா கம்பெனியிலே செய்யறா?" மனைவியும் சேர்ந்துகொண்டாள்.

"ஜாக்கிரதையாய்க் காரியம் செய்யற பேர் காரியமும் என்னைப் போலத்தான் இருக்கு."

திருடனைத் தேள் கொட்டினாற்போல் இருந்தான் வெங்கடாசலம்.

“இப்போ வரிசையிலே விளக்கை வெக்கறேளோ இல்லையோ?”

“ஒடைஞ்சது வேணாம்னு பார்க்கிறேன்” என்றாள் பெரிய மைத்துனி.

“அதை வச்சுடுவோம். யார் கவனிக்கப்போறா? விளக்கு இல்லை என்ற குறை எதுக்கு?” என்றாள் மனைவி.

இரவு மேளமும் தாளமும் வேதமும் பாட்டும் உறவினரும் சூழ்ந்திருக்க வரிசை எல்லாம் எடுத்து வைக்கப்பட்டன. சொல்லி வைத்தாற்போல் மூளி டோம் மாமியார் கண்ணில் பட்டது.

“இதென்னடி, மூளி டோம் வாங்கி வச்சிருக்கேள்” என்று ரகஸியமாக நடுப்பெண்ணைக் கேட்டாள்.

“ஏதோ பட்டுவிட்டாற்போல் இருக்கிறது.”

முதலில் விளக்கை ஊரில் விட்டுவிட்டு வந்தார்கள். இப்பொழுது மூளி டோம் வாங்கி வந்திருக்கிறார்கள். இதெல்லாம் மாமியார் மனத்தில் ஏதோ திகிலை உண்டாக்கிற்று. ஆனால் அதை வெளியே காட்டிக்கொள்ள முடியாத சந்தர்ப்பமாக இருந்தது.

தம்பதிகளுக்கு இன்பத்திலும் உறவினர்களுக்கு விருந்திலும் தூக்கத்திலும் இரவு கழிந்தது. மாமியார், பெரிய மைத்துனி, வெங்கடாசலம், அவன் மனைவி இந்நால்வருடைய உள்ளத்தில் மட்டும் இன்பம் காணவில்லை.

அதிகாலையில் பள்ளி எழுச்சி பாடிவிட்டுப் பெண்ணை விடுதிக்கு அழைத்துப்போகத் தாயாரும் மைத்துனியும் வந்தார்கள். படுக்கை அறையில் மட்டிப்பால் ஊதுவத்தி, ஸெண்ட், புஷ்பம் இவற்றின் மணம் வீச எல்லாம் சரியாக இருந்தன. ஆனால் விளக்கின் டோமும், சிமினியும் மட்டும் காணோம், அவர்கள் நெஞ்சு ‘பக்’ கென்று எரிந்தது.

விடுதிக்கு வந்ததும், “டோமும் சிம்ளி’யும் எங்கே?” என்று பெண்ணைக் கேட்டாள்.

முதல் முதலாகக் கணவனைப் பார்க்கும் பெண்ணுக்கு இது ஒரு முக்கியமா?

“அதை யாரு கவனிச்சா! ராத்திரி வச்சதைக் காலம்பரத்தான் பார்த்தேன். இரண்டும் வெடிச்சு ஓட்டையாய் இருந்தது. எடுத்துக் கண் மறைவா வச்சிருக்கேன்.”

தாயார் கண்ணில் நீர் துளித்தது.

"எதற்காக இந்த விளக்குக்கு இவ்வளவு கேடுகாலம்! அல்லது தனக்குத்தானா?" என்ற கேள்வி மாமியார் உள்ளத்தில் கொதித்தெழுந்தது.

மணி பத்திருக்கும். வீட்டுக்கூடத்திலே பேப்பரை வைத்துக்கொண்டு புருஷர்கள் பேசிக்கொண்டிருந்தார்கள். எம்.ஏ., நம்பர், மாப்பிள்ளை என்ற வார்த்தைகள் அடிபட்டன. பிறகு மாப்பிள்ளையின் தகப்பனார் உதட்டைப் பிதுக்கினார்.

அப்பொழுதுதான் மாமியாருக்கு விஷயம் விளங்கிற்று; மாப்பிள்ளைக்கு எம்.ஏ. தேறவில்லையென்று. விளக்கு உடைந்தது இதற்குத்தானா என்று நினைத்துக் கொண்டிருக்கும்பொழுதே தெருப்புறத்தில் ஏகச் சத்தம் கேட்டது. அடுத்த நிமிஷத்தில் நான்கு ஐந்து ஆட்களாக மாப்பிள்ளையைப் பிடித்துத் தூக்கிக் கூடத்தில் கொண்டு வந்து போட்டார்கள். ஒருவர் முகத்திலும் ஈயாடவில்லை. வந்த ஆட்கள் மட்டும் பையன் எதிர்ச் சரகிலிருந்து இந்தச் சரகுக்கு வரும்பொழுது மோட்டார் மோதிண்டு விழுந்ததாகச் சொன்னார்கள்.

டாக்டர் வந்து பார்க்கும் வரையில் மாப்பிள்ளைக்காவது மற்றவர்களுக்காவது பிரக்ஞை இல்லை. வந்த டாக்டர் நன்றாகப் பரிசோதித்துப் பார்த்துவிட்டு, வெறும் அதிர்ச்சி என்று சொன்ன பிறகுதான் அங்கிருந்தவர்களுக்கு மூச்சு வந்தது. ஐந்து நிமிஷத்திற்கெல்லாம் பையன் தெளிவடைந்து உட்கார்ந்தான். "பெண் வந்த வேளை நல்லவேளைதான்! இன்னும் என்ன வேணும்?" என்றாள் பையனின் தாயார்.

"ஓங்க வாயாலே அப்படிச் சொல்லாதீங்கோ. மாப்பிள்ளைக்குக் கண்டம். இவ தாலி பாக்கியம் பரீக்ஷையோடு போச்சு" என்றாள் பெண்ணின் தாயார்.

"அந்த மூளி விளக்கு வரிசைக்கு வச்சப்பவே எனக்குத் தெரியும்" என்றாள் பெண்ணின் மாமியார்.

பேச்சு தடித்தது. ஆனால் இருந்தவர்கள் முற்றும்படி விடவில்லை. இருந்தாலும் சம்பந்திகளுக்குள் காரணமின்றி பெண்ணின் மீது ஒரு கசப்பு முளைத்துவிட்டது.

பாவம்... பெண் என்ன செய்வாள்?

98. நெருக்கடி

"சரவணமுத்து இருக்கிறாரா?" என்ற குரலைக் கேட்டு வீட்டிலிருந்த அத்தனை குழந்தைகளும் வெளியே வந்துவிட்டனர். பார்த்தால் படி முதல் வீசம் வரையில் எழுந்து வந்து சூழ்ந்து கொண்டது போல் இருந்தது. அதிலும் தேய்ந்து துருப்பிடித்தவைபோல் இருந்தன. குழந்தைகளின் உடையும் உடையின்மையும் பெற்றோர்களின் பொருளாதார நிலையை நன்றாக உணர்த்தின.

"யார்!" என்றது ஒரு குழந்தை.

"சரவணமுத்து இருக்கிறாரா என்கிறேன்."

குழந்தைகளில் ஒரு சின்னப் பெண், "இல்லையே" என்றாள். "ஏண்டி இல்லை என்கிறாய். அதான் உள்ளே இருக்கிறாரே! என்ன வேணும் உங்களுக்கு?" என்றான் கொஞ்சம் வயது வந்த பையன் ஒருவன்.

இந்த முரணான பதில்களைக் கேட்டவருக்குக் குடும்பத்தின் நிலையைப் பற்றிய எண்ணம் ஊர்ஜிதமாயிற்று.

"அவரைப் பார்க்கவேண்டும். இன்ஸ்பெக்டர் வந்திருக்கிறார் என்று சொல்லு."

அதற்குள் சரவணமுத்துவே அலங்கோலமாக வாசல்புறம் ஓடி வந்தார். "மன்னிக்க வேண்டும். வாருங்கள், வாருங்கள்" என்று உள்ளே அழைத்துக்கொண்டு போய் ஒரு கிழிந்த பாயை எடுத்துப் போட்டார்.

கூடத்தில் ஒரு குழந்தை ஏதோ நோய்வாய்ப்பட்டு ஒரு கிழிந்த துணியில் படுத்துக்கொண்டிருந்தது.

இன்ஸ்பெக்டர் ஒரு தடவை வீட்டை நோட்டம் பார்த்தார். வார்த்தைகளால் தெரிவிக்க இயலாத தாழ்ந்த நிலையின் சாயலே எங்கும் தென்பட்டது.

"ரொம்ப அபூர்வமாக இருக்கிறதே?"

"அபூர்வமென்ன? சும்மாத்தான் இந்தப் பக்கம் போனேன்; இப்படியே பார்த்துவிட்டுப் போகலாம் என்று தோன்றிற்று."

"நான் கூட ஏதோ கேள்விப்பட்டேன். நீங்கள் காப்பாற்றினால்தான் உண்டு; இல்லாவிட்டால் பிழைப்பே இதோடு முடிந்துவிடும்."

"கடுதாசு விஷயம் உமக்கு எப்படித் தெரியும்?"

"எப்படியோ தெரிந்தது. எப்பொழுது ஸ்தலத்தைப் பார்ப்பதாக யோசனை?"

"இப்பொழுது பார்க்கலாம் என்று சொன்னாலும் போவோம்."

சரவணமுத்துவின் உடல் ஒரு தரம் நடுங்கி ஒடுங்கிற்று.

"சார்! ஒன்று சொல்லுகிறேன், நீங்கள் கடவுள் மாதிரி. பெரிய மனது செய்தாலொழிய நான் கெட்டு விடுவேன். தோட்டத்திலே பார்க்க ஒன்றுமில்லை. போக வேண்டிய வேலையே இல்லை!"

"ஆ! சவுக்கைப் பயிர் செய்யவே இல்லையா?"

"இல்லை சார்."

"சர்க்கார் பணம்?"

"இங்கே அடிபட்டுப் போய்விட்டது."

"பெரிய குற்றமாச்சே ஐயா! பிழைப்பிலே மண் விழுந்துவிடும் என்று தெரியாதா?"

"என்ன தெரிந்து என்ன செய்கிறது சார்? இதோ இந்தக் கூடத்துக்கு ஓழிவில்லாமல் ஒரு வருஷமாக ஒருவர் மாறி ஒருவராகச் சீக்கு. எனக்கு சம்பளத்தைத் தவிர சில்லறை சம்பாதிக்கத் தெரியாது. நெடுக முடை. பணம் செலவழிந்து போய்விட்டது. பின்னாலே அங்கே இங்கே புரட்டிக் காரியத்தைச் செய்துவிடலாம் என்று பார்த்தேன். நடக்கவில்லை. அதற்குள்ளே எவனோ அநாமதேயத் தபாலை அனுப்பிவிட்டான். கொஞ்ச நாளைக்கு ஓட்டுங்களேன். ஏதாவது செய்துவிடுகிறேன்."

"நான் போய் ஸ்தலத்தைப் பார்த்தே ஒரு வாரம் ஆகிவிட்டது. நீர்

சொல்வதற்காக ஒரு வாரம் பொறுத்துப் பார்க்கலாம். அதற்குள் இடத்தைப் பண்படுத்திச் சவுக்கைக் கன்று வாங்கி நட்டு முளைக்கச் செய்துவிட முடியுமா?"

"முடிய வேண்டும். இல்லாவிட்டால் நான் என்ன கதி ஆகிறது? பக்கத்திலே சவுக்கைப்பயிர் பண்ணியிருப்பதைப் பார்த்தீர்களா?"

"பார்த்தேன். அதை வைத்துக்கொண்டு இந்தப் புகாரைப் பொய் என்று எழுதி அனுப்பச் சொல்லுகிறீரா?"

"அப்படிச் சொல்வேனா சார்? எனக்கு ஒன்றுமே தோன்றவில்லை. நீங்கள் எது செய்தாலும் சரிதான். வெள்ளம் தலைக்கு மேலே போய் விட்டது."

"ஒரு வாரம் இல்லை. இரண்டு வாரம் பார்க்கிறேன். அதற்குள் ஏதாவது செய்தி இருந்தால் என்னிடம் வந்து சொல்லுங்கள். நீர் வராவிட்டால் பதினாறாவது நாள் என் அறிக்கையை அனுப்பிவிடுகிறேன்."

இன்ஸ்பெக்டர் கூடத்தை விட்டுக் கிளம்பிவிட்டார். குறைந்த சம்பளமும் நிறைந்த சீக்குமாகச் சேர்ந்து சரவணமுத்துவை அயோக்கியன் ஆக்கிவிட்டன என்று இன்ஸ்பெக்டருக்குத் தெரிந்து என்ன லாபம்?

சரவணமுத்து குடி இருந்த வீட்டுக்குப் பக்கத்தில் ஒரு பெரிய பங்களா. சொந்தக்காரர் விவசாயக் கம்பனி ஒன்றில் வேலை பார்த்துவந்தார். பங்களாவைவிடத் தோட்டம் அழகாக இருக்கும் என்று சொன்னால் பங்களாவுக்கு இழுக்கு ஒன்றுமில்லை. வருஷம் முந்நூற்று அறுபத் தைந்து நாளும் ஏதாவது காய்கறி கிடைக்காமல் போகாது. நாள் தவறினாலும் தோட்டத்தில் புஷ்பம் தவறாது. செடிகளும் கொடிகளும் வெகு செழுமையாகவும் அழகாகவும் இருக்கும்.

ஓழிந்த வேளைகளில் சரவணமுத்து இங்கேதான் வருவார். பங்களா சொந்தக்காரரோடு அதையும் இதையும் பற்றிப் பேசிவிட்டுப் பாக்கிப் பொழுதைத் தோட்டத்தில் போக்குவார். தரித்திரத்தில் உழலும் மனத்துக்குத் தோட்டத்துப் பச்சையும் சிவப்பும் காய்கறிகளும் புஷ் பங்களின் மணமும் விவரிக்க முடியாத ஆறுதலைக் கொடுக்கும். அன்று மாலை மகா வேதனையுடன் சரவணமுத்து, தோட்டத்தின் ஒரு மூலையில் உட்கார்ந்திருந்தார். அன்றுதான் அவர் வேலைக்குக் காரியாலயத்தில் 'சீட்டு' கொடுத்துவிட்டார்கள். பதினைந்து நாள் பார்த்துவிட்டு இன்ஸ்பெக்டர், மொட்டை மனுவில் கண்ட விஷயம் மெய்தான் என்றும், வெறும் கட்டாந்தரையைத் தவிர ஸ்தலத்திலே வேறொன்றும் இல்லை என்றும் மேலே எழுதி அனுப்பிவிட்டார். குறிப்பிட்ட காரியத்துக்காகக் கொடுக்கப்பட்ட பணத்தை அதற்காகச்

செலவழிக்காமல் சர்க்காரை மோசம் செய்துவிட்டார் என்று சரவணமுத்துவின் மீது குற்றம் சாட்டப்பட்டது. குடும்பக் கஷ்டத்தினால் தவறு நேர்ந்து விட்டது என்றும் கொஞ்சம் கெடு கொடுத்தால் பயிர் செய்துவிடுவதாகவும் மன்னிப்பு கோரிச் சமாதானம் எழுதி வைத்தார். நிர்வாக முறை என்றால் தர்மப் பிரபுவா? – கொஞ்சம் ஈரமும் நெஞ்சமும் இருக்க? தாட்சண்யமின்றி வேலைக்குச் சீட்டுக் கொடுத்துவிட்டார்கள். உத்தரவு இன்றுதான் கிடைத்திருந்தது. அந்தத் துயரத்தைத் தாங்கமாட்டாமல்தான் சரவணமுத்து, பங்களாத் தோட்டத்தில் உட்கார்ந்திருந்தார்.

எதிர்த்தாற்போல் ஒரு நாரத்தை மரம் இருந்தது. அதில் ஒரு கிளை யிலிருந்து தேன் சிட்டுக்கூடு ஒன்று லோலக்கைப்போல் தொங்கிக் கொண்டிருந்தது. சரவணமுத்துவை அறியாமலேயே கூட்டின் கட்டிடத் திறமை அவர் மனத்தை வசப்படுத்திவிட்டது. சிறிது நேரத்திற்கெல்லாம் ஒரு சிட்டு, கூட்டின் வாசலண்டை போய்க் குந்திற்று. கூட்டுக்குள் இருந்து ஒரு குஞ்சு கத்திக்கொண்டே வாசலண்டை வந்து வாயைத் திறந்தது. வந்த குஞ்சின் வாயில் எதையோ ஊட்டி விட்டுப் பறந்து விட்டது குருவி. அது போன சிறிது நேரத்திற்கெல்லாம் மற்றொரு குருவி வந்து அதே காரியத்தைத் திரும்பவும் செய்துவிட்டுப் பறந்து சென்றது. இதே மாதிரி மாறி மாறிப் பல தடவை நடந்தது. குருவிகளாய் இருந்தால் கவலை இல்லாமல் இருக்குமே என்று சரவணமுத்து நினைத்துக்கொண்டார்.

இப்படி நினைத்துக்கொண்டிருக்கும்பொழுதே சரவணமுத்துவின் பார்வை மற்றொரு மரத்தில் விழுந்தது. அந்த மரத்தில் விநோதமான கொடி ஒன்று படர்ந்திருந்தது. கொடியைப் பார்த்த உடனேயே பயிர் செய்யப்பட்ட கொடி என்பது விளங்கிவிட்டது. ஆனால் மலைப்பாம்பு சுற்றிக்கொள்வது போல் சீந்தில் கொடி ஒன்றும் அதைச் சுற்றிக்கொண்டிருந்தது.

சரவணமுத்துவுக்கு ஏதோ ஒரு விதமான கிளர்ச்சி. கொடியின் அருகில் போய்ப் பார்த்தார். குரல்வளையைப் பிடித்து நெருக்கி ஒருவரைக் கொன்றால் கழுத்தில் குறிகள் இருக்கும் என்பார்களே அதைப் போன்ற குறிகள் பயிர் செய்யப்பட்ட கொடியில் தென்பட்டன. உலகத்தில் பிழைக்க முயலும்போது சீந்தில் கொடியைப்போல் தரித்திரமும் கூட வந்து கழுத்தை நெறிக்காமல் இருக்காதுபோல் இருக்கிறது என்ற எண்ணம் மிதந்தெழுந்தது.

பங்களாச் சொந்தக்காரரின் குரலைக் கேட்டதும்தான் சரவணமுத்து, திடுக்கிட்டுச் சுயநினைவை அடைந்தார்.

"வந்து ரொம்ப நேரம் ஆயிற்றோ?"

"ஆமாம்."

"பூச்சி பிடித்த பீர்க்கன் இலை மாதிரி இருக்கிறதே முகம்?" என்று பங்களாக்காரர் அவரை கேலியாகக் கேட்டார்.

சரவணமுத்து, பதில் சொல்லவில்லை. சொல்ல முடியவில்லை. அவர் முகத்தை பங்களாக்காரர் திரும்பவும் ஊன்றிப் பார்த்தார். "எப்பொழுதும் போல் இல்லையே? என்ன விசேஷம்?" என்று வற்புறுத்தினார். உண்மையைச் சொல்ல சரவணமுத்துவின் மனம் இடம் தரவில்லை. என்றாலும் ஏற்பட்டிருக்கும் நிலையைத் தாங்கக் கூடிய தெளிவோ சமாளிக்கக்கூடிய திறனோ அவருக்கு இல்லை. ஆற்றிலே மிதக்கும் சுள்ளியைப் போன்றதுதான் அவர் மனப்பான்மை. கடைசியாக, விபரத்தை எல்லாம் கூறினார்.

"என்ன அசட்டுத்தனமைய்யா! இந்த மாதிரி கஷ்டம் என்று முன்பே சொல்லியிருக்கலாகாதா?"

"ஒரு நாள் கஷ்டமானால் சொல்லிக்கொள்ளலாம். ஓயாத கஷ்டத்தைப் பிறரிடம் சொல்லி என்ன செய்வது?"

"ரொம்பப் புத்திசாலித்தனமாக வேதாந்தமாகப் பேசுகிறீர். இப்பொழுது என்ன செய்வதாக யோசனை?"

"ஒன்றும் தோன்றவில்லை. கண்ணை மூடிக்கொண்டு காலை நீட்ட வேண்டியதுதான்."

"ஒழிவில் பிறகு ஒடுங்கலாம். நான் சொல்வதைத் தற்பொழுது கேட்டு வையுங்கள். ஓர் அப்பீலைத் தயார் செய்து மேலே அனுப்புங்கள்."

"என்னவென்று எழுத? சவுக்கைப்பயிரோ வைக்கவில்லை. இன்ஸ்பெக்டரும் பார்த்துவிட்டுப் போயிருக்கிறார். இப்பொழுது என்ன அப்பீல் போடுவது?"

"உமக்குத் தெரியாது. நான் சொல்லுகிறபடி எழுதிப்போடுங்கள்" என்று சொல்லிவிட்டு அப்பீல் செய்யவேண்டிய விதத்தைப் பற்றிப் பங்களாக்காரர் விளக்கிக் கூறினார்.

"ஸ்தலத்தில் பயிர் இல்லாதபொழுது இருப்பதுபோல் எழுதச் சொல்லுகிறீர்களே!"

"ஆமாம். பயிரை உண்டாக்கிவிடுவோம்..."

"இன்ஸ்பெக்டர் பார்த்து..."

"ஸ்தலத்தில் மாறாட்டம்."

"என்னால் ஆரம்பத்தில் பயிர் செய்ய முடியாமல் போனதினாலேதானே இவ்வளவு கஷ்டமும்."

"கவலைப்படாதேயும். நான் செலவழித்துச் செய்து விடுகிறேன்."

"ஒரு வருஷம் வளர்ந்திருக்க வேண்டிய பயிருக்குப் பதிலாக ஒரு மாதப் பயிரைக் காட்டினால் போதுமா?"

"நீர் இன்னும் பழைய யுகத்திலேயே இருந்து கொண்டிருக்கிறீர். இந்தக் கத்தரிப் பாத்தியை வந்து பார்த்துவிட்டுச் சொல்லைய்யா?" தோட்டத்துக் கோடியில் இரண்டு கத்தரிப் பாத்திகள் இருந்தன. ஒன்றில் கத்தரிக்காய் சாதாரணமான அளவில் காய்த்திருந்தது. மற்றொன்றில் பெரிய மணிகளைப்போல் குண்டு குண்டாகவும் ஏழெட்டு இன்ஞ்ச் நீளமுள்ளவையாகவும், கத்தரிக்காய்கள் காய்த்திருந்தன.

"இதென்ன, அதென்ன?" என்று சரவணமுத்து பிரமித்தார்.

"இது சாதாரண முறையில் பயிர் செய்யப்பட்ட கத்தரிப்பாத்தி. இது மின்சார ஜலம் பாய்ச்சி விஞ்ஞான முறையில் பயிர் செய்யப்பட்ட பாத்தி."

"விஞ்ஞான ரீதியில் பயிர் செய்தால் ஒரு மாதப் பயிர் ஒரு வருஷத்துப் பயிரைப்போல் தோற்றமளிக்கும் என்றா சொல்கிறீர்கள்?"

"அந்தக் கவலை எல்லாம் உமக்கேன்? பயிரைக் காட்ட வேண்டியது என் பொறுப்பு. அப்பீலைப் போடவேண்டியது உம் பொறுப்பு."

"இன்ஸ்பெக்டர் பொய்யன் ஆகிவிடுவாரே?"

"வேண்டாமே: ஒரு சாண் கயிறு தருகிறேன். மயானத்துக்குப் போங்கள்! ஹரிச்சந்திரன் இருப்பார். சாட்சியை வைத்துக்கொண்டு சுருக்கு மாட்டிக்கொள்ளுங்கள்."

அவநம்பிக்கையுடன் சிரித்துக்கொண்டே சரவணமுத்து குறிப்பின்றி எதிரே பார்த்தார். அவரைக் கொடி ஒன்று கொழுகொம்பின் தயவுடன் மேலே படர்ந்து கொண்டிருப்பது தெரிந்தது. செயற்கையின் உதவியைக் கொண்டுதான் இயற்கைகூட ஊன்றிக்கொள்ள முடியும் என்று சொல்லுவது போல் இருந்தது.

"அப்பீலை நீங்களே தயார் செய்து நாளைக்கு என்னிடம் கொடுத்து விடுங்கள். நான் மேலே அனுப்பிவிடுகிறேன்."

"பைத்தியக்கார மனுஷன்!" என்று அத்தாட்சி வழங்கினார் பங்களாக்காரர்.

சரவணமுத்துவின் அப்பீலைப் படித்த சென்னை மாகாண அதிகாரிக்கு ரௌத்திரம் பொங்கிற்று. மொட்டை மனுவின் பேரில் என்ன நடவடிக்கை எடுத்துக் கொள்ளப்பட்டது என்று குமாஸ்தாவை அதிகாரி கடிந்துகொண்டார்.

குமாஸ்தா மறுத்துப் பேசாமல் இன்ஸ்பெக்டரின் அறிக்கையை எடுத்து மேஜை மேல் வைத்தார்.

அதைப் படித்த அதிகாரிக்குக் குழப்பம் உண்டாகி விட்டது. சவுக்கைப் பயிர் செய்யப்பட்டிருக்கிறது என்று அப்பீலில் சொல்லப்பட்டிருந்தது. இன்ஸ்பெக்டரோ பயிர் செய்யப்படவில்லை என்று அறிக்கை அனுப்பி இருந்தார். எது உண்மை, யார் பொய்யன் என்பது அவருக்கு உடனே விளங்கவில்லை.

கோபம்தான் அளவுக்கு மீறி எழுந்தது. உடனே ஸ்தலத்தைப் பார்வையிட்டு அறிக்கை அனுப்பும்படி தம் அந்தரங்க குமாஸ்தாவுக்குக் கட்டளையிட்டார்.

மூன்று நாளைக்குள் அறிக்கை வந்துவிட்டது. ஒரு வருஷத்துச் சவுக்கைப் பயிர் ஸ்தலத்தில் இருப்பதாகக் கண்டிருந்தது.

முதலெடுப்பில் அதிகாரிக்கு இன்ஸ்பெக்டரின் மேல் அவநம்பிக்கை உண்டாயிற்று. அவரைப் பற்றிக் காரியாலயத்தில் உள்ள அந்தரங்கக் குறிப்புகளைப் புரட்டிப் பார்த்தார். இலாகாவிலேயே நேர்மைக்குப் பெயர் பெற்றவர் என்று குறிப்பிடப்பட்டிருந்தது.

அதிகாரிக்கு முன்பு எழுந்த ஆத்திரம் இப்பொழுது எழவில்லை. அப்பீலைப் பைசல் செய்யவேண்டும் என்ற துறையில்தான் கவனம் சென்றது. மாகாண அதிகாரிக்குள்ள அநுபோகம் எங்கே போகும்? சரவணமுத்துவை வேலையை விட்டு நீக்கிய உத்தரவு பிசகு என்று ரத்து செய்துவிட்டு பொய் அறிக்கை அனுப்பியதாக ஏன் நட வடிக்கை எடுத்துக்கொள்ளக்கூடாது என்று இன்ஸ்பெக்டருக்கு நோட்டீஸ் அனுப்பும்படி குறிப்பிட்டுத் தம் தீர்ப்பை முடித்து வைத்தார்.

ஒழுங்கு நடவடிக்கை சம்பந்தமான நோட்டீஸ் கிடைக்கப் பெற்ற இன்ஸ்பெக்டர் திடுக்கிட்டார். தாம் பார்த்தது பொய் என்றோ ஸ்தலத்தில் மாறாட்டம் உண்டாகிவிட்டது என்றோ அவருக்குச் சந்தேகம் இல்லை. பின் எதுதான் உண்மை என்பது அவருக்குப் புரியவில்லை.

மறுபடியும் சவுக்கை ஸ்தலத்தைப் பார்வையிட்டார். கட்டாந்தரையாக இருந்த இடத்தில் சவுக்கை, செழுமையாக வளர்ந்திருந்தது. திகைப்பு, கரைபுரண்டது.

அங்கிருந்து நேரடியாக சரவணமுத்துவின் வீட்டிற்குச் சென்றார்.

"இதென்ன செப்பிடு வித்தை! கட்டாந்தரையில் இரண்டு மாதத்திற்குள் பயிர் ஏற்றிவிட்டீரே! அதோடு, எனக்கும் ஆபத்தைக் கொண்டுவந்துவிட்டீரே!"

"பக்கத்துப் பங்களாக்காரர் நான் பிழைக்கச் செய்த வழி" என்று சரணவமுத்து முழு விவரத்தையும் கூறினார்.

இன்ஸ்பெக்டரின் வியப்பு, திடீரென்று வேறு திக்கை நோக்கித் திரும்பிற்று. ஒழுங்கு நடவடிக்கைக்கு உண்மையை அம்பலப்படுத்திப் பதில் எழுதி அனுப்ப வேண்டியது அவசியந்தானா என்ற கேள்வி மனத்தில் பிறந்தது. குழந்தைகளோ தமக்கில்லை. உத்தியோகத் துறையில் ஓய்வு பெறும் கால எல்லைகூட நெருங்கிக் கொண்டிருந்தது. ஸ்தலத்தைப் பார்வையிட்டதில் ஏதோ மாறாட்டம் ஏற்பட்டிருக்கக்கூடும் என்று சமாதானம் கூறினால் ஓய்வெடுத்துக்கொள்ளும்படி மேல் அதிகாரி கட்டாயப்படுத்துவதைத் தவிர எதுவும் நிகழ்ந்துவிடாது என்று குருட்டுத்தனமாக இன்ஸ்பெக்டர் எண்ணினார்.

"சரவணமுத்து பங்களாக்காரர் விளக்கேற்றி வைத்தார் என்று சொன்னீரல்லவா? நான் விளக்குக்கு எண்ணெயாக இருந்துவிட்டுப் போகிறேன்" என்று சொல்லிக்கொண்டே தம் வீட்டிற்குக் கிளம்பினார்.

99. பெரியநாயகி உலா

நூறு வருஷமாகக் கால் சதங்கை ஊமையாகவே இருந்தது. சதங்கையை அணிந்த பெரியநாயகிக்கு நின்று நின்று கால்கள் கடுத்துவிட்டன. கருப்பையைப் போன்ற இருளும், கண்மூடா விளக்கொளியும் தவிர அவளுக்குத் துணை இல்லை. நூறு வருஷமாகத் தனித்து நின்ற அலுப்பு. வெளியே சென்று வந்தாலென்ன? ஒரு சின்ன உலா!

எண்ணமே செயல்தானே? எண்ணம் பிறந்ததும் கால்கள் நகர்ந்தன. கல், கல் என்று சதங்கைகள் ஒலித்தன. அர்த்த மண்டபத்து வாயிலண்டை உருவிய கத்தியும் கோரைப்பல்லும் மின்ன நின்றுகொண்டிருந்த ஜயையும் விஜயையும், 'கோயிலுக்குள் யாருமே போகவில்லையே! சதங்கை ஒலி ஏது?' என்று சிந்தித்துக் கொண்டிருந்தார்கள். 'பெரியநாயகி நின்றுகொண்டுதானே இருக்கிறாள் – நம்மைப்போல? சதங்கை ஒலி எங்கிருந்து வந்தது?' இந்தச் சந்தேகம் முளைத்ததும் கழுத்தைத் திருப்பி அர்த்த மண்டபத்தைப் பார்க்க முடிந்தது. எண்ணமே செயல்தானே?

என்ன ஆச்சரியம்! பீடத்தை விட்டு இறங்கி, பெரியநாயகி வெளியே வந்துகொண்டிருந்தாள். வாயில்காப்பாளர்களுக்குப் பெரியநாயகியின் செயல் புரியவில்லை. ஆனால் எஜமானியைக் கேட்க வேலைக் காரிகள் யார்? கேட்க முடியவும் இல்லை. தேவதாரு மரத்துக்கு மேலே, காலைக் கதிரொளி பட்ட சிகரம்போல் பெரியநாயகியின் அழகும் அமலும் ஊமையாக்கும் வியப்பாய் எழுந்தன. வாயில் காப்பாளர்கள் வாயடைத்து நின்றார்கள்.

"அடீ ஜயை, விஜயை! இப்படியே உலாச் சென்று வருவோம்."

"நீங்கள் உண்டாக்கிய உலகில் நீங்களே உலாச் சென்று பெறவேண்டிய பிராண சக்தி இருக்கிறதா? நீங்களே இழுக்கவேண்டிய கடலமுதம் இருக்கிறதா?" என்றாள் ஜயை.

"நாம் பயிர் செய்த தோட்டத்தைத்தானே பார்க்க வேண்டும்? சிருஷ்டி செய்து எத்தனை யுகமாயிற்று! எவ்வளவு மேதாவிகளாக வளர்ந்துவிட்டாலும் நான் தாங்கிய விதைதானே? உலாச் சென்று வந்தால் என்ன தவறு? வாருங்கள்."

வாயில்காப்பாளர்கள் வாளை உறையிலிட்டு, கோரைப் பற்களைச் சுருக்கிக்கொண்டு கூடவே புறப்பட்டனர்.

"ஆனால் உங்களுக்கு எல்லாம் தெரியுமா?" வாயில் காப்பாளருக்கு வெளியே செல்லவேண்டிய வேலை உண்டா?"

"கோயில் பள்ளியறைக்குப் பிறகு எங்களுக்கு ஓய்வுதானே?"

"கண் மறைந்தால் விடுமுறையா? காவலாளிகளை நம்பினால் இப்படித்தானா? போகட்டும்."

கலீர் கலீர் என்று சதங்கை ஒலிக்க பெரியநாயகி நடக்கத் தொடங்கினாள். காப்பாளர்கள் மிடுக்குடனே முன்னே சென்றனர். கல் தூண்களில் இருந்து யானைகள் வியப்பினால் காதுகளை நெறித்தன; கண்களைச் சுழற்றின. திறந்த வாய்களை உடைய யாளிகள் பயத்தினால் வாயை மூடிக்கொண்டன. சிங்கங்கள் பிடரிமயிர்களைச் சிலுப்பிக் கொண்டு, முறுக்குக் கம்பி வால்களைப் பாவட்டாக்களைப்போல் ஆட்டின. பெரியநாயகி கையை அமர்த்திய பிறகுதான் அரவங்கள் அடங்கின. திருக்குளத்து நீரலைகள் மட்டும் படிக்கட்டின் ஓரங்களில் வந்து சதங்கை ஒலியை ஒட்டுக் கேட்டுக் கொண்டிருந்தன.

கோயிலின் கிழக்குக் கோபுர வாயிலை மெல்லத் தாண்டி பெரியநாயகி வீதியில் வந்து ஒரு நிமிஷம் நின்றுவிட்டாள். ஒரே திகைப்பு! கர்ப்பக்கிருக இருளையே பார்த்துப் பழகிய கண்களுக்குத் தெரு வெளிச்சம் கூசிற்று.

ஒருவாறு அமைதி பெற்ற பிறகு வெகுதூரம் நடந்து செல்லவில்லை. அதற்குள் தெருத் திண்ணையில் உட்கார்ந்திருந்த பெண்களின் கூட்டம் ஒன்று பெரியநாயகியைச் சுட்டிக்காட்டிக்கொண்டு தெருவில் இறங்கிவிட்டது. பெரியநாயகியின் நடையில் தயக்கம் கண்டது.

முதல் மாது: இது யார், புதிதாக இருக்கிறதே?

இரண்டாவது மாது: அதுதான் தெரியவில்லை அம்பாள் பெரியநாயகியை அச்சில் வார்த்து வைத்தாற் போல் இருக்கிறதே!

மூன்றாவது மாது: உன் பிதற்றல் உன் மண்டையோடுதான் போகும் போலிருக்கிறது. உலகமே உனக்குப் பெரியநாயகிதான்! சுவாமி தரிசனம் செய்ய யாரோ கோயிலுக்கு வந்துவிட்டுப் போனால், அவள் உனக்குப் பெரியநாயகி ஆகி விடுகிறாள்! வருகிற போகிற பெண்பிள்ளைகள் யார் என்று விசாரிப்பதுதானா நம்முடைய வேலை? அழகாய் இருக்கிறாள், நமக்கும் நாலு நகை இருந்துவிட்டால் நம்மைப் பற்றியும் நாலுபேர் கேட்பார்கள்.

முதல் மாது: ஜோதிஷம் பார்ப்பானேன்? நானே கேட்டுவிட்டு வந்து விடுகிறேனே!

இப்படிச் சொல்லிக்கொண்டே அந்த மாது இவர்களை நோக்கி அவசரமாக வந்தாள். மெய்க்காப்பாளர்களில் ஒருவரைத் தொட்டு "யார் இது?" என்று கேட்டாள். "அம்மாதான் கனககிரி ஊமை ராணி!" என்று வாயைப் பொத்திக் காட்டிவிட்டு ஜயை நகர்ந்தாள். பெரியநாயகியும் மற்றொரு மெய்க்காப்பாளரும் பின்தொடர்ந்தனர்.

அந்தத் தெருதான் சந்நிதி வீதி. இருபுறத்திலும் சில வீடுகளே இருந்தன. இருந்தாலும் அழகிய புது வீடுகள். பாதிக்கு மேற்பட்டு வக்கீல் வீடுகள். வீட்டு வாசல்திண்ணையில் சின்ன சாய்வு மேஜையும் வக்கீல் குமாஸ்தாவுமாகக் காட்சி அளிக்காமல் இல்லை. ஒரு வக்கீல் வீட்டுத் திண்ணையில் கும்பலாகக் கட்சிக்காரர்கள் உட்கார்ந்திருந்தனர். குமாஸ்தா மூக்குக் கண்ணாடியைக் கட்டி இருந்த கயிற்றை ஏதோ ஒழுங்குபடுத்திக் கொண்டிருந்தார்.

விஜயைக்கு என்ன தோன்றிற்றோ என்னவோ, பெரியநாயகியின் கால் சதங்கைகளைக் கழற்றி மடியில் கட்டிக்கொண்டாள்.

"அடி ஜயை, இங்கென்ன இவ்வளவு பேர் உட்கார்ந்திருக்கிறார்கள்? என்ன செய்து கொண்டிருக்கிறார்கள்?"

"இதற்குப் பெயர்தான் வக்கீல் வீடு."

"அப்படி என்றால்?"

"நான் சொன்னால் உங்களுக்குப் புரியாது."

"ஏன் புரியாது? புரியாவிட்டால் ஆலமரத்துப் பித்தைக் கேட்டுக் கொள்கிறேன்."

"சொத்து இருக்கிறதே–"

"அப்படி என்றால்?"

"அது பெரிய கதை. அதைப் பற்றிப் பிறகு சொல்லுகிறேன். இப்பொழுது இதைப்பற்றி மட்டும்... சொத்துக்காக இரண்டு பேர் சண்டை போட்டுக்கொண்டால் மண்டை உடையும். மண்டைக்கு நியாயம் செய்ய ஆஸ்பத்திரி இருப்பதுபோல், சண்டைக்கு நியாயம் சொல்லக் கச்சேரி என்று ஒன்று இருக்கிறது. அங்கே போய் இரண்டு பேரும் தாம் செய்ததுதான் நியாயம் என்று வழக்கிடுவார்கள். அவரவர்கள் கட்சியை எடுத்துச் சொல்வதற்காக, வக்கீல்களை அமர்த்துவார்கள். இவர்கள் ஒருமாதிரி மந்திரவாதிகள்; ஜால வித்தைக்காரர்கள்; அதற்காகவே படித்தவர்கள். இவர்கள் எடுத்துச் சொல்வதைக் கேட்டதும் நீதிபதிக்கு எது உண்மை எது பொய் என்று தெரியாமல் போய்விடும். கண்ணை மூடிக்கொண்டு – அதாவது ஆழ்ந்து யோசித்து விட்டுத் தீர்ப்பு கூறிவிடுவார். அந்த மாதிரி வக்கீல் வீடு இது. தினசரி இந்த மாதிரி சண்டை இட்டுக் கொள்பவர்கள் எல்லாம் வக்கீல் வீட்டுக்குப் போய்ச் சேருவார்கள். அதுதான் கும்பல்."

"பிறருக்கு உதவி செய்வதுதான் இவர்கள் வேலை... இல்லையா?"

"பலாச்சுளையில் ஈ மொய்க்காமல் தெருக்கோடியில் கிழவி வாழை யிலையாலே விசிறுகிறாளே, அந்தமாதிரி உதவி. கிழவிக்கும் லாபம்; பலாச்சுளைக்கும் சுகாதாரம். அதேமாதிரி வக்கீல்களுக்கும் லாபம். அந்த லாபத்தில் முளைத்த வீடுகள் இவை."

"சொத்திலிருந்து பிறந்த வம்பு என்கிறாய்?"

"சொத்து இல்லாமற்போனால்கூட இன்னும் பெரிய வம்புதும்புகள் உண்டு. அதில்தான் இவர்களுக்குக் கொள்ளை லாபம். அதாவது காமம், குரோதம், லோபம், மோகம், மதம், மாத்சர்யம் ஆகிய இவ்வளவு அசுரசக்திகளும் எழுப்பிவிடும் நித்திய யுத்தங்களில் இவர்களுக்குப் பெரிய வேட்டை. இந்த நித்திய யுத்தங்களிலே மனிதர்கள் சாகக்கூடச் சாவார்கள். ஆனால் வக்கீலிடம் விஷயத்தை ஒப்படைத்து விட்டால் நீதிபதிக்குப் பிரமையே உண்டாகிவிடும். 'கொன்றவன் யார்? கொல்லப்பட்டது எது?' என்றெல்லாம் கேள்விகளை எழுப்பி வாதாடும்போது கொலை செய்தவனுக்குக்கூடத் தான் குற்றம் அற்றவன் என்று தோன்றிவிடும். இந்த உதவி செய்வதால், வக்கீல் வயிற்று வேள்வித் தீக்கு வேண்டிய அவ்வளவு பொருட்களும் தாமாகவே அவரை வந்தடைந்துவிடும். நீதி என்னும் யாக குண்டத்தருகில் இருக்கும் ரித்விக்குகளும், ஹோதா–"

ஐயை பேச்சை முடிப்பதற்குள் மூக்குக் கண்ணாடி குமாஸ்தா இவர்கள் அருகில் வந்துவிட்டார்.

"ஜீவனாம்ச வழக்குக் கட்சிக்காரர்கள் நீங்கள்தானே? ஐயா உங்களை எதிர்பார்த்துக் கொண்டிருக்கிறார்" என்றார்.

"நின்றால் பிடித்துக்கொண்டு விடுவார்கள் போலிருக்கிறதே!" என்று பெரியநாயகி சொல்லவும் எல்லோருமாக நகர்ந்து விட்டார்கள். மூக்குக் கண்ணாடி குமாஸ்தா வாயடைத்துப் போய்விட்டார்.

பெரியநாயகிக்கு ஏதோ சந்தேகம் வந்துவிட்டது.

"அடி ஐயை, சொத்து என்று இருப்பதனால்தானே பாதி வம்பு வளருகிறது போலத் தெரிகிறது? ஆதியில் இந்த ஏற்பாட்டை நாங்கள் செய்யவில்லையே! காற்று, நெருப்பு, தண்ணீர், மண், மரம், லோகங்கள்– இப்படித்தானே உண்டாக்கிக் கொடுத்தோம்? இவர்களாகச் சொத்து என்ற ஒன்றைக் கற்பனை பண்ணிக்கொண்டுவிட்டு, வீணே சிக்கறுக்க நியாயத்தைக் கூப்பிடுவானேன்?"

"கூடு கட்டுகிற குருவிகூட ஒரே இடத்தை வருஷம்தோறும் நாடுகிறது. அப்படி இருக்கும்பொழுது–"

வாக்கியம் முடியவில்லை. சந்நிதித் தெரு முனை திரும்பி விட்டார்கள். அதுதான் கடைத்தெரு. தெருவுக்குள் நுழைந்ததும் மளிகைக் கடை நெடி, பாய்மரம் விரித்துக்கொண்டு வந்தது. பெரியநாயகி தும்மினாள் – ஒன்று, இரண்டு, மூன்று. ஐயையும் விஜயையும் மட்டும் தும்மவில்லை.

தும்மலின் வேதனை தீர்ந்ததும் பெரியநாயகி சுற்றுமுற்றும் பார்த்தாள்.

பெரிய செட்டியார் பெரிய மளிகைக் கடை, சின்னச் செட்டியார் பலசரக்குக் கடை, நடுச் செட்டியார் மருந்துக் கடை, நாயுடு அரிசி மண்டி, ரகீம் புகையிலைக் கிடங்கு, செபாஸ்டியன் சோடாநிலையம் முதலிய எல்லா முக்கியக் கடைகளும் அங்கேதான் இருந்தன. வியப்பு மிகுந்து பெரியநாயகி கடைகளைப் பார்த்தாள். பெரிய செட்டியார் கடையில் கூடை கூடையாக, சாக்குச் சாக்காக, மளிகைச் சாமான்கள் வைக்கப்பட்டிருந்தன. கல்லாப் பெட்டிக்கு அருகில் பெரிய செட்டியார் கறுப்பாக, வைரக் கடுக்கன் மின்ன உட்கார்ந்திருந்தார்.

"என்ன அம்மா, எப்பொழுது ஊரிலே இருந்து வந்தீங்க? ரொம்ப நாளாகக் காணோமே? ஐயா சொகமா?" என்றார் செட்டியார்.

பெரியநாயகிக்கு விஷயம் விளங்கவில்லை. "அடி ஐயை, இவர் என்னவோ சொல்லுகிறாரே!" என்று மெய்க்காப்பாளர் பக்கம் திரும்பினாள்.

"ஆள்மாறாட்டம் போலிருக்கிறதே!" என்று ஐயை பதில் சொன்னதும் செட்டியார் தலையை ஆட்டினார். "ஆள் மாறாட்டம் இல்லை

அம்மா. சும்மா கேட்டேன். உங்களுக்கு வேண்டிய சாமான்களை இங்கேயே வாங்கிக் கொள்ளலாம் என்று சொல்லத்தான் வந்தேன். எங்கே வாங்கினாலும் பணந்தானே? ரூபாய்க்கு ஒரு பைசாவுக்கு மேலே லாபம் வைக்கிறதே இல்லை. பணமா பெரிசு? சுத்தமான சரக்கு; சல்லிசான விலை" என்றார் செட்டியார்.

விஜயை சொல்லவந்த பதிலை யாரும் எதிர்பார்க்கவில்லை.

"எங்கள் வீட்டுக் குண்டோதரன் இதோ வருவான். வந்ததும் பார்ப்போம்" என்றாள் விஜயை.

பெரிய வியாபாரம் நடக்கும் என்று செட்டியாருக்கு நப்பாசை!

"இப்படி பெஞ்சில் உட்காரலாமே!"

ஜயை பெஞ்சில் உட்கார்ந்தாள். இவர்கள் இருவருக்கும் அது பெரும் வியப்பாக இருந்தது. அடுத்த நிமிஷம் ஜயை கால் கொலுசுத் திருகாணியை இறுக முறுக்க ஆரம்பித்த பிறகுதான் இவர்களுக்கு விஷயம் ஒருவாறு விளங்கிற்று.

இதற்கிடையில், கடையில் இரண்டு மூன்று பேர் கூடி விட்டார்கள். ஆளுக்கு ஒரு சாமானின் பெயரைச் சொல்லிக் கேட்டார்கள். பெரியநாயகிக்கு நின்று பார்க்க வேண்டும் போல் இருந்தது. கடையில் நடப்பதைக் கவனித்தாள். சாமான்களைத் தராசில் எடைபோட்டு அவரவர்களுக்குக் கடைக்காரப் பையன் கொடுத்தான். கடைசியில் செட்டியாரிடம் ஒவ்வொருவரும் பணம் கொடுத்துவிட்டுச் சாமானை எடுத்துக்கொண்டு சென்றார்கள்.

வாடிக்கைக்காரர் கூட்டம் கிளம்பியதும் ஜயை பெஞ்சைவிட்டு எழுந்து புறப்பட்டு விட்டாள். எனவே பெரியநாயகியும் கடையைவிட்டு நகர்ந்தாள். தெருவில் உள்ள கடைகள் எல்லாம் அவள் கவனத்தை ஒருபுறம் ஈர்த்தன. மற்றொரு புறம் மனத்தில் ஒரு சந்தேகம். இரண்டு காரியத்தையும் பெரியநாயகி கவனிக்க முயன்றாள்.

"ஏண்டி ஜயை, இந்தச் சாமான்கள் எல்லாம் எப்படி இங்கே முளைக்கின்றன? ஜலம் இல்லாமல், செடி இல்லாமல், கொடி இல்லாமல், மரம் இல்லாமல் என்ன ஆச்சரியம். இந்த வித்தை எங்களுக்குக் கூடத் தெரியாதே!"

"நீங்கள்தான் இருட்டிலேயே இருக்கிறீர்களே! பிறந்த பிள்ளையை வளர்க்க வேண்டாமா? அப்படியே அநாதையாகத் தெருவில் போட்டுவிட்டால்? யாரோ எடுத்து வளர்த்தார். எப்படியோ வளர்ந்தது. இப்பொழுது எப்படி எப்படியோ இருக்கிறது... அந்த மாதிரிதான்."

“நாங்கள்தான் உலகத்தையும் ஆறறிவையும் படைத்துக் கொடுத்து விட்டோமே, வேறு என்ன செய்ய வேண்டும்?”

“ஆறறிவைப் படைக்காமல் இருந்திருக்க வேண்டும். பெற்றோரைப் பழிக்கத்தான் ஆறறிவு உதவுகிறது. வியாபாரத்தை வளர்க்கவும் உதவுகிறது. நீங்கள் கேட்டீர்களே, இந்தச் சாமான் ஒன்றும் இந்த இடத்தில் விளைவதில்லை. செடி, கொடி, மரத்தில்தான் வருண பகவான் தயவால் எங்கெங்கோ உண்டாகின்றன. இந்தச் செட்டியார் போன்றவர்கள் அந்தச் சாமான்களை எல்லாம், வலைவீசி மீன் பிடித்துச் சுருட்டிக்கொண்டு வருவதுபோல், இங்கே கொண்டு வந்து குவிக்கிறார்கள். அங்கெல்லாம் பணம் கொடுத்து வாங்கி இங்கே மறுபடி பணத்திற்கு விற்கிறார்கள்.”

“இதென்ன ஆச்சரியம்! பணத்திற்கு வாங்குவானேன்? மறுபடியும் விற்பானேன்? அதிருக்கட்டும்; பணம் என்றால் என்ன? பணத்தை நாங்கள் சிருஷ்டி செய்ததாக ஞாபகம் இல்லையே!”

“வந்திருக்கிற வினை எல்லாம் அதனால்தான். நீங்கள் எதை எதை எல்லாம் செய்யவில்லையோ, அதை எல்லாம் ஆறறிவு செய்துவிட்டது. நீங்கள் எதை ரகசியமாக வைத்திருந்தீர்களோ அதை ஆறறிவு அம்பலத்தில் செய்து காட்ட முயலுகிறது. ஆறாவது அறிவு சிருஷ்டி செய்ததுதான் பணம். செட்டியார் வாங்கிப் பெட்டியில் போட்டுக் கொண்டாரே, அதுதான் பணம்.”

“ரொம்பச் சுற்றலாக இருக்கிறதே! சாமான் வேண்டுமென்றால் செடி இருக்கும் இடத்திலிருந்து எடுத்துக்கொள்ள வேண்டியதுதானே? செட்டியாரும் பணமும் குறுக்கே முளைப்பானேன்?”

“இவர்கள் ஆறறிவு சொல்லுகிறதைக் கேட்டால் உங்களுக்குக் கொஞ்சம் புரியலாம். பக்தன் உங்களை நினைக்க வேண்டுமென்றால் நேரே நினைத்துவிட்டுப் போக வேண்டியதுதானே? அதை விட்டுவிட்டு அப்பாலில் இருப்பதை இப்பாலில் இருபாலில் வடித்துக் காட்டி, வணங்க வழிகாட்டுபவர்களை சிவாசாரியர்களை ஏற்பாடு செய்து, திரைபோட்டுத் திரைதள்ளும் தெய்வ நெறியைக் கூட்டி வைத்துவிடவில்லையா? அதேபோலத்தான் என்கிறார்கள். எல்லா பக்தர்களும் ஒரே காலத்தில் உங்களை நாடினால் யாருடைய மனத்தில் என்று நீங்கள் இறங்குவீர்கள்? ஒழுங்கில்லாமல் ஒரே குழப்பமாக இராதா? அதேபோல, செடியண்டை போய் எல்லாரும் சாமான் பறிக்க ஆரம்பித்தால் சண்டைதான் மிஞ்சும். அதற்காகச் சொத்து என்ற ஏற்பாட்டையும், பணம் என்ற விபூதியையும், அதாவது அளவுகோலையும், ஆறறிவு படைத்து வைத்தது. இப்படிச் செய்திருப்பதனால்தான்

எல்லாருக்கும் பொதுவாய் நன்மை கிடைக்கிறதாம். இல்லாவிட்டால் சிலர் கைக்குள் சாமான்களும் நீங்களும் சிக்கி, பெருத்த சங்கடம் உண்டாகிவிடுமாம்.

“சொத்து, பணம் இரண்டையும் நாங்கள் உண்டாக்கவில்லை. இவற்றை உண்டாக்கத்தான் ஆறறிவு உபயோகப்பட்டது என்கிறாயா?”

விஜயை பதில் சொல்வதற்குள் ஒரு பெரிய விபத்து நிகழப் பார்த்துவிட்டது. பெரியநாயகி நின்றுகொண்டிருந்த இடத்துக்கு மூன்று அங்குலம் தள்ளி, கிரீச் என்ற பெரும் சப்தத்துடன் ஒரு மோட்டார்கார் பிரேக் போட்டு நிறுத்தப்பட்டது. சத்தத்தைக் கேட்டதும் இவர்களுக்கெல்லாம் வெலவெலத்துப் போய்விட்டது.

தொப்பியும் நிஜாரும் பூட்சும் அணிந்த ஒரு கனவான் வண்டியை விட்டு இறங்கி வெகு கோபத்துடன் இவர்களை நோக்கி வந்தார்.

“நீ பெண்பிள்ளைதானா? நடு ரஸ்தாவிலே நிலாப் பேச்சில் முழுகி, செவிடாய், குருடாய், கல்லாய்.”

புயலைப்போல அடித்த பேச்சைக் கேட்டுப் பெரிய நாயகி தலை நிமிர்ந்தாள். கனவான் பெரியநாயகியைப் பார்த்ததுதான் தாமதம், வந்த கோபமெல்லாம் பெட்டிப் பாம்பைப் போல் அடங்கிவிட்டது. தலையில் இருந்த தொப்பி தரையில் விழுந்து விட்டது கையில் கட்டியிருந்த கடிகாரம் கொக்கி கழன்று விழுந்தது. பயத்தினால் உடம்பு ஒட்டிப்போய்ச் சட்டை துணிமணி எல்லாம் தொளதொள வென்று தொய்ய ஆரம்பித்து விட்டன. பெரியநாயகியின் அழகு, மின் தாக்கியது போல, அவனைக் கருக்கிவிட்டது.

“மன்னிக்க வேண்டும். நடுத்தெருவில் –”

பெரியநாயகி அவர் மன்னிப்பைப் பொருட்படுத்தவில்லை .

“இதோ நிறுத்தி இருக்கிறாயே, இந்த மிருகத்திற்கு என்ன பெயர்? நாங்கள் சிருஷ்டித்ததாக ஞாபகமில்லையே!”

இப்படி பெரியநாயகி கனவானைக் கேட்டதும் அவருக்குத் தூக்கி வாரிப்போட்டது. பைத்தியத்துக்குத்தானா இவ்வளவு அழகு!

“ஏம்மா, பைத்தியத்தைத் தெருவில் அழைத்துக்கொண்டு வந்தால் உஷாராக இருக்கவேண்டாமா? என்னைப் பைத்தியக்காரன் ஆக்கப் பார்த்து விட்டீர்களே!” என்று மெய்க்காப்பாளர்களைக் கேட்டுவிட்டு வண்டியை ஓட்டிக் கொண்டு போய்விட்டார்.

“கடைத்தெரு உலா போதுமென்று நினைக்கிறேன்” என்றாள் பெரியநாயகி.

ஜையும் விஜயையும் பெரியநாயகியை அழைத்துக்கொண்டு பக்கத்துத் தெருவில் புகுந்தார்கள். ஒற்றைச் சாரி வீதி; கூரையும், கொட்டகையும், மாட்டுப் பட்டியும், வைக்கோல் போருமாக இருந்தன. “இது ஏழைகள் தெரு” என்றாள் ஜயை.

“அதிருக்கட்டும். அந்தப் பிராணிக்குப் பெயர் என்ன? வெகு விநோதமாக இருக்கிறதே! அந்த மாதிரிப் பிராணியை நாங்கள் ஒன்றும் செய்ததாக இல்லையே!”

“அந்த மாதிரி இன்னும் எவ்வளவோ விநோதமான பிராணிகள் இருக்கின்றன. இவற்றிற்கெல்லாம் பெயர் விஞ்ஞானம். நல்ல வேளையாகப் போயிற்று; இல்லாவிட்டால், நீங்கள் பீடத்திற்குத் திரும்பிப்போக முடியாமல் போயிருக்கும். ஆறறிவு புது எமன்களைச் சிருஷ்டித்து வருகிறது. அந்தப் பட்டாளத்தில் இது ஒரு சின்ன எமன்!”

“மறுபடியும் அதே ஆறறிவுப் பெருமைதானா?” பெரியநாயகியின் அலுப்பு சொல்லத்தரம் அன்று. “உலா புறப்பட்டீர்கள். அதற்குள்ளா கவே கசந்து விட்டதே! இன்னும் பார்க்க எவ்வளவோ இருக்கின்றனவே?”

“போதும் என்று தோன்றுகிறது. என் மீது போடுகிற மாலை மாதிரி உலகம் இருக்கிறது. தழையும் நாருந்தான். ஆனால் ஒன்று; கொடுத்த பொருளைத் திரும்பப் பெற்றுக் கொள்ளும் சக்தி எங்களுக்கு இல்லை. ஆறறிவுக்கு அறிவு இருந்தால் ஆக்கட்டும் அல்லது அழிக்கட்டும். அத்துடன் தானும் அழியட்டும். பிறகு நாங்கள் புதிதாக மறுபடியும் ஆரம்பித்துவிடுகிறோம். இதுதானே சிருஷ்டி என்னும் லீலை? போதும், கோயிலுக்குப் போவோம்” என்றாள் பெரியநாயகி.

“இந்தத் தோட்டத்து வழியாகப் போனால் சீக்கிரம் போய்விடலாம்.”

தோட்டத்தில் நுழைந்ததும் பெரியநாயகிக்கு ஒரு நினைப்பு எழுந்தது.

“அடி ஜயை, என் சதங்கையை இனிமேல் காலில் கட்டிவிடு. மறந்து போய்விடும்” என்றாள்.

ஜயை சதங்கையைக் காலில் பூட்டினாள். கலீர் கலீர் என்ற ஒலியலை தோட்டத்தில் பரவிற்று. அந்த இனிய ஒலியைக் கேட்டுத் தோட்டத்து மலர்கள் நாலு பக்கமும் திரும்பின. மலரை நோக்கிச் சென்ற வண்டுகள் திசை தடுமாறின. மலர்களின் மணம் நடைபாவாடை விரித்துச் சென்றது. பாதை வழியே கொஞ்ச தூரம் சென்றார்கள். நடுக் குளத்தங்கரை ஓரம் இருவர் உட்கார்ந்திருந்ததை இவர்கள் கவனிக்கவில்லை. அவர்களும் முதலில் இவர்களைக் கவனிக்கவில்லை. அருகில் சதங்கை ஒலி கேட்டதும் திடுக்கிட்டு எழுந்தார்கள். இவர்களை ஒரு நொடி பார்த்தார்கள். அதற்குப் பிறகு பார்த்ததெல்லாம்

பெரியநாயகியைத்தான். பெரியநாயகி திகைப்படைந்து நின்றுவிட்டாள்.

"கண்காணாச் சண்பகமே
மண்காணா மரகதமே!"

என்று முணுமுணுத்துக்கொண்டே இருவரில் ஒருவர் நாயகி அருகில் வந்து வணங்கினார்.

"இந்த வழியே அதிசயமாகப் போகிறீர்களே, எந்த ஊர்?" என்றார். பெரியநாயகி பதில் பேசவில்லை.

"மெய்யூர்" என்றாள் விஜயை.

"அம்மா பேர்?"

"மாயாதேவி."

இந்தப் பதில்களைக் கேட்டதும் அவர் பூரித்துப்போய் விட்டார்.

"நித்திய சுந்தரி என்ற படம் எடுக்கிறோம். படத்தில் அம்பாள் ஐந்து நிமிஷத்திற்குக் கொலு இருக்க வெண்டும். சிலை வைத்துப் படம் எடுக்காமல் முடிக்க வேண்டும் என்று மூன்று மாதமாகப் பிரார்த்தித்துக் கொண்டிருக்கிறோம் பிரார்த்தனை பலித்துவிட்டது. ஐந்து நிமிஷத்திற்கு மேல் மாயாதேவிக்குப் படத்தில் வேலை இல்லை."

மெய்க்காப்பாளர்களுக்கு இந்த நிலைமையைப் போரிட்டுச் சமாளிக்க முடியாது என்ற எண்ணம் தோன்றிவிட்டது. அதனால்தான் விஜயை வேறு வழியைக் கைப்பிடித்தாள்.

"மாயாதேவி ஊமை ஆயிற்றே?"

"அப்படியா? அம்பாளே எங்கள் பிரார்த்தனைக்கு இரங்கி வந்துவிட்டாள் போலிருக்கிறது! எங்களுக்கு வேண்டியதும் வாயைத் திறக்காத அம்பாள் தான். கனககிரி பீடத்தில் அம்மாள் ஐந்து நிமிஷம் நின்றால் போதும். பணத்தைப்பற்றி யோசிக்க வேண்டாம்" என்றார்.

"கோயில் திருப்பணிக்குப் பணம் கொடுப்பீர்களா?"

"எப்படிச் செய்யச் சொன்னாலும் செய்கிறோம்."

இப்படிப் பேசிவிட்டு முடிவில் என்ன செய்வதென்று விஜயை மனத்திற்குள் ஒரு திட்டமிட்டிருந்தாள். தோட்டத்தைத் தாண்டியதும் விருட்டென்று கோயில் சந்துக்குள் நுழைந்து போய்விடுவதென்று யோசனை செய்து வைத்திருந்தாள்.

போகலாமே என்று ஜயை கூறியதும் பெரியநாயகியின் சதங்கைகள் விழிப்படைந்தன. தோட்டத்தைவிட்டுச் செல்லும் ரோஜாவைத்

தேனீ தொடர்வது போல சினிமாக்காரர்கள் பின்னே சென்றனர். தோட்டத்து வாயிற்புறம் வந்தவுடன் சினிமாக்காரர்கள் முன்னே ஓடிப்போய் நின்றுவிட்டார்கள்.

கோயில் சந்துக்கெதிரில் ஒரு மோட்டார் கார் நின்றுகொண்டிருந்தது. இதைத் தாண்டிக் கோயிலுக்குள் எப்படிப் போகிறது என்று ஐயையும் விஜயையும் யோசித்துக் கொண்டிருக்கும்பொழுதே, “ஏறுங்கள் வண்டியில்” என்றார் அவர்களில் ஒருவர். மற்றொருவர் சந்தில் நுழைய முடியாதபடி அடைத்துக்கொண்டிருந்தார்.

விஜயை போட்ட ரகசியத் திட்டம் பகற்கனவாகி விட்டது. இனி என்ன செய்வது என்ற யோசனை.

“ஏறுங்கள் வண்டியில்” என்று அவர் வற்புறுத்தினார்.

“எதற்காக?” என்று தடுமாறினாள் விஜயை.

“இத்தனை நேரமாகச் சொல்லி வந்தோமே! நீங்கள் கூடச் சரி என்றீர்களே?”

“சொன்னேன். வாஸ்தவம். நாங்கள் வந்து நேரமாயிற்று. தவிர, வீட்டில் தெரிவிக்க வேண்டாமா? வந்த இடத்தில்–”

“ஏழே நிமிஷம்! வந்து போனதே யாருக்கும் தெரிய வேண்டாம். அம்பாள் ஸ்தானத்தில் அமரும் பெருமையைவிட மாந்தருக்கு என்ன பெருமை கிடைத்துவிடும்? அம்மாளால் எங்கள் படத்துக்கும் பெருமை; உங்கள் திருப்பணிக் கோரிக்கையும் நிறைவேறிவிடும். ஒன்றுக்கும் பயப்பட வேண்டாம். ஏறுங்கள்.”

இவர்கள் தயங்கி நின்றதைப் பார்த்து, புறாவைக் கூட்டில் அடைக்கக் கையை விரிப்பார்களே, அந்த மாதிரி இவர் செய்துவிடுவாரோ என்ற அச்சம் விஜயைக்கு உண்டாகிவிட்டது. விஜயை திடீரென்று தானாக வண்டியில் ஏறினாள். ஐயையும் பெரியநாயகியும் மட்டும் வேறு என்ன செய்துவிட முடியும்? அவர்களும் காரில் ஏறினார்கள்.

கண்மூடித் திறப்பதற்குள் கார் ஸ்டூடியோ வாசலண்டை போய் நின்றது. எவ்விதப் பேச்சும் இல்லாமல் இவர்களை நெடுந்தூரம் உள்ளே அழைத்துக் கொண்டு போனார்கள். ‘இதென்ன, தெய்வலோகம் போலிருக்கிறதே!’ என்று பெரியநாயகி மனத்திற்குள் நினைத்துக் கொண்டே இருந்தாள்.

“நீங்கள் இருவரும் இப்படி உட்கார்ந்திருங்கள். அதோ மேடை தெரிகிறதே, அதுதான் கனககிரி பீடம். மாயாதேவி பீடத்தில் அப்படியே நின்றால் போதும், அம்மா இப்படி–”

பெரியநாயகி சிந்தனையிலிருந்து விடுபட்டு எதிரே பார்த்தாள்.

"என்ன பயப்படுகிறீர்களே! குறுஞ்சிரிப்பு சிரித்துக்கொண்டு ஐந்து நிமிஷம் நின்றால் போதும். வாயைத் திறக்கவே வேண்டாம்" என்றார் அழைத்துக்கொண்டு வந்தவர்.

பெரியநாயகி தெய்வலோகத்தில் நடப்பது போல் சென்று மேடைமீது ஏறினாள். ஆனால் முகத்தின் கடுகடுப்பு மட்டும் மாறவில்லை.

அடுத்த நிமிஷம் வந்தவரில் மற்றொருவர் ஒரு குருக்களை அழைத்து வந்து ஒரு பெரிய நிலைமாலையைக் கழுத்தில் சாத்தினார். வலக்கையில் ஒரு தங்கக் கிளியைக் கொடுத்தார். இடக்கையை இடுப்பண்டை வரத ஹஸ்தமாக வைத்துக்கொள்ளச் சொன்னார்.

இந்த அலங்காரம் முடிந்ததும் பெரியநாயகிக்கு சிரிப்பு வந்துவிட்டது. 'உருவம் மாறினாலும் தத்துவம் மாறாது போலிருக்கிறது; அந்தஸ்து அழியாது போலிருக்கிறது' என்று எண்ணிக்கொண்டிருந்தாள்.

"பேஷ்! பேஷ்! அதே புன்சிரிப்புடன் ஆடாமல் அசையாமல் நில்லுங்கள்" என்று கூறிவிட்டு அந்த ஆண்கள் இரண்டு தரம் குறுக்கும் நெடுக்குமாக ஓடி இரண்டு மூக்குக் கண்ணாடிக்காரர்களை அழைத்து வந்தனர். வந்தவர்கள் பெரியநாயகிக்கு எதிரில் இருந்த காமிராவுக்குப் பின் கோணம் பார்த்து அமர்ந்துகொண்டார்கள்.

அடுத்த விநாடி ஜகத்ஜோதியாக மின்சார ஒளி பெரியநாயகி மீது விழுந்தது. கண்ணை விழித்திருக்க முடியாமல் அவள் கண்களை மூடிக்கொண்டாள்.

"கண்ணை மூடக் கூடாது" என்றது ஒரு குரல்.

இவ்வளவு வெளிச்சத்தில் கண்ணைத் திறந்து கொண்டிருப்பதா? பெரியநாயகியையும் அறியாமலே கோபம் பொங்கிவிட்டது.

"அம்பாள் இருக்கிற இடம் இருட்டாகத்தானே இருக்கிறது? அதைப்போய்ப் பட்டப் பகலை விட மோசமாக்கினால்? கருப்பையில் இருந்தால் குழந்தை வளரும். ரஸ்தா ஓரத்தில் பதைபதைக்கிற வெயிலில் வைத்தால்?" என்றாள்.

"உங்களுக்கு என்ன தெரியும்? இருட்டைக்கூட வெளிச்சத்தால்தான் நிலைநாட்ட முடியும். கொஞ்சம் சும்மா இருங்கள். கோடி புண்ணியம்" என்று கெஞ்சியது பழைய குரல்.

பெரியநாயகியின் சிரிப்பு அலையாடிற்று. வெகு பிரயாசையுடன் கண்ணைத் திறந்து கொண்டாள். அதற்குப் பிறகு என்ன நடந்ததென்று

பெரியநாயகிக்குத் தெரியவில்லை. 'உஷார் ஓ.கே.' என்ற இரண்டு வார்த்தைகள்தாம் ஜயை விஜயை காதில் விழுந்தன.

"அவ்வளவுதான். ரொம்ப நன்றி."

"இந்த மாதிரி அதிருஷ்டம் பட உலகில் யாருக்கும் அடிக்கவில்லை" என்று கூறிக்கொண்டே பெரியநாயகியிடம் ஒரு பொட்டலத்தை நீட்டினார் சினிமாக்காரர். பெரியநாயகி பொட்டலத்தை வாங்கி, விஜயையிடம் கொடுத்துவிட்டுக் கோயிலுக்குப் புறப்பட்டு விட்டாள். எங்கிருந்தாலுந்தான் கோயில் கோபுரம் தெரிகிறதே!

கோபுர வாசல் வந்துவிட்டது. ஜயையும் விஜயையும் உறையில் இட்ட கத்தியை வெளியே இழுத்தார்கள். சுருக்கிய கோரைப் பற்களை நீட்டிக் கொண்டார்கள்.

"பொட்டலத்தைப் பிரித்துப் பார்க்கவில்லையே!" என்றாள் ஜயை.

"காட்டு" என்றாள் பெரியநாயகி.

பொட்டலத்தைப் பிரித்தால் நோட்டுகளாக இருந்தன!

"எதற்கு இந்தக் கடுதாசுகள்?"

"இதற்குப் பெயர்தான் நோட். இதுதான் வியாபாரியின் கடையிலே கண்ட பணம். வக்கீல் வீடாகி இருக்கிற பணம். உங்கள் திருப்பணி சம்பாத்தியம். இன்னும்–"

"இது இல்லாவிட்டால்?"

"உலகம் நடக்காது. இதை உங்களுக்குச் சிருஷ்டிக்கத் தெரியாததனால் தான் ஆறறிவு உங்கள் ஸ்தானத்தைப் பிடித்துக் கொண்டுவிட்டது."

"அப்படியா செய்தி? அடுத்த சிருஷ்டியில் தப்பைத் திருத்திக்கொண்டு விடுகிறோம்" என்று சிரித்துவிட்டுக் கோயிலுக்குள் நுழைந்தாள் பெரியநாயகி.

கால் சதங்கைகள் கலீரென ஒலித்தன. பத்தி உலா மண்டபத்துச் சிங்கங்களும் யாளிகளும் காதை நெறித்தன. பெரியநாயகி பழைய பீடத்தில் அமர்ந்தாள். சதங்கைகள் ஊமையாயின. கருப்பை இருளும் நெய் தரும் குளிர் சுடரும் இனிமையாய்ச் சூழ்ந்தன.

100. வேப்ப மரம்

நான் என்னவோ வேப்பமரந்தான். முன்பெல்லாம் காற்று அடிக்கும், என் கிளைகள் பேயாடும். மழை பெய்யும்; வாசனை ஒன்றை விசிறுவேன். சித்திரை பிறக்கும்; என் மலர்கள் தேனீக்களை அழிக்கும். நான் வெறும் வேப்ப மரமாகத்தான் இருந்தேன்.

ஆனால் இப்பொழுது யோகம் அடிக்கிறது; நான் தெய்வமாகிவிட்டேன். எனக்கு வந்திருக்கும் பெருமையை என்னால் புரிந்துகொள்ளவே முடியவில்லை. நாள் தவறாமல் யாராவது இங்கு வருகிறார்கள். மரக்கடை வியாபாரி ஒருவன் மட்டும் என்னை முறையாக அறுத்துப் பலகையாக்கினால் 20 பலகையாகும்; வியாபாரத்துக்கு அறுத்தால் 25 ஆகும் என்று சொல்லிக்கொண்டிருந்தான். இப்பொழுது வருபவர்கள் எல்லாம் என் உடம்பைச் சுற்றி மஞ்சள் பூசிக் குங்குமம் இடுகிறார்கள். சாம்பிராணிப் புகை போடுகிறார்கள். அகலில் நெய்விளக்கு வைக்கிறார்கள். வெற்றிலை, பாக்கு, தேங்காய், பழம் வைத்துக் கும்பிடுகிறார்கள். வெள்ளிக்கிழமைதான் கூட்டம் தாங்கவில்லை. ஏராளமாக மாவிளக்கு படைக்கிறார்கள்,

இந்த யோகம் ஒரு மாதமாக அடிக்கிறது. ஆனால் இந்தப் பங்களாக்காரருக்கு என்னால் தொந்தரவு இல்லை என்று சொல்லிவிட முடியாது. எப்போதுமே ஒருவிதம் இல்லாவிட்டால் ஒருவிதம் என்னால் தொந்தரவுதான். வேப்பம்பழத்தைத் தின்று காக்கை எச்சமிட்டதோ, சின்னச் செடியாய் முளைத்து நான் ஆளானதோ இப்பொழுது இருக்கிறவருக்குத் தெரியாது. அப்பொழுதெல்லாம் அவர் சின்னப் பையன். தகப்பனார் இருந்தார். பல் குச்சிக்கு வேப்பங்கிளையைத்

தெருவில் போகிறவர்கள் ஒடிக்க ஆரம்பித்ததிலிருந்து வம்பு ஆரம்பித்து விட்டது.

வேப்பமரம் ஒன்று இருக்கிற விஷயம் நகரசபையார் வெளியிட்ட ஏல நோட்டீஸைப் பார்த்த பிறகுதான் இவர் கவனத்துக்கு வந்தது. அதற்குப் பிறகு என் விஷயத்தில் இவருக்குத் திடீரென்று அக்கறை பிறந்தது. வக்கீல் வீட்டுக்குப்போய் நகரசபைக்கு ஆட்சேபணை நோட்டீஸ் ஒன்று கொடுத்தார். அதற்குப் பிறகு நகரசபை ஆணையாளரைப் பார்த்துப் பேசினார். முடிவாக, பிளான் சங்கிலி எல்லாம் எடுத்துக்கொண்டு அதிகாரி ஒருவர் வேலியோரம் வந்து அளந்து பார்த்தார். அவர் என்ன சொன்னாரோ என்னவோ, ஏலப் பேச்சு அதற்கு அப்புறம் அடங்கிப்போய் விட்டது.

ஆறு மாதத்துக்கு முன்பு மற்றொரு சங்கடம் முளைத்தது. எனக்கு அது சங்கடமாகத் தெரியவில்லை. ஆனால் மற்றவர்கள் அப்படி நினைத்தால்தானே? முளைப்பதும், இலை விடுவதும், கிளையாவதும், மலர்வதும் நாமாகச் செய்கிற காரியமா? அவை எல்லாம் தாமாக நடக்கின்றன. விரும்பினால்கூட, நம்மால் தடைப்படுத்த முடியாது. ரோட்டுப் புறமாகப் போகாதே என்று ஒரு கிளைக்குச் சொல்லிக் கொண்டே இருந்தேன். அது கேட்கவே இல்லை. அந்தக் கிளை பழுக்க ஆரம்பித்ததும் கவலையாகத்தான் இருந்தது. ஆனால் கவலைப்பட்டு என்ன பயன்? நாளடைவில் கிளைபட்டுப் போய் விட்டது.

ஒருநாள் யாரோ பிச்சைக்காரன் மரத்தடியில் தகரக் குவளையையும் கழியையும் வைத்துக்கொண்டு படுத்துக் கொண்டிருந்தான். நல்ல வெயில் வேளை! பலமான காற்று ஒன்று அடித்தது. மளமளவென்ற ஓசையுடன் பட்டுப்போன கிளை திடீரென்று முறிந்து விழுந்தது.

கிளை விழுந்த ஒரு நிமிஷத்துக்குள் அங்கே பெரிய கும்பலும் கூக்குரலும் ஆகிவிட்டன. அந்தக் கலவரத்தில் முதலில் ஒன்றுமே தெரியவில்லை. பிறகு தலையில் காயம்பட்ட ஓர் இளைஞனைத் தூக்கி ரிக்ஷாவில் ஏற்றிக் கொண்டு சிலர் சென்ற பொழுதுதான் விஷயம் புரிந்தது. கீழே சென்றுகொண்டிருந்த இளைஞன் தலையில் கிளை விழுந்து, ஆபத்தை உண்டாக்கிவிட்டது! ஆனால் நான் பிறந்து வளர்ந்ததற்கோ, தெருப்புறம் கிளை நீண்டு சென்றதற்கோ நானா பொறுப்பு? இந்தச் சின்ன விஷயம் அந்தக் கும்பலுக்குத் தெரியவில்லை. அடுத்தாற் போல பக்கத்தில் படுத்துக்கொண்டிருந்த பிச்சைக்காரனுக்கு ஒன்றும் நேரவில்லையே என்பதை ஆராய்ந்து பார்க்க வேண்டாமா?

ஒரே கும்பலாக விழுந்தடித்துக்கொண்டு பங்களாவுக்குள் நுழைந்தார்கள். பங்களாக்கார அம்மா பயந்து போய் முன் ஹாலுக்கு வந்தாள்.

ஆளுக்கு ஒருவராக, நெருப்பு கக்க, தாறுமாறாகப் பேசினார்கள். "மரத்தை வெட்டிவிட்டு மறுகாரியம் பார்க்கிறீர்களா? இல்லை. நாங்கள் வெட்டி விடட்டுமா?" என்று அதட்டிக் கேட்டபோது அந்த அம்மாளுக்கு ஒன்றும் சொல்லத் தெரியவில்லை. "ஐயா வந்தவுடன் சொல்லிச் செய்யச் சொல்லுகிறேன்" என்றாள். அதற்கு ஏற்றாற் போல, பங்களாக்காரர் நுழைந்ததும், கும்பல் அவர்மீது பாய்ந்தது. விஷயத்தை அறிந்துகொண்ட பங்களாக்காரர் இரண்டு நாளுக்குள் வெட்டி விடுவதாக உறுதி கூறியபின் கூட்டம் கலைந்தது. ஒருவன் மட்டும், "இப்பொழுதெல்லாம் வெட்ட வேண்டாம். ஓர் ஆளைக் கொன்ற பிறகு வெட்டலாம்" என்று அவருடைய உறுதிமொழியைக் கிண்டல் செய்துகொண்டே போனான்.

வீட்டுக்காரருக்கு ஒரே கோபம். மனத்துக்குள்ளாக என்மேல் பாய்ந்தார்; கும்பல் மேல் பாய்ந்தார்; இளைஞன் மேல் பாய்ந்தார். இரண்டு நாள் வரையில் இந்தப் பாய்ச்சல் ஓயவில்லை.

மூன்றாவது நாள் நகரசபையிலிருந்து மரத்தை வெட்டிவிடும்படி ஓர் அவசர உத்தரவு வந்தது. உத்தரவு வந்த பிறகு இந்தப் பாய்ச்சல் எங்கோ மறைந்து விட்டது. ஏலம் போடுகிற முயற்சி தோற்று விட்டதால் நகரசபையார் இந்த வேலையில் இறங்கிவிட்டதாக அவர் நினைத்துக்கொண்டார். பழையபடி வக்கீல் வீட்டுக்குப் போய், பதில் நோட்டீஸ் கொடுக்க ஏற்பாடு செய்தார். ஆனால் வக்கீல் மட்டும் இதெல்லாம் பயன்படாதென்று சொல்லியும் இவருக்கு வீம்பு வந்துவிட்டது. என்ன ஆனாலும் வெட்டப்போவதில்லை என்று முடிவு செய்துவிட்டார்!

நாளைக்கு நடப்பது இன்று யாருக்குத் தெரிகிறது?

அடுத்த நாள் மாலை ஐந்து மணிக்கு பங்களாக்காரர் பங்களா முகப்பில் உட்கார்ந்திருந்தார். திடீரென்று ஒரு பெரிய கும்பல் பங்களாவுக்குள் ஆரவாரத்துடன் நுழைந்தது. உடனே அவருக்கு விஷயம் விளங்காமல் இல்லை. இருந்தாலும் ஊமையனைப்போல் கண்ணை உருட்டினார்.

"அந்தப் பையன் சாகவில்லை. யாராவது செத்தாலொழிய மரத்தை வெட்ட மாட்டீர்களாக்கும்!" என்று பலவாறாகக் கும்பல் இரைந்தது.

"கோடாலிக்காரன் வரவில்லை. என்மேல் வஞ்சனை இல்லை" என்று ராஜ தந்திரத்தைக் கடைப்பிடித்தார்.

அவர் பேச்சு எடுபடவில்லை. கும்பலின் அட்டகாசமும் கொதிப்பும் ஏறிக்கொண்டிருந்தன. எந்த நிமிஷம் என்ன ஆகுமோ என்று அவருக்குத் திகிலாக இருந்தது. அந்தச் சமயத்தில் அத்தனை பேர் கவனத்தையும்

இழுக்கக்கூடிய பெரிய சத்தம் தெருப்புறத்தில் கேட்டது. கும்பல் முழுவதும் பறந்துவிட்டது. பங்களாக்காரரும் பின்தொடர்ந்தார்.

ஒரு பஸ் நடைபாதை மீதேறி என் மீது முட்டிக் கொண்டு நின்றது. வண்டியை விட்டுப் பிரயாணிகள் கலவரத்துடன் இறங்கிக் கொண்டிருந்தார்கள். அதற்குள் இங்கிருந்து போன கும்பல், வீதிக் கும்பல் ஆக எல்லாமாகச் சேர்ந்துகொண்டு விட்டன. பத்து நிமிஷம் ஒரே குழப்பம். “இந்த மரம் மாத்திரம் இல்லாவிட்டால் என்ன கதியாகியிருக்குமோ!” என்று ஜனங்கள் என்னைப் போற்றத் துவங்கிவிட்டார்கள். அதற்குப் பிறகுதான் விஷயம் விளங்கிற்று.

தெருவில் வந்து கொண்டிருந்த பஸ்ஸின் டயர் வெடித்துவிட்டது. பிரேக் பிடிக்கவில்லை. டிரைவர் ஏதோ கணக்கு பண்ணி ஸ்டீயரிங்கை என்னை நோக்கித் திருப்பிவிட்டிருந்தான். என் மீது வண்டி மோதி நின்றுவிட்டது. நல்லவேளை! பஸ் பிரயாணிகள் 24 பேரில் ஒருவருக்கும் சொற்பக் காயங்கூட ஏற்படவில்லை.

“மரத்தை வெட்டாததும் நல்லதாகத்தான் போச்சு. இல்லாவிட்டால் இத்தனை பேரும் எமப்பட்டணம்தானே?” என்று கும்பலில் பழைய சமாசாரத்தையும் இதையும் கலந்து பேசிக்கொண்டிருந்தார்கள். நான் என்ன, மரந்தானே? பார்த்துக் கொண்டிருந்தேன்!

இது நடந்த பிறகு மரத்தை வெட்ட வேண்டுமென்ற பேச்சை யாருமே எடுக்கவில்லை. ஆனால் பங்களாக்காரருக்கு மட்டும் என்னைப் பற்றிய நினைப்பு தடித்து விட்டது. ஒரு சமயம் என்னை வெட்டி விட வேண்டுமென்று நினைப்பார்; மற்றொரு சமயம் கூடாதென்று நினைப்பார். நான் பார்த்துக்கொண்டே இருந்தேன்.

ஆனால், இவ்வளவு குழப்பத்துக்கும் முடிவு ஏற்பட்டதே, அதுதான் அதிசயமாக இருக்கிறது. பஸ் வந்து மோதிய மூன்றாம் நாள் மற்றொரு கிளையின் அடிப்புறத்திலிருந்து பால் விடாமல் வடிய ஆரம்பித்தது. இதை யார் கவனித்தார்களோ, எப்படித்தான் இந்த விஷயம் ஜனங்களிடையே பரவிற்றோ... தெரியவில்லை – அன்று முதல் தெய்வமாகி விட்டேன்! தேங்காய் உடைத்துக் கற்பூரம் ஏற்றும் பெருமை எனக்கு உண்டாகிவிட்டது. வெகுபக்தியுடன், வடிகிற பாலைப் பிடித்துக்கொண்டு போகிறார்கள். பல நோய்கள் குணமாவதாகச் சொல்லிக் கொள்கிறார்கள். பங்களாக்காரர் இதுவும் ஓர் ஆச்சரியமா என்று பார்த்துக் கொண்டிருக்கிறார். நானும் பார்த்துக் கொண்டிருக்கிறேன்.

ஆனால் ஒரு விஷயம்; இன்று உச்சிப் பொழுதுக்குப் பிறகு ஒரு விஞ் ஞானி இங்கு வந்தார். அவருடன் ஒரு மாணவனும் வந்திருந்தான்.

மரத்தில் பால் வடிவதை ஊன்றிப் பார்த்தார்கள்.

"உடம்பில் உள்ள ரத்தக் குழாயில் ரத்தம் பாய்ந்து செல்வதைப் போல மரத்திலும் செடியிலும் ஜீவரசம் ஏறுவது இயற்கை. சிரங்கு வந்தால் சரீரம் பொத்துக்கொண்டு, ரத்தம் முதலியன வடிகின்றனவே, அதைப் போலவே மரத்தில் பொத்துக்கொண்டு ஜீவரசம் வெளியே வந்துகொண்டிருக்கிறது. அவ்வளவுதான் விஷயம்" என்று விஞ்ஞானி மாணவருக்கு விளக்கிக்கொண்டிருந்தார்.

விஞ்ஞானி சொன்னது சரியா? ஜனங்கள் சொல்வது சரியா? எனக்குத் தெரியாது. நான் வெறும் வேப்ப மரந்தானே?

101. காவல்

சேவு செட்டியார் திடீரென்று இறந்துபோயிருக்கக் கூடாது. ஆனால், ஓரணாக் காசு கொடுத்து வாங்குகிற பலூனே பட்டென்று உடையும் பொழுது, காசு கொடுத்து வாங்காத பலூன் உடையக் கூடாதென்று யாரால் கட்டளையிட முடியும்? சேவு செட்டி இருந்தபொழுது செங்கமலத்தின் மகிழ்ச்சி ஒன்றும் பொங்கி வழிந்துகொண்டு இருக்கவில்லை. கண்ணில் விழுந்த தூசியைப் போல் சதா வாழ்வு உறுத்திக்கொண்டே இருந்தது. செங்கமலம் கொஞ்சம் அசடு. அவன் லேசான போக்கிரி. ஊர் வம்பை ஏதாவது கிளறிவிடாமல் நாளை விடமாட்டான். அவனைக் கண்டால், ஊரில் பயம்தான். அவன் போனதிலே செங்கமலத்திற்கு வேதனை குறைந்ததென்றாலும். வாழ்வு பெரிய மலை போல் எழுந்தது. கண்ணில் விழுந்த மணலை எடுத்து விடலாம்; மலையை எப்படித் தாண்டுவது? புருஷன் கடன் வைத்துவிட்டுப் போகவில்லை. ஆனால், ஒன்பது வயதுள்ள நரியனை வைத்துவிட்டுப் போய்விட்டான். பிழைப்புக்கு ஒன்றும் வைக்கவில்லை. ஒரு ஓடு போட்ட சின்ன வீட்டை வைத்திருந்தான். பெரிய வீடாக இருந்தாலாவது சோறு போடும். அதுவுமில்லை. பின்? அதனால் தான் மலையை எப்படி தாண்டுவதென்று செங்கமலம் புரண்டு புரண்டு அழுதுகொண்டிருந்தாள்.

செத்த பதினேழாவது நாள் நரியன் அழுகையை வலுக்கட்டாயமாக ஓய வைத்து விட்டான். திடுதிப்பென்று மற்றொரு செக்கானை வீட்டுக்கழைத்துக் கொண்டுவந்து, செக்கை விற்று விடலாமா என்று தாயாரை நரியன் கேட்டான். தகப்பனைப்போல் வெகு தீர்மானமாகக் காரியம் செய்திருந்ததைப் பார்க்க, செங்கமலத்திற்கு வியப்பாக இருந்தது. அதோடு ஒரு ஆறுதல்! எந்த யோசனையும் தெரியாமல் தடுமாறிக் கொண்டிருந்த செங்கமலத்திற்கு நாலு பணம் கிடைக்க, சிறு பையன்

தெளிவுடன் வழி செய்துவிட்டானே என்ற மகிழ்ச்சி! சிறு பையனும் பெண்பிள்ளையும் செக்கு வைத்துக்கொண்டு தொழில் நடத்தி வெற்றி கண்டு விட முடியுமா? மூன்று நாளைக்குள் செக்கையும் மாட்டையும் செங்கமலம் விற்றுவிட்டாள்.

கைக்குப் பணம் வந்த பிறகு, அவளுக்கு ஒரு புதுக் குழப்பம் வந்துவிட்டது. இந்தப் பணத்தை வைத்துக் கொண்டு வாழ்நாளை முழுதும் ஓட்டிவிட முடியுமா? பணம் தீர்ந்து போய்விட்டால்? அரளி வேரும் நல்லெண்ணெயுமா? இல்லை என்றால் நரியனையா யோசனை கேட்பது? இருப்பதை இல்லாமல் செய்வதற்கு வழி சொல்லிவிட்டான்; அவளும் ஏமாந்துவிட்டாள்! இல்லாமல் இருப்பதைக் கொண்டு வருவதற்கு வழி சொல்ல அவனுக்கு என்ன தெரியும்? கையில் பணம் இருந்த வரையில் யோசித்துக்கொண்டே இருந்தாள்.

சேவு செட்டி செத்த ஏழாவது மாதம் நரியன் ஒரு வேலையைத் தேடிக்கொண்டு வந்தான்; தனக்கல்ல, தன் தாயாருக்கு. உணவும் கொடுத்து ஒன்பது ரூபாய்ப் பணமும் கொடுப்பதாக ஒரு கிளப்புக்காரர் சொல்லுகிறார் என்று தாயாரிடம் சொன்னான். வேண்டும் வேண்டாம் என்று சொல்லக்கூடிய நிலையில் செங்கமலம் இல்லாததால், சரி என்று சொல்லிவிட்டாள். அப்பனைப்போல் மகனும் இருப்பான் போலிருக்கிறதே என்று நினைத்துக்கொண்டாள்.

மறுநாள் முதல் கிளப்பு வேலைக்குப் போகத் தலைப்பட்டாள். காலையில் ஐந்தரை மணிக்கு எழுந்திருந்தாள்.

நரியன் தூங்கிக்கொண்டிருக்கிறானே, எப்படி எழுப்புவது என்று மயங்கிக்கொண்டிருக்கும் பொழுது, அவனும் எழுந்து உட்கார்ந்தான். “போகலாமா வேலைக்கு?” என்று நரியன் கேட்டதும், அவளுக்கே வியப்பு தாங்கவில்லை. நரியன் பிழைத்து விடுவான் என்ற எண்ணம் அவளுக்கு எழுந்தது.

இருவருமாக கிளப்புக்குப் போய்ச் சேர்ந்தார்கள். தண்ணீர் கட்டுவது, பாத்திரங்களைத் தேய்த்துக் கழுவுவது, எச்சில் இலைகளைத் தொட்டியில் போடுவது, கூட்டுவது – இவைதான் அவளுடைய முக்கிய வேலை. ரொம்பப் பழக்கப்பட்டவள் போல செங்கமலம் வேலைகளைச் செய்து கொண்டிருந்தாள்.

காலை எட்டு மணி இருக்கும். கொல்லைக் கிணற்றண்டை அவள் ஏதோ வேலையில் ஈடுபட்டிருந்தாள். கிளப்புப் பையன் ஒருவன் அவளுக்கு நாலு இட்லியும் காப்பியும் கொண்டு வந்து கொடுத்தான்.

“இது எனக்கும் அவனுக்குமா?” என்றாள் செங்கமலம்.

“தெரியாது” என்று சொல்லிவிட்டுப் பையன் உள்ளே போய்விட்டான்.

“இது உனக்குத்தான். உன்னைத்தானே வேலைக்கு வைத்துக் கொண்டிருக்கிறார்கள்? எனக்கெப்படி கொடுப்பார்கள்?” என்றான் நரியன். அவன் செய்கையிலும் பேச்சிலும் ஒரு உறுதி இருந்தது, அவள் மனத்தில் தைத்துக்கொண்டே இருந்தது.

பதினொரு மணிக்கு மேல் பெரிய பாத்திரங்களைத் தேய்க்கும் வேலை, மளிகை சாமான்களைப் புடைக்கும் வேலை, கொழிக்கும் வேலை, பொறுக்கும் வேலை, அரைக்கும் வேலை – இப்படி ஏதேதோ வேலை செய்து, ஓய்ந்த பொழுது ஒரு மணி ஆகிவிட்டது. ஒன்றரை மணிக்குப் பழைய பையன் சாப்பாடு போட வந்தான். செங்கமலம் இரண்டு இலையை எடுத்துப் போட்டுக் கொண்டாள். பையன் செங்கமலத்தை விறைக்கப் பார்த்தான். “போடுவதை இரண்டு இலையிலும் நிரவிப் போட்டுவிட்டுப் போய்யா” என்று சொன்னதும், அவன் ஊமைக் கோட்டானைப் போல் விழித்தபடியே காரியத்தை நிறைவேற்றி விட்டான்.

சாப்பாட்டுக்குப் பிறகு கொஞ்ச நேரம் ஓய்வு. வீட்டுக்குப் போய்விட்டுத் திரும்புவோம் என்று அவளுக்குத் தோன்றவில்லை. கவனிக்கவேண்டிய காரியம் எதுவாவது இருந்தால்தானே வீட்டுக்குப் போகக் கால் இழுக்கும்?

இலைக்கட்டு கறிகாய் அறையில் உடம்பை நீட்டிக்கொண்டு படுத்தாள். நரியன் பக்கத்தில் படுத்துப் பார்த்தான். தூக்கம் வரவில்லை. எழுந்து காவல் நாயைப் போல் பக்கத்தில் உட்கார்ந்துகொண்டு சின்ன உருளைக்கிழங்கைக் கோலியாக்கி, விளையாடிக் கொண்டிருந்தான்.

பிறகு மூணு மணியிலிருந்து எட்டு மணி வரையில் வேலை. அதற்கு மேல் மத்தியானத்தைப் போல் சாப்பிட்டுவிட்டு ஒன்பது மணிக்கு வீடு திரும்பினார்கள்.

அன்று முதல் இதுவேதான் மாமூலாக இருந்தது. வேலை முறையிலே முக்கிய மாற்றம் எதுவும் இல்லை.

ஒன்பதாவது நாள் காலையில் கிணற்றங்கரையில் செங்கமலம் பாத்திரம் தேய்த்துக் கொண்டிருந்தாள். நரியன் நாரத்தை மரத்திலிருந்து தொங்கிய மஞ்சள் சிட்டுக் கூட்டண்டை ஏதோ நின்று பார்த்துக்கொண்டிருந்தான்.

குனிந்த தலை நிமிராமல் அவன் தாயார் பாத்திரம் தேய்த்துக் கொண்டிருந்ததால், முதலாளி கொல்லைப் பக்கம் வந்து வெந்நீர் அறை ஓரமாக நின்றதைக் கவனிக்கவில்லை. பாம்பு இருந்தால் மாட்டுக்கு வாசனை தெரியும் என்பார்களே, அதைப்போல நரியன்

மட்டும் இதைக் கவனித்துவிட்டான். அதற்குப் பிறகு மஞ்சள் சிட்டுக் கூட்டண்டை இருந்தபடியே கவனத்தை எல்லாம் முதலாளியின் மேல் திருப்பினான். முதலாளி அந்த இடத்தில் நின்றுகொண்டிருந்தாரே ஒழிய, வேறு எதுவும் செய்யவில்லை. சிறிது நேரம் கழித்து அவர் உள்ளே போய்விட்டார். தன்னையும் அறியாமல் நரியன் மனது உஷாரடைந்து விட்டது. ஆனாலும், தன் தாயாரிடம் இதைப் பற்றி ஒரு வார்த்தைகூட சொல்லவில்லை.

மறுநாளும் தாயார் வழக்கம் போலப் பாத்திரம் தேய்த்துக் கொண்டிருந்தாள். அதே மஞ்சள் சிட்டுக் குருவிக் கூட்டண்டை நரியன் நின்றுகொண்டிருந்த போதிலும் அவன் பார்வை எல்லாம் கொல்லைப்புறத்து வாசலிலேயே இருந்தது. எதையோ தேடுபவர் போல முதலாளி கொல்லைப்புறம் வந்தார். முதலாளி வந்ததைச் செங்கமலம் இன்று பார்த்து விட்டாள். விருட்டென்று ஆடை கலைய எழுந்திருந்தாள். முதலாளி ஒன்றையும் கவனிக்காதவர்போல் ஏதோ பேசத் தொடங்கினார். நரியன் இருந்த இடத்தை விட்டுத் தாயாருக்கருகில் வந்து நின்றுகொண்டான். “சாப்பாடு எல்லாம் வேளைக்கு வருதா?” என்றார்.

செங்கமலம் வாய் திறந்து பேசாமல் கிடைத்தது என்பதற்கு அறிகுறியாகத் தலையை ஆட்டினாள். “வேலை எப்படி இருக்கிறது? செக்காத்திக்கு இந்த மாதிரி வேலை பழக்கமிருக்காதே?”

“வயிறு இருக்கல்ல. எதுவும் பழகிப்போகும்” என்றாள் மெதுவாக.

“வாஸ்தவம்தான். வேறென்ன – இந்த வேலை செய்கிற பயல்கள்–” என்று என்னவோ சொல்ல வந்தார் முதலாளி.

அதற்குள் செங்கமலம் குறுக்கிட்டு விட்டாள். “கவுடு சூதில்லாம, திருட்டு புரட்டில்லாமே வேலை செய்யுறாங்க. சும்மா சொல்லலாமா?” என்றாள்.

“மறந்து போய்விட்டேன். இந்த நரியனுக்கு ஏதாவது கொடுக்கிறாங்களா?”

“எங்க ஆயாவுக்குக் கொடுக்கிறதே எனக்கும் கண்டு போகுதுங்க” என்றான் நரியன்.

முதலாளி நரியன் பக்கம் திரும்பவில்லை. செங்கமலத்தை உற்றுப் பார்த்துவிட்டு, வேறு ஒன்றும் பேசாமல் உள்ளே போய்விட்டார்.

“ஏண்டா! ஐயா என்னைக் கேட்டால் நீ குறுக்கே மாட்டை விட்டு ஓட்றாப்போலப் பேசறே? அவரு என்னா நெனைச்சுக்குவாரு?” என்றாள் செங்கமலம் நரியனைப் பார்த்து.

“நடக்கறதை யார் சொன்னா என்ன?”

“ஒங்கப்பாரு மாதிரி ஏதாவது வம்புலே இழுத்து வச்சுடப் போறே?”

“பயப்படாதே ஆயா” என்று தைரியம் சொன்னான் நரியன்.

செங்கமலத்துக்கு அப்பொழுதுதான் ஒரு விஷயம் தோன்றிற்று. நரியன் எப்பொழுதும் தன் கூடவே இருக்கிறானே அன்றி, வேறெங்கும் செல்வதில்லையே! வாயோ துடியாக இருக்கிறது! முதலாளியை மற்றொரு சமயத்தில் ஏதாவது சொல்லிவிட்டால், பிழைப்புக்குத் தீம்பு ஏற்பட்டுவிடுமே!

“ஏண்டா நரியா! நீ என்ன எனக்கு இடுப்பு பிடிக்கிறாயா, இங்கியே சுத்திக்கிட்டு கிடக்கிறே? சின்னப் புள்ளையா அங்கே இங்கே விளையாடறதில்லே” என்றாள்.

“இனிமேத்தான் போவணும். எல்லாமே புதுசல்ல” என்று பெரிய அறிவாளிபோல் பதிலளித்தான்.

மறுநாள் வழக்கம்போல் நரியன் தாயாருடன் சென்றான். நாரத்தை மரத்தின் கீழே ஒரு சிறிய பள்ளத்தைத் தோண்டி முந்திரிக் கொட்டை களை வைத்துக்கொண்டு, வல்லா விளையாடிக் கொண்டிருந்தான். செங்கமலம் தன் பொறியைத் தொலைத்துக் கொண்டிருந்தாள்.

வழக்கம் போல, எட்டு மணிக்கு செங்கமலத்துக்கு ஹோட்டல் பையன் காலை உணவு கொண்டு வந்தான். ஆனால், வழக்கத்துக்கு விரோதமாக, நரியனுக்கு வேறு தனியாக உணவு கொண்டு வந்திருந்தான்.

“இவனுக்கா?” என்று வியப்புடன் கேட்டாள் செங்கமலம்.

“ஆமாம்” என்றான் ஹோட்டல் பையன்.

“யாரு குடுக்கச் சொன்னாங்க?”

“முதலாளி” என்று கூறிவிட்டு, அவன் உள்ளே போய்விட்டான்.

முதலாளியின் கருணையை, செங்கமலத்தால் மனத்தில் பாராட்டாமல் இருக்க முடியவில்லை. ஆனால், நரியன் மட்டும், முதலாளி இந்தக் காரியத்தை எதற்காகச் செய்தார் என்று யோசித்துக் கொண்டே, இட்லியைத் தின்று கொண்டிருந்தான். செங்கமலம் வாழ்த்திக் கொண்டே தின்று கொண்டிருந்தாள்.

அப்பொழுது ஓட்டலில் இலை நறுக்கும் மலையாளி அங்கு வந்து சேர்ந்தான். கிளப்புக்கு வேலை செய்ய வந்த இரண்டு மூன்று நாட்களுக்குள்ளேயே யார் யார் அங்கு வேலை செய்கிறார்கள் என்பது

இவர்களுக்கு அத்துபடியாகிவிட்டது. சிலருடன் பேசிக்கூடப் பழக்க முண்டாய்விட்டது. இலை நறுக்குகிற மலையாளி, பிந்திய வகுப்பைச் சேர்ந்தவன்.

வந்தவன் கையிலிருந்த பேனாக் கத்தியை, குழாய் அடியில் தேய்த்து அலம்பிவிட்டுத் திரும்பினான். இவர்கள் உட்கார்ந்து சிற்றுண்டி அருந்திக் கொண்டிருந்த இடத்தைத் தாண்டிக் கத்தியில் இருந்த தண்ணீரைப் போக்குவதற்காகக் கையை ஆட்டி, மலையாளி ஒரு தரம் உதறினான். தாயார்மேல் நான்கைந்து தண்ணீர்த் துளிகள் தெறித்தன. ஆனால், ஒன்றுகூட இவன்மேல் விழவில்லை. ஏதோ தவறுதலாக விழுந்திருக்கிற தென்றுதான் இருவரும் முதலில் நினைத்தார்கள். இரண்டாவது தடவையும் செங்கமலத்தின் மீதே துளிகள் விழுந்தன.

"பார்த்துத் தண்ணீரை உதர்றதில்லே – மேலே எல்லாம் விழுதே" என்றாள்.

"ஓடம்பு மழையா நனைஞ்சு போச்சா– சவுக்கம் கொணாந்து தாரேன்' என்று சிரித்துக்கொண்டே உள்ளே போய்விட்டான்.

மலையாளி செய்ததோ பேசினதோ நரியனுக்குப் பிடிக்கவில்லை விஷமத்திற்காகத்தான் செய்தான் என்று நரியன் மனது சொல்லிவிட்டது. ஆனால், அவன் தாயாருக்குக் கோபமே வரவில்லையே, ஏன்? தன்மீது தண்ணீர் தெறித்திருந்தால் கட்டாயம் சண்டைக்குப் போயிருப்பான். தாயாருக்கு வரவில்லையே, ஏன்?

இப்படி ஏதோ நினைத்துக் கொண்டிருக்கும்பொழுதே, உள்ளே இருந்து குஞ்சான் வந்தான். கிளப்பிலே குஞ்சானுக்கு இன்ன வேலைதான் என்று இல்லை. அவன் கிளப்பில் எப்பொழுதும் இருப்பான். எல்லா இடத்திலும் இருப்பான். தலைமயிரை எப்பொழுதும் சாய்த்து முடிபோட்டிருப்பான் – கிராப் வைத்த உலகத்திலே ஒரு விதிவிலக்கு.

பெரிய பாத்திரங்கள் தேய்த்த களைப்பிலே செங்கமலம் உட்கார்ந்து வெற்றிலை போட்டுக்கொண்டிருந்தாள். கொட்டைப் பாக்கில் ஆணி அடித்து, நரியன் பம்பரம் செய்து கொண்டிருந்தான்.

"என்ன செங்கமலம், குஷியாக வெற்றிலை போட்டுக் கொண்டிருக்கிறாய்?" என்று குஞ்சான் ஆரம்பித்தான்.

தன்னுடன் பேச வந்திருக்கிறான் என்று அவள் நினைக்கவில்லை.

"சும்மாத்தான்" என்றாள்.

"அது சரி, குடி இருக்க உங்க வீட்டிலே ஒரு ரூம் இருக்குன்னு சொன்னாங்களே" என்று குஞ்சான் செங்கமலத்தின் முகத்தைப்

பார்த்தான்.

“யார் சொன்னாங்க?”

“யாரோ !”

“யாருக்கு?”

“எனக்கேதான். எட்டாக் கையிலிருந்து இங்கே போகவர கஷ்டமாயிருக்கு” என்று சொல்லிக்கொண்டே சிரித்தான்.

“இடமில்லையே” என்று சொல்லிவிட்டு, பிசகுக்கு மன்னிப்பு கேட்பது போல அவளும் சிரித்தாள்.

“யாரோ சொன்னாங்க. கேட்டேன். ஒண்ணும் நெனைச்சுக்கிடாதே!” என்று கண்ணைச் சிமிட்டினான்.

கண் சிமிட்டலுக்குள்ள பொருள் செங்கமலத்திற்குத் தெரியாதென்று சொல்ல முடியாது. ஆனால், அவள் மறுபடியும் சிரித்தாளே ஒழிய, வேறு பதில் சொல்லவில்லை.

குஞ்சான் அவளை விட்டுவிட்டு நரியன் பக்கம் திரும்பினான்.

“ஏண்டா பயலே ! கோழிக் குஞ்சுபோல ஆயாவையே சுத்திக்கிட்டுக் கிடக்கிறே? பம்பரம் கிம்பரம் எல்லாம் ரோடிலே ரெண்டு பயல்களோட போய் விளையாடறதில்லே?”

நரியன் அவனை வெறிக்கப் பார்த்தானே ஒழிய, பதில் சொல்லவில்லை.

“சொன்னால்கூடப் போறதில்லை” என்று செங்கமலம் குறுக்கிட்டாள்.

“சின்னப் பயதானே!” என்று சொல்லிவிட்டு, குஞ்சான் அரைச் சிரிப்பு சிரித்துக்கொண்டே, உள்ளே போய் விட்டான்.

அன்று மத்தியானம் செங்கமலம் வழக்கம் போல இலைக்கட்டு அறையில் சாப்பாட்டுக்குப் பிறகு கண்ணயர்ந்தாள். நரியனுக்கு என்ன தோன்றிற்றோ என்னவோ, கிளப்பைவிட்டு வெளியே கிளம்பினான். அவன் கிளம்பிப் போனபொழுது முதலாளி பெட்டி அடியில் உட்கார்ந்திருந்தார். நரியனுக்குக் குறிப்பு எதுவும் இல்லை. கால் போன வழியே போனதில் சிறிது நேரத்திற்குள் குளத்தங்கரை அண்டை வந்து விட்டான்.

நல்ல உச்சிப் பொழுது. குளம் வெய்யிலிலே தவித்துக் கொண்டிருந்தது. கரையோரத்திலிருந்த மரங்களும் செடிகளும் சோர்ந்திருந்தன. நரியன் குளத்தைச் சுற்றி வந்தான். காவல்காரனைக் காணோம். குளத்தில் மூலைக்கொருவராய்த் தூண்டில் போட்டுக் கொண்டிருந்தார்கள்.

காவல்காரனில்லாவிட்டால் எத்தனை பேர் மீன் பிடிக்கிறார்கள்!

இவர்களை எல்லாம் பார்த்ததும் ஏனோ அவனுக்குத் தாயாரின் நினைப்பு வந்துவிட்டது. வழக்கமாக அவள் தூங்கும்பொழுது பக்கத்தில் உட்கார்ந்திருப்பவன், இப்பொழுது சொல்லிக் கொள்ளாமல் வந்துவிட்டான்! குளத்துக் காவல்காரன் செய்த காரியத்தைத் தானும் செய்து விட்டான்! இந்த ஞாபகம் வந்ததும் கிளப்புக்குத் திரும்பினான்.

இலைக் கட்டறையில் அவன் தாயார் தூங்கிக் கொண்டிருந்தாள். முதலாளி இலைக் கட்டுகளைப் பரிசோதித்து, அழுகினதையும் கிழிந்ததையும் ஒதுக்கிக் கொண்டிருந்தார். நரியன் திரும்பி வந்ததைப் பார்த்ததும், திடுக்கிட்டவர்போல கைவேலை ஒரு நிமிஷம் தானாக ஓய்ந்தது. "எங்கேடா வெய்யிலில் சுத்திவிட்டு வருகிறாய்?" என்றார். அவர் கேட்ட மாதிரி, ஏன் திரும்பி வந்தாய் என்று கேட்பது போலிருந்தது. தாயார் தூங்கிக் கொண்டிருந்த அறையில் முதலாளி இலைக் கட்டைப் பரிசோதிக்க வந்தது அவன் மனத்தில் கோபத்தையும் வெறுப்பையும் தூண்டிற்று. அவன் பதில் சொல்லவில்லை.

"ஏண்டா, கேட்கிறேன்–?"

நரியன் அமைதியாகப் பதில் கூறினான்:

"சும்மா குளத்தங்கரைப் பக்கம் போனேன். காவல் காரன் இல்லை, ஆளுக்கொரு பக்கமாகத் தூண்டில் போட்டுக்கிட்டு இருந்தாங்க. பாத்துட்டு வரேன்."

நரியன் பதில் முதலாளிக்குச் சுருக்கென்று தைத்தது. அவசர அவசரமாக இலைக்கட்டுகளைக் கட்டி வைத்துவிட்டு, அறையை விட்டு வெளியேறினார்.

சிறிது நேரம் கழித்து, செங்கமலம் தூங்கி எழுந்தாள்.

"நல்ல தூக்கம் போல இருக்கு" என்றான் நரியன்.

"காலையிலே இருந்து வேலை செய்யறது– சோறு தின்னதும் தலையை அமட்டுது. நல்லாத் தூங்கிட்டேன்."

"நான் இப்போ குளத்தங்கரைப் பக்கம் போயிருந்தேன். குளத்திலே காவல்காரன் இல்லை. ஆளுக்கொரு பக்கமாகத் தூண்டி போட்டுக்கிட்டி ருந்தாங்க. குளத்துத் தண்ணி சின்னச் சின்ன அலையா சிரிச்சு ஓடிக்கிட்டிருந்துச்சு. வேடிக்கை பார்த்துட்டு வரேன்... ஆமாம், முதலாளி இங்கே வந்து இலைக்கட்டை எல்லாம் சரிப்படுத்திக்கிட்டிருந்தாரே, தெரியுமா?"

"நான்தான் தூங்கிட்டேனே! அறைக்கா வந்தாரு?" என்று செங்கமலம் உதட்டைக் கடித்துக்கொண்டாள்.

"அதான் இங்கெல்லாம் தூங்கக்கூடாதுன்னு சொல்றேன். இனிமே உருமத்திலே சோறு தின்னுட்டு, ஊட்டுக்குப் போயிட்டுத் திரும்பி வந்தா என்னவாம்?"

திரும்பி வர நேரமாகிவிடும் என்று தாயார் சொன்னபோது, நரியனுக்குச் சரியாகப் படவில்லை. இருந்தாலும் தாயாருடன் தர்க்கத்திற்கு ஆரம்பிக்கவில்லை. மனதிற்குள்ளேயே ஒரு தீர்மானம் செய்து கொண்டான். எந்தக் காரணத்தைக் கொண்டும் ஆயா இருக்கும் இடத்தைவிட்டுப் போவதில்லை என்று முடிவு செய்து கொண்டான்.

ஆனால், கிளப்பிலிருந்தவர்கள் மட்டும் நரியனை ஒரு ஆளாகவே மதிக்கவில்லை. சின்னப் பயல் என்று நினைத்துக் கொண்டு, அவன் இருந்தால்கூட ஏதோ சாக்கிட்டு செங்கமலத்திடம் பேசினார்கள். செங்கமலம் எல்லாரிடத்திலும் சின்னச் சிரிப்பும் பெரிய சிரிப்புமாக எதிர்க்கடை போட்டாள். நரியனுக்கு இதெல்லாம் பிடிக்கவில்லை. குளத்துக்குக் காவல்காரன் இல்லை என்று நினைத்துக் கொண்டே இருக்கட்டும், பிறகு தெரியும் என்று நரியன் நினைத்துக் கொண்டான்.

இப்படியே சில நாட்கள் போன பிறகு, நரியன் ஒரு மாறுதலைக் கண்டான். மலையாளி, குஞ்சான் முதலியவர்கள் தாயாருடன் பேச முயல்வதில்லை. அது ஒரு ஆச்சர்யமாக இருந்தது நரியனுக்கு. ஆனால், அதை விடப் பெரிய ஆச்சர்யமொன்று அன்றிரவு காத்துக் கொண்டிருந்தது.

இரவில் கிளப் வேலை எல்லாம் முடிந்து சாப்பிட்ட பிறகு செங்கமலமும் நரியனும் வீட்டுக்குத் திரும்பினார்கள். வழக்கம்போல, கால் கையைக் கழுவிக்கொண்டு செங்கமலம் முற்றத்தின் ஓரத்தில் சிம்மிணி விளக்கை ஏற்றி வைத்துவிட்டு, வந்து உட்கார்ந்து கொண்டாள். தன் இடுப்பிலிருந்த இரண்டு மூன்று பொட்டலங்களைப் பிரித்துக் கீழே வைத்து, நரியனைப் பார்த்து, "சாப்பிடு" என்றாள்.

நரியனுக்கு ஒரே பிரமிப்பாய் இருந்தது.

"இதேது, வாங்கினியா?"

"இல்லியே?"

"பின்னே ஏது?"

"முதலாளி குடுத்தாரு."

"எதுக்காக?"

"சொச்சமிச்சம் இருந்தா, கிளப்புங்களிலெல்லாம் வேலைக்காரிக்குக் குடுக்கிற வழக்கம்தான்."

"எப்போ குடுத்தாரு?"

உடல் அயர்ந்து வீட்டுக்கு வந்திருந்தவளுக்கு, நரியன் நச்சுருச் சென்று கேட்பது பிடிக்கவில்லை.

"எப்போ குடுத்தாரு – உனக்குக் காட்டினப் புறவுதான் குடுக்கணுமா என்ன? தின்னுன்னா திம்பியா?" என்று அதட்டினாள்.

ஆயா சொல்வதற்காக இரண்டை வாயில் எடுத்துப் போட்டுக் கொண்டான். தூக்கம் வருது என்று அந்த இடத்திலேயே குப்புறப் படுத்துக்கொண்டு விட்டான்.

அப்பொழுதுதான் செங்கமலத்துக்கு முதல் முதலாக மகனிடத்தில் சின்னப் பையனிடத்தில் – பயம் வந்தது. தவறுதல் ஒன்றுமில்லாத போதே, என்னென்னவோ பேசுகிறானே! இவன் வாய்த்துடுக்கு எங்கே போய் நிற்குமோ என்று பயந்தாள்.

மறுநாளைக்குக் கிளப்புக்குப் போய்விட்டுத் திரும்பு காலில் நரியன் ரொம்ப எச்சரிக்கையாக இருந்தான். கிளப்பை விட்டு வெளியே போகும்போது முதலாளி தாயாரிடத்தில் பொட்டலம் கொடுத்ததைப் பார்த்தான். பார்த்தவன் சும்மா இருக்கவில்லை.

"இது என்னாத்துக்குங்க? கொசறா?" என்றான்.

"ஓனக்குத்தாண்டா; ஊட்டுலே போய்ச் சாப்பிடு" என்றார்.

மேலே நரியன் பேச முடியாதபடி செங்கமலம் நடையைக் கட்டி விட்டாள். நரியனும் மனதிற்குள் ஏதோ நினைத்துக்கொண்டே கிளம்பிவிட்டான்.

அதற்குப் பிறகும் நாள் தவறாமல் வீட்டுக்குப் பொட்டலங்கள் வந்து கொண்டிருந்தன. நரியன் சில நாள் பட்சணம் தின்பான். சிலநாள் தின்ன மறுத்து விடுவான். அவன் சிலநாள் தின்றபோதிலும் செங்கமலத்திற்கு நரியனிடத்தில் இருந்த பயம் நீங்கவில்லை.

பதினைந்து நாளைக்குப் பிறகு வழக்கம்போல் செங்கமலமும் நரியனும் வீட்டுக்குத் திரும்பிக் கொண்டிருந்தார்கள். முதலாளி கொஞ்ச தூரம் பின்னால் வந்து கொண்டிருந்தார். இதை இருவரும் பார்த்தார்கள். வழக்கமாக இந்த வழியே அவர் வீடு செல்வதில்லை. "முதலாளி வருகிறாரே?" என்று கேட்டான் நரியன்.

"எங்கே போறாரோ?" என்றாள் செங்கமலம்.

அதற்குப் பிறகு செங்கமலம் வீட்டுக்கு வந்து சிம்மிணி விளக்கை ஏற்றிக்கொண்டு, முற்றத்தின் ஓரத்தில் உட்கார்ந்தாள். நரியனும் பக்கத்தில் உட்கார்ந்திருந்தான். முதலாளி திடீரென்று வீட்டுக்குள் நுழைந்ததும், செங்கமலத்திற்குத் திகைப்பாய் இருந்தது. நரியனுக்கு குப்பென்று உடலில் சூடுண்டாயிற்று...

"என்னாங்க?" என்றாள் செங்கமலம்.

"ஒண்ணுமில்லை; நாலு பசங்களுக்கு என் பிறந்த நாளைக்குச் சட்டைத் துணி வாங்கிக் குடுக்கிற வழக்கம். மூணு பேருக்குக் கொடுத்துவிட்டேன். இந்தா நரியனுக்கு" என்று ஒரு கடுதாசுப் பொட்டலத்தை அவிழ்த்து ஒரு டிராயரையும் சட்டையையும் செங்கமலத்தினிடம் நீட்டினார்.

செங்கமலத்தின் முகம் மலர்ந்தது. ஆனால், வாக்கில் மட்டும் "இதெல்லாம் என்னாத்துக்குங்க" என்ற சம்பிரதாயமான பேச்சு வெளிப்பட்டது. வாய் பேசிற்றே ஒழிய, கை அவற்றை வாங்கிக்கொண்டது. அவற்றைப் பிரித்துப் பார்க்காமல், 'இந்தா' என்று நரியனிடம் கொடுத்தாள்.

நரியன் தயங்காமல் வாங்கிக் கொண்டான். ஆனால், அடுத்த நிமிஷம் அவன் செய்ததை யாரும் எதிர்பார்க்க வில்லை. துணிகளைச் சுருட்டி அவர் காலடியில் விசிறி எறிந்தான் முதலாளிக்கு முகம் தொங்கிவிட்டது. "வெறும் தறுதலை" என்றார்.

"இவன் அப்பாரைப் போல் எதுனாச்சும் நல்ல இடத்திலே பொல்லாப்பைக் கொண்டாந்துடுவான்னு நெனைச்சேன்; சரியாப் போயிட்டுது. சின்னப் பயல், மனசுலே வச்சுக்காதீங்க" என்றாள்.

முதலாளி தலையைத் தொங்கப் போட்டுக்கொண்டு, வெளியே போய்விட்டார்.

செங்கமலம் நரியனுடன் பேசவில்லை. பாயைப் போட்டுக்கொண்டு தூங்கிவிட்டாள். மறுநாள் காலையில் வழக்கம்போல் கிளப்புக்கு வேலை செய்யக் கிளம்பும் சமயம். நரியனும், அப்பொழுது எழுந்துவிட்டான். "ஆயா?..." என்றான்.

"ஏண்டா" என்று எரிந்து விழுந்தாள்.

"இம்மே இந்த வேலை வேண்டாம். காவல்காரன் இல்லாத குளமின்னு நெனைச்சுக்கிறான்கள். ஆயா வரமாட்டான்னு நான் போய்ச் சொல்லிடறேன்" என்று நரியன் வீட்டைவிட்டுக் கிளம்பிவிட்டான்.

செங்கமலம் திகைத்து உட்கார்ந்துவிட்டாள்.

102. வெறும் மரமா?

பிஸ்மில்லா என்று கடைத்தெருவின் முதல் கடையில் டேப்பைத் தட்டிக்கொண்டு பாட ஆரம்பித்தார் பக்கிரி.

"இப்பத்தான் கடை திறக்கிறேன், தெரியல்லையா?" என்று சீறி விழுந்தார் கடைக்காரர்.

பக்கிரி கோபம் கொள்ளவில்லை. தம் நெற்றியைத் தொட்டு சலாம் வைத்துக்கொண்டே அடுத்த கடைக்குப் போய் டேப்பைத் தட்ட ஆரம்பித்தார்.

"நம்ப கடையிலே வியாழக்கிழமைதான் தருமம், தெரியாதா சாயபு?" என்றார் முதலாளி.

பக்கிரிக்குக் கோபம் என்பதே தெரியாது போலிருக்கிறது. யாசகந்தான் கேட்கிறார். அதனால் கோபத்திற்கு இடமில்லை. அலுப்பு இருக்கும் அல்லவா? பக்கிரிக்கு அலுப்புக்கூட இல்லை. யாரேனும் பக்கிரியின் தங்கமான தன்மையை ஊன்றிக் கவனித்திருந்தால் பேரின்பப் பெருவாழ்வுக்கு வழி கடைத்தெரு வழியாகக்கூடப் போகமுடியும் என்பது தெரிந்துவிடும். நிலை குலையாத அவ்வளவு அமைதியுடன் அடுத்த கடைக்குச் சென்றார்.

"நீ வந்த வேளை சில்லறை இல்லையே, சாயபு" என்றார் கடைக்காரக் கிழவனார்,

யாசகம் கேட்பதில் கூட அதிருஷ்டம் துரதிருஷ்டம் இருப்பது போன்ற பழியை கிழவனார் பக்கிரிமீது சுமத்தினார். வழக்கம்போல சலாம் வைத்துவிட்டுப் பக்கிரி அடுத்த கடைக்குப் போய், டேப்பைத்

தட்டினார். டேப் தகடுகள் ஜிகு ஜிகு என்று ஒலித்தன. கடை முதலாளி புதியவர்; இளைஞர். எவ்விதத் தயக்கமும் இல்லாமல் ஒரு சின்னக்கட்டு ஊதுவத்தியும் அரையணாக் காசும் பக்கிரியினிடம் கொடுத்தார். பக்கிரி நெற்றியைத் தொட்டு சலாம் செய்துவிட்டுக் கடைக்காரர் தலையை மயில்பீலியால் ஒரு தரம் தடவினார். பிறகு,

அல்லாவின் நற்பெயரைச்
சொல்லு சொல்லு – எல்லாப்
பொல்லாங்கும் போகுமென்று
சொல்லு சொல்லு

என்று பாடிக்கொண்டே சென்றார்.

அடுத்தது புஷ்பக் கடை. பக்கிரியைக் கண்டதும் கடைக்காரருக்கு மகிழ்ச்சி ஒரு புறம், வியப்பு ஒருபுறம்.

“என்ன பக்கிரி! ரொம்ப நாளாகக் காணோமே?”

“காணாமல் என்னங்க? கழுதை கெட்டால் குட்டிச் சுவருதானுங்களே! குட்டிச்சுவர் இல்லாட்டிப் பாழும் மண்டபம். அது மாதிரிதான் ஊரிலே சுத்திக்கிட்டுக் கிடக்கிறேன். அல்லா கண் திறக்கிற வரையில் சுத்தித்தானே ஆகோணும்; நாலு காசு கிடைச்சாப் போதுமின்னு போயிடறேனுங்க.”

புஷ்பக் கடைக்காரருக்குத் தம்மை அறியாமலேயே பக்கிரியிடத்தில் ஓர் அன்பு உண்டு.

“இப்போத்தான் கடையைத் திறக்கிறேன். பக்கிரிக்குப் போணி பண்றேன்” என்று கூறிக்கொண்டே இரண்டணாக் காசையும் ஒரு பாகம் மல்லிகைப் பூச்சாரத்தையும் கொடுத்தார்.

“பக்கிரிக்குப் பூ எதுக்குங்க வீணா?”

“பக்கிரிகிட்டே கொடுத்தால் அல்லாவுக்குப் போய்ச் சேரும்.”

மயில்பீலியால் புஷ்பக்காரர் தலையில் தடவிவிட்டுப் பக்கிரி அடுத்த கடைக்குப் போனார். அதற்குப் பிறகும் சில கடைகளுக்குப் போனார். சில இடங்களில் காசு கிடைத்தது; சில இடங்களில் வசவு கிடைத்தது. எது கிடைத்த போதிலும் யா அல்லா என்று கூறி வணக்கம் செய்துவிட்டு அவர் போய்க்கொண்டிருந்தார். பின்னும் சிறிதுநேரத்திற்குள் அவர் மனம் மாறிவிட்டது. கையில் இருந்த காசுகளை எண்ணிப் பார்த்தார். அன்றைப் பாட்டுக்குப் போதுமானது இருந்தது. ஒரு படி அரிசியும் உப்பும் மிளகாயும் வாங்கிக்கொண்டார், பத்தடிக்கு அப்பால் சென்றபொழுது ஒரு கோழிக் குஞ்சு விலைக்கு

வந்தது. அதையும் வாங்கிக்கொண்டு ஊர்ப்புறத்துக் காட்டை நோக்கிச் சென்றார்.

காட்டின் முன்புறத்தில் பெரிய ஆலமரமும் குளமும் இருந்தன. டேப்பையும் கோட்டையும் மூட்டையையும் இறக்கி வைத்துவிட்டுச் சமையல் வேலையைத் தொடங்கினார். சமையல் அவருக்கு எப்பொழுதுமே பெரிய காரியமாய் இருந்ததில்லை. இப்பொழுதும் அப்படித்தான்.

மரத்தடியில் வேண்டிய செங்கல் கிடந்தது. புதரில் வேண்டிய சுள்ளி இருந்தது. பையில் நெருப்புப் பெட்டி இருந்தது. வேறு என்ன வேண்டும்? ஒரு கலயத்தைத் தண்ணீரும் அரிசியுமாக அடுப்பில் ஏற்றினார். அரை மணிக்குள் சோறாகிவிட்டது. பிறகு இறகைப் பிய்த்து விட்டுக் கோழிக் குஞ்சை மண் சட்டியில் போட்டு அடுப்பில் ஏற்றினார்.

கோழிக் குஞ்சு வாடிக்கொண்டிருந்தது. கொஞ்சங் கொஞ்சமாக ஈரத்தின் அரவம் சட்டியில் அடங்கி விட்டது. புரட்டிப் போட்டால் பக்குவம் ஆகிவிடும் என்று நினைத்தார். துடுப்பு வேண்டுமே! காட்டில் துடுப்பு ஏது? ஒரு விநாடி திகைப்படைந்தார். மறுவிநாடி எதிர்ப்புறத்தில் நின்றுகொண்டிருந்த தனி மரம் ஒன்று தென்பட்டது. அதிலிருந்து ஒரு சிறு கொம்பை ஒடித்து நுனியைக் கிள்ளி எறிந்துவிட்டுத் துடுப்பாக்கிக் கொண்டார்.

கோழிக் குஞ்சை அந்தக் குச்சியால் மூன்று நான்கு தடவை புரட்டி விட்டார். ஐந்தாம் தடவை புரட்டும் பொழுது விர்ர் என்ற ஓசை எழுந்தது. சட்டியில் இருந்த மாமிசம் சிறகு பெற்றுப் பறந்து போய்விட்டது. திரும்பத் திரும்பச் சட்டியைப் பார்த்தார். கோழிக் குஞ்சு இருந்த சுவடே தெரியவில்லை. திகைப்புடன் நிமிர்ந்து பார்த்தார்! கோழிக் குஞ்சு சிறகுடன் கண்ணெதிரே பறந்து போய் எதிர்ப்புறத்து மரமொன்றில் உட்கார்ந்து கொண்டிருந்தது.

பசிக் கொடுமையுடன் அதைப் பிடிக்க ஓடினார். அது மற்றொரு மரத்திற்குப் பறந்து சென்றுவிட்டது. அதைத் தொடர்ந்து சென்றார். கைக்குக் கிட்டுவது போல் இருக்கும். ஆனால் கிட்டாது. இப்படியே ஆசை காட்டிக் கோழிக் குஞ்சு அவரை நெடுந்தூரம் இழுத்துச் சென்றுவிட்டது. பக்கிரி சலிப்படைந்தார். கால்கள் துவண்டன. பசி காதை அடைத்தது. இனித் தொடர்வதில் பயனில்லை என்று நின்றுவிட்டார்.

நின்றவுடனே மின் வெட்டினாற்போல ஓர் எண்ணம் எழுந்தது. 'உயிரற்ற

கோழிக் குஞ்சுக்கு உயிர் ஊட்டியது எது? வெறும் மாமிசத்தைக் குஞ்சாக்கி இறகளித்து வெட்ட வெளியில் பறக்கச் செய்தது எது?' என்ற எண்ணங்கள் முளைத்தன. தன் கையில் இருந்த துடுப்பு தென்பட்டது. துடுப்பால் கோழிக் குஞ்சைப் புரட்டிய பொழுதுதான் அந்த அற்புதம் நிகழ்ந்தது என்று ஞாபகம் வந்தது. ஒரு விநாடி கண்ணை மூடியா அல்லா என்றார். மறுவிநாடி துடுப்பில் இருந்த இரண்டோர் இலைகளை எடுத்து மென்று தின்றார். இரண்டொரு நிமிஷங்களுக்குள் கும்மென்று அடைத்திருந்த காது தெளிவாகக் கேட்க ஆரம்பித்தது. வயிற்றைக் கிண்டிய பசி ஆறிவிட்டது. மனத்தை அழுத்திய அலுப்பும், உடலை அழுத்திய அயர்வும் இருந்த இடம் தெரியவில்லை. அதற்கு மாறாக அவருக்குள் புதிய ஒளியும் அமைதியும் சக்தியும் கடலலை போல் எழுந்து பாய்ந்து கொண்டிருந்தன, 'வாஹ்வா! வாஹ்வா!' என்று மகிழ்ச்சியால் ஒரு கணம் பொங்கினார்.

அடுத்த விநாடி 'இந்த மர்மம் அந்த மரத்தில்தான் ஒளிந்திருக்கிறது' என்ற நினைப்பு மூண்டது. அந்த மரத்தைத் தேடிக்கொண்டே பக்கிரி வந்த வழியே திரும்பினார். ஆனால் வழி தெரியவில்லை. மரமும் தென்படவில்லை.

அந்தக் கொம்பை வைத்துக்கொண்டு இன்னும் மரத்தைப் பக்கிரி தேடிக்கொண்டுதான் இருக்கிறார்.

இப்பொழுதெல்லாங்கூடக் கடைத்தெருப் பக்கம் சில சமயம் அவர் வருகிறார். ஆனால் கையில் டேப் இல்லை. வயிற்றில் பசி இல்லை! கையில் அந்தக் கொம்பு! கண்ணில் ஒரு லாகிரி. எந்தக் கடை வாசலையும் இப்பொழுது அவர் மிதிப்பதில்லை.

பக்கிரிக்குப் பைத்தியம் பிடித்துவிட்டது என்று கடைக்காரர்கள் நினைக்கிறார்கள். புஷ்பக் கடைக்காரரும் ஊதுவத்திக் கடைக்காரரும் அவர் மஸ்தான் ஆகிவிட்டார் என்று மறுக்கிறார்கள். தாமாக யாரேனும் அவருக்கு இப்பொழுது கொடுத்தால் உண்டு. இல்லாவிட்டால் இல்லை. ஆனாலும் அவருக்குக் கிடைத்துக்கொண்டுதான் இருக்கிறது.

103. பாம்பின் கோபம்

ஒதுக்குப்புறமான பாறை ஓரத்தில் பாம்பு படுத்துக் கொண்டு காற்றையும் வெயிலையும் குடித்துக் கொண்டிருந்தது. மிகவும் அழகான நல்ல பாம்பு. மின்னல் கோட்டினால் கோதுமையை வரைந்தது போல உடம்பெல்லாம் இருந்தது. செம்போத்தின் கொண்டையைப் போல் விரியவும் சுருங்கவும் சக்தி கொண்ட அமைப்பு; விரிந்தால் படம், சுருங்கினால் தலை! படத்தில் கறுப்பு மாலையை வாட்டியது போன்ற நாமம். இவ்வளவு அழகு தனக்கு ஏன் அமைந்தது என்று பாம்புக்கே தெரியவில்லை. தலையிலே நாகரத்தினம் இருக்கிறது. அதைப் பாதுகாக்கும் அழகிய பெட்டிதான் தலை என்று அசரீரி சொன்னபொழுதும் அதற்கு நம்பிக்கை பிறக்கவில்லை

கண்ணை மூடிய நிலையில் பாம்பு படுத்துக் கொண்டிருந்தால் கவலைகள் எழுந்தன. நாகரத்தினம் இருக்கட்டும், இல்லாமல் போகட்டும். சந்தேகமறத் தன்னிடம் வேறு ஒன்று இருப்பது அதற்கு எப்பொழுதும் தெரிந்துகொண்டே இருந்தது. பசி, பசி, தீராத பசி! சுளுவாக எங்கும் காற்று கிடைக்கிறது, மலர் கிடைக்கிறது, இலை கிடைக்கிறது. ஆனால் இவற்றால் பசி ஆறுவதில்லை. மற்ற பிராணிகளோ கதவைச் சாத்திக்கொண்டு ஒளிந்து கொள்வது போல கண்ணுக்கே அகப்படுவதில்லை. பசிப் பிணியும் வாழ்வும் ஒன்றாகவே இருந்தன. இரை தேட ஊரைச் சுற்றச் சென்றால் தடி கொண்டு அடிக்க வருகிறார்கள். தன் பசியோடு போனால்கூடப் பரவாயில்லை; குட்டிகளின் பசிக்கு வேறு வகைசொல்ல வேண்டி இருந்தது. எங்களைக் கேட்காமல் ஏன் உண்டாக்கினாய் என்று அவை சதா சீறிக்கொண்டிருந்தன.

இப்படி கவலைப்பட்டுக் கொண்டிருந்த பொழுதே யாரோ ஒரு வழிப்போக்கனின் நிழல் ஆடிற்று. விருட்டென்று கிளம்பி பாம்பு மறைவிடத்தை நோக்கி ஓடிற்று. சொந்த வீடா, வாசலா? ஒரு நிமிஷம் கவலையின்றித் தலைவைத்துப் படுக்க இடம் உண்டா? என்ன பிழைப்பு ! தவிப்புடன் இங்கும் அங்கும் ஓடிற்று. வருத்தம் அதையும் மீறிக் கோபமாக மாறும் சமயத்தில் நல்ல வேளையாக ஒரு பெரிய கறையான் புற்று தென்பட்டது.

புற்றுக்குள் பாம்பு நுழைந்தபொழுது யாரும் அதைத் தடுக்கவில்லை. யாராவது வழியில் இருந்தால்தானே? பாம்பு தன் பாட்டில் சரசரவென்று இறங்கி ஒரு பெரிய மைய மண்டபத்தை அடைந்து, அப்பாடா என்று கவலை இல்லாமல் சுருட்டிப் படுத்துக் கொள்ள ஆரம்பித்தது.

“யார் நீ?” என்று அழுத்தமான பெண் குரல் கேட்டது.

நிமிர்ந்து பார்த்தபொழுது மண்டபத்தின் மத்தியில் கறையான் ராணி பஞ்சணை சிம்மாதனத்தில் ஒயிலாக வீற்றிருப்பது தெரிந்தது. “யார் நீ? கேள்விமுறை இல்லாமல் என் அரண்மனையில் எப்படி நுழைந்தாய்?" என்று ராணி மறுபடி அதட்டினாள்.

பாம்புக்குக் கோபம் வந்து விட்டது.

“திறந்த வெளியில் பாத்தியம் உண்டா என்ன? யார் வேண்டுமானாலும் நுழையக் கூடாதென்றால் இந்தப் புற்றுக்குத் தொண்ணூற்றெட்டு வாசல் வைப்பானேன்? வீட்டுடன் நீ பிறந்தாயா என்ன, அரண்மனை உன்னுடையது என்று சொல்ல? எல்லோருக்கும்தான் உரிமை உண்டு. கஷ்டப்படும்பொழுது உபயோகிக்க.”

“இதை நான்தானே கட்டினேன்?”

“நீ மாத்திரம் எப்படிக் கட்டினாய்? மெத்தையில் உட்கார்ந்தபடியே பொட்டை அதிகாரம் செய்தாய். வாயில்லாத அலிக் கறையான்கள் வீட்டைக் கட்டிவைத்தன. கட்டினவர்களையும் விட்டுவிட்டுத் திண்டில் கிடந்து புரளுகிறவள் எனக்குச் சொந்தம் என்று சட்டம் படிக்கிறாய்!”

“ஏ பாம்பே, ராணியோடே தர்க்கம் பண்ணாதே. பிறகு எனக்குக் கெட்ட கோபம் வந்துவிடும்” என்று ராணி சீறினாள்.

சீறலுக்குப் பதில் சீறவேண்டும் என்று பாம்பு நினைத்தது. ஆனால் முடியவில்லை. மண்ணுக்கு அடியில் வெப்பத்தால் நாக்கு வறண்டு விட்டது. “போய் விட்டு வந்து சொல்லுகிறேன்” என்று பாம்பு புற்றை விட்டு வெளியேறிற்று.

வெளியே வந்த பிறகு பாம்பு அங்கும் இங்கும் பார்த்தது. ஈரத்தின் வாடையைக்கூட எங்கும் காணவில்லை. என்ன செய்வதென்று தெரியாமல் சோர்ந்திருக்கும் தருணம் ஒரு நத்தை மெதுவாக ஊர்ந்து போவதைக் கண்டது. ஆனால் நத்தை பாம்பைக் காணவில்லை. ஏனென்றால் அதற்குக் கண்கள் இல்லை. எதையும் உணர்ந்து கொள்ளத்தான் முடியுமே அன்றிப் பார்க்க முடியாது.

"நீ யார்? எங்கே போகிறாய்?" என்று பாம்பு அதட்டிற்று.

"நான்தான் நத்தை. எங்கேயோ போகிறேன்."

"குறிப்பில்லாமலா போகிறாய்?"

"போகிற பாதை தெரியும்: ஆனால் போகிற இடம்தான் தெரியாது."

"அழகாகப் பேசுகிறாயே! அது போகட்டும், முதுகில் என்ன மூட்டை?"

"அதுதான் என் வீடு, வாசல், சொத்து, சுதந்திரம் எல்லாம்."

"எனக்கு எங்கே வீடு, வாசல், சொத்து, சுதந்தரம் எல்லாம்?"

"உனக்கு இல்லையா?"

"இருந்தால் கஷ்டப்படுவேனா? பசிக்குமா? படுத்துக்கொள்ள இடம் இல்லாமல் பரிதவிப்பேனா? எல்லாருக்கும் பகையாகக் காட்சி அளிப்பேனா? தண்ணீர்த் தாகத்தால் தத்தளிப்பேனா? இதெல்லாம் உனக்கு மட்டும் எப்படிக் கிடைத்தது?"

"என் தாயார் கொடுத்தது."

"உன் தாயாருக்கு?"

"அவள் தாயார் கொடுத்தது."

"அவளுக்கு அவள் தாயார் கொடுத்தது. இப்படியே நீளமாகக் கதை போகிறது – அப்படித்தானே?"

"இருக்கலாம்."

"இருக்கலாம். இருக்காதா? தாகத்திற்குத் தண்ணீர் இல்லை. பசிக்கு உணவு இல்லை. சம்பாதிக்க வழியும் இல்லை. படுக்க நிழல் இல்லை. நீ மாத்திரம் சொத்து சுதந்தரத்தை வைத்துக் கொண்டு சுகமாக இருந்து கொண்டிருந்தால் பாக்கிப் பேர் சும்மா விட்டுவிடுவார்களா? உன்னைப்பற்றி மாத்திரம் நினைத்துக் கொண்டால் போதுமா? உலகம் இருக்கிறது. நான் இருக்கிறேன். பசி, தாகம், கொடுமை எல்லாம் இருக்கின்றன."

"இருந்தால் என்ன செய்வாயாம்?"

"என்ன செய்வேனென்று எனக்கே தெரியாது, பாரேன்" என்று பாம்பு சொல்லி முடிப்பதற்குள் நத்தை கூட்டுக்குள் ஒடுங்கிவிட்டது.

பாம்புக்குச் சிரிப்பாக வந்தது.

"நத்தை, நீ ஒரு முட்டாள்! உள்ளே போய் ஒளிந்து கொண்டால் என்னால் ஒன்றும் செய்ய முடியாதென்று நினைக்கிறாயா? புஸ் என்றால் உன் வீடும் கூடும் நீயும் இருக்கும் இடமும் தெரியாது. ஓடி ஒளிவதிலே பிரயோஜனம் இல்லை. உன்னைப்போல உலகம் ஒன்று இருக்கிறது. அது சரியாக இருந்தால் நீ பிழைக்கலாம் என்பதை மறக்கக் கூடாது. மரியாதையாய் வெளியே வா."

பயந்துகொண்டே நத்தை வெளியே வந்தது.

"எனக்கு ஒரு காரியம் செய்தால் உன்னைச் சும்மா விட்டுவிடுகிறேன்" என்றது பாம்பு.

"முடிந்தால் செய்கிறேன்."

"எனக்குத் தாகமாக இருக்கிறது. போய்த் தண் ணீர் கொண்டுவா. இதே மாதிரி தாகத்துக்குத் தண்ணீர் கொண்டு வருவதுதான் உன் வேலை; தெரிந்ததா? அசதியாய் வரும்பொழுது கறையான் புற்றில் போய்ப் படுத்துக் கொள்ளுகிறேன். பசித்தால் காற்றைக் குடிக்கிறேன். பசி தீராவிட்டால் பட் என்று படத்தால் ஒரு போடு போட்டு விடுகிறேன். வேறு வழி? போ, தண்ணீர் கொண்டுவா" என்றது பாம்பு.

அது முதல் பாம்புக்கு நத்தை தண்ணீர் கொண்டு போகிறது.

104. பட்டணம்

பட்டணத்திற்கும் கிராமத்திற்கும் என்ன வித்தியாசம் என்றால், கிராமத்தில் நம்பிக்கை வளரும்; பட்டணத்தில் அவநம்பிக்கை வளரும். அவநம்பிக்கை என்றால் எல்லாவற்றிலும்தான். கடவுளிடத்தில் மட்டும் என்றல்ல; கண்ணுக்குத் தெரிகிற பொருளுக்கெல்லாம் கண்ணுக்குத் தெரியாத பொருள்தான் காரணம் என்ற தத்துவத்தில் மட்டும் அல்ல; மனிதனிடத்திலும் அவநம்பிக்கைதான். மனிதர்கள் பசுத்தோல் போர்த்திய சுயநல வேங்கைகளாகவோ, ஓடுமீன் ஓட உறுமீன் வருமளவும் காத்திருக்கும் கொக்குகளாகவோ காட்சி அளிக்கிறார்கள். இதை எல்லாம் பற்றி ஏன் நினைக்க வேண்டி இருக்கிறதென்றால்...

நேற்று பஸ்ஸில் போய்க்கொண்டிருந்தேன். பஸ் ஒரு அலாதியான உலகம். ஐயனார் கோயிலில் அமர்ந்திருக்கும் மண் பொம்மைக் குதிரைகளைப்போல் அசைவு ஆட்டமின்றி அதில் சில பெரிய மனிதர்கள் உட்கார்ந்திருந்தார்கள். நவராத்திரி கொலு பொம்மைகளைப்போல் சில நவநாகரிக ஸ்திரீகள் உட்கார்ந்திருந்தார்கள். குளத்துத் தண்ணீரில் நிலவு விழுந்து மின்னுவது போலும், அஜந்தாக் குகை அழகிகள் வழி தவறி வந்துவிட்டது போலும் சில சினிமா எக்ஸ்டிராக்கள் பஸ்ஸை அலங்கரித்துக் கொண்டிருந்தார்கள். சில தொழிலாளிகள் மட்டும் கூலியைப் பற்றி உரக்கப் பேசிக் கொண்டிருந்தார்கள். ஆனால், பொதுவாக ஒரு சிறப்பு உண்டு. யாராவது வாயைத் திறந்தால்

யாரையாவது விழுங்குவதற்காகத்தான் இருக்கும் என்ற திகில் பஸ் முழுவதும் நிறைந்திருந்தது. போதாக்குறைக்கு பஸ் வாசலில் ஜேப்படி மாணிக்கமும், சக்கரத்தடியில் தென்திசைக் கோனும் ஒளிந்து கொண்டிருந்தார்கள்.

இவ்வளவு சம்பிரமங்களுக்கிடையில்தான் நான் பஸ்ஸில் உட்கார்ந்திருந்தேன். எனக்கு முன்னால் ஒரு தொழிலாளி உட்கார்ந் திருந்தான். அங்கு வேறு பிரயாணிகள் இல்லை.

பஸ் கொஞ்ச தூரம் போயிற்று. தெருவில், ஏதோ ஒரு பள்ளத்தில், பஸ் பதிந்து, டக்கென்ற சத்தத்துடன் நிமிர்ந்து எழுந்தது. வண்டி யிலிருந்த பேர்களை எல்லாம் அது ஒரு உலுக்கு உலுக்கிவிட்டது. எனக்கு முன்பு உட்கார்ந்திருந்த ஆளின் கையிலிருந்து ஏதோ சிதறி விழுந்தது. கண்ணுக்கு எதிர்த்தாப்போல் கீழே ஒரு அணா கிடந்தது.

நான் பார்த்தேன். அந்த ஆளும் பார்த்தான். குனிந்து பளிச்சென்று அதை அவன் எடுக்கவேண்டியதுதானே! திருடனைப்போல் அங்கும் இங்கும் பார்த்தான். கண்ணை மேலும் கீழும் உருட்டினான். காசென் னவோ அவனுடையதுதான். விழுந்ததை நானேதான் பார்த்தேனே! காசைப் பளிச்சென்று எடுப்பதற்கு என்ன தடை? காற்றைப்போலும் தண்ணீரைப்போலும் காசும் பொது உடைமைதானே என்ற சந்தேகமோ?

பாத்திரத்திற்குள் அடைபட்டுக் கிடக்கும்போது காற்றும் தண்ணீரும் பாத்திரத்தின் உருவத்தைத்தானே அடைகின்றன? அந்தக் காரணத்தினால்தானே அவை பாத்திரத்திற்குச் சொந்தமாகின்றன? அதைப் போலவே, ஒருவர் கையில் இருக்கும்வரைதான் காசு அவருக்குச் சொந்தமோ என்னவோ! கைநழுவிப் போய்விட்டால் உரிமை கோவிந்தா ஆகிவிடுகிறதோ என்னவோ! இல்லாவிட்டால் கெட்டுப்போன பணத்தைக் கண்டுபிடித்துக் கொடுப்பவருக்கு இனாம் தருகிறேன் என்று சிலர் விளம்பரம் செய்வானேன்? எனவே, தன் காசைக்கூட எடுக்கத் திருட்டு வேஷத்துடன் முயன்றது எனக்கு ஓரளவு விளங்காமல் போகவில்லை.

இப்படியே இரண்டொரு நிமிஷம் பார்த்துவிட்டு, யாரும் கவனிக்க வில்லை என்ற நினைப்புடன் காலால் காசைத் தன்னருகில் முதல் கட்டமாக இழுத்துக்கொண்டான். அடுத்த கட்டமாக அதைக் குனிந்து எடுத்துக்கொண்டான்.

மறுபடியும் பஸ்ஸில் தேடினான், தேடினான், அப்படி மௌனமாகத் தேடினான். அவனைக் கிண்டல் செய்ய வேண்டுமென்று எனக்குத் தோன்றிற்று.

"என்னப்பா தேடுகிறாய்?"

அவன் பதில் சொல்லவில்லை. காதில் விழவில்லை போலிருக்கிறது என்று நினைத்துக் கொண்டேன்.

"என்னப்பா தேடுகிறாய்?" என்றேன் இரண்டாம் முறையாக.

அப்பொழுதும் பதில் இல்லை. ஒருவேளை செவிடாக இருக்கலாமோ என்ற சந்தேகம் வந்துவிட்டது. லேசாக அவன் தோள்பட்டையைத் தொட்டுவிட்டு, என் வலது கைவிரல்களை மடக்கிக்கொண்டு 'என்ன தேடுகிறாய்?' என்று பரத நாட்டிய முத்திரையைக் காட்டிக் கேட்டேன். அவன் மிரள மிரள விழித்தானே ஒழிய, வாய் திறக்கவில்லை. கண்ணாலே திருட்டுத்தனமாகத் தேட ஆரம்பித்தான்.

அதற்குள் பஸ் கண்டக்டர் யாருக்கோ பாக்கிச் சில்லறை கொடுப்பதற்காக அந்தப் பக்கம் வந்தார். இந்த ஆள் முகத்தைப் பார்த்தவுடனேயே, "என்னய்யா தேடுகிறாய்?" என்றார்.

எனக்குத்தான் பதில் சொல்லவில்லை என்றால், அவருக்கும் சொல்லவில்லை. சில்லறையை எண்ணி, பஸ் பிரயாணியிடம் கொடுத்துவிட்டுத் திரும்புகாலில் மறுமுறை ஒருதரம் அதே கேள்வியைக் கேட்டார். அப்பொழுதும் பதில் கிடைக்கவில்லை. அதற்கு மேலும் அங்கு நிற்பதற்கு பஸ் கண்டக்டருக்கு நேரமில்லை. செவிடு போலிருக்கிறது என்று சொல்லிக்கொண்டே போய்விட்டார்...

எனக்கு ஒரு புது சந்தேகம் முளைத்தது. ஒருக்கால் ஆள் ஊமையோ என்னவோ! எத்தனை தரம், யார் கேட்ட போதிலும், இவரிடமிருந்து பதில் எப்படிக் கிடைக்கப் போகிறது என்று முடிவு செய்தேன். அடுத்தபடியாகப் பரத நாட்டிய முத்திரையோடு, 'பே, பே, பே' என்ற ஊமைகளின் பாஷையையும் கூட்டிக்கொண்டு ஜாடை செய்து பார்த்தேன். ஆள் மசியவில்லை. தன்னைக் கொள்ளை அடிக்க நான் முயல்வது போன்ற திகிலுடன் குளத்தில் தண்ணீர்ப் பாம்பு மறைவதுபோல் தன் இடத்தை விட்டு இறங்கிக் குனிந்து தேடிப் பார்த்தான்.

நானும் விடாமல் கவனித்தேன். இரண்டொரு நிமிஷத்திற்குள் மூலையில் உருண்டு கிடந்த ஒரு அரை ரூபாயை எடுத்துக்கொண்டு, எழுந்து என் பக்கம் திரும்பினான். எனக்கு வெகு ஆச்சரியமாக இருந்தது.

"நான் செவிடும் இல்லை, ஊமையும் இல்லை" என்றான் நிதானமாக,

"பின்னே?"

"இது விழுந்திருந்த இடம் தெரியவில்லை" என்று அரை ரூபாயை

எனக்குக் காட்டினான்.

"பதில் சொன்னால் நான் எடுத்துக் கொண்டு விடுவேன் என்று பார்த்தாயா?"

"அப்படி இல்லை. தோலிருக்கச் சுளை விழுங்கி என்பாங்களே—"

"என்னை அந்த மாதிரி—"

"நீங்க ஊருக்குப் புதிசு போலிருக்கிறது! இதுக்குப் பேரு பட்டணமுங்க" என்று சொல்லிக்கொண்டே, பஸ் நின்ற இடத்தில் இறங்கிப் போய் விட்டான்.

இதுவா பட்டணம்?

105. காதல்

அன்று எனக்கு வேலை இல்லை. கடலைப் பார்த்து வெகு நாளாகிவிட்டதே என்று தோன்றவும் புறப்பட்டேன். கிடைக்காத பொருளுக்காகப் பித்துப் பிடித்து ஏங்கிக் கரையோரம் வந்து மோதித் திரும்பும் கடலலை போன்ற வழக்கமான எண்ணங்கள்கூட அன்று நெஞ்சில் பொங்கவில்லை. மனம் சித்திரை மாதத்து ஆகாயம் போல் தெளிந்திருந்தது. மனதிருந்த நிலையிலே வழிநெடுகிலும் தலைவிரித் தெழுந்த மாடமாளிகைகளோ குபேர பட்டணம் கொள்ளையோ, ஒரு பொருளாகத் தோன்றவில்லை. அவ்வளவு கும்பலான தெருக்களை எல்லாம் எப்படிக் கடந்தேன் என்று எனக்கே தெரியாது. நாகரிகத்தின் சந்தை வாசலை விட்டு, அந்தப் பெரிய தோப்புக்குள் நுழைந்தபொழுதுதான் மனது தரை தட்டியது.

தோப்பின் இரு புறத்திலும் இரண்டு பெரிய பஞ்சாலி மரங்கள் பூத்திருந்தன. பச்சை என்பதே தெரியவில்லை. ஒரே வெறி பிடித்து, தீப்பற்றியது போல மரங்கள் பூத்திருந்தன. அவற்றுக்கப்பால் பேணுவாரற்ற பாதையும் சவுக்கையும் இதர மரங்களும் அடர்ந்திருந்தன. மாலை மணி மூன்றுதான் என்றாலும், தோப்புக்குள் அந்தி கவிந்திருந்தது.

தோப்பை மிதித்ததும் கடலின் ஞாபகம் போய் விட்டது. சொந்த வீட்டுக்குத் திரும்பியது போன்ற ஒட்டு நெஞ்சில் படர்ந்தது. ஒரு மரத்தினடியில் உட்கார்ந்தேன். அமைதியான மனத்தில் அமுதமான நிறைவு புகுந்தது. இந்தப் பெருக்கில் எத்தனை நேரம் ஆழ்ந்திருந்தேன் என்று எனக்கே தெரியாது. பிறகு கண் திறந்தபொழுது எதிரே

இருந்த மருத மரம் கவனத்தைக் கவர்ந்தது. கட்டுவிரியனைப்போல் செதில் செதிலாகத் தோல் போர்த்த அடிமரமும், கொய்யா மரத்தைப் போன்ற வழுவழுப்பான கிளைகளும் மினுமினுப்பும் எந்த இடத்திலும் கவனத்தைக் கலைக்காமல் விடாது. ஒரு விநாடிக்குப் பிறகுதான் என் கவனத்தை மருதமரம் மட்டும் ஈர்க்கவில்லை என்ற உண்மை தெரிந்தது. கிளையில் இரண்டு மணிப் புறாக்கள் உட்கார்ந்திருந்தன.

இதற்கு முன்பு மனிப் புறாக்களைப் பார்த்திருக்கிறேன். எங்கென்றால், வேடன் கையில். பெரிய மூங்கில் தட்டைத் தொம்பைகளில் பலவகைக் குருவிகளை அடைத்துக் காவடி கட்டித் தூக்கிக்கொண்டு கடைத் தெருவில் போகும் வேடனைப் பார்த்திருக்கிறேன். அவன் கையில் கொத்தாக வக்காவோ மணிப்புறாவோ இல்லாமல் இருக்காது. வக்காவைக் கண்டு மனம் நெகிழ்ந்ததில்லை. ஆனால், மணிப்புறாக் கொத்தைக் கண்டபொழுதெல்லாம் நெஞ்சு நீராகிவிடும். வக்காவை அழகில் சேர்க்க முடியாது. ஆனால், மணிப்புறா அப்படி அல்லவே! தோப்பிலிருந்து குமுறிக்கொண்டு வரும் அதன் குரலினிமை எதோ ஒரு உலகத்துக்கல்லவா படகாகி ஓடுகிறது! அதனால்தானோ?

நான் அவற்றைக் கவனித்தேனே ஒழிய, அவை என்னைக் கவனிக்கவில்லை. கவனித்திருந்தால் பறந்து போயிருக்கும். மணிப் புறாக்கள் காக்காய்களல்ல – கையைக் காட்டி ஓட்டினால்கூட அசைந்து கொடுத்துவிட்டு, அதே இடத்தில் உட்கார்ந்திருக்க. கண்டால் பறந்துவிடும் அவ்வளவு பயம்! நியாயம்தானே! வாழும் உரிமையை மறுப்பவர்களிடம் காதலா கொள்ளமுடியும்?

பழுப்பு வர்ணமான உடலில் கறுப்புப் புள்ளிகள். இறகுகளின் ஓரம் கறுப்பு வரி. கறுப்புக் கயிறு கழுத்தில் கட்டியது போன்ற கோடு. கொஞ்சம் தட்டையான தலை, நீண்ட உடல். குறுகிய கால்கள். எல்லாவற்றிற்கும் மேலாக கறுப்புப் பாசுமணியைப் போன்ற கண்கள். கண்களில்தான் என்ன நீரோட்டம்! அமைதிக்கும் அடக்கத்திற்கும் புகலிடமான கோயில்!

அடக்கமாக ஒன்றுக்கொன்றின் அருகில் உட்கார்ந்து அவை சிறகைக் கோதிக் கொண்டிருந்தன. உடம்பைச் சுத்தமாக வைத்துக் கொள்வதற்கு மூக்கு போதும் என்று நினைக்கும் முட்டாள்கள்! உடலின் ஒவ்வொரு பாகமாகக் கோதிக் கொண்டிருந்தன. சிறிது நேரத்திற்குள் ஒரு மணிப்புறா உடலைக் கோதுவதை நிறுத்திவிட்டு சிலிர்த்துக் கொண்டு, உடலை ஒரு தரம் சிலுப்பியது. சல்லி இறகுகள் பூப்போலக் காற்றில் மிதந்தன. மறு விநாடி அதன் உடல் பட்டுப்போல் அமர்ந்துவிட்டது.

அதற்குப் பிறகு, ஏதோ நினைவு வந்ததுபோல் அருகிலிருந்த பிணையை அந்த மணிப்புறா நோக்கிற்று. காதலியின் அலங்காரம் முடிந்தபாடில்லை. இன்னும் உடலைக் கோதிக் கொண்டிருந்தது. காதலியின் சிறகுகளைக் கோத ஆண் புறாவும் துவங்கிற்று. பெண் புறா தன் பாட்டில் மற்றொரு பக்கத்தைச் சீர்படுத்திக் கொண்டிருந்தது. உடல் செம்மையாகி விட்டதென்ற உணர்வெழுந்ததும் உடலைப் பெண் புறா சிலுப்பிக் கொண்டது. பஞ்சைப் போன்ற சல்லி இறகுகள் காற்றில் மிதந்தன. இரு மணிப்புறாக்களும் மணவறையில் அமர்ந்திருப்பது போல் கிளையின்மேல் அமரிக்கையாக உட்காந்திருந்த காட்சி தெவிட்டாத இன்பமாக இருந்தது. இன்பம் நீடிக்கக்கூடாது போலிருக்கிறது? ஏனெனில் அடுத்த விநாடி ஒரு மணிப்புறா என்னைப் பார்த்துவிட்டு விறுக்கென்று பறந்துபோய்விட்டது. இணை பறந்ததும் மற்றொன்றும் பறந்துவிட்டது.

அதற்குமேல் என்னால் தோப்பில் இருக்க முடியவில்லை. தோப்பு சடமாகிவிட்டது. உயிர் பறந்துவிட்டது. கடலைப் பற்றிய நினைப்பும் கடலலையின் ஓசையும் மனத்தில் மோதிக் கொண்டு எழுந்தன. கடலை நோக்கிப் புறப்பட்டேன்.

மெரினாவை வர்ணிக்க வேண்டியதில்லை. அது மோட்டார் கார் ராஜ்யம்! ஜவுளிக் கடைக் கண்காட்சி! சிற்ப–ஓவிய–சினிமா! கலாசாரத்தின் அலங்கோலம்! அவற்றை எல்லாம் தாண்டிக் கடல் அலையை நோக்கி நேரே நடந்தேன். வழி நெடுகிலும் கிளிஞ்சல். கிளிஞ்சலைப் பொறுக்கினேன். ஒன்றைவிட மற்றொன்றின் வர்ணமும் நயமும் ஆசையைத் தூண்டின. சில கிளிஞ்சல்களைப் பொறுக்கி ஒரு இடத்தில் வைத்துவிட்டு, அலைகளண்டை சென்றேன். அலைகள் பரவித் திரும்பும் மணலில் கால்கள் பதிந்தன. மேய வந்த சிவப்பு நண்டுகள் காலடி ஓசையைக் கேட்டு நடுங்கி வளைகளுக்குள் புகுந்தன. சிறிது நேரம் அலைத் தண்ணீர் காலைக் கழுவ நின்றுவிட்டு, கிளிஞ் சலைப் பொறுக்கி வைத்திருந்த இடத்திற்குத் திரும்பினேன்.

கிளிஞ்சலைப் பொறுக்குவதென்று என்ன ஆசை? இன்னும் குழந்தையா என்ன? ஒருக்கால் மனத்திற்கு ஏதேனும் குருட்டு வேட்கை இருக்கிறதோ என்னவோ! சம்பாதிப்பதும் செலவழிப்பதும் என்னும் சகடத்தில் சிக்கி, வேதனை என்னும் மிச்சத்தைச் சேமிக்காமல் நிலையான அழகையும் மெய்யையும் காணும் மர்மமான மோகம் இதுவோ என்னவோ! கீழே கிளிஞ்சல்! மேலே மேகங்கள்! எதிரே கண்ணாடிச் சுவர்கள் சரிந்து விழுவது போன்ற அலைகள்! விளையாட்டு என்பதுதான் உண்மையான வினையோ?

இப்படி ஏதோ எண்ணிக் கொண்டிருக்கும்பொழுது, பக்கத்தில் பேச்சுக் குரல் கேட்டது. திரும்பிப் பார்த்தேன். மேல்நாட்டு முறையில் உடை உடுத்தி இருந்த ஒரு இளைஞர் உட்கார்ந்திருந்தார். பக்கத்தில் பஞ்சாலி மரம் பளிச்சென்று எரிவது போல், ஒரு யுவதி சினிமாப் பாணியில் படுத்திருந்தாள். எல்லாமே சிவப்பு– உதடும் விரல் நுனிகளும் உள்பட!

"நாளைக்கே மாற்றிவிட வேண்டும்" என்று அழுத்தமாகக் கூறினாள் அந்த யுவதி.

"எதை?" என்றது ஆண் குரல்.

கொஞ்ச நேரமாக அவர்கள் பேசிக்கொண்டு இருந்திருப்பார்கள் போல் தோன்றிற்று.

"அப்பொழுதே சொன்னேனே, கவனிக்கவில்லையா? ஏன் கவனிக்கப் போகிறீர்கள்?"

"கோபம் செய்யாதே!"

"இப்பொழுதாவது – அதோ பாருங்கள்." பெண் சுட்டிக்காட்டிய திசையில் நாகரிகத் தம்பதிகள் போய்க்கொண்டிருந்தனர்.

"பார்த்தீர்களா?"

"அடுத்த தெரு சுசீலா அசட்டுடன் போய்க்கொண்டிருக்கிறாள். பிற ஸ்திரீகளைப் பார்ப்பது ஒரு வேலையா?"

"அந்த வேலையை நானில்லாதபோது செய்யலாம். அவள் வண்டியை மாற்றிப் புது வண்டி வாங்கிவிட்டாள்."

"அவன் ஒரு அசடு. அந்த வண்டியை நமக்குப் பிறகுதானே வாங்கினான்? அவள் உத்தரவிட்டதற்காக மாற்றிவிட்டான் என்று சொல்ல வருகிறாயா!'

"இல்லை, இல்லை. அவர் ஒரு அசடு. நீங்கள் ஒரு...

"பைத்யங்கள் எதை வேண்டுமானாலும் செய்யும் நாம் பைத்யங்களா?"

"பின் என்னவாம்? நேற்று கிளப்பில் சுசீலாவின் பக்கத்தில் இருந்த கோடி வீட்டுக்காரி அவசர அவசரமாக நான் உட்கார்ந்திருந்த சோபாவுக்கு வந்தாள். பழக் கூடையை விற்கப் போகிறாயாமே? என்று கேட்டாள். எனக்குப் புரியவில்லை. பழக் கூடை என்றால் தெரியாதா – ஐந்தறைப் பெட்டி என்றாள். அப்பொழுதுதான் நம்முடைய மோட்டாரைப் பற்றிக் குறிப்பிடுகிறாள் என்பது பளிச்சிட்டது. நாக்கைப் பிடுங்கிக் கொண்டு சாகவேண்டும் போலிருந்தது."

"உனக்கு ஹாஸ்யம் பிடிக்காது என்று அவளுக்குத் தெரிந்திருக்காது."

"ஹாஸ்யமென்றால் எனக்கு நன்றாய்த் தெரியும். கசப்பான உண்மையைத் தமாஷான சர்க்கரையில் புரட்டி எடுத்து மாத்திரையாக உருட்டி விடுவது."

"சரி போகட்டும்... அதற்காக?"

"நாளைக்கே வண்டியை மாற்றிவிட வேண்டும். கௌரவம் போன பிறகு இருந்தாலும் ஒன்றுதான், இல்லாவிட்டாலும் ஒன்றுதான்."

"அதற்குப் பணம் வேண்டாமா?"

"இந்தத் தகர டப்பாவில் இனி நான் வரமாட்டேன். புதுக் கார் வாங்கினால் சரி; இல்லாவிட்டால் மரவட்டை மாதிரி சுருட்டிக்கொண்டு வீட்டில் கிடக்கிறேன்."

"இந்தக் கார் வாங்கி ஒன்பது மாதம் கூட ஆகவில்லையே? யாரோ ஏதோ சொன்னாள் என்பதற்காக."

யுவதி அதற்குமேல் பேசவில்லை. அதுவரை மணலில் படுத்திருந்தவள், எழுந்திருந்து கணவனுக்கு முதுகைத் திருப்பிக்கொண்டு உட்கார்ந்தாள். அவள் முகத்தருகில் போய்க் கணவன் ஏதோ சொல்ல முயன்றான்.

என் காதில் அது ஒன்றும் விழவில்லை. மணிப்புறாவையும் கடற்காற்றையும் ஏற்ற என் மனக் கிளை, இப்பொழுது முறிந்துவிட்டது. மறுகணம் அந்த யுவதி விருட்டென்று எழுந்து ரஸ்தாவை நோக்கிக் கிளம்பிவிட்டாள். அவள் போன வேகத்தைக் கோபம் என்று கடல் மணல் பதிவு செய்துகொண்டே போயிற்று. மணிப்புறாக்களும் பறந்து சென்றன. இவர்களும் பறந்து விட்டனர். ஆனால்...

வீடு திரும்புவதற்காக வந்து பஸ்ஸில் ஏறினேன். மாறுபட்ட காட்சிகளைக் கண்டு முறிந்த மனக் கிளை, ஊசலாடிக் கொண்டிருந்தது. பஸ்ஸில் ஏறிய பிறகு அடுத்து நிற்கும் இடம் வந்தது. யாரோ ஏறினார்கள். மறுபடியும் புறப்படும் சமயம். அரைச் சக்கரம் உருண்டு விட்டது.

"இரு இரு" என்று வண்டிக்குள் இருந்து பல குரல்கள் எழுந்தன. மோட்டார் ஓட்டி வண்டியை நிறுத்தினான். யாரோ இருவர் வண்டி ஏறுவதற்காகத்தான் தாமதப்படுத்தினார்கள் என்ற உண்மை, பக்கத்துச் சீட்டில் இருவர் வந்து உட்கார்ந்தபோதுதான் தெரிந்தது.

"மெதுவா, மெதுவா" என்றது ஆண்குரல் ஈனமான சுரத்தில். ஆளைப் பிடித்துக்கொண்டே ஒரு ஸ்திரீ தள்ளாடிக்கொண்டே வந்தாள். இருவரும் இடத்தில் அமர்ந்த பிறகுதான் கவனித்தேன்.

ஆண்பிள்ளைக்கு முப்பது வயதிருக்கலாம். எண்ணெய் காணாத கிராப். கொத்தவரைக்காய் போன்ற உடல். பழுப்படைந்த வேஷ்டி. அதெல்லாம் கூடப் பெரிய விஷயமாகத் தோன்றவில்லை. அந்த முகம்! முகத்தில் முற்றிய நோயின் களை! பார்க்கவே பயமாக இருந்தது. நிமிஷத்திற்கு ஒரு தரம் முகத்தின் தசைநார்கள் ஏதோ வேதனையில் சுழித்து நெளிந்தன. என்ன கோளாறோ?

அடுத்தாற்போல் அந்த ஸ்திரீயைப் பார்த்தேன். யாருக்கு நோய் அதிகம் என்று சொல்லக்கூடவில்லை. சுரத்தின் களை சொட்டிக் கொண்டிருந்தது. இயற்கை தந்த வனப்பெல்லாம் வாழ்வின் வறண்ட காற்றில் உலர்ந்திருந்தது. 'மெதுவாக மெதுவாக' என்று கணவன் சொன்னதில் பிசகொன்றும் இல்லை.

இவர்களைக் கவனித்துக் கொண்டிருந்தபொழுதே கண்டக்டர் ஊதிவிட்டான். வண்டி நகர ஆரம்பித்த வுடன், அந்த ஸ்திரீ செய்ததுதான் எனக்கு வியப்பாக இருந்தது. கணவனுக்கு ஆதரவு தேவை என்ற நினைப்பில், தனது வலது கையால் கணவனை அரவணைத்துக் கொண்டாள். வண்டி அசைவதினால் அவனுக்கு வேதனை அதிகப்பட்டுவிடக் கூடாதல்லவா? 'மெதுவாக' என்று அவளுடைய நிலைக்குப் பரிந்துகொண்டு கணவன் சொல்லிவிட்டதனால் என்ன? சுவர் இருந்தால்தானே சித்திரம் மினுக்கும்? கணவனை அரவணைத்துக் கொண்டு நிமிஷத்திற்கொருதரம் அவள் பார்த்த பார்வையை என்னால் மறக்கவே முடியாது. முறிந்து ஊசலாடிக் கொண்டிருந்த மனது வெள்ளம் வடிந்த நாணலைப் போல் தலைதூக்கிற்று.

ஆஸ்பத்திரிக்கருகில், பஸ் நிற்கும் இடம் வரையில், அரவணைக்கும் கையை அவள் எடுக்கவே இல்லை. அந்த ஆதரவில் அவன் கண்ணை மூடிக்கொண்டே வந்தான். ஆனால், எனக்குமட்டும் ஒன்று தெரிந்தது. ஸ்திரீ மூச்சு விடும்போதெல்லாம் சூடான துர்நாற்றம் ஒன்று என்வரையில் எட்டிற்று. இவள் நோய்வாய்ப்பட்டதற்காகக் கணவன் இவளை அரவணைத்துக்கொண்டு வந்திருந்தாலும் பொருத்தமாகத்தான் இருந்திருக்கும். அப்பொழுதும் இதே மன நிறைவைக் கண்டிருப்பேன்!

ஆஸ்பத்திரியண்டை நிற்கும் இடம் வந்ததும் ஒருவர் கையை மற்றவர் பிடித்துக்கொண்டு, நிதானமாக இறங்கினார்கள். நான் அவர்கள் உட்கார்ந்திருந்த இடத்தையே பார்த்துக் கொண்டிருந்தேன்.

106. அடுப்புக்கு எதிரில்

வெந்நீர் அடுப்பின் முன்னால் நான் உட்கார்ந்து கொண்டேன். விறகு புகைந்து வீட்டைத் தேர்தல் காலத்து நண்பர்களைப்போல் சூழ்ந்துகொண்டு வேதனை செய்கிறதே என்று விசிறியும் கையுமாக அடுப்பின் முன் போய் உட்கார்ந்தேன் என்பதைப் பற்றிச் சந்தேகம் இல்லை. ஆனால் ஏதோ இந்திரஜாலம் ஒன்று நடந்துவிட்டது. என்ன நடந்ததென்று சொல்லத் தெரியவில்லை.

கண்ணுக்கு எதிரே ஒரு செடி முளைத்தது. அது இரண்டு இலையாகி ஒளியின் வேகத்தில் கொழுகொம்பாகவும், மரமும் பூவும் பிஞ்சும் பழமுமாகச் சிலுப்பிக்கொண்டு பெரிய மரமாக வளர்ந்து விட்டது. பிறகு ஒரு மின்வெட்டு! ஒன்றுடன் ஒன்றாகப் பிணைந்த இரண்டு கிளைகள் என் கவனத்தை ஈர்த்தன. அதில் ஒன்று பட்டுப்போய்க் கொண்டிருந்தது. பலமாகக் காற்று அடித்தது. கிளைகள் ஒன்றோடொன்று உராய்ந்தன. முதலில் தீனமான பெருமூச்சு எழுந்தது. பிறகு ஒரு முனகல் தொடர்ந்து ஓய்ந்தது. அதற்குப் பின்பு புலம்பல் ஒன்று குமுறி அலை பாய்ந்தது.

“வாழ்வு பழுத்துப் போச்சு. காம்பு இற்றுப்போச்சு. ஓட்டம் ஒடுங்கிப் போச்சு. இனி கதை அவ்வளவுதான். பகலின் எழுச்சிக்குப் பிறகு இரவின் ஒடுக்கம். முதிர்ச்சிக்குப் பிறகு முறிவு” என்ற சொற்கள் காதில் விழுந்தன.

யாரையும் காணோமே என்று நினைத்துக் கொண்டேன். மாமரத்தின் அடிப்பாகத்தில் ஒரு கிழவியின் தலை தெரிந்தது. தாமரைக் குளத்தைப்போல் கண்களில் நீர் தளும்பிக் கொண்டிருந்தது.

“ஏன் பாட்டி, வருத்தப்படுகிறாய்?”

“ஐயோ தம்பி! கதை முடிந்து போச்சு. நான் பூக்க மாட்டேன். காய்க்க மாட்டேன். நிழல் தரமாட்டேன். பழம் தர மாட்டேன் குயிலுக்கும் கிளிக்கும் என்னிடம் வேலையில்லை. மரங்கொத்திப் பறவை வந்து ஏணிமீது ஏறுவதுபோல் படிப்படியாக ஏறி மரப்பட்டையின் இடுக்கிலுள்ள புழுக்களைத் தேடும். நான் ஓய்ந்து விட்டேன். ஒடுங்கி விட்டேன்; காய்ந்து விட்டேன்” என்று கிழவி குமுறினாள்.

“பாட்டி, இதற்காக வருத்தப்படுவானேன்? பகட்டுடன் பிறருக்குக் காட்சி அளித்தால்தானா உபயோகம்? பிள்ளைப்பூச்சியைப் போல் ஓடிக்கொண்டே இருந்தால்தான் சிறப்பா? வாழ்வின் அறம்–”

வாக்கியத்தை நான் முடிக்கவில்லை. மறுபடி ஒரு மின் வெட்டு! பிறகு கருந்திரை! திரையைத் தள்ளியது யார்?

கண் முன்னே ஒரு பெரிய மாளிகை தெரிந்தது. மைய அறையில் நான் உட்கார்ந்துகொண்டு உத்தரத்தைப் பார்த்துக் கொண்டிருந்தேன். பெரிய உத்தரம். உத்தரத்தின் நடுவில் ஒரு சாளரம். சாளரத்தைத் திறந்துகொண்டு பழைய கிழவி முகத்தைக் காட்டினாள்.

“என்ன பாட்டி, இங்கே எப்பொழுது வந்தாய்?” என்றேன்.

கிழவி சிரித்தாள். “இங்கு வந்து நூறு வருஷம் இருக்கும். இந்த வீட்டுச் சுமையைத் தாங்கிக் கொண்டிருக்கிறேன். இந்தக் குடும்பச் சுமையை வீடு தாங்கிக் கொண்டிருக்கிறது. இப்பொழுதுதான் ஒன்றை அறிந்து கொண்டிருக்கிறேன். வேலை செய்வதும் வேலைதான். வேலை செய்யாமல் இருப்பதும் வேலைதான். இது வேலையைவிடப் பெரிய வேலை. அந்தப் பெரிய வேலையை இப்பொழுது செய்து வருகிறேன். இங்கு வருபவர்கள் எல்லாம் என்னைப் பார்த்து என்ன சொல்லு கிறார்கள் தெரியுமா?”

“என்ன சொல்லுகிறார்கள்?”

“இந்த உத்தரம் இருக்கும் வரை இன்னும் எவ்வளவு மாடிகள் வேண்டு மானாலும் வைத்துக் கட்டலாம் என்கிறார்கள்.”

“அடங்கி ஆறிப்போன வைரமாச்சே நீ! வாய் திறவாமல் சும்மா சுமக்கப் பூமியைப் போல அன்பு வேண்டும். வெளியைப் போன்ற தெளிவு வேண்டும்.”

“முன்பெல்லாம் ஒவ்வொரு மூச்சையும் காரியத்தையும் நான் செய்வதாக நினைத்துச் சிலுப்பிக் கொண்டிருந்தேன். பழுப்பு இலைச் சேலையை உடுக்கக் கொடுத்தபொழுது ஐயோ என்று வருந்தினேன். ஆனால்

இப்பொழுது புரிந்துகொண்டேன். குயிலும் கிளியும் குருவியும் உட்காருவதற்குப் பதிலாகக் குழந்தைகளும் பெண்களும் ஆண்களும் என் ஆதரவை நம்பி உட்காருகிறார்கள் எல்லாமே ஒரு விளையாட்டு, ஒரு வேலை என்பதை அறிந்துகொண்டு விட்டேன்” என்றாள்.

“மெய் வழி” என்று குறுக்கிட்டேன். பாட்டி விடவில்லை.

“அதனால் தான் இப்பொழுதெல்லாம் கவலைப்படுவதே இல்லை. இப்பொழுது கூடப் பார்! நேற்று இங்கே வந்தவர் ஒருவர் என்னைக் குச்சியால் தட்டிப் பார்த்து விட்டு, ‘உத்தரங்கூடச் சளைத்துப் போக ஆரம்பித்து விட்டதே’ என்றார். வீட்டுக்காரர் வந்து இரண்டோர் இடங்களைக் கிள்ளிப் பார்த்தார். ‘காலம் என்ற ஒன்று இல்லை என்று சிலர் சொல்கிறார்கள் ஆனால் உண்டு என்பதுதான் உண்மை. இந்த உத்தரம் போட்டு நூற்றிருபது வருஷமாச்சு. இந்த உத்தரத்தின் ஜாதகத்தைத் தந்தையார் ஒரு கணக்குப் புத்தகத்தில் எழுதி வைத்திருக்கிறார். ஒரே வேலையை எத்தனை நாள்தான் இந்த உத்தரம் செய்துகொண்டிருக்கும்? ஏதோ இருந்த வரையில் லாபம்’ என்றார். உண்மைதானே? இப்பொழுதானாலும் எப்பொழுதோ ஆனாலும் எனக்கு ஒன்றுதான். உயிரின் சுமையை இறக்குவதென்பதே கிடையாது. உயிர் சுமையா என்ன? உன்னுடைய குழந்தையைத் தொலை தூரம் தூக்கிச் செல்ல வேண்டிய பொழுது கை வலிக்கலாம். மனசு வலிக்குமா?” என்றாள்.

அநேக சமயங்களில், கேட்ட கேள்விக்கு நம்மால் சரியாகப் பதில் சொல்லக் கூடுவதில்லை சொன்னாலும் அவர்கள் புரிந்து கொள்வதில்லை; அல்லது தவறாகக் கொண்டு விடுகிறார்கள்.

இப்பொழுது கேட்ட கேள்விக்கு என்னால் விடை அளிக்க முடியவில்லை. திகைப்புடன் நின்றேன். வீடு மரம் ஒன்றையும் காணோம். அடுப்பு மட்டும் ஏழு வர்ணம் விளங்க எரிந்து கொண்டிருந்தது. நெருப்பின் நடுவில் கிழவியின் முகம் சட்டம் போட்ட படம் போலத் தெரிந்தது.

“என்ன பாட்டி, அதற்குள்ளாக–” என்று இழுத்தேன்.

“அதற்குள் என்ன வந்தது? உத்தரம் களைத்துப்போய் விட்டதென்று என்னை எடுத்துப் போட்டுவிட்டார்கள். எனக்கு வருத்தம் பிறக்கவில்லை. பிறகு கோடாலிக்காரன் வந்து என்னை விறகாக உடைத்து விட்டான். இப்பொழுது நான் இல்லாமல் சோறாவதில்லை. வெந்நீர் அறை புகைவதில்லை. வெந்நீர் அறையில் இந்தக் குழந்தைகள் அடிக்கும் கொட்டம் ரொம்பத் தமாஷாக இருக்கிறது. விளையாட்டை எல்லாம் பார்த்தாகி விட்டது. இனிமேல் நானும் விளையாட்டும் ஒன்றாகி விட்டோம். நான் என்பதில் உனக்குக் கிழவிதான் மிச்சம்.”

“ஆனால் உன்னைப் பார்க்க முடியாதா?”

“கண் இல்லாவிட்டால் முடியாது. இருந்தால் காற்றில், நட்சத்திரத்தில், உங்கள் வீட்டுக் குழந்தையில், நாயில், பசுமாட்டில்–” என்று கிழவி அடுக்கிக் கொண்டே போனாள்.

“அதிருக்கட்டும். இவ்வளவு நாளாகப் பழகி உன் பெயரைத் தெரிந்து கொள்ளவில்லையே!” என்றேன்.

“எனக்குப் பெயரா?” என்று கிழவி சிரித்தாள். சிரிப்பின் தசை வட்டம் கொஞ்சங் கொஞ்சமாக விரிந்து கிழவியை விழுங்கி விட்டது. கிழவியைக் காணவில்லை.

திடுக்கிட்டுத் திரும்பிப் பார்த்தேன். எதிரே வெந்நீர் அடுப்பு, பிசாசு போல் எரிந்து கொண்டிருந்தது. முழங்காலைக் கட்டிக்கொண்டு நான் எதிரிலே உட்கார்ந்திருந்தேன். ஆனாலும் என்னால் நம்ப முடியவில்லை.

107. அவரும் அவளும்

அவர்களுக்கு இடையே சண்டை இல்லாத நாளும் கிடையாது; சமாதானமில்லாத நேரமும் கிடையாது. இது எப்படி முடியும் என்றால், குளத்தில் அலையும் அமைதியும் குடிகொண்டிருக்கவில்லையா? அதே மாதிரிதான். ஆனால், ஒன்று. எனக்கு ஒளித்த ரகசியங்கள் அவர்களிடம் இல்லவே இல்லை, அதாவது சிருங்காரம் நீங்கலாக.

'அவர் சுத்த மோசம்! வீட்டுக் காரியம் ஒன்றையும் கவனிக்கத் துப்பு கிடையாது. ஈர விறகை வாங்கிக் கொண்டுவந்து போட்டுவிட்டு, புகை கண்ணை அவிக்கிறதே என்று என்னுடன் சண்டை போடுகிறார். எப்படி நியாயம்? காய்ந்த விறகை வாங்கக் கூடாது என்று ஆணை இட்டிருக்கிறேனா? அவர் கண்ணில் ஏற்றம் போட்டு இறை என்று புகையின் காதைக் கடித்திருக்கிறேனா? தனி வீட்டை அமர்த்த முடியாமல் காலுக்கு விலங்கு போட்டு விட்டேனா? ஒரு எழவும் தெரிகிறதில்லை. விறகுக் கடைக்காரன் ஏதோ கொடுத்தான். இவர் வாங்கிக்கொண்டு வந்துவிட்டார். அவ்வளவுதான். இவரைப் போலவே உலகமும் இருக்கிறதென்று நினைத்துக்கொண்டு ஏமாந்து விடுகிறார். இந்தக் காலத்தில் எச்சரிக்கையாக இல்லாவிட்டால் வந்தது மோசம். இது தெரியாமல் எதற்கெடுத்தாலும் என்மேல் பாய்கிறார்' – இது 'அவள்' குற்றச்சாட்டு.

என்ன சொல்லுகிறாள் அவள்? மகா மோசம்! எப்படி விறகு வாங்கிக் கொண்டு வந்தாலும், 'கண் டாக்டர் வீட்டுக்குப் புறப்படுங்கள்' என்கிறாள். 'நேரே போய் வாங்கிக்கொண்டு வாயேன்' என்றால்

தனக்குக் கடைக்குப் போகத் தெரியாது என்கிறாள். ஏதாவது ஒரு தடவைக்கு இரண்டு தடவை சொல்லிவிட்டால் முகம் மரவட்டையைப் போல் சுருட்டிக்கொண்டு விடுகிறது. குளத்தில் கிடக்கும் எருமை மாடு மாதிரி, புத்தியில் அசைவே கிடையாது. ஏதாவது ஒரு காரியம் தானாகச் செய்யக் கூடாது? மகா மோசம்' – இது அவர் குற்றச்சாட்டு.

நான்தான் நீதிபதி.

இப்படி குற்றச்சாட்டும் எதிர்க் குற்றச்சாட்டும் இருந்துகொண்டே இருக்கும். ஒவ்வொருவர் சொல்லும்போதும் அதுதான் சரி என்று தோன்றும் ஆனால், நல்ல வேளையாக எனக்கு தீர்ப்பு எழுத வேண்டிய தொல்லை கிடையாது. இருந்தாலும் என் மனத்தில் ஒரு கற்பனை ஓடும். 'வெட்டவெளியான மைதானத்தில் நிலவு பொழிவது இன்பமா? அல்லது மர நிழல் கலந்த நிலவு தெருவில் தேங்கிக் கிடப்பது இன்பமா?' – என்ற கேள்வி எழும். விடைதான் தங்கத் தராசு முள் மாதிரி ஊசலாடிக் கொண்டிருக்கும்.

இப்படி ஊசலாடிக் கொண்டிருக்கும்பொழுது மாலையில் அவர் வந்து சேர்ந்தார்.

"அவள் செய்தது தெரியுமா? சுத்த மோசம்!" என்றார்.

"என்ன விஷயம்?"

"நேற்று காலை அவளுக்கு உடம்பு சரியாக இல்லை என்று சொன்னேன் அல்லவா?"

"ஆமாம்."

"அவள் என்ன செய்தாள் தெரியுமோ?"

"தெரியாதே!"

"உங்களிடத்தில் பாடம் ஒப்புவிக்கவில்லையா? வாலை சுருட்டிக்கொண்டு இருக்கக்கூடாது? நான் ஆபீஸுக்குப் போன பிறகு தாம்பரத்திற்குப் போய்விட்டுத் திரும்பியிருக்கிறாள். பிறந்ததே தொட்டுப் பழகின உடம்பாச்சே, அது 'தொட்டால் சுருங்கி' என்று தெரிய வேண்டாம்! வெயில், காற்று, மேகம், வாடை எதுவானாலும் வேண்டாத பெண்டாட்டியைப் போலத்தான்; எதுவும் குற்றம். நான் ஆபீஸிலிருந்து வீட்டுக்கு வந்தபோது பார்த்தேன். ஆட்டிடையன் கம்பளியைப் போர்த்துக்கொண்டு இவள் படுத்துக் கிடந்தாள். தொட்டுப் பார்த்தால் 130 டிக்ரி சுரம்."

"130 டிக்ரி ஏதையா?"

"ஏதோ ஏறத்தாழ இருக்கும். அப்பொழுதுதான் தாம்பரத்துக்குப் போய்விட்டு வந்த கதையைச் சொன்னாள். இவளுடைய மாமா பேத்தியைப் போய் தாம்பரத்தில் பார்த்து வராவிட்டால், சூரியன் மலைவாயிலில் விழமாட்டேன் என்று சபதம் செய்துவிட்டானாம்! ராத்திரியில் என்ன செய்வது? காலையில் பார்த்துக் கொள்ளலாம் என்று சாப்பிட்டுவிட்டுப் படுக்கையைப் போட்டேன்.

படுப்பதற்கு முன் அவள் உடம்பைத் தொட்டுப் பார்த்தேன். உச்சிப் பொழுது தார் ரோடு போல இருந்தது. மூச்சோ, கோட்டை அடுப்பைப்போல இருந்தது. எதுவும் சரியாக இருக்கும் வரையில் சரிதான். தவறிப் போனால் தவறினதுதான். நீங்களும் நானும் என்ன செய்ய முடியும்?"

"என்ன செய்ய முடியும்? ஒன்றும் முடியாது" என்று ஒத்து ஊதினேன்.

"கடவுள் ஒரு சுமைதாங்கி மாதிரி... அப்படி ஒன்றில்லாவிட்டால் உலகம் எப்படி இருக்கும் என்று கற்பனை கூடப் பண்ண முடியவில்லை. பாரத்தை அவர் மேலே இறக்கிவிட்டுப் படுத்துக்கொண்டேன். தூக்கம் வந்தால்தானே? எப்படியோ ராத்திரிப் பொழுது கழிந்தது.

காலையில் அவளையும் அழைத்துக்கொண்டு பெரிய ஆஸ்பத்திரிக்குப் போனேன். ஒரு இடத்தில் பேரைப் பதிந்துகொண்டு இன்னொரு இடத்திற்குத் தள்ளிவிட்டார்கள். அந்த இடத்தில், இன்ன நம்பர் அறைக்குப் போ என்று நம்பர் எழுதிக் கொடுத்து மற்றொரு இடத்திற்கு அனுப்பி வைத்தார்கள். கடைசியாக டாக்டரிடம் மருந்து எழுதி வாங்கிக்கொண்டு, மருந்து வாங்குகிற இடத்திற்கு வந்து சேர்ந்தோம். பெண்களுக்கு மருந்து கொடுக்கும் ஜன்னலண்டை பாட்டிலைக் கொடுக்கும்படி அவளிடம் சொன்னேன்."

"சிவனே என்று ஆண்பிள்ளை ஜன்னலண்டை போய் நீங்க மருந்து வாங்கி இருக்கப்படாது?" என்று ஒரு குறுக்கு ஏர் ஓட்டினேன் நான்.

"சர்க்கார் வேலையில் இருப்பவர்கள் எல்லாம் பிறருக்குச் சட்டம் சொல்வதில் புலி. 'ஏனய்யா, நீ பெண் பிள்ளையா?' என்று கேட்பானே என்று நினைத்துத்தான் இப்படிச் செய்தேன். ஆனால் இந்த ஆஸ்பத்திரி சமாசாரம் உமக்குத் தெரியுமா?" என்றார்.

"எனக்கொன்றும் தெரியாது. சும்மாதான் கேட்டேன். சொல்லும்" என்றதும் அவர் மேலே தொடர்ந்தார்.

"அங்கே ஒரே கும்பல், குளத்திலே கிடக்கும் கட்டையில் தவளைகள் ஒட்டிக்கொண்டிருக்குமே, அது மாதிரி இருந்தது. இவள் பாட்டிலைக் கொடுத்துவிட்டு நான் நிற்கும் இடத்திற்கு வந்துவிட்டாள். தன்னால்

நிற்க முடியவில்லை என்று மருந்தை என்னை வாங்கி வரச் சொன்னாள். பிறகு ஒரு பெஞ்சில் போய் உட்கார்ந்துகொண்டு விட்டாள். ஜன்னலண்டை போய் நானும் கும்பலுடன் நின்றேன். அரை மணி நேரம் காலை மாற்றிக்கொண்டு கொக்கைப் போல் தவம் செய்தேன்.

'மேருன்னிஸ்ஸா! மேருன்னிஸ்ஸா!' என்று ஒரு சீட்டையும் மருந்தையும் வைத்துக்கொண்டு கம்பவுண்டர் ஜன்னலுக்குள்ளிலிருந்து கூவினார். புர்க்கா அணிந்திருந்த ஒரு முஸ்லிம் ஸ்திரீ வந்து சேர்ந்தாள். சரியான பீப்பாய்! நான்தான் என்று கைநீட்டி மருந்தை வாங்கிக் கொண்டாள். பிறகு நகர்ந்து போகவேண்டியதுதானே? போகவில்லை. அதற்குப் பதிலாக பாட்டிலைப் பார்த்துவிட்டு, கம்பவுண்டரைக் கூப்பிட்டாள். யாரும் வரவில்லை. கொஞ்சம் உரக்கக் கூப்பிட்டாள், அப்பொழுதும் யாரும் வரவில்லை. அவளுக்குக் கோபமே வந்து விட்டது. ஜன்னலைவிட்டுத் தள்ளி வந்து நின்றுகொண்டு, உர்துவில் திட்ட ஆரம்பித்துவிட்டாள். 'சர்க்கார் சம்பளம் வாங்கிக்கிறவங்க, கார்க்கைத் திருட ஆரம்பிச்சுட்டாங்க' என்று திருப்பித் திருப்பிச் சென்னாள். புண்ணில் துரும்பு பாய்ந்தது போல் இருந்ததோ என்னவோ! யாரோ ஒரு கம்பவுண்டர் ஜன்னலண்டை வந்து தலையைக் காட்டிக் கேட்டார்:

"என்னம்மா கத்தறே?"

"என் பாட்டில் கார்க்கு?"

"கார்க்கா? கொடுத்தீங்களா?"

"நல்லாக் குடுத்தேன். நல்லாக் குடுத்தேன்" என்றாள்.

"பார்க்கிறேன்" என்று கம்பவுண்டர் உள்ளே மறைந்துவிட்டார்.

"என் சமாசாரம்தான் உங்களுக்குத் தெரியுமே?"

"எனக்குத்தான் உங்களை நன்றாய்த் தெரியுமே" என்று நான் பேச்சைக் குறைக்கப் பார்த்தேன். அவர் விடவில்லை.

"இப்படி ஊழியர்கள் இருந்தால் தேசம் என்னாவது என்று யோசித்தேன். கார்க்கைத் திருடிச் சேகரித்து, கம்பவுண்டர்கள் பழைய சாமான் கடை வைக்க உத்தேசித்திருக்கிறார்களா? இல்லை என்றால் கார்க்கு எங்கே போயிற்று? ஐந்தாறு கம்பவுண்டர்கள் இருக்கும் இடத்தில் தட்டுக்கிடல் ஏற்படுவது நியாயம். வேறு ஒரு மூடியோ கார்க்கோ பதிலுக்கு வந்திருக்க வேண்டாமா?"

"வந்திருக்க வேண்டியதுதான்."

"ஆனால், வரவில்லையே! இந்த சர்க்கார் சிப்பந்திகளுக்குச் சில பயிற்சிகள் நடத்த சர்க்கார் ஏற்பாடு செய்தாக வேண்டும். காரியாலயத்திற்கு வந்தவர்களை என்ன வேணும் என்று உடனே கேட்கச் செய்யவேணும். ஏதேனும் கேட்டால் மேஜைக்கு மேஜை போகச் சொல்லித் தட்டிக் கழிக்கக்கூடாது என்று சொல்லித் தரவேணும். மூன்றாவதாக, வந்த கடுதாசை இல்லை என்பதையோ கொடுத்த சாமானைத் திருப்பிக் கொடுக்காமல் இருப்பதையோ கண்டு விட்டால், ஊழியர் கழுத்தை வெட்டிவிட வேண்டும். எனவே... என்று என்னென்னவோ எண்ணமிட்டுக்கொண்டிருந்தேன். 'காமாட்சி!காமாட்சி!' என்று கம்பவுண்டர் கூப்பிட்டதைக் கேட்டுத் திடுக்கிட்டு ஜன்னலண்டை கையை நீட்டினேன்.

கம்பவுண்டர் பாட்டிலைக் கொடுத்தார். சீட்டைக் கொடுத்தார். அடுத்த விநாடி மறைந்துவிட்டார். பார்த்தால் பாட்டிலில் மூடி இல்லை. மேருன்னிஸ்ஸா கதை ஞாபகம் வந்துவிட்டது.

"பார்த்தீர்களா இவங்க சமாசாரம்?" என்றாள் பக்கத்திலிருந்த மேருன்னிஸ்ஸா.

'சார்! சார்!' என்று கூப்பிட்டேன். உள்ளே இருந்து எவ்விதப் பதிலையும் காணோம் ஆளையும் காணோம். அதன் பேரில் 'சார் சார்' என்று ஆறு தடவை 'சரி கம பத நிச' வரிசையாக உச்ச ஸ்தாயிக்குப் போய்விட்டேன்.

'ஏன் அய்யா, சும்மா கத்துகிறாய்?' என்று அந்தக் கம்பவுண்டர் வந்து கேட்டார்.

'இந்த பாட்டில் மூடியைக் காணோமே, சார்?'

'கொடுத்திருக்க மாட்டீர்.'

'இல்லே சார். இதே பாட்டைத்தான் இன்னொருவர் மேருன்னிஸ்ஸா வுக்கும் பாடினார். உள்ளே போய்ப் பாருங்கள்' என்றேன்.

கம்பவுண்டர் எங்கோ போய்விட்டு, 'காணோம் சார்' என்றார்.

எனக்குப் பற்றிக்கொண்டு விட்டது. இதற்காகத்தானா சார், ஜனங்களெல்லாம் வரிப் பணம் கொடுத்து சம்பளம், கிராக்கிப்படி, வீட்டுப்படி, நகரப்படி, வைத்தியச் சலுகை, கல்விச் சலுகை, வருஷாந்தரச் சம்பள உயர்வு எல்லாம் உங்களுக்கு அழுகிறோம்' என்று ஒரு போடு போட்டேன். உண்மையிலேயே கம்பவுண்டர் பயந்து போய்விட்டார் போலிருக்கிறது. ஏனென்றால், அடுத்த நிமிஷம் கம்பவுண்டர் அறைக்குள் 'ஸ்டெதஸ்கோப்'பைத் தொங்கப் போட்டுக் கொண்டிருந்த ஒரு டாக்டர்

தென்பட்டார். வந்தவர் என்ன செய்தார் தெரியுமா?"

"எனக்கெப்படித் தெரியும்?" என்றேன்.

"நீர் என்ன பெண்பிள்ளையா?" என்ற பெரிய கேள்வியைப் போட்டார்.

"இதுகூட உங்களுக்குத் தெரியவில்லையா? பெண் பிள்ளைக்காக மருந்து வாங்குகிறேன். உங்கள் கம்பவுண்டர் கார்க்குச் சேமிப்பு வாரம் தொடங்கி இருக்கிறார்" என்றேன்.

"அந்தப் பக்கம் முதலில் வா அய்யா, கார்க்கு தருகிறேன்" என்றார் டாக்டர்.

"இங்கு கொடுத்த கார்க்கை அங்கே வந்து வாங்குவானேன்?"

"நீர் உத்தரவுக்குக் கீழ்ப்படிய மாட்டீரோ?" என்று அதட்டினார்.

"கம்பவுண்டர் குற்றத்தை மறைப்பதற்காக என் குற்றத்தைச் சுட்டிக் காட்டியது எனக்குப் பொறுக்கவில்லை. அதற்காக நான் செய்த தவறை நீடிக்கவும் விரும்பவில்லை. டாக்டரைச் சும்மா விடவும் இஷ்டமில்லை. கார்க்கை நீங்களே வைத்துக்கொள்ளுங்கள், சார்!" என்று அப்பாலே நகர்ந்து போய்விட்டேன்.

என் மனைவி உட்கார்ந்திருந்த பெஞ்சண்டை வந்து 'கிளம்பு' என்றேன். 'மருந்து வாங்கியாகிவிட்டதா?' என்று கேட்டாள். பாட்டிலைக் காட்டினேன்,

'இந்தாருங்கள்' என்று இடுப்பிலிருந்து எடுத்து, பாட்டில் மூடியை என் முன்னே நீட்டினாள். எனக்கு எப்படி இருந்தது தெரியுமா?

'இத்தனை நாழியாக கார்க்குக்கு ரகளை பண்ணிக் கொண்டிருக்கிறேன். பார்த்துக்கொண்டே இருந்துவிட்டு–'

'உள்ளே மூடியோடு கொடுத்தால் மூடி திரும்பி வராது என்று ஒருத்தி சொன்னாள். அதனால் எடுத்து வைத்துக்கொண்டு பாட்டிலை மட்டும் கொடுத்தேன்.'

'இங்கே மூடி இருக்கிறது என்று ஒரு வார்த்தை சொல்லக் கூடாதோ? ஒரு ஜாடை காட்டக் கூடாதோ?'

'எனக்கு இங்கிலீஷா தெரியும்? ஏதோ சொல்லிக் கொண்டிருக்கிறீர்கள் என்று நினைத்தேன்.'

'களிமண் உன்னை விட்டுப் போகாது.'

'அதிருக்கட்டும். பாக்கிச் சண்டையை வீட்டில் போய்ப் போட்டுக்

கொள்வோம். இது ஆஸ்பத்திரி,' என்று பொறுமையுடன் குத்திக் காட்டினாள்.

அவ்வளவுதான். ஊமை மாதிரி வீடு வந்து சேர்ந்தோம்."

"பாக்கிச் சண்டை?" என்று கிண்டிவிட்டேன், நான்.

"அத்தனை நாழி ஜன்னலண்டை பேசுகிறேனே! என்ன என்று வந்து கேட்கத் துப்புக் கிடையாது" என்று ஆரம்பித்தேன்.

"நான்தான் களிமண். நீங்களாவது 'இந்தப் பாட்டில் மூடி எங்கே?' என்று ஒரு வார்த்தை கேட்டிருக்கக் கூடாதோ? நாளைக்கு ஒரு இங்கிலீஷ் அரிச்சுவடி ஞாபகமாக வாங்கிக்கொண்டு வந்து விடுங்கள்" என்று அமரிக்கையாகச் சொல்லிவிட்டுக் குளிக்கப் போய்விட்டாள்.

"சுத்த மோசம்! ஒரு மண்ணும் தெரிகிறதில்லை!" என்று கதையை நிறுத்தினார்.

"மனைவியை மண்ணென்று சொன்னால் உங்களை ஆகாயம் என்று சொல்லலாமா?" என்று கேட்டேன். நான் சொன்னதை அவர் புரிந்து கொண்டாரோ என்னவோ!

"பூமியும் ஆகாயமும் சேராவிட்டால் மழை ஏது? இடி ஏது?" என்றுதான் நான் கேட்டேன்.

108. விளக்கு

மெழுகுவர்த்தி வரிசையை ஒவ்வொன்றாகக் கொளுத்தி வைத்தது போல, ஒவ்வொரு பாடகராக மல்ஹார் ராகத்தை ஆலாபனை செய்துகொண்டு வந்தனர். தர்பார் மண்டபத்தில் இசை வெள்ளத்தின் அலைகள் எழுவதும் விழுவதுமாக இருந்தன. உள்ளக் கடலில் சிற்றலையாக எழுந்த நாத இன்பம் வரவரப் பேரலையாகி, சபையில் உள்ளவர்களைப் பிரமிக்க வைத்துக் கொண்டிருந்தது. முதலில் பாடியவரைவிட என்னதான் அடுத்தவர் பாடிவிட முடியும் என்று ரஸிகர்கள் சர்ச்சை செய்துகொண்டிருக்கும்பொழுதே இரண்டாவது அலை முதல் அலையை விழுங்கிவிடுவது போல பாட்டின் தரம் ஏறிக்கொண்டே வந்தது. சபையின் உற்சாகமும் கரைபுரண்டு கொண்டிருந்தது.

கடைசியாகப் பாட ஆரம்பித்தார் தான்சேன். தான்சேன் அரைப் பைத்தியம் என்று பெயர் வாங்கியவர். இரண்டு கால்களையும் மண்டி இட்டுக்கொண்டு உட்கார்ந்த உடனே புலியைப்போல் இரண்டுதரம் உறுமினார். மலைக் குகையில் ஆண் புலி தரைக்கருகில் வாயை வைத்துக்கொண்டு உறுமும்பொழுது எழும் அதிர்ச்சி திக்குகளையும் காட்டையும் கலங்க வைப்பது போன்று ஓசை பரவிற்று. புலியும் இல்லை; ஒன்றும் இல்லை என்று சபையினருக்கு நன்றாகத் தெரிந்த போதிலும் தங்கள் குலை நடுக்கத்தைத் தடுக்க முடியவில்லை. மேதையின் சேஷ்டை என்ற எண்ணத்தையும் விலக்க முடியவில்லை உண்மையை அவர்கள் கண்டார்களா? அதுதான் அவருடைய குரு

வணக்கம்! அந்த உறுமல் காரணமாகத்தான் இந்த இசை உலகத்திலே அவர் புகும்படி நேர்ந்தது. அந்தச் சம்பவத்தை அவரால் எப்படி மறக்க முடியும்?

தான்சேன் சிறு பிள்ளையாக இருக்கும்பொழுது அவர்கள் குடும்பத்திற்கு ஒரு புன்செய்த் தோட்டம் சொந்தமாக இருந்தது. வெகுசிரமப்பட்டு குடும்பத்தினர் அதில் பயிரேற்றி மரம் நட்டு வளர்த்து வந்தனர். ஆனால், அதனுடைய பயன் அவர்களுக்குக் கிட்டு வதில்லை. தோட்டம் ரஸ்தா ஓரமாக இருந்தபடியால், வழிப்போக்கர்கள் தோட்டத்தில் கை வைக்காமல் போவதே இல்லை.

தோட்டத்திற்குக் காவலாக இருக்கும்படி தான்சேனை அவனுடைய தகப்பனார் நியமித்திருந்தார். சிறு பையனாக இருந்த போதிலும் தான் சேனுக்கு ஒரு யுக்தி தோன்றிற்று. தோட்டத்திற்குள் செடி மறைவில் ஒளிந்து கொண்டு ஆண் புலியைப்போல் உறுமினான். கண்ணால் தோட்டத்தைப் பார்த்த வழிப்போக்கர்கள் காதில் புலியின் உறுமல் விழுந்ததும் அவர்களைப் பயம் கவ்விக்கொண்டது. தோட்டத்திற்குள் எங்கோ புலி இருக்கிறதென்று கருதினார்கள். நாளாவட்டத்தில் அந்தப் பாதை வழியே ஜனங்கள் செல்வதுகூட அருகிவிட்டது.

ஒருநாள் இரண்டு சாதுக்கள் பாதை வழியே சென்றனர். அவர்களைக் கண்ட தான்சேன் புலியைப்போல் உறுமினான். ஒரு சாது பிழைத்தேன் என்று ஓடிவிட்டார். சாது ஹரிதாஸ் மட்டிலும் தைரியமாகத் தோட்டத்திற்குள் நுழைந்து பார்த்தார், தான்சேன் செடி மறைவில் ஒளிந்து கொண்டிருந்தான்! சாது ஹரிதாஸ்க்குத் தான்சேனுடைய திறமையில் அபாரப் பற்று உண்டாயிற்று. எனவே, தனக்குத் தெரிந்த இசைக் கலையைப் பையனுக்கு அன்று முதல் புகட்டி வைக்க ஆரம்பித்தார். வெகு சீக்கிரத்தில் அவன் ஒப்பற்ற இசை மேதையாகி விட்டான். மேதையாய்ப் போய்விட்ட பிறகும்கூட, தோட்டத்துக் காவல் வேலை ஒரு கதையாகப் போய்விட்ட பிறகும்கூட, தான்சேன் பாட ஆரம்பிக்கும் பொழுதெல்லாம் புலியைப்போல் உறுமாமல் துவங்குவதில்லை. உறுமலே தான்சேனின் குரு வணக்கம்! ஆனால், சபையினர் இந்த ரகசியத்தைக் கண்டார்களா?

மூன்றாம் தரம் உறுமிவிட்டு, தான்சேன் மல்ஹாரையே பாட ஆரம்பித்தார். விளம்ப காலம்! தொடங்கிய சில நிமிஷங்களுக்குள் இவருக்கு முன்பு பாடியவர்கள் ஆலாபனை எல்லாம் சுத்தமாக மறந்து போய்விட்டது. மண்டபத்தின் சம்கி வேலை செய்த விதானத் திலிருந்து தொங்கிய வெல்வெட் பாபட்டாக்கள் காற்றில் ஊசலாட வில்லை, பாட்டில் ஆடுகின்றன என்று ஒரு ரசிகர் தன் உணர்ச்சியை உருவகப்படுத்திக்கொண்டிருந்தார். கல் தூண் குதிரைகள் காதை

நெறிக்குமா என்று மற்றொருவர் எண்ணமிட்டுக் கொண்டிருந்தார். இப்படியே ஒவ்வொருவரும் ஒவ்வொரு பிரமையுடன் தடுமாறிக் கொண்டிருந்தனர்.

விளம்ப காலம் துரித காலமாக மாறிற்று. நள்ளிரவில் புதை வாணங்களைக் கொளுத்தியது போல சாரீரம் விசும்பி எழுந்து. ஒலி மலர்களாக உதிர்ந்தது. சீர் வாணங்களைப் போல் ஜாருக்கள் விரைந்து நெளிந்து சரிந்து விழுந்தன. பிர்காக்கள் அவுட் வாணத்தைப் போல் உணர்ச்சி பொதிந்த இன்னிசையைக் கொட்டின. மண்டபம் வானமாகிவிட்டது. ரசிகர்கள் தேவர்களாகி விட்டனர்.

சமயம் பார்த்து தான்சேன் ஒரு விநாடி ஓய்ந்தார். யாரோ ஒருவர் அவரை நெருங்கி, "தங்கள் காதலி வந்திருக்கிறார். அரண்மனைச் சேவகர்கள் உள்ளேவிட மறுக்கிறார்கள்" என்றார். 'யாரிடமாவது சொல்லி, எப்படியாவது அழைத்து வந்துவிடு' என்று சொல்லிவிட்டு, தான்சேன் சபையினரைப் பார்த்தார். அகல விரித்த ஆயிரம் கண்கள் அந்தரத்தில் நிற்கிறோமே என்று முறை இடுவது போலிருந்தது.

மல்ஹாரை விட்ட இடத்திலிருந்து தொடர்ந்து பாடி முடித்தார். சபை யினரின் கரைகடந்த இன்ப வெறி பெருத்த ஆரவாரமாக மாறிற்று.

அப்பொழுது ஒரு பாடகர் எழுந்து தலையைச் சிலுப்பிக் கொண்டார். அவர் கட்டியிருந்த சிகப்புத் தலைப் பாகை சண்டைக் கோழியின் கொண்டையைப் போலத் திகழ்ந்தது.

"கலைஞரே! மல்ஹார் ராகத்திற்குக் காந்தாரம் உண்டா? காகலி நிஷாதமும் கைசிக நிஷாதமும் உண்டா?" என்று வினவினார்.

இதற்குப் பிறகுதான் சபையிலிருந்த வித்வான்களுக்கெல்லாம் சுய உணர்வு திரும்பிற்று. கண் திறந்தது. ராகமோ மாறவில்லை. பாவமோ குன்றவில்லை. ஆனால் மரபுக்கு ஒவ்வாத ஸ்வரங்கள் மட்டும் எப்படி சேர்ந்தன? அப்படி சேர்ந்தும் ராகத்தின் தன்மையைக் குலைக்காமல் ஒன்றி ஏமாற்றிவிட்டனவே, என்ன விந்தை! என்று இசை நுணுக்கப் புதிரை விடுவிக்க முயன்று கொண்டிருந்தனர்.

தான்சேன் தனக்குத்தானே சிரித்துக்கொண்டே பதிலளித்தார்.

"மிதந்தாலும் மல்ஹார்தான். நிலைத்தாலும் மல்ஹார்தான். படுத்தாலும் மல்ஹார்தான். மாற்றம்தான் புதுமையின் பிறப்பிடம். விரிவுற்றுப் பரவுவதற்கான கால்வாய். இதற்குப் பெயர்தான் மியான்கி மல்ஹார்."

"பெரியவர்கள் தடுக்கி விழுந்தால் கூட" என்று மேலே வாதமிட முயன்ற வித்வானுக்கு, சபையினர் இடம் தரவில்லை. மூலைக்கொரு

குரல் எழுந்து அவரை உட்கார்த்தி வைத்து விட்டது.

தான்சேன் யாரையோ எதிர்பார்ப்பது போலக் கூட்டத்தில் கண்ணோட்டம் விட்டார். பக்கத்திலிருந்தவரையும் குறிப்பிட்டுப் பார்த்தார். "தர்பாருக்கு வரும்படியான உடை இல்லை என்று திருப்பி அனுப்பிவிட்டார்களாம்" என்று அவர் தான்செனிடம் குசுகுசுத்தார்.

திருப்பி அனுப்பி விட்டார்களா? தான்சேன் மனம் இருண்டது. கண்கள் இருண்டன. மண்டபம் இருண்டது. உட்கார்ந்திருந்தவர்கள் எல்லோரும் நிழலானார்கள். என்ன சொல்கிறோமென்று அவருக்கே தெரியவில்லை.

"திருப்பி அனுப்பி விட்டார்களா? இருட்டில் உடையை எப்படிப் பார்க்கமுடியும்? இருட்டில் எப்படிப் பாட முடியும்? அரண்மனையில் கூடவா இருட்டு? இங்கு கூடவா கடமையில் வழுவல்? விளக்கை ஏற்றச் சொல்லுங்கள். இருட்டு தெரியாவிட்டால், கண்ணால் என்ன பயன்? விளக்கைப் போடட்டும்" என்று தான்சேன் உறுமினார்.

சபையில் இருந்தவர்களுக்கு ஒன்றும் விளங்கவில்லை. எப்படி விளங்கும்? மாலை வெயிலின் மஞ்சள் பாளம் மண்டபத்து வளைவுகளூடே புகுந்து சபையினருடன் இசையை மாந்திக்கொண்டு கண்ணெதிரே கிடக்கும்பொழுது தான்சேன் சொல்வதற்காக இருட்டி விடுமா? விளக்கேற்றச் சொல்ல முடியுமா? அந்திக்கு முந்தி யார்தான் விளக்கேற்றுவார்கள்? பைத்தியத்தினுடைய வாடைக் காற்றோ என்ற ஐயம் சபையினர் நெஞ்சில் எழுந்தபோதிலும், இனமறியாத உண்மை ஒன்று அவருடைய பேச்சில் ஒலித்தது போலவும் தோன்றிற்று. "ஆனால், விளக்கை ஏற்ற மாட்டீர்களா? திரியைத் தூண்டி ஒளியைக் கட்டவிழ்த்து விடமாட்டீர்களா? மாட்டீர்களா? வேண்டாம். கொளுத்த வேண்டாம். நானே கொளுத்தி விடுகிறேன்" என்று கூறிக் கொண்டே, மறுமுறை தான்சேன் உறுமினார்.

ஒரு விநாடி அமைதி வழிந்தது. மறு விநாடி தான்சேன் முனகினார். பிறகு தொடர்ந்து பாட ஆரம்பித்து விட்டார். உலைக் கூடத்தின் அடியிலிருந்து துருத்தியின் காற்று உந்தித் தள்ளும் ஜ்வாலையின் கொழுந்துகள் முதலில் தலைகாட்டின. தான்சேனின் குரல் வரவர உருகிக் கம்பியாகி, மேல் எல்லையில் புகையாகி மருகிற்று. 'தீபக்' ராகமல்லவா உலவுகிறது? நெருப்பல்லவா எரிகிறது? ஒளி அல்லவா சுடர் விடுகிறது? உண்மையில் இங்கு இருட்டுதான். தான்சேனுக்குப் பைத்தியமில்லை. இப்படி ஒரு தோற்றம் சபையினரைப் பற்றிக் கொண்டது.

ஆனால், தான்சேன் இந்த உலகத்தில் இல்லை. தீப லோகத்தில் மிதந்து சென்று கொண்டிருந்தார். குரலா, மின்னலா என்றே தெரியவில்லை. பயங்கரமான இடியின் குமுறல் மண்டபத்தில் எதிரொலித்தது. மின்னல் வெட்டியது. மண்டபத்தில் தொங்கிக்கொண்டிருந்த லஸ்தர்களும் குளோபுகளும் திடீரென்று சுடர்விட்டெரிந்தன! தீபக் ராகம் விளக்குகளை ஏற்றிவிட்டது!

சபையினர் பிரமித்தனர், திகிலடைந்தனர். இருட்டில்லா விட்டால் சுடர்கள் முத்தைப்போல் எரியுமா? மண்டபம் இருட்டுதான். நாமும் நிழல்தான், தான்சேன் தான் விளக்கு என்று ஒவ்வொருவர் மனத்திலும் தோன்றிற்று.

விளக்குகள் சுடர்விட்டு எரியத் தொடங்கிய உடனே தான்சேன் மூர்ச்சையாகி விட்டார். முகம் கன்றிவிட்டது இந்த உண்மை நிலையை உணர்வதற்கே சபையினருக்கு சில நிமிஷங்கள் ஆகிவிட்டன. பரபரப் படைந்த சிலர், தான்சேன் முகத்தில் பன்னீரை வாரி இறைத்தனர்.

தான்சேன் கண்களை மெதுவாகத் திறந்தார். ஆனால், கைகள் மட்டும் அவர் வயிற்றைப் பிடித்தபடியே இருந்தன! கொடிய சூலை நோய் அவரைத் திருகிப் பிழிந்து கொண்டிருந்தது. கன்னத்தின் கதுப்பு களும் முகமும் வேதனையின் அலைகளை ஏந்தித் தவித்தன.

சபையினருக்கு இந்த அனுபவம் புரியவில்லை. அரண்மனை வைத்தியர்கள் தான்சேனின் நாடிகளைப் பிடித்துப் பார்த்தனர். நாடிகள் சரியாகப் பேசவில்லை! நோயின் மூலமும் தென்படவில்லை! வைத்தியர்கள் ஒருவருக்கொருவர் பேசிக் கொண்டனர். ஆனால், யார் முகத்திலும் தெளிவு தோன்றவில்லை. ஒரு வைத்தியர் மட்டும் தன் பையிலிருந்த கஸ்தூரியை எடுத்து வெற்றிலையில் தடவி, தான்சேனிடம் நீட்டினார்.

"நெருப்பில் நெய்யை விட்டால் அணையுமா?" என்று தான்செசன் தணிந்த குரலில் வெட்டிக் கேட்டார்.

"எங்களுக்கு ஒன்றும் விளங்கவில்லையே!"

"இதற்கு மருந்து உங்களிடம் இல்லை. தீபக் ராகத்திற்கு மருந்து மேக மல்ஹார்தான். யாரேனும் மேக மல்ஹார் பாடுவார்களா?"

இசைப் புலவர் யாரும் வாயைத் திறக்கவில்லை, தலையைத் தொங்கப் போட்டுக் கொண்டார்கள்.

"இரண்டு பேருக்குத்தான் மேக மல்ஹார் பாடத் தெரியும். ஒருவர் பாடும் நிலையில் இல்லை. மற்றொருத்திக்குத் தெரியும். ஆனால்,

அவளை இங்கு வரமுடியாதபடி ஆசார வாசலிலேயே விரட்டி விட்டார்கள். இனி என்ன நடந்தால் என்ன?" என்று தான்சென் வருந்தினார்.

அதற்குள் ஆசார வாசல் சம்பவத்தைப் பற்றிச் சபையினர் அறிந்துகொண்டு விட்டனர். உடனே அரண்மனைச் சேவகர்கள் பல்லக்குடன் சென்று, அவளைத் தேடிப் பிடிக்க முயன்றனர்.

பாதையோரத்தில் ஒரு கிராமக் கிணற்றண்டை அவள் தண்ணீர் இழுத்துக் கொண்டிருந்தாள். அரண்மனைச் சேவகர்களைக் கண்டதும் அவளுக்குப் பயம் உண்டாகவில்லை.

"என்னை உள்ளே போகக் கூடாதென்று அரண்மனையில் சொன்னார்கள். திரும்பி வந்துவிட்டேனே! இன்னும் என்ன?"

"உங்கள் மேல் குற்றமில்லை. அவர் எங்கள் அறியாமையைச் சுட்டிக் காட்டினார். எங்களால் அறிந்துகொள்ள முடியவில்லை. தீபக் ராகத்தைத் தான்சேன் பாடியபொழுது புரிந்து கொண்டோம். அதனால்...

"தீபக் ராகத்தையா பாடினார்? தீபக்கையா? நானில்லாத போதா?" என்று புலம்பிக் கொண்டே, பல்லக்கில் ஏறி அமர்ந்து கொண்டாள்.

"ஓடு ஓடு ஓடு ஓடு! அது, கொள்ளிவாய்ப் பிசாசாயிற்றே! ஓடு! ஓடு!"

பல்லக்கு அரண்மனை வாயிலை அடைந்ததும், கருமுகிலைத் துரத்தும் பேய்க் காற்றைப்போல், அவள் தர்பார் மண்டபத்திற்குள் புகுந்தாள்.

மண்டபம் முழுவதும் வேதனைப்படும் முகங்கள்! இசை மேடையின்மேல் தான்சேன் வெல்வெட் திண்டின் மீது சாய்ந்து கொண்டிருந்தார். கண்கள் மூடி இருந்தன. கைகள் வயிற்றைப் பிடித்தபடியே இருந்தன.

'ஆ' என்று ஆரம்பித்தாள். மேக மல்ஹார் ராகம் இனிய காற்றாய், நீர்த் துளியாய், ஆவியாய், மேகமாய் மண்டபத்தைக் கப்பிக் கொண்டது. வேதனைப்பட்ட சபையோர்கள் முகத்தில் கூட ஒரு அசைவு கண்டது. மேக மல்ஹாரை அவள் பாடிக்கொண்டே இருந்தாள். திடீரென்று உண்மையாகவே மழை பொழியத் தொடங்கிவிட்டது. மழையைக் கண்ட கூட்டம் திகைத்தது, பிரமித்தது, தான்சேனை நோக்கிற்று.

அவளும் பாடிக்கொண்டே தான்சேனை நெருங்கினாள். மேக மல்ஹார் மழையை வரவழைத்துவிட்டது. ஆனால், தான்சேனின் இமைகளைத் திறக்க முடியவில்லை.

109. செலாவணி

இது உண்மையாகவே நடந்தது. ஆனால் இதில் ஆச்சரியமென்ன வென்றால் எங்கே, எப்பொழுது நடந்ததென்று எனக்கே தெரியவில்லை. இதற்குக் காரணம் அந்த உண்மையின் வலிமை என்றுதான் நினைக் கிறேன். சூரியனை நேருக்கு நேராகப் பார்த்தவர்கள் யார்? ஒன்று, கண் மூடிப்போகும்; அல்லது மயக்கம் உண்டாகிவிடும். அதைப் போலத்தான் இந்த உண்மை எனக்கொரு மயக்கத்தை அளித்திருக்க வேண்டும். இல்லாவிட்டால் எங்கே, எப்பொழுதென்பது மறந்து போகுமா?

நான் எங்கே போய்க் கொண்டிருந்தேன். எதற்காகப் போனேன் என்பதும் தெரியவில்லை. போகாமல் இருப்பதற்கென்ன என்றால் நான் வந்த பாதை மறு நிமிஷமே கண்ணுக்குப் புலப்படவில்லை— அழிந்து கொண்டே வந்தது. ஆகையால், திரும்பிப் போகிற பேச்சுக்கே இடமில்லாமல் போய்விட்டது. ஆனால் எனக்கு ஒரு ஆறுதல் இருந்தது. என்னைப்போல இன்னும் பலர் எனக்கு முன்னே சென்று கொண்டிருந்தனர். அவர்களுக்கு ஆவது நமக்கும் ஆகட்டுமே என்று நினைத்துக் கொண்டே சென்றேன்.

கொஞ்ச தூரம் சென்ற பிறகு ஒவ்வொருவராகத் தேங்கி நிற்க ஆரம்பித்து விட்டார்கள். எட்டத்திலிருந்து பார்த்தால் பெரிய வியாபார ஸ்தலத்தைப் போன்ற சுறுசுறுப்பு அங்கு தென்பட்டது. மெதுவாக நானும் அங்கு சென்று விட்டேன். ஆனால் எனக்கு இன்ன விஷயம் என்று புரியாததால் சற்று நின்று பார்க்கலாமே என்று தோன்றிற்று.

முதலில் இங்கேன் இவர்கள் நிற்கிறார்கள் என்பதை சோதனை செய்த பொழுது ஒரு கடை தென்பட்டது. பார்வைக்கு சாதாரணக் கடையைப் போலத்தான் இருந்தது. ஆனால் கடையில் உட்கார்ந்திருந்தவரைப் பார்த்தால் அசாதாரணமாக இருந்தது. ஏனென்றால் ஒரு சமயம் இரண்டு கண் இருப்பது போலவும் ஒரு சமயம் மூன்று கண் இருப்பது போலவும் தோன்றியது பெரிய அதிசயமாக இருந்தது. 'செலாவணி' என்று கடைக்கு மேல் விலாசப் பலகை தொங்கிக் கொண்டிருந்தது.

கடை என்றால் நாம் பணம் கொடுத்து சாமான்கள் வாங்கும் இடம் என்றல்லவா நினைக்கிறோம்? இங்கே அப்படி நடக்கவில்லை. "கடைக்கார ஐயா! செலாவணி கொடுங்கள்" என்றார் ஒருவர்.

"என்ன சரக்கு?" என்றார் கடைக்காரர்.

"எங்கள் பாட்டனார் லட்சாதிப் பிரபுவாக இருந்தார். பன்னிரண்டு கோயில் திருப்பணி நடத்திக் கும்பாபிஷேகம் செய்தார். ஒரு ஊருணிக்கு ஏற்பாடு செய்தார். அவருடைய முன்னோர்கள் சிற்பத்திலும், இசையிலும் இயலிலும் விற்பன்னர்களாக இருந்தார்கள். அவர்கள் திறமைதான் நாடெங்கிலும் இறைந்து கிடக்கிறது. குறிப்பிட்டுச் சொல்ல வேண்டுமா?" என்று நிறுத்தினார்.

"அதெல்லாம் குழிப் பிணத்துக்கு இழவு கொடுக்கிற சமாசாரம். இப்பொழுது சொல்லய்யா" என்றார் கடைக்காரர்.

"என் தகப்பனார் பெரும் புலவர். நம்முடைய இலக்கியத்தை எல்லாம் கரைத்துக் குடித்து அமுத மழையாக விரிவுரை கூறுவார்."

"அதெல்லாம் சரி. உம்முடைய சமாசாரத்தைச் சொல்லும்."

"நானும் வியப்புரை கூறுகிறேன். பழஞ் செல்வத்தைப் பாதுகாத்து மெருகிட்டு வருகிறேன். இன்னும்..."

கடைக்காரர் அவரை முடிக்க விடவில்லை.

"உமக்குக் கண் பின்புறமிருக்கிறது. இங்கு செலாவணி இல்லை. வணக்கம்" என்றார் கடைக்காரர்.

அந்த மனிதர் 'இதென்ன அக்கிரமம்' என்று முணுமுணுத்துக்கொண்டே ஒரு பக்கமாக ஒதுங்கிவிட்டார்.

உடனே மற்றொருவர் கடைக்காரர் எதிரில் போய் நின்று செலாவணியைக் கோரினார்.

"என்ன சரக்கு?" என்றார் கடைக்காரர்.

அந்த மனிதர் புயல் வேகத்துடன் பதில் உரைத்தார்.

"மனிதனுக்குத் தொடுவான் லட்சியம். மண்ணிலுள்ள மரத்திற்கு வானம் லட்சியம். நமக்கெல்லாம் லட்சியம் எதிர்காலம். பொற்கதவு அமைந்த இன்ப மாளிகையினின்று மிதந்து வரும் இன்னிசை காதில் விழவில்லையா? ஊக்கமும் உறுதியும் அளித்து உயிரை முன்னே இழுத்துச் செல்லும் காந்தக் குதிரையின் குளம்போசை காதில் விழவில்லையா? எதிர்காலமே வாழ்வு. விவரம் தேவையானால்–" என்றார்.

கடைக்காரர் பேசவிடவில்லை.

"கடையை மண்ணில்தான் வைத்திருக்கிறேன். வானவில்லை நம்பி இந்தக் கடையை நடத்தும் திறமை எனக்கில்லை. பூர்ணச் சந்திரன் கவிழ்த்து உருட்டிவிடும் அமுத வெள்ளத்தைப் போய்ப் பாரும். உமக்கு வேண்டியது கிடைக்கும்" என்று கடைக்காரர் அவரை விரட்டி விட்டார்.

"சுயநலக்காரத் துரோகி!" என்று வைதுகொண்டே இந்தப் பக்கமாக அவர் நகர்ந்துவிட்டார்.

பிறகு ஒரு சில நிமிஷம் யாரும் கடைக்காரரிடம் பேசவில்லை. நான் கூர்ந்து கவனித்த பிறகுதான் ஒரு ரகசியம் தெரிந்தது. அங்கிருந்தவர்கள் அத்தனை பேரும் முதல் ஆள் பக்கம் சிலரும், இரண்டாவது ஆள் பக்கம் சிலருமாக சேர்ந்துகொண்டு விட்டார்கள்.

ஒரு நிமிஷம் யோசித்தேன். நாம் போய் நின்றால் என்ன? நிற்கலாம். அவர் கேள்வி கேட்பாரே? கேட்கட்டுமே. கைக்கு வந்ததைச் செய்வதும் மனத்தில் படுவதைச் சொல்வதையும் தவிர வேறென்ன செய்யக் கிடக்கிறது?– இந்த மாதிரி தைரியத்தில் கடைக்காரர் முன்னே போய் நின்றேன்.

வழக்கம்போல் கடைக்காரர் கேள்வி கேட்டவுடனே நான் தலையையும் வயிற்றையும் தொட்டுக் காட்டிவிட்டு இரண்டு கைகளையும் நீட்டிக் காட்டினேன. பயித்தியம் என்ன உளறுமோ என்று பயந்துகொண்டு நின்றேன்.

"சபாஷ் மகாராஜா! கடையை நீயே எடுத்துக்கொள்" என்று கூறிக்கொண்டே கடைக்காரர் ஓடிவிட்டார்.

அவர் எங்கு ஓடினார் என்று எனக்குத் தெரியவில்லை! எங்கேனும் இருந்து பார்த்துக்கொண்டுதானிருப்பார்!

110. ஒரு நாள்

"அப்பா! ஏந்திரு. மணி ஏழரை ஆச்சு."

"என்னடி சனியன்! தூங்கவிட மாட்டேன்கறேள்?"

"துப்பட்டியை இழுத்துப் போத்திக்கோ. நானா விட மாட்டேங்கறேன்? இந்தக் கடிகாரத்தைக் கேளு. அப்பறம் ஆபீஸுக்கு நாழியாகிவிடும். சொல்லிப்பிட்டேன்."

"சனியன்! சனியன்! சுருட்டு மெத்தையை நன்னாயிருக்கு மெத்தையும் தலைகாணியும்... பஞ்சு பிதுங்கி விழறதே! ஒரு தையல் போடுன்னு எத்தனை தரம் அடித்துக்கொண்டிருக்கிறேன்! ஒரு தையல் போட உங்களால் முடியவில்லை?"

"நூல் இருக்கு. ஊசி வாங்கிண்டுவான்னு எத்தனை தரம் சொல்லி இருக்கிறேன்?"

"என் மேலே திரும்பு – சண்டைக் கிடா மாதிரி. ஊசி வாங்கத் துப்பு கிடையாது. பொழுதிருந்தால் நானே வாங்கித் தைத்துவிடுவேன். நான் படுகிற அவஸ்தையிலே ஒன்றும் ஞாபகமிருப்பதில்லை."

"நாளைக்குத் தெச்சு வச்சுடறேன் அப்பா."

"ரொம்பச் சரி, ஏண்டி பல்லுப்பொடி எங்கே?"

"பல்லுப் பொடி இல்லியே!"

"இந்த வீட்டில் என்னதான் இருக்கும்? எப்பவும் இல்லைப் பாட்டுத்தான். அரசமரத்தடிப் பிள்ளையாருக்கு இல்லை. சின்னமலை

தகப்பன்சாமிக்கு இல்லை. கோயிலில் இல்லை. வயக்கரைத் தொந்தி வீரனுக்கும் இல்லை. விஞ்ஞானியின் அணுவில் இல்லை. பேச்சில் இல்லை. பாட்டில் இல்லை. வார்த்தையில் இல்லை. ஆனால், அப்பாலுக்கப்பாலாய் முப்பாலுக்கும் அப்பாலாய் மட்டும் உண்டாம். இருக்கட்டும், இருக்கட்டும். இங்குமட்டும் இல்லைப் பாட்டுத்தான். வாங்கிக்கொண்டு வரச் சொல்றதுதானே?"

"சொன்னேன். அதற்குப் பெரியவன் என்ன சொன்னான் தெரியுமா? பள்ளிக்கூடம் போகக்கூட வாடிக்கைக் கடை வீதி வழியே போறதில்லை ன்னான். ஏண்டான்னால் மளிகைக் கடைச் செட்டியார், மாசத்துக்கு ஓங்களுக்கு மட்டும் அறுபது நாளா ன்னு கேக்கறாராம். இவன் சாதுவோ இல்லியோ, அந்தப் பக்கம் போகப் பயப்படுகிறான். செட்டியார் கடையில், நூத்தி ஐம்பதாக ஏறிப் போச்சு."

"அப்பொ சரி..."

"செட்டியார் திருட்டுப் பயலாச்சே! இந்தப் பணமில்லாமல் அவன் கப்பல் கவிழ்ந்து போகிறதோ! வருஷத்துக்கு வருஷம் புது மோட்டார் மாற்றுவதில் குறைவில்லை. அவனுக்கு சரக்குக் கொடுக்கிற வியாபாரி யைக் கேட்டால் செட்டியார் நாணயம் புரியும்!..."

"வேண்டாம், இரண்டணாக் காசு கொடுத்து வாங்கப்படாதோ?"

"காசில்லை. 13ஆம் தேதி ஆயிடல்லியா? அந்தப் பக்கத்திலே குடி இருக்கிறவர்களைக் கேட்டேன். நகை பண்ணக் குடுத்தேன், கூலிக்குத் திண்டாட்டமாய் இருக்கு, முழி பிதுங்குகிறது ன்னார்."

"போறும், அழுகை. சாம்பல் இருக்கோ இல்லியோ?"

"பட்டணத்திலே பசுமாடு ஏது? எல்லாம் எமவாகனம்தானே! தப்பித் தவறி வரட்டி வாங்கி எரிச்சால் வீட்டுக்கார அம்மா இடுப்பிலே கையை வச்சுண்டு வந்துடறாள். சுண்ணாம்படிச்சு ஒரு அமாவாசைகூட ஆகல்லியே, கரி அடுப்பு வாங்கி வைத்துக்கொள்ளக் கூடாதா என்கிறாள். அதிலேருந்து வரட்டி வாங்கறதில்லை."

"ரொம்ப நல்லதாப் போச்சு. காப்பிப் பொடி கொண்டா?"

"இப்பத்தான் காபிக்கொட்டை வறுத்திருக்கிறேன்."

"காபி உண்டா?"

"பல் தேச்சு முடியறதுக்குள் ஆய்விடும்."

"அவ்வளவு பெரிய யானைப் பல் முப்பத்தி இரண்டா எனக்கு இருக்கு – அவ்வளவு நாழியாக?"

"இதோ ஆயிடும். பல் தேய்ங்கோ–"

எதாலே தேய்த்தால் என்ன? செங்கல் பொடியைக் கண்டால் இளப்பமாக இருக்கிறது. ஆனால், அவர்களுக்கெல்லாம் இதுதானே அந்தக் காலத்திலே பணம் சேத்துக் கொடுத்தது! ஒரு மூட்டை அரிசிக்கு மூணு பட்டணம் படி கல் பொடின்னு அரிசி மண்டி சாஸ்திரம். மூணு படிக்கு மூணு ரூபாய் லாபம், அப்புறம் மூட்டை லாபம் வேறே... இந்த மாதிரி ஆயிரம் ஆயிரம் மூட்டையில் ஒளிந்து கொண்டு ஆஸ்தி சேர்த்துக் கொடுத்த பொருள் எனக்கு இளப்பமாக இருந்தால், யார் பேரில் குற்றம்? சிறப்பு பொருளில் இருக்கிறது என்று சொல்வதைவிட அதை உபயோகிக்கும் விதத்தில் இருக்கிறது என்று சொல்வது உண்மை. அதைச் சொல்வானேன்? இந்தப் பல்பொடி காசு கொடுத்து வாங்கித் தேய்க்கிறேனே, அதிலே சலித்து எடுத்துக் கலந்த செங்கல் பொடி இல்லை என்றாவது நிச்சயமாகச் சொல்ல முடியுமா என்றால் முடியாதுதான்! தில்லை வெளியிலே கலந்துவிட்டார் பின்னும் திரும்பியும் வருவாரோ? பாக்கி சாமானோடு ஒன்றறக் கலந்து போன சாமானை செங்கற்பொடி என்று எப்படிச் சொல்லலாம்? வாஸ்தவம்தான். செங்கற்பொடி என்பதற்காகவா காசு கொடுத்து வாங்குகிறோம்? இல்லை இல்லை; பல் பொடி என்பதற்காக விலை கொடுக்கிறோம். ஆகையினால், ஒரு பொருளின் உண்மையான தன்மையைப் பற்றி நாம் கவலைப்பட வேண்டியதில்லை. அத்துடன் நமக்கு என்ன சம்பந்தம்? அதனுடைய தோற்றத்தைக் கண்டுதான் நாம் மதிப்பிட முடியும்? தோற்றம் என்பதும் பொய் என்று தெரிந்தால் மாத்திரம் என்ன பிரமாத வித்தியாசம் ஏற்பட்டுவிடுகிறது? நேற்று அந்த விஞ்ஞான நிபுணர் உதாரணம் சொன்னதைக் கேட்ட பிறகு, எனக்கு ஒரே குழப்பமாகப் போய்விட்டது. ஒரு டம்ளரில் தண்ணீர் இருக்கிறது. தண்ணீரின் மேல்மட்டத்தைப் பார்த்தால் அசைவற்றிருப்பது போல் தோன்றுகிறது. தோற்றத்தில் அமைதி ஆனால், உண்மையில் பூதக் கண்ணாடி கொண்டு பார்த்தால் – சமுத்திரத்தைப் போல் அலை பொங்க மேடும் பள்ளமுமாக இருக்கிறது! தோற்றத்தில் அமைதி. ஆனால், உண்மையில் ஓய்வற்ற சலனம்! தோற்றம் பொய்யா? அப்படியானால் உண்மையில்லிருந்து பிறப்பது பொய்யா! அல்லது தோற்றமும் பொய், உண்மையும் பொய்... மாயை... இருக்கலாம் பல் தேய்த்து வாய் கொப்பளித்தேனே, அந்தத் தண்ணீரில் வானவில்லின் ஏழு வர்ணமும் தெரிகிறது. வானவில்லாகவே தெரிகிறது; வானத்தில் பெரிதாகத் தெரிகிறது; கொப்பளித்து உமிழ்கிற தண்ணீரில் சிறிதாகத் தெரிகிறது. என் வாய்க்குள் வானவில் இருக்கிறதென்று என்னால் நம்ப முடியாது. ஆனால், அப்படித்தான் இருக்குமோ என்று தோன்றுகிறது. கங்காளத்தில் இருந்து எடுத்த தண்ணீர்தானே இது... கங்காளத்தில் இந்த

வானவில் இருந்தால் தெரியவேண்டாமா? தெரியவில்லையே! நான் துப்பிய தண்ணீரில் மட்டும் தோன்றுவதால், இந்த ஏழு வர்ணமும் என்னுள் இருக்கலாமோ? இந்த ஒளி தோற்றமோ? வர்ணங்கள்தான் உண்மையா? தோற்றத்திற்கும் உண்மைக்கும் என்ன உறவு? உண்மையும் தோற்றமும் ஒத்துப் போய்விட்டால் செங்கல் பொடி பல்பொடி ஆகிவிடுகிறது. பல்லைச் சுத்தம் செய்தாகிவிட்டது. ஆடுமாடு பல் தேய்ப்பதில்லையே! அதற்காக அவற்றுக்கு எந்த வியாதியும் வரக் காணோமே! பல் டாக்டரோடு பேசினால் ரொம்பப் பயங்கரமாக இருக்கிறது...

"காபி போட்டு ஆறிப் போகிறது. இன்னும் பல் தேய்த்து முடிந்த பாடில்லை..."

இந்தப் பாழும் காப்பியினாலே எவ்வளவு தொல்லை! இதை நிறுத்திவிட்டால் குறைந்தது 30 ரூபாயாவது மிச்சம். ஒவ்வொரு மாதம் கடன் வாங்குகிற பணமும் ஏறக்குறைய இவ்வளவுதான் ஆகிறது! மனசு வச்சால் நிறுத்திவிடலாம். யார் வைக்க வேண்டா மென்றார்கள்? ஒருவருமில்லை. பாவம்! இவர்களுக்காகப் பார்க்க வேண்டி இருக்கிறது! பழையதுன்னு சொன்னால் தாத்தா ஊருக்குப் பயணம் கட்டுகிறேன் என்கிறார்கள்...

"காபிக்குக் கொஞ்சம் சர்க்கரை போடு. போறும் போறும் இதென்னடி டிகாக்ஷன் சரியாக இல்லை போலிருக்கே? காபிப் பொடியைக் குறைத்துப் போட்டு விட்டியா? செட்டுப் பிடிச்சியா?"

"அதெல்லாம் ஒண்ணும் இல்லை. வழக்கம்போல கோபுரமாக இரண்டு கரண்டிதான் போட்டேன். அவசரமாக டிகாக்ஷன் இறங்கிவிட்டது. அதுக்குக்கூட உங்கள் ஆபீஸ் அவசரம் தெரிகிறதனால் ஒவ்வொரு நாள் இப்படி ஆகிவிடுகிறது..."

"வரவர உனக்குக்கூடச் சலிப்பு ஏற்பட்டுப் போச்சு. நியாயந்தானே! எழுந்திருக்கிறது, காபி வைப்பது, குடிப்பது, சமைப்பது, எனக்குச் சோற்றைப் போட்டு ஆபீசுக்கு விரட்டுகிறது குழாய்த் தண்ணி நிற்பதற்குள்ளே துணிமணிகளைத் துவைக்கிறது, மத்யானம் படுத்துத் தூங்கப் பார்க்கிறது... வந்தால்தானே! சந்தை இரைச்சலில் குடி இருந்து கெட்டேனே என்பது போல, அடுத்த வீட்டம்மா, எதிர்த்த வீட்டம்மா அவாள் அவாள் வீட்டு மூட்டையைக் கொண்டு வந்து போட்டு எல்லோருமா, பொதுவிலே வெளுக்கிறது! மத்யானம் இவாளெல்லாம் டிபன் டிபன் என்று ரகளை! உன்மேலே என்ன வஞ்சனை? சாமர்த்யமாக மோருஞ் சாதத்தைப் போட்டு விரட்டறது. பிறகு இரண்டாந் தரம் காபி, சடை போட்டுக் கொள்வது, ராத்திரி

சமையல் – எல்லாம் மிஷின் மாதிரி நீயே செய்யணும். மிஷின் என்றால் அலுப்பாகத்தான் இருக்கும். செய்கிற காரியத்தைத் திரும்பத் திரும்பச் செய்வதில் இன்பம் கண்டுபிடிக்கிறவர்கள் அறிவாளிகள் ஆகின்றனர் தேவராகக் கூட இருக்கின்றனர். இந்தச் சூரியனுக்கு அலுப்புச் சலிப்பு உண்டா? மேகம் வந்து ஒளியை வேண்டுமானால் மூடலாமே ஒழிய, அவனாக அலுப்பிலோ சலிப்பிலோ ஒளியைக் குடைபோல மடக்கிக் கொண்டதில்லை. சூரியன் மாதிரி வேலை செய்வதற்கு உலகத்திலே ஆளுண்டா?"

"என்னை வேலை வாங்கறத்திலே புலி என்று எனக்குத் தெரியும். இந்தச் சலவை நேற்று வாங்கிக்கொண்டு வந்தது. கயிறு கட்டினபடியே பெட்டி மேலே உட்கார்ந்திருக்கிறது. பாருங்கோ. உள்ளே எடுத்து வைக்கிறதற்கு இவர்களுக்குத் துப்பு இல்லை. அதைப் பாருங்கோ... சாமா! அந்தத் தெருவிலே இருந்து பேப்பர் வாங்கிக்கொண்டு வந்தாயோ இல்லியோ?"

"நான் போனேன் அம்மா. அந்த மாமா மார்க்கெட்டுக்குப் போயிட் டார். மாமிக்குப் பேப்பர் வச்சிருக்கிற இடம் தெரியல்லே. அவர் திரும்பி வந்த பிறகு வரச் சொன்னா!"

'ஆமாண்டா, அவர் திரும்பி வருகிற வரையில் கடியாரம் நின்று கொண்டிருக்க வேண்டும். மகாராஜா உத்தரவு!... சனியன் பிழைப்பு! கூட்டு வியாபாரமே மகா மோசம்! வருகிற பேப்பரை ஒழுங்கா விற்றுக் கணக்கு வைத்துக்கொண்டால் – அதைச் சொல்ல முடியவில்லை. ஆனால், அப்படி நான் நினைக்கிறேன் என்று அவன் நினைக்கிறானென்று எனக்குத் தெரியும்! இந்த மனசென்று ஒன்று இருக்கிறதே! ஆச்சர்யமான சாமான்! ஒருவருடைய தயவும் இல்லாமல் உண்மையைக் கண்டுபிடித்துக் கொண்டு விடுகிறது! நாளைக்கு நடக்கக் கூடியதை இன்றைய தினமே உணர்ந்து கொண்டு விடுகிறதே! உலகத்தில் நடக்கும் எல்லா நிகழ்ச்சிகளும் யானை மாதிரிதான். யானை வரும் பின்னே, மணியோசை வரும் முன்னே! இந்த நிகழ்ச்சிகளை முன்கூட்டிச் சொல்லும் மணியோசை ஒன்று எப்படியோ இந்த மனசுக்கு எட்டி விடுகிறது. இந்தச் சக்திக்குப் பேர்தான் உணர்வோ? பிராணிகளுக்கெல்லாம் அடிப்படையாதாரம், இந்த உணர்வுதான்! ஆனால், அறிவு இருக்கிறதே, அது முற்றிலும் வேறு வகை. எறும்பு மரத்தின் மேலுள்ள பழத்தை எட்ட வேண்டுமென்றால் தரையிலிருந்து ஒவ்வொரு அங்குலமாக ஏறிப் போக வேண்டி இருக்கிறது. ஆனால், கிளிக்கு அந்தப் பிரயாசை எல்லாம் இல்லை. கரையையோ, மாத்தையோ தொடாமல் நேரே பழத்தின் அருகில் பறந்து போய் உட்கார்ந்துவிட முடியும்! அறிவு எறும்பைப்போல்

ஊர்ந்துதான் செல்ல முடியும். ஆனால், உணர்வு நேரே இலக்கைப் பிடிக்கிறது! அந்த உணர்வுதான் கூட்டு வியாபாரமே உருப்படாது என்று மொணமொணத்துக் கொண்டே இருக்கிறது! எல்லாம் சரிதான். தனியாகப் பேப்பர் வாங்குவதற்கு யோக்யதை வேண்டாமா? எல்லாம் தெரிந்து போய்விட்டது; பணம் பண்ணத்தான் தெரியவில்லை. அது தெரியாவிட்டால் அரை ஆறு தாண்டின கதைதான். அதனால் தான் வாழ்வு இப்படித் தத்தளிக்கிறது. மணி என்னடா! அந்தச் சலவையை எடு. முழு உருப்படியாக இருக்கிறதா அல்லது ஜன்னல் வைத்திருக்கிறானா பார்ப்போம். ஒண்ணு, ரெண்டு...''

"ஏண்டா 15 உருப்படி போட்டிருக்கிறோம், பதினாறு இருக்கிறதே...''

"அதெப்படி இருக்கும்? துணி என்ன குட்டி போடுமா?... எங்கே ஒவ்வொன்றாய்க் காட்டுங்கோ... சொல்கிறேன்.''

"சரி, இதோ!''

"பச்சைக்கரை வேஷ்டி...''

"சரி.''

"மூன்று ஷர்ட்டு, ஒரு புஷ்கோட்டு...''

"சரி''

"சாரி மூணு...''

"சரி; அப்புறம் பிரிச்சுப் பார்க்கணும். குழம்புக்குத் தாளிச்சுக் கொட்டணும்.''

"இந்தப் பயல்கள் டிராயர், ஷர்ட்டு...''

"சரி.''

"பாவாடைகள்...''

"சரி.''

"இதெல்லாம் என்ன?''

"பாடி.''

"இதென்ன சங்கிலிப் பூரான் மாதிரி இவ்வளவு இருக்கிறதே!''

"சங்கிலிப் பூரானாவது, மண்ணாங் கட்டியாவது? எல்லாத்தையும் கிழிச்சுத் தொலைச்சுவிட்டான். பின்னே குட்டி போடாதோ? ஓரணா வேணுமின்னால் லாட்டிரியாக இருக்கிறது! இப்பொழுது

யார் வாங்குகிறது? ஒருதரம் வாங்குகிறதற்குள்ளே ஒன்பது சண்டை ஆகிறது!"

"இந்தச் சலவைக்காரன்க சமாசாரமே இப்படித்தான். நான் பார்த்திருக்கிறேனே – பொட்டியா போடுகிறான்? பெரிய செங்கல்லை வைத்துக்கொண்டு தேய்க்கிறான்! திராபைத் துணி. குட்டி போடாமல் என்ன பண்ணும்?"

"இந்த எழவுக்குத்தான் வண்ணானே வேண்டாம் என்று அடித்துக் கொள்கிறேன்."

"வண்ணான் வேண்டாமின்னால் யார் தோய்க்கிறது?"

"நாம்தான்."

"நீயும் பேஷாகத் தோய்த்துவிடுவாய் – நானும் தோய்த்து விடுவேன். கடியாரத்திற்குப் போட்டியா உனக்குச் சமையல், எனக்கு ஆபீஸ். நன்றாகச் செய்து விடுவோம்."

"அவனைக் கண்டித்தாவது வைக்க வேண்டும். கூலியைப் பிடித்தால்தான் அவனுக்குப் புத்தி வரும்."

"அவனுக்கு வருமோ, நமக்கு வருமோ! குழம்பைப் போய்ப் பார். அப்பறம் ஆபீஸ் கொம்பேறி மூக்கன்கிட்டப் போய்க் கெஞ்ச வேண்டும்."

"நம்மைப் போலொத்தவர்களுக்குப் புத்தி இருக்கிறது. பிழைக்க யுக்திதான் தெரியவில்லை. நல்ல ஜன்மம்! நல்ல ஜன்மம்!"

"நாழியாச்சு. குளியுங்கோ."

"ஒரு வார்த்தை சலவைக் கம்பெனியிலே கேட்டுட்டு வரேனே?"

"அப்புறம் அதைப் பார்க்கலாம். நாழி ஆச்சு. எட்டு மணிக்கு டாண்ணு முன் பக்கத்துக்காரர்கள் குளிக்கக் குழாய்க்கு வந்துவிடுவார்கள். அவர் முகாம் கலைய 10 மணி ஆகிவிடும்."

"ஏசுவைச் சிலுவையில் அடித்தாப்போல இருக்கிறது பிழைப்பு. காலிலே ஆணி அடித்திருக்கிறது. கையில் அடித்திருக்கிறது. தலையிலே முள் முடி. இதோடே இன்ப லோகத்தில் பறக்கவேண்டும். மணி பார்த்து இரைதேட இறங்கவேண்டும். இப்படிக் காலத்துக்கு அடிமைப்பட்டு அடிமைப்பட்டு... ஹூம். வாளி எங்கே? வாளி எங்கேடா? நாழியாகிறது..."

"வாளியிலே ஓட்டை! பொருத்தமாகத்தான் இருக்கிறது..."

குளிக்கிற சமயத்திலே வேஷ்டி துவைக்க வேண்டுமென்று தோன்றுகிறது.

முடியவில்லையே! எவ்வளவு லாபம் ! துணிமணி கிழியாது. வண்ணான் கூலி மிச்சம். வண்ணான் சொரி வராது. இவ்வளவும் தெரிகிறது. செய்யத்தான் முடியவில்லை. எண்ணத்துக்கும் செயலுக் கும் இடையில் ஏழு காத தூரமிருக்கிறது. எனக்கு மட்டும் அல்ல, என்னைப்போல உள்ளவர்களுக்கெல்லாம்தான்! பெரியவர்கள், ஞானிகள் என்கிறோமே, அவர்கள் மட்டும் இப்படி இல்லை. நினைத்ததைச் சொல்லி, செய்தும் விடுகிறார்கள். நினைப்பது, சொல்வது, செய்வது இவற்றுக்கிடையே இடைவெளியே இல்லை. சூழ்நிலையில் வித்யாசம் இருக்கிறது. ஆனால், அவர்கள் சூழ்நிலையைப் பற்றிப் பொருட்படுத்துவதில்லை. நினைப்பு மனத்திற்குள் எழுகிறது; சொல்வது ஆகாயத்தில் ஒலிப்படகாகிறது. செயல் பிற மனிதர்களுடனோ, பொருளுடனோ உண்டாகிறது. இதைத் தவிர இவை எல்லாம் சேர்ந்து ஓரே நிகழ்ச்சிதான், ஓரே இயக்கந்தான். இந்த ஒருமைப்பாட்டை அடைந்தவர்கள்தான் ஞானிகள், பெரியோர்கள் ஆகின்றனர். ஆனால், நமக்கு? போகட்டும். உலகத்திலே எல்லோரும் ஞானிகளாய் இருந்துவிட்டால் பிறகு ஞானிகள் என்று யார் யாரைச் சொல்ல முடியும்? ஒளிக்குப் பெருமை இருட்டு இருப்பதனால்தானே! வீட்டிலே பெரியவர்களுக்கு எப்படிப் பழக்கமோ அப்படித்தானே நமக்கும் பழக்கம் அமையும்! அதுவும் பாலியத்தில் இந்தப் பழக்கமெல்லாம் படிந்தால்தான் உண்டு. பையனாக இருந்தபொழுது வீட்டிலே இருந்த ஆண்பிள்ளை ஒருவர்கூட வேஷ்டி துவைத்து நான் பார்த்ததில்லை. பெரியவர்கள்தான் சுருதி! சுருதியை ஒட்டித்தானே பாட்டுக்குப் பெருமையும்?

அம்பலத்தில் ஆடுகின்றார் –
பாங்கிமாரே அவர்
ஆட்டம் கண்டு நாட்டம் கொண்டேன் –
பாங்கிமாரே.........

“நீங்க குளிக்கறேளா, பாட்டுக் கச்சேரி பண்றேளா?”

“இதோ குளித்தாகி விட்டது. இலை போடல்லியா?”

“குழாயை விட்டுச் சமையல் கட்டுக்கு வந்தால் தெரிகிறது!”

“பாடவில்லை, பயப்படாதே! இந்தக் குரல் இருக்கிறதே, புண்யம் செய்திருந்தால்தான் தேன்மாதிரி இருக்கும். இல்லாவிட்டால் மசை இல்லாத கட்டை வண்டி அச்சோ டே கடையாணி பேசுவதுபோலத்தான் இருக்கும். இலை போட்டாகிவிட்டதோ இல்லையோ?”

“பருப்புத் தொகையல், பேஷ். மிளகுக் குழம்பு ரொம்ப பேஷ்... நல்ல சாப்பாட்டை ரசித்துச் சாப்பிடக் கூடப் போவதில்லை. ஆபீசு

அவசரத்துக்கா இந்தச் சமையல் பண்றது? லீவ் நாளாக இருந்தால் ஆற அமரச் சாப்பிடலாம்...”

“உங்களுக்கெல்லாம் தலைகீழ்தான். ஞாயிற்றுக் கிழமை இந்தச் சமையலா செய்கிறது?”

“ஏன், அதிலென்ன பிசகு?”

“பருப்புத் தொகையலும் மிளகுக் குழம்பும் நீங்கள் சொன்னேளே என்று வைப்பேன். சோதனையாக நாலு பேர் விருந்தாளி வருவா. இதைப் போட்டால் மெச்சிக் கொள்வார்கள்!”

“பிறத்தியார் மெச்சிக் கொள்ளாவிட்டால் என்ன மோசம்?”

“நூறு காரியத்திலே தொண்ணூறு காரியம் பிறத்தியார் மெச்சிக் கொள்வதற்காகத்தான். நூற்றில் தொண்ணூற்றி ஒன்பது பேர் செய்வது போலத்தான் நாமும் செய்ய வேண்டும்.”

“இல்லாவிட்டால்?”

“பைத்யம் என்று முதுகுக்குப் பின்னால் சொல்வார்கள்.”

“சொல்லட்டுமே!”

“உங்களோடே தர்க்கம் பண்ண நான் படிச்சா வச்சிருக்கேன்? நாழியாகிறது. அப்பறம் 8–45 பஸ் போய் விட்டால் அரை மணி காத்துக்கொண்டு இருக்க வேண்டும்...”

சாப்பிட்ட உடனே சற்று உட்கார வேண்டும் என்று வைத்ய சாஸ்திரம் சொல்லுகிறது. இராமலிங்க சுவாமிகள் நித்ய ஒழுக்க இயலில் இதைத்தான் சொல்கிறார். துறவிகளுக்கு வாழ்க்கையைப்பற்றி என்ன தெரிகிறது? ஐந்து நிமிஷம் இப்பொழுது உட்கார்ந்தால், அப்புறம் அரை மணி அங்கே நிற்க வேண்டும். அதற்குப் பிறகு மானேஜரண்டை நிற்கவேண்டுமே! இந்த வேதனை எல்லாம் துறவிகளுக்கு என்ன தெரியும்? அடுக்காக வாழ்வை நடத்த விதிகள் அமைத்து விடுகிறார்கள்!

“சாமா! சட்டையைக் கொண்டா. டிபன் உண்டோ இல்லையோ? இல்லையா? சரி, சரி. சாப்பிட்டுவிட்டு ஜாக்ரதையாகப் பள்ளிக் கூடத்திற்குப் போய்விட்டு வா.”

“போறேன் அப்பா. வாத்யார் கோவிச்சுக்கிறார்.”

“ஏண்டா?”

“இன்னும் புஸ்தகம் வாங்காமல் எத்தனை நாள் இருக்கப் போறே என்று தினம் கேட்கிறார்.”

"அடுத்த வாரம் வாங்கித் தருகிறேன் என்று அப்பா சொன்னார் என்று சொல்லு. கண்ணைக் கசக்காதே; வாங்கித் தரேன். இப்பொழுது ஆபீஸுக்கு நாழியாகி விட்டது... நீ ஜாக்ரதையாய்ப் போய்விட்டு வா."

வியாதி ஒன்றுதான். ஆனால், அதற்குப் பல பெயர்கள். அதே மாதிரிதான் பிடுங்கல்கள் பல. காரணம் ஒன்றே. இந்த வியாதிக்கு – இந்தப் பிடுங்கலுக்கு – மருந்து யாரும் கண்டுபிடிக்கவில்லை. பிறக்காமல் இருக்க முயலவேண்டும் என்று வேதாந்தி சொல்வதும், புரட்சியைத் தோற்றுவிக்க வேண்டும் என்று தோழர் கள் கூறுவதும் ஒன்றுதான். இரண்டும் பருப்பை வேக வைக்காது.

"...ஆபீசுக்குப் போய்விட்டு வருகிறேன்..."

"எப்போ வருவேள்?"

"கழுதையை வண்ணான் அவிழ்த்து விடுகிற பொழுது."

"ரொம்பச் சரி..."

இந்தக் கூட்டத்திற்கு ஓய்ச்சல் ஒழிவு கிடையாது போலிருக்கிறது. பத்து பஸ் கூடப் போட்டால் சர்க்காருக்கு என்னவோ தெரியவில்லை!

"இந்தப் பக்கம் வாங்க.... முதல் கடைசி கூடவா தெரியவில்லை?"

"தெரியுது."

"தெரிஞ்சுதான் முன்னாலே போறீங்களா... இங்கே இருக்கிறவர்கள் ஒருத்தரும் பொட்டை இல்லை."

"கோபிச்சுக்காதீங்க."

"நானா கோவிச்சுக்கிறேன்? திருட்டுத்தனமா வந்து..."

"சண்டை அப்பறம் போட்டுக் கொள்ளலாம்... ஏறுங்க வண்டியிலே."

"அதென்னங்க அத்தனை பேரும் ஏறிட்டிங்க? புட்போர்டு பிஞ்சு போயிடப் போவுதுங்க. இறங்குங்க, இறங்குங்க. சொன்னாக் கேளுங்க தயவு செய்து..."

நான் இறங்கி இருக்கக்கூடாது. இறங்கினால் கூட அவன்கள் மாதிரி வண்டி புறப்பட்டவுடன் ஏறி இருக்க வேண்டும். இப்பொழுதுதான் வாழ்விலே தோல்விக்குக் காரணம் தெரிகிறது. காரியத்தை எப்படியானாலும் சாதித்துக் கொள்கிறது என்ற நினைப்பு வேண்டும். சொல்லுக்கும் சத்யத்திற்கும் பயந்துகொண்டால் அடுத்த பஸ்தான் கிடைக்கும். வாழ்வில் முன்னேறுவதற்கு முட்டுக்கட்டை என்ன என்பது விளங்கி விட்டது. எதற்கும் ஆசை வேண்டும். வெற்றி

பெற்றே தீருவேன் என்ற தீவிரம்! உண்மையில் மனத்தை நான் பார்த்துக் கொண்டிருக்கிறேனே! உண்மையில் அதற்கு எதிலும் பிடிப்பு இல்லை. காவிரியிலே மிதக்கிற ஒடிந்த கிளைபோல வாழ்விலே போய்க்கொண்டே இருக்கிறது. பிடிப்பில்லையே... கலங்காமலாவது இருக்க வேண்டாமா? அதுதான் தெரியவில்லை. தான் சம்பந்தப் படாதது போலக் காரியத்தைச் செய்துவிடுகிறது. பகவத் கீதையில் இப்படித்தான் சொல்லியிருக்கிறது என்று பெருமைப்பட்டுக் கொள்கிறது. பகவத் கீதையில் இப்படித்தானா சொல்லியிருக்கிறது? சந்தோஷம் வந்தால் குதிக்காதே என்று சொல்கிறது. நான் எங்கே குதிக்கிறேன்? துக்கம் வந்தால் குன்றிப் போகாதே என்று சொல்லி இருக்கிறது. வாஸ்தவம். அந்த வித்தைதான் தெரியவில்லை. நடுவு நிலை என்ற பக்குவம் ஒரே ஜன்மத்தில் வந்துவிடுமா? படிப்படியாகத்தான் இந்தத் தன்மை வரும் போலிருக்கிறது. புல் பூண்டிலிருந்து மனிதனாவதற்கு எத்தனை லக்ஷம் வருஷமாகி இருக்கிறது? ஓரறிவு ஆற்றிவாகி, ஏழாம் நிலையாகிய ஜீவன் முக்தி பெற...

"பஸ் வருது சார். இப்பொழுதே நாழியாகிவிட்டது?"

அப்பாடா! இன்றைக்கு பஸ்ஸைப் பிடித்தாகி விட்டது. திரும்பி வரும் பொழுது அரை மணி முந்திப் பிந்தி ஆனால் கூடப் பரவா இல்லை. காரியாலயத்துக்குக் கிளம்புகிற நேரத்தில்தான் பஸ் நிற்கும் இடத்தில் நின்றுகொண்டிருக்கப் பிடிக்கவில்லையே ஒழிய சாயங்கால வேளையில் நிற்பதில் அவ்வளவு ஆக்ஷேபம் கிடையாது. ஏனென்றால், அங்கே நின்றா கொண்டிருக்கிறோம்! பிற ஸ்திரீகளைப் பார்க்கக் கூடாதென்று நெறி இயல் கூறுகிறது. ஆனால் உடலில் ஒரு உணர்வு இருக்கிறது. அது நமக்கு அடங்கினதல்ல. அது தானாக இயங்கும் தன்மையுள்ளது. அதற்கு இயற்கை விதித்துள்ள கட்டளை அது. வேண்டுமானால், கண்ணிமைப்பதை மூன்று நிமிஷம் நிறுத்தி வைக்கலாம். அதே மாதிரி பல வேலைகளை இயற்கை உடலின் பல பகுதிகளுக்கு விதித்திருக்கிறது. ஆனால், இவ்வளவு கடமைகளும் அந்த உடலில் இருக்கும் உயிரைக் காப்பாற்றுவதற்காக. இந்த உடம்பிற்குள் இயற்கை அடைத்து வைத்திருக்கும் கருவிகளையும் சக்திகளையும் உணர்வுகளையும் ஒரு விநாடி ஆழ்ந்து சிந்தித்தாலே ஞானம் வந்துவிடும். தெரியாமலா திருமூலர், 'ஊனுடம்பாலயம் உள்ளம் திருக்கோயில்' என்றார்? உயிரைச் சுற்றிலும் விரோதிகள் இருக்கிறார்கள். அதைக் கண்டுபிடித்து எச்சரிக்கை செய்வதே ஓர் உணர்வின் வேலை. கடமையைச் செய்ய அந்த உணர்வு ஏதாவது ஒரு புலனைத் தோழமை பூணாமல் இருக்கமுடியாது. எனவே, சுற்றிலும் உள்ள வர்ணங்களைக் கவனிக்க வேண்டியது இக்கண்ணின் கடமையாகிறது. எதிரி எந்த வர்ணத்தின் மறைவில் வருகிறான் என்று

கவனிக்க வேண்டாமா? முழு வெள்ளை முழுக் காக்கி இதெல்லாம் பெரிதாகப்படுவதில்லை. பச்சை சிவப்பு இருக்கின்றனவே! நம்மையும் மீறி கண்கள் அவற்றைப் பார்க்கத் துவங்கிவிடுகின்றன. நம்மால் தடுக்க முடிவதில்லையே! பஸ் ஸ்டாப்பில் பச்சையும் சிவப்பையும் பார்ப்பதில் பொழுது போய்விடுகிறது. இல்லாவிட்டால் வெற்றிலை பாக்குக் கடையில் தொங்கவிட்டிருக்கும் பத்திரிகைகளையும் படங்களையும் பார்த்துக்கொண்டே இருந்துவிடலாம்? அடாடா! எவ்வளவு ரஸமான படங்கள். இல்லாவிட்டால் எவ்வளவு இனிய தலைப்புகள் தென்படுகின்றன! 'மிராசுதாரின் மன்மத லீலைகள்', 'சரசாவின் சரசங்கள்' இந்தப் பத்திரிகை ஆசிரியர்களைப்போல் தர்மத்தை ஸ்தாபிப்பதில் கவலை கொண்டவர்கள் பிறந்ததே இல்லை...

"ஆச்சா! ரைட்."

"இப்படி வாங்கோ."

"அடாடா, நீங்களா? இதோ வரேன். என்ன சௌக்கியந்தானே?"

"சௌக்யம்தான்."

"ரொம்ப நாளாச்சுது பார்த்து."

"பட்டணக்கரைக்கு வந்துவிட்டால் வயிற்றைப் பார்க்கத்தான் போதிருக்கிறதே ஒழிய, சிநேகிதர்களைப் பார்க்கவோ, நல்லது பொல்லாததைக் கவனிக்கவோ பொழுதிருப்பதில்லை. நான் சொல்வது சரிதானே?"

"நூற்றுக்கு நூறு சரி."

"அதோட, இந்த சின்னப் பயலுக்கு உடம்பு சரியில்லை."

"என்ன உடம்பு?"

"அதுதான் தெரியவில்லை."

"டாக்டரிடத்தில் காட்டுவதுதானே?"

"காட்டினேன். உலகத்திலே இப்பொழுது அறிவு வளர்ந்திருக்கிறதா, பிழைக்கிற தந்திரம் வளர்ந்திருக்கிறதா என்ற சந்தேகம்தான் வருகிறது. அவர் ஒரு வாரம் மருந்து கொடுத்துவிட்டு, இவன் ரத்தத்தைப் பரிசோதித்துக் கொண்டு வாருங்கள் என்று ஒரு விலாசத்தை எழுதிக் கொடுத்தார்."

"அப்புறம்?"

"அது ஆகிவிட்டது. ரத்தத்தில் ஒன்றுமில்லை."

"அப்புறம்."

"எக்ஸ்ரே பிடித்தால் நலமென்றார்."

"பிடித்தீர்களா ?"

"பிடித்தேன். அதிலும் ஒன்றும் தெரியவில்லை."

"பிறகு ?"

"இதோடு நூற்றி ஐம்பது ரூபாயாகி விட்டது. நாட்டு வைத்யரிடம் போய்க் கொண்டிருக்கிறேன். இதுவே நல்லது என்று தோன்றுகிறது. பணச் செலவாவது குறைகிறது."

"அதுவரையில் லாபந்தானே ?"

"லாபமாவது மண்ணாங்கட்டியாவது! எட்டுப் பேரிடத்திலே இருந்து இந்தப் பணம் கடன் வாங்கி இருக்கிறேன். பெரிய பெண்ணுக்குக் காதில் சதா சீழ் வடிந்துகொண்டிருக்கிறது. பால்ய பார்ச வாய்வு வந்தவனைத்தான் உங்களுக்குத் தெரியும். குளிக்கவில்லை என்று இவள் வேறு பயமுறுத்திக் கொண்டிருக்கிறாள்."

"பின்னே சௌக்கியந்தான் என்றீர்களே ?"

"சௌக்கியம், அசௌக்கியம் எல்லாம் ஏறத்தாழச் சொல்வதுதானே ! நம்மைவிட மோசமாக உலகத்தில் தவிக்கிறார்களே !"

அந்த வேதாந்தம் எனக்குப் பிடிபடவில்லை. எனக்கு விரல் சுற்றி தாங்கவில்லை என்றால், அவன் நொண்டியாக இருக்கிறானே என்பது சமாதானமாகுமா ? என்னவோ, வாழ்வு பெரும் தொல்லையாகப் போய் விட்டது.

"ஒன்றும் கவலைப்படவேண்டாம். புரட்சி உருவாகிக் கொண்டு வருகிறது."

"வரட்டும், வரட்டும்."

"இதிருக்கட்டும். ஒரு எட்டணா இருந்தால் கொடுங்களேன்."

"அதான் இருக்கிறது."

"அப்பொழுது வேண்டாம்."

"இல்லை, இல்லை, பரவாயில்லை. இதோ."

"அப்புறம் உங்களுக்கு ?"

"நான் பார்த்துக் கொள்கிறேன்."

"இங்கே இறங்குகிறேன்."

"சரி..."

எட்டணா இருந்தது போய்விட்டது, உண்மையில், வாழ்வில் தோல்விக்குக் காரணம் – சுயநலமின்மைதான்.

மத்யானம் சிற்றுண்டி சாப்பிட இன்னொருவரிடம் கடன் வாங்கித்தான் ஆகவேண்டும். இந்தக் கை தாழும்படி விடக்கூடாதென்று மனசுக்குத் தெரியவில்லையே! சுயநலமே நினைப்பாயிருந்தால் இந்தக் கை எடுத்துக் கொடுக்குமா? இல்லையே என்று சொல்ல வாய் பயப்படுமா? என்ன கஷ்டப்பட்டாலும் மனசிலே ஒரு நெகிழ்ச்சி இருக்கிறது. அதுதான் தெய்வாம்சம் என்று தெரிகிறது. ஆனால், சுயநலம் வளர்ந்து விரிவதற்கு அது இடம் தருவது இல்லை. கை தாழ விடக்கூடாதா? ஏன் விடக் கூடாது? சந்திரன் சூரியனிடமிருந்து கடன் வாங்கிக் கொள்கிறான். விதை மண்ணிடமிருந்தும், மழையினிடமிருந்தும், கடன் வாங்கிக் கொள்கிறது. உயிர் உணவிலிருந்து கடன் வாங்கிக் கொள்கிறது. உடல் ரத்தத்திலிருந்து கடன் வாங்கிக் கொள்கிறது. ஒலி காதைக் கடன் வாங்கிக் கொள்கிறது. எட்டணா சிற்றுண்டிக்கு வாங்கிக்கொண்டால், என்ன குடிமுழுகிப் போய்விடும்...?

"இறங்குங்க சார், பாரீஸ், எல்லாரும் இறங்கிட்டாங்க. இல்லாட்டி வந்த பஸ்ஸிலேயே திரும்பிப் போகப் போறீங்களா?"

"இல்லை இல்லை, ஏதோ ஞாபகம். இதோ இறங்கி விட்டேன்."

"ஏறுங்க சாமி, ரிக்ஷாலே."

"இல்லை அப்பா, காரியாலயத்திற்குப் போகிறேன்."

"நீங்க குடுக்கிறதைக் குடுங்க."

"இதோ இருக்கே, காரியாலயம்."

"மவராஜனாப் போங்க..."

நல்ல வேளை! இவனாவது வாழ்த்துகிறானே!...

"என்ன சார், பார்க்காமல் போகிறீர்களே! ஆபீஸ் அவசரமோ?"

"அவசரம்தான். நீங்கள் நேற்று சொன்னது–"

"நான் ஒன்றும் சொல்லவில்லையே?"

"உங்களுக்கு மறந்து போயிற்று. பிறகு நினைப்பு வரும். நாளைக்குச் சொல்லுங்கள்..."

உலகத்தில் பழகி எனக்குக்கூடச் சாமர்த்தியம் வரும் கிறது! அவன் உண்மையில் ஒன்றுமே சொல்லவில்லை. இருந்தாலும் இந்த வாய் அவன் விஷயத்தில் ரொம்ப அக்கறை கொண்டிருப்பது போல் நாடகமாடி விட்டதே! இல்லாவிட்டால் ஒருவரையும் பகைத்துக்கொள்ளக் கூடாதென்கிற நினைப்பிலே முன்கூட்டி அணை போட்டதோ?

இந்த மனத்தைக் கவனித்தாலே தமாஷாக இருக் கிறது. எதிர்பாராத சாதுர்யத்தை ஒரு சமயத்தில் மின்ன விடுகிறது. மற்றொரு சமயத்தில் பெரும் மழை யில் அடிபட்ட ஆடு போலக் குன்றி ஒடுங்குகிறது. இந்த மனம் அசைவதைக் கவனித்துக்கொண்டிருந் தாலே போதும் போலிருக்கிறது. அது சரி, கவனிப்பது யார்? கவனிக்கப்படுவது எது?

"வணக்கம்."

"வணக்கம். மானேஜர் வந்துவிட்டாரா?"

"அவர்தான் நாள் தவறாமல் 8–45க்கு வந்திடுறாரே... நீங்கள் கணக்காய் ஒன்பது மணிக்கு வர்றீங்க. அதோ மேஜை மேலே இருக்கு ஆஜர் புஸ்தகம். ஓங்க மாதிரி எல்லாரும் ஆபீஸில் இருந்துவிட்டால் எனக்கு வம்பு இல்லிங்களே!"

"ஏன்?"

"உங்களுக்குத் தெரியாதுபோலக் கேக்கறீங்களே! உங்களைப் போல ரெண்டொருத்தர் சரியா வராங்க. பாக்கிப் பேர் அரை மணி, நாப்பது நிமிஷம் கழிச்சு வராங்க. ஒன்பது அடிச்சுப் பதினைஞ்சு நிமிஷம் ஆயிட்டால் ரிஜிஸ்தரை மானேஜர் மேஜை மேலே கொண்டு போய் வச்சுடணும். இல்லேன்னா என்னைப் பிடிச்சுக்கிறாரு. நான் கொண்டுபோய் வச்சப்பறம் ஆபீஸுக்கு வர்றவங்க என்மேலே பாயறாங்க. அதுக்குள்ளே என்ன தலை போகிற அவசரம் மானேஜர் மேஜைமேலே கொண்டுபோய் ரிஜிஸ்தரைப் போட்டுட்டே ங்கறாங்க? இல்லாட்டி, இப்போ என்ன மணியாவுது பாருன்னு கைக் கடியாரத்தைக் காட்றாங்க. அவுங்க கடியாரம் சரியா இருக்கு. ஆபீஸ் கடியாரம் பறக்குது. ரொம்பத் தர்ம சங்கடமாயிருக்கு. இந்தக் கோபத்தை எல்லாம் வச்சுக்கிட்டு அப்பப்போ என்னைப்பத்தி மானேஜர் கிட்டே வத்தி வக்கறாங்க. நீங்க ஒரு வார்த்தை என்னைப்பத்திச் சொல்லிவையுங்க. ஐயாவுக்கு ஓங்களைப் பத்தி ரொம்ப ரொம்ப நம்பிக்கை."

"போகட்டும்...!"

இந்த அரை பர்லாங் தார் ரோடிலே நடந்து ஆபீஸுக்கு வருவதுக்குள் உடம்பு வேர்த்து விடுகிறது. கிராமத்தில் ஒரு மைல் நடந்தால்கூட இப்படி இருப்பதில்லை. நல்ல வேளையாக மின்சார விசிறி இருக்கிறது!

அப்பாடா!

பேர்தான் தலைமைக் குமாஸ்தா. எல்லாவற்றையும் எல்லோரும் தலையில் கட்டிவிடுகிறார்கள். எது நடந்தாலும் நடக்காவிட்டாலும் ஜவாப் நான் சொல்ல வேண்டியிருக்கிறது.

"ஏன் ஜோசப், அம்பாரமாக பைல் என் மேஜையிலே அடுக்கிக் கிடக்கிறதே?"

"என்ன செய்யலாம் சார். நான் பாதி வைத்துக் கொண்டிருக்கிறேன், ஒரு பாதி அங்கே வைத்திருக்கிறேன். ஆபீசிலே ஒருத்தரும் சரியா கவனிக்கிறதில்லை. கட்டை சரியாப் படிக்கிறதில்லை. படித்தாலும் புரிந்து கொள்ளுகிற சக்தி கிடையாது. தாறுமாறாக எழுதி வைக்கிறாங்க. நாம் ஒன்றையும் கையெழுத்துப் போட முடியவில்லை. ஏனய்யா இப்படி என்று கண்டித்துக் கேட்டால், கட்டையே கட்டிப் போட்டு விடுகிறார்கள். இதை எல்லாம் யோசித்து நாமே செய்துவிடலாம் என்றுதான் பார்க்கிறேன். எல்லாவற்றிற்கும் நீங்க ஜவாப்? நீங்க எவ்வளவுதான் பார்க்க முடியும்? அதனால் நான் ஒரு பாதி வைத்துக் கொண்டேன்."

"கிறிஸ்தவ மதத்திலே புனர்ஜன்மம் என்ற கொள்கை உண்டோ?"

"கிடையாது."

"எங்களுக்கு அது ஒரு முக்யமான கொள்கை."

"அதைப் பற்றி இப்பொழுது என்ன வந்தது?"

"கடுதாசுகளுக்கிடையே மேய்கிற உத்தியோகம் நமக்குக் கிடைத்திருக்கிறதே – அதைப் பற்றித்தான் யோசிக்கிறேன். ஒவ்வொரு சமயத்திலே, முன் ஜன்மத்திலே கழுதையாக இருந்திருப்போமோ என்று தோன்றுகிறது. உயிர் இடை அறாத வெள்ளம் என்பது உயிரியல் விஞ்ஞானத்தின் சித்தாந்தம். அதையேதான் வேறுவிதமாக முன்னோர்களும் எங்களுக்கு ரத்தத்தில் ஏற்றி இருக்கிறார்கள். அந்தக் கழுதை ஜன்மத்தின் வாசனை போகவில்லையோ என்று தோன்றுகிறது. ஒரு தடவை பாத்திரத்தில் பெருங்காயத்தை வைத்து விட்டால், பிறகு பாத்திரத்தை விட்டு அதை எடுத்து விட்டால்கூட வாசனை போகாது."

"நீங்கள் சொல்வது தமாஷாகவும் உண்மையாகவுமிருக்கிறது."

"விஞ்ஞானம்கூட இதையேதான் சொல்கிறது. இந்த அணுக்கள் அண்டத்தில் சுழன்று ஒவ்வொருவிதமான பொருள்களை உண்டாக்குகிறதென்பது உண்மை. ஆனால், எதற்காகச் சுழல்கிறதென்ற காரணத்தை யாரும் கண்டுபிடிக்கவில்லை! உயிர் அணுக் கூட்டத்தின்

லீலை. விளையாட்டுத்தான் இவ்வுலகம் என்கிறார் விஞ்ஞானி. வாழ்வின் பொருள் அவர்களுக்கும் தெரியவில்லை. விளையாட்டு என்பதற்குப் பதில் தமாஷ் என்று சொல்கிறேன்."

"ஆமாம், மெய்தான்... சந்தானம் எட்டிப் பார்க்கிறாரே? என்ன சமாசாரம்?"

"தத்வ ஆராய்ச்சி அப்புறம் வைத்துக்கொள்வோம்... என்ன சந்தானம்?

"இந்த வாசற்காப்பானை விசாரிக்க வேண்டும்."

"என்ன சமாசாரம்?"

"நான் வருகிற போதெல்லாம் பதிவுப் புஸ்தகம் மானேஜர் அறைக்குப் போய்விட்டதென்கிறான்?"

"நீங்க கடியாரத்தைப் பார்த்திருக்க மாட்டீர்கள்."

வீட்டிலே இருந்து வழிநெடுகக் கடியாரத்தைப் பார்த்துக்கொண்டுதான் வருகிறேன். ஒரு கடியாரம்கூட அடுத்த கடியாரத்துடன் ஒத்திருக்கவில்லை. எதை நம்பி ஆபீஸுக்கு வருகிறது?'

"ஆனால் ஆபீசுக்கு நடந்தா வருகிறீர்?"

"சம்பளம் தொண்ணூறு ரூபாய்தானே? வீட்டு வாடகை 20 ரூபாய். நானும் சம்சாரமும் மூன்று குழந்தைகளும் இருக்கிறோம். பஸ் சார்ஜுக்கு எங்கே போகிறது?"

"நான் சொல்லிக் கொள்கிறேன் மானேஜரிடம். காவல்காரன்; அவன் பிழைக்கப் பார்க்கிறான்! நீரும் பிழைக்கப் பார்க்கிறீர். இங்கென்ன வாழுது? நானும் தான் பிழைக்கப் பார்க்கிறேன். அதிருக்கட்டும். அந்த அறிக்கை தயாராகி விட்டதா? சர்க்காருக்கு அனுப்ப வேண்டுமே! தந்தி அடிக்கிற கட்டத்திற்கு வந்து விட்டது. அர்ஜென்டு தந்தி வந்து விடுமே!"

"நான் அவசரப்படுகிறேன். அந்தக் கணக்குப் பிள்ளை புள்ளி விவரம் கொடுக்கவேண்டும். ஒரு மாதமா ஆபீஸுசுக்கே வரவில்லை. நானும் தந்தி வரையில் எட்டி விட்டேன். கிராமத்திலே எதோ செஷன்ஸ் வழக்காம். வாதி தரப்பு சாட்சிக்கு வந்தால், எதிரிகள் கொன்று விடுகிறேன் என்கிறார்களாம். எதிரிகள் தரப்பு சாட்சியாக வந்தால் போலீசார் கவனித்துக் கொள்கிறேன் என்கிறார்கள். பயந்துகொண்டு வீட்டிலேயே இத்தனை நாள் ஒளிந்துகொண்டிருந்தேன் என்று நேற்று வந்து அழுதான்."

"வீட்டிலே இருந்தால் நன்றாகப் புள்ளிவிவரம் எழுதலாமே!"

“அவனிடத்தில் இருந்தால்தானே? வயல்களுக்குப் போய் அளக்காமல் ஒன்றும் செய்ய முடியாதாம்.”

“அப்படி என்றால் இன்னும் ஒரு மாசத்தில்கூடச் சர்க்காருக்கு அறிக்கை போகாது.”

“ஏன் போகாது? நான் ஒன்று சொல்கிறேன். 1800 வருஷக் கணக்கொன்று இருக்கிறது. அதை வைத்துக்கொண்டு எழுதி அனுப்பி விடுவோம்.”

“அது தவறாக இருக்காதா?”

“அதெப்படி இருக்கமுடியும்? சரியானதென்று ஒன்று இருந்தால்தானே, மற்றொன்றைத் தவறு என்று சொல்லலாம்?”

“ஆ! அப்படியா? நீ ஐன்ஸ்டீன் படித்திருக்கிறாயா?”

“அது யார் தெரியவில்லையே! நான் உயர்நிலைப் பள்ளியோடு சரி. அதற்கப்புறம் பத்திரிகையையும் சினிமா விளம்பரத்தையும் தவிர, வேறு எதையும் பார்த்ததில்லை.”

“நீர் ரொம்பக் கெட்டிக்காரர். எந்த எழவாவது ஒன்றைத் தயார் செய்துவிடும். இதென்ன தவறுதலாக இருக்கிறதே என்று மேலே இருந்து கேட்டால், வேறொன்று எழுதி அனுப்பிவிடுவோம். நான் மானேஜரிடம் சொல்லிக்கொள்கிறேன். காவல்காரனுக்கு எப்பொழுதாவது ஒரு டிபனை வாங்கிக் கொடுத்துத் தொலையும் அய்யா. சத்யமேவ ஜயதே எல்லாம் ஹரிச்சந்திரனோடு சரி.”

“நாளைத் தபாலுக்கு அறிக்கையை அனுப்பிவிடலாம்.”

“சரி...”

இவன் என்ன ஐன்ஸ்டீன் போலப் பேசுகிறானே! மெய், பொய், காலம் ஒன்றும் நிலையான விஷயங்கள் அல்ல என்கிறான்! கடியாரத்துக்குக் கடியாரம் மணி வித்தியாசப்படுகிறது என்று சொல்வது சுத்த விஞ்ஞானம் மாதிரி ஒலிக்கிறதே! எல்லா இடத்திலும் எல்லாக் கடியாரத்திலும் மணி எப்படி ஒன்றாக இருக்க முடியும்? இடத்துக்குத் தகுந்தாற் போல் காலம் மாறுபடத்தான் படும்! ஐன்ஸ்டீன் போட்டுக் காட்டுகிற கணக்கு வழக்கும் வாதமும் புரியவில்லை. ஆனால், அவர் சொல்லும் தத்துவம் புரிகிறது. அவரவர்களுக்கு ஏற்ப ஒன்றைக் காண்கிறார்கள் அல்லது உண்மையை உணர்கிறார்கள். அதுவே பேருண்மை, முழு உண்மை என்று மற்றவர்களிடம் சண்டை போடுகிறார்கள். குருடர்கள் யானையைக் கண்ட கதை ரொம்ப விசித்திரமானது; ஆயிரத்துக்காயிரம் உண்மை. இந்த உண்மைகளை வயிற்றுக்காக உபயோகிக்கிறபோதுதான் சுவாரஸ்யமாக இருக்கிறது. இத்தனை கோயில் கட்டினவர்கள்

வயிற்றுக்கு ஒரு கோயில் கட்டி இருக்கலாம்.

"ஏய், என்னப்பா, மசி தண்ணியாக இருக்கிறதே?"

"மசி ஆயிடுச்சு. அச்சு பாரம் ஆயிடுச்சு. பேப்பர் ஆயிடுச்சு."

"எல்லாம் ஆயிடுச்சு, அதற்காக?"

"மசிக் கூட்டிலே மசி உறைஞ்சி கிடந்துதுங்க. எல்லாத்திலும் தண்ணியை ஊத்திக் கரைச்சிருக்கேனுங்க. ரெண்டு நாள் ஓடிப் போயிடும்."

"அந்தக் குமாஸ்தா காலாகாலத்தில் எழுதிப் போடவில்லையா?"

"அவரைக் கேட்டால் ராமாயணம் படிக்கறாரு. எழுதிப்போட்டு ஆறு மாசமாச்சுங்கறாரு... கோவிச்சுக்காதிங்க. இப்பெல்லாம் முன்மாதிரி வேலை நடக்கிறதில்லே. கூடிக் கூடிப் பேசறாங்க. நாக்காலிலே உக்காந்திருக்கிறப்போ சினிமா அது இது இன்னும் அக்கப்போர் பேசறாங்க. களைச்சுப் போறது. வாதா மரத்தடிப் பெட்டிக் கடைக்காரரு புழைக்கிறாரு. அவ்வளவுதான் கதை."

"நீ பழங்காலத்து மனுஷன். முன்னேற்றத்தைப் பற்றி உனக்கோ எனக்கோ என்ன தெரிகிறது? போ போ..."

வெள்ளை மசியால் எழுதினால் நன்றாகவா இருக்கு? ஆபீஸில் எல்லாரிடத்திலும் பௌண்டன் பேனாதான் இருக்கிறது. ஆனால், பௌண்டன் பேனா மசிதான் சர்க்காரிலே வாங்கிக் கொடுப்பதில்லை. சொந்தக் காசு போட்டு வாங்கிக்கொண்டால் யாருக்கும் ஆட்சேபம் இல்லை. சர்க்கார் காசைப் போட்டு வாங்கிக் கணக்கில் காட்டி விட்டோமா, வந்தது மோசம்! தணிக்கையாளர் எண்பத்தி எட்டு ஆட்சேபங்களைக் கிளப்புவார்! தழையைப் போட்டு மாங்காயை மறைப்பது போல சர்க்கார் பணத்தைப் போட்டு வாங்கிக் கணக்கில் வேறு தினுசாகப் போக்குவரத்து செய்தால், தணிக்கையாளர் வாயடைத்துப் போகிறது! இந்த எழவை உத்தேசித்து எல்லோரும் ஸ்டூலையே உபயோகிக்கிறார்கள். இந்த ஆபீஸ் ஸ்டூல்கள் பரவா இல்லை. சில இடத்தில் கட்டையில் நிப்பை நூலால் கட்டி இருக்கிறதைப் பார்த்திருக்கிறேன். சர்க்கார் சிக்கனமாக நடக்க வேண்டாமா?

அப்பா! இந்த உண்மை இருக்கிறதே... அதை உண்மையில் யாரும் விரும்புவதில்லை. பேச்சு மட்டும் – யாரைச் சொல்வது? யார் யாரைத் திருத்துவது? பூமி தோன்றின நாளாகத்தான் பெரியவர்கள் மனிதனைச் சீர்திருத்த முயன்றிருக்கிறார்கள்! எத்தனை நூல்கள் எழுதி இருக்கிறார்கள்! மனித வர்க்கம் மாறிக்கொண்டே வருகிறதென்று நான் சொல்லத் தயாரே ஒழிய, வளர்ச்சி அடைந்து விட்டது என்று

சொல்லத் தயாராக இல்லை. ஐந்தறிவுப் பிராணிக்கும் ஆறறிவுள்ள மனிதனுக்கும் வித்யாசம், தான் என்ற நினைப்பை மனிதன் பெற்றிருக்கிறான் என்பதைத் தவிர, வேறெதில் இருக்கிறது? மனமே கொஞ்சம் சும்மா இரு. இந்தக் கடுதாசுகளை எல்லாம் தின்றுவிட்டு வருகிறேன்...

"என்னாங்க சார், இன்னும் கடுதாசைக் கட்டிக்கிண்டு அழறேள்! டிபனுக்கு நாழியாயிட்டுதே. இப்போ மணி 3:15."

"என்ன எழவு பண்றது? வந்து உட்கார்ந்ததே பிடித்து, இந்தப் பொய் மனுக்களையும் நிஜக் குறைகளையும் சோதிப்பதற்குள் பிராணனுக்கு வருகிறது. இன்னும் கால்வாசிகூட முடியவில்லை."

"நான் ஒன்று சொல்லட்டுமா?"

"சொல்லுங்க."

"நாற்காலியை விட்டு முதல்லே எழுந்திருந்து வாங்கோ, கிளப்பிலே சொல்றேன். பகல்லே பக்கம் பாத்துப் பேசணுமில்லையா?"

"உம்மைப் போல வருமுன் காப்போனைக் கண்டதே இல்லை. கெட்டிக்கார ஆசாமி!"

"நீங்கதான் மெச்சிக் கொள்ளணும். நானே ஏமாந்து போய்விட்டேன்."

"நீங்க கூடவா?"

"நான்கூட என்ன? கள்ளன் பெரிதா காப்பான் பெரிதா? என்று சொல்வார்கள். அந்த மாதிரி ஆகிவிட்டது."

"ஏன்?"

"இதோ காலிலே போட்டுக் கொண்டிருக்கிறனே செருப்பு?"

"ஆமாம். நன்றாக இருக்கிறதே! என்ன விலையோ?"

"அதுக்குத்தான் சொல்லுகிறேன். போன ஞாயிற்றுக் கிழமைக்கு முதல் ஞாயிற்றுக் கிழமைக்கு முதல் நாள் ஒரு ஜோடி புதுச் செருப்பு ஏழரை ரூபாய்க்கு வாங்கினேன்."

"ஏழரை ரூபாய் ஜாஸ்திதான்."

"இதில்லே; வேறே செருப்பு. கடையிலே இருந்து வீட்டுக்குப் போட்டுக் கொண்டு வந்தேன். ராத்திரியிலே செருப்புக்கு வேலை இல்லை. என்னோடு அதுவும் தூங்கிப் போய் விட்டது. மறுநாள் ஞாயிற்றுக் கிழமை. வீட்டில் ஓய்வெடுத்துக் கொண்டிருந்தேன். நாள் முழுக்க

ஓய்வெடுத்துக் கொண்டால், என்னவோ போல் ஆய்விடுகிறது. ஆகையால், சாயங்காலமாக, நவயுக வாதிகள் சங்கத்தில் ஒரு கூட்டம். அதற்குச் சென்றேன். மதமென்னும் அபின் என்பது பற்றி அறிவாளர் பேசினார். பிரசங்க மண்டபத்திற்கு வெளியே செருப்பைக் கழட்டி வைத்துவிட்டுப் போனேன். மதப் புரட்டுகளைச் சொற்பொழிவாளர் அக்கு அக்காக இரண்டு மணி நேரம் பிரித்துக் காட்டினார். ஒரே பிரமிப்பாக இருந்தது. இன்னும் சொற்பொழிவாளர் பேச மாட்டாரா என்று தோன்றிற்று. நல்ல வேளையாக அடுத்த ஞாயிற்றுக் கிழமையும் இதே விஷயத்தைப் பற்றிக் கூட்டம் நடக்குமென்று காரியதரிசி தெரிவித்தார். வெளியே மகிழ்ச்சியுடன் வந்தேன். செருப்பை வைத்த இடத்தில் பார்த்தேன். காணோம். என்ன செய்யறது? அங்கேயும் இங்கேயும் பார்த்தேன். கிடைக்கல்லை. அடுத்த ஞாயிற்றுக்கிழமை பார்த்துக் கொள்ளலாம் என்று வந்துவிட்டேன். நேற்று ஞாயிற்றுக்கிழமை போனேன். கூட்டம் முடிவதற்குப் பத்து நிமிஷத்திற்கு முன்பு வெளியே வந்தேன். செருப்பு வைக்கும் இடத்தில் ஏராளமான செருப்புகள் இருந்தன. ஒரே கண்ணோட்டத்தில் என் செருப்பு அங்கில்லை என்பது தெரிந்து விட்டது. அதற்காக நான் தயங்கவில்லை. புது செருப்பாக ஒரு ஜோடியை மாட்டிக்கொண்டு வந்து விட்டேன். அந்த செருப்புதான் இது. உலகம் இருக்கிற இருப்பு – மகா மோசம்!"

"திருடி விட்டேன் என்று கூசாமல் சொல்லிச் சந்தோஷப்படுகிறீர்களே?"

"இது திருட்டா! வைத்த இடத்தில் எதிர்பார்ப்பதுதானே அறிவுக்கு ஒத்த செயல்! வைக்காத இடத்தில் எதிர்பார்ப்பது மத நூல்களில் அடிபடுவதைப் போன்ற அற்புதமாகிவிடாதா...?"

"அப்பொழுது இது?"

"இயற்கையில் ஒரு ஆழ்ந்த தத்வம் புதைந்து கிடக்கிறது. நஷ்ட ஈடு என்று அதற்குப் பெயர். குருடர்களைப் பார்த்தால் இந்தத் தத்வத்தின் உண்மை புலப்படும். அவர்களுக்குக் காதும், ஸ்பரிச இந்திரியமும் வியக்கத்தக்க கூர்மையுடன் இருக்கும். கண்ணுக்கு நஷ்டம், காதுக்கு லாபம். அந்த ஞாயிற்றுக் கிழமை நஷ்டம் இந்த ஞாயிற்றுக்கிழமை நஷ்டஈடு அவ்வளவுதான்."

"இந்தத் தத்வமெல்லாம் என் மூளைக்கு எட்டாது."

"என்ன சார், எட்டாது எட்டாது என்று சொல்லிக் கொண்டு...? என்னப்பா போட்டிருக்கு?"

"பகவடா, பஜ்ஜி, காராபூந்தி, மிக்சர், காரா சேவை, போண்டா, வடை, ஓமப்பொடி, முந்திரிப் பருப்பு கோல்மால்..."

“சரி, தித்திப்பு?”

“மைசூர்பாகு, ஹல்வா, ஜாங்கிரி, பாதுஷா, பாசந்தி , குலாப்ஜான், காசி ஹல்வா, பாதாம் ஹல்வா, பீட்ரூட் ஹல்வா, இலுப்பப் பூ ஹல்வா?”

“அப்பறம்.”

“வடை, தோசை, இட்லி ராஸ், வந்தேமாதரம்.”

“இட்லி ராஸா?”

“ஆமாங்க. சூடாக இருக்கு.”

“கொண்டாங்க ரெண்டு பிளேட்.”

“சட்னியா, சாம்பாரா கொத்சா?”

“சும்மா கொண்டாய்யா – எல்லாத்தையும், பார்ப்போம்.”

“இதென்ன சார், சட்னி இவ்வளவு உரப்பாக இருக்கிறதே!”

“நஷ்ட ஈடு என்கிற தத்வத்தின் அமல்தான் இதிலும். தேங்காய் விலை ஏறிப்போச்சு. இட்லி விலையை ஏற்ற முடியவில்லை. வருகிறவர்கள் சட்னியைச் சாப்பிட்டுவிட்டு, இட்லியைத் தொட்டுக்கொண்டால் அவன் எப்படிப் பிழைக்க முடியும்? தேங்காய் நஷ்டம். பச்சை மிளகாய் லாபமாக முடிகிறது?”

“சாம்பார்கூட மோசமாக இருக்கிறதே!”

“நீங்கள் பழம்பசலியாகவே இருக்கிறீர்கள். கேசரி பருப்பு என்று ஒரு விஷம் வந்ததே... அது முதல் சாம்பாரில் பருப்புப் போடுவதில்லை என்று முடிவு செய்து விட்டார்கள். எது நல்லது எது விஷம் என்று கண்டுபிடிக்க கிளப்பிலே பரிசோதனைச் சாலையா இருக்கிறது?”

“அப்போ கொத்சு?”

“அதிலே வெங்காயத்தைவிட வெங்காயத் தோலும் வேரும்தானே இருக்கிறது?”

“இதெல்லாம்–”

“இதைத்தான் அங்கே சொல்லணும் என்று நினைத்தேன். எதையும் ரொம்பப் பெரிய விஷயமாக நினைத்துக்கொள்ளக்கூடா. மலையை நாம்தான் தாங்கறோம் என்று நினைக்கப்படாது. ஹரிச்சந்திரன் நிஜம் பேசினானே, நாம் எப்படிப் பொய் பேசலாம் என்று நினைக்கப் படாது. நாம் பிழைத்தாக வேண்டும். சம்பளம் போறாதுன்னா அதை எப்படியோ சரிக்கட்டிக்கொள்ள வேண்டும். கையை நீட்டாமல்

கட்டிக்கொள்ளக் கூடாது. இந்த மனச்சாட்சி அது இது எல்லாம்–"

"இதெல்லாம் எனக்குப் புரிகிறது. பழக்கத்துக்குத்தான் கொண்டுவர முடியவில்லை."

"கொண்டுவர முடியவில்லை என்றால் ஒரு பெருமை என்று நினைத்துக் கொள்ளக்கூடாது. குறை என்று தெரிந்துவிட்டால் அதை உதறித் தள்ளுகிற உறுதி வேண்டும். பிழைக்கவேண்டும் – என்ற நினைப்பிலே தடிப்பு இருக்கவேண்டும். நாளை ஓட்டறது, பொழுதைக் கழிக்கிறது – இந்தக் கதை எல்லாம் சரிப்படாது... போறது; காபி பரவாயில்லை. பில் போடப்பா."

"நான் கொடுக்கிறேன்."

"இல்லை இல்லை, நான் கொடுக்கிறேன்."

"வந்த காரியத்தைச் சொல்லாமல் காபி சாப்பிட அழைத்துக்கொண்டு வந்துவிட்டீர்களே!"

"அதுவா? அந்தக் கிணறு வெட்டின மனுவிருக்கிறதே..."

"ஆமாம்."

"அதைப்பத்தி என்னென்னவோ ஆட்சேபம் எழுதி அனுப்பி இருக்கிறார்களாம்."

"நான் பார்த்தேன். இரும்புக் குண்டு போல இருக்கு ஆட்சேபங்கள்."

"எப்படியோ அதை இலவம்பஞ்சாக்கிவிட வேணும்மின்னு சொல்லத்தான் வந்தேன். எப்படியோ முடிச்சுத்தர வேண்டும்."

"பார்ப்போம்."

"பார்த்துக்கொண்டே இரும். அடுத்த வாரம் வருகிறேன்..."

நஷ்ட ஈடாமே! ஆனால், அதுவும் வாஸ்தவம்தானோ என்னவோ! பஸ்ஸில் அவன் அரை ரூபாயைக் கடன் வாங்கிக்கொண்டு போய்விட்டான்; ஆனால், இவர் டிபன் வாங்கிக் கொடுத்துவிட்டார். செலவும் வரவும் நேர்! ஆனால் அதெப்படிப் போதும்? மிச்சம் ஏற்படவேண்டும். ஆக்கலும் அழித்தலும் நாள் தவறாமல் உடலில் நடக்கிறதே! இரண்டும் நேராகிவிட்டால் போதுமா? உடம்பு என்று மிஞ்ச வேண்டாமா? ஏதாவதொன்று அதிகப்படியாக இருந்துதான் ஆக வேண்டும். அளவு, நெறி என்பதிலே குறி வைக்கப்படாது. அதிகப்படி யில்தான் நாட்டம் இருக்கவேண்டும். அளவு, நெறி என்றால் சுய நலம் தலை எடுப்பதில்லை; சுயநலம் தலை எடுக்காவிட்டால் அந்த

அதிகப்படி கிடைப்பதில்லை. பொழுதைக் கழிக்கிறது! ஓட்டுகிறது! இதுதான் பாடம்! உண்மைதான் தெரிகிறதே, மாறக் கூடாதோ? அதுதான் முடியவில்லை. இந்த ரகசியத்தைத் தெரிந்துகொண்டால் காலத்தைக் குதிரை ஏறலாம். இல்லாவிட்டால் நொந்த புண்ணாகவே சாகலாம்...

“சார், மானேஜர் கூப்பிட்டாங்கோ. டிபனுக்குப் போயிருக்காங்க இன்னேன்.”

“எதாவது சொல்லுவாரோ?”

“ஆயிர ரூபாய் சம்பளக்காரர்!”

“சும்மா இரு. அவர் காதில் விழுந்தால், குடிக்கிற கஞ்சிகூடத் தொலைந்து போய்விடும்.”

“நான் ஏன் வாயைத் திறக்கிறேன்? கேட்டீங்கன்னு சொன்னேன்.”

“கண்ணை மூடிக்கொள்ள வேண்டும். காதைப் பொத்திக்கொள்ள வேண்டும். வாயைப் பூட்டிக்கொள்ள வேண்டும். அப்படி என்றால் போதைப் போக்கலாம். இல்லாவிட்டால் தனதந்தி நாதந்தித்தானா – சம்போ – அஞ்சு கல்லாலொரு கோட்டை – அந்த ஆனந்தக் கோட்டைக்கு ஒன்பது வாசல் என்று ஒற்றைக் கொட்டையைக் கட்டிக்கொண்டு கிளம்பிவிட வேண்டியதுதான்.”

“என்ன சூபரெண்டு சார்?”

“காபி ஆயிடுத்தா?”

“ஆகிவிட்டது.”

“மேலே இருந்து அறிக்கை வந்திருக்கிறதே – பார்த்தீர்களா?”

“பார்த்தேன்.”

“ஒரே இடி மின்னலாக இருக்கிறது. பள்ளிக்கூடத்துப் பிள்ளைகளைக் கண்டிக்கிறாப் போல இருக்கிறது.”

“இப்போ என்ன செய்யணும்?”

“என்ன செய்கிறது?”

“பதிவில்லாத சர்க்கார் உத்யோகஸ்தர்களைக் கட்டி மேய்ப்பதில் உள்ள கஷ்டங்கள்தான் இவ்வளவுக்கும் காரணம் என்ற உண்மையை எழுதி அனுப்பினால் போகிறது.”

“நீ என்னய்யா – பழம்பசலி ! புத்திசாலித்தனம் இப்பொழுதெல்லாம்

வேண்டியதே இல்லை. தந்திரம் தெரியணும். ஒரு நூறு பக்கம் பதில் எழுதும். நிறைய புள்ளி விவரம் இருக்கட்டும். அனுபந்தம் இருக்கட்டும். இதைப் பார்த்தே பயந்து போய்விட வேண்டும். இங்கே இருக்கிறாப் போலத்தான் அங்கேயும் இருப்பார்கள். இதைப் பார்த்தவுடனே கட்டிப்போட்டுவிடுவார்கள். பிறகு, அடுத்த வருஷம்தானே? பார்த்துக்கொள்ளலாம்! இரண்டு நாளில் தயாராகட்டும்.''

“சரி...”

நான் வேலைக்கு லாயக்கில்லை என்றுதான் நினைக்கிறேன். இந்த ஆபீஸை நான்தான் தூக்கிக்கொண்டிருக்கிறேன் என்ற நினைப்பு இருக்கிறது – அது மகாமோசம்! இவர்களுக்கெல்லாம் எந்த வேலையும் பெரிசாகத் தோன்றுவதே இல்லை. வண்ணான் சட்டையிலே இருக்கிற தூசியைத் தட்டுகிறாப்போல அலட்சியமாய்ப் பேசுகிறார்கள். ஆனால், தட்டுகிற சத்தம் மட்டும் நாணொலி மாதிரி உலகெல்லாம் கேட்கும்படிச் செய்கிறார்களே – அதுதான் எனக்குத் தெரியவில்லை. வேர் மாதிரி மண்ணுக்குள் மறையத் தெரிகிறது. பூமாதிரி ஆடத் தெரியவில்லை. சுமைதாங்கி என்ற அகம்பாவத்தை விட்டுவிட்டால்... இன்றைக்கு இன்னும் பத்துக் கடுதாசாவது ஐந்து மணிக்குள் பார்த்துவிட்டால், நாளைக்குத் தீர்ந்துபோகும். இந்தக் குப்பைத் தொட்டியை வீட்டுக் குக் கொண்டு போவோமென்றால், மணிப் பயல் படித்துக் கிழிக்கிறேன் என்கிறான்! ஹும், ஏதோ நாளை எண்ணிக்கொண்டு போக வேண்டியதுதான்....

அடாடா! இந்த ஒரு கட்டை வரிசையாகத் தேதி வாரியாக வைக்கத் தெரியவேண்டாம்? எட்டு குமாஸ்தா கைமாறி இருக்கிறது! ஒருவருக்காவது அதைச் சரிசெய்ய வேண்டுமென்று தோன்றக் கூடாது? போட்டோ பிடித்தால் ஒவ்வொருவரும் முன்னால் நிற்க வேண்டும் என்று முயலுகிறார்கள்! அந்த போட்டோவில் சுவத்திடுக்கிலிருந்து ஆலங்கன்று நெளிந்து கொடுத்து முளைத்து வருவது போல் குமாரசாமி கழுத்தை நீட்டி இருக்கிறானே! ஒருவருக்காவது உணர்வு வேண்டாம்! பிறருக்காக அழகு, நெறி, ஒழுங்கு என்று இருக்கும் வரையில் உண்மைக்கும் வளர்ச்சிக்கும் இடமில்லை. பிறர் தான் சாட்சி என்ற நினைப்பு இருக்கும் வரையில் வேஷம் கட்டத்தான் தோன்றும். நம்மை நாமே பார்த்துக் கொண்டிருக்கிறோம் என்ற உண்மை புரிந்துவிட்டால், சூதும், வாதும், பகட்டும் ஒழிந்துவிடும். அடுக்கு சரியாக... ஆனால், நடந்து போகிறவன் ரஸ்தாவைச் செப்பனிட வேண்டுமென்று எப்படிக் கேட்கலாம்? நிலையாகக் கிடக்கிற ரஸ்தா அசையும் கால்களின் மிடுக்கைப்பற்றிக் குறைபடவும் கூடாது, ஏங்கவும் கூடாது. நடப்பதற்கு ரஸ்தாவாக இருக்கிறோமே என்பதில் உள்ள

உண்மையிலிருந்து இன்பத்தைப் பெறக் கற்றுக்கொண்டு விட்டால் – கொஞ்சம் இரு. அஞ்சு மணி வரையில் அடித்தளத்திற்குப் போய் விடு. போ போ...

டங்! டங்! டங்! அஞ்சு மணியா? போகிறது! ஒரு வழியாக எதிர்பார்த்ததை விட அதிகமாகவே இன்று வேலையாகிவிட்டது! கொஞ்சம் ஆறுதல்! நெருப்பில் குளிர்ச்சி உண்டா! ஏன் இல்லை? ஐஸின் தத்துவத்தைப் பற்றி விசாரிக்க வேண்டும்.

"வரலாமா?"

"வாருங்கள் தோழரே."

"உட்காரலாமே."

"வேண்டாம். மணி அஞ்சாகிவிட்டால் ஆபீஸ் சாமான், காற்று அவ்வளவும் கசப்பாக இருக்கிறது. இன்று அங்கே ரகசியக் கூட்டம்."

"நான் வரவில்லை."

"ஏன்?"

"இன்றைக்கு மனது சரியாக இல்லை."

"மனத்தைச் சரி செய்கிறதென்ற காரியம் உலக சரித்திரத்திலே என்னிக்கும் ஜெயித்ததில்லை. பத்துப் பேராகச் சேர்ந்து நெட்டையோ குட்டையோ ஒரு செயல் செய்தால் உலகம் நடுங்கிப் போகிறது."

"நீங்கள் என்ன தீர்மானம் போட்டாலும் அதன்படி நடந்து விடுகிறேன். சந்தேகப்பட வேண்டாம்."

"ஒரு ரகசியம் உங்களுக்குத் தெரியவேண்டும். மனசிலே இருந்தால் போதாது. செயல் அதைப் பறை சாற்ற வேண்டும். இந்தப் பிரசார ரகசியத்தைத் தெரிந்துகொண்டுதான் மதத் தலைவர்கள் விபூதி இடு, நாமம் போட்டுக்கொள், குங்குமம் வைத்துக்கொள் என்றெல்லாம் செயல்முறையை வகுத்து வைத்தார்கள். மனசுக்கும் செயலுக்கும் இடையிலுள்ள திரையை எடுத்தெறியத் தெரியவேண்டும். அதில் பயத்துக்கோ சூதுக்கோ இடமில்லை. இதைத்தான் நீங்கள் புரிந்து கொள்ள வேண்டும்."

"சொல்வதெல்லாம் சரிதான். மின்னல் ஆகாயத்தில்தான் பளிச்சென்றிருக்கும். இடியாகிப் பூமிக்கு வந்துவிட்டால், உருக்காகி விடவில்லையா? பூமியும் குடும்பமும் ஒன்று... தத்துவம் இருக்கட்டும், என்ன தீர்மானம் செய்தாலும் கட்டுப்படுகிறேன். வேறென்ன வேண்டும்?"

சரி, நாழியாகிவிட்டது. நான் போகிறேன்."

"சரி."

***

"வீட்டுக்கா?"

"இல்லை; காப்பிப் பொடிக் கடைக்கு."

"பொடி நன்றாக இல்லையே?"

"நமக்குக் கடன் கட்டில் ஆகிறது. அவருக்கு வியாபாரம் ஆகிறது. இதுதான் சிதம்பர ரகசியம்!"

"சரி போங்கோ, நான் வீட்டுக்குப் போகிறேன்."

***

ஆச்சு – ஆபீஸ் காரியம், வீட்டுக்காரியம் எல்லாம். இப்பொழுதே வீட்டுக்குப் போய் என்ன செய்கிறது? இந்தக் கேள்வியைக் காக்கை, குருவிகள் கேட்கின்றனவா? அதோ காக்கைகள் போகின்றன. கொக்குகள் கோடிழுத்தாற் போல் போகின்றன. அந்தப் புளிய மரம்தான் வீடு. பாதி ராத்திரியில் கத்துவதைக் கேட்டிருக்கிறேன். விழித்துக்கொண்டு காலையோ கிளையையோ மாற்றும்பொழுது. இந்தச் சத்தமும் சிறகுகளின் படபடப்பும் காதில் படுகின்றன! பாதி ராத்திரியில் இந்தச் சத்தம் முரண்பட்டதாகத் தோன்றவில்லையே, ஏன்? இந்தக் கொக்கு மட்டும் தனித்துப் போகிறதே! வழி தடுமாறும், தவறுமா? வானத்தில் ரஸ்தாவா போட்டிருக்கிறது? சற்றுக் குளத்தங்கரையில் தனிமையாக –

இந்த மீன்கொத்தி தனிமையாகத்தான் உட்கார்ந்திருக்கிறது! தனிமையாகவா? நல்ல கதை! தனக்குத்தானே பேசமுடிந்தால் அல்லவா தனிமை! தனக்குத்தானே பேசிக்கொண்டா இருக்கிறது? ஓவியம் தெரிந்திருந்தால், அதனுடைய வர்ண அமைப்பைக் காட்டலாம். ஆகாயத் துணுக்கு கிளை நுனியில் வந்து தூங்குகிறது. ஆனால், அந்த மூக்கு இருக்கிறதே, அதுதான் அவலக்ஷணம். அதன் வழியே குளத்து நீரைப் பார்த்துக்கொண்டே இருக்கிறதே! பொத்! தண்ணீரில் விழுந்து எழுந்திருந்து மீனைக் கொத்திக்கொண்டு வந்துவிட்டது. தனிமை குளத்தில் இல்லை. உடலைக் காற்றாட வைத்துக் கொள்வது தனிமையாகுமா? மனதைக் காற்றாட வைத்துக்கொள்ளத் தெரியவேண்டும். அந்த ரகசியம் தெரிந்துவிட்டால், வாழ்வில்

உதைப்பே இருக்காது; வேலை சுமையாக இருக்காது. வயிற்றைக் கேலி செய்யத் தோன்றாது. வினையும் விளையாட்டும் ஒன்றாகி விடும்; அது தெரிந்துவிட்டால் துன்பம் ஒழிந்து போகுமே!

ஆனால், இந்த நினைப்பெல்லாம் வீட்டில் எங்கே வருகிறது! மாடி, குளத்தங்கரை, கோயில் பிரகாரம், காடு, அங்கேதான் இந்த நினைப்பெல்லாம் படுத்துக் கொண்டிருக்கின்றன. வீட்டிலே சீக்கு, தரித்திரம், அறியாமை வழிகின்றன! நுரையீரல் இல்லாவிட்டால் ரத்தத்தின் கதி என்னாகும்...?

“என்ன இங்கே வந்து உட்கார்ந்திருக்கிறீர்களே?”

“சும்மாத்தான்.”

“சும்மா இருக்குமா?”

“என்னைப் பார்த்தால் குளத்தங்கரையில் வலைபோடுகிறவனாகவா தோணுகிறது?”

“நான் தவறுதலாகச் சொல்லவில்லை. அபூர்வமாக இருக்கிறதே என்று சொன்னேன்.”

“முந்தி எல்லாம் ஏழு மணி வரையில் காரியாலயத்தில் வேலை செய்துகொண்டிருந்தேன். இப்பொழுது செய்ய முடியவில்லை. எங்களை எல்லாம் ஏனய்யா கெட்டவன் ஆக்குகிறீர்கள் என்று ஆபீஸில் மற்றவர்கள் சண்டை போடுகிறார்கள். நாம் பாட்டுக்கு நம்முடைய காரியத்தைப் பார்த்துக்கொண்டு போனால் கூட வம்பு வந்து விடுகிறது.”

“அப்படிச் சொல்லக் கூடாது. எங்கள் வீட்டுக் கூடத்து மண்ணைத் தோண்டினால், அந்த வீட்டுக்காரனுக்கு என்னன்னு கேட்கலாமா? உம்முடைய பாட்டில் போனால் அவன் சுவரல்லவா காய்ந்துவிடும்?”

“உண்மைதான். இப்படி எல்லாம் யோசித்து யோசித்துப் பார்த்தால், யோசித்துக்கொண்டே இருக்க வேண்டியதுதான்.”

“அதற்கு வேறு வழி இருக்கிறது. இது சில பேருக்குத் தெரிவதில்லை. பெருச்சாளித் தொல்லை சகிக்கவில்லை என்று சொல்லிக்கொண்டே இருக்கவேண்டும். மாட்டிக்கொண்டு விட்டால், இந்தப் பெருச்சாளி செய்கிற அக்ரமத்தைப் பாருங்க என்று தெளிவாகச் சொல்லத் தெரியவேண்டும்.”

“உண்மைதான். புதுப் பாடம் ரொம்ப கற்றுக்கொள்ள வேண்டி இருக்கிறது. ஆனால், புதுப்பாடம் படிக்கிற வயதுதான் தாண்டிப்

போச்சு. எப்படியோ தட்டுத் தடுமாறிப் பொழுதை ஓட்டவேண்டியது. நீங்க எங்கே இங்கே வந்து சேர்ந்தீர்கள்?"

"ஒரு பச்சிலை தேட வந்தேன்."

"இங்கே எல்லாம் க்ரோடன்ஸ்தானே இருக்கிறது?"

"எங்கேயாவது இருக்காதான்னு வந்தேன். தேடினாத்தான் கிடைக்கும். கஷ்டப்பட்டால்தான் கிடைக்கும்."

"இருட்டுகிறதே, இனிமேல் தேட முடியாதே!"

"ஆமாம் ஆமாம், வருகிறேன்."

"நானும் புறப்பட வேண்டியதுதான்..."

எனக்கு ஒன்றும் தெரியாது என்று உபதேசம் செய்கிறார்! பச்சிலை தேட வந்தாராம் – எனக்கா தெரியாது! குளத்தங்கரைக்கு வந்தால், வலை போடுகிற வேலைதான் சிலருக்குத் தெரியும்! அதனால்தான் பாக்கிப் பேரும் அதற்காகவே வந்திருக்கிறார்கள் என்று நினைத்து விடுகிறார்கள். குளத்தை நல்ல குளமாகவோ கெட்ட குளமாகவோ பண்ணுவது நாம்தானே!

நம்ம தெரு ஆட்டுக்குட்டி இவ்வளவு தூரம் எங்கே வந்தது? காலில் கட்டு! நொண்டி நொண்டி இவ்வளவு கஷ்டப்பட்டு நடக்கிறதே! வீட்டுக்குப் போய்ச் சேருமா? ஆனால், அதற்கு யாராவது கதவைத் திறக்க வேண்டுமா? இல்லாவிட்டால் ஏன் இவ்வளவு நாழி என்று யாராவது கேட்கப்போகிறார்களா? என்ன படுத்துக்கொண்டு விட்டதே! கால்வலி நடக்க முடியவில்லை போல் இருக்கிறது. வயிற்றுக் கொடுமை இவ்வளவு தூரம் இதை இழுத்துக்கொண்டு வந்துவிட்டது. எப்படியோ வீட்டுக்கு வந்து சேராமலா போகும்? வந்து 'மே' ன்னு கத்தினால் போச்சு. தானே பெரிய ஆடு ஓடி வருகிறது. ஒவ்வொருவரும் ஒவ்வொரு விதத்திலே காலொடிந்த ஆடுதான்!

ஊசி, ஆமாம்... ராத்திரி ஆச்சே, குடுப்பானோ குடுக்க மாட்டானோ? கேளேன். மாமரத்தில் கல்லெறிவதுதான் பிழைப்பு முறை. காய் விழலாம், கல் விழலாம், காயும் கல்லும் விழலாம். எப்படி இருந்தாலும் எறிந்த கல் நம் மேலே திரும்பி விழாமல் பார்த்துக் கொண்டாலே ஒரு சாமர்த்தியம்தான்...

"என்னாங்க, இரண்டு ஊசி."

"இல்லீங்களே."

"இவ்வளவு பெரிய ஷாப்பிலே – ராத்திரியாச்சேன்னு பார்க்குறீங்களா? அதெல்லாம் அந்தக் காலம். இப்பொழுது என்னய்யா?"

"இல்லீங்கன்னா, தத்வம் படிக்கிறீங்களே!!"

"சரி; அரிசிப் பெப்பர்மெட் குடு ஓரணாவுக்கு."

***

"என்னப்பா வாங்கினு வந்தே?"

"இந்தாடா பெப்பர்மெட்டு."

"எனக்கா?"

"எல்லார்க்கும்தான்டா."

"போப்பா, எனக்கொண்ணும் வேண்டாம்."

"நாளைக்கு ஒனக்கு மாத்திரம் வாங்கிக்கிண்டு வரேன்."

"கட்டாயம் வாங்கிண்டு வரணும். ஒத்தருக்கும் தரமாட்டேன்."

"சரி."

"அப்பா, எனக்கு 10 மார்க்! இதோ பார் ஸ்லேட்டை!"

"ஒரு சைபர்தானே போட்டிருக்கிறது!... கணக்கா?"

"போப்பா, உனக்குக் கண் தெரியல்லே. இதோ இருக்கு பார் ஒண்ணு."

"பேஷ்."

"இன்னிக்கு வாத்தியார் கிளாஸிலே ஒரு கேள்வி கேட்டார். ஒருத்தருக்கும் தெரியல்லே."

"ஒனக்கு?"

"எனக்கு ஒண்டிக்குத்தான் தெரிஞ்சுது. மைசூர் மாட்டுக்கு எத்தனை கொம்புன்னு கேட்டார். எல்லாரும் முழிச்சா. மாட்டுக்கு மூணு கொம்பு கிடையாது சார் ன்னேன். என்னை முதல் இடத்துக்குப் போகச் சொல்லி விட்டார்."

"பேஷ்! காலை அலம்பிக்கொண்டு வருகிறேன்."

"தட்டும் போட்டிருக்கிறேன்."

"இந்தா காப்பிப் பொடி."

"நான்தான் காலம்பர வறுத்தேன் என்று சொன்னேனே!"

"அது நினைப்பில்லை. இன்னும் ஒரு வாரத்துக்குப் பிடுங்கல் இல்லாத போறது. இப்பொழுது சமையல் உண்டோ?"

"சாதம் மாத்திரம் வடித்திருக்கிறேன். பாக்கி மத்யானம் செஞ்சது."

"எதோ ஒண்ணு, போடு"

"நானும் சாப்பிடுகிறேன் அப்பா."

"இன்னும் சாப்பிடல்லியா?"

"குண்டோதரன், இரண்டாம் தரம் சாப்பிடுகிறான். அப்பாவோடெ சாப்பிடுகிற பெருமை!"

***

"ஏம்பா இனிமே படுத்துக்க வேண்டியதுதானே?"

"திருட்டுப் பயலே... சினிமாக்கு அடி போடுகிறாயா?"

"கூப்பிட்டாக் கூட வல்லே அப்பா."

"சமத்து வாசல்லே போய் நொண்டி ஆடு ஒண்ணு வருதோ பாத்துட்டு வா."

"ஆடு ஏது அப்பா?"

"இந்தத் தெருக்கோடியிலே இருக்கு. ஆபீஸுக்குப் போகிறப்போ வருகிறப்போ கண்ணிலே படும். அது நொண்டிக் காலோட கஷ்டப்பட்டு வந்துக்கிண்டிருந்தது."

"ஆடு மாத்திரம்தான் கஷ்டப்படுகிறது. வெறெ ஒத்தரும் கஷ்டப்படல்லே. சாமா! போய்ப் படுத்துக்கோடா – ஆட்டைப் பார்க்கிறானாம்!"

"நான் பாக்கத்தான் பாப்பேன். அப்பா சொல்கிறார்..."

"தெருவிலே ஆட்டைக் காணும் அப்பா. அன்னக் காவடிப் பிச்சை இருக்கான் பாரு. அவன்தான் வருகிறான்."

"சரி சரி; படுத்துக்கோ."

"இதோ... இதைப்பார் ஜமக்காளம் போடுகிறேன்..."

"நொண்டி நொண்டி நடந்துதானே ஆகவேண்டும்! வந்துவிடும் வந்துவிடும் வீட்டுக்கு...!"

"முருகா சரணம்."

111. திண்ணைப் பேர்வழி

மலைராஜன் கோவிலுக்கு ஒரு பிரார்த்தனை செலுத்த வேண்டி இருந்தது. ஒன்றரை வருஷத்திற்கு முன்பு வலது கைக் கட்டை விரல் வீங்கிக் கொண்டு விட்டது. ஒரே வலி. மடக்கவே முடியவில்லை. ஒவ்வொரு டாக்டராகப் பார்த்து விட்டேன். மேல்நாட்டு டாக்டர் இரண்டு கோடி என்னவோ பென்ஸிலினை ஊசியாக ஏற்றினார். நாட்டு வைத்தியர் உப்பில்லாப் பத்தியம், புளியில்லாப் பத்தியம், பால் பத்தியம், எல்லாம் வைத்துவிட்டார். யூனானி வைத்தியர் பழரச மருந்தாகவே கொடுத்துப் பார்த்தார். ஒன்றுக்கும் அசைய வில்லை. பணப்பை சல்லடையானது கண்ட எனக்கு என்ன செய்வதென்று புரியவில்லை. இவ்வளவுக்கும் பிறகு என் மனைவி ஒருநாள் நாணிக் கோணிக் கொண்டு வந்து நின்றாள்.

"என்ன சமாசாரம்" என்றேன்.

"நல்ல சமாசாரம்தான்."

"யாருக்கு?"

"உங்களுக்குத்தான்."

"எனக்கென்ன?"

"உங்களுக்குத்தான் தெய்வத்தினிடத்தில் நம்பிக்கை இல்லை. டாக்டர்களிடத்தில் வைத்த நம்பிக்கை இப்பொழுதுதான் பொய்யாகப் போய்விட்டது. இனிமேல் என்ன செய்யப் போகிறீர்கள்?"

“அதுதான் எனக்குத் தெரியவில்லை.”

“முப்பது வருஷத்திற்கு ஒரு நாளாவது நான் சொல்வதைக் கேளுங்களேன்.”

“கேட்கிறேன்.”

“ஏன் ஏது என்று கேட்கக் கூடாது.”

“இல்லை.”

“ஒரு ஐந்து ரூபாயை மஞ்சள் துணியில் முடி போட்டு வைத்துவிட்டு ‘மலைராஜப் பாட்டா, முழங்கால் முறியவரேன்’ என்று சத்யம் பண்ணுங்கள். பிறகு பாருங்கள். மலைராஜன் கோயிலுக்கு முழங்கால் முறிய தவறாமல் போகணும். என்னை ஏமாற்றுவதைப்போல பாட்டாவை ஏமாற்றக் கூடாது.”

“சரி” என்று சொல்லி அந்தப்படி செய்ததன் விளைவுதான் இந்தப் பயணம். மாமரத்தில் கல்லெறிந்தால் காய் விழுந்தால் லாபம், விழாவிட்டால் நஷ்டம் ஒன்றும் இல்லையல்லவா? அப்படி ஒரு நினைப்பில்தான் செய்தேன். ஒரு வாரத்திற்கெல்லாம் எனக்குச் சொஸ்தமாகி விட்டதைக் கண்டவுடன் எனக்குப் பயமே உண்டாகி விட்டது. தர்க்க அறிவுக்கு எட்டாத நிலைகளும் காரிய காரணத் தொடர்புகளும் உலகில் இருக்கக்கூடும் என்ற எண்ணம் சதா இடிக்க ஆரம்பித்து விட்டது. அதோடு பிரார்த்தனையைச் சீக்கிரம் செலுத்தி விட வேண்டும் என்ற குடைச்சலும் ஏற்பட்டுவிட்டது.

நானும் மனைவியும் மலைராஜன் கோவிலுக்குப் புறப்பட்டோம். மாலை ஐந்து மணி. கோவில் சிறிய குன்றின் மேலிருந்தது. காலையில் செவ்வொளி கிழக்கே படரும்பொழுது மலை ஏறிச்சென்று சுனையில் மூழ்கிக் கோயிலில் வழிபட்டு வருவதுதான் வழக்கம். எனவே மாலையில் கோயில் அடிவாரத்துக்குப் போய் இரவைச் சத்திரத்தில் கழித்துவிட்டு, காலையில் மலையேறுவோம் என்று பயணப்பட்டோம் இரவுக்கு வேண்டிய உணவை என் மனைவி மூட்டையாகக் கட்டி எடுத்து வந்திருந்தாள். ஏனென்றால், பாதையில் இதற்கான வசதி எதுவும் கிடையாது. சத்திரத்தில் சுவர்களும் வௌவால்களும் வழக்கமாக இருந்தனவே ஒழிய உணவு விஷயம் வழக்கொழிந்து விட்டது.

இரவு ஏழு மணி இருக்கும். சத்திரத்தைப் போய் அடைந்தோம். தெருப்புறத்தில் ஒரு லாந்தல் எரிந்து கொண்டிருந்தது.

“வாங்க” என்றது ஒரு குரல். உற்றுப் பார்த்தேன். மொட்டைத் தலையாய், கழுத்திலே கொட்டை கட்டிக் கொண்டு குன்றிலே

மேகம் வீழ்ந்தாற் போல விபூதி பூசிக்கொண்டு ஒருவர் இருந்தார். "காலையிலே மலைக்குப் போகிறவர்கள்தானே?" என்று கேட்டார்.

"ஆமாம்" என்றேன்.

"ராத்திரி ஆகாரத்திற்கு வழி செய்துகொண்டு வந்திருக்கிறீர்களா?" என்றார்.

"உங்களுக்கும் இன்னும் ஒன்பது பேருக்கும் கொண்டு வந்திருக்கிறேன். பாட்டாவைப் பார்க்க வந்தால் ரொம்ப பரீட்சை பண்ணுவார் என்று கேள்விப்பட்டிருக்கிறேன்" என்றாள் என் மனைவி.

அவள் சொன்னதில் ஒரு எழுத்துக்கூடப் பொய் இல்லை. சோற்று மூட்டை அவ்வளவு பலமாக இருந்தது. மூட்டை கட்டும் பொழுது எனக்கு இது வியப்பை மூட்டிற்று. இருந்தாலும் என்ன ஏது என்று கேட்கக் கூடாதென்று மனைவி கட்டளை இட்டிருந்தாளே என்று சும்மா இருந்துவிட்டேன்.

"அதற்காகச் சொல்லவில்லை. சத்திரம் என்றால் சோறுண்டு என்று நினைத்துக்கொண்டு இங்கு வந்து சிலர் கஷ்டப்பட்டுப் போகிறார்கள்" என்றார்.

"அந்தச் சங்கடம் நமக்கில்லை. வாங்க, கைகால் கழுவிக் கொண்டு சாப்பிடலாம்" என்றாள் மனைவி.

டவுனாயிருந்தால் எனக்குப் பசிக்கவில்லை என்றோ, இப்பொழுது சாப்பிட்டேன் என்றோ சொல்லி இருப்பார்கள். அவர் பொய்க் கௌரவம் பாராட்டவில்லை. "புரச இலை கொண்டு வருகிறேன்" என்று நகர்ந்தார்.

"எனக்கும் போடுவீங்களா?" என்றொரு குரல் கேட்டதும் நாங்கள் கொஞ்சம் திடுக்கிட்டுப் போய்விட்டோம். இருட்டிலிருந்து குரல் வந்தால் எப்படி இருக்கும்? ஒரு சில நிமிஷம் இருட்டில் கண்ணால் துளாவினோம். பிறகுதான் திண்ணையில் தூண் மீது ஒருவர் சாய்ந்து கொண்டு உட்கார்ந்திருந்தது கண்ணில் பட்டது.

"ஓ, வாங்கோ" என்றாள் மனைவி. அவர் உடனே எழுந்து வந்து விட்டார். லாந்தல் விளக்கின் ஒளியில் அவர் முகம் நன்றாகத் தெரிந்தது. நார் பிய்க்காத தேங்காயைப் போல் அவர் முகம் இருந்தது. அந்த அரை ஒளியில் கூட கண்களில் ஒரு வெறி தெறித்தது. அவர் உடை குடுகுடுப்பாண்டிக்காரன் மாதிரி இருந்தது. அவரைப்பற்றி அறிந்து கொள்ள வேண்டுமென்ற ஆவல் எழுந்தது. ஆனால் யாரைக் கேட்பது என்று நினைத்துக்கொண்டிருக்கும்பொழுதே கொட்டை கட்டி புரச

இலைகளை எடுத்துக்கொண்டு வந்து விட்டார்.

சத்திரத்து முற்றத்தின் ஓரத்தில் உட்கார்ந்துகொண்டு எல்லோருமாகச் சாப்பிட உட்கார்ந்தோம்.

சாப்பிட இந்த ஆளும் வந்துவிட்டானே என்றோ என்னவோ, கொட்டை கட்டி ஒரு வார்த்தையும் பேசவில்லை. அந்த ஆளும், சாப்பிடுவதற்கு வாயைத் திறந்தானே ஒழியப் பேசுவதற்குத் திறக்கவில்லை. இருவரும் எதுவும் பேசாமலிருந்தது எனக்கு ஆச்சரியமாகத்தான் இருந்தது. அதற்காக என்னால் பேச வைக்க முடியுமா? சும்மா நானும் சாப்பிட்டேன்.

சாப்பாடு முடிந்ததும் கொட்டை கட்டி கஞ்சாப் பையை எடுத்து வைத்துக்கொண்டு உட்கார்ந்தார். அந்த ஆள் திண்ணைக்குப் போய்விட்டார். கஞ்சா குடிக்கும் இடத்தில் எனக்கு வேலை கிடையாது. தெருப்புறத்துத் திண்ணையில் வந்து உட்கார்ந்தேன். என் மனைவியும் கூடவே வந்து உட்கார்ந்தாள்

எதிரே மலைராஜன் கோவில் இருள் சித்திரமாக வானத்தில் படர்ந்து கிடந்தது. எதிர்த்தாற்போல் இங்கொன்றும் அங்கொன்றுமாக வேப்பமரம் தென்பட்டது. எங்கு கண்டாலும் பாறைகள்!

இப்படி நோட்டம் பார்த்துக்கொண்டே இருந்தேன்.

"பாட்டாவைப் பார்க்க வந்தீங்களா?" என்றார் திண்ணையிலிருந்த பேர்வழி.

"ஆமாம்... நீங்கள்?" என்றேன்.

"நான் ஐந்து வருஷமாப் பாட்டாவைப் பார்த்துக் கொண்டு இங்கேயேதான் இருக்கிறேன்."

"கொடுத்து வைத்தவா, கவலை இல்லாமல் இருக்கிறீர்கள்" என்று குறுக்கிட்டாள் மனைவி.

"இன்னம் கொடுக்கவில்லை" என்று அவர் பதில் சொன்னது எனக்குப் பொருத்தமாகப் படவில்லை.

"யார் என்ன கொடுக்க வேண்டும்?" என்றேன்.

"பாட்டா வரம் கொடுக்கவில்லை" என்று அந்த ஆள் குன்றை நோக்கி வலது கையை நீட்டினார்.

"இவருக்கே வரம் கொடுத்துவிட்டாரே" என்று என் மனைவி என்னைக் காட்டி, கையைச் சேர்த்துக் கும்பிட்டாள்.

“என் சமாசாரம் அப்படி இல்லையே, லேசா வரம் கிடைக்க?”

“அப்படி என்றால்?” என்றேன்.

“சொல்கிறேன் கேளுங்க” என்று ஆரம்பித்தார்.

“என் பேர் மல்லி. எனக்கு ரெண்டு அண்ணன்மார்கள் உண்டு. அக்கச்சி தங்கச்சி இல்லை. எங்க ஆயா செத்தது எனக்குத் தெரியாது. நாலஞ்சு வயதுப் பையனா இருந்திருப்பேன்; எங்க அப்பாதான் எங்களை எல்லாம் கவனித்துக் கொண்டிருந்தார். நாங்கள்தான் சோறாக்கிக் கொண்டு வீட்டிலிருந்தோம். அரி நமோ கூட எங்களைப் படிக்க வைக்கவில்லை. போவுது. ஒரு தொழிலாவது கற்றுக் கொடுத்தாரா என்றால் அதுவும் இல்லை. அவருக்கு ஏதேனும் தொழில் தெரிந்தால்தானே?”

“பின்னே செலவுக்கு” என்று தடுத்துக் கேட்டேன்.

“அதுதான் எங்களுக்குப் புரியவே இல்லை. அவர் சில நாள் பகலில் வீட்டிலிருப்பார். சில நாள் ஊரில் இருக்க மாட்டார். எங்கே போகிறார், என்ன செய்கிறார் என்று எங்கள் ஒருவருக்கும் தெரியாது. அவ்வப் பொழுது ஏதாவது பணம் கொண்டுவந்து கொடுப்பார். அதை வைத்துக் கொண்டு காலத்தை ஓட்டிக் கொண்டிருந்தோம். இதில் ஆச்சர்யம் என்னவென்றால் எங்கள் ஒருவருக்கும் பிழைக்க வழி பார்க்க வேண்டுமென்று தோன்றவில்லை. சோறாக்குவது, தின்பது, ஊர் சுத்துவது, வம்பிழுப்பது – இதுவே சொர்க்கம் போல இருந்தது. எப்பொழுதாவது எங்க ஐயாவைப்பற்றிப் பேசிப் பார்ப்போம். அவர் சில்லறை திருட்டுக் கோஷ்டி ஒன்றைச் சேர்ந்தவர் என்ற எண்ணம் மட்டும் எல்லோருக்கும் ஏற்பட்டது. அதற்குப் போலீஸ் விசாரணை, கோர்ட்டு, தண்டனை ஆகிய ருசு ஒன்றும் கிடையாது. சில சமயம் கையில் கட்டும் இரண்டு முழங்காலில் சிராய்ப்பும் தலையில் பிளாஸ்திரியுமா அவர் காட்சி கொடுப்பார். அதைக் கொண்டுதான் இப்படி நினைத்தோம்.”

“இப்பொழுது இருக்கிறாரா?” என்றாள் என் மனைவி.

“அதைத்தான் சொல்ல வருகிறேன். ஒருநாள் வழக்கம் போல் ராத்திரி வீட்டை விட்டுப் போனவர் திரும்பவே இல்லை. ஒரு வாரமாச்சு. ஒரு மாதமாச்சு. வரவே இல்லை. ஒரு வள்ளுவரைக் கேட்டோம். போனது வராது என்று சொல்லிவிட்டார். ஒரு வருஷம் பார்த்து விட்டோம். அப்பவும் வரவில்லை. வள்ளுவர் சொன்னது சரியாகிவிட்டது என்று சட்டி உடைத்துக் கருமாதி செய்து விட்டோம்!”

“அதற்குப் பிறகு?”

"அதற்குப் பிறகென்ன? நாங்களும் சில்லறைத் திருட்டை இதற்கு முன்பே ஆரம்பித்திருந்தோம்."

"ஊம்."

"இந்தச் சில்லறைத் திருட்டு அலுத்துப்போக ஆரம்பித்து விட்டது. நாங்கள் மூன்று பேருமாக யோசித்து ஒரு முடிவு கட்டினோம். திருடுவதைவிட ஏமாற்றுவதுதான் நல்லதென்று தீர்மானம் செய்து அந்தப் பாதை வழியே செல்ல ஆரம்பித்துவிட்டோம். எங்கள் திட்டம் எப்படி என்றால் கிராமாந்திரப் பக்கங்களில் போகும் பெரிய சாலைகளில் மதகடியில் அங்கே அங்கே தனியாகப் போகக் கூடாது. பயம் என்று பேர் வாங்கின சாலைகளாக ஜாப்தா எடுத்தோம். ஒரு வாரத்திற்கு ஒரு ரஸ்தாவுக்குப் போவோம். ரஸ்தாவிலே, குறிப்பாக, கலியாண காலத்திலே அடுத்த ஊர் பக்கத்து டவுனுக்கு நடந்து போகுமே அந்தக் கோஷ்டியிலே முதலில் நான் போய்ச் சேருவேன். தலையை நன்றாக மொட்டை அடித்துக்கொண்டு, அறுத்துப் போன செட்டி கைம்பெண்ணாக வேஷம் போட்டுக்கொண்டு கோஷ்டியில் போய்ச் சேருவேன்.

அடுத்த ஊருக்குப் போகவேண்டும். அந்த அஞ்சு தலை வாய்க்கால் மதகுகிட்டே பயம். மடியில் கொஞ்சம் வைத்துக் கொண்டிருக்கிறேன். உங்கள் துணையோடு வருகிறேன் என்பேன்.

என் பேச்சு அவர்களுக்குத் தெம்பாக இருக்கும். அந்தச் சமயத்திலே அண்ணன் வில்லி வருவான்."

'சும்மா பயப்படாதீங்க. மீசைக்காரன் என்றால் இந்த ரோட்டிலே இருக்கிற மரம்கூட நடுங்கணுமாக்கும்' என்று வில்லி மீசையைத் திருகி விடுவான்.

வில்லி வாட்டசாட்டமாக இருப்பான். மதுரைவீரன் கூட இவனை எதிர்க்கமுடியாது போலிருக்கும். கலியாணக் கோஷ்டிக்குச் சுத்தமாகப் பயம் தெளிந்து போய்விடும். கலகலப்பாய் இருக்கும் சமயம் பார்த்து 'கழுத்திலே இருக்கிறதை மட்டும் செட்டிச்சி அம்மாகிட்ட கொடுத்து வைங்க. மதகடிதாண்டின கையோடே வாங்கிக்கொண்டுவிடலாம். முன்ஜாக்கிரதையாக இருப்பதிலே பிசகென்ன?' என்று பழுத்த கிழவனைப்போல் யோசனை சொல்லுவான். நல்ல யோசனை என்று கழுத்தில் இருப்பதை எல்லாம் எடுத்து என்னிடம் கொடுத்துவிடுவார்கள். நான் இடுப்பில் கட்டிக்கொண்டு பத்திரப்படுத்தி விடுவேன். மதகடிக்கு நாங்கள் வரும் சமயம் பார்த்து மற்றொரு அண்ணன் கல்லி ஐந்தாறு ஆளுடன் தடியும் கம்புமாக அட்டகாசமாகச் சாலையில் குறுக்கிடுவான்.

கேட்கவேண்டுமா? குய்யோ முறையோ என்று கூட்டத்தில் உள்ளவர்கள் கத்துவார்கள். ஒவ்வொரு பெண் பிள்ளை கழுத்தாப் பார்ப்பது போல் பாசாங்கு செய்வான். முடிவில் தரித்திரக் கும்பல்! நகையா நட்டா! ஒண்ணும் கிடையாது. புடவையைக் கட்டிக்கிட்டு மினுக்குறாங்க! 'நிக்காதிங்க, ஓடுங்க' என்று தடிக் கம்பை ஓங்குவான். கும்பல் செத்தேன் பிழைத்தேன் என்று ஓடிவிடும். இந்தக் கலவரத்தில் நான் மட்டும் மெதுவாக நகர்ந்து மரமோ புதரோ எங்கோ ஒளிந்து கொண்டுவிடுவேன். என் இடத்தில் அகப்பட்ட நகைகளை வைத்துக் கொண்டு கொஞ்ச நாள் ஓட்டுவோம். இருக்கிறது தீர்ந்து போவதற்கு முன்னாலே வேறு ஒரு ரஸ்தாவுக்குப் போவோம். அங்கேயும் இதே கதை! இப்படியே எங்கள் பொழுது போய்க் கொண்டிருந்தது."

"அது சரி, வில்லியும் கல்லியும் இப்பொழுது எங்கே?" என்று ஆச்சர்யத்துடன் கேட்டேன்.

"அதைத்தான் சொல்லுகிறேனே" என்று திண்ணைப் பேர்வழி தொடர்ந்தார். "ஐந்து வருஷத்திற்கு முன்பு ஒருநாள் இந்த மலைராஜன் கோவில் சாலையைக் குறி வைத்துவிட்டு நாங்கள் தயாராகிவிட்டோம். இப்பொழுது இருப்பதுபோல் அப்பொழுது இல்லை. எங்கேயும் மரமும் இருட்டுமா இருக்கும்?"

ஒரு கோஷ்டி காலையிலே மலைராஜன் கோவிலுக்குப் போய்க் கொண்டிருந்தது. நான் வழக்கம் போல செட்டிக் கைம்பெண் போல வேஷம் போட்டுக்கொண்டு கும்பலில் சேர்ந்து என் பாடத்தை ஒப்பித்தேன். அந்தக் கும்பலில் ஒரு அரைப் பைத்தியம் இருந்தது எனக்குத் தெரியாது. அவன் ஏதோ பக்தியினால் பாடிக்கொண்டு வருகிறான் என்றுதான் நினைத்துக் கொண்டிருந்தேன். அந்த அரைப் பைத்தியம் கையில் ஒரு இரும்புத் தடியை வைத்துக்கொண்டு சுழற்றுவதும் அடிபோடுவதுமாக வந்தான். வழக்கம்போல வில்லி குடியானவன் மாதிரி வந்து இவர்களுக்குத் தைரியம் சொன்னான். இதைக் கேட்டுக் கொண்டிருந்த அரைப் பைத்தியத்திற்குக் கிறுக்குக் கிளம்ப ஆரம்பித்துவிட்டது. 'வீரபத்திரன்கிட்ட மதுரை வீரன் பாச்சா பலிக்காதுடா' என்று ஏதோ கூச்சலிட்டான். எனக்கும் புரியவில்லை. வில்லிக்கும் புரியவில்லை. அதற்குப் பிறகு, 'நகையைக் கழற்றி பந்தோபஸ்துக்காக ஆச்சி இடம் கொடுத்து வைங்க' என்று சொன்ன கட்டத்திலே என்ன நடந்தது என்றே தெரியவில்லை. 'வீரபத்திரன் காவல் இருக்கிறபோது நீ வந்து வாலாட்டுகிறாயா' என்று இரும்புக் கழியால் வில்லி மண்டையில் ஒரு போடு போட்டுவிட்டான் அந்த அரைப் பைத்தியம். மண்டை உடைந்தே போய்விட்டது. அதோடு நிற்கவில்லை. திடீரென்று கல்லி ஆளும் கம்புமாக அந்த இடத்தில்

முளைத்து அட்டகாசம் பண்ணத் துவங்கிவிட்டான். பைத்தியம் எழும்பி எழும்பிக் குதித்து கல்லியையும் மற்றவர்களையும் தாக்கினான். கல்லியின் தலையிலும் தோளிலும் பலத்த அடி இரும்புக் கழியினால். கல்லிக்கும் வில்லி மாதிரியே ஆகி விட்டது. நான் வாயைத் திறக்கலாமா? ஊமையைப் போல் நின்று கொண்டிருந்தேன். அதற்குள் கூட்டத்தில் இருந்த ஆண்பிள்ளைகள் சாமி கும்பிடச் சகுனம் சரியாக இல்லை திரும்பிப் போயிடுவோமின்னு புறப்பட்டுப் போயிட்டாங்க. எனக்கு என்ன செய்வதென்றே புரியவில்லை. கொஞ்ச தூரம் விலகிப் போய் ஒரு புதருக்குப் பின்னாலே ஒளிந்துகொண்டு உட்கார்ந்தேன். இவர்கள் எல்லாம் போன பிறகு திரும்பி வந்து எங்க ஆள்களைப் பார்த்தேன். இரண்டு பேரும் பரிதாபமாக அடிபட்டுக் கிடந்தார்கள். பக்கத்தில் ஈ குருவி கிடையாது. என்ன செய்வதென்றே புரியவில்லை. விலகிப்போய் ஒரு புதர் மறைவில் உட்கார்ந்துகொண்டு விட்டேன்.

பாதி ராத்திரிக்கு மேலே இரண்டு குதிரை வண்டியிலே போலீஸ்காரங்க வந்தாங்க. இவர்களை வண்டியிலே எடுத்துப் போட்டுக்கொண்டு போய்விட்டார்கள். நான் எப்படி குதிரை வண்டிக்குப் பின்னால் போவது? மறுநாள் பொழுது விடிந்த பிறகு ஊருக்குத் திரும்பினேன். உச்சிப்பொழுதுக்குப் பிறகு ஊர் ஆஸ்பத்திரியிலே போய் வட்டமிட்டேன். இரண்டு பேரும் இரண்டு இடத்திலே கட்டிலில் கிடந்தார்கள். இப்பொழுது அந்தக் கதை எதற்கு? ஒரு வாரத்திலே இரண்டுபேரும் போயிட்டான்கள். அனாதிப் பிணம் என்று ஆஸ்பத்திரிக்காரர்கள் அடக்கம் செய்துவிட்டார்கள். செத்துப் போய்விட்டபடியால் போலீசார் திருட்டு வழக்கையும் கைவிட்டுவிட்டார்கள்.

நான் மிஞ்சினேன். எனக்கு மலைராஜன் கோவில் பாட்டா மேலே ஒரே கோபம். மூணுபேர் தப்பு செய்தால் இரண்டு பேரைத் தண்டித்தது சரியா என்று கேட்டுக் கொண்டே இந்த மலை அடிவாரத்திற்கு அப்பொழுது வந்ததுதான். இன்னும் எனக்கு வரம் கொடுக்கவில்லை. எப்பொழுது கொடுக்கப் போகிறாரோ?" என்று நிறுத்தினான்.

எனக்கும் என் மனைவிக்கும் மனத்தில் சமாதானமில்லை. ஒருவர் மற்றவரைப் பார்த்துக்கொண்டே இருந்தோம்.

"நான் கேட்கிற கேள்வி சரியா இல்லையா யோசியுங்க. இதோ வாறேன்" என்று திண்ணைப் பேர்வழி எங்கோ இறங்கிப் போனார்.

"கதை கேட்டீங்களா" என்று வினவிக்கொண்டே கொட்டை கட்டி சத்திரத்திற்குள்ளிருந்து வந்தார்.

"இவர் சொல்றது நிஜமா?" என்று கேட்டேன்.

"பாட்டாவுக்குத்தான் தெரியும். இந்த ஆள் இங்கேயே இருக்கிறான். யாராவது இங்கு வரும்போது சோறு கேட்கிறான். கொடுத்தால் வாங்கித் தின்கிறான். இல்லை என்றால் என்னை வந்து கேட்பதில்லை. திண்ணையிலேயே உட்கார்ந்திருக்கிறான். மலை ஏறிப் போவதும் இல்லை."

"இல்லாவிட்டால் இவனுக்குப் பைத்தியமாக இருக்குமா?" என்றாள் மனைவி.

"யாருக்குப் பைத்தியம், யாருக்கு இல்லை என்று அவ்வளவு சுளுவாகச் சொல்லிவிட முடியுமா? அது பாட்டாவுக்குத்தான் தெரியும்."

"வெளிச்சத்திலே பார்த்துச் சொல்லி விடலாமே?" என்றேன்.

"விடிஞ்ச பிறகு பார்த்துச் சொல்லுங்கள்" என்று கொட்டை கட்டி சத்திரத்திற்குள் ஒரு அங்கணத்தைக் காட்டி, படுத்துக்கொள்ளச் சொல்லிவிட்டுத் தானும் படுத்துக் கொண்டான்.

மறுநாள் எழுந்து திண்ணைப் பேர்வழியைப் பார்த்தேன். காணோம். அவனைத் தேடிக்கொண்டிருந்தால் மலை ஏறுவது கெட்டுவிடுமே என்று கோவிலுக்குப் போய்ப் பிரார்த்தனை செலுத்திவிட்டுத் திரும்பினேன். திரும்புகாலிலும் அவன் என் கண்ணில் தட்டுப்படவில்லை.

ஒவ்வொரு நாள் தூங்கப் போகுமுன் மலைராஜன் கோவில் கண்முன் எழுகிறது. அடிவாரத்தில் திண்ணைப் பேர்வழி திரிந்துகொண் டிருக்கிறான். ஆனால், அவன் எத்தனா, பைத்தியமா என்ற விஷயம் மட்டும் எனக்குத் தெளிவாகவில்லை. உங்களுக்கு ஆகிறதா?

112. விவசாய ராமாயணம்

பேராசிரியர் சாரதியை நாஸ்திகர் என்று சொல்ல முடியாது. நாள் தவறாமல் ராமாயணத்தைப் படிப்பவரை நாஸ்திகர் என்று எப்படிச் சொல்லலாம்? அதற்காகக் குருட்டு ஆஸ்திகர் என்றும் பட்டம் கட்டிவிட முடியவில்லை. ராமாயணத்தைத் தினம் தவறாமல் படித்து வந்தாலும், முழுகிவிட்டுத்தான் படிப்பதென்ற நியமம் கிடையாது. காலையில்தான் படிப்பதென்ற விதியும் கிடையாது. காண்டம் காண்டமாகத் தொடர்ந்து படிப்பதென்ற நெறியும் இல்லை. படித்ததற்கு அடையாளமாகக்கூட அவர் நூலை ராமாயணத்தில் போடுவதில்லை. பின் ஏன் இந்தக் கற்பனையில் அவ்வளவு லயிப்பு? அவரை அறிவென்னும் ஒரு குளவி சதா கொட்டிக்கொண்டே இருந்தது. ஏதேனும் புத்தகத்தைப் படிக்காமல் அவரால் சும்மா இருக்க முடியாது. கல்லூரிக்குப் போகும் நேரம், சாப்பிடும் நேரம், தூங்கும் நேரம் தவிர இப்படிப் படிக்கும் புத்தகங்களில் இரண்டாந் தடவை, மூன்றாந் தடவை, நான்காந் தடவை என்று படிக்கக்கூடிய புத்தகங்கள் எவை என்று கண்டுபிடிப்பது இவருடைய அறிவியக்கத்தின் பொழுது போக்குகளில் ஒன்று. அவருடைய பரீட்சைகளில் முதலாவதாகத் தேறிய நூல்தான் ராமாயணம்! எந்தக் குறிப்பிட்ட ராமாயணமும் அன்று; ஒவ்வொரு ராமாயணமும் ஒன்றைவிட ஒன்று நயமாக இருந்தது.

முதலாவதாக, ஆண்களின் அடிப்படையான பலவீனங்களையும், மனிதனுக்கு இருக்கவேண்டிய பண்புகளையும் தேக்கிய மன இயல் கருவூலமாக அது இருந்தது. பிற பெண்ணைப் பார்த்து ஆண் பல்லிளித்தான் என்று சொன்ன ஆதி கவியார் – ராமாயணத்தை

எழுதியவனன்றி? இரண்டாவதாக. படிக்கும்தோறும் புதுப் புதுக் கருத்துக்கள் தோன்றுவதற்குகந்த முறையில், அது இயற்கையாக அமைந்திருந்தது. தவிர, எல்லாவித ரஸங்களும் நயங்களும் நூலில் தளும்பிக் கொண்டிருந்தன. சொல்லழகும் ஒலி நெறியும் காவியக் கடலாக அலை வீசிக்கொண்டிருந்தன. எனவே, தினம் தவறாமல் படிப்பார். ஏதேனும் ஒரு ராமாயணத்தை, விரதமல்ல; ஆனால் தவற மாட்டார்!

அன்றும் வழக்கம் போலப் பேராசிரியர் புத்தகத்தைப் படித்துக் கொண்டிருந்தார்...

"மிதிலையில் குடியானவன் வயலில் உழுதுகொண்டிருந்தான். உழவுகால் ஆழமாக விழுந்துகொண்டிருந்தது. கொழுமுனைக் கம்பி பதியப் பதியக் களிமண் இரு கங்கிலும் நெளிந்து புரண்டது. வயலின் குபேர மூலையில் உழும்பொழுது, உழவுகாலின் அடியில் ஏதோ ஒரு பொருள் தட்டுப்பட்டது. குடியானவன் அதை வியப்புடன் சோதித்தான். ஒரு பெட்டி! வெளியே பெட்டியை இழுத்து, படபடக்கும் நெஞ்சுடன் திறந்து பார்த்தான். தங்க விக்ரகத்தைப் போன்ற பெண் குழந்தை மேகத்தில் பட்ட ஒளிக் கதிர்போல் சிரித்துக் கொண்டிருந்தது! இந்த அதிசயத்தைக் கண்ட குடியானவன் நினைவை இழந்தான். இக் குழந்தையின் பெயர்தான் சீதை!..."

சீதை! உழவு சால்! கொழுக் கம்பி! கொழுக் கம்பி சீதை! சீதை என்றாலே உழவு சால், கொழுக் கம்பி என்றுதானே பொருள்? இவ்வளவு வருஷமாகப் புத்தியில் இது படாமல் போய்விட்டதே? கொழுமுனையின் நுனியில் கிடைத்தவள் சீதை! உழவு சாலில் கிடைத்தவள் சீதை – சீதாதேவி. அதாவது சீதேவி...

வயலில் சீதை தோன்றி விட்டாள். ஒவ்வொரு நெற் கதிரும் சடைத்துக் கனத்து, தலை சாய்த்து, சூல் கொண்ட பெண்ணைப் போல் வரப்பில் தலை வைத்துப் படுத்திருந்தது. சீதை மாயையின் அவதாரம். மாயை என்றால் ஓரிடத்துடன் நின்றுவிடாமல், ஓரே காலத்தில் உலகெங்கும் உள்ளும் புறமும் ஊடுருவி நிற்கும் சக்திதானே! அந்தக் குடியானவன் வயலில் மட்டும் நெல் விளையவில்லை. ஊரெங்கும்! உலகெங்கும்!

****

அறுப்பாகி விட்டது. களத்தில் குடியானவன் காவல் படுத்திருந்தான். அம்பாரமாகத் திடலில் சேர் கட்டியிருந்தது. குடியானவன் நெஞ்சில் மகிழ்ச்சி அலை புரண்டு கொண்டிருந்தது. பெண்சாதி, பிள்ளை குட்டிகளுக்கு ஒரு வருஷத்திற்குக் கவலை இல்லை. புதுப் புடவை

கட்டிய பொன்னம்மாவின் தயவினால், கண்ணீர் விட வேண்டாம். கடன்காரனைக் கெஞ்ச வேண்டாம்!

"இலங்காபுரி மன்னனான தசகண்ட ராவணனுக்கு சீதையின் பேரழகைப் பற்றிய செய்தி எட்டியது. நெஞ்சில் காமம் எழுந்தது. அவளை அடையாமல் விடுவதில்லை என்று கங்கணம் கட்டிக் கொண்டான்..."

குடியானவன் களத்தில் காவல். இருட்டில்லை; சந்திரன் இருந்தான். ஆனால், நிலவில்லை. நெற் சேர்கள் பனிப் புகையில் நிற்கும் யானைகளைப் போலிருந்தன....

முதல் குரல்: சுகந்தானா?

குடியானவன் : யாரு, நீங்களா?

முதல் குரல் : நான்தான். என்னை ஏன் எதிர்பார்க்கப் போகிறாய்?

குடியானவன் : நல்லாச் சொன்னீங்க! உங்களை எதிர்பார்க்காமே முடியுமா? தாய்க்கு ஒளிச்ச சூலுண்டுங்களா?

முதல் குரல்: குத்தகை நெல் சமாசாரம் என்னவென்று பார்க்க வந்தேன். வரள் சேதம், வெள்ளச் சேதம், ராஜீகம், தெய்வீகம் என்கிற கதைதானா? அல்லது..?

குடியானவன் : அதென்ன, அப்படிச் சொல்றீங்க?

முதல் குரல் : அப்படி என்றால் வண்டியைக் கட்டி அனுப்பலாமா?

குடியானவன் : குசாலா அளந்துகிட்டுப் போங்க...

இரண்டாங் குரல் : ஏன் தம்பி! குத்தகை நெல்லை மத்தியூர்க்காரரிடம் அளந்து விட்டாயா?

குடியானவன் : எப்பவோ அளந்துட்டேன்! போன வெள்ளிக்கிழமை சாயங்காலமா நெல்லை அளந்து மூட்டையிலே கட்டித் தெச்சு வண்டி யிலே ஏத்தி விட்டேங்களே. கோழி கூவுறப்போ வந்திருக்குமே!

இரண்டாங் குரல் : வரவில்லையே?

குடியானவன் : குத்தகைக்காரர் நல்லவராச்சுங்களே!

இரண்டாங் குரல் : நல்லவர்தான். அடித்துக் கேட்டால் ஆறும் மூணும் ஒன்பதுதானே. நாலும் அஞ்சும் ஒன்பதுதானே, இரண்டும் ஏழும் ஒன்பதுதானே என்று கதை படிக்கிறார். 'படுகை வயல் நெல்லை அரிக்காய்ச்சல் போட்டிருக்கிறேன். சாப்பாட்டுக்கு

அனுப்பலாமின்னு நெனைச்சேன். அது வேண்டாம். இந்த வயல் நெல்லுத்தான் வேணுமின்னா நாளைக்கே அனுப்பி வைக்கறேன்' என்று பயமுறுத்தறாரு.

குடியானவன்: முள்ளிலே துணியைக் காய வச்சால் எடுக்கிறது சங்டகமின்னு எங்க ஐயா சொல்லுவாரு.

இரண்டாங் குரல் : அப்பொழுது நீயே நேரே குத்தகைக்கு எடுத்துக்க.

குடியானவன் : யானையைக் கட்டித் தீனி போட நம்மாலே ஆவுங்களா? அதுக்கெல்லாம் முதல் யாரு வச்சுக்கிட்டிருக்காங்க? ஒரு ஜோடி ஔவு மாட்டுக்கே வளி இல்லீங்களே!

இரண்டாங் குரல்: வயல் வாசல் எல்லாம் வேதனையாய்ப் போச்சு. குடுக்கிற கைக்கும் சாப்பிடுகிற வாய்க்கும் இடையிலே கிண்டியிலே துரும்பு புகுந்தாற் போல ஆகிவிட்டது. நிலமும் ஆச்சு, நீச்சும் ஆச்சு என்று கசந்து போச்சு...

மூன்றாவது குரல் : ஏய்! யாரங்கே?

குடியானவன் : நான்தானுங்க. கிராம முன்சீப் அய்யாங்களா... வாங்க, வாங்க.

மூன்றாவது குரல் : முதலாளி உனக்கு ஒரு சீட்டு கொடுத்தார். இந்தா.

குடியானவன் : எனக்குக் கண்ணேதுங்க? படிக்கத் தெரியுமா, ஒண்ணா! நீங்கதான் சொல்லுங்க. பொய்யா சொல்லப் போறீங்க?

மூன்றாவது குரல் : முதலாளி சர்க்காருக்குக் கிஸ்தி கட்டணுமில்லே? அதுக்கு நெல்லை உன்கிட்டே பிடிச்சு வித்துப் பணம் கட்டிக்க ன்னு என்கிட்டே சொல்லிப்பிட்டாரு. உன்னை நெல்லை அளக்கச் சொல்லி எழுதி இருக்கிறாரு.

குடியானவன் : என்னையா? இருக்காதுங்களே!

மூன்றாவது குரல் : அப்போ நான் பொய் சொல்றேனா?

குடியானவன் : ஓங்களைச் சொல்வேனா? அவரு இப்பத்தானே வந்துட்டுப் போறாரு. வெள்ளிக்கிழமையே நெல்லைக் குத்தகைக் காரருக்கு அளந்துட்டேன் ன்னு சொன்னேனே? நெல் அளக்காம குத்தகைக்காரர் அழுச்சாட்டியம் பண்றான் ன்னாரே!

மூன்றாவது குரல் : யாரை நம்புவது என்று தெரியவில்லை. ஒரே சூதும் வாதுமாய் இருக்கு. கிஸ்திப் பணத்துக்கு நெல்லைப் போடச் சொல்லு. குடுக்கலேன்னா அம்பாரத்தைக் கிஸ்திக்கு ஜப்தி பண்ணிக்

கிடச் சொல்லிப்பிட்டாரு. நெல்லு தர்றியா, ஜப்தி பண்ணட்டா... ஒரே வார்த்தை சொல்லிடு...

நான்காவது குரல் : என்ன அண்ணே! இந்த வாட்டி ஒனக்கு நல்ல வேட்டைதான்னு சொல்லிக்கிட்டாங்களே! மாவுக்கு இருவது கண்டிருக்குமா?

குடியானவன் : மாவுக்குக் கண்டிருக்கு. நமக்குக் காண வேண்டாமா?

நான்காவது குரல் : ஏன் அவ்வளவு அலுப்பு சலுப்பு?

குடியானவன்: பொழைப்பை நெனைச்சுக்கிட்டால், அப்படி இருக்கு. வவுறு அன்னி அன்னிக்குக் கணக்கு கேக்குது. கையிலே இருந்தால் வம்பு இல்லாமல் போவுது. இல்லாட்டி கடன் வாங்கிக்கிறோம். கடன் வாங்கறதோட ஏழு வருஷத்துக்குத் தண்ணியிலே முழுகிச் சாகாம இருக்கிறேன்னு செப்புப் பட்டயம் வேறே எழுதிக் குடுத்து விடுகிறோம்.

நான்காவது குரல் : இதெல்லாம் பழங்கதை அல்ல? மீன் கடலிலே பொழச்சுத்தானே ஆகணும்? தள்ளு குப்பை! விதை நெல்லேனும் கட்டிப் போட்டியா, இல்லாட்டி....

குடியானவன் : எப்படியோ அதை மட்டும் ஒரு மட்டிலே கட்டிப் போட்டுட்டேன். இனிமேல் ஆண்டவன் விட்ட வழி.

ஐந்தாவது குரல் : நீ என்ன ஆளப்பா! அறுவடையோட கணக்கைத் தீத்துப்புடறேன் னே. சமயத்துக்குக் குடுத்தேன். இல்லாட்டி ஒன்னை நம்பி யார் வெதைநெல் குடுத்திருப்பாங்க? இப்போ வருஷம் மூணு ஆவப் போவுது, வட்டியிலாவது ஒரு சல்லி கொடுத்தியா? குடுத்து வச்சவங்க போல வாங்கிக்கிட்டுப் போறீங்க? திருப்பி வாங்க ஒன்பது நூறு நடை ஒங்களைத் தேடிக்கிட்டு வரணும். அப்பிடியாச்சும் வருதா? வட்டி கிடையாதுன்னு சர்க்காரு சட்டம் செஞ்சிப்பிட்டாங்க. அப்பிடி இப்பிடி இந்த லேவா தேவியையே ஒழிச்சுப்புடச் சட்டம் வந்தாத்தான் உசுரு மிஞ்சும் போல ஆயிடுச்சு.

குடியானவன் : அப்படி எல்லாம் சொல்லாதீங்க. தினம் ஒருவாட்டி எங்களைப் போல இருக்கிறவங்க ஒங்களை எல்லாம் கும்பிட்டுக்கிட்டு இருக்கிறோமே...

பல குரல்கள் போட்டி இடுகின்றன. கலியாணம், கல்லடுப்பு, சீக்கு, பூஜை...

குடியானவன் : இவ்வளவு குரல்களுமாக எங்கள் குரல்வளையைப் பிடித்தால்...

***

ராவணன் சீதையைக் கவர்ந்து சென்றுவிட்டதை அறிந்த ராமனுக்கு இன்னது செய்வதென்றே தெரியவில்லை. உயிரிழந்த உடலைப் போல வாடிவிட்டான். ஈரேழு பதினான்கு உலகத்தில் இருந்தாலும் கண்டுபிடித்துத் தருகிறேன் என்று ஹனுமான் உறுதி கூறி எழுந்தான்...

***

குடியானவன் புரண்டு படுத்துக் கொண்டான். ஆனால் அறுவடைக்கு முன்னம் இருந்த மகிழ்ச்சி இப்பொழுது இல்லை. இவ்வளவு கஷ்டப்பட்டும் அன்று இருந்த நிலைமைக்கு அழிவில்லாமல்தான் இருந்தான். ஆனால் அவன் கவலைப்படவில்லை, அவனுடைய பல மெல்லாம் அவன் கைதானே! கையை யாரும் திருடிக் கொண்டு போய்விடவில்லையே!

குளத்தங்கரைத் தோப்பில் மீன் கொத்தி உள்பட பறவைகள் குரல் கொடுத்துச் சூரியனை வரவேற்றுக் கொண்டிருந்தன. குடியானவனால் வரவேற்றுப் புகழ முடியவில்லை. இருந்தாலும், பகலுக்கும் கைக்குந்தானே உறவு! எழுந்து உட்கார்ந்தான். "இப்பத்தான் எந்திருச்சீங்களா?" என்று கேட்டுக்கொண்டே அவன் மனைவி அவன் முன் தோன்றினாள்.

"சின்ன ராஜா தோட்டத்திலே அவசர வேலை இருக்குதாம். நாளைக்கு இரண்டு ரூபாய் கூலியாம். ஒங்களை அழைச்சாரச் சொன்னாங்கன்னு ஆள் வந்திருக்கு. ஊட்டிலே நிக்க வச்சுட்டு வந்தேன்.... பல்லுக் குச்சிகூட இன்னும் ஒடிச்சாவல்லே போலிருக்கே... காவலுக்குத் துணையா நானாச்சும் வந்திருக்கணும்..."

***

"**ரா**மனைக் கண்டதும் சூர்ப்பநகையின் மனத்தில் புயலைப் போன்ற பெருங் காமம் எழுந்தது. தன் அழகுக்குப் பொருந்திய ஆசையா என்று அளவிடும் எண்ணமே முளைக்கவில்லை. மான வெட்கத்தை விட்டு, 'ராமா என்னை மணம் செய்துகொள்ள மாட்டாயா?' என்று கெஞ்சினாள். கோபித்தாள். பிடிவாதம் பிடித்தாள். மிஞ்சினாள். கோபமடைந்த லட்சுமணன் அவள் மூக்கை அறுத்து விரட்டி விட்டான்..."

***

குடியானவன் வேப்பங் குச்சியை ஒடித்துக் குளத்தங்கரைக் கைப்பிடிச் சுவர் மேல் உட்கார்ந்து பல் துலக்கிக் கொண்டிருந்தான்.

கரையோரமாகச் சர்க்கார் அதிகாரி ஒருவர் வந்தது கண்டு சுவரை விட்டிறங்கி, பல் குச்சியை முதுகுப்புறம் ஒளித்துக் கொண்டான்.

"என்ன சொகந்தானா, மண்ணுளி?" என்றார் அதிகாரி.

"ஆண்டவன் புண்ணியத்திலே சொகந்தான்."

"சாயங்காலமாக ஒரு கூட்டம் போட்டிருக்கிறது."

"என்ன கூட்டமுங்க?"

"நல்ல கூட்டம்தான். நெல் விலை நெரிமாதிரி ஏறுதல்ல? இந்த வியாபாரிங்க கொட்டத்தை அடக்காட்டி ஒண்ணும் சரியாக நடக்காது."

"நாங்களே நெல்லு வாங்கறாப்பலே இப்போல்லாம் வந்துடுதீங்களே... கோவிச்சுக்காதீங்க. கலியுகம்ங்கறாங்களே – அது நெஜந்தானுங்களா?"

"அது சந்தேகமில்லாமல், இந்த வியாபாரிகளை ஒடுக்க ஒரு புதுமாதிரி அரிசி வந்திருக்கிறது. இது பெங்களூரிலிருந்து வந்திருக்கிறது. விலையும் மலிவுதான்."

"இந்த அரிசி வேறே எங்கேயும் விளையாதா?"

"இது வயலில் விளைகிற அரிசி இல்லை."

"பின்னே?"

"ரொம்பப் படிச்சவங்க ஒரு மிஷினிலிருந்து இந்த அரிசியைச் செய்யறாங்க. அதை நம்முடைய ஜனங்கள் வாங்கிச் சாப்பிட ஆரம்பித்து விட்டால் வியாபாரிகள் எல்லாம் காற்றுப் போன பந்தாகி விடுவாங்க. அதைப் பற்றிச் சொல்வதற்குத்தான் கூட்டம்."

"வீட்டைத் தேடிக் கொணாந்து குடுத்தாலும் மண்ணிலே விளையற அரிசி ஆவுங்களா? கட்டின பொஞ்சாதி இருக்கக் காத்தாயியைக் கண்ணடிச்சாம்பாங்களே – அதுமாதிரி"

"அதெல்லாம் இருக்கட்டும். கூட்டத்துக்கு வாடா என்றால் கதை படிக்கிறே."

"அதுக்குச் சொல்லலிங்க. வரேங்க..."

***

"**க**ண்டேன் சீதையை" என்று எக்களிப்புடன் வந்து ஹனுமார் சொன்னதும் ராமன் கோதண்டத்தை எடுத்துக் குணத்தொனி செய்தான். ஈரேழு பதினான்கு உலகையும் நாணொலி ஊடுருவிச் சென்றது. தசகண்ட ராவணன் மட்டும் காதைப் பொத்திக் கொண்டான்.

***

நான் பேராசிரியரைப் பார்க்கச் சென்றபொழுது, அவர் மார்பின் மீது ராமாயணம் பிரித்தபடியே இருந்தது. தூங்குகிறவரை எழுப்புவானேன் என்று நினைத்துத் திரும்பினேன்.

"கண்ணை மூடிக்கொண்டிருந்தால் தூக்கம் என்று எப்படி நினைக்கலாம்?" என்று பேராசிரியர் கேட்டதும் வெட்கிப் போய்விட்டேன். தர்க்கத்திற்கு ஒத்த பேச்சல்லவா? எனவே, தர்க்கமேதும் சொல்லாமல் கதை கேட்க உட்கார்ந்தேன்.

113. வழிபாடு

“இதோ போகிறாரே அவரைக் கவனி” என்றார் என் நண்பர்.

“அவரைக் கவனித்தால் எனக்கென்ன ஆச்சு?”

“கவனி, சொல்லுகிறேன்.”

இப்படி பேசிக் கொண்டிருப்பதற்குள் அந்த ஆள் எங்களைத் தாண்டிப் போய்விட்டார். நான் பார்த்ததெல்லாம் அவர் முதுகுப்புறம்தான். காய்ந்த விறகைப் போன்ற உடல். இடுப்பில் இருக்கும் நாலு முழ வேஷ்டி. மேலே ஒரு துண்டு – இவ்வளவுதான் தெரிந்தது.

“பார்த்து விட்டேன்” என்றேன்.

“முகத்தைப் பார்க்கவில்லையே?”

“எழுந்திருந்து போய்ப் பார்க்கச் சொல்லுகிறாயா?”

“பச்சையும் சிவப்புமாக ஏதேனும் தட்டுப்பட்டிருந்தால் சொல்லாமல் கொள்ளாமல் போயிருப்பாய்” என்று குத்தலாகச் சொன்னார்.

“அதனால் என்ன குடி முழுகி விட்டது?”

“அவர் ஒரு அதிசயப் பிறவி!”

“அப்படி என்றால்?”

“அவரென்னவோ எல்லோரையும் போல் ஒரு தொழில்தான் செய்கிறார். இருந்தாலும் அவரிடத்தில் ஏதோ ஒன்றிருக்கிறது. இன்னதென்று புரியவில்லை.”

"என்ன தொழில்?"

"அவர் தச்சு வேலை செய்கிறார்."

"சரி."

"தச்சு வேலை செய்கிறார். ஆனால், பேசுவதில்லை."

"ஊமையா?"

"இல்லை, மௌனம்."

"ஊமை இல்லை மௌனம்" என்றதும் எனக்குத் திடுக்கிட்டது. பேசவேண்டுமென்ற ஆத்திரத்தில் ஊமையன்களே பலவித சத்தங்களை எழுப்பி, கைவிரல்களை வாயாக்கிப் பேசுகிறார்களே – பேசக்கூடியவன் மௌனமாயிருக்கிறான் என்றால் ஆச்சர்யம்தானே! அதிலும் பேசிப் போராடி வயிறு வளர்க்க வேண்டிய தொழிலாளி மௌனமாயிருப்ப தென்றால், நம்பக் கூடியதா?

"அது சரி; பேசத்தான் இல்லை. கூலியாவது வாங்கிக் கொள்வாரோ; அதுவும் இல்லையோ?"

"அதெல்லாம் வாங்கிக் கொள்வார்."

"இவரை உனக்குத் தெரியுமா?"

"அடிக்கடி பார்த்திருக்கிறேன். பழக்கம் உண்டு."

"அவர்தான் பேச மாட்டாரே?"

"பேச மாட்டார். ஜாடைகள் மூலம் ரொம்ப விஷயங்கள் சொல்லுகிறார். போதாக் குறைக்கு எழுதியும் காட்டுகிறார். இவர் முதலில் மோட்டார் ஓட்டியாக 60 ரூபாய் சம்பளத்தில் ஒரு பெரிய மனிதரிடம் வேலைக் கமர்ந்தார். மோட்டாரில் ஓழிவாக உட்கார்ந்திருந்த நேரங்களில் பட்டினத்தார், தாயுமானார், பதினெண் சித்தர்கள் இவர்களுடைய நூல்களை எல்லாம் படித்துக்கொண்டு வந்தார். ஒரு சமயம் இவரும் இவருடைய முதலாளியும் மோட்டாரில் சென்று கொண்டிருந்த பொழுது, எதிர்பாராத விதமாகச் சந்தொன்றிலிருந்து வந்த மோட்டார், இவர்கள் வண்டியில் வேகமாக மோதி விட்டதில் முதலாளிக்கு ஆபத்தான காயம் ஏற்பட்டு விட்டது. இவர் வண்டிக்கு வெளியே தூக்கி எறியப் பட்டு, பிரக்ஞை அற்றுக் கிடந்தார். இருவரைம் ஆஸ்பத்திரிக்கு எடுத்துச் சென்றார்கள். ஆனால், முதலாளி ஆஸ்பத்திரியில் காலமாகி விட்டார். டாக்டர்கள் இவரைச் சோதித்தபோது உடலுக்குள்ளோ வெளியிலோ எந்தவிதக் காயமோ கெடுதலோ இல்லை. ஆனால், கண் மட்டும் மூடிக் கிடந்தது. பிரக்ஞையின்றி ஆஸ்பத்திரியில் இவர்

இருந்தார். பதினோராவது நாள் காலையில் டாக்டர் வழக்கம் போல ஆஸ்பத்திரியைச் சுற்றிக்கொண்டு இவரண்டை, வந்த சமயத்தில், இவர் திடீரென்று மயக்கம் தெளிந்து எழுந்து உட்கார்ந்தார். டாக்டர் இவரை விசாரித்ததற்கு 'அமுத கலசம் பொங்கி விட்டது' என்றார். டாக்டருக்கு எதுவும் புரியவில்லை. மேலும் கேள்விகளைக் கேட்டார். 'இத்தனை நாளாக எமனுடன் சண்டை. இன்றுதான் முடிந்தது. ஆறங்குல தூரம் வெளியே வரும் மூச்சு வலது நாசி வழியாக இப் பொழுது வருகிறது' என்று சொல்லிவிட்டு, டாக்டரையே கேள்வி கேட்டார் 'ஒரே சமயத்தில் இரண்டு மூக்கு வழியாகவும் மூச்சு வருமா?' என்றார்.

டாக்டர் பதில் சொல்லாமல் போய்விட்டு, இவரை வீட்டுக்கனுப்பி விட்டார்.

வீட்டில் வந்தவர் முன்போல் இருக்கவில்லை. மனைவியும் இரண்டு பிள்ளைகளும் இருந்தும் பேசுவதே இல்லை. சாடையே காட்டத் தொடங்கிவிட்டார். மனைவி கணவருக்குப் பைத்தியம் பிடித்துவிட்டதென்று கூட ஒரு சமயம் நினைத்து விட்டாள். ஆனால், இவர் பேசவில்லை என்பதைத் தவிர, நினைவு எதிலோ லயித்திருக்கிற தென்பதைத் தவிர, பைத்ய சேஷ்டை எதுவும் இவரிடம் காணோம். சாப்பிடுகிறார். குழந்தைகளுடன் விளையாடுகிறார். மனைவியைப் பார்த்துச் சிரிக்கக்கூடச் சிரிக்கிறார். பழைய சிரிப்பு மாதிரி இல்லையே ஒழிய, பைத்தியக்காரச் சிரிப்பல்ல. ஒரு வாரம் வீட்டில் இப்படியே இருந்தவர், எட்டாவது நாளோ ஒன்பதாவது நாளோ பெரிய கடைத்தெருவுக்குப் போய், தச்சு ஆசாரி சாமான்களை எல்லாம் வாங்கிக்கொண்டு வந்து விட்டார். பதினோராவது நாள் முதல் தச்சு வேலைக்குப் புறப்பட்டு விட்டார். பதினோராவது நாள் வேலைக்கு போய்விட்டு, மூன்று ரூபாயுடன் திரும்பி வந்தாராம்" என்று சொல்லி நண்பர் நிறுத்தினார். 'எழுந்து போய்ப் பார்த்திருக்கலாமே' என்ற எண்ணம் முளைத்தது. 'மற்றொரு நாள் கவனி' என்று சொல்லிவிட்டு என் நண்பர் ஏதோ அலுவலாகப் போய்விட்டார்.

அதுமுதல் அவரை நன்றாகப் பார்க்க வேண்டும் என்ற நினைப்பு உண்டாயிற்று.

மற்றொரு நாள் தச்சு சாமான்களை எடுத்துக் கொண்டு வீதி வழியே இவர் சென்றார். அப்பொழுது அவரை நன்றாகப் பார்த்தேன். காதில் ஒரு ஊதுவத்தி சொருகிக் கொண்டிருந்தார். மாரில் சந்தனப் பூச்சு. வழக்கம்போல இடுப்பில் நாலுமுழத் துண்டு. தோளில் ஒரு சவுக்கம். முகத்தைப் பார்த்தேன். அதில் உள் குவிந்த லயிப்பைத் தவிர, வேறு சிறப்பு எதுவும் தெரியவில்லை. அவர் ஏறிட்டு ஒருதரம் பார்த்த

பொழுது, என்னைப் பார்த்தார். நானும் அவரைப் பார்த்தேன்.

அதற்குப் பிறகு அவரைத் தெருவில் பல தடவை பார்த்தேன். கொஞ்சம் கொஞ்சமாக அவருக்கும் எனக்கும் முகப் பழக்கம் ஏற்பட்டுவிட்டது. என்னைக் கண்டால் ஒரு சிரிப்பு சிரிக்காமல் போவதில்லை.

ஒருநாள் இவர் நான்காவது வீட்டில் தொடர்ந்து வேலை செய்தார். அந்த வீட்டுக்காரர் இவரைப்பற்றி என்னிடம் புகழ்ந்தார்.

"ரொம்ப அதிசய மனிதர்! நியாயமான ஒப்பந்தக் கூலியைப் பேசிக் கொண்டார். எந்தவிதக் குறையும் சொல்ல முடியாதபடி மரப்பெட்டியை அழகாகச் செய்து விட்டார். இவரிடத்தில் உள்ள விசித்திரம் இவர் மௌனம் என்பது மட்டும் அல்ல; வேலையை ஆரம்பிக்குமுன் காதில் சொருகிக் கொண்டிருக்கும் ஊதுவத்தியைக் கொளுத்திக் கொள்கிறார். சிறிது நேரத்துக்கொருதரம் மூச்சை உள்ளுக்கிழுக்கிறார். லயித்து வேலை செய்கிறார். மத்யான இடைவேளையில் அரை சேர் மிளகாயை வாங்கிச் சாப்பிடுகிறார். எப்பொழுதாவது வெந்நீர் வேண்டுமென்று ஜாடை செய்கிறார். குடிக்கிறார். இவருடைய மனம் இவருக்குள்ளேயே ஆழ வேர் விட்டு ஓடுகிறது. அதனால்தான் பேய்க் காற்றில் மரத்தின் தலையாடினாலும் அடிப்பாகம் ஆடாமல் இருப்பது போன்ற நிலைப்பொன்று இவர் செய்யும் வேலையின் ஊடே தென்படுகிறது! என்ன அதிசய மனிதர்!'' என்றார். தச்சு ஆசாரியைப் பற்றிய என் வியப்பு விரிந்தது. அவரைப்பற்றிய சிந்தனை கூர்மை அடைந்தது. அவர் தச்சு ஆசாரியா? ஞானியா? அல்லது இரண்டும் ஆன ஒன்றா? புரியவில்லை.

ஒரு நாள் அவரைக் கூப்பிட்டுச் சில மரவேலைகள் இருப்பதைக் காட்டினேன். கூலி ஒருக்கால் குறைத்துக் கேட்பாரோ என்று சந்தேகப்பட்டுக் கொண்டிருந்தேன்! என் மனத்தில் என்ன கூலி கொடுக்கலாம் என்று தோன்றிற்றோ; அதையே சொன்னதும் திடுக்கிட்டு விட்டேன் என்றுகூடச் சொல்லலாம். நியாயமான கூலி என்பதைத் தவிர, என் மனத்தையும் ஊடுருவிய அறிவு!

இரண்டு நாள் வீட்டில் வேலை செய்தார். என் நண்பர் சொன்னதில் ஒரு வார்த்தைகூடத் தவறில்லை. இரண்டாவது நாள் வேலை முடிந்ததும் அவரிடம் இரண்டு ரூபாய் அதிகப்படியாக வைத்துக் கூலியைக் கொடுத்தேன்.

அவர் பணத்தை வாங்கிப் பார்த்துவிட்டு, பேசின கூலி போக உள்ள இரண்டு ரூபாயைத் தூக்கி என்னிடம் வைத்தார். கடுதாசு, பென்சில் வேண்டுமென்று ஜாடை காட்டினார். நான் கொடுத்தவுடன், "இது

இனாம் வாங்காது" என்று எழுதிக் காட்டினார்.

உள்ளபடியே அவரிடத்தில் எனக்கொரு பக்தி உண்டாகிவிட்டது. பணத்திற்காக வேலை செய்கிறார். பணம் கொடுத்தால் மறுக்கிறாரே! அவருடைய நெறி எனக்குப் பிரமிப்பை ஊட்டிற்று. அவரை அவருடைய வீட்டில் போய்ப் பார்க்கவேண்டுமென்ற அவா திடீரென்று எனக்குத் தோன்றிற்று. 'கூட வீட்டிற்கு வருகிறேன்'' என்று நான் கூறியபோது, சிரித்துக்கொண்டே 'சரி' என்றார்.

நான் அவர் கூடவே சென்றேன். வழியில் யாருடனும் பேசவில்லை. நேரே சின்னக்கடைத் தெருவில் ஒரு புஷ்பக்கடை அருகில் போய் நின்றார். கடைக்காரன் அவரிடத்தில் இரண்டணாவுக்குப் புஷ்பம் கட்டிக் கொடுத்தான். நான் கொடுத்த பணத்தில் காசைக் கொடுத்துவிட்டுக் கிளம்பி, சந்தனக் கடையில் போய் நின்றார். எட்டணாவுக்கு வாசனை சந்தனமும் ஒரு கட்டு ஊதுவத்தியும் வாங்கிக்கொண்டு திரும்பக் கிளம்பிவிட்டார். புஷ்பக் கடைக்காரரும் சந்தனக் கடைக்காரரும் நடந்துகொண்ட விதத்திலிருந்து இதெல்லாம் அவருடைய தினசரி ஒழுக்கம் என்பது விளங்கி விட்டது.

அங்கிருந்து நேரே அவர் வீட்டுக்குத்தான் சென்றோம். ஆடம்பரமற்ற கிளிக்கூண்டைப் போல் வீடு சிறியதாக இருந்தது. போனதும் போகாததுமாக அவர் தன் கையிலிருந்த புஷ்பத்தை மனைவியிடம் கொடுத்தார். மனைவி அவருக்குப் பதிலாக ஒரே ஒரு மல்லிகைப் பூவைக் கொடுத்ததும் நான் நெகிழ்ந்து விட்டேன். அறிவுக்கெட்டாத ஒரு லோகத்திலே இருக்கும் உணர்வு சூழ்ந்தது. வழிபாடென்றால்..? அதற்குப் பிறகு அவர் முற்றத்தில் இறங்கி, கால் கைகளைக் கழுவிக்கொண்டு, ஊதுவத்தி சந்தனம் கையிலிருந்த பணம் அவ்வளவையும் மனைவி யிடம் கொடுத்துவிட்டார். அவற்றைப் பெற்றுக்கொள்ளும் பொழுது, அவர் மனைவியின் முகத்தைப் பார்த்தேன். ஆண் பெண் உறவைக் கடந்த தோழமை ஒன்று வழிந்து ஓடிக்கொண்டிருந்து.

அதற்குப் பிறகு அவர் திண்ணைக்கு வந்து, எனக்கொரு தடுக்கைப் போட்டுவிட்டுத் தானும் ஒரு தடுக்கில் உட்கார்ந்தார். அவர் மனைவியார் ஆளுக்கு ஒரு பாத்திரத்தில் மோர் கொணர்ந்து வைத்தார்.

'குழந்தைகள் உண்டா?' என்றேன். அவர் இரண்டு விரல்களைக் காட்டினார். 'காணோமே!' என்று சொல்லிக்கொண்டிருக்கும் பொழுதே இரட்டையர்களைப் போல இரு பையன்கள், காதில் ஏதோ கள்ளிப்பூவைச் சொருகிக்கொண்டு வீட்டுக்குள் நுழைந்தார்கள். முன்பின் அறியாதவனாக நான் இருந்தபோதிலும் எனக்கு வணக்கம் செலுத்தி விட்டுப் பையன்கள் போனதும் ஒரு ஆச்சர்யமாக இருந்தது.

அதற்குப் பிறகு ஊமை ஜாடை மூலமும், ஸ்லேட் பென்ஸில் மூலமும் எதெதைப்பற்றியோ பேசிக்கொண்டிருந்தோம். அவர் சொன்னதெல்லாம் எனக்குப் புரிந்துவிட்டதென்று சொல்ல முடியாது. ஆனால், அது எனக்கு ஒரு புது உலகமாக இருந்தது. அவர் மட்டும் 'இதில் எதுவும் புதிதில்லை; புஷ்பம் புதிது, மரம் பழசு' என்று எழுதிக் காட்டினார்.

எனக்குச் சரியாகப் புரியாவிட்டாலும் என் மனம் ஏனோ நிறைந்து விட்டது.

வீட்டுக்குக் கிளம்புமுன் அவரிடம் ஒன்று சொன்னேன். அவர் கூறிய பதில்தான் எனக்குத் திகைப்பை அளித்தது.

'நாளைக்கு என் சிநேகிதன் வீட்டில் கொஞ்சம் வேலை இருக்கிறது. வரலாமா?' என்றேன்.

'இது இன்னும் மூன்று நாளைக்கு எங்கும் போகாது' என்று எழுதிக் காட்டினார்.

'ஏன்?'

'மூணுபோதுக்கு வேண்டிய பொன் கையில் இருக்கிறது' என்று எழுதிக் காட்டினார். அதற்கு மேல் என்னால் வாய் திறக்க முடியவில்லை. 'வணக்கம்' என்று விடைபெற்றுக்கொண்டேன்.

114. பூனைக் கண்

“கிராமவாசிகள் பட்டணக்கரைக்கு வரக்கூடாதென்றுதான் எனக்குத் தோன்றுகிறது. அதிலும் முப்பது வருஷமாகக் கிராமாந்திரத்தில் நாளை ஓட்டியவர்கள் பட்டணத்தில் குடியேறினால் நரகம்தான். நரகம் இருக்கிறதோ இல்லையோ, பொய் சொல்லத் தெரியாதவர்கள் பட்டணக்கரைக்கு வந்தால் நரகத்தை நிமிஷம்தோறும் அனுபவிக்கலாம்.

நான் ஏதோ பட்டணக்கரைமீது வெறுப்பு கொண்டு பேசுவதாக நீ எண்ணிவிடக் கூடாது. சமத்தே இல்லாத ஆள் பட்டணத்தில் குப்பை கொட்ட வேண்டிய கட்டாயம் ஏற்பட்டால்தான் நான் சொல்வதின் உண்மையை உணர முடியும்.

பையன்கள் மேல்படிப்புக்காக என்று ஒரு குடித்தனத்தை போயும் போயும் என்னைக் கொண்டு நடத்த நினைத்தாயே! நான் ஐயனார் குதிரை என்று உனக்குத் தெரியாதா?

முதலில் நீ எங்களை அமர்த்தி வைத்த வீடு பிடுங்கலாகப் போய்விட்டதென்றும் அதிருஷ்டவசமாகக் கிடைத்துவிட்ட பக்கத்துத் தெரு வீட்டுக்குக் குடிபோய்விட்டோம் என்றும் உனக்கு ஏற்கனவே எழுதியிருக்கிறேன். அதற்குப் பிறகு எழுத வேண்டிய அவசியம் இப்பொழுது ஏற்பட்டிருக்கிறது.

பழைய வீட்டுக்காரர் ஒரு வினோதமான மனிதர். ஊமைக்கோட்டான் மாதிரி இருக்கிறாரே ஒழிய உள்ளூர அவ்வளவு விஷமம்! தாராளமாக வீட்டை ஒழித்துவிட்டுப் போங்கள், உங்களுக்கும் இடம் கிடைக்கும்,

எனக்கும் குடி கிடைக்காமல் போகாது என்று தர்ம நியாயம் பேசிவிட்டு, ஒரு வாரம் இருந்துவிட்டு ஜாகை மாற்றியதற்காக முழு மாத வாடகையை வாங்கிக்கொண்ட பிரபு. பாக்கி நாள் குடி வராமல் நஷ்டமாகி விடுமல்லவா என்று காரணம் கூறினார். ஆனால் நடந்தது என்ன தெரியுமா? நாங்கள் காலி செய்த மறுநாளே அங்கே வேறு குடி வந்துவிட்டார்கள்!

இந்த வீட்டுக்கு வந்ததும் மனதிலே பெரிய நிம்மதி உண்டாயிற்று. ஆனால் அது நீடிக்கவில்லை. அந்த வீட்டுக்காரரின் கண்ணை நீ வந்தபோது கவனித்தாயா என்பது எனக்குத் தெரியாது. ஆனால் எனக்கு மட்டும் அந்த வீட்டுக்குப் போன நிமிஷம் முதற்கொண்டே அவருடைய கண்ணைக் கண்டாலே பயமாயிருந்தது. பூனைக் கண் என்று வர்ணத்தைக் குறித்துச் சொல்வார்களே... அது சரியல்ல என்று தோன்றுகிறது. பூனை போகும்பொழுது பார்த்தால் எதையும் கவனிப்பதாகவே தெரிவதில்லை. எதோ ஆழ்ந்த லயிப்பில் செல்வது போலவே தோணும். ஆனால் உண்மையில்–? தெளிந்த வாய்க்கால் நீரின் வழியே பார்த்தால் கெண்டைக் குஞ்சுகள் கும்பலாக நீந்திப்போவது தெரிகிறதல்லவா? அதைப் போலவே இந்தக் கண்ணின் தெளிவுக் கடியில் திருட்டு எண்ணங்கள் நீந்திச் செல்வது போலவே எனக்குத் தோன்றுகிறது. இந்த மாதிரிக் கண் இவருக்கு. இது கண்ணிலேயே எழுதி ஒட்டியிருப்பது எனக்குத் தெரிகிறது. இந்த வீட்டுக்கு வந்த பிறகு மனத்திலிருக்கும் கோபத்தால் அவரைப் பார்த்தால்கூடப் பார்க்காதது போல் நான் போய்க்கொண்டிருந்தேன்.

ஆனால் அவர் விடுகிற வழியாய் இல்லை. எதோ சாக்கிட்டு என்னிடம் வருவார். நல்ல கத்திரிக்காய் வந்திருக்கிறது, வீசை முக்கால் ரூபாய்தான்! சிவப்புக் கட்டம் போட்ட சவுக்கம் கேட்டீர்களே, (நான் கனவில் கூட இதைப்பற்றி நினைக்கவில்லை) அவன் வந்திருக்கிறான்! இதுமாதிரி ஏதோ சாக்கிட்டு வருவார்.

எனக்கு மட்டும் அவர் கண் உறுத்திக்கொண்டே இருக்கும். இவருக்கு எதோ நம்மேல் அசூயை. ஊரிலே இருந்து வருகிற அரிசியைச் சாப்பிடுவது எப்படி? எங்களைப்போல அரிசிக்கு விலை கொடுத்து வயிற்று வலியை வாங்கிக் கொள்வதெப்படி? உங்க வீட்டுப் பையன் கள் அபார புத்திசாலிகள்... என்றெல்லாம் இவர் வந்து பேசுவதின் உட்பொருள் வேறு என்ன?

பையன்கள் புத்திசாலிகளாம்! – வெறும் திருட்டுப் பேச்சு! எனக்கல்லவா தெரியும் பையன்கள் அழும்பு?

இந்தப் பையன்கள் இப்பொழுதெல்லாம் சொன்ன பேச்சு ஒன்றையுமே

கேட்பதில்லை. டாம் என்றால் டூம் என்கிறார்கள். இவர்கள் செய்கிற அழும்பில் வீட்டில் இருக்கிற காபி மிஷினை விற்றுவிடலாமா என்றுகூடப் பலதரம் தோன்றி விட்டது. காபிக்கொட்டை வறுத்துப் போட்டால் இவர்கள் அரைத்து வைக்கக் கூடாதோ? காபி சாப்பிட வில்லை. குல்மோகர் காபி ஸ்டோரில் நல்ல காபிக்கொட்டை இருக்கிறது. மூக்குப்பொடி மாதிரி நைசாக அந்த மிஷினிலே அரைச்சுத் தருகிறான். அரைத்த பொடிகூட விற்கிறான். விலை ரொம்ப சல்லீசு என்கிறார்கள். திருட்டுப் பயல்கள்! காபிக்கொட்டை அரைப்பதற்குச் சோம்பல் பட்டுக்கொண்டு சின்னப் பாட்டிக்கு இவ்வளவு பெரிய யோசனையைச் சொல்கிறான்கள்!

இந்த மிஷின் தேய்ந்து போச்சென்று இந்தக் கிழவி புலம்பி இருப்பாள் போலிருக்கிறது. நம்ப வீட்டு விஷயம் எல்லாம் அந்தப் பூனைக்கு எப்படித்தான் தெரிகிறதோ! இது ஒரு தகர டப்பா! இந்தப் புலம்பல்கள் காதில் விழுந்திருக்கும் என்று நினைக்கிறேன்.

நேற்று பதினோரு மணி இருக்கும். அவர் வந்தார். 'காபிக்கொட்டை மிஷின் ராவுகிறவன் எங்கள் வீட்டில் வந்திருக்கிறான். உங்கள் மிஷினையும் பழுது பார்க்கலாமே' என்றார்.

என்னை எப்படியாவது குடையடித்து விடவேண்டுமென்று அவர் கங்கணம் கட்டிக் கொண்டிருக்கிறார் என்பதுதான் எனக்குச் சதா நினைப்பு. அவர் காக்காய் கறுப்பென்று சொன்னால் கூட என் மனதிலே சந்தேகம் வந்துவிடுகிறது. அவர் வெண்ணெய் மாதிரி பேசுகிற தினுசு ஒண்ணே போதும். ஆகையினால் அவர் விரிக்கிற எந்த வலையிலும் விழுந்துவிடக் கூடாதென்றே நான் உஷாராக இருந்தாலும் நேற்று பிரயோஜனப்படாமல் போய்விட்டது. தேய்ந்துபோன பல்லை ராவித்தான் ஆகவேண்டும். இல்லாவிட்டால் பையன்கள் யோசனையைத்தான் கேட்கவேண்டும் என்று இவள் அவர் எதிரிலேயே சொல்லிவிட்டாள். பிறகு தப்பிக்க வழி?

எழுந்து போய் வேலை செய்கிற ஆளைப் பார்த்தேன்.

'என்ன கூலி?'

'ஐயாவைக் கேளுங்க. சொல்றதைக் கொடுங்க.'

என் சந்தேகம் வலுத்துப்போய் விட்டது. இரண்டு பேரும் ஒக்குமத்தாக இந்தச் சாக்கிட்டு என்னைக் கவிழ்க்கப் பார்க்கிறார்கள் என்று தோன்றி விட்டது. இருந்தாலும் நானும் ஒன்றும் வெளிக்குக் காட்டிவிட வில்லை. 'நீங்கள் என்ன கூலி பேசியிருக்கிறீர்கள்?'

'இரண்டாம் நம்பருக்கு இரண்டு ரூபாய். மூணாம் நம்பருக்கு மூணு

ரூபாய் – இப்படி இவன் வைத்திருக்கிறான். என்னது 2ம் நம்பர். உங்க கூலி நம்பரைப் பொறுத்தது.'

தொழிலாளி இவ்வளவு பட்டுக் கத்தரித்தாற் போல இருக்கமாட்டானே, முடியாதே! இதில் ஏதோ சூதிருக்கிறது. பார்த்துக் கொள்வோம் என்று நினைத்துக்கொண்டேன். எந்த வீடு என்று கேட்டதற்கு வீட்டுக் குறிப்பு சொல்லிவிட்டு நகர்ந்து வந்துவிட்டேன்.

'நன்றாக வேலை செய்து கொடுப்பான்' என்று பூனைக் கண்ணை உருட்டிக்கொண்டு அவர் நற்சாட்சிப் பத்திரம் கொடுத்தார்.

வீட்டுக்கு வந்ததும் அயர்ந்து விட்டேன். இரும்பு அரத்தால் ராவுவது போன்ற சத்தம்! காசிக்குப் போனாலும், சனீஸ்வரன் விடாதோ! தூக்கத்தில் கூட இந்தத் தொல்லைதானா என்று அலுத்துக் கொண்ட நிமிஷத்திலே சத்தம் கனவல்ல என்ற உண்மை தெரிந்தது. நான் விழித்துக்கொண்டு விட்டேன்.

உடனே எழுந்து போய்ப் பார்த்தேன். ரேழியில் உட்கார்ந்து கொண்டு அந்த ஆள் நாலாம் நம்பர் காபிக் கொட்டை மிஷினை ராவிக் கொண்டிருந்தான். இவள் இருக்கிறாளே, உங்கள் சின்னப்பாட்டி, அவள் ஊக்கத்துடன் பக்கத்திலிருந்து கண்காணித்துக் கொண்டிருந்தாள். என்னைப் பார்த்ததும் நெட்டிப்பூ தண்ணீரில் விரிவது போல் புன் முறுவல் செய்தாள். அதாவது, சல்லிசாகக் கூலி பேசி வேலை செய்து விட்டாள் என்ற இறுமாப்பு! நான் சிவனே என்று தூங்க அனுமதி!

பார்த்துவிட்டு ஒன்றும் சொல்லாமல் திரும்பி வந்துவிட்டேன். என்னைப் பின்தொடர்ந்து வந்து என்னண்டை ரகசியமாகக் கூறினாள். 'நாலாம் நம்பர் ராவ இரண்டு ரூபாய்க்குச் சம்மதிக்கச் செய்துவிட்டேன். வயிற்றுக் கொடுமை, ஒப்புக்கொண்டு விட்டான். உலகத்திலே நாளைப் போக்குகிறது எவ்வளவு கஷ்டமாக இருக்கிறது, தெரிகிறதா?' என்றாள்.

தெரிகிறது என்று சொல்லிவிட்டு என் காரியத்தைக் கவனிக்கத் தொடங்கினேன். சிறிது நேரத்திற்கெல்லாம் ராவும் சத்தம் நின்றுவிட்டது. வேலை முடிந்து போய் விட்டது. கூலியைக் கொடுத்தனுப்புங்கள், என்று இவள் சொன்னதும் பணத்தை எடுத்துக் கொண்டுபோய்க் கொடுத்தேன்.

வாங்கி மடியில் கட்டிக்கொண்டவன் சும்மா இருக்கவில்லை. 'இந்தக் கூலியை அவரிடத்தில் சொல்லாதீங்க. இரண்டாம் நம்பருக்கும் நாலாம் நம்பருக்கும் ஒரே கூலியா என்று கொன்று விடுவார்.'

'அவரைக் கண்டு பயமா?'

'இல்லை இல்லை, பிறகு என்னை அங்கே இங்கே சிபார்சு செய்வாரா? இந்த நாளிலே கையிலே வேலை இருந்தால்கூட யார் சிபார்சாவது இல்லாமல் ஒண்ணும் நடக்கிறதில்லே. மறந்து போய்ச் சொல்லிடாதிங்க.'

அவன் போய்விட்டான். நான் திண்ணைப்புறம் போய் வீதியைக் கண்ணோட்டம் விட்டுக்கொண்டிருந்தேன். வாய்க்காலின் தெளிந்த நீருக்கடியில் கெண்டைக் குஞ்சுகள் நீந்திக் கொண்டிருந்தன. பிழைப்பு என்னும் நீரோட்டத்துக்கடியில் எத்தனை திருட்டுக் கெண்டைக் குஞ்சுகள்! மற்றொருவன் தயவில்லாவிட்டால் இவனுக்குப் பிழைப்பு நடக்காதாம்! இந்தப் பொய் நாடகத்தில் நானும் வேஷம் கட்டிக்கொள்ள வேண்டும்! ஏனோ... எனக்கென்ன வந்தது, பொய்யில் பங்கெடுத்துக் கொள்ள வேண்டுமென்று? நீரோட்டத்தருகில் போய் நின்றவுடன் நிழல் பட்டதும் கெண்டைக் குஞ்சுகள் கலவரப்பட்டு ஓடிவிட வில்லையா? மெய்யின் குடை நிழலைவிட்டு விலகுவானேன்? காசு கொடுத்து வேலை வாங்கிக்கொண்ட வியாபாரம்தானே! நான் ஏன் அவுரித் தொட்டியில் இறங்கிக் குளித்தவனைப் போல் பொய்யைப் பூசிக்கொள்ள வேண்டும்?

'என்ன, வேலையாகிவிட்டதா?' என்று குரல் கேட்டுத் திடுக்கிட்டேன். அவர்!

'ஆகிவிட்டது.'

'எவ்வளவு கூலியோ?'

'மூணு.'

'நம்பர்?'

'நாலு.'

'அவன் ரொம்ப நல்லவன்.'

'நீங்கள் கொடுத்தது?'

'நானா? இன்றைக்கு வேலையில்லை என்று வந்து நின்றான். எட்டணா கொடுத்து ஏதோ செய்துகொள் என்றால் எனக்கு இனாம் வேண்டாம் என்று பிடிவாதம் செய்தான். எங்கள் வீட்டுக் காபிக்கொட்டை மிஷினைக் கொண்டுவந்து போட்டேன். வேலையைச் செய்யும் பொழுதே எங்கேயாவது இன்றைய பொழுதுக்குக் கைகாட்டி விடுங்கள் என்றான். உங்கள் வீட்டு ஞாபகம் வந்தது, சொன்னேன்.'

'அது சரி. நீங்கள் கூலி கொடுத்தது சொல்லவில்லையே?'

'எட்டணா கொடுத்தேனே, அதோடு சரி. வேறெ வாங்கிக் கொள்ள

மாட்டேன் என்று விட்டான். எனக்கு ரொம்ப வருஷமாகத் தெரிந்தவன்.'

'2 ரூபாய் கூலி என்று அப்பொழுது சொன்னீர்களே?'

'அதான் அவன் கூலி விகிதம் – இரண்டாம் நம்பருக்கு இரண்டு, மூணாம் நம்பருக்கு மூணு, நாலாம் நம்பருக்கு நாலு. உங்கள் மிஷின் இப்பொழுது நன்றாகப் போய்விட்டதோ, இல்லியோ? கூலியும் அடாவடியாகக் கேட்கமாட்டான்' என்று சொல்லிக்கொண்டே ரஸ்தாவில் இறங்கிப் போய்விட்டார்.

பார்த்தாயா, நான் நினைத்தபடியே குடையடித்து விட்டார் மனுஷன்? பட்டணத்துச் சாமர்த்தியத்தை மெச்சிக் கொள்வதா, தொழிலாளி வயிற்றுக் கொடுமைக்கு இரக்கப்படுவதா, பட்டிக்காட்டு வெகுளித் தனத்திற்கு வெட்கப்படுவதா தெரியவில்லை!

நாலாம் நம்பருக்கு மூணு ரூபாய், இரண்டாம் நம்பருக்கு அரை ரூபாய்! இல்லாவிட்டால் இதுவும் பஞ்ச பாண்டவர்கள் கட்டில்காலோ என்னவோ?

ஆனால் ஒன்று தெரிந்துவிட்டது. பட்டணத்தை ஜெயிக்க என்னாலே முடியாது. நாளை ராத்திரி போட் மெயிலுக்கு டிக்கெட் ரிஸர்வ் செய்துவிட்டேன். பாக்கி உன்பாடு!

115. ஞானப் பால்

லிங்கங் கட்டி சத்திரத்துக்கு வந்து ஒரு வருஷமாகிவிட்டது.

அவன் வந்தது தனக்கடித்த அதிருஷ்டம் என்றுதான் தவசிப் பிள்ளை நினைத்துக்கொண்டான். எப்பொழுதுமே தனக்கு அதிருஷ்டம்தான் என்ற நினைப்பு அவன் நெஞ்சில் தடித்தே இருந்தது. 'அ'னா 'ஆ'வன்னா தெரியாத கரிக்கட்டைக்கு, பதினைந்து ரூபாய் சம்பளமும், சாப்பாடும், தினம் ஆறு பேருக்குச் சாப்பாடு போட்டுச் சமாளிக்கும் அதிகாரமும் எல்லாருக்கும் இலேசில் கிடைத்துவிடுமா என்ன? பிள்ளை குட்டி இருந்திருந்தாலாவது துரதிருஷ்டத்தைப் பற்றி நினைக்க வேண்டி இருக்கும்; சத்திரத்து முதலியாரை வையவேண்டி இருக்கும்.

தவசிப் பிள்ளையின் அதிருஷ்டம், அவன் ஒண்டிக் கட்டை. முதலெடுப்பிலேயே, முதலியாரை வாழ்த்தும் வாய்ப்பாகவே அந்த வேலை அமைந்துவிட்டது. அதைத் தவிர, வாழ்த்துவதற்கு அதில் இன்னும் பல வாய்ப்புக்கள் இருந்தன. போகப் போகத்தான் தெரிந்தது. சத்திரத்துக்கு வேண்டிய கறிகாய் சாமான்கள் வாங்குகிற பொறுப்பு அவனைச் சேர்ந்ததுதானே? அவன் முதலில் யோக்கியனாகத்தான் இருந்தான். இருந்தாலும் கைக்கு உறையைப் போட்டுக்கொண்டு தேன் எடுக்க முடியுமா? கையில் ஒட்டிக்கொள்வதை நக்காமல்தான் இருக்க முடியுமா? அவனுக்குத் தெரியாவிட்டாலும் சொல்லிக் கொடுக்க வதங்கிய கத்திரிக்காயும், தேசல் படிக்கல்லும், தக்கை போட்ட எண்ணெய்ச் செம்பும், கறிகாய்க் கடைக்காரியும், மளிகை மாணிக்கம் செட்டியாரும் இருக்கும்பொழுது அவனால் என்ன செய்துவிட முடியும்? முதலாளியை வாழ்த்துவதற்கான ஆதாரங்கள் இதில் எல்லாம் ஏராளமாக இருந்தன.

சத்திரத்துக்குத் தவசிப் பிள்ளைதான் சர்வாதிகாரி. ஆகையால் சட்டமும் இல்லை, நெறிகளும் இல்லை. தானம் கொடுத்த மாட்டைப் பல்லைப் பிடித்துப் பார்ப்பார்களா? அங்கே வேலை செய்துகொண்டிருந்த ஆளுக்குத் தவசிப் பிள்ளை ஒருநாள் சீட்டைக் கிழித்துவிட்டான். ஆனால் பாவம்! தவசிப் பிள்ளை பேரில் மட்டும் குற்றம் சொல்லக் கூடாது. அதிருஷ்டம் வந்து பிடரியில் குந்திக்கொண்டு கட்டளை யிட்டால் நிறைவேற்ற வேண்டியதுதானே!

ஒருநாள் எங்கிருந்தோ ஒரு லிங்கங் கட்டி அங்கு வந்து சேர்ந்தான். வந்தவனை தவசிப்பிள்ளை ஒன்றும் கேட்கவில்லை. சத்திரத்துக்கு வந்த பிறகு பெற்ற அனுபவத்தால் தவசிப் பிள்ளைக்கு 'எக்ஸ்ரே' பார்வை வந்து விட்டது. ஆனால் அதன் உதவி இல்லாமலேயே தவசிப் பிள்ளையால் லிங்கங் கட்டியை எடை போட்டுவிட முடிந்துவிட்டது.

மழுக்கிய தலை, கழுத்திலே வெள்ளிப்பெட்டி மூடிய லிங்கம், இடுப்பிலே பழுப்பேறிய வேஷ்டி–நாலுமுழ நீளம், இருபத்தி நாலு அங்குல அகலம்.

லிங்கங் கட்டி தலையைத் தடவிக்கொண்டு நின்றானே ஒழிய எதுவும் பேசவில்லை. ஆனால் தவசிப்பிள்ளை பதில் சொல்லிவிட்டான்.

“சமையல் ஆன பிறகு சாப்பிடலாம். இப்போது எங்கே இருந்து எங்கே போறீங்க?”

“பண்டாரத்துக்கு ஊரேது, பேரேது, போக்கிடமேது? சோறு கண்டால், சொர்க்கம். ஒரு கவளம் சோறு இங்கே நெதம் கிடைச்சா இதுதான் போக்கிடம். அதை இதைச் செஞ்சிக்கிட்டுக் கிடந்துடுவேன்.”

தவசிப் பிள்ளைக்கு ஒரே யோசனை. ஆளைப் பார்த்தால் சுமைதாங்கி மாதிரி இருக்கிறான். எந்த வேலை வைத்தாலும் தாங்குவான்! சமையல் பாத்திரம் விளக்குகிற காத்தானோடு தினம் போராட முடிகிறதா? அஞ்சு ரூபாய் சம்பளமும், மிச்சம் மீதம் தினம் சோறு கிடைக்கிறதே – அது போதாதாம்! தினம் அடித்துக்கொள்கிறான்! சோறு கொடுத்தால் குழம்பில்லையா என்கிறான்; குழம்பு கொடுத்தால் கறியில்லையா என்கிறான்; சோறு குழம்பு கறி கொடுத்தால், இவ்வளவுதானோ என்கிறான்! இவன் வம்பே இல்லாமல் ஒழித்துவிட்டால்? சுமை தாங்கிதான் வந்திருக்கிறான்! ஒரு கவளம் சோறு செலவு! ஐந்து ரூபாய் மிச்சம்!

மறுநாள் காத்தான் சீட்டு முன்னறிவிப்பின்றிக் கிழிக்கப்பட்டுவிட்டது. லிங்கங் கட்டிக்கு அந்தப் பதவி அளிக்கப்பட்டதென்ற விஷயம் தெரியவே தெரியாது. சோற்றுக்காகத் தினம் ஊர் ஊராய் அலைய வேண்டாம். ஒரு மணி நேரம் பாத்திரம் தேய்த்துப் பண்டம் கழுவிக் கொடுத்தால்

புண்ணியம்! நாவுக்கரசர் உழவாரப்படை வைத்திருக்கவில்லையா? பெரிய அதிருஷ்டம் அடித்துவிட்டதாக லிங்கங் கட்டிக்கு அதிக மகிழ்ச்சி. தவசிப் பிள்ளையும் தனக்கு அதிருஷ்டம் அடித்ததென்று நினைத்துக் கொண்டான்.

வந்த புதிதில் எல்லாமே நன்றாக இருந்தன. ஒரு கவளம் கேட்ட ஆளுக்கு இரண்டு வேளையும் மூன்று நான்கு கவளமும் கிடைத்துவிட்டால் மனம் துள்ளாதா? பாத்திரங்கள், கரி போகத் தேய்க்கப்பெற்றுப் பளபளப்பாக இருந்தன. கறிகாய் தூக்கிக் கொண்டுவர மளிகைச் சாமான் தூக்கிவர முனகாத நல்ல ஆள் கிடைப்பது ஒரு வாய்ப்புத்தான். 'சத்திரத்து வேலைக்குத்தான் புணையாம்! காத்தான் சாமான் தூக்கும் கூலிக்காரனல்லவாம்! என்ன லூட்டி அடித்துக்கொண்டிருந்தான்!' அப்பாடா என்றிருந்தது தவசிப் பிள்ளைக்கு. தினம் சாப்பிட்டுவிட்டுச் சத்திரத்துத் திண்ணையில் லிங்கங் கட்டி படுத்துக்கொண்டபோது, ஆயாம் என்று சொல்லிக்கொண்டே ஆறுதலாகப் படுத்துக்கொண்டான் தவசிப் பிள்ளை.

அதோடு விஷயம் போய்விடவில்லை. சத்திரத்தில் வந்து போகிறவர்கள் லிங்கங் கட்டியைப் பாராட்டாமல் போவதில்லை:

'நல்ல ஆளு! பக்திமான்! நாள் தவறாமல், மணி பிசகாமல் திருக்குளத்தில் பல்லைத் தேய்த்துத் துணி துவைத்துக் குளித்துவிட்டுப் பட்டையாய்த் திருநீறிட்டுக் கொண்டு கிழக்கே சூரியனைப் பார்த்துத் தவறாமல் செபம் செய்கிறாரே, அது ஒண்ணே போதும்! இந்த மாதிரி ஆளைப் பார்க்கறதே அபூர்வமாயிடுத்தே!' என்று வியப்படைவார்கள்.

ஆமாம்! இந்தக் கிரியைகளை லிங்கங் கட்டி அலட்சியப் படுத்துவதில்லை. அதற்குமேல் படிப்பு கிடிப்பு என்று லிங்கங் கட்டி தொந்தரவெதுவும் பட்டுக்கொள்வதில்லை. ஒருகால் சிவசிதம்பரம் என்று சொன்னால் இருக்காது ஊழ்வினையே என்று மட்டும், பேச்சு நடுவில் புகுத்துவான். அதை நம்பினானா இல்லையா என்று கேட்டால் அவனுக்கே சொல்லத் தெரியாது. லிங்கங் கட்டி வெள்ளை வேட்டிப் பண்டாரமானபோது சமய அறிவு ஒன்றையும் சம்பாதித்துக் கொள்ளவில்லை. லிங்கத்தைக் கயிற்றில் கட்டிக் கழுத்தில் மாட்டிக்கொண்டு செய்யவேண்டிய காரியங்களை எல்லாம் சொல்லிக் கொடுத்துவிட்டு, பசுபதியும் பரந்த உலகமும் இருக்கு மட்டும் கவலையில்லை, கிழக்கே போ என்றார்கள். அன்று முதல் சொன்னபடி செய்துகொண்டு வந்தானே ஒழியத் தன் கிரியைகளையும் மனத்தையும் பிணைக்கவேண்டும்மென்று அவனுக்குத் தோன்றியதில்லை. இரண்டும் ஒன்றிய செயல்நெறி காணவேண்டும் என்று துடித்ததில்லை.

எனவே சத்திரத்துக்கு வந்து போகிறவர்களில் யாராவது இரண்டணா, நாலணா கொடுத்தால், அதை மறுப்பதில்லை. மறுக்கவேண்டும் என்று தோன்றியதில்லை. அதற்கு மாறாகக் காசு தேவையாக இருந்தால் கொஞ்சம் புதுக் காசாகக் கொடுங்கள் என்று வாங்கிக்கொண்டு கெட்டியாக இடுப்பில் சொருகிக் கொள்ளுவான்.

வந்த எட்டு ஒன்பது மாதங்களுக்குள் புது விளக்குமாறு தேய ஆரம்பித்து விட்டது. லிங்கங் கட்டியின் பேரில் எவ்வித வஞ் சனையுமில்லை. தவசிப் பிள்ளையோ பெரிய பேர்வழி. நாளாக ஆக லிங்கங் கட்டியின் உணவில் ஒரு கவளம் இரண்டு கவளம் குறைய ஆரம்பித்தது. சிலநாள் கறியோ குழம்போகூட இருக்காது; சத்திரத்துக்கு வந்தவர்கள் அதிகமாகச் சாப்பிட்டுவிட்டார்கள் போல் இருக்கிறது என்று நினைத்துக்கொண்டான்.

அவனுக்கு ஆட்சேபணை இல்லை என்றாலும் அவன் வயிறு புகார் செய்தது. இரண்டொரு நாள் பல்லைக் கடித்துக்கொண்டிருந்தான். புண்யவான் தருமம் பண்ணியிருக்கிறான்! ஒரு கவளம் குறைந்து போனால் என்ன பிரமாதம் என்று ஒருநாள் இரண்டு நாள் நினைத்துக் கொண்டான். முடியவில்லை. மூன்றாவது தினம் முதல் சத்திரத்துச் சாப்பாட்டுக்குப் பிறகு கருமாதி, கல்யாணம், மகேசுவர பூஜை என்று கேள்விப்பட்டால் தவறாமல் அங்கும் போய்ச் சாப்பிடுவதென்று வழக்கப்படுத்திக் கொண்டான். கொள்ளுத் தண்ணி ஊத்துவதாகக் கேள்விப்பட்டால் கூட அங்கு போய் வாசனையாவது பார்த்துவிட்டு வந்தான்! அங்கெல்லாம் கூட இரண்டணா ஓரணாக் கிடைத்தது.

லிங்கங் கட்டிக்குக் காசு கிடைக்கிறது என்று தெரிந்தவுடன்தான் தவசிப் பிள்ளை தேய்பிறை மரபை உணவில் புகுத்த ஆரம்பித்தான். சத்திரத்தில் பண்டாரத்துக்கு விருந்தா வைப்பார்கள்? ஏதோ புண்ணிய காரியத்தில் அப்படி இப்படித்தான் இருக்கும் என்று சொல்லும் பொழுது லிங்கங் கட்டிகூட சகஜம்தான் என்று ஒத்து ஊதிவிடுவான். ‘வேண்டுமானால் ஏதாவது ஓட்டலில் வாங்கிச் சாப்பிடு, சாமியாரே!’ என்று உபதேசம் செய்வான் தவசிப் பிள்ளை.

லிங்கங் கட்டிக்குக் காசு சேர்ந்து போய்விட்டதென்று எப்படியோ தவசிப் பிள்ளை கணக்கு பண்ணி விட்டான். அதை எப்படியாவது கரைத்துவிட வேண்டுமென்ற விஷம எண்ணம் அவனுக்கு வந்து விட்டது

தவசிப் பிள்ளையினிடத்தில் பணத்தை வைத்திரு என்று லிங்கங் கட்டி கொடுத்திருந்தால் இந்த விஷம எண்ணம் தோன்றியிருக்குமா என்பது ரசமான கேள்வி. ஆனால் விடை எளிது. நிச்சயமாகத்

தோன்றியே இருக்காது. இதில் வந்த கஷ்டமென்னவென்றால் பாலுக்குப் பூனையைக் காவல் வைக்க முடியாது என்பதுதான். லிங்கங் கட்டி ஏதோ குருட்டு சாமர்த்தியத்துடன் சில்லறை அடகு பிடித்து வந்த கிழவியிடம் இந்தப் பணத்தைக் கொடுத்து வைத்திருந்தான். கடவுள் பொய்யாகப் போனால்கூட அந்தக் கிழவி பொய்யாகப் போகமாட்டாள் என்று அந்த வட்டாரத்திலே அவளுக்கு நல்ல பேர்!

ஆனால் இந்த இரகசியம் தவசிப் பிள்ளைக்குத் தெரியாது. திருட்டுப் பயல் என்று கறுவிக்கொண்டே எப்போதும் போல் அரை வயிற்றுச் சோறு போட்டு முழு வேலையையும் வாங்கிக் கொண்டிருந்தான்.

தவசிப் பிள்ளைக்கு ஒரு யோசனை தோன்றிற்று.

"என்ன லிங்கங் கட்டி! உனக்குத்தான் பெண்டாட்டி இல்லியே!"

"பண்டாரமாச்சே!"

"அப்படின்னா, தொடுப்புக் கூட?"

"அதென்னாங்க, நாக்கு அழுகிப் போயிடாது."

"கோவிச்சுக்காதே. ஒம் பணத்தைப் பின்னெ என்ன செய்யறே?"

"பத்திரமா இருக்குங்க."

"நீ நின்னா நெடுஞ்சுவரு, விழுந்தாக் குட்டிச் சுவரு. பெண்ணா பிள்ளையா பெண்டாட்டியா? ஒண்ணும்தான் இல்லே. காலணாவுக்குக் காராபூந்திகூட வாங்கிச் சாப்பிட மாட்டே. பணத்தைப் பத்திரமா வைச்சுக்கிட்டு என்ன பண்ணுவே?"

உள்ளபடியே லிங்கங் கட்டிக்குத் திகைப்பாய்ப் போய்விட்டது. ஆமாம், பணத்தை வைத்துக்கொண்டு என்ன பண்ணுகிறது?

"பின்னே எறிஞ்சிடலாமா?"

"அதுக்குச் சொல்லவில்லை. ஒரு நல்ல காரியம் சொல்றேன். யோசிச்சுப் பாரு."

"ஓ!"

"கழுத்து லிங்கம் இருக்கல்லே?"

"ஆமாம்."

"இதைக் கவுத்தாலே கட்டிப் போட்டுக்கிட்டுக் கிடக்கிறியே! இருக்கிற பணத்துக்குப் பவுனைக் கிவுனை வாங்கிச் செயின் பண்ணி லிங்கத்தை அதில் கோத்துப்பிடேன். கழுத்துக்கும் அழகாயிருக்கும், லிங்கமும்

பார்வையாயிருக்கும். திருக்குளத்திலே திருநீறும் தங்கச் செயின் லிங்கமுமாகக் கிழக்கே சூரியனைப் பார்த்துக் கொண்டு நிக்கறதைப் பார்த்தால் அசல் சிவப்பழம் இம்பாங்க. நல்லா இருக்குமே?"

"என் கழுத்துக்கு என்னாத்துக்குங்க?"

"ஒன் கழுத்துக்கா செயின்? இல்லை இல்லை. லிங்கத்துக்குச் செயின் செய்யச் சொல்றேன். செயின் போட்ட லிங்கத்தை மடியிலே கட்டிக்கிறேன்கிறியா?"

"இல்லே, இல்லே."

"அப்பிடின்னா கழுத்திலேதானே போட்டுக்கணும்?"

"செஞ்சால் பாத்துக்குவம்" என்று லிங்கங் கட்டி சொல்லிப் பேச்சை வெட்டி விட்டான். தவசிப் பிள்ளையும் அதோடு போய்விட்டான்.

தென்னம் நெற்று சீக்கிரமாக முளைத்து விடாது. கொஞ்சம் காலம் பிடிக்கும். அது மாதிரி லிங்கங் கட்டி மனத்திலே போட்ட தென்னம் நெற்று மெதுவாக முளைக்க ஆரம்பித்தது. கிழவி நல்லவள்தான். ஆனால் வயசாயிடுச்சே! ஒரு சமயத்தைப் போல ஒரு சமயம் இருக்குமா? அப்படி என்றால் இந்தப் பணத்தை யாரிடம் மாற்றுகிறது? ஆள் யாரும் தெரியவில்லையே ! தவசிப் பிள்ளை சொல்றது நல்ல யோசனைதான். லிங்கத்துக்குச் செயின் பண்ணினால் நல்லாத்தான் இருக்கும் என்றெல்லாம் யோசனை செய்துகொண்டே இருந்தான்.

இதற்குள் வயது ஒரு வருஷம் கூடிவிட்டது. புகையிலையைப் போலக் காய்ந்து வந்த லிங்கங் கட்டி வெள்ளரிப் பழம் மாதிரி ஆகிவிட்டான்.

ஒருநாள் திடீரென்று ஆசாரியிடம் போய்த் தனக்குச் செயின் செய்ய எவ்வளவு பவுன் வேண்டுமென்று கேட்டான். ஆசாரிக்கு சிரிப்புத் தாங்கவில்லை "இந்த வயதிலா கலியாணம் செய்து கொள்ளப் போகிறாய்?" என்று கிண்டலாகக் கேட்டான்.

"இல்லை, இந்த லிங்கத்துக்கு" என்று காட்டினதும் வியாபார ரீதியில் ஆசாரி பேசத் தொடங்கி விட்டான்.

"முக்கால் பவுனிலேருந்து செய்யலாம்."

"அதுக்குக் குறைஞ்சி?"

"முடியாது."

"கூலி?"

"உனக்காகப் பதினைஞ்சு ரூபாய்."

“என்னய்யா முக்கால் பவுனுக்கு...”

“அதானய்யா – சின்னச் செயினுக்குப் பெரிய கூலி, பெரிய செயினுக்குச் சின்னக் கூலி. பெரிய செயினாவே லிங்கத்துக்குப் பண்ணிக் கட்டிக்கியேன்!”

“ஏதோ பாத்துக் கூலி வாங்கிக்கோ அய்யா, பவுன் வாங்கியாரேன்” என்று திரும்பி விட்டான்.

பதினைந்து நாள் கழித்துத் திருக்குளத்தில் நீராடி விட்டுத் திருநீறணிந்து தங்கச் செயினும் லிங்கமும் துலங்க, லிங்கங் கட்டி சத்திரத்துக்குத் திரும்பிவந்தான்.

தவசிப் பிள்ளை திண்ணையில் ஏதோ சில்லறை வியாபாரம் பண்ணிக் கொண்டிருந்தான். லிங்கங் கட்டியைப் பார்த்ததும் புதுமையாக இருந்தது. இன்னதென்று ஒரு நிமிஷம் விளங்கவில்லை. பிறகுதான் தெரிந்தது. "சபாஷ்! சபாஷ்! ரகசியமாச் செஞ்சிட்டியே!" என்றான் சந்தோஷம் பொங்க.

“என்ன பிரமாத காரியம்! ஏதோ ஆண்டவனுக்கு உவப்பா யிருக்குமேன்னு...”

“நல்ல காரியம், நல்ல காரியம்” என்றான் தவசிப் பிள்ளை. கண்ணிலே படாத காசாக வைத்துக் கொள்வதைவிட்டுத் திருட்டுப் பயலை வருந்தி அழைப்பது போன்ற காரியத்தைச் செய்துவிட்டானே இந்த ஆள் என்று நினைத்துக் கொண்டான். ஏன் இந்த யோசனை சொன்னோமென்ற கழிவிரக்கத்தின் சாயல் கூடப் படர்ந்துவிட்டது.

செயின் போட்ட லிங்கங் கட்டி ஆகிவிட்டதற்காக அவன் ஒன்றும் மாறிவிடவில்லை. வழக்கம்போல சத்திரத்துக் காரியங்களைப் பார்த்துக் கொண்டான். கழிவிரக்கம் காட்டிய தவசிப் பிள்ளையும் மாறவில்லை. பண்டாரத்துக்குக் கொடுக்கிற கவளத்தில் ஏற்றம் ஒன்றும் ஏற்படவில்லை.

இதற்குப் பிறகு நான்கு மாதம் இருக்கலாம். லிங்கங் கட்டிக்குத் திடீரென்று ஒரு நினைப்பு வந்தது. "தம்பி! திருமுலைப்பால் உச்சவத்துக்குப் போகணுமின்னு தோணுது. போயிட்டு ஒரு வாரத்திலே வந்திடறேன்" என்றான் தவசிப் பிள்ளையிடம்.

“குடுத்து வச்சிருக்கணும். போயிட்டு வா.”

“பாத்திரம் எல்லாம் விளக்கணுமே?”

“யாரையாவது வச்சுப் பாத்துக்கிடறேன்.”

மறுநாள் சீர்காழிக்கு லிங்கங் கட்டி புறப்பட்டு விட்டான். ஒரு வாரம் லிங்கங் கட்டியில்லாமல் பொழுதை ஓட்ட வேண்டுமே என்ற கவலை கொண்ட தவசிப்பிள்ளை படுக்கப் போகுமுன் ஒரு நாளாச்சு என்று கணக்கிட்டுக் கொண்டு படுத்தான். ஒவ்வொரு தினமும் ரப்பர் மிட்டாய் மாதிரி நீண்டது.

நான்காம் நாள் காலை தவசிப் பிள்ளை காய்கறி நறுக்கிக் கொண்டிருந்தான். முற்றிலும் எதிர்பாராமல் லிங்கங் கட்டி எதிரே வந்து நின்றான். தவசிப் பிள்ளைக்குக் கனவா என்று கூடத் தோன்றி விட்டது.

“என்ன, லிங்கங் கட்டியா?”

“பின்னே?”

“அதுக்குள்ளார வந்துட்டியே?” என்று கேட்டுக் கொண்டே லிங்கங் கட்டியை மேலும் கீழும் பார்த்தான். கைம்பெண் கழுத்து போலிருந்தது.

“என்ன பண்டாரம், லிங்கம் சங்கிலி ஒண்ணையும் காணோமே?”

“ஆமாம்.”

“எங்கே?”

“ஏமாந்து போயிட்டேன்.”

“எப்படிப் போச்சு?”

“அதாங்க ஞானப்பால்.”

“விளக்கமாகச் சொன்னா அல்ல தெரியும்?”

“திருவிழா பாத்துட்டு முந்தா நாள் ராத்திரி சத்திரத்து வாசல்லே குந்திக்கிட்டு இருந்தேன். வேறு யாராரோ திண்ணையிலே வாழைத் தோலைச் சீவிப் போட்ட மாதிரி தலைமாடு கால்மாடா விழுந்து கிடந்தாங்க.”

“திண்ணையிலே யாரோ ரெண்டு ஆள் என்னவோ பதி பசு பாசம் இன்னு சத்தம் போட்டுப் பேசிக்கிட்டு இருந்தாங்க. நடுவிலே அதிலே ஒரு ஆள் பாடினாரு. கொஞ்ச நேரத்துக்கெல்லாம் பேச்சு அடங்கிப் போய், பாட்டே பாட ஆரம்பிச்சுட்டாரு. ரொம்ப நல்லா குயில் கணக்காப் பாடினாரு. அப்படியே சாஞ்சுக்கிட்டிருந்தவன் அதிலே சொக்கிப் போயிட்டேன்.

‘மாங்காய்ப் பாலுண்டு
மலைமே லிருப்போர்க்குத்

தேங்காய்ப்பால் ஏதுக்கடி–குதம்பாய்'

இன்னும் ஒரு பாட்டு பாடினாரு. அப்படியே மெய்மறந்தே போயிட்டேன். பொறவு, பாட்டே காதில் விழவில்லை.

"அப்புறம் நெனைப்பு வந்தப்போ கண்ணைத் திறந்து பார்த்தேன். கிழக்கு வெளுத்துக்கிட்டிருந்தது. திருவிழா அலுப்பும் அந்தப் பாட்டும் என்னை அப்படி அமட்டி விட்டது. நல்ல தூக்கம் ன்னு நினைச்சுக்கிட்ட போது ஒரு திகில் பிறந்தது. கழுத்தென்னவோ லேசாக இருந்தது. தொட்டுத் தடவிப் பார்த்தேன். லிங்கமா செயினா ஒண்ணையும் காணோம். யாரோ தூங்கிக் கொண்டிருந்தபொழுது அடிச்சுக்கிட்டுப் போயிட்டார்கள்?! சத்திரத்துத் திண்ணையில் இருந்தவர்களை ஒவ்வொருவராகப் பார்த்தேன். திருடி இருப்பார்கள் என்று அவர்களைப் பார்த்தால் தோணவில்லை."

'என்ன பாக்குறீங்க பண்டாரம்?' என்று திண்ணையில் இருந்தவர்கள் விசாரித்தார்கள்.

"நான் நடந்ததைச் சொன்னேன். அவர்கள் சிரித்தார்கள்."

'சாமி எடுத்துக்கிட்டுப் போயிருக்கும். ஞானப் பால் குடுக்க வேணாம்?' என்றார்கள்.

எனக்குச் சுருக்கென்று பட்டது. 'லிங்கத்துக்குப் போய் மட்டி மாதிரித் தங்கச் சங்கிலி செஞ்சேனே? பைத்தியக்காரத்தனம்' என்று நினைத்துக்கொண்டே ஊருக்குத் திரும்பி வந்து விட்டேன்.

"ஞானப்பால் கிடைச்சுப் போச்சு."

"அப்புறம்?"

"நான் போறேன்."

"எங்கே?"

"இப்படியே நீளமா."

"பின்னே ஏன் வந்தே?"

"சம்பளங் கொடுத்து வேறு ஆள் பாத்து வச்சுக்குங்கன்னு சொல்ல வந்தேன்."

"அடப்பாவி! நெசமாகவே ஞானப் பால் கிடைச்சுட்டுதா?"

லிங்கங் கட்டி பதில் சொல்லவில்லை. மழுங்கிய தலையைத் தடவிக் கொண்டே தெருவில் இறங்கி விட்டான்.

116. நிழலாட்டம்

சந்திரனைப் போய்ப் பார்க்க வேண்டும். அதை ஆராய வேண்டும், இதைச் சோதிக்க வேண்டும் என்றெல்லாம் சொல்லும்போது எனக்கு ஆச்சர்யமாக இருக்கிறது. கிட்டத்திலிருப்பதையே நம்மால் புரிந்து கொள்ள முடியவில்லையே! அவ்வளவு என்ன? என்னையே எனக்குப் புரியவில்லையே! எனக்கு நல்ல சுபாவம் என்றுதான் நான் நெடுநாளாக நினைத்துக் கொண்டிருக்கிறேன். ஆனால் இப்பொழுது அவ்வளவு நிச்சயமாகச் சொல்ல முடியவில்லை. ஏனென்றால் நல்லது என்பதே நிலையற்றதாக இடம் பொருள் ஏவலுக்கு ஒப்ப, புரளக் கூடியதாகத் தோன்றுகிறது! எதற்காகச் சொல்ல வந்தேன் என்றால்–

சித்திரை மாதம் அந்த வீட்டுக்குக் குடக்கூலிக்கு வந்தேன். என் பாகத்திற்கு வாடகை முப்பது ரூபாய். வாசல் புறத்தில் இந்த பாகமிருந்தால், ஜன்னல் வழியாகக் காற்றும் வெளிச்சமும் கிடைக்குமே என்று தாங்காத வாடகையை ஏற்றுக்கொண்டேன்.

சொத்துரிமை, வார்சு சட்டம் என்று சர்க்கார் வைத்திருப்பதால், வீட்டுக்கு ஏதாவது வாடகை கொடுக்க வேண்டியது நியாயந்தான். ஆனால் காற்றுக்கும் வெளிச்சத்துக்கும் சேர்த்து வாடகை வைப்பதென்பதை நியாயம் என்று எப்படி சொல்ல முடியும்? இந்த மாதிரிக் காரியங்கள்தான் மனத்தில் கசப்பைத் தடவி விடுகின்றன. நல்லவனையும் அவனை அறியாமலே கெட்டவனாக்கி விடுகின்றன. வீட்டுக்கார அம்மாளிடம் நான் நல்லவனாகத்தான் பழகி வந்தேன். அந்த அம்மாளுக்கும் என்னிடம் ரொம்ப நல்ல அபிப்பிராயம்தான். ஆனால் என் மனத்தின் மூலை ஒன்றில் மட்டிலும் வெளிச்சத்துக்கும்

காற்றுக்கும் விலைபோட்டு விட்டாளே என்ற கறையான் புற்று வைத்துக்கொண்டிருந்தது.

ஆனால் எதிர்பாராத ஒரு உறவு ஏற்பட்டதே, பணச் செலவில்லாமல். அதற்கு நான் நன்றி காட்டத்தான் வேண்டும். சிலருக்குப் புஸ்தகம் படிக்காவிட்டால் தூக்கமே வராது. இரவாகட்டும் பகலாகட்டும். கண்ணின் சிறிய ரத்தக் குழாய்களை நிரப்பி, விழியைக் கனக்கச் செய்து, இமைகளைத் தொங்க வைக்க, புத்தகங்களை விடச் சிறந்த சாதனமில்லை என்பது அவர்களுடைய அனுபவ சித்தாந்தம். நான் அந்த வர்க்கத்தைச் சேர்ந்தவனல்லன். உண்மையில் நான் ஒரு புத்தகப் பைத்தியம். ஒரு வேளைச் சோறில்லாவிட்டால் கூட பரவாயில்லை. ஒரு நாளைக்குப் புத்தகமில்லாவிட்டால் உயிரோடு இருப்பதாகத் தோன்றாது. வாசல்புற அறையிலே படுக்கை, டிரங்க்கு, வண்ணான் அழுக்கு மூட்டையைத் தவிர என்னுடைய புத்தகங்களுக்கும் இடம் தயாரித்தேன். அறையில் அலமாரி இல்லை. எனவே புத்தகங்களை வடவண்டை சுவரோரமாக அடுக்கி வைத்திருந்தேன்.

குடிபுகுந்த ஒரு வாரம் வரையில் இந்தப் புத்தகங்களை எடுக்கவேண்டிய அவசியம் ஏற்படவில்லை. படிப்பதற்கு வேறு இரண்டொரு புத்தகங்கள் கிடைத்து விட்டன. ஒரு வாரம் கழித்து என் புத்தகங்களை எடுக்க நேர்ந்தது. அருகில் போய்ப் பார்த்தபொழுது கறையான் புற்று ஒன்று சுவரிலிருந்து புத்தகங்களுக்குப் பாலம் அமைத்திருந்தது தெரிந்தது. எனக்கு ஒரே கோபம், எரிச்சல்! யார்மீது என்றுதான் புரியவில்லை. கோபம் அடங்கியதும் புத்தகங்களை எல்லாம் தட்டிக் கொட்டிச் சுத்தம் செய்து, மற்றொரு சுவரின் பக்கமாக அடுக்கி வைத்துவிட்டு, வீட்டுக்கார அம்மாவை அழைத்துக்கொண்டு வந்து சுவரின் நிலைமையைச் சுட்டிக் காட்டினேன்.

“புத்தகங்களைக் கறையான் அரித்தது பெரிதில்லை. கறையான் ஓட்டையில் மண்ணெண்ணை விட்டால் கறையான் அந்த இடத்தை விட்டுப் போய்விடும் என்பதைப் பற்றியும் சந்தேகம் இல்லை. ஆனால்” என்று சொல்லி நிறுத்தி விட்டேன்.

அந்த அம்மாள் பயந்து போய் விட்டாள். “ஆனால் என்றீர்களே – என்ன?”

“இந்த இடத்தை விட்டால் சுவத்தில் இன்னொரு இடத்தைப் பொத்துக் கொண்டு கறையான் குடி இருக்க ஆரம்பிக்கும். கறையானில் தாய்ப் புழு ஒன்றிருக்கிறது. சுவத்தைப் பிரித்துப் பார்த்தால் ஒழிய, அதைக் கண்டுபிடித்து ஒழித்தால் ஒழிய, புற்றும் ஒழியாது, சுவரும் தப்பாது.”

வீட்டுக்கார அம்மாள் ஒரு நிமிஷம் வாயைத் திறந்துகொண்டு நின்றாள்.

‘சுவத்தை இடிக்கச் சொல்லுகிறானே, பாவி’ என்ற எண்ணமோ என்னவோ! அதற்குப் பிறகு ஒரு காக்கைப் பார்வை பார்த்துவிட்டு சுவத்தைப் போய்ப் பல இடங்களில் தொட்டுப் பார்த்தாள்.

“சுவரென்ன ஐஸ் மாதிரி இருக்கிறதே!”

“ஆமாம், அப்படித்தானிருக்கும். அது தெரிந்துதான் கறையான் குடியேறி இருக்கிறது. பூனையாய் இருந்தால் அடுப்பைத் தேடும்.”

ஒரு நிமிஷம் யோசித்தாள். பிறகு என்ன தீர்மானம் செய்து கொண்டாளோ என்னவோ, என்னையும் அழைத்துக்கொண்டு வடவண்டை பக்கத்துச் சந்தில் வந்து நின்றாள்.

அப்பொழுது சுவர் ஏன் பனிக்கட்டி மாதிரி இருக்கிறதென்பதற்குக் காரணம் தெரிந்துவிட்டது. வீட்டு வடவண்டைச் சுவத்துக்கு வெளிப்புறம் சுவரை ஒட்டி ஒரு சாலவம் ஓடிக்கொண்டிருந்தது. ஆனால் அதில் இருந்த தண்ணீர் மட்டும் நின்றுகொண்டிருந்தது. தண்ணீரில் சின்னக் கொசுவும் பெரிய கொசுவும் படை படையாகக் காற்றில் அலையாடிக் கொண்டிருந்தன.

சாலவத்தை அடுத்த வடவண்டையில் ஆறடி அகலத்திற்கு ஒரு நடைபாதை இருந்தது. இரண்டு யானைக் குட்டிகளைக் கட்டக்கூடிய அளவு பள்ளம். பள்ளத்துக்கு வடபுறமும் கீழ்ப்புறமும் வரிசையாக ஆறு குடிசைகள். அந்தந்தக் குடிசைகளின் வாசலே அல்லாது நடைபாதை அல்ல என்ற கட்சி குடிசையில் வாழ்பவர்களிடையே இருந்தது இப்பால்தான் தெரிந்தது. குடிசைகளை வர்ணிப்பது கடினமான காரியம். குடிசையின் வாசல்தான் திட்டிவாசல் மாதிரி இருக்கிறதே; திமிருடன் நடக்காதே என்று போதனை செய்துகொண்டிருக்கிறதே; குடிசைக்குக் கீத்தாவது சரியாக இருக்கக் கூடாதா? க்ஷயரோகம் பிடித்தவன் மார்க்கூட்டு எலும்பு போல கூரை முழுதும் குறுக்கு மூங்கிலும் நெடுக்கு மூங்கிலும் அங்கங்கே தெரிந்துகொண்டிருந்தன.

குடிசைகளை நான் பார்த்துக் கொண்டிருந்தபொழுதே வீட்டுக்கார அம்மாள் சந்து முகப்பில் நின்று கொண்டு “வெள்ளைச்சாமி” என்று கூப்பிட்டாள்.

“யார் வெள்ளைச்சாமி?” என்றேன்.

“இந்தக் குடிசைகளெல்லாம் அவருக்குத்தான் சொந்தம்.”

வெள்ளைச்சாமி வெளியே வந்தார். அவர் உடம்பை நெளித்துக்கொண்டு வந்த விதத்திலிருந்து பலே பேர் வழியாக இருப்பார் போலத் தோன்றிற்று.

"என்னம்மா கூப்பிட்டீங்களே?"

"எங்க சுவத்தை உக்கார வைக்காவிட்டால் உங்களுக்குத் தூக்கம் வராதா?"

"என்னங்க கோவிச்சுக்கிறீங்க?"

"நானா கோபப்படறேன்? இப்படிச் சாலவத்திலே தண்ணீர் நின்னால் என் சுவர் எப்படிப் பிழைக்கும் என்றுதான் சொல்றேன்."

"நான் நிக்கச் சொல்லலீங்களே?"

"ஓடச் சொல்லல்லேன்னுதான் குறை சொல்லுகிறேன். என் சுவர் பாதிக்கு மேலே ஈரம் காத்துப் போச்சு. கறையான் வேறே சுவத்திலே புத்து வச்சு விட்டது. புதுசாய்க் குடி வந்திருக்கிற இவர் புஸ்தகத்தை எல்லாம் கறையான் தின்னுட்டுது."

"புஸ்தகம் வச்சா அப்பப்போப் பாத்துக்கிட்டிருக்கணும். இல்லாட்டி அப்படித்தான்."

இந்த பதில் என்மீது எய்த அம்பு மாதிரி இருந்தது. ஆனால் நான் பதில் சொல்லவில்லை. தன் மீது ஒரு பிசகும் இல்லை என்று சொல்லித் தற்காப்புக்கு அவன் அடிகோலிய திறமையை மனத்தில் பாராட்டிக் கொண்டிருந்தேன். சொத்திருந்தால் தீர்க்க திருஷ்டியும் புத்திசாலித்தனமும் உடன்பிறப்பாக இருக்கும் போல் இருக்கிறது!

"அவர் மேலே தப்பு இருக்கட்டும். உங்க சாக்கடை விஷயத்தைப் பாருங்க" என்றாள்.

அவளும் அதே குட்டையில் ஊறிய மட்டைதானே!

"அதுக்கு நான் என்ன பண்றதுங்க? இந்த நகர சபைக்காரங்க திறந்த சாக்கடையாக வைக்காம பாதாளச் சாக்கடைக் குழாய் வச்சாங்களே, அதனால் வந்த வம்பு."

"தண்ணித் தாகமின்னா மழை மேலே பழி போட்டாப் போதுமா? பாதாளச் சாக்கடையைப் பாத்தால் என் சுவர் போற வழி?"

"அதுக்கு சொல்லல்லே. இந்த வீடு வாசலையும் குடக்கூலிக்காரங்களையும் கட்டிக்கிட்டு பெரிய தொந்தரவாப் போச்சு. அஞ்சு நாளாச்சு நகரசபை மேஸ்திரிக்குச் சொல்லி. ஆளனுப்பறேன்னாரு, இன்னும் வருது."

"நீங்க ரெண்டு ஒண்ணுக்குக் கணக்குப் பாப்பீங்க. அதான் ஆள் வல்லே. சாலவம் நிக்குது. உடனே ஏதாவது சாக்கடைக்குச் செய்யுங்க. இல்லாட்டி சுவர் போயிடும். நானும் போக வேண்டியதுதான். வாடகை

யிலேதானே நீங்களும் நானும் பொழச்சாகணும்."

"சூட்டோடெ செஞ்சுடுங்க. இல்லாட்டி கறையான் துணிமணிக்கு வந்து விடும்" என்று ஒத்து ஊதினேன்

மறுநாளைக்குள் சாலவத்தைச் சீர்செய்வதாக வெள்ளைச்சாமி உறுதி அளித்தார். நாங்கள் திரும்பி வந்து விட்டோம்.

இரண்டு நாளைக்குப் பிறகு வெள்ளைச்சாமி என் ஜன்னலண்டை வந்து எட்டிப் பார்த்தார்.

"என்ன பார்க்கிறீங்களே?"

ஒண்ணுமில்லே. சாலவத்தைச் சரி பண்ணிட்டேன்னு சொல்ல வந்தேன். அம்மாகிட்டே சொல்லிடுங்க. என்னவோ கறையான் பிடுச்சுது இன்னிங்களே – எங்கே?"

அவர் பேசியது என்னைப் பொய்யனாக்குவது போலிருக்கவே, நான் கறையான்மீது சுமத்திய குற்றத்தை எளிதாக்க முயன்றேன்.

"ஒண்ணுமில்லை. ஒரு புஸ்தகத்தின் மூலையிலேதான் கறையான் ஏறி இருந்தது. இப்போ அந்தத் தொந்தரவு கூட இல்லை."

"எதிலும் நாம் உஷாராக இருக்கவேண்டும்" என்று பொதுப்படையாக உபதேசம் செய்துவிட்டு வெள்ளைச்சாமி போய்விட்டார்.

அன்று முதல் எனக்கும் அவருக்கும் பழக்கம் ஏற்பட்டது. கைமாத்துக் கடன் கொடுத்து வாங்கக் கூடிய அளவுக்கு முற்றிக்கூடப் போய்விட்டது. அவர் குழந்தை ஒருநாள் இரவு மூச்சுத் திணறியபோது நான்தான் ஆஸ்பத்திரிக்குப் போய் வேண்டிய வைத்தியத்திற்கு ஏற்பாடு பண்ணினேன். வெள்ளைச்சாமி என்னை இதற்காகத் தினம் வாழ்த்திக் கொண்டிருந்தார்

இவ்வளவு நல்லவனாக அவருக்கு நான் இருந்த போதிலும் என் மனத்திற்கு மட்டும் அவரைப் பிடிக்கவில்லை. குடிசைகளைக் குடக்கூலிக்கு விட்டுப் பிழைப்பவர்தானே என்ற இளப்பமான எண்ணம். வாடகை இரண்டு ரூபாயாக இருந்தால் குடியிருப்பவர்களுடன் சந்திரனும் சூரியனும், மழைத் தண்ணியும் தூசியும் சேர்ந்து இருக்கத்தான் வேண்டுமா? சாலவத்தை இரண்டணா நாலணா கொடுத்துச் சுத்தமாக வைத்துக் கொள்ளக்கூடாதா? யானைக்குட்டிப் பள்ளத்தை மூடி நடப்பதற்குச் சௌகரியமாக வைத்திருக்க வேண்டாமா? இப்படி எல்லாம் குருட்டுத்தனமாக மனத்தில் தோன்றும். அவருடன் சகஜமாகப் பேசிப் பழகிக்கொண்டிருக்கும் நேரத்தில் எல்லாம் தண்டவாளத்தைப் போல நேராக இந்த எண்ணங்களும் ஓடிக்கொண்டே இருந்தன.

இந்த முரண்பாடு ஒரு சமயம் வெடித்தே விட்டது. வெள்ளைச்சாமி ஒரு நாள், 25 ரூபாய் அவசரம் என்று கடன் கேட்டார். என்ன அவசரம் என்று கேட்டதற்கு விளக்கமாக ஒன்றும் சொல்லவில்லை. குடிசைகளுக்குக் கீத்துப் போட என்பதைப் போல ஏதேனும் சொல்லியிருந்தால் நான் ஏமாந்து போயிருப்பேன். அப்படி அவர் ஒன்றும் சொல்லாததால், என்னையும் அறியாமலே பதில் வந்துவிட்டது. கையில் பணம் இருந்தும் அப்படிச் சொல்லி விட்டதனால் பிரமாதப் பொய்யாகி விடுமா? அவர் என்ன உற்றாரா... உறவினரா?

“இந்தச் சமயத்திலே பணமில்லையே!”

வெள்ளைச்சாமி ஐந்து நிமிஷம் பிடரியைத் தடவிக்கொண்டு எதோ யோசனையில் ஆழ்ந்திருந்து விட்டு திடீரென்று ஒரு போடு போட்டார்.

“என்னங்க, மதியத்துக்கு தபால்காரர் மணியார்டர் கொண்டுக்கிட்டு வந்தாரே?”

“எனக்கில்லியே?”

“தபால்காரர்தான் வீட்டு நம்பர் தவறுதலால் என்கிட்டே முதலில் காட்டிக் கேட்டாரே?”

“அதான் சொன்னேனே. சம்சாரத்துப் பணம் – என் பேருக்கு வந்திருக்கிறது. அதிலே போய் நாம் கை வைக்கலாமா?”

“கூடாதுங்க கூடாதுங்க” என்று சொல்லிவிட்டு எவ்விதமான உறுத்தலுமின்றிப் போய்விட்டார். மாமரத்தில் எறிந்த கல் வெறுமனே திரும்பிவிட்டேனே என்று கலங்குகிறதா, என்ன?

பத்து நாளைக்குள் எங்கள் வீட்டுக்கார அம்மா சமாசாரமும் தெரிந்து விட்டது. ஒரே குட்டையில் ஊறிய மட்டை என்பதைப் பற்றிச் சந்தேகமே இல்லை. வீட்டுக் குழாய் பழுதாகித் தண்ணீர் வரவில்லை. எனக்கு மட்டும்தான் வரவில்லை என்றால் ஒப்புக்கொண்டு விடலாமே! அந்த அம்மாளுக்கும் வரவில்லை. அதற்காக யாரையோ கூப்பிட்டு எதையோ கொடுத்துக் குழாயைச் செப்பனிட்டுவிட்டுக் கூலியில் என் பங்கென்று கேட்க ஆரம்பித்தாளே பார்க்கணும்! சொத்திருந்தாலே சுபாவம் இப்படித்தான் இருக்கும் என்று மனது அலுத்துக் கொண்டது

இரண்டு நாளைக்குப் பிறகு மாலையில் மப்பும் மந்தராமுமாக இருந்தது சாயங்காலப் பத்திரிகையில் புயலைப் பற்றி ஏதோ விஞ்ஞான ஜோதிடம் வந்திருந்தது. வெறும் ஜோதிடமென்றால் அலக்ஷியமாக இருக்கலாம். வானிலை விஞ்ஞானமாச்சே! என் மனது பக்கத்துக் குடிசைகளைப் பற்றியே நினைத்துக் கொண்டிருந்தது.

இரவு எட்டு மணிக்குமேல் விட்டுவிட்டுத் தூற ஆரம்பித்தது, பத்து மணிக்குள் மழை வந்துவிட்டது. புஸ்தகம் வண்ணான் துணி இவற்றைச் சுவரில் தண்டாமல் இழுத்து வைத்துவிட்டுத் தூங்கி விட்டேன்.

மணி என்ன இருக்குமோ தெரியாது. திடீரென்று விழித்துக் கொண்டேன். கனமான மழை அடித்துப் பெய்ந்து கொண்டிருந்தது. காற்றும் சீறிப் பாய்ந்து கொண்டிருந்தது. இவ்வளவுக்கும் இடையில் வேறொரு தனி ஓசையும் கேட்டது. முதலில் இன்னதென்றே விளங்க வில்லை. அதற்குப் பிறகுதான் தண்ணீரை எடுத்துக் கொட்டுவது போன்ற ஓசை என்று தோன்றிற்று. இந்த மழையில் தண்ணீரை எடுத்து எந்தப் பைத்தியக்காரன் கொட்டப்போகிறான் என்ற வியப்பும் கூடவே தோன்றிற்று.

மெதுவாக எழுந்து ஜன்னலைத் திறந்துகொண்டு பார்த்தேன், மழை கொட்டிக்கொண்டிருந்தது. காற்றில் மரங்கள் ஆடிக்கொண்டிருந்தன. அந்த மழையில் சந்தில் குடி இருப்பவர்கள் எல்லாம், கோவணம் கட்டாத பயல்கள் உள்பட, ஆளுக்கொரு பாத்திரத்தில் தண்ணீரை மொண்டு வந்து வெளியே ஊற்றிக் கொண்டிருந்தார்கள். யானைக் குட்டிப் பள்ளத்தில் குளத்தைப்போல் தேங்கிய மழை நீரை மொண்டு மொண்டு கொட்டுகிறார்கள் என்று தெரிந்துவிட்டது. என்ன அவசரம் இந்த நேரத்தில்? இல்லாவிட்டால் குடிசைகளுக்குள் இந்தத் தண்ணீர் கட்டாயம் புகுந்துவிடாதா? வெள்ளைச்சாமி கூடையால் மூடி வைத்திருந்த விளக்கண்டை நிற்பதும், இரண்டொரு பக்கெட் தண்ணீர் ஊற்றுவதுமாக இருந்தார். சந்தில் இருப்பவர்கள் எல்லாருமே இருக் கிறார்களா என்று ஒவ்வொருவராகப் பார்த்துக்கொண்டு வந்தேன். என்ன ஆச்சர்யம்! எங்கள் வீட்டுக்கார அம்மாகூட பாத்திரத்தில் தண்ணீர் மொண்டு ஊற்றிக் கொண்டிருந்தாள்! பார்க்கப் பார்க்க எல்லாமே நிழலாட்டம் போலிருந்தது.

பாவம்! நாமும் போய் உதவி செய்ய வேண்டாமா என்று தோன்றிற்று. ஏழை பாழைகள் மழையில் கஷ்டப்படுகின்றனரே! குழந்தைகள் கூட மழையில் வேதனைப்படுகின்றனவே! – இப்படி எண்ணிக்கொண்டே ரேழி வாசல் வரையில் வந்துவிட்டேன். என்னவோ, மறு எண்ணம் தோன்றிற்று. இடக்குப் பண்ணுகிற ஜட்கா வண்டிக் குதிரை மாதிரி மனது உதைக்க ஆரம்பித்தது.

‘இரக்கம்தான் காரியங்களையே கெடுத்துவிடுகிறது. இந்த மாதிரி இரக்கம், பலஹீனங்களை நம்பித்தான் சுயநலம் தழைக்கிறது. சுயநலத்திற்குத் தண்ணீர் கட்ட நாம் போய் இறைப்பானேன்? சொத்திருக்கிறவன் அழும்பு செய்துகொண்டே போனால் பொறுமையாக இருக்கவேண்டுமா?

பொறுமையாய்த் தாங்கிக் கொண்டிருக்கிறவர்கள் கஷ்டத்தைப் பங்கு போட்டுக்கொண்டு பிறர் இரக்கம் காட்டவேண்டுமா? அதெப்படி நியாயமாகும்?' என்று தோன்றிற்று.

ரேழி வாசலிலிருந்தும் தண்ணீர் இறைக்கும் சத்தம் காதில் விழுந்து கொண்டுதானிருந்தது. தத்துவத்தைப் பற்றியெல்லாம் யோசிக்காமல் போவோம் என்று நகர்ந்தேன். எங்கள் வீட்டுக்கார அம்மா மும்முரமாகத் தண்ணீர் இறைத்துக் கொட்டிக் கொண்டிருந்தாள். அப்படியானால் இந்த அம்மாளும் இரக்கப்பட்டு இந்தக் காரியத்தில் ஈடுபட்டிருந்தாளா? சே சே! குடக்கூலிப் பணம் அனாவசியமாகச் செலவழியக் கூடாது என்று வெள்ளைச்சாமி பார்க்கிறார். தண்ணீர் தேங்கி நின்றால் சுவருக்கு ஆபத்தாச்சே என்று இந்த அம்மாள் நினைத்துக் கொண்டு இரக்கம் காட்டலாமல்லவா? செய்கையைக் கவனிக்கக் கூடாது; மனோபாவத்தைத்தான் கவனிக்க வேண்டும். ஆகையினால்? தண்ணீரை இறைத்தால் வெள்ளைச்சாமிக்குத்தான் லாபம். எங்கள் வீட்டுக்கார அம்மாவுக்குத்தான் லாபம். நெல்லுக்கு இறைக்கும் வாய்க்காலில் புல் இருக்கிறதே, அந்த மாதிரி இந்தக் குடிசை யாட்கள்! மழைக்கு முந்தியும் யானைக் குட்டிப் பள்ளமிருந்தது; பிந்தியும் நிச்சயம் இருக்கப்போகிறது. தரித்திரத்துக்கு முட்டுக் கொடுத்து நிலைக்க வைப்பானேன்? உடைமைக்காரன் ஒருவனும் உபயோகிப்பவன் வேறு ஒருவனுமாக இருக்கும்வரை இந்தக் கதிதான் என்று மனது உதைத்துக்கொண்டே இருந்தது.

அப்படியே சில நிமிஷம் வேடிக்கை பார்த்துக் கொண்டிருந்தேன். பார்க்கப் பார்க்க, பெரிய நிழலாட்டம் போல் இருந்தது. பிறகு திரும்பி வந்து படுத்துக்கொண்டு விட்டேன்.

தூக்கம் சரியாகப் பிடிக்கவில்லை. கண் இமைகள் மூடித்தான் இருந்தன. இருந்தாலும் பள்ளத்திலிருந்து எல்லோரும் தண்ணீர் மொண்டது தெரிந்து கொண்டுதானிருந்தது. தண்ணீரைக் கொட்டும் ஓசை மழை ஓசைக்கிடையில் காதில் விழுந்து கொண்டுதான் இருந்தது. எப்பொழுது மழையும் தண்ணீர் இறைப்பதும் நின்றதோ தெரியாது.

மறுநாள் காலையில் சந்துப் பக்கம் போய் எட்டிப் பார்த்தேன். யானைக் குட்டிப் பள்ளத்திலே சொட்டுத் தண்ணீர் கூடக்காணும்: கோவணம் கட்டாத குழந்தைகள் ஈர்க்குச்சியில் மண்குடை செய்து கொண்டிருந்தார்கள்!

தூக்கம் தெளிந்த இந்த நேரத்தில் பகல் வெளிச்சத்தில், நீ செய்தது சரியா என்று ஏதோ ஒன்று முணுமுணுத்துக் கொண்டிருக்கிறது.

117. பழிக்குப் பழி

எங்கள் வருஷப் பிறப்பு தினம். மாலை நேரம். பகல் விருந்தின் கனத்தைக் குறைக்கவேண்டி இரண்டொரு மைலாவது நடந்துவிட்டு வரலாமென்று நாங்கள் கிளம்பினோம். புதுச்சாலை வழியாக ஏதேதோ பேசிக்கொண்டு, ரயில்வே ஸ்டேஷனை அடைந்தோம். நூற்றுக் கணக்கான எலிகளைக் கம்பிக் கூண்டுகளில் அடைத்து, கூடுகளைக் காவடி போல் மூங்கில் கழியில் கட்டித் தொங்கவிட்டுக் கொண்டு தோட்டிகள் எடுத்துப் போகும் காட்சி தென்பட்டது. சந்துரு "நமது ஊரில்தான் பிளேக் வழக்கமில்லையே, இவற்றை எதற்காகக் கொண்டு போகிறார்கள்?" என்றான்.

"புவ்! உனக்குத் தெரியாதா? எலிகளுக்குப் பற்கள் அவ்வளவு கூர்மையாய் எப்படி இருக்கிறதென்று ஜெர்மன் தேசத்து விஞ் ஞானிகள் கண்டுபிடிக்கப் போகிறார்களாம்! அதற்காக நம்முடைய தேசத்திலிருந்து எலிகள் ஏற்றுமதியாகிப் போகின்றன" என்று பதில் சொல்லிவிட்டு நண்பன் ராமு இடிஇடியென்று சிரித்தான்.

நண்பன் கிட்டு, "டேய் ராமு! சந்துருவைப் பரிகாசம் செய்யாதே" என்று அவனைப் பார்த்துச் சொல்லிவிட்டு என் பக்கம் திரும்பினான்.

"நமது முனிஸிபாலிடியார் ஜனங்களுக்கு சௌகர்யம் செய்து கொடுக்கவேண்டிய கடமையை அனுசரித்து, இரண்டு வருஷங்களுக்குள் ஊரில் எலிப்பூண்டே இல்லாமல் அடிக்கப் போவதாகக் கங்கணம் கட்டிக் கொண்டிருக்கிறார்கள். எலி வேட்டைக்கென்று 1500 ரூபாய் அலாதியாகக் கட்டிப்போட்டு விட்டார்கள். ஒரு எலி பிடித்தால்

காலணா கிடைக்கும். கூண்டு முனிஸிபாலிடியார் கொடுக்கிறார்கள். விஷயம் தெரிந்ததா?"

நான், "எப்படியாவது போகட்டும் முனிஸிபாலிடி எலிகள். வயிற்றெலியின் கொடுமையைச் சொல்லு! இல்லாவிட்டால் இன்று சாப்பாடு வலுப்பானேன். டேய்! தெரியாத்தனமாய் உலவப் புறப்பட்டுவிட்டேன். நடக்கக்கூட முடியவில்லை வயிற்றுவலி. அதோ கை காட்டி மரம் தெரிகிறதே, அதன் கீழே இருக்கும் பாலத்தில் உட்காருவோம். உட்காருவோமா?" என்றேன்.

நண்பர்களுக்கு என் மீது இரக்கம் வந்துவிட்டது. எலிப் பேச்சை அப்படியே விட்டுவிட்டு மௌனமாய் நடந்து வந்தார்கள். மாலையின் செம்பொன் கிரணங்கள் கிழக்கு நோக்கிப் பறந்தன. தென்னையின் தலைச் சடைகளிலெல்லாம் தீ. அந்த சிவப்புச் சித்திரத்திற்குப் பகைப் புலம்போல பசும்வயல்களும், மரங்களும், சவுக்கைத் தோப்பும் அமைந்திருந்தன.

அக்காட்சியைக் கண்டு என் மனம் சற்று சாந்தி அடைந்தது. உடலுக்குக் கொஞ்சம் லகுத்வமும் உற்சாகமும் வந்தது. இப்படி சற்றுநேரம் ஆனந்தமாய்க் கழிந்திருக்கும். 'டப்' 'டப்' என்று இரண்டொரு நிமிஷங்களுக்கொருமுறை துப்பாக்கிப் பிரயோகம் செய்யும் சத்தம் கேட்டது.

"ராத்திரி விருந்துக்கு மடையான்கள் சுடுகிறார்கள் போலிருக்கிறது" என்று முன்யோசனையில்லாமல் சொன்னான் ராமு.

"போடா மடையா. போலீஸ்காரர்கள் துப்பாக்கி பழகிக் கொள்கிறார்கள். தெரியவில்லையா? மடையான்களுக்குக்கூட மூளை உண்டு. முதல் வெடிச் சத்தம் கேட்டதும் எல்லாம் பறந்துவிடாதா?" என்று மறுத்துப் பேசினான் கிட்டு. இவ்விதமாய் நண்பர்கள் தர்க்கித்துக் கொண்டிருக்குங்கால் சத்தம் வந்த திக்கிலிருந்து இரண்டு மூன்று குடியானவர்கள் வரப்புகளின் வழியாய் வந்துகொண்டிருந்தனர். அக் குடியானவர்களை நோக்கி, "என்ன அப்பா அங்கே?" என்றேன். அதே சமயத்தில், காற்று வாக்கில் வாள்வாள் என்று நாய்களின் குரலோசை தெளிவாகக் கேட்டது. "அந்த இடத்திலே முனிஸிபாலிடியார் நாய்களைச் சுட்டுத் தள்றாங்க" என்றான் ஒரு குடியானவன்.

"சிவ சிவ! எலி ஏற்றுமதியாயிற்று! இப்பொழுது நாய் கொலையா? போதும் போதும்! கிளம்புங்கள் இந்த இடத்தை விட்டு. நாகரிகத்தின் பைத்தியக்காரச் சேஷ்டைகள் முடிவடையும் சுடலைக்கு அருகிலாவது சென்று சற்று மௌனத்தை மணப்போம்" என்று அலுப்புடன் எழுந்திருந்தேன்.

நண்பர்களும் எழுந்திருந்தனர். மெதுவாய் அரை மைல் சுமார் நடந்து சென்று அல்லிக் குளத்தண்டை தங்கினோம். புல்தரையின் மீது சொஸ்தமாய்ப் படுத்துக்கொண்டேன். ‘வெல்வெட்டு மெத்தையின் சுகம் எம்மட்டு!’

எங்களுக்கு எதிர்க்கரையில் சண்பக மரமொன்றிருந்தது. புஷ்பம் பறித்து வருகிறேனென்று ராமு எழுந்திருந்து போய்விட்டான். அவனுடைய உருவம் குளக்கரையின் வலதுபுறமிருந்த ஒரு கட்டிடத்தின் பின் மறைந்துவிட்டது.

இக்கட்டடம் போவோர் வருவோரையெல்லாம் “உள்ளே வாருங்கள்” என்று அழைப்பது போன்ற நவீனத்துடனும், அழகுடனும் விளங்கிற்று. கண்ணாடிக் கதவுகளும், அடக்கமான பச்சை வர்ண சுண்ணாம்புப் பூச்சும் கட்டிடம் சமீபத்தில் கட்டப்பட்டதென்பதை எளிதில் விளக்கிற்று. வெகுநாளாக இந்தத் திக்கில் வராததால் எப்பொழுது கட்டப்பட்டது என்று தெரியாது. இக்கட்டடத்தைப் பார்க்க வேண்டுமென்ற அவாவும், அங்கே போவானேன் என்ற அகாரணமான பயமும் உண்டாயிற்று. அப்படியே குளக்கரையில் தனிமையின் இன்பத்தைப் பருகிக்கொண்டிருந்தோம்.

சிறிது நேரம் சென்றது. வானவெளியில் வெள்ளிக் கிண்ணிபோல் சந்திரன் தென்பட்டான். மங்கிய வெள்ளி வலை வீசி உலகை மயக்கினான். ‘மயக்கினான்’ என்ற பதம்கூடப் பொருந்தாது. அன்றைய தினத்தில் பிறந்த உணர்ச்சியைக் குறிப்பிட எனக்கு வார்த்தை தெரியவில்லை. சந்திரனையும், அதன் சாம்பலொளியால் சுலுக்கிட்டுச் சூழப்பட்ட அக் குளத்தையும், வெள்ளை அல்லிகளின் பாம்புத் தலையையும், பார்க்கப் பார்க்க ஏதோ பெயரில்லாத் திகிலும் நடுக்கமும் உண்டா யிற்று. ஏதோ பிசாசை ஓட்டுவது போல் சந்துரு சீட்டி அடித்தான்.

நாழியாயிற்று. புஷ்பம் பறிக்கச் சென்ற ராமு திரும்பி வரவில்லை. நான் போய்விடுகிறேனென்று கிட்டுவும் கிளம்பிவிட்டான். நான் பாட்டுக்குப் படுத்திருந்தேன். சந்துரு சீட்டியடிப்பதை விட்டுவிட்டு இரைந்து ராகம் இழுக்க ஆரம்பித்தான். பிறகு அதை யும் நிறுத்திவிட்டு, “நானும் பார்த்து வருகிறேன்” என்று போய்விட்டான்.

என்ன காரணத்தாலோ சந்துரு போனபிறகு வானம் மாறுதலடைந்து விட்டது. பின்னும் சிறிது நேரத்திற்கெல்லாம் எருமைக் கூட்டம் குளத்தில் இறங்குவதுபோல் கறுப்பு மேகங்கள் வானில் விரைந்து வந்து கூடின. மேகங்கள் சந்திரனைத் திரையிட்டதால் சந்திரனுடைய அழுகை முகம் மாறி சவக்களை பிறந்தது. மௌனமாய்ச் செல்லும் கிறிஸ்துவ சவக் காட்சி என் நினைவுக்கு வந்தது.

ஒன்றும் தோன்றாமல் குளத்தின் அக்கரையைப் பார்த்தேன். காற்று மரங்களுக்கிடையில் கட்டி விழுந்த குழந்தை போல சிணுங்கிக் கொண்டிருந்தது. தரைமீது, ஜப்பானியர் சாப்பிடும் பாம்பு முதல் வெள்ளையர் சாப்பிடும் மான் வரையிலும், தவளை முதல் பன்றி வரையிலுமுள்ள ஒவ்வொரு ஜந்துக்களின் எலும்புக்கூடுகளும் வரிசை வரிசையாய்ப் போய்க்கொண்டிருந்தன. போதாக்குறைக்கு எட்டிய புதர்களினின்று நரிகளின் ஊளை கிளம்பி, படிப்படியாய் உயர்ந்தும் குறைந்தும் கொண்டிருந்தது. சண்பக மரத்தினின்று இரண்டு ஆந்தைகள் கோரமாக உலகு நடுங்கும்படி 'கராமுரா' எனக் கத்தின. பிறகு ஒரு நிமிஷம் நிசப்தம். எனக்குப் படுத்திருக்க முடியவில்லை. வெளியே இயற்கையின் பயங்கரமான காட்சி! உள்ளத்தில், போன நண்பர்கள் திரும்பி வரவில்லையே என்ற பேரச்சம். வெளிப்பயம், உள்பயம் இரண்டையும் தப்பி ஓடுவதை உத்தேசித்து நானும் அவர்களைத் தேடப் புறப்பட்டேன். கூண்டோடு கைலாசமென்றாலும் தோழமை யிருக்கிறதல்லவா என்ற எண்ணம்.

குளத்தின் வலப்புறமாய், கட்டிடத்தை தாண்டி சண்பக மரத்தடிக்குப் போனேன். ஒருவரையும் காணோம். அங்குமிங்கும் அலைந்து பார்த்தேன். பயனில்லை. கடைசியாக, கட்டிடத்தில் வேண்டுமானால் பார்க்கலாமென்று திரும்பிவந்தேன். கட்டிடத்திற்குள் நுழைந்தேன். உள் வாசற்படி போகுமளவும் மனித அரவத்தையே காணோம். வாசற்படிக்கு மேல், நெருப்பெழுத்தில் "விஞ்ஞான மந்திரம்" என்று எழுதப்பட்டிருந்தது. நிலையைத் தாண்டினேன். முற்றத்தினோரத்தில், ஜலம் நிரம்பிய சிமெண்ட் தொட்டி ஒன்று இருந்தது. அருகில் கடப்பைக் கல் மேடை. அதன்பேரில் ஒரு பெரிய ஹம்ஸம் (அதை வாத்து என்று வர்ணித்தால் பிசகு) சிறகுகளைக் கோதிக்கொண்டிருந்தது.

யாரோ பணக்காரர் கோடை வசதி போலும் என்று நினைத்துக்கொண்டு கூடத்தை நோக்கிச் சென்றேன். ஏககாலத்தில் அச்சத்தையும், விந்தையையும் உண்டாக்கும் காட்சி. எதிரே தஞ்சாவூர் சிவகங்கை தோட்டத்தின் சுவர் போன்ற அகலமும் உறுதியும் கொண்ட சுவர். அதில் இரண்டு பிரம்மாண்டமான ஜன்னல்கள். ஜன்னல்களுக்குக் கண்ணாடிக் கதவுகள் உள்புறத்தில் போடப்பட்டிருந்தன.

ஒரு ஜன்னலண்டை ராமு உட்கார்ந்திருந்தான். அவனுக்குச் சிறிது தூரத்திற்கு அப்பால், நகசிகை பரியந்தம் ராமுவைப் போலவே மற்றொரு நிழலுருவம் நின்றுகொண்டிருந்தது. அவ்வுருவின் தலையில் வைர எழுத்துக்களால் மனசாட்சி என்று எழுதியிருந்தது. அந்த இடத்தில் அறிமுகமில்லாத பின்னும் பல விசித்திரமான உருவங்கள் இருந்தன. ஆனால் எல்லாவற்றிற்கும் விழிகள் பெரியனவாகவும்,

உலகின் ரகசியங்களை எப்படியாவது கண்டுபிடிக்க வேண்டுமென்ற ஆர்வத்தைத் தோற்றுவிப்பனவாயும் இருந்தன.

"ஏய் ராமு நல்ல காரியம் செய்தாய்... வீடு போக வேண்டாமா? இங்கே வந்து தமாஷ் பார்த்துக்கொண்டிருக்கிறாயே!" என்றேன்.

ராமு பதில் சொல்லவில்லை. சற்று நெருங்கிப் போய்ப் பார்க்கலாமென நகர்ந்தேன். விந்தையிலும் விந்தை! ராமுவினுடைய மேல்மண்டை வெற்றிலைப் பெட்டி போல் திறந்து வைக்கப்பட்டிருந்தது. ஆனால் ரத்த தாதுவின் கோரமே கண்ணில்படவில்லை. அவனுடைய முகம் கொஞ்சமேனும் உயிரின் களையை இழக்கவில்லை.

பக்கத்தில் நின்றுகொண்டிருந்த உருவங்கள் இரண்டு நிமிஷத்திற்கொருதரம், மூன்று நிமிஷத்திற்கு ஒருதரம் ஏதோ வைர ஊசிபோல், ஜோதிக் கம்பிபோல் சில கருவிகளை ராமுவின் மூளைக்குள் விடுவதும் காதில் விடுவதும் எடுப்பதுமாயிருந்தன. அப்படிச் செய்யும்பொழுதெல்லாம் ஐம்புலன்களிலொன்றாவது, வாதிக்கப்பட்டன. அவற்றையெல்லாம் அந்த உருவங்கள் ஏதோ நோட் புஸ்தகத்தில் பதிந்து கொண்டன. நிழல் ராமு நிஸ்திரணியாய்ப் பக்கத்தில் நின்றுகொண்டிருந்தான்.

எனக்கு ஆயிரம் தலைகொண்ட திகைப்பு எழுந்தது. 'இதற்குப் பெயரா நரகம்? இங்கா இருக்கிறது?' என்று நினைத்துக்கொண்டே "டேய் ராமு! இது என்னடா காரியம்? உணர்ச்சி இல்லையா உனக்கு?" என்று கூச்சலிட்டேன். நிழல் ராமு இடது கையால் வாயைப் பொத்திக்கொண்டு வலது கையால் ஹம்ச பட்சியைச் சுட்டிக்காட்டினான். இவ்வளவு திகில்களுக்கிடையிலும் எனக்கொரு ஞாபகம் வந்தது. "இது ராமுவின் கதி! கிட்டுவின் செய்தி என்ன?" என்று மொணமொணத்துக் கொண்டே திரும்பினேன். இரண்டாம் கட்டு முற்றம் தெரிந்தது. அங்கு போய்ச் சேர்ந்தேன். அங்கும் பயங் கரமான வடிவங்கள்! ஒன்றுக்காவது கடுகளவுகூட சதை கிடையாது வெறும் எலும்புக் கூடுகள். ஆனால் அவற்றுக்கு உயிர் மட்டும் இருந்தது. அதெப்படி முடியுமென்றால்... எனக்கு மட்டும் எப்படித் தெரியும்? அவை அங்குமிங்கும் நடந்து சென்றபொழுது அவற்றின் எலும்புகள் ஒன்றுக்கொன்று உராய்ந்து பனமட்டை போல் சத்தம் செய்தன.

அக்கூட்டத்தின் நடுவில் ஒரு பெரிய மேஜையின் பேரில் கிட்டு படுத்துக் கொண்டிருந்தான். அவனது கால் கைகள் ஒருவிதப் பசையால் ஒட்டப்பட்டிருந்தன.

அவனுக்கு நேர் மேலே, பத்தடி உயரத்தில் துத்தநாகத் தகட்டால் செய்த

ஏழு மூலைத் தொட்டியின் அடிப்புறத்தில் ஏழு குழாய்கள் இருந்தன. அவற்றினின்று கிட்டுவின் மீது வானவில்லின் வர்ணம் கொண்ட திரவங்கள் சொட்டிக் கொண்டிருந்தன. அந்தத் திராவகங்கள் விழுந்த இடத்தில் தீப்பற்றி எரிந்தாற்போல் இருந்திருக்கும். இல்லாவிட்டால் அவன் முகம் அவ்வளவு யம வேதனைப்படுமா? இங்கும் அப்பயங்கர வடிவங்கள் ஏதோ நோட்டுபுஸ்தகத்தில் குறித்துக் கொண்டிருந்தன.

"இதென்ன இந்திரஜாலமா?" என்று கேட்டுக்கொண்டே மேஜை அருகில் சென்றேன். "கிட்டு, நீ என்ன பிணமாகி விட்டாயா? எழுந்திருடா மூடா" என்று கத்தினேன். என் ஹிருதயத்தை ஊடுருவிச் செல்லும் துயர விழிகளோடு கிட்டு பார்ப்பதைப் பார்த்து, சுற்றியிருந்த உருவங்கள் பல்லிளித்துக் கைகொட்டின. இலையுதிர் காலத்துச் சருகுகள் காற்றில் சுழலும் சத்தம் கேட்டது.

என்னுடைய மனநிலைமையைப் படம்பிடிக்க வார்த்தை தெரிய வில்லை. என் கண்களினின்று ஜலம் வந்து வாயோரத்தில் விழுந்து உப்புக் கரித்தது. எக்கேடு கெட்டுப் போகட்டும் ராமுவும், கிட்டுவும், சந்துருவும். நாம் தப்பினால் போதுமென்று வாசற்பக்கம் ஓட்டம் பிடித்தேன். முதற்கட்டு உள் வாசல் நிலையண்டை வந்ததும் நெஞ்சு 'பக்'கென்று தீப்பிடித்துக் கொண்டது. காரணம், ஹம்ச பக்ஷி விஸ்வரூபம் எடுத்துக்கொண்டு வழிமறைத்திருந்ததுதான்.

என் தலை சுழன்றது. கண்களில் நக்ஷத்திரங்கள் பறந்தன. நெற்றியிலும் முகத்திலும் வியர்வைத் துளிகள். வாயின் கூரையில் நாக்கு ஒட்டிக்கொண்டது. அப்படியே ஐயனார் கோவில் யானை குதிரைகளுக்கிடையில் நிற்கும் கல்லுருவ வீரனைப் போல் சமைந்து போனேன். 'வருஷப் பிறப்பும் அதுவுமாய் வீடுபோய்ச் சேர்வேனா? அல்லது என் உயிருக்கே வருஷம் முடிந்து விட்டதா? அப்படியென்றால் ஒவ்வொரு வருஷமும் வருஷப்பிறப்பன்று எனக்கு சிரார்த்தம் என்பது வெகு அமங்கலமாயிருக்குமே! செத்துத் தொலைவதிலும் நல்ல நாள் பார்த்துத்தானா உயிரை விடவேண்டும்!' என்ற தினுசில் எண்ணங்கள் ஓடிக்கொண்டிருந்தன:

"அஹிம்ஸா விருதக்காரரே! வேடிக்கை பார்த்தாயிற்றா?" என்று என்னைக் கேட்டது ஹம்சம்.

"போதும் போதுமென்றாகி விட்டது. இதோ வீட்டுக்குப் போகிறேன்" என்று வெகு சாதுர்யமாகப் பதில் சொன்னேன்.

"அண்ணே! இன்னும் பார்க்க வேண்டியது கொஞ்சம் பாக்கி இருக்கிறது. இதைச் சாப்பிடு, தைரியம் வரும். பிறகு வேடிக்கை பார்க்கலாம்" என்று ஏதோ மருந்தைக் கொடுத்தது.

அதைத் தட்டிச் சொல்ல எனக்கு சக்தி இல்லை. மருந்தை வாங்கி வாயில் போட்டுக் கொண்டேன். பத்து நிமிஷத்திற்குள் உடலினுள் ஒரு பெரிய நெருப்பு வெள்ளம் பரவியது. மேலே பட்ட காற்று பனிக்கட்டி போல் உணர்ச்சி தந்தது. கண்களிரண்டும் நெட்டி போல் மிதந்தன. முற்றத்தின் வழியாய்ப் பார்த்தேன். சவுக்கைக் கட்டையை உளி வைத்து உடைப்பது போன்ற சப்தமொன்று மார்பினுள் கேட்டது. அது மட்டுமா? அச்சப்தம் தொடர்ச்சியாகவும், தாளத்திற்கு ஒருவாறு ஒத்ததாகவும் இருந்தது. பிறகு, போகப் போக, முஸ்லீம்களின் கல்யாண வரிசை போன்ற ஓயாத ஒலி. அதிலும் விசித்திரம், ஒலியின் ஸ்தாயி உயர்ந்து கொண்டே போய் மார்பு வெடித்துவிடும் போன்ற வரையைத் தொட்டதுதான்.

அட கடவுளே! இது என்ன கஷ்டம். என்னையும் கூடவா ஹம்ஸம் வசப்படுத்திவிட்டதென்று பயந்தேன். திரை தள்ளியதுபோல் ஒலி மறைந்தது. என் உடலும் உயிரும் பிரிந்தன; சிவனும் அவருடைய வாகனம் நந்தியும் அலாதியானார். பக்கத்தில் ஒரு உருவம் நின்றது. பார்த்தேன் – என் நிழலுருவம்!

“மயங்காதே. தெருப்புறம் போவோம் வா” என்றது ஹம்ஸம்.

ஹம்ஸம் முன்னே செல்ல நான் பின்தொடர்ந்தேன். முன்போலவே, வானில் சந்திரனைப் பாடையில் இட்டது போலிருந்தது. எங்கோ ஒரு மரத்தினின்று ஒரு பக்ஷி ‘ஐயோ! ஐயோ!’ என்று அலறிக் கொண்டிருந்தது. என்னைச் சுற்றிலும் ஒரே கூட்டம். குஸ்திச் சண்டை பார்க்க வந்திருப்பவர்கள் போல், ஏராளமான எலும்புக் கூடுகள். சீவீர்க்குப் போன்ற அவ்வெலும்புகளின் மீது சந்திரனுடைய மங்கிய ஒளி விழுவதும், அவற்றின் விழிப் பொந்துகள் என்னைப் பார்ப்பதுவும் மிகக் கோர நாடகமாயிருந்தது.

வலது கைப்புறத்தில், பத்தடி தள்ளி, சந்துருவின் தாயார் நின்று கொண்டிருந்தாள். அவளுக்குக் காச ரோகம். பக்கத்தில் பைத்தியக்காரப் பஞ்சு நின்று கொண்டிருந்தான். இருவரும் கை கால் அசைக்கவில்லை. இவர்களுக்கெதிரில், இடது கைப்புறத்தில், ஒரு கன்றுக் குட்டியின் எலும்புக்கூடும், ஒரு நாயினுடைய எலும்புக் கூடும், துப்பாக்கியும் கையுமாய் நின்றன. எனக்கு ஒருதரம் சோகம் போட்டது.

அப்பொழுது “அந்திய காலத்தில் உங்களுக்கேதாவது விருப்பம் இருந்தால் தெரிவிக்கலாம்” என்று ஹம்ஸம் தெரிவித்தது. மரண தண்டனை அடைந்தவர்களைக் கேட்பது போன்ற அந்தக் கேள்வி எனக்குச் சிரிப்பு மூட்டியது. எலும்புக்கூடுகளெல்லாம் ஒரே மனதாய் “ஆச்சோ பாங்கா” ஒருதரம் தட்டவேண்டுமென்று சொன்னது எனக்கு

ஏமாற்றத்தை அளித்தது.

மறு நிமிஷத்தில் அவ்வுருவங்கள் "முக்தி நெறி அறியா" என்ற மெட்டில் பாடிக்கொண்டு, கைகொட்டி குற்றவாளிகளைச் சுற்றிவர ஆரம்பித்தன. பாட்டு என்ன தெரியுமா?

பல்லவி
ஐயையோ! மூடர்களே!
மூடர்காஅள்! ஐயையோ!

அனுபல்லவி
வாயில்லாப் பிராணிகளை
வதைசெய்யும் வெறும் வீணர்களே!
தாயில்லாத் தவளைகளைத்
தவிக்கச்செய்யும் விஞ்ஞானிகளே!
கோயிலுள்ளான் படைப்பித்த
பட்சிகளை, விலங்குகளை,
படிப்பிற்கும் சுகத்திற்கும்
துன்புறுத்தச் சொன்னவ ராரோ? (ஐயையோ)

பாடும்பொழுதெல்லாம் என் ஈரல்குலை நடுங்கிற்று. பாட்டும் கூத்தும் முடிந்தன. கன்றுக்குட்டியைப் பார்த்து ஹம்ஸம் கேட்டது: "உனக்குச் சீக்கு வந்து நாரும் தோலுமாய் இருந்தபொழுது, வியாதியின் கொடுமையால் துன்பப்படக்கூடாதென்று கருணையுடன் உன்னைப் புலையர் வசம் ஒப்புவித்து விடுதலையளித்த புண்ணியவதி யார் தெரியுமா?" "ஓ! அதோ நிற்கிறாளே அவள்" என்று சந்துருவின் தாயாரைக் குறிப்பிட்டது கன்றுக்குட்டி.

"சரி, இப்பொழுது அவளுக்குக் காச ரோகம். இரண்டு மாதமாய் நரக வேதனைப்படுகிறாள் தம்பி! நீண்டநாள் வியாதியில் தொல்லைப்படுவது கண்டிராவி! அவளுக்குச் சில சாமீப்யம் அனுக்ரஹம் செய்" என்று உத்திரவிட்டது ஹம்ஸம்.

சந்துருவின் தாயார், "ஹம்ஸமே! நான் தானாகவே செத்துப் போகிறேன். தங்கம் போன்ற குழந்தைகளையும் பேரன் பேத்திகளையும் திடீரென்று விட்டுவிட்டுப் போக இஷ்டமில்லை. சீக்கு சகஜம்தானே" என்று சொல்லி முடிப்பதற்குள் கன்றுக்குட்டி 'டப்'பென்று அவளைச் சுட்டு வீழ்த்தியது.

அடுத்தாற் போல் ஹம்ஸம் நாயின் கூட்டைப் பார்த்து, "ஏப்ரல் மாதத்தில் உனக்குப் பைத்தியம் பிடித்துவிடப் போகிறதே என்று பயந்து உன்னையும் உன் கோஷ்டியாரையும் சுட்டுக் காப்பாற்றும்படி செய்த

பிரபு யார் தெரியுமா?" என்று கேட்டது.

நாயின் எலும்புக் கூடு பதிலளிக்காமல், மாஜி முனிசிபல் கவுன்சிலரான பைத்தியக்காரப் பஞ்சுவைச் சுட்டிக் காட்டிற்று. "பேஷ்! இப்பொழுது அவருக்குப் பைத்தியமே பிடித்து விட்டது. பைத்தியங்களை இப்படி விடக்கூடாதல்லவா?" என்று ஹம்ஸ் பணி சொல்லிக் கொண்டிருக்கும்போதே பைத்தியக்காரப் பஞ்சுவை நாய்க் கூடு டப்பென்று சுட்டு வீழ்த்தியது

எனக்கொரு அசட்டுத் தைரியம் பிறந்தது. எனக்கென்றால் என் நிழலுருவத்திற்கு! கம்பீரமாய் நழுவ எத்தனித்தேன். ஹம்ஸம் என் ஸ்தூல தேகத்தைப் பார்த்து, "நீதான் பாக்கி" என்று சொல்லி, கண் சிமிட்டிற்று. உடல் மூர்ச்சை அடைந்தது. என் நிழலுருவுக்குப் பிரமாத கோபம் வந்துவிட்டது. "பிராணிகளுக்கு என்னால் யாதொரு கெடுதியும் எப்பொழுதும் செய்யப்பட்டதில்லையே" என்றது.

ஹம்ஸம்: நீயாயிருந்தால் என்ன? உன் இனத்தவராயிருந்தால் என்ன? எல்லோரும் வாயில்லா ஜீவன்களுக்கு எமனாகத் தலைப் பட்டிருக்கிறீர்கள்...

நான்: இது தெய்வத்திற்கு அடுக்குமா? இந்தத் தடவை மன்னித்துவிடு. அஹிம்சையை நிலைநாட்டுகிறேனா இல்லையா பார். இது சத்யம். தயை செய்

ஹம்ஸம்: "பேசாதே! இந்தப் பாட்டு எவ்வளவு தரம் எவ்வளவு பேரிடம் கேட்டிருக்கிறேன்! கண் பஞ்சடையுமுன்னே கடவுளை நினைத்துக்கொள். கர்மாவை வேண்டுமென்றால் சபித்துப் பார். ஹும், ஜல்தி!" என்னையறியாமலேயே, "ஏ உலகமே!" என்று கூவினேன். என் உடலுக்குள் நிழலுருவம் புகுந்துகொண்டு விட்டது. ஹம்ஸத்தைப் பார்த்தேன். அதுவும் மாறியிருந்தது. ஹம்ஸத்தின் உருவம் மாறி அன்புத் தெய்வத்தின் உருவம் நின்றது. எனக்குப் புத்துயிரும் தைரியமும், தெளிவும் பிறந்தன.

சமயத்தில் தடதடவென்று ஒரு ஆட்டின் எலும்புக் கூடு வேகமாய்க் கூட்டத்திற்குள் ஓடி வந்தது. அன்பு தெய்வத்திடம் ஏதோ முறை யிட்டது. என்னைப் பார்த்து, "நண்பரே! அன்பு பெருகினால் வெறும் மண்ணைப் பூம்பொழிலும் பொன் வயலுமாக்கும் காவிரி தேவியின் கரையில் இன்று செய்த யாகத்தில், எனக்கு இதோ மோக்ஷம் கொடுத்திருக்கிறார்கள். விடுதலையடைந்ததும் இங்கே வந்திருக்கிறேன். 'ஏய், மானிடா! உனக்கு நான் மோக்ஷ வழி காட்டுகிறேன். உனக்கு எது பிடித்தம் – துப்பாக்கியா? மின்சார நாற்காலியா? தூக்குமரமா?"

என்று வெகு விமரிசையாய்ப் பேசிற்று.

இக்கேள்விக்குப் பதில் சொல்லும் மனிதன் உண்டா? என் அருமை மனைவியையும், குழந்தையையும் பெற்றோர்களையும், சகோதர சகோதரிகளையும் நினைந்து என் உள்ளம் தவித்தது.

"ஒன்று... இரண்டு" என்ற வார்த்தைகள் என் உள்ளத்தை வலுவுடன் வந்திழுத்தன. "மூன்று" என்ற சப்தம் கேட்டதும் துப்பாக்கி 'டப்' என்றது. "ஐயோ" என்றலறி விழுந்தேன்.

"அப்பா, டேய்! பரீக்ஷைக்குப் படிக்கிற லக்ஷணம் அழகாயிருக்கு!" என்ற பேச்சு செத்தவனைப் பிழைப்பு மூட்டிற்று. கண்விழித்தேன். ஹும்ஸமா, கூட்டமா ஒன்றையும் காணோம். தமையனுடைய கோப விழி மட்டும் தென்பட்டது. ஹரிகேன் விளக்கின் செஞ்சுடர் மலர் போல் விரிந்து நின்றது. ஸைகாலஜிப் புஸ்தகம் விரிந்தபடி கிடந்தது. தலை வைத்துத் தூங்கியதால் மரத்திருந்த விரல்களைப் பிசைந்துகொண்டேன். தெரு முச்சந்தியிலிருந்து நாய்களின் ஊளை யமனை அழைத்துக் கொண்டிருந்தது.

ஐயையோ! மூடர்களே !
மூடர்காஅள்! ஐயையோ!

என்ற பல்லவி இன்னும் என் உள்ளத்தை விட்டபாடில்லை. என்ன செய்வேன்!

118. மெய்யறிவு

ஒரு மாத காலமாக ஊரில் இல்லாமல் இருந்துவிட்டுத் திரும்பி வந்த பிறகு, முதல் காரியமாக நண்பனைப் பார்க்கச் சென்றேன். எனக்கும் அவனுக்கும் இருந்த நட்பு ஆழமானது. புது மணமான ஆணும் பெண்ணும் வலுக்கட்டாயமாகப் பிரிந்திருக்க நேர்ந்தால் எப்படி இருக்குமோ அப்படி இருந்தது. ஆனாலும், எனக்கும் அவனுக்கும் எல்லா விதத்திலும் வித்யாசம் இருந்ததுமல்லாமல் விசித்திரமான உயிர்ப் பிணைப்பு ஒன்றும் இருந்தது. 'இது என்ன தெரியுமா? இதுதான் எதிர்மறைகளின் தத்துவ நிறைவு' என்று அவன் விளக்கம் கூறுவது வழக்கம். அது ஓரளவு நியாயமாகத்தான் இருந்தது. அவன் விஞ்ஞானத்தில், குறிப்பாக உயிர் நூலில் ஈடுபாடுள்ளவன். 'இரண்டு செப்புக் கம்பிகள் சேர்ந்தாலும் இரண்டு நாகக் கம்பிகள் சேர்ந்தாலும் மின்சாரம் உண்டாவதில்லை' என்பான்.

அது உண்மையான விளக்கம் என்பதைப் பற்றி எனக்குச் சந்தேகம் இல்லை. இருந்தாலும் இப்பொழுது மனத்தில் இருந்த அவசரத்திற்கு வேறு காரணம் இல்லாமல் இல்லை.

அவன் அதிசயமான வாழ்க்கை நடத்தினான். நானும் அவனும் சேர்ந்தே பட்டம் பெற்றோம். அவன் ஆரம்பத்திலிருந்தே விஞ்ஞானம், கணக்கு இவற்றில் நாட்டமாகவே இருந்தான். எனக்கு நெய்க்குத் தொன்னை ஆதாரமா தொன்னைக்கு நெய் ஆதாரமா என்பன போன்ற கேள்விகள்தாம் ரொம்பப் பிடிக்கும். அதனால்தானோ என்னவோ நான் பி.ஏ. வகுப்பில் மெய்யறிவுத் துறையில் சேர்ந்துவிட்டேன். அவன் ரசாயனத்தில் பட்டம் பெற்றான்.

எனக்கும் அவனுக்கும் அநேக வேற்றுமைகள் என்பதற்கு ஒரு வெளிப் படையான ருசு என் உத்யோகம். நான் வேலை செய்யாவிட்டால் என் வீட்டில் அடுப்புப் புகைவதென்பது முடியாது. விறகில் புகை இருக்கிறதென்கிறார்களே, அது முழுத் தவறு. பணத்தில்தான் புகை இருக்கிறது. விறகு டெப்போக்காரருக்குப் பணம் கொடுத்தால், விறகில் புகை வரும். தெரிந்ததா? இந்த வம்பு அவனுக்குக் கிடையாது. சம்பாதித்துச் சாப்பிட வேண்டிய தொந்திரவே அவனுக்குக் கிடையாது.

ஆகையினால் படிப்பு முடிந்ததும் அவன் திடீரென்று டிராயிங் ஸ்கூலில் சேர்ந்தது, ஒரு விதத்தில் விநோதமாக இருந்தாலும் அர்த்தமற்றதாகத் தோன்றவில்லை. பணம் இல்லாதவனும் சம்பாதிக்க அலைவது, பணம் இருப்பவனும் சம்பாதிக்கப் போட்டி போட்டுக்கொண்டு அலைவது என்றால், அதில் புத்திசாலித்தனம் என்ன இருக்கிறது? எனவே, அவன் செய்தது எனக்கு மகிழ்ச்சியையே அளித்தது. மூன்று வருஷம் படித்தான். கடைசி வருஷம் பரீக்ஷைக்குப் போகவேண்டிய நிலையில் ஒருநாள் ஓவியக் கல்லூரித் தலைவரிடம் ஒரு பெரிய ஓவி யத்தைச் சுருட்டிக்கொண்டு போய்க் கொடுத்தான்.

அவர் பிரித்துப் பார்த்தார். நாடகமேடை அமைப்பு தெரிந்தது. அதில் ஒரு படுதா நெளிநெளியாகத் தொங்கிக் கொண்டிருந்தது. மேலே ‘நாடகமே உலகம்’ என்று பொன் எழுத்தில் தீட்டப்பட்டிருந்தது. மையத்தில் பூமிபோல ஒரு உருண்டை, அதில், பாதி மனித முகம். அந்த முகத்தை ஒரு கை தாங்கியிருப்பது போல வரையப்பட்டிருந்தது. அதற்கடியில் வணக்கத்தைக் குறிக்கும் கூப்பிய கரங்கள் காட்டப் பெற்றிருந்தன.

ஓவியத்தைக் கண்ட ஆசிரியர் அயர்ந்துவிட்டார். கூப்பிய கை மாதிரித் தோன்றினாலும் தாமரை முகை போலவும் உருவம் அமைந்திருந்தது. எல்லாவற்றையும்விட அவருக்கு ஒரு குருட்டெண்ணம் தோன்றிற்று.

“ஏண்டா சகாதேவா! ஓவியப் பரீக்ஷைக்குப் போகும் உத்தேசம் உண்டோ, இல்லையோ?” என்றார்.

“நீங்கள் நினைப்பது சரிதான், சார். எனக்கு அந்த யோசனை இல்லை.”

“ஏன்?”

“கலை, விஞ்ஞானம், அறிவு எதையும் பிழைப்புக்குச் சாதனமாக்கக் கூடாதென்று எனக்கு உறுத்திக்கொண்டிருக்கிறது. பிழைப்பு நடத்தத்தான் பட்டம் வேண்டுமே ஒழிய, பக்குவம் பெறுவதற்கு எதற்காக என்ற நினைப்பு... வணக்கம்” என்று சொல்லிவிட்டு வந்த நண்பன், வீட்டில் இருந்துகொண்டு ஓயாமல் ஏதேதோ ஓவியம்

தீட்டிக்கொண்டிருந்தான். காரியாலயத்திற்குப் போகும் நேரம் தவிர நான் அவனுடன்தான் இருப்பேன். ஒன்று ஓவிய அறை அல்லது தோட்டம். அந்தப் படங்களின் வர்ணக் கலவையும், ஒளி நிழல் கலவையும், எல்லாவற்றிற்கும் மேலாகக் கருத்தழகும் என்னைக் கவர்ந்து வந்தன. 'அவனுக்கு மூன்றாவது கண் உண்டா, என்ன?' என்றுகூட எனக்குப் பல சமயம் தோன்றியிருக்கிறது. இப்படியே அவன் வளர்ந்து கொண்டு வந்தான்.

சென்ற மாதம் அவன் தொடங்கிய ஓவியத்தைக் கண்டதும் எனக்கு ஜீவ நினைவே அழிந்துவிட்டது. ஓவியம் வளர்ந்துகொண்டிருந்த பொழுது பார்த்ததை விட முடிந்த பிறகு பார்த்த பொழுது எனக்கு ஆச்சர்யம் பொங்கி வழிந்தது. மேதை என்றால் இவன்தான்!

ஓவியத்திற்கு 'இயற்கை' என்று மகுடமிட்டிருந்தான். காளியைப் போன்ற அம்பாள் படமொன்றைத் தீட்டியிருந்தான். ஆனால், அவளுடைய ஆயிரம் கைகளும் ஆயிரம் திசைகளைக் காட்டுவதுபோன்ற பிரமையை எழுப்பியிருந்தான். ஒன்றிலும் ஒருவித ஆயுதமும் கிடையாது. வாய் ரத்தக் கறை படிந்த தோற்றத்துடன் இருந்தது. கைகளின் நுனியில் வளைந்த நகங்களைப் போன்ற தோற்றம் இருந்தது. முதலெடுப்பில், அற்புதம் என்று புத்திக்குப்பட்டதே ஒழிய கருத்து சரியாக பளிச்சென்று விளங்கிவிடவில்லை. ஓவியத்தை ஊன்றிப் பரிசோதித்தேன். சின்ன மீனைப் பெரிய மீன் தின்பது போன்ற குட்டி நிழல்சித்திரம் அம்பாளின் ஒருபுறத்தில் தெரிந்தது. மற்றொரு இடத்தில் வரிசையாகப் பாதையில் கிடந்த எலும்புக் கூடுகளை மிதித்துக் கொண்டு மனிதவர்க்கம் எதையோ நோக்கிப் போவதைப் போன்று மற்றொரு உள்சித்திரம் தெரிந்தது. மீன், ஆமை, காட்டுப்பன்றி, யாளி, குள்ளன், கோடாலிக்காரன், வில்லாளி, குழலூதும் இடையன், தாமரை, அப்சரஸ் – இன்னும் புரியாத எவ்வளவோ உள்சித்திரங்கள் இருந்தன. இவ்வளவு உள் சித்திரங்கள் அடங்கியிருந்த போதிலும் பார்வைக்கு ஓவியத்தில் ஒரு அமைதி இருந்தது. அம்பாள்தான் தெரிந்தாள். இயற்கையின் உருவகச் சித்திரம்!

எனக்கு இவ்வளவு பார்த்த பிறகும் ஒரு திகைப்பும் குழப்பமும்தான் இருந்தன. பிறகு அந்த ஓவியத்தை நாள் தவறாமல் பல தினங்கள் பார்த்த பின்னர் காலைக் கருக்கிருட்டு கட்டவிழ்ந்து ஒளி பரவுவது போன்ற தெளிவு கொஞ்சம் கொஞ்சமாகப் பிறந்தது.

அந்த நிலையில்தான் எதிர்பாராதவிதமாக நான் ஒரு மாத லீவ் எடுத்துக்கொண்டு தென்கோடிக்குப் போக நேரிட்டது. போன இடத்தில் என் காரியத்தைக் கவனித்த நேரம் போக, மனம் திண்ணையில்

வந்து உட்கார்ந்தது போலக் காற்றாட இருந்தபொழுதெல்லாம் இந்த ஓவியம் முன்னெழுந்தது.

என்ன அற்புதமான கற்பனை! உயிரின் சரித்திரத்தை உட்குறிப்பினால் எவ்வளவு நுட்பமாகக் காட்டியிருக்கிறான்! இயற்கையைப் பார்த்தால் அமைதியாகத்தான் இருக்கிறது. ஆனால் ஊன்றி நுட்பமாகச் சோதித்தால், அதனுடைய கொடுமையும் ஈவிரக்கமற்ற நெறியும் தென்படாமல் போகாது. எலியைத் தின்னப் பாம்பு, பாம்பைப் பிடிக்கக் கீரி, கீரியை வளர்க்க மனிதன், மனிதனைப் பிடிக்கக் காலன். மனிதன் மனிதனாவதற்கு முன் எத்தனை கோடி விதமான மாறுதல்களுக்கும் இன்னல்களுக்கும் ஆட்பட்டு, அழிந்தெழுந்து முன்னேறியிருக்கிறான்! அதே மாதிரி உயிரின் எல்லாத் துறைகளிலும்! அப்பப்பா! இந்தக் கொடுமையை எல்லாம் பார்த்துப் பயந்துதானோ என்னவோ துறவென்னும் கதவம் திறந்து கொண்டது!

இந்த ஓவியத்தின் மர்மமான கவர்ச்சி என்னைத் தொந்தரவு செய்து கொண்டே இருந்தது. எப்பொழுது லீவ் முடியும் என்று நாளை எண்ணிக் கொண்டிருந்தேன்.

ஆகையால், ஊருக்குத் திரும்பி வந்ததும் முதல் காரியமாக நண்பன் வீட்டுக்குப் போனேன். ஓவியத்தைப் பார்க்கும் ஆவல்! நண்பன் ஓவிய அறையில் சாய்மான நாற்காலியில் உட்கார்ந்திருந்தான். அறைக்குள் நுழைந்ததும் என்னை வந்து தழுவிக்கொண்டு "நீ சொன்னதுதான் சரி என்றான். நான் எப்பொழுது என்ன சொன்னேன் என்பது நினைவிலில்லை."

"நான் என்ன சொன்னேன்?"

"உட்கார், சொல்கிறேன்."

ஆனால், எனக்கு அப்பொழுது அதற்கு வேண்டிய மனமில்லை. எதிரே படுதாவினால் மூடி வைக்கப்பட்டிருந்த இயற்கையை நாடியே மனம் ஓடிக்கொண்டிருந்தது. எனவே, உட்காராமல் இரண்டு எட்டு அடி எடுத்து வைத்து, ஓவியத்தை மூடியிருந்த படுதாவைத் தள்ளினேன். என்ன ஆச்சர்யம்! அந்த ஓவியத்தைக் காணோம். ஒருவேளை வேறெங்காகிலும் இருக்குமோ என்று அறையைச் சுற்றிக் கண்ணோட்டம் விட்டேன். அந்த அளவுள்ள படம் காணவே காணோம். ஆனாலும் வாய் திறக்கவில்லை. கண்முன்னே இருந்த ஓவியத் தைப் பார்த்தேன்.

இந்த ஓவியத்திற்கும் 'இயற்கை' என்றுதான் மகுடமிடப்பட்டிருந்தது. ஒரு கஞ்சாச் செடியும் குழாயும் அற்புதமாக முன்புறம் தீட்டப்பட்டிருந்தன. மேலே வானத்தில் மேகங்கள் ஏறுவதுபோல் ஒருபுறம் காட்டப்

பட்டிருந்தது. மற்றொரு பகுதியில் மேலே இருந்து தலை குப்புற விழுவது போல் சில சித்திரங்கள் இருந்தன. இந்த ஓவியத்தின் வண்ணச் சிறப்பும் கோடுகளின் அழுத்தமும் மென்மையும் என்னைக் கிறுகிறுக்கச் செய்தன. ஆனால், கருத்து மட்டும் பளிச்சென்று தெரியவில்லை. ஊன்றிப் பார்த்த பொழுது, பழைய சித்திரம் கொடுத்த தெளிவு இது கொடுக்குமென்று மனத்தில் தோன்றவில்லை. உண்மையில் காரணம் அதுவல்ல. 'அந்த ஓவியம் என்ன ஆயிற்று?' என்ற கவலைதான் என்னைக் குழப்பிவிட்டது.

"சகாதேவா? அது எங்கே?"

"கிழித்துப் போட்டு விட்டேன்!"

"ஆ!"

"நூறு சுக்கலாகக் கிழித்துப் போட்டு விட்டேன்."

"ஏன்? உனக்குப் பயித்தியமா?"

"இல்லை. தெளிவு பிறந்து விட்டது."

"தெளிவிலே பிறந்ததுதான் கஞ்சாவா?"

"இதைக் கவனி, தெரியும். இசை நீங்கலாக மற்ற எதிலும் கவிதை உள்பட, கருத்தே உயிர். கருத்தே உடல். அதுவே உண்மை. கருத்துக்கும் உண்மைக்கும் உருவம் கிடையாது. அவை அகண்டம். இருந்தாலும் வண்ணத்திலும் ஓசையிலும் நுழைந்து தலை எடுக்கின்றன. இந்தத் தலையை இந்த உயிர் அசைவைத்தான் தவறான பெயரிட்டழைக் கிறார்கள். ஆகையால், கருத்தில் குற்றமிருந்தால் எடுத்தெறிய வேண்டியது தானே? நூறு சுக்கலாகக் கிழித்தெறிந்து விட்டேன்."

"உனக்குச் சரியாக என்னால் பேச முடியாது. தெளிவில் பிறந்ததா இந்த ஓவியம்?"

"இது பேருண்மை."

"பேருண்மை விளங்க வேண்டாமா?"

"கண்ணிருந்தும் குருடாக இருந்தால் விளங்காது."

"பேருண்மை என்று நீ ஏமாற்ற முடியாதா, என்ன?"

"ஏமாற்றவில்லை. வா, என்கூட!" என்று சொல்லி ஓவியத்தைப் படுதாவினால் மூடிவிட்டு வெளியே கிளம்பினான். குயவனே பானையை உடைத்துவிட்டால் யாரிடம் சொல்லி அழுவது என்று நினைத்துக்கொண்டே வருத்தத்துடன் பின் தொடர்ந்தேன்.

ஊர்க்கோடியில் தாமரைக் குளம். அதன் கரையில் இவர்களுக்குச் சொந்தமான ஒரு சின்ன வீடும் கடையும் உண்டு. அதை இவர்கள் வாடகைக்கு விட்டிருந்தார்கள். வாசலில் கஞ்சாக்கடை – லைசென்ஸ் பெற்ற கடைதான். அங்கே போன சகாதேவன் தன் வீட்டுத் திண்ணையில் உட்கார்ந்தான். "நீயும் உட்கார்" என்று எனக்குக் கட்டளையிட்டான். நான் மௌனமாக உட்கார்ந்தேன்."

"இதோ கடை தெரிகிறதே, இந்தக் கடைக்கு யார் வருகிறார்கள், போகிறார்கள், என்ன பேசுகிறார்கள் என்று கவனி. கூர்மையாகக் கவனி. கண், காது இரண்டும் விழிப்பாக இருக்க வேண்டும்."

"சரி" என்று கவனிக்க ஆரம்பித்தேன்.

முதலில் யார் யாரோ கடைக்கு வந்தார்கள். ஆனால், அவர்களில் ஒருவரும் பேசவில்லை. அவர்களைக் கண்ட வுடன் அவர்களுக்குத் தகுந்தபடி மருந்தை எடை போட்டு வாழைப்பட்டையில் கட்டிக் கடைக்காரன் வைத்து விட்டான். அவர்களும் கல்லாப் பெட்டிக்கரு கில் மௌனமாகக் காசை வைத்துவிட்டுச் சாமானை எடுத்துப் போய்க் கொண்டிருந்தார்கள். வாடிக்கைக்காரர்கள் போலிருக்கிறது! இல்லாவிட்டால் இவ்வளவு மௌனமாக வியாபாரம் எப்படி நடத்த முடியும்? இன்னும் சிறிது நேரம் கழிந்தது. அப்பொழுதும் இதே கதைதான். என் பொறுமையின் எல்லைக்கு வந்து கொண்டிருந்தேன்.

"பையித்தியத்தில் ஒன்றே அதிகம். அதில் துணை வேறு வேண்டுமா?"

"பறக்கக் கூடாதென்றுதான் இயற்கை மனிதனுக்குச் சிறகு படைக்க வில்லை. பறக்கிறாயே! இரு. சாதனை வேண்டும். தலை உடைய வேண்டும் அல்லது சுவர் உடைய வேண்டும். அதற்குப் பொறுமை வேண்டும்... இதோ..."

அவன் பேச்சை நிறுத்திவிட்டான். கடைக்குள்ளே இருவர் நுழைந்து அருகில் இருந்த பெஞ்சில் உட்காருவதைப் பார்த்தேன்.

ஒருவர் சாமியார், முழங்கால் வரையில் தொடும் வெள்ளை வேஷ்டி கட்டிக்கொண்டிருந்தார். இடது புஜத்திலிருந்து சின்ன ஜோல்னாப்பை தொங்கிக்கொண்டிருந்தது. கன்னம் குழிந்திருந்தது. ஆனால், கண்ணில் மட்டும் இருட்டை வெட்டி வீழ்த்தும் கலங்கரை வெளிச்சத்தைப் போன்ற கூரொளி இருந்தது. அருகில் உட்கார்ந்திருந்தவன் இளைஞன். மைனர் என்பார்களே அதுமாதிரி இருந்தான். குளத்தின் பச்சைத் தவளையும் மோட்டு எலியும் உறவு கொண்டாடுவது போலிருக் கிறதே என்ற எண்ணம் தானாக உண்டாயிற்று.

"பிள்ளை!" என்றார் சாமியார்.

கடைக்காரன் மருந்தை எடைபோட்டு வாழை மட்டையில் கட்டி வைத்தான்.

"இது சரி, உருண்டை (பூர்ணாதி லேகியம்) இருக்கில்லே?"

"இருக்கு , உனக்கென்னாத்துக்கு, சாமியாரே? பச்சை வாழை மரத்தைக் கொளுத்தற ஆளு. துவரங் குச்சியைத் தேடறியே?"

"எனக்கல்ல, தம்பிக்கு."

"தம்பிக்கா? தம்பி எந்த ஊர்?"

"பாவட்டாங்குடி."

"இங்கே எங்கே வந்திருக்காரு?"

"சும்மா இப்படி வருவாரு."

"மைனர் கணக்கா இருக்காரு?"

"அப்படித்தான் வச்சுக்கியேன்."

"இது எதுக்கு!"

"உனக்குத் தெரியாதா? பொறவு சொல்றேன். உருண்டையை எடு."

"நீ நிட்டையைக் கூட்டப் போறே. அவரு இஷ்டத்தைக் கூட்டப் போறாரு!" என்று ஒரு வெற்றிலையில் மருந்தைக் கட்டிக் கொடுத்தான் கடைக்காரன்.

சகாதேவன் சாமியாரைக் கூப்பிட்டான்.

"என்னா இங்கே வந்து?" என்றார் அவர்.

"சும்மா குளத்தங்கரைக்கு வந்தேன். இவருக்கு என்னவோ சந்தேகம், நீ சொல்லு. கஞ்சான்னா என்ன பண்ணுங்கறாரு?"

"பாதரசத்தைக் கட்டணுமின்னு வைத்யருங்க முக்குவாங்க. நாங்களெல்லாம் மனசைக் கட்டணும்! விந்துவைக் கட்டணுமின்னு பார்ப்போம். இது எங்களுக்கு அந்த லயத்தைக் காட்டுது, கூட்டுது."

"மனசு கட்டுப்பட்டால்?"

"பிறகு பேரானந்தம் பொங்குமின்னு பெரியவங்க சொல்லியிருக்காங்க."

"மைனருக்குன்னு வாங்கினியே, அவருக்கு எதுக்குப் பேரானந்தம்?"

"அவர் நோக்கத்துக்கும் அது இணங்குது, தெரியுதா? சொத்தைப் படைச்சவன் கும்பிடற சாமியைக் கும்பிட்டுக்கிட்டுத்தான் திருடனும்

கிளம்பறான். தெரியுதுங்களா? வாரேன்."

"அவர்கள் போய்விட்டார்கள். இனிமேல் ஓவியத்தைப் பார்க்கலாம்" என்று கூறிச் சகாதேவன் புறப்பட்டான்.

அவனுடன் ஓவிய அறைக்குத் திரும்பிப் படுதாவைத் தள்ளிவிட்டு மறுபடி படத்தைப் பார்த்தேன். இருள் குலைவது போல் தோன்றிற்று. வானத்தில் ஏறுவதும் நாம்தான். வானத்திலிருந்து விழுவதும் நாம்தான். ஏறுவதும் விழுவதும் நம்மைப் பொறுத்திருக்கிறது; நம் ஆசையின் போக்கைப் பொறுத்திருக்கிறது. ஏறுகிற மேகங்களையும் விழுகிற ஜீவன்களையும் கஞ்சாச் செடி பார்த்துக் கொண்டிருக்கிறது. அது வெறும் சாட்சி. அதனிடம் கொடுமையும் இல்லை. குணமும் இல்லை. இருப்பதெல்லாம் நம்மிடமே ஒழிய இயற்கையில் – உலகத்தில் – இல்லை என்ற எண்ணங்கள் அலையாடின.

"ஓவியம் இப்பொழுது எப்படி இருக்கிறது?"

"கொடுமையும் இனிமையும் இயற்கையில் இல்லை என்று சித்திரித்திருக்கிறாய்."

"இது உண்மையாக இருந்தால் பழைய ஓவியம் உண்மையாக இருக்க முடியுமா?"

"முடியாதுதான்" என்றேன்.

நூறு சுக்கலாய்ப் படத்தை ஏன் கிழித்தெறிந்தான் என்பது புலப்பட்டு விட்டது. மெய்யறிவைக் கொளுத்துவதற்காகக் கலையா? பொய்யறிவைப் பரப்புவதற்காகவா?

119. வெறும் செருப்பு

அதுவரையில் தீர்மானத்துடன் வராதிருந்த மனது அன்று ஒரு முடிவுக்கு வந்துவிட்டது. முதலையின் பிளந்த வாயைப் போன்ற செருப்புடன் எத்தனை மணிகள்தான், எத்தனை நாட்கள்தான் ஓட்டமுடியும்? நடக்கும்போதெல்லாம் செருப்பின் கீழ் அட்டை மடித்துக் கொள்ளும். அப்பொழுது ஒட்டகையின் முதுகின்மேல் நடப்பது போன்ற வேதனையையும் கஷ்டத்தையும் அடைந்தேன். நல்லவேளை... அன்று மனதே உத்தரவு கொடுத்துவிட்டது.

விர்ரென்று கடைத்தெருவுக்குச் சென்று நவீன செருப்புக் கடைக்குள் நுழைந்தேன். கடைக்காரப் பையன் விதவிதமான செருப்பு, பூட்ஸ் தினுசுகளை என் முன் கொணர்ந்து பரப்பினான். அதையும் இதையும் புரட்டிப் பார்த்து தோல் வந்த கப்பல், கப்பல் கிளம்பிய நாடு, நாட்டின் கால்நடை வளம் இவ்வளவையும் பற்றி ஆராய்ச்சி செய்துவிட்டு முடிவாக ஒரு ஜோடி ஸ்லிப்பர் ஆறரை ரூபாய்க்கு வாங்கினேன்.

சிவப்பு ஸ்லிப்பர், மஞ்சள்நூல் தையல், மேல்புறத்தில் தாமரைப்பூ – இவ்வளவு லட்சணங்களுமுள்ள ஸ்லிப்பர் என் சொத்தான உடனே அதை அனுபவிக்காமல் இருக்க முடியுமா?

காலில் மாட்டிக்கொண்டே வீட்டை நோக்கித் திரும்பினேன். பட்டென்று ஸ்லிப்பர் கால் அடிபாகத்தில் படுவதினால் பின் பராக் யாரோ சொல்லிக் கொண்டு வருவது போலிருந்தது. அரசர்களுக்கு முன்னால் பராக் சொல்லிக் கொண்டு வருவார்களாமே, எனக்குப்

பின்னால் சொன்னால் போதாதா? ஒவ்வொரு ஓசையைக் கேட்டதும் என் மனது கம்பீரமாய் விரிந்தது. புதுச்செருப்பு வாங்கினால் புது மனிதனல்லவா? வானத்தைத் தொட்டுவிடக்கூடிய உன்னதமும் தெம்பும் நெஞ்சில் குமிழியிட்டன. முன்புறம் மார்பைத் தள்ளி தெருவெல்லாம் நடந்து வந்தேன்.

வீட்டை அடைந்ததும் ஸ்லிப்பரைத் துடைத்து சுவரில் மாட்டினேனோ இல்லையோ? ஒரு நினைப்பு வந்தது. பழைய செருப்பு இருந்த இடத்திற்குப் போய்ப் பார்த்தேன். இனி அதை எடுத்து எறிந்து விடலாமா என்று யோசித்தேன்.

இவ்வளவையும் என் மனைவி கவனித்து வந்தாள் என்பது அவள் கேட்ட கேள்வியிலிருந்துதான் விளங்கிற்று.

"நான் கிழவியாகி விட்டால் என்னையும் தள்ளித்தான் விடுவார்கள், இல்லையா?" கேள்வி சுருக்கென்று மனதில் தைத்தது. காலுடன் காலாய் எவ்வளவு கஷ்ட சுகங்களில் அது என்னைத் தாங்கி வந்திருக்கிறது. அவ்வளவு ஈரமில்லாமல் எடுத்தெறியப் போகலாமா? என் மனதில் இரக்கமில்லை என்று நினைக்க நான் விரும்பவில்லை. ஆகையால் என் யோசனையைக் கைவிட்டுவிட்டு, என் ஜோலியைப் பார்க்கப் போனேன். புலனெல்லாம் ஒடுங்கித் திண்ணை மூலையில் குந்தியிருக்கும் கிழவியைப் போல் செருப்பு மூலையிலே கிடந்தது. இளைய தாரத்துடன் உலாவப்போகும் எழுச்சியுடன் புது ஸ்லிப்பர் மாட்டிக்கொண்டு ஆபீஸுக்குப் போய் திரும்பினேன்.

வீட்டிற்கு வந்து உட்கார்ந்த ஐந்து நிமிஷத்திற்குள்ளாகவே, ஒரு தந்தி கிடைத்தது. உயிருக்குயிரான நண்பன் காலமாகி விட்டதாக அதில் கண்டிருந்தது. என்னால் செய்தியை நம்ப முடியவில்லை. நானும் தந்தியில் குறிப்பிட்டிருந்த நண்பனும் ஒரு வாரத்திற்கு முந்திதான் ஒரு கல்யாணத்திற்கு சேர்ந்து போயிருந்தோம். சேர்ந்து சாப்பிட்டோம். பகலொளியும் இரவு நிலாவும் படுக்கப்போகும் வரையில் பேசித் தீர்த்தோம். சேர்ந்தே தூங்கினோம். நண்பன் உடம்பிலோ மனத்திலோ எவ்விதமான நோயும் தென்படவில்லை. பின் செய்தியை எப்படி நம்பமுடியும்? ஆனால் பொய்த் தந்தி கொடுக்கக்கூடிய விஷமிகள் யாரும் எனக்கோ என் நண்பனுக்கோ இல்லை. பின் செய்தியை எப்படி நம்பாமலிருப்பது? குழப்பம். மனது தெளியவில்லை. மறுநாள் மற்றொரு கடிதம் வந்தது. வேறொரு நண்பன் எழுதியிருந்தான். அந்தக் கடிதத்தைப் படித்த பிறகு சந்தேகத்திற்கே இடத்தைக் காணோம்.

கிராமபோன் தட்டு ஓடிக்கொண்டிருக்கும்பொழுதே சாவி குறைவினால் பிறக்கும் அவ ஒலியைப்போல் என் நெஞ்சின் துயர் எழுந்தது.

தாங்கமாட்டாமல் விம்மி விம்மி அழுதேன். எவ்வளவு நேரம் அழுதேன் என்று யார் கண்டது?

எதிர்வீட்டுப் பையனொருவன் கோவில் மணி கணீரென்று அடிப்பதுபோல்,

'ஆண்டாண்டுகாலம் அழுதுபுரண்டாலும்
மாண்டார் வருவரோ மாநிலத்தில்'

என்று பாடினான்.

என் அழுகை தானே நின்றுவிட்டது. இனி செய்ய வேண்டியதைப் பற்றிய நினைப்பு எழுந்தது. சாயங்கால ரயிலில் நண்பன் ஊருக்குப் போய், அவன் வீட்டிலுள்ளவர்களுக்காவது தேறுதல் சொல்லிவர வேண்டியது என் கடமை என உணர்ந்தேன்.

மாலை ஐந்து மணி ரயிலுக்கு ஒரு பாடியையும் ஜிப்பாவையும் மாட்டிக்கொண்டு கிளம்பி வீட்டு ரேழிக்கு வந்தேன். சுவரில் புது ஸ்லிப்பர் அசட்டுப் பெண்ணைப் போல் இளித்துக் கொண்டிருந்தது. ஸ்லிப்பரை எடுத்துக் காலில் மாட்டப் போனேன்.

"கல்யாணத்துக்குப் போகிறாயா குஷாலாக?" என்று மூலையில் இருந்த பழஞ்செருப்பு முனகுவது போல் தோன்றிற்று. கொஞ்சம் தயங்கினேன். காலையில் புது ஸ்லிப்பர் வந்தது. மாலையில் செய்தி வந்தது. ஒன்றுக்கொன்று சம்பந்தமில்லை என்று அறிவு சொன்ன போதிலும் நெஞ்சு கேட்கவில்லை."

அதற்குள் என் ஆபீஸ் நண்பன் ஒருவன் வந்தான். "என்ன யோசித்துக் கொண்டு ரேழியில் நிற்கிறாய்?"

"ஒன்றுமில்லை."

"நான் இதோ ரயிலுக்குப் போகிறேன். மத்தியானம் இடி போன்ற அந்தச் செய்தி வந்தது. கடவுள் என்கிறார்களே... அது எனக்கு விளங்கவில்லை. சரகு உதிர்வதில் வண்டு வருந்துவதில்லை. தளிரும் பூவும் உதிர்ந்து தரையில் கிடக்கும்பொழுது எவ்வளவு வண்டுகளும் தேனீக்களும் அவற்றை மொய்த்துக்கொண்டு புலம்புகின்றன!"

"எனக்கும் செய்தி வந்தது. என் நெஞ்சே சூன்யமாகி விட்டது. இதோ நானும் புறப்பட்டுக் கொண்டிருக்கிறேன்."

"பின்னே கிளம்பு."

கிளம்பு என்று சொன்னபிறகு கூட நான் கொஞ்சம் தயங்கினேன்.

"என்ன யோசனை?"

மனதை வேரோடு பிடுங்கினது போல் நிலைகுலையச் செய்யும் துயரம் மூண்டிருக்கும் வேளையில் ஸ்லிப்பர் போட்டுக் கொள்ளலாமா கூடாதா என்று யோசிக்கலாமா என்ற நினைப்பு வரவும் மூலையில் கிடந்த பழஞ்செருப்பு அடக்கத்துடன் கண் காட்டிற்று. அதைப் போட்டுக் கொண்டு கிளம்பினேன்.

ரயில்வே ஸ்டேஷன் போகும் வரையில் ஒரே யோசனை. புது ஸ்லிப்பர் வந்தது நன்மைக்கன்று. ஒருநாளைக்குள் ஒரு உயிரைக் கொண்டு போய்விட்டதே; அதை மாதக்கணக்கில் வைத்துக் கொண்டால் என்னவெல்லாம் நேரிடும் அல்லது என்னதான் செய்யக்கூடாது? இதே யோசனையில் மௌனமாக இருந்தேன்.

ரயில்வே ஸ்டேஷன் மாடிப்படி ஏறும்பொழுது ஒருதரம் செருப்பின் அடி அட்டை பின்புறமாக மடித்துக் கொண்டது.

"என்ன தடுமாறுகிறாயே?" என்றான் நண்பன். "ஒன்றுமில்லை. செருப்பு அடி அட்டை கிழிந்துபோய் ஒன்றுக்கொன்று சம்பந்தமற்றும் போயின. அட்டை மடித்துக் கொண்டு இடறிவிட்டது. நல்லவேளை விழாமல் தப்பித்தேன்."

பிறகு நாங்கள் பேசவில்லை. என் மனது மறுபடியும் ஓடத் துவங்கி விட்டது – கிழிந்த செருப்புகளைப் பற்றிய ஞாபகங்கள்.

ஸ்டேஷன் பிளாட்பாரத்தில் வந்து உட்கார்ந்தோம். ரயில் கிளம்புவதற்கு இரண்டு மணி நேரம் இருந்தது. நண்பன் பிளாட்பாரத்தில் நிலவின் கீழ் வேஷ்டியை விரித்துப் படுத்துக்கொண்டான். எனக்குப் படுக்கத் தோன்றவில்லை. உம்மென்று உட்கார்ந்திருந்தேன். சிறிது நேரத்திற்கெல்லாம் திடீரென்று யோசனை ஒன்று முளைத்தது.

"உன்னிடத்தில் ஒரு ஹூக் இருக்கிறதா?" என்றேன்.

"எதற்கு?"

"இந்த இரண்டு அட்டைகளையும் சேர்த்து ஹூக் போட்டுவிட்டால் இந்த மாதிரி அட்டை மடியாது."

"இதென்ன, செருப்பையே கடவுளாக்கித் தியானம் செய்கிறாயே – தூக்கி எறிந்தாலும் போச்சு, தைக்கச் சொன்னாலும் போச்சு."

பேச்சு நியாயமாகத்தான் பட்டது. சரிதான் என்றேன். ஆனால் மனதில் பல மட்டங்கள் இருக்கின்றன என்பதும், மேல் மட்டம் பேசினால் அடிமட்டம் ஏற்றுக்கொள்ளத்தான் வேண்டும் என்பது

இல்லை என்றும் பின்னர்தான் தெரிந்து கொண்டேன்.

கால் மணிநேரத்திற்குப் பிறகு என் கை என்னை அறியாமலேயே ஒரு செருப்பை எடுத்துவிட்டது. என் கண்கள் இருள் குகை ஒன்றைக் காணும் ஆச்சரியத்துடன் அச்செருப்பின் பிளந்த அட்டைகளைப் பார்த்துக் கொண்டிருந்தன. மன உலகத்தில் ஒரு பெரிய சர்ச்சை நடந்து கொண்டிருந்தது. மனத்தின் நடுமட்டம் 'அதெல்லாம் சரிதான்.. நீ போகும் காரியமென்ன? நாளைப்போய் மெனக்கட்டு செருப்பைத் தைத்துவிடுவாயா? முடியுமா?' மனத்தின் மேல் மட்டம்; 'அதற்கென்ன, வேண்டாமே. செருப்பையே எறிந்துவிட்டால் போகிறது. சொத்தே போய்விடுமா? நஷ்டம் தாங்காதா?'

நடுமட்டம் 'அதுவா போச்சு! வீணடிக்கவே கூடாது அப்படியாவது பணம் பெருத்த ஆளா? சாதாரணமாக தோட்டத்திற்குப் போவதற்கும் இந்த மாதிரி சந்தர்ப்பங்களுக்கும் உபயோகப்படுமே, மூத்தாளும் முட்டுக்கு உதவுவாள் என்று பாட்டி சொல்லவில்லையா?'

படுத்திருந்த நண்பன் எழுந்து கண்கொட்டாமல் என்னைப் பார்த்துக் கொண்டே, "நீ என்ன யோகியா, கருமியா, தெரியவில்லையே! யோகியைப் போல ஒரே எண்ணத்தில் லயித்திருக்கிறாயே! ஆனால் லயித்திருக்கும் விஷயமோ சிறியது. கருமியைப் போல் கிழிந்த செருப்பைக்கூட தடவிப் பார்க்கிறாயே" என்றான்.

புண்ணில் நெருஞ்சி முள் குத்தியது போலிருந்தது. சிவனே என்று மன ஓட்டத்தை அடக்கி, மல்லாந்து படுத்துக்கொண்டேன்.

சிறிது நேரத்திற்கெல்லாம் ரயில் வந்தது. நானும் நண்பனும் ஏறிக் கண்ணயர்ந்தோம்.

காலைக் கரிச்சான் குரல் துயிலைக் கலைத்தது. கண் விழித்து வெளியே தலை நீட்டிப் பார்த்தேன். வானத்தின் கிழக்கு மைதானத்தில் செம்மறி ஆட்டு மந்தைபோல் மேகத் துணுக்குகள் விரைந்து கொண்டிருந்தன. இருளில் வினோதமான தேத்தாங் கொட்டையைப் போட்டது போல் ஒளி தெளிந்து மேலே தோன்றிற்று. அடுத்த ஸ்டேஷன் நாங்கள் இறங்க வேண்டிய இடம். நண்பன் மட்டும் தூங்கிக் கொண்டிருந்தான்.

மனதில் இரண்டு நிலைகள்தான் இருப்பதாக நினைத்த நான் மூன்றாவது நிலை ஒன்றிருப்பதை அப்பொழுது உணர்ந்தேன். பரந்தவெளி உலகின் காலை அமைதியில் உள்ளுலகினின்று ஒரு மெல்லிய குரல் கேட்டது.

'நீ வரும் வேலை நினைவிருக்கிறதா? உடம்பு உயிர் என்றெல்லாம் சொத்துரிமை கொண்டாடுகிறாயே... அது சரியா? யோசித்துப் பார், நேற்றிருந்தான், இன்றிறந்தான். பழுத்தும் உதிரலாம். பழுக்காதும்

விழலாம். பழுக்காது விழுந்த வேதனை – உயிரின் விசித்திர விபரீதப் போக்கல்லவா உன்னை இங்கே இழுத்து வந்திருக்கிறது? வெறும் செருப்பு ஒரு பொருளா? அதைப்பற்றி யோசிக்க அவ்வளவு பிராணனைச் செலவழிப்பது நியாயமா?'

இக்குரல் பேசியபொழுது உள்ளத்திலே பெரிய அமைதி நிலவியிருந்தது. மாறுபட்ட மன அலைகளே காணோம். ஏறிவரும் ஒளியையே நோக்கிக் கொண்டிருந்தேன். மனத்தில் அசைவே இல்லை. அதற்கு ஏற்றாற்போல, அசைந்து கொண்டிருந்த ரயிலும் ஸ்டேஷனை அடைந்து நின்றுவிட்டது.

நண்பனை எழுப்பி வண்டியை விட்டு இறங்கி மாட்டுவண்டியில் ஏறி நண்பன் வீடு சென்றோம். பச்சைக் குழந்தைகள் – சூதுவாதற்ற மனைவி – இவர்களை கொழு கொம்பற்றுத் துடிக்கும் கொடி போல பரிதவிக்கவிட்டுச் சென்ற ஒரு குடும்பத் தலைவன் – வயது அதிகம் ஆகாதவன் – எதிர்பாராமல் திடீரென்று காலகதி அடைந்தவன் – அவன் மறைந்துவிட்ட பிறகு எவ்விதமான ஆறுதல்தான் சொல்ல முடியும்? வாய் திறந்து வார்த்தைகளைக் கொட்டாமல் பகல் முழுதும் கழித்தோம்.

மத்தியானம் மணி மூன்றிருக்கும். ஊருக்குத் திரும்புவதற்காக வண்டி நிற்கும் இடத்திற்குக் கிளம்பினோம்.

சரியான வெயில். மூன்று என்றாலும் தலைவெடிக்கிறது. பொடி ஒட்டுகிறது. நான் காலை மாற்றி மாற்றி நொண்டி போல் தத்தித்தத்தி நடந்தேன்.

அப்பொழுதுதான் என்னுடன் கூடவந்த நண்பன் என் காலைக் கவனித்தான்.

"செருப்பெங்கே? இந்த வீட்டில் மறந்து வைத்துவிட்டு வந்தாயா?" என்றான்.

"அதெல்லாம் மறக்கவில்லை."

"அப்படி என்றால் வேண்டுமென்றே வைத்துவிட்டு வந்தாயா?"

"அதுவுமில்லை"

"பின்?"

ஒரு நிமிஷம் தயங்கினேன்.

"பின் செருப்பெங்கே?"

"ரயிலிலேயே வைத்துவிட்டேன்."

"மறந்துவிட்டாயா?"

"இல்லை. நினைப்புடனேயே விட்டுவிட்டேன்."

இரவில் நான் செருப்புமயமாய் இருந்ததையும் இப்பொழுது செருப்பையே விட்டு விட்டதையும் பற்றியோ என்னமோ நினைத்துக்கொண்டு ஆச்சரியத்தால் வாய் திறந்து ஒருவினாடி நின்றான். பிறகு என்னவென்று கேட்டான்.

"கிழியாத செருப்பைக்கூட அவன் திடீரென்று விட்டுச் சென்றுவிட வில்லையா? ஒரு ஓட்டைச் செருப்பைப் பற்றி பெரிய துயரத்தின் முன்னிலையிலே என் மனது அவ்வளவு குழப்பலாமா என்ற எண்ணம் உதித்தது."

"எப்பொழுது?"

"இந்த ஊர் ரயில்வே ஸ்டேஷனை அடைந்ததும்!"

"பிறகு?"

"ரயிலை விட்டு இறங்கியபொழுது செருப்பை மாட்டிக் கொள்ளாமல் இறங்கிவிட்டேன். அவ்வளவுதான்."

நண்பன் பேசவில்லை. ஒரு வினாடி கழிந்தது.

"ஆமாம். இந்த உடம்பும் செருப்புத்தான். உயிரென்னும் வழிப்போக்கன் எப்பொழுதும் எந்த நிலையிலும் இதைக் கழட்டி எறியலாம். யாரால் தடுக்க முடியும்?" என்றான்.

www.ingramcontent.com/pod-product-compliance
Ingram Content Group UK Ltd.
Pitfield, Milton Keynes, MK11 3LW, UK
UKHW042140021026
15589UKWH00003B/949

9 789390 053278